INSIGHT PUBLICA®

INSIGHT PUBLICA
Nadakkavu, Kozhikode, Kerala
www.insightpublica.com
e-mail: insightpublica@gmail.com
Ente Kalapaswapnangal
P T Kunhimohammed
(Malayalam)
First Edition: October 2021

Cover Photo: Arun PJ
ISBN 978-93-91453-71-8
Printed and Published by Insight Publica
for Insightinpublica Printers & Publishers Pvt. Ltd.
₹ 490

എന്റെ കലാപ സ്വപ്നങ്ങൾ

പി ടി കുഞ്ഞിമുഹമ്മദ്

INSIGHT PUBLICA®

സമ്പാദകന്റെ കുറിപ്പ്

കോയമുഹമ്മദ്

'അശ്വത്ഥാമാവ്'മായി മലയാള സിനിമയിൽ രംഗപ്രവേശംചെയ്ത 'മോഹൻ - മുഹമ്മദ് ഫിലിംസ്' കൂട്ടുകെട്ടിലെ കെ ആർ മോഹനനെ 1979ൽ കെ എസ് എഫ് ഡി സി യിൽ വെച്ച് നേരിട്ട് പരിചയപ്പെട്ടിരുന്നു. പവിത്രന്റെ 'ഉപ്പി'ന്റെ പ്രിവ്യൂ സംബന്ധമായി ചെലവൂർ വേണുവിന്റെ 'സൈക്കോ' ഓഫീസിൽ വന്നപ്പോൾ എന്നെ കണ്ടിട്ടുണ്ടെന്ന് ഈ ദ്വന്ദത്തിലെ പി ടി കുഞ്ഞിമുഹമ്മദ് പറയുന്നുണ്ടെങ്കിലും കെ ആർ മോഹനന്റെ സംവിധാനത്തിൽ താൻ നിർമ്മിച്ച രണ്ടാമത്തെ ചിത്രമായ 'പുരുഷാർത്ഥ'ത്തിന്റെ സംസ്ഥാന അവാർഡ് ഏറ്റുവാങ്ങാൻ 1988ലെ അവാർഡ്ദാനച്ചടങ്ങിന് തിരുവനന്തപുരത്തെത്തിയപ്പോഴാണ് അദ്ദേഹത്തെ ഞാൻ നേരിട്ടുപരിചയപ്പെടുന്നത്. പിന്നീട് വല്ലപ്പോഴും ദേശാഭിമാനിയിൽ വരുമ്പോൾ കാണുമായിരുന്നു. കൈരളി ടി വി യിൽ പി ടി ദൈനംദിന പ്രവർത്തനങ്ങളുടെ ചുമതലയുള്ള ഡയരക്ടറും ഞാൻ വാർത്താവിഭാഗം അസോസിയേറ്റ് ഡയരക്ടറുമായുണ്ടായിരുന്നെങ്കിലും ഞങ്ങൾ തമ്മിൽ നേരിട്ടു വലിയ ബന്ധമുണ്ടായിരുന്നില്ല. 'കൊലച്ചോറ്' എന്ന് ചാനൽ ജീവിതത്തെക്കുറിച്ച് ഈ ഭരണകർത്താവിനോട് തുറന്നു പറയാൻ തക്ക അപൂർവം സന്ദർഭങ്ങൾ എനിക്കു ലഭിച്ചിരുന്നുവെങ്കിലും.

'മഗ്‌രിബി'നും 'ഗർഷോ'മിനും 'പരദേശി'ക്കുമൊക്കെ ശേഷം 'വീരപുത്ര'നോട്ടുകൂടിയാണ്, എന്റെ സജീവപത്രപ്രവർത്തനം അവസാനിച്ച ശേഷമാണ്, പി ടി യുമായി സാവകാശത്തോടെ ഞാൻ ആശയവിനിമയം തുടങ്ങുന്നതെന്നു പറയാം. 'വിശ്വാസപൂർവം മൻസൂർ' എന്ന ചിത്രം

അനൗൺസ് ചെയ്ത വാർത്താസമ്മേളനത്തിന്റെ ടി വി കവറേജ് കണ്ട് അതിന്റെ പ്രമേയത്തിൽ അത്യധികം ആകൃഷ്ടനായി ഞാൻ പി ടി യെ വിളിച്ചു. ‘കോയ ഗുരുവായൂർക്ക് വാ, വിശദമായി സംസാരിക്കാം’ എന്നായിരുന്നു പ്രതികരണം. കലിക്കറ്റ് യൂനിവേഴ്സിറ്റിയിലെ എ ഹമീദിനും, ഹമീദിന്റെ മകനും നടനും ഗായകനുമായ ആകാശിനും ഒപ്പം ഗുരുവായൂരിലെത്തി. ‘മൻസൂറി’ന്റെ ഒരേകദേശരൂപം പി ടി ഞങ്ങൾക്കു പറഞ്ഞുതന്നു. ആകാശാണ് പി ടി യുടെ സംഭാഷണം മൊബൈലിൽ റെക്കോഡ് ചെയ്യാമെന്ന് കാണിച്ചുതന്നത്. അപ്പോൾത്തന്നെ ചിത്രത്തിന്റെ പ്രചാരണക്കാര്യങ്ങളിൽ പി ടി ഞങ്ങളെ ചൊറച്ചിടുകയും ചെയ്തു. പത്രപ്രവർത്തകനെങ്കിലും പബ്ലിക് റിലേഷൻസിൽ വിമുഖനായ എനിക്കത് വിഷമകരമായി തോന്നിയെങ്കിലും ‘മൻസൂർ’ പോലൊരു സിനിമയുടെ പ്രാധാന്യം കണക്കിലെടുത്ത് അതിൽ വ്യാപൃതനായി. പിന്നീട് എൻ പി മുഹമ്മദിനെക്കുറിച്ചുള്ള ഡോക്യുമെന്ററിയുടെ ആഖ്യാന പാഠം തയാറാക്കാനുള്ള ചുമതലയും ഇങ്ങനെ എന്നിൽ അർപ്പിതമായി. ചിത്രത്തിന്റെ നിർമാണത്തിലുടനീളം സഹകരിപ്പിക്കുകയും ചെയ്തു. ഒരു ഫീച്ചർ ചിത്രത്തിന്റെ ചിട്ടവട്ടങ്ങളോടെ വിപുലമായ രണ്ടു ഷെഡ്യൂളായിട്ടായിരുന്നു ‘എൻ പി മുഹമ്മദി’ന്റെ ചിത്രീകരണം. തുടർജോലികളും അങ്ങനെത്തന്നെ.

ഈ സമയത്തെ ഇടപഴക്കത്തിനിടക്ക് പി ടി കുഞ്ഞിമുഹമ്മദ് എന്ന മനുഷ്യനെ വളരെ അടുത്തു മനസ്സിലാക്കുവാൻ കഴിഞ്ഞു. അദ്ദേഹം മലയാള സിനിമക്കു നൽകിയ സംഭാവനയെക്കുറിച്ച് നേരത്തെതന്നെ ബോധ്യമുണ്ടായിരുന്നു. കൈരളിയിലെ ‘പ്രവാസലോകം’ എന്ന അനന്യമായ പ്രോഗ്രാമിനെക്കുറിച്ച് ലോകമാധ്യമങ്ങളടക്കം നടത്തിയ വിലയിരുത്തലുകളും ശ്രദ്ധിച്ചിരുന്നു. പക്ഷേ, ആ പരിപാടിയുടെ ജീവനാഡിയായി വർത്തിച്ച വ്യക്തിയുടെ സമർപ്പിതമനസ്സ് ഈ നാളുകളിലാണ് അടുത്തറിയാനായത്. ‘പ്രവാസലോകം’ അവതാരകനെന്ന റോളിൽനിന്ന് ഫലത്തിൽ വിട്ടു കഴിഞ്ഞിരുന്നെങ്കിലും അദ്ദേഹത്തെതേടി ഫോൺവിളികൾ ലോകത്തിന്റെ നാനാഭാഗത്തുനിന്നും എത്തിക്കൊണ്ടിരുന്നു. വിളിക്കുന്നവർക്കെല്ലാം അദ്ദേഹം സാന്ത്വനവും ആരെ എവിടെ എപ്പോൾ എങ്ങനെ ബന്ധപ്പെട്ട് കാര്യങ്ങൾ മുന്നോട്ടു നീക്കണമെന്ന നിർദേശവും നൽകിക്കൊണ്ടിരുന്നു. മാത്രമല്ല, ഈ വിളിച്ചവരോട് താൻ നിർദേശിച്ചവരെ സ്വയം വിളിച്ച് ഇങ്ങനയൊരാൾ വിളിക്കും ഇന്നതാണ് പ്രശ്നം എന്താണ് ചെയ്യാൻ പറ്റുകയെന്ന് നോക്കുമല്ലോ എന്നിങ്ങനെ ശുപാർശകളും നടത്തിക്കൊണ്ടിരുന്നു. ദേശാഭിമാനി വാരികയിൽ പ്രവർത്തിക്കുന്ന കാലത്ത് കൈരളി ടി വിയിൽനിന്ന് എൻ പി ചന്ദ്രശേഖരന്റെ ഒരു ഫോൺ വന്നത് പി ടി യുടെ

ഈ ഇടപെടലുകൾ കണ്ടപ്പോൾ ഓർത്തു. "ഈ മനുഷ്യന്റെ ഫോണിന് ഒരിക്കലും വിശ്രമമില്ല. ഒരു സൂഫിയെപ്പോലെയാണ് അദ്ദേഹത്തിന്റെ പെരുമാറ്റം" എന്ന അർഥത്തിലായിരുന്നു 'പ്രവാസലോക' കാരനെക്കുറിച്ച് ചന്ദ്രശേഖരൻ അന്നു സംസാരിച്ചിരുന്നത്. എന്നിലെ പത്രപ്രവർത്തകനെ ഉന്നം വെച്ചായിരിക്കണം ചന്ദ്രശേഖരൻ അതു പറഞ്ഞതെന്ന് പി ടി യുമായി അടുത്തിടപഴകിയ ഈ വേളയിലാണ് എനിക്കുദിച്ചത്. അദ്ദേഹത്തിന്റെ നിസ്വാർഥ സേവനങ്ങളെക്കുറിച്ച് നല്ലൊരു സ്റ്റോറിക്കു വകയുണ്ടായിരുന്നു. ആ ഫോൺ കോൾ ശ്രദ്ധിച്ചുകൊണ്ടിരുന്നപ്പോൾ അതെനിക്ക് ഓടിയിരുന്നില്ല.

'എൻ പി മുഹമ്മദി'ന്റെ പ്രിവ്യൂവിനെക്കുറിച്ച് ആലോചിച്ചുകൊണ്ടിരിക്കുന്നതിനിടെ 2018 ഫെബ്രുവരി അവസാനം ഒരു ദിവസം പി ടി യുടെ കോൾ വന്നു: 'ഒന്നാം തീയതി കോഴിക്കോട്ട് വരുന്നുണ്ട്. രണ്ടു മണിയോടെ എത്തും. 'പാരഗണി'ൽ വെച്ച് ഒരുമിച്ച് ഊണുകഴിക്കാം.' കക്കട്ടിൽ പ്രവാസിസംഘത്തിന്റെ ഒരു സമ്മേളനമുണ്ടായിരുന്നു പി ടി ക്ക്. എന്നെയും കൂടെക്കൂട്ടി. വഴിക്കുവെച്ച് പി ടി ക്ക് ദേശാഭിമാനി വാരികയിൽ നിന്ന് ടി കെ രമേഷ്ബാബുവിന്റെ ഫോൺ. പ്രവാസപ്പതിപ്പിലേക്ക് ലേഖനത്തിനാണ്. "കോയമുഹമ്മദിനോട് സംസാരിക്കൂ. കോയ തയാറാണെങ്കിൽ, ഓക്കെ." ഏപ്രിൽ ഒന്നാം തീയതിയുടെ ലക്കം വാരികയിൽ ആ ലേഖനം വന്നു: 'പ്രവാസികളോട് എന്താണിത്ര പക?' അടുത്തുതന്നെ നടന്ന കോഴിക്കോട്-നാദാപുരം യാത്രക്കിടെയായിരുന്നു പി ടി അതു പറഞ്ഞുതന്നത്.

പി ടി യുടെ വൈവിധ്യപൂർണവും വൈചിത്ര്യഭരിതവുമായ ജീവിതാനുഭവങ്ങൾ നാട്ടുകാരുമായി പങ്കുവെക്കുന്നതിനെക്കുറിച്ച് ഈ യാത്രകളിലും ആ നാളുകളിൽ ഞങ്ങൾ തമ്മിൽ മിക്കവാറും പതിവായിരുന്ന ഫോൺ സംഭാഷണങ്ങളിലും ഞാൻ സൂചിപ്പിച്ചുകൊണ്ടിരുന്നു. ഏപ്രിൽ 27 ന് കോഴിക്കോട്ട് കെ പി കേശവമേനോൻ ഹാളിൽ 'എൻ പി മുഹമ്മദ്' ഡോക്യുമെന്ററിയുടെ പ്രഥമ പ്രദർശനവും കഴിഞ്ഞ് സംതൃപ്തിയോടെ പിരിയുമ്പോൾ ഇനി ആത്മകഥയുടെ കാര്യം ആലോചിക്കണമെന്നും എന്നെക്കൊണ്ട് കഴിയുന്ന കാര്യങ്ങൾ ചെയ്തുതരാമെന്നും ഞാൻ ആവർത്തിച്ചു.

ഞാൻ പറഞ്ഞതുകൊണ്ടുമാത്രമാവില്ലെന്നറിയാം, ആത്മകഥയെഴുത്തിന് അധികം വൈകാതെ പി ടി സമ്മതിച്ചു. അങ്ങനെ ഒരിക്കൽ ഗുരുവായൂർ കെ ടി ഡി സി ഗസ്റ്റ് ഹൗസിലിരുന്ന് 'എന്റെ കലാപ സ്വപ്നങ്ങൾ' പറയാൻ തുടങ്ങി. ഒഴുക്കിന് വലിയ വിഘാതം സൃഷ്ടിക്കാതെ അപ്പപ്പോൾ ചില സംശയ നിവൃത്തികൾ വരുത്തിയിരുന്നെങ്കിലും കാര്യമായ വിടവുകൾ വല്ലതും തോന്നിയിരുന്നെങ്കിലത് പിന്നീട് നികത്താൻ

കുറിച്ചു വെക്കുകയാണ് ഈ ആഖ്യാനത്തിന്റെയും റെക്കോഡിങ്ങിന്റെയും വേളയിൽ ഞാൻ ചെയ്തിരുന്നത്. ഇങ്ങനെ പല സെഷനുകൾ തുടർന്നു. ഏതാനും സെഷനുകൾക്കു ശേഷം പിന്നീട് ഞങ്ങൾക്ക് കൂടിയിരിക്കാനൊത്തില്ല. നാലധ്യായങ്ങൾ അതിനകം ഒരു വിധം തയാറായിക്കഴിഞ്ഞിരുന്നു. ഇതിനിടയ്ക്കാണ് 'സഫാരി' ചാനൽ 'ചരിത്രം എന്നിലൂടെ' എന്ന പരമ്പരയിൽ പി ടി യുടെ ജീവിതാനുഭവങ്ങൾ 25 എപിസോഡുകളിലായി സംപ്രേഷണം ചെയ്യാനിടയായത്. കെ ടി ഡി സി ഗസ്റ്റ് ഹൗസിൽ വെച്ച് നടത്തിയ ആത്മകഥാഖ്യാനത്തിന്റെ ഗതി 'സഫാരി' പരിപാടിയിൽ പി ടി ക്ക് കുറെയൊക്കെ മാർഗനിർദേശക മായിത്തീർന്നിരിക്കണമെന്ന് തോന്നുന്നു. ഏതായാലും ഈ എപിസോഡുകൾ പുസ്തക രചനയുടെ ഇനിയുള്ള പ്രവർത്തനം സുഗമമാക്കുമെന്ന് ഞങ്ങൾക്കു തോന്നി. ചാനൽ എപിസോഡുകൾ പകർത്തിയെടുത്തു. ഓരോ അധ്യായത്തിലേക്കും എത്രമാത്രം അവ പ്രയോജനപ്പെട്ടുമെന്നു പരിശോധിച്ചുതുടങ്ങിയപ്പോഴാണ് പുസ്തകത്തിനത് ആ രൂപത്തിലും ഭാവത്തിലും മാനത്തിലും വളരെ അപര്യാപ്തമെന്നു ബോധ്യമായത്.

ഈ ബോധ്യത്തോടെ എഴുത്തിന്റെ അഥവാ ആഖ്യാനത്തിന്റെ അടുത്ത സെഷനിലേക്കു കടക്കാൻ നോക്കുമ്പോഴേക്കും കോവിഡ് - 19 വന്നു. ഫോണിൽ പരസ്പരം ആശയവിനിമയങ്ങൾ കുറെ നടന്നു. എഴുത്ത് പുനരാരംഭിക്കുന്നത് അനിശ്ചിതത്വത്തിലായി. സ്ഥിതി പൂർണമായി മാറുന്നതു വരെ കാത്തിരിക്കാനാവില്ല എന്നു തോന്നിയപ്പോൾ സുരക്ഷാ മാനദണ്ഡങ്ങൾ പാലിച്ച് തൃശ്ശൂർ 'പ്രജാപുരി' യിലിരുന്ന് ജോലി തുടരാൻ തീരുമാനിച്ചു. ചുരുങ്ങിയ കാലത്തിനകം കേരളത്തിന്റെ കലാ-സാംസ്കാരിക രംഗത്തെ ഒട്ടേറെ മുന്നേറ്റങ്ങൾക്ക് അണിയറയായി വർത്തിച്ച (വിശദാംശങ്ങൾ ചിലത് പരാമർശിക്കുന്ന ഒരധ്യായം തന്നെ ഈ പുസ്തകത്തിലുണ്ട്) 'പ്രജാപുരി'യിലിരുന്ന് വീണ്ടും എഴുത്ത് തുടർന്നപ്പോൾ അതുവരെ കൈക്കൊണ്ട രീതിയൊന്നു പുതുക്കി 'കലാപസ്വപ്നങ്ങൾ' തുടക്കം മുതലേ പുനരാവിഷ്കരിക്കുകയാണ് ചെയ്തത്. ആദ്യഘട്ടത്തിലെ അധ്യായങ്ങളുടെ തുടർചർച്ചകളും ചാനൽ എപിസോഡുകൾക്ക് ലിഖിത രൂപത്തിലുള്ള പോരായ്മകളും കണക്കിലെടുത്ത് കാര്യങ്ങളെല്ലാം മനസ്സിൽ അടുക്കിലും ചിട്ടയിലും പുനഃക്രമീകരിച്ചായിരുന്നോ പിന്നീട് പി ടി എഴുത്തിനിരുന്നത് എന്നു സംശയിക്കണം. രാവിലെ വന്നിരുന്ന് പറഞ്ഞുതുടങ്ങും. റെക്കോഡിങ്ങിനു നിൽക്കാതെ ലോങ് ഹാൻഡിൽ ഞാനതു പകർത്തും. മൂന്നോ നാലോ ദിവസം ഈ പ്രക്രിയ തുടരും. കൃത്യമായ അധ്യായരൂപത്തിൽ, ഇടയ്ക്ക് സംശയനിവൃത്തിക്കൊന്നും ഇടപെടാൻ അവസരംതരാത്തവിധമായിരുന്നു ആ പറച്ചിൽ. അതു പൂർത്തിയായിക്കഴിഞ്ഞാൽ അവിടവിടെ ചില ചില്ലറ

സംശയങ്ങൾ തീർക്കൽ. ഇങ്ങനെ എഴുതിയെടുക്കുന്ന ഭാഗങ്ങളുടെ അസ്സൽ പകർപ്പ് അടുത്തൊരു സെഷന്റെ ആദ്യഘട്ടത്തിൽ വായിച്ച് കുറ്റം തീർക്കും.

ഈ പുസ്തക രചനയിലെ എന്റെ പങ്കാളിത്തം ഏറെയും ഒരു കേട്ടെഴുത്തുകാരന്റേതോ പകർപ്പെഴുത്തുകാരന്റേതോ ആയിരുന്നു. അവിടവിടെ ഒരു പത്രപ്രവർത്തകന്റെ ചിന്തയിൽ ചില സംശയങ്ങൾ ഉന്നയിക്കും. ഇടയ്ക്കല്ലെങ്കിൽ ഒരധ്യായം പറഞ്ഞുപകർത്തിക്കഴിഞ്ഞ ഉടനെ. അതുമല്ലെങ്കിൽ അതിന്റെ ഫെയർ വായിക്കുമ്പോൾ. ചില വിശദാംശങ്ങൾക്ക് വായനക്കാരന്റെ ഭാഗത്തുനിന്ന് വ്യക്തത കിട്ടാൻ താല്പര്യം പ്രകടിപ്പിച്ചു. അങ്ങനെയാണ് ചേറ്റുവായിൽ തറവാട് സ്ഥിതി ചെയ്യുന്ന സ്ഥലവും മറ്റും കാണാൻ പോയത്. ചില സന്ദർഭങ്ങളിലേക്ക് ഓർമ ക്ഷണിക്കും. അങ്ങനെയൊക്കെ ചില ഇടപെടലുകളേ കാര്യമായും എന്റെ ഭാഗത്തുനിന്ന് ഉണ്ടായിട്ടുള്ളൂ. ഒന്നു പറയാം, ഇത് അക്ഷരങ്ങളിൽ പകർത്തിക്കിട്ടാൻ ഞാൻ കുറച്ച് മനസ്സ് വെച്ചു. പി ടി ക്കും ഉത്സാഹമേറി.

ഇടതടവില്ലാത്ത പ്രവാഹം പോലെയായിരുന്നു തന്റെ ജീവിതകഥയത്രയും പി ടി പറഞ്ഞു തന്നത്. അധ്യായങ്ങൾക്ക് ദൈർഘ്യമേറുന്നുവോ എന്നു ഭയന്ന് പല ഭാഗങ്ങളും സ്വയം എഡിറ്റു ചെയ്ത് ഒഴിവാക്കിക്കളയുകയോ ചുരുക്കുകയോ ചെയ്യുന്നതും മനസ്സിലാക്കാൻ കഴിയുമായിരുന്നു. പ്രചുരപ്രചാരമായ ചില എപിസോഡുകൾ വിട്ടുപോയതാണെന്നു കരുതി ശ്രദ്ധയിൽപ്പെടുത്തിയപ്പോൾ അതൊക്കെ അത്രമതിയെന്നു ഒഴിയുന്നതുതന്നെ കണ്ടു. ഒരു കണക്കിന് ഈ ആത്മകഥ പി ടി യുടെ ജീവിതകഥയുടെ സംഗ്രഹിത രൂപം മാത്രമാണ്. പി ടി യുടെ പ്രവാസ ജീവിതമായാലും ചലച്ചിത്രപ്രവർത്തനങ്ങളായാലും ചാനൽക്കാലമായാലും എം എൽ എ ജീവിതമായാലും ഓരോന്നും ഓരോ കനിപ്പെട്ട ഗ്രന്ഥത്തിനു വകയുള്ളവയാണ്. സിനിമയുടെ കാര്യത്തിൽത്തന്നെ 'ഗർഷോം', 'പരദേശി', 'വീരപുത്രൻ' എന്നിവ ഇങ്ങനെ വിശദപരിചരണം അർഹിക്കുന്നവയായുണ്ട്. കൈരളിയിലെ 'പ്രവാസലോകം' പ്രോഗ്രാമിന്റെ ബാഹുല്യവും ഗരിമയും പറയുകയും വേണ്ട. എങ്കിലും, കൈയടക്കമുള്ള ഒരു ചലച്ചിത്രകാരനെപ്പോലെ ഈ പരിമിതമായ പുറങ്ങളിൽ തന്റെ ബഹുമുഖമായ ജീവിത മേഖലകളിലെ അനുഭവങ്ങളിലേക്കത്രയും ഈ കലാപകാരി വായനക്കാരെ നയിക്കുന്നുമുണ്ടെന്നാണ് ഈ വരികൾ പകർത്തിയ ഒരാളെന്ന നിലക്ക് എനിക്കു തോന്നിയിട്ടുള്ളത്.

ചലച്ചിത്രകാരൻ, എം എൽ എ, ദൃശ്യമാധ്യമ പ്രവർത്തകൻ, പ്രവാസി സംഘടനാ തലവൻ തുടങ്ങിയ നിലകളിലെല്ലാം വളരെയധികം exposed ആയ ഒരാളുടെ ജീവിതത്തിൽനിന്ന് പ്രതീക്ഷിച്ചതിനേക്കാൾ എത്രയോ ഏറെ അവിശ്വസനീയമായ വിചിത്രാനുഭവങ്ങളുടെ

പരമ്പരകളാണ് ഈ കേട്ടെഴുത്തിനിടെ എന്റെ മുന്നിൽ അനാവൃത മായതെന്ന് ഇനിയും വിട്ടുമാറിയിട്ടില്ലാത്ത വിസ്മയത്തോടെ ഓർത്തു പോകുന്നു. അശ്വത്ഥാമാവ്, പുരുഷാർത്ഥം, സ്വരൂപം എന്നീ ചലച്ചിത്ര ങ്ങൾ നിർമിച്ച ഗൾഫുകാരൻ മണലാരണ്യത്തിൽ തൊഴിലന്വേഷണ ത്തിനിടയിലടക്കം പിന്നിട്ട ഹീനാനുഭവത്തിന്റേതു പോലെ, നാട്ടിൽ തിരിച്ചെത്തി വ്യവസായ സംരംഭത്തിൽ തലവെച്ചു കൊടുത്തതിനെത്തു ടർന്ന് പുലിവാലു പിടിച്ചതുപോലെ, ജനപ്രതിനിധിയെന്ന നിലയിൽ നാട്ടുകാരുടെ ആവശ്യങ്ങൾ സാധിച്ചുകൊടുക്കാൻ നോക്കിയപ്പോൾ അകപ്പെട്ടുപോയ രാവണൻകോട്ടകൾ പോലെ അപസർപ്പക സ്വ ഭാവമുള്ള എന്തെന്തു കഥകൾ.... ഈ പുസ്തകത്തിന്റെ തയാറിപ്പിൽ ഭാഗഭാക്കായ ഒരാളെന്ന നിലക്ക് ഉള്ളടക്കത്തെക്കുറിച്ച് മൂല്യവിചാര സ്വഭാവത്തിലുള്ള പരാമർശം വന്നു പോകുന്നതിന്റെ അനൗചിത്യം ഭയന്ന് ഞാനീ കുറിപ്പ് ഇവിടെ നിർത്തുന്നു--

'എന്റെ കലാപ സ്വപ്നങ്ങളു'ടെ സമ്പൂർണമായ ആദ്യദർശനത്തിൽ പങ്കാളിയാക്കിയതിൽ പി ടി യോടുള്ള സ്നേഹാദരങ്ങൾ പരസ്യമാ ക്കിക്കൊണ്ട്.

ഉള്ളടക്കം

'പേടിച്ചിട്ട് ഒളിക്കുന്ന കൂടെവിടെയാണ്?'

ഗുരുവായൂർ അമ്പലത്തിന് ഒന്നരകിലോമീറ്റർ തെക്കുഭാഗത്തുള്ള പഞ്ചാരമുക്ക് എന്ന സ്ഥലത്താണ് ഞാൻ താമസിക്കുന്നത്. പണ്ട് ഈ സ്ഥലത്തിന്റെ പേര് അങ്ങാടിത്താഴം എന്നായിരുന്നു. ഇവിടെയാണ് സാമൂതിരി രാജാവിന്റെ പടത്തലവനും പിന്നീട് ടിപ്പുവിന്റെ ചാവക്കാട് ഗവർണറും ആയിരുന്ന ഹൈദ്രോസ് കുട്ടി മൂപ്പർ ജീവിച്ചിരുന്നത്. അദ്ദേഹത്തിനോ അദ്ദേഹത്തിന്റെ പിതാവിനോ സാമൂതിരി പണിയിച്ച കൊടുത്തതാണ് ചാവക്കാട് ജുമാഅത്ത് പള്ളി. എന്റെ ഉമ്മയുടെ കസിൻ ആർ വി സി ഹമീദ് പറഞ്ഞാണ് ഞാനിത് ആദ്യമായറിയുന്നത്. ചേറ്റുവായ് അബ്ദുൾ ഖാദർ മാഷ് ഇതിനെക്കുറിച്ച് എഴുതിയിട്ടുണ്ട്. എന്റെ വീടിന് 500 മീറ്റർ പടിഞ്ഞാറായിട്ടാണ് ഈ പള്ളി. ഹൈദ്രോസ് കുട്ടി മൂപ്പരെ ടിപ്പുവിന്റെ സൈന്യം വധിക്കുന്നത് പള്ളിയുടെ അടുത്തുവെച്ചാണ്. സമീപത്ത് ഒരു ശിവക്ഷേത്രമുണ്ട്. അതിനു പിന്നിലായിട്ടുവരും സംഭവം നടന്ന സ്ഥലം. ഗുരുവായൂർ അമ്പലവുമായുള്ള പ്രശ്നത്തിൽ അമ്പലത്തിന്റെ ഭാഗത്തുനിന്നതായിരുന്നു ഹൈദ്രോസ്കുട്ടി മൂപ്പരെ വധിക്കാൻ കാരണം.

എൺപതു വർഷം മുമ്പാണ് എന്റെ ഉപ്പ മമ്മസ്രായിൻകാക്ക ഇല്ലത്ത് കൊച്ചുളളിയിൽ സെയ്താലിക്കുട്ടി പാലയൂരിൽനിന്നു വന്ന് ഇവിടെ സ്ഥലം വാങ്ങി വീടുവെച്ചത്. ഞാൻ ജനിച്ചതും ബാല്യത്തിന്റെ നിർണായകമായൊരു കാലം ചെലവഴിച്ചതും കേരളത്തിന്റെ മനോഹര മണ(ൽ)പ്പുറമായ ചേറ്റുവായിലായിരുന്നു. ചേറ്റുവാ മണപ്പുറം കടലിൽ നിന്നു കുറച്ചുദൂരെയുള്ള പ്രദേശമാണ്. കടപ്പുറമല്ല. കടലിനും പുഴയ്ക്കും

ഇടയിലുള്ള ഭൂഭാഗം. പുഴകടന്നുവേണം അവിടെയെത്താൻ. ചാവക്കാടിന്റെ തെക്കുഭാഗത്തുനിന്നാണ് ചേറ്റുവാ തുടങ്ങുന്നത്. അവിടുന്നങ്ങോട്ട് കൊടുങ്ങല്ലൂരുവരെ മുസ്ലിങ്ങളിൽ വിദ്യാസമ്പന്നരുടെ മേഖലയാണ്. മുഹമ്മദ് അബ്ദുറഹിമാൻ സാഹിബ്, കെ എം സീതി സാഹിബ്, മണപ്പാട്ട് കുഞ്ഞഹമ്മദ് ഹാജി തുടങ്ങിയവരുടെ നാട്. 1922-ൽ കേരള മുസ്ലിം ഐക്യസംഘം ഉണ്ടാകുന്നത് സമീപപ്രദേശമായ കൊടുങ്ങല്ലൂരിൽ നിന്നാണ്. ചേറ്റുവായിലെ മുസ്ലിം കുടുംബങ്ങളിൽ 95 ശതമാനവും, എന്നുതന്നെ പറയാം, പരസ്പരം ബന്ധുക്കളാണ്. രക്തബന്ധമോ കെട്ടുബന്ധമോ ഉള്ളവർ. സമ്പന്നരും ദരിദ്രരുമുണ്ട് അവരിൽ. വിദ്യാഭ്യാസവും സാംസ്കാരികമായ ഉയർച്ചയും ബന്ധവും സ്വാധീനവും ഉള്ള അപ്പർ മിഡിൽ ക്ലാസുകാരായ ഈഴവർ ധാരാളമുള്ള പ്രദേശവുമാണത്. രാമു കാര്യാട്ടിന്റേത് പ്രസിദ്ധമായ കുടുംബമാണ്. വേട്ടുവ സമുദായക്കാരുമുണ്ട്, നല്ലൊരു ശതമാനം. മീൻപിടുത്തക്കാരായ വാലന്മാരായിരുന്നു പിന്നെ ഉണ്ടായിരുന്നത്. അവരുടെ ഭാഷ 'ചെമ്മീനി'ൽ രാമു കാര്യാട്ട് ഉപയോഗിച്ചിട്ടുണ്ട്.

ഭൂമിക്ക് പരവതാനി വിരിച്ചതുപോലെ ശവംനാറിപ്പൂക്കൾ.... കടലിൽ നിന്ന് കുറച്ച് കിഴക്കോട്ടു മാറി, കുണ്ടായും കുന്നായും പലവിധം വിതാനിക്കപ്പെട്ട മണൽത്തിട്ട്. മണൽക്കുന്നുകളിൽ പറങ്കിമാവ്, ആര്യവേപ്പ്, പുന്ന, മാവ്, മുരിങ്ങ, പുളി എന്നിങ്ങനെ പലതരം മരങ്ങൾ. ഇതിനു പടിഞ്ഞാറ്, നിരപ്പായ മണൽപ്പരപ്പിൽ തെങ്ങിൻതോപ്പ്. ക്ഷുർക്ക, പയർ, രാമച്ചം മുതലായവയുടെ കൃഷി വേറെയും. ചേറ്റുവായിലെ ജുമാഅത്ത് പള്ളിക്ക് പടിഞ്ഞാറുവശത്ത്, വാളക്കാവിൽ എന്ന ഈ പറമ്പിലായിരുന്നു എന്റെ ഉമ്മ പണിക്കവീട്ടിൽ തിരുനെല്ലി കുഞ്ഞാമിനയുടെ വീട്.

'പണിക്കവീട്ടിൽ തിരുനെല്ലി' ഉമ്മയുടെ ഉമ്മയുടെ വീടാണ്. ഉമ്മയുടെ തറവാട്. മരുമക്കത്തായ രീതിയിലാണ് ഈ 'പി ടി' കിട്ടുന്നത്. 'പണിക്കവീട്ടിൽ തിരുനെല്ലി'യിലെ 'തിരുനെല്ലി' ഒരു പറമ്പാണെന്ന് ഇപ്പോഴാണ് ഞാനറിയുന്നത്. ചേറ്റുവായിലെ ഒരു പറമ്പിന്റെ പേരാണത്. പണിക്കവീട്ടുകാർ കുറെയുണ്ട്. ഈ 'പി ടി' ഒരുപാട് സ്ഥലത്ത് - തൊഴക്കാവിൽ, പാട്ടൂരിൽ, കണ്ണോത്ത് എന്നിങ്ങനെയുള്ള സ്ഥലങ്ങളിൽ - ഒരുപാടുപേർക്കുള്ള ഇനീഷ്യലാണ്. അന്വേഷിച്ചാൽ ഈ 'പി ടി' ക്കാർ തമ്മിലെല്ലാം എന്തെങ്കിലും തരത്തിലുള്ള ബന്ധം കാണാനാവും.

'വാളക്കാവിൽ' ഒരു പറമ്പോ ഗോത്രമോ ആണെന്നു പറയാം. രായൻ മരക്കാരു വീട്ടിൽ വാളക്കാവിൽ കുഞ്ഞിമൊയ്തുവാണ് എന്റെ വല്യപ്പ (ഉമ്മയുടെ ഉപ്പ). 1729 ൽ വടകരയിൽനിന്ന് ചേറ്റുവായിൽ എത്തിയ പള്ളിക്കണ്ടി മൊയ്തീൻകുട്ടി എന്നൊരാൾക്ക് കേയിമാരിൽനിന്ന്

» അമ്മാവൻ പി ടി കുഞ്ഞിമുഹമ്മദ്

ചാർത്തിക്കിട്ടിയതാണ് ഞങ്ങളുടെ തറവാട് സ്ഥിതിചെയ്ത സ്ഥലം. ഇപ്പോൾ അവിടെ താമസിക്കുന്നത് എന്റെ അമ്മാവൻ പി ടി കുഞ്ഞി മുഹമ്മദിന്റെ മകൻ സലാഹുദ്ദീനാണ്. ഭൂമിയുടെ ആധാരവും ചാർത്തു മെല്ലാം സലാഹുദ്ദീന്റെ പക്കലുണ്ട്. പള്ളിക്കണ്ടി മൊയ്തീൻകുട്ടി എന്ന ആൾതന്നെ ഒരു കേയിയായിരുന്നുവത്രെ. കേയിമാർക്ക് ധാരാളം ഭൂമി ചേറ്റുവായിൽ ഉണ്ടായിരുന്നു. വല്യപ്പയുടെ കുടുംബക്കാർക്കും അവിടെ കുറെ ഭൂമി ഉണ്ടായിരുന്നു. അവരുടെ ഭൂമിയും, ഒരു പക്ഷേ, പള്ളിക്കണ്ടി മൊയ്തീൻകുട്ടിക്കു ചാർത്തിക്കിട്ടിയതായിരുന്നിരിക്കണം.

വീട്ടുകാർ 'മേപ്പുറം' എന്നു വിളിച്ചിരുന്ന മണൽക്കുന്നുകളും അവിടെ പന്തലിച്ചുവളർന്ന മരങ്ങളുമായിരുന്നു എന്റെ കളിത്തൊട്ടിൽ. മാവിലും പറങ്കിമാവിലും കയറിമറിയുക, പറങ്കിയണ്ടി പൊട്ടിക്കുക, മരത്തിന്മേ ലിരുന്ന് മൂത്രമൊഴിക്കുക, മലവിസർജനം നടത്തുക എന്നിങ്ങനെയുള്ള വിക്രിയകളിലൊക്കെ ഞാൻ വ്യാപൃതനായിരുന്നു. അതിനിടെ വീണ് ഒടിവും ചതവും പറ്റിയിട്ടുമുണ്ട്. മേപ്പുറത്തെ ഓരോ പറങ്കിമാവിന്റെ അണ്ടിയുടെയും വ്യത്യസ്തത എനിക്ക് ഹൃദിസ്ഥമായിരുന്നു. അവിടെയുള്ള ഓരോ മരത്തിനും ഓരോ പേരുണ്ടായിരുന്നു. ആ മണ്ണ് എനിക്കൊരു ലഹരിയായിരുന്നു. അതിലൂടെ അങ്ങനെ ഒറ്റക്കു നടക്കും. അക്കാലത്ത് വീട്ടിനു പുറത്ത് വേറെ കൂട്ടൊന്നുമില്ല,

ഞാൻ ജനിക്കുമ്പോൾ അഞ്ചേക്കർ ഭൂമി തറവാട്ടിനുണ്ടായിരുന്നു. പറമ്പിന്റെ സമനിരപ്പായ ഭാഗത്ത് എമ്മല്ലൂര് മുപ്പത് തള്ളപ്പുരയും, അതിൽ തെക്കും വടക്കും ഓരോ മുറിയും, തള്ളപ്പുരയോട് ചേർന്നുണ്ടാക്കിയ

നീണ്ട തളവും, അതിനും വടക്കായി അടുക്കളയും, പടിഞ്ഞാറുഭാഗത്ത് വരാന്തയും, കിഴക്ക് നീളത്തിൽ കോലായയും എല്ലാമായി അത്യാവശ്യം വല്യപ്പവും സൗകര്യവും ഉള്ളതായിരുന്നു ഉമ്മയുടെ വീട്. ചില്ലറ മാറ്റങ്ങൾ കാലാന്തരത്തിൽ വന്നിരിക്കാമെങ്കിലും അല്പം വിശേഷപ്പെട്ടതായിരുന്നു 250- 300 വർഷം പഴക്കംപറയപ്പെട്ടിരുന്ന ആ ഓലമേഞ്ഞ വീട്.

ഒരു പൊതുസ്ഥലം പോലെ വീട് എപ്പോഴും ആളുകളെക്കൊണ്ട് നിറഞ്ഞിരുന്നു. എത്രയോ ആളുകൾ വരുന്നു; പോകുന്നു. പലതരം ആളുകൾ. പലരും പല ദിവസം അവിടെ താമസിച്ചു. കുടുംബപ്രശ്നങ്ങളും രാഷ്ട്രീയവും സാഹിത്യവും സംഗീതവും ലോകകാര്യങ്ങളും ചർച്ച ചെയ്തു. വലിയ സമ്പന്നരൊന്നുമായിരുന്നില്ലെങ്കിലും എല്ലാവരുടെയും ഭക്ഷണക്കാര്യമൊക്കെ എങ്ങനെയോ നടന്നുപോകുന്നുണ്ടായിരുന്നു. രാവിലെ മുതൽ ബന്ധുക്കളുടെയും നാട്ടുകാരുടെയും പ്രവാഹമായിരുന്നു, പല ആവശ്യങ്ങൾക്കായി വല്യുപ്പയെയും ഞങ്ങൾ 'മാമ' എന്നു വിളിക്കുന്ന അമ്മാവനെയും കാണാൻ. അമ്മാവൻ കിഴക്കേ കോലായയിലും വല്യുപ്പ പടിഞ്ഞാറേ വരാന്തയിലുമാണ് അതിഥികളെ, വിരുന്നുകാരെ, സ്വീകരിച്ചിരുന്നത്.

വല്യുപ്പ ചേറ്റുവാ പള്ളിക്കാരണവരായിരുന്നു. അന്നു പള്ളിക്കമ്മിറ്റിയില്ല. ആ സ്ഥാനത്ത് പള്ളിക്കാരണവരാണ്. പള്ളിക്കാര്യങ്ങൾ പറയാനാണ് സന്ദർശകരിൽ ചിലർ എത്തുന്നത്. ചെറുതും വലുതുമായ ഓരോരോ പ്രശ്നങ്ങൾ സംബന്ധിച്ച് ആലോചിക്കാനും പരിഹാരം തേടാനും. അതുപോലെതന്നെ, പള്ളിയുടെ പണത്തിൽനിന്ന് തുക വല്ലതും കൈവായ്പ വാങ്ങാൻ മത്സ്യത്തൊഴിലാളികളും കച്ചവടക്കാരും വന്നിരുന്നു. ഞാൻ ജനിക്കുമ്പോൾ വല്യുപ്പക്ക് 83 വയസ്സാണ്. കുപ്പായവും മുണ്ടുമാണ് ധരിച്ചിരുന്നത്. പ്രത്യേകതയുള്ള കുപ്പായമാണ്. അതിന്റെ ഉള്ളിലും കീശയുണ്ടായിരുന്നു. കാലിൽ ഷൂ അല്ലെങ്കിൽ മെതിയടി. കൈയിൽ തസ്ബീഹ് മാല. വടിയും കൈയിൽ പിടിച്ചിരുന്നു. എഴുതാനും വായിക്കാനും അറിയാം. അഞ്ചിലോ ആറിലോ വരെ പഠിച്ചിട്ടുണ്ടെന്നാണു പറഞ്ഞുകേട്ടത്. പള്ളിയുടെ കണക്കും മറ്റും സ്വയം എഴുതി സൂക്ഷിച്ചിരുന്നു. കണ്ണട ഇല്ലാതെതന്നെ ഖുർആൻ പാരായണം ചെയ്യും. നൂറ്റിപ്പതിനൊന്നാമത്തെ വയസ്സിൽ 1976-ൽ മരിക്കുന്നതുവരെ കണ്ണട ഉപയോഗിച്ചിട്ടില്ല. അഞ്ചു പ്രാവശ്യം നിസ്കരിക്കുകയും അഞ്ചു പ്രാവശ്യം കുളിക്കുകയും ചെയ്തിരുന്ന ആളാണ്. അതിരാവിലെ എഴുന്നേൽക്കും. ഉച്ചത്തിൽ ബാങ്കുവിളിക്കും. പ്രദേശവാസികളെയും വീട്ടുകാരെയും ഉണർത്തിയിരുന്നത് വല്യുപ്പയുടെ മനോഹരമായ ബാങ്കുവിളിയായിരുന്നു.

അമ്പതുവർഷം വല്യുപ്പ കൊളമ്പിൽ (സിലോൺ, ഇന്നത്തെ ശ്രീലങ്ക) ആയിരുന്നു. വളരെ ചെറുപ്പത്തിൽ പോയതാണ്.

സാമൂഹ്യപ്രവർത്തനത്തിന്റെ ഭാഗമായി അവിടെ ശ്രീലങ്കൻ സ്ത്രീകളിലെ പിന്നോക്ക വിഭാഗത്തിൽപ്പെട്ടവരെ കുപ്പായം ധരിപ്പിക്കുന്നതിനുള്ള ശ്രമങ്ങളിൽ ഏർപ്പെട്ടു. കുറച്ചുകാലം കോൺട്രാക്ടർ ആയിരുന്നതുകൊണ്ടാണത്രെ 'കങ്കാണി' കുഞ്ഞിമൊയ്തു എന്നും അറിയപ്പെട്ടിരുന്നു.

കുടുംബകാര്യങ്ങളുമായി വരുന്ന ബന്ധുക്കളായിരുന്നു വല്യപ്പയെ കാണാൻ പടിഞ്ഞാറേ വരാന്തയിൽ കൂടിയിരുന്നതേറെയും; ഇനി കാര്യമൊന്നും വേണമെന്നുമില്ല. വല്യപ്പക്ക് ഒരു സഹോദരിയുണ്ടായിരുന്നു, പേര്: താച്ചി. വലിയ വർത്തമാനക്കാരിയായിരുന്നു. ബന്ധുവീടുകളിലൊക്കെ പോയത് വീട്ടിൽവന്ന് ഉമ്മയോടും സഹോദരിമാരോടും പറയുന്നത് ശരിക്കുമൊരു കഥ പറയും പോലെത്തന്നെയായിരുന്നു. ദൂരെയെങ്ങുമല്ല ഈ പോയിട്ടുണ്ടാവുക. എങ്കിലും അതുതന്നെ വലിയ കഥയാണ്. കുഞ്ഞമ്മായി എന്നാണ് ഞങ്ങൾ വിളിക്കുക. വല്യപ്പക്ക് അങ്ങോട്ടും വല്യപ്പയോട് കുഞ്ഞമ്മായിക്കും വലിയ കാര്യമാണ്. ഇതുപോലൊരു സഹോദരി - സഹോദര ബന്ധം ഞാൻ കണ്ടിട്ടില്ല. ഇവർക്ക് ദിവസവും കാണണം. ഒന്നുകിൽ കുഞ്ഞമ്മായി ഇങ്ങോട്ടു വരും. അല്ലെങ്കിൽ വല്യപ്പ അങ്ങോട്ടു പോകും. ചിലപ്പോൾ അതിരാവിലെ ഒരു ചായയുമായാവും കുഞ്ഞമ്മായി പ്രത്യക്ഷപ്പെടുക. അല്ലെങ്കിൽ, തന്റെ ഇളയമകൻ ബച്ചവുണ്ട്; ആളൊരു കുസൃതി, എട്ടാം ക്ലാസിൽ പഠിപ്പുനിർത്തി; അദ്ദേഹത്തെക്കുറിച്ചുള്ള പരാതികളുമായാവും വരിക (ആർ വി ബച്ച പിന്നീട് പള്ളിക്കമ്മിറ്റി പ്രസിഡന്റും വലിയ കോൺഗ്രസ് പ്രവർത്തകനുമൊക്കെയായി). വല്യപ്പ ബച്ചവിനെ വിളിപ്പിക്കും. വീട്ടിൽ വല്യപ്പ ഇല്ലാത്ത സമയം നോക്കിയാണ് ബച്ച വരുക. "ഉമ്മ അതൊക്കെ വെറുതെ പറയുന്നതാണ്" എന്നു പറഞ്ഞ് കൗശലപൂർവം എന്റെ ഉമ്മയെയും മറ്റുള്ളവരെയും വശത്താക്കാൻ നോക്കും. അവരെല്ലാം ചിരിക്കും. ഇവരുടെ ഇടപെടലോടെ വല്യപ്പ മയപ്പെടും. 'മാമാ' എന്നുവിളിച്ച് ബച്ച അരികിലേക്ക് ചെല്ലും. വല്യപ്പ അവനിലേക്ക് വാത്സല്യം ചൊരിയും.

അതുപോലെ തന്നെ, വല്യപ്പയുടെ വകയിലൊരു സഹോദരി വരാറുണ്ടായിരുന്നു. വിയ്യാവു അമ്മായി. അവിവാഹിതയും വളരെ ദരിദ്രയുമായിരുന്നു അവർ. തെക്ക്, വാടാനപ്പള്ളിയിൽനിന്ന്, ബസ് കയറിയാണ് വരവ്. ആരോരും ഇല്ലാത്തവരാണ്, ദരിദ്രയാണ് എന്ന് ആരെങ്കിലും കണക്കാക്കുന്നത് ഞാൻ കണ്ടിട്ടില്ല. വലിയൊരു അതിഥിയായിട്ടാണ് വല്യപ്പയും മറ്റെല്ലാവരും അവരെ പരിഗണിച്ചിരുന്നത്. വീട്ടിലെ ഒരംഗത്തെപ്പോലെ പത്തോ പതിനഞ്ചോ ദിവസം അവിടെ ചെലവഴിച്ച് ഒരു ദിവസം വിയ്യാവു അമ്മായി യാത്രയാകും. കുടയുംചൂടി നടന്നുപോകുന്നത് ഇപ്പോഴും എനിക്കോർമ്മയുണ്ട്.

സഹായങ്ങളും ഉപദേശനിർദ്ദേശങ്ങളും തേടി എല്ലാവർക്കും സമീപിക്കാവുന്ന ആളായിരുന്നു വല്യുപ്പ. മറ്റുള്ളവർക്ക് ആശ്വാസം പകരുക ജീവിതദൗത്യമായിക്കണ്ട ഒരാൾ. ഞാൻ കാണുമ്പോൾ പ്രായമായ ആളാണെങ്കിലും, ആർക്കും എന്താവശ്യത്തിനും എവിടെയും എത്തും. എല്ലാവർക്കും ഭയഭക്തിയാണ്. വലിയ ആദരവ്. കുടുംബത്തിൽ എല്ലായിടത്തും പോകും. സുഖമില്ലാതെ കിടക്കുന്നവരെ ആശ്വസിപ്പിക്കാൻ പോകൽ ദിനചര്യയുടെ ഭാഗമായിരുന്നു. ബന്ധുക്കൾ ആരെങ്കിലും മരിക്കാൻ കിടക്കുകയാണെങ്കിൽ അവിടെ പോയി പ്രാർഥനയും മറ്റുമായി രാത്രി വീട്ടുകാർക്കൊപ്പം ചെലവഴിക്കും. ഭക്ഷണമൊന്നും അവിടെ നിന്നു കഴിക്കില്ല. രാത്രി ഭക്ഷണം കഴിച്ചാണ് വീട്ടിൽനിന്ന് പോവുക. എന്റെ കുട്ടിക്കാലത്തും അതു കണ്ടിട്ടുണ്ട്. ഒന്നും രണ്ടും മൈൽ നടന്നാണെങ്കിലും അവിടെയെത്തും. ഭയമുള്ളവർക്ക് വല്യുപ്പ കൂട്ടിരുന്നു. ഭയത്തിനതീതനായിരുന്നു വല്യുപ്പ. ചെകുത്താനും ജിന്നുമൊന്നും - അതൊക്കെയാണല്ലോ ആ കാലത്ത് ആളുകൾ പേടിച്ചിരുന്നത് - മൂപ്പരുടെ അടുത്തേക്ക് വരില്ല എന്നാണു വിശ്വാസം. അഭ്യാസിയായിരുന്നെന്നും കേട്ടിട്ടുണ്ട്. കായികശക്തിയേക്കാൾ ആ മനക്കരുത്താണ് ശ്രദ്ധേയം. വരുംവരായ്കയെക്കുറിച്ച് ആലോചിക്കാതെ, ഉള്ളത് ആരുടെയും മുഖത്തുനോക്കി പറയാനുള്ള തന്റേടം എനിക്കു നൽകിയത് വല്യുപ്പയാണ്. 'പേടിച്ചിട്ട് ഒളിക്കുന്ന കൂടെവിടെയാണെടാ...' എന്നാണ് വല്യുപ്പ ചോദിച്ചിരുന്നത്. ഒരിക്കൽ ഞാനിത് പിണറായി വിജയനോട് പറഞ്ഞു. വല്യുപ്പ പറഞ്ഞ വാക്കുകൾ ഒരിക്കൽ കൂടി പറഞ്ഞുകൊടുക്കാൻ അദ്ദേഹം ആവശ്യപ്പെട്ടു. അതു പറഞ്ഞുകേട്ടപ്പോൾ അദ്ദേഹം ചിരിച്ചു.

വീട്ടുകാര്യങ്ങളിൽ തീരെ ശ്രദ്ധയില്ലാത്ത ആളായിരുന്നു വല്യുപ്പ. അതുകൊണ്ട് മക്കളുടെ വിവാഹം മുടങ്ങുകവരെ ഉണ്ടായതായി പറഞ്ഞു കേട്ടിട്ടുണ്ട്. സ്വത്ത് ധാരാളം വിറ്റുതീർത്തിട്ടുമുണ്ടത്രെ. അതുപോലെ, പ്രായം കൂടിയപ്പോൾ പള്ളിക്കണക്കു പരിപാലിക്കലും ബുദ്ധിമുട്ടായി. കച്ചവടക്കാർക്കും മറ്റും കൊടുത്ത പണം കണക്കുപറഞ്ഞു വാങ്ങാനും ആ സാത്വികന് കഴിയാതെവന്നപ്പോൾ മാമന്റെ ശമ്പളത്തിൽനിന്നു ബാധ്യത വീട്ടേണ്ട സ്ഥിതിയുണ്ടായി. അങ്ങനെയൊക്കെയാണ് എല്ലാവരുംകൂടി ആലോചിച്ച് പള്ളിക്കാരണവർസ്ഥാനം വല്യുപ്പ ഒഴിയട്ടെ എന്ന തീരുമാനത്തിലെത്തുന്നത്. തുടർന്ന് പള്ളിക്കമ്മിറ്റി നിലവിൽവന്നു. കമ്മിറ്റിക്കാർക്ക് വല്യുപ്പയെ വലിയ ബഹുമാനമായിരുന്നു. സ്ഥാനംപോയശേഷവും എപ്പോഴും പള്ളിയിൽത്തന്നെ കാണാമായിരുന്നു. വേറെ എവിടെപ്പോകാൻ എന്നതുപോലെ... എനിക്ക് ഏറ്റവും പ്രിയപ്പെട്ട ആൾ. ഒന്നുരണ്ടു കൊല്ലം മാത്രമേ, വല്യുപ്പ അസുഖമായി കിടന്നിട്ടുള്ളൂ.

വല്യപ്പയുടെ മകൻ, ഞങ്ങളുടെ മാമ, പി ടി കുഞ്ഞിമുഹമ്മദ് മലബാർ ഡിസ്ട്രിക്ട് ബോർഡ് ഉദ്യോഗസ്ഥനായിരുന്നു. ചേറ്റുവായിൽനിന്ന് ആദ്യമായി എസ്എസ്എൽസി പാസായത് അദ്ദേഹമാണ്. വളരെ സൗമ്യനായ വല്യപ്പയിൽനിന്നു ഭിന്നമായ വ്യക്തിത്വത്തിന്റെ ഉടമയായിരുന്നു അമ്മാവൻ. മുഹമ്മദ് അബ്ദുറഹിമാൻ സാഹിബിന്റെ ശിഷ്യൻ. 'അൽ-അമീൻ' ലോഡ്ജിലെ അന്തേവാസി. ചേറ്റുവായിൽ ഇന്ത്യൻ നാഷണൽ കോൺഗ്രസിന് തുടക്കംകുറിച്ചവരിൽ ഒരാൾ.

ഗുരുവായൂർ സത്യഗ്രഹ കാലത്ത് ഖദർവസ്ത്രം വീട്ടിൽ കൊണ്ടുവന്നത് വലിയ സംഘർഷം ഉളവാക്കിയതായി ഉമ്മ പറഞ്ഞുകേട്ടിട്ടുണ്ട്. ഏതോ പ്രസിദ്ധീകരണത്തിൽനിന്ന് വെട്ടിയെടുത്ത് അബ്ദുറഹിമാൻ സാഹിബിന്റെ ചിത്രം ചുമരിൽ പ്രാധാന്യത്തോടെ തൂക്കിയിട്ടിരുന്നു. 'ഡെയ്ഞ്ചറസ്ലി ഓണസ്റ്റ്' എന്നാണ് സാഹിബും അദ്ദേഹത്തോട് അടുപ്പമുള്ളവരും അറിയപ്പെട്ടിരുന്നത്. ആ ധാരയിൽ മാമയും ഉൾപ്പെട്ടിരുന്നു എന്നാണു എനിക്കു തോന്നുന്നത്. അഴിമതിരഹിതൻ മാത്രമല്ല, തികഞ്ഞ അഴിമതി വിരുദ്ധനുമായിരുന്നു മാമ. ഇത്തരം കാര്യങ്ങളിൽ കൈക്കൊണ്ട അറുത്തുമുറിച്ച നിലപാട് ചിലപ്പോഴെങ്കിലും ഉറ്റസുഹൃത്തുക്കളെയും ബന്ധുക്കളെയും മനഃപ്രയാസത്തിലാക്കുകയും ചെയ്തിട്ടുണ്ട്. മാമ റവന്യു ഇൻസ്പെക്ടറായിരുന്ന കാലത്ത് അർഹമായ ഒരു കാര്യം ചെയ്തു കൊടുത്തതിന് ഒരു ദിവസം കുറ്റനാടിനടുത്തു നിന്ന് നേന്ത്രക്കുലയും ചക്കയും കാവുമ്മേൽ ചുമന്ന് ഒരാൾ വാളക്കാവിലെത്തി. മാമ വീട്ടിലുണ്ടായിരുന്നില്ല. ജോലിക്കു പോയതായിരുന്നു. 'ഇതൊന്നും വാങ്ങാൻ പാടില്ല എന്നാണ് ഇവിടത്തെ നിയമം' എന്ന് പറഞ്ഞ് വല്യപ്പ അയാളെ തിരിച്ചയക്കാൻ ശ്രമിച്ചു. മാമ വരുന്നതുവരെ അയാൾ കാത്തുനിന്നു. മാമ വന്ന് ചുമടുമായി കാത്തുനിൽക്കുന്ന ആളെ കണ്ടപാടെ ദേഷ്യപ്പെട്ട് ചീത്തപറഞ്ഞയച്ചു. അങ്ങനെ പലതരം കഥകളുണ്ട്. 'അൽ-അമീൻ' ലോഡ്ജിൽ ആ കാലത്ത് വരാറുണ്ടായിരുന്ന എല്ലാവരുമായും മാമന് അടുത്ത ബന്ധമുണ്ടായിരുന്നു. അബ്ദുറഹിമാൻ സാഹിബിന്റെ ജീവിതകഥ ആസ്പദമാക്കി എൻ പി മുഹമ്മദ് എഴുതിയ നോവലിൽ (എൻ പിയുടെ മരണശേഷമാണ് നോവൽ പ്രസിദ്ധീകരിച്ചത്) പി ടി കുഞ്ഞിമുഹമ്മദ് എന്ന ഡിസ്ട്രിക്ട് ബോർഡ് ഉദ്യോഗസ്ഥൻ കഥാപാത്രമായി വരുന്നുണ്ട്. മുഹമ്മദ് അബ്ദുറഹിമാന്റെ കൂടെയുണ്ടായിരുന്ന പി ടി കുഞ്ഞിമുഹമ്മദ് എന്റെ മാമനാണെന്ന് ഒരിക്കൽ ഞാൻ പറഞ്ഞപ്പോഴാണ് എൻ പി അറിഞ്ഞത്. അതിൽപ്പിന്നെ എൻ പി ക്ക് എന്നോടൊരു അടുപ്പക്കൂടുതൽ ഉണ്ടായിരുന്നോ എന്നുപോലും എനിക്കു തോന്നിയിട്ടുണ്ട്. അമ്മാവനും വല്യപ്പയുമൊക്കെ അപകടകരമായി സത്യസന്ധരായിരുന്നതിനാൽ സത്യസന്ധമായ ജീവിതം നയിക്കുന്നതെങ്ങനെ എന്ന് എനിക്കേതായാലും അന്വേഷിച്ചു നടക്കേണ്ടി വന്നിട്ടില്ല.

അമ്മാവൻ നല്ല വായനക്കാരനായിരുന്നു. വീട്ടിൽ മാതൃഭൂമി പത്രവും ആഴ്ചപ്പതിപ്പും വരുത്തുമായിരുന്നു. എഴുത്തും വായനയുമുള്ള, ലോകപരിചയമുള്ളവരും പൊതു കാര്യപ്രസക്തരുമായ ധാരാളം പേർ മാമനെ തേടി വീട്ടിലെത്തും. ബന്ധുക്കളും കുടുംബക്കാരും മാമന്റെ വരവു കാത്തിരിക്കും. കിഴക്കേ കോലായയിൽ ആവശ്യത്തിനു കസേരകളും ചാരുകസേരകളും സജ്ജീകരിക്കപ്പെട്ടിരുന്നു. രാഷ്ട്രീയത്തെക്കുറിച്ച്, സാഹിത്യത്തെക്കുറിച്ച്, അടുത്തും അകലെയുമുള്ള ബന്ധുക്കളെക്കുറിച്ച് ആഗതരും മാമനും തമ്മിലും, ആഗതർ തമ്മിൽത്തമ്മിലും അവിടെ നീണ്ട വർത്തമാനം നടന്നു. റാന്തലിന്റെ അരണ്ട വെളിച്ചത്തിൽ പാതിരാത്രിയിലും സഭ തുടർന്നു. നിലാവുള്ള ദിവസങ്ങളിൽ കസേരയും റാന്തലുമൊക്കെ എടുത്ത് മുറ്റത്തിരുന്നും അവർ സല്ലപിച്ചു. കൂട്ടത്തിൽ കഥ പറയുന്നവരുണ്ടാകും, രാഷ്ട്രീയം പറയുന്നവരുണ്ടാകും. സാമാന്യം ദൂരപ്രദേശത്തുനിന്നാവും മിക്കവരുടെയും വരവ്. നിലാവിൽ സൈക്കിളുമായി പൂഴിപ്രദേശത്തുകൂടിയുള്ള മേനോൻ മുഹമ്മദിന്റെ വരവ് കൗതുകകരമായ കാഴ്ചയാണ്. അമ്മാവന്റെ (എന്റെ ഉമ്മയുടെയും) കസിനാണ് ഈ മേനോൻ മുഹമ്മദ്. അംശം മേനോൻ എന്ന തസ്തിക ഉണ്ടായിരുന്നു അക്കാലത്ത്. അദ്ദേഹം പിന്നീട് പിഡബ്ല്യുഡി വർക്ക് സൂപ്രണ്ടായി. ജോലിസംബന്ധമായ, ഒഫീഷ്യലായ കാര്യങ്ങൾ ചർച്ച ചെയ്യാനാണ് അമ്മാവന്റെ അടുക്കൽ വന്നിരുന്നത്. അദ്ദേഹത്തിന്റെ അനുജനാണ് ആർ വി സി ഹമീദ്. പാട്ടും ചരിത്രവും ഒക്കെയായി ബന്ധപ്പെട്ട, വളരെ സാത്വികനായ മനുഷ്യൻ. ആധാരമെഴുത്തിൽ സർട്ടിഫിക്കറ്റ് ഉണ്ടായിരുന്നു. എന്നാൽ ആധാരം എഴുതാൻ പോയില്ല. അസത്യം എഴുതേണ്ടി വരുമെന്നതിനാലാണ് അതിൽനിന്നു പിന്തിരിഞ്ഞത്. അതുപോലെ, വല്യപ്പയുടെ ഒരു അനുജൻ ഉണ്ടായിരുന്നു; ഞാൻ കണ്ടിട്ടില്ല. ആധാരം എഴുതുകയും കവിത രചിക്കുകയും ചെയ്യുമായിരുന്നുവത്രെ.

അമ്മാവന്റെ പല സുഹൃത്തുക്കളും ഒപ്പം പഠിച്ചവരുമൊക്കെ ഞങ്ങളുടെ വീടുമായി നല്ല ബന്ധത്തിലായിരുന്നു. സി എസ് കറപ്പൻ എന്ന ഒരു ദളിത് സഹപാഠി ഉണ്ടായിരുന്നു. അദ്ദേഹവും മലബാർ ഡിസ്ട്രിക്ട് ബോർഡിൽ ഉദ്യോഗസ്ഥനായിരുന്നു. ഇടയ്ക്കിടക്ക് വീട്ടിൽ വരുമായിരുന്നു. പഠിക്കുന്നകാലത്ത് വീട്ടിൽ വന്നാൽ പലകയിലേ ഇരിക്കുമായിരുന്നുള്ളൂ എന്ന് ഉമ്മ പറയാറുണ്ട്. ഉദ്യോഗം കിട്ടിയപ്പോളാണ് കസേരയിൽ ഇരിക്കുവാൻ തുടങ്ങിയത്. അത് അത്തരം അയിത്തമൊന്നുമുള്ള വീടായിരുന്നില്ല, എന്നിട്ടും അദ്ദേഹം പലകയിൽ ഇരുന്നത് എന്തേ എന്ന് ഞാൻ ആലോചിച്ചുപോകാറുണ്ട്. അതുപോലെ, ഒരു ബാലൻനായരെക്കുറിച്ച് അമ്മാവനും മറ്റും എപ്പോഴും പറയുന്നത് കേൾക്കാമായിരുന്നു. നായർ സമുദായത്തിലെ വളരെ കുറച്ചുപേരേ ആ

ഭാഗത്ത് ഉണ്ടായിരുന്നുള്ളൂ. അതിലൊരു കുടുംബത്തിലെ അംഗമായിരുന്നു ഈ ബാലൻനായർ. 'കുഞ്ഞിത്താ' എന്നാണത്രെ ഉമ്മയെ ബാലൻ നായർ വിളിച്ചിരുന്നത്. അദ്ദേഹം വക്കീലായിരുന്നു. അകാലത്തിൽ മരിച്ചുപോയ അദ്ദേഹത്തെയും ഞാൻ കണ്ടിട്ടില്ല. ധാരാളം കേട്ടിട്ടുണ്ട്. ഇത്തരം സംസാരത്തിൽ നിന്നും പെരുമാറ്റത്തിൽനിന്നുമൊക്കെ നമ്മൾ സ്വായത്തമാക്കുന്നത് വിശാലമായൊരു മാനവികതയാണ്.

വല്യുപ്പയുടെ കുടുംബത്തിൽപ്പെട്ട എഴുത്തുകാരനായ ഹബീബ് വലപ്പാട് ഇടയ്ക്കെല്ലാം വരും. സാഹിത്യത്തെയും കലയെയും സംബന്ധിച്ചൊക്കെ അമ്മാവനുമായി ചർച്ചകളിലേർപ്പെടും. അദ്ദേഹത്തിന്റെ കഥകളെക്കുറിച്ച് മാമ അഭിപ്രായം പറയും. മറ്റു രണ്ടു സന്ദർശകരായിരുന്നു ആർ പി ഉമ്മർകുട്ടിയും റഹ്മാൻ സേട്ടുവും. റഹ്മാൻ സേട്ടു പഞ്ചായത്ത് പ്രസിഡന്റും പൊതുപ്രവർത്തകനുമാണ്. മാമയുടെ വിദ്യാഭ്യാസ കാലത്തെക്കുറിച്ചൊക്കെ എനിക്ക് പറഞ്ഞുതന്നത് റഹ്മാൻ സേട്ടുവാണ്. ആർ പി ഉമ്മർകുട്ടി രാമു കാര്യാട്ടിന്റെ സഹപാഠിയും അയൽവാസിയുമാണ്. ഉമ്മർകുട്ടിയുടെ സഹോദരിയെയാണ് ടി കെ പരീക്കുട്ടി വിവാഹം കഴിച്ചത്. രാമു കാര്യാട്ടിനെ ടി കെ പരീക്കുട്ടിക്കു പരിചയപ്പെടുത്തിക്കൊടുക്കുന്നത് ഉമ്മർകുട്ടിയാണ്. അങ്ങനെയാണ് 'നീലക്കുയിൽ' ഉണ്ടാകുന്നത്. 'മലയാളനാടി'ൽ 'എന്റെ ഏറ്റവും പ്രിയപ്പെട്ട സുഹൃത്ത്' എന്ന പംക്തിയിൽ ആർ പി ഉമ്മർകുട്ടിയുമൊത്തുള്ള ബാല്യത്തെക്കുറിച്ച് രാമു കാര്യാട്ട് മനോഹരമായി എഴുതിയിട്ടുണ്ട്. വലിയ കുടുംബവും ബന്ധങ്ങളും ഉണ്ടായിട്ടും ഒന്നും നേടാതെപോയ ആളാണ് ആർ പി ഉമ്മർ കുട്ടി. മുഹമ്മദ് അബ്ദുറഹ്മാനെക്കുറിച്ച് 'വീരപുത്രൻ' എന്ന ചെറുതെങ്കിലും വികാരനിർഭരമായ ജീവചരിത്രം എഴുതിയ വി എസ് കേരളീയനാണ് എന്റെ ഓർമ്മയിലുള്ള അന്നത്തെ മറ്റൊരു സന്ദർശകൻ. എഴുത്തുകാരനും അധ്യാപകനുമായ ചേറ്റുവായ് അബ്ദുൽഖാദർ ഒരു നിത്യസന്ദർശകനെപ്പോലെയായിരുന്നു. മാമ കോഴിക്കോട്ടുനിന്ന് വരുമ്പോഴൊക്കെ അദ്ദേഹം എത്തും. ആ കാലത്താണ് അദ്ദേഹം 'ചേറ്റുവായ് പരീക്കുട്ടി' - മഹാകവി ചേറ്റുവായ് പരീക്കുട്ടിയെക്കുറിച്ചുള്ള കൃതി - യുടെ രചനയിൽ ഏർപ്പെടുന്നത്. അതിന്റെ രചനയ്ക്ക് പല സഹായവും എന്റെ ഉമ്മയും അമ്മാവനും ചെയ്തുകൊടുത്തിട്ടുണ്ട്. പാട്ട് അറിയുന്ന ആളായിരുന്നു ഉമ്മ. പല പാട്ടുകളും ഉമ്മയ്ക്ക് മനഃപ്പാഠമായിരുന്നു. അന്നൊന്നും എഴുതപ്പെട്ട പാട്ടുകൾ ഏറെ ഇല്ല. ചൊല്ലിച്ചൊല്ലി അങ്ങനെ കൈമാറ്റം ചെയ്യപ്പെടുകയായിരുന്നു. ഉമ്മയിൽ നിന്നാണ് തന്റെ കൃതിയിലേക്കാവശ്യമായ പല പാട്ടുകളുടെയും വരികളും അവയുടെ 'മയന'യും അബ്ദുൽഖാദർ മാസ്റ്റർ ചോദിച്ചു മനസ്സിലാക്കിയത്.

മലബാറിൽ മുസ്ലിം വീടുകളിൽ സംഗീതം ഉണ്ടായിരുന്ന കാലമാണത്. ഉമ്മയുടെ കുടുംബത്തിൽ പലരും പാടുന്നവരാണ്. കുഞ്ഞമ്മായി - വല്യുപ്പയുടെ അനുജത്തി - പാടുമായിരുന്നു. ഞാൻ കാണുന്ന കാലത്ത് കുഞ്ഞമ്മായിക്ക് പാടാനൊന്നും വയ്യ. മറ്റുള്ളവർ പാടുന്നതും കളിക്കുന്നതും കണ്ടിരിക്കും. അവരെ പ്രോത്സാഹിപ്പിക്കും. പെരുന്നാളിനും മറ്റു വിശേഷാവസരങ്ങളിലും ഒപ്പനയും പാട്ടും നൃത്തവും വീട്ടിൽ പതിവായിരുന്നു. പല സ്ഥലത്തും സ്ത്രീകളായ ധാരാളം പാട്ടുകാരെ തെരഞ്ഞുപിടിച്ച് രംഗത്തു കൊണ്ടുവരുന്ന കാലമായിരുന്നു അത്. കല്യാണവീടുകളിൽ അവർ സംഘം തിരിഞ്ഞു പരസ്പരം മത്സരിക്കുകയും ചെയ്യുമായിരുന്നു. ഉമ്മയാണ് കൈകൊട്ടിക്കളി നയിക്കുക. ഇരുന്നും നടന്നും ചാടിയും ഒക്കെയുള്ള കളിയാണ്. ഉമ്മ പാടുന്നതും കളിക്കുന്നതും കുറെ കഴിഞ്ഞപ്പോൾ വീട്ടുകാർക്ക് വിഷമമുണ്ടാക്കി. ഉമ്മക്ക് ശ്വാസംമുട്ടൽ ഉണ്ടായിരുന്നു. പാട്ടും കളിയും തുടങ്ങിയാൽ ബോധമുണ്ടാവില്ല. തടിമറന്ന് അതിൽ മുഴുകിപ്പോകും. അസുഖം മൂർച്ഛിക്കുമോ എന്ന ഭയം ഞങ്ങളെ അലട്ടി.

കല്യാണങ്ങളിൽ ഉമ്മയും ഉമ്മയുടെ കുടുംബത്തിലെ പെൺകുട്ടികളും ചേർന്ന് അവതരിപ്പിക്കുന്ന ഒപ്പന 'പരദേശി'യിൽ ഞാൻ കാണിച്ചിട്ടുണ്ട്. യുവജനോത്സവത്തിലും നമ്മുടെ സിനിമയിലും കണ്ടിട്ടുള്ള ഒപ്പനയല്ല അന്ന് അവർ കളിച്ചിരുന്നത്. ഉമ്മയും കൂട്ടരും കളിച്ച രീതിയിൽനിന്ന് ഒട്ടും മാറ്റമില്ലാതെയാണ് 'ആനന്ദക്കണ്ണീരിന്നാഴത്തിൽ മിന്നുന്ന....' എന്ന റഫീഖ് അഹമ്മദിന്റെ രചനയ്ക്ക് 'പരദേശി' യിൽ ആ ഒപ്പന അവതരിപ്പിക്കപ്പെട്ടത്. സ്വന്തം വീടിനു പുറത്ത് അടുത്തബന്ധുക്കളുടെ വീടുകളിൽ മാത്രമേ ഉമ്മ പോയിപ്പാടാറുണ്ടായിരുന്നുള്ളൂ. മോയിൻകുട്ടി വൈദ്യരുടെയും ചേറ്റുവായ് പരീക്കുട്ടിയുടെയും ഇശലുകളും കെ എസ് കെ തളിക്കുളത്തിന്റെ 'അമ്മുവിന്റെ ആട്ടിൻകുട്ടി' പോലുള്ള കവിതകളും ഉമ്മയ്ക്ക് ഹൃദിസ്ഥമായിരുന്നു. കല്യാണത്തിനും മറ്റും ഉമ്മയുടെ പാട്ടിന് എല്ലാവരും കാത്തിരിക്കും. ഹൃദയഹാരിയായിരുന്നു ആ പാട്ട്. വല്യുപ്പക്ക് രാത്രി ഉറങ്ങാൻനേരം എന്നും പുന്നാരമോളുടെ പാട്ട് കേൾക്കണം. ഊണുകഴിഞ്ഞ് കട്ടിലിൽ ഇരിക്കുന്ന സമയം ഒരു വിളിയുണ്ട്: 'ങ്ങട്ട് വാടീ, ഒരു പാട്ട് പാട് യ്യ് !' ഒരിലപോലും അനങ്ങാത്ത, നിലാവുള്ള രാത്രിയിൽ ഉമ്മ, ഹുസ്നുൽ ജമാൽ അല്ലെങ്കിൽ ബദർ പടപ്പാട്ട് വിസ്തരിച്ച് പാടും. അന്തരീക്ഷം സംഗീത സാന്ദ്രമാകും. ആത്മീയമായ വല്ലാത്തൊരനുഭവമാണത്. ആ അനുഭവമാണ്, ആ അനർഘ മുഹൂർത്തത്തിന്റെ ഓർമയാണ് 'പരദേശി' യിൽ 'തട്ടം പിടിച്ച് ബലിക്കല്ലേ...' എന്ന പാട്ടിന് സംഗീത അകമ്പടി വേണ്ടെന്നു വെക്കാൻ എന്നെ പ്രചോദിപ്പിച്ചത്. ജീവിതത്തിൽ നാം പിന്നിടുന്ന വ്യത്യസ്ത മുഹൂർത്തങ്ങൾതന്നെയാണ് നമ്മുടെ സൃഷ്ടികളിലും പ്രതിഫലിക്കുന്നത് എന്ന് എന്റെ അനുഭവംവെച്ച്

എനിക്കു പറയാനാവും. ഒരു സിനിമക്കാരനും എന്റെ ചലച്ചിത്ര ഭാഷയെ സ്വാധീനിക്കാതിരുന്നതിന്റെ കാരണവും എന്റെ ജീവിതത്തിലെ അനുഭവങ്ങളുടെ ഭാവുകത്വം തന്നെയാണ്; അത് ഒരു സ്വതന്ത്രമായ കാഴ്ചപ്പാട് എന്റെ എല്ലാ പ്രവർത്തനങ്ങൾക്കും പ്രദാനംചെയ്തു.

എന്റെ കുട്ടിക്കാലത്തുതന്നെ പിന്നീട് കണ്ടത് മാപ്പിളപ്പാട്ടും ഒപ്പനയുമെല്ലാം മുസ്ലിം വീടുകളിൽനിന്ന് എടുക്കപ്പെട്ടുപോകുന്നതാണ്. പല കാരണങ്ങളുണ്ടാകാം. പാട്ടുപെട്ടിയുടെയും മാപ്പിളപ്പാട്ടുകളുടെതന്നെ ഗ്രാമഫോൺ റെക്കാർഡുകളുടെയും വരവ്, ജമാഅത്ത്, മുജാഹിദ് പ്രസ്ഥാനങ്ങളുടെ കടന്നുവരവ്, ആധുനിക വിദ്യാഭ്യാസത്തിന്റെ, വിശേഷിച്ചും ഇംഗ്ലീഷ് വിദ്യാഭ്യാസത്തിന്റെ വ്യാപനം തുടങ്ങിയവ കാരണങ്ങളായിരിക്കാം. ഏതായാലും പരിഷ്കാരം എന്നത് ഈ പാട്ടിന്റെയും നൃത്തത്തിന്റെയും മറ്റും നിരാസമായി മാറിയ ഒരു ആധുനികത മുസ്ലിം സമുദായത്തിൽ മെല്ലെമെല്ലെ സ്ഥാനംപിടിച്ചു. ഏറ്റവും നല്ല ഉദാഹരണമായി ഞാൻ ഓർക്കുന്നത് അമ്മാവന്റെ വിവാഹമാണ്. ഞാൻ മൂന്നാം ക്ലാസിൽ പഠിക്കുമ്പോഴായിരുന്നു അത്. ഒരുപാട് ആളുകൾ പങ്കെടുത്ത വിവാഹാഘോഷമായിരുന്നു. 'ഇവിടെ മാപ്പിളപ്പാട്ടൊന്നും പാടേണ്ട' എന്ന് തീരുമാനിച്ചിരുന്നതായി ഞാനോർക്കുന്നു. അത് പരിഷ്കൃത വിഭാഗത്തിന് ചേർന്നതല്ല, നമ്മൾ വിദ്യാഭ്യാസമുള്ളവരായതുകൊണ്ട് അതു വേണ്ട എന്നൊരു തരം നിലപാട് സ്വീകരിക്കപ്പെട്ടു. അതുകൊണ്ടുതന്നെ, പിന്നീടുവന്ന തലമുറകളിൽ പെൺകുട്ടികൾ സ്കൂളിൽ പോകുന്നു; കോളേജിൽ പോകുന്നു; മുസ്ലിം കുടുംബങ്ങളിലേക്ക് സാരി വരുന്നു - ഇങ്ങനെയുള്ള പരിഷ്കാരങ്ങളൊക്കെ വരുന്നുവെങ്കിലും ഈ പാട്ടോ നൃത്തമോ അഭ്യസിക്കാൻ ആരും കൂട്ടാക്കുന്നില്ല എന്നുവന്നു. ചെറുപ്പക്കാരിലല്ല, അവർക്കു മുമ്പുള്ളവരുടെ ഇടയിലാണ്, ഉമ്മയുടെ സഹോദരിമാരുടെയും മറ്റും ഇടയിലാണ് പിന്നെ അതിനൊക്കെ സ്ഥാനമുണ്ടായിരുന്നത്. 'ഫോക്ക് ' സ്വഭാവത്തിലുള്ള സംഗീതവും നൃത്തവും അവയുടെ സ്വാഭാവിക അന്തരീക്ഷത്തിൽനിന്ന് അപ്രത്യക്ഷമായി.

കണ്ടങ്കോരൻ

ഉമ്മക്ക് അധികവും സ്വന്തം വീട്ടിൽ താമസിക്കാനായിരുന്നു ഇഷ്ടം. ഗുരുവായൂരിൽ വീടുണ്ട്. എന്നാൽ ഉമ്മ പോയി സ്വന്തം വീട്ടിൽ നിൽക്കും. ഉപ്പ നാട്ടിലില്ല; ഉപ്പയുടെ ബന്ധുക്കളേറെയും ഒരുമനയൂരിലും ചാവക്കാട്ടും. ഉമ്മയുടെ കൂട്ടക്കാരാവട്ടെ, ചേറ്റുവാ മണപ്പുറത്തും. ഗുരുവായൂരിലധികം ബന്ധുക്കളില്ല. ഉപ്പയുടെ അനുജനും (എളാപ്പ) ഭാര്യയും മക്കളും ഗുരുവായൂരിലെ വീട്ടിൽത്തന്നെയാണ്. എളാപ്പ നാട്ടിൽത്തന്നെയായിരുന്നു; നാടുവിട്ട് എങ്ങും പോയിട്ടില്ല. അവർ വീട്ടിൽ നിൽക്കട്ടെ എന്നുകൂടി കരുതിയാവും ഉമ്മ സ്വന്തം വീട്ടിൽ കഴിയാമെന്നുവെച്ചത്. ഉമ്മ മാംസം കഴിക്കില്ല. അതുകൊണ്ട് പെരുന്നാളിനൊന്നും ഉപ്പ വീട്ടിൽ മാംസം വാങ്ങില്ല. മാംസംവെച്ച വീട്ടിൽനിന്ന് ഉമ്മ ഭക്ഷണംതന്നെ കഴിക്കില്ല. കല്യാണവീട്ടിൽ പോയാൽ ഉമ്മ മൈസൂർ പഴമാണ് കഴിക്കുക. ഉമ്മയെപ്പോലെ തന്നെയായിരുന്നു ഉമ്മയുടെ സഹോദരിമാരും. മത്സ്യം പോലും എല്ലാം കഴിക്കില്ല. സ്രാവ്, തളേൻ, തിരണ്ടി ഇതൊന്നും ഈ സഹോദരിമാരാരും കഴിക്കില്ല.

പണിക്കവീട്ടിൽ തിരുനെല്ലിക്കാരെക്കുറിച്ച്, പ്രത്യേകിച്ചും അവിടത്തെ സ്ത്രീകളെക്കുറിച്ച്, 'കൂടിയ കൂട്ടരാ'ണെന്ന് ഉപ്പ പറയാറുണ്ടായിരുന്നു. ആണുങ്ങൾ മാത്രമല്ല, പെണ്ണുങ്ങളും സാമാന്യമായെങ്കിലും പഠിപ്പുള്ളവരാണ്. ഉമ്മ സ്കൂളിൽപോയിട്ടുണ്ട്. ഉമ്മക്ക് മൂന്നു സഹോദരിമാരാണ്. അവരും സ്കൂളിൽപോയിട്ടുണ്ട്. മണപ്പുറത്തിന്റെ പൊതുവായ നിലവാരം ആ കുടുംബത്തിനുമുണ്ടായിരുന്നു.

ഉമ്മയുടെ മൂത്തസഹോദരിയുണ്ട്. മൂത്തമ്മയെ വല്യത്താ എന്നാണ് ഞങ്ങൾ വിളിക്കുക. ഒരുപാട് മതിഭ്രമമുള്ള ആളാണ്. പലതരം മായിക ദൃശ്യങ്ങൾ കാണും. വല്യത്താക്ക് എന്നെ വലിയ കാര്യമായിരുന്നു. കുടുംബത്തിൽ ആ കാലത്തു പിറന്ന ഏക ആൺകുട്ടി എന്ന നിലക്കായിരുന്നു അതെന്നു തോന്നുന്നു. സമപ്രായക്കാരായ മറ്റു മക്കളൊക്കെ പെൺകുട്ടികളാണ്. വല്യത്താ ചിലപ്പോൾ എന്നെ വെച്ചുവിളിക്കും, എന്നിട്ട് പറയും: "ദാ, രാത്രിപ്പൊട്ടൻ പോണ്!" എന്നുവെച്ചാൽ പറങ്കിമാവിൻ തോപ്പിനപ്പുറത്തുനിന്ന് ഒരു വലിയ ചൂട്ട് രാത്രിയിലങ്ങനെ സഞ്ചരിക്കുന്നുവെന്ന്! ഞാൻ ആ ചൂട്ട് കണ്ടിട്ടില്ല. വിജനമായ പ്രദേശമല്ലേ, ഒരുപാട് സന്ദേഹങ്ങൾക്കും അഭ്യൂഹങ്ങൾക്കും വകയുണ്ടല്ലോ. അതുപോലെ, മാണിക്യക്കല്ലുമായി പാമ്പ് പറന്നുപോകുന്ന എന്നും ചിലപ്പോൾ പറയും. പിന്നെ അവർ പറയുന്ന കഥ വാളക്കാവിൽ പറമ്പിലെ ഞങ്ങളുടെ കുടുംബത്തെ ചുറ്റിപ്പറ്റി നടക്കുന്ന കൗജുത്തങ്ങള എന്ന റൂഹാനിയെക്കുറിച്ചാണ്. റൂഹാനി എന്നു പറഞ്ഞാൽ ആത്മാവ് അല്ലെങ്കിൽ പ്രേതം. ഞങ്ങളുടെ പറമ്പിനു പടിഞ്ഞാറു ഭാഗത്ത് ഒരു പുഴയുണ്ട്. സന്ധ്യക്ക് പുഴയിലെ കുഞ്ഞിക്കെട്ടിൽനിന്ന് ഒരു വിളക്കുമായി റൂഹാനി കിഴക്കോട്ട് ചേറ്റുവാ ജുമാഅത്തുപള്ളി കബറിസ്ഥാനു നേർക്ക് സഞ്ചരിക്കും. റൂഹാനിക്ക് വാളക്കാവിലെ സ്ത്രീകളുടെമേൽ കണ്ണുണ്ട്. എങ്ങനെയെങ്കിലും അവരുടെയാരുടെയെങ്കിലും ദേഹത്തു കയറിക്കൂടണം. മെല്ലെമെല്ലെ നടന്ന് പറമ്പിന്റെ അതിരിലൂടെയാണ് പോവുക. എന്നാൽ, പറമ്പിലേക്കു കടക്കില്ല. നൂറ്റാണ്ടുകൾക്ക് മുമ്പ് മരിച്ചുപോയ ആലി മൊയ്ല്യാരുപ്പാവ എന്ന ദിവ്യന്റെ കുതിരപ്പട്ടാളം സന്ധ്യക്കുതന്നെ വാളക്കാവിൽ പറമ്പിന്ചുറ്റും നിലയുറപ്പിക്കും. പറമ്പിന്റെ അതിരുകൾക്കകത്തു കടക്കാൻ കഴിയാതെ കൗജുത്തങ്ങള പേടിച്ച് ഒഴിഞ്ഞു പോകും. ഉമ്മയുടെ ഉമ്മയുടെ കുടുംബത്തിൽപ്പെട്ട ദിവ്യൻ ആലി മൊയ്ല്യാരുപ്പാവയുടെ പേരക്കുട്ടികളാണ് ഞങ്ങളെന്ന് വല്യമ്മയും ഉമ്മയുമൊക്കെ പറയുന്നതു കേൾക്കാറുണ്ട്. കടപ്പുറം പഞ്ചായത്തിൽ ഉപ്പാവയുടെ ജാറം ഇപ്പോഴുമുണ്ട്; വലിയ വരുമാനമുള്ള സ്ഥലമാണ്. ഒരു ദിവസം ആലി മൊയ്ല്യാരുപ്പാവ വെള്ളക്കുതിരപ്പുറത്തിരുന്ന് തന്റെ പടയെ നയിച്ച് എത്താൻ അല്പം വൈകിപ്പോയി. ഈ അവസരംനോക്കി റൂഹാനി കടന്നുവന്ന് ഉമ്മയുടെ ഏറ്റവും ഇളയ സഹോദരി വിയ്യാവുവിന്റെ ദേഹത്തു പ്രവേശിച്ചു. പണച്ചെലവേറിയ ഒരുപാട് കർമങ്ങൾക്കു ശേഷമാണത്രെ പിന്നീട് ഒഴിഞ്ഞുപോയത്. അങ്ങനെ വിഭ്രാമകവും അസംബന്ധ(absurd)വുമായ എത്രയെത്ര കഥകൾ കൊണ്ട് സമ്പന്നമായിരുന്നു എന്റെ ബാല്യകാലം!

ഈ കഥയിലെ കഥാപാത്രമായ വിയ്യാവു ഇന്നമ്മ നന്നായി കവിത ചൊല്ലും; ഉമ്മയുടെ പാട്ടുപോലെ. നല്ല വായനക്കാരിയായിരുന്നു. നാടൻ ഭാഷയിൽ വർത്തമാനം പറയുന്ന ശീലമില്ല. അച്ചടി ഭാഷയിലാണ് സംസാരിക്കുക. എന്നോട് വലിയ ഇഷ്ടമായിരുന്നു. ഞാൻ തെരഞ്ഞെടുപ്പിൽ നിന്നപ്പോൾ, "നീ നാടിന്റെ മോനല്ലേടാ..." എന്നാണ് പറഞ്ഞത്. ആ രീതിയിലാണ് സംസാരം. അവരുടെ ഭർത്താവ് പഴയ കമ്യൂണിസ്റ്റ് കുടുംബത്തിലെ അംഗമായിരുന്നു. കുടുംബത്തിന് അവരുമായി ചില പ്രശ്നങ്ങളിൽ അഭിപ്രായവ്യത്യാസമുണ്ടായി. അതുകൊണ്ടുതന്നെ, അവരെപ്പോഴും വാളക്കാവിൽ വന്നിരുന്നില്ല. ധാരാളം സ്വത്തുണ്ടായിരുന്നു. വളരെ നിഷ്കളങ്കയായിരുന്നു ഇന്നമ്മ. വിയ്യാവു ഇന്നമ്മയുടെ മക്കളാണ് പി എച്ച് സലീമും (സലീം ചേറ്റുവായ്) പി ടി ഇഖ്ബാലും. രണ്ടുപേരും ഇപ്പോഴും അവിവാഹിതരാണ്. സലീം തന്റെ വ്യത്യസ്തമായ ജീവിതരീതികൊണ്ടും ചിന്തകൊണ്ടും പ്രശസ്തനാണ്.

വിവാഹം കഴിഞ്ഞ് ഏതാണ്ട് ആറുമാസത്തോളമായപ്പോൾ ഭർത്താവിന്റെ വീട്ടിൽനിന്ന് എന്തോ കാരണത്തിനു പിണങ്ങി, വയറ്റിലുള്ള കുഞ്ഞുമായി വീട്ടിലേക്കു പോന്ന ആളാണ് വല്യത്താ. ആരെയും കൂസാത്ത പ്രകൃതം. പ്രസിദ്ധനായ ആധാരമെഴുത്തുകാരനും ധാരാളം ഭൂമിയുടെ ഉടമയുമായ കരിയിൽ കുഞ്ഞിമൊയ്തു ആയിരുന്നു ഭർത്താവ്. ഉമ്മയുടെ (വല്യത്തായുടെയും) ഒരു കസിനെയാണ് അദ്ദേഹം ആദ്യം വിവാഹം കഴിച്ചിരുന്നത്; അവരുടെ മരണശേഷമാണ് വല്യത്തായുമായുള്ള വിവാഹം. അദ്ദേഹത്തിന്റെ ആദ്യവിവാഹത്തിലെ മകനാണ് സ്വാതന്ത്ര്യ സമരസേനാനി പി ടി മുഹമ്മദാലി. അദ്ദേഹത്തിന്റെ മകന്റെ ഭാര്യയാണ് എഴുത്തുകാരിയും സാംസ്കാരിക പ്രവർത്തകയുമായ ഷീബ അമീർ. പൊതുപ്രവർത്തകനായിരുന്നുവെന്നല്ലാതെ അദ്ദേഹം ജോലിക്കൊന്നും പോയതായറിയില്ല; കോൺഗ്രസുകാരനായിരുന്നു. ആൾ നല്ലൊരു കഥാപാത്രമാണ്. സ്വത്തുവകകൾ നോക്കിനടത്തുകയും കുറേശ്ശെ കുറേശ്ശെ വിറ്റഴിക്കുകയുമായിരുന്നുവത്രെ ചെയ്തുപോന്നത്.

വല്യത്താക്ക് പിറന്നത് പെൺകുട്ടിയായിരുന്നു. എന്നേക്കാൾ നാലഞ്ചു വയസ്സിന് മൂത്തതാണ്, ഹൈറുന്നിസ എന്നാണ് പേര്. വല്ലീച്ച എന്നാണ് ഞാൻ വിളിക്കുക. വേറെ സഹോദരങ്ങളില്ലാത്തതിനാൽ എല്ലാ വാത്സല്യവും വല്ലീച്ച എന്നോടു കാണിച്ചു. സാധനം വാങ്ങുന്ന ഒരു പീടികയുണ്ടായിരുന്നു, വീട്ടിനടുത്ത്. അവിടെ പോകുമ്പോൾ എന്നെയും കൂടെ കൊണ്ടുപോകും. എന്റെ സഹോദരി ഐശ എന്ന ഐശക്കുഞ്ഞിയും ഒപ്പമുണ്ടാകും. സാധനം വാങ്ങുന്നതിൽനിന്ന് അഡ്ജസ്റ്റ് ചെയ്ത് വല്ലീച്ച മിഠായി വാങ്ങും. അവരും തിന്നും; ഞങ്ങളും തിന്നും. ഐശക്കുഞ്ഞി നുണ പറയാത്ത ആളാണ്. വല്ലീച്ച അവരോട് പ്രത്യേകം

പറയും,"ഇതൊന്നും അവടെച്ചെന്ന് പറയര്ത്, ട്ടാ!" പഠിക്കാനൊക്കെ വല്ലീച്ച മഹാമോശമായിരുന്നു; ഞങ്ങളുടെ കൂട്ടത്തിൽ അതുപോലെ ആരുമുണ്ടായിരുന്നില്ലെന്നുപറയാം. ഓത്തുപഠിപ്പിക്കാൻ വീട്ടിൽ ആളു വന്നിരുന്നു. അതിൽനിന്നൊഴിഞ്ഞുമാറാൻ ഓരോ ദിവസവും വല്ലീച്ച ഓരോ അടവെടുത്തിരുന്നത് മറക്കാനാവില്ല. പിൽക്കാലത്ത് ദുബായിൽ വലിയ വ്യാപാരമുണ്ടായിരുന്ന, പേരും പെരുമയും നേടിയ ചേറ്റുവായ് ഉമ്മർഹാജിയുടെ പിതാവ് അന്ന് ഓത്ത് പഠിപ്പിക്കാൻ വന്നിരുന്നതായി ഓർമയുണ്ട്. അക്കാലത്ത് ഉമ്മർഹാജി ബിസിനസുമായി ബോംബെ യിലായിരുന്നുവെങ്കിലും അദ്ദേഹത്തിന്റെ ഉപ്പ നാട്ടിലുണ്ടായിരുന്നു. വല്ലീച്ചയെ വിട്ടുനിൽക്കണമല്ലോ എന്നതായിരുന്നു ഗുരുവായൂരേക്കു പോരുന്നതിൽ എന്റെ ഒരു സങ്കടം. അഞ്ചു മക്കളും പേരമക്കളുമായി അവരിപ്പോൾ പാട്ടൂരിലുണ്ട്. വല്ലീച്ചയുടെ മക്കളായ പാട്ടൂർ സലീമും ഇഖ്ബാലും എന്താവശ്യമുണ്ടെങ്കിലും ഓടിയെത്തുന്ന മരുമക്കൾ തന്നെ.

ഉമ്മക്ക് മറ്റൊരു സഹോദരിയുണ്ടായിരുന്നു. ദെയ്നു. ദെയ്നു ഇന്ന മ്മയെ കല്യാണം കഴിച്ചു കൊടുത്തത് കടപ്പുറത്തേക്കായിരുന്നു. വലിയ സമ്പന്നരൊന്നുമായിരുന്നില്ല. സഫിയ, പാത്തുക്കുഞ്ഞി എന്നീ രണ്ട് പെൺമക്കളുമായി വാളക്കാവിൽവന്ന് ദെയ്നു ഇന്നമ്മ ഞങ്ങളോടൊ പ്പം താമസിക്കുമായിരുന്നു. പാത്തുക്കുഞ്ഞിയുടെ ഭർത്താവ് ഷംസുദ്ദീൻ ചേറ്റുവായ് എഴുത്തുകാരനും നാടകകാരനുമാണ്.

ഉമ്മയുടെ എളാപ്പയുടെ ഒരു മകനുണ്ട്. റഹ്മാൻ എന്നാണ് പേര്. ചേറ്റുവായ് ഉമ്മർഹാജിയുടെ കസിനുമാണ്. പത്താം ക്ലാസ് വരെ പഠിച്ചി രുന്നു. പ്രജാ സോഷ്യലിസ്റ്റ് പാർടിയിലുണ്ടായിരുന്ന അദ്ദേഹം പിന്നീട് ഇമ്പിച്ചിബാവയുടെ കൂടെയായി; ഇമ്പിച്ചിബാവ ഇടക്കെല്ലാം റഹ്മാന്റെ വീട്ടിൽ വരാറുമുണ്ടായിരുന്നുവത്രെ. അദ്ദേഹത്തിന്റെ രാഷ്ട്രീയ മാറ്റങ്ങൾ വീട്ടിൽ വലിയ ചർച്ചയായി. എന്നാൽ, അദ്ദേഹത്തിന് ഒരു കൂസലുമുണ്ടാ യിരുന്നില്ല. പിന്നീട് വെസ്റ്റേൺ റെയിൽവെയിൽ ഉദ്യോഗസ്ഥനായി. വളരെ ചെറുപ്പത്തിൽത്തന്നെ മരിച്ചു പോയി. ഞങ്ങളെയൊക്കെ വളരെ സ്വാധീനിച്ച വ്യക്തിയാണ്. സ്നേഹത്തിന്റെ ഊഷ്മളതയും, അതേസമയം, ആധുനികതയുടെ ഒരു ധാരയും നമ്മളിലേക്കു പകർന്നവരിൽ ഒരാൾ.

തറവാട്ടിൽ സ്ഥിരമായി വരുന്ന ചില പ്രത്യേകതരം മനുഷ്യരുണ്ട്. അയ്യൻപൊട്ടൻ അത്തരമൊരാളായിരുന്നു. താന്ത്രിക കുടുംബത്തിൽപ്പെ ട്ട ആളാണെന്നു തോന്നുന്നു. ചേറ്റുവാക്കാരൻ തന്നെ; കൃത്യമായി എവിടെ നിന്നാണെന്നറിയില്ല. രാവിലെ വരും. കോലായയിലവിടെ ഇരിക്കും. എന്തിനാണ് വന്നതെന്ന് ഇങ്ങോട്ട് അയ്യൻപൊട്ടൻ പറയുകയോ, അങ്ങോട്ടാരെങ്കിലും ചോദിക്കുകയോ ഇല്ല. ചോദ്യവുമില്ല; ഉത്തരവുമില്ല. ചിലപ്പോൾ എന്തെങ്കിലും ആംഗ്യങ്ങൾ കാണിക്കും. ഉച്ചയാകുമ്പോൾ

അയ്യൻപൊട്ടന് ഊണുണ്ടാകും എന്ന കാര്യത്തിൽ സംശയമില്ല. തിരിച്ച് പോകുമ്പോൾ എന്തോ ചെറിയ പൈസയും കൊടുത്തിരുന്നു വെന്നാണ് ഓർക്കുന്നത്.

മേപ്പുറത്തെ മരങ്ങളിൽ കയറി കരണം മറിയുകയും, മാമ്പഴം പറിക്കു കയും പറങ്കിയണ്ടി പൊട്ടിക്കുകയും ചെയ്തിരുന്നതുപോലെ, തൊടിയിലെ കുളങ്ങളിലും തോടുകളിലും ഞാൻ മതിമറന്നാറാടി. തറവാട്ടിൽ മൂന്ന് കുള മുണ്ടായിരുന്നു. ഒന്ന് കുടിവെള്ളത്തിന്. രണ്ടെണ്ണം കുളിക്കാനും. വല്യപ്പ കുളിക്കുന്ന കുളത്തിൽ പൊതുവെ സ്ത്രീകളെ കുളിക്കാനനുവദിക്കാറില്ല. മാമനും എനിക്കുമൊക്കെയാവാം. സ്ത്രീകൾക്ക് പടിഞ്ഞാറു ഭാഗത്തെ കുളമുണ്ട്. വറ്റിവരളുന്ന വേനൽക്കാലത്ത് കുളം തോണ്ടിയാൽ ഉടനെ അതിൽ കുളിക്കാൻ ബുദ്ധിമുട്ടാകും. ആ സമയത്ത് ഞങ്ങളുടെ കുടുംബ ത്തിലെ സ്ത്രീകളെ വല്യപ്പയുടെ കുളത്തിൽ കുളിക്കാൻ അനുവദിക്കും. അദ്ദേഹം കാണാതെയും അവരതിൽ കുളിക്കുമായിരുന്നുവെന്നതു വേറെ കാര്യം. വേനൽക്കാലത്ത് വെള്ളമില്ലാതാവുമ്പോൾ മാടിവെ ട്ടിയ തോട്, പുത്തൻതോട് എന്നൊക്കെപ്പറയുന്ന തോടുകളുമുണ്ടാവും. അതിൽ നീരാടുന്നതൊരു പ്രത്യേക ഹരമാണ്. ആ കാലത്താണ് ഒന്നുരണ്ടു തവണ എനിക്ക് മരത്തിൽനിന്നു വീണ് പരിക്കേൽക്കുന്നത്. രണ്ടു വലിയ പുളിമരമുണ്ടായിരുന്നു പറമ്പിൽ. പതിവുപോലെ കയറി മറിയുന്നതിനിടയിലാണ് വീഴുന്നത്. പരിക്കേറ്റാൽ എന്നെയുംകൊണ്ട് ഓടുന്നത് രാമു കാര്യാട്ടിന്റെ വീട്ടിലേക്കാണ്. അവിടെയാണ് വൈദ്യ ന്മാരുള്ളത്. കാര്യാട്ടിന്റെ കസിൻ ബാലൻ വൈദ്യരായിരുന്നു പ്രധാന ആശ്രയം. അദ്ദേഹം കോൺഗ്രസിന്റെ നേതാവായിരുന്നു. മകൻ മനോഹരൻ കാര്യാട്ട് പിന്നീട് എന്റെ ക്ലാസ്മേറ്റായി. നടൻ ദേവന് ആ കുടുംബവുമായി അടുത്തബന്ധമുണ്ട്. കാര്യാട്ടിന്റെ കുടുംബവുമായി വല്യ പ്പക്കും അമ്മാവനുമൊക്കെ നല്ല ബന്ധമായിരുന്നു. ബാലൻ വൈദ്യർ അന്ന് വീട്ടിൽവന്നും ചികിത്സിക്കുമായിരുന്നു.

ചേറ്റുവായുടെ നിത്യജീവിതത്തിലെ മതേതരമായ കൊള്ളക്കൊടു ക്കകൾ അസാമാന്യമായിരുന്നു. എല്ലാവർക്കും അവരവരുടെ വിശ്വാസ മുണ്ട്; പ്രമാണമുണ്ട്. അന്യമതസ്ഥരോട് ഒരു തരത്തിലുള്ള അസഹിഷ്ണുത യും ഇവരിലാരിലും കണ്ടിട്ടില്ല. ആരെക്കുറിച്ചെങ്കിലും അന്യമതസ്ഥരെന്ന ചിന്തതന്നെ അവരെ തീണ്ടിയതായി തോന്നിയിട്ടില്ല.

രണ്ടു മൂന്നു കുടിയാന്മാരുണ്ടായിരുന്നു ഞങ്ങളുടെ പറമ്പിൽ - കണ്ട ങ്കോരൻ, കുട്ടാപ്പു, കൊച്ചപ്പൻ. എനിക്ക് ഏറ്റവും വലിയ ആത്മബന്ധമു ണ്ടായിരുന്ന മനുഷ്യനാണ് കണ്ടങ്കോരൻ. താരതമ്യമില്ലാത്ത സ്നേഹനി ധിയായി ഇന്നും എന്റെ മനസ്സിൽ അദ്ദേഹം കുടികൊള്ളുന്നു. പുഴയിൽ വീശാൻപോയി മീനുംകൊണ്ട് വരും. ദിവസവും കുറച്ചു മീൻ വീട്ടിൽ തരും.

ചിലപ്പോൾ പൈസ കൊടുക്കും. ചിലപ്പോൾ ഒന്നും കൊടുക്കലുമുണ്ടാകില്ല. കുടുംബത്തിലെ ഒരംഗത്തെപ്പോലെയായിരുന്നു കണ്ടങ്കോരൻ. എപ്പോഴും വിളിച്ചാൽ വരും. ഞങ്ങളുടെ മുറ്റത്ത്നിന്നു നോക്കിയാൽ അവരുടെ ചെറിയ ഓലപ്പുര കാണാം. മക്കളൊക്കെ ഞങ്ങളുടെ സ്വന്തക്കാരായിരുന്നു. കുടുംബത്തിലെ ഒരാളെയെന്നപോലെത്തന്നെയാണ് കണ്ടങ്കോരനെ ഞങ്ങളെല്ലാവരും കണക്കാക്കിയിരുന്നത്. കണ്ടങ്കോരൻ ഒരു ചെറിയ കാര്യസ്ഥനെപ്പോലെയായിരുന്നു; കുടുംബത്തിലോ നാട്ടിലോ മരണമോ മറ്റു അടിയന്തിരങ്ങളോ ഉണ്ടായാൽ ചേറ്റുവായിൽനിന്ന് ഗുരുവായൂരിലേക്ക് അറിയിച്ചുവരുന്നത് കണ്ടങ്കോരനാണ്. ഞങ്ങളെ കൂട്ടിക്കൊണ്ടുപോകുന്നതും. ചിലപ്പോൾ വല്യപ്പയുമുണ്ടാകും കൂടെ. വഞ്ചിയുമായാണ് ചേറ്റുവായിൽനിന്ന് വരിക. ചക്കംകണ്ടത്ത് വഞ്ചി നിർത്തി 11 മണിയോടുകൂടി വീട്ടിലെത്തും. ഊണുകഴിഞ്ഞാൽ കണ്ടങ്കോരനും വല്യപ്പയും ഉമ്മയും ഞാനും പെങ്ങളും, ഉമ്മയുടെ ആടും ആട്ടിൻ കുട്ടികളും കുറച്ചു കോഴികളും എല്ലാമായി ചക്കംകണ്ടത്തേക്കു നടക്കും. ഉമ്മ തട്ടം കൊണ്ട് മുഖം മറച്ച് കുടചൂടിയിട്ടുണ്ടാവും. പുരകെട്ടിയ വഞ്ചിയിൽ ഞങ്ങളെ കയറ്റി കണ്ടങ്കോരൻ യാത്ര നയിക്കും. ഈ വഞ്ചിയാത്ര ഞങ്ങൾക്ക് എന്നെന്നേക്കും മനോഹരമായ ഓർമയാണ്. പത്തുപന്ത്രണ്ട് കിലോമീറ്റർ വരുന്ന യാത്രയിൽ കണ്ടങ്കോരൻ ഇടയ്ക്ക് കടവിൽ നിർത്തി ചായ വാങ്ങിത്തരും. കടവുകൾ അന്ന് ആളുകൾ ഇടപഴകുന്ന സജീവ കേന്ദ്രങ്ങളാണ്. ചായക്കു കൂട്ടാൻ മൈസൂർപ്പഴവും ചിലപ്പോൾ ചില്ലറ പലഹാരങ്ങളും കിട്ടും. ആ പലഹാരത്തിന്റെയൊക്കെ രുചി ഇപ്പോഴും നാവിൽ ഊറിവരുന്നതു പോലെ. ഇതെല്ലാം കണ്ടങ്കോരൻ വഞ്ചിയിലേക്കു വാങ്ങിക്കൊണ്ടുവരികയാണ് ചെയ്യുക. പിന്നെയും യാത്ര. ചിലപ്പോൾ ചേറ്റുവാ കടവിലിറങ്ങും. അല്ലെങ്കിൽ വഞ്ചി പടിഞ്ഞാറേക്ക് വീണ്ടും സഞ്ചരിച്ച് വീടിന്റെ പടിഞ്ഞാറു ഭാഗത്തെ കുഞ്ഞിക്കെട്ടിനടുത്തുള്ള പുഴവക്കിൽ ചെന്നു നിൽക്കും. ചേറ്റുവായ്ക്ക് അന്നു ബസ്സുണ്ട്. പക്ഷേ, ഞങ്ങൾ പോവുക ഇങ്ങനെയാണ്. ബസ്സിൽ പോകാറുണ്ട്, അപൂർവം ചിലപ്പോൾ. ബസ്സിൽപോകുന്നത് കുറച്ചിലായിട്ടാണ് കണക്കാക്കിയിരുന്നത്. പ്രത്യേകിച്ചും സ്ത്രീകൾ പോകുന്നത്. പിൽക്കാലത്ത് ബസ്സും പിന്നെ കാറും ഉപയോഗിക്കാൻ തുടങ്ങി. ഒന്നോ രണ്ടോ പ്രാവശ്യം ബസ്സിൽ പോയ ഓർമ്മയേ ഉള്ളൂ. അത് കുറച്ചു സാമ്പത്തികപ്രയാസത്തിന്റെ സമയവുമായിരുന്നു.

വളരെ ചെറുപ്പം മുതൽ ഞാൻ മനസ്സിൽ കൊണ്ടുനടന്നിരുന്ന കലശലായ ഒരാഗ്രഹം, കുറച്ചു വൈകിയാണെങ്കിലും, പൂവണിയുന്നതും കണ്ടങ്കോരന്റെ അകമഴിഞ്ഞ ഒത്താശയോടെയാണ് എന്നതും ഈയവസരത്തിൽ ഓർത്തുപോകുന്നു. ആനപ്പുറത്തു കയറണമെന്നതായിരുന്നു

എന്റെ ആഗ്രഹം. ചേറ്റുവായിലോ, ഗുരുവായൂരിൽ താമസമാക്കിയ ആദ്യകാലത്തോ ഒന്നും അതിനൊരവസരം ഒത്തുവന്നില്ല. പിന്നെപ്പിന്നെ നേർച്ചയും മറ്റുമായി ഗുരുവായൂരും ചാവക്കാട്ടും അവസരങ്ങൾ ഉണ്ടായിരുന്നെങ്കിലും അപ്പോൾ അവിടെയൊന്നും അതു ചൊവ്വല്ലെന്ന ചിന്തയുമായി. അപ്പോഴേക്കും അവിടെ ഞാൻ കുറച്ചൊക്കെ അറിയപ്പെട്ടു തുടങ്ങിയിരുന്നുവല്ലോ. പരിചയക്കാരും ചങ്ങാതിമാരും സഹപാഠികളും കാണാതെ വേണ്ടിയിരുന്നു ഇനി ആഗ്രഹം നിവർത്തിക്കാൻ. അങ്ങനെയിരിക്കെയാണ് ചേറ്റുവായിൽ ഇടയ്ക്കു കുറെക്കാലത്തേക്ക് നിന്നുപോയ ഒരു നേർച്ച പുനരാരംഭിക്കുന്നത്. ഞാൻ എട്ടിലോ ഒമ്പതിലോ പഠിക്കുന്ന സമയമാണ്. അവിടെയാകുമ്പോൾ സ്കൂളിലെ കുട്ടികളാരും കാണാനും എന്നെ കളിയാക്കാനും ഇടയില്ല. മാത്രവുമല്ല, ചേറ്റുവായിലെ പാർസായ് ഉപ്പാവയുടെ ജാറത്തിലെ നേർച്ചയാണ്. നേർച്ചക്കമ്മിറ്റി പ്രസിഡന്റ് രാമു കാര്യാട്ടിന്റെ കുടുംബത്തിലെ ബാലൻ വൈദ്യരായിരുന്നു. കണ്ടങ്കോരനാണ് നേർച്ചയുടെ വിവരം അറിയിച്ചതും, എനിയ്ക്ക് ആനപ്പുറത്തുകയറാൻ വേണ്ട കാര്യങ്ങൾ ഏർപ്പാടുചെയ്തതും. അതിനൊരു പ്രത്യേക കാരണവുമുണ്ടായിരുന്നു. ഉപ്പാവയുടെ ജാറത്തിലേക്ക് കണ്ടങ്കോരന്റെ വീട്ടിൽനിന്ന് 'കാഴ്ച'യുണ്ട്. ജാറത്തിലേക്കുള്ള ഈ 'കാഴ്ച'യിലാണെങ്കിൽ ആനയുമുണ്ട്. എന്റെ ചിരകാലാഭിലാഷം കണ്ടങ്കോരന് അറിയുകയുംചെയ്യാം. സംഗതികളൊക്കെ മനസ്സിലാക്കിയപ്പോൾ, ഈ നേർച്ചയുടെ 'കാഴ്ച'യിൽ ആനപ്പുറത്തിരിക്കേണ്ടത് ഞാൻ തന്നെയാണെന്ന കാര്യത്തിൽ എനിക്കു സംശയമുണ്ടായിരുന്നില്ല.

ഒരു ദിവസം, പുലരാൻനേരത്ത്...

സ്കൂളിൽ ചേരാനാണ് ഗുരുവായൂരിൽ വരുന്നത്. ആ പറിച്ചുനടൽ വളരെ സങ്കടകരമായിരുന്നു. ഞാനൊക്കെ ജനിക്കുന്നതിനു മുമ്പേ ഉപ്പ ഗുരുവായൂർ പഞ്ചാരമുക്കിൽ (അന്നത്തെ അങ്ങാടിത്താഴത്ത്) വീടുവെച്ചിട്ടുണ്ട്. എനിക്കോർമവെക്കുമ്പോൾ ഉപ്പ സിലോണിലാണ്. അവിടെ മുരട്ടുവ എന്ന സ്ഥലത്ത് കച്ചവടം നടത്തുകയാണ്. നാട്ടിലും ഉപ്പക്ക് കച്ചവടമായിരുന്നു. ചാവക്കാട് അങ്ങാടിയിൽ ആദ്യത്തെ ഇരുമ്പു കച്ചവടമുണ്ടായിരുന്നത് ഞങ്ങൾക്കാണ്. സഹോദരന്മാരായ 'ഔതൽ' എന്നു വിളിക്കുന്ന അബ്ദുൽ, അയമുണ്ണി എന്നിവരുമായി ചേർന്നായിരുന്നു ഉപ്പയുടെ ഹാർഡ് വെയർ കച്ചവടം. 'വഹാബി ഔതലി'നായിരുന്നു നേതൃത്വം. ഭൂമി വാങ്ങി സ്വത്താക്കി മാറ്റുന്നതിൽ വിമുഖതയുള്ളവരായിരുന്നു ഉപ്പയുടെ കുടുംബം. ബിസിനസിലായിരുന്നു അവർക്കു താല്പര്യം. ചാവക്കാട്ടെ കച്ചവടം പണ്ടേ പൂട്ടിപ്പോയിരുന്നു. ഉപ്പ പിന്നീട് കൊച്ചിയിൽ ഹോട്ടൽ നടത്തി. അതും കഴിഞ്ഞാണ് സിലോണിലേക്കു പോയത്. കുടുംബത്തെ നന്നായി സഹായിക്കുന്ന കൂട്ടത്തിലായിരുന്നു ഉപ്പ. കുടുംബത്തിൽപ്പെട്ടവരെ നാട്ടിൽനിന്നു കൊണ്ടു പോയാണ് കൂടെ പണിക്കുവെച്ചിരുന്നത്. അതിൽ പ്രധാനികളായിരുന്നു ഉപ്പയുടെ സഹോദരീപുത്രൻ മുഹമ്മദുണ്ണിയും ഉമ്മയുടെ എളാപ്പയുടെ മകൻ സെയ്ത്ത് മുഹമ്മദും. അവർ പിന്നീട് ബോംബെയിലും ഉപ്പയുടെ കൂടെയുണ്ടായിരുന്നു.

വഹാബി ഔതൽ എന്നറിയപ്പെട്ടിരുന്ന മൂത്താപ്പ (വല്യുപ്പ എന്നാണ് ഞങ്ങൾ വിളിയ്ക്കുക) മിതമായ രീതിയിൽ ജീവിച്ചു പോയ, വളരെ പുരോഗമനവാദിയായ ആളായിരുന്നു. ചാവക്കാട്ട് വഹാബി

പ്രസ്ഥാനം കൊണ്ടുവന്ന നാലുപേരിലൊരാൾ. വല്യപ്പയെപ്പോലെ വേറൊരു മൗലവിയുമുണ്ടായിരുന്നു അക്കൂട്ടത്തിൽ; ടെയ്‌ലർ അബ്ബാസ് ആയിരുന്നു മറ്റൊരാൾ. ഇസ്ലാമിക പണ്ഡിതനായിരുന്ന വല്യപ്പ മുസ്ലിം ലീഗിന്റെ താലൂക്ക് ഭാരവാഹിയായും പ്രവർത്തിച്ചിട്ടുണ്ട്. കച്ചവടം പൊളിഞ്ഞതിനുശേഷം ബോംബെക്കുപോയ വല്യപ്പ പിന്നീട് കമ്യൂണിസ്റ്റായി. പക്ഷേ, വിശ്വാസിയായിരുന്നു. തിരിച്ചു വന്നപ്പോൾ നാട്ടിൽ യാഥാസ്ഥിതികരുമായി പലപ്പോഴും ഇടഞ്ഞു. പള്ളിയിൽ വല്യപ്പയെ തല്ലാതിരുന്നത് ആരും അംഗീകരിച്ചുപോകുന്ന പാണ്ഡിത്യംകൊണ്ടാണെന്ന് പറഞ്ഞുകേട്ടിട്ടുണ്ട്. കൊച്ചിയിൽ ചെറിയ കടയുണ്ടായിരുന്നു, അവസാനകാലത്ത്. അപാരമായ നർമബോധമുള്ള ആളായിരുന്നു. കാൻസറായിട്ടാണ് മരിച്ചത്. മരിക്കാൻ നേരം തലക്കുംഭാഗത്തിരുന്ന് 'നഫീസത്തുമാല' ചൊല്ലുകയായിരുന്ന ഏകമകൾ പാത്തുമ്മുവിനോട് വല്യപ്പ ചോദിച്ചു, "മോളേ, ഉപ്പ മരിക്കുന്ന നേരത്ത് നീ പാട്ടുപാടി രസിക്ക്യാണല്ലേ?"

പാത്തുമ്മുവിനെ വിവാഹം കഴിച്ചത് നേരത്തേ പറഞ്ഞ സെയത് മുഹമ്മദാണ്. എന്റെ ഉമ്മയുടെ എളാപ്പയുടെ മകൻ. ഉപ്പയുടെ പ്രവാസ ജീവിതത്തിലെ സന്തത സഹചാരി. പാത്തുമ്മുവിന്റെ ഒരു സഹോദരൻ ഉണ്ടായിരുന്നു, അബ്ദുൾ ഖാദർ. ഞങ്ങളുടെ കുഞ്ഞിക്ക. ഉപ്പയുടെ കൂടെ ബോംബെയിലുണ്ടായിരുന്ന കുഞ്ഞിക്ക പിന്നീട് ഗൾഫുകാരനായി. ഉപ്പക്ക് രണ്ടു സഹോദരിമാരുണ്ടായിരുന്നു. ബീവിയും ഐസുവും. രണ്ടു പേരെയും കൊച്ചിയിലേക്കാണ് വിവാഹം ചെയ്തുകൊടുത്തത്. ബീവി അമ്മായിക്ക് മുഹമ്മദുണ്ണി, മൊയ്തുണ്ണി, പാത്തായി എന്നിങ്ങനെ മൂന്നു

» ഉമ്മ കുഞ്ഞാമിനയും ഉപ്പ സെയ്താലിക്കുട്ടിയും

മക്കളായിരുന്നു. ഐസു അമ്മായിക്ക് മൂന്ന് ആൺമക്കളായിരുന്നു - അബ്ദുറഹിമാൻ, അബു, ഹംസ. ബാബുസേഠിന്റെ ട്രസ്റ്റ് ഓഫീസിലെ കണക്കപ്പിള്ളയായിരുന്നു അബു. ഹംസ കൊച്ചിൻ പോർട്ടിൽ ജോലിക്കാരനും അബ്ദുറഹിമാൻ ഫാക്ടറിത്തൊഴിലാളിയും. കോൺഗ്രസ് നേതാവും കൊച്ചി മേയറുമായിരുന്ന എ എ കൊച്ചുണ്ണിയുടെ ഭാര്യാസഹോദരിയെയാണ് അബു കല്യാണം കഴിച്ചത്. ഈ മൂന്നു സഹോദരങ്ങളും ഇന്നു ജീവിച്ചിരിപ്പില്ല. മൊയ്തുണ്ണിയുടെ മകൻ ഇമ്പായി യൂനിയൻ ബാങ്കിൽനിന്ന് ജോലി രാജിവെച്ച് ഭാഗ്യംതേടി ഗൾഫിൽപോയി മടങ്ങിവന്ന് ദാരിദ്ര്യവും സംഗീതവുമായി ജീവിച്ചു. 2021 ഏപ്രിലിൽ മരിച്ചു. അബുവിന്റെ മകൻ അഷ്റഫ് എന്ന അസറാപ്പു അബുദാബിയിലെ നേഷനൽ ബാങ്കിൽ ഉയർന്ന ഉദ്യോഗസ്ഥനായി വിരമിച്ച് മട്ടാഞ്ചേരിയിലുണ്ട്. പാത്തായിയുടെ മക്കൾ അസീസും റസാഖും കൊച്ചിയിലുണ്ട്. ഇവരുടെയെല്ലാം മക്കൾ പരമ്പര കൊച്ചിയിൽ പല ഭാഗത്തായി കിടക്കുന്നു. ഇവിടെ പ്രസക്തമല്ലാത്തതിനാൽ ഈ ബന്ധങ്ങളിലെയൊക്കെ എല്ലാവരുടെയും പേരുകൾ പറയുന്നില്ല. കല്യാണങ്ങളിലും മരണവീടുകളിലും ഇടക്കൊക്കെ ഞങ്ങൾ കണ്ടുമുട്ടാറുണ്ട്.

ഗുരുവായൂരിൽ പുതിയ ചുറ്റുവട്ടവുമായി ഇഴുകിച്ചേരാൻ ഞങ്ങൾക്ക് അധികം സമയംവേണ്ടിവന്നില്ല. പാണ്ടാരിക്കൽ അപ്പു അച്ചാച്ചന്റേതാണ് കിഴക്കേ വീട്. അവിടത്തെ രഘുവേട്ടനും വിശ്വേട്ടനും ബാബുവും സുധേച്ചിയുമെല്ലാം ഞങ്ങളുടെ പ്രിയപ്പെട്ടവരായി. എന്റെ സഹോദരി ഐശക്കുഞ്ഞിക്ക് സമപ്രായക്കാരിയായ സുധേച്ചി ഉറ്റസുഹൃത്തായി. ആ ഭാഗത്ത് അന്ന് കോളേജിൽ പഠിച്ച ഏക പെൺകുട്ടിയായിരുന്നു സുധേച്ചി. പൊലീസുകാരൻ കുമാരേട്ടന്റേതാണ് പറങ്ങനാട്ട് എന്ന പടിഞ്ഞാറേ വീട്. കൈക്കൂലി വാങ്ങാത്ത കുമാരേട്ടൻ ചെറുപ്പത്തിൽ ത്തന്നെ മരിച്ചുപോയി. അദ്ദേഹത്തിന്റെ മക്കളായ വത്സല, മോഹനൻ, ഇന്ദിര, ലത എല്ലാം ഞങ്ങളുടെ കൂട്ടുകാർ. വത്സലയും പെങ്ങളുടെ സമപ്രായക്കാരിയാണ്. അതുപോലെത്തന്നെ, ഒരേപ്രായക്കാരായ മോഹനനും ഞാനും ഉറ്റസുഹൃത്തുക്കൾ. മോഹനൻ റിസർവ് ബാങ്കിൽ നിന്ന് വിരമിച്ച് ഗുരുവായൂരിലുണ്ട്. വത്സലയും ഇന്ദിരയും മരിച്ചു.

ഇവിടെ വീടുകൾക്കൾക്കൊന്നും ചുറ്റുമതിലുണ്ടായിരുന്നില്ല; ധാരാളം കുളങ്ങളുണ്ടായിരുന്നു. സ്വന്തം കുളവും അടുത്ത വീട്ടിലെ കുളവും ഇല്ലത്തെ കുളവുമൊക്കെ ഞങ്ങളെല്ലാവരും ഉപയോഗിച്ചു. കുളത്തിൽ കുളി ഒരുത്സവമായിരുന്നു. വടക്കേ വീട്ടിലെ ധർമുവും രാജുവുമെല്ലാം ഈ കുളിക്കമ്പനിയിലുണ്ടായിരുന്നു. ഞങ്ങളുടെ വീടിനു തൊട്ടടുത്ത വാലിപ്പറമ്പിൽ എന്ന വീടിന്റെ പടിക്കൽ അങ്ങോട്ടുമിങ്ങോട്ടും നടന്നു കഴിച്ചുകൂട്ടിയ മൊയ്തുക്ക സ്നേഹത്തിന്റെ പര്യായമായിരുന്നു. വിവാഹം കഴിച്ചിട്ടില്ല.

» ഐശക്കുഞ്ഞി

ഞാനദ്ദേഹത്തിനു മരുന്നു വാങ്ങിക്കൊടുക്കുമായിരുന്നു. ആ കുടുംബം സ്വന്തം കുടുംബം പോലെ സ്നേഹം തന്നു. വാലിപ്പറമ്പിൽ മുഹമ്മദുണ്ണി അങ്ങാടിത്താഴത്തെ പ്രമുഖ വ്യാപാരിയാണ്. സ്കൂളിൽ 10 വരെ പഠിച്ചിട്ടുണ്ട്. അദ്ദേഹത്തെ ഉദാരമതിയായ ഒരാളായിട്ടാണ് നാട്ടുകാർ കണ്ടത്.

ഉമ്മയും ഞാനും സഹോദരിയുമടങ്ങുന്ന കുടുംബത്തിന് സിലോണിൽനിന്ന് മാസം 30 രൂപ ഉപ്പ അയച്ചുതന്നിരുന്നു. മുപ്പത് രൂപ അന്ന് വലിയ സംഖ്യയാണ്. വസ്ത്രങ്ങൾക്കൊന്നും ഒരു കുറവുമില്ല. ഉമ്മക്കും പെങ്ങൾക്കും ധാരാളം സ്വർണാഭരണങ്ങളും ഉണ്ടായിരുന്നു. പാലയൂരിലെ ഇണ്ണക്കമൊസ്റ്റർ സ്മാരക സ്കൂളിലാണ് ആദ്യം ഞങ്ങളെ ചേർത്തത്. 'ഇണ്ണക്കമാഷെ സ്കൂൾ' എന്നാണത് അറിയപ്പെട്ടിരുന്നത്. ഈഴവ മാനേജ്മെന്റിനു കീഴിലുള്ള വിദ്യാലയമായിരുന്നു. എന്നേക്കാൾ വയസ്സിനുമൂത്ത സഹോദരി ഐശക്കുഞ്ഞിയെയും, എന്റെ ഒന്നിച്ചാണ് സ്കൂളിൽ ചേർത്തത്; ഒന്നാം ക്ലാസിൽ. അവിടെ ഞങ്ങൾ പഠിച്ചില്ല. ക്ലാസിൽപോയോ എന്നുതന്നെ സംശയമുണ്ട്. ഏതായാലും പിന്നീട് അവിടെ തുടർന്നില്ല. ഉമ്മ ഞങ്ങളെ ഗുരുവായൂരിനും വീടിനും ഇടയ്ക്കുള്ള കാരക്കാട് എ എം എൽ പി സ്കൂളിൽ മാറ്റിച്ചേർത്തു. രണ്ടാം ക്ലാസിൽ. അഞ്ചാം ക്ലാസുവരെയുള്ള സ്കൂളാണ്. ഫാറൂഖ് കോളേജ് പ്രിൻസിപ്പലായി വിരമിച്ച പ്രൊഫ. വി മുഹമ്മദും മറ്റും അവിടെയാണ് പഠിച്ചത്. കാരക്കാട് സ്കൂളിൽ പോകുമ്പോൾ ഞങ്ങൾക്കൊരു സന്തതസഹചാരിയുണ്ടായിരുന്നു. പറമ്പിൽ തെങ്ങുകയറാനും കിളയ്ക്കാനും വരാറുണ്ടായിരുന്ന

കണ്ടാരന്റെ മകൻ അടിമ എന്ന ശ്രീധരൻ. 'തങ്ങളുടെയവിടത്തെ അടിമ' എന്നാണ് പറയുക. എല്ലാവരും വിളിക്കുക 'അടിമ' എന്നാണ്. ഞങ്ങളും വിളിച്ചത്' അടിമ' എന്നുതന്നെ. സ്കൂളിൽ ശ്രീധരൻ എന്നായിരുന്നു പേര്. തീക്കോട്ട് തങ്ങമ്മാരുടെ കുടുംബമാണ് ആചാരപരമായി 'അടിമ' എന്ന് പേര് നൽകിയിരുന്നത്. അവിടെ പോയിട്ടാണ് 'തങ്ങളുടെ അടിമ'യാവുക. ശ്രീധരന്റെ അമ്മയും ജോലിക്കു പോകും. ജോലിക്ക് വരുന്ന അച്ഛൻ കണ്ടാരന്റെ കൂടെ ശ്രീധരൻ വീട്ടിൽ വരും. ഉമ്മ ഭക്ഷണമൊക്കെ കൊടുക്കും. ക്രമേണ ഞങ്ങളുടെ സ്വന്തക്കാരനായി. സ്കൂളിൽ പോകുമ്പോൾ ശ്രീധരന് കാര്യമായ പുസ്തകമൊന്നും ഉണ്ടാവില്ല. ഉമ്മ ഞങ്ങളുടെ പുസ്തകം കൂടി സഞ്ചിയിലാക്കി ഏല്പിക്കും. ദീർഘകാലം വീട്ടിലെ അന്തേവാസിയെപ്പോലെ ഞങ്ങൾക്കൊപ്പമുണ്ടായിരുന്നു. നാലാം ക്ലാസ് കഴിഞ്ഞപ്പോൾ പഠിപ്പ് നിർത്തി. പിന്നീട് കെ എസ് ആർ ടി സി യിൽ ഡ്രൈവറായി. ഇപ്പോൾ വിശ്രമജീവിതം നയിക്കുന്നു. ശ്രീധരനും കുടുംബവുമായി ഇപ്പോഴും ഞങ്ങൾ നല്ല അടുപ്പത്തിലാണ്.

കാരക്കാട് എ എം എൽ പി സ്കൂളിലെ പഠനം കഴിഞ്ഞ് ഞാൻ ചാവക്കാട് ഗവ. ഹൈസ്കൂളിൽ ചേർന്നു, ആറാം ക്ലാസിൽ. ടെസ്റ്റ് നടത്തിയാണ് പ്രവേശനം നൽകിയത്. മുമ്പ് അത് മലബാർ ഡിസ്ട്രിക്ട് ബോർഡിന്റെ സ്കൂളായിരുന്നു. പിന്നീട് സർക്കാർ ഏറ്റെടുത്തു. (ഇപ്പോൾ ഹയർ സെക്കൻഡറി സ്കൂൾ). എം ടി വാസുദേവൻനായർ പഠിപ്പിച്ച സ്കൂളാണ്. കെ ടി മുഹമ്മദിനെ പഠിപ്പിച്ച കെ എസ് രാമൻ മാസ്റ്റർ പഠിപ്പിച്ച വിദ്യാലയം. ചാത്തനാത്ത് അച്യുതനുണ്ണി, കെ എൻ പണിക്കർ, പി ചിത്രൻ നമ്പൂതിരിപ്പാട്, സി ഉണ്ണിരാജ, ജസ്റ്റിസ് ഷംസുദ്ദീൻ, എം വി അബൂബക്കർ സാഹിബ്, കെ എസ് രാമൻ മാസ്റ്ററുടെ മകനും പ്രശസ്ത ചലച്ചിത്രകാരനുമായ കെ ആർ മോഹനൻ എന്നിവർ പഠിച്ചതും ഇവിടെയാണ്. കെ എസ് രാമൻ മാഷ് എന്നെ പഠിപ്പിച്ചിട്ടുണ്ടെന്നത് പിൽക്കാലത്ത് വലിയ അഭിമാനം ഉളവാക്കിയ കാര്യമാണ്. അന്നൊക്കെ അധ്യാപകർ രാവിലെ എട്ടുമണിക്കെത്തും. അവരിൽ പല ടീച്ചർമാരും വിവാഹംപോലും കഴിക്കാതെ അധ്യാപനത്തിൽ സ്വയമർപ്പിച്ച് ജീവിതം കഴിച്ചുകൂട്ടി. എത്ര വെളിച്ചമാണ് അവരൊക്കെ നൽകിയതെന്നോർക്കുമ്പോൾ വർത്തമാനകാലത്തെ അവസ്ഥ അറിയാതെ മനസ്സിലെത്തുന്നു,

ഞാനൊരു മിടുക്കനായ വിദ്യാർഥിയായിരുന്നു. ഏഴുവരെ ക്ലാസിൽ ഒന്നാമൻ. കൂട്ടുകാരും മിടുക്കന്മാരായിരുന്നു. പ്രശസ്ത ചലച്ചിത്രകാരൻ കെ എൻ ശശിധരൻ, 'പാവം പയ്യൻ' എന്ന പേരിൽ പ്രസിദ്ധനായ സി എൽ ആന്റോ, 'നാസ'യിലെ ശാസ്ത്രജ്ഞനായ ഡോ. വിദ്യാസാഗർ, ബംഗളൂരുവിലുള്ള മങ്ങാട്ട് പ്രഭാകരൻ, ഗൾഫിൽ എച്ച് എസ് ബി സി

» ഡോ. കെ എൻ പണിക്കർ

ബാങ്കിൽ വളരെ ഉയർന്ന പദവി വഹിച്ച വി മോഹനൻ എന്നിവർ ഹൈസ്കൂൾ സഹപാഠികളാണ്. പ്രമുഖ കോൺഗ്രസ് നേതാവ് കെ കരുണാകരന്റെ ശിഷ്യനും വിവാദപുരുഷനുമായ സി എൽ ആന്റോ അന്നത്തെ ആ കൂട്ടത്തിൽ ഏറ്റവും മിടുക്കനായിരുന്നു എന്നുവേണം പറയാൻ. ആന്റോ ഒരു ചോദ്യം ചോദിച്ചാൽ അധ്യാപകർ പോലും ഭയക്കുന്ന സ്ഥിതിയായിരുന്നു. അത്രയും ഇന്റലിജന്റായ ഒരാൾ, ഇങ്ങനെയൊരു രാഷ്ട്രീയക്കാരനായത് ഞങ്ങളെ അമ്പരപ്പിച്ചിട്ടുണ്ട്. ഇരിങ്ങാലക്കുടയിലുള്ള ആ സുഹൃത്തിനെ ഇപ്പോഴും ഇടയ്ക്ക് കണ്ടുമു ട്ടാറുണ്ട്. ഇങ്ങനെ, പിന്നീട് പ്രശസ്തരായ ഒരുപാട് സുഹൃത്തുക്കൾ അന്ന് ചാവക്കാട് സ്കൂളിൽ എന്റെ ഒപ്പം ഉണ്ടായിരുന്നു. അന്നൊക്കെ ക്ലാസിൽ ധാരാളം മുതിർന്ന കുട്ടികളുണ്ടായിരുന്നു. നാലും അഞ്ചും വയസ്സിനു മൂത്തവരായിരുന്നു ക്ളാസ്മേറ്റുകളിൽ പലരും. നല്ലവണ്ണം ഉഴപ്പാനുള്ള വാസന അന്ന് പിടികൂടുന്നുണ്ട്. ഞങ്ങൾ കാരക്കാട് ഭാഗ ത്തുനിന്ന് ഒരു സെറ്റുണ്ട്, ചാവക്കാട് സ്കൂളിലേക്ക് നടന്നു പോകുന്നവർ. അച്ചൻവീട്ടിൽ അബ്ദു, ഹൈദ്രോസ്, ബഷീർ, മോഹനൻ മുതലായവർ. ഗുരുവായൂർ വഴിയാണ് സ്കൂളിൽ പോവുക. ഈ പോക്കുവരവിലൂടെയാണ് ഗുരുവായൂരുമായി കൂടുതൽ അടുക്കുന്നത്; നഗരപ്രവേശം സാധിക്കുന്നത്. അന്നൊരു സ്വാമി ഗുരുവായൂരിലൂടെ ഒറ്റയ്ക്ക് നടന്നുപോകാറുണ്ടായിരുന്നു. പ്രത്യേകതകളുള്ള പെരുമാറ്റമായിരുന്നു അദ്ദേഹത്തിന്റേത്. പിന്നാലെ നടക്കുന്ന എന്നോടു സംസാരിക്കും. മുഹമ്മദ് നബിയുമായും ശ്രീകൃഷ്ണനു മായുമൊക്കെ സംസാരിക്കുന്ന ആളായിരുന്നു. ഇന്ത്യൻ പ്രസിഡന്റിന്

കത്തെഴുതി പലർക്കും ക്ഷയരോഗാശുപത്രിയിൽ പ്രവേശനം വാങ്ങി ക്കൊടുത്തിട്ടുണ്ട്. പിൽക്കാലത്ത് വിവാഹംകഴിച്ച് ഗൃഹസ്ഥാശ്രമ ത്തിൽ പ്രവേശിച്ചു. അടുത്ത കാലത്താണ് മരിച്ചത്. ബാല്യകാലത്തെ ബഹുമാനം എന്നും ഞാനദ്ദേഹത്തിനു കൊടുത്തു; എം എൽ എ ആയപ്പോഴും. അദ്ദേഹത്തെക്കുറിച്ച് ഞാനെഴുതിയിട്ടുമുണ്ട്.

ഇക്കാലത്താണ് കാരക്കാട് സ്കൂളിനടുത്ത് ഞങ്ങൾ ചേർന്ന് ബാഡ്മിന്റൺ കോർട് സ്ഥാപിക്കുന്നത്. ഫുട്ബോൾ കളിക്കാൻ ഉമ്മ അനുവദിച്ചിരുന്നില്ല. ദേഹത്ത് അടികൊള്ളും എന്ന പേടിയായിരുന്നു. ഉമ്മയുടെ കൂടെയല്ലാതെ ഒറ്റയ്ക്ക് എവിടെയും പോകാനനുവദിക്കില്ല. സ്കൂളിൽ പഠിക്കുന്ന കാലത്തും കുട്ടികളുടെ കൂടെ വല്ല സ്ഥലത്തും പോകാ നനുവദിച്ചിരുന്നില്ല. ആറുമണിക്ക് വീട്ടിലെത്തണമെന്നത് നിർബന്ധ മായിരുന്നു. കണ്ടില്ലെങ്കിൽ അടുത്ത വീട്ടിലെ കുഞ്ഞൻ ചേട്ടനെയോ കണ്ടാരനെയോ അയക്കും. എനിക്കതൊരു പോരായ്മയായി തോന്നിയി രുന്നു. കൂട്ടുകാർ എന്നെ 'പൈതൽ' എന്ന് കളിയാക്കി. അവർക്കെല്ലാം രാത്രിയിലും സർക്കീറ്റടിച്ച് സല്ലപിച്ചു നടക്കാൻ സ്വാതന്ത്ര്യമുണ്ടല്ലോ എന്ന് ഞാനസൂയപ്പെട്ടു. ആ പ്രായത്തിൽ എനിക്കു സ്വന്തം നിലക്ക് പോകാൻ കഴിഞ്ഞിരുന്ന ആകെ സ്ഥലം വീടിനടുത്തു തന്നെയുള്ള അങ്ങാടിയായിരുന്നു. ചാവക്കാടിന്റെയും ഗുരുവായൂരിന്റെയുമൊക്കെ ഒരു കാലത്തെ പ്രധാനപ്പെട്ട വ്യാപാര കേന്ദ്രമായിരുന്നു അങ്ങാടി ത്താഴം. ബീഡി തെറുപ്പും ബീഡിത്തൊഴിലാളികളുടെ സമരവും രാഷ്ട്രീയ പാർടികളുടെ പ്രവർത്തനവുമെല്ലാം ഞാൻ കാണുന്നത് അവിടെ വെച്ചാണ്. ബേബി ജോൺ മാഷ് ടി ടി സി കഴിഞ്ഞ് തന്റെ രാഷ്ട്രീയ പ്രവർത്തന കേന്ദ്രമാക്കിയിരുന്നത് അവിടെനിന്ന് കുറച്ചു കിഴക്കായി പാലുവായ് എന്ന സ്ഥലത്താണ്. ഭാരത് സേവക് സമാജത്തിന്റെ ഒരു ബാലവിഭാഗമുണ്ടായിരുന്നു അങ്ങാടിത്താഴത്ത്. വീട്ടിൽനിന്ന് അപൂർ വമായൊരവസരത്തിൽ പുറത്തിറങ്ങി അവിടെ ചെന്നപ്പോൾ അവരെ ന്നെപ്പിടിച്ച് സെക്രട്ടറിയാക്കി. അമേരിക്കയിൽനിന്ന് CARE പരിപാടി പ്രകാരം കിട്ടുന്ന പാൽപ്പൊടി കലക്കിക്കൊടുക്കുകയും മറ്റുമായിരുന്നു ഞങ്ങളുടെ സേവനപ്രവർത്തനം. വെള്ളം കോരിക്കൊണ്ടുവരുന്നതും മറ്റും പലർക്കും കുറച്ചിലായിരുന്നു. ഞാനാദ്യമായി പ്രസംഗിക്കുന്നത് അവിടെവെച്ചാണ്.

ഗുരുവായൂർ ബന്ധം 'മുന്നണി' വായനശാലയിലേക്കും ദേവസ്വം ലൈബ്രറിയിലേക്കും നയിച്ചു. വായന ഒരു ശീലമാകുന്നത് അതോടെയാണ്. ഒരു നോവലെടുത്ത് ഞാൻ വായിച്ചു കഴിഞ്ഞാൽ പെങ്ങൾ വായിക്കും. അവരത് വായിച്ച് സുധേച്ചിക്കു കൊടുക്കും. സുധേച്ചി വായിച്ച് വത്സലക്ക്... എന്റെ സഹോദരി ധാരാളം വായിച്ചിട്ടുള്ള

ആളാണ്. കാരക്കാട് സ്കൂൾ വിട്ടതോടെ, അഞ്ചാം ക്ലാസ് കഴിഞ്ഞതോടെ, അവരുടെ പഠിപ്പ് നിന്നു. തുടർന്ന് പഠിപ്പിക്കാത്തതിലുള്ള നീരസം വീട്ടിലെല്ലാവരോടും പ്രകടിപ്പിക്കുമായിരുന്നു. വല്ലാത്തൊരവസ്ഥയിലാണ് അവരുടെ വിദ്യാഭ്യാസം മുടങ്ങിപ്പോയത്. ഇപ്പോഴും അവരതിൽ കുറ്റപ്പെടുത്താറുണ്ട്. പക്ഷേ, മക്കൾക്ക് നല്ല ഉന്നത വിദ്യാഭ്യാസം നൽകി. വിവാഹം കഴിച്ചിട്ടും ഞങ്ങളുടെ വീട്ടിൽത്തന്നെയായിരുന്നു താമസം. സന്തതസഹചാരിയായി ഇപ്പോഴും എന്റെ വീട്ടിനു തൊട്ടടുത്തുതന്നെ അവരുണ്ട്. ചെറിയ അസുഖം വല്ലതും ഉണ്ടെന്നു കേൾക്കുമ്പോഴേക്കും ഓടിയെത്തും. അല്ലെങ്കിൽ ഫോൺ വിളിച്ചുകൊണ്ടേയിരിക്കും. എനിക്ക് ചിലപ്പോൾ ദേഷ്യം വരാറുണ്ട്. ആവശ്യമില്ലാത്ത ആശങ്കയാണ് ഇപ്പോഴും അവർക്ക് എന്നെക്കുറിച്ച്. ഐശക്കുഞ്ഞിക്ക് രണ്ട് മക്കളുണ്ട്. ബീനയും ഷാജിയും. ഷാജി വക്കീൽപ്പണി ഉപേക്ഷിച്ച് ബിൽഡറായി. ബീന എസ് എസ് എൽ സി ക്ക് തൃശ്ശൂർ ജില്ലയിൽ ഫസ്റ്റ് റാങ്കു നേടി ബിരുദധാരിയായി.

ഞാൻ കാരക്കാട് സ്കൂളിൽ മൂന്നാം ക്ലാസിൽ പഠിക്കുമ്പോഴാണ് ഉപ്പ പ്രവാസം അവസാനിപ്പിച്ച് നാട്ടിൽ വരുന്നത്. അപ്പോഴേക്കും എളാപ്പ വേറെ വീടുവെച്ച് പോവുകയും ഞങ്ങളൊരു അണുകുടുംബമാവുകയും ചെയ്തിരുന്നു. നല്ല ഉയരമുള്ള, അതീവ സുന്ദരനായ ആളായിരുന്നു ഉപ്പ. നന്നായി ഇസ്തിരിയിട്ട ഷർട്ടും മൗലാനായുടെ മൂട്ടിത്തുന്നിയ സൂരിമുണ്ടും ധരിച്ച്, കാലിൽ ഷൂസും കൈയിൽ റോമർ വാച്ചുമായി ഗാംഭീര്യത്തോടെ നടന്നുനീങ്ങുന്ന ഉപ്പയുടെ മനോഹര ചിത്രം എന്റെ മനസ്സിൽ ഇപ്പോഴുമുണ്ട്. ഉപ്പ നല്ല പെർഫ്യൂംസ് ഉപയോഗിക്കുകയും ശിരസ്സിനു പിന്നിലായി കോളറിനുള്ളിൽ ടവ്വാലവെക്കുകയും ചെയ്യുമായിരുന്നു. കൈ ഫുള്ളായി മടക്കുകയില്ല. എപ്പോഴും ഒരു പ്രൗഢി നിലനിർത്തിയിരുന്നു. ഉപ്പ തിരിച്ചുവന്നശേഷം ഒരു സുഹൃത്തുമായി ചേർന്ന് ചകിരി ബിസിനസ് തുടങ്ങി. അന്ന് സമ്പന്ന വിഭാഗക്കാർ നടത്തിയിരുന്ന ബിസിനസാണ്. ചകിരി വാങ്ങി തല്ലി, കയറു പിരിച്ച് കൊച്ചിയിലേക്ക് അയക്കുന്ന ബിസിനസ്. ഉപ്പക്ക് പരിചയമില്ലാത്ത ആ ഏർപ്പാട് അധികകാലം നീണ്ടുനിന്നില്ല. പിന്നെ അങ്ങാടിത്താഴത്ത് ഹോട്ടൽ നടത്തി. വേറെ എന്തൊക്കെയോ ബിസിനസ് നടത്തി. ഒന്നും ഗതിപിടിച്ചില്ല. ഉപ്പയുടെ പരാജയത്തിന്റെ ഒരു കാലഘട്ടം പോലെയായിരുന്നു അത്. എന്തു ചെയ്തിട്ടും കരകയറാത്തതുപോലെയായി. മൂന്നുനാലു കൊല്ലം ഞങ്ങൾ വലിയ ബുദ്ധിമുട്ടിലായിരുന്നു. ഭക്ഷണത്തിനു ബുദ്ധിമുട്ടുണ്ടായിരുന്നുവെന്നല്ല. അങ്ങനെ വരാതിരിക്കാൻ ഒരു കാരണം അമ്മാവനായിരുന്നിരിക്കണം. പക്ഷേ, കുറെ സ്വർണം പോയി. ഉപ്പയുടെ പഴയ സമൃദ്ധിയൊക്കെ പോയി. ഓരോന്നും പോകുന്നത് ഞങ്ങൾ കാണുന്നുണ്ട്. ഉപ്പ ഒടുവിൽ

വരുമ്പോൾ വലിയ ഒരു കുട്ടനിറയെ ക്രോക്കറി കൊണ്ടുവന്നിരുന്നു. അസാമാന്യമായ വലുപ്പവും പ്രൗഢിയുമുള്ള, ചിത്രപ്പണികളുള്ള വില പിടിച്ച പിഞ്ഞാണപ്പാത്രങ്ങൾ. പലതരം സെറ്റുകളായിരുന്നു അവ. കുറെയൊക്കെ ഉടഞ്ഞുടഞ്ഞു പോയി. അടുത്തകാലംവരെ കുറച്ചൊക്കെ ഉണ്ടായിരുന്നു. പിന്നീട് ആർക്കൊക്കെയോ കൊടുത്തുതീർത്തതാണ്, കാലഹരണപ്പെട്ടതാണ് എന്നുപറഞ്ഞ്. നമുക്ക് അങ്ങനെയൊരു സ്വ ഭാവമുണ്ടല്ലോ. അതിലൊരു പ്ലേറ്റെങ്കിലും കിട്ടിയാൽ കൊള്ളാമെന്ന് എനിക്കുണ്ടായിരുന്നു. പക്ഷേ. ഒരു പൊടിപോലും ബാക്കിയുണ്ടായിരു ന്നില്ല. ഏതായാലും ഇതങ്ങനെയല്ല, ആ പ്രയാസങ്ങളുടെ സമയത്ത് പല സാധനങ്ങളും പോയി. ഉപ്പയുടെ വിലപ്പെട്ട വാച്ച്, മോതിരം എന്നിവ പോലും. ശരീരമൊക്കെ ശ്രദ്ധിക്കുന്നതിൽ ഉപ്പ പരാജയപ്പെട്ടു. ഒരു ഘട്ടമെത്തിയപ്പോൾ കുപ്പായത്തിന്റെ ഇസ്തിരിയൊക്കെ പോയി. ഉപ്പ തികച്ചും ഒറ്റപ്പെട്ടവനെപ്പോലെയായി. പട്ടിണി കിടന്നില്ലെങ്കിലും ദാരിദ്ര്യം എന്താണെന്ന് ഞങ്ങളറിഞ്ഞു. നിഷ്കളങ്കയായ ഉമ്മ എല്ലാം നിശ്ശബ്ദം സഹിച്ചു. ചെറിയ പുരയിടത്തുനിന്ന് കിട്ടുന്ന കുറച്ചു നാളികേരം മാത്രമായി വരുമാനമാർഗം. ഉമ്മക്കു കിട്ടിയ ഓഹരി പറങ്കിമാവിൻ തോപ്പായിരുന്നു. അതൊന്നും ഉപ്പ അന്വേഷിക്കാറുണ്ടായിരുന്നില്ല.

പെങ്ങൾ പഠിപ്പ നിർത്തി വീട്ടിലിരിക്കുകയാണ്. അന്നൊക്കെ പതിനാലു വയസ്സാകുമ്പോഴേക്ക് പെൺകുട്ടികളെ കല്യാണം കഴിപ്പി ക്കും. സമപ്രായക്കാരായ പെൺകുട്ടികളുടെയൊക്കെ കല്യാണം നടക്കു ന്നു. കുടുംബത്തിൽ എല്ലാവർക്കും പ്രിയപ്പെട്ട പേരായിയിരുന്നു സെയ്താ ലിക്കുട്ടി. മാമക്ക് ഏറ്റവും പ്രിയപ്പെട്ട അളിയൻ. ഉപ്പയുടെ പതനത്തിൽ എല്ലാവർക്കും സങ്കടം. ജീവിതത്തിലും കച്ചവടത്തിലും ഒരു കളങ്കവും കാണിക്കാത്ത ആൾ. ഉപ്പയുടെ അവസ്ഥ എല്ലാവർക്കും വലിയ പ്രയാ സമായി. ഉപ്പ എല്ലാവരുടെയും വലിയ സംരക്ഷകനുമായിരുന്നല്ലോ.

അങ്ങനെയിരിക്കുമ്പോഴാണ് ഉപ്പ നാടുവിടുന്നത്. ഞാനന്ന് ആറിൽ പഠിക്കുകയാണ്. മുമ്പ് എപ്പോഴും ഉപ്പ വരുമ്പോഴും പോകുമ്പോഴും ധാരാളം ആളുകൾ കൂടാറുള്ളതാണ്. ഇത്, അതൊന്നുമില്ല. ആരും അറിയാതെ ഉപ്പ പോവുകയാണ്. ആരെയും അറിയിക്കാതെ; ഉമ്മയോടു മാത്രം പറഞ്ഞു. ഒരു ദിവസം സൂര്യനുദിക്കും മുമ്പുള്ള twilight എന്നു പറയാവുന്ന മുഹൂർത്തത്തിൽ ഉപ്പ വീടുവിട്ടിറങ്ങി. കോഴികൂകുംമുമ്പ് പോകണമെന്നല്ലാതെ എവിടേക്കാണ് പോകുന്നതെന്ന് ഉപ്പക്കും നിശ്ചയമില്ല. അങ്ങ് പോവുകയാണ്. അന്ന് ഗുരുവായൂരിലേക്ക് ഇന്നത്തെപ്പോലെ വീടിനടുത്തുനിന്ന് റോഡില്ല. പെരുന്താട്ട ശിവക്ഷേ ത്രംവരെ പാടത്തുകൂടി പോകണം. അതു കഴിഞ്ഞ് തോട് നടപ്പാതയായ മൺവഴി കുറച്ചു ദൂരം പിന്നിട്ടാലേ റോഡുള്ളൂ. ഉപ്പയുടെ കൈയിലൊരു

സഞ്ചിയുണ്ടായിരുന്നു. അതിൽ വസ്ത്രമായിരുന്നു. അതും തൂക്കിപ്പിടിച്ച് ഉപ്പ നടന്നു. വിങ്ങിപ്പൊട്ടുന്ന മനസ്സുമായി ഹതഭാഗ്യനായ പിതാവിനെ ഞാൻ പിന്തുടർന്നു. ഇന്നത്തെ ജയശ്രീ തിയേറ്റർ നിൽക്കുന്ന സ്ഥലത്താണ് ജി ബി ബസ് സ്റ്റാൻഡ്. അന്നത്തെ ഗുരുവായൂർ ബസ് സ്റ്റാൻഡ്. എന്റെ സതീർഥ്യനായ നന്ദകുമാറിന്റെ കുടുംബത്തിന്റേതായിരുന്നു ആ ബസ് സ്റ്റാൻഡ്. ഞങ്ങൾ സ്റ്റാൻഡിലെത്തി.

ബസ്സിൽ കയറാൻ പോകുമ്പോൾ ഉപ്പ എന്നോടു പറഞ്ഞു, “നേരം വെളുത്തിട്ട് പോയാൽ മതി, ട്ടോ. അതുവരെ ഇവിടെ നിന്നോ.”

ബസ് ഇളകുന്നതും മെല്ലെ നീങ്ങുന്നതും ഉപ്പ എന്നെ തിരിഞ്ഞു നോക്കുന്നതും കണ്ടു.

പിന്നെ, ബസ് പോകുന്നതു നോക്കി ഞാൻ നിന്നു.

വീടാത്ത കടങ്ങൾ

ക്യത്യം മൂന്നു ദിവസം കഴിഞ്ഞ് ഉപ്പയുടെ കത്തു വന്നു. മദിരാശിയിലെത്തി എന്നാണ് കത്തിലുണ്ടായിരുന്നത്. ഗുരുവായൂരിൽനിന്ന് ബസ്സിൽ തൃശ്ശൂരിലേക്കും അവിടെനിന്ന് തീവണ്ടിയിൽ മദിരാശിയിലേക്കുമാണ് ഉപ്പ പോയത്. ഓർക്കാൻ ഇഷ്ടപ്പെടാത്ത ഓർമയായി ആ ദിവസം ഇന്നും എന്റെ മനസ്സിലുണ്ട്. ഉപ്പ കയറിയ ബസ് കണ്ണിൽനിന്ന് മറയുന്നതുവരെ ഞാൻ നോക്കിനിന്നു; ബസ് പോയിട്ടും ഞാൻ സ്റ്റാൻഡിൽനിന്നു പോയില്ല. ഉപ്പ പറഞ്ഞപ്രകാരം, നേരം വെളുത്തിട്ടാണ് വീട്ടിലേക്ക് മടങ്ങിയത്. വീട് മൂകമായിരുന്നു. ഞാൻ അന്ന് മുറ്റത്തൊരു പേര നട്ടു.

ക്രമേണ ഞാൻ മറന്നെങ്കിലും ആ സമയം മനസ്സിലെവിടെയോ കിടന്നിരുന്നുവെന്നാണ് പിന്നീടെനിക്കു മനസ്സിലായത്. തിരുവനന്തപുരത്ത് 'ഗർഷോം' സിനിമയുടെ പ്രിവ്യൂ കണ്ട പ്രശസ്ത കഥാകൃത്തും പത്രപ്രവർത്തകനുമായ ഇ വി ശ്രീധരൻ എന്നോടൊരു ഇന്റർവ്യൂ ആവശ്യപ്പെട്ടു. നാസറുദ്ദീന് വീടുവിട്ടിറങ്ങാൻ എന്തിനാണ് ആ സമയം തെരഞ്ഞെടുത്തത് എന്ന് ഇ വി ചോദിച്ചു. നാസറുദ്ദീനാണ് 'ഗർഷോ'മിലെ നായകൻ. എനിക്കപ്പോൾ ആ ചോദ്യത്തിന് വ്യക്തമായ മറുപടി നൽകാൻ കഴിഞ്ഞില്ല. എനിക്ക് അതറിയില്ലായിരുന്നു. ഇ വി പോയതിനുശേഷം ഞാൻ അതിനെക്കുറിച്ചാലോചിച്ചു. രാത്രി കിടക്കുമ്പോഴും ആലോചിച്ചു. അപ്പോഴാണ്, എന്റെ മനസ്സിൽ അബോധമായി കിടന്ന കണ്ണീരിലൂടെ വന്നതായിരുന്നു 'ഗർഷോ'മിന്റെ ക്ലൈമാക്സ് എന്ന് എനിക്കു മനസ്സിലായത്. വിമർശകർ ഏറെ വാഴ്ത്തിയതാണ് ആ ക്ലൈമാക്സ്. അതെ,

'ഗർഷോ'മിലെ ആ സമയത്തു തന്നെയാണ് എവിടേക്കെന്ന് നിശ്ചയമില്ലാതെ ഉപ്പ നാടുവിട്ടത്. ഉപ്പ മുറ്റത്തേക്കിറങ്ങിയപ്പോൾ പിന്നാലെ ഇറങ്ങിയ എന്റെ ഒപ്പം പടിയിറങ്ങിയ ഉമ്മ പ്രാർഥിച്ചതായിരിക്കുമോ 'ഗർഷോ'മിലെ മകനുവേണ്ടി വത്സലാമ്മയുടെ ആ ഉമ്മ നടത്തിയ പ്രാർഥന എന്ന് ഞാനാലോചിച്ചുപോകാറുണ്ട്.

മദിരാശിയിൽ ഉപ്പ മൂന്നുനാലു മാസം തങ്ങിയെന്നു തോന്നുന്നു. ഏതോ സുഹൃത്തുക്കളുണ്ടായിരുന്നിരിക്കണം അവിടെ. പിന്നെ പെട്ടെന്നുതന്നെ ബോംബെക്കുപോയി.

ആദ്യം ആരുടെയോ കൂടെ തൊഴിലാളിയായി നിന്നിട്ടുണ്ടാവണം. ജീവിതകാലത്തിനിടക്ക് മറ്റൊരാളുടെ കീഴിൽ ഉപ്പ ജോലിക്കുനിന്നിട്ടില്ല; മറ്റുള്ളവർക്ക് ജോലി കൊടുത്തിട്ടേ ഉള്ളൂ, അതും എത്രയോ പേർക്ക്. ഉപ്പ എങ്ങനെയായിരിക്കും ആ അവസ്ഥ നേരിട്ടിരിക്കുക എന്ന് ഞാൻ ആലോചിക്കുമായിരുന്നു. ഏതായാലും മാസങ്ങൾ കഴിയുമ്പോഴേക്കും ഉപ്പ സ്വന്തമായി കച്ചവടം തുടങ്ങി. അന്ധേരിയിലെ അമ്പോളിക്കടുത്ത് ഒരു ചെറിയ ചായക്കട. മെല്ലെമെല്ലെ സ്വതസിദ്ധമായ രീതിയിലേക്കു വന്നു. ഒന്നുരണ്ടു വർഷം കഴിയുമ്പോഴേക്കും ഉപ്പ കുടുംബങ്ങളിലെ ചിലരെയും കൊണ്ടുപോയി. വലിയ സൗകര്യമില്ലെങ്കിലും ചെറിയ തോതിൽ ജീവിതം തിരിച്ചുപിടിക്കാൻ ഞങ്ങൾക്കായി. ഞാൻ എട്ടാം ക്ലാസാവുമ്പോഴേക്കും ഞങ്ങളുടെ സാമ്പത്തികസ്ഥിതി പച്ചപിടിച്ചു; എന്നാൽ വലുതായിട്ടല്ല. മോശമല്ലാത്ത രീതിയിൽ കാര്യങ്ങൾ നീങ്ങിത്തുടങ്ങി. എന്റെ ഹൈസ്കൂൾ കാലഘട്ടം അങ്ങനെ സുഖദുഃഖസമ്മിശ്രമായിരുന്നു.

ഞാൻ എസ് എസ് എൽ സി പാസായി. അക്കാലത്താണ് ഗുരുവായൂരിൽ ശ്രീകൃഷ്ണ കോളേജ് തുടങ്ങിയത്. അവിടെ പ്രീഡിഗ്രിക്കു ചേർന്നു. തേർഡ് ഗ്രൂപ്പാണ് കിട്ടിയത്. അമ്മാവന്റെ സുഹൃത്തായ വടേക്കര ബാലൻ നായരുടെ ശുപാർശയിൽ പിന്നീട് ഫസ്റ്റ് ഗ്രൂപ്പിലേക്ക് മാറ്റിക്കിട്ടി. മാധവിക്കുട്ടിയുടെ ഇളയച്ഛനാണ് വടേക്കര. ഒരു പൈസപോലും കൈക്കൂലി വാങ്ങിയിട്ടില്ലാത്ത പൊതുപ്രവർത്തകനാണദ്ദേഹം.

ഇതിനിടക്കാണ് ഐശക്കുഞ്ഞിയുടെ വിവാഹം. കോയമ്പത്തൂരിൽ ഹോട്ടൽ ബിസിനസ് നടത്തുന്ന ഗുരുവായൂർ തൈക്കാട് സ്വദേശി മൊയ്തുണ്ണി എന്ന കുഞ്ഞിമോനാണ് എന്റെ സഹോദരിയെ വിവാഹം കഴിച്ചത്. പിന്നിലേക്കു നീട്ടിയ മുടിയും കട്ടമീശയുമായി ശിവാജിയെപ്പോലെ നടക്കുന്ന അതീവ സുന്ദരൻ. കണ്ടാൽ വലിയ ഗൗരവക്കാരനാണ്, എന്നാലോ കുട്ടികളുടെ മനസ്സ്. എന്നെ അത്ഭുതപ്പെടുത്തിയ അപൂർവം മനുഷ്യരിൽ ഒരാൾ. എന്നെ മകനെപ്പോലെയാണ്

» അളിയൻ മൊയ്തുണ്ണി എന്ന കുഞ്ഞിമോൻ

കരുതിയത്. എന്തു പറഞ്ഞാലും വാങ്ങിത്തരും, ചെയ്തു തരും. അങ്ങനെയുള്ള ഒരാളാണ് പെങ്ങളുടെ ഭർത്താവായി കുടുംബത്തിലേക്കു വന്നത്. എന്റെ സുഹൃത്തുക്കളും അദ്ദേഹത്തെ അളിയനെന്നു വിളിച്ചു. അവരെല്ലാം അദ്ദേഹത്തിന് ഉറ്റവരായിരുന്നു. ഞാൻ ഗൾഫിൽനിന്ന് തിരിച്ചുവന്നപ്പോൾ തൃശ്ശൂരിൽ ആരംഭിച്ച 'പ്രജാപുരി' ഹോട്ടൽ അളിയനായിരുന്നു നടത്തിയത്. ആ മനുഷ്യനിൽ സ്വാർഥത ഒരു ശതമാനം പോലും എനിക്കു കാണാനായിട്ടില്ല. എന്റെ മക്കളും സ്വന്തം മക്കളും മറ്റുള്ളവരുടെ മക്കളും അളിയന് ഒരു പോലെയായിരുന്നു. പാനൂർ മുഹമ്മദിന്റെ മറ്റൊരു അവതാരം.

കോളേജിൽ പുതിയ കൂട്ടുകാർ. പുതിയ അധ്യാപകർ. പുതിയ അനുഭവങ്ങൾ. ഇംഗ്ലീഷിലുള്ള അധ്യാപനം. നെന്മിനി മനക്കൽ നീലകണ്ഠൻ നമ്പൂതിരിപ്പാട്, കമല ടീച്ചർ, കുമ്മിണി മാഷ്, മാണിക്കവാശകൻപിള്ളെ, സി പ്രഭാകരമേനോൻ, എം ബി ബാലകൃഷ്ണമേനോൻ എന്നിങ്ങനെ പ്രഗത്ഭ അധ്യാപകരുടെ നിരതന്നെയുണ്ടായിരുന്നു ആ പുതിയ കോളേജിൽ. കമല ടീച്ചർ ഒരു കാലത്തും മറക്കാൻ പറ്റാത്ത പ്രിയ ഗുരുനാഥയാണ്. അധ്യാപിക എന്ന നിലയിൽ അവർ എന്നെ അത്ഭുതപ്പെടുത്തിയിട്ടുണ്ട്. ഗണിതശാസ്ത്രത്തിലായിരുന്നു എനിക്കു പ്രത്യേക താല്പര്യം. ടീച്ചർ മനോഹരമായി ക്ലാസെടുക്കും. നന്നായി പാടും. വിവാഹത്തിനു ശേഷം ബംഗളൂരുവിലാണ് താമസം. ഫിസിക്സ്

അധ്യാപകൻ നീലകണ്ഠൻ നമ്പൂതിരിപ്പാട് ഗുരുവായൂർക്കാരനാണ്. തമാശകൾ പറഞ്ഞ് സരസമായി അനായാസം ഇംഗ്ലീഷ് പഠിപ്പിക്കുന്ന പ്രഭാകരമേനോൻ ഇപ്പോഴും തൃശ്ശൂരിലുണ്ട്. വിവാഹം കഴിച്ചിട്ടില്ല. പാർലമെന്റ് മെംബറും രണ്ടു തവണ കോഴിക്കോട് മേയറുമായ എ കെ പ്രേമജം ഹിസ്റ്ററി അധ്യാപികയായി അക്കാലത്ത് കോളേജിലുണ്ട്.

ഗുരുവായൂരമ്പലവട്ടം കൂട്ടുകാരുമായൊത്തുകൂടുന്ന പ്രധാന കേന്ദ്രങ്ങളിലൊന്നായിരുന്നു. ദിവസവും വൈകുന്നേരം അമ്പലം ചുറ്റുക അവിടെ എല്ലാവിഭാഗം ജനങ്ങളുടെയും ദിനചര്യയാണ്. സമപ്രായക്കാരുടെ വ്യത്യസ്ത ഗ്രൂപ്പുകൾ അമ്പലനടയിൽ സമ്മേളിച്ച് വൈകുന്നേരങ്ങളിൽ നിശ്ചിത ചടങ്ങുപോലെ അമ്പലംചുറ്റും. ഇടവഴികൾ വഴിയൊക്കെ തെന്നിത്തെന്നിയുള്ള അവരുടെ പ്രദക്ഷിണം നിത്യവുമുള്ള കാഴ്ചയായിരുന്നു. എ പി ഐ സാദിഖും പുളൂർ ഉണ്ണികൃഷ്ണനും - രണ്ടു പേരും അതീവസുന്ദരമാർ - ഒരമ്മപെറ്റ മക്കളെപ്പോലെ നടക്കുന്നതു കാണാം. ഗവ.കോളേജ് ലക്ചററായ സാദിഖ് ഗുരുവായൂരിലെ പുരാതന കുടുംബാംഗമാണ്. സ്വന്തം കുടുംബപശ്ചാത്തലത്തിൽ നിരവധി കഥകളെഴുതിയിട്ടുണ്ട്. അദ്ദേഹത്തിന്റെ ഒരു നോവലാണ് 'ഇരുട്ട്.' സഹോദരി സുഹറയും സഹോദരൻ ഹമീദും മരുമകൻ എ പി മുഹമ്മദുണ്ണിയുമെല്ലാം എന്റെ സതീർഥ്യർ.

'മുന്നണി' വായനശാലയിലും ദേവസ്വം ബോർഡ് ലൈബ്രറിയിലും ഞങ്ങൾ സുഹൃത്തുക്കൾ ഒത്തുചേർന്നു. കോളേജ് ഹോസ്റ്റൽ ദേവസ്വം സത്രത്തിലായിരുന്നു. അവിടെയും ചിലപ്പോൾ സൊറ പറഞ്ഞിരിക്കും. അന്ന് കോളേജിലുള്ളവരായിരുന്നു ചലച്ചിത്ര സംവിധായകരായ കെ കെ ചന്ദ്രനും കെ എൻ ശശിധരനും. രണ്ടു പേരും ഒരേ ക്ലാസിൽ; അതീവ വികൃതികൾ. പൂണെ ഫിലിം ഇൻസ്റ്റിറ്റ്യൂട്ടിൽനിന്ന് ഗോൾഡ് മെഡലോടെ പുറത്തിറങ്ങിയ കെ എൻ ശശിധരൻ പിൽക്കാലത്ത് 'അക്കരെ' തുടങ്ങിയ ചിത്രങ്ങളിലൂടെ തിരക്കഥാകൃത്തും സംവിധായകനും എന്ന നിലക്ക് ഏറെ പ്രശസ്തനായി. 'ആശ്രമം' എന്ന ചിത്രത്തിന്റെ സംവിധായകനായ കെ കെ ചന്ദ്രൻ ശ്രദ്ധേയമായ ഒട്ടേറെ ഡോക്യുമെന്ററികളുടെ കർത്താവും ചലച്ചിത്രകലയുടെ വേരുകൾ മലയാളികൾക്കു പരിചയപ്പെടുത്തിയ ഗ്രന്ഥകാരനും കൂടിയാണ്. പ്രശസ്ത അഭിഭാഷകൻ പി വി ചന്ദ്രനും പ്രീഡിഗ്രിക്ക് ശ്രീകൃഷ്ണ കോളേജിലുണ്ടായിരുന്നു. കൂട്ടുകാർക്കൊപ്പം കാരക്കാട്ട് ബാഡ്മിന്റൺ കോർട്ട് ഒരുക്കുകയും കോളേജിലെത്തിയപ്പോഴും ആ ബന്ധം നിലനിർത്തുകയും ചെയ്തതിനു ഗുണമുണ്ടായി. കോളേജ് ബാഡ്മിന്റൺ ടീമിൽ, പിന്നീട് പൊലീസ് സൂപ്രണ്ടായി വിരമിച്ച ടി സി ഖാലിദിനൊപ്പം എനിക്കും സ്ഥാനം കിട്ടി. രണ്ടാം വർഷം കഴിഞ്ഞതോടെ പലരും പല വഴിക്കായി.

ചിലർ ഡോക്ടറാകാനും ചിലർ എഞ്ചിനീയറാകാനും തുടർപഠനത്തിന് ഇടംതേടി പോയപ്പോൾ ചിലർ പഠിപ്പുതന്നെ നിർത്തി. ഞാനും നിർത്താനാലോചിച്ചു. ശ്രീകൃഷ്ണ കോളേജ് അന്ന് ജൂനിയർ കോളേജാണ്. അവിടെ പ്രീഡിഗ്രിവരെയേ ഉള്ളൂ. പുറത്തുപോയി പഠിക്കുക ചെലവുള്ള കാര്യം. എന്നാൽ അളിയനും മറ്റും തുടർന്നുപഠിക്കാൻ പ്രേരിപ്പിച്ചു. തൃശ്ശൂർ സെന്റ് തോമസ് കോളേജിൽ ബി എസ് സി മാത്ത്സിനു സീറ്റുകിട്ടി. അളിയന്റെ നാട്ടുകാരനായ മലയാളം പ്രൊഫസർ സി വി ചെറുണ്ണിയുടെ ശുപാർശയുമുണ്ടായിരുന്നു.

ഒരു തകരപ്പെട്ടിയുമായാണ് തൃശ്ശൂർ കിഴക്കേകോട്ടയിലെ കോസ്മോപൊളിറ്റൻ ഹോസ്റ്റലിൽ ഒരു സായംസന്ധ്യക്ക് ഞാനെത്തിയത്. വരാന്തയിലൊരു ബെഞ്ച് കിടപ്പുണ്ടായിരുന്നു. പെട്ടി അരികിലായി വെച്ച് ഞാൻ ബെഞ്ചിലിരുന്നു, വീട്ടിൽനിന്ന് വിട്ടുനിൽക്കുന്നതിന്റെ സങ്കടം ചില്ലറയായിരുന്നില്ല. പോരുമ്പോൾ ഉമ്മ ഒരുപാട് കരഞ്ഞു. ഇന്ന് തൃശ്ശൂർക്ക് പോകാൻ ഒരു പ്രശ്നവുമില്ല. അന്നങ്ങനെയല്ല. ബസ് യാത്രക്കുതന്നെ രണ്ടു മണിക്കൂറെടുക്കും. ഉമ്മ ആരുംകാണാതെ എന്റെ കൈയിൽ അഞ്ചു രൂപ വെച്ചുതന്നിരുന്നു, ഫീസിനു പുറമെ. ഞാൻ വരാന്തയിൽ നിശ്ശബ്ദനായിരിക്കുമ്പോൾ ഒരു തോർത്ത് മുണ്ട് തലയിൽകെട്ടി, ലുങ്കിയുമുടുത്ത് തടിച്ച് ഉയരംകുറഞ്ഞ ഒരാളുണ്ട് പാട്ടുപാടി മുകളിൽനിന്ന് ഇറങ്ങിവരുന്നു. 'വെള്ളിച്ചിലങ്കയണിഞ്ഞുംകൊണ്ടൊരു പെണ്ണ്...' എന്ന പാട്ടിനൊപ്പം സത്യന്റെ അംഗവിക്ഷേപങ്ങളോടെ ആ വന്നത് കെ ആർ മോഹനനായിരുന്നു. ബി എസ് സി ഫൈനൽ ഇയർ വിദ്യാർഥിയാണ്. എന്നെ കണ്ടപ്പോൾ ചിരിച്ച് അടുത്തുവന്നു. "ഞാൻ മോഹനൻ. കെ എസ് രാമൻ മാഷെ മോനാണ്. നിന്നെ ഞാൻ കണ്ടിട്ടുണ്ട്," മോഹനൻ പറഞ്ഞു, "നീ പഞ്ചായത്താപ്പീസിൽ ഊണ് കഴിക്കാൻ വരുമ്പോൾ, അവിടെ നായയെ കൊല്ലുന്നത് കാണാൻ ഞാൻ വന്നുനിൽക്കാറുണ്ടായിരുന്നു." ചാവക്കാട് സ്കൂളിൽ പഠിക്കുമ്പോൾ ഞാൻ ഉച്ചക്ക് ഊണ് കഴിച്ചിരുന്നത് പഞ്ചായത്ത് എക്സിക്യൂട്ടീവ് ഓഫീസറായ അമ്മാവന്റെ ഓഫീസിൽവെച്ചായിരുന്നു. അവിടേക്കാണ് അമ്മാവനും എനിക്കുമുള്ള ഊണ് ഉച്ചക്ക് ഒരാൾവശം ഉമ്മ കൊടുത്തയച്ചിരുന്നത്. അന്നു മോഹനനെ ഞാൻ ശ്രദ്ധിച്ചിട്ടില്ല. എന്നാൽ മോഹനന്റെ അച്ഛൻ കെ എസ് രാമൻ മാഷ് എന്നെ പഠിപ്പിച്ച, ഞാൻ ഏറ്റവും ബഹുമാനിക്കുന്ന അധ്യാപകരിൽ ഒരാളാണ്. മോഹനനും ഞാനും സുഹൃത്തുക്കളായി.

ഒന്നാംതരം നടനായിരുന്നു മോഹനൻ. കോളേജിലെ ബെസ്റ്റ് ആക്ടർ പദവി പലതവണ ലഭിച്ചിട്ടുണ്ട്. ക്ലാസിൽ വരാതെ മുറിയിലിരുന്ന് മോഹനൻ കണ്ണാടിയിൽ നോക്കി വ്യത്യസ്ത ഭാവഹാവാദികൾ അഭിനയിച്ച് നേരംകളയും. ഡോക്ടറാക്കാനാണ് രാമൻ മാഷ് തീരുമാനിച്ചിരുന്നത്.

» പി ടി കുഞ്ഞിമുഹമ്മദും കെ ആർ മോഹനനും

അതിനാണ് സുവോളജി മെയിൻ എടുത്ത് ബി എസ് സിക്കു ചേർത്തത്. മോഹനൻ നടനാവാണ് ശ്രമിച്ചത്.

ഒരു ദിവസം സത്യനെപ്പോലെ സിഗരറ്റ് വലിച്ച് പുകയൂതി ഒറ്റക്ക് ആസ്വദിച്ച് ഇരിക്കുമ്പോൾ ആരോ മുറിയുടെ വാതിലിൽ മുട്ടി. മോഹനൻ നാടകീയമായ സ്വരത്തിൽ പറഞ്ഞു, "യെസ്, ഗെറ്റിൻ!"

വാതിൽ തുറന്ന് വന്നത് രാമൻ മാഷായിരുന്നു.

പിന്നീട് വീട്ടിൽ ചെന്നപ്പോൾ മോഹനന് തല്ലുകിട്ടിയ കാര്യം മൂത്തസഹോദരി അടുത്തകാലത്ത് എന്നോട് പറഞ്ഞു. കോളേജിൽ മോഹനന് ഒരു ഗ്യാങ്ങുണ്ടായിരുന്നു. ഞാനും അതിൽ അംഗമായി. എനിക്കും നടനാകാനുള്ള ആഗ്രഹം ഉള്ളിലുണ്ടായിരുന്നു. അതീവ സുന്ദരനാണ് ഞാനെന്ന ഒരു തോന്നൽ എനിക്കുണ്ടായിരുന്നു. എന്റെ ഉമ്മയാണതിനു കാരണക്കാരി. ഞാനാണ് ഏറ്റവും വലിയ സുന്ദരൻ എന്ന നിലയിലാണ് എപ്പോഴും ഉമ്മ സംസാരിക്കുക. പെൺകുട്ടികളുടെ യാരുടെയെങ്കിലും വിവാഹമുറച്ചാൽ കുടുംബക്കാർ ഉമ്മയെ കാണാൻ വരും. അപ്പോൾ നിഷ്കളങ്കമായി ഉമ്മ ചോദിക്കും, "ചെക്കനെങ്ങനെ, ന്റെ കുഞ്ഞിമോനെ പോലെ ണ്ടോ?"

അങ്ങനെ മോഹനൻ സത്യനും ഞാൻ നസീറിനും പഠിത്തം തുടർന്നു. കോളേജ് നാടകങ്ങളിൽ ഞങ്ങൾ പതിവായി അഭിനയിച്ചു. എനിക്ക് അഭിനയശേഷി ഒട്ടുമില്ലായിരുന്നു. എന്റെ മൂവ്മെന്റ്സ് എല്ലാം കൃത്രിമമായിരുന്നു. എങ്കിലും ഞാൻ ഉറച്ച ആത്മവിശ്വാസത്തിൽ

മുന്നേറി. അന്നോളം കൂട്ടിലിട്ട തത്തയായിരുന്ന ഞാൻ സെന്റ് തോമസ് കോളേജ് ജീവിതാരംഭത്തോടെ സ്വാതന്ത്ര്യം പ്രഖ്യാപിച്ച് പുറത്തു ചാടി. പുതിയ സൗഹൃദങ്ങളും ചങ്ങാത്തങ്ങളും വികൃതികളും എല്ലാം ഒരുമിച്ചു സമ്മേളിച്ചു ഹോസ്റ്റൽജീവിതത്തിൽ. നാടകം കളിക്കാം; ഇഷ്ടമുള്ളപ്പോൾ സിനിമക്കു പോകാം; സുഹൃത്തുക്കൾക്കൊപ്പം പുരപ്പുറമ്പിൽ കിടന്നുറങ്ങാം. ഹോസ്റ്റൽ ബാത്ത് റൂമിൽ ഒന്നിലധികം പേർ ഒരുമിച്ചുള്ള കുളി, വരാന്തയിലൂടെ പാട്ടുപാടിയും സിഗരറ്റുവലിച്ചുമുള്ള നടത്തം. പല ഗ്യാങ്ങുകൾ. കെ ആർ മോഹനന്റെ നേതൃത്വത്തിലുള്ള ഞങ്ങളുടെ ഗ്യാങ്ങിൽ സൂര്യനാരായണൻ, മുരുകൻ ചന്ദ്രശേഖരൻ, പി കരുണാകരൻ, പി കുമാരൻ, പി എം ഇബ്രാഹിം, സുഭാഷ്ചന്ദ്രബോസ്, ഗോപിനാഥൻ, വത്സൻ, രാജനുണ്ണി, ശശിധരൻ, കെ സി ഗോവിന്ദൻ തുടങ്ങിവരുണ്ടായിരുന്നു. ഈ ഗ്യാങ്ങാണ് നമ്മളെ പൂർണമായി സെക്കുലറൈസ് ചെയ്യുന്നത്. ചന്ദ്രശേഖരൻ ഗ്യാങ്ങിലെ അതിസമ്പന്നനായിരുന്നു. പൊന്നാനിയിലെ മുരുകൻ ട്രാൻസ്പോർട്സ് എന്ന ബസ് കമ്പനി ഉടമയുടെ മകൻ. കുമാരൻ കുന്നംകുളത്തിനടുത്ത ഗ്രാമപഞ്ചായത്ത് ഓഫീസിലെ സ്വീപ്പറുടെ മകനാണ്. ദളിതൻ. പരമദരിദ്രനായ കുമാരൻ സകലകലാവല്ലഭനാണ്. നന്നായി പാടും. അഭിനയിക്കും. ചിത്രം വരയ്ക്കും. ഫുട്ബോൾ കളിക്കും. ബീഡി വലിക്കുകയും കള്ളുകുടിക്കുകയും ചെയ്യും. എനിക്കൊക്കെ കുമാരൻ ആരാധനാപുരുഷനായിരുന്നു. സ്റ്റൈപൻഡ് കിട്ടിയതുകൊണ്ടാണ് കുമാരൻ പഠിച്ചിരുന്നത്. ഷേവ് ചെയ്യാൻ ബ്ലേഡ്

» കോസ്മോപൊളിറ്റൻ ഹോസ്റ്റലിൽ ഒപ്പമുണ്ടായിരുന്ന കരുണാകരനും സൂര്യനാരായണനും

വാങ്ങാൻപോലും ബുദ്ധിമുട്ടുണ്ടായിരുന്നത് എനിക്കറിയാമായിരുന്നു. അത്തരത്തിലുള്ള ഒരു ബുദ്ധിമുട്ടും പിന്നീട് കുമാരനെ ബാധിക്കാതിരിക്കാൻ ഞങ്ങൾ ശ്രദ്ധിച്ചു. അസാമാന്യമായൊരു ഫ്രറ്റേണിറ്റിയാണത്. അന്ന് എനിക്ക് അത്യാവശ്യം ഡ്രസ്സുണ്ടായിരുന്നു. അന്നത്തെ പുതു ട്രൻഡായിരുന്ന ടെറികോട്ടൺ, ടെർളിൻ ഷർട്ടുകളടക്കം. ഞങ്ങളൊരു തീരുമാനമെടുത്തു. ആർക്കെങ്കിലും പുതിയൊരു ഡ്രസ് വാങ്ങിയാൽ അവനവനിടരുത്; മറ്റുള്ള ആരെങ്കിലും വേണം അത് ആദ്യം ധരിക്കുക. ഞങ്ങളുടെ ഗ്യാങ്ങിലെ ആരുധരിച്ച ഷർടിന്റെയും ഉടമയെ ആരും തിരിച്ചറിഞ്ഞില്ല. ഇത്തരം ജീവിതമാണ് നമ്മൾ ഒരിക്കലും വർഗീയവാദികളാവില്ല എന്ന ഒരു ബോധ്യം നമുക്ക് നൽകുന്നത്.

കുമാരൻ പഠിച്ചുവളർന്ന് ശാസ്ത്രജ്ഞനായി. ഏഴുവർഷം മുമ്പ് മരിച്ചു. പാട്ടുകാരനായ കരുണാകരൻ മെഡിക്കൽ റെപ്പായി. ഇപ്പോഴും ഞങ്ങളെയെല്ലാം കൂട്ടിയിണക്കുന്ന കണ്ണിയായി എറണാകുളത്തുണ്ട്. വിളിക്കും; എല്ലാവരുടെയും വിവരങ്ങൾ കൈമാറും. ഷൊർണൂർക്കാരനായ ഗോപിനാഥൻ മലേഷ്യയിൽ പോയി തിരിച്ചുവന്ന് എറണാകുളത്തു വെച്ച് മരിച്ചു. നാട്ടികക്കാരനായ വത്സൻ കോളേജിൽ എന്റെ ജൂനിയറായിരുന്നു. ശ്രീലങ്കൻ സർക്കാരിന്റെ ഡെപ്യൂട്ടി ഹൈക്കമീഷണറായി ഇന്ത്യയിൽ പ്രവർത്തിച്ചു. സ്വീഡനിലെ അംബാസഡറായാണ് വിരമിച്ചത്. ഇപ്പോൾ ശ്രീലങ്കയിൽ അവിടത്തെ പൗരത്വമുള്ള വലിയ വ്യവസായിയാണ്. അക്കാലത്ത് എന്റെ ഏറ്റവും പ്രിയപ്പെട്ട കൂട്ടുകാരനായിരുന്നു സൂര്യനാരായണൻ. ചങ്ങരംകുളത്തിനടുത്തുള്ള കുമരനല്ലൂർ സ്കൂൾ അധ്യാപകനായി റിട്ടയർ ചെയ്ത് ഇപ്പോഴും സൗഹൃദം കാത്തുസൂക്ഷിക്കുന്നു.

അന്ന് ഹോസ്റ്റലിലുണ്ടായിരുന്ന, എപ്പോഴും ചിരിക്കുന്ന സുഭാഷ്ചന്ദ്രബോസ് വീട്ടിൽ നിന്നു വരുമ്പോഴൊക്കെ വിലപിടിപ്പുള്ള ഫോറിൻ സാധനങ്ങൾ കൊണ്ടുവരുമായിരുന്നു. സുഭാഷിന്റെ സഹോദരന്മാർ ഗൾഫിലായിരുന്നു.

അന്ന് കോളേജിലുണ്ടായിരുന്ന ചില പ്രമുഖ വിദ്യാർഥികളാണ് വി എം സുധീരൻ, സി എസ് മോഹനൻ എന്ന പിൽക്കാല നടൻ ദേവൻ, വി ബാലറാം, ഐ പി പോൾ എന്നിവർ. രാമു കാര്യാട്ടിന്റെ അടുത്ത ബന്ധുവാണ് ദേവൻ; പിന്നീട് അദ്ദേഹത്തിന്റെ മകളെ വിവാഹം കഴിച്ചു. 'ഹോസ്റ്റൽ ഡേ' ആയിരുന്നു അന്നത്തെ ഒരു പ്രധാന സംഭവം. ഒരിക്കൽ ചീഫ് ഗസ്റ്റായി രാമു കാര്യാട്ടിനെ കൊണ്ടുവരാൻ തീരുമാനിച്ചു. 'ചെമ്മീൻ' ഇന്ത്യൻ സിനിമയുടെ ചക്രവാളത്തിൽ വിലസുന്ന കാലം. കാര്യാട്ടിന്റെ കുടുംബത്തിൽപ്പെട്ട മനോഹരൻ കാര്യാട്ട് ശ്രീകൃഷ്ണ കോളേജിൽ എന്റെ സഹപാഠിയായിരുന്നു. മനോഹരൻ വഴിയാണ് കാര്യാട്ടിനെ കാണാനവസരം കിട്ടുന്നത്. കാര്യാട്ടിന്റെ കുടുംബവുമായി

ഉമ്മയുടെ കുടുംബം വലിയ അടുപ്പത്തിലായിരുന്നു. മനോഹരന്റെ അച്ഛൻ ബാലൻ വൈദ്യരായിരുന്നു മരത്തിൽനിന്ന് വീണു പരിക്കേറ്റപ്പോഴൊക്കെ എന്നെ ചികിത്സിച്ചിരുന്നതെന്ന് ഞാൻ മുമ്പ് പറഞ്ഞതാണല്ലോ. ഈ അടുപ്പങ്ങളൊക്കെയായാണ് രാമു കാര്യാട്ടിനെ കാണാൻ ചെല്ലുന്നത്. അദ്ദേഹത്തെ ക്ഷണിക്കാൻ പോകുമ്പോൾ ഒരു ലക്ഷ്യമുണ്ടായിരുന്നത് കെ ആർ മോഹനന് ഒരു ചാൻസ് ചോദിക്കുകയെന്നതായിരുന്നു. അതിന്റെ കൂടെ എനിക്കും കിട്ടുകയാണെങ്കിൽ തരക്കേടൊന്നുമില്ലല്ലോ. മോഹനൻ സത്യനായാൽ എനിക്ക് പ്രേംനസീറാവാം എന്നായിരുന്നു എന്റെ ചിന്ത. 'ഹോസ്റ്റൽ ഡേ'ക്ക് വരാൻ അദ്ദേഹം സമ്മതിച്ചപ്പോൾ മോഹനന്റെ സിനിമാക്കമ്പം ഞാൻ പറഞ്ഞു. രാമൻ മാഷുടെ മോനാണ് എന്നൊക്കെ പറഞ്ഞുപരിചയപ്പെടുത്തി. പിന്നെ എന്റെ കുടുംബത്തെപ്പറ്റിയും പറഞ്ഞു. ഞങ്ങളുടെ ആഗ്രഹം അവതരിപ്പിച്ചു. അദ്ദേഹത്തിന് മാഷെ അറിയാം, എന്റെ കുടുംബവും നന്നായറിയാം. എല്ലാം കേട്ട ശേഷം കാര്യാട്ട് പറഞ്ഞു, "ആദ്യം നിങ്ങൾ സിനിമ പഠിക്ക്, മക്കളേ!" പൂനാ ഫിലിം ഇൻസ്റ്റിറ്റ്യൂട്ട് എന്നൊരു സ്ഥാപനമുണ്ടെന്നും അവിടെ സിനിമ നന്നായിട്ട് പഠിപ്പിക്കുന്നുണ്ടെന്നും അഭിനയമൊക്കെ അവിടെ പഠിക്കാമെന്നും അദ്ദേഹം പറഞ്ഞു. "നിങ്ങൾ അവിടെ പോവാൻ ശ്രമിക്കൂ. അവിടെനിന്നു വന്ന ഒരു സംവിധായകനുണ്ട്. അയാളുടെ പേരാണ് അസീസ്. അയാൾ നല്ല സംവിധായകനാണ്. ഹി ഈസ് ബെറ്റർ ദാൻ മി." ദേശീയ അവാർഡ് വാങ്ങി അന്തർദേശീയ തലത്തിൽ തിളങ്ങിനിൽക്കുന്ന, ഏറെ അറിയപ്പെടുന്ന സംവിധായകനാണ് പറയുന്നത്, അസീസ് എന്ന സംവിധായകൻ തന്നേക്കാൾ കേമനാണെന്ന്. കാര്യാട്ട് പറഞ്ഞ പി എം എ അസീസ് ഞങ്ങളുടെ ഹോസ്റ്റൽ ഗ്യാങ്ങിലെ ഇബ്രാഹിമിന്റെ മൂത്ത ജ്യേഷ്ഠനാണ്. 'ചാവേർപ്പട' എന്ന നാടകവും 'അവൾ' എന്ന സിനിമയും ചെയ്യാനുള്ള തയാറെടുപ്പിലായിരുന്നു അസീസ്. ഡി വൈ എഫ് ഐ അഖിലേന്ത്യാ പ്രസിഡന്റ് പി എ മുഹമ്മദ് റിയാസിന്റെ പിതാവ് റിട്ട. പൊലീസ് സൂപ്രണ്ട് പി എം അബ്ദുൾ ഖാദർ അസീസിന്റെ സഹോദരനാണ്.

രാമു കാര്യാട്ടിന്റെ വാക്കാണ് കെ ആർ മോഹനൻ പൂണെയിൽ പോകാൻ നിമിത്തമായത്. രാമൻ മാസ്റ്ററുടെ എല്ലാ മോഹവും അസ്ഥാനത്താക്കിക്കൊണ്ട് മോഹനൻ സിനിമ പഠിക്കണമെന്നു വാശിപിടിച്ചു. മോഹനന് അച്ഛനോട് നേരിട്ട് പറയാൻ ധൈര്യമുണ്ടായിരുന്നുമില്ല. എന്റെ മാമയുടെ പ്രിയ സുഹൃത്തായിരുന്നു രാമൻ മാഷ്. എന്റെ ഗുരുനാഥനും. ഞാൻ മാഷോടു പറഞ്ഞു, "സിനിമ പഠിച്ചാൽ ഒരുപാട് സാധ്യതകളുണ്ട്." മാഷ് ചിരിച്ചു. തന്റെ സങ്കടങ്ങളെല്ലാം മാഷ് എന്റെ മുന്നിൽവെച്ചു. മോഹനന്റെ ജൂനിയറായ ഞാൻ ആ വലിയ

ഗുരുനാഥനെ എങ്ങനെ കാര്യം ബോധ്യപ്പെടുത്തി എന്ന് ഇന്നെനിക്കു നിശ്ചയമില്ല. മാഷ് സമ്മതിച്ചു. മോഹനൻ പൂണെ ഫിലിം ഇൻസ്റ്റിറ്റ്യൂട്ട് വിദ്യാർഥിയായി.

വെക്കേഷനിൽ നാട്ടിലെത്തുമ്പോൾ മോഹനൻ ഹോസ്റ്റലിൽ വരുമായിരുന്നു. ഞങ്ങൾ സ്നേഹപുരസ്സരം മോഹനനെ സ്വീകരിക്കും. ഒന്നോ രണ്ടോ ദിവസം ഹോസ്റ്റൽ ജീവിതം ആഘോഷിച്ച ശേഷമേ മോഹനൻ മടങ്ങിയിരുന്നുള്ളൂ.

ഒഴിവുകാലത്തും ഹോസ്റ്റൽ മുറി വിടാത്ത കോട്ടയം മുണ്ടക്കയത്തെ സക്കറിയ രാഷ്ട്രീയ മർമജ്ഞനായിരുന്നു. ഭയങ്കര രസികൻ കഥാപാത്രം. ഞങ്ങളുമായി നല്ല അടുപ്പം. ബി എ ഇക്കണോമിക്സിന് വി എം സുധീരന്റെ ക്ലാസ്മേറ്റ്. സുധീരന് കോളേജ് യൂനിയൻ സെക്രട്ടറിയാവണമെന്ന് കലശലായ മോഹമുണ്ടായിരുന്നു. അതു തടയാനുള്ള നടപടികൾ സക്കറിയ ഒന്നാം കൊല്ലം തന്നെ ആരംഭിച്ചു. ക്ലാസ് പ്രതിനിധികളിൽ നിന്നാണ് ചെയർമാനെയും സെക്രട്ടറിയെയും തെരഞ്ഞെടുക്കുക. ഒരു തവണ ഇടതു പിന്തുണയോടെ ചെയർമാൻ സ്ഥാനാർഥിയായി ഞാൻ മത്സരിക്കുകയും തോൽക്കുകയും ചെയ്തിരുന്നു. സുധീരൻ മത്സരിക്കാൻ നോക്കിയപ്പോൾ സക്കറിയ രംഗത്തിറങ്ങി. സുധീരൻ ക്ലാസിൽ മത്സരിക്കാതെ പിന്മാറി. സക്കറിയ ക്ലാസ് പ്രതിനിധിയായി വരികയും ചെയ്തു. പക്ഷേ, സെക്രട്ടറിയാകാൻ കഴിഞ്ഞില്ല. മൂന്നു കൊല്ലത്തെ സൂക്ഷ്മമായ പ്രവർത്തനത്തിലൂടെയാണ് സക്കറിയ ക്ലാസ് തെരഞ്ഞെടുപ്പിൽ വിജയം നേടിയത്. പ്രസിദ്ധനായ രാഷ്ട്രീയ നേതാവ് ക്ലാസിൽനിന്ന് ജയിച്ചുകയറി കോളേജ് യൂനിയൻ സെക്രട്ടറിയാകുന്നത് തടയാൻ സക്കറിയയിലെ രാഷ്ട്രീയ മർമജ്ഞന് കഴിഞ്ഞു. അന്നൊന്നും അത്ര വലിയ കാര്യമായി എനിക്കു തോന്നിയിരുന്നില്ല. പിന്നീട് രാഷ്ട്രീയ പ്രവർത്തകനായപ്പോഴാണ് അതിന്റെ മാനങ്ങൾ എനിക്കു മനസ്സിലായത്. സക്കറിയ രാഷ്ട്രീയക്കാരനായില്ല. ഞാൻ എം എൽ എ ആയപ്പോൾ കണ്ടിരുന്നു. സുധീരൻ കോളേജിലെ ശക്തനായ നേതാവു തന്നെയായിരുന്നു. കോളേജ് യൂണിയൻ ഭാരവാഹിത്വത്തിനപ്പുറത്ത് കേരള രാഷ്ട്രീയത്തിലെ വലിയ നേതാവായി വളരുകയുംചെയ്തു.

സെന്റ് തോമസ് കോളേജിന്റെ ഒരു പ്രത്യേകത, ക്ലാസിലിരിക്കാൻ തോന്നുകയില്ല എന്നതാണ്. എനിക്കിപ്പോഴും ഓർമയുണ്ട് ഞാനും മോഹനനും കൂടി ഒരിക്കൽ വിദ്യാർഥികോർണർവരെ ഓടുന്നുണ്ട്, ഇ എം എസ് നമ്പൂതിരിപ്പാടിനൊപ്പമെത്താൻ. 1969-ൽ മുഖ്യമന്ത്രി സ്ഥാനം രാജിവെച്ച ശേഷം, ടി കെ കൃഷ്ണന്റെ അയ്യന്തോളിലെ വീട്ടിൽ നിന്ന് വിദ്യാർഥി കോർണറിലേക്ക് പ്രസംഗിക്കാൻ വേണ്ടി പോവുകയായിരുന്നു ഇ എം എസ്. ഞാനും മോഹനനും കുറെ ഓടി. അന്നും

ഇടതുപക്ഷക്കാർ തന്നെയാണ് ഞങ്ങൾ. വായനയിലൂടെയാണ് കമ്യൂണിസ്റ്റ് പ്രസ്ഥാനവുമായി അടുത്തത്. സ്കൂളിൽ പഠിക്കുമ്പോൾത്തന്നെ 'എന്റെ സത്യാന്വേഷണ പരീക്ഷണങ്ങ'ളും 'ഇന്ത്യയെ കണ്ടെത്ത'ലും 'ഒളിവിലെ ഓർമകളു'മൊക്കെ വായിച്ചുകഴിഞ്ഞിരുന്നു. 'മുന്നണി' വായനശാലയിൽനിന്നും ദേവസ്വം ബോർഡ് ലൈബ്രറിയിൽനിന്നുമായി വായനശീലമായതു നേരത്തെ സൂചിപ്പിച്ചതാണ്. ആദ്യം വായിച്ച നോവൽ സി രാധാകൃഷ്ണന്റെ 'നിഴൽപ്പാടുകളാ'ണ്. 'മാതൃഭൂമി' ചേറ്റുവായിൽനിന്നേ വായിച്ചുതുടങ്ങിയിരുന്നുവല്ലോ. ടി എൽ ജോൺസിനെപ്പോലുള്ള എഴുത്തുകാർ വരുന്നതും ഇക്കാലത്തുതന്നെ. ക്ലാസിക്ക് സാഹിത്യകാരന്മാരുടെ എല്ലാ കൃതികളും വായിച്ചു. ഉറൂബ്, എം ടി, തകഴി, ബഷീർ എല്ലാവരുടെയും. ബഷീറും മാധവിക്കുട്ടിയും എന്നും വേറിട്ടുനിൽക്കുന്ന എഴുത്തുകാരായി എനിക്കു തോന്നി. ബംഗാളി നോവലുകൾ വേറൊരു ജനുസ്സ് തന്നെയായിരുന്നു. മാരാരാണ് ഏറ്റവും ഇഷ്ടപ്പെട്ട നിരൂപകൻ. അസ്തിത്വദു:ഖം എന്നൊക്കെപ്പറഞ്ഞ് എഴുപതുകളോടെ പ്രത്യക്ഷപ്പെട്ട ഒ വി വിജയന്റെയും കാക്കനാടന്റെയും മുകുന്ദന്റെയുമെല്ലാം കൃതികളും അപ്പപ്പോൾ വായിച്ചുതീർത്തു. ആ കാലത്ത് അതിന്റെയൊക്കെയുടെ കുറെ സഞ്ചരിച്ചുപോയിട്ടുമുണ്ട്.

ഞങ്ങളുടെ ഹോസ്റ്റൽ വാർഡന്മാർ കെ ആർ രാമൻ കർത്തായും പീതാംബരൻ മാഷും ഒ കെ ജോർജും ആയിരുന്നു. ജനതാദൾ നേതാവായ രാമൻ കർത്താ ഗുരുവായൂർ ദേവസ്വം ബോർഡ് ചെയർമാനായിട്ടുണ്ട്. ഞങ്ങളോട് പ്രത്യേക മമതയുണ്ടായിരുന്നു. ഞങ്ങളുടെ നില്പും അങ്ങനെയാണ്. ഹോസ്റ്റലിലെത്താൻ ഏഴു മണി കഴിഞ്ഞാൽ ലെയ്റ്റ് മാർക്ക് വീഴും. രണ്ടോ മൂന്നോ തവണ ഇതാവർത്തിച്ചാൽ രക്ഷിതാവിനെ കൊണ്ടുവരണം. അവിടെയാണ് രാമൻ കർത്തായെ പോലുള്ളവരുടെ മമത അനുഗ്രഹമാകുന്നത്. മന്ത്രിയായ എൻ കെ ശേഷൻ സെന്റ് തോമസിൽ ഇംഗ്ലീഷ് പ്രൊഫസറായിരുന്നു. അങ്ങനെ രാഷ്ട്രീയമായ ബന്ധങ്ങളും അവിടെ നല്ലവണ്ണം ഉണ്ടായിരുന്നു. തോമസ് മൂത്തേടനായിരുന്നു കോളേജ് പ്രിൻസിപ്പൽ. വി ആർ സുബ്രഹ്മണ്യൻ, എൻ ഡി ജോർജ്, സി കെ വാര്യർ, ചുമ്മാർ ചൂണ്ടൽ, എഡ്മണ്ട് പീറ്റേഴ്സ്, പി സി തോമസ് ഇവരെല്ലാം പ്രസിദ്ധരായ അധ്യാപകർ. മുണ്ടശ്ശേരി മാഷെ കണി കണ്ടാണ് ഒരു വർഷക്കാലം ഞാൻ ദിവസം തുടങ്ങിയത്. റൂമിൽ നിന്നെണീറ്റു നോക്കിയാൽ മാഷ് മോണിങ് വാക്കിന് പോകുന്നതുകാണാം.

സൗഹൃദവും നാടകവും രാഷ്ട്രീയവും എല്ലാമായി നടക്കുന്നതിനിയിൽ പഠിത്തത്തിൽ ശ്രദ്ധ കുറഞ്ഞു. ഗണിതം ഐച്ഛിക വിഷയമായെടുത്ത എനിക്ക് ക്ലാസിൽ കയറാതെ കണക്കു പഠിക്കാനാവില്ല എന്ന

ബോധമില്ലാതെപോയി. കാലം ആരെയും കാത്തുനിൽക്കാതെ കടന്നു പോയി.

മുതിർന്ന സഹപാഠികളായിരുന്ന രാജനുണ്ണിയും ദേവദാസുമെല്ലാം കോളേജ് വിട്ടുപോയി. എങ്ങനെയാണ് ഫൈനൽ പരീക്ഷ എഴുതുക യെന്ന് ഞാൻ അന്തം വിട്ടു. ഒടുവിൽ മെയിൻ പിന്നീട് എഴുതാനും മറ്റു പേപ്പറുകളെല്ലാം എഴുതിയെടുക്കാനും തീരുമാനിച്ചു. അങ്ങനെ ഹോസ്റ്റൽ ജീവിതം അവസാനിപ്പിച്ച് തൃശ്ശൂരിലെ സിലോൺ ലോഡ്ജിൽ മുറിയെടു ത്തു. അപ്പോഴാണറിയുന്നത്, ഈ വീരന്മാർ പലരും എന്നേക്കാൾമുമ്പേ അവിടെ എത്തിയിട്ടുണ്ട്. എങ്ങനെ കണക്ക് പരീക്ഷ എഴുതും, ആരാണ് മാത്തമറ്റിക്സ് പറഞ്ഞുതരാനുള്ളത്. വേറൊരു ഗതിയുമില്ലാതെയായ പ്പോൾ ഞാൻ ശ്രീകൃഷ്ണ കോളേജിലെ കമലടീച്ചറുടെ അടുത്തുപോയി. അവർ എന്റെ അവസ്ഥയിൽ സഹതപിച്ചു, “നല്ലവണ്ണം പഠിക്കുന്ന കുട്ടി ഈ നിലയിൽ വന്നതിൽ വലിയ വിഷമമുണ്ട്.” എന്നിട്ടവർ നിസ്സഹായത പ്രകടിപ്പിച്ചു, “ഞാൻ ഏതുസമയത്ത് എടുത്തുതരും, കുഞ്ഞിമുഹമ്മദേ? ഇവിടെ എപ്പോഴും ക്ലാസുള്ളതല്ലേ” ഞാൻ ഒന്നും മിണ്ടിയില്ല. ഒടുവിൽ ടീച്ചർ പറഞ്ഞു, “ഞാൻ ആഴ്ചയിൽ രണ്ടുദിവസം ക്ലാസെടുത്തുതരാം. എനിക്കൊഴിവുള്ള സമയംനോക്കി സ്റ്റാഫ് റൂമിൽ വന്നോളൂ.” ഞാൻ കൃത്യസമയത്ത് സ്റ്റാഫ് റൂമിന് മുന്നിലെത്തും. ഒരുമാസം ടീച്ചർ കാൽ ക്കുലസും ആൾജിബ്രയും വെക്ടറൽ അനാലിസിസുമെല്ലാം വിശദമായി പഠിപ്പിച്ചു.

കൂടെ പഠിച്ചവരാരും അന്നവിടെ ഇല്ല. സ്വാഭാവികമായും ഞാനവിടെ സ്ഥിരമായി വന്നുനിൽക്കുന്നത് ചിലർക്കു രസിച്ചില്ലെന്ന് തോന്നുന്നു. അവർ ഓരോ കമന്റടിക്കും. ഞാൻ ശ്രദ്ധിക്കാതെ പാവംപോലെ നിൽക്കും. ടീച്ചർ യഥാർഥത്തിൽ വളരെ ബുദ്ധിമുട്ടു സഹിച്ചാണ് എനിയ്ക്ക് ക്ലാസെടുത്തുതന്നത്. ഞാനെഴുതി പാസായി. എനിക്ക് ബിരുദം സമ്പാ ദിക്കാൻ കഴിഞ്ഞതിനു പ്രധാനകാരണം കമല ടീച്ചറാണെന്നാണ് ഞാൻ വിശ്വസിക്കുന്നത്. ടീച്ചർ പ്രതിഫലമൊന്നും വാങ്ങാൻ കൂട്ടാക്കി യില്ല. ഗൾഫിൽ പോയപ്പോൾ ടീച്ചറോട് ചോദിച്ചിരുന്നു എന്തെങ്കിലും സമ്മാനം തരട്ടേയെന്ന്. അതിനും സമ്മതം തന്നില്ല. വിവാഹം കഴിഞ്ഞ ശേഷം ജോലി രാജിവെച്ച് ബംഗ്ളൂരുവിലേക്കു പോയി. കുറേക്കാലത്തി നുശേഷം എന്തോ ചികിത്സക്ക് എറണാകുളത്തു വന്നപ്പോൾ ഞാൻ പോയി കണ്ടു. ടീച്ചർ സ്നേഹവും സന്തോഷവും പ്രകടിപ്പിച്ചു. വീടാത്ത കടവുമായി, മനുഷ്യവർഗത്തോടുള്ള എന്റെ കടപ്പാടിന്റെ ഏടുകളുടെ എണ്ണം ടീച്ചർ ഒന്നുകൂടി കൂട്ടി.

എന്നിലെ ഭീരുവിനെ ഞാൻ കൊല്ലാൻ തുടങ്ങുന്നു

ബിരുദ പഠനം കഴിഞ്ഞ് വീണ്ടും ഞാൻ ഗുരുവായൂരിലെത്തി. അമ്പലനടയും വായനശാലകളും വീണ്ടും നിത്യജീവിതത്തിന്റെ ഭാഗമായി. പക്ഷേ, സുഹൃത്തുക്കളിൽ പലരും നാടുവിട്ടുകഴിഞ്ഞിരുന്നു.

ഗൾഫിലേക്കു 'ലാഞ്ചിയാത്ര' സജീവമായ കാലം. അയൽപക്കത്തെ പാണ്ടാരിക്കൽ വിശ്വേട്ടൻ വിസയെടുത്ത് ദുബായിലെത്തി. ചുറ്റുവട്ടത്തെ വീടുകളിലും സുഹൃത്തുക്കൾക്കിടയിലും ആ വാർത്ത വലിയ ചലനമുണ്ടാക്കി. പലരും പോകാനൊരുങ്ങുന്നു. മറ്റു പലരും അതിന്റെ ആലോചനയുമായി നടക്കുന്നു.

എന്റെ കോളേജ് വിദ്യാഭ്യാഭ്യാസം കഴിഞ്ഞ സ്ഥിതിക്ക് ഇനി എന്ത് എന്ന ആലോചന വന്നു. ഉപ്പക്ക് വിശ്രമം കൊടുക്കണമെന്നൊരു തോന്നൽ മനസ്സിലുണ്ടായിരുന്നു. ഉപ്പ റിട്ടയർമെന്റിനെക്കുറിച്ച് ആലോചിച്ചിട്ടില്ല. ബോംബെയിൽ അന്നും ഉപ്പക്ക് കച്ചവടമുണ്ട്. അത്ര വലിയ കച്ചവടമൊന്നുമല്ല. കൊല്ലത്തിലൊരിക്കലാണ് നാട്ടിൽ വരിക. വന്നാൽ അധികവും വീട്ടിൽത്തന്നെ ഉണ്ടാവും. ചിലപ്പോഴൊക്കെ പുറത്തുപോകും. അധികം സംസാരിക്കുന്ന പ്രകൃതക്കാരനല്ല. സെന്റ് തോമസ് കോളേജിൽ പഠിക്കുന്ന കാലത്ത് ആഴ്ചയിലൊരിക്കൽ ഞാൻ വീട്ടിൽ വരും. നാട്ടിലുള്ള സമയമാണെങ്കിൽ ഉപ്പ എപ്പോഴും കോലായയിൽത്തന്നെ കാണും. ചാരുകസേരയിൽ കിടപ്പുണ്ടാവും. ധാരാളം ബീഡി വലിക്കുന്ന ആളാണ്; അങ്ങനെ വലിച്ചുകൂട്ടും. കേറിച്ചെല്ലുമ്പോൾ ചോദിക്കും, "നീ ഏത് ബസ്സിനേ വന്നത്?" രണ്ടു ദിവസം കഴിഞ്ഞ് ബാഗും തൂക്കി മടങ്ങിപ്പോകുമ്പോഴും അതുപോലെ, "ങ്ഹാ, നീ പോവാ?" ഇതിൽ

കൂടുതൽ വർത്തമാനമില്ല; കമ്യൂണിക്കേഷനില്ല. ഉപ്പയെക്കൊണ്ട് എന്തെങ്കിലും സാധിക്കാനുണ്ടെങ്കിൽ ഉമ്മ വഴിയാണ് കാര്യങ്ങൾ നീക്കുക; അല്ലെങ്കിൽ സഹോദരി ഐശക്കുഞ്ഞി വഴി. ഉപ്പക്ക് നാട്ടിലും ധാരാളം സുഹൃത്തുക്കളുണ്ടായിരുന്നു. അയൽപക്കക്കാരും കച്ചവടക്കാരുമൊക്കെയായി. അപ്പു അച്ചാച്ചൻ, നാരായണൻ അച്ചാച്ചൻ, അവറാൻക്കാ, വാലിപ്പറമ്പിൽ മുഹമ്മദുണ്ണിക്കാ എന്നിങ്ങനെ... 'ഹിറ്റ്ലർ' എന്ന പേരിലറിയപ്പെട്ട ഒരു സുഹൃത്തുമുണ്ടായിരുന്നു അയൽക്കൂട്ടത്തിൽ. രണ്ടാം ലോകയുദ്ധകാലത്ത് ഹിറ്റ്ലറുടെ പക്ഷംപിടിച്ച അദ്ദേഹത്തിന് ഹിറ്റ്ലറുടെ രൂപവും, മീശ പോലും, ഉണ്ടായിരുന്നുവെങ്കിലും ആൾ പാവമായിരുന്നു.

ഉമ്മക്ക് ഞാൻ നാടുവിട്ടുപോകുന്നത് ആലോചിക്കാനേ കഴിയുമായിരുന്നില്ല. ബിരുദം ഒരു വലിയ യോഗ്യതയായിട്ടാണ് ഉമ്മ കണക്കാക്കിയത്. "നിനക്ക് ഇവിടെത്തന്നെ ജോലി കിട്ടില്ലേ?" ഉമ്മ ചോദിക്കും. പക്ഷേ എനിക്കു തോന്നി പുറത്തു പോകുന്നതാണ് നല്ല ജോലികിട്ടാനും വേഗം കുറച്ചു കാശുണ്ടാക്കി തിരിച്ചുവന്ന് ഇവിടെത്തന്നെ നിൽക്കാനും നല്ലതെന്ന്. ഏതായാലും ഞാൻ ഗൾഫിൽ പോകാൻ തീരുമാനിച്ചു. എന്റെ അളിയന്റെ അനുജൻ അബ്ദുൽ ഖാദർക്കായുടെ അളിയനും എന്റെ സുഹൃത്തുമായ ഇ കെ ഹംസ ബോംബെയിൽനിന്ന് ദുബായിലെത്തി ഉയർന്ന ഉദ്യോഗം സമ്പാദിച്ച കാര്യമൊക്കെ ഞങ്ങൾക്കറിയാമായിരുന്നു. ഹംസക്കാ വഴി ഒരു വിസ സംഘടിപ്പിക്കാൻ പറ്റുമോ എന്നായി ആലോചന. വിസക്കും യാത്രക്കും കൂടി 5000 രൂപ വരും. അന്നത് വലിയ സംഖ്യയാണ്. ഉപ്പക്ക് എന്നല്ല, ഞങ്ങളുടെ കുടുംബത്തിലാർക്കും താങ്ങാവുന്ന ഒന്നല്ല. ഉമ്മക്ക് ചേറ്റുവായിൽ തറവാട്ടുവക ലഭിച്ച ഒരേക്ര പറങ്കിമാവിൻതോപ്പിൽ പകുതി വിൽക്കാൻ തീരുമാനിച്ചു. ഉമ്മയുടെ അനുജത്തി ദെയ്നു ഇന്നമ്മക്ക് 4000 രൂപയ്ക്കടുത്ത് വരുന്ന സംഖ്യക്ക് അതു വിറ്റാണ് ഹംസക്കാ വഴി വിസ ശരിപ്പെടുത്തിയത്.

ഇതിനിടക്ക് ഞാൻ ടൈപ്പ്റൈറ്റിങ് പഠിക്കാൻ തുടങ്ങി. ഗുരുവായൂർ തെക്കെ നടയിൽ സ്വാമിയുടെ ഇൻസ്റ്റിറ്റ്യൂട്ടിലായിരുന്നു ചേർന്നത്. ടൈപ്പ്റൈറ്റിങ് ഇൻസ്റ്റിറ്റ്യൂട്ടുകൾ അക്കാലത്ത് അഭ്യസ്തവിദ്യരായ തൊഴിലന്വേഷകർ അഡിഷണൽ ക്വാളിഫിക്കേഷൻ സമ്പാദിക്കാൻ ആശ്രയിച്ചിരുന്ന കേന്ദ്രങ്ങളാണ്. എന്റെ അയൽവാസിയായ, എന്നേക്കാൾ പ്രായംകുറഞ്ഞ യശോധയായിരുന്നു ഇൻസ്റ്റിറ്റ്യൂട്ടിൽ എന്റെ ടീച്ചർ. നാടക നടൻ ശങ്കർ പുല്ലാട്ടിന്റെ സഹോദരി. ടൈപ്പ്റൈറ്റിങ് എനിക്കു വഴങ്ങിയില്ല. സ്പീഡിലടിക്കുമ്പോൾ വിരലുകൾ കീബോർഡിനുള്ളിലേക്കു പോകും. ഒന്നിലധികം തവണ പരീക്ഷ എഴുതിയെങ്കിലും എല്ലാം വെറുതെയായി. പിന്നെ ഞാനാ അധികയോഗ്യത വേണ്ടെന്നുവെച്ചു. പഠിക്കുന്നകാലംതന്നെ പാസ്പോർട് തരപ്പെടുത്തിയിരുന്നു. തൃശ്ശൂരിലെ

കമലാകരമേനോനാണ് അതു ശരിയാക്കിത്തന്നത്. അദ്ദേഹത്തിന്റെ മകനാണ് അറ്റ്ലസ് രാമചന്ദ്രൻ എന്ന് ഞാനറിയുന്നത് പിന്നീടാണ്.

പാസ്പോർട്ടും വിസയുമായി ബോംബെക്കു പോയി. വിസ കിട്ടുന്ന സമയം ഉപ്പ ബോംബെയിലാണ്. സന്തതസഹചാരി സെയ്ത് മുഹമ്മദ് മാമയും അവിടെ ഉപ്പയുടെ കൂടെയുണ്ട്. ബോംബെയിലെ മുഹമ്മദലി റോഡിൽ അന്ന് വല്ലീച്ച(ഹൈറുന്നിസ)യുടെ ഭർത്താവ് മുഹമ്മദ് അളിയന് ടീഷോപ്പുണ്ടായിരുന്നു. ചായയും ബിസ്കറ്റും മാത്രം വിൽക്കുന്ന പീടിക. ബോംബെ നഗരത്തിന്റെ ഹൃദയഭാഗത്തായിരുന്നു ആ പീടിക. ഉപ്പയുടെ കച്ചവടം ഒഴിഞ്ഞൊരു ഭാഗത്തായിരുന്നു. അതിനാൽ അവിടെ താമസ സൗകര്യം അത്ര നല്ലതായിരുന്നില്ല. മുഹമ്മദ് അളിയൻ എന്നെ നഗരത്തിലേക്കു കൂട്ടിക്കൊണ്ടുപോയി. വിസ്തിമുല്ലയിൽ അറിയപ്പെടുന്ന, ചെറിയ തോതിൽ പോക്രിത്തരമൊക്കെയുള്ള, ആളായിരുന്നു അദ്ദേഹം. വി ടി സ്റ്റേഷനടുത്ത ഒരു ഹോട്ടലിൽ സ്നേഹനിധിയായ അളിയന്റെ ആതിഥേയത്വത്തിൽ അത്യാവശ്യം സുഖസൗകര്യങ്ങളോടെ ഞാൻ താമസിച്ചു.

ഒരു ദിവസം ബോംബെയിൽനിന്ന് കപ്പൽ കയറി. യാത്രപുറപ്പെടുംമുമ്പ് ഉപ്പ കെട്ടിപ്പിടിച്ച് കരഞ്ഞു. അജ്ഞാതമായ ലോകത്തേക്ക്, ഉറ്റവരും ഉടയവരുമില്ലാത്ത ലോകത്തേക്ക്, മരുഭൂമിയിലേക്ക്, ഏകനായി പുതിയ ജീവിതംതേടി അറബിക്കടലിലൂടെ യാത്രയാവുകയാണ്.

» വല്ലീച്ചയോടൊപ്പം

എനിക്കൊരെത്തും പിടിയുമില്ലായിരുന്നു. കപ്പലിൽ എനിക്കൊരു സ്ഥലം കിട്ടി. പുറപ്പെട്ട് കുറച്ച് കഴിഞ്ഞപ്പോഴേക്കും ഞാൻ ഛർദിക്കാൻ തുടങ്ങി. പിന്നെ ഒരിടത്ത് ചുരുണ്ടുകൂടികിടന്നു. ഒരു പൗണ്ടിന് എന്തോ വാങ്ങിക്ക ഴിച്ചു. കപ്പലിലെ ഭക്ഷണം എനിക്കു പിടിച്ചില്ല. കപ്പലിൽ കയറുമ്പോൾ ഏതാണ്ട് രണ്ടു പൗണ്ടാണ് കൈയിലുണ്ടായിരുന്നത്. ബാക്കിവന്നത് ഭക്ഷണം കഴിക്കാനൊന്നുമില്ലെന്ന് പറഞ്ഞ ഒരാൾക്കു കൊടുത്തു. മൂന്നു ദിവസത്തെ യാത്ര കഴിഞ്ഞപ്പോൾ സ്ഥലം എത്താറായെന്ന് ആരോ പറഞ്ഞു. ഞാൻ പെട്ടിയുമെടുത്ത് ഇറങ്ങാൻ തയാറായി. ദുബായിലാണ് കപ്പലിറങ്ങേണ്ടത്. ഹംസക്കാ പോർട്ടിലെത്താമെന്നു പറഞ്ഞിട്ടുണ്ട്. പക്ഷേ, കപ്പൽ ചെന്നുനിന്നത് കരയിനിന്ന് ഒരു കിലോമീറ്റർ ദൂരെ; അവിടെനിന്ന് കരയിലേക്ക് കടത്തുവഞ്ചി പോലുള്ള ബോട്ടിൽ പോകണം. അതിന് ഒരു ദിനാറോ മറ്റോ കൊടുക്കണം. എന്റെ കൈയിൽ പണമില്ല. എങ്കിലും ഞാൻ പോകാൻ തീരുമാനിച്ചു. കൊടുക്കാൻ പണമില്ലാഞ്ഞതുകൊണ്ട് പാസ്പോർട് പിടിച്ചുവെച്ചു; പിറ്റേന്ന് പണംകൊടുത്ത് തിരിച്ചുവാങ്ങിക്കൊള്ളാൻ പറഞ്ഞു. കപ്പലിൽനിന്ന് ഈ ബോട്ടിലേക്ക് ഇറങ്ങാൻ വലിയ ബുദ്ധിമുട്ടാണ്. എല്ലാവരുംകൂടി ഒരുവിധത്തിൽ എന്നെ അതിലേക്ക് പിടിച്ചിട്ടു. നാടുവിടേണ്ടിയിരുന്നില്ലെന്ന് എനിക്ക് തോന്നി. പുറത്ത് ഹംസക്കാ കാത്തുനില്പുണ്ടായിരുന്നു.

കപ്പലിൽ എന്റെ കൂടെ വന്നവരിൽ മുസ്തഫ എന്ന പാവറട്ടിക്കാരനുണ്ടായിരുന്നു, 1950 കളിൽ ബിരുദം നേടി ഖത്തർ പെട്രോളിയത്തിൽ ഉന്നത ഉദ്യോഗംഭരിച്ച് മതിയാക്കി നാട്ടിൽവന്ന് കുറെക്കാലം കഴിഞ്ഞ് വീണ്ടും പോകുന്ന ആളാണ്. ഫോട്ടോഗ്രാഫറാണ്. നന്നായി വരയ്ക്കും. ഇദ്ദേഹത്തെ ദുബായിൽ കപ്പലിറങ്ങുമ്പോഴാണ് കണ്ടതും പരിചയപ്പെട്ടതും. അദ്ദേഹത്തിന് എന്റെ കുടുംബത്തെ അറിയാം. അദ്ദേഹവും അബുദാബിക്കാണ്. അങ്ങനെ അദ്ദേഹത്തോടൊപ്പമാണ് ദുബായിൽനിന്ന് അടുത്തദിവസം അബുദാബിക്കു പോകുന്നത്. എന്റെ അളിയന്റെ മരുമകൻ ഗുരുവായൂർ തൈക്കാട്ടുകാരൻ അബൂബക്കർ ദെർവിഷ് ട്രേഡിങ് കമ്പനിയിൽ ഉയർന്ന ഉദ്യോഗം വഹിക്കുന്ന ആളാണ്. അദ്ദേഹത്തിനടുക്കലേക്കാണ് ഞാൻ പോകുന്നത്. മുസ്തഫക്കായുടെ ഭാര്യയുടെ ഫസ്റ്റ് കസിനാണ് ഈ അബൂബക്കർ. ഇരുവരും ദോഹയിലും ഒരുമിച്ചായിരുന്നു. പിറ്റേന്ന് രാവിലെ പോർടിൽചെന്ന് പാസ്പോർട് ക്ലിയർ ചെയ്ത് ടാക്സിയിൽ ഞങ്ങൾ അബുദാബിക്ക് വിട്ടു.

ദുബായ് അന്ന് കൊച്ചു പട്ടണമാണ്. നമ്മുടെ ഒരു അങ്ങാടിയൊക്കെപ്പോലെയേ ഉള്ളൂ. വമ്പൻ കെട്ടിടങ്ങളൊന്നും ഞാനവിടെ കണ്ടില്ല. ചെറിയ ചെറിയ കെട്ടിടങ്ങളുണ്ട്. ഭയങ്കര ചൂടും. അബുദാബിയിലേക്ക് സൗകര്യപ്രദമായ റോഡുപോലുമില്ല. ജൂലായ് മാസത്തിലാണ് ഞാൻ

എത്തിയത്. കൊട്ടും ചൂടിൽ മരുഭൂമിയിലൂടെ രണ്ടുമണിക്കൂർ യാത്ര. അതിർത്തിയിൽ വിസയും പാസ്പോർട്ടും പരിശോധിച്ച് സീൽചെയ്ത ശേഷം ഉച്ചയോടെ ഞങ്ങൾ അബുദാബിയിലെത്തി.

മദീനാ സാഇദ് എന്ന സ്ഥലമാണ് അബുദാബിയിൽ അന്ന് മലയാളികളുടെ താമസകേന്ദ്രം. അറബികൾക്ക് ഗവൺമെന്റ് ഉണ്ടാക്കിക്കൊടുക്കുന്ന വീടുകളോടു ചേർന്നുള്ള മജ്‌ലിസ് എന്ന ഹാളാണ് ലോഡ്ജായി മലയാളികൾ ഉപയോഗിച്ചിരുന്നത്. അബൂബക്കർ ജോലി കഴിഞ്ഞ് താമസ സ്ഥലത്തെത്തിയിരുന്നു. ഹാളിൽ നാലുപേരാണ് താമസിച്ചിരുന്നത്. എ സി യുള്ള അപൂർവം താമസസ്ഥലങ്ങളിലൊന്നായിരുന്നു അത്. നാലു കട്ടിലുണ്ട്. ഒരു ടോയ്‌ലറ്റും. മുസ്തഫക്കാക്ക് ഒരു കട്ടിൽ അബൂബക്കർ ശരിയാക്കി. മുസ്തഫക്കാ ഉന്നതസ്ഥാനീയനായ (highly placed) ആളാണ്. ഞാൻ ഒരു ബെഡ് വാങ്ങി നിലത്തു കിടക്കാൻ തീരുമാനിച്ചു. അതൊക്കെത്തന്നെ വലിയ സൗകര്യമായാണു തോന്നിയത്. 'മഹേന്ദ്ര' കുഞ്ഞുമോൻ, 'വൈറ്റ് വേ' ഹമീദ്, മരട്ടിക്കൽ ജമാൽ തുടങ്ങിയവരായിരുന്നു ആ വീട്ടിലെ അന്തേവാസികൾ.

അബൂബക്കർ തൊട്ടടുത്ത് ഒരു മലയാളിയുടെ ഹോട്ടലിൽ എനിക്ക് പറ്റ് ഏർപ്പെടുത്തിത്തന്നു. വിചിത്രമായൊരു ലോകത്ത് എത്തിപ്പെട്ടതുപോലെ എനിക്കു തോന്നി. കൊടിയ ചൂട്; വളരെ കുറച്ച് മനുഷ്യർ. ഇവിടേക്ക് എന്തിനാണ് ആളുകൾ ഓടിവരുന്നതെന്ന് ഞാനത്ഭുതപ്പെട്ടു. വേണ്ടായിരുന്നു എന്ന ചിന്ത തികട്ടിവന്നു. ഇത്രയൊക്കെ പണം ചെലവഴിക്കുകയും ബുദ്ധിമുട്ടനുഭവിക്കുകയും ചെയ്ത സ്ഥിതിക്ക് എങ്ങനെ തിരിച്ചുപോകും എന്നൊരു വിഷമവും. ഉപ്പയുടെ അനുജന്റെ മകൻ ഉസ്സൻകുട്ടി എന്നെ തിരഞ്ഞുവന്നു. വിദ്യാഭ്യാസം കുറവായിരുന്ന അദ്ദേഹത്തിന് അന്ന് കാര്യമായ ജോലിയില്ലായിരുന്നു. പിന്നീട് അബുദാബി ഡിഫൻസിൽ നല്ല ജോലി കിട്ടി. അദ്ദേഹം കുറച്ചു പണം കൈയിൽ വെച്ചുതന്നു. ഉമ്മയുടെ അനുജത്തി വിയ്യാവു ഇന്നമ്മയുടെ മകളുടെ ഭർത്താവ് മുഹമ്മദ് പാന്റിന്റെ തുണിയും ഷർട്ടും കുറച്ചു പണവും കൊണ്ടുവന്നു തന്നു. പിന്നീട് അവിടത്തെ കാര്യങ്ങളൊക്കെ എല്ലാവരും പറഞ്ഞുതന്നു. ടൈപ്പ്‌റൈറ്റിങ് അറിയുമെങ്കിൽ നല്ല ജോലി കിട്ടുമായിരുന്നു. ഇനി ആലോചിച്ചിട്ടു കാര്യമില്ല.

ഏതായാലും കൈയിലുള്ള സർട്ടിഫിക്കറ്റുകളെല്ലാമെടുത്ത് ജോലി തേടിയുള്ള നടത്തമാരംഭിച്ചു. രാവിലെ അണിഞ്ഞൊരുങ്ങി തൊട്ടടുത്ത പട്ടണത്തിലെ ഓഫീസുകൾ കയറിയിറങ്ങും. ട്രാവൽ ഏജൻസികൾ, ബാങ്കുകൾ, കൺസ്ട്രക്ഷൻ കമ്പനികൾ തുടങ്ങിയവയാണ് ജോലി ലഭിക്കാൻ സാധ്യതയുള്ള സ്ഥലങ്ങളായി കണക്കാക്കപ്പെട്ടിരുന്നത്. എന്നെപ്പോലെ എത്രയോ പേർ ഈ ദിനചര്യയിൽ ഏർപ്പെട്ടിരുന്നു.

ജോലി അന്വേഷിക്കുന്നവരുടെ ഒരു സൗഹൃദക്കൂട്ടായ്മ തന്നെ ഇതിനിടക്ക് രൂപപ്പെട്ടു. പാന്റും ഷർട്ടും ഷൂസുമെല്ലാം ധരിച്ചാണ് ജോലി അന്വേഷിച്ച് നടന്നിരുന്നത്. എന്റെ കൈയിൽ അന്നുണ്ടായിരുന്നത് ടെർളിൻ ഷർട്ടാണ്. ഇസ്തിരിയിടേണ്ട എന്ന സൗകര്യമുണ്ട്. അതുകൊണ്ടുതന്നെ അതിന്റെയൊരു ഭംഗിയില്ലായ്മയുമുണ്ട്. ഞാൻതന്നെയാണ് അലക്കുക. എന്റെ പക്കൽ അധികം ജോഡി വസ്ത്രങ്ങളൊന്നുമുണ്ടായിരുന്നില്ല.

താമസിച്ച റൂമിലുള്ളവരെല്ലാം നല്ല ജോലിയുള്ളവരായിരുന്നു. മദ്യമൊക്കെ കഴിക്കുന്ന കക്ഷികൾ. വ്യാഴാഴ്ചയാണ് മദ്യം വിളമ്പുന്ന പാർടികൾ ഉണ്ടാവുക. അക്കാലത്ത് എനിക്കും ചെറുതായി മദ്യപിക്കുന്ന ശീലമുണ്ടായിരുന്നു. മദ്യപാനക്കമ്പനിയിൽ മൂപ്പിളമയില്ല. കൂട്ടത്തിൽ ഏറ്റവും ഇളയവൻ ഞാനാണ്. മുന്തിയ മദ്യം ആഫ്രിക്കൻ ഇസ്റ്റേണിൽനിന്ന് വാങ്ങും. പലതരം മദ്യങ്ങൾ അവിടെ പരീക്ഷിക്കപ്പെട്ടു. വ്യാഴാഴ്ച അവിടെ പല അതിഥികൾ ചേക്കേറി.

അക്കാലത്തെ പ്രധാന തൊഴിൽദാന കേന്ദ്രമെന്നു പറയാവുന്നത് അബുദാബി ഡിഫൻസ് ഫോഴ്സാണ്. ഉയർന്ന ശുപാർശ ഉണ്ടെങ്കിലേ അവിടെ ജോലി കിട്ടൂ. എനിക്ക് ആരും ശുപാർശ ചെയ്യാനില്ല. മുസ്തഫക്കാക്ക് അവിടെ വേഗം ജോലി കിട്ടി. അതും ഉയർന്ന ശമ്പളത്തിൽ. അതിനദ്ദേഹം യോഗ്യനായിരുന്നു താനും. അദ്ദേഹത്തിന്റെ സുഹൃത്തായ ഒരറബിയുണ്ടായിരുന്നു ഡിഫൻസ് ഫോഴ്സിൽ. അവിടെ ഉയർന്ന ഉദ്യോഗസ്ഥനായിരുന്നു അദ്ദേഹം. എനിക്കൊരു ജോലിക്കുവേണ്ടി മുസ്തഫക്കായും പല സ്ഥലങ്ങളിലും ശുപാർശ ചെയ്തു. ഒന്നും ശരിയായില്ല. മാസങ്ങൾ കഴിഞ്ഞു. എന്റെ ഹോട്ടൽ പറ്റ് വർധിച്ചു. അബൂബക്കർ ഒരു മടിയുമില്ലാതെ അതെല്ലാം കൊടുത്തുതീർത്തു. ഒരു സന്തോഷക്കുറവും കാണിച്ചില്ല. അതുപോലെ, ഉപ്പയുടെ ഒരു സ്നേഹിതനുണ്ടായിരുന്നു, ഗുരുവായൂർക്കാരനായ കൊളാടി അബുണ്ണിക്കാ. സിലോണിലുണ്ടായിരുന്നു. അബുദാബി ഡിഫൻസ് ഫോഴ്സിലാണ് ജോലി. ഞാൻ സ്ഥലത്തുണ്ടെന്നറിഞ്ഞ് എത്രയോ മൈൽ നടന്നുവന്ന് എന്റെ താമസസ്ഥലത്തെത്തി. എന്നെ കണ്ടു; എന്നെ സമാശ്വസിപ്പിച്ചു. “നിനക്ക് ഞാൻ ജോലിയാക്കിത്തരാം. നിനക്ക് വേറെ എന്തെങ്കിലും ആവശ്യമുണ്ടോ?” വിശേഷിച്ചൊന്നും ആവശ്യമില്ലെന്ന് ഞാൻ പറഞ്ഞു. എല്ലാവരും അദ്ദേഹത്തിന് സഹോദരങ്ങളാണ്. അറബികളുടെ അടുത്തു പോയിട്ട് ഇത് എന്റെ ജ്യേഷ്ഠന്റെ മോനാണ്, അല്ലെങ്കിൽ സഹോദരനാണ്; അവനൊരു ജോലി വേണം എന്നൊക്കെ പറയും. ഇങ്ങനെ നാട്ടിൽ നിന്നെത്തുന്ന ഏതു പാവങ്ങൾക്കും ജോലി അന്വേഷിച്ചുനടക്കുന്ന ഒരാളായിട്ടാണ് എപ്പോഴും ആ മനുഷ്യനെ ഞാൻ കണ്ടിട്ടുള്ളത്. സ്വന്തം കൈയിൽ നിന്നു കാശെടുത്തിട്ടാണ് ഇതിനു നടക്കുന്നത്. കുറച്ചു കാലമായിട്ടേ

ഉള്ളൂ അദ്ദേഹം മരിച്ചിട്ട്. അങ്ങനെയുള്ള ആളുകളും എനിക്കു ജോലി തേടി നടന്നു. കഷ്ടകാലത്താൽ ജോലി എന്നിൽനിന്ന് അകന്നകന്നു പോവുകയായിരുന്നു.

അബുദാബി ഡിഫൻസ് ഫോഴ്സിലേക്കുള്ള റിക്രൂട്ട്മെന്റ് രീതി ഇന്നോർക്കുമ്പോൾ രസകരമാണ്. നമ്മുടെ നാട്ടിൽ താറാവുകൾക്ക് വലവിരിക്കാറുള്ളതു പോലെയാണ് അവിടെ തൊഴിലന്വേഷിച്ച് എത്തുന്നവരെ കമ്പിവലക്കുള്ളിലിട്ടിരുന്നത്. റിക്രൂട്ട്മെന്റ് ഓഫീസറായ അക്ഷരാഭ്യാസമില്ലാത്ത അറബിയും ഒരു ക്ലർക്കും യൂനിഫോമിൽ റിങ്ങിൽ വന്നുനിൽക്കും. കമ്പിവലയത്തിനുള്ളിൽ ധാരാളം മലയാളികൾ ഉണ്ടാകും. മറ്റു നാട്ടുകാരായ തൊഴിലന്വേഷകരും കുറവല്ല. ജോലിയുടെ പേര് ക്ലർക്ക് ഉച്ചത്തിൽ വിളിച്ചുപറയും. 'തബ്ബാഹ്' (കുക്ക്), 'കറാനി' (ക്ലർക്ക്) എന്നിങ്ങനെ... അതാത് ജോലിക്ക് യോഗ്യതയുള്ളവർ സർടിഫിക്കറ്റും പാസ്പോർട്ടും ഉയർത്തിക്കാട്ടും. അവിടെ തൊഴിലന്വേഷകനായി ഞാനും പോയി, പല ദിവസം. എന്നെ കൊണ്ടുപോയവർ പറഞ്ഞു, "കറാനി എന്നു കേൾക്കുമ്പോൾ സർടിഫിക്കറ്റും പാസ്പോർട്ടും ഉയർത്തിക്കാട്ടണം. ഭാഗ്യമുണ്ടെങ്കിൽ അവർ നിന്നെ എടുക്കും." വിരുതന്മാർ ചിലർ ഒരു പോക്കറ്റിൽ 'കറാനി'ക്കും മറ്റേ പോക്കറ്റിൽ 'തബ്ബാഹി'നും ആവശ്യമായ സർടിഫിക്കറ്റുകൾ കരുതിവെച്ചാണ് ഹാജരാവുക. അങ്ങനെ അവിടെ കയറിപ്പറ്റിയ നിരവധി പേരുണ്ട്. ഒരിക്കൽ പാവറട്ടി പ്രദേശത്തെ പ്രസിദ്ധമായ ഒരു കുടുംബത്തിൽപ്പെട്ട പയ്യൻ 'ബാർബർ' എന്ന വിളിക്ക് കൈ പൊക്കിപ്പോയി. അവനെ അറബി പിടിച്ചുകൊണ്ടുപോയി ടെസ്റ്റിനു വിധേയനാക്കി. ഒരു മലയാളിയായിരുന്നു ടെസ്റ്റ് നടത്തിയത്. അവൻ ടെസ്റ്റ് വിജയിക്കുകയും ബാർബറാവുകയും ചെയ്തു. അങ്ങനെ എത്രയോ കഥകൾ. ഒരിക്കലും എനിക്കു നറുക്കുവീണില്ല. ചിലപ്പോൾ എന്തിനെന്നില്ലാതെ അറബി തന്റെ ചൂരൽ വീശി ഉദ്യോഗാർഥികളെ അടിച്ചു. ഞാൻ കഴിയുന്നത്ര ഒഴിഞ്ഞുമാറി നിന്നു. പലപ്പോഴും ഉന്തിലും തള്ളിലും പെട്ട് വീണുപോകും. മടുപ്പുളവാക്കുന്ന അനുഭവങ്ങളായിരുന്നു അതെല്ലാം.

ഞാൻ അബുദാബിയിൽ എത്തിയ ഉടൻ എന്നെ വന്നുകണ്ട് പാന്റിന്റെ തുണിയും ഷർട്ടും പണവും തന്നിരുന്ന മുഹമ്മദ് അളിയൻ എന്നെ ഒരു ദിവസം ഒരു സായ്പിന്റെ അടുത്ത് കൂട്ടിക്കൊണ്ടുപോയി. അദ്ദേഹം ബ്രിട്ടീഷുകാരനായിരുന്നു. എന്റെ സർട്ടിഫിക്കറ്റുകളെല്ലാം പരിശോധിച്ചുനോക്കി അദ്ദേഹം എന്നോടു പറഞ്ഞു."നല്ല സർടിഫിക്കറ്റുകൾ! യൂ ആർ ക്വാളിഫൈഡ്. പക്ഷേ, ഈ ക്വാളിഫിക്കേഷനൊന്നും ഇവിടെ ആരും നോക്കില്ല. ഇതൊന്നും ആരെയും കാണിക്കുകയും ചെയ്യരുത്. നിങ്ങൾക്ക് എന്തു ജോലി അറിയാമെന്നേ ഇവിടെ ഇവർ

ചോദിക്കുകയുള്ളൂ." അതിൽപ്പിന്നെ ആ സർട്ടിഫിക്കറ്റുകൾ ഞാനുപയോഗിച്ചിട്ടില്ല. അതൊക്കെ എവിടെയാണെന്നും എനിക്കു നിശ്ചയമില്ല. അതിന്റെ ആവശ്യവും വന്നിട്ടില്ല.

ആദ്യമാദ്യം വലിയ വലിയ ജോലി അന്വേഷിച്ചു നടന്നു. ബിരുദ ധാരികളായ വളരെ കുറച്ച് മലയാളികളേ അന്ന് ഗൾഫ് നാടുകളിൽ ഉണ്ടായിരുന്നുള്ളൂ. അതുകൊണ്ടുതന്നെ ഞാൻ വലിയ ശമ്പളമുള്ള ജോലി പ്രതീക്ഷിച്ചു. മാസം നാലഞ്ച്കഴിഞ്ഞു. സാമ്പത്തിക പ്രശ്നം ഭയങ്കരമായി. ഹോട്ടലിലെ പറ്റ് എന്നെ അസ്വസ്ഥനാക്കി. അബൂബക്കർ അത് കൈകാര്യം ചെയ്യുന്നുണ്ടെങ്കിലും നമ്മൾക്കു തന്നെ അതൊരു ബുദ്ധിമുട്ടായി അനുഭവപ്പെട്ടു. അതൊന്നും ഒരു പ്രശ്നവുമല്ല എന്ന് അദ്ദേഹം ആവർത്തിച്ചുകൊണ്ടിരുന്നു. തിരിച്ചുകിട്ടും എന്നു വിചാരിച്ച് സഹായിച്ചതുമല്ല അദ്ദേഹം.

മുമ്പൊരിക്കലും ഉണ്ടായിട്ടില്ലാത്ത അനുഭവങ്ങൾ മനസ്സ് മരവിപ്പിച്ചു കളഞ്ഞു. വസ്ത്രം പോലെ മനസ്സും മുഷിഞ്ഞു. എന്തു ജോലി കിട്ടിയാലും ചെയ്യാമെന്ന നിലയായി. ഒരു ദിവസം അബൂബക്കർ ചോദിച്ചു, "ഒരു പാർട്-ടൈം ജോലിയുണ്ട്; പോകുന്നോ?" ലെബനാനികൾ നടത്തുന്ന സാക്കിർ ഹോട്ടലിൽ ഈവനിങ് റിസപ്ഷനിസ്റ്റിന്റെ ജോലിയായിരുന്നു. സമയം 5 മണി മുതൽ 10 മണി വരെ. ശമ്പളം 200 ദിർഹം. അതിൽ കുറഞ്ഞ ശമ്പളം അവിടെ ആർക്കും ഉണ്ടായിരുന്നെന്നു തോന്നുന്നില്ല. 200 ദിർഹം ഒന്നിനും തികയില്ല. ഞാൻ താമസിക്കുന്ന സ്ഥലത്തിനു തന്നെ 300 ദിർഹം വാടകയുണ്ട്. എന്നോടു ചോദിച്ചു, "പോകണോ?" ഞാൻ പറഞ്ഞു, "പോകാം."

ഷൂസൊക്കെ പോളിഷ് ചെയ്ത് ഷർട്ടും ടൈയുമെല്ലാം ധരിച്ച് ഹോട്ടലിലേക്കു നടന്നു. എനിക്കിഷ്ടമില്ലാത്ത ഒന്നാണ് ഈ ടൈ. കെട്ടാനറിയാം. ഞാൻ അങ്ങനെ ജോലിക്ക് ഹാജരായി. ലെബനാനികളെയും പലസ്തീനികളെയും തിരിച്ചറിയാൻ എനിക്ക് ബുദ്ധിമുട്ടായിരുന്നു. പൊതുവെ മലയാളികളോടൊക്കെ താഴ്ന്ന ആളുകളെന്ന മനോഭാവമായിരുന്നു അറബികൾക്ക്. ലെബനാനികളുടെ അറബി ഭാഷപോലും വ്യത്യസ്തമാണ്. അവർ പറയുന്നത് എനിക്കും ഞാൻ പറയുന്നത് അവർക്കും മനസ്സിലായതുമില്ല. അവർ ഇന്ത്യക്കാരെക്കൊണ്ട് എന്തുപണിയും ചെയ്യിക്കും. ആദ്യത്തെ ഒന്നുരണ്ട് ദിവസം കഴിഞ്ഞപ്പോൾ ഞാൻ പറഞ്ഞു, "എനിക്കു പറ്റില്ല നിങ്ങൾ പറഞ്ഞ പണിയൊന്നും എടുക്കാൻ. ഞാൻ റിസപ്ഷനിലെ ജോലി ചെയ്യാം. മറ്റൊന്നും എനിക്കു പറ്റില്ല." അപ്പോൾ എനിക്കുനേരെ ചോദ്യമുയർന്നു, "വൈ?" ഞാൻ പറഞ്ഞു, "ഐ ഡോണ്ട് ലൈക്ക്." എനിക്കു പറ്റില്ലാന്ന്. എന്തായാലും ഒരാഴ്ച ഞാൻ പോയെന്നാണു തോന്നുന്നത്. ഇവരോട് പെരുമാറുമ്പോഴൊക്കെ

ഒരപകർഷതാബോധം ഉണ്ടായിരുന്നതായി പിന്നീട് എനിക്കുബോധ്യ മായി. അത് ഗൾഫിലുടനീളം എന്നെ വേട്ടയാടിയ അനുഭവമായിരുന്നു.

എന്റെ നാട്ടുകാരനും പ്രിയ സുഹൃത്തുമായ അച്ചൻവീട്ടിൽ അബ്ദു ഓറിയന്റ് കോൺട്രാക്ടിങ് കമ്പനിയിൽ അക്കൗണ്ട്സ് ഡിപാർട്ട്മെന്റി ലുണ്ടായിരുന്നു. അതൊരു ലെബനീസ് കമ്പനിയായിരുന്നു. കൃത്യമായി പറഞ്ഞാൽ, ലെബനീസ് ക്രിസ്ത്യൻ കമ്പനി. അവിടെയൊരു ക്ലർക്കിന്റെ ഒഴിവുണ്ടെന്ന് അബ്ദു പറഞ്ഞു. ശമ്പളം വളരെ കുറവാണ്. ജോലി സമയം കൂടുതലും. 400 ദിർഹമാണ് ശമ്പളം. ഞാനത് സ്വീകരിക്കാൻ തീരുമാ നിച്ചു. അങ്ങനെ അബ്ദുവിന്റെ കീഴിൽ ജോലിക്കാരനായി. പേ റോൾ, ടൈം ഷീറ്റ്, സൈറ്റ് ഇൻസ്പെക്ഷൻ ഇതെല്ലാമാണ് എന്റെ ജോലി. അതിരാവിലെ അബ്ദു ജോലിക്കു പോകും. ആ വണ്ടിയിൽത്തന്നെ ഞാനും പോകും. യഥാർഥത്തിൽ അതിന്റെ ആവശ്യം ഉണ്ടായിരുന്നില്ല. കുറെക്കഴിഞ്ഞപ്പോൾ എന്റെ പോക്കിന്റെ സമയം 7 മണിയെന്ന് ഞാൻ ക്രമീകരിച്ചു. ഭാഷ ഇവിടെയും പ്രശ്നമായിരുന്നു. ഇംഗ്ലീഷ് കാര്യമായി വില പ്പോയില്ല. തൊഴിലാളികളിൽ ഭൂരിഭാഗവും പാക്കിസ്ഥാനി പഠാണികളും പഞ്ചാബികളും ബാക്കി ലെബനാനികളും ആയിരുന്നു. ബംഗ്ലാദേശു കാരനായ ഒരു ഡ്രൈവറുമുണ്ടായിരുന്നു, അബ്ദുറസാക്ക്. മെല്ലെമെല്ലെ അറബി ഭാഷയിലെ തെറിയും ഹിന്ദിയിലെയും ഉർദുവിലെയും തെറിയും ഞാൻ സ്വായത്തമാക്കി.

സാവകാശം ഞാനൊരു പുതിയ ആളായി മാറുകയായിരുന്നു. എന്നിലെ ഭീരുവിനെ ഞാൻ കൊല്ലാൻ തുടങ്ങി. വിധേയനായ മലയാളിയെ ഞാൻ എന്നിൽനിന്ന് എടുത്തുകളയാൻ ശ്രമിച്ചു. ഒപ്പ ത്തിനൊപ്പംനിന്ന് സംസാരിക്കാനുള്ള കെല്പനേടി. എന്റെ ശബ്ദം ആ ചെറിയ കമ്പനിയിൽ ഒരു പ്രധാനശബ്ദമായി മാറിക്കൊണ്ടിരുന്നു. അബ്ദുവിനെ ക്യാമ്പ് ബോസ് ആക്കി അൽ-ഐനിലേക്ക് മാറ്റി. അബ്ദു ചെയ്ത ജോലിയുടെ മുഴുവൻ ഉത്തരവാദിത്തവും ഞാനേറ്റെടുത്തു. ഞാനെ നിക്കൊരു അസിസ്റ്റന്റിനെ വെച്ചു. ടീ ബോയ് ആയിരുന്ന കേളങ്കണ്ടത്ത് കൊച്ചുണ്ണി എന്ന ഖലീലിനെ. പത്താം ക്ലാസ് വരെ പഠിച്ച കൊച്ചു ണ്ണിയെ പേ റോളിന്റെയും ടൈം ഷീറ്റിന്റെയും ബാലപാഠങ്ങൾ പഠിപ്പി ച്ചു. കൊച്ചുണ്ണിയുടെ സ്ഥാനത്ത് മുൻശുണ്ഠിക്കാരനും മനോഹരമായ കൈയക്ഷരത്തിനുടമയുമായ ഒറ്റപ്പാലത്തുകാരൻ ഖാദറിനെ നിയമിച്ചു. മെല്ലെ ഞാൻ മാനേജ്മെന്റിന്റെ പ്രിയങ്കരനായി. ചെറിയൊരു ശമ്പള വർധനവും ലഭിച്ചു. ഒരു കാറും അധീനത്തിലുണ്ടായിരുന്നു. ജോസഫ് ഷാമിയ എന്നയാൾ കമ്പനിയുടെ മാനേജിങ് ഡയരക്ടറാണ്. കാര്യമായ വിദ്യാഭ്യാസ യോഗ്യതയൊന്നും അദ്ദേഹത്തിനുണ്ടായിരുന്നില്ല. പക്ഷേ, കോൺട്രാക്ട് പിടിക്കാൻ മിടുക്കനായിരുന്നു. രണ്ടു കാഡിലാക്ക് കാറുകൾ

സ്വന്തമായുള്ള ജോസഫ് വില കൂടിയതും അതി മനോഹരവുമായ വസ്ത്രങ്ങൾ ധരിച്ചു. ധാരാളം കാമുകിമാരുണ്ടായിരുന്നു ജോസഫിന്. ചില കാമുകിമാർക്ക് എന്നെക്കൊണ്ട് കത്തുകൾ ടൈപ്പ് ചെയ്യിക്കുമായിരുന്നു.

കമ്പനി മെല്ലെമെല്ലെ വലുതാവാൻ തുടങ്ങി. പുതിയ കോൺട്രാക്ടുകൾ കിട്ടി. പുതിയ ആളുകൾ വന്നു. ഇക്കാലത്താണ് തൃപ്പൂണിത്തുറക്കാരനായ എൻ എസ് മേനോൻ വരുന്നത്. കറുപ്പ് നിറം. നല്ല വേഷവിധാനം. നന്നായി ഇംഗ്ലീഷ് എഴുതുകയും സംസാരിക്കുകയും ചെയ്യും. എ ഐ ടി യു സി യുടെ നേതൃനിരയിലുണ്ടായിരുന്നുവെന്നും സോവിയറ്റ് യൂനിയൻ സന്ദർശിച്ചിട്ടുണ്ടെന്നും മേനോൻ തന്നെ എന്നോടു പറഞ്ഞിട്ടുണ്ട്. എനിക്ക് മേനോനോട് വലിയ ആദരവായിരുന്നു; അദ്ദേഹത്തിന് എന്നോടു വലിയ സ്നേഹവും. മേനോൻ നല്ല മദ്യപാനി കൂടിയായിരുന്നു.

ഞാൻ ആ സ്ഥാപനത്തിന്റെ ട്രാൻസ്പോർട് വിഭാഗം ചീഫായി. ട്രാക്ടറുകളും ടാങ്കറുകളും ജീപ്പുകളും കാറുകളുമായി നാല്പതോളം വാഹനങ്ങളുടെ ചുമതല എനിക്കായി. പ്രധാന കാരണം റഫീഖ് യൂനസ് അൽ മൻസൂർ എന്ന ചീഫ് എഞ്ചിനീയറായിരുന്നു. അദ്ദേഹം പലസ്തീനിലെ പ്രമുഖ ക്രിസ്ത്യൻ കുടുംബത്തിലെ അംഗമാണ്. അതിസുന്ദരനായ റഫീഖ് മാൾബറോ സിഗരറ്റ് വലിക്കുകയും ടർക്കിഷ് കോഫി കുടിക്കുകയും ചെയ്തു. മലയാളി വലിക്കുക ട്രിപ്പിൾ ഫൈവ് അല്ലെങ്കിൽ റോത്മാൻസ് ആയിരുന്നു. മലയാളി അല്ലാതാവാൻ ഞാൻ മാൾബറോ സിഗരറ്റും വിൻസ്റ്റൺ സിഗരറ്റും വലിക്കാനും ടർക്കിഷ് കോഫി കുടിക്കാനും തുടങ്ങി. ഇറാനികളും ലെബനാനികളും അറബികളും ഉപയോഗിക്കുന്നതാണ് മാൾബറോ, വിൻസ്റ്റൺ സിഗരറ്റുകൾ. അങ്ങനെ, അവരുമായി തുല്യനെന്ന മാനസികസംതൃപ്തി ഞാൻ നേടി. അവിടെ ഒരു ഓഡിറ്ററുണ്ടായിരുന്നു. ദാഫി നസ്സൽ. പലസ്തീൻ ക്രിസ്ത്യാനി. മനോഹരമായി അറബി സംസാരിക്കും. വെഹിക്കിൾ കോസ്റ്റിങ് എന്നെ പഠിപ്പിച്ചത് അദ്ദേഹമാണ്. എനിക്ക് ദാഫിയോട് വലിയ ബഹുമാനമായിരുന്നു. “ഞാനെന്തു കൊണ്ടാണ് നല്ല അറബി സംസാരിക്കുന്നതെന്ന് നിനക്കറിയുമോ?” അദ്ദേഹം എന്നോട് ചോദിച്ചു. എന്നിട്ട് അതിന് ഉത്തരവും അദ്ദേഹംതന്നെ പറഞ്ഞു, “ഞാൻ മൂന്നു പ്രാവശ്യം ഖുർആൻ വെടിപ്പായി പഠിച്ചിട്ടും വായിച്ചിട്ടുമുണ്ട്.” ദാഫിയുടെ മകൻ ഇസ്രയേലി പട്ടാളത്തിന്റെ ആക്രമണത്തിൽ കൊല്ലപ്പെട്ടതാണ്.

അക്കാലത്താണ് പി വി അബ്ദുൽവഹാബിനെ ഞാൻ കണ്ടുമുട്ടുന്നത്. വഹാബ് അന്ന് അദ്ദേഹത്തിന്റെ കസിൻ മന്നായത്ത് യൂസഫ് ആരംഭിച്ച ഒരു ചെറിയ ടെക്നിക്കൽ സ്റ്റോറിലെ സെയിൽസ്മാനായിരുന്നു. എൽഡൊറാഡോ തിയേറ്ററിനു സമീപം 10'x10' വിസ്തീർണമുള്ള ചെറിയൊരു മുറിയിലായിരുന്നു ഈ ഹാർഡ്‌വെയർ ഷോപ്പ്.

എന്തെങ്കിലും ടെക്നിക്കൽ സാധനങ്ങൾ വാങ്ങാനുണ്ടെങ്കിൽ ഞാനവിടെ പോകാറുണ്ടായിരുന്നു. അന്നുതൊട്ടുള്ള ബന്ധമാണ് വഹാബുമായുള്ളത്. പിന്നീട് വഹാബ് വലിയ ബിസിനസ്മാനായി. പാർലമെന്റംഗവും വലിയ നേതാവുമായി. അക്കാലത്തു തുടങ്ങിയ സൗഹൃദം ഇന്നും ഒരു ബുദ്ധിമുട്ടുമില്ലാതെ തുടരുന്ന ആളാണ് വഹാബ്. അൽ മൻസൂരി കമ്പനിയിൽനിന്ന് രാജിവെച്ചാണ് മന്നായത്ത് യൂസഫ് ഈ കട തുടങ്ങിയത്. യൂസഫുമായി എനിക്കു നല്ല അടുപ്പമായിരുന്നു. യൂസഫിന്റെ സഹോദരൻ ഖാദർഹാജി എഞ്ചിനീയറായിരുന്നു. അബുദാബി ഡിഫൻസ് ഫോഴ്സ് ക്യാപ്റ്റനായി ജോലി കിട്ടാൻ എന്റെ കമ്പനിയിലെ ചീഫ് എഞ്ചിനീയറായിരുന്ന റഫീഖ് യൂനസ് അൽ മൻസൂറിന്റെ ശുപാർശ ഞാൻ തരപ്പെടുത്തിക്കൊടുത്തിരുന്നു. യൂസഫ്ക്കാ മരിച്ചു പോയി. ഖാദർഹാജി മണ്ണാർക്കാട്ട് അൽഷിമേഴ്സ് ബാധിതനായി കഴിയുന്നു. ഖാദർഹാജിയുടെ കുടുംബവുമായി ഞങ്ങൾക്കൊരു കെട്ടുബന്ധമുണ്ട്. അദ്ദേഹത്തിന്റെ ഭാര്യാ സഹോദരന്റെ മകനാണ് എന്റെ ഭാര്യാസഹോദരൻ അബ്ദുൽ ഖാദറിന്റെ മകളെ വിവാഹം കഴിച്ചത്.

ട്രാൻസ്പോർടിങ് ഓഫീസർ ഉദ്യോഗം നന്നായി പണമുണ്ടാക്കാൻ പറ്റുന്ന ഒന്നായിരുന്നു. സ്പെയർ പാർട്ടുകൾ, ടയറുകൾ, പെട്രോൾ എന്നിങ്ങനെ നാനാവിധത്തിലുള്ള പർച്ചേസുകൾ നടത്തുന്നതിന്റെ ചുമതല എനിക്കായിരുന്നു. ഒരിക്കൽ ഉപ്പയുടെ ഒരു കത്തെനിക്കു കിട്ടി. അതിൽ ഉപ്പ എഴുതി: "ധാരാളം കാശുണ്ടാക്കാൻ പറ്റിയ ജോലിയാണ് നിന്റേതെന്ന് ഞാൻ കേൾക്കുന്നു. എന്നാൽ അത്തരത്തിൽ ഒന്നും നീ വാങ്ങരുത് എന്നാണ് എനിക്ക് നിന്നെ ഉപദേശിക്കാനുള്ളത്. അങ്ങനെ വാങ്ങുന്നുണ്ടെങ്കിൽ അതിൽനിന്ന് ഒരു പൈസ പോലും നീ എനിക്കയക്കരുത്. എനിക്കതു പൊരുത്തമാവില്ല." അത്തരം ഒരാലോചനപോലും, പക്ഷേ, എന്റെ മനസ്സിലുദിച്ചിരുന്നില്ല.

ഈ കമ്പനിയിൽ ജോലി ചെയ്യുമ്പോൾ എനിക്കൊരു അപൂർവമായ ഭാഗ്യം സിദ്ധിച്ചിരുന്നു. എല്ലാ മാസവും ഒരു ഹെലികോപ്റ്റർ യാത്ര. ഞാനും പൈലറ്റും മാത്രടങ്ങുന്ന ഒരു ചെറിയ ഹെലികോപ്റ്ററിൽ. കടലിനടിയിൽനിന്ന് പെട്രോളെടുക്കുന്ന ഒരു കമ്പനിയുമായി ലേബർ സപ്ലൈ കരാർ ഉണ്ടായിരുന്നു ഞങ്ങൾക്ക്. അവർക്ക് തൊഴിലാളികളെ സപ്ലൈ ചെയ്തിരുന്നത് ഞങ്ങളുടെ കമ്പനിയാണ്. ശമ്പളം കൊടുക്കാനാണ് കടലിൽ കിടക്കുന്ന റിഗ്ഗിലേക്ക് ഞങ്ങൾ പോകുന്നത്. കപ്പലിന് മുകളിൽ കോപ്റ്റർ ചെന്നിറങ്ങും. ശമ്പളം കൊടുത്ത്, തൊഴിലാളികളുടെ സങ്കടങ്ങളും കേട്ട് ഞാനും പൈലറ്റും മടങ്ങും.

ധാരാളം ഡ്രൈവർമാരെ ഇക്കാലത്ത് ഞാൻ കമ്പനിയിൽ കയറ്റി. പ്രത്യേകിച്ചും മലയാളികളെ. മൂന്നുനാലുപേർ വർക്കലക്കാരാണ്.

വർക്കലക്കാരനായ ഡ്രൈവർ സലാം ഒരു ദിവസം എന്നോടു വന്നു പറഞ്ഞു, “ഒരുപകാരം ചെയ്യണം.” ഞാൻ ചോദിച്ചു, “എന്താണ്?” അന്ന് എന്നെക്കൊണ്ട് പറ്റുന്ന തരത്തിൽ ആളുകൾക്ക് ഓരോ ചെറിയ ചെറിയ ജോലിയൊക്കെ ഞാൻ അന്വേഷിച്ചു തരപ്പെടുത്തിക്കൊടുക്കാറുണ്ട്. സലാം പറഞ്ഞു,”ഒരാൾക്കൊരു ജോലി കൊടുക്കണം. നിങ്ങൾക്ക് പറ്റും.” ഓംലറ്റും കപ്പലണ്ടിയും വില്ക്കുന്ന ഉന്തുവണ്ടിക്കു താഴെ ഡിസംബറിലെ മരംകോച്ചുന്ന തണുപ്പിൽ നിലത്തു കിടന്നുറങ്ങുന്ന നാസറുദ്ദീന്റെ ദുരന്തകഥ എന്റെ മനസ്സലിയിച്ചു. ഞാൻ പറഞ്ഞു, “സൈറ്റിൽ ജോലി ചെയ്യാൻ തയാറാണെങ്കിൽ ആളെ കൊണ്ടു വാ. വലിയ വെയിലില്ലാത്ത സ്ഥലത്ത് ഞാൻ ജോലി തരപ്പെടുത്തിക്കൊടുക്കാം.” അന്നൊക്കെ മലയാളികളധികവും സൈറ്റിൽ ജോലിചെയ്യാൻ മടിച്ചിരുന്നു. കൂലിപ്പണി ചെയ്യാൻ ബുദ്ധിമുട്ടാണ്. വീട്ടുവേലക്കെങ്ങാനുമാണെങ്കിൽ പോകും.

പിറ്റേന്ന് നാസറുദ്ദീൻ എന്റെ മുന്നിൽ വന്നു. കറുത്ത്, ഉയരം കുറഞ്ഞ മഹാസാധുവായ മനുഷ്യൻ. ഞങ്ങൾക്ക് അബുദാബി റേഡിയോ സ്റ്റേഷന്റെ മെയിന്റനൻസ് കോൺട്രാക്കുണ്ടായിരുന്നു. ഞാൻതന്നെ നാസറുദ്ദീനെ വണ്ടിയിൽ റേഡിയോ സ്റ്റേഷനിൽ കൊണ്ടുപോയി, ശിഹാബ് എന്ന പലസ്തീൻകാരനെ ഏല്പിച്ചു. സാബ് ഖാൻ എന്ന പഠാണി മേസ്ത്രിയെ വിളിച്ച് നാസറുദ്ദീനെ ജോലിക്കു വെക്കാൻ ശിഹാബ് പറഞ്ഞു. ഞാൻ സാബ് ഖാനെ സ്വകാര്യമായി വിളിച്ച് കഷ്ടപ്പാടുള്ള പണി കൊടുക്കരുതെന്നഭ്യർഥിച്ചു. നാസറുദ്ദീൻ ജോലി ഏറ്റെടുത്ത് പണിതുടങ്ങി. കുറച്ചുദിവസം കഴിഞ്ഞ് ഞാൻ ആ സൈറ്റിൽ ചെന്നപ്പോൾ ശിഹാബ് പറഞ്ഞു, “കുഴപ്പം ഇല്ലട്ടോ. ആ മലബാറി നന്നായി വർക്കു ചെയ്യുന്നുണ്ട്.” പഠാണികൾക്കിടയിലെ ഏക മലയാളിയായിരുന്നു നാസറുദ്ദീൻ, അവർക്കവനെ ഇഷ്ടമായി. എനിക്കു വലിയ സന്തോഷമായി. കുറച്ചു കഴിഞ്ഞ് എല്ലാവരുംകൂടി റെക്കമൻഡ് ചെയ്ത് മെയിൻ ഓഫീസിന്റെ സ്റ്റോറിലേക്കു മാറ്റി. നാസറുദ്ദീന് പാസ്പോർട്ടോ വിസയോ ഒന്നുമില്ല. ലോഞ്ചിനു വന്ന ആളാണ്. പാസ്പോർട് എടുപ്പിച്ചു. കമ്പനിയിൽനിന്ന് വിസ ശരിയാക്കി. ഒന്നൊന്നര കൊല്ലം കഴിഞ്ഞിട്ടുണ്ടാകും. നാസറുദ്ദീൻ പറഞ്ഞു, “എനിക്കു നാട്ടിൽ പോകണം.” പോകാൻ ലീവനുവദിച്ചു. ഞങ്ങളെല്ലാവരുംകൂടി കുറച്ചൊക്കെ സഹായിക്കുകയും ചെയ്തു. പെങ്ങളെ കെട്ടിക്കാനുണ്ട്. നാട്ടിൽ പോകുമ്പോൾ കൊണ്ടുപോകാനുള്ള സാധനങ്ങൾ വാങ്ങാൻ ദുബായ് പോക്ക് അന്ന് അബുദാബി മലയാളികൾക്ക് ഒഴിച്ചുകൂടാനാവാത്തതാണ്. സഹോദരങ്ങൾക്കും കുടുംബത്തിനും വസ്ത്രങ്ങൾ വാങ്ങാൻ പോയ നാസറുദ്ദീന്റെ മൃതദേഹമാണ് പിറ്റേദിവസം അബുദാബി മോർച്ചറിയിൽ ഞാൻ കണ്ടത്. ഒരു ആക്സിഡന്റിൽ

നാസറുദ്ദീൻ മരിച്ചു. നാസറുദ്ദീന്റെ ഓർമയിലാണ് പിന്നീട് 'ഗർഷോം' എന്ന ചിത്രത്തിലെ നായകന് ആ പേരു നൽകിയത്. നാസറുദ്ദീൻ ഇന്നും എന്റെ പ്രവാസ ജീവിതത്തിലെ കണ്ണീരാണ്.

ഞാൻ നാട്ടിൽനിന്നു വന്നിട്ട് രണ്ടര വർഷം കഴിഞ്ഞിരുന്നു. നാട്ടിൽ പോകാൻ ലീവ് ചോദിച്ചു. ലീവനുവദിച്ചുകിട്ടി, ബോംബെവരെയുള്ള ടിക്കറ്റും തന്നു. ബോംബെയിൽനിന്ന് ട്രെയിൻ വഴി നാട്ടിലെത്തി. തിരിച്ചെത്തിയ ഞാൻ കുറെയൊക്കെ മാറിയിരുന്നു. മുടി, വസ്ത്രം, നടത്തം എല്ലാത്തിലും ഗൾഫുകാരന്റെ ചുവ. ഉപ്പ അപ്പോഴേക്കും നാട്ടിൽ സ്ഥിരമാക്കിയിരുന്നു. ബോംബെയിലെ കച്ചവടം സെയ്ത് മുഹമ്മദ് മാമയെ ഏല്പിച്ചു. ഇക്കാലത്ത് കെ ആർ മോഹനൻ ഫിലിം ഇൻസ്റ്റിറ്റ്യൂട്ടിലെ പഠനം കഴിഞ്ഞ് നാട്ടിലുണ്ടായിരുന്നു. കെ എൻ ശശിധരനും ഇൻസ്റ്റിറ്റ്യൂട്ട് പഠനം കഴിഞ്ഞെത്തിയിരുന്നു. ഇതിനിടെ മോഹനൻ എ വിൻസന്റിന്റെ 'ചെണ്ട' എന്ന ചിത്രത്തിന് അസിസ്റ്റന്റ് ഡയരക്ടറായി പ്രവർത്തിച്ചിരുന്നു. രണ്ടായിരം രൂപയാണ് പ്രതിഫലം നിശ്ചയിച്ചിരുന്നത്. മോഹനന് സാമ്പത്തിക ബുദ്ധിമുട്ടുണ്ടായിരുന്നു. ഇടക്കെല്ലാം ഞാൻ ചെറുതായി സഹായിച്ചിരുന്നു. ഇൻസ്റ്റിറ്റ്യൂട്ടിൽ പഠിക്കുമ്പോഴും. വളരെ ചെറിയതോതിൽ. ചെറുതുരുത്തിയിൽ വിൻസന്റ് മാഷുടെ പുതിയൊരു ചിത്രത്തിന്റെ ഷൂട്ടിങ് നടക്കുന്നതായറിഞ്ഞു. 'ചെണ്ട' യുടെ പ്രതിഫലം വാങ്ങാൻ മോഹനനും ഞാനും ചെറുതുരുത്തിയിൽ പോയി. ലൊക്കേഷനിൽ എല്ലാവരുമായി പരിചയപ്പെട്ടു. വിൻസന്റ് മാഷോട് പണത്തിന്റെ കാര്യം പറഞ്ഞപ്പോൾ, "മോഹനന് പൈസ കിട്ടിയില്ലേ, ഞാൻ അപ്പോൾത്തന്നെ തരാൻ പറഞ്ഞതാണല്ലോ" എന്നു പറഞ്ഞ് അദ്ദേഹം കൈകഴുകി. ഞങ്ങളന്ന് ഷൊർണൂരിൽ താമസിച്ചു. ആ ദിവസം മോഹനൻ ഒരു കാര്യം പറഞ്ഞു, "ഞാൻ ഇനി ആരുടെയും അസിസ്റ്റന്റാകുന്ന പ്രശ്നമില്ല."

മോഹനന് ഒരു പടം ചെയ്യണം. പ്രൊഡ്യൂസറെ കിട്ടാനെളുപ്പമല്ല. പല വഴികളാലോചിച്ചു. അന്ന് ഫിലിം ഫൈനാൻസ് കോർപറേഷൻ (എഫ് എഫ് സി) സിനിമക്ക് ലോൺ കൊടുത്തിരുന്നു. ഞങ്ങൾ ലോണിനപേക്ഷിക്കാൻ തീരുമാനിച്ചു. ഞാൻ പ്രൊഡ്യൂസർ; മോഹനൻ ഡയറക്ടർ. പ്രാഥമിക ചെലവുകളെല്ലാം ഞാൻ എടുക്കാമെന്നേറ്റു. അപ്പോൾ, എന്ത് വിഷയം സിനിമയാക്കുമെന്ന പ്രശ്നം വന്നു. പല കഥകൾ ആലോചിച്ചു. പി പത്മരാജന്റെ 'ഇതാ ഇവിടെ വരെ' തനിക്ക് ഇഷ്ടപ്പെട്ട നോവലാണെന്ന് മോഹനൻ പറഞ്ഞു. മോഹനൻ കോളേജവിദ്യാഭ്യാസകാലംവരെ വായന ഇല്ലായിരുന്ന ആളാണ്. ഫിലിം ഇൻസ്റ്റ്യൂട്ട് പ്രവേശനത്തിനുള്ള ഇന്റർവ്യൂവിൽ, ഇഷ്ടപ്പെട്ട ഒരു നോവലിന്റെ പേരു പറയാൻ പറഞ്ഞപ്പോൾ മോഹനൻ ഒരു നോവലിന്റെ പേരു പറഞ്ഞു.

"അത് നിങ്ങളുടെ നോൺ ഡീറ്റെയ്ൽഡ് ടെക്സ്റ്റ് ആയിരുന്നോ" എന്ന് ഇന്റർവ്യൂ ബോർഡിലെ ഒരംഗം ചോദിച്ചു. മോഹനൻ "അതെ" എന്ന മറുപടി നൽകി. ആ സത്യസന്ധത ബോർഡംഗങ്ങൾക്ക് ഇഷ്ടമായി. അങ്ങനെ മോഹനന് ഫിലിം ഇൻസ്റ്റിറ്റ്യൂട്ടിൽ അഡ്മിഷൻ കിട്ടി എന്നാണ് കഥ.

മോഹനനെ ഫിലിം ഇൻസ്റ്റിറ്റ്യൂട്ട് പൂർണമായി മാറ്റിയെടുത്തുവെന്ന പറയാം. "വെള്ളിച്ചിലങ്കയണിഞ്ഞും കൊണ്ടൊരു..." പാട്ടുംപാടി നടന്ന മോഹനനല്ല തിരിച്ചുവന്നത്. വളരെ ഗൗരവമായ കലാ-സാഹിത്യ വ്യവഹാര രീതികളുള്ള ഒരാൾ. നോട്ടത്തിലും കാഴ്ചയിലും ഒക്കെ മോഹനനിൽ മാറ്റം പ്രകടമായിരുന്നു. പഠിക്കുന്ന കാലം മുതലേ ഞങ്ങളുടെ സങ്കേതമായ കാസിനോ ഹോട്ടലിൽ ചായ കുടിക്കുന്ന തിനിടെ ഒരിക്കൽ 'അശ്വത്ഥാമാവ്' നോവലിനെക്കുറിച്ച് ഞാൻ മോഹനനോട് ചോദിച്ചു. മാടമ്പ് കുഞ്ഞിക്കുട്ടന്റെ ആദ്യ നോവലാണ്. മാതൃഭൂമിയിൽ ഖണ്ഡശ്ശയായി പ്രസിദ്ധീകരിച്ചപ്പോൾത്തന്നെ ഏവരുടെയും ശ്രദ്ധ പിടിച്ചുപറ്റി. മോഹനൻ പറഞ്ഞു, "വളരെ നല്ല നോവലാണ്." അങ്ങനെ അതു തിരക്കഥയാക്കാൻ തീരുമാനിച്ചു. അതിന് നോവലിസ്റ്റിന്റെ അനുവാദം കിട്ടേണ്ടേ? മാടമ്പിന്റെ വീടന്വേഷണമായി പിന്നെ. ശ്രീകൃഷ്ണ കോളേജിലെ എന്റെ ഗുരുനാഥൻ സി പ്രഭാകരമേനോനോട് ചോദിച്ചു. കിരാലൂരിലാണെന്ന് അദ്ദേഹം പറഞ്ഞു. ഒരു ദിവസം മോഹനനും ഞാനും കേച്ചേരിവരെ ബസിലും കേച്ചേരിയിൽനിന്ന് ടാക്സിയിലുമായി മാടമ്പുമനയ്ക്കലെത്തി. ചെലവ് പരമാവധി ചുരുക്കാനാണ് കേച്ചേരി വരെ ബസ്സിൽ പോകാമെന്നുവെച്ചത്. പൂമുഖത്തുതന്നെ മാടമ്പ് ഉണ്ടായിരുന്നു. വൃദ്ധനായ പിതാവും.

ഞങ്ങൾ പരിചയപ്പെട്ടു. കെ ആർ മോഹനനെക്കുറിച്ച് എം ടി വാസുദേവൻ നായർ പറഞ്ഞു കേട്ടിട്ടുണ്ടെന്ന് മാടമ്പ് പറഞ്ഞു. എന്നെപ്പറ്റി മാടമ്പിന് വലിയ നിശ്ചയമൊന്നുമില്ല. അതു സംബന്ധിച്ച് മാടമ്പ് എഴുതിയതായി പിന്നീട് ജോൺ ബ്രിട്ടാസാണ് എന്നോടു പറഞ്ഞത്. "അവന്റെ വരവും തല ഉയർത്തിപ്പിടിച്ച നടപ്പും ഒക്കെ കണ്ടപ്പോൾ അവനിൽ കുറച്ച് അഹങ്കാരം ഉണ്ടെന്ന് എനിക്ക് അപ്പഴേ തോന്നി. അത് നാലു തുട്ടിന്റെ അഹങ്കാരമാണെന്നാണ് ഞാൻ വിചാരിച്ചത്. പിന്നീടാണ് അവന്റെ കൈയിൽ തുട്ടും കുറവാണ് എന്ന വിവരം ഞാനറിഞ്ഞത്" എന്നാണ് മാടമ്പ് എഴുതിയത്. ഞങ്ങൾക്ക് 'അശ്വത്ഥാമാവ്' സിനിമയാക്കാൻ ആഗ്രഹമുണ്ടെന്നും അതിന്റെ റൈറ്റ് തരണമെന്നും ഞങ്ങൾ മാടമ്പിനോട് പറഞ്ഞു. കുറച്ചു ധാർഷ്ട്യമുള്ള ആളാണ് മാടമ്പ്. അദ്ദേഹം പറഞ്ഞു, "നിങ്ങൾക്ക് സിനിമ ഉണ്ടാക്കണമെങ്കിൽ ഉണ്ടാക്കിക്കോ. കാശു തന്നാൽ മതി. തന്റെ സിനിമകൊണ്ട് എന്റെ നോവലിന്

ഒരു ഗുണവും ഉണ്ടാകില്ല. എന്റെ പുസ്തകം എഴുതപ്പെട്ടു കഴിഞ്ഞതാണ്. അതിന്റെ ലിറ്ററൽ വാല്യു അവിടെ ഉണ്ടാകും. എന്റെ നോവലിന്റെ ആവശ്യമല്ല സിനിമ. നല്ല കാശു തന്നാൽ റൈറ്റ് തരാം." അദ്ദേഹവുമായി ഉടക്കാനല്ലല്ലോ നമ്മൾ പോയത്. എങ്ങനെയെങ്കിലും റൈറ്റ് നേടിയെടുക്കാനല്ലെ. എത്ര വേണമെന്നു ചോദിക്കാൻ ഞാൻ മോഹനനോടു പറഞ്ഞു. അപ്പോൾ "നീ ചോദിച്ചോ കുഞ്ഞോാദേ" എന്നായി മോഹനൻ. ഒടുവിൽ 2000 രൂപയാണ് ഞങ്ങൾ ഉദ്ദേശിക്കുന്നതെന്ന് ഞാൻ അദ്ദേഹത്തെ അറിയിച്ചു. അന്ന് അത് നല്ലൊരു തുകയാണ്. "താൻ ഗുണകോഷ്ടം പഠിച്ചിട്ടുണ്ടോ?" മാടമ്പ് ചോദിച്ചു. എന്താ അങ്ങനെ ചോദിക്കുന്നത്? "അതിനെ നാലുകൊണ്ട് പെരുക്കിയാൽ കിട്ടുന്ന സംഖ്യ തന്നാൽ റൈറ്റ് തരാം. അല്ലെങ്കിൽ സംഭാരം കുടിച്ച് കുറച്ചു കൂടി കാലാവസ്ഥ പറഞ്ഞ് പിരിയാം." ഞങ്ങളാകെ ചമ്മിയതുപോലെയായി. കാരണം, 8000 രൂപ നമ്മൾക്ക് കൊടുക്കാൻ പറ്റില്ല. കൂടുതലൊന്നും ഞങ്ങൾക്ക് പറയാനില്ലാതിരുന്നതുകൊണ്ട് സംഭാരം കുടിച്ചു. കൊച്ചുവർത്തമാനമൊക്കെ പറഞ്ഞിരുന്ന് തിരിച്ചുപോരാൻ എഴുന്നേറ്റു. 'തമ്പുരാൻ' എന്ന് വിളിക്കുന്നത് വലിയ ഇഷ്ടമാണ് മാടമ്പിന്. "തമ്പുരാൻ, എന്നാൽ ഞങ്ങൾ പോട്ടെ" എന്നു പറഞ്ഞ് ഞങ്ങൾ ഇറങ്ങി. പോരുമ്പോൾ മാടമ്പ് വിളിച്ചുചോദിച്ചു, "നിങ്ങൾ ഉത്സവത്തിന് വരുമോ?'' കൈപ്പറമ്പിലെ എടക്കളത്തൂർ ക്ഷേത്രത്തിലെ ഉത്സവത്തിന്റെ കാര്യമാണ് ചോദിച്ചത്. വരാമെന്ന് ഞങ്ങൾ മറുപടി നൽകി. ഒരാഴ്ച കഴിഞ്ഞായിരുന്നു ഉത്സവം. ഉത്സവത്തിനെത്തിയപ്പോൾ തമ്പുരാക്കളും സുഹൃത്തുക്കളുമായി വെടിവട്ടത്തിലായിരുന്നു മാടമ്പ്. വന്നതിലുള്ള സന്തോഷത്തോടെ ഞങ്ങളെ സ്വീകരിച്ചു. കുറെ നേരം സംസാരിച്ചു. തിരിച്ചുപോരുമ്പോൾ ഞങ്ങളോട് ചോദിച്ചു, "തിരക്കഥയെഴുതുന്നില്ലേ?" ഞങ്ങൾ ഒന്നും മിണ്ടിയില്ല. മാടമ്പ് പറഞ്ഞു, "നിങ്ങൾ എഴുതു!'' അങ്ങനെ 'അശ്വത്ഥാമാവ്' തിരക്കഥയാക്കാനുള്ള ശ്രമമാരംഭിച്ചു. കുറച്ചു പണമൊക്കെ ഞങ്ങൾ മാടമ്പിന് കൊടുത്തു. മാടമ്പ് മരണംവരെ അതിന്റെ കണക്ക് ഞങ്ങളോട് ചോദിച്ചിട്ടില്ല. അതാണ് മാടമ്പ്. അങ്ങനെയായിരുന്നു 'അശ്വത്ഥാമാവ്' സിനിമയുടെ തുടക്കം.

ഞാനും
ബ്രാൻഡിലേക്കു മാറി

ലീവ് കഴിഞ്ഞ് തിരിച്ച് ഗൾഫിലേക്ക് പോകാനുള്ള ഒരുക്കമായി. വീട്ടിൽ ഉമ്മയും സഹോദരി ഐശക്കുഞ്ഞിയും രണ്ടുമക്കളുമാണുള്ളത്. ഐശക്കുഞ്ഞി അധികവും ഞങ്ങളുടെ വീട്ടിൽത്തന്നെയായിരുന്നു. ഉമ്മയുടെ ആരോഗ്യക്കുറവായിരുന്നു കാരണം. അളിയനും കുടുംബത്തിനും പൂർണസമ്മതവുമായിരുന്നു. അളിയന്റെ കുടുംബക്കാർ സ്നേഹമുള്ളവരും മര്യാദക്കാരുമായിരുന്നു. അവരിൽ പലരും സിലോണിലുണ്ടായിരുന്നു. അതുകൊണ്ട് ഉപ്പയെ അടുത്തറിയാമായിരുന്നു. ആദ്യകാലങ്ങളിൽ ഞാൻ വീട്ടിലേക്ക് കാര്യമായൊന്നും അയക്കാറുണ്ടായിരുന്നില്ല. അതിന്റെ ആവശ്യവുമുണ്ടായിരുന്നില്ല. ഉദ്യോഗത്തിൽനിന്നു പിരിഞ്ഞ മാമക്ക് ഇടയ്ക്ക് ചെറിയ സഹായങ്ങൾ ചെയ്തു. ഉപ്പക്ക് ബോംബെയിൽ നിന്ന് സെയ്ത് മുഹമ്മദ് മാമ മാസാമാസം പണമയച്ചിരുന്നു. ഉപ്പയും ഉമ്മയും മറ്റുള്ളവരെ ധാരാളം സഹായിക്കുമായിരുന്നു. അതുകൊണ്ട് എത്ര കിട്ടിയാലും മതിയാവില്ല എന്ന അവസ്ഥ പലപ്പോഴും വന്നുപെട്ടിരുന്നുവെന്നതാണ് വാസ്തവം. വീട്ടിലാരെങ്കിലുമൊക്കെ സഹായത്തിന് എപ്പോഴും ഉണ്ടാകും. ഇവരെയൊക്കെ ഉമ്മ എങ്ങനെയാണ് നിലനിർത്തിപ്പോന്നതെന്ന് വ്യക്തമല്ല. ഇന്ന് നമുക്ക് ഒരാളെ വീട്ടിൽ നിർത്താൻ ബുദ്ധിമുട്ടാണ്. ആ കാലത്ത് ഉമ്മ പല ആളുകളെയും സഹായിച്ചു. എല്ലാ മനുഷ്യരും ഏറ്റവും കൂടുതൽ സ്നേഹിക്കുന്നത് അമ്മമാരെയാണെന്നത് ഒരു സത്യമാണെന്ന് ബോധ്യപ്പെട്ട ഒരാളാണ് ഞാൻ. ആരോടും ഒട്ടും പകയില്ലാത്ത ആളായിരുന്നു ഉമ്മ. അത് നാട്ടിലെല്ലാവർക്കും അറിയാമായിരുന്നു.

ഉമ്മ സ്ഥിരമായി ആയുർവേദ മരുന്നാണ് കഴിക്കുക. പ്രത്യേകിച്ച്, കൊച്ചുവൈദ്യരുടെ. നാട്ടിലെ അറിയപ്പെടുന്ന നാട്ടുവൈദ്യനായിരുന്നു കൊച്ചുവൈദ്യർ. ഇക്കാലത്താണ് നെന്മിനി മനക്കലെ ഡോക്ടർ മഹേശ്വരൻ ഭട്ടതിരിപ്പാട് ഗുരുവായൂരിൽ പ്രാക്ടീസാരംഭിച്ചത്. അദ്ദേഹത്തിന്റെ സഹോദരൻ നീലകണ്ഠൻ ഭട്ടതിരിപ്പാട് ശ്രീകൃഷ്ണ കോളേജിൽ എന്റെ അധ്യാപകനായിരുന്നു. അനുജൻ ചിത്രൻ ഭട്ടതിരിപ്പാട് എന്റെ സഹപാഠിയും. ചാവക്കാട് - ഗുരുവായൂർ പ്രദേശത്തെ ഏറ്റവും ജനകീയ ഡോക്ടർ ഇട്ടി വർഗീസായിരുന്നു. ചാവക്കാട് ആശുപത്രിയിലെ ഡോക്ടറായിരുന്നു. എന്നെയും ഐശക്കുഞ്ഞിയെയും പ്രസവമെടുത്തത് ഡോക്ടർ ഇട്ടി വർഗീസായിരുന്നു, അതും ചേറ്റുവായിലെ വീട്ടിൽവെച്ച്. അക്കാലത്തെ മഹാസംഭവമായി ഉമ്മ ഇത് വിവരിക്കാറുണ്ട്. എന്നെ പ്രസവിച്ച് ദിവസങ്ങളോളം ഉമ്മക്ക് ബോധമുണ്ടായിരുന്നില്ലത്രെ. ഞാൻ വല്ല ഗുരുത്വക്കേടും കാണിക്കുമ്പോൾ, "നിന്റെ തല കണ്ടതു മുതൽ എന്റെ അധോഗതി ആരംഭിച്ചു" എന്ന് ഉമ്മയുടെ പതിവുപറച്ചിൽ കേൾക്കാം. ഇട്ടി വർഗീസിനു ശേഷം പാവപ്പെട്ടവരുടെ ഡോക്ടറായി ഡോക്ടർ മഹേശ്വരൻ ഇന്നും നാട്ടിൽ സേവനമനുഷ്ഠിക്കുന്നു. ഞങ്ങളുടെ കുടുംബത്തിന്റെ സൂപ്പർ സ്പെഷ്യാലിറ്റി ഡോക്ടർ മഹേശ്വരൻ തന്നെ. ഏതു സ്പെഷ്യലിസ്റ്റിനെ കണ്ടാലും ഞങ്ങളാ ചീട്ട് ഡോക്ടറെ കാണിക്കും. വല്ലാത്തൊരാത്മബന്ധമാണ് ഡോക്ടറും ഞങ്ങളുടെ കുടുംബവും തമ്മിൽ. ഉമ്മ മരിച്ചിട്ട് ഡോക്ടർ കണ്ണീർ വാർത്തത് ഞാനിന്നും ഓർക്കുന്നു.

പറഞ്ഞുപറഞ്ഞ് വഴി മാറിപ്പോയി. ഞാൻ വീണ്ടും അബുദാബിയിലെത്തി. മുൻപിൻ ചിന്തകളില്ലാത്ത ജീവിതം. ഉത്തരവാദിത്തങ്ങളില്ല. ഒരു കാര്യം മാത്രം എപ്പോഴും മനസ്സിൽ ഉണ്ടാവും. ഗൾഫ് എന്ന തടവറയിൽ നിന്ന് മോചിതനായി നാട്ടിലേക്ക് പോകണം. ഗുരുവായൂർ അമ്പലനടയിൽ തലങ്ങുംവിലങ്ങും നടക്കണം. അതൊരു ലക്ഷ്യം തന്നെയായിരുന്നു. പക്ഷേ പെട്ടെന്ന് രക്ഷപ്പെടാൻ നിവൃത്തിയില്ല. ഈ കാലഘട്ടത്തിൽ ഞാൻ കുറെക്കൂടി ആഡംബരപ്രിയനായി. പലസ്തീനികൾ വിലകൂടിയ വസ്തുങ്ങൾ ധരിക്കുന്നവരായിരുന്നു. എന്റെ തുച്ഛമായ ശമ്പളംകൊണ്ട് ഞാനും ബ്രാൻഡിലേക്കു മാറി. പിയർ കർദെൻ (Pierre Cardin) എന്ന പ്രശസ്ത ബ്രാൻഡ് പാന്റ്സും കേ കോണർ (Kay Corner) ഷൂവും ധരിക്കാൻ തുടങ്ങി. ഈ ഷൂവിനെപ്പറ്റി എം കെ കെ നായർ അദ്ദേഹത്തിന്റെ 'ആരോടും പരിഭവമില്ലാതെ' എന്ന ആത്മകഥയിൽ പറയുന്നുണ്ട്. മലയാളം സിനിമക്കാരൊന്നും അത്തരം ബ്രാൻഡുകളെക്കുറിച്ച് അന്ന് അറിഞ്ഞുപോലും കാണില്ല. പിന്നെ രാത്രികളിലെ ഭക്ഷണരീതി മാറി. പലപ്പോഴും ഇറാൻ, പലസ്തീൻ റസ്റ്റോറന്റുകളിൽ പോയി ഷവർമ, ഷവായ് ചിക്കൻ, കുബ്ബൂസ്, ഹമ്മൂസ് മുതലായ അറബി ഭക്ഷണം കഴിച്ചു.

'മലബാരി'കൾ അക്കാലത്ത് ഇത്തരം ഭക്ഷണം കഴിക്കുന്നത് വളരെ വിരളമായിരുന്നു. മറ്റുള്ളവരിൽനിന്ന് വ്യത്യസ്തനാവുക എന്നത് എന്റെ ഏതു കാലത്തെയും ദൗർബല്യമായിരുന്നു. അത് പലപ്പോഴും എന്റെ പേഴ്സിന്റെ കനം കുറച്ചു.

അമിതമായ ജോലിഭാരവുമുണ്ടായിരുന്നു. രാവിലെ 5 മണിക്ക് ഓഫീസിലെത്തണം. സൈറ്റുകളിലേക്ക് ജോലിക്കാരെ എത്തിക്കുന്ന വണ്ടികൾ സമയത്തിന് പോയോ, പണിസ്ഥലത്ത് വെള്ളമെത്തിക്കുന്ന ടാങ്കറുകൾ ക്രമപ്രകാരം അതു ചെയ്യുന്നുണ്ടോ എന്നതെല്ലാം ഉറപ്പുവരുത്തുക എന്റെ ഉത്തരവാദിത്തമാണ്. വൈകീട്ട് 7 - 8 മണി വരെ നീളുന്ന ജോലി. എനിക്കതിന് മടിയില്ല, ഇടക്കെല്ലാം പാർടികളുണ്ടാവും. ബാച്ച്ലേഴ്സ് പാർടികൾ. പൊതുവെ മദ്യത്തോട് ആസക്തിയുള്ള ആളായിരുന്നില്ല ഞാൻ. കമ്പനിക്കുവേണ്ടിയുള്ള മദ്യപാനം പലപ്പോഴും പിറ്റേന്നത്തെ ജോലിയെ ബാധിക്കുകയും മനസ്സിനെ നിരുന്മേഷവും വയറിനെ അലങ്കോലവും ആക്കുകയും ചെയ്തു. ക്രമേണ ഞാൻ മദ്യപാനം ഒഴിവാക്കുന്നതിനെക്കുറിച്ച് ആലോചിച്ചു. വിവാഹത്തോടെ അത് പൂർണമായി നടപ്പാവുകയും ചെയ്തു.

അബുദാബിയിൽ മലയാളികൾക്കിടയിൽ നല്ല സൗഹൃദമുണ്ടായിരുന്ന ആളാണ് ഞാൻ. ജോലി ശരിയാക്കിക്കൊടുക്കുന്നതുപോലുള്ള ചെറിയ ചെറിയ ഒത്താശകൾ പലർക്കും ഞാൻ ചെയ്തിരുന്നു. അങ്ങനെ കഴിയവെയാണ് ഞാനെന്റെ താമസം ഈ കൂട്ടുകെട്ടിൽനിന്ന് മാറ്റുന്നത്. ഒറ്റക്കൊരു മുറിയെടുത്ത് ഒരു കബർസ്ഥാന്റെ തൊട്ടടുത്തായിരുന്നു താമസം. ശമ്പളത്തിന്റെ പകുതി വാടക കൊടുത്തു. കുറച്ചു കഴിഞ്ഞപ്പോഴേക്കും ഉപ്പയുടെ അനുജന്റെ മകൻ എ പി ഇബ്രാഹിം നാട്ടിൽനിന്ന് വന്നു. നാലു വയസ്സിന് എന്റെ ഇളയവൻ. എന്റെ ജീവിതത്തിലെ സന്തത സഹചാരിയായി ഇബ്രാഹിം മാറി. ഇക്കാലത്താണ് കമ്പനി എന്നെ ജോലിയിൽനിന്ന് പുറത്താക്കുന്നത്.

കമ്പനിക്ക് മൂന്ന് ഡട്സൺ (Datsun) ജീപ്പുകൾ പുതുതായി വാങ്ങിയിരുന്നു. എം ഡി യായ ജോസഫ് ഷാമിയ എന്നോടു പറഞ്ഞു, "ഈ ജീപ്പുകൾ നിന്റെ കസ്റ്റഡിയിൽ വെക്കണം. ഒരാളു ചോദിച്ചാലും കൊടുക്കരുത്." ഞാൻ പറഞ്ഞു, "ഓക്കെ." കമ്പനിയുടെ കൺസ്ട്രക്ഷന്റെ മുഴുവൻ ചുമതലയും റഫീഖ് യൂനസ് അൽ മൻസൂറിനായിരുന്നു. പ്രഗത്ഭനായ എഞ്ചിനീയറാണ് റഫീഖ്. ഞാൻ പൊതുവെയൊരു വഴക്കാളിയായതുകൊണ്ട് എന്നെ വളരെ ഇഷ്ടമായിരുന്നു. ഏതു ജോലി ഏല്പിച്ചാലും ഏറ്റെടുക്കുന്ന എന്റെ സ്വഭാവം എന്നോടുള്ള അദ്ദേഹത്തിന്റെ സ്നേഹവാത്സല്യത്തിന്റെ ശക്തി കൂട്ടി. എന്റെ ജീവിതത്തിൽ മറക്കാൻ പറ്റാത്ത വ്യക്തിത്വത്തിനുടമയാണ് റഫീഖ്. ഒരു ദിവസം ഒരു

പേപ്പർ ഒപ്പിട്ടുവിക്കാൻ ഞാനദ്ദേഹത്തിന്റെ മുറിയിൽ ചെന്നു. അല്പം തിരക്കുണ്ടായിരുന്നു.

“Wait, ya Mohammed!” അദ്ദേഹം പറഞ്ഞു. “Yes, Sir!” ഞാൻ മറുപടി പറഞ്ഞു. അദ്ദേഹം കണ്ണടയുടെ മുകളിലൂടെ എന്നെ നോക്കി. മറ്റുള്ളവർ പോയപ്പോൾ തന്റെ മുന്നിലെ കസേര ചൂണ്ടി എന്നോട് ഇരിക്കാൻ പറഞ്ഞു. എന്നിട്ട് ചോദിച്ചു,”Who taught you that bloody word ‘Sir’ ?” ഞാൻ പറഞ്ഞു, “It’s a practice of Indians.” റഫീഖ് എന്നോട് ശാന്തമായി പറഞ്ഞു, “ആരെയും ആ വാക്കുപയോഗിച്ച് അഭിസംബോധന ചെയ്യരുത്. എപ്പോൾ ആ വാക്കുപയോഗിക്കാൻ തുടങ്ങുന്നുവോ, ആ നിമിഷം നിന്നിൽ ഒരു അടിമ ഉണരുന്നു. എന്തു വേണമെങ്കിലും വിളിച്ചോ, ‘സർ’ എന്നു വിളിക്കരുത്.” ഞാൻ അതിനുശേഷം ആരെയും ‘സർ’ എന്നു വിളിച്ചിട്ടില്ല. നിയമസഭയിലൊഴികെ. അവിടെ അങ്ങനെ അഭിസംബോധന ചെയ്തതിൽ എനിക്കു ഖേദവുമുണ്ട്. പിന്നീട് പല ഉദ്യോഗസ്ഥന്മാർക്കും എന്റെ അഭിസംബോധന അലോസരമുണ്ടാക്കി.

നിയമസഭയിലെ ‘സർ’ വിളി അവസാനിപ്പിക്കണമെന്നാവശ്യപ്പെട്ട് അടുത്തകാലത്ത് മുഖ്യമന്ത്രി പിണറായി വിജയന് ഞാൻ കത്തു കൊടുത്തു. അതൊരിടമ വാക്കാണ്, കത്തിൽ ഞാൻ പറഞ്ഞു. അദ്ദേഹം കത്ത് സ്പീക്കർക്ക് കൈമാറി. പക്ഷേ, ഇന്നും നിയമസഭയിൽ അടിമ വിലാപം തുടർന്നുകൊണ്ടേയിരിക്കുന്നു. മലയാളിയുടെ വിധേയത്വം, അപകർഷതാബോധം എന്നാണവസാനിക്കുക? ഇത്രയും അപഹാസ്യമായൊരഭിസംബോധന നിലനിൽക്കുന്നത് ഇന്ത്യയിൽ മാത്രമാണെന്നാണ് എനിക്കു തോന്നുന്നത്.

നമുക്കു വീണ്ടും കമ്പനിയിലേക്കു പോകാം. ഒരു ദിവസം, നേരത്തെപ്പറഞ്ഞ മൂന്നു ജീപ്പുകളിലൊന്ന് അടിയന്തരമായി സൈറ്റിലേക്കയക്കണമെന്ന് റഫീഖ് യൂനസ് അൽ മൻസൂർ എന്നോടാവശ്യപ്പെട്ടു. ഞാൻ പറഞ്ഞു, “ആർക്കും കൊടുക്കരുതെന്ന് എം ഡി പറഞ്ഞിട്ടുണ്ട്.” റഫീഖ് പിന്മാറിയില്ല. “നീ ഭയപ്പെടേണ്ട. ജോസഫിനോട് ഞാൻ പറഞ്ഞോളാം.” ഞാൻ വണ്ടി കൊടുത്തു. രണ്ടുദിവസം കഴിഞ്ഞ് ഞാൻ കോർട് യാർഡിൽ നിൽക്കുമ്പോൾ ജോസഫ് ഷാമിയ തന്റെ കാഡിലാക്കിൽ ഒഴുകിയെത്തി എന്റെ അടുത്തുനിർത്തി ഇറങ്ങിവന്ന് സലാം പറഞ്ഞു. ഞാൻ സലാം മടക്കി. “ഒരു വണ്ടി എവിടെപ്പോയി?” ജോസഫ് ചോദിച്ചു. “റഫീഖ് കൊണ്ടുപോയി,” ഞാൻ മറുപടി കൊടുത്തു. ഉടനെ അദ്ദേഹം എന്റെ തന്തക്കു വിളിച്ചു. ഞാൻ തിരിച്ചും വിളിച്ചു. അത് അദ്ദേഹത്തിന് തികച്ചും അപ്രതീക്ഷിതമായിരുന്നു. സ്വബോധം

നഷ്ടപ്പെട്ടതുപോലെ ജോസഫ് അലറി, "നിന്നെ പിരിച്ചുവിട്ടിരിക്കുന്നു!" വാച്ച്മാനെ വിളിച്ച് എന്നെ പുറത്താക്കാൻ പറഞ്ഞു.

ഞാൻ ചീഫ് അക്കൗണ്ടന്റ് കോസ്റ്റി ഹവ്വായെ കണ്ടു. "നീ ഇപ്പോ പോ," അദ്ദേഹം പറഞ്ഞു.

ഞാനെന്റെ സാധനങ്ങളെടുത്ത് പുറത്തിറങ്ങി. എല്ലാവരും അത്ഭുതസ്തബ്ധരായി. ദിവസം പന്ത്രണ്ട് മണിക്കൂറിലേറെ ജോലിചെയ്തിരുന്ന എന്റെ നാലുമാസത്തെ ബോണസും ഇൻക്രിമെന്റും കുടിശ്ശികയായി കിടക്കുമ്പോഴാണ് ഈ അത്യാഹിതം. എനിക്ക് ഓവർടൈം വേതനം ഉണ്ടായിരുന്നില്ല. അതിനു ബദലാണ് ഈ ബോണസ്. ഒന്നും കിട്ടാതെ ഞാൻ പുറത്തിറങ്ങി. റൂമിൽ വന്നു.

ഇബ്രാഹിമിനു കാര്യമായ ജോലിയൊന്നും കിട്ടിയിരുന്നുമില്ല. എനിക്കു ജോലി നഷ്ടപ്പെട്ട വിവരം പലരുമറിഞ്ഞു. ജോലി തരപ്പെടുത്താൻ ശ്രമിക്കാമെന്നു ചിലർ പറഞ്ഞു. രണ്ടുദിവസം കഴിഞ്ഞപ്പോൾ ഞാൻ റഫീഖിനെ വിളിച്ചു. അദ്ദേഹം ചോദിച്ചു, "നീ എവിടെയാണ് ? ഗംഭീരമായി. നീയൊരാൺകുട്ടിയാണ്. നീ ഒന്നുകൊണ്ടും ഭയപ്പെടേണ്ട. ഞാൻ നിനക്കു ജോലി ശരിയാക്കിത്തരാം." സമീർ അൽ ഹാജ് എന്ന അതിപ്രശസ്തനായ ലെബനീസ് എഞ്ചിനീയർ അൽ അത്തയ്യ എന്ന പേരിൽ പുതിയ കമ്പനി തുടങ്ങുന്നുണ്ട്. അദ്ദേഹത്തെ പോയി കാണാൻ പറഞ്ഞു, റഫീഖ്.

സമീർ അൽ ഹാജ് എന്നെ വളരെ സന്തോഷത്തോടെ സ്വീകരിക്കുകയും അഡ്മിനിസ്ട്രേഷൻ കാര്യങ്ങൾ നോക്കാനേല്പിക്കുകയും മുമ്പത്തെ കമ്പനിയിൽ എനിക്കു കിട്ടിക്കൊണ്ടിരുന്നതിന്റെ ഏതാണ്ട് ഇരട്ടി ശമ്പളം വാഗ്ദാനം നൽകുകയും ചെയ്തു. പ്രാരംഭദശയിലുള്ള സ്ഥാപനമായതിനാൽ എല്ലാ പണിയും ചെയ്യേണ്ടിവന്നു. ഇതിനിടെ തനിക്കൊരു സെക്രട്ടറിയെ വേണമെന്ന് സമീർ ഹാജ് പറഞ്ഞു. "എനിക്കൊരു കസിനുണ്ട്, അവനെ പറ്റുമോ എന്ന് നോക്കൂ" എന്ന് ഞാൻ പറഞ്ഞു. ഇബ്രാഹിമിനെ സമീർ ഓഫീസ് സെക്രട്ടറിയായി വെച്ചു. ആദ്യം കുറച്ച് ബുദ്ധിമുട്ടിയെങ്കിലും ഇബ്രാഹിം വളരെവേഗം നല്ല സെക്രട്ടറിയായിത്തീർന്നു. ദീർഘകാലം അബുദാബി 'ശക്തി'യുടെ സെക്രട്ടറിയും പ്രസിഡന്റും പിന്നീട് ഷാർജ 'മാസി'ന്റെ സെക്രട്ടറിയും പ്രസിഡന്റും ആയി ഇബ്രാഹിം പ്രവർത്തിക്കുകയുണ്ടായി. ഇപ്പോൾ നാട്ടിൽ സ്വസ്ഥമായി കഴിയുന്നു. മൂന്നുമാസം അവിടെ ഞാൻ ജോലി ചെയ്തു. അപ്പോഴേക്കും സാമി സിധാവി എന്ന ടുണീഷ്യക്കാരന്റെ അൽ-നാസർ ഇറിഗേഷൻ കമ്പനിയുടെ പർച്ചേസിംഗ് ഓഫീസറായി സമീർ പറഞ്ഞയച്ചു. സമീറിനും ആ സ്ഥാപനത്തിൽ ഷെയറുണ്ടായിരുന്നെന്നാണ് തോന്നുന്നത്. നല്ല മനുഷ്യനായിരുന്നു ടുണീഷ്യക്കാരൻ സാമി. ഏതായാലും സമീറുമായും

ഈജിപ്തുകാരനായ അൻവർ സാഗോ എന്ന എഞ്ചിനീയറുമായും ചേർന്നാണ് അൽ-നാസർ കമ്പനി അദ്ദേഹം നടത്തിക്കൊണ്ടുപോയത്. അൻവർ ആധുനിക ചിന്തകളുള്ള മുസ്ലിമായിരുന്നു. സാമിയും സമീറും മറ്റും ക്രിസ്തുമതവിശ്വാസികൾ. അൻവർ സാഗോ യൂറോപ്യൻ സ്ത്രീയെയാണ് വിവാഹം കഴിച്ചത്. അൻവർ ഇടക്കൊക്കെ രാഷ്ട്രീയം പറയും. പ്രസിഡന്റ് ഗമാൽ അബ്ദുന്നാസറിന്റെ അനുയായിയാണ്. ഒരു ദിവസം അൻവർ എന്നോടു ചോദിച്ചു, "നിങ്ങളെന്താണ് സാധാരണമനുഷ്യരെപ്പോലെ പെരുമാറാത്തത്? ആളുകളെ കണ്ടാൽ വളഞ്ഞു നിൽക്കുക, മാറി നിൽക്കുക - ഇതെന്തൊരു ശീലമാണ്! നിങ്ങൾക്ക് നിവർന്നുനിന്ന് സംസാരിച്ചുകൂടേ?" ഞാനാദ്യമാണ് അത്തരമൊരു ചോദ്യം നേരിടുന്നത്. ഞാൻ പറഞ്ഞു, "ദീർഘകാലം ബ്രിട്ടീഷ് ഭരണത്തിനു കീഴിലായിരുന്നതുകൊണ്ടാണ് ഇങ്ങനെ പെരുമാറിപ്പോകുന്നത്." അദ്ദേഹം ചിരിച്ചുകൊണ്ട് പറഞ്ഞു, "ബ്രിട്ടീഷുകാർ ഞങ്ങളെയും ഭരിച്ചിട്ടുണ്ട്. നിങ്ങളുടെ രക്തത്തിൽ അടിമത്തം അലിഞ്ഞുചേർന്നിരിക്കുന്നു."

എന്നെ മാറ്റിയ സംഭാഷണമായിരുന്നു അത്. എന്റെ രാഷ്ട്രീയ ചിന്താമണ്ഡലങ്ങളിൽ അതു വലിയ മാറ്റങ്ങളുണ്ടാക്കി. ഈ വിധേയത്വം തച്ചുടക്കാനുള്ള ശ്രമങ്ങൾ എന്റെ എല്ലാ കർമങ്ങളിലും സൂക്ഷ്മ നിരീക്ഷകർക്കു കാണാനാവും. ഇന്നും ഞാൻ മോചിതനല്ലെന്ന് എനിക്കറിയാം. എവിടെയാണ് തകരാറ്? 'അപഹരിക്കപ്പെട്ട പൈതൃക' (Stolen Legacy) ത്തിൽ ഗ്രന്ഥകർത്താവ് ജോർജ് ജി എം ജെയിംസ് പറയുന്നത്, ആഫ്രോ-ഏഷ്യൻ കരിക്കലത്തിൽ അടിമബോധം അട്ടിപ്പേറായി കിടക്കുന്നുണ്ടെന്നാണ്. ഭാഷ, സാഹിത്യം, സിനിമ, നില്പ്, നടപ്പ് എല്ലാം വിധേയവൽക്കരിക്കപ്പെട്ട സമൂഹമാണ് വിപ്ലവകാരികളായ നാം മലയാളികൾ എന്നു തോന്നിയിട്ടുണ്ട്. പേടിച്ചിട്ട് ഒളിക്കുന്ന കൂടെവിടെയാണ് എന്ന് വല്യുപ്പ ചോദിച്ചതിന്റെ പ്രസക്തി ഇവിടെയാണ്.

എനിക്ക് ഒരു പുതിയ ഡ്രൈവർ വന്നു. സലാമത്ത്. ഈജിപ്തുകാരൻ, നല്ല പ്രായമുണ്ടായിരുന്നു. ഒരു ദിവസം യാത്രക്കിടെ എന്നോടു ചോദിച്ചു, "നീ ഹിന്ദിയാണോ?" ഹിന്ദിയാണെന്ന് ഞാൻ പറഞ്ഞു. അടുത്ത ചോദ്യം, "നിനക്ക് കൃഷ്ണമേനോനെ അറിയുമോ?" ഞാൻ പറഞ്ഞു, "എന്റെ നാട്ടുകാരനാണ്. ഞങ്ങളുടെ നേതാവ്." സലാമത്ത് ദൃഢസ്വരത്തിൽ പറഞ്ഞു, "അദ്ദേഹം നിങ്ങളുടെ നേതാവല്ല; ഞങ്ങളുടെ നേതാവാണ്. ഈജിപ്തിന്റെ പ്രിയപ്പെട്ട നേതാവാണ് വി കെ കൃഷ്ണമേനോൻ. ഞാനങ്ങനെയൊരു മനുഷ്യനെ വേറെ കണ്ടിട്ടില്ല, ഞാനദ്ദേഹത്തിന്റെ ഡ്രൈവറായി പല ദിവസം കൈറോയിൽ ജോലി ചെയ്തിട്ടുണ്ട്." എനിക്ക് സലാമത്തിനോട് ആദരവും സ്നേഹവും തോന്നി. ദാരിദ്ര്യംകൊണ്ടാണ് സലാമത്ത് അബുദാബിയിൽവന്ന് ജോലിചെയ്യുന്നത്.

ഗൾഫ് ജീവിതത്തിൽ മറക്കാൻ കഴിയാത്ത അനുഭവമായിരുന്ന ജപ്പാൻകാരുമായുള്ള മരുഭൂമി യാത്ര. ജപ്പാൻകാർക്ക് ഇംഗ്ലീഷ് - അറബി ഭാഷാസഹായി എന്ന നിലയിലാണ് കമ്പനി എന്നെ കൂടെ അയച്ചത്. മരുഭൂമിയിൽ ഏതോ വലിയ പ്രൊജക്ടുമായി ബന്ധപ്പെട്ടായിരുന്ന അവരുടെ യാത്ര. രണ്ടു ജപ്പാൻകാരാണ് സംഘത്തിലുണ്ടായിരുന്നത്. ഓർക്കുമ്പോൾ ഇന്നും പേടിച്ചുപോകുന്ന അനുഭവമാണന്നുണ്ടായത്. ലാൻഡ് റോവർ ജീപ്പിലാണ് പോയതെന്നാണ് ഓർമ. യാത്ര മണിക്കൂറുകൾ നീണ്ടു. ദോഹ അതിർത്തിയിലാണ് ലക്ഷ്യസ്ഥാനം. ജപ്പാൻകാരുടെ ഇംഗ്ലീഷ് എനിക്കും എന്റെ ഇംഗ്ലീഷ് അവർക്കും മനസ്സിലായില്ല. ടാറിടാത്ത റോഡിലൂടെ അറ്റമില്ലാത്ത യാത്ര. മരുഭൂമിയിലൂടെ ട്രക്കുകൾ പോയി റോഡായി മാറിയ ട്രാക്കാണത്. അറബി തന്നെയാണ് ഡ്രൈവർ. പോയിപ്പോയി എത്തുംപിടിയുമില്ലാത്ത ഒരു പ്രദേശത്തെത്തി. ഞങ്ങൾക്ക് വഴി നഷ്ടപ്പെട്ടുവെന്ന ബോധ്യമായി. എന്തുചെയ്യണമെന്നറിയാതെ വണ്ടി നിർത്തി. ചുറ്റും കണ്ണോടിച്ചപ്പോൾ അനന്തവും വിജനവുമായ മരുഭൂമി മാത്രം. മണൽക്കൂമ്പാരങ്ങളല്ലാതെ മറ്റൊന്നും കാണാനില്ല. എന്തുചെയ്യണമെന്ന് പരസ്പരം ആലോചിച്ചു. ഇനി യാത്ര മൗഢ്യമെന്ന ബോധ്യമായി. ആർക്കും ഒരു പരിഹാരവും തോന്നിയില്ല. കുറേ നേരം ഞങ്ങളവിടെ നിന്നു. തിരിഞ്ഞു പോകാനുള്ള വഴി നിശ്ചയമില്ല. ഒന്നുരണ്ടു മണിക്കൂറുകൾ കടന്നുപോയപ്പോൾ അവിചാരിതമായൊരു അറബി അവിടേക്ക് അദ്ദേഹത്തിന്റെ വണ്ടി ഓടിച്ചു കൊണ്ടുവന്നു. വളരെ ദൂരെനിന്ന് ഞങ്ങളെ അദ്ദേഹം ശ്രദ്ധിച്ചുവത്രെ. നിശ്ചലമായി നിൽക്കുന്ന വാഹനം കണ്ടപ്പോൾ എന്തോ അപകടം പിണഞ്ഞിരിക്കാമെന്ന് തോന്നി. അങ്ങനെയാണ് ഞങ്ങളുടെ അടുത്തേക്ക് ആ മനുഷ്യസ്നേഹി കടന്നെത്തിയത്. ഇത്തരം മനുഷ്യത്വപരമായ ഇടപെടലുകൾ മരുഭൂമിയിൽ അസാധാരണമല്ല. ഈ പ്രദേശത്ത് കുടുംബങ്ങൾ താമസിക്കുന്നുണ്ടെന്നു കേട്ട് ഞങ്ങൾ അത്ഭുതപ്പെട്ടു. അറബി ഞങ്ങളുടെ വണ്ടിക്കു മുന്നിൽ തേരാളിയായി നീങ്ങി. വീണ്ടും ഞങ്ങൾക്ക് പരിചിതമായ റൂട്ടിൽ എത്തിയപ്പോൾ അദ്ദേഹം വണ്ടി നിർത്തി ഉപദേശരൂപേണ പറഞ്ഞു, മരുഭൂമിയിൽ ഒരിക്കലും ഒറ്റ വണ്ടിയുമായി യാത്ര ചെയ്യരുത്. ചുരുങ്ങിയത് രണ്ടു വണ്ടിയെങ്കിലും വേണം. ഞങ്ങൾക്ക് അതൊരു പുതിയ അറിവായിരുന്നു. ഒരു വണ്ടി മാത്രമാണെങ്കിൽ വല്ല അപകടവും സംഭവിച്ചാൽ രക്ഷപ്പെടുക ദുഷ്കരമാകും.

ഈ കമ്പനിയിൽ ഇബ്രാഹിം എന്ന ഒരു ഫോർമാൻ ഉണ്ടായിരുന്നു. ഈജിപ്തുകാരനായ ക്രിസ്തുമത വിശ്വാസി. മുൻ ശുണ്ഠിക്കാരനും വഴക്കാളിയുമായ ഇബ്രാഹിം ഞാനുമായി നിരവധി തവണ ഏറ്റുമുട്ടിയിട്ടുണ്ട്. ചിലപ്പോഴെല്ലാം രാഷ്ട്രീയം പറയും. ഒരിക്കൽ ഇബ്രാഹിം പറഞ്ഞു,

"ഞങ്ങൾ ഈജിപ്തിൽ മൈനോറിറ്റിയാണ്. പക്ഷേ, അവിടുത്തെ ഗവൺമെന്റിനോ മുസ്ലിങ്ങൾക്കോ ഞങ്ങളെ ഒരു ചുക്കും ചെയ്യാൻ കഴിയില്ല. ഞങ്ങൾ സമ്പന്നരും വിദ്യാഭ്യാസം നേടിയവരുമാണ്." സമ്പത്തും വിദ്യാഭ്യാസവും തന്നെയാണ് ഒരു ജനത പരീക്ഷിക്കപ്പെടുന്ന പ്രധാന ഘടകം എന്ന് ഇബ്രാഹിം പറഞ്ഞു. ഒരു ദിവസം ഞാനും ഇബ്രാഹിമും തമ്മിൽ അടിയായി. ഇബ്രാഹിം ഒരു ഇരുമ്പു ദണ്ഡെടുത്ത് എന്നെ അടിക്കാൻവന്നു. തൊഴിലാളികൾ പിടിച്ചുമാറ്റി. ഞാനും വിട്ടുകൊടുക്കാൻ തയ്യാറില്ലായിരുന്നു. അവൻ അട്ടഹസിച്ചു. "ഇവനെ ഞാനിവിടെ വെച്ചേക്കില്ല. എന്നേ ഇവനെ ഞാൻ പുറത്താക്കിച്ചേനെ. പക്ഷേ ഇവൻ അതീവസത്യസന്ധനാണ്. അതുകൊണ്ട് എനിക്ക് അവനെ ഒന്നും ചെയ്യാൻ കഴിഞ്ഞില്ല." അപ്പോഴേക്കും സാമി അവിടെയെത്തി എന്നെയും കൂട്ടിപോയി. പോകുമ്പോൾ പറഞ്ഞു, "സംസ്കാരമില്ലാത്തവനാണ്. വഴക്കിനു പോകേണ്ട."

ഈ സമയത്താണ് സെയ്ൻറാപ്റ്റ് എറ്റ് ബ്രയ്സ് (Sainrapt et brice) എന്ന വിശ്വപ്രസിദ്ധമായ ഫ്രഞ്ച് കമ്പനിയിൽനിന്ന് ഇന്റർവ്യൂവിനുള്ള കത്തുവന്നത്. എന്നോ അപേക്ഷ അയച്ചതായിരുന്നു. ഞാൻ ഒരു പാർടിക്കു പോയതിനിടക്ക് ഇന്റർവ്യൂവിനുള്ള ആ കത്തു നഷ്ടപ്പെട്ടു. പിറ്റേന്നായിരുന്നു ഇന്റർവ്യൂ. ഇന്റർവ്യൂവിനു പോകേണ്ടതില്ല എന്ന മനോഭാവത്തിലായിരുന്നു ഞാൻ. നിലവിൽ നല്ല ശമ്പളം കിട്ടുന്നുണ്ട്. ഇന്റർവ്യൂവിന്റെ കത്താണെങ്കിൽ നഷ്ടപ്പെടുകയും ചെയ്തു. ഞാൻ അബൂബക്കറിനെ വിളിച്ചു. "കത്തില്ലെങ്കിലും നീ ഇന്റർവ്യൂവിനു പോ!" അബൂബക്കർ പറഞ്ഞു. ഷേവു പോലും ചെയ്തിരുന്നില്ലെങ്കിലും ഞാൻ പോയി. നല്ല പ്രായമുള്ള ശക്രിയാൻ എന്ന ഫ്രഞ്ചുകാരനടുത്തേക്കാണ് എന്നെ കൊണ്ടുപോയത്. അർമേനിയയിൽനിന്ന് അഭയാർഥിയായി ഫ്രാൻസിൽവന്ന് പൗരത്വം സ്വീകരിച്ചയാളാണ്. അദ്ദേഹം എന്നോട് ഇരിക്കാൻ പറഞ്ഞു, അവർക്കാവശ്യം പേ റോൾ, പേഴ്സനൽ ഡിപാർട്മെന്റ്, ലേബർ ലോ എന്നിവയെല്ലാം നോക്കുന്ന ഓഫീസറെയായിരുന്നു. ഇന്റർവ്യൂവിന് എന്നെ മാത്രമേ വിളിച്ചിരുന്നുള്ളൂ. ഈ ജോലി എവിടെയാണ് ചെയ്തിട്ടുള്ളതെന്ന് എന്നോടു ചോദിച്ചു. എന്നെ പിരിച്ചുവിട്ട ഓറിയന്റ് കോൺട്രാക്ടിങ് കമ്പനിയുടെ പേര് ഞാൻ പറഞ്ഞു. ഉടനെ അദ്ദേഹം ചോദിച്ചു,"എന്തിനാണവിടെനിന്നു പോന്നത്?" ഞാൻ സംഗതി ചുരുക്കിപ്പറഞ്ഞു. "എന്നെ പിരിച്ചുവിട്ടതാണ്. ഞാനും എം ഡിയും തമ്മിൽ വഴക്കുണ്ടായി. അയാൾ എന്റെ തന്തക്കു വിളിച്ചു. ഞാനയാളുടെ തന്തക്കും വിളിച്ചു." അപ്പോൾ, ശക്രിയാൻ ചോദിച്ചു, "ഞാനവരോട് നിന്നെക്കുറിച്ച് അന്വേഷിക്കട്ടെ?" ഒരു വിരോധവുമില്ലെന്നു ഞാൻ പറഞ്ഞു. പിന്നീടദ്ദേഹം എനിക്കെന്നാണ് ജോയിൻ ചെയ്യാൻ

കഴിയുക എന്നേ ചോദിച്ചുള്ളൂ. ഞാൻ 15 ദിവസം പറഞ്ഞു. ശമ്പളം എന്തുവേണമെന്നു ചോദിച്ചു. താങ്കൾ തീരുമാനിച്ചാൽ മതിയെന്ന് ഞാൻ പറഞ്ഞു. ആദ്യം 2500 ദിർഹം കിട്ടും! ഞാൻ ഞെട്ടിപ്പോയി. എനിക്കു നിലവിൽ കിട്ടുന്ന ശമ്പളംതന്നെ വലുതാണ്. അതിന്റെ ഇരട്ടിയാണീ വാഗ്ദാനം. ഞാൻ സമ്മതിച്ചു. ഇത്രയും വലിയ ഓഫർ കേട്ടപ്പോൾ ഈ ജോലി എനിക്കു ചെയ്യാൻ കഴിയുമോ എന്നൊരു ഭയമുണ്ടായി. ഈ ജോലി ചെയ്തിരുന്നത് ഡിസൂസ എന്ന പാക്കിസ്താൻകാരനായിരുന്നു. ഒരു കലഹത്തെ തുടർന്ന് അദ്ദേഹം രാജിവെച്ചതാണ്. ജോലിയുടെ പ്രയാസത്തെച്ചൊല്ലിയാണദ്ദേഹം കലഹമുണ്ടാക്കിയത്. കമ്പനിയിലെ ജോലിക്കാരിൽ 90 ശതമാനവും പാക്കിസ്താൻകാരാണ്. കറാച്ചിയിലെ പോർട്ട് ഉണ്ടാക്കിയത് ഈ കമ്പനിയാണ്. അങ്ങനെയാണ് അവിടുത്തെ കുറെ ജോലിക്കാർ കമ്പനിയിലെത്തുകയും എണ്ണത്തിൽ പ്രാമുഖ്യം നേടുകയും ചെയ്തത്.

സുഹൃത്തുക്കൾക്കിടയിൽ വലിയ വാർത്തയായി എന്റെ പുതിയ ഉദ്യോഗലബ്ധി. എനിക്കു വാഗ്ദാനം ചെയ്യപ്പെട്ടത് അബുദാബിയിൽ അക്കാലത്തെ ഏറ്റവും വലിയ സാലറികളിലൊന്നായിരുന്നു. ജോലിയിൽ പ്രവേശിച്ചപ്പോൾ ആദ്യം ചെറിയൊരമ്പരപ്പുണ്ടായി. ഫ്രഞ്ചുകാരായിരുന്നു ഉയർന്ന പദവികളിൽ. മൂന്നുതരം തൊഴിലാളികളുണ്ടായിരുന്നു അവിടെ. ഒന്ന്, ഫ്രഞ്ച് എക്സ്പാറ്റ്സ് എന്ന യൂറോപ്യൻ വിഭാഗം. രണ്ട്, ലോക്കൽ കോൺട്രാക്റ്റിൽ എടുക്കുന്ന എന്നെപ്പോലുള്ളവർ. പിന്നെ, സൈറ്റ് വർക്കേഴ്സ് ആയ തൊഴിലാളികളും സാങ്കേതിക വിദഗ്ധരും. പ്രധാന ജോലി ഡ്രഡ്ജിങ്ങും റിക്ളെമേഷനും. കടൽ തൂർത്ത്കരയാക്കൽ. അബുദാബിയിൽ ഈ രംഗത്തെ പ്രമുഖ കമ്പനികളിലൊന്നാണിത്. എന്റേത് ശമ്പളത്തിനൊത്ത പ്രമുഖ പദവിയായിരുന്നു. മലയാളികൾ അവിടെ കുറവായിരുന്നു. എന്റെ സഹപാഠി ആലിപാരി ദേവരാജൻ ഉണ്ടായിരുന്നു. മലയാളിയായ ഹാഷിമായിരുന്നു ഓഫീസ് ബോയ്. മാഹിക്കാരനായ സുകുമാരനായിരുന്നു എം ഡി യുടെ സെക്രട്ടറി. കാന്റീൻ ജോലിക്കാരും ഓഫീസ് ബോയ്സും എല്ലാം മലയാളികൾ. മുഹമ്മദുണ്ണി എന്ന തൃശ്ശൂർ പുന്നയൂർക്കാരൻ ചാർട്ടേർഡ് എക്കൗണ്ടന്റാണ് അവിടേക്ക് അപേക്ഷ അയക്കാൻ എന്നോട് പറഞ്ഞിരുന്നത്. അദ്ദേഹവും അവിടെ ജോലി ചെയ്തിരുന്നു.

ഞാൻ വേഗം ജോലിയുമായി സമരസപ്പെട്ടു. ഫ്രഞ്ച് ഭാഷയിലെ തെറികൾ വിളിക്കാനും തുടങ്ങി. അലെയ്ൻ ഫ്രാൻസെയിൽ ഒന്നുരണ്ടു മാസം ഫ്രഞ്ച് പഠിക്കാൻ പോയെങ്കിലും പിന്നെ തുടർന്നില്ല. പൊതുവെ സാമൂഹ്യ രംഗത്തു ഞാനുണ്ടായിരുന്നില്ല. മലയാളി സമാജം, കേരള സോഷ്യൽ സെന്റർ ഇവിടെയൊന്നും പോകാറില്ല. ഇന്ത്യക്കാരുടെ

വിഖ്യാതമായ ക്ലബാണ് ബാർ ഉള്ള ഇന്ത്യൻ സോഷ്യൽ സെന്റർ. അബുദാബി പെട്രോളിയം കമ്പനി (എ ഡി പി സി) പോലുള്ള സ്ഥാപനങ്ങളിലെ ഉന്നതരുടെ കേന്ദ്രം. ഡേവിസ് മേച്ചേരി എന്ന സുഹൃത്തിന്റെ നിർബന്ധത്താൽ ഞാനവിടെ മെംബറായി. ഡേവിസ് കലിക്കറ്റ് യൂനിവേഴ്സിറ്റി ഫുട്ബോൾ ടീമിന്റെ ക്യാപ്റ്റനായിരുന്നു. എന്റെ ശുപാർശയിൽ ജോലി കിട്ടി കുറച്ചുകാലം ഓറിയന്റ് കോൺട്രാക്ടിങ് കമ്പനിയിലുണ്ടായിരുന്നു. ഡേവിസിനെപ്പോലെ അന്നത്തെ ഒരു സുഹൃത്തും എന്റെ ബന്ധുവുമായിരുന്നു കല്ലറക്കൽ അബൂബക്കർ. ഇന്ത്യൻ സോഷ്യൽ സെന്ററിൽ ഞാൻ പതിവു സന്ദർശകനായി. പുതുവത്സരം പ്രമാണിച്ചും മറ്റും ഡാൻസും പാട്ടുമെല്ലാം ഉണ്ടാകും. ആദ്യമൊക്കെ ആവേശം തോന്നിയെങ്കിലും മെല്ലെ ആ പൊങ്ങച്ച സമൂഹത്തിൽ നിന്നു പിൻവാങ്ങി.

ഫ്രഞ്ച് കമ്പനിയിലെ ജോലി ലോകത്തെക്കുറിച്ചു സ്വരൂപിച്ചെടുത്ത എന്റെ പല അഭിപ്രായങ്ങൾക്കും മാറ്റം വരുത്തി. ഞാൻ ജോലിചെയ്ത ഒരു സ്ഥാപനത്തിലും ഇംഗ്ലീഷ് ഒരു പ്രധാന ഘടകമായിരുന്നില്ല. ഇവിടെയെത്തിയപ്പോഴാണ് അവനവന്റെ ഭാഷയാണ് കേമം എന്ന ചിന്ത എന്നിലുളവായിത്തുടങ്ങിയത്. അത്ര വലിയ മാതൃഭാഷ സ്നേഹികളാണ് ഫ്രഞ്ചുകാർ. ഇംഗ്ലീഷിനെ പുച്ഛത്തോടെ കാണുന്നവർ. ഫ്രഞ്ചുകാർ എന്നെ മലയാളിയാക്കി എന്നു പറഞ്ഞാൽ അത് അതിശയോക്തിയാവില്ല. നമ്മൾ ഇറക്കുമതിചെയ്ത അസ്തിത്വവാദമെല്ലാം നിരർഥകമാണെന്നു ബോധ്യപ്പെടുത്തി, അവരുമായുള്ള സഹവാസം. ഒരു ദിവസം ഒരു ഫ്രഞ്ചുകാരൻ കമ്പനിയിൽ ജോയിൻ ചെയ്യാൻ ഓഫീസിലെത്തി. പാരീസിൽനിന്നു വന്നതാണ്. പേഴ്സണൽ ഡിപാർട്മെന്റിൽ ഞാനും ഫുവാദ് നദ എന്ന ഈജിപ്തുകാരനുമാണുള്ളത്. ഫുവാദിന് മൂന്നുനാലു ഭാഷ നന്നായി സംസാരിക്കാനറിയാം. പൊതുവെ ചൂടനായിരുന്നു ഫുവാദ്. ഇമിഗ്രേഷനിൽ കൊടുക്കാൻ ഫ്രഞ്ചുകാരന്റെ വ്യക്തിപരമായ വിവരങ്ങൾ ആവശ്യമായിരുന്നു. അദ്ദേഹത്തിന്റെ പിതാവിന്റെ പേര് ചോദിച്ചു. ഒരു കൂസലുമില്ലാതെ അദ്ദേഹം പറഞ്ഞു, “എനിക്കു തന്തയില്ല, I am a bastard!” ഇതു കേട്ടപ്പോൾ ഒരു ഞെട്ടലാണെനിക്കുണ്ടായത്. പ്രായപൂർത്തിയായ ഒരാൾ മുന്നിൽ വന്നുനിന്ന് ‘എനിക്കു തന്തയില്ല!’ എന്നു പറയുന്നതിന്റെ മാനസികാഘാതം. ഉടനെ ഫുവാദ് തിരിച്ചടിച്ചു, “അതൊരിക്കലും സാധ്യമല്ല.” ആ മനുഷ്യൻ പറഞ്ഞു, “എന്റെ അമ്മക്കറിയില്ല!”

ഈ സമയത്താണ് ഇറ്റലിക്കാരനായ മസ്സത്തലി ആ വഴി കടന്നുവന്നത്. “നിങ്ങൾ വഴക്കുകൂടണ്ട. രണ്ടാം ലോകയുദ്ധത്തിനു ശേഷം പല രാജ്യങ്ങളിലും പാസ്പോർടിൽ പിതാവിന്റെ പേരെഴുതുന്ന പതിവില്ല”, അദ്ദേഹം പറഞ്ഞു. ഞങ്ങൾക്കത് വലിയ അത്ഭുതമായി.

ഇവരാണ് പിന്നീട് 1970 കളിൽ യൂറോപ്പിൽ അസ്തിത്വവാദവും ഹിപ്പിയിസവുമെല്ലാമായി നടന്നത്.

മലയാളി അയഥാർഥമായ ജീവിതപരിസരങ്ങൾ സ്വയം നിർമിച്ചെടുത്ത് യൂറോപ്യൻ ജീവിതാനുഭവങ്ങളുടെ പങ്കുവെപ്പുകാരനെന്ന് വൃഥാ നടിക്കുകയാണു ചെയ്യുന്നത്. ഈയൊരു ഇറക്കുമതി സ്വന്തം ജീവിതമെന്നു വ്യാഖ്യാനിച്ചു. ഇത് നമ്മുടെ വിദ്യാഭ്യാസത്തെയും സാംസ്കാരിക ജീവിതത്തെയും സിനിമയെയും നാടകത്തെയും എല്ലാം സ്വാധീനിച്ചതായി കാണാം. ഈ ജീവിതാനുഭവങ്ങളാണ് ചലച്ചിത്ര, മാധ്യമ, രാഷ്ട്രീയ രംഗങ്ങളിൽ മാറിച്ചിന്തിക്കാൻ എന്നെ പ്രേരിപ്പിച്ചത്. അന്നൊന്നും എനിക്കിത് വല്ലാതെ വിശകലനം ചെയ്യാൻ തോന്നിയിരുന്നില്ല. പിന്നീട് കേരളത്തിൽ വന്ന് ഫിലിം ഫെസ്റ്റിവലുകളിൽ നിന്ന് ഫിലിം ഫെസ്റ്റിവലുകളിലൂടെ കടന്നുപോയപ്പോൾ, സാംസ്കാരിക പ്രവർത്തകരുമായി ഇടപഴകിയപ്പോൾ നിരവധി സംശയങ്ങൾ എന്റെ മനസ്സിൽ ഉടലെടുക്കാൻ തുടങ്ങി. അതെക്കുറിച്ച് ഞാൻ പിന്നീടു പറയുന്നുണ്ട്.

ഫ്രഞ്ച് കമ്പനിയിൽ രണ്ടുതരം മെസ്സുണ്ടായിരുന്നു. ഒന്നു ഫ്രഞ്ചുകാർക്ക്, മറ്റൊന്ന് ഏഷ്യക്കാർക്കും. ഫ്രഞ്ചുകാരുടെ കാന്റീനിൽ ഏഷ്യക്കാർക്ക് പ്രവേശനം നിഷിദ്ധം. ഒരു ദിവസം ഞാൻ ഫ്രഞ്ചുകാരുടെ കാന്റീനിൽ പോയി. ഒരു ഫ്രഞ്ച് സാൻവിച്ച് ഓർഡർ ചെയ്തു. അവിടത്തെ ഫ്രഞ്ച് സാൻവിച്ച് ഒരിക്കൽ കഴിച്ചാൽ മറക്കില്ല. അത്രക്കു രുചികരമാണ്. ഞാൻ ഓഫീസിൽ വരുത്തി കഴിക്കുമായിരുന്നു. പുതിയ കുക്ക് വന്നതോടെ തരാൻ പറ്റില്ലെന്നു പറഞ്ഞു. അങ്ങനെയാണ് കാന്റീനിൽ ചെന്നത്. അപ്പോഴും തരാൻ പറ്റില്ലെന്ന് തറപ്പിച്ചു പറഞ്ഞു. ഞാനൊരു പ്ലേറ്റ് എടുത്ത് കുക്കിന്റെ മുഖത്തേക്കൊരേറുകൊടുത്തു.

കേസ് ശക്രിയാന്റെയടുത്തെത്തി. ഞാൻ എന്റെ ഭാഗം വിശദീകരിച്ചു. ഫ്രഞ്ചുകാരൻ അയാളുടെ ഭാഗവും. ഞാൻ പറഞ്ഞു, “അറേബ്യയിൽ വർണവിവേചനം (Apartheid) ഇല്ല. ഞാൻ പൊലീസിൽ പരാതി കൊടുക്കും.” ശക്രിയാന് അതിന്റെ ഗൗരവം മനസ്സിലായി. കുക്കിനെ താക്കീതുചെയ്ത്, എന്നെ സമാധാനിപ്പിച്ച് കാര്യം ഭംഗിയായവസാനിപ്പിച്ചു. പിന്നീടെനിക്ക് ആവശ്യമുള്ളപ്പോൾ സാൻവിച്ച് കിട്ടി.

വ്യക്തിത്വ വികസനത്തിലും ആത്മബലത്തിലും ഊന്നൽനൽകാത്ത, വിധേയത്വവും അനാവശ്യമായ വിനയവും ഊട്ടിയുറപ്പിക്കുന്ന പാശ്ചാത്യ വിദ്യാഭ്യാസ സമ്പ്രദായം നമ്മെ തെല്ലൊന്നുമല്ല അടിമബോധത്തിലേക്കു നയിക്കുന്നത്. നമ്മുടെ വിദ്യാഭ്യാസത്തിലെ ന്യൂനതകൾ പ്രവാസ ജീവിതകാലത്ത് എനിക്കു വലിയരീതിയിൽ ബോധ്യപ്പെട്ടതാണ്. നമ്മേക്കാൾ സാമ്പത്തികമായി വളരെ പിന്നോക്കം നിൽക്കുന്ന ആഫ്രിക്കൻ വൻകരക്കാർ എന്റെ കൂടെ ജോലിചെയ്തിട്ടുണ്ട്. അവരുടെ

ധൈര്യത്തിന്റെ ഒരംശംപോലും നമുക്ക കിട്ടിയിട്ടില്ല. 1977 കാലത്ത് അബുദാബിയിൽ തൊഴിലാളികളെ കിട്ടാൻ വലിയ വിഷമമായിരുന്നു. അതുകൊണ്ട് കമ്പനി ഒരു പ്രത്യേക ഉത്തരവിറക്കി. കമ്പനിയിൽ ജോലിയെടുത്ത ആളുകൾക്ക് സർവീസ് സർടിഫിക്കറ്റ് തൽക്കാലം കൊടുക്കേണ്ടതില്ലെന്ന്. ഈ സർടിഫിക്കറ്റുമായി പോയി കൂടുതൽ ശമ്പളത്തിന് മറ്റു സ്ഥാപനങ്ങളിൽ ജോലി നോക്കുന്ന രീതി അബുദാബിയിൽ വ്യാപകമായിരുന്നു. പല മലയാളികളും പാക്കിസ്താനികളും പേഴ്സണൽ ഡിപ്പാർട്ട്മെന്റിന്റെ കൂടി ചുമതലയുണ്ടായിരുന്ന എന്നെ സർവീസ് സർട്ടിഫിക്കറ്റ് ആവശ്യവുമായി സമീപിച്ചു. തരാൻ പറ്റില്ലെന്ന് പറഞ്ഞപ്പോൾ അവരെല്ലാം താണുകേണ് പല പ്രാരാബ്ധങ്ങളും പറഞ്ഞു. ഉത്തരവു നടപ്പാക്കാനുള്ള ചുമതല എനിക്കും ഫുവാദ് നദയ്ക്കുമായിരുന്നു. സർട്ടിഫിക്കറ്റ് തരാൻ പറ്റില്ലെന്നു ശഠിച്ചു പറഞ്ഞപ്പോൾ എല്ലാവരും നിരാശരായി മടങ്ങി. ഒരു ദിവസം സോമാലിയക്കാരനായ ഇസ്മായിൽ അബോക്കോർ എന്റെ ഓഫീസിലേക്കു കടന്നുവന്നു. ഞാനും ഫുവാദും മാത്രമാണപ്പോൾ അവിടെ ഉണ്ടായിരുന്നത്. ഉപചാരങ്ങൾക്കു ശേഷം കുടുംബത്തിന്റെ ക്ഷേമാന്വേഷണമൊക്കെയുണ്ടായി. പിന്നീട് വളരെ വിനയപൂർവം സർവീസ് സർടിഫിക്കറ്റ് ആവശ്യപ്പെട്ടു. ഫുവാദ് വളരെ ഖണ്ഡിതമായി പറഞ്ഞു, "തരാൻ പറ്റില്ല!" അബോക്കോർ പാസ്പോർട് എടുത്ത് രണ്ടു ഭാര്യയും മക്കളുമടങ്ങുന്ന വലിയ കുടുംബത്തിന്റെ ഫോട്ടോ കാണിച്ച്, സഹായിക്കണമെന്നഭ്യർഥിച്ചു. ഫുവാദ് ദൈവത്തെ ആണയിട്ട് (അറബികളുടെ സ്വഭാവമാണിത്, "വള്ളാഹി") അറബിയിൽ പറഞ്ഞു, "തരില്ല!" ഉടനെ അബോക്കോർ, "ഉറപ്പാണോ?" ഫുവാദ്, "ഒരു സംശയവുമില്ല, ഉറപ്പ്!"

അബോക്കോർ ഒന്നുംമിണ്ടാതെ തിരിഞ്ഞുനടന്ന് വാതിലിനടുത്തെത്തി, വാതിലടച്ച് കുറ്റിയിട്ട് തിരിച്ചുവന്നു. ദൈവത്തെ ആണയിട്ട് അബോക്കോർ പറഞ്ഞു, "സർട്ടിഫിക്കറ്റ് തരാതെ നിങ്ങൾ രണ്ടുപേരും മുറിയിൽനിന്നു പോകുന്ന പ്രശ്നമില്ല." ആ ഉറച്ച സ്വരത്തിനു മുന്നിൽ ഫുവാദും ഞാനും കീഴടങ്ങി. ഫുവാദ് ദൈവത്തിന്റെ അമ്മയെ തെറിവിളിച്ച് (അറബിയിലുള്ള പ്രത്യേക തെറിയാണത്) ടൈപ്റൈറ്ററെടുത്ത് സർടിഫിക്കറ്റ് ടൈപ്ചെയ്തു. ഇതാണ് നമ്മളും അവരും തമ്മിലുള്ള വ്യത്യാസം.

ഈ മണ്ണാണ് എന്റെ ഇടം

സെയ്ൻറാപ്റ്റ് എറ്റ് ബ്രയ്സ് (Sainrapt et Brice) എന്ന കമ്പനി എന്റെ സാമ്പത്തികനില കുറെക്കൂടി മെച്ചപ്പെടുത്തി. അന്ന് അബുദാബിയിലെ ഏറ്റവും ഉയർന്ന ശമ്പളക്കാരിൽ ഒരാളായിരുന്നു ഞാൻ. 1984-ൽ ജോലി രാജി വെക്കുമ്പോൾ അത് 10,000 ദിർഹത്തിലെത്തിയിരുന്നു. അന്ന് അതൊരു ഭീമമായ ശമ്പളമായിരുന്നു. എനിക്ക് വിവാഹാലോചനകൾ വന്നുകൊണ്ടിരുന്നു. ഞങ്ങളുടെ കുടുംബങ്ങളിലൊക്കെ മുറപ്പെണ്ണിനെ കല്യാണം കഴിക്കുക എന്ന പതിവുണ്ടായിരുന്നു. നായർ സമുദായത്തിൽ ഈ സമ്പ്രദായം സർവസാധാരണം. അമ്മാവന്റെ മകളെ ഞാൻ വിവാഹം കഴിക്കണമെന്നാണ് കുടുംബത്തിൽ എല്ലാവരും ആഗ്രഹിച്ചതും തീരുമാനിച്ചതും. എന്റെ വീട്ടിൽ താമസിച്ചാണ് ആ കുട്ടി സ്കൂളിൽ പോയിരുന്നത്. ഞാനൊരു കൊച്ചു സഹോദരിയെപ്പോലെയാണ് ആ കുട്ടിയെ കണ്ടിരുന്നത്. അതുകൊണ്ടുതന്നെ, അത്തരമൊരു വിവാഹം എനിക്ക് ആലോചിക്കാനേ കഴിയുമായിരുന്നില്ല. ഞാനത് ഉറച്ചു പറയുകയും ചെയ്തു. എന്റെ നിലപാട് ഉമ്മക്കും ഉപ്പക്കും അമ്മാവനുമെല്ലാം വലിയ സങ്കടങ്ങൾക്ക് കാരണമായി. അമ്മാവനു വേദനാജനകമായൊരു നിലപാടെടുത്തതിൽ എനിക്ക് ദുഃഖവുമുണ്ടായിരുന്നു. പക്ഷേ, ആ തീരുമാനത്തിൽ നിന്നെനിക്ക് മാറാൻ നിർവാഹവുമുണ്ടായിരുന്നില്ല.

പല ആലോചനകളും വന്നു. സമ്പന്ന കുടുംബങ്ങളിൽ നിന്ന്. ഞങ്ങളുടെ ബന്ധുക്കളിൽ നിന്ന്. ഒടുവിൽ, സ്കൂളിൽ പഠിക്കുന്ന കാലം

» പി ടി കുഞ്ഞിമുഹമ്മദും ഐഷാബിയും

മുതലേ പരിചയമുള്ള സുഹൃത്ത് ആർ വി അലി ഒരാലോചന കൊണ്ടുവന്നു. രജിസ്ട്രേഷൻ ഡിപാർട്മെന്റിൽ ഉദ്യോഗസ്ഥനായിരുന്ന അദ്ദേഹത്തിന് എന്നെ വലിയ കാര്യമായിരുന്നു. ഞാൻ എട്ടാം ക്ലാസിൽ പഠിക്കുമ്പോഴാണ് പരിചയപ്പെടുന്നത്. ഞങ്ങളുടെ കൂടെ വായനശാലയിലും ബാഡ്മിന്റൺ കളിയിലുമൊക്കെ ഉണ്ടായിരുന്നു. അന്ന് 'ബ്ലിറ്റ്സ്' വാരിക വായിക്കാറുണ്ടായിരുന്ന ഒരാളാണ്. ഡിഐജി പദവിയിലിരിക്കെ വിരമിച്ച് ഇപ്പോൾ വിശ്രമജീവിതം നയിക്കുന്നു. അദ്ദേഹമാണ് എന്റെ സഹോദരിക്ക് വരനെ കണ്ടെത്താൻ സഹായിച്ചത്. അദ്ദേഹത്തിന്റെ ഭാര്യയുടെ സഹോദരി പ്രീഡിഗ്രി കഴിഞ്ഞു നിൽക്കുന്നുണ്ട്. അവരുടെ ഉമ്മയുടെ കുടുംബം ഗുരുവായൂരിലാണ്. ഗുരുവായൂരിൽ നിന്ന് 10 കി മീ വടക്ക് വടക്കേക്കാട് നായരങ്ങാടിയിൽ ചെറിയ കച്ചവടം ചെയ്യുന്ന കുന്നമ്പത്ത് മാമുണ്ണിയാണ് പിതാവ്. എല്ലാവരും അറിയുന്ന കുടുംബം. ഒമ്പത് മക്കളിൽ എട്ടാമത്തെ ആളാണ് ഐഷാബി. കുന്നമ്പത്ത് മാമുണ്ണി നായരങ്ങാടിയിലെ ആദ്യകാല കമ്യൂണിസ്റ്റുകാരിൽ ഒരാളാണ്. ഇമ്പിച്ചിബാവ, കൊളാടി ഗോവിന്ദൻകുട്ടി, കൊടമന നാരായണൻ നായർ

തുടങ്ങിയവർ ഇവരുടെ വീട്ടിലെ കയ്യാല(Out house)യിൽ യോഗങ്ങൾ ചേർന്നിരുന്നു. ഇമ്പിച്ചിബാവ ആ വീട്ടിൽ രണ്ടുമൂന്നു ദിവസം താമസിച്ചിട്ടുമുണ്ടത്രെ. മൊത്തത്തിൽ കേട്ടപ്പോൾ തരക്കേടില്ലെന്നു തോന്നി. ഞാൻ നാട്ടിൽ വന്നു. പെൺകുട്ടിയെ കണ്ടു. ഞാൻ പെണ്ണുകാണാൻ പോയ ഏക സ്ത്രീ എന്റെ ഭാര്യയായ ഐഷാബിയാണ്. പെൺകുട്ടികളെ മുന്നിൽ കൊണ്ടുവന്നു നിർത്തി ഇഷ്ടപ്പെട്ടു അല്ലെങ്കിൽ ഇഷ്ടപ്പെട്ടില്ല എന്നു വിധി പറയുന്ന രീതിയോട് എനിക്കു യോജിപ്പില്ലായിരുന്നു. ഐശക്കുഞ്ഞിയും വല്ലീച്ചയുമൊക്കെ പോയി പെണ്ണിനെ കണ്ടിരുന്നു. കാര്യങ്ങളൊക്കെ ഒരു ധാരണയായി. ഒരു ചടങ്ങിനു വേണ്ടിയാണ് ഞാൻ പെണ്ണുകാണലിനു പോയത്. ഒരു വർഷം കഴിഞ്ഞാണ് വിവാഹം നടന്നത്. അത്തവണ എനിക്കു ലീവുണ്ടായിരുന്നില്ല.

ഇതിനിടെ പല സൗഹൃദങ്ങളും എന്നിലേക്കു കടന്നു. അതധികവും കെ എൻ ശശിധരൻ, കെ ആർ മോഹനൻ മുതലായവർ വഴിയായിരുന്നു. മാടമ്പ് കുഞ്ഞുക്കുട്ടൻ, മുല്ലനേഴി നീലകണ്ഠൻ നമ്പൂതിരി, ഫാദർ ജോസ് പ്രകാശ് അറയ്ക്കൽ, മധു അമ്പാട്ട് എന്നിങ്ങനെ നീളുന്നു ആ സുഹൃദ് നിര. കെ ആർ മോഹനൻ ഫാദർ അറയ്ക്കലിനു വേണ്ടി ഒരു ഡോക്യുമെന്ററി എടുത്തിരുന്നു. അങ്ങനെയാണ് ഞങ്ങളെല്ലാം കമ്പനിയാകുന്നത്. ഈ ഡോക്യുമെന്ററിയുടെ ഛായാഗ്രാഹകരായാണ് ഷാജി എൻ കരുണും മധു അമ്പാട്ടും മലയാള സിനിമയിൽ രംഗപ്രവേശം ചെയ്തത്.

തൃശ്ശൂരിനടുത്തുള്ള ചൂരക്കാട്ടുകരയിൽ 30 ഏക്കർ സ്ഥലം ഒരു മെഡിക്കൽ കോളേജിനു വേണ്ടി അറയ്ക്കലും മറ്റുമുള്ള സഭയ്ക്ക് ഗവർമെണ്ട് അനുവദിച്ചിരുന്നു. അവിടെ ഒരു ആശുപത്രി പണിയാൻ പ്ലാനുകളെല്ലാം തയാറായിക്കഴിഞ്ഞ സമയത്താണ് അച്ചനെ ഞാൻ പരിചയപ്പെട്ടുന്നത്. ഇരിങ്ങാലക്കുട ക്രൈസ്റ്റ് കോളേജ് പ്രിൻസിപ്പലായിരുന്ന ഫാദർ ഗബ്രിയേലായിരുന്നു ആശുപത്രിയുടെ മുഖ്യ ഭരണാധികാരി. ഫാദർ പയസ് ആയിരുന്നു ഭരണച്ചുമതലയുള്ള മറ്റൊരു പ്രധാനി. ഫാദർ പയസും അറയ്ക്കലുമെല്ലാം എന്റെ സുഹൃത്തുക്കളായി. ആശുപത്രിക്കു പണം പിരിക്കാൻ ഫാദർ അറയ്ക്കൽ ഗൾഫിൽ വന്നു. പലരിൽനിന്നും ഞാൻ സംഭാവന വാങ്ങിക്കൊടുത്തു. ഞാനും കൊടുത്തു.

എന്റെ കല്യാണത്തിന് മുല്ലനേഴിയും ഫാ. അറയ്ക്കലും ഫാ. പയസുമെല്ലാം അടങ്ങുന്ന നല്ലൊരു സുഹൃദ്സംഘമുണ്ടായിരുന്നു. കെ ആർ മോഹനനും കെ എൻ ശശിധരനുമെല്ലാം സംഘാടകരായി. ഒരു സാധാരണ വിവാഹമായിരുന്നുവെങ്കിലും ഫാ. അറയ്ക്കലും ഫാ. പയസുമെല്ലാം ളോഹധാരികളായിത്തന്നെ വരനെ അനുഗമിച്ചു. അതന്നൊരു അപൂർവമായ കാഴ്ചയായിരുന്നു. അമല ആശുപത്രിക്കു മുന്നിൽ ഒരു സ്വകാര്യ വ്യക്തിയുടെ പക്കലുള്ള 18 സെന്റ് സ്ഥലം വാങ്ങാൻ ഈ

» കെ ആർ മോഹനൻ സംവിധാനം ചെയ്ത 'അശ്വത്ഥാമാവ്' എന്ന ചിത്രത്തിന്റെ ക്രൂ

കാലത്ത് അറയ്ക്കലും പയസും എന്നെ പ്രേരിപ്പിച്ചു. വളരെ ചെറിയ തുകയ്ക്കാണതന്ന വാങ്ങിയത്. അമല ആശുപത്രിക്കു നേരെമുന്നിലുള്ള കണ്ണായ സ്ഥലം. അത് എന്റെ ജീവിതത്തെ പൂർണമായി താങ്ങിനിർത്തുന്ന സ്ഥലമാവുമെന്ന് ഞാനന്നു വിചാരിച്ചിരുന്നില്ല.

'അശ്വത്ഥാമാവി'ന്റെ ലോൺ അപേക്ഷ എഫ് എഫ് സി നിരസിച്ചു. മോഹനൻ 'അശ്വത്ഥാമാവി'ന്റെ തിരക്കഥ രചനയുമായി ഇല്ലങ്ങളിൽനിന്ന് ഇല്ലങ്ങളിലേക്ക് നടന്നു. അവരുടെ ജീവിതരീതികളെപ്പറ്റി വെടിപ്പായി പഠിച്ചു. തിരക്കഥ തയാറായി. ശശിധരനും സിനിമയെക്കുറിച്ചുള്ള ആലോചനയിലായിരുന്നു. എല്ലാ ദിവസവും ഗുരുവായൂർ അമ്പലനടയിൽ ഞാനും ശശിധരനും കണ്ടുമുട്ടും. ശശിധരൻ പല കഥകളും എന്നോടു ചർച്ചചെയ്തു. എഫ് എഫ് സി ധനസഹായം കിട്ടില്ലെന്നുറപ്പായതോടെ ഞങ്ങളെല്ലാവരും 'അശ്വത്ഥാമാവ്' എങ്ങനെ സിനിമയാക്കും എന്നതിനെക്കുറിച്ചായി ചർച്ച. ഒടുവിൽ ചില സുഹൃത്തുക്കളുടെ സഹായത്തോടുകൂടി പടം നിർമിക്കാൻ ഞാൻ തീരുമാനിച്ചു. കൊച്ചുണ്ണി എന്ന ഖലീൽ, റഹ്മാൻ തൊയക്കാവ് (പിന്നീട് 'മഗ്‌രിബി'ന്റെ പ്രൊഡ്യൂസർ). എന്റെ കസിൻ എ പി ഇബ്രാഹിം (മുമ്പു പറഞ്ഞ എളാപ്പയുടെ മകൻ), അറയ്ക്കലച്ചൻ വഴി ജോസഫ് പടമാടൻ എന്നിവരെല്ലാം കുറേശ്ശെ സഹായിച്ചു. നിർമാണ നിർവഹണം അറയ്ക്കലച്ചന്റെ ആൾക്കാർ വഴിയായിരുന്നു. മുല്ലനേഴിയായിരുന്നു പ്രൊഡക്ഷൻ കൺട്രോളർ. മദ്യപിക്കുന്നവരെ നിയന്ത്രിക്കാൻ പറ്റിയ ഒരാളെന്ന നിലയിലാണ് മദ്യപിക്കാത്ത

മുല്ലനേഴിയെ പ്രൊഡക്ഷൻ കൺട്രോളറാക്കിയത്. 'ഞാവൽപ്പഴങ്ങൾ' എന്ന സിനിമക്കു പാട്ടെഴുതി പ്രശസ്തനായ കാലത്താണ് മുല്ലനേഴിയെ ഞാൻ കാണുന്നത്. അർപ്പണ മനോഭാവമുള്ള മനുഷ്യൻ. പരമശുദ്ധൻ. പ്രധാന നടനായി സുകുമാരൻ വരാമെന്നു സമ്മതിച്ചു. മാടമ്പ് കുഞ്ഞുക്കുട്ടന്റെ പ്രഥമവും അതിപ്രശസ്തവുമായ നോവലിലെ പുല്ലാശേരി മനയ്ക്കൽ കുഞ്ചുണ്ണി എന്ന കേന്ദ്രകഥാപാത്രത്തെ അവതരിപ്പിക്കാൻ പ്രതിഫലത്തെക്കുറിച്ചൊന്നും പറയാതെയാണ് അന്ന് ഏറെ പ്രശസ്തനായ നടൻ സുകുമാരൻ സമ്മതിച്ചത്. പ്രധാന സ്ത്രീ വേഷമവതരിപ്പിക്കാൻ വിധുബാലയും സമ്മതിച്ചു. ചിത്രത്തിന്റെ ഛായാഗ്രാഹകനായ മധു അമ്പാട്ടിന്റെ സഹോദരിയായതുകൊണ്ടു കൂടിയാണ് വളരെ എളുപ്പത്തിൽ വിധുബാലയെ ആ റോൾ ചെയ്യാൻ കിട്ടിയത്. രവി മേനോനും ഒരു പ്രധാന റോളിലുണ്ടായിരുന്നു. പി രാമൻനായരായിരുന്നു എഡിറ്റർ, അനന്തപത്മനാഭൻ സംഗീതം, സി എൻ കരുണാകരൻ കലാസംവിധാനം.

1978 ഏപ്രിൽ മാസം മാടമ്പ് മനയ്ക്കൽ 'അശ്വത്ഥാമാവി'ന്റെ ഷൂട്ടിങ് ആരംഭിച്ചു. വി ടി ഭട്ടതിരിപ്പാടാണ് സ്വിച്ച് ഓൺ നിർവഹിച്ചത്. പലരും ഷൂട്ടിങ് സ്ഥലത്തേക്കു വരാൻ തുടങ്ങി. കെ കെ ചന്ദ്രൻ, പവിത്രൻ, അഡ്വ. ജയപാല മേനോൻ ഇവരൊക്കെ ഒരു ദിവസം ഒന്നിച്ചുവന്നു. കെ കെ ചന്ദ്രൻ പ്രശസ്ത വ്യക്തിയായി മാറിക്കഴിഞ്ഞിരുന്നു. 'ഇമ്മാണ്ടി എന്ന മനുഷ്യൻ' എന്ന കഥയും 'ആശ്രമം' എന്ന സിനിമയും ഫിലിം ഇൻസ്റ്റിറ്റ്യൂട്ട് പഠനവും മികച്ച ബുദ്ധിജീവിയാക്കി. പവിത്രനെ അന്നാണു

» വി ടി ഭട്ടതിരിപ്പാട് 'അശ്വത്ഥാമാവി'ന്റെ സ്വിച്ച് ഓൺ നിർവഹിക്കുന്നു

» മധു അമ്പാട്ട് 'അശ്വത്ഥാമാവി'ന്റെ ചിത്രീകരണത്തിൽ

ഞാനാദ്യമായി കാണുന്നത്. മുടി നീട്ടിവളർത്തി വളരെ വ്യത്യസ്തമായ വേഷത്തോടു കൂടിയ ഒരാൾ. നാലു ദിവസത്തെ ഷൂട്ടിങ് കഴിഞ്ഞ് സുകുമാരൻ എം ടി യുടെ 'ബന്ധന'ത്തിന്റെ ഷൂട്ടിങ്ങിൽ പങ്കെടുക്കാൻ പോയി.

'അശ്വത്ഥാമാവി'ന്റെ ചിത്രീകരണം നിലമ്പൂരിലെ മരാട്ട മനയ്ക്കലേക്കു മാറ്റിയിരുന്നു. രണ്ടു മൂന്നു ദിവസം കഴിഞ്ഞിട്ടും സുകുമാരനെ കാണാനില്ല. ഇതിനിടെ വിജയലക്ഷ്മിയും നിലമ്പൂർ ബാലനും ലൊക്കേഷനിൽ വന്നു. സുകുമാരൻ 'ബന്ധനം' കഴിയാതെ വരുമോ എന്നത് സംശയമാണെന്ന് അവർ പറഞ്ഞു. ഉടനെ മുല്ലനേഴിയെ 'ബന്ധന'ത്തിന്റെ ലൊക്കേഷനിലെക്കയച്ചു. 'ബന്ധനം' കഴിഞ്ഞേ വരാൻ കഴിയൂ എന്ന് മുല്ലനേഴിയെ സുകുമാരൻ അറിയിച്ചു. 'അശ്വത്ഥാമാവി'ന്റെ സെറ്റാകെ പ്രശ്നത്തിലായി. വളരെ ചെറിയ ബജറ്റിലാണ് സിനിമ ചെയ്യുന്നത്. ഷൂട്ടിങ് തൽക്കാലം നിർത്തിയാൽ പിന്നീടത് പുനരാരംഭിക്കാൻ പറ്റില്ല. ഞാനും ഭാര്യയും ലൊക്കേഷനടുത്ത് ഒരു ചെറിയ വാടകവീടെടുത്ത് താമസിക്കുകയായിരുന്നു. വിവാഹം കഴിഞ്ഞിട്ട് അധികമായിരുന്നില്ല. യാതൊരു സൗകര്യവുമില്ലാത്ത വീടായിരുന്നു അത്. അന്ന് അർധരാത്രി മാടമ്പും മുല്ലനേഴിയും മോഹനനും ആ വീട്ടിൽ വന്നു. സുകുമാരൻ വരാൻ സാധ്യതയില്ല, എന്താണ് വേണ്ടത് എന്നായി. മോഹനൻ വലിയ വിഷാദത്തിലായിരുന്നു. ഇത്തരം സന്ദർഭങ്ങളിൽ എനിക്ക് അസാമാന്യമായ ധൈര്യമുള്ള കാലമായിരുന്നു അത്. സുകുമാരനെ

» മാടമ്പ് കുഞ്ഞുക്കുട്ടനും വിധുബാലയും - 'അശ്വത്ഥാമാവ്'

മാറ്റി ആലോചിച്ചാലോ എന്ന് ഞാനൊരു നിർദേശംവെച്ചു. അത് അവരാരും പ്രതീക്ഷിച്ചതല്ല. മോഹനൻ എന്നോടു പറഞ്ഞു, "എന്റെ കറക്റ്റ് കാസ്റ്റ് മാടമ്പായിരുന്നെന്ന് നിനക്കറിയാലോ? സുകുമാരനെ വെച്ച് നാലു ദിവസം നമ്മൾ ഷൂട്ട് ചെയ്തു. അത് നമുക്ക് റീ ഷൂട്ട് ചെയ്യാം. മാടമ്പിന് അഭിനയ പരിചയമില്ല എന്നൊരു പോരായ്മയുണ്ട്." ഞാൻ പറഞ്ഞു, "ഒന്നും ആലോചിക്കാനില്ല. മാടമ്പ് ചെയ്യട്ടെ!" മോഹനനും മാടമ്പും മുല്ലനും ഒട്ടും പ്രതീക്ഷിച്ചതല്ലെങ്കിലും എല്ലാവർക്കും വളരെ സന്തോഷകരമായി ആ തീരുമാനം.

സുകുമാരനെ പിന്നെ ഒന്നും അറിയിച്ചില്ല. മരാട്ടു മനയ്ക്കൽ വെച്ച് മാടമ്പ് കുഞ്ഞുക്കുട്ടൻ പുല്ലാശേരി മനയ്ക്കൽ കുഞ്ചുണ്ണിയായി. അന്ന് തൃശ്ശൂരിലെ ഒരു പത്രപ്രവർത്തകൻ ചോദിച്ചത്രെ, "ഏതാടാ, ഈ മണ്ടൻ പ്രൊഡ്യൂസർ" എന്ന്. ജോൺ എബ്രഹാം സുഹൃത്തുക്കൾ വഴി അതിസന്തോഷത്തിന്റെ സന്ദേശങ്ങളയച്ചു. ആദ്യ ഷോട്ടിൽ മാടമ്പിന് ഒരു ചെറിയ നെർവസ്നസ് ഉണ്ടായിരുന്നു. എന്നാൽ പിന്നീട് ഞങ്ങൾ കണ്ടത് അതിഗംഭീരമായി അഭിനയിക്കുന്ന മാടമ്പിനെയാണ്.

ഷൂട്ടിങ് കഴിഞ്ഞ് ഞാൻ ഭാര്യാസമേതം ഗൾഫിലേക്കു പോയി. സിനിമ പൂർത്തിയായി. ഞാൻ വീണ്ടും നാട്ടിൽ വന്നു. പടത്തിന്റെ പ്രിവ്യൂ തൃശ്ശൂരിലെ രാഗം തിയേറ്ററിൽ ആഘോഷപൂർവം നടന്നു. അതിനൊരാഴ്ച മുമ്പ് കെ എൻ ശശിധരൻ ആജാനബാഹുവായ ഒരു ചെറുപ്പക്കാരനെ വീട്ടിൽ കൂട്ടിക്കൊണ്ടുവന്ന് കോൺഗ്രസിന്റെ മണ്ഡലം

പ്രസിഡന്റാണെന്ന പറഞ്ഞ് പരിചയപ്പെടുത്തി. നടൻ വി കെ ശ്രീരാമനായിരുന്ന അത്. അരവിന്ദന്റെ 'തമ്പി'ൽ ശ്രീരാമൻ ഒരു വേഷം ചെയ്തിരുന്നു. ഈ കാലത്തൊക്കെത്തന്നെയാണ് സി വി ശ്രീരാമനെയും ശശി പരിചയപ്പെടുത്തുന്നത്. 'ഇരിക്കപ്പിണ്ഡം' മാതൃഭൂമി ആഴ്ചപ്പതിപ്പിൽ വായിച്ചിരുന്നു. ശ്രീരാമേട്ടന്റെ ഗുരുവായൂരിലെ വക്കീലാപ്പീസ് ഞങ്ങളുടെയെല്ലാം ഒരു കേന്ദ്രമായി. നടൻ ശ്രീരാമൻ പവിത്രനെയും കെആർ മോഹനനെയും പരിചയപ്പെടുന്നത് 'അശ്വത്ഥാമാവി'ന്റെ പ്രിവ്യൂവിലാണ്. ഇങ്ങനെ രൂപംകൊണ്ട ഈ ഗ്യാങ് കേരള സാംസ്കാരിക ചരിത്രത്തിൽ വലിയ പങ്കാണ വഹിച്ചത്. നിരവധി സിനിമകൾ ഈ ഗ്യാങ്ങിൽ നിന്നുണ്ടായി. സാംസ്കാരിക വിനിമയം കൊണ്ടെന്നപോലെ ജീവിതത്തിന്റെ പ്രത്യേകതകൾകൊണ്ടും ഈ ഗ്യാങ് പ്രത്യേകം അടയാളപ്പെട്ടു. 'സൃഷ്ടി'യുടെ നിർമാതാവായ പി പി കുഞ്ഞഹമ്മദ്, സി എഫ് ജോർജ് മാഷ് ഇവരെല്ലാം ഈ സംഘത്തിൽ പലപ്പോഴായി പ്രത്യക്ഷപ്പെട്ടു. വീട്ടിൽ ഏതു കോലത്തിൽ, ഏതു രാത്രിയിലാണിവർ കയറി വരികയെന്നറിയില്ല. പവിത്രന് എന്തോ കുഴപ്പമുണ്ടെന്ന് ഉപ്പ വിചാരിച്ചിരുന്നു. വീട്ടിൽ വന്നാൽ ഉമ്മയുടെ കൈയിൽനിന്ന് വെറ്റിലക്കൂട്ട് വാങ്ങി മുറുക്കൽ പവിത്രന്റെ പതിവായിരുന്നു.

1978 ലെ കേരള സംസ്ഥാന ചലച്ചിത്ര അവാർഡ് പ്രഖ്യാപനം വന്നു. 'അശ്വത്ഥാമാവി'ന് ഏറ്റവും നല്ല ചിത്രത്തിനും ('ബന്ധന'വുമായി പങ്കിട്ട്) ഛായാഗ്രഹണത്തിനും കലാസംവിധാനത്തിനുമുള്ള അവാർഡുകൾ ലഭിച്ചു. മാടമ്പ് ഏറ്റവും നല്ല നടനുള്ള അവാർഡിന് അവസാന റൗണ്ടുവരെ ഉണ്ടായിരുന്നു എന്നാണ കേട്ടത്. പിറ്റേ ദിവസത്തെ പത്രത്തിൽ വന്ന ഫോട്ടോകളുടെ കൂട്ടത്തിൽ ഏറ്റവും മികച്ച ചിത്രത്തിന്റെ നിർമാതാവെന്ന നിലക്ക് എന്റേതുമുണ്ടായിരുന്നു. അതുവരെ സിനിമക്കെതിരായിരുന്ന ഉപ്പക്ക് ഈ പത്രവാർത്ത കണ്ടപ്പോൾ വളരെ മോശപ്പെട്ട കാര്യമല്ല സിനിമ എന്ന തോന്നലുണ്ടായി. മാത്രമല്ല, ഉപ്പ അങ്ങാടിയിൽ ചെല്ലുമ്പോൾ പഴയകാല നടന്മാരായ ചിലരെല്ലാം എന്നെക്കുറിച്ച് അന്വേഷിക്കുകയും ചെയ്യുമായിരുന്നു. അതെല്ലാം ഉപ്പക്ക് അത്ഭുതമായി. നിർമാതാവ് എന്ന നിലയിൽ എന്റെ പേര് പി ടി കെ മുഹമ്മദ് എന്നാണ് കൊടുത്തിരുന്നത്. ചിത്രത്തിന്റെ ബാനർ മോഹൻ മുഹമ്മദ് ഫിലിംസ് എന്നായിരുന്നു. മോഹൻ മുഹമ്മദ് ഫിലിംസിന് സി വി ശ്രീരാമൻ രസകരമായ ഒരു എംബ്ലം നിർദേശിച്ചു: രണ്ട് ആൺകുട്ടികൾ മൂത്രമൊഴിക്കുന്നു - ഒന്ന് സുന്നത്ത് കഴിച്ചതും ഒന്ന് സുന്നത്ത് കഴിക്കാത്തതും.

ഈ കാലഘട്ടത്തിലാണ് അഡ്വ. ജയപാലമേനോനും ചാത്തുണ്ണി മാഷും മറ്റും ചേർന്ന് ഒരു സിനിമാക്കമ്പനി തുടങ്ങിയത്. ജനശക്തി ഫിലിംസ്. അവർ ഈ സിനിമ രണ്ടു ലക്ഷം രൂപക്ക് ഔട്ട് റൈറ്റ്

എടുക്കാൻ വന്നു. ഒന്നോ രണ്ടോ ചെക്ക് തന്നു എന്നാണ് ഓർമ. ഒന്നും നടന്നില്ല. 'ജനശക്തി' സാമ്പത്തികത്തകർച്ച നേരിടുകയായിരുന്നു. ഒടുവിൽ പടം റിലീസ് ചെയ്യാൻ തീരുമാനിച്ചു. റിലീസ് ചെയ്തെങ്കിലും കാര്യമായ കളക്ഷൻ കിട്ടിയില്ല. അതിനിടക്ക്, സഹായിച്ച ചിലർക്ക് പണം മടക്കിക്കൊടുക്കേണ്ടി വന്നു. 'അശ്വത്ഥാമാവ്' ഒരു പൂർണപരാജയമാണെന്നു വിചാരിച്ചിരിക്കുമ്പോഴാണ് ബർളിൻ ഫിലിം ഫെസ്റ്റിവലിൽ ചിത്രം പ്രദർശിപ്പിക്കുകയും ജർമൻ ടെലിവിഷൻ അതു വാങ്ങുകയും ചെയ്തത്. അങ്ങനെ 80,000 രൂപ കിട്ടി. ആ സംഖ്യ ജോസഫ് പരമാടന്റെ കാശ് തിരിച്ച്കൊടുക്കാനും പ്രൊഡക്ഷൻ ബാധ്യതകൾ തീർക്കാനുമായി അറയ്ക്കലച്ചനെ ഏല്പിക്കുകയാണു ചെയ്തത്.

ഇക്കാലത്താണ് ശശിധരന്റെ 'വേട്ട' എന്ന കഥ സിനിമയാക്കാൻ ഞങ്ങളാലോചിക്കുന്നത്. നായകൻ ശ്രീരാമൻ. 'അശ്വത്ഥാമാവി'ന്റെ തകർച്ച കാരണം അത് നടക്കാതെ പോയി. 'വേട്ട' യുടെ തിരക്കഥയിൽ സഹായിച്ച ആളാണ് കെ എ മോഹൻദാസ്. മോഹൻദാസിനു പുറമെ, വേണു എടക്കയൂർ, അബുദാബി ടെസ്കോയിലുണ്ടായിരുന്ന മണി, വരുൺ കൊപ്പര മുതലായവരും ഇക്കാലത്ത് സുഹൃത്തുക്കളായി. ഒരു ദിവസം ഞാനും ശശിധരനും സി വി ശ്രീരാമനും കെ അർ മോഹനനും കൂടി തൃശൂർക്ക് പുറപ്പെട്ടു. വഴിക്ക് കിരാലൂരിൽ നിന്ന് മാടമ്പിനെയും കൂട്ടി റെയിൽവേ സ്റ്റേഷനടുത്ത സ്റ്റേറ്റ് ഹോട്ടലിലേക്കു പോയി. മാടമ്പിന്റെ സുഹൃത്തും മരക്കച്ചവടക്കാരനുമായ ഉണ്ണി നമ്പൂതിരിയുമുണ്ടായിരുന്നു. മുല്ലനും വന്നുചേർന്നുവെന്നാണ് ഓർമ. മദ്യമുള്ള ഹോട്ടലായിരുന്നു അത്. നമ്പൂതിരിയാണ് മദ്യം ഓർഡർ ചെയ്തതും പണം കൊടുത്തതും. ഞാൻ മദ്യപാനം നിർത്തിയിട്ട് കുറച്ചായിരുന്നു. എങ്കിലും മദ്യപിക്കുന്ന സുഹൃത്തുക്കളുടെ ഒപ്പമിരുന്ന് സംസാരിക്കുന്നത് ആഹ്ലാദകരമായാണ് എനിക്കനുഭവപ്പെട്ടത്. പലപ്പോഴും വർത്തമാനം മെല്ലെ മെല്ലെ തർക്കത്തിലേക്കും വെല്ലുവിളിയിലേക്കുമൊക്കെ പോയി. അങ്ങനെ മാടമ്പും ശശിയും തമ്മിൽ കോർത്തു. ശശിയെ മാടമ്പ് 'ചോ... ചെക്കൻ' എന്ന് വിളിച്ചു; ശശിയും വിട്ടുകൊടുത്തില്ല. ഞങ്ങൾ മധ്യസ്ഥം പറഞ്ഞു നോക്കി. രണ്ടുപേരും വഴങ്ങിയില്ല. വാഗ്വാദം തുടർന്നു. മാടമ്പ് വീമ്പിളക്കി: "ഞാൻ മാടമ്പ് തമ്പുരാനാണ്. നീ എന്താ വിചാരിച്ചത്... ഞാനൊരു വാക്കുപറഞ്ഞാൽ എത്ര വില കൂടിയ കാറും ഇവിടെ അണിനിരക്കും. നിന്റെ ളുറ്റ അംബാസഡറല്ല!" ശശി ഏതു കാലത്തും ഒന്നും വിട്ടുകൊടുക്കാത്ത സ്വഭാവക്കാരനാണ്. വാക്കുകൊണ്ട് മാടമ്പിനെ നന്നായി ആക്രമിക്കുന്നുണ്ടായിരുന്നു. സി വി ശ്രീരാമനും മാടമ്പിനെ കുറ്റപ്പെടുത്തി. പതിവിൽനിന്നു വ്യത്യസ്തമായി മാടമ്പ് എഴുന്നേറ്റ് "ഇനി ഒരു നിമിഷം പോലും ഇവിടെ ഇരിക്കില്ല" എന്നു പറഞ്ഞ് ഇറങ്ങിപ്പോയി. ഞങ്ങൾ

എത്ര പറഞ്ഞിട്ടും അവിടെയിരിക്കാൻ കൂട്ടാക്കിയില്ല. പരിപാടിയെല്ലാം കഴിഞ്ഞ് ഞാനും മോഹനനും സി വി യും ശശിയും കാറിൽ കയറി. എല്ലാ സൽക്കാരങ്ങൾക്കും നേതൃത്വം നൽകിയ നമ്പൂതിരി വന്ന് എന്നോടൊരു നൂറ് രൂപ ചോദിച്ചു. ഉടനെ സി വി ശ്രീരാമൻ, "ഇവർക്കൊന്നും ഒരു കാശ് കൊടുക്കരുത് ; ഈ ജാതി കുറെ ആളുകളുണ്ട്" എന്ന് എന്നെ വിലക്കി. പാവം നമ്പൂതിരി സുഹൃത്ത് തന്റെ കൈയിലുള്ള രൂപ മുഴുവൻ ഇവർക്കു വേണ്ടി ചെലവഴിച്ച് ഓട്ടോറിക്ഷക്കു പൈസയില്ലാതായപ്പോഴാണിതു ചോദിച്ചത്. അതുവരെ തങ്ങളെ സൽക്കരിച്ച ആളാണിതെന്ന് ശ്രീരാമൻ വക്കീലനപ്പോൾ മനസ്സിലായില്ല. ഞങ്ങൾ പിന്നീട് പല തവണ ഈ കഥ പറഞ്ഞ് ചിരിച്ചിട്ടുണ്ട്. നമ്പൂതിരിക്ക് ഞാൻ പണം കൊടുത്തു. എല്ലാവരും വീട്ടിലേക്കു പോയി.

രാവിലെ ഉപ്പ സുബഹ് നിസ്കരിക്കാൻ എഴുന്നേറ്റപ്പോൾ ആരോ കോളിങ് ബെൽ അടിച്ചു, നോക്കുമ്പോൾ, മാടമ്പ് കുഞ്ഞുക്കുട്ടൻ. ഉപ്പ സ്നേഹത്തോടെ സ്വീകരിച്ചിരുത്തി, എന്നെ വിളിച്ചു.

എന്നെ കണ്ടപാടേ മാടമ്പ് പറഞ്ഞു, "ഇന്നലെ മുഴുവൻ ബസ് സ്റ്റാൻഡിൽ ഇരിക്കേണ്ടിവന്നു. ബസ്സിന് കാശില്ലായിരുന്നു. ഇന്നു രാവിലെ ഒരു സുഹൃത്തിൽ നിന്ന് ബസ്സ് കൂലി കടംവാങ്ങിയാണ് ഇങ്ങോട്ടു പോന്നത്. താനൊന്ന് ഒരുങ്ങ്വ. നമുക്ക് ശശിയുടെ വീട്ടിലൊന്ന് പോകണം. ഇന്നലെ കുറച്ച് മോശായൊ?" അതാണ് മാടമ്പ്. ശുദ്ധനായ ഒരു സുഹൃത്തായിട്ടാണ് എന്നും മാടമ്പിനെക്കുറിച്ച് എനിക്കു തോന്നിയിട്ടുള്ളത്. ഞങ്ങൾ ശശിയുടെ വീട്ടിൽ പോയി. കുറെ അവിടെ ഇരുന്നു. കുറെക്കഴിഞ്ഞ് ഞാൻ വീട്ടിലേക്കും മാടമ്പ്, മനയ്ക്കലേക്കും മടങ്ങി.

ഇത്തരത്തിലുള്ള സൗഹൃദങ്ങളുടെയും പിണക്കങ്ങളുടെയും തർക്കങ്ങളുടെയും അഭിപ്രായവ്യത്യാസങ്ങളുടെയും ലോകത്തുനിന്ന് വിട്ടുനിൽക്കാൻ എന്റെ മനസ്സ് അനുവദിക്കാതായി. എന്റെ ഇടം എന്റെ ഈ മണ്ണാണ് എന്ന ചിന്ത എന്നെ ഗ്രസിച്ചു. ഹ്രസ്വമായ അവധിക്കാലം എന്റെ ജീവിതം ഇവിടെത്തന്നെയാണ് സാക്ഷാൽക്കരിക്കേണ്ടത് എന്ന് എന്നെ വീണ്ടും വീണ്ടും ഓർമപ്പെടുത്തി. എന്റെ സ്വാതന്ത്ര്യ പ്രഖ്യാപനം ഞാൻ സ്വപ്നം കണ്ടു. എന്റെ കലാപ സ്വപ്നങ്ങൾ. വീണ്ടും ഗൾഫിലേക്ക്.

നാടില്ലാത്ത പ്രജ

ഗൾഫ് ജീവിതം ഒരു പ്രതിസന്ധിയിലേക്ക് പോകുന്നതു പോലെ എനിക്കു തോന്നി. ഞാനും അബുദാബിയും മെല്ലെ മെല്ലെ അകലുന്നതുപോലെ. അറബികളോട് അമിതമായ ആദരവോ വിധേയത്വമോ ഉണ്ടായിരുന്ന ആളല്ല ഞാൻ. അവരിൽ പലരും നല്ലവരുണ്ടായിരുന്നു എന്നതു വിസ്മരിക്കുന്നില്ല. നല്ലൊരു ശതമാനം ധിക്കാരികളായിരുന്നു. മലയാളികളോടവർക്ക് പുച്ഛമായിരുന്നു. മലയാളിക്ക് മലയാളിയൊഴിച്ചുള്ള എല്ലാവരോടും ആദരവും ബഹുമാനവും വിധേയത്വവുമാണ്. ഗുമസ്തന്മാരുടെയും ചായക്കടക്കാരുടെയും സമൂഹമെന്ന് എന്റെ വകുപ്പ മേധാവിയും പാക്കിസ്ഥാനിലെ ന്യൂനപക്ഷ വിഭാഗമായ പാർസി മത വിശ്വാസിയുമായ യറൂഷ് ബാദ സാബ് തമാശ പറയാറുണ്ടായിരുന്നു. കറാച്ചിയിലവർ ചായക്കടക്കാരുടെ സമൂഹമാണ്; അബുദാബിയിൽ വന്നപ്പോഴാണ് അവർ ഗുമസ്തന്മാരുടെ കൂടി സമൂഹമാണെന്നറിയുന്നത് - അദ്ദേഹം പറഞ്ഞു. മൂന്നു പാർസികളാണ് അന്ന് ഞങ്ങളുടെ കൂടെ ഉണ്ടായിരുന്നത്. ഇദ്ദേഹത്തിന് ഇന്ദിരാഗാന്ധിയുടെ ഭർത്താവ് ഫിറോസ് ഗാന്ധിയുടെ കുടുംബവുമായി എന്തോ അകന്ന ബന്ധമുണ്ടായിരുന്നു. അതുകൊണ്ട് അവരുടെ ഒരു ബന്ധുവിനെ ഇന്ത്യയിലേക്കു വിവാഹം കഴിച്ചപ്പോൾ ഇന്ദിരാഗാന്ധി പാസ്പോർട് പെട്ടെന്നു ശരിയാക്കിക്കൊടുത്തതായി അദ്ദേഹം പറയുമായിരുന്നു. ശസ്ത്രക്രിയാൻ പോയപ്പോഴാണ് യറൂഷ് ബാദ വകുപ്പ തലവനായി വന്നത്.

ഞാൻ തിരിച്ചുപോരലിനെക്കുറിച്ച് വളരെ ഗൗരവപൂർവം ആലോചിക്കാൻ തുടങ്ങി. സ്വന്തം മണ്ണിലേക്കുള്ള മടക്കമാണ് പ്രവാസികളായ എല്ലാ മനുഷ്യരുടെയും ആഗ്രഹവും സ്വപ്നവും. മിക്കപ്പോഴും അവർക്കത് ദുസ്സാധ്യമാകുന്നു. പലസ്തീൻകാരനായ ഒരു സുഹൃത്ത് പറഞ്ഞു,

» ഐഷാബിയോടൊപ്പം മസ്കറ്റിൽ

"നിങ്ങൾക്കൊക്കെ നാട്ടുണ്ടല്ലൊ, പോകാൻ. ഞങ്ങൾക്കു നാടില്ല!" അദ്ദേഹത്തിന് പാസ്പോർട് ഉണ്ടായിരുന്നില്ല. ട്രാവൽ ഡോക്യുമെന്റാണ് ആകെയുള്ളത്. പരുക്കൻ സ്വഭാവക്കാരനായിരുന്നു അദ്ദേഹം. വളരെ കഷ്ടമായിരുന്നു പലസ്തീനികളുടെ രാഷ്ട്രീയ കാലാവസ്ഥയെങ്കിലും അഹങ്കാരം അവരുടെ കൂടപ്പിറപ്പായിരുന്നു.

അറബികൾക്ക് യൂറോപ്യന്മാരോട് വലിയ വിധേയത്വമാണ്. കാര്യമായ വിദ്യാഭ്യാസമില്ലാത്ത സായിപ്പുമാർക്ക് ഉയർന്ന ശമ്പളം ഗൾഫ് നാടുകളിൽ ലഭിക്കും. ഒരേ ജോലിക്ക് രണ്ടു ശമ്പളം. ഇന്ത്യക്കാരനും പാക്കിസ്ഥാൻകാരനും കൊടുക്കുന്നതിന്റെ നാലിരട്ടിയാണ് സായിപ്പിന്. ഇന്ത്യക്കാർക്കൊക്കെ ജീവിതച്ചെലവ് കുറവാണ് എന്നത്രെ അതിനവർ പറയുന്ന കാരണം. അവരുടെ വസ്ത്രം, ഭക്ഷണം, താമസം എല്ലാം വളരെ ചെലവു കുറഞ്ഞതാണ്. യൂറോപ്യന്മാരുടെ ഭക്ഷണവും വസ്ത്രവുമെല്ലാം കേമപ്പെട്ടതാണ്. ഉയർന്ന തരം ബംഗ്ലാവുകളിലാണവർ താമസം. അങ്ങനെ എല്ലാം കൊണ്ടും ഉയർന്നവർ. സ്വാഭാവികമായും അറബികൾ അവരെ അനുകരിക്കുന്നു. അവരും ഭക്ഷണത്തിനും വസ്ത്രത്തിനും സുഗന്ധദ്രവ്യങ്ങൾക്കും ഭീമമായ തുക ചെലവഴിക്കുന്നു. രാത്രിജീവിതം അവരുടെ ദിനചര്യയായി. അവരുറങ്ങുന്നത് രാത്രി 12 നും പുലർച്ചെ 1മണിക്കുമൊക്കെ. പ്രാതലും ഉച്ചഭക്ഷണവും സാൻവിച്ചിലൊതുക്കും. രാത്രിയിൽ മണിക്കൂറുകൾ നീണ്ടുനിൽക്കുന്ന ഭക്ഷണക്രമമാണവരുടേത്. "ഹിന്ദി 10 മണിക്കുറങ്ങും" എന്ന് അവർ പരിഹസിക്കും. അങ്ങനെ നമ്മളോട് അറബികൾക്കും സായിപ്പുമാർക്കും യൂറോപ്യന്മാർക്കും ഒരേ പോലെ പുച്ഛം. ഇതൊക്കെ സൂക്ഷ്മതലത്തിൽ വിശകലനം ചെയ്യുമ്പോഴേ നമുക്ക് ബോധ്യമാവൂ.

നമുക്കെവിടെയോ തകരാറുണ്ട്. ഇന്ത്യൻ ഉപഭൂഖണ്ഡത്തിൽ ധൈര്യമുള്ള ഒരു സമൂഹത്തെ മാത്രമേ ഞാൻ കണ്ടിട്ടുള്ളൂ. പഠാണികൾ. ഇന്ത്യയുടെ പഴയ അതിർത്തി സംസ്ഥാനങ്ങളിലും അഫ്ഗാനിസ്ഥാനിലുമെക്കെയായി അധിവസിക്കുന്ന, പുഷ്ത് ഭാഷ സംസാരിക്കുന്ന ജനത. നിർഭയർ. അതിർത്തി ഗാന്ധി ഖാൻ അബ്ദുൾ ഗാഫർഖാന്റെ നാട്ടുകാർ. ദിലീപ് കുമാറിന്റെയും ഷാറൂഖ് ഖാന്റെയും നാട്ടുകാർ. ഞാൻ കണ്ട ഭീരുക്കളും വിധേയരുമായ ഇന്ത്യൻ സമൂഹത്തിൽ ഇവരൊഴിച്ചെല്ലാവരും പെടും. പഞ്ചാബികളും ബംഗാളികളും മലയാളികളും ഒക്കെ വിധേയരായി നിൽക്കുന്നതേ ഞാൻ കണ്ടിട്ടുള്ളൂ. ഇതിനോടു പലരും വിയോജിച്ചേക്കാം. വ്യക്തിപരമായ സങ്കുചിത നിരീക്ഷണമെന്ന് പലരും ആക്ഷേപിച്ചേക്കാം. പക്ഷേ, ഒരു ജനത അവരുടെ ആത്മബലം കാണിക്കുന്നത് മറ്റിടങ്ങളിൽ ചേക്കേറുമ്പോഴാണ്. വേറൊരു രീതിയിൽ പറഞ്ഞാൽ, മറ്റു സമൂഹവുമായി താരതമ്യം ചെയ്ത് ജീവിക്കുമ്പോഴാണ്. ഇപ്പോൾ കുറെയൊക്കെ മാറിയിട്ടുണ്ട് എന്നു ഞാൻ കരുതുന്നു. കാതലായ മാറ്റം നമ്മുടെ ആത്മാവിലുണ്ടായിട്ടുണ്ടോ എന്നു സംശയമാണ്. ആഫ്രിക്കക്കാർ ഈ വിധേയത്വമില്ലാത്ത ജനതയായാണെനിക്കു തോന്നിയത്. പട്ടിണിയും ദാരിദ്ര്യവും പേറി നടക്കുമ്പോഴും അവർ അറബികളോടും സായിപ്പുമാരോടും സമഭാവനയോടെ പെരുമാറുന്നത് നമുക്കു കാണാം. ഈ വക കാര്യങ്ങളെല്ലാം ഒരു വിഷാദരോഗത്തിലേക്ക് എന്നെ നയിക്കുമോ എന്ന ചിന്ത എന്നെ പിടികൂടി. നാട്ടിലേക്കു വരുന്നതിന് ചില സാമ്പത്തിക ക്രമീകരണങ്ങൾ നടത്തുന്നതിനെക്കുറിച്ച് ഞാനാലോചിച്ചു.

ഇതിനിടക്ക് എനിക്കൊരു പെൺകുട്ടി പിറന്നു. അബുദാബി ആശുപത്രിയിലായിരുന്നു പ്രസവം. അവൾക്ക് ഒരു മലയാളം പേര് നൽകാൻ ഞാനാഗ്രഹിച്ചു. മലയാളികളായ മുസ്ലിങ്ങൾ പൊതുവെ അറബി പേരുകളാണ് സ്വീകരിക്കാറ്. ഇതെന്തിനാണെന്ന് എനിക്കു മനസ്സിലായിട്ടില്ല. മതംമാറി വരുന്നവർക്കു പോലും അറബി പേരുകൾ നൽകുന്ന സമ്പ്രദായം മുസ്ലിം ലോകത്തു കാണാം. പ്രവാചകനോ അനുയായികളോ പേര് മാറ്റിയിട്ടില്ല. ഇസ്ലാമിലേക്കു വന്നപ്പോഴും അബൂബക്കർ അബൂബക്കർ തന്നെയാണ്. ഉമർ ഉമർ തന്നെയാണ്. അലിയും പേരുമാറ്റിയിട്ടില്ല. പശ്ചിമേഷ്യയിലെ ക്രിസ്ത്യാനികൾ എല്ലാവരും അഭിമാനപൂർവം അറബി പേരുകൾ തന്നെ സ്വീകരിക്കുന്നു. അതുകൊണ്ട് ഞാനെന്റെ മകൾക്ക് രജത എന്നു പേരിട്ടു. ആർക്കും കാര്യമായ എതിർപ്പൊന്നും ഉണ്ടായില്ല. പക്ഷേ, പാൽക്കാലത്ത്, തെരഞ്ഞെടുപ്പു കാലത്തൊക്കെ, ചിലരത് പ്രശ്നമാക്കാൻ നോക്കിയിട്ടുണ്ട്.

» സെയ്ൻ റാപ്റ്റ് അറ്റ് ബ്രൈസിലെ ഉദ്യോഗക്കാലം - ഒറ്റപ്പാലം ഖാദർ, റഹ്മാൻ തൊയക്കാവ്, യറൂഷ് ബാദ, ഖലീൽ കൊളേൻ എന്നിവരോപ്പം

ഞാൻ സുഹൃത്തുക്കളുമായി ചേർന്ന് ഒന്നുരണ്ട് സംരംഭങ്ങളിൽ ഏർപ്പെട്ടു. അബുദാബിയിലെ രാജധാനി റെസ്റ്റോറന്റ്, അൽ ഐനിലെ കിങ് റെസ്റ്റോറന്റ്, എന്നെ ഗൾഫിൽ ആദ്യം സംരക്ഷിച്ച അബൂബക്കറിന്റെ നേതൃത്വത്തിൽ ഒരു ടെക്നിക്കൽ (ഹാർഡ് വെയർ) ഷോപ്പ് എന്നിങ്ങനെ. അധികം കഴിയും മുമ്പുതന്നെ ഹാർഡ് വെയർ ഷോപ്പ് പൊളിഞ്ഞു. രാജധാനിയും കിങ് ഹോട്ടലും കുറെക്കാലം നിലനിന്നെങ്കിലും സാമ്പത്തിക നേട്ടമുണ്ടായില്ല. പക്ഷേ, ആ സ്ഥാപനങ്ങളിലെ തൊഴിലാളികളെയെല്ലാം ഒരു പൈസയും വാങ്ങാതെ വിസയെടുത്ത് നാട്ടിൽനിന്ന് കൊണ്ടുവന്നതായിരുന്നു. ജാതിമതഭേദമില്ലാതെ. ലാഭം കിട്ടിയില്ല; നഷ്ടവുമുണ്ടായില്ല. പക്ഷേ, നിരവധി പേർക്ക് ജീവിതോപാധിയായി. ഈ സ്ഥാപനങ്ങളിൽ പങ്കാളികളും നടത്തിപ്പുകാരുമായിരുന്ന സമയത്ത് മരണപ്പെട്ട അബ്ദുൾ ഖാദർ, ഖലീൽ എന്നിവരുടെ കുടുംബങ്ങൾക്ക് നല്ല സംരക്ഷണം നൽകാൻ കഴിഞ്ഞു.

പിന്നീട് തൃശ്ശൂരിൽ അമല ആശുപത്രിക്കു സമീപം വാങ്ങിയ സ്ഥലത്ത് ഒരു കെട്ടിടം പണിയാൻ തീരുമാനിച്ചു. ലോഡ്ജും റസ്റ്റോറന്റുമടങ്ങുന്ന ചെറിയൊരു കെട്ടിടം. ഉപ്പയാണ് കാര്യങ്ങളൊക്കെ നോക്കിയത്. കെട്ടിടം യാഥാർഥ്യമാക്കാൻ ഉപ്പ പ്രായം മറന്ന് പ്രയത്നിച്ചു.

ജോലി രാജി വെക്കുന്നതിനെക്കുറിച്ച് ഞാൻ ചിന്തിച്ചു തുടങ്ങി. വീട്ടിലും ഭാര്യയോടുമെല്ലാം സംസാരിച്ചു. അതിനോട് വീട്ടിൽ ആർക്കും

യോജിപ്പുണ്ടായിരുന്നില്ല. അങ്ങനെ ആ ചിന്ത നീണ്ടുപോയി. ഭാര്യയെ നാട്ടിലയച്ചു. എനിക്കൊരു മകനും ജനിച്ചു. രഞ്ജിത്ത്. ഇക്കാലയളവിലാണ് ഉപ്പ ഞങ്ങളെ വിട്ടുപിരിയുന്നത്. മരിക്കുന്നതിനു മുമ്പ് നാട്ടിൽ ഞാൻ ഓടിയെത്തി; രണ്ടുമൂന്നു ദിവസം ഉപ്പയുടെ കൂടെ ചെലവഴിക്കാൻ കഴിഞ്ഞു. ഉപ്പ പെങ്ങളുടെ കൈപിടിച്ച് എന്റെ കൈയിലേല്പിച്ചു. എനിക്ക് അതിന്റെ അർഥം നല്ലവണ്ണം അറിയാമായിരുന്നു. അളിയൻ ഒട്ടും സമ്പാദ്യ പ്രിയനായിരുന്നില്ല. ഒരാഗ്രഹവുമില്ലാത്ത ആൾ. ഉപ്പക്ക് അതെല്ലാം അറിയാമായിരുന്നു. ഉപ്പയുടെ മരണവും തിരിച്ചുവരവിനെക്കുറിച്ച് ആലോചിക്കാനുള്ള കാരണമായി.

കെ ആർ മോഹനൻ അന്ന് കെ എസ് എഫ് ഡി സി ഉദ്യോഗസ്ഥനായിക്കഴിഞ്ഞിരുന്നു. എല്ലാ കാര്യത്തിലും ഞങ്ങൾ പരസ്പരം ആലോചിക്കുന്ന പതിവുണ്ടായിരുന്നു. മോഹനൻ എന്റെ കുടുംബത്തിലെ ഒരംഗത്തെപ്പോലെയായിരുന്നു, മോഹനന്റെ കുടുംബത്തിൽ ഞാനും സ്വീകരിക്കപ്പെട്ടത് അങ്ങനെത്തന്നെ. ജോലി വിടുന്നത് മോഹനനും എതിർത്തു. ഞാൻ ഗൾഫിലെ ബന്ധുക്കളോടും സംസാരിച്ചു. ഭാര്യയുടെ അഞ്ചു സഹോദരന്മാരിൽ നാലുപേരും ഗൾഫിലിലാണ്. അവരും വിയോജിപ്പു പ്രകടിപ്പിച്ചു. 10,000 ദിർഹം ശമ്പളമുള്ള ജോലി അന്ന് സ്വപ്നം കാണാൻ കഴിയുന്ന സംഗതിയല്ല. ആ ജോലിയാണുപേക്ഷിക്കുന്നത്. 200 ദിർഹത്തിനു ജോലി തുടങ്ങിയ എനിക്കാണ് 10,000 ദിർഹം ലഭിക്കുന്നത്. ഇപ്പോൾ അതത്ര വലിയ ശമ്പളമാവില്ല. 1984 ൽ അത് വലിയ ശമ്പളമാണ് അബുദാബിയെ സംബന്ധിച്ചിടത്തോളം. ആ ശമ്പളം വാങ്ങുന്ന ആളാണ് ജോലി ഉപേക്ഷിക്കാനാലോചിക്കുന്നത്. ഗൾഫ് ജീവിതത്തിൽ എന്റെ സന്തത സഹചാരിയായ ഇബ്രാഹിമും രാജിയെക്കുറിച്ചുള്ള ആലോചന പ്രോത്സാഹിപ്പിച്ചില്ല.

ഇക്കാലത്തിനിടക്ക് ഇബ്രാഹിം സിപിഐഎമ്മുമായി ബന്ധപ്പെട്ട പൊതുപ്രവർത്തകനായി മാറിയിരുന്നു. അബുദാബി 'ശക്തി'യുടെ നേതാക്കളിൽ ഒരാളായി. ഞാനും ഇബ്രാഹിമും ഒരുമിച്ചായിരുന്നു താമസം. പല മീറ്റിങ്ങുകളും ഇബ്രാഹിം അവിടെ നടത്താറുണ്ട്. എ കെ മൂസ മാസ്റ്ററും മറ്റും വരുമായിരുന്നു. ഞാൻ ശ്രദ്ധിക്കാറില്ല. എനിക്ക് സംഘടനാ പ്രവർത്തനമൊന്നും ഗൾഫ് ജീവിതകാലത്തുണ്ടായിരുന്നില്ല. ഞാൻ പുറത്തൊന്നുമിറങ്ങാത്ത പ്രകൃതത്തിലേക്കു വന്നിരുന്നു. ഓഫീസ് വിട്ടാൽ വീട്. ഞാൻ വലിയ ആൾ എന്നായിരുന്നു എന്റെ ഭാവം. ഇതൊന്നും ഞാൻ ചെയ്യേണ്ടതല്ല എന്ന നില. അബുദാബിയിൽ ഇ കെ നായനാരും എം വി രാഘവനും ഒരിക്കൽ സന്ദർശനത്തിനെത്തിയപ്പോൾ ഒരു ദിവസത്തെ ഉച്ചഭക്ഷണം ഞങ്ങളുടെ വീട്ടിലാണ് ഇബ്രാഹിം ഏർപ്പാടാക്കിയത്. ഇറച്ചിയും മീൻകറിയും എല്ലാമടങ്ങുന്ന നാടൻ

ഭക്ഷണമൊരുക്കി. അവർ രാഷ്ട്രീയം സംസാരിച്ചു. അന്നു കേരളത്തിൽ നിലനിൽക്കുന്ന രാഷ്ട്രീയം. എനിക്ക് ഇബ്രാഹിമിന്റെ കസിൻ എന്ന നിലയിലല്ലാതെ മറ്റു മേൽവിലാസമൊന്നുമില്ല. 'അശ്വത്ഥാമാവി'ന്റെ പ്രൊഡ്യൂസർ എന്നൊക്കെ അവർക്കറിയാമായിരുന്നോ എന്നത് സംശയമാണ്. ആതിഥേയന്റെ സഹമുറിയൻ എന്നതിലുപരി എനിക്ക് ആ വിരുന്നിൽ ഒരു റോളും ഉണ്ടായിരുന്നില്ല. ചില തമാശകളൊക്കെ പറഞ്ഞു, ചിരിച്ചു. ഊണു കഴിച്ച് അവർ മടങ്ങി. നായനാരെയും എം വി ആറിനെയും ഞാൻ ആദ്യം കാണുകയാണ്.

ഒരുദിവസം എന്റെ സുഹൃത്തും സഹമുറിയനുമായ മരട്ടിക്കൽ ജമാൽ ഒരാളെയുമായി മുറിയിൽ വന്നു പരിചയപ്പെടുത്തി, ഒരുമനയൂർക്കാരനാണ്. ബോംബെയിൽ വലിയ ബ്ലാക്ക് ബിസിനസ് (വിദേശ തുണി, സ്വർണം, ഇലക്ട്രോണിക് ഗുഡ്സ് എന്നിവയുടെയൊക്കെ വില്പനയെയാണ് ഇങ്ങനെ പറയുക) നടത്തിയ ആളാണ്. അതും പറഞ്ഞ് ജമാൽ എന്നെ സ്വകാര്യത്തിൽ പുറത്തേക്ക് വിളിച്ചു. "ബോംബെയിലെ വലിയ കക്ഷിയാണ്. എന്തോ ചില സാമ്പത്തികപ്രശ്നംകൊണ്ട് വന്നതാണ്. നീ ഒന്ന് സഹായിക്കണം. ഒരു 15 ദിവസം ആളെ ഇവിടെ നിർത്തണം. ബോംബെയിലെ ഒരു ചെറിയ ദാദയാണ്. കുറച്ചു സൗകര്യങ്ങളിലൊക്കെ ജീവിക്കുന്ന ആളാണ്." ജമാൽ എന്റെ അടുത്ത സുഹൃത്താണ്. ഞാൻ സമ്മതിച്ചു. അതിഥി ഒരു പാവം മനുഷ്യനായിരുന്നു. രാത്രി സായിപ്പിന്റെ രീതിയിൽ നൈറ്റ് ഗൗൺ ധരിച്ചാണ് കിടക്കുക. പകലൊന്നും റൂമിലുണ്ടാവില്ല. വൈകിയേ വരൂ. ഒരു ദിവസം രാത്രി ആൾ വന്നില്ല. പിറ്റേന്ന് രണ്ടുപേർ റൂമിന്റെ വാതിൽക്കൽ വന്നു മുട്ടി, അഭിവാദ്യംചെയ്ത് അകത്തുകയറി. "ഞങ്ങൾ സി ഐ ഡി കളാണ്. നിങ്ങളുടെകൂടെ താമസിക്കുന്ന വ്യക്തി ഇന്നലെ അർദ്ധരാത്രി മദ്യലഹരിയിൽ കുറച്ചു പാത്രങ്ങളുമായി നടന്നുപോകുന്നതു കണ്ടപ്പോൾ ഞങ്ങൾ നിൽക്കാൻ പറഞ്ഞു. അപ്പോൾ അയാൾ ഓടി. ഞങ്ങൾ റിവോൾവറെടുത്ത് കാലിൽ വെടിവെച്ചു. അബുദാബിയിൽ ആശുപത്രിയിലുണ്ട്." അദ്ദേഹത്തെക്കുറിച്ച് എനിക്കറിയാവുന്ന കാര്യം ഞാനവർക്ക് പറഞ്ഞുകൊടുത്തു. അവർ നല്ല മനുഷ്യരായിരുന്നു. എന്റെ പാസ്പോർട് ജാമ്യം തന്നാൽ ആളെ വിട്ടുതൽ ചെയ്യാമെന്നും മുറിവു കാര്യമല്ലെന്നും അവർ പറഞ്ഞു. ഞാൻ പൊലീസ് സ്റ്റേഷനിൽചെന്ന് പാസ്പോർട്ട് വെച്ച് ജാമ്യമെടുത്തു. എനിക്കു നല്ല പേടിയുണ്ടായിരുന്നു. ഇയാൾ മുങ്ങുമോ എന്ന്. അതുണ്ടായില്ല. ജമാൽ വന്ന് ആളെ മറ്റൊരു സങ്കേതത്തിലേക്ക് മാറ്റി.

ഇബ്രാഹിമിനും കൂട്ടുകാർക്കുമൊപ്പം ബാച്ചിലറായി താമസിച്ച കാലം വളരെ രസകരമായിരുന്നു. ഇബ്രാഹിമും ഒറ്റപ്പാലത്തെ ഖാദറും കിടക്കാൻനേരം കുളിക്കും. കുളിച്ചു വന്ന് രണ്ടുപേരും ഡ്രയറെടുത്ത്

മുടിയുണക്കി മനോഹരമായി ചീകി, മുഖത്ത് പൗഡറിടും. വിലകൂടിയ പെർഫ്യൂം മേലെല്ലാം അടിക്കും. ഏതോ യാത്രക്ക് തയ്യാറെടുക്കും പോലെ. ഒരുക്കം കഴിഞ്ഞ് രണ്ടുപേരും മുറിയിൽ കയറി കിടന്നുറങ്ങും. ഇവർ രണ്ടുപേരും തമ്മിലുള്ള പരസ്പര പരിഹാസങ്ങളും രസകരമാണ്. കറുപ്പ് നിറമുള്ള ഖാദറിനെ നോക്കി "കാക്ക കുളിച്ചാൽ കൊക്കാകുമോ" എന്ന് ഇബ്രാഹിം പറയുമ്പോൾ, അതിനെ വെല്ലുംവിധം മറുപരിഹാസങ്ങളുമായി ഖാദർ തിരിച്ചടിക്കും. അങ്ങനെ രാത്രി കഴിയും.

ഇതിനിടയിൽ വിചിത്ര കഥാപാത്രമായിരുന്ന വിയ്യാവു ഇന്നമ്മയുടെ മകൻ ഇഖ്ബാൽ. അവിവാഹിതൻ. എവിടെയും ഉറച്ചു നിൽക്കാത്തവൻ. രാത്രി ഏറെ വൈകിയാണ് എത്തുക. എല്ലാവരും ഉറങ്ങിയിട്ടുണ്ടാവും. അവന്റെ കസിൻ പി ബി ഹുസൈനെ ഉറക്കത്തിൽനിന്ന് വിളിച്ചുണർത്തും. ഹുസൈൻ നിവൃത്തിയില്ലാതെ എഴുന്നേൽക്കും. ടെലിവിഷൻ തുറന്ന് ഗുസ്തി കാണാനാവും എഴുന്നേല്പിച്ചത്. ഹുസൈന് മറുത്തൊന്നും പറയാൻപറ്റില്ല. കാരണം ഇഖ്ബാൽ ചീത്ത പറയും. ഇഖ്ബാലിന് മറ്റൊരു ഹോബിയുണ്ട്. ടാക്സി കൈകാട്ടി നിർത്തും. ടാക്സിക്കാരൻ ചോദിക്കും, "കിധർ ജാനാ ഹെ?" ഇഖ്ബാൽ പറയും, "ചലോ ഭായ്, ഹം ബതായെഗാ!" വണ്ടി ഓടിക്കൊണ്ടേയിരിക്കും. അങ്ങനെ കറങ്ങിക്കറങ്ങി കയറിയ സ്ഥലടത്തുതന്നെ എത്തുമ്പോൾ ഇഖ്ബാൽ പറയും, "അരെ, അരെ, രുക്കോ!" വണ്ടി നിർത്തി പണം കൊടുത്ത് ഇഖ്ബാൽ ഇറങ്ങിപ്പോകും. ഇഖ്ബാൽ ഇപ്പോഴും ഈ അലച്ചിൽ തുടരുന്നു. അവിവാഹിതനായി.

അക്കാലത്ത് സൂത്രം അബു എന്ന ഒരു സുഹൃത്ത് ഞങ്ങളുടെ കൂടെ ഉണ്ടായിരുന്നു, ആഡംബര പ്രിയനായിരുന്നു. അന്നു വലിയ ശമ്പളം ഉണ്ടായിരുന്നില്ല. ഞാനൊക്കെ വാങ്ങുന്ന വില കൂടിയ ബ്രാൻഡുകൾ കാണിച്ച് ഇബ്രാഹിമും ഖാദറും അബുവിനെ മൂപ്പിക്കും. അബു എങ്ങനെയെങ്കിലും ഈ ബ്രാൻഡുകൾ വാങ്ങി ഞങ്ങളുടെ മുമ്പിൽ വന്നുനിന്ന് വിലസും. അബു അടുത്തിടെവരെ അബുദാബിയിൽത്തന്നെയായിരുന്നു. വലിയ നിലയിലായിരുന്നു. "സൂത്രമൊക്കെ നിങ്ങൾക്കും പേര് ഞങ്ങൾക്കും'' എന്നു പറഞ്ഞ് ചിരിക്കുമായിരുന്ന അബു ഇപ്പോൾ നമ്മോടൊപ്പമില്ല.

ആ കാലത്താണ് ഉള്ളാട്ടിൽ അച്ചു എന്റെ സുഹൃത്താകുന്നത്. ചാർട്ടേഡ് ബാങ്കിൽ ഉദ്യോഗസ്ഥനായ കോട്ടക്കൽക്കാരൻ. വളരെ പ്രശസ്തനും പഴയ നക്സലും ബുദ്ധിജീവിയുമായ അച്ചു ഇന്നും അടുപ്പത്തിലാണ്. ഈ കാലത്ത് കെ എ മോഹൻദാസും വേണു എടക്കഴിയൂരും മണിയും വിജയനുമൊക്കെ ഇടയ്ക്കു വന്ന് കാണും. ചിലർ ദുബായിലും ചിലർ അബുദാബിയിലുമാണ്. ചെറുകഥയ്ക്ക് മാതൃഭൂമിയുടെ സമ്മാനം കിട്ടിയ ആളാണ്

മോഹൻദാസ്. ദുബായിൽ വിചാരിച്ച ജോലിയൊന്നും കിട്ടിയില്ല. പല പത്രങ്ങളിലും ശ്രമിച്ചു. നാട്ടിലെ സർക്കാർ ജോലിയിൽനിന്ന് ലീവെടുത്താണ് വന്നത്. ഒടുവിൽ ഏതോ കമ്പനിയിൽ ഉപ്പുകാരനായെന്ന് മോഹൻദാസ് തന്നെ പറഞ്ഞുകേട്ടപ്പോൾ എനിക്ക് സങ്കടംതോന്നി. "ഞാനടിച്ചാലും പൊടി പോകും, പി ടീ!" എന്ന തത്വശാസ്ത്രപരമായ മറുപടിയോടെ ചിരിച്ചുകൊണ്ട് മോഹൻദാസ് ആ സംഭാഷണം അവസാനിപ്പിച്ചു. പിന്നീട് വളരെ വേഗം നാട്ടിലെത്തി.

യറൂഷ് ബാദ സെയ്ൻറാപ്റ്റിൽ നിന്ന് രാജിവെച്ച് പോയി. ഞാൻ കമ്പനിയിൽ ഒരു കാര്യം ചെയ്തിരുന്നു. പറ്റാവുന്ന മലയാളികളെയെല്ലാം ജോലിയിൽ പ്രവേശിപ്പിച്ചു. കൊച്ചുണ്ണി എന്ന ഖലീലിനെ എന്റെ ഡിപാർട്മെന്റിൽ കൊണ്ടുവന്നു. ഒറ്റപ്പാലത്തുകാരൻ ഖാദറിനെ സ്റ്റോറിലും ജോലിയിലാക്കി. റഹ്മാൻ തൊയക്കാവ് ബോംബെയിൽ ജോലി ചെയ്ത പരിചയം വെച്ച് അക്കൗണ്ട്സ് ഡിപാർട്മെന്റിൽ വന്നു. അങ്ങനെ മലയാളികൾക്കും പ്രാമുഖ്യമുള്ള കമ്പനിയായിത്തീർന്നു സെയ്ൻറാപ്റ്റ്. ബഹളക്കാരനും വഴക്കുകാരനുമായി കമ്പനിയിൽ ഞാൻ ഏറെ പ്രശസ്തനായിരുന്നു. മൂന്നുനാലു മാസം എന്നെ ബഹറിനിലയച്ചു. അവിടെ ഓഫീസ് ചുമതലക്കാരനായി. യറൂഷ് ബാദ എന്നെ 'തൂഫാൻ' എന്നാണ് വിളിച്ചിരുന്നത്. 'തൂഫാൻ' എന്നാൽ കൊടുങ്കാറ്റ്. ചില പ്രത്യേക പ്രയോഗങ്ങളുണ്ടായിരുന്നു അദ്ദേഹത്തിന്. ഒരാൾ ശാന്തനായി ജോലി ചെയ്യുകയാണെങ്കിൽ 'അദ്ദേഹം ബോട്ടിലിനകത്താണ്' എന്നാണ് ബാദ പറയുക. ദേഷ്യം പിടിച്ചവരെപ്പറ്റി 'ബോട്ടിൽ സെ ബാഹർ ആ ഗയാ ഹൈ...' (കുപ്പിയിൽ നിന്നു പുറത്തുചാടിയിരിക്കുന്നു) എന്നും. നല്ല ബുദ്ധിയുള്ള വ്യക്തിത്വത്തിന്റെ ഉടമയായിരുന്നു ബാദ സാബ്. സത്യസന്ധരായ ആളുകളോട് പ്രത്യേക മമതയായിരുന്നു അദ്ദേഹത്തിന്. ബാദ സാബിന് ഗൾഫ് വേഗം മടുത്തു. അദ്ദേഹം കറാച്ചിയിലേക്കു മടങ്ങി. കറാച്ചിയിൽ പാർസികൾ കുറവായിരുന്നു. ഉള്ളവർ സമ്പന്നരായിരുന്നു. വിദ്യാഭ്യാസമുള്ളവരും. തങ്ങൾക്കവിടെ പ്രത്യേക ബുദ്ധിമുട്ടുകളൊന്നുമില്ല എന്നാണ് ബാദ സാബ് എന്നോടു പറഞ്ഞത്. മൃതദേഹം കഴുകനു തിന്നാൻ വെച്ചു കൊടുക്കലാണ് അവരുടെ ശവസംസ്കാരരീതി. കറാച്ചിയിൽ അതിനൊക്കെ സൗകര്യമുണ്ട്. അമല ആശുപത്രിക്ക് അദ്ദേഹം സംഭാവന നൽകിയിരുന്നു. ഇന്ത്യയിൽ അദ്ദേഹത്തിന്റെ ബന്ധുക്കളുണ്ട്.

യറൂഷ് ബാദ പോയപ്പോൾ വന്നതൊരു ഫ്രഞ്ചുകാരനാണ്. വലിയ അടുപ്പമുണ്ടായിരുന്നില്ലെങ്കിലും ഒരു വിധം പൊരുത്തപ്പെട്ടു പോയി. എനിക്കദ്ദേഹത്തോടു വലിയ താല്പര്യമുണ്ടായിരുന്നിയില്ല. ഫ്രഞ്ച് മാത്രമേ അറിയാവൂ. എന്റെ മുറി ഫ്രഞ്ചും അദ്ദേഹത്തിന്റെ മുറി ഇംഗ്ലീഷും ആയുള്ള കമ്യൂണിക്കേഷൻ ഒട്ടും സുഖകരമായി തോന്നിയില്ല.

വീണ്ടും രാജിയെക്കുറിച്ച് ആലോചന തുടങ്ങി. രാജി അത്ര എളുപ്പമുള്ള കാര്യമല്ല എന്ന് എനിക്കു ബോധ്യമായി. ഒടുവിൽ, 1984 ജൂലൈ മാസം പ്രവാസജീവിതം അവസാനിപ്പിച്ച് ഞാൻ രാജിക്കത്തുനൽകി. മുസിയേ. കൊളൻ (Monsieur Collin), എന്റെ പുതിയ മേലുദ്യോഗസ്ഥൻ, ആശ്ചര്യത്തോടെ എന്നെ നോക്കി. "ഉസത് ഫു മുസിയേ? (നിനക്കു ഭ്രാന്താണോ?)" മുറി ഫ്രഞ്ചിൽ എന്റെ മറുപടി, "അല്ല, മുസിയേ. ഞാൻ ബുദ്ധിമാനാണ്." അദ്ദേഹം ചിരിച്ചു. ഞാൻ എന്റെ സുഹൃത്തുക്കളുടെയെല്ലാം ഒരത്താണിയായിരുന്നു. ബന്ധുക്കളായ ഒരു പാട് ചെറുപ്പക്കാരും ചുറ്റുമുണ്ടായിരുന്നു. പി ബി ഹുസൈൻ, വിയ്യാവു ഇന്നമ്മയുടെ മകൻ ഇഖ്ബാൽ, വല്ലീച്ചയുടെ മകൻ സലീം, അഷ്റഫ് (കൊച്ചി), ഖാദർ, ഖലീൽ, ഇബ്രാഹിം അങ്ങനെ ഗുരുശിഷ്യബന്ധം പോലുള്ള നീണ്ടൊരു നിര.

ആഗസ്റ്റ് മൂന്നാം തീയതി അബുദാബിയോടു യാത്രപറഞ്ഞു. എന്നെ മാറ്റിമറിച്ച നാട്. എന്റെ ചിന്താമണ്ഡലം വിപുലീകരിച്ച നഗരം. അന്തർദേശീയമായ കാഴ്ചപ്പാടുകൾ എന്നെ വിശാലനായ മലയാളിയാക്കി. ഞാൻ പൂർണമായും ഒരു മലയാളിയാണെന്ന ഉത്തമബോധ്യം അബുദാബി എന്നിൽ ദൃഢമാക്കി. ഈ ബോധ്യം പ്രാഥമികമായി എന്നിലുണ്ടായിരുന്നിരിക്കണം. അത് വികസിച്ചു പൂത്തുലയാൻ നീണ്ട പ്രവാസജീവിതം വേണ്ടിവന്നു. മലയാളി പേറുന്ന പല മിത്ഥ്യാധാരണകളും എന്നിൽനിന്ന് കുടിയിറങ്ങുന്നത് ഞാൻ കണ്ടു. എന്റെ ഗൾഫ് ജീവിതം അവസാനിച്ചു. എന്നെ മാറ്റിയ മണലാരണ്യത്തിന് നന്ദി!

‘പ്രജാപുരി’യും കളിമൺ വ്യവസായവും

നാട്ടിൽ തിരിച്ചെത്തി. സ്ഥിരമായി നാട്ടിൽ നിൽക്കാൻ തീരുമാനിച്ചതിന്റെ ഒരനിശ്ചിതത്വവും ആശങ്കയും എന്റെ ഉള്ളിലുണ്ടായിരുന്നു. ആദ്യം ചെയ്യാനുണ്ടായിരുന്നത് ഉപ്പ ബാക്കിവെച്ച കെട്ടിടംപണി പൂർത്തിയാക്കുകയും ജീവിക്കാനുള്ള വകയ്ക്ക് ഏർപ്പാട് വല്ലതും അവിടെ തുടങ്ങുകയുമായിരുന്നു. ഒരു കൂട്ടുകുടുംബ വ്യവസ്ഥയിലേക്കാണ് ഞാൻ വന്നത്. സഹോദരിയും ഭർത്താവും രണ്ടു മക്കളും, ഉമ്മയും എന്റെ ഭാര്യയും രണ്ടു മക്കളും അടങ്ങുന്ന കുടുംബം. അളിയന്റെ തറവാട് അദ്ദേഹം ജ്യേഷ്ഠന് വിട്ടുകൊടുത്തിരുന്നു. എന്റെ മക്കൾ സ്കൂളിൽ പോകാറായിട്ടില്ല. സഹോദരിയുടെ രണ്ടു മക്കളും പഠിക്കുകയാണ്. അളിയന് വടക്കാഞ്ചേരിയിൽ ഒരു ബിസിനസ് ഉണ്ട്. കെട്ടിടംപണി പൂർത്തിയാക്കി ഞാൻ ഹോട്ടൽ തുടങ്ങിയാൽ അദ്ദേഹം വടക്കാഞ്ചേരിയിലെ ബിസിനസ് വിട്ട് വരും. അതാണ് ധാരണ. വീട് ഉപ്പയുടെ പേരിലായിരുന്നു. സ്വത്തു വിഭജിക്കുന്നതു നല്ലതാണെന്ന് എനിക്കു തോന്നി. അതിനു കാരണം വീടിന്റെ ഉടമസ്ഥത തീരുമാനിക്കലാണ്. വീട് പെങ്ങൾക്കും അളിയനും കൊടുത്തു. പുതുമയും പഴമയും ചേർന്ന, തരക്കേടില്ലാത്തൊരു വീടാണത്. അവരുടെ വീട്ടിൽ ഞാൻ താമസിക്കുന്നതാണ് ഉചിതം എന്നെനിക്കു തോന്നി. ആ വീടിനു തൊട്ടുപടിഞ്ഞാറുവശത്ത്, പാടംതുർത്ത് തെങ്ങിൻ തൈകളോട്ടുകൂടിയ സ്ഥലത്ത് എനിക്കു വീടുവെക്കാനും തീരുമാനിച്ചു. തീരുമാനം മാത്രമേ ഉണ്ടായുള്ളൂ. പെട്ടെന്ന് ചെയ്യാൻ ധൈര്യമുണ്ടായില്ല. കാരണം, കെട്ടിടം പണി പൂർത്തിയാക്കി ഹോട്ടൽ

» ഉപ്പ സെയ്താലിക്കുട്ടി ഐഷാബിക്കും മക്കൾക്കുമൊപ്പം

തുടങ്ങുക എന്നതു തന്നെയായിരുന്നു പ്രധാന ലക്ഷ്യം. ജീവിതത്തിലെ മറ്റു മോഹങ്ങളെല്ലാം ഉപേക്ഷിച്ചു. സിനിമ, സമ്പാദ്യം എല്ലാം. ഏക ലക്ഷ്യം സ്വന്തം മണ്ണിൽ കാലുറപ്പിക്കുക എന്നതായിരുന്നു. പ്രായമായ ഉമ്മയോടൊപ്പം കഴിയുക എന്നതും.

സൗഹൃദങ്ങളെല്ലാം അപ്പോഴും ഉണ്ടായിരുന്നു. കെ ആർ മോഹനൻ പതിവു സന്ദർശകനായിരുന്നു. ശശിധരൻ 'അക്കരെ' എടുത്ത് നാട്ടിലു ണ്ടായിരുന്നു. ഞാനും ശശിധരനും ചേർന്നാണ് ഹോട്ടലിന് 'പ്രജാപുരി' എന്നു പേരിട്ടത്. പ്രശസ്ത ചിത്രകാരൻ സി എൻ കരുണാകരനാണ് ലറ്റർ പാഡും എംബ്ലവും ഡിസൈൻ ചെയ്തത്. ഉദ്ഘാടനത്തിന്റെ ക്ഷണക്കത്ത് അച്ചടിച്ചത് കരുണാകരന്റെ സഹോദരൻ സി എൻ ശ്രീധരന്റെ അച്ചുകൂടത്തിലും. ഉദ്ഘാടനം ഒരാളൊറ്റയ്ക്കല്ല, എല്ലാവരും ചേർന്നാണ് നടത്തിയത്. ഒരുപാടുപേർ പങ്കെടുത്തു. പല ആശങ്കകളും പലരും പ്രകടിപ്പിച്ചു. അമല ആശുപത്രി വളർന്നു വരുന്നേ ഉണ്ടായി രുന്നുള്ളൂ. അവിടെ ഇങ്ങനെയൊരു സാഹസത്തിനിറങ്ങിയ എന്നെ കണ്ട് പലരും സഹതപിച്ചു. അബുദാബിയിലെ സുഹൃത്തുക്കൾ എന്റെ തിരിച്ചുവരവ് മനസ്സിൽ കണ്ടു. എല്ലാവരും അശുഭാപ്തിക്കാർ. സാമാന്യം ചെറിയ, നല്ലൊരു സ്ഥാപനമായി 'പ്രജാപുരി.' ആദ്യമെല്ലാം ഞാൻ ബിസിനസിലൊന്നു ശ്രദ്ധിച്ചു. എനിക്ക് ഒട്ടും ശീലമുള്ള ഒന്നായിരുന്നില്ല കച്ചവടം. അതെനിക്കു വഴങ്ങിയുമില്ല. അളിയനും കുടുംബത്തിലെ ചില കുട്ടികളും ചേർന്ന് സ്ഥാപനം നടത്തി. ലത്തീഫ്, ദുൾഖഫീലി, അഷ്റഫ്

ഇവരൊക്കെ കേഷിലും മറ്റു കാര്യങ്ങളിലുമായി അളിയനെ സഹായിച്ചു. വലിയ കച്ചവടമൊന്നുമില്ലെങ്കിലും ചെറിയതോതിൽ 'പ്രജാപുരി' മുന്നോട്ടുപോയി. പല സുഹൃത്തുക്കളും പതിവു സന്ദർശകരായി. പ്രജാപുരി അവരുടെ കേന്ദ്രമായി. പല സിനിമകളുടെയും പ്രഭവകേന്ദ്രമായി. പൂന ഫിലിം ഇൻസ്റ്റിറ്റ്യൂട്ടിന്റെ സന്തതിയായ കള്ളിക്കാട് രാമചന്ദ്രനെപ്പോലുള്ളവർ 'പ്രജാപുരി'യുടെ ഈയൊരു ദൗത്യത്തെക്കുറിച്ച് എഴുതിയിട്ടുമുണ്ട്.

ശശിധരനാണ് ഒരു ദിവസം അഡ്വ. കെ എം എ റഹീമിനെ കൂട്ടിക്കൊണ്ടു വരുന്നത്. തിരൂരിൽ നല്ല പ്രാക്ടീസുണ്ടായിരുന്ന വക്കീലാണ്. അദ്ദേഹം താമസവും പ്രാക്ടീസും കുന്നംകുളത്തേക്കു മാറ്റിയിരിക്കുന്നു. അങ്ങനെയാണ് ശശിയെ പരിചയപ്പെടുന്നത്. എന്റെ സുഹൃത്തും സഹപാഠിയുമായ പി വി ചന്ദ്രൻ കോടതിയിൽ അദ്ദേഹത്തിന്റെ ജൂനിയറായിരുന്നു. സൗഹൃദങ്ങൾ നീണ്ടുതുടങ്ങി. നക്സലൈറ്റ് പ്രസ്ഥാനവുമായി ബന്ധമുണ്ടായിരുന്ന കെ എ മോഹൻദാസിന്റെ സുഹൃത്ത് എം ശിവശങ്കരനും മറ്റും എന്റെയും സുഹൃത്തുക്കളായി. അളിയൻ മറ്റുള്ളവർക്ക് ഭക്ഷണം കൊടുക്കുന്നതിൽ വലിയ താല്പര്യമുള്ള ആളായിരുന്നു. പലർക്കും സൗജന്യമായി ഭക്ഷണം കൊടുക്കുന്ന പതിവുമുണ്ടായിരുന്നു. എന്റെ മക്കൾക്കു പോലും എന്നേക്കാൾ ഇഷ്ടം അവർ 'മണി മാമ' എന്നു വിളിക്കുന്ന അളിയനെയായിരുന്നു. എന്റെ മകളാണ് ആ പേരിട്ടത്.

"ഈ മനുഷ്യൻ പി ടി അറിയാതെ പലപ്പോഴും ഞങ്ങളുടെ പ്രസ്ഥാനത്തെ സഹായിച്ചിട്ടുണ്ട്"-- അദ്ദേഹം മരിച്ചപ്പോൾ ശിവശങ്കരൻ എന്നോടു പറഞ്ഞു. നാലോ അഞ്ചോ ആളുകളടങ്ങുന്ന ജാഥകൾ വരുമ്പോൾ, ഒരു നേരത്തെ ഭക്ഷണം വേണമെന്ന് ശിവശങ്കരൻ ചെന്ന് സ്വകാര്യമായി അളിയനോടു പറയും. അളിയനത് സന്തോഷത്തോടെ ഏൽക്കുകയും ചെയ്യും. ഒരു ദിവസം ഉച്ചക്ക് കെ വേണുവുമായി താൻ വന്ന് ഭക്ഷണം കഴിച്ചു പോയ കഥയും ശിവശങ്കരൻ അനുസ്മരിച്ചു. വേണുവും മറ്റും അന്ന് പൊലീസിന്റെ നോട്ടപ്പുള്ളികളാണ്.

ഈ കാലത്താണ് ഭാര്യയുടെ സഹോദരന്മാർ ഒരു കളിമൺ വ്യവസായ പ്രൊജക്ടുമായി വരുന്നത്. തൃശ്ശൂർ ഗവർമെണ്ട് എഞ്ചിനീയറിങ് കോളേജിലെ പ്രിൻസിപ്പലായിരുന്ന ഡോ. ശ്രീധരൻ നായരും പ്രൊഫസർ മുസ്തഫയും ചേർന്നു തയാറാക്കിയ ബൃഹദ് പദ്ധതി. കൊല്ലത്തു തുടങ്ങാമെന്നു നിശ്ചയിച്ച ഈ കളിമൺ ഉല്പന്നശാലയ്ക്ക് സൂര്യ സ്റ്റോൺവെയർ പൈപ്പ് ലിമിറ്റഡ് എന്ന പേരിൽ ഒരു കമ്പനി രൂപീകരിച്ചു. ഗൾഫിലെ ചില സുഹൃത്തുക്കളും അതിൽ ചേർന്നു. മേജർ ഓഹരിക്കാർ എന്റെ ഭാര്യ വീട്ടുകാരും അവരുടെ ബന്ധുക്കളും തന്നെ. ഞാൻ ഒരു ലക്ഷം രൂപയുടെ ഷെയറാണെടുത്തത്.

എം ഡി സ്ഥാനത്തെക്കുറിച്ച ചർച്ച വന്നപ്പോൾ ഡോ. ശ്രീധരൻ നായരും പ്രൊഫ. മുസ്തഫയും ആ സ്ഥാനത്ത് ഞാൻ വേണമെന്ന നിർബന്ധം പിടിച്ചു. എല്ലാവർക്കും ഉപകാരമുള്ളൊരു കാര്യമല്ലേ എന്നുവെച്ച് ഞാനതിനു സമ്മതിച്ചു. എത്ര വലിയ കുരിശാണ് തലയിലേറ്റി വെക്കുന്നതെന്ന് അപ്പോൾ എനിക്കൊരു രൂപവുമുണ്ടായിരുന്നില്ല. ചാത്തന്നൂർ നെടുങ്കോലത്ത് നാലേക്കറോളം വിസ്തീർണമുള്ള ഭൂമിയിലാണ് കെട്ടിടംപണി തുടങ്ങിയത്. കെ എഫ് സി യിൽ നിന്ന് 57ലക്ഷം രൂപയുടെ ലോൺ ശരിയാക്കി. 40,000 ചതുരശ്ര അടി ചൂളയും മറ്റു കെട്ടിടങ്ങളും, 20 ലക്ഷത്തോളം രൂപയുടെ യന്ത്രസാമഗ്രികളും. ദക്ഷിണ കേരളത്തിലെ ഏറ്റവും വലിയ കളിമൺ ഫാക്ടറി എന്നു പറയാവുന്ന സ്ഥാപനം. ഭാര്യയുടെ ഏറ്റവും ഇളയ സഹോദരൻ കെ എം ഷംസുദ്ദീനാണ് അതിന്റെ മുഖ്യ മാനേജ്മെന്റ് ഏറ്റെടുത്തത്. ഷംസുദ്ദീൻ വളരെ ചെറുപ്പമാണ്. സത്യസന്ധൻ, നിഷ്കളങ്കൻ.

കമ്പനിയുടെ പ്രവർത്തനങ്ങൾ മുന്നോട്ടുപോയി. ഞാൻ ചിലപ്പോഴൊക്കെ പ്രൊഫ. മുസ്തഫയുമായി സ്ഥലത്തു പോകുമായിരുന്നു. കെ എഫ് സി യുമായി എല്ലാം സംസാരിക്കാൻ പോയത് ഞാനാണ്. ഒരു കൈക്കൂലിയും കൊടുക്കാതെയാണ് കെ എഫ് സി യുടെ ലോൺ കിട്ടിയത്.

യഥാർഥത്തിൽ, ഞാൻ ഈ സംരംഭത്തിൽ പങ്കാളിയാകാൻ മറ്റൊരു കാരണം കൂടിയുണ്ട്. ഇ എം എസ് നമ്പൂതിരിപ്പാട് അക്കാലത്തെഴുതിയ ഒരു ലേഖനമാണത്. 'മലയാളിയുടെ മുതൽമുടക്ക് രീതി മാറണം' എന്നായിരുന്നു അതിന്റെ തലക്കെട്ട്. വ്യവസായ - കാർഷിക രംഗത്ത് ഉല്പാദന മുതൽമുടക്ക് കുറഞ്ഞുവന്ന കാലമായിരുന്നു അത്. അതുകൊണ്ടുകൂടിയാണ് ഞാൻ 'സൂര്യ'യിൽ പങ്കാളിയായത്. എങ്കിലും അതങ്ങനെ ഒരു ഭാഗത്ത് നടന്നുവെന്നല്ലാതെ മുഴുവൻസമയ പ്രവർത്തനമൊന്നും ഞാനതിനു വേണ്ടി ചെയ്തിരുന്നില്ല.

ഞാൻ നാട്ടിൽത്തന്നെ പ്രജാപുരിയും സൗഹൃദങ്ങളുമായങ്ങനെ കഴിയവെയാണ് ഒരു ദിവസം രാത്രി ഏതാണ്ട് പന്ത്രണ്ടു മണിക്ക് റഹീം വക്കീലുമായി നടൻ ശ്രീരാമൻ എത്തുന്നത്. മുറ്റത്തു വന്നുനിന്ന് ശ്രീരാമൻ വിളിച്ച്ചോദിച്ചു, "എടീ ഐഷാ, നീയെന്താ വിചാരിച്ചത് ? കുഞ്ഞിമുഹമ്മദിനെ എന്നും ഇങ്ങനെ അകത്ത് പൂട്ടിയിടാന്നാണോ?" കോളിങ് ബെല്ലടിച്ചു. വാതിൽതുറന്ന് ഭാര്യയും ഞാനും ചിരിച്ചുകൊണ്ട് പുറത്തേക്കുചെന്നു. ശ്രീരാമൻ എന്റെ ഭാര്യയോടു പറഞ്ഞു, "ഇവൻ നാടിനും കൂടി വേണ്ടപ്പെട്ടവനാണ്. അതു നീ മനസ്സിലാക്കണം." ഐഷാബി ചിരിച്ചു. അവൾക്ക് ഇവരെ നല്ല പരിചയമാണ്. ശ്രീരാമൻ എന്നോടു പറഞ്ഞു, "നീ നാളെ റഹീം വക്കീലിന്റെ വീട്ടിലേക്കു വരണം.

നമുക്കൊരു സിനിമയെപ്പറ്റി ആലോചിക്കാനുണ്ട്." ഞാൻ "ശരി" എന്നു പറഞ്ഞു. അവർ യാത്രയായി.

പിറ്റേ ദിവസം പ്രജാപുരിക്കു പകരം കുന്നംകുളത്തേക്ക് ഞാൻ ബസ് കയറി. റഹിം വക്കീലിന്റെ വീട്ടിലേക്കു പോയി. സിനിമയുണ്ടാക്കുന്നതിനെക്കുറിച്ചുള്ള ഗൗരവമായ ആലോചനയായിരുന്നു അവിടെ. കഥ റഹിം വക്കീലിന്റേതാണ്. അദ്ദേഹത്തിന്റെ ഭാര്യയുടെ തറവാട്ടിൽ നടന്ന സംഭവകഥയാണ് ആസ്പദം. ശരീഅത്ത് വിവാദം കത്തിനിൽക്കുന്ന കാലമാണത്. ഭർത്താവിനെ സ്ത്രീ മൊഴിചൊല്ലി സമ്പന്നനായ മറ്റൊരാളെ വിവാഹം കഴിക്കുന്നതാണ് വിഷയം. പതിവിൽ നിന്നു വ്യത്യസ്തമായൊരു വിഷയം. റഹിം വക്കീൽ കഥ പറയാൻ മിടുക്കനാണ്. വക്കീലിനെക്കൊണ്ട് സിനിമയെടുപ്പിക്കാൻ ശ്രീരാമൻ തീരുമാനിക്കുന്നു. കണ്ടാണശേരിയിൽ പോയി പവിത്രനെ കാണുന്നു. പവിത്രൻ ഒരു സുഹൃത്തിനൊപ്പം ബീഡിക്കമ്പനി നടത്തുകയായിരുന്നു. അവിടുന്ന് പൊക്കിയാണ് പവിയെ കൊണ്ടുവരുന്നത്. സി എഫ് ജോർജ് മാഷെ പോയി കണ്ട് കഥ പറയുന്നു. അതു തന്നെയൊരു രസകരമായ കഥയാണ്. റഹിം വക്കീൽ കഥപറഞ്ഞു കഴിഞ്ഞപ്പോൾ, സ്വതേ വിമർശനബുദ്ധിയായ ജോർജ് മാഷ് ചോദിച്ചു, "ഇതിനെന്താടോ പുതുമ?" ഉടനെ മാഷുടെ ഭാര്യ, ഞങ്ങളുടെയെല്ലാം പ്രിയപ്പെട്ട ആലീസ് ചേച്ചി ഇടപെട്ടു, "എന്താ ജോർജേ, നല്ല കഥയല്ലേ?" ആലിസ് ചേച്ചി എല്ലാവരുടെയും പ്രിയ സഹോദരിയായിരുന്നു. എല്ലാവർക്കും വെച്ചുവിളമ്പിയ മഹതി. എല്ലാവരും ചേക്കേറിയ വീടായിരുന്നു ജോർജ് മാഷുടേത്. ഏത് അർധരാത്രിക്കും ആലിസ് ചേച്ചി തനിക്കു വെച്ചുവിളമ്പിയിരുന്നെന്ന് ചിന്ത രവി അനുസ്മരിച്ചിട്ടുണ്ട്. അവിടെ വരാത്തവരില്ല. എം ഗോവിന്ദൻ, കടമ്മനിട്ട രാമകൃഷ്ണൻ, എം റഷീദ്, ഞങ്ങളെല്ലാവരും... അങ്ങനെയാണാ സൗഹൃദ ബന്ധം. ജോർജ് മാഷുടെ കമന്റ് ഏതായാലും വക്കീലിന് തീരെ ഇഷ്ടമായില്ല. "ശ്രീരാമാ, നീ ആരടുത്തേക്കാ ന്നെ കൊണ്ടുപോയെ? ഒരു കൊമ്പൻ മീശക്കാരൻ. അയാൾക്കൊരു ബുദ്ധിയുമില്ല, കേട്ടോ. പിന്നെ ആ സ്ത്രീക്ക് കുറച്ച് വിവരണ്ട്" എന്നാണ് വക്കീൽ പറഞ്ഞത്. ഞങ്ങൾ ജോർജ് മാഷോടു തന്നെ ഇതുപറഞ്ഞ് ചിരിക്കാറുണ്ട്. വക്കീലും അതിൽ കൂടാറുണ്ട്. പരസ്പര വിമർശനങ്ങളും പരിഹാസങ്ങളും സ്വയം വിമർശനമായി എടുക്കുന്നവരായിരുന്നു ഞങ്ങളെല്ലാവരും.

'സൃഷ്ടി' സിനിമയുടെ നിർമാതാവും ഗുരുവായൂർ പ്രദേശത്തെ ഏറ്റവും വലിയ ജന്മിയുമായ പി പി കുഞ്ഞഹമ്മദ് വക്കീൽ പിറ്റേന്ന് റഹിം വക്കീലിന്റെ വീട്ടിൽ വന്നു. എം ഗോവിന്ദൻ സ്വന്തം കവിത ആസ്പദമാക്കി തിരക്കഥയെഴുതി മങ്കട രവിവർമ സംവിധാനം ചെയ്ത 'നോക്കുകുത്തി'യുടെ

നിർമാണം അദ്ദേഹം നിർവഹിച്ച കഴിഞ്ഞിട്ടേയുള്ളൂ. സിനിമയെക്കുറിച്ചും നിർമാണത്തെക്കുറിച്ചും സാമാന്യ വിവരമുള്ള ആളാണ് കുഞ്ഞഹമ്മദ്. വായനയും സംഗീതവും എല്ലാമുണ്ട്. എം ഗോവിന്ദന്റെ ഗ്രൂപ്പിലെ ആളുമാണ്. കുഞ്ഞഹമ്മദ് വക്കീലും റഹിം വക്കീലും സഹപാഠിക ളാണ്. രണ്ടു പേരുടെയും പിതാക്കന്മാർ ജന്മികളായിരുന്നു. പി പി എപ്പോഴും എതിര് പറയുന്ന സ്വഭാവക്കാരനാണ്. പി പി പരസ്യമായി പറഞ്ഞു, "ഇവരൊന്നും പറയുന്നതു കേട്ട് നീ കാശെറക്കണ്ട, റഹീമേ!" സംഗതിയുടെ ബുദ്ധിമുട്ടുകളെല്ലാം വിവരിച്ച് പി പി സ്ഥലം വിട്ടു. പി പി ക്ക് സ്വാഭാവികമായും അസൂയയുണ്ടാകുമെന്നും നിങ്ങളെപ്പോലുള്ള ഒരാൾ കുന്നംകുളത്തുനിന്ന് വരുന്നത് അദ്ദേഹത്തിന് ഇഷ്ടമായിട്ടുണ്ടാവില്ലെന്നു വ്യാഖ്യാനിച്ചും പി പി ഈ സിനിമയുടെ ശത്രുവാണെന്നു പ്രഖ്യാപിച്ചും ഞങ്ങൾ ആ അവസ്ഥ അതിജീവിച്ചു. സിനിമാ ചർച്ചയുമായി ഞങ്ങൾ മുന്നോട്ടുപോയി. പവിത്രൻ റഹീമിന്റെ വീട്ടിലിരുന്ന് തിരക്കഥ രചനയിൽ ഏർപ്പെട്ടു. തിരക്കഥ ഒട്ടും മുന്നോട്ടു പോയില്ല. ഇതിനിടക്ക് ക്ഷേമാവ തിയുടെകൂടെ പവിത്രൻ പാരീസിലേക്കുപോയി. പൊതുവെ കാര്യങ്ങൾ മുന്നോട്ടു പോകാത്ത അവസ്ഥ വന്നപ്പോൾ ശ്രീരാമൻ ഒരു തന്ത്രം പ്രയോഗിച്ചു. തിരുവനന്തപുരത്തുള്ള കെ ആർ മോഹനനോട് നാട്ടിൽ വരാൻ പറഞ്ഞു. പ്രജാപുരിയിലിരുന്ന് വിശദമായ ചർച്ച. മോഹനന് നിർദേശം നൽകി, "തിരക്കഥയെഴുതണം." മോഹനൻ വിസമ്മതിച്ചു, "റഹിം വക്കീൽ തിരക്കഥ രൂപത്തിലാണ് കഥ പറയുന്നത്. പവി അതു പകർത്തിയാൽ പോരേ?"

» കുഞ്ഞിമോൻ, മാടമ്പ്, പി ടി

» 'ഉപ്പി'ലെ നായക വേഷത്തിൽ

"ഞാനിതിൽ ഇടപെടുന്നത് ശരിയല്ല'' എന്നുപറഞ്ഞ് മോഹനൻ ഒഴിയാൻ നോക്കി. ഞങ്ങൾ സമ്മതിച്ചില്ല, "റഹിം വക്കീൽ പറയുന്നത് ടെക്നിക്കൽ ഫോമിലാക്കുകയെങ്കിലും ചെയ്തുതന്നാൽമതി. പവിത്രൻ വരുമ്പോഴേക്ക് എല്ലാം ശരിയാക്കണം." അപ്പോൾ മോഹനൻ ഒരു നിബന്ധനവെച്ചു, "എന്റെ പേരു വെക്കാൻ പാടില്ല." എല്ലാവരും അതംഗീകരിച്ചു. തിരക്കഥ രചന പ്രജാപുരിയിൽ തുടങ്ങി. രാത്രിയും പകലും എഴുത്തും മദ്യപാനവും തകൃതി. മോഹനൻ റഹിം വക്കീലിന്റെ ഗംഭീര നരേഷന് തിരക്കഥ രൂപം നൽകി. യഥാർഥത്തിൽ മോഹനന് അത്ര വലിയ അധ്വാനം ഉണ്ടായിരുന്നില്ല. എല്ലാ വിശദാംശങ്ങളും വക്കീലിന് ഹൃദിസ്ഥമായിരുന്നു. പവിത്രൻ ഇതൊന്നും അറിഞ്ഞില്ല. വന്നപ്പോൾ തിരക്കഥ റെഡി. "എനിക്കാവശ്യമായ തിരുത്തലുകൾ ഞാനിതിൽ വരുത്തും.'' പവി പ്രഖ്യാപിച്ചു. എല്ലാവരും സമ്മതിച്ചു. കൂട്ടായ പ്രവർത്തനങ്ങളെ അംഗീകരിക്കുകയും സ്വീകരിക്കുകയും ചെയ്യുന്ന മനസ്സായിരുന്നു എല്ലാവരുടേതും.

» 'ഉപ്പ്'

നടീനടന്മാരെക്കുറിച്ചുള്ള ചർച്ചയായി. ശ്രീരാമനെ നായകനാക്കുമെന്നാണ് സ്വാഭാവികമായും ഞങ്ങളൊക്കെ പ്രതീക്ഷിച്ചത്. കാരണം ആ സിനിമ സംഘടിപ്പിച്ചതിൽ പ്രധാന പങ്കാളി ശ്രീരാമനായിരുന്നു. എന്നാൽ, തന്നെ നായകനാക്കുന്നതിനെക്കുറിച്ച് ശ്രീരാമൻപോലും ആലോചിച്ചിരുന്നില്ല എന്നതാണ് സത്യം. സിനിമ നടക്കണമെന്ന ഒരാലോചന മാത്രമായിരുന്നു ശ്രീരാമന്റേത്. പല അന്വേഷണങ്ങളും നടന്നു. ഓംപുരി മുതൽ മമ്മൂട്ടി മുതൽ ഓട്ടോ ഡ്രൈവർ വരെ പരിഗണനയിൽ വന്നു. ഈ സമയത്താണ് മധു അമ്പാട്ടിനെ ക്യാമറമാനായി നിശ്ചയിക്കുന്നത്. റഹിം വക്കീലിന്റെ വീട്ടിൽ മധു താമസമാക്കി. പിറ്റേന്ന് ഞാൻ ചെല്ലുമ്പോൾ മധു, റഹിം, ശ്രീരാമൻ ഒക്കെ ഇരിക്കുന്നുണ്ടായിരുന്നു. ഞാൻ മുടി അല്പം പറ്റേ വെട്ടിയിരുന്നു. മധു ചോദിച്ചു, "കുഞ്ഞിമുഹമ്മദ് ആയാലെന്താ കുഴപ്പം?'' മധു എന്റെ തലയൊക്കെ പിടിച്ചുനോക്കി. റഹിം അതേറ്റ് പിടിച്ചു. പിന്നാലെ ശ്രീരാമനും. എന്നോട് ബോഡിയൊക്കെ ഒന്നു ശരിയാക്കണമെന്നു പറഞ്ഞു. വല വീശാൻ പഠിക്കണമെന്നും. എനിക്കു വിശ്വസിക്കാനായില്ല. നിരസിക്കാനുമായില്ല. നടനാകുക എന്ന എന്നിലെ പഴയ ആഗ്രഹം ഒന്നുണർന്നതുപോലെ. ഞാൻ ഭാര്യയോടു പറഞ്ഞു. "ഇനി അതിന്റെ കുറവേയുള്ളു" എന്നായിരുന്നു ഭാര്യയുടെ പ്രതികരണം. ഏതായാലും, ഞാനറിയാതെ എന്റെ ജീവിതം വഴിമാറുകയായിരുന്നു.

ഹോട്ടലിൽ ശ്രദ്ധ തീരെ കുറഞ്ഞു. ഞാൻ 'ഉപ്പ്' സിനിമയിൽ പൂർണമായി ആമഗ്നനായി. തൃശ്ശൂർ ജിംനേഷ്യത്തിൽ പോയി ബോഡി ഡവലപ്മെന്റിനുള്ള വ്യായാമങ്ങളിലേർപ്പെട്ടു. സുഹൃത്തുക്കൾവഴി വല വീശാൻ പരിശീലിച്ച് പരാജയപ്പെട്ടു. 1985 നവംബർ 21ന് വടക്കേക്കാട്ട് നായരങ്ങാടിയിലെ കൊപ്രക്കളത്തിൽ ഷൂട്ടിങ് ആരംഭിച്ചു. പി പി

കുഞ്ഞഹമ്മദാണ് ക്യാമറക്കുമുന്നിൽ ആദ്യം പ്രത്യക്ഷപ്പെട്ടത്. തേങ്ങ ക്കച്ചവടക്കാരനായി. തെലുങ്കു നടി ജയലളിതയായിരുന്നു നായിക വേഷത്തിൽ. ജോർജ് മാഷ് പ്രൊഡക്ഷൻ കൺട്രോളർ. വേണു എഡിറ്റർ. ഞങ്ങളുടെയെല്ലാം സുഹൃത്ത് ബെന്നി സാരഥി അസോസി യേറ്റ് ഡയരക്ടർ. ഹിന്ദുസ്ഥാനി സംഗീതജ്ഞൻ ശരത്ചന്ദ്ര മറാഠേ പശ്ചാത്തല സംഗീതം. ശ്രീരാമൻ സിനിമയുടെ ആദ്യവസാനക്കാര നായി. ഷൂട്ടിങ് ഭംഗിയായി കഴിഞ്ഞു.

ഒരു നടനെന്ന നിലയിൽ എനിക്ക് ഫ്ലക്സിബിലിറ്റി കുറവായി രുന്നു. പലപ്പോഴും സഭാകമ്പം എന്നെ വല്ലാതെ ബുദ്ധിമുട്ടിച്ചു. ചില രംഗങ്ങളെല്ലാം നന്നായി, ക്ലൈമാക്സിലൊക്കെ, എന്ന് എനിക്കുതന്നെ തോന്നിയിട്ടുണ്ട്. അഭിനേതാവാകണം എന്ന ആഗ്രഹം എന്നിൽ നിലനിർത്തി, 'ഉപ്പി'ലെ പ്രധാനവേഷം. അബു എന്ന കഥാപാത്രത്തെ യാണ് ഞാനവതരിപ്പിച്ചത്. ശബ്ദവും ഞാൻതന്നെയാണ് നൽകിയത്. സിനിമയുടെ ചിത്രീകരണാനന്തര ജോലികളെല്ലാം ചിത്രാഞ്ജലിയിലാ യിരുന്നു. വലിയ അഭിപ്രായമാണ് ആ സിനിമക്ക് എല്ലാവരിൽനിന്നും ലഭിച്ചത്. കള്ളിക്കാട് രാമചന്ദ്രൻ ഷൂട്ടിങ് സമയത്ത് സെറ്റിൽ വരികയും കലാകൗമുദിയിലും ഫിലിം മാഗസിനിലുമെല്ലാം ഹൃദയസ്പൃക്കായ ലേഖ നങ്ങൾ എഴുതി സിനിമക്ക് ഗംഭീര പ്രചാരണം നൽകുകയും ചെയ്തു. 'യാരോ ഒരാൾ' സംവിധാനം ചെയ്ത പവിത്രനിൽനിന്ന് ഇത്തരമൊരു

» ഷൂട്ടിങ് വേളയിൽ മധു അമ്പാട്ടിനൊപ്പം

സിനിമ ആരും പ്രതീക്ഷിച്ചിരുന്നില്ല. പവിത്രൻ തന്നെയും. കലാകൗമുദിയിൽ ഞങ്ങളെല്ലാം നിത്യസന്ദർശകരായി. എം എസ് മണി, എസ് ജയചന്ദ്രൻനായർ, എൻ ആർ എസ് ബാബു, കള്ളിക്കാട് രാമചന്ദ്രൻ മുതലായവരെല്ലാം കുന്നംകുളം - ഗുരുവായൂർ കൂട്ടായ്മയുടെ പ്രശസ്തി കേരളത്തിൽ അതിവേഗം വ്യാപിപ്പിച്ചു. ശ്രീരാമൻ മുഖ്യധാരാ സിനിമയിൽ പ്രത്യക്ഷപ്പെടാൻ തുടങ്ങിയപ്പോൾ ഞങ്ങൾ വലിയതോതിൽ പ്രോത്സാഹിപ്പിച്ചു. നടനാവാൻ ശ്രീരാമൻ ഒരു പ്രയത്നവും ചെയ്തിരുന്നില്ല. പൂർണമായ താല്പര്യവുമില്ലായിരുന്നു. എങ്കിലും ധാരാളം റോളുകൾ തേടിയെത്തി. സിനിമ ഇൻഡസ്ട്രിയിലെ പ്രമുഖരുമായി നല്ല ബന്ധമുണ്ടാക്കാൻ ശ്രീരാമനു കഴിഞ്ഞു.

ഇക്കാലത്താണ് ചേനോത്ത് രാജു ജോൺ എന്ന ജ്യോത്സ്യൻ ഞങ്ങളുടെ ഇടയിലേക്കു വന്നത്. മാടമ്പ് കുഞ്ഞുകുട്ടന്റെ സുഹൃത്തായിട്ടാണ് ആദ്യം വരുന്നത്. ഗുരുവായൂർ പാലുവായ്ക്കാരൻ. ബേബി ജോണിന്റെയും ജോർജ് മാഷ്ടെയുമെല്ലാം അകന്ന ബന്ധു. പാലക്കാട് വിക്ടോറിയ കോളേജിൽ എം ടി യുടെ സഹപാഠി. ഒ വി വിജയൻ ഒരിക്കൽ ഗുരുവായൂരിൽ വന്നപ്പോൾ രാജു ജോണിന്റെ വീട്ടിൽ പോയി. ഞങ്ങളെല്ലാവരും കൂടെയുണ്ടായിരുന്നു. അന്ന് രാജുവിനെപ്പറ്റി വിജയൻ ഒരു കഥ പറഞ്ഞു. വിക്ടോറിയ കോളേജിലെ കലോത്സവത്തിൽ ഫ്ളൂട്ട് മത്സരത്തിന് രാജു പേര് കൊടുത്തു. എല്ലാവരും വിചാരിച്ചത് പരിപാടി അലങ്കോലമാക്കാനാണ് രാജു പേര് കൊടുത്തതെന്നാണ്. എന്നാൽ രാജുവിന്റെ ഫ്ളൂട്ടിലൂടെ 'കൃഷ്ണ, നീ ബേഗനെ ബാരോ...' എന്ന കീർത്തനം മനോഹരമായി ഒഴുകിവന്നു. മാട്ടുമന്ത്രങ്ങൾ, ജ്യോതിഷം, ചെണ്ട,

» വി കെ ശ്രീരാമന്റെ 'ഇഷ്ടദാനം' ടെലിഫിലിമിൽ പി ടി കുഞ്ഞിമുഹമ്മദും നന്ദിതബോസും

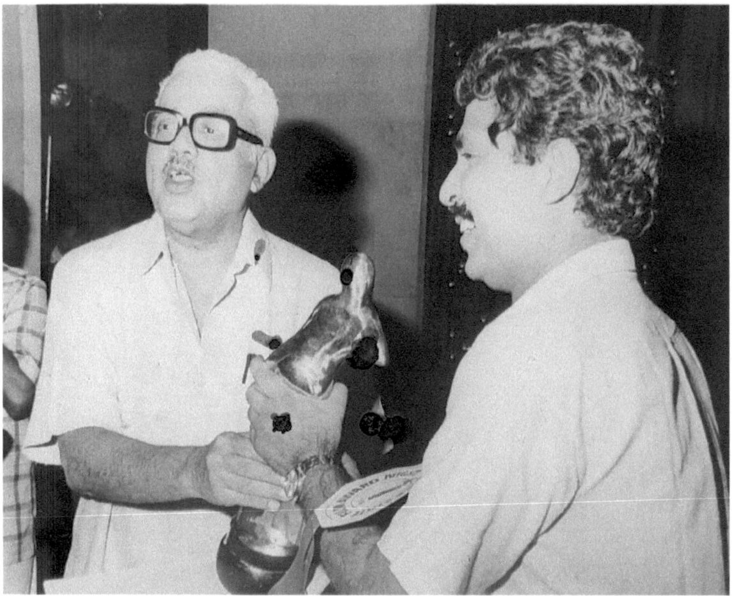

» 1987-ലെ മികച്ച ചിത്ര(പുരുഷാർത്ഥം)ത്തിനുള്ള സംസ്ഥാന അവാർഡ് മുഖ്യമന്ത്രി ഇ കെ നായനാർ പി ടി കുഞ്ഞിമുഹമ്മദിന് സമ്മാനിക്കുന്നു

ഉണ്ടായിസം എല്ലാം രാജുവിന് വഴങ്ങും. പരിചിതമല്ലാത്ത മേഖലകൾ ചുരുക്കം. രാജു പ്രജാപുരിയിൽ ഇടയ്ക്കിടെ വന്നുതുടങ്ങി. പല പ്രഗത്ഭരും ജ്യോത്സ്യപ്രവചനം കേൾക്കാൻ അവിടെ കൂടി. കെ ആർ മോഹനൻ, പവിത്രൻ, മാങ്ങോട്ടു കൃഷ്ണകുമാർ അങ്ങനെ പലരുടെയും രാശി രാജു ജോൺ നിരത്തി. ഒരു ദിവസം രാജുവിനെ തേടി എം എസ് മണിയും ജയചന്ദ്രൻ നായരും വന്നിരുന്നു. സൗഹൃദങ്ങൾ വീണ്ടും വിപുലമായി, പല രീതിയിൽ.

'ഉപ്പ്' റിലീസായി. കാര്യമായി ഓടിയില്ലെങ്കിലും ജൂബിലി പിക്ചേഴ്സ് ഫിലിം ഔട്ട് റൈറ്റ് വാങ്ങി. റഹിം വക്കീലിന് ഒരു ചെറു ലാഭവും കിട്ടി. ധാരാളം അവാർഡുകളും 'ഉപ്പി'നു ലഭിച്ചു. ദേശീയ അംഗീകാരങ്ങളും. ഫ്രഞ്ച് പത്രമായ 'ലെ മോന്ത്' ഈ സിനിമയെ വാഴത്തിയെഴുതി. ഒരു ദിവസം രാജു ഏട്ടനും ഞാനും ഗുരുവായൂർ അമ്പലനടയിലൂടെ നടക്കുകയായിരുന്നു. പൊടുന്നനെ അദ്ദേഹം പറഞ്ഞു, "നീ വിചാരിക്കും നീ വലിയ നടനാകാൻ പോവുകയാണെന്ന്." അത് 'ഉപ്പ്' റിലീസ് ചെയ്ത ഉടനെയായിരുന്നു. "എന്നാൽ നീ ഒരിക്കലും നടനായി അറിയപ്പെടുകയില്ല." സത്യത്തിൽ അദ്ദേഹത്തോടെനിക്കു ദേഷ്യം തോന്നി. രാജു ഏട്ടൻ തുടർന്നു, "നീ ആരോ ആണ്. എനിക്കു പറയാൻ പറ്റുന്നില്ല. നിനക്ക് ജാതകവുമില്ല, ജനനത്തീയതിയുമില്ല. നീ പ്രവചനാതീതനാണ്." അതു

» രാഷ്ട്രപതി ആർ വെങ്കിട്ടരാമൻ 'പുരുഷാർത്ഥ'ത്തിനുള്ള ദേശീയ പുരസ്കാരം പി ടി കുഞ്ഞിമുഹമ്മദന് സമ്മാനിക്കുന്നു.

പറഞ്ഞ് ഒരു കൊല്ലത്തിനകം രാജു ഏട്ടൻ മരിച്ചു. പലപ്പോഴും അദ്ദേഹം പറഞ്ഞ ആ വാക്കുകൾ എന്റെ മനസ്സിൽ തികട്ടിത്തികട്ടി വരാറുണ്ട്. എന്താണതിന്റെ കാരണമെന്നെനിക്കറിയില്ല.

'ഉപ്പി'ന്റെ ഷൂട്ടിങ്ങിനിടയിൽ രസകരമായ ഒരു സംഭവമുണ്ടായി. ചിത്രത്തിൽ സ്ത്രീപുരുഷ ബന്ധത്തിന്റെ ഗാഢമായ ചില ദൃശ്യങ്ങളുണ്ടായിരുന്നു. അത്തരമൊരു ഇന്റിമേറ്റ് സീനിന്റെ ചിത്രീകരണം കണ്ട വിയ്യാവു ഇന്നമ്മയുടെ മകൻ സലീം (ചേറ്റുവായ്) ചെന്ന് അത് എന്റെ ഭാര്യയോട് സവിസ്തരം പറഞ്ഞുകൊടുത്തു. അവർക്ക് കടുത്ത രോഷമുണ്ടായി. ഇനി സിനിമയിൽ അഭിനയിക്കരുതെന്ന് അവരെന്നോട് നിർബന്ധിച്ചു പറഞ്ഞു. അഞ്ചു നേരവും നിസ്കരിക്കുന്ന അവർ എന്നെ ആരും ഇനി സിനിമക്കു വിളിക്കരുതേ എന്ന് അള്ളാഹുവിനോട് പ്രാർഥിച്ചു. അവരുടെ പ്രാർഥന ഫലിച്ചു എന്നാണ് പിൽക്കാല അനുഭവം. ഒന്നോ രണ്ടോ സിനിമകളിൽ മാത്രമേ പിന്നീട് ഞാൻ മുഖം കാണിച്ചിട്ടുള്ളൂ. രവീന്ദ്രന്റെ 'ഒരേ തൂവൽ പക്ഷികളി'ലും ടി വി ചന്ദ്രന്റെ 'ആലീസിന്റെ അന്വേഷണ'ത്തിലും. പിന്നീട് സി വി ശ്രീരാമന്റെ 'ഇഷ്ടദാനം' എന്ന കഥ ആസ്പദമാക്കി അതേ പേരിൽ നടൻ ശ്രീരാമൻ സംവിധാനം ചെയ്ത ടെലിഫിലിമിൽ നായകനായും. അതോടുകൂടി സിനിമാഭിനയം ഞാനവസാനിപ്പിച്ചു. എന്നിൽ നടനില്ലെന്ന പൂർണബോധ്യം എനിക്കു വന്നു. സ്വയം തിരിച്ചറിവാണ് ഇത്തരം കാര്യങ്ങളിൽ ഏറ്റവും പ്രധാനമെന്ന്

എനിക്കു തോന്നുന്നു. പിന്നീടും ചിലർ ചെറിയ ചെറിയ റോളുകളുമായി വിളിച്ചെങ്കിലും ഞാൻ സ്നേഹപൂർവം നിരസിക്കുകയാണുണ്ടായത്. മമ്മൂട്ടി 'ഉപ്പ്' കണ്ടശേഷം ഒരിക്കൽ എന്നോടു ചോദിച്ചു, "നിങ്ങളെന്തേ പിന്നെ അഭിനയിക്കാതിരുന്നത്, നന്നായി ചെയ്തിട്ടുണ്ടല്ലോ?" ഞാൻ ചിരിച്ചു. മറുപടി ഒന്നും പറയാനില്ലായിരുന്നു. ഞാൻ സ്വന്തം നിലയിൽ വിലയിരുത്തിക്കഴിഞ്ഞ ശേഷമായിരുന്നു മമ്മൂട്ടി ഇതു പറഞ്ഞത്. കാലങ്ങൾക്കു ശേഷം.

ഒരു ചലച്ചിത്രം നിർമിക്കുന്നതിനെക്കുറിച്ച് ഞാനും മോഹനനും വീണ്ടും ആലോചന തുടങ്ങി. ഞങ്ങൾ ഡൽഹി, ബോംബെ, കൽക്കത്ത, മദിരാശി, ഹൈദരാബാദ്, ബംഗ്ളൂർ എന്നീ നഗരങ്ങളിലായി എല്ലാ കൊല്ലവും ഫിലിം ഫെസ്റ്റിവലിൽ പങ്കെടുക്കാൻ സമയം നീക്കിവെച്ചു. അങ്ങനെ ഞാൻ മെല്ലെ ഒരു മുഴുവൻ സമയ ചലച്ചിത്ര പ്രവർത്തകനായി മാറുകയായിരുന്നു. എൻ എഫ് ഡി സി യുടെ ധനസഹായത്തോടെ സി വി ശ്രീരാമന്റെ 'ഇരിക്കപ്പിണ്ഡം' എന്ന കഥ സിനിമയാക്കാൻ ഞങ്ങൾ തീരുമാനിച്ചു. 'പുരുഷാർത്ഥം' എന്ന പേര് നിർദേശിച്ചത് ഞാനാണ്. മോഹനൻ അതു സ്വീകരിച്ചു. പ്രജാപുരി തന്നെയായിരുന്നു ഈ സിനിമയുടെയും പ്രവർത്തനകേന്ദ്രം. തിരക്കഥയെല്ലാം അവിടെ വെച്ചാണ് തയാറാക്കിയത്. ഷൂട്ടിങ്ങും ആ പ്രദേശത്തു വെച്ചുതന്നെയായിരുന്നു. പ്രധാന കഥാപാത്രത്തെ അവതരിപ്പിക്കാൻ ശ്രീവിദ്യയെയാണ് ഞങ്ങൾ ആലോചിച്ചിരുന്നത്. ഞാനും മോഹനനും മദിരാശിയിൽ പോയി. ശ്രീവിദ്യയെ കണ്ടു. കഥാപാത്രത്തോട് അവർക്കു വലിയ താല്പര്യവുമായി. ഭർത്താവ് ജോർജ് തോമസ് വലിയ താല്പര്യം കാണിച്ചില്ല. പിന്നീട് ഞങ്ങൾ മലയാളത്തിലെ ആരെയും സമീപിച്ചില്ല. ഹിന്ദിയിലെ സുജാത മേത്ത എന്ന നടിയെ ബോംബെയിൽ പോയി കണ്ടു സംസാരിച്ചു. മറ്റൊരു പ്രധാന കഥാപാത്രമായഭിനയിക്കാൻ അടൂർ ഭാസിയും തയാറായി. മാടമ്പും അഭിനയിച്ചു. നടൻ ശ്രീരാമനായിരുന്നു പ്രൊഡക്ഷൻ കൺട്രോളർ. സിനിമ സംസ്ഥാന, ദേശീയ പുരസ്കാരങ്ങൾ കരസ്ഥമാക്കി. ടെലികാസ്റ്റ് വഴി സാമ്പത്തിക ലാഭവും ഉണ്ടാക്കിത്തന്നു. നാട്ടിലെ എന്റെ വേരുറച്ചു എന്ന് എനിക്കു ബോധ്യമായി. നമ്മളറിയാതെതന്നെ സ്വന്തം മണ്ണുമായി ഇഴുകിച്ചേരുന്ന അപൂർവാനുഭവം.

മുടക്കുമുതലിന്റെ സങ്കടങ്ങൾ

കുടുംബകാര്യങ്ങളിൽ എന്റെ വലിയ ശ്രദ്ധയൊന്നുമെത്തിയില്ലെങ്കിലും ജീവിതം കടന്നുപോയി. ഒരു വീടുണ്ടാക്കുന്നതിനെക്കുറിച്ച് ആലോചന മനസ്സിലുണ്ടായിരുന്നു. വ്യത്യസ്തമായ ഒരു വീട്. എം വി ദേവനുമായി അടുപ്പത്തിലായിക്കഴിഞ്ഞിരുന്നു. വീടിനൊരു പ്ലാനുണ്ടാക്കുന്നതിനെക്കുറിച്ച് ദേവനുമായി ജോർജ് മാഷും ഞാനും സംസാരിച്ചു. ദേവൻ മനോഹരമായൊരു പ്ലാൻ തയാറാക്കിത്തന്നു. ഞാൻ ചില മാറ്റങ്ങൾ നിർദേശിച്ചു. അദ്ദേഹം അവ അംഗീകരിച്ചു. സാധാരണ ഇത്തരം വീടുകൾ തേയ്ക്കാറില്ല. കൂടുതൽ വെളിച്ചത്തിന് അകത്ത് ലിന്റിൽ വരെ തേയ്ക്കാൻ ഞാൻ തീരുമാനിച്ചു. വീടുനിർമാണം മൂന്നു കൊല്ലമെടുത്തു. പ്രധാന കാരണം സാമ്പത്തികം തന്നെ.

തറകെട്ടി കുറെ കഴിഞ്ഞാണ് സ്ട്രക്ചർ പണിയാൻ തുടങ്ങിയത്. അതുകഴിഞ്ഞ് പിന്നെയും വൈകി. ഒടുവിൽ പണി പൂർത്തിയായി വീട്ടിലേക്കു ഞങ്ങൾ താമസം മാറി. തറവാടും എന്റെ വീടും തൊട്ടു തൊട്ടായതുകൊണ്ട് ബുദ്ധിമുട്ടുണ്ടായില്ല; സഹോദരിയും ഞങ്ങളും വേറിട്ടെന്ന സ്ഥിതിയുണ്ടായില്ല.

രജതയും രഞ്ജിത്തും സ്കൂളിൽ പോകാൻ തുടങ്ങിയിരുന്നു. മമ്മിയൂർ ക്രിസ്ത്യൻ കോൺവെന്റ് സ്കൂളിലായിരുന്നു അവരുടെ വിദ്യാഭ്യാസത്തിന്റെ തുടക്കം. ഞങ്ങളുടെ കുടുംബത്തിലെല്ലാവരും ക്രിസ്ത്യൻ മാനേജ്മെന്റ് സ്ഥാപനങ്ങളിൽ പഠിച്ചവരാണ്. ഞാനും ഭാര്യയും മരുമക്കളും എല്ലാം. ക്രിസ്ത്യൻ വിദ്യാഭ്യാസ സ്ഥാപനങ്ങളോട് എന്നും എനിക്കു വലിയ

» വി കെ ശ്രീരാമൻ, പി ടി, ജോർജ് മാഷ്

മമതയായിരുന്നു. അവരാരും ഞങ്ങളെ ക്രിസ്ത്യാനികളാക്കിയില്ല. ജീവിതവും ശമ്പളവുമെല്ലാം സ്ഥാപനത്തിനർപ്പിച്ചവരായിരുന്നു ആ അച്ചന്മാരും കന്യാസ്ത്രീകളും. ആതുരശുശ്രൂഷാ രംഗത്തും വിദ്യാഭ്യാസ രംഗത്തും അവർ നൽകിയ സംഭാവന മറ്റൊരു സമൂഹത്തിനും കിടപിടിക്കാൻ കഴിയാത്തതാണ്.

ഈ കാലത്താണ് എം വി ദേവനെപ്പോലെ എം ഗോവിന്ദനുമായും ഞാൻ പരിചയപ്പെടുന്നതും അടുക്കുന്നതും. ഗുരുവായൂർ കെടിഡിസി ഗസ്റ്റ് ഹൗസായിരുന്നു കണ്ടുമുട്ടുന്ന പ്രധാന സങ്കേതം. എം ഗോവിന്ദന്റെ ഭാര്യ ഡോ. പത്മാവതി ഗുരുവായൂർക്കാരിയാണ്. വിഖ്യാത ചിത്രകാരൻ കെ സി എസ് പണിക്കരുടെ മരുമകൾ. ഞാനും വി കെ ശ്രീരാമനും ജോർജ് മാഷുമെല്ലാം മണിക്കൂറുകളോളം ഗോവിന്ദന്റെ സംസാരം കേട്ടിരിക്കും. എഴുതിയതിനേക്കാൾ എത്രയോ കൂടുതൽ സംസാരിച്ച ആൾ എന്നാണ് എനിക്ക് അദ്ദേഹത്തെക്കുറിച്ച് തോന്നിയിട്ടുള്ളത്. നിർത്താതെ സംസാരിക്കും. സാഹിത്യം, കല, രാഷ്ട്രീയം എന്നിങ്ങനെ എല്ലാ മേഖലകളും സ്പർശിക്കും. ചാവക്കാട് എം ആർ ആർ എം ഹൈസ്കൂളിലെ കർത്താ മാഷുടെ റിട്ടയർമെന്റിനോടനുബന്ധിച്ച് ഗംഭീരമായൊരു യാത്രയയപ്പുയോഗം പി പി കുഞ്ഞഹമ്മദ്, ജോർജ് മാഷ്, ആർ വി മജീദ്, പി കെ എ റഹിം, എസ് പി രമേഷ്

» പി ടി യും ഐഷാബിയും

തുടങ്ങിയവരുടെ കാർമികത്വത്തിൽ നടന്നു. എം ഗോവിന്ദൻ, പൂമുള്ളി നീലകണ്ഠൻ നമ്പൂതിരിപ്പാട്, കടമ്മനിട്ട രാമകൃഷ്ണൻ, ജോൺ എബ്രഹാം എന്നിങ്ങനെ നീളുന്നു വിശിഷ്ടാതിഥികളുടെ പട്ടിക. ഞങ്ങളെല്ലാം ആദ്യാവസാനക്കാർ. ഇത്രയും ഗംഭീരമായൊരു യാത്രയയപ്പ് ഞാൻ കണ്ടിട്ടില്ല. എം ഗോവിന്ദൻ ഇന്ത്യൻ കമ്യൂണിസ്റ്റ് പാർടികളോട് വിയോജിപ്പുള്ള ആളായിരുന്നു. പൂർണമായി മാർക്സിസ്റ്റ് വിരുദ്ധനായി എനിക്കു തോന്നിയിട്ടില്ല. ഇ എം എസിനോട് വലിയ യോജിപ്പുണ്ടായിരുന്നില്ല. ഞങ്ങൾ ഗോവിന്ദനോട് നന്നായി അടുത്തു. നല്ല സ്നേഹത്തിലായി. ഗോവിന്ദന്റെ 'നോക്കുകുത്തി' കുറ്റിപ്പുറത്ത് പ്രദർശിപ്പിച്ചപ്പോൾ എം എ ബേബി വന്നു സംസാരിച്ചിരുന്നു. ആ ചിത്രം എന്നെ അത്ര ആകർഷിച്ചില്ല. അദ്ദേഹത്തിന്റെ ഭാര്യ ഡോ. പത്മാവതി മരിച്ചപ്പോൾ ഞാനും ജോർജ് മാഷും ശ്രീരാമനും കൂടി പെരുമ്പാവൂരിൽ പോയിരുന്നു. അദ്ദേഹത്തിന്റെ മകളുടെ വീട് പെരുമ്പാവൂരിലായിരുന്നു. ആകെ തളർന്ന ഗോവിന്ദനെയാണ് ഞങ്ങൾ അപ്പോൾ കണ്ടത്. ധാരാളം സംസാരിക്കുന്ന ഗോവിന്ദൻ നിശ്ശബ്ദനായിരിക്കുന്നതാണു കണ്ടത്. മെല്ലെ മെല്ലെ ഞങ്ങൾ മൂവരും സംസാരിച്ച് അദ്ദേഹത്തെ കുറെയൊക്കെ സജീവമാക്കി; കുറെ നേരം അദ്ദേഹത്തോടൊപ്പം ചെലവഴിച്ചാണ് ഞങ്ങൾ മടങ്ങിയത്.

എം ഗോവിന്ദൻ, എം വി ദേവൻ, പി കെ എ റഹിം, എ പി കുഞ്ഞിബാവ എന്നിവരുടെ നേതൃത്വത്തിൽ ഈ കാലത്ത് റാഡിക്കൽ ഹ്യൂമനിസ്റ്റ് അസോസിയേഷന്റെ പ്രവർത്തനങ്ങൾ വിപുലപ്പെടുത്തിയിരുന്നു. അവർ തൃശ്ശൂരിൽ ഒരു സമ്മേളനം നടത്തി. സംസ്ഥാന സമ്മേളനമെന്നാണ്

പറഞ്ഞത്. ഞാനും ശ്രീരാമനും അതിൽ പങ്കെടുക്കാൻ പോയി. ഒരു രസത്തിനു വേണ്ടി പോയതാണ്. പൊതുസമ്മേളനം അടക്കം പല സെഷനുകളുണ്ടെങ്കിലും പത്തുമുപ്പതാളാണുണ്ടായിരുന്നത്. പല ചർച്ച കളും നടക്കുന്നുണ്ട്. സൈദ്ധാന്തികമായ ചർച്ചകളായിരുന്നു. അവിടെ ഉന്നയിക്കപ്പെട്ട ഒരു പ്രശ്നം എന്നെയും ശ്രീരാമനെയും വളരെ ആകർ ഷിച്ചു. ശ്രീരാമൻ പല സൗഹാർദ സദസ്സുകളിലും ഇതു പറഞ്ഞിട്ടുണ്ട്. സമ്മേളനത്തിൽ ഉയർന്നുവന്ന പ്രശ്നമിതാണ്: ഒരാൾക്ക് ഒരു റേഷൻ ഷാപ്പുണ്ട്. സത്യസന്ധമായി നടത്തുമ്പോൾ നഷ്ടം വരികയാണ്. അഴിമ തിയില്ലാതെ അതെങ്ങനെ നഷ്ടം കൂടാതെ നടത്തിക്കൊണ്ടുപോകാം? ശ്രീരാമൻ എന്റെ മുഖത്തേക്കു നോക്കി. പ്രശ്നത്തിന്മേൽ ചർച്ചയായി. കൃത്യമായ മറുപടി പറയാൻ ആർക്കും കഴിഞ്ഞില്ല. പ്രധാന സംഘാ ടകരിലൊരാളായ പി കെ എ റഹിമും മറ്റും താത്വികമായി മറുപടി പറയാൻ ശ്രമിച്ചെങ്കിലും ഞങ്ങൾക്കു ബോധ്യമായില്ല. റഹിമിനു പുറമെ ജോർജ് മാഷുണ്ട്. നന്നായി കവിത ചൊല്ലുന്ന മാങ്ങോട്ട് കൃഷ്ണകുമാറുണ്ട്. അങ്ങനെ പലരും. ഇവരെല്ലാം റാഡിക്കൽ തന്നെ. ഇതിൽ പെടാത്ത ഞാനും ശ്രീരാമനും സമ്മേളനത്തിലെ വർത്തമാനമൊക്കെ കേട്ട് പോന്നു.

ജോർജ് മാഷുടെ വീട് ഞങ്ങളുടെ ഒരു സങ്കേതമായിരുന്നുവല്ലോ. ഒരു ദിവസം ഞാനും ശ്രീരാമനും മാഷുടെ വീട്ടിലേക്കു പോവുകയായി രുന്നു. പോകുന്നവഴിക്ക് ഒരു ചെറ്റപ്പീടികയിൽ മുറുക്കാനും സിഗരറ്റും ചെറിയ പച്ചക്കറി സാധനങ്ങളുമായി വൃദ്ധദമ്പതികൾ ഇരിപ്പുണ്ട്. ശ്രീരാമന് മുറുക്കുന്ന ശീലമുണ്ട്. കേറി മുറുക്കാൻ ചോദിച്ചു. അതിനിടക്ക് അവരോടു പറഞ്ഞു, “നിങ്ങളിവിടെ രണ്ടു കച്ചവടമാണ് നടത്തുന്നത്. ഒന്നു പച്ചക്കറി, ഒന്ന് സ്റ്റേഷനറി. ഇതിന് രണ്ട് ലൈസൻസ് വേണം. എടുത്തിട്ടുണ്ടോ? ഞങ്ങൾ സെയിൽസ് ടാക്സ് ഡിപാർട്മെന്റിൽ നിന്നാണ്.” പച്ചക്കറിയെന്നു പറഞ്ഞാൽ, രണ്ടു മത്തങ്ങയും മറ്റുമാണ്. സിഗരറ്റും എന്തോ നിസ്സാര സാധനങ്ങളുമൊക്കെയാണ് സ്റ്റേഷനറി യെന്നു പറയാനുള്ളത്. എനിക്കു ചിരിവന്നു. ഞാൻ ഒന്നും മിണ്ടിയില്ല. ഞാനന്ന് പാന്റ്സാണ് ധരിച്ചത്. എന്റെ നേർക്കുകാണിച്ച് ശ്രീരാമൻ പറഞ്ഞു, “ഇദ്ദേഹം സെയിൽസ് ടാക്സ് ഓഫീസറാണ്.”

അതു കേട്ടപാടെ അവരുടെ വിലാപമായി. “അയ്യോ, ഞങ്ങൾ പാവ ങ്ങളാണ്. നേരം പോവാനിരിക്കുന്നതാണ്. ഒരു കച്ചോടോം ല്ല.... എന്ത് ലൈസൻസെടക്കാനാ...” എന്നൊക്കെ അവർ പറഞ്ഞെങ്കിലും ‘ഉദ്യോ ഗസ്ഥനാ’യ ശ്രീരാമൻ വഴങ്ങിയില്ല. ആ പാവങ്ങളോട് പിന്നെയും ഓരോന്ന് ചോദിച്ചു കൊണ്ടിരുന്നു. ഒരു ഓഫീസറെപ്പോലെത്തന്നെ യാണ് സംസാരവും. ആ സംസാരം മൂത്തപ്പോൾ ഞാൻ ചോദിച്ചു,

» ഐഷാബിയുടെ കുടുംബത്തോടൊപ്പം

"ഇവിടെ ടാക്സ് വെട്ടിച്ച് ഒരു ജോർജ് കഴിയുന്നുണ്ടല്ലൊ, അയാളെ അറിയുമോ?" നേരെ മുന്നോട്ട് ചൂണ്ടി ആ സ്ത്രീ ആവേശത്തോടെ പറഞ്ഞു, "നിങ്ങളങ്ങോട്ടു പോയേക്കാളൂ. ദുഷ്ടനാ. ഞങ്ങക്ക് 10 സെന്റിനു പകരം 5 സെന്റേ തന്നുള്ളൂ. അയാളെ പിടിച്ചോ!"

മുറുക്കാന്റെ വില അഞ്ചിരട്ടി കൊടുത്ത് അവിടെനിന്ന് യാത്രയായി. വിവരം ജോർജ് മാഷോട് പറഞ്ഞപ്പോൾ അദ്ദേഹം പൊട്ടിച്ചിരിച്ചു. അവർ മാഷുടെ അപ്പന്റെ കുടിയാന്മാരായിരുന്നുവത്രെ.

ഇങ്ങനെയുള്ള മൂർത്തമായ പല തമാശകളും ശ്രീരാമന്റെ കൂടെ നടക്കുമ്പോൾ പതിവാണ്. പോകുമ്പോൾ മറ്റൊന്നും പറയാൻ കഴിയില്ല. പറയുന്നത് അനുസരിക്കുകയല്ലാതെ വേറെ നിവൃത്തിയില്ല. എപ്പോൾ എവിടെ എത്തുമെന്ന് ഒരു നിശ്ചയവുമുണ്ടാവില്ല. എപ്പോൾ തിരിച്ച് വീട്ടിലെത്തുമെന്നും. ശ്രീരാമന്റെകൂടെ യാത്ര ചെയ്യുമ്പോൾ ഞങ്ങൾ ഒരു പരിപാടിയും ഏൽക്കാറില്ല. ശ്രീരാമന്റെ ജീവിതവും പ്രവൃത്തികളും വിചിത്രമായിട്ടാണ് എനിക്കെന്നും തോന്നിയിട്ടുള്ളത്. ഇന്നു കാണുന്ന നിലയിലേക്കുള്ള ശ്രീരാമന്റെ ഉയർച്ചയും വളർച്ചയും സൂക്ഷ്മമായി നോക്കിക്കാണുന്ന ആൾക്ക് വലിയ അത്ഭുതം തന്നെയാണ്

തോന്നുക. ശ്രീരാമനെക്കുറിച്ച് ശ്രീരാമൻതന്നെ എഴുതുമെന്നാണ് ഞാൻ പ്രതീക്ഷിക്കുന്നത്.

കൊല്ലത്തെ ഫാക്ടറി പൂർത്തിയാവാൻ മൂന്നുനാലു കൊല്ലമെടുത്തു. ലോൺ തുക ആവശ്യാനുസരണം കെ എഫ് സി റിലീസ് ചെയ്തില്ല. കണക്കുപുസ്തകത്തിൽ 57 ലക്ഷം രൂപ കയറിയപ്പോൾ 17 ലക്ഷവും അവർ പലിശയായി പിടിച്ചു വെച്ചിരുന്നു. 57 ലക്ഷം ചോദിച്ചവർക്ക് അവർ കൊടുത്തത് 40 ലക്ഷം. എന്നാൽ കണക്കിൽ കടം 57 ലക്ഷമായിരുന്നു. സാമാന്യബോധമുള്ള ആർക്കും ബോധ്യമാകും ആ പ്രൊജക്ട് പൂർണമായും പരാജയമാകുമെന്ന്. തിരിച്ചടവിന് കാലയിളവില്ല. പ്രവർത്തന മൂലധനത്തിന് ലോണില്ല. അങ്ങനെ എല്ലാ അർഥത്തിലും, തുടങ്ങുംമുമ്പ് സ്ഥാപനം വൻനഷ്ടത്തിലേക്ക് കൂപ്പുകുത്തുന്ന അവസ്ഥ. റീ പെയ്മെന്റ് നോട്ടീസ് കെ എഫ് സി തുടരെ അയക്കാൻ തുടങ്ങി.

ഉദ്ഘാടനം കഴിഞ്ഞ് മാസങ്ങൾ പിന്നിടുമ്പോഴേക്കും സ്ഥാപനം പൂട്ടി കെ എഫ് സി താക്കോലും കൊണ്ടുപോയി. നടത്തിപ്പുകാരൻ ഷംസുദ്ദീൻ ഓടി എന്റെ അടുത്തുവന്നു. കെ എഫ് സി യിലേക്ക് പണമടക്കാനുള്ള നെട്ടോട്ടമായി. ഞങ്ങളുടെ സ്ത്രീകളുടെയെല്ലാം സ്വർണപ്പണ്ടങ്ങൾ ബാങ്കുകളിലേക്ക് പോയ്ക്കൊണ്ടിരുന്നു. കുറച്ചു പണം

» ഐശക്കഞ്ഞിയുടെയും കുടുംബത്തിന്റെയും കൂടെ പി ടി യും ഐഷാബിയും

അടച്ചു. കമ്പനി വീണ്ടും തുറന്നു. അപ്പോഴേക്കും തൊഴിലാളി യൂനിയൻ നിരവധി ഡിമാൻഡുകളുമായി രംഗത്തുവന്നു. അതൊന്നും കമ്പനിയുടെ ആ അവസ്ഥയിൽ താങ്ങാൻ കഴിയുന്നതായിരുന്നില്ല. വീണ്ടും കമ്പനി പൂട്ടുകയും തുറക്കുകയും ചെയ്തുകൊണ്ടിരുന്നു. ഉത്തരവാദിത്തം മുഴുവൻ എം ഡി എന്ന നിലയിൽ എന്റെ തലയിലായി. ഭാര്യവീട്ടുകാരുടെ നാല് ഏക്ര ഒന്നാന്തരം ഭൂമി വിറ്റ് വീണ്ടും മുതലിറക്കി. എന്നിട്ടും കെ എഫ് സി യുടെ കടം ബാക്കിതന്നെ. ഒടുവിൽ അബുദാബിയിലെ ചില സുഹൃത്തുക്കളിൽ നിന്നെല്ലാം ചെറിയ ഷെയർ പിരിച്ചു; കുറെ പണം ഞങ്ങളും മുടക്കി. കെ എഫ് സി യിൽ ഒരു കോടിയോളം മുടക്കി കമ്പനിയെ മോചിപ്പിച്ചു. പലപ്പോഴും പൂട്ടി ലേലംചെയ്തു വിൽക്കാൻ കെ എഫ് സി ഉദ്യോഗസ്ഥർ ശ്രമിച്ചിരുന്നു. പാവപ്പെട്ടവരുടെ ഇത്തരം സ്ഥാപനങ്ങൾ പൂട്ടി ലേലത്തിൽവെച്ച് തങ്ങൾക്കിഷ്ടമുള്ളവർക്ക് തുച്ഛമായ വിലയ്ക്ക് തരപ്പെടുത്തിക്കൊടുക്കുന്ന സംവിധാനം അവിടെ ഉണ്ടെന്നു കേട്ടിരുന്നു. ഞാൻ എം എൽ എ ആയിരിക്കുമ്പോൾ കെ എഫ് സി യുടെ എം ഡി സുധാ പിള്ള ഐ എ എസ് ആണ് വൺ ടൈം സെറ്റിൽമെന്റിലൂടെ കമ്പനിയുടെ മോചനത്തിന് സഹായിച്ചത്.

ഗുരുവായൂരിലെ കണ്ണായ 20 സെന്റ് സ്ഥലം ഞാനും വിറ്റു. ബ്ലേഡ് കമ്പനിക്കാർ എന്റെ വീട്ടിലെ സ്ഥിരം സന്ദർശകരായി. കടുത്ത സാമ്പത്തിക പ്രതിസന്ധിയിലൂടെയാണ് ഞാൻ കടന്നുപോയത്. യഥാർഥത്തിൽ എനിക്ക് ആ സ്ഥാപനത്തിൽ ഒരു ധാർമിക ഉത്തരവാദിത്തവും ഉണ്ടായിരുന്നില്ല. പക്ഷേ, അതിനെ രക്ഷിക്കേണ്ടത് എന്റെ ആത്മാവിന്റെ ധാർമികതയാണെന്ന് ഞാൻ ഉറച്ചുവിശ്വസിച്ചു. ഭാര്യയുടെ സ്വർണം മുഴുവനും പോയി. ഒടുവിൽ കമ്പനി പൊളിച്ചു വിൽക്കാൻ തീരുമാനിച്ചു. കഷ്ടപ്പെട്ട് കെട്ടിപ്പൊക്കിയ സ്ഥാപനം പൊളിക്കുന്നതും

ഞങ്ങൾ കണ്ണീരോടെ നോക്കിനിന്നു. 'മുതൽമുടക്കു രീതി മാറണം' എന്ന ആഹ്വാനമെല്ലാം നമ്മുടെ ഉദ്യോഗസ്ഥ ദുഷ്പ്രഭുത്വത്തിന്റെ കാൽക്കീഴിൽ ക്രൂരമായി ചവിട്ടിമെതിക്കപ്പെടുന്നത് എനിക്കു കാണേണ്ടിവന്നു.

എ കണാരനും എസ് ശർമയും രണ്ടു റിപോർട്ടുകൾ നിയമസഭയിൽ കെ എഫ് സി യെക്കുറിച്ച് വെച്ചിരുന്നു. നിരപരാധികളായ നിരവധി മനുഷ്യർ ആത്മഹത്യയിലേക്കു നടന്നു നീങ്ങിയതിന്റെ കഥകളാണ് റിപോർട്ടിൽ ഉണ്ടായിരുന്നതെന്ന് കെ എഫ് സി യെ നിശിതമായി വിമർശിച്ച ശർമ എന്നോടു പറഞ്ഞിട്ടുണ്ട്. എന്തായാലും ജീവിതത്തിലെ ഏറ്റവും വലിയ ദുരന്താനുഭവമായിരുന്നു കെ എഫ് സി യെ വിശ്വസിച്ചും ആശ്രയിച്ചും തുടങ്ങിയ ആ വ്യവസായസംരംഭം. അതേല്പിച്ച മുറിപ്പാടുകൾ അവിടവിടെയായി ഇന്നും എന്നിൽ കിടപ്പുണ്ട്. ഏതോ അദൃശ്യമായ ശക്തിയുടെ അനുഗ്രഹംകൊണ്ടാണ് ഞങ്ങൾ ആത്മഹത്യയിൽനിന്ന് രക്ഷപ്പെട്ടതെന്ന് കുടുംബത്തിലുള്ളവരെല്ലാം പറയാറുണ്ട്. ഞങ്ങൾക്ക് എല്ലാം പോയിട്ടായാലും, അപായകാലത്ത് ഞങ്ങളെ സഹായിക്കാനെത്തിയവർക്കെല്ലാം അവർ തന്ന സംഖ്യ തിരിച്ചു കൊടുക്കാൻ ഞങ്ങൾക്കു കഴിഞ്ഞു. ഇനിയും ഞങ്ങളുടെ കുടുംബത്തിൽപ്പെട്ട നാലഞ്ചു പേർക്കുകൂടിയുണ്ട് കൊടുത്തുതീർക്കാൻ. അതും വീട്ടാൻ കഴിയുമെന്നാണ് ഞങ്ങൾ പ്രതീക്ഷിക്കുന്നത്.

ഞാൻ ആലോചിക്കാൻ ഇഷ്ടപ്പെടാത്ത ഒന്നാണ് ആ വ്യവസായ സംരംഭത്തിന്റെ കഥ. പല ഘട്ടങ്ങളിലായി എന്റെ ഭാര്യക്ക് സ്വർണം നഷ്ടപ്പെട്ടിട്ടുണ്ട്. അതൊന്നും തിരിച്ചുകിട്ടാനുള്ള ആഗ്രഹം അവർക്കിന്നില്ല. അതീവ ഭക്തയായ അവർ അതെല്ലാം ദൈവനാമത്തിൽ എഴുതിത്തള്ളിയിരിക്കുന്നു. അവരുടെ ജീവിതം അവരുടെ കുടുംബത്തിൽപ്പെട്ടവരുടേതിൽ നിന്ന് ഭിന്നമായിരുന്നു. സാഹസികതകൾ തേടിപ്പോകുകയും അവയാൽ വേട്ടയാടപ്പെടുകയും ചെയ്യുന്ന ആളുകളുടെ കൂടെ ജീവിക്കാൻ വിധിക്കപ്പെടുന്നവർ ഏറെ ആത്മവിശ്വാസം നേടുന്നവരായിരിക്കും, കാലാന്തരത്തിലെങ്കിലും. നിർബന്ധമാക്കപ്പെട്ടതിനേക്കാൾ കൂടുതൽ നോമ്പു നോൽക്കുകയും നിസ്കരിക്കുകയും ദിഖ്റുകളും സ്വലാത്തുകളും ചൊല്ലുകയും ചെയ്ത് അവർ അവരുടെ ദുരന്തത്തെ ചെറുത്തുനിന്നു.

ഇതിനെല്ലാമിടയിൽ പ്രജാപുരിയും താളം തെറ്റിയിരുന്നു. അളിയനെ ആരോഗ്യം ഒന്നിനും അനുവദിക്കാതായി. എനിക്കും കുടുംബത്തിനും ജീവിതത്തിന്റെ ഏക ആശ്രയമാണ് പ്രജാപുരി. അതു വിൽക്കുന്ന കാര്യം ആർക്കും ആലോചിക്കാനേ ആയില്ല. എനിക്കാണെങ്കിൽ അതു നടത്തിക്കൊണ്ടുപോകാനുള്ള പ്രാപ്തിയോ മനസ്സോ ഇല്ല. അതിനിടക്ക് ഒരു ചെറിയ തൊഴിലാളിപ്രശ്നവും വന്നു. എല്ലാംകൂടി മനംമടുപ്പിക്കുന്ന അവസ്ഥ. ഒരു ദിവസം പ്രജാപുരിയുടെ ഷട്ടർ താഴത്തി ഞങ്ങൾ

വീട്ടിലേക്കുപോയി. പിന്നീടത് വാടകക്കെടുത്ത് നടത്താൻ എന്റെ ബന്ധുവും ചലച്ചിത്രനിർമാതാവുമായ മിലൻ ജലീൽ മുന്നോട്ടുവന്നു. കുറച്ചുകാലം നടത്തി ജലീലും ഉപേക്ഷിച്ചുപോയി. പിന്നീട് ഒരു സാധാരണ ഹോട്ടൽ നടത്തിപ്പുകാരൻ സ്ഥാപനം ഏറ്റെടുത്ത് ദീർഘകാലം നടത്തി. ഞാനങ്ങോട്ടു കയറിയതേയില്ല. ജീവിതം ഒരു ചെറിയ വാടകയിലൊതുങ്ങി. പുറത്താരും ഒന്നും അറിഞ്ഞില്ല. അതിനു കാരണം എന്റെ എം എൽ എ പദവിയായിരുന്നു.

ഞങ്ങളുടെ പുറംപൂച്ചുകളെല്ലാം എങ്ങനെയൊക്കെയോ നില നിർത്തി. ഈ വിവരങ്ങളൊന്നും എന്റെ സുഹൃത്തുക്കൾക്കുപോലും അറിയില്ലായിരുന്നു. കെ ആർ മോഹനനു പോലും. ഞാൻ ആരോടും സഹായം ചോദിച്ചില്ല. ആർഭാടമൊന്നുമില്ലാത്ത ജീവിതമെന്ന് ആരും പറഞ്ഞുമില്ല. ഞങ്ങൾ അത്യാവശ്യം സമ്പന്നരാണെന്ന നിലയിൽത്തന്നെയാണ് പൊതുവെ ഞങ്ങളുടെ ബന്ധുക്കളും കണ്ടത്. എനിക്കും ഭാര്യക്കും അത്യാവശ്യം സ്വത്തുണ്ടായിരുന്നു. അതൊന്നും പെട്ടെന്ന് വിൽക്കാൻ പറ്റുന്നതായിരുന്നില്ല. ചില ആളുകൾക്ക് എന്തോ പന്തികേടു തോന്നിയിട്ടുണ്ടാവാം. ഈ വക ഒരു പരാജയവും എന്റെ മനസ്സിനെ പിന്നോട്ടു വലിച്ചില്ല. മുമ്പത്തേതിനേക്കാൾ അർഥവത്തും സജീവവുമായ മേഖലകളിലേക്കാണ് പിന്നീട് ഓരോ സന്ദർഭത്തിലും ഞാൻ ആനയിക്കപ്പെട്ടത് എന്നത് അത്ഭുതകരമായാണ് തോന്നുന്നത്. ഏതുകാലത്തും ശുഭാപ്തിവിശ്വാസക്കാരനാണു ഞാൻ. അന്നും ഇന്നും. ഓരോ പരാജയത്തിൽനിന്നും വീഴ്ചയിൽനിന്നും ഉയിർത്തെഴുന്നേൽക്കുന്ന സ്വഭാവം എന്നിൽ എന്നുമുണ്ടായിരുന്നു.

» ചിന്ത രവി, പി ടി ജോൺ എന്നിവർക്കൊപ്പം

» ജി അരവിന്ദനോടൊപ്പം

വിട്ടുപോയ ഒരു കാര്യം, ഈ കാലഘട്ടത്തിൽ തിരുവനന്തപുരത്ത് ഞങ്ങളുടെയൊക്കെ സാന്നിധ്യം സജീവമായിരുന്നു. ടി വി ചന്ദ്രൻ ജോലിയുപേക്ഷിച്ച് തിരുവനന്തപുരത്ത് സ്ഥിരതാമസമാക്കി. അക്കാലത്ത് ഏറ്റവും അടുപ്പമുള്ള ഒരു സുഹൃത്തായിത്തീർന്നു ചന്ദ്രൻ. ഞാൻ തലസ്ഥാന നഗരിയിലെത്തിയാൽ ചന്ദ്രന്റെ വീട്ടിലേക്കാവും പോവുക. അരവിന്ദൻ, സണ്ണി ജോസഫ്, ചിന്ത രവി, ബാങ്ക് രവി ഇവരൊക്കെ ഇടയ്ക്കിടെ തിരുവനന്തപുരത്ത് കൂടും. ചിലപ്പോൾ സലാം കാരശ്ശേരിയും വരും. മുഖ്യധാരാ സിനിമക്കാരല്ലാത്തവർക്ക് തങ്ങളുടെ കാര്യങ്ങൾ ആലോചിക്കാനും പറയാനും ഒരു സംഘടന വേണമെന്ന് ഞങ്ങൾ ചർച്ചയിലൊക്കെ പറയുമായിരുന്നു. ഞാൻ ഗൾഫിൽനിന്ന് വന്നതിനു ശേഷമാണ് അരവിന്ദനുമായി അടുക്കുന്നത്. അരവിന്ദൻ അതിപ്രശസ്തനായ കലാകാരൻ. ആദ്യമൊന്നും അടുക്കാൻ പോയില്ല. അധികം സംസാരിക്കാത്ത പ്രകൃതക്കാരനാണെന്നു കേട്ടിട്ടുണ്ട്. അതുകൊണ്ട് ഒഴിഞ്ഞുമാറി. എന്നാൽ വളരെ അടുപ്പമുള്ള ആളെപ്പോലെയാണ് അരവിന്ദൻ എന്നോടു സംസാരിക്കുകയും പെരുമാറുകയും ചെയ്തത്. അതെന്നെ അത്ഭുതപ്പെടുത്തിയിട്ടുണ്ട്. എന്റെ കൈയിൽ ഒരു റോളക്സ് വാച്ചുണ്ടായിരുന്നു. ഞാൻ പിരിഞ്ഞുപോരുമ്പോൾ കമ്പനിയും സഹപ്രവർത്തകരും തന്നതാണത്. ഇന്നും അതെന്റെ കൈയിന്മേലുണ്ട്. സാധാരണ ആരും ശ്രദ്ധിക്കാറില്ല. വസ്ത്രത്തെപ്പറ്റിയും പെർഫ്യൂമിനെപ്പറ്റിയും വാച്ചിനെപ്പറ്റിയുമെല്ലാം വളരെ സൂക്ഷിച്ചു നോക്കിയിരുന്ന ആളായിട്ടാണ് അരവിന്ദനെ പിന്നീട് എനിക്കു മനസ്സിലാക്കാൻ കഴിഞ്ഞത്.

എന്നോട് റോളക്സ് വാച്ചിനെക്കുറിച്ചും ഉയർന്ന ബ്രാൻഡ് വസ്തുങ്ങളെക്കുറിച്ചുമെല്ലാം അദ്ദേഹം സംസാരിച്ചു. Pierre cardin, Christian dior മുതലായ ബ്രാൻഡുകളെക്കുറിച്ചൊക്കെ ഞങ്ങൾ സംസാരിച്ചു. അരവിന്ദൻ എനിക്കു പ്രിയപ്പെട്ടവനായി.

അരവിന്ദന്റെ കൂടെ ഇടക്കെല്ലാം ഞങ്ങൾ കൂടും. സംഘടന സംബന്ധിച്ച് അരവിന്ദനുമായി ചർച്ച നടത്തി. അദ്ദേഹവും സമ്മതം പറഞ്ഞു. ഞാനും ചന്ദ്രനും മോഹനനും കൂടി അടൂർ ഗോപാലകൃഷ്ണനുമായി സംസാരിച്ചു. കെ പി കുമാരനും അന്ന് ഈ സംഘത്തിൽ സജീവമായുണ്ടായിരുന്ന ആളാണ്. ഇവരിൽ പലർക്കും തമ്മിൽ തമ്മിൽ സ്വരച്ചേർച്ചയില്ലായിരുന്നു, വ്യത്യസ്ത ധ്രുവങ്ങളിൽ സഞ്ചരിക്കുന്ന ഈയാളുകളെല്ലാം ഒന്നിച്ചുപോകുമോ എന്ന് കെ ആർ മോഹനൻ സംശയം പ്രകടിപ്പിക്കുകയുമുണ്ടായി. എന്തായാലും കെ എസ് എഫ് ഡി സി യിൽ വെച്ച് സംഘടനയുടെ രൂപീകരണയോഗം ചേർന്നു. ഫോറം ഫോർ ബെറ്റർ സിനിമ എന്നാണ് പേരിട്ടത്. ഒന്നുരണ്ട് യോഗങ്ങൾ നടന്നു. പിന്നീട് ഒന്നുരണ്ടു പേർ ഒരാവശ്യവുമില്ലാതെ അടൂരിനെ വിമർശിക്കുന്ന നിലയുണ്ടായി. അത് മദ്യത്തിനു പുറത്തായിരുന്നു. സ്വാഭാവികമായും അന്തരീക്ഷം കലുഷമായി. അധികം ആയുസ്സില്ലാതെ യോഗങ്ങൾ നിലച്ചുവെങ്കിലും സംഘടനയുടെ പേരവിടെ കിടന്നു.

1991ലെ മദിരാശി ഫിൽമോത്സവിൽ ഞങ്ങളെല്ലാവരുമുണ്ടായിരുന്നു. ഇറാൻ സിനിമകൾ നമ്മുടെ നാട്ടിൽ പ്രസിദ്ധമാകുന്നത് ആ മേളയോടുകൂടിയാണ്. ഇറാഖിനെ അമേരിക്ക ആക്രമിച്ചതിനെതിരെ ഫെസ്റ്റിവലിൽ അരവിന്ദന്റെ നേതൃത്വത്തിൽ പ്രതിഷേധ പ്രകടനവും യോഗവും നടത്തി. മദിരാശി സർവകലാശാലാ വളപ്പിലെ ഫെസ്റ്റിവൽ വേദിയിൽ നടന്ന പ്രതിഷേധത്തിലുണ്ടായിരുന്നത് കൂടുതലും മലയാളികളായിരുന്നു. മേളയിൽ അരവിന്ദൻ തന്റെ പല സുഹൃത്തുക്കൾക്കും എന്നെ പരിചയപ്പെടുത്തി, “ഇദ്ദേഹം നിർമാതാവും നടനുമാണ്. സംവിധാനവും ചെയ്യേക്കും.” ഞാൻ സംവിധാനത്തെക്കുറിച്ച് ഒരിക്കലും ആലോചിച്ചിട്ടുപോലുമില്ലാത്ത സമയമാണത്. അരവിന്ദന്റെ പ്രവചനാത്മകമായ പ്രസ്താവന...അതായിരിക്കുമോ ചിലപ്പോൾ എന്റെ ചിന്തയെ ആ വഴിക്ക് തിരിച്ചുവിട്ടതെന്ന് ഞാനാലോചിക്കാറുണ്ട്. പ്രിയ അരവിന്ദേട്ടന് ഓർമയുടെ പൂച്ചെണ്ടുകൾ.

സിയാറ്റിക്ക

പ്രജാപുരി പൂട്ടിയതോടെ എനിക്കൊരു താവളമില്ലാതായി. പുതിയ ആളുകൾ അതിന്റെ നടത്തിപ്പ് ഏറ്റെടുത്തെങ്കിലും ഞാനങ്ങോട്ടു പോയില്ല. ആറുവർഷത്തെ എന്റെ കച്ചവടക്കാലം അവസാനിച്ചു. ഇതിനിടക്ക് എനിക്കൊരസുഖം ബാധിച്ചു. നടുവേദനയായിട്ടായിരുന്നു തുടക്കം. അത് കൂടിക്കൂടി നടക്കാൻ പറ്റാത്ത അവസ്ഥയിലെത്തി. സിയാറ്റിക്ക (sciatica) എന്നാണ് ഡോക്ടർമാർ അതിന്റെ പേരു പറഞ്ഞത്. രണ്ട് മിനിറ്റുപോലും എഴുന്നേറ്റു നിൽക്കാനാവാത്ത അവസ്ഥയിലായി ഞാൻ. കൂടല്ലൂർക്കാരനായ ഡോക്ടർ ഹൈദർകുട്ടിയെ വീട്ടിൽ കൊണ്ടുവന്നു. തൃത്താല, കൂടല്ലൂർ ഭാഗത്തെ അതിപ്രശസ്തനായ ഡോക്ടറാണ് ഹൈദർകുട്ടി. അക്കാലത്ത് അദ്ദേഹത്തിന് രാത്രി 2 മണി വരെ ഒ പി ഉണ്ടായിരുന്നുവത്രെ. കോട്ടക്കൽ, കോയമ്പത്തൂർ ആര്യവൈദ്യശാലകളുടെ ശാഖകൾ രാത്രി ആ സമയംവരെ അദ്ദേഹത്തിന്റെ വീട്ടിനടുത്ത് രോഗികളുടെ ആവശ്യാർഥം തുറന്നു വെച്ചിരുന്നുവെന്ന് പറയപ്പെടുന്നു. ആ ഡോക്ടറാണ് വീട്ടിൽവന്ന് എന്നെ നോക്കിയത്. സമയമെടുക്കുമെന്നാണ് ഡോക്ടർ പറഞ്ഞത്.

ഏതാണ്ടു കിടപ്പായി. പലരും വിധിയെഴുതി, എഴുന്നേറ്റു നടക്കില്ലെന്ന്. നിരവധി ഡോക്ടർമാരെ മാറി മാറി കാണിച്ചു. ഒരു രക്ഷയുമില്ല. കെ എ മോഹൻദാസിന്റെ സഹോദരീ ഭർത്താവ് ഡോ. ബാലൻ കൊപ്പര ഫിസിയോ തെറാപിസ്റ്റായിരുന്നു. സുഹൃത്ത് ടി സി കോയയും മോഹൻദാസും ദുബായിൽനിന്ന് ലീവിൽ വന്ന അദ്ദേഹത്തെ വീട്ടിൽ കൊണ്ടുവന്നു. പ്രത്യേകതരം ലൈറ്റൊക്കെയായി ചൂടുപ്രയോഗിച്ചുള്ള ചികിത്സ നടത്തി. ഇടയ്ക്ക് ഒരു ദിവസം വീട്ടിൽ വന്ന ഡോക്ടർ മഹേശ്വരൻ ഒരു പുസ്തകത്തിൽനിന്ന് എന്നെ ഒരു വാക്യം വായിച്ചുകേൾപ്പിച്ചു. “ഇതു

മാറും, സ്വാഭാവികമായി റസ്റ്റെടുത്താൽ. അതിന്റെ ക്രഡിറ്റ് അവസാനം ചികിത്സിച്ച ഡോക്ടർക്കായിരിക്കുമെന്ന മാത്രം" എന്ന അർഥത്തിലുള്ള വാക്യമായിരുന്നു അത്. പൂമുള്ളി മനയിലെ നീലകണ്ഠൻ നമ്പൂതിരിപ്പാടിന്റെ നിർദേശപ്രകാരം അദ്ദേഹത്തിന്റെ പ്രശസ്തനായ ശിഷ്യൻ ഉണ്ണികൃഷ്ണനും ചികിത്സിച്ചു. അങ്ങനെ ചികിത്സമയം. വീട്ടിൽ പൊതുവെ മ്ലാനമായ അന്തരീക്ഷം. സർജറികൊണ്ട് മാറുമെന്ന് പലരും പറഞ്ഞു. ഞാൻ സമ്മതിച്ചില്ല. പൂമുള്ളി നീലകണ്ഠൻ നമ്പൂതിരിപ്പാട് കർശനമായ ഉപദേശം നൽകിയിരുന്നു, ഒരിക്കലും കത്തി തൊടീക്കരുതെന്ന്. അതു ശരിയാണെന്ന് എന്റെ മനസ്സും പറഞ്ഞു. എനിക്കു സർജറി പേടിയായിരുന്നു. ഞാനൊരു ഭീരുവുമായിരുന്നു. ആരെങ്കിലും രോഗമായിക്കിടന്നാൽ ധൈര്യപ്പെടുത്തുകയും ഇതൊക്കെ നിസ്സാരമെന്നു പ്രഖ്യാപിക്കുകയും ചെയ്യാറുള്ള എനിക്കു വല്ല അസുഖവും വന്നാൽ ആകെ പരിഭ്രമമാണ്. മാസങ്ങൾ കഴിഞ്ഞു. ഞാൻ മെല്ലെ നടന്നു നോക്കും; എണീക്കില്ല എന്നാണല്ലോ നാട്ടിൽ പലരും പറഞ്ഞത്. അരയ്ക്ക് ഒരു ബെൽറ്റിട്ടു. ഇതിനിടയ്ക്ക്, രാജ മുതലാളിയുടെ ആശുപത്രിക്കടുത്ത് തമ്പടിച്ചിരുന്ന ആന്ധ്രയിലെ ഗോത്രവർഗക്കാരുടെ വൈദ്യവും ഞാൻ പരീക്ഷിച്ചു. പ്രത്യേകതരം മരുന്ന് അരയ്ക്ക് വെച്ചു കെട്ടിയുള്ള ചികിത്സയായിരുന്നു അത്. ഒരു ദിവസം രണ്ടും കല്പിച്ച് ഞാൻ അമ്പലനടയിലേക്കു നടന്നു. കിഴക്കേ നടയിൽ ബേബി ജോൺ മാഷുടെ പ്രസംഗം നടക്കുന്നുണ്ടായിരുന്നു. ഒരു കാൽ മഞ്ഞളാലിൽ മടക്കിവെച്ച് ചാരിനിന്ന് ഒറ്റക്കാലിൽ കുറച്ചു നേരം പ്രസംഗം കേട്ടു. "പി ടി യുണ്ട് ഫിറ്റായി, നിൽക്കാൻ കഴിയാതെ മഞ്ഞളാലിൽ കാലുകയറ്റിവെച്ച് പ്രസംഗം കേൾക്കുന്നു'' എന്നാണ് അതിനെക്കുറിച്ചു വാർത്ത പ്രചരിച്ചത്.

ഞാൻ കുറേശ്ശെ നടന്നുതുടങ്ങി. എന്റെ ഒരു സുഹൃത്തായ സൂത്രം മുഹമ്മദ്കുട്ടി വീട്ടിൽ വന്നു. "നിങ്ങളിനി നടക്കൂലാന്നാണ് ആളുകൾ പറയുന്നത്. എന്നോട് ഇന്നലെ ഒരാള് പറഞ്ഞു, നിങ്ങളിനി നടക്കില്ല. ഞാനയാളോട്ടു പറഞ്ഞു, നിങ്ങൾ ഗുരുവായൂർക്ക് നടന്നുപോകുന്നത് ഞാൻ കണ്ടുവെന്ന്. തിരിച്ചടിച്ച പോലെ അയാൾ പറഞ്ഞു, അതൊന്നും നീ കാര്യാക്കണ്ട. അതൊന്നും ഇനി അധികണ്ടാവില്ലാന്ന്." ഇതായിരുന്നു നാട്ടുവർത്തമാനം. ഇതിനിടയിൽ ആകാശവാണിയിലെ പ്രിയ സുഹൃത്ത് റാണാ പ്രതാപന്റെ നിർദേശപ്രകാരം തിരുവനന്തപുരത്തെ ഒരു പാതിരിയുടെ അടുത്തു പോയി. ഒരു പ്രത്യേക ഉഴിച്ചിൽ നടത്തി അച്ചൻ ഈ രോഗമസുഖം മാറ്റുന്നുണ്ടെന്നാണ് സുഹൃത്തു പറഞ്ഞത്. ഞാനദ്ദേഹത്തെക്കൊണ്ട് കുറച്ചുദിവസം ചികിത്സിപ്പിച്ചു. എനിക്കു മെല്ലെ മെല്ലെ ഭേദപ്പെട്ടുവരാൻ തുടങ്ങി.

ഇക്കാലത്താണ് ഒരു ചലച്ചിത്രം സംവിധാനം ചെയ്യുന്നതിനെക്കുറിച്ച് ഞാൻ ആലോചിച്ചത്. എന്റെ അനുഭവംതന്നെ ഒരു കഥയായി മനസ്സിൽ രൂപപ്പെട്ടുത്തിയിരുന്നു. എന്റെ ഉപ്പയുടെ അനുജൻ (എളാപ്പ) അയമുണ്ണിയുടെ ഭാര്യയുടെ ജ്യേഷ്ഠത്തിയുടെ മക്കൾ സാമാന്യം വിദ്യാഭ്യാസമുള്ളവരും ഉയർന്ന സാമ്പത്തിക നിലയുള്ളവരുമായിരുന്നു. എളാപ്പയുടെ ഭാര്യ(എളാമ)യും എന്റെ ഉപ്പയുടെ കസിനായിരുന്നു. ഈ സ്ത്രീകളെല്ലാം എളാപ്പയുടെയും ഉപ്പയുടെയും ബന്ധുക്കൾതന്നെ. ഇവരെല്ലാം പഞ്ചാരമുക്കിൽ ഞങ്ങളുടെ തറവാട്ടിൽ വരാറുണ്ടായിരുന്നു. അതിൽ ഹംസ എന്ന ഒരു മകനുണ്ടായിരുന്നു. സാമാന്യ വിദ്യാഭ്യാസമുണ്ടായിരുന്ന ഹംസ നേരത്തേ ഗൾഫിൽപോയി ഉയർന്ന ഉദ്യോഗം നേടി. ധാരാളം ഇംഗ്ലീഷ് പുസ്തകങ്ങൾ വായിക്കുമായിരുന്നു. പഠിക്കുന്ന കാലത്ത് വീട്ടിൽ വന്നപ്പോൾ സ്വന്തം പേര് ഇംഗ്ലീഷിൽ കഴുക്കോലിന്മേൽ എഴുതിയിട്ടത് ഞാനിന്നും ഓർക്കുന്നു, എന്നേക്കാൾ വളരെ മൂത്ത ആളായിരുന്നു. ചെറുവത്താണി പ്രദേശത്തെ പ്രസിദ്ധമായ കുളിയാട്ട് കുടുംബത്തിൽനിന്നാണ് വിവാഹം കഴിച്ചത്. നടൻ ശ്രീരാമന്റെ സഹപാഠിയായിരുന്നു ആ പെൺകുട്ടി. വളരെ ഊർജസ്വലയായിരുന്നു അവർ എന്നാണ് കേട്ടത്. ഞാൻ പഠിക്കുന്ന സമയത്തായിരുന്നു വിവാഹം. എനിക്കു വിവാഹത്തിൽ പങ്കെടുക്കാൻ പറ്റിയിരുന്നില്ല.

ഞാൻ ഗൾഫിലുള്ള കാലത്ത് ഒരു ദിവസം മദീന സാഇദിൽ വെച്ച് അവിചാരിതമായി ഹംസക്കായെ കണ്ടുമുട്ടി. ഞാൻ ജോലിയില്ലാതെ നടക്കുന്ന കാലം. സഹോദരവാത്സല്യത്തോടുകൂടി അദ്ദേഹം എന്നെ വീട്ടിലേക്കു ക്ഷണിച്ചു. ഞാൻ റൂമിൽ ചെന്ന് എന്റെ കസിനോട് ഹംസക്കായെ കണ്ടതും ഹംസക്കാ എന്നെ ക്ഷണിച്ചതും പറഞ്ഞു. അങ്ങോട്ട് പോകരുതെന്ന് അദ്ദേഹം എന്നെ വിലക്കി. വീട്ടിൽ ചെന്നാൽ അന്ന് ഹംസക്കാന്റെ ഭാര്യക്ക് ഭീകരമായ മർദനമാവും എന്റെ സന്ദർശനം മൂലം ലഭിക്കുകയെന്നും അദ്ദേഹത്തിന് അതികഠിനമായ സംശയരോഗമാണെന്നും പറഞ്ഞു. ഹംസക്കാ ജോലി രാജിവെച്ച് കുംബസമേതം നാട്ടിൽ പോയെന്നാണ് പിന്നീടു കേട്ടത്. കുറച്ചു കഴിഞ്ഞപ്പോഴേക്കും ദുരന്ത വാർത്ത വന്നു, ഹംസക്കാ ഭാര്യയെ കത്തികൊണ്ട് കുത്തിക്കൊന്നു! കൊലചെയ്തശേഷം പൊലീസ് സ്റ്റേഷനിൽചെന്ന് കീഴടങ്ങി. കേട്ട ആർക്കും വിശ്വസിക്കാനായില്ല. ഹംസക്കാ ഒരു കൊലയാളിയോ! അദ്ദേഹത്തെ അറിയുന്ന ഒരാൾക്കും ആലോചിക്കാൻപറ്റാത്ത കാര്യം. കോട്ടും ടൈയുമെല്ലാം ധരിച്ച് ജോലിക്ക് പോകാറുണ്ടായിരുന്ന ഹംസക്കായെപ്പറ്റിയാണ് പലരും അന്നെന്നോടു പറഞ്ഞത്.

ഹംസക്കാ മാനസികരോഗാശുപത്രിയിൽ ജീവപര്യന്തം തടവിന് ശിക്ഷിക്കപ്പെട്ടു. കാലങ്ങൾ കഴിഞ്ഞ് 1980കളിൽ ഇ കെ നായനാരുടെ ഭരണകാലത്ത് ഞാൻ നാട്ടിൽ വന്ന സമയം. ഹംസക്കായുടെ മൂത്ത സഹോദരന്മാർ - മലേഷ്യൻ സർക്കാരിന്റെ വിദേശകാര്യ വകുപ്പിൽ ഉയർന്ന ഉദ്യോഗസ്ഥനായ യൂസഫ് ഉണ്ണിയും ഹൈസ്കൂൾ അധ്യാപകനായ മമ്മുമാഷും ആണെന്നാണെന്റെ ഓർമ - ഹംസക്കായെ ഇറക്കിക്കൊണ്ടുവരേണ്ടതുണ്ടെന്ന് എന്നോടു പറഞ്ഞു. ഗവർമെണ്ടിൽ എന്റെ സ്വാധീനം ഉപയോഗിക്കണമെന്നും അഭ്യർഥിച്ചു. ഞാൻ സമ്മതിച്ചു. ഞാനും കെ ആർ മോഹനനും സി വി ശ്രീരാമനും കെ എൻ ശശിധരനും സി എൻ കരുണാകരനും അഡ്വക്കറ്റ് ജനറൽ എം എം ചെറിയാനെ പോയി കണ്ടു. ആഭ്യന്തരമന്ത്രി ടി കെ രാമകൃഷ്ണനോടും വിവരം പറഞ്ഞു. കേസ് കാരുണ്യപൂർവം പരിഗണിക്കാമെന്ന് അഡ്വക്കറ്റ് ജനറൽ പറഞ്ഞു. അദ്ദേഹത്തെ വിട്ടുതന്നാൽ സംരക്ഷണ ഉത്തരവാദിത്തം ഏറ്റെടുക്കാമെന്നു വ്യക്തമാക്കിക്കൊണ്ട് ഒരപേക്ഷ അധികൃതർക്കു നൽകാനും നിർദേശിച്ചു. അടുത്തദിവസം അപേക്ഷയുമായി പോകാമെന്ന് നിശ്ചയിച്ച് പിരിഞ്ഞു. പിന്നീട് ആരെയും കണ്ടില്ല. ലീവുകഴിഞ്ഞ് ഞാൻ മടങ്ങിപ്പോയി. അന്വേഷിച്ചപ്പോഴാണറിയുന്നത്, അദ്ദേഹത്തെ കൊണ്ടുവന്നാൽ എവിടെ താമസിപ്പിക്കും, ആരു സംരക്ഷിക്കും, അദ്ദേഹത്തിന്റെ രണ്ടു പെൺമക്കളുടെ വിവാഹക്കാര്യം എന്താകും എന്നൊക്കെയുള്ള പ്രശ്നം അദ്ദേഹത്തിന്റെ ബന്ധുക്കൾ അവരുടെ മുന്നിൽവെച്ചു. യഥാർഥത്തിൽ വലിയൊരു പ്രശ്നം തന്നെയാണവർ മുന്നോട്ടുവെച്ചത്.

ഈയൊരു മുഹൂർത്തത്തിൽവെച്ചാണ് എന്റെ സിനിമ രൂപംകൊള്ളുന്നത്. എത്ര പ്രിയപ്പെട്ടവനായാലും സമൂഹത്തിന് ആവശ്യമില്ലാത്തവനും ഭാരമാകുന്നവനും ഉപേക്ഷിക്കപ്പെടുകതന്നെ ചെയ്യും എന്ന പാഠമാണ് ഞാനവിടെനിന്നു പഠിച്ചത്.

സി വി ശ്രീരാമനോടാണ് ആദ്യമായി ഈ കഥ ഞാൻ പറഞ്ഞത്. ഗംഭീര അഭിപ്രായമാണ് ഞങ്ങൾ ബാലേട്ടനെന്നു വിളിക്കുന്ന അദ്ദേഹം പറഞ്ഞത്. അതെനിക്ക് ആത്മധൈര്യം നൽകി. കെ ആർ മോഹനനെ സഹകരിപ്പിക്കേണ്ടെന്ന് ഞാൻ നിശ്ചയിച്ചു. തിരക്കഥ ഞാൻ തന്നെ എഴുതാനും കെ എ മോഹൻദാസിന്റെ സഹായം സ്വീകരിക്കാനും തീരുമാനിച്ചു. റഹ്മാൻ തൊയക്കാവ് എട്ടു ലക്ഷം രൂപ മുടക്കി പ്രൊഡ്യൂസറാവാമെന്നു സമ്മതിച്ചു. അന്നദ്ദേഹം അബുദാബിയിൽ സെയിൻറാപ്പ്റ്റിൽ ഉദ്യോഗസ്ഥനാണ്. കൂടാതെ എന്റെ ഭാര്യയുടെ അമ്മാവൻ മുഹമ്മദുണ്ണിയും കസിൻ റഷീദും ചെറിയ സംഖ്യ സഹായിച്ച് എക്സിക്യൂട്ടീവ് പ്രൊഡ്യൂസർമാരായി. ഇതിനിടയിലാണ് കെ ആർ മോഹനൻ തിരക്കഥയെഴുതി

ഞങ്ങൾ എൻ എഫ് ഡി സി ക്കു സമർപ്പിച്ചിരുന്ന 'സ്വരൂപ'ത്തിന് ലോൺ പാസായ വിവരം ലഭിക്കുന്നത്. സ്വാഭാവികമായും, ആ പദ്ധതി സമയബന്ധിതമായി പൂർത്തീകരിക്കേണ്ടിയിരുന്നതുകൊണ്ട് എന്റെ സിനിമ അതു കഴിഞ്ഞാവാമെന്നുവെച്ചു. എനിക്കു കുറച്ചുകൂടി സാങ്കേതിക ത്വം പഠിക്കാമെന്നുമായി. ഞാനൊരു സിനിമയിലും അസിസ്റ്റന്റായി പ്ര വർത്തിച്ചിട്ടില്ല. 'സ്വരൂപം' മോഹനന്റെ ആദ്യത്തെ സ്വയംസൃഷ്ടിയാണ്. മുമ്പത്തെ രണ്ടു സിനിമകളുടെ കഥാകൃത്തുക്കൾ മാടമ്പ് കുഞ്ഞുകുട്ടനും സി വി ശ്രീരാമനും ആയിരുന്നു. അങ്ങനെ ചെയ്യുന്നതിൽ തെറ്റില്ല. സൃഷ്ടിയുടെ ആശയങ്ങൾ പൂർണമായും ചലച്ചിത്രകാരന്റെ ഹൃദയത്തിൽ നിന്നു വരുന്നതായിരിക്കുമ്പോഴാണ് അതൊരു ഉത്തമ കലയായിത്തീരു ന്നത് എന്നാണ് പണ്ഡിതമതം. അതേറെക്കുറെ ശരിയുമാണ്. കെ ആർ മോഹനൻ അതുവരെ ചെയ്ത രണ്ടു സിനിമയും വരേണ്യവർഗ പശ്ചാത്ത ലത്തിലായിരുന്നു. എന്നാൽ 'സ്വരൂപ'ത്തിന്റേത് ഗംഭീര ആശയമാണ്. എങ്ങനെയാണ് പാരമ്പര്യം അപകടകരമായ ജീവിതാവസ്ഥയിലേക്കു വിന്യസിക്കപ്പെടുന്നതെന്നതിന്റെ ഉത്തമ ഉദാഹരണമാണ് 'സ്വരൂപം'. വർത്തമാനകാലത്ത് ഏറെ പ്രസക്തമായ ഒരാശയം. ഈഴവ സമുദാ യത്തിന്റെ മുത്തപ്പൻ സങ്കല്പത്തിൽ നിന്നുകൊണ്ട് ആ സമുദായത്തിലെ ഇടത്തരക്കാരിൽ ഇടത്തരക്കാരനായ ഒരു സാധാരണ കർഷകന്റെ ജീവിതത്തിൽ പാരമ്പര്യവും മതചിന്തകളും ചേർന്ന് എങ്ങനെ അയാളെ അപകടപ്പെടുത്തുന്നു എന്നതാണ് 'സ്വരൂപം' കാണിച്ചുതരുന്നത്.

'സ്വരൂപ'ത്തിൽ പാണന്മാരുടെ അനുഷ്ഠാനപ്പാട്ടുകളുണ്ടായിരുന്നു. അതന്വേഷിച്ച് മോഹനനും ഞാനും പല വീടുകൾ കയറിയിറങ്ങി. അപ്പോഴാണൊരു കാര്യം മനസ്സിലാകുന്നത്. അവരുടെ മനോഹര മായ ശബ്ദം. അവർ പാടിയ പാട്ടുകൾ ഒരുകാര്യം വ്യക്തമാക്കി. ഈ അധഃകൃത വർഗം അനുഭവിച്ച കഷ്ടപ്പാടുകൾ അവരുടെ ശബ്ദത്തിൽ ലയിച്ചിട്ടുണ്ട്. മലയാള സംഗീതം പാണനിലും പറയനിലും കൂടിയാണ് വളർച്ച നേടിയതെന്ന് എനിക്കു ബോധ്യമായി. വളരെ പ്രശസ്ത സംഗീത ജ്ഞരാണ് ഈ വിഭാഗത്തിൽ നിന്നു വന്നവർ. അവരുടെ സംഗീതത്തി ന്റെ ശക്തി അവർ കടന്നുപോന്ന ദുരന്തങ്ങളുടെയും പീഡനങ്ങളുടെയും പ്രകാശനമാണെന്നെനിക്കു ബോധ്യമായി. മലയാള സിനിമയിൽ ഈ വിഭാഗം നേടിയ ആധിപത്യത്തിൽ ഞാൻ മനസാ ആഹ്ലാദിച്ചു. 'സ്വരൂപ'ത്തിലെ പാട്ടുകൾക്ക് സംഗീതം നൽകിയത് മാറഞ്ചേരിക്കാര നായ മനോഹരനാണ്. വരികൾ എഴുതിയത് രാവുണ്ണിയും. മനോഹരൻ തന്നെയാണ് സിനിമയിൽ ആ പാട്ടു പാടിയഭിനയിച്ചത്.

ശ്രീനിവാസൻ, തിലകൻ, വി കെ ശ്രീരാമൻ, സന്ധ്യ രാജേന്ദ്രൻ തുടങ്ങിയവരായിരുന്നു നടീനടന്മാർ. കോൺഗ്രസ് നേതാവ് പി

» 'പുരുഷാർത്ഥം' ദേശീയ പുരസ്കാരം ഏറ്റുവാങ്ങാൻ ഡൽഹിയിലെത്തിയപ്പോൾ - കെ ആർ മോഹനൻ, ടി കൃഷ്ണനുണ്ണി എന്നിവർക്കൊപ്പം കുടുംബസമേതം

ടി മോഹനകൃഷ്ണനും ഒരു വേഷം ചെയ്തിട്ടുണ്ട്. ടോപ് ലൈറ്റിലാണ് സിനിമയുടെ പ്രധാന ഭാഗം ചിത്രീകരിച്ചത്. ഈ സിനിമയുടെ റീ റെക്കോഡിങ് നടക്കുമ്പോഴാണ് എന്റെ അമ്മാവൻ മരണപ്പെട്ട വിവരം ഞാനറിയുന്നത്. എന്റെ വ്യക്തിത്വം രൂപപ്പെടുത്തുന്നതിൽ നിർണായക പങ്കുവഹിച്ച മാമ. ചേറ്റുവായിലെത്തി സംസ്കാരച്ചടങ്ങിൽ പങ്കെടുത്ത് ഞാൻ തിരുവനന്തപുരത്തേക്കു മടങ്ങി. കേരളത്തിൽ പ്രധാന അവാർഡൊന്നും കിട്ടിയില്ലെങ്കിലും 'സ്വരൂപം' ദേശീയ അവാർഡു നേടി. അതുകൊണ്ട് സിനിമ നേഷനൽ ടെലികാസ്റ്റിൽപ്പെട്ടു. 'പുരുഷാർത്ഥ'വും 'സ്വരൂപ'വും തിയേറ്ററുകളിൽ പ്രദർശിപ്പിച്ച പടങ്ങളായിരുന്നില്ല. ടെലിവിഷനിലും ഫിലിം സൊസൈറ്റികൾ വഴിയുമായിരുന്നു പ്രദർശനം. 'ഇന്ത്യൻ പനോരമ' യിലൂടെ ഫിലിം ഫെസ്റ്റിവലുകളിലും പ്രദർശിപ്പിക്കപ്പെട്ടു.

'സ്വരൂപ'ത്തിന്റെ ഊർജവുംകൊണ്ടാണ് വീണ്ടും ഞാൻ 'മഗ്‌രിബി'ലേക്കു വരുന്നത്. കെ എ മോഹൻദാസും ഞാനും ചേർന്ന് 'മഗ്‌രിബി'ന്റെ തിരക്കഥ തയാറാക്കി. സി വി ശ്രീരാമനെക്കൊണ്ടും കെആർ മോഹനനെക്കൊണ്ടും വായിപ്പിച്ചു. ജോർജ് മാഷും വി കെ ശ്രീരാമനും തിരക്കഥ വായിച്ചു. 'മഗ്‌രിബ്' എന്ന പേര് എനിക്കു കിട്ടുന്നത് വീടിനു പുറത്തുള്ള കുളിമുറിയിൽനിന്നു കുളിച്ച് തലതോർത്തി അകത്തേക്കു വരുന്ന സമയത്താണ്. ഒരു വെളിപാടുപോലെയാണ് ആ പേര് മനസ്സിലുദിച്ചത്. സി വി ശ്രീരാമനോട് ആ പേര് പറഞ്ഞപ്പോൾ അദ്ദേഹത്തിനത് വളരെ ഇഷ്ടമായി. എനിക്കു വേറെ ആലോചിക്കേണ്ടിവന്നില്ല. പടിഞ്ഞാറ്, ഉത്ഭവസ്ഥാനം, അസ്തമയം എന്നൊക്കെയാണ് 'മഗ്‌രിബി'ന്റെ അർഥം.

തിരക്കഥ വായിച്ച ശേഷം വി കെ ശ്രീരാമൻ ചില വിയോജിപ്പുകൾ പ്രകടിപ്പിച്ചു. മാത്രമല്ല, ഞാനീ സിനിമ ചെയ്യരുതെന്ന് ജോർജ് മാഷോട് ശ്രീരാമൻ പറയുകയും ചെയ്തു. മാഷ് ഉപദേശരൂപേണ ശ്രീരാമന്റെ അഭിപ്രായം എന്നെ അറിയിച്ചു. ഞാനതു തമാശയായേ എടുത്തുള്ളു. പിന്നീട് മോഹൻദാസിനോടും ശ്രീരാമൻ തന്റെ ഈയഭിപ്രായം പറഞ്ഞു. മോഹൻദാസും ഇതെന്നെ അറിയിച്ചു. ജോർജ് മാഷ് ഒരു ദിവസം വന്ന് വീണ്ടും ശ്രീരാമന്റെ അഭിപ്രായത്തെക്കുറിച്ചുള്ള ചർച്ചയിലേക്കു കടന്നു. ഞാൻ മാഷോട് ശക്തമായി പ്രതികരിച്ചു.

സിനിമക്കുള്ള ഒരുക്കങ്ങൾ തുടങ്ങി. മുരളിയുമായി വേഷത്തെക്കുറിച്ച് സംസാരിച്ചു. എസ് ജയചന്ദ്രൻനായരായിരുന്നു മുരളിയെ പരിചയപ്പെടുത്തിത്തന്നത്. 'ഉപ്പി'ന്റെ കാലത്തായിരുന്നു അത്. മുരളി കെ ആർ മോഹനനോട് അഭിപ്രായം തേടി. മോഹനൻ നല്ല തിരക്കഥയാണെന്നു പറഞ്ഞപ്പോൾ മുരളി പിന്നെ ഒന്നും പറഞ്ഞില്ല. 'സ്വരൂപ'ത്തോടെ ശ്രീനിയുമായി നല്ലൊരു സൗഹൃദം ഞാനുണ്ടാക്കിയെടുത്തിരുന്നു. ശ്രീനി വരാമെന്നു സമ്മതിച്ചു. മധു അമ്പാട്ട് ക്യാമറമാൻ. വേണു എഡിറ്റർ. ശരണ്യ നായിക. ആർ വി ഷെരിഫായിരുന്നു പ്രൊഡക്ഷൻ കൺട്രോളർ. ഷെരിഫ് മരുമകളുടെ ഭർത്താവാണ്. ഗുരുവായൂരിലെ പൊതുപ്രവർത്തകനായ ഷെരിഫ് മുനിസിപ്പൽ കൗൺസിലറുമായിരുന്നു. എന്റെ സുഹൃത്തും അഭിനേതാവുമായ ഉണ്ണി അരിയന്നൂർ പ്രൊഡക്ഷൻ സഹായിയായും പ്രവർത്തിച്ചു. പ്രൊഡക്ഷൻ രംഗത്തെ പ്രഗത്ഭനായ വിജയൻ പെരിങ്ങോടിന്റെ മേൽനോട്ടവും ഉണ്ടായിരുന്നു. പാട്ടുകൾക്ക് സംഗീതം നൽകിയത് യു സി കെ തങ്ങളാണ്. ആ പാട്ടുകൾ ആരെഴുതിയതാണെന്നു നിശ്ചയമില്ല. ഉമ്മയും ഉമ്മയുടെ കസിൻ ആർ വി സി ഹമീദും എന്റെ വീടിന്റെ വരാന്തയിലിരുന്ന് യു സി കെ തങ്ങൾക്ക് പാട്ടിന്റെ വരികൾ പറഞ്ഞു കൊടുത്തു.

ചെന്തമിഴിലെ ധാരാളം വാക്കുകളടങ്ങിയതായിരുന്നു ആ പാട്ടുകൾ. കാരശ്ശേരി മാഷോടു ചോദിച്ചെങ്കിലും കർത്താവിനെ കണ്ടെത്താനായില്ല. ഹിന്ദുസ്ഥാനി സംഗീതം സിനിമയുടെ പശ്ചാത്തലമായുപയോഗിക്കാമെന്ന് എനിക്കു തോന്നി. അടൂർ ഗോപാലകൃഷ്ണനെ കണ്ടപ്പോൾ അദ്ദേഹമാണ് രമേശ് നാരായണൻ എന്നൊരാൾ ഹിന്ദുസ്ഥാനി സംഗീതം പഠിച്ച് ബോംബെയിൽനിന്ന് വന്നിട്ടുണ്ടെന്നു പറഞ്ഞത്. രമേശിന് സിനിമക്കു സംഗീതംചെയ്ത് പരിചയമുണ്ടായിരുന്നില്ല. അതിന്റെ പരിമിതിയുണ്ടായിരുന്നു 'മഗ്‌രിബി'ൽ. പക്ഷേ, രമേശിനു നല്ല സംഗീതമുണ്ടായിരുന്നു.

കെ ആർ മോഹനൻ ഷൂട്ടിങ് സ്ഥലത്തേക്കു വന്നതേയില്ല. തന്നെ അവിടെ കണ്ടാൽ താൻ സഹായിച്ചിട്ടാണ് ഞാൻ സിനിമ

» 'സ്വരൂപ'ത്തിനുള്ള ദേശീയ അവാർഡ് രാഷ്ട്രപതി ശങ്കർദയാൽ ശർമയിൽ നിന്ന് ഏറ്റുവാങ്ങിയപ്പോൾ

ചെയ്യുന്നതെന്ന് മറ്റുള്ളവർ സംശയിക്കുമെന്നു കരുതിയാണ് മോഹനൻ അവിടേക്കു വരാതിരുന്നത്. അതുപോലെത്തന്നെ, ചിത്രാഞ്ജലി സ്റ്റുഡിയോ മാനേജരായ മോഹനൻ എന്റെ സിനിമയുടെ പണിനടന്ന സമയത്ത് ജോലിയിൽനിന്ന് ലീവെടുത്ത് മാറിനിന്നു. നിയമാനുസൃതമായി എനിക്കു വല്ലതും ചെയ്തു തന്നാലും അത് എന്നോടു ചെയ്യുന്ന ആനുകൂല്യമായി മറ്റുള്ളവർ തെറ്റിദ്ധരിച്ചെങ്കിലോ എന്നു കരുതിയായിരുന്നു അത്. അത്രയ്ക്ക് ശുദ്ധിയുള്ള വ്യക്തിയായിരുന്നു മോഹനൻ.

ഷൂട്ടിങ് നന്നായി കഴിഞ്ഞു. എല്ലാവരും സഹകരിച്ചു. ഇതിനിടയിലൊരുദിവസം ശ്രീനി പറഞ്ഞു, “ഞാനീ സിനിമയിലഭിനയിക്കേണ്ട എന്ന് ശ്രീരാമൻ പറഞ്ഞിരുന്നു”. ചിരിച്ചുകൊണ്ടാണ് ശ്രീനി ഇതു പറഞ്ഞത്. ശ്രീരാമൻ എന്തുകൊണ്ടങ്ങനെ പറഞ്ഞു എന്ന് മനസ്സിലായില്ല. ഡബ്ബിങ്ങിനു പോയപ്പോൾ ജോർജ് മാഷും ശ്രീരാമനും ചിത്രത്തിന്റെ റഷസ് കണ്ടു. ജോർജ് മാഷ് ശ്രീരാമനെ നന്നായി ചീത്ത പറഞ്ഞു, എന്റെ മുന്നിൽവെച്ച്. ശ്രീരാമൻ ക്ഷമാപണസ്വരത്തിൽ പറഞ്ഞു, “അതു നേരെയായില്ലെങ്കിലോ എന്ന ആശങ്കകൊണ്ടാണ് അങ്ങനെയൊക്കെ പറഞ്ഞത്. അതു തെറ്റായിപ്പോയെന്ന് ഇപ്പോളെനിക്കു തോന്നുന്നു.” അതവിടെ അവസാനിച്ചു. ഞങ്ങൾ തമ്മിലുള്ള ബന്ധം സന്തോഷപൂർവം തുടർന്നു. എന്റെ എല്ലാ സിനിമയിലും ശ്രീരാമനുണ്ട്. ചീത്ത പറഞ്ഞും വഴക്കുകൂടിയും ഇടയ്ക്കിടെ അഭിപ്രായ വ്യത്യാസങ്ങളാക്കെയായും ഇപ്പോഴും ഞങ്ങൾ സ്നേഹം പങ്കിട്ടുകൊണ്ട് കഴിയുന്നു.

വളരെ നല്ല നിലയിലാണ് മുരളി സിനിമയുമായി സഹകരിച്ചത്. പണം കൊടുത്തിട്ടും വാങ്ങാൻ കൂട്ടാക്കിയില്ല. നിർബന്ധിച്ചു പിടിപ്പിക്കുകയാണു

ചെയ്തത്. അതുപോലെ, കൊടുത്ത പണം വാങ്ങി പോവുകയാണ് ശ്രീനിവാസനും ചെയ്തത്. ഡബ്ബ് ചെയ്യുമ്പോൾ രസകരമാരൊരനുഭവമുണ്ടായി. ഞാനുപയോഗിച്ചത് തെക്കൻ മലബാർ സ്ളാങ്ങ് ആയിരുന്നു. ഡബ്ബ് ചെയ്യുമ്പോൾ ഏതോ ഒരു വാചകം ശരിയായില്ലെന്ന് എനിക്കു തോന്നി. അതു ചൂണ്ടിക്കാണിച്ചപ്പോൾ ശ്രീനി പറഞ്ഞു, "ഞാൻ പറഞ്ഞത് ഗുരുവായൂരിലെ സ്ളാങ്ങായിരിക്കും. പഞ്ചാരമുക്കിലെ സ്ളാങ്ങായിരിക്കും വേണ്ടത്." അത്രയും സൂക്ഷ്മത ഞാനാ സിനിമയിൽ കാണിക്കുന്നുണ്ടെന്ന് അദ്ദേഹത്തിനു തോന്നിക്കാണും.

സിനിമയുടെ എഡിറ്റിങ് കഴിഞ്ഞ് ഞാനും വേണുവും പടം കണ്ടു. എനിക്ക് ഒട്ടും ഇഷ്ടമായില്ല. തിരക്കഥയിൽ ഞാൻ സ്വീകരിച്ച സമീപന രീതിയുടെ പ്രശ്നം കൂടി ഉണ്ടായിരുന്നു. എഡിറ്റിങ് പൂർണമായി മാറ്റണമെന്ന് ഞാൻ വേണുവിനോടു പറഞ്ഞു. വേണു പല തടസ്സന്യായങ്ങളും ഉന്നയിച്ചു. ഞാൻ പൂർണമായും റീ എഡിറ്റ് ചെയ്യണമെന്ന് വാശിപിടിച്ചു. വേണുവിന് സിനിമ നന്നാവണമെന്നേ ഉണ്ടായിരുന്നുള്ളൂ. എനിക്കും. വീണ്ടും എഡിറ്റ് ചെയ്തു. ഒരു സ്ഥലത്തു മാത്രം ഒരു ചെറിയ ജംപ് അനുഭവപ്പെട്ടു. പക്ഷേ സിനിമക്ക് ആദ്യത്തേതിലും തെളിച്ചവും ഗാംഭീര്യവും ലഭിച്ചതായി തോന്നി.

പടം ഡബിൾ പോസിറ്റീവായപ്പോൾ ഞാൻ ജയചന്ദ്രൻ നായരെയും കള്ളിക്കാട് രാമചന്ദ്രനെയും വിളിച്ച് കാണിച്ചു. ജയചന്ദ്രൻനായർ പടം കണ്ടു കഴിഞ്ഞപ്പോൾ എന്നെ ചേർത്തു പിടിച്ച് പറഞ്ഞു, "ഗംഭീരമായിട്ടുണ്ട്. മനുഷ്യന്റെ മനസ്സിന്റെ തീയാണ് സിനിമ.'' വളരെ വികാരഭരിതനായാണദ്ദേഹം സംസാരിച്ചത്. തന്നോടും ഇതേ അഭിപ്രായം പറഞ്ഞുവെന്ന് കള്ളിക്കാട് പിന്നീട് എന്നെ വിളിച്ചപ്പോൾ പറഞ്ഞു. 'കലാകൗമുദി'യുടെ അടുത്ത ലക്കം ഞാനും മധു അമ്പാട്ടും കെട്ടിപ്പിടിച്ചുനിൽക്കുന്ന മുഖച്ചിത്രത്തോടുകൂടിയാണ് പുറത്തിറങ്ങിയത്. 'കലാകൗമുദി' കത്തിനിൽക്കുന്ന കാലമാണത്. വലിയ പബ്ലിസിറ്റിയാണ് 'മഗ്‌രിബ് ' സിനിമക്കു കിട്ടിയത്. എന്നെപ്പോലുള്ള ഒരു പുതുമുഖ സംവിധായകന് ഇത്രയും വലിയ പരിഗണന നൽകിയതിന് ഞാനേതു കാലത്തും ജയചന്ദ്രൻനായരോട് കടപ്പെട്ടിരിക്കുന്നു. ഇന്ത്യൻ പനോരമയിലേക്ക് 'മഗ്‌രിബ് ' തെരഞ്ഞെടുക്കപ്പെട്ടു. കൽക്കത്തയിലായിരുന്നു അക്കൊല്ലത്തെ ഫിൽമോത്സവ്. എം റഷീദിന്റെ മകൻ ബാബു എന്റെ കൂടെ കൽക്കത്തക്കു വന്നിരുന്നു. മേളയിൽ റൂബിൻ ഡിക്രൂസും സജിതമഠത്തിലും ഉണ്ടായിരുന്നു. സജിതയെ ഞാനേതോ മീറ്റിങ്ങിൽ വെച്ചു പരിചയപ്പെട്ടിരുന്നു. സജിതയും റൂബിനും എന്റെ അടുത്ത സുഹൃത്തുക്കളായി. നല്ല അഭിപ്രായമാണ് കൽക്കത്ത ഫിൽമോത്സവിലും 'മഗ്‌രിബി'നു കിട്ടിയത്. കുറെക്കാലത്തിനു ശേഷമായിരുന്നു മുസ്ലിം

സമുദായത്തെ പശ്ചാത്തലമാക്കി മലയാളത്തിലൊരു സിനിമ വന്നത്. ഖുർആനും 'വഅള്ള്'മൊക്കെ ഉപയോഗിച്ച് മുസ്ലിം സംസ്കാരത്തിന്റെ സൂക്ഷ്മതലങ്ങളെ സ്പർശിക്കുന്ന ഈ സിനിമ.

ഒരു നിരൂപകനെഴുതി, "ഇത് ഏതു സമൂഹത്തിലും സംഭവിക്കാവുന്ന ഒരു കഥയാണ്. പിന്നെ എന്തിനാണ് പി ടി ഇത് മുസ്ലിം പശ്ചാത്തലത്തിൽ പറഞ്ഞത്?" എന്നെ അത്ഭുതപ്പെടുത്തിയ ഒരു പ്രതികരണമായിരുന്നു അത്. ഇത്തരത്തിലുള്ള സംസാരങ്ങളും 'മഗ്‌രിബി'നെച്ചൊല്ലി ഉണ്ടായി. ചെറിയ തോതിൽ എതിർപ്രചാരണങ്ങൾതന്നെ ഉണ്ടായി. ബി രാജീവൻ കലാകൗമുദിയിൽ നല്ലൊരു ലേഖനമെഴുതി. പിന്നെ പലരും എഴുതിയിരുന്നു. ഒരു ഫ്രഞ്ച് നിരൂപകൻ എന്നോടു ചോദിച്ചു, ഇന്ത്യയിൽ ലഖ്നോവിലും ഡൽഹിയിലുമൊക്കെയല്ലേ മുസ്ലിങ്ങൾ അധികമുള്ളത്? ഇത്രയും ജനാധിപത്യ, സാംസ്കാരിക ഉയർച്ചയുള്ള ഒരു പ്രദേശമിവിടെയുണ്ടെന്ന് ഈ സിനിമ കണ്ടപ്പോഴാണെനിക്കു മനസ്സിലായത്. സാംസ്കാരിക വിനിമയങ്ങളിലൂടെയാണ് വ്യത്യസ്ത സമൂഹങ്ങളെയും സംസ്കാരങ്ങളെയും മറ്റുള്ളവർ അറിയുന്നത് എന്ന എന്റെ തിരിച്ചറിവ് അദ്ദേഹത്തിന്റെ അഭിപ്രായപ്രകടനം കൂടുതൽ ദൃഢപ്പെടുത്തി. തെഹ്റാൻ, ഉത്തര കൊറിയ മേളകളിലേക്കും 'മഗ്‌രിബ്' തെരഞ്ഞെടുക്കപ്പെട്ടു.

'മഗ്‌രിബി'ന് മറ്റൊരു പ്രധാന പുരസ്കാരംകൂടി ലഭിച്ചു. അന്തരിച്ച അരവിന്ദന്റെ ഓർമക്ക് ഏർപ്പെടുത്തിയ അവാർഡ് മലയാളത്തിലാദ്യമായി ലഭിച്ചത് ഈ ചിത്രത്തിനാണ് . അരവിന്ദൻ പുരസ്കാരം ഇന്ന് അംഗീകൃത ചലച്ചിത്ര അവാർഡുകളിലൊന്നായി നിലനിൽക്കുന്നു. ഉജാല രാമചന്ദ്രനും ചലച്ചിത്ര അവാർഡ് രംഗത്തേക്കു വന്നിരുന്നു. കോസ്മോപൊളിറ്റൻ ഹോസ്റ്റലിൽ ഒപ്പമുണ്ടായിരുന്ന സെന്റ് തോമസ് കോളേജ് സഹപാഠിയാണ് രാമചന്ദ്രൻ. മികച്ച ആദ്യ സിനിമക്കുള്ള ഉജാല അവാർഡിന് എന്റെ പ്രഥമ ചിത്രം തെരഞ്ഞെടുക്കപ്പെട്ടു. അഞ്ചു പവൻ സ്വർണമടങ്ങുന്നതായിരുന്നു അവാർഡ്. വീട്ടുകാരിക്ക് വലിയ സന്തോഷമുണ്ടാക്കിയ അവാർഡായിരുന്നു അത്. അഞ്ചു പവൻ സ്വർണം ഏതുകാലത്തും അത്ര മോശപ്പെട്ട ഒന്നല്ലല്ലോ. കോഴിക്കോട്ടായിരുന്നു അവാർഡ് ദാനച്ചടങ്ങ്. ഞാനും ടി സി കോയയും ഒരുമിച്ച് ഉജാലയുടെ കാറിലാണ് കോഴിക്കോട്ടേക്കു പോയത്. എനിക്കു ചെറിയ പനിയുണ്ടായിരുന്നു. അളകാപുരി ഹോട്ടലിലേക്കാണ് ഞങ്ങളെ കൊണ്ടുപോയത്. അവിടെ ചെന്നപ്പോൾ പ്രധാനപ്പെട്ട സംഘാടകരാരുമുണ്ടായിരുന്നില്ല. റൂം കാണിച്ചുതന്ന് അവിടെ ഇരിക്കാൻ പറഞ്ഞു. ആരോ ഉപയോഗിച്ചു കൊണ്ടിരുന്ന മുറിയാണെന്ന് എനിക്കു തോന്നി. നീരസം പുറത്തു കാട്ടിയില്ല. കുറെ നേരം കാത്തിട്ടും ആരെയും കാണാനില്ല. അവർ ബോംബെ

» അരവിന്ദൻ പുരസ്കാരം

താരങ്ങളെ സ്വീകരിക്കാൻ എയർപോർട്ടിലേക്കു പോയതായിരുന്നു. വലിയ പരിപാടിയാണ്. ഒരു മണിക്കൂറിലേറെ കാത്തുകാണും. അഞ്ചു പവനു വേണ്ടി അവഗണിക്കപ്പെട്ടവനായി കാത്തിരിക്കുന്നതിന്റെ ഔചിത്യം ഉള്ളിന്റെ ഉള്ളിൽ ചോദ്യം ചെയ്യപ്പെട്ടു. കോയ ഒന്നും മിണ്ടുന്നില്ല. ഞാൻ മെല്ലെ ചൊദിച്ചു, "കോയ, നമ്മൾ പോയാലോ?"

കോയയുടെ മറുചോദ്യം, "വാങ്ങിയിട്ട് പോയാപ്പോരെ?" ഞാൻ പറഞ്ഞു, "അതൊന്നും വേണ്ട കോയ. എനിക്ക് പനിയ്ക്കുന്നുമുണ്ട്." ഞാനും കോയയും അളകാപുരിയിൽനിന്ന് പുറത്തു കടന്ന് ഒരു ഓട്ടോറിക്ഷയിൽ ബസ് സ്റ്റാൻഡിലേക്കു വിട്ടു. ഉജാല രാമചന്ദ്രൻ ഇത്ര പ്രതീക്ഷിച്ചിട്ടുണ്ടാവില്ല. വീട്ടിൽ മക്കളും ഭാര്യയുമെല്ലാം സന്തോഷത്തോടെ അഞ്ചു പവനും കാത്ത് ഇരിപ്പുണ്ടായിരുന്നു. വെറുംകൈയോടെ വരുന്ന എന്നെ അവർ പ്രതീക്ഷിച്ചിരുന്നില്ല. നിരാശയുണ്ടായെങ്കിലും അവരതു പുറത്തുപറഞ്ഞില്ല. മുഖഭാവത്തിൽനിന്ന് എനിക്കു വായിച്ചെടുക്കാൻ കഴിഞ്ഞു.

രണ്ടു ദിവസം കഴിഞ്ഞ് സന്ധ്യക്ക് ഉജാല രാമചന്ദ്രന്റെ കസിൻ വാമനൻ കോവിലനെയും കൂട്ടി വീട്ടിൽ വന്നു. ഉണ്ടായ സംഭവത്തിൽ കോവിലൻ ഖേദപ്രകടനം നടത്തി. കോവിലനെ ഞങ്ങൾ അയ്യപ്പേട്ടൻ എന്നാണ് വിളിക്കാറ്. ഞാൻ എന്റെ ഭാഗം വിവരിച്ചു. ഞാൻ

പൊതുവെ ഇത്തരം സംഭവങ്ങളിൽ പ്രതികരിക്കുന്ന ആളാണ്. എനിക്ക് ഇതിലൊരു വിരോധവും ദേഷ്യവും ഇല്ല. അവാർഡ് സ്വീകരിക്കണമെന്ന് എന്നോടു ആവശ്യപ്പെട്ടു. ചെറിയൊരു പരിപാടിയായി നടത്താമെന്നും പറഞ്ഞു. ഉടനെയാണ് ഞാൻ എം എൽ എ യായത്. ആ പരിപാടി പിന്നെ നടന്നതുമില്ല.

സംസ്ഥാന അവാർഡ് വന്നപ്പോൾ 'മഗ്‌രിബി'നെ നവാഗത സംവിധായകനുള്ള അവാർഡിൽ ഒതുക്കിയതായെനിക്കു തോന്നി. ടി വി ചന്ദ്രന്റെയും (പൊന്തൻമാട) അടൂരിന്റെയും (വിധേയൻ) എല്ലാം പടങ്ങളുണ്ടായിരുന്നു. പൊതുവെ മറ്റവാർഡുകളൊന്നും ലഭിക്കാത്തതിൽ ഞാൻ ഖിന്നനായിരുന്നു. അന്നൊക്കെ അവാർഡ് വലിയ കാര്യമാണെന്നു കരുതിയിരുന്നു. സമാന്തരസിനിമയുമായി സഞ്ചരിച്ച എന്റെ അന്നത്തെ ചലച്ചിത്രഭാഷ അതിനോടു ചേർന്നുനിൽക്കുന്ന രീതിയിലായിരുന്നു താനും. എന്നാൽ ആ രീതിയെ എന്റെ ഉള്ളിന്റെ ഉള്ളിൽ പൂർണമായി ഉൾക്കൊള്ളാൻ കഴിഞ്ഞിരുന്നില്ല. ഞാൻ വൈകാരികമായി കാര്യങ്ങൾ കാണുന്ന ഒരാളാണ്. വൈകാരികത എന്റെ ഹൃദയത്തിന്റെ ഭാഷകൂടിയാണ്. എന്റെ സിനിമയിൽ പാട്ടും വികാരനിർഭരമായ രംഗങ്ങളുമെല്ലാം അതിന്റെ ഭാഗമായാണുണ്ടായത്. കെ ആർ മോഹനന്റെ സിനിമാസങ്കല്പത്തിൽനിന്ന് തികച്ചും ഭിന്നമായിരുന്നു എന്റേത്.

ഞാൻ വീണ്ടും പുതിയ തിരക്കഥ ആലോചിച്ചു തുടങ്ങി. മാറിക്കൊണ്ടിരിക്കുന്ന കേരളീയ സമൂഹത്തിൽ രാഷ്ട്രീയബോധമുള്ള ഒരു അധ്യാപകനെയും അദ്ദേഹം അധിവസിക്കുന്ന പ്രദേശത്തെയും സംബന്ധിച്ചായിരുന്നു അത്. മോഹൻദാസുമായി വിഷയം ചർച്ചചെയ്തു. മോഹൻദാസിനും കഥ ഇഷ്ടമായി. തൃത്താല ടി ബി യിലും മറ്റു പല സ്ഥലത്തുമായി തിരക്കഥ രചന പുരോഗമിച്ചു. 'മഗ്‌രിബ്' സിനിമയിൽ മോഹൻദാസ് ഒരു ഇടപെടലും നടത്തിയിരുന്നില്ല. എന്നെ പൊതുവെ

» സി വി ശ്രീരാമൻ, കെ വി അബ്ദുൽഖാദർ എന്നിവർക്കൊപ്പം പുസ്തക പ്രകാശനത്തിൽ

» പി ജയചന്ദ്രൻ, പി ടി, ജോർജ് മാഷ്

സഹായിക്കുകയും ചില നിർദേശങ്ങൾ നൽകുകയും തിരുത്തലുകൾ നടത്തിത്തരുകയുമാണ് ചെയ്തത്. എന്നാൽ ഇതിൽ വലിയ സംഭാവന യാണ് മോഹൻദാസ് നൽകിയത്. മോഹൻദാസിന്റെ ജീവിതവുമായി ബന്ധമുള്ള നിരവധി കഥാപാത്രങ്ങൾ ഇരമ്പിക്കയറി ഈ തിരക്കഥയി ലേക്കു വന്നു. മോഹൻദാസിനു പരിചയമുള്ള കടലോര ജീവിതത്തിലെ പല വ്യക്തികളും ഇതിലെ കഥാപാത്രങ്ങളായി. സ്വന്തം അമ്മാവൻ പോലും ഇതിൽ മിഴിവുറ്റ കഥാപാത്രമായിപ്പരിണമിച്ചു.

എഴുത്തു തുടർന്നു. തൃത്താല ടി ബി യിൽ എഴുതിക്കൊണ്ടിരിക്കെ വാച്ച്മാൻ വന്നു പറഞ്ഞു, "റൂം ഒഴിഞ്ഞുതരണം. കല്ലട മുഹമ്മദ് എം എൽ എ റൂമെടുക്കാൻ വരുന്നുണ്ട്." അവിടെയാകെ രണ്ടുമുറിയേ ഉണ്ടാ യിരുന്നുള്ളു. ഞാനും മോഹൻദാസും ബാഗുമെടുത്ത് ഗുരുവായൂരിലേക്കു ബസ്സു കയറി. എന്റെ ജീവിതത്തെയാകെ മാറ്റിമറിക്കുന്ന വഴിത്തിരിവി ലേക്കായിരുന്നു ആ വരവ് എന്നു ഞാൻ കരുതിയില്ല.

അധ്യാപകൻ ഹംസ മാസ്റ്ററുടെ റോളിന് മമ്മൂട്ടിയെയാണ് ആലോ ചിച്ചിരുന്നത്. നടൻ ശ്രീരാമനും മമ്മൂട്ടിയും വലിയ അടുപ്പത്തിലായിക്ക ഴിഞ്ഞിരുന്നു. ശ്രീരാമൻ വഴി മമ്മൂട്ടിയുടെ ഡേറ്റ് വാങ്ങാമെന്നായിരുന്നു കണ്ടത്. ഞാനും ശ്രീരാമനും ഒരു ദിവസം മമ്മൂട്ടിയെ കാണാൻ കോഴി ക്കോട്ട് മഹാറാണിയിൽ പോവുകയും ചെയ്തു. പടം ഉജാല രാമചന്ദ്രൻ നിർമിക്കാമെന്നു സമ്മതിച്ചിരുന്നു. മമ്മൂട്ടി ആലോചിക്കാമെന്നു പറഞ്ഞു. മനിഷ കൊയ്രാലയെ നായികയാക്കാനും തീരുമാനിച്ചു. മമ്മൂട്ടി ഉജാല രാമചന്ദ്രനുമായി ഫോണിൽ സംസാരിച്ചു. ഞങ്ങൾ സന്തോഷത്തോടെ പിരിഞ്ഞു.

രണ്ടുദിവസം കഴിഞ്ഞ് വാമനൻ എന്നെ വിളിച്ചു. മമ്മൂട്ടി വീണ്ടും അവരെ വിളിച്ച് മറ്റൊരു പടംകൂടി, ഒരു കമേഴ്സ്യൽ സിനിമകൂടി, ഇതോടൊപ്പം ചെയ്യേണ്ടി വരുമെന്ന് പറഞ്ഞു. പക്ഷേ രണ്ടും നടന്നില്ല.

ഗുരുവായൂർ MLA

ഒരു മധ്യാഹ്നം. വീട്ടിൽ ഞാൻ മാത്രമേയുള്ളു. ഐഷാബി മക്കളോടൊപ്പം അവരുടെ വീട്ടിൽ പോയിരിക്കയാണ്. ഉമ്മ എന്റെ സഹോദരിയുടെ വീട്ടിലാണ്. ഈ സമയം ഒരു ഫോൺ വന്നു. സിപിഐഎം ചാവക്കാട് ഏരിയ കമ്മിറ്റി സെക്രട്ടറി ബേബി ജോൺ മാഷാണു വിളിച്ചത്, "പുറത്തു പോകില്ലല്ലോ. ഞങ്ങളിതാ വരുന്നു."

പറഞ്ഞതുപോലെ, അഞ്ചു മിനിറ്റിനുള്ളിൽ ബേബി ജോൺ മാഷ്, പാർടി ജില്ലാ സെക്രട്ടറി മാമക്കുട്ടിയേട്ടൻ, കെ പി അരവിന്ദാക്ഷൻ, സി കെ കുമാരൻ ഇവർ നാലു പേരുമെത്തി. ജില്ലയിലും സംസ്ഥാനത്തും അറിയപ്പെടുന്ന സിപിഐഎം നേതാക്കൾ. മാമക്കുട്ടിയേട്ടന് എന്നെ ഒട്ടും പരിചയമുണ്ടായിരുന്നില്ല. സി കെ കുമാരൻ നാട്ടുകാരനാണെങ്കിലും അദ്ദേഹത്തിനും എന്നെ അറിയില്ല. പ്രജാപുരിയിൽവന്ന് നേരിയ പരിചയമുണ്ട് കെ പി അരവിന്ദാക്ഷന്. ഞാനാരാണെന്നറിയില്ല. ബേബി ജോണുമായി എനിയ്ക്ക് സാമാന്യം സൗഹൃദമുണ്ട്. ഞാൻ നാട്ടിൽവന്ന ശേഷമാണ് മാഷെ പരിചയപ്പെടുന്നത്.

ഒന്നോരണ്ടോ പൊതുവർത്തമാനത്തിനുശേഷം മാഷ് പെട്ടെന്ന് വിഷയത്തിലേക്കു കടന്നു, "ഞങ്ങൾ വന്നത് ഒരു പ്രധാനകാര്യം പറയാനാണ്. പി എം അബൂബക്കർ രാജിവെച്ചത് പി ടി ക്കറിയാമല്ലൊ. ഇവിടെ ഒരുപതെരഞ്ഞെടുപ്പ് നടക്കാൻപോവുകയാണ്. നമുക്കൊരു സ്ഥാനാർഥി വേണം. സ്വതന്ത്രനായി നിങ്ങളെ പരിഗണിക്കണം എന്നാണ് പാർടിയുടെ ആഗ്രഹം. തീരുമാനിച്ചിട്ടില്ല. നിങ്ങളുടെ സമ്മതം ചോദിക്കാനാണ് വന്നത്."

» ബേബി ജോൺ

എനിക്കൊരു ഷോക്കേറ്റതുപോലെയായി. ഞാൻ പൂർണമായി സിനിമാക്കാരനാകാനാണ് ആഗ്രഹിച്ചത്. കാര്യങ്ങൾ ആ വഴിക്കു നീക്കുന്ന സമയത്താണ് ഈയൊരു 'ഇടിത്തീ' എന്റെ മേൽ പതിക്കുന്നത്. എനിക്കൊരു നിമിഷവും ആലോചിക്കേണ്ടിവന്നില്ല. "ഞാൻ പൂർണമായും സിനിമയിൽ പ്രവർത്തിക്കാനാണാഗ്രഹിക്കുന്നത്. എനിക്ക് രാഷ്ട്രീയപ്രവർത്തനത്തിൽ ഒരു പരിചയവുമില്ല. മാഷ്ക്കറിയാമല്ലോ. ഒറ്റപ്പാലത്ത് ലെനിൻ രാജേന്ദ്രൻ മത്സരിക്കുമ്പോൾ ഒന്നോരണ്ടോ യോഗത്തിൽ പോയി, മൂന്നോ നാലോ വാചകംപറഞ്ഞ പരിചയമേ എനിക്കുള്ളൂ. എന്നെ ഒഴിവാക്കണം." ഞാൻ ആത്മാർത്ഥമായി പറഞ്ഞു, "സ്ഥാനാർഥിത്വം ഒഴിച്ച് എന്ത് സംഗതിയും നിങ്ങൾ പറഞ്ഞാൽ ഞാൻ ചെയ്യാം. എന്നെ ഇതിൽനിന്ന് ഒഴിവാക്കണം."

മാമക്കുട്ടിയേട്ടനും കെ പി അരവിന്ദാക്ഷനുമെല്ലാം എന്നെ സമ്മതിപ്പിക്കാനുള്ള പല വർത്തമാനങ്ങളും പറഞ്ഞു. രാഷ്ട്രീയ സ്ഥിതിയെക്കുറിച്ച്. എന്നെപ്പോലുള്ളവരുടെ പങ്കാളിത്തത്തിന്റെ ആവശ്യകതയെക്കുറിച്ച്. എന്നാൽ ബേബി ജോൺ ഒന്നും മിണ്ടിയില്ല. ഒടുവിൽ ഉപസംഹരിച്ചു, "എന്നാൽ ഞങ്ങൾ പോവുകയാണ്. നിങ്ങൾ ഒന്നുകൂടി ആലോചിക്ക്." അവരെണീറ്റു. മുറ്റത്തേക്കിറങ്ങുമ്പോൾ ചവിട്ടുപടിയിൽനിന്ന് കെ പി അരവിന്ദാക്ഷൻ എന്നോട് പറഞ്ഞു, "താൻ ഒരു മര്യാദക്കാരനല്ല. നിങ്ങൾ ചെയ്തത് ഒട്ടും ഉചിതമായില്ല. ഞങ്ങളെപ്പോലുള്ള നാലാളുകൾ വന്ന് ഒരു കാര്യം പറഞ്ഞിട്ട് അത് 100 ശതമാനം നിരാകരിക്കുകയാണ്

» പിണറായി വിജയൻ, സി കെ കുമാരൻ, ബേബി ജോൺ, പി ടി

ചെയ്തത്. അന്തസ്സുള്ള പണിയായില്ല. ഒരു 10 ശതമാനമെങ്കിലും നിങ്ങൾ അനുകൂലമായി സംസാരിക്കേണ്ടിയിരുന്നു. ഞങ്ങൾ പോവുകയാണ്." അത് എന്നെ വല്ലാതെ ഉലച്ചു. ചിരിച്ചുകൊണ്ട് ഞാൻ പറഞ്ഞു, "എന്നാൽ കെ പി, 10 ശതമാനം വെച്ചോ." 90 ശതമാനം ഇല്ലല്ലോ. അവർ പോയി. ഞാൻ എന്റെ ഭാര്യക്ക് വിളിച്ചു. പൊതുവെ അവാർഡിലും മറ്റും ഞാൻ സന്തുഷ്ടനല്ല എന്ന് അവർക്കറിയാമായിരുന്നു. ഞാൻ അവരോടു ബേബിജോൺ മാഷും മറ്റും തെരഞ്ഞെടുപ്പിൽ നിൽക്കാൻ വേണ്ടി ആവശ്യപ്പെട്ടതിന്റെ കഥ പറഞ്ഞു. അവർ പറഞ്ഞു, "എന്തായിരിക്കും നമ്മക്കിങ്ങനെ ഓരോ കഷ്ടപ്പാടുകള് വരുന്നത്?"

ഈ മറുപടി പിന്നീട് വളരെ പ്രസിദ്ധമായി. ജോർജ് മാഷ് ഒരിക്കൽ എം റഷീദിനോട് പറയുകയും റഷീദ് അത് പത്രപംക്തിയിൽ എഴുതുകയും ചെയ്തു. രാത്രി കെ ആർ മോഹനന്റെ ഫോൺ വന്നു. "നിന്റെ പേരാണല്ലോ ഗുരുവായൂരിൽ കേൾക്കുന്നത്." ഞാൻ വിവരം പറഞ്ഞു. നിൽക്കണം എന്ന പക്ഷക്കാരനായിരുന്നു മോഹനൻ. പിന്നീട് സി വി ശ്രീരാമന്റെ ഫോൺ വന്നു. "കുഞ്ഞിമുഹമ്മദിന്റെ പേര് കേൾക്കുന്നുണ്ട്." ഞാൻ വിവരങ്ങളെല്ലാം പറഞ്ഞു. ശ്രീരാമേട്ടൻ ഉറപ്പിച്ചു പറഞ്ഞു. "പാർടി അങ്ങനെയൊരു കാര്യം ആവശ്യപ്പെട്ടാൽ കുഞ്ഞിമുഹമ്മദ് അത് ചെയ്യണം. ഒരു കാരണവശാലും പിന്മാറരുത്." ഞങ്ങൾക്കൊക്കെ ഗുരുതുല്യനായ ജ്യേഷ്ഠസഹോദരനാണ് സി വി ശ്രീരാമൻ. എന്റെ ബാലേട്ടൻ. പിന്നീട് എൻ മാധവൻകുട്ടിയുടെ ഫോൺ വന്നു. എല്ലാം പ്രേരിപ്പിച്ചുകൊണ്ടുള്ളതായിരുന്നു. വൈകുന്നേരം ബേബി ജോൺ മാഷ് വീണ്ടും പ്രത്യക്ഷപ്പെട്ടു. എംഎൽഎ ആയാലുണ്ടാകുന്ന വ്യക്തിപരമായ നേട്ടങ്ങൾ പറഞ്ഞാണ് ഒരു സാധാരണ രാഷ്ട്രീയക്കാരനെ സ്ഥാനാർഥിയാകാൻ പ്രേരിപ്പിക്കുക. എന്നാൽ തികച്ചും വിഭിന്നമായി, ഇന്ത്യൻ രാഷ്ട്രീയം നേരിടുന്ന പ്രതിസന്ധിയെക്കുറിച്ചും അതിൽ നമ്മൾ

നിർവഹിക്കേണ്ട പങ്കിനെക്കുറിച്ചും വിശദമായി, സൂക്ഷ്മമായി എന്നോട് സംസാരിക്കുകയായിരുന്നു. രാഷ്ട്രീയപക്ഷപാതിയായ ചലച്ചിത്ര പ്രവർത്തകൻ എന്ന നിലയിൽ എനിക്കു നിരാകരിക്കാനാവുന്ന വാക്കുകളായിരുന്നില്ല ഈ മനുഷ്യൻ എന്റെ മുന്നിൽ നിരത്തിയത്. വളരെ വ്യത്യസ്തനായ രാഷ്ട്രീയ നേതാവാണ് ബേബി ജോണെന്ന് എനിക്ക് നേരത്തേ അറിയാം. ബേബി ജോണിന്റെ അതിഗംഭീരമായ പല പ്രസംഗങ്ങളും ഞാൻ കേട്ടിട്ടുണ്ട്. ജോർജ് മാഷുടെ അടുത്ത ബന്ധുകൂടിയാണദ്ദേഹം. ഒരു സാധാരണ നേതാവല്ല ബേബിജോൺ. ഞാൻ "ഒന്നുകൂടി ആലോചിക്കട്ടെ" എന്നു പറഞ്ഞു. രണ്ടുദിവസത്തിനുള്ളിൽ എന്റെ സ്ഥാനാർഥിത്വം ഉറപ്പായി.

തൃശ്ശൂരിൽ ഇ കെ നായനാർ എന്റെ പേര് പ്രഖ്യാപിച്ചു. അദ്ദേഹം അന്ന് പാർടി സംസ്ഥാന സെക്രട്ടറിയാണ്. എനിക്ക് ഒരു രാഷ്ട്രീയ പാരമ്പര്യവും എടുത്തുപറയാനില്ലായിരുന്നു. അതുകൊണ്ട് ഭാര്യാപിതാവ് വി കെ മുഹമ്മദ് എന്ന കുന്നമ്പത്ത് മാമുണ്ണിയുടെ പേര് പറഞ്ഞുകൊണ്ടാണ് പത്രസമ്മേളനത്തിൽ നായനാർ എന്റെ സ്ഥാനാർഥിത്വ പ്രഖ്യാപനം നടത്തിയത്. എനിക്ക് ഒന്നും നിശ്ചയമില്ലായിരുന്നു. ഒരു അന്ധാളിപ്പാണ് തോന്നിയത്. ബേബി ജോൺ മാഷ് ഓഫീസിലേക്ക് ചെല്ലാൻ പറഞ്ഞു. കടപ്പുറം പഞ്ചായത്തിൽനിന്ന് തെരഞ്ഞെടുപ്പ് പ്രചാരണ പ്രവർത്തനം ആരംഭിക്കണമെന്ന് മാഷ് പറഞ്ഞു. ഞാൻ നടൻ ശ്രീരാമനെയും കൂട്ടിയാണ് അഞ്ചങ്ങാടിയിൽ എത്തിയത്. അത് മുസ്ലിം ലീഗിന്റെ ഒരു കോട്ടക്കൊത്തളമായിരുന്നു. പി സി ഷാഹു, സി എസ് ഷാഹുൽ ഹമീദ് എന്നിവരടക്കമുള്ള പ്രാദേശിക നേതാക്കൾ അവിടെ ഉണ്ടായിരുന്നു. പി സി ഷാഹു ഒരപൂർവ കഥാപാത്രമാണ്. എല്ലാത്തിലും കൂടുന്ന വ്യക്തി. പഴയ കോൺഗ്രസുകാരനാണ്. ബേബി ജോൺ മാഷ് കമ്യൂണിസ്റ്റ് പാർടിയിലേക്ക് മനംമാറ്റിയ ആൾ. കടപ്പുറത്തെ ഏറ്റവും വലിയ കുടുംബങ്ങളിൽ ഒന്നാണ് പി സി യുടേത്. സഹോദരീസഹോദരന്മാർ തന്നെ 25 പേരുണ്ട്. സമ്പന്നരുമായിരുന്നു. സഭാകമ്പം തൊട്ടുതീണ്ടിയിട്ടില്ലാത്ത ആളാണ് പി സി. ഉറക്കെ സംസാരിക്കും. എന്നെയും ശ്രീരാമനെയും വലിയ സ്നേഹത്തോടെ സ്വീകരിച്ചു. പീടികകളിലെല്ലാം കയറി വോട്ടഭ്യർഥിക്കണമെന്ന് പി സി നിർദേശിച്ചു. ഒന്നുരണ്ടു പീടിക കയറിയപ്പോൾ ശ്രീരാമൻ മെല്ലെ യാത്രപറഞ്ഞു. പിന്നീട് വരാമെന്നു പറഞ്ഞ് പോയി. ആളുകൾ കൂടിയതുകൊണ്ടുകൂടിയായിരുന്നു ശ്രീരാമൻ വേഗം സ്ഥലംവിട്ടത്. ഞങ്ങൾ പീടികകളൊക്കെ കയറി ഏതാണ്ടായപ്പോൾ പി സി വെളിപാടുപോലെ വിളിച്ചുപറഞ്ഞു, "നമ്മൾ ഹിബ്ബത്തുള്ള തങ്ങളെ കാണാൻ പോകുന്നു!"

കടപ്പുറത്തെ പ്രധാന തങ്ങൾ കുടുംബമാണ് ബുഖാറ കുടുംബം. എല്ലാവരും ലീഗ് നേതാക്കളും അനുയായികളും. പരമ്പരാഗത വൈദ്യന്മാരും ആലിമീങ്ങളുമായ കുടുംബപരമ്പര. തങ്ങൾ വളരെ ബഹുമാനിതനായ വ്യക്തിയാണ്. ആളുകൾ പല കാര്യങ്ങൾക്കും അദ്ദേഹത്തെ സമീപിച്ച് 'ദുആ' ചെയ്യിക്കാറുണ്ട്. തങ്ങൾ അസുഖം ബാധിച്ച് കിടപ്പിലായിരുന്നു. ആ ഭാഗത്തേക്കൊന്നും ഒരാളും വോട്ട് ചോദിച്ച് ചെല്ലാറില്ല. കാർ ചെന്നുനിന്നപ്പോൾത്തന്നെ പലരും അസുഖകരമായ നോട്ടങ്ങളെറിഞ്ഞു. പലർക്കും ഇഷ്ടമായില്ലെന്ന് അവരുടെ മുഖഭാവം വ്യക്തമാക്കി. ആരെയും ഭയമില്ലാത്ത പി സിയും സി എസും സുഖമില്ലാതെ കിടക്കുന്ന വയോധികനായ ഹിബ്ബത്തുള്ള തങ്ങളുടെ മുറിയിലേക്കാനയിച്ചു. തങ്ങൾ അവശനായിരുന്നു. ഐശ്വര്യമുള്ള മുഖം. പി സി എന്നെ പരിചയപ്പെടുത്തി, "തങ്ങളേ, നമ്മളെ പി ടി! പുതിയ സ്ഥാനാർഥിയാണ്." തങ്ങൾ ചെറുതായി ചിരിച്ചു. ഞാൻ എന്റെ അമ്മാവന്റെ പേര് പറഞ്ഞ് പരിചയപ്പെടുത്തി. അമ്മാവൻ അവരുമായെല്ലാം വലിയ സൗഹൃദമുള്ള ആളായിരുന്നു. തങ്ങൾക്ക് മനസ്സിലായോ എന്തോ, അദ്ദേഹം തലയാട്ടി. പി സി വീണ്ടും ഉറക്കെ, "തങ്ങളേ, പി ടി യെ അനുഗ്രഹിക്കണം." അദ്ദേഹം കൈ ഉയർത്തി എന്നെ അനുഗ്രഹിച്ചു. ഞാൻ പുറത്തിറങ്ങി.

അപ്പോഴേക്കും, എങ്ങനെയെന്നറിഞ്ഞില്ല, വലിയ വാർത്ത പരന്നു, ഹിബ്ബത്തുള്ള തങ്ങൾ എന്നെ അനുഗ്രഹിച്ചു എന്ന വാർത്ത. തീർച്ചയായും ലീഗുകാരിൽ അത് വലിയ അമർഷമുണ്ടാക്കി. അവരുടെ പ്രധാന കുടുംബത്തിൽ ചെന്ന്, പ്രധാന വ്യക്തിയിൽനിന്ന് അനുഗ്രഹം വാങ്ങി എന്നുള്ളത് അവരുടെ ഊഹത്തിനപ്പുറമായിരുന്നു. എനിക്കതൊന്നും മനസ്സിലായില്ല. ഞാൻ ഇവർ പറയുന്നത് കേൾക്കുന്ന ഒരു യന്ത്രമായി മാറിയിരുന്നു. പിന്നീട് കേട്ട കഥയാണ്, എത്രമാത്രം വാസ്തവമുണ്ടെന്നു നിശ്ചയമില്ല, എതിർസ്ഥാനാർഥി അബ്ദുസ്സമദ് സമദാനി എന്റെ സുഹൃത്താണ്; അദ്ദേഹത്തിന്റെ മതപ്രഭാഷണം ഞാൻ 'മഗ്‌രിബി'ൽ ഉൾക്കൊള്ളിച്ചിട്ടുണ്ട്. കേരളത്തിലെ ഏറ്റവും പ്രശസ്തനായ പ്രസംഗകൻ കൂടിയാണ് സമദാനി. ഹിബ്ബത്തുള്ള തങ്ങൾ എന്നെ അനുഗ്രഹിച്ച വിവരം അദ്ദേഹത്തിന്റെ സംഘം അറിയുകയും അടിയന്തരമായി സമദാനിയോട് തങ്ങളുടെ വീട്ടിൽ എത്താൻ ആവശ്യപ്പെടുകയും ചെയ്തു. ധാരാളമാളുകളോടുകൂടി സമദാനി അതിവേഗം തങ്ങളുടെ വീട്ടിലെത്തി. അനുഗ്രഹം ആവശ്യപ്പെട്ടപ്പോൾ കൊടുക്കാൻ തങ്ങൾ കൂട്ടാക്കിയില്ല. "ഞാൻ മറ്റൊരാൾക്ക് കൊടുത്തു പോയി" എന്നു പറഞ്ഞ് ഒഴിഞ്ഞുമാറിയത്രെ. ഇതും വലിയ വാർത്തയായി.

തെരഞ്ഞെടുപ്പുകാലത്ത് ഊഹാപോഹങ്ങൾ, നുണക്കഥകൾ അങ്ങനെ പലതും പ്രാധാന്യത്തോടെ പ്രചരിക്കാറുണ്ട്. ഞാൻ വലിയ

» തിരുവത്തറ മുട്ടിൽ പടിഞ്ഞാറു ഭാഗത്തുനിന്നാരംഭിച്ച സാംസ്കാരിക നായകരുടെ നേതൃത്വത്തിലുള്ള തെരഞ്ഞെടുപ്പ് പ്രചാരണ ജാഥയിൽ. സംവിധായകൻ പവിത്രൻ, കവി പഴവിള രമേശൻ തുടങ്ങിയവരെയും കാണാം.

സംഖ്യ കൊടുത്താണ് സീറ്റ് വാങ്ങിയതെന്ന വലിയ പ്രചാരണമാണ് നടന്നിരുന്നത്. നമ്മളുടെ ചില ആളുകളും വിശ്വസിച്ചു, അങ്ങനെ പല കഥകളും. ജെഎസ്എസിന്റെ ഒരു നേതാവ് കെ ആർ മോഹനന്റെ അച്ഛൻ രാമൻ മാഷുടെ അടുത്ത് ചെന്ന് ഞാൻ പണം കൊടുത്താണ് സീറ്റു വാങ്ങിയതെന്നു പറഞ്ഞു. "എണീക്കെടാ, ഞാൻ കുട്ടിക്കാലം മുതൽ അറിയുന്നവനാണവൻ. ഈവക നുണയുമായി നാട്ടിലിനി നടന്നാൽ എന്റെ സ്വഭാവം മാറും. അസംബന്ധം!" ഇതായിരുന്നു മാഷുടെ പ്രതികരണം.

ഗുരുവായൂരിലേക്ക് നേതാക്കന്മാരുടെയും പ്രവർത്തകരുടെയും ഒഴുക്കായിരുന്നു. എങ്ങും പൊതുയോഗങ്ങളും കുടുംബയോഗങ്ങളും. ഇടതു കൺവെൻഷൻ മുതുവട്ടൂരിലെ രാജാ ഹാളിൽ നടന്നു. എം എം ലോറൻസായിരുന്നു ഇടതുമുന്നണി കൺവീനർ. സി ഒ പൗലോസിന് മണ്ഡലത്തിലെ ചാർജ്. എനിക്കാണെങ്കിൽ പ്രസംഗം ഒട്ടും വശമില്ലായിരുന്നു. അഞ്ചോ പത്തോ വാചകം പറയാമെന്നല്ലാതെ രാഷ്ട്രീയ പ്രസംഗത്തിനുള്ള ഒരു കഴിവും എനിക്കില്ലായിരുന്നു. കൺവെൻഷനിൽ എൽഡിഎഫ് സ്വതന്ത്ര സ്ഥാനാർഥി എന്ന നിലയിൽ പ്രസംഗിക്കണമെന്ന് സി ഒ പൗലോസ് എന്നോട് പറഞ്ഞു. കുറച്ചുകഴിഞ്ഞ് എം എം ലോറൻസ് എന്നെ വിളിച്ചുപറഞ്ഞു, പൊതുസ്ഥാനാർഥി എന്നർഥംവരുന്നനിലയിൽ പ്രസംഗിക്കണമെന്ന്. അത് രണ്ടു നയസമീപനങ്ങളുടെ പ്രതിഫലനമായിരുന്നുവെന്ന് പിന്നീടാണെനിക്കു മനസ്സിലായത്. ഐഎൻഎൽ തർക്കം രൂക്ഷമായ കാലമായിരുന്നു അത്. ഐഎൻഎൽ സഹകരണം വേണം, ഐഎൻഎൽ സഹകരണം വേണ്ട എന്നിങ്ങനെ രണ്ടു

» എം കെ സാനു, പി ടി, കടമ്മനിട്ട രാമകൃഷ്ണൻ

സമീപനമുണ്ടായ സമയം. തർക്കം രൂക്ഷമായിരുന്നു. അതിന്റെ പ്രതിഫലനം ഈ ഉപതെരഞ്ഞെടുപ്പിലുണ്ടായി. പാലോളി മുഹമ്മദ്കുട്ടി, ടി കെ ഹംസ, വീരേന്ദ്രകുമാർ, വി എസ് അച്യുതാനന്ദൻ, ഇ കെ നായനാർ എന്നിവർ മണ്ഡലത്തിൽ തങ്ങി പ്രചാരണം നടത്തി. ഒരുഭാഗത്ത് സാംസ്കാരിക നായകന്മാരുടെ വരവ് വേറെ. കടമ്മനിട്ട രാമകൃഷ്ണൻ മുതൽ ഒഎൻവി വരെ, കെ ആർ മോഹനൻ, പവിത്രൻ അങ്ങനെ നീളുന്ന വേറൊരു നിര. ഞാനാരെയും കാണുന്നില്ല. ശില്പി രാജൻ എന്റെ ചിഹ്നമായ ചെണ്ട വലുതായി പേപ്പർ കൊണ്ടുണ്ടാക്കാൻ തീരുമാനിച്ചു. അതിന്റെ മേൽനോട്ടം മണിലാലിനായിരുന്നു. കുറെ ദിവസം കഴിഞ്ഞിട്ടും ചെണ്ട കഴിയാതായപ്പോൾ ശില്പി രാജനോട് എന്താണ് പണി തീരാത്തതെന്ന് ചോദിച്ചു. രാജന്റെ മറുപടി, “ഈ മണിലാൽ ചെണ്ടയുണ്ടാക്കാനുള്ള എല്ലാ പേപ്പറും വായിച്ചു നോക്കിയിട്ടേ തരൂ. പിന്നെങ്ങനെയാണ് തീരുക?” എല്ലാവരും ചിരിച്ചു. അതൊരു ഭാഗത്ത്. നാടകങ്ങൾ, സാംസ്കാരിക സദസ്സുകൾ, കലാപ്രകടനങ്ങൾ അങ്ങനെ ഗുരുവായൂർ - ചാവക്കാട് പ്രദേശങ്ങൾ മുഖരിതമായി.

ഐഎൻഎൽ നേതാവ് പി എം അബൂബക്കർ എന്നെ കാണണമെന്നാവശ്യപ്പെട്ടു. ഞാൻ അദ്ദേഹത്തെ ചെന്ന് കണ്ടു. ഞാൻ അതിസമ്പന്നനായ ഒരാളാണെന്നും പണംകൊടുത്ത് സീറ്റ് വാങ്ങിയതാണെന്നുമാണ് അദ്ദേഹം വിശ്വസിച്ചത്. തെരഞ്ഞെടുപ്പ് പ്രചാരണച്ചെലവുമായി ബന്ധപ്പെട്ട കാര്യങ്ങൾ സംസാരിക്കാനുള്ള ഉദ്ദേശ്യത്തോടെയാണ് കാണാൻ

ആവശ്യപ്പെട്ടത്. എന്നെ കണ്ടപ്പോൾ എങ്ങനെയാണ് ഇവിടെ എത്തിയതെന്ന് അദ്ദേഹം അന്വേഷിച്ചു. ഞാൻ ഉണ്ടായ കഥകളെല്ലാം വിശദമായി അദ്ദേഹത്തോടു പറഞ്ഞു. അതുകേട്ട് അദ്ദേഹം പറഞ്ഞു, “ഞാൻ വിചാരിച്ച ആളല്ല നിങ്ങളെന്ന് ഇപ്പോഴാണ് എനിക്ക് മനസ്സിലായത്. സോറി! എന്നാലും കണ്ടതിൽ വലിയ സന്തോഷം. നമുക്ക് ജയിക്കണം.” ഇതും പറഞ്ഞ് എന്നെ കെട്ടിപ്പിടിച്ച് സലാംപറഞ്ഞ് പിരിഞ്ഞു.

എന്നെ പ്രസംഗം പഠിപ്പിക്കാൻ പല ആളുകളും ശ്രമം നടത്തി. അപ്പോഴേക്കും പഞ്ചായത്ത്, മുനിസിപ്പൽ കൺവെൻഷനുകൾ ആരംഭിച്ചിരുന്നു. ഞാൻ ചാവക്കാട് വെസ്റ്റ് ഭാഗത്തുള്ള ഒരു കൺവെൻഷനിൽ പങ്കെടുക്കാൻ പോയി. തെരഞ്ഞെടുപ്പുകാലത്ത് സ്ഥാനാർഥി എത്തിയാൽ വേദിയിൽ ഏതു പ്രസംഗകരാണെങ്കിലും പ്രസംഗം നിർത്തി ഉടൻ മൈക്ക് കൈമാറി സ്ഥാനാർഥിയെ വേഗം പോകാൻ അനുവദിക്കുക എന്നത് പതിവുരീതിയാണ്. ഏതുകാലത്തും നിലനിൽക്കുന്ന സാമ്പ്രദായിക രീതി. ഞാൻ ചെന്ന ഉടനെ മൈക്ക് എനിക്കു കൈമാറി. ഞാൻ പ്രസംഗം തുടങ്ങി. രണ്ടോമൂന്നോ വാചകം കഴിഞ്ഞപ്പോൾ നിന്നു വിറയ്ക്കാൻ തുടങ്ങി. കണ്ടുനിന്ന എൻ വി സോമൻ എന്ന പ്രമുഖ പ്രാദേശിക നേതാവ് പുറത്തുനിന്ന് ആരോടോ കയർക്കുന്നുണ്ടായിരുന്നു, “എവിടുന്ന് കിട്ടി ഈ ഊശാൻതാടിക്കാരനെ! രണ്ടുവാചകം പോലും തികച്ചു പറയാൻ പറ്റുന്നില്ല. ബേബി ജോൺ മാഷിന്റെ ഒരു

» എം എം ലോറൻസിനും കോടിയേരി ബാലകൃഷ്ണനും ഒപ്പം

» പിണറായി വിജയൻ, പി ടി, പി സി ഷാഫ, വി കെ ശ്രീരാമൻ

പ്രാന്തേ! ഓരോന്നിനെ പിടിച്ചു കൊണ്ടുവരും. മനുഷ്യനെ ചുറ്റിക്കാൻ....!" ഞാൻ ഒരുവിധം പ്രസംഗം അവസാനിപ്പിച്ച് അവിടെനിന്നു രക്ഷപ്പെട്ടു. എന്നെ സംബന്ധിച്ചിടത്തോളം ഏറ്റവും വലിയ പ്രശ്നം പ്രസംഗമായി മാറി. ഗുരുവായൂർ കിഴക്കേ നടയിൽ ഇ എം എസ് നമ്പൂതിരിപ്പാട്, ആർഎസ്പി നേതാവ് ബേബിജോൺ, എം പി വീരേന്ദ്രകുമാർ, പി ജെ ജോസഫ് എന്നിവരെല്ലാം പങ്കെടുക്കുന്ന വമ്പിച്ച പൊതുയോഗം പ്ലാൻ ചെയ്തിരുന്നു. അതിൽ പ്രസംഗിക്കേണ്ടിവരുമെന്ന് ഉറപ്പായിരുന്നു. അതുകൊണ്ട് ഞാൻ അവിടെനിന്ന് മുങ്ങി ദൂരെ ഓരോ പരിപാടികളിലേക്കു പോയി. എന്നെ അന്വേഷിച്ച് കാറുകൾ ചീറിപ്പാഞ്ഞു. ഒടുവിൽ ഒരു പ്രസംഗസ്ഥലത്തുനിന്ന് കൈയോടെ സമ്മേളനസ്ഥലത്ത് എത്തിച്ചു. എന്നെ കണ്ടപ്പോഴേക്കും ജനക്കൂട്ടത്തിൽനിന്ന് ഭയങ്കര കൈയടി. സ്ഥാനാർഥിയുടെ പ്രസംഗം കേൾക്കാൻ ആകാംക്ഷയോടെ കാത്തിരിക്കുന്നവർ മുന്നിൽ. എനിക്ക് നാവിൽ വെള്ളം വറ്റി. മൈക്കിനു മുന്നിൽനിന്ന് രണ്ടുവാക്ക് പറഞ്ഞ്, വോട്ടഭ്യർത്ഥിച്ചുകൊണ്ട് ഞാൻ അവസാനിപ്പിച്ചു. പിജെ ജോസഫ് എന്നെ പിടിച്ചുനിർത്തി പറഞ്ഞു, "ഇങ്ങനെയല്ല സ്ഥാനാർഥി പ്രസംഗിക്കേണ്ടത്. ഒരു 15 മിനിറ്റ് എങ്കിലും സംസാരിക്കണം." സമ്മതിച്ച് തലകുലുക്കി ഞാൻ സ്ഥലം വിട്ടു.

എന്റെ സ്ഥാനാർഥിത്വം പല യുഡിഎഫ് കുടുംബങ്ങളിലും പ്രശ്നങ്ങളുണ്ടാക്കി. പരമ്പരാഗത കോൺഗ്രസ്, ലീഗ് കുടുംബങ്ങളിലാണ് ഈ ഭിന്നിപ്പു വന്നത്. പ്രശസ്തരായ കോൺഗ്രസുകാരും എം വി അബൂബക്കർ സാഹിബിനെ പോലുള്ള സ്വാതന്ത്ര്യസമര സേനാനികളും അടങ്ങുന്നതാണ് കോനാരത്ത് കുടുംബം. എന്റെ ഭാര്യാമാതാവിന്റെ അനുജത്തിയെ വിവാഹം കഴിച്ചത് അവിടത്തെ ഒരു കോൺഗ്രസ്

നേതാവാണ്. സ്വാഭാവികമായും ഞാൻ സ്ഥാനാർഥിയായി വന്നപ്പോൾ കുടുംബാംഗങ്ങളിൽ എനിക്കനുകൂലമായി, പ്രകടമായ അഭിപ്രായ വ്യത്യാസങ്ങളുണ്ടായി. അതേപോലെ അവിടെയുള്ള മറ്റൊരു കോൺഗ്രസ് പാരമ്പര്യമുള്ള കുടുംബമാണ് കെ ആർ മോഹനന്റെ പിതാവ് കുറ്റിയിൽ രാമൻ മാഷ്യടേത്. അവിടെയും എന്റെ സ്ഥാനാർഥിത്വം അലയൊലികളുണ്ടാക്കി. അങ്ങനെ ഒട്ടേറെ കുടുംബങ്ങളിൽ. അഞ്ചങ്ങാടിയിൽ ഒരു പരമ്പരാഗത മുസ്ലിം ലീഗ് കുടുംബമുണ്ട്. എനിക്കും ഭാര്യക്കും ബന്ധമുള്ളത്. ആ പ്രദേശത്ത് ലീഗ് ഉണ്ടാക്കിയവരിൽ പ്രധാനിയായിരുന്ന ആ കുടുംബാംഗമായ ആർ ടി ഇബ്രാഹിംകുട്ടി. അദ്ദേഹം മരിച്ച പോയി. ഞങ്ങൾക്ക് പലതരത്തിലും ബന്ധമുള്ള കുടുംബം. വോട്ടുചോദിക്കാൻ അവിടെ ചെന്നു. കുടുംബക്കാർ എന്ന നിലയിൽ വലിയ സ്വീകരണം തന്നു. ഞാൻ പോയ ഉടനെ ലീഗ് നേതാക്കളുടെ പ്രവാഹമായി അവിടേക്ക്. ഞാനും അവരും തമ്മിലുള്ള ബന്ധംവെച്ച് 'പി ടി ക്ക് വോട്ട് ചെയ്യുമോ' എന്ന നിലയിൽ ചോദ്യങ്ങളുയർന്നു. ഒടുവിൽ യുഡിഎഫ് തന്നെ ഒരു നിർദ്ദേശംവെച്ചു: 'പാതിയും പാതിയും' (പാതി സമദാനിക്കും പാതി എനിക്കും) എന്ന്. ഇതൊക്കെ വർഷങ്ങൾക്കുശേഷം വെളിപ്പെട്ട കഥകളാണ്.

കോൺഗ്രസും ലീഗും ചേർന്ന് അതിശക്തമായ തെരഞ്ഞെടുപ്പ പ്രചാരവേലയാണഴിച്ചുവിട്ടത്. എന്റെ മക്കളുടെ പേര് പറഞ്ഞ്, ഞാൻ കാഫറാണെന്ന പ്രചാരവേല നടത്തി. ഞാൻ ജയിച്ചാൽ ഇടപ്പള്ളി ജാറം പൊളിയിക്കുന്ന് ലീഗുകാരായ എന്റെ ബന്ധുക്കൾ തന്നെ പ്രചരിപ്പിച്ചു. പല കുടുംബങ്ങളും രണ്ടായി. എനിക്കും ഭാര്യക്കും ധാരാളം ബന്ധുജനങ്ങളുണ്ട് ഗുരുവായൂർ, മണലൂർ മണ്ഡലങ്ങളിൽ. ഈ ബന്ധമൊന്നും രാഷ്ട്രീയത്തിൽ വിലപ്പോയില്ല. എല്ലാവർക്കും അവരവരുടെ രാഷ്ട്രീയമുണ്ട്. ബന്ധുബലത്തിൽ വോട്ട് കുറച്ചൊക്കെ കിട്ടിയിരിക്കാം. എന്നെ എതിർത്തു മുൻപന്തിയിൽനിന്നത് അടുത്ത ബന്ധുക്കൾതന്നെ ആയിരുന്നു എന്നതാണ് ഏറെ രസകരം. അതിലൊന്നും എനിക്കാശ്ചര്യമില്ല.

അബ്ദുന്നാസർ മദനി ഒരു കൊടുങ്കാറ്റ് പോലെ മണ്ഡലം ഇളക്കിമറിച്ച പ്രചാരണം നടത്തി. മദനി വലിയ പ്രസംഗകൻ ആയിരുന്നിട്ടുകൂടി പിഡിപി ക്കു വലിയ മുന്നേറ്റമുണ്ടാക്കാൻ കഴിഞ്ഞില്ല. "ഈ തെരഞ്ഞെടുപ്പ് പി ടി കുഞ്ഞിമുഹമ്മദിന്റെ 'മഗ്‌രിബ്' ആയിരിക്കും, അസ്തമയമായിരിക്കും" എന്നദ്ദേഹം പ്രസംഗിച്ചു. മദനി പ്രസംഗിച്ച അതേ സ്ഥലത്ത് ചെന്ന് ഉടനെ ഞാൻ തിരിച്ചടിച്ചു, "മഗ്‌രിബിന് ഉത്ഭവസ്ഥാനം എന്നുകൂടി അർഥമുണ്ട് എന്ന് മദനി മനസ്സിലാക്കുന്നത് നല്ലതാണ്."

വടക്കേക്കാട് മണികണ്ഠേശ്വരത്ത് ഞാൻ സ്ഥാനാർഥി പര്യടനത്തി നെത്തിയപ്പോൾ സൗദി അറേബ്യയിലെ ഒരു പത്രത്തിന്റെ പ്രതിനിധി എന്നെ ഇന്റർവ്യൂ ചെയ്യാൻ വന്നു. ഇന്റർവ്യൂ നടക്കുന്ന സമയത്ത് ഒരാൾ എന്റെ അടുത്ത് വന്നു. “ഞാൻ പിണറായി വിജയൻ.'' വേറൊന്നും പറഞ്ഞില്ല. “നിങ്ങൾ പണി തുടർന്നോളൂ'' എന്നു പറഞ്ഞ് അദ്ദേഹം പോയി. വടക്കേക്കാട് പൂക്കോട് പഞ്ചായത്തിലെ ചാർജായിരുന്നു അന്ന് പിണറായിക്ക്. ഹോട്ടൽ ഭക്ഷണം ശീലമില്ലാത്ത പിണറായിക്ക് നിരവധി ദിവസങ്ങളിൽ അതുതന്നെ കഴിക്കേണ്ടിവന്നുവെന്ന് അദ്ദേഹം തന്നെ പിന്നീടെന്നോടു പറഞ്ഞിട്ടുണ്ട്. പിന്നീട് ഇ പി ജയരാജൻ അതു പരിഹരിച്ചുവെന്നും. ഞാൻ കേരളത്തിൽ ചർച്ചാവിഷയമായി. ഗുരുവാ യൂരിലേക്ക് ആളുകളുടെ ഒഴുക്ക്. ഗ്രാമങ്ങളിലെയും പട്ടണങ്ങളിലെയും റസ്റ്റോറന്റുകളിലും ഹോട്ടലുകളിയും ഭക്ഷണം വെച്ചുവിളമ്പുന്ന തിരക്ക്. സാധാരണ 2000 - 3000 രൂപയുടെ കച്ചവടം നടന്നിടത്ത് ഒരു ലക്ഷത്തി ന്റെ വരെ കച്ചവടം നടന്നതായി ഒരു ഹോട്ടലുടമ പറഞ്ഞു.

ഇതിനിടയിലാണ് 1993-ലെ ചലച്ചിത്ര അവാർഡ്ദാനച്ചടങ്ങ് മൂവാ റ്റുപുഴയിൽ നടന്നത്. തെരഞ്ഞെടുപ്പ് പ്രഖ്യാപനത്തിനു മുൻപ് നിശ്ചയി ച്ചതായിരുന്നു അത്. സ്ഥാനാർഥിയായ എനിക്ക് അവാർഡുള്ളതുകൊ ണ്ട് ഒരു പ്രശ്നം വന്നു. തെരഞ്ഞെടുപ്പിന് നാലു ദിവസം മുമ്പാണ് ഈ അവാർഡ് തരുന്നത്. അപ്പോൾ ഈ അവാർഡ് കൊടുക്കാമോ എന്ന് മുഖ്യമന്ത്രി കെ കരുണാകരനോട് പലരും ചോദിച്ചു. “കലാകാരനാണ്, അദ്ദേഹത്തിന് കൊടുക്കും; എന്താണ് സംശയം” എന്നായിരുന്നു മറുപടി. അവാർഡ് വാങ്ങാൻ പോകണമെന്ന് പാർടി തീരുമാനിച്ചു. മുൻ മന്ത്രി ടി കെ രാമകൃഷ്ണനെയാണ് കൂടെവരാൻ പാർടി നിയോഗിച്ചത്. എന്റെ ഭാര്യയും മക്കളും ആർ വി ഷെരീഫും ഭാര്യ ബീനയുമെല്ലാം ഒപ്പമുണ്ടായിരു ന്നു. അവാർഡ് ദാനച്ചടങ്ങിലേക്ക് പോകുംവഴിക്ക് തന്നെ എന്നെ തിരിച്ച റിഞ്ഞ് ജനങ്ങൾ കൈവീശി അഭിവാദ്യമർപ്പിച്ചു. തെരഞ്ഞെടുപ്രചാരണ രംഗത്തെ ശീലംവെച്ച് ഞാനും ഉടനീളം എല്ലാവർക്കും കൈവീശി പ്ര ത്യഭിവാദ്യം ചെയ്താണ് വേദിയിലേക്കു നീങ്ങിയത്. ഞാൻ ചെന്നപ്പോൾ ടി എം ജേക്കബും എല്ലാം എന്നോട് സ്നേഹപൂർവ്വം പെരുമാറി. മമ്മൂട്ടി, ശോഭന, അടൂർ ഗോപാലകൃഷ്ണൻ, ടി വി ചന്ദ്രൻ അങ്ങനെ പ്രഗത്ഭരുടെ നിരയുണ്ടായിരുന്നു. ഏറ്റവും പിന്നിലാണ് എന്നെ ഇരുത്തിയത്, സദസ്സ് കാണാത്ത നിലയിലായിരുന്നു എന്റെ ഇരിപ്പിടം. എല്ലാവരുടെയും പേരു വിളിച്ച് അവാർഡ് കൊടുത്തു. കൈയടികളും ആവേശപ്രകടന ങ്ങളും ഉണ്ടായി. ഏറ്റവുമൊടുവിൽ എന്റെ പേര് വിളിച്ചപ്പോൾ സദസ്സ് ഇളകിമറിഞ്ഞു. മുഖ്യമന്ത്രി കരുണാകരനാണ് അവാർഡ് തരേണ്ടത്.

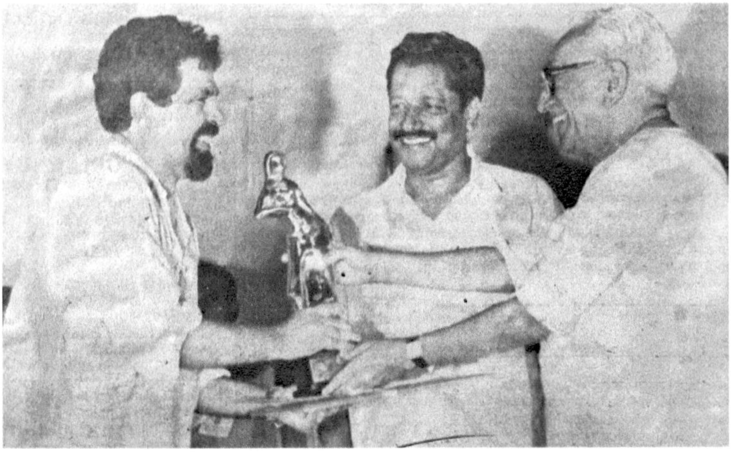

» ഗുരുവായൂർ തെരഞ്ഞെടുപ്പ് പോരാട്ടത്തിനിടെ മികച്ച നവാഗത സംവിധായകനുള്ള സംസ്ഥാന ചലച്ചിത്ര അവാർഡ് മുഖ്യമന്ത്രി കെ കരുണാകരനിൽനിന്ന് പി ടി കുഞ്ഞിമുഹമ്മദ് ഏറ്റുവാങ്ങുന്നു. സാംസ്കാരിക മന്ത്രി ടി എം ജേക്കബ് സമീപം.

കൈയടികളും ആർപ്പുവിളികളുംകൊണ്ട് മൂവാറ്റുപുഴ അവാർഡ്ദാന ച്ചടങ്ങ് ശബ്ദമുഖരിതമായി. “Who is he?” ശോഭന ചോദിച്ചു. മമ്മൂട്ടി ചിരിച്ചുകൊണ്ട് മറുപടി നൽകി, “Oh, that’s politics.”

പിറ്റേദിവസം അവാർഡ് വിതരണ വാർത്തകൾക്കൊപ്പം ചില കാർ ട്ടൂണുകളും പത്രങ്ങളിൽ സ്ഥാനംപിടിച്ചു. സുലൈമാൻ സേഠിന് ഇ കെ നായനാർ നവാഗത സംവിധായകനുള്ള അവാർഡ് നൽകുന്നതായിരു ന്നു അതിലൊന്ന്. വേറൊന്ന് നായനാരും കെ കരുണാകരനും സ്വിമ്മിങ് സൂട്ടിൽ കടൽത്തീരത്ത് ‘മഗ്രിബും’ കാത്തു കിടക്കുന്നത്. ഇതൊക്കെ അന്നു കാണാൻ നമ്മൾക്ക് നേരമില്ല. കാരണം, ആളുകളെ കണ്ട് വോട്ടു ചോദിക്കലാണ് പ്രധാനം. വമ്പൻ പ്രചാരണങ്ങളാണ് നടക്കുന്നത്. അതിനൊക്കെ പണച്ചെലവുണ്ട്. പലരും അയച്ചുതരും. അത് പാർടിയെ ഏല്പിക്കുകയേ വേണ്ടൂ. ഒരു ദിവസം രാത്രിയുണ്ട് ഒരാൾ വിളിക്കുന്നു, “എടാ, കുഞ്ഞിമുഹമ്മദേ, നിനക്ക് ഓർമയുണ്ടോ എന്നെ? ഞാൻ പി വി അബ്ദുൽ വഹാബ്. ഓർമയുണ്ടോ?” അപ്പോൾ എനിക്ക് ഓർമവ ന്നു. പണ്ട് ഗൾഫിൽ ഉണ്ടായിരുന്ന ആളാണ്. “ഞങ്ങളെല്ലാവരും കൂടി കുറച്ച് കാശുകൊടുത്തയച്ചിട്ടുണ്ട് നിനക്ക്, കേട്ടോ. എന്തായാലും ജയിച്ചു വാ നീ” എന്ന് വഹാബ് പറഞ്ഞു. പ്രത്യേക ക്യാരക്റ്റർ ഉള്ള ആളാണ് വഹാബ്. അങ്ങോട്ടുമിങ്ങോട്ടും നോക്കിയിട്ടൊന്നുമല്ല വഹാബിന്റെ ഒരു തീരുമാനം. പണമൊക്കെ കിട്ടി. പിന്നീടാണ് ഞാനറിയുന്നത് വഹാബ് വലിയ പണക്കാരനാണെന്നും എയർക്രാഫ്റ്റ് ഉണ്ടെന്നും മറ്റും. ഇങ്ങനെ യുള്ള അനുഭവങ്ങളും നമുക്ക് ഉണ്ടായിരുന്നു ഈ തിരഞ്ഞെടുപ്പുകാലത്ത്.

ഇതിനിടക്കൊന്നു വിട്ടുപോയി. ഐഎൻഎൽ ഒരു പുതിയ ആവശ്യ മുന്നയിച്ചു. അവരെ അടുപ്പിക്കാതെയുള്ള പ്രചാരണത്തിൽ അവർക്ക് നീരസമുണ്ടായിരുന്നു. പിന്തുണ ആവശ്യപ്പെട്ട് സുലൈമാൻ സേഠിന് ഞാൻ നേരിട്ട് കത്തയക്കണം എന്ന ആവശ്യം അവരുന്നയിച്ചു. ഐഎൻ എലിനെ ഘടകകക്ഷിയാക്കുകയില്ല എന്നത് ഏതാണ്ട് ഒരു തീരുമാനമായിട്ടുണ്ട്. തെരഞ്ഞെടുപ്പ് പ്രചാരണവേദികളിൽ അവർ ഇല്ല. പിന്നെ എന്തടിസ്ഥാനത്തിലാണ് പിന്തുണ പ്രഖ്യാപിക്കുക. അതിനാലാണ് വോട്ടഭ്യർഥിക്കുന്ന കത്ത് എന്ന ആവശ്യം ഇടതുമുന്നണി കൺവീനറായ ലോറൻസിനെ അറിയിച്ചത്. ലോറൻസ് പ്രഗത്ഭനായ രാഷ്ട്രീയതന്ത്രജ്ഞനല്ലേ. ഒരു ദിവസം സഖാവ് പറഞ്ഞു, "കത്ത് വേണം പി ടി യേ..." അപ്പോൾ എന്തുചെയ്യണമെന്ന് എനിക്കന്വേഷിക്കാനുള്ളത് ബേബി ജോണിനോടാണ്. എനിക്ക് പാർടിയിൽ വേറെ ബന്ധമൊന്നു മില്ലല്ലൊ. ഞാൻ മാഷോട് കാര്യം പറഞ്ഞു. "അത് പി ടി യുക്തം പോലെ ചെയ്യൂ." അതിന്റെ അർഥം എനിക്കു മനസ്സിലായി. അങ്ങനെ ലോറൻസ് എന്നെയും വിളിച്ച് വീട്ടിലേക്ക് വന്നു. ഒരു പേപ്പർ എന്റെ മരുമകൾ പി ടി ബീനയുടെ കൈയിൽ കൊടുത്ത് എഴുതാൻ പറഞ്ഞു. ഊൺമുറിയിൽ ഊൺമേശയിൽ വെച്ചാണ് എഴുത്ത്. ലോറൻസ് പറഞ്ഞുകൊടുത്തത് ബീന കേട്ടെഴുതി. പ്രത്യേകമായൊന്നും അതിലുണ്ടായിരുന്നില്ല. ഒരു സാധാരണ വോട്ടഭ്യർഥന. അതിലൊടുവിൽ പറയുന്നു, ഇത്തരത്തിലുള്ള സാഹചര്യത്തിൽ കേരളത്തിന്റെ അല്ലെങ്കിൽ ഇന്ത്യൻ രാഷ്ട്രത്തിന്റെ മതനിരപേക്ഷത ഉയർത്തിപ്പിടിക്കാനായി ഐഎൻഎൽ പോലുള്ള പാർടികളുടെ സഹായവും ഞാൻ അഭ്യർഥിക്കുന്നു. പക്ഷേ, പിന്നീടത് വലിയ വിഷയമായി എന്നാണ് കേട്ടത്. അത്തവണത്തെ സിപിഐഎം സമ്മേളനത്തിൽ വലിയ വിവാദങ്ങൾ ഉണ്ടായി എന്നാണ് ഞാൻ മനസ്സിലാക്കുന്നത്. കത്തിൽ വേറൊന്നുമുണ്ടായിരുന്നില്ല. കത്ത് എഴുതിക്കഴിഞ്ഞപ്പോൾ അത് രഹസ്യമായി സുലൈമാൻ സേഠിന് നേരിട്ട് എത്തിക്കണമെന്നു പറഞ്ഞു. കൊണ്ടുപോകുന്ന ആൾ പൂർണ വിശ്വസ്തനല്ലെങ്കിൽ പ്രശ്നമാണ്. ആലോചിച്ചപ്പോൾ, എന്റെ ഭാര്യയുടെ അമ്മാവനുണ്ട്, എന്നേക്കാൾ രണ്ടു വയസ്സിന് ഇളയ കെ വി മുഹമ്മദു ണ്ണി. സേഠിനോടൊക്കെ സ്നേഹമുള്ള മുൻ ലീഗുകാരൻ. മറ്റുള്ളവരൊക്കെ ലീഗാണ്. അദ്ദേഹത്തെ നമ്മൾക്ക് പൂർണ വിശ്വാസമാണ്. അങ്ങനെ അദ്ദേഹമാണ് ഈ പ്രസിദ്ധമായ കത്ത് സുലൈമാൻ സേഠിന് കൊണ്ടുപോയി കൊടുക്കുന്നത്.

തെരഞ്ഞെടുപ്പിൽ എല്ലാ മാർഗങ്ങളും പയറ്റുന്നുണ്ട് രണ്ടുകൂട്ടരും. വീരേന്ദ്രകുമാറൊക്കെ എത്ര യോഗങ്ങളിലാണ് പ്രസംഗിച്ചതെന്നറിയി ല്ല. ശിവദാസമേനോനും അതെ. കോൺഗ്രസിന്റ എത്രയോ ആളുകൾ

» 'ഇന്ത്യ ടുഡേ' കവർചിത്രം-
1994ലെ ഗുരുവായൂർ തെരഞ്ഞെടുപ്പ് ഫലം വന്നപ്പോൾ

വന്നിരുന്നു. എന്നാൽ വി എം സുധീരൻ അത്ര സജീവമായിരുന്നില്ല എന്നു ചിലർ പറഞ്ഞു. മറുപക്ഷത്ത് എന്ത് നടക്കുന്നുവെന്ന് അറിഞ്ഞിരിക്കുകയാണ് തെരഞ്ഞെടുപ്പുകാലത്ത് വളരെ പ്രധാനം. ബേബി ജോൺ മാഷ് യുഡിഎഫിന്റെ നീക്കങ്ങളാണ് ശ്രദ്ധിച്ചുകൊണ്ടിരിക്കുന്നത്. ഈവക ഓപറേഷനിലെല്ലാം 'മാസ്റ്ററാ'ണ് ബേബി ജോൺ. ഇനിയും അവസരമുണ്ടെന്നതിനാൽ ഇപ്പോൾ അതിലേക്ക് പോകുന്നില്ല. വോട്ടെടുപ്പ് ദിവസം എല്ലാ ബൂത്തിലും പോയി. എല്ലാവരെയും കണ്ടു. അതിഭീകരമായ ഒരന്തരീക്ഷം. ടെൻഷൻ എന്നുപറഞ്ഞാൽ പരസ്പരം തല്ലുണ്ടായില്ലെങ്കിലും അതിലേക്ക് പോകാവുന്ന അവസ്ഥ. തെരഞ്ഞെടുപ്പിന്റെ ഏതെല്ലാം രീതികളുണ്ടോ അതെല്ലാം പറ്റുന്നുണ്ട് രണ്ടു കൂട്ടരും.

കുടുംബങ്ങളിലൊക്കെ പല തർക്കങ്ങൾക്കും കാരണമായെങ്കിലും അതെല്ലാം താൽക്കാലികമായിരുന്നു. തെരഞ്ഞെടുപ്പിൽ 2000ത്തിലേറെ വോട്ടിന് ഞാൻ വിജയിച്ചു. പകലും രാത്രിയും നീണ്ട

വോട്ടെണ്ണലായിരുന്നു. കേരളവും ലോകമെമ്പാടുമുള്ള മലയാളികളും കാതോർത്തിരുന്ന തെരഞ്ഞെടുപ്പായിരുന്നു അത്. പിറ്റേദിവസത്തെ പത്രങ്ങളിൽ തെരഞ്ഞെടുപ്പ് ഫലം ലീഡ് വാർത്തയായിരുന്നു. പല ഹെഡിങ്ങുകളിൽ. ഹൈദരാബാദിലെ ഒരു ഇംഗ്ലീഷ് പത്രം ഞാൻ ഉപയോഗിക്കുന്ന പെർഫ്യൂം വരെ വാർത്തയാക്കി. കേരളത്തിലെ വലതുപക്ഷ രാഷ്ട്രീയത്തിന് വിശ്വസിക്കാവുന്നതിലപ്പുറമായിരുന്നു എന്റെ വിജയം.

മലപ്പുറത്ത് ഒരു ഹാജിയാർ പച്ച പെയിന്റടിച്ച് ഒരു പോത്തിനെ വളർത്തിയിരുന്നു. ഞാൻ ജയിച്ചാൽ അറുക്കാൻ വേണ്ടി. അദ്ദേഹം ഒരു ലീഗ് വിരോധിയായിരുന്നു. റിസൾട്ട് വന്നപ്പോൾ അദ്ദേഹം പോത്തിനെ അറുത്ത് ആഘോഷിച്ചു. ലീഗുകാർ അദ്ദേഹത്തിനെതിരെ യോഗം വെച്ച് "അധികം കളിച്ചാൽ പോത്ത് മാത്രമാവില്ല അറുക്കപ്പെടുക" എന്ന് അദ്ദേഹത്തെ ഭീഷണിപ്പെടുത്തി. മലപ്പുറത്ത് ഒരു പരിപാടിക്ക് പോയപ്പോൾ ഞാനും എ വിജയരാഘവനും ഹാജിയുടെ വീട്ടിൽ പോയി. അദ്ദേഹത്തിന് സന്തോഷമായി. കോടിയേരിയും പി ജയരാജനുമൊക്കെ ആവശ്യപ്പെട്ടിട്ട് കണ്ണൂർ ഭാഗത്ത് നിരവധി യോഗങ്ങൾക്ക് ഞാൻ പോയിട്ടുണ്ട്. അന്ന് എ പി അബ്ദുള്ളക്കുട്ടിയാണ് കൂടെ വരിക. അബ്ദുള്ളക്കുട്ടി എസ്എഫ്ഐ യുടെയോ ഡിവൈഎഫ്ഐ യുടെയോ നേതാവാണന്ന്. കണ്ണൂരിൽ സഞ്ചരിക്കുമ്പോൾ പാർടിയുടെ ഒരാൾ എപ്പോഴും കൂടെയുണ്ടാകും.

തെരഞ്ഞെടുപ്പ് കഴിഞ്ഞ ഉടനെയാണ് ചെറിയ മമ്മുക്കേയി മരണപ്പെട്ടത്. ഞാനും ബേബിജോൺ മാഷും ആർ വി ഷെരീഫിന്റെ മാരുതി കാറിലാണ് തലശേരിയിലേക്ക് പോയത്. എന്നെ തിരിച്ചറിഞ്ഞ് ആളുകൾ കൈവീശി അഭിവാദ്യം ചെയ്യുന്നുണ്ടായിരുന്നു. വഴിക്ക് നിർത്തി അവരുടെ അഭിവാദ്യമേറ്റുവാങ്ങിയും സന്തോഷം പങ്കിട്ടുമാണ് യാത്ര. ഞങ്ങൾ ഒരു കടയിൽ ചായ കുടിക്കാൻ കയറി. പണം കൊടുത്തപ്പോൾ വാങ്ങാൻ കടക്കാരൻ കൂട്ടാക്കിയില്ല. നിങ്ങൾ ജയിക്കുമെന്നു പറഞ്ഞ് ഞങ്ങൾ എത്ര രൂപക്ക് ബെറ്റ് വെച്ചതാണെന്നറിയാമോ; ഞങ്ങൾ എത്ര രൂപയാണ് പടക്കത്തിന് ചെലവാക്കിയത് എന്നറിയാമോ എന്നാണ് അവിടെയുണ്ടായിരുന്നവർ ചോദിച്ചത്. അതുപോലെ, ഗുരുവായൂരമ്പലത്തിൽ എനിക്കുവേണ്ടി പുഷ്പാഞ്ജലി നടത്തിയതായി എത്രയോ പേർ എന്നോടു പറഞ്ഞിട്ടുണ്ട്. അങ്ങനെ ഗുരുവായൂരിലും പരിസരത്തും മാത്രമല്ല മലയാളികളുള്ള നാട്ടിലെല്ലാം ആ വിജയം അലയടിച്ചു. ജാതി, മതം എന്നൊക്കെയുള്ള വേർതിരിവുകളെല്ലാം ലംഘിച്ച് നമ്മൾ മനുഷ്യസമൂഹം എങ്ങനെ നിലനിൽക്കണം എന്നുള്ളതിന് ഒരു പാഠംകൂടി എനിക്കു ലഭിച്ചു.

മുസ്ലിം സമുദായത്തിൽ എന്താണ് നടക്കുന്നത്?

സത്യപ്രതിജ്ഞക്ക് ഞാൻ തിരുവനന്തപുരത്തേക്ക് തിരിച്ചു. ഗുരുവായൂരിലെ വിജയം ഇടതുപക്ഷത്തിന് അപ്രതീക്ഷിതമായിരുന്നു. ഗുരുവായൂർ - ചാവക്കാട് പ്രദേശത്ത് സിപിഐഎമ്മിന് വിജയത്തിന്റെ ഒരു പുതിയ മുഖം കൈവന്നു. 1977- ലെ മണ്ഡലം പുനർവിഭജനത്തിനുശേഷം ഗുരുവായൂരിൽനിന്ന് ഇടതുപക്ഷക്കാരൻ തെരഞ്ഞെടുക്കപ്പെട്ടിട്ടില്ല. ഈ വിജയം പാർടിക്ക് വലിയ ആത്മവിശ്വാസമാണ് ഉളവാക്കിയത്. ഇക്കാലത്ത് നിരവധി ചെറുപ്പക്കാർ ഇവിടെ പാർടിയുടെ നേതൃസ്ഥാനത്തേക്ക് വന്നു. അതും വ്യത്യസ്ത സാമൂഹ്യ വിഭാഗങ്ങളിൽപ്പെട്ടവർ. കെ വി അബ്ദുൽ ഖാദർ, കെ മണി, എം കൃഷ്ണദാസ്, എൻ കെ അക്ബർ, സി സുമേഷ്, സുരേന്ദ്രൻ, എം ആർ രാധാകൃഷ്ണൻ, ടി ടി ശിവദാസൻ, പിന്നീട് കൊല്ലപ്പെട്ട വത്സലൻ - അങ്ങനെയൊരു വലിയ നിര ഈ തെരഞ്ഞെടുപ്പോടുകൂടി ഗുരുവായൂരിൽ ഉയർന്നുവന്നു. ഇവരെയെല്ലാം വളർത്തിക്കൊണ്ടുവന്നത് ബേബിജോൺ മാഷായിരുന്നു. സമാന്തരമായി അനുഭാവികളുടെ നിരയും ഉണ്ടായിരുന്നു. ടി സി കോയയും സി കെ വേണുവും പി സി ഷാഹുവും ആർ വി ഷെരീഫും എല്ലാം ആ നിരയിൽപ്പെട്ടവരാണ്. വൈവിധ്യമാർന്ന സ്വഭാവങ്ങളോടുകൂടിയ ഒരു പാർടിയാണ് ഗുരുവായൂരിൽ ബേബി ജോൺ കെട്ടിപ്പടുത്തത്.

തിരുവനന്തപുരത്തെത്തിയപ്പോൾ ഞാനാദ്യം പോയത് ഇ എം എസ് നമ്പൂതിരിപ്പാടിനെ കാണാനായിരുന്നു. അദ്ദേഹത്തിന്റെ മക്കൾ ഇ എം ശ്രീധരനും രാധയും രാധയുടെ ഭർത്താവ് സി കെ

» ഇ എം എസ്സിനൊപ്പം

ഗ്രൂപ്പുമായെല്ലാം ഞാൻ നേരത്തേ സൗഹൃദത്തിലാണ്. ഇ എം എസ് സ്വതസിദ്ധമായ പുഞ്ചിരിയോടെ സ്വീകരിച്ചു. എന്നോട് ഇ എം എസ് ഒരു കാര്യം ചോദിച്ചു, "മുസ്ലിം ലീഗിന് എത്ര വോട്ട് കിട്ടി?" എനിക്ക് ഇതിലൊന്നും ഒരു വിവരവുമില്ലല്ലോ. യുഡിഎഫിന് കിട്ടിയ വോട്ട് ഞാൻ പറഞ്ഞു, "മുപ്പതിനായിരം." ഇ എം എസിന്റെ ചോദ്യം മനസ്സിലാക്കിയ ബേബിജോൺ തിരുത്തി, "പതിനായിരം." പിന്നീട് നമ്മൾ കാണുന്നത് പത്രത്തിലൂടെ അതിനുള്ള ഇ എം എസിന്റെ വിശദീകരണമാണ്. ഇ എം എസിന് ബേബി ജോണിന്റെ മറുപടിയിൽനിന്ന് ഒരു കാര്യം വ്യക്തമായി, നല്ലൊരു ശതമാനം മുസ്ലിം ജനവിഭാഗം മുസ്ലിം ലീഗിൽ നിന്നു പോയി. അതേസമയം, സിപിഐഎമ്മിൽ എത്തിയില്ല. പകരം

മദനിയുടെ പിഡിപിയിലേക്കു പോയി. ഈ ഒരു രാഷ്ട്രീയ യാഥാർ ത്ഥ്യത്തിന്റെ അടിസ്ഥാനത്തിലായിരിക്കണം മതമൗലികവാദത്തെക്കു റിച്ചുള്ള ഇ എം എസിന്റെ പ്രസിദ്ധമായ ആ ലേഖനം ഉരുത്തിരിഞ്ഞ തെന്ന് ഞാൻ ദൃഢമായി വിശ്വസിക്കുന്നു. ഇത്തരത്തിലുള്ള കാര്യങ്ങൾ കാണാനുള്ള അപൂർവമായ രാഷ്ട്രീയ വൈഭവം അദ്ദേഹത്തിൽ മാത്രമേ കണ്ടിട്ടുള്ളൂ. ഒരൊറ്റ ചോദ്യത്തോടുള്ള പ്രതികരണത്തിൽനിന്ന് നിരവധി പ്രശ്നങ്ങൾ അദ്ദേഹം അനുമാനിക്കുകയും അതിനെക്കുറിച്ച് വിവാദമായ ആ ലേഖനം എഴുതുകയും ചെയ്തു.

സത്യപ്രതിജ്ഞ ചടങ്ങിന് സാക്ഷ്യംവഹിക്കാൻ മുഖ്യമന്ത്രി കെ കരു ണാകരൻ, പ്രതിപക്ഷ നേതാവ് വി എസ് അച്യുതാനന്ദൻ, പിണറായി വിജയൻ ഇവരൊക്കെ എത്തിയിരുന്നു. പി പി തങ്കച്ചനായിരുന്നു സ്പീക്കർ. ആരോ ചോദിച്ചു, “ദൃഢപ്രതിജ്ഞയല്ലേ?” അതിനു പിണറാ യിയുടെ മറുപടി, “പിന്നേ, സംശയമെന്താ?” ഞാൻ ഒന്നും മിണ്ടിയില്ല. ചില പത്രക്കാർ അത് കേട്ടിരുന്നു. ഞാൻ ദൈവനാമത്തിൽ സത്യപ്രതി ജ്ഞ ചെയ്തു. ഞാൻ ചെയ്തത് ശരിയായ ഒരു ബോധ്യത്തിലാണ്. ഞാൻ ജയിച്ചുവന്നതിന് വിശ്വാസികളുടെ ഒരു പിൻബലംകൂടിയുണ്ടെന്ന് ഞാൻ വിശ്വസിച്ചു. എന്നെപ്പോലൊരാൾ ദൈവനാമത്തിൽ സത്യപ്രതിജ്ഞ ചെയ്യുകയാണ് ആ സന്ദർഭത്തിൽ ഉചിതമെന്ന് ഞാൻ സ്വയം തീരുമാ നിച്ചു. പത്രങ്ങളൊക്കെ അത് വലിയ വാർത്തയാക്കിയെങ്കിലും പാർടി അതൊന്നും ഗൗനിച്ചില്ല. അവർക്കൊന്നും ഒരു പ്രശ്നവും ഉണ്ടായില്ല. ഇതുകൊണ്ടാണ് എനിക്ക് സിപിഐഎമ്മിനോടിത്ര സ്നേഹം. അത് പല അർത്ഥത്തിലും വിശാലമാണ്. എന്നോടൊക്കെ സിപിഐഎം കാണിച്ച ഒരു സ്നേഹമുണ്ട്. അതിന്റെ നേതാക്കൾ കാണിക്കുന്ന ഒരു ആദരവുണ്ട്. ഞാനൊന്നും മരിച്ചാലും ഈ പാർടിയോട് വിട്ടുപോകില്ല. കാരണമെന്തെന്നാൽ, അത്രയും സ്നേഹം നമുക്കിനി വേറെ കിട്ടാനില്ല. അത്തരത്തിലൊരു ലോകത്തിലേക്ക് അവർ എന്നെ കൊണ്ടുപോയി ട്ടുണ്ട്. എന്റേതായ ആശയങ്ങൾ ഉയർത്തിപ്പിടിച്ചുകൊണ്ടുള്ള പലതും ഞാൻ നടത്തിയിട്ടുണ്ട്. വിവാദപരമായ പല ഇന്റർവ്യൂകൾ ഉണ്ടായിട്ടുണ്ട്. അപ്പോഴൊന്നും എന്തിനാണ് അങ്ങനെ പ്രസംഗിച്ചത്, എന്തിനാണ് അങ്ങനെ അഭിമുഖം നൽകിയത് എന്നൊന്നും അവർ എന്നോട് ചോദി ച്ചിട്ടില്ല. അത് അവരുടെ ഒരു മഹത്വമായിട്ടാണ് ഞാൻ കാണുന്നത്. ഞാൻ ധിക്കരിച്ച സംഭവമുണ്ട്. കമ്യൂണിസ്റ്റ് പാർടി എന്റെ കുടുംബം പോലെയാണ്. സ്നേഹവും ആദരവും എന്നിൽ അവർ വേണ്ടുവോളം ചൊരിഞ്ഞു.

സത്യപ്രതിജ്ഞ കഴിഞ്ഞ് ഞാൻ വീണ്ടും ഗുരുവായൂരിലെത്തി. ബേബി ജോണിനെ ചെന്നു കണ്ടു. “മാഷേ, നമ്മൾക്ക് എന്തൊക്കെയാണ്

ചെയ്യാനുള്ളത് ?" അദ്ദേഹവുമായി ഗുരുവായൂരിന്റെ പ്രശ്നങ്ങൾ ചർച്ച ചെയ്തു. ഗുരുവായൂർ - ചാവക്കാട് പ്രദേശത്തെ ഏറ്റവും വലിയ പ്രശ്നം കുടിവെള്ളത്തിന്റേതാണ്. കടലിനോടും പുഴകളോടും തോടുകളോടും കൂടിയ ഈ പ്രദേശത്ത് ബഹുഭൂരിഭാഗത്തും പുളിവെള്ളമാണ്. അതിനൊരു പരിഹാരമുണ്ടാക്കാനാണ് പ്രഥമ പരിഗണന കൊടുക്കേണ്ടതെന്ന് ബേബി ജോൺ പറഞ്ഞു. അതിന് ചേറ്റുവാപ്പുഴയിൽ ബ്രിട്ടീഷുകാരുടെ കാലത്ത് പണിയിച്ച ലോക്ക് പുതുക്കിപ്പണിയണം. രണ്ടാമത്, ഗുരുവായൂർ - ചാവക്കാടിന് ഒരു കളിസ്ഥലം വേണം. അതുപോലെത്തന്നെ, ഗുരുവായൂർ അഴുക്കുചാൽ പദ്ധതി നടപ്പാക്കണം. പിന്നെ മറ്റു കാര്യങ്ങളിലൊക്കെ ഇടപെടുകയും കാര്യങ്ങൾ പഠിക്കുകയും വേണം. കുടിവെള്ളമാണ് ഗുരുവായൂർ മണ്ഡലത്തിലെ പ്രധാനപ്രശ്നമെന്നത് എനിക്കൊരു പുതിയ അറിവായിരുന്നു. നമ്മുടെ നാട്ടിലെ ഗ്രാമങ്ങളൊക്കെ എങ്ങനെ കഴിയുന്നുവെന്ന് പലപ്പോഴും നാം നോക്കാറില്ല. 1996-ലെ നായനാർ സർക്കാരിന്റെ കാലത്ത് തിരുവനന്തപുരത്ത് രണ്ടുദിവസം വെള്ളമില്ലാതെവന്നു. ഭയങ്കര ബഹളമായിരുന്നു.

നടൻ ഭരത് ഗോപി എന്നെ വിളിച്ച് പറഞ്ഞു, "തിരുവനന്തപുരത്ത് രണ്ടുദിവസം പൂർണമായി വെള്ളമില്ലാതായെന്നത് കുഞ്ഞിമുഹമ്മദിനറിയുമോ? നിങ്ങളെപ്പോലുള്ള ആളുകൾ (ഞാനും കടമ്മനിട്ടയും അന്ന് നിയമസഭാംഗങ്ങളാണ്) എംഎൽഎ പദവിയിൽ ഇരിക്കുമ്പോൾ നടക്കാൻ പാടില്ലാത്തതാണിത്."

ഞാൻ ഉടനെ ഗോപിയോടു പറഞ്ഞു,"നിങ്ങൾ പറയുന്നത് രണ്ടു ദിവസത്തെ കഥയാണ്. ആജീവനാന്തം കുടിവെള്ളം കിട്ടാത്ത ഒരു മണ്ഡലത്തിൽനിന്നു വരുന്ന ആളാണ് ഞാൻ. അവിടത്തെ ജനങ്ങൾ ജീവിതത്തിൽ നല്ല വെള്ളം കുടിച്ചിട്ടില്ല. അവരെക്കുറിച്ചൊന്നും നമുക്ക് ഒരു പരിഭവവുമില്ല. പത്രമാസികകൾ എഴുതാനുമില്ല. രണ്ടുദിവസം നിങ്ങൾക്ക് വെള്ളമില്ലാതായപ്പോൾ നിങ്ങൾ വലിയ പ്രശ്നമുണ്ടാക്കി."

ഗോപി പറഞ്ഞു, "അത് തെറ്റായ സമീപനമാണ്, പി ടി."

ഞാൻ പറഞ്ഞു,"ഒരിക്കലുമല്ല. ഇവിടെ തിരുവനന്തപുരത്തുള്ള മനുഷ്യർക്ക് വെള്ളം കിട്ടണം. അതിൽ തർക്കമില്ല. പക്ഷേ, നിങ്ങളാരും അവർക്കുവേണ്ടി സംസാരിക്കുന്നില്ല എന്നതാണ് പ്രശ്നം.''

ഗുരുവായൂർ മണ്ഡലത്തെ കുടിക്കാൻപറ്റുന്ന വെള്ളം കിട്ടുന്ന അവസ്ഥയിലേക്കു മാറ്റുക എന്നതായിരുന്നു എന്റെ മുന്നിലെ പ്രശ്നം. അതിനുതകുന്ന, എന്നെക്കൊണ്ട് പറ്റാവുന്ന ശ്രമങ്ങളൊക്കെ ഞാൻ ചെയ്തിട്ടുണ്ട്. അതിനിടയിൽ എംഎൽഎ എന്ന നിലക്ക് ആദ്യമേ മനസ്സിലായ ചില കാര്യങ്ങളുണ്ട്. ഞാൻ ഈ പണിക്ക് ആദ്യമായി വരുന്ന

ഒരാളാണ്. ഉദ്യോഗസ്ഥന്മാരുടെയും മറ്റു പലരുടെയും ഒരു വിചാരം അഡ്മിനിസ്ട്രേഷനെക്കുറിച്ചും നിയമങ്ങളെക്കുറിച്ചുമൊന്നും ഒരു വിവരവും ഇല്ലാത്ത ഒരാളാണ് ഞാനെന്നാണ്. അതനുസരിച്ചൊരു സമീപനമാണ് അവരൊക്കെ സ്വീകരിച്ചത്. അതുപോലെ പൊലീസുകാർ. ഞാൻ പൊലീസ് സ്റ്റേഷനിൽ പൊതുവെ ഇടപെടുന്ന ഒരാളല്ല. എനിക്കതത്ര ഇഷ്ടമുള്ള കാര്യമല്ല. ആവശ്യം വരുമ്പോൾ വിളിക്കാറൊക്കെയുണ്ട്. ഞാൻ ആരെയും 'സാർ' എന്നു വിളിക്കാറില്ല. എന്തുകൊണ്ടെന്നു ഞാൻ മുമ്പു പറഞ്ഞിട്ടുണ്ട്. എനിക്കു പറയാനുള്ളത് ആരുടെ മുന്നിലും പറയാനെനിക്കു മടിയുമില്ല. അത് കാര്യങ്ങൾ നേടിത്തരാറുമുണ്ട്. ഗുരുവായൂർ-ചാവക്കാട് പ്രദേശത്തൊരു കളിസ്ഥലത്തിന് നാലേക്കർ സ്ഥലം കിട്ടാൻ ഇടപെട്ട കാര്യമോർക്കുന്നു. പറ്റിയൊരു സ്ഥലം റവന്യൂ വകുപ്പിനു കീഴിലുണ്ട്. മിച്ചഭൂമിയായി വന്നതാണ്. ബേബി ജോണും മറ്റു സിപിഐഎം നേതാക്കളും കോൺഗ്രസുകാരും നാട്ടുകാരെല്ലാവരും ആ സ്ഥലം റവന്യൂ വകുപ്പ് ചാവക്കാട് മുനിസിപ്പാലിറ്റിക്ക് കൈമാറണമെന്നും റവന്യൂ വകുപ്പിനു നാലേക്കർ തത്തുല്യമായ സ്ഥലം മുനിസിപ്പാലിറ്റി നൽകാമെന്നും പറഞ്ഞു.

ഈ പ്രൊപ്പോസലുമായി അന്നത്തെ കലക്ടർ രാജീവ് സദാനന്ദനെ ഞാൻ പോയി കണ്ടു. അദ്ദേഹം പറഞ്ഞു, "ഓ കെ, എംഎൽഎ. ഞാൻ പോയി രണ്ടു സ്ഥലവും പരിശോധിച്ചിട്ടു പറയാം." ഒരാഴ്ച കഴിഞ്ഞ് കലക്ടറേറ്റിൽ ചെന്നപ്പോൾ എന്നോടു പറഞ്ഞു,"ഞാൻ രണ്ടുസ്ഥലവും പോയി നോക്കി, എംഎൽഎ. അത് രണ്ടും ശരിയാവില്ല. ഒന്ന് ടൗണിലാണ്. നിങ്ങൾ പറഞ്ഞ സ്ഥലം കുറച്ചങ്ങു ചെന്ന് റിമോട്ട് ആയുള്ള ഭാഗത്താണ്. അതു രണ്ടും തുല്യമായ ഭൂമിയല്ല. അതുകൊണ്ട് ഞാൻ കൈമാറാൻ സമ്മതിക്കില്ല."

ഞാൻ പറഞ്ഞു, "ഞാൻ നിങ്ങളിൽനിന്ന് വാങ്ങിക്കും. ഒരു സംശയവും വേണ്ട.''

"എന്നാൽ എംഎൽഎ നോക്ക്."

"നോക്കാം" എന്നു പറഞ്ഞ് പിരിയുകയാണ് അന്നു ചെയ്തത്. പിന്നീട് അതിനുവേണ്ടി ഞാൻ നടത്തിയ പരിശ്രമങ്ങളുടെ കഥ 1996 ലേക്കു വരുമ്പോൾ പറയുന്നുണ്ട്.

എംഎൽഎ ഹോസ്റ്റലിൽ ഞാനാദ്യം റൂം 28 എ യിലായിരുന്നു. എം ഗോവിന്ദൻ കുറെക്കാലം അവിടെ താമസിച്ചിട്ടുണ്ടത്രെ. ഗോവിന്ദൻ തിരുവനന്തപുരത്തുണ്ടാകുമ്പോൾ ആ റൂമിലാണു തങ്ങുക. അടൂർ ഗോപാലകൃഷ്ണനും മറ്റു പല പ്രമുഖരും വന്നിരുന്ന റൂമാണത്. ചെറിയാൻ ഫിലിപ്പ് അവിടെ താമസിച്ചിട്ടുണ്ടെന്നു തോന്നുന്നു. കുറച്ചു കഴിഞ്ഞ് എനിക്ക് റൂം 33

» ടി കെ ഹംസയോടൊപ്പം

കിട്ടി. തൊട്ടടുത്ത 32-ലാണ് ഇ പി ജയരാജൻ. സിപിഐഎം പാർലമെന്ററി പാർടി ഓഫീസും അതേ ഫ്ലോറിൽത്തന്നെയാണ്. അന്നും ഇന്നും. സുകുമാരൻ നായർക്കാണ് അന്ന് പാർലമെന്ററി പാർടി ഓഫീസിന്റെ ചുമതല. ചടയൻ സുരേന്ദ്രൻ, സി എം രവീന്ദ്രൻ എന്നിങ്ങനെ അവിടെ കുറച്ചു സഖാക്കളുണ്ടായിരുന്നു.

എന്റെ റൂമിലേക്ക് വന്നവരധികവും താടിയും മുടിയും നീട്ടിയവരായിരുന്നു. വി കെ ജോസഫ്, ലെനിൻ രാജേന്ദ്രൻ, ടി വി ചന്ദ്രൻ, ഹരികുമാർ, കെ ആർ മോഹനൻ, സണ്ണി ജോസഫ്, കള്ളിക്കാട് രാമചന്ദ്രൻ ഇങ്ങനെ ഒരുപാടു പേർ അവിടെ വരുമായിരുന്നു. "ഇതൊരു മനുഷ്യവാസസ്ഥലമാണെന്ന് എനിക്കു തോന്നുന്നില്ല. മനുഷ്യക്കോലമുള്ള ഒരെണ്ണത്തിനെയും ഇവിടെ കണ്ടിട്ടില്ല" എന്നാണ് ലോനപ്പൻ നമ്പാടൻ പറയാറ്. നമ്പാടൻ മാഷും ടി കെ ഹംസയുമൊക്കെ അവിടെ വന്നിരിക്കും. മറ്റു റൂമുകളിൽ പോകാത്ത ഒരാൾ പിണറായി വിജയനായിരുന്നെന്നു തോന്നുന്നു. പക്ഷേ പിണറായി എന്റെ റൂമിൽ വരും. ഇ പി ജയരാജന്റെ റൂം 32 ലും വരും. പിണറായി വിജയനുമായുള്ള എന്റെ സൗഹൃദം കാര്യമായി വളരുന്നത് ഈ കാലഘട്ടത്തിലാണ്. എങ്ങനെയാണ് പിണറായി എന്നെ സൗഹൃദവലയത്തിൽപ്പെടുത്തിയതെന്ന് എനിക്കറിയില്ല. അദ്ദേഹവുമായുള്ള സൗഹൃദത്തെക്കുറിച്ച്, അദ്ദേഹത്തിന്റെ സ്വഭാവത്തെക്കുറിച്ച് കുറെ കാര്യങ്ങൾ ഈ കുറിപ്പുകളിൽ പറഞ്ഞു പോകും. അത് പിണറായി വിജയന്റെ ആളാണ് ഞാനെന്ന് കാണിക്കാനല്ല. നമ്മൾ ചരിത്രത്തിന്റെ ഭാഗമായി ചില കാര്യങ്ങൾ

പറഞ്ഞു പോകേണ്ടതുണ്ട്, ചില ആളുകൾ നമ്മൾ ധരിച്ചുവെച്ചതിൽനിന്ന് ഭിന്നമായ സ്വഭാവങ്ങളും അല്ലെങ്കിൽ മൂല്യങ്ങളും ഉള്ളവരാണെന്ന് കാണിക്കേണ്ടതുള്ളതുകൊണ്ടാണത്. അദ്ദേഹത്തിന്റെയടുത്ത് എന്റെ വ്യക്തിപരമായ ഒരു കാര്യനേട്ടത്തിനും വേണ്ടി ഞാൻ പോയിട്ടില്ല.

ഒരുപാട് ആളുകളുമായി ആ കാലത്ത് ഞാൻ ബന്ധപ്പെട്ടിരുന്നു. ഇടയ്ക്കിടയ്ക്ക് കാണുമ്പോൾ ഇ എം എസ് എന്നോട് ചോദിക്കുന്ന ഒരു ചോദ്യം ഉണ്ടായിരുന്നു. "What is happening in Muslim community?" മുസ്ലിം കമ്യൂണിറ്റിയെക്കുറിച്ച് എനിക്ക് ഇന്നത്തെപ്പോലെ ഒരു ഗ്രാഹ്യം അന്നുണ്ടായിരുന്നില്ല. എന്തുകൊണ്ടാണ് അദ്ദേഹം ഈ ചോദ്യം ചോദിക്കുന്നതെന്ന് എനിക്ക് ആദ്യം മനസ്സിലായിരുന്നില്ല. പക്ഷേ വളരെ വേഗം മാറിക്കൊണ്ടിരിക്കുന്ന ഒരു സമുദായം അദ്ദേഹത്തിന്റെ ദൃഷ്ടിയിൽപ്പെട്ടു എന്നുള്ളത് തന്നെയായിരുന്നു അതിന്റെ കാരണം. അദ്ദേഹത്തിന് അതിനെക്കുറിച്ച് വ്യക്തമായൊരു ചിത്രം ലഭിച്ചിരുന്നില്ല എന്നുകൂടി എനിക്കു തോന്നിയിട്ടുണ്ട്. അതുകൊണ്ടാണ് അദ്ദേഹം പലപ്പോഴും അത് ഇങ്ങനെ നമ്മളോട് ചോദിക്കുന്നത്. എനിക്ക് അത്ര വിവരമില്ല എന്ന് അറിഞ്ഞിട്ടു പോലും എന്നോട് മൂന്നോ നാലോ പ്രാവശ്യം അദ്ദേഹം കാണുമ്പോഴൊക്കെ ചോദിച്ചിട്ടുണ്ട്, "വാട്ടീസ് ഹാപ്പനിങ് ഇൻ മുസ്ലിം കമ്മ്യൂണിറ്റി" എന്ന്.

കരുണാകരനാണ് നമ്മളെ അത്ഭുതപ്പെടുത്തിയ ഒരാൾ. കുറച്ചു കാലമേ ഞങ്ങളൊന്നിച്ച് സഭയിൽ ഉണ്ടായിരുന്നുള്ളൂ. ഗുരുവായൂർക്ക് തീവണ്ടി വന്ന കാലം. അദ്ദേഹമാണ് അത് കൊണ്ടുവന്നത്, ഒരു സംശയവുമില്ല. ഒരു ദിവസം രാത്രി 9 മണിക്കുള്ള ട്രെയിനിൽ ഞാൻ ഗുരുവായൂർക്ക് പോവുകയാണ്. ഒരു കംപാർട്മെന്റിന്റെ പകുതിയേ ഫസ്റ്റ് ക്ലാസ് ഉള്ളൂ. എം എൽ എ എന്ന നിലയിൽ എനിക്കുമൊരു ഫസ്റ്റ് ക്ലാസ് ടിക്കറ്റ് കിട്ടി. അല്പം കഴിഞ്ഞ് കരുണാകരൻ വന്നുകയറി. പൊലീസുകാരുമൊക്കെയായി ഭയങ്കര ബഹളം.

ശരത്ചന്ദ്രപ്രസാദ് എംഎൽഎ ചെന്ന് കരുണാകരനോട് പറഞ്ഞു, "പി ടി കുഞ്ഞിമുഹമ്മദുണ്ട് ഈ ട്രെയിനിൽ. മൂപ്പര് ജീൻസൊക്കെ ഇട്ട് സ്റ്റൈലിലാണ് ഇരിക്കുന്നത്."

"വിളിക്കൂ", കരുണാകരൻ പറഞ്ഞു. ഞാൻ ചെന്നു. ബഹുമാനത്തോടുകൂടി മുന്നിലിരുന്നു. അദ്ദേഹം എന്നോട് പറഞ്ഞു, "നമ്മൾക്ക് രണ്ടാൾക്കുമാണ് ഈ ട്രെയിൻ ഗുണമാവാൻ പോകുന്നത്."

അദ്ദേഹത്തിന് എല്ലാ മാസവും ഗുരുവായൂരിൽ വരണം. അതിനു വേണ്ടിയാണ് ഈ ട്രെയിൻ കൊണ്ടുവന്നതുതന്നെ. രണ്ടുമൂന്നു മിനിറ്റ് സംസാരിച്ച് ഞാൻ പോന്നു. സത്യത്തിൽ ഗുരുവായൂർ ട്രെയിൻ അദ്ദേഹത്തിന് കൂടുതൽ പ്രയോജനപ്പെട്ടിട്ടില്ല. എനിക്കാണ് കൂടുതൽ

പ്രയോജനപ്പെട്ടിട്ടുള്ളത്. കുറച്ചു കഴിഞ്ഞപ്പോൾ മുഖ്യമന്ത്രി സ്ഥാനം അദ്ദേഹം രാജിവെച്ചു.

1996 ലെ തെരഞ്ഞെടുപ്പ് കഴിഞ്ഞ സമയം. ഞാൻ ഗുരുവായൂരിലൂടെ നടക്കുകയാണ്. എം എൽ എ ആയിട്ടും ഞാൻ അമ്പലനടയിൽ പോകും. അതിലെയൊക്കെ നടക്കും. അത് സ്വഭാവത്തിന്റെ ഭാഗമാണ്. ഒരു ദിവസം അവിടെ ഒരു നമ്പൂതിരി എന്നെ വിളിച്ചു, "ഹാ, വരിക!"

ഞാൻ ചോദിച്ചു "എന്താണാവോ?"

അദ്ദേഹം സ്നേഹത്തിൽ പറഞ്ഞു," ഒരു കാര്യം പറയാൻ വിളിച്ചതാണ്. ഞാൻ തനിക്ക് ഒരു വോട്ടു ചെയ്തു ഈ പ്രാവശ്യം, ഒന്നു കരുണാകരനും.''

ഞാനും കരുണാകരനും ഒരുമിച്ചാണ് 1996-ൽ മത്സരിച്ചത്. ഞാൻ നിയമസഭയിലേക്കും കരുണാകരൻ വി വി രാഘവനെതിരെ ലോകസഭയിലേക്കും. എനിക്കും കരുണാകരനും ഏതാണ്ട് തുല്യമായ വോട്ടും കിട്ടി ഗുരുവായൂരിൽ.

"ഞാൻ സാധാരണ താമരക്കാണ് വോട്ടു ചെയ്യാറ്. താനും കരുണാകരനും എനിക്ക് ഇഷ്ടപ്പെട്ട ആളുകളാണ്." നമ്പൂതിരി പറഞ്ഞു.

ഞാൻ പറഞ്ഞു, "വളരെ സന്തോഷം."

ജാതിക്കും മതത്തിനും അടിമപ്പെട്ട് ഒരു തീരുമാനവും ഒരു കാലത്തും ഞാൻ എടുത്തിട്ടില്ല. അതുപോലെ, വിവിധ ആവശ്യങ്ങളുമായി എത്തുന്ന എല്ലാ പാർടിക്കാർക്കും എംഎൽഎ ആയിരുന്നപ്പോഴും അല്ലാത്തപ്പോഴും സഹായങ്ങൾ ചെയ്തു കൊടുക്കാറുണ്ട്. എത്രയോ കോൺഗ്രസുകാർക്ക് പല കാര്യങ്ങളിലും എന്നാൽ കഴിയുന്ന സഹായങ്ങൾ ചെയ്തു. ഇതൊന്നും വോട്ടുകിട്ടുമെന്നു വിചാരിച്ചിട്ടല്ല. 1994 ൽ തെരഞ്ഞെടുപ്പിൽ ജയിച്ച അന്ന് തുറന്നിട്ടതാണ് എന്റെ വീടിന്റെ ഗേറ്റ്. ഇതുവരെ ഞാനതടച്ചിട്ടില്ല. അവിടെവന്ന് ആരും കച്ചറയുണ്ടാക്കിയിട്ടില്ല. എംഎൽഎ ആയിരിക്കുമ്പോൾ പാർടി എന്നോടൊരു കാര്യം നിർദേശിച്ചത് ആരെങ്കിലും ബെല്ലടിച്ചാൽ ആരാണെന്നു നോക്കിയിട്ടുവേണം വാതിൽ തുറക്കാൻ എന്നുമാത്രമാണ്. ഞാൻ പാർടി മെമ്പറൊന്നുമല്ല. പക്ഷേ, പാർടി നേതാക്കന്മാർ പറയുന്നതു പോലെയാണ് നിന്നിരുന്നത്. അവരൊന്നും തന്നെ, ആളുകളെ സഹായിക്കുന്നത് അങ്ങനെ നോക്കിയിട്ടു വേണം ഇങ്ങനെ നോക്കിയിട്ടു വേണം എന്നൊന്നും പറഞ്ഞിട്ടില്ല. പി ടി യുടെ അടുത്തുവരുന്ന ആളുകൾക്ക് എന്തു വേണമെങ്കിലും ചെയ്തു കൊടുത്തോളൂ എന്നായിരുന്നു നിലപാട്. എന്ത് പേപ്പർ വേണമെങ്കിലും ഞാനൊപ്പിട്ടു കൊടുക്കും, അതെന്റെ ഭാഗത്തുനിന്ന് അവർക്ക് കിട്ടേണ്ടതാണെങ്കിൽ. പാർടിയൊന്നും ഞാൻ ചോദിക്കാറില്ല. ഒരു പ്രാവശ്യം

ഒരു ബിജെപി ക്കാരൻ എന്നോടു പറഞ്ഞു, "ഞാൻ ബിജെപിയാണ്." ഞാൻ പറഞ്ഞു, "നിങ്ങളോട് ഞാനത് ചോദിച്ചോ? നിങ്ങൾക്കെന്താണ് വേണ്ടത്?" പാസ്പോർട്ടിനാണ്, മകനോ മറ്റോ. എന്തോ കടലാസ് ഒപ്പിട്ടു കൊടുക്കാനായിരുന്നു. ഞാൻ പറഞ്ഞു, "തരൂ, ഒപ്പിട്ടുതരാം." എന്തൊരു സ്നേഹമാണ് ഇപ്പോഴും ആളുകൾക്ക്. ആ സ്നേഹത്തിന് എന്താണ് നമ്മൾ തിരിച്ചു കൊടുത്തത്?

പ്ലസ് ടു കോഴ്സ് വന്ന 1996- ൽ ഗുരുവായൂരിൽ ഒരൊറ്റ സ്കൂളിനേ കോഴ്സിന് വകുപ്പുണ്ടായിരുന്നുള്ളു. പി ജെ ജോസഫാണ് അന്ന് വിദ്യാഭ്യാസമന്ത്രി. ഞാൻ റക്കമൻഡ് ചെയ്തത് മമ്മിയൂർ ലിറ്റിൽ ഫ്ലവർ കോൺവന്റ് സ്കൂളിനാണ്. ബേബി ജോൺ മാഷെ വിളിച്ച് പറഞ്ഞിരുന്നു, ഞാൻ റക്കമൻഡ് ചെയ്യുന്നത് ഇങ്ങനെയാണെന്ന്. മാഷ് പറഞ്ഞു, "പി ടി യുടെ ഇഷ്ടംപോലെ ചെയ്തോളൂ."

ഞാൻ പറഞ്ഞു, ഇവിടെ എല്ലാവിഭാഗം പെൺകുട്ടികൾക്കും ആശ്വാസമായ ഒരു സ്ഥാപനമാണ് ലിറ്റിൽ ഫ്ലവർ കോൺവെന്റ്. കേരളത്തിൽ ഇത്രയും കമ്മിറ്റഡ് ആയി വിദ്യാഭ്യാസ സ്ഥാപനങ്ങൾ നടത്തുന്ന ഒരു വിഭാഗവും വേറെ ഉണ്ടെന്ന് എനിക്ക് തോന്നുന്നില്ല. ഒന്നോ രണ്ടോ ഉണ്ടാകുമായിരിക്കാം. പക്ഷേ, അവരുടെ ഒരു കമ്മിറ്റ്മെന്റ് ഒന്നു വേറെത്തന്നെയാണ്.

ലിറ്റിൽ ഫ്ലവർ കോൺവെന്റിന് പ്ലസ് ടു കോഴ്സിന് ഞാൻ ഒപ്പിട്ടുകൊടുത്തത് ചെറിയ ചെറിയ വിമർശനങ്ങൾക്കിടയാക്കി. ഞാൻ അവരുടെ വോട്ട് കിട്ടുമെന്നൊന്നും വിചാരിച്ചിട്ടല്ല അതു ചെല്ലയ്തത്. അവർ ഒരിക്കലും എനിക്ക് വോട്ട് ചെയ്യില്ലെന്ന് എനിക്കറിയാം. അതാണന്നത്തെ രാഷ്ട്രീയ കാലാവസ്ഥ. സഭകളൊക്കെ എടുത്തിരുന്ന നിലപാട്. ചിലപ്പോൾ

അഡ്മിഷനുവേണ്ടി നമ്മൾ റക്കമെൻഡേഷൻ നടത്തും. അവർ ചിലപ്പോൾ തരും, ചിലപ്പോൾ തരില്ല. തന്നില്ലെങ്കിലും നമുക്ക് വിരോധമില്ല.

അവിടെയുള്ള പല സിസ്റ്റർമാരെയും പരിചയപ്പെടാനിടയായിരുന്നു. ലിറ്റിൽ ഫ്ലവർ എന്ന പേരിൽത്തന്നെ ഒരു സിസ്റ്റർ ഉണ്ടായിരുന്നു. ജോർജ് മാഷാണ് എന്നെ കൊണ്ടുപോയി പരിചയപ്പെടുത്തിയത്. ലിറ്റിൽ ഫ്ലവർ കോളേജിലെ പ്രിൻസിപ്പൽ ആയിരുന്ന അവരാണ് എനിക്ക് ബൈബിൾ തന്നത്. എന്റെ പടത്തിന് 'ഗർഷോം' എന്ന് ഞാൻ പേരിട്ടപ്പോൾ ആ വാക്കിന്റെ അർഥം വിവരിച്ചുതന്നത് സിസ്റ്ററായിരുന്നു. അവരാണ് ക്രിസ്ത്യൻ കമ്യൂണിറ്റിയിൽ കന്യാസ്ത്രീകൾ എങ്ങനെയാണ് ജീവിക്കുന്നതെന്ന് എന്നെ പഠിപ്പിച്ചത്.

അവർ ചോദിച്ചു, "എംഎൽഎയുടെ അഭിപ്രായമെന്താണ് ഞങ്ങളെപ്പറ്റി?"

ഞാൻ പറഞ്ഞു, "എന്താണ് അങ്ങനെ ചോദിക്കുന്നത്, സിസ്റ്ററേ?"

"എനിക്കെത്ര രൂപ ശമ്പളമുണ്ടെന്നറിയാമോ?" യുജിസി സ്കെയിൽ ആണ് അവർക്കുണ്ടായിരുന്നത്. 40,000-50000 അങ്ങനെ എന്തോ ഒരു വലിയ സംഖ്യ പറഞ്ഞു. "ഞാനെടുക്കുന്നത് 750 രൂപയാണ്, എംഎൽഎ. അതിനുതന്നെ ഞാൻ വരിനിൽക്കണം."

അപ്പോഴാണ് നമ്മളിതിന്റെയൊക്കെ ഒരു യഥാർഥമായ മുഖം കാണുന്നത്. വലിയ അടുപ്പമുണ്ടായിരുന്ന സിസ്റ്ററാണ്. പിന്നീട് കാൻസർ വന്നാണ് മരിച്ചത്. ജോർജ് മാഷ് കോട്ടക്കലിൽനിന്ന് മരുന്നു വാങ്ങി കൊടുക്കുമായിരുന്നു. ഒന്നോ രണ്ടോ പ്രാവശ്യം ഞാനും മാഷെ കൂടെ പോയിട്ടുണ്ട്. പിന്നെ മാഷ് പലതവണ പോയി വാങ്ങിക്കൊടുത്തു.

ഒരു കലാകാരനെന്ന നിലയിൽ എനിക്ക് ഏറെ അനുഭവങ്ങൾ തന്നത് രാഷ്ട്രീയ പ്രവർത്തനമാണ്.

തെരഞ്ഞെടുപ്പ് ഒരു ചെറിയ കളിയല്ല

നിയമസഭയിൽ ഞാനാദ്യദിവസം ചെന്നത് ജീൻസ് ധരിച്ചാണ്. കേരള നിയമസഭയിൽ ജീൻസ് ഇട്ട് എത്തുന്ന ആദ്യത്തെ ആൾ ഞാനായിരിക്കുമെന്നാണ് തോന്നുന്നത്. ഇ എം ശ്രീധരൻ വിളിച്ച് 'അഭിനന്ദനമറിയിക്കുന്നു' എന്നു പറഞ്ഞു. ഞാനതുവരെ നിയമസഭ കണ്ടിട്ടില്ല. സന്ദർശകനായിപ്പോലും അവിടെ കയറിയിട്ടില്ല. പിന്നിലായിരുന്നു എന്റെ സീറ്റ്. തൊട്ടടുത്ത് ലോനപ്പൻ നമ്പാടൻ. ഇങ്ങേഭാഗത്ത് ഗൗരിയമ്മ. ഗൗരിയമ്മ അപ്പോഴേക്കും പാർടിയിൽനിന്ന് പുറത്തുപോയിരുന്നു. എനിക്ക് വലിയ ബഹുമാനമുള്ള നേതാവാണ് ഗൗരിയമ്മ. ഞാൻ ആദ്യം ഡോക്യുമെന്ററി ഉണ്ടാക്കാൻ ആലോചിച്ചത് അവരെക്കുറിച്ചാണ്. ഞാൻ ചെന്ന് ചിരിച്ചുകൊണ്ട് കൈകൂപ്പി. അപ്പോൾ അവർ പറഞ്ഞു, "താൻ എന്നെനോക്കി ചിരിക്കണ്ട. തന്നെ പാർടിയിൽനിന്ന് പുറത്താക്കും കേട്ടോ എന്നോടു ചിരിച്ചാൽ." ഞാൻ ഇരുന്നു. നമ്പാടൻ മാഷോടൊന്നും ഗൗരിയമ്മയുടെ ഒരു മിണ്ടാട്ടവുമില്ല. മാഷ് എന്നോടു പറഞ്ഞു, "ആയിരിക്കുന്നതാണ് സ്പീക്കർ." മാസ്റ്റർക്കറിയാം എനിക്ക് ഇതിനെക്കുറിച്ചൊന്നും ധാരണയൊന്നുമില്ല. "അദ്ദേഹത്തിനു പിന്നിൽ ഒരാൾ നിൽക്കുന്നത് കണ്ടോ, താൻ?" ഞാൻ പറഞ്ഞു, "കണ്ടു." മാർഷലാണെന്ന് എനിക്കറിയാം. "അതാണ് ഡെപ്യൂട്ടി സ്പീക്കർ." നമ്മളെ ഒന്ന് ആക്കുകയാണ്.

ഗൗരിയമ്മ എന്നോടു മെല്ലെ സംസാരിക്കാൻ തുടങ്ങി. ചിലപ്പോൾ "എടോ, എഴുതെടോ" എന്നു പറഞ്ഞ് ലെറ്റർപാഡ് തരും. സ്പീക്കറോട് എന്തെങ്കിലും ആവശ്യം ഉന്നയിച്ചുകൊണ്ടുള്ളതായിരിക്കും.

ഞാനെഴുതും. അവർ ഒപ്പിട്ടു കൊടുക്കും. അവരുടെ ഒരു ക്ലർക്ക് പോലെയാണ് ഞാൻ ഇതൊക്കെ ചെയ്യുന്നത്. ഇടയ്ക്ക് അവരുടെ ചോദ്യം, "എന്താടോ, അവൻ പ്രസംഗിക്കുന്നത്?" കുഞ്ഞാലിക്കുട്ടിയുടെ പ്രസംഗത്തെക്കുറിച്ചാണ് ചോദിക്കുന്നത്. ഞാൻ പറഞ്ഞു, "വ്യവസായമൊക്കെ അദ്ദേഹമാണ് കൊണ്ടുവന്നതെന്നാണ് പറയുന്നത്." അപ്പോഴേക്ക് ദേഷ്യം പിടിച്ച് കുറെ കാര്യങ്ങൾ പറഞ്ഞു. ഒരു ദിവസം ടി കെ രാമകൃഷ്ണൻ പ്രസംഗിക്കുമ്പോൾ ചോദിച്ചു, "എന്താണ് രാമകൃഷ്ണൻ പറയുന്നത്?" ഞാൻ പറഞ്ഞു, "പൊതുരാഷ്ട്രീയം പറയുകയാണ്." അപ്പോൾ ഗൗരിയമ്മ പറഞ്ഞു, "തനിക്കറിയുമോ ദേശാഭിമാനി ഉണ്ടാക്കുന്നതിൽ ഞാൻ വഹിച്ച പങ്ക്? മണ്ണാർക്കാട് പാപ്പന്റെ പക്കൽനിന്ന് പണംപിരിച്ച് ഞാനാണ് ദേശാഭിമാനിയൊക്കെ ഉണ്ടാക്കിയത്. ഇവരിപ്പോൾ വലിയ വർത്തമാനം പറയുന്നു." ഞാൻ ഒക്കെ മൂളിക്കേട്ടു. ഇടയ്ക്ക് ടി വി തോമസിനെക്കുറിച്ച് പറയും. അപ്പോൾ നൂറുനാവാണ്. ടി വി തോമസിനോടുള്ള അവരുടെ പ്രണയമൊന്നും അപ്പോഴും അസ്തമിച്ചിട്ടില്ല എന്നെനിക്കു തോന്നി. രണ്ടുവർഷം നിയമസഭയിൽ അവരുടെ അടുത്തിരുന്ന് ഞാൻ പ്രവർത്തിച്ചു. അവരെന്തു പറഞ്ഞാലും ഞാൻ ചെയ്തു കൊടുക്കും. എന്റെ ഉമ്മയുടെ പ്രായമുള്ള അവരുടെ മുമ്പിൽ അനുസരണയുള്ള കുട്ടിയായി മാറുകയാണ് ഞാൻ ചെയ്യാറ്.

നിയമസഭയും എംഎൽഎ പദവിയും കലാകാരനെന്ന നിലക്കും വ്യക്തിയെന്ന നിലക്കും എന്റെ അറിവുകളെയും പ്രവർത്തനങ്ങളെയും പുതിയ വിതാനങ്ങളിലെത്തിച്ചു. ആരുടെയൊക്കെ ഒപ്പമാണ് ഞാൻ നിയമസഭയിലുണ്ടായിരുന്നത്. സിപിഐഎം നേതാക്കളായ ഇ കെ നായനാർ, വി എസ് അച്യുതാനന്ദൻ, പിണറായി വിജയൻ, കോൺഗ്രസിന്റെ കെ കരുണാകരൻ, എ കെ ആന്റണി, ഉമ്മൻചാണ്ടി, സിപിഐയിലെ പി എസ് ശ്രീനിവാസൻ, ഇ ചന്ദ്രശേഖരൻനായർ, കെ ഇ ഇസ്മയിൽ, ആർഎസ്പിയുടെ ബേബി ജോൺ, ജനതാദളിന്റെ കെ ചന്ദ്രശേഖരൻ, മുസ്ലിം ലീഗിന്റെ പി കെ കുഞ്ഞാലിക്കുട്ടി എന്നിങ്ങനെ വലിയ നിരതന്നെയായിരുന്നു അവർ. എംഎൽഎ എന്ന നിലക്ക് കേരള നിയമസഭയുടെ രണ്ടു മന്ദിരത്തിലും ഇരിക്കാൻ ഭാഗ്യമുണ്ടായ ആളാണു ഞാൻ. കുർത്തയും ധരിച്ച് തോളിലൊരു സഞ്ചിയും തൂക്കിയാണ് ചിലപ്പോൾ ഞാൻ സഭയിൽ ചെല്ലാറുള്ളത്. "ഇവൻ പക്ഷിശാസ്ത്രക്കാരനാണെന്നു തോന്നുന്നു" എന്ന് ഞാൻ കേൾക്കുമാറ് ടി കെ ഹംസയോടു പറഞ്ഞ് ആര്യാടൻ മുഹമ്മദ് എന്നെ കളിയാക്കും.

സഭാപ്രവർത്തനം നല്ലൊരനുഭവമായിരുന്നു. പുതുമക്കാരെ സംബന്ധിച്ചിടത്തോളം ഒട്ടുമിക്ക കാര്യങ്ങളും നിശ്ചയമുണ്ടാവില്ലല്ലൊ. അനുഭവസമ്പന്നരായ നേതാക്കളിൽനിന്നാണ് പലതും പഠിക്കുന്നത്.

ആർഎസ്പി നേതാവ് ബേബിജോൺ സഭയിലും പുറത്തും ദീർഘകാല ത്തെ അനുഭവപരിചയമുള്ള രാഷ്ട്രീയനേതാവാണ്. സഭാനടപടികളിൽ ഏർപ്പെടേണ്ടതെങ്ങനെയെന്ന് അദ്ദേഹത്തെപ്പോലുള്ള നേതാക്കൾ ഞങ്ങൾക്കു പറഞ്ഞുതരും. പ്രഗത്ഭനായൊരു നേതാവ് എതിർപക്ഷ ത്തെ നിലംപരിശാക്കി പ്രസംഗിച്ചു മുന്നേറുമ്പോൾ എങ്ങനെയാണ് അദ്ദേഹത്തെ വഴിതെറ്റിക്കേണ്ടത്. അദ്ദേഹം പറയും, "ഞങ്ങൾ ഫ്ര ണ്ടിലിരിക്കുന്ന ആളുകളാണ്. ഇത്തരം ആളുകളുടെ പ്രസംഗത്തിനിട ക്ക് നിങ്ങൾ വേണം ഇടപെടാൻ." സ്വതന്ത്രരായതുകൊണ്ട് എനിക്കും കടമ്മനിട്ടക്കുമൊക്കെ പിന്നിലിരിക്കാനേ പറ്റുകയുള്ളൂ. അവിചാരിത മായുണ്ടാകുന്ന ഇടപെടൽ കേട്ടിരിക്കുന്ന സഭാംഗങ്ങളുടെ മാത്രമല്ല, പ്രസംഗിക്കുന്ന നേതാവിന്റെയും ശ്രദ്ധതെറ്റിക്കും. പറഞ്ഞുവന്ന പോയന്റിൽ നിൽക്കാൻ പറ്റില്ല. "ഞങ്ങൾ ഭരണപക്ഷത്താവുമ്പോൾ അവരും ഇതുതന്നെയാണ് ചെയ്യുക," ബേബി ജോൺ പറയും. ഇങ്ങനെ പ്രഗത്ഭരുടെ ഒരു നിരതന്ന സഭാപ്രവർത്തനത്തിന്റെ വിവിധ വശങ്ങൾ നമ്മളെ പഠിപ്പിക്കാൻ അവിടെ ഉണ്ടായിരുന്നു. രാഷ്ട്രീയം പഠിക്കാനും പുതിയ രീതിയിൽ ചിന്തിക്കാനും പുതിയ ആശയങ്ങൾ കണ്ടെത്താനും ഈ സാന്നിധ്യം സഹായകരമായിരുന്നു.

നായനാർ പ്രസംഗിക്കുമ്പോൾ ആരെങ്കിലും ഇതുപോലെ ഇടപെ ട്ടാൽ അദ്ദേഹം പലവഴിക്കു പോകും. എന്താണ് പറഞ്ഞുവന്നത് എന്ന തൊക്കെ വിട്ട് ഇടയ്ക്കുകയറി ഇടപെട്ടവരുമായുള്ള ഏറ്റുമുട്ടലിന്റെ വക്കി ലൊക്കെ ചെന്നെത്തും. അതേസ്ഥാനത്ത്, വി എസ് അച്യുതാനന്ദൻ അങ്ങനെയല്ല. ഇടപെടലുകാർക്കൊക്കെ മറുപടിപറഞ്ഞ് നേരത്തെ എന്താണോ പറഞ്ഞുവന്നത് വീണ്ടും അവിടെ വന്ന് പ്രസംഗം തുടരും. ചിലപ്പോൾ നായനാർ പ്രസംഗിക്കുമ്പോൾ ഞങ്ങൾക്കു ഭയമാണ്. പലപ്പോഴും പല കുഴപ്പങ്ങളും ഉണ്ടാകും. അതൊക്കെയായിരുന്നെങ്കിലും നായനാരെ വലിയ ഇഷ്ടമായിരുന്നു സഭയിലെല്ലാവർക്കും. പലപ്പോഴും പല രീതിയിലുള്ള പ്രസംഗങ്ങളാണ്. ചിലപ്പോൾ ഭരണപക്ഷവും പ്രതിപക്ഷവും ഏറ്റുമുട്ടിനിൽക്കുമ്പോൾ മുഖ്യമന്ത്രി എന്ന നിലയിൽ നമ്മൾ പ്രതീക്ഷിക്കുന്ന പ്രത്യാക്രമണപരമായ ഒരു പ്രസംഗമായിരി ക്കില്ല അദ്ദേഹത്തിൽനിന്നു വരിക. ഒന്നുരണ്ടു ചോദ്യം ആര്യാടനോടും അവരോടുമിവരോടുമൊക്കെ ചോദിച്ച് ഒന്നു സന്തോഷിപ്പിച്ച് പരസ്പര ബഹുമാനത്തിന്റെ, സമന്വയത്തിന്റെ അന്തരീക്ഷത്തിൽ കൊണ്ടുചെന്ന വസാനിപ്പിക്കുന്നതും കണ്ടിട്ടുണ്ട്.

ബുദ്ധികൂർമതയോടെ വേണം നിയമസഭയിൽ പല കാര്യങ്ങളിലും ഇടപെടുക. ടി എം ജേക്കബ് ഒരു തവണ നായനാരുടെ 'ഓൻ' എന്ന പരാമർശത്തിനെതിരെ ക്രമപ്രശ്നം ഉന്നയിച്ചതു ഞാനോർക്കുന്നു.

ജേക്കബ് സംസാരിച്ച ഉടനെ ടി കെ ഹംസ അതിനെയെതിർത്തു കൊണ്ടു പറഞ്ഞു, "ബഹുമാനംകൊണ്ടാണ് അവനെന്നും ഓനെന്നും പറയുന്നത്. നമ്മൾ ദൈവത്തെ അവൻ എന്നല്ലേ പറയാറ്?" ഉടനെ ആര്യാടൻ എഴുന്നേറ്റുനിന്ന് ചോദിച്ചു, "അപ്പോൾ ഹംസ ബാപ്പയെ അവൻ എന്നു തന്നെയാണല്ലേ വിളിക്കാറ്?" സഭയിലെല്ലാവരും ചിരിച്ചു. ഇതിനിടയിൽ, "സാഹിത്യത്തെക്കുറിച്ചു പരിജ്ഞാനം വേണം ആര്യാടാ'' എന്നു പറഞ്ഞ് ഹംസയും തടിയൂരി.

ഇങ്ങനെ ഒരുപാട് മുഹൂർത്തങ്ങൾ. പരസ്പരം കൊണ്ടും കൊടുത്തും. ഈ രംഗത്ത് ചിലരൊക്കെ ഗംഭീരന്മാരാണ്. ടി കെ ഹംസ, ആര്യാടൻ മുഹമ്മദ്, ടി എം ജേക്കബ്, പി ജെ ജോസഫ്, ഇ കെ നായനാർ, പിണറായി വിജയൻ, ശിവദാസമേനോൻ ഇവരൊക്കെ.

സ്വതന്ത്ര അംഗങ്ങൾക്ക് പ്രസംഗിക്കാൻ ഒരു മിനിറ്റൊക്കെയാണ് കിട്ടുക. നമ്പാടൻ മാഷ് എഴുതിക്കൊണ്ടുവന്ന് കിറുകൃത്യമായി വായിക്കും. അതിന്റെ ഫോട്ടോകോപ്പിയെടുത്ത് എല്ലാ പത്രക്കാർക്കും കൊടുക്കും. പിറ്റേ ദിവസം ബോക്സ് വാർത്തയായി വരും. ഇങ്ങനെ എഴുതിക്കൊടുത്താലേ പത്രക്കാർ ഇടുകയുള്ളൂ എന്ന് എനിക്കു പറഞ്ഞുതന്നു. ഞാനും അതുപോലെ ചെയ്തു. ഒരു ദിവസം പ്രസംഗിച്ചത് ഇരുന്നെഴുതുമ്പോൾ പിണറായി വിജയൻ അടുത്തുവന്നു ചോദിച്ചു, എന്താണെഴുതുന്നതെന്ന്. ഞാൻ പറഞ്ഞു, പത്രക്കാർക്കു കോപ്പിയെടുത്തുകൊടുക്കാൻ എഴുതുകയാണെന്ന്. "മിണ്ടാതിരി. പത്രക്കാർക്ക് ആവശ്യമുണ്ടെങ്കിൽ അവർ ഇടും പി ടി കുഞ്ഞിമുഹമ്മദിന്റെ പ്രസംഗം. അല്ലാതെ നിങ്ങൾ എഴുതിക്കൊടുത്ത് ഇടീക്കുന്നത് ശരിയായ രീതിയല്ല. അതു ചെയ്യരുത്," പിണറായി പറഞ്ഞു. അതിനുശേഷം ഞാനതു ചെയ്യാൻ പോയിട്ടില്ല.

നാട്ടിൽ ബേബി ജോൺ മാഷാണ് പൊതുരംഗത്തു നിൽക്കുമ്പോൾ എങ്ങനെ പ്രവർത്തിക്കണമെന്ന് പഠിപ്പിച്ചത്. ചാവക്കാടിനും ഗുരുവായൂരിനും മധ്യത്തിലായുള്ള മുതുവട്ടൂരിൽ റെഡ് ഹൗസ് എന്ന പേരിൽ അദ്ദേഹത്തിന്റെ ഓഫീസുണ്ട്. പാർടി ഓഫീസാണ്. അദ്ദേഹം എപ്പോഴും അവിടെയുണ്ടാവും. എന്നെ അവിടെ വിളിച്ചുവരുത്തും. എങ്ങനെയാണ് രാഷ്ട്രീയ പ്രവർത്തനം നടത്തേണ്ടതെന്ന് പ്രത്യേകം പറഞ്ഞുതരികയല്ല ചെയ്യുന്നത്. നമ്മൾ കണ്ടുപഠിച്ചുകൊള്ളണം.

1995ലെ തദ്ദേശഭരണ തെരഞ്ഞെടുപ്പിലേക്കുള്ള സ്ഥാനാർഥി നിർണയത്തിന്റെ സമയം. ഓഫീസിലേക്ക് എന്നെ വിളിച്ചിരുത്തി. പാർടിയുടെ ഓരോ പഞ്ചായത്ത് കമ്മിറ്റിയും സ്ഥാനാർഥികളുടെ പേരുകൾ കൊണ്ടുവരും. അദ്ദേഹം അതൊക്കെ നോക്കിയിട്ടു പറയും, "ഇതൊന്നു മാറ്റി കൊണ്ടാടോ. ഇതൊരു വിഎച്ച്പി ലിസ്റ്റാണ്. അവിടെ മൈനോറിറ്റി ഒരുപാടുള്ള സ്ഥലമാണ്. അവിടെനിന്ന് കുറച്ച് മാപ്പിള

കുട്ടികളെ ചേർത്തിട്ട് കൊണ്ടു വാ." നമ്മൾ കണ്ട് അത്ഭുതപ്പെടും. ഒരു ലിസ്റ്റ് കൊണ്ടുവരുന്നു, അതുനോക്കുന്നു, വളരെ വേഗത്തിൽ ഈ നിർദ്ദേശങ്ങൾ കൊടുക്കുന്നു.

തെരഞ്ഞെടുപ്പു കാര്യങ്ങളിൽ അഗ്രഗണ്യനാണദ്ദേഹം. മറുപക്ഷത്ത് എന്ത് നടക്കുന്നു എന്ന് അദ്ദേഹം എപ്പോഴും നിരീക്ഷിച്ചുകൊണ്ടിരിക്കും. അവിടെ എല്ലാവരുമായി അദ്ദേഹത്തിന് ബന്ധമുണ്ട്. ഉദാഹരണത്തിന്, 1996-ലെ തെരഞ്ഞെടുപ്പിൽ എന്റെ എതിർ സ്ഥാനാർഥി ആർ പി മൊയ്തുട്ടിക്ക് സ്വന്തം പാർട്ടിക്കാർക്കിടയിൽ തന്നെയുണ്ടായിരുന്ന ധാരാളം ശത്രുക്കളുമായൊക്കെ ബേബി ജോണിന് ലിങ്കുണ്ടായിരുന്നു. രാവിലെ അവരുമായുള്ള സംസാരത്തിൽനിന്നാണ് അദ്ദേഹം സ്ട്രാറ്റജി പ്ലാൻ ചെയ്യുക. എവിടെയെങ്കിലും നമ്മൾക്ക് വീഴ്ച ഉണ്ടെങ്കിൽ അവർ പറഞ്ഞുതരും, ഇവിടെ നിങ്ങളുടെ പ്രവർത്തനം ശരിയല്ല; അവിടെ അയാൾ ശരിയല്ല എന്നിങ്ങനെ. 3000 വോട്ടിന് അന്നവിടെ ജയിച്ചത് ഇങ്ങനെ മറുപക്ഷം കടന്നുള്ള പ്രവർത്തനംകൊണ്ടുകൂടിയാണ്. "ഈ തെരഞ്ഞെടുപ്പിൽ എനിക്കേറ്റവും സന്തോഷമുണ്ടായത് നിങ്ങൾ ജയിച്ചതിലും എം വി രാഘവൻ തോറ്റതിലുമാണ്" എന്നാണ് എന്നോട് പാച്ചേനി കുഞ്ഞിരാമൻ പറഞ്ഞത്.

ചാവക്കാട് മുനിസിപ്പാലിറ്റിയിലേക്ക് ലോറൻസ് എന്നൊരു വ്യാപാരിയെ സ്വതന്ത്രസ്ഥാനാർഥിയായി മാഷ് കണ്ടെത്തി. വലതുപക്ഷത്തുനിന്നിരുന്ന ആളാണെന്നുവേണമെങ്കിൽ പറയാം. എന്നാൽ പൂർണമായി വലതുപക്ഷത്തല്ല. വലതുപക്ഷത്തു പ്രതീക്ഷിക്കപ്പെടുന്ന ആളാണ്. ഒരു ദിവസം ഞാനും മാഷും ഇരിക്കുമ്പോൾ ഞങ്ങളറിയുന്ന ഒരാൾ വന്നിട്ടു പറഞ്ഞു, "ലോറൻസിന് നെഞ്ചുവേദനയുണ്ടായി, മാഷേ. ആശുപത്രിയിലേക്കു കൊണ്ടുപോകുകയാണ്. സ്ഥാനാർഥിയാക്കുന്നതിൽനിന്ന് അദ്ദേഹത്തെ ഒഴിവാക്കണം." ഉടനെ മാഷുടെ ചോദ്യം, "നിന്നോട് ആരാണിത് ഇവിടെവന്നു പറയാൻ പറഞ്ഞത്? നീ എന്നോടു കളിക്കരുത്, കേട്ടോ. ഞാനും ഈ പാലയൂരിൽ താമസിക്കുന്ന നസ്രാണിയാണ്." വന്ന ആൾ ക്രിസ്ത്യൻ സമുദായത്തിൽപ്പെട്ട ആളാണ്. അയാൾ പെട്ടെന്ന് പരിഭ്രമിച്ചതുപോലെ തോന്നി. മാഷ് പിന്നെ പറഞ്ഞു, "അത് ഞാൻ നോക്കിക്കോളാം. നീ പൊയ്ക്കോ." ആൾ പാർടിക്കാരനൊന്നുമല്ല. ഉടൻ സ്ഥലംവിട്ടു. മാഷ് പറഞ്ഞു, "പി ടി, നമ്മളൊന്ന് ലോറൻസിന്റെ വീട്ടിൽ പോകണം." ഭരതേട്ടൻ എന്നൊരു മുതിർന്ന നേതാവിനെയുംകൂട്ടി ചെന്നുനോക്കിയപ്പോൾ വീട്ടിൽ ലോറൻസ് ചിരിച്ചുകൊണ്ട് ഇരിക്കുകയാണ്. മറുവശത്തുനിന്നുള്ള സമ്മർദം കാരണം മത്സരരംഗത്തുനിന്നൊഴിയാനൊരു വഴി നോക്കിയതാണ് ലോറൻസ്. ഇത് മുൻകൂട്ടി കാണാനുള്ള കഴിവ് ബേബിജോണിനുണ്ടായിരുന്നു.

അക്കാലത്തെ പഞ്ചായത്ത് തെരഞ്ഞെടുപ്പിൽ ഞാനും ഇടപെട്ടിരുന്നു, പ്രാദേശികമായി. പല സ്വതന്ത്രൻമാരെയും കണ്ടെത്തി മാഷുടെ മുമ്പിലെത്തിച്ചു. എന്റെ ബന്ധുകൂടിയായ, യുഡിഎഫിലെ പ്രഗത്ഭനും മുസ്ലിം ലീഗിന്റെ സംസ്ഥാന കമ്മിറ്റി അംഗവുമായ ആർ വി മുഹമ്മദുണ്ണിയെ സ്വതന്ത്ര സ്ഥാനാർഥിയായി ഗുരുവായൂർ മുനിസിപ്പാലിറ്റിയിലേക്കു കൊണ്ടുവരാൻ പറ്റി. എന്റെ ഭാര്യയുടെ അമ്മാവനായിട്ടു വരും അദ്ദേഹം. അതുപോലെത്തന്നെ, അലങ്കാർ കുഞ്ഞുമൊയ്തു ഹാജിയെയും സ്വതന്ത സ്ഥാനാർഥിയാക്കി. സാമുദായിക അനുപാതമൊക്കെ കൃത്യമായ ശതമാനത്തിൽ പാലിച്ച് എത്രയും ഗംഭീരമായ തന്ത്രമാണ് മാഷ് പ്രയോഗിച്ചതെങ്കിലും നിർഭാഗ്യവശാൽ കടുത്ത പരാജയമാണ് ഞങ്ങൾക്കു കിട്ടിയത്. പക്ഷേ പിൽക്കാലത്ത് അതിന്റെ ഗുണമുണ്ടായി. ഗുരുവായൂർ ഒരിടതുപക്ഷ മണ്ഡലമായി മാറുന്നതിന്റെ തുടക്കമായിരുന്നു ആ പരാജയം എന്നുകൂടി എനിക്കു തോന്നിയിട്ടുണ്ട്.

അങ്ങനെയുള്ള തെരഞ്ഞെടുപ്പ് കഴിഞ്ഞ് രണ്ടു വർഷമായപ്പോഴേക്കും, ഞങ്ങളുടെ ഭാഗത്തേക്കുവന്ന മുസ്ലിം ലീഗിന്റെ ആ നേതാവ് മുഹമ്മദുണ്ണി മുനിസിപ്പൽ കൗൺസിലിൽനിന്ന് രാജിവെച്ചു. പാണക്കാട്ടുനിന്ന് അദ്ദേഹത്തിനുമേൽ വലിയ സമ്മർദമുണ്ടായിരുന്നു. അവരുമായി വളരെ അടുപ്പമുള്ള ആളുമായിരുന്നു. ഗുരുവായൂർ മണ്ഡലത്തിലെ ഏറ്റവും പ്രശസ്തനായ ലീഗ് നേതാവായിരുന്നു അദ്ദേഹം. ഞങ്ങൾ അദ്ദേഹത്തെ കുറ്റം പറയാനൊന്നും പോയില്ല. മാന്യനായ ആളാണ്. രാജിവെക്കുകയാണ് ചെയ്തത്. കൗൺസിലിൽ കൂറുമാറുകയല്ല. അദ്ദേഹം മുസ്ലിം ലീഗിലേക്കു തന്നെ പോയി. ഞങ്ങൾ അദ്ദേഹത്തിന്റെ പെങ്ങളുടെ മകൻ ആർ വി ഷെരീഫിനെ കൊണ്ടുവന്ന് സ്ഥാനാർഥിയാക്കി. എന്റെ മരുമകൾ പി ടി ബീനയുടെ ഭർത്താവായ ഷെരീഫിനെക്കുറിച്ച് ഞാൻ നേരത്തെ പറഞ്ഞിട്ടുണ്ട്. കോൺഗ്രസ് സ്ഥാനാർഥി തോൽക്കുകയും ഷെരീഫ് വലിയ ഭൂരിപക്ഷത്തിൽ കൗൺസിലിലെത്തുകയും ചെയ്തു. അത് വലിയ മാറ്റമാണവിടെ ഉണ്ടാക്കിയത്. ഇങ്ങനെ വ്യത്യസ്ത പരീക്ഷണങ്ങൾ ഗുരുവായൂർ മണ്ഡലത്തൽ നടത്തുമ്പോഴൊക്കെ അതിന്റെ ഭാഗമാകാനെനിക്കു കഴിഞ്ഞു.

അതുപോലെ നമ്മളെ വേദനിപ്പിക്കുന്ന പല സംഭവങ്ങളുമുണ്ട്. ബേബി ജോൺ അധ്യാപകനാണ്. അധികവും അധ്യാപകവൃത്തിക്കു പോകാറില്ല. അതുകൊണ്ട് പലപ്പോഴും ശമ്പളവും ഉണ്ടാവാറില്ല. സന്ധ്യയാകുമ്പോൾ മാഷുടെ ഇളയമകൻ ഹിമവാൻ സഞ്ചിയും ലിസ്റ്റുമായി വരും. വീട്ടിലേക്കു വാങ്ങേണ്ട ഭക്ഷണസാധനങ്ങളുടെയടക്കം ലിസ്റ്റാണ്. മാഷ് നിഷ്ക്കരുണം ഓരോന്ന് വെട്ടും. കുട്ടി ചെറിയ വാദങ്ങളൊക്കെ ഉന്നയിക്കും, വാങ്ങേണ്ടതാണെന്നു സ്ഥാപിക്കാൻ. എങ്കിലും

തന്റെ സാമ്പത്തികസ്ഥിതിക്കനുസരിച്ച് മാഷ് അത് വെട്ടിക്കളയുന്നത് കണ്ടിട്ടുണ്ട്. നമ്മൾ സാമ്പത്തിക ബുദ്ധിമുട്ടുകൾക്കിടക്കും വല്ലതും സഹായിക്കാമെന്നു വെച്ചാൽ വേറെ രീതിയിലാണ് മഷ് അതെടുക്കുക. അത്തരത്തിലുള്ള സഹായം സ്വീകരിക്കുന്ന ഒരാളല്ല അദ്ദേഹം. ഒരു ദിവസം മാഷ് വീട്ടിൽ ചെല്ലുമ്പോൾ കുട്ടികളുണ്ട് പുതിയ വസ്ത്രംധരിച്ച് ചിരിച്ചുനിൽക്കുന്നു. മാഷ് ചോദിച്ചു, “ഇതെവിടെ നിന്നു കിട്ടി?” അടുത്ത വീട്ടുകാർ കൊടുത്തതാണ്. അവിടെ ആരോ ഗൾഫിൽനിന്നു വന്നിട്ടുണ്ട്. ഗൾഫ് പ്രവാസത്തിന്റെ ശക്തമായ സ്വാധീനം ചാവക്കാട് പരിസരത്ത് നിലനിൽക്കുന്ന സമയമാണത്. മാഷ് പറഞ്ഞു, “ഊര് !” ചെറിയ മക്കളാണ്. മൂന്നുപേരെക്കൊണ്ടും വസ്ത്രം അഴിപ്പിച്ചു. കഴുകിത്തേച്ച് മാഷ് തിരിച്ചു കൊണ്ടുക്കൊടുത്തു.

രാഷ്ട്രീയവും വ്യക്തി ജീവിതവും ഒന്നായിക്കണ്ട ഒരാളാണദ്ദേഹം. തന്റെ കൂടെയുള്ളവരും അങ്ങനെയാകണം എന്ന മാഷുടെ നിലപാട് ഒരു സംഘർഷമായി സഖാക്കൾക്കും മാഷ്ക്കും ഇടയ്ക്ക് പലപ്പോഴും നിലനിൽക്കാറുണ്ട്. മാഷെ അറിയുന്നവർ അതങ്ങനെ വിട്ടുകൊടുക്കും. എന്നാൽ മാഷ് വിട്ടുകൊടുക്കില്ല. ഇത് തെറ്റിദ്ധരിക്കപ്പെടുന്നു. ഇന്നത്തെ കമ്പോള സമ്പദ് സാമൂഹ്യ വ്യവസ്ഥയിൽ ഒട്ടും പ്രായോഗികമല്ലാത്ത രീതിയായാണ് പല സഖാക്കൾക്കും തോന്നിയത്. മാഷ് പറയുന്നത് ആശയപരമായി ശരിയാണ്. പക്ഷേ പ്രായോഗിക ജീവിതത്തിൽ ദുഷ്ക്കരമാണ്. പ്രവാസ ജീവിതവും-സിനിമാ പശ്ചാത്തലവും കാരണം എനിക്ക് ലളിതജീവിതം കൊണ്ടുനടക്കുക ബുദ്ധിമുട്ടായിരുന്നു. അതുകൊണ്ടാണ് ഞാൻ പാർടിയിൽ മെമ്പർഷിപ് എടുക്കാത്തത്. മെമ്പർഷിപ്പെടുക്കാൻ മാഷോ പിണറായിയോ ഒരിക്കലും എന്നോടു പറഞ്ഞിട്ടില്ല. പക്ഷേ, കോടിയേരി ബാലകൃഷ്ണൻ ഒന്നുരണ്ടു പ്രാവശ്യം പറഞ്ഞിട്ടുണ്ട്. അതിനുള്ള യോഗ്യതയോ അച്ചടക്കമോ എനിക്കുണ്ടോ എന്ന സംശയം കൊണ്ടാണ് സഹയാത്രികനായി തുടരാൻ തീരുമാനിച്ചത്.

ബേബി ജോണിനോട് പലപ്പോഴും ഞാൻ പറഞ്ഞിട്ടുണ്ട്, നിങ്ങൾ ഇവിടെ ഇരിക്കേണ്ട ആളല്ല. ഇവിടെയിരുന്ന് കാലം കഴിക്കരുത്. പിന്നീട് അദ്ദേഹം അവിടെനിന്നു പോയി. 1996- ലെ തെരഞ്ഞെടുപ്പോടുകൂടിയാണ് ഗുരുവായൂർ ഇടതു പക്ഷത്തിന് പിടിക്കാവുന്ന മണ്ഡലമാണ് എന്ന നില വന്നത്. അന്ന് പിഡിപി ക്ക് സ്ഥാനാർഥിയുണ്ടായിരുന്നെങ്കിലും യുഡിഎഫിന്നനുകൂലമായ നിലപാടുകളാണ് സ്വീകരിച്ചത്. 1994-ലെ തെരഞ്ഞെടുപ്പിൽ 14000 വോട്ട് കിട്ടിയെങ്കിൽ ‘96-ൽ പിഡിപി സ്ഥാനാർഥിയുടെ വോട്ട് വളരെ കുറഞ്ഞു. പ്രാദേശിക നേതാവായ മുസ്ലിം ലീഗിന്റെ ജില്ലാ സെക്രട്ടറി ആർ പി മൊയ്തുട്ടിയായിരുന്നു യുഡിഎഫ് സ്ഥാനാർഥി. വളരെ ശക്തമായ പോരാട്ടമായിരുന്നു.

സംസ്ഥാനത്താകെ തെരഞ്ഞെടുപ്പ് നടക്കുകയാണ്. നേതാക്കന്മാരൊന്നും അധികം വരുന്നില്ല. എങ്കിലും ഗംഭീര പോരാട്ടം. സമ്പന്നനാണ്, ശക്തനാണ് ഒരു വിധത്തിലും ആർക്കും കീഴടങ്ങുന്ന സ്വഭാവമുള്ള ആളല്ല ആരോടും മുട്ടാൻ കെല്പുള്ള ആർ പി മൊയ്തുട്ടി. ജയിക്കുമെന്ന ഉത്തമവിശ്വാസം അദ്ദേഹത്തിനുണ്ടായിരുന്നു. കാരണം അതൊരു യുഡിഎഫ് മണ്ഡലമാണ്.

എനിക്ക് എന്തോ ഒരു പ്രതീക്ഷ ഉണ്ടായിരുന്നു. പക്ഷേ, ആ തെരഞ്ഞെടുപ്പിലേക്കു പോകുന്ന സന്ദർഭത്തിൽ പിണറായി വിജയൻ പാർലമെന്ററി പാർടി ഓഫീസിലേക്കു വിളിച്ച് എന്നോടു പറഞ്ഞു, “ബുദ്ധിമുട്ടുള്ള മണ്ഡലമാണ്. നമ്മൾ ഒരു ഭാഗ്യത്തിന് ജയിച്ച എന്നേ ഗുരുവായൂരിനെപ്പറ്റി പറയാനുള്ളൂ. വളരെ ടഫ് ആയിട്ടുള്ള മണ്ഡലമാണ്. എന്നാലും നമുക്കു നോക്കാം.” അവിടത്തെ പൊതുസ്ഥിതി പറഞ്ഞുതന്ന താണെന്നാണ് എനിക്കാദ്യം തോന്നിയത്. രാഷ്ട്രീയത്തിൽ ഞാനൊരു പുതുമുഖമല്ലേ, തോറ്റാൽ മാനസികമായി തകർന്നുപോകേണ്ട എന്ന നിലക്കാണദ്ദേഹം അതു പറഞ്ഞതെന്ന് പിന്നീടാണ് മനസ്സിലായത്.

അതിനു മുമ്പുള്ള തെരഞ്ഞെടുപ്പിലൊന്നും കളർ പോസ്റ്ററുകൾ നമ്മൾ കാര്യമായുപയോഗിക്കാൻ തുടങ്ങിയിട്ടില്ല. സിനിയ എന്ന പരസ്യക്കമ്പനിയുടെ അനിലിനെക്കൊണ്ട് ഏറ്റവും ആധുനികമായ രീതിയിൽ ഞാൻ കുറച്ച് കളർ പോസ്റ്റർ ഡിസൈൻ ചെയ്യിച്ച് എ കെ ജി സെന്ററിൽ കൊണ്ടുപോയിക്കൊടുത്തു. ഗംഭീര മൾട്ടികളർ പോസ്റ്ററുകളാണ് എന്റെ തെരഞ്ഞെടുപ്പു പ്രചാരണത്തിനും അനിൽ ഡിസൈൻ ചെയ്തുതന്നത്.

അതുപോലെ, തെരഞ്ഞെടുപ്പുപ്രചാരണത്തിന് ഒരു ഹ്രസ്വചിത്രം വേണമെന്ന ആശയം പൊന്തിവന്നു. പിണറായിക്കും മറ്റും അതു വളരെ ശരിയെന്നു തോന്നി. നിർദേശം സെക്രട്ടറിയറ്റിൽ വെക്കാമെന്ന് അദ്ദേഹം പറഞ്ഞു. ഞാനൊരു നിബന്ധന വെച്ചു. തിരക്കഥയുടെ ഉത്തരവാദിത്തം ഞങ്ങൾക്കു വിട്ടുതരണം. ഞാനും കെ ആർ മോഹനനും ഉത്തരവാദിത്തം ഏറ്റെടുത്തു. വി കെ ജോസഫിനെയും കൂട്ടി. റൂം 33 -ൽ ചിത്രത്തെക്കുറിച്ചുള്ള ആലോചന തുടങ്ങി. ഒരു കഥ വേണമെന്ന കാര്യത്തിൽ ഞങ്ങൾ ഏകാഭിപ്രായക്കാരായിരുന്നു. അങ്ങനെ ഒരു രാഷ്ട്രീയക്കഥ മെനഞ്ഞുണ്ടാക്കി കെ ആർ മോഹനനും വി കെ ജോസഫുമൊക്കെ ചേർന്ന് തിരക്കഥ തയാറാക്കി. ഞാൻ നോക്കുകയൊക്കെ ചെയ്തിട്ടുണ്ട്. ഇല്ലെന്നൊന്നും പറയാൻ പറ്റില്ല. ഇതോടെയാണ് ജോസഫ് പാർടി നേതൃത്വവുമായി കൂടുതൽ അടുക്കുന്നത്. പ്രത്യേകിച്ചും പിണറായി വിജയനുമായി. പാർലമെന്ററി പാർടി ഓഫീസ് ചുമതലയുള്ള സുകുമാരൻ നായരായിരുന്നു ‘വിചാരണ’ എന്നു പേരിട്ട ചിത്രത്തിന്റെ സാമ്പത്തിക

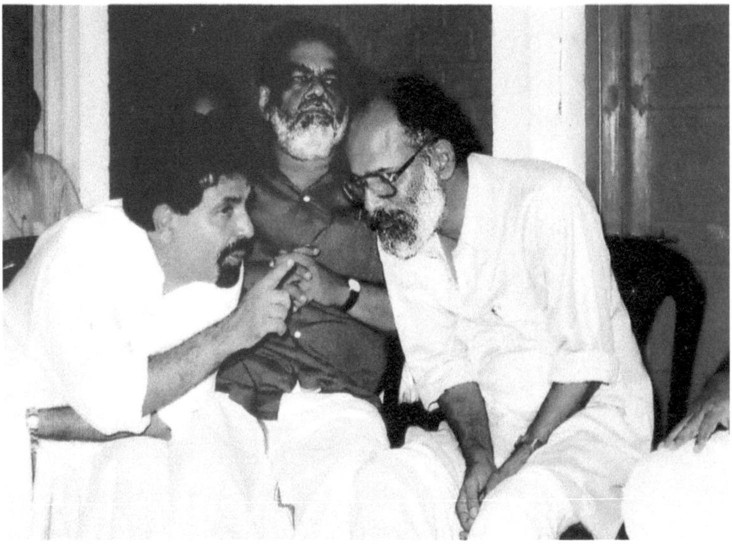

» പി ടി, കെ ആർ മോഹനൻ, ബേബി ജോൺ

ച്ചുമതലയോടെയുള്ള പ്രൊഡക്ഷൻ കൺട്രോളറായി പ്രവർത്തിച്ചത്. എല്ലാവരുമായി സ്നേഹപൂർവം പെരുമാറുന്ന പ്രകൃതക്കാരനായ സുകുമാരൻ നായർക്ക് ഒരു ബുദ്ധിമുട്ടും ഉണ്ടായതായി തോന്നിയില്ല. വളരെ സത്യസന്ധൻ. മണിലാലും ഒപ്പമുണ്ടായിരുന്നു. സീനത്ത്, വി കെ ശ്രീരാമൻ, മാമുക്കോയ, ഇർഷാദ് തുടങ്ങിയവരായിരുന്നു അഭിനേതാക്കൾ. 'ഉപ്പി'ന്റെ അസോസിയേറ്റ് ഡയരക്ടർ ബെന്നി സാരഥി സംവിധാനം നിർവഹിച്ചു. ബെന്നി എന്റെ സുഹൃത്തായിരുന്നു. തൃശ്ശൂർ ജില്ലയിലെ എളവള്ളി ഗ്രാമത്തിൽ മമ്മായി ബസാർ എന്ന സ്ഥലത്തായിരുന്നു ചിത്രീകരണം. കുറച്ച് ചാവക്കാട് കടപ്പുറത്തും. പാർടി ഒരുതരത്തിലും ഇടപെട്ടില്ല. 'വിചാരണ' കേരളത്തിലെ തെരഞ്ഞെടുപ്പുപ്രചാരണ രംഗത്തൊരു പുതുകാൽവെപ്പായിരുന്നു. അതുവരെ രാഷ്ട്രീയ പാർടികൾ പരീക്ഷിക്കാത്ത ഒരു പ്രചാരണമാർഗം. ഗുരുവായൂർ മണ്ഡലത്തിലും പല സ്ഥലത്തും ചിത്രം പ്രദർശിപ്പിച്ചു.

മുസ്ലിം ലീഗിൽനിന്നു വന്ന മുഹമ്മദ് ഹാജി എന്നൊരാൾ ഉണ്ട്. അദ്ദേഹത്തിന് ഒരു വലിയ ഹൈസ്കൂളുണ്ട്. ഒരു ദിവസം അദ്ദേഹം എന്റെ വീട്ടിൽ വന്ന് ചോദിച്ചു,"വെളിയങ്കോട്ടെ മിണ്ടാത്ത തങ്ങൾക്ക് പി ടിയുമായി ബന്ധമുണ്ടോ?" ഞാൻ പറഞ്ഞു, "ഉണ്ട്." അദ്ദേഹം ചോദിച്ചു, "എന്ത് ബന്ധമാണ്?" എന്റെ ഭാര്യയുടെ ചേച്ചിയെ കല്യാണം കഴിച്ചത് ഇടക്കഴിയൂർ തങ്ങളാണ്. ഭാര്യയുടെ ചേച്ചിയുടെ മകൻ കല്യാണം കഴിച്ചത് ഇപ്പറഞ്ഞ തങ്ങളുടെ മകളെയാണ്. മുസ്ലിം സമുദായത്തിലെ

» പിണറായിയുടെ ഹസ്തദാനം

ബ്രാഹ്മണർ എന്ന് പറയാവുന്ന ഹാഷിമൈറ്റുകളാണ് ഇവർ. പ്രത്യേകിച്ചും മലബാർ ഭാഗത്ത് ഇവർ കൊണ്ടുവന്ന ഒരു രീതിയുണ്ട്. ആ വിഭാഗത്തിലുണ്ടാകുന്ന പെൺകുട്ടികളെ കല്യാണം കഴിച്ചു കൊടുക്കേണ്ടത് ഈ ഹാഷ്മികൾക്കാണ്. നമ്മളെ പോലുള്ളവർക്ക് വിവാഹം ചെയ്തു കൊടുക്കാൻ പാടില്ല. അങ്ങനെയുള്ള ഒരു പെൺകുട്ടിയെയാണ് എന്റെ ഭാര്യയുടെ ചേച്ചിയുടെ മകൻ അഷ്കർ തങ്ങൾ വെളിയങ്കോട്ടു നിന്ന് കല്യാണം കഴിച്ചത്. എന്റെ ഭാര്യയുടെ ചേച്ചി വിവാഹം മൂലം തങ്ങൾ പദവി ലഭിച്ചയാളാണ്. അവരുടെ മക്കളും മക്കളുടെ മക്കളും സ്വാഭാവികമായി തങ്ങൾ പദവിയുള്ളവരായി.

അവിടത്തെ മത്സ്യത്തൊഴിലാളികളുടെ ഏറ്റവും ബഹുമാന്യനായ മതപണ്ഡിതനാണ് വെളിയങ്കോട് തങ്ങൾ. കടൽ സമ്പന്നമാകാനും മത്സ്യം ധാരാളം കിട്ടാനും ഇദ്ദേഹത്തെക്കൊണ്ട് പ്രാർത്ഥന നടത്തിക്കും. എന്റെ മണ്ഡലത്തിന്റെ ഭാഗമായ തീരദേശത്ത് നല്ല സ്വാധീനമുള്ള ആളാണ് തങ്ങൾ. അതുകൊണ്ട് മുഹമ്മദ് ഹാജി പറഞ്ഞു, “നമുക്കൊന്ന് പോകാം.” ഹാജി എന്താണ് ഉദ്ദേശിച്ചതെന്ന് അപ്പോൾ

മനസ്സിലായില്ല. ഒരു ക്യാമറാമാനെയും കൂട്ടിയാണ് അദ്ദേഹം വന്നത്. ഞാൻ ഹാജിയുമായി തങ്ങളുടെ വീട്ടിലേക്കുപോയി. തങ്ങളും കുടുംബവും നല്ല സ്നേഹത്തോടെ സ്വീകരിച്ചു. വിഷയം അദ്ദേഹത്തിന്റെ മകളും അഷ്കറിന്റെ ഭാര്യയുമായ സീനത്ത് ബീവി എഴുതി അവതരിപ്പിച്ചു. തങ്ങൾ സന്തോഷത്തോടുകൂടി എന്റെ കൈപിടിച്ചു. ക്യാമറാമാൻ ഞാനും അദ്ദേഹവും കൈപിടിച്ച് നിൽക്കുന്ന ഫോട്ടോ എടുത്തു. അതുവെച്ച് നോട്ടീസടിച്ച് കടപ്പുറം മുഴുവൻ വിതരണം ചെയ്തു. ഫോട്ടോയുടെ അടിക്കുറിപ്പായി 'എന്റെ ബന്ധുവായ പി ടി കുഞ്ഞിമുഹമ്മദിനെ വിജയിപ്പിക്കണം' എന്ന് അച്ചടിച്ചിരുന്നു. ഇതറിഞ്ഞ് എതിർസ്ഥാനാർഥി ആർ പി മൊയ്തുട്ടി ക്യാമറാമാനുമായി തങ്ങളുടെ അടുത്തുപോയി. അദ്ദേഹം ക്ഷുഭിതനായി "ചെയ്യില്ല"എന്ന് പറഞ്ഞു. ഇത് ആ തെരഞ്ഞെടുപ്പിൽ എനിക്ക് വളരെ ഗുണംചെയ്തു. നമ്മൾ വിചാരിക്കുന്നതു പോലെയല്ല തെരഞ്ഞെടുപ്പ്.

1996-ലെ ഗുരുവായൂർ തെരഞ്ഞെടുപ്പിലെ എന്റെ വിജയത്തിനു ശേഷം 'വിചാരണ' ഒരു കേസിനു കാരണമായി. എന്റെ എതിർസ്ഥാനാർഥി ആർ പി മൊയ്തുട്ടിയായിരുന്നു കോടതിയെ സമീപിച്ചത്. ഈ സിനിമയിലൂടെ പിന്നോക്ക വിഭാഗമായ മുസ്ലിം സമുദായത്തെ തെറ്റിദ്ധരിപ്പിച്ച് ഞാൻ തെരഞ്ഞെടുപ്പ് വിജയം നേടിയെന്നായിരുന്നു അദ്ദേഹത്തിന്റെ പ്രധാന ആരോപണം. വിദ്യാഭ്യാസമില്ലാത്ത കടലോര ജനവിഭാഗത്തിനിടയിൽ അത് വർഗീയമായ ചേരിതിരിവുണ്ടാക്കിയെന്നും അദ്ദേഹം ആരോപിച്ചു. സണ്ണി ജോസഫ്, മാമുക്കോയ, വി കെ ശ്രീരാമൻ, സീനത്ത് ഇവരെയൊക്കെ കോടതി വിസ്തരിച്ചു. ഹൈക്കോടതിയിൽ ജസ്റ്റിസ് ബാലസുബ്രഹ്മണ്യൻ ആയിരുന്നു ജഡ്ജി. അഡ്വക്കറ്റ് ജനാർദ്ദനക്കുറുപ്പ് ആയിരുന്നു എന്റെ വക്കീൽ. ആർ പി മൊയ്തുട്ടിയുടെ ഭാഗത്ത് അഡ്വക്കറ്റ് വി കെ ബീരാൻ. കേസിൽ ഞാൻ ജയിച്ചു. എന്റെ കയ്യിൽ നിന്ന് ഒരു പൈസ പോലും ജനാർദ്ദനക്കുറുപ്പ് വാങ്ങിയില്ല. കാസറ്റ് കണ്ടിട്ട് അദ്ദേഹം പറഞ്ഞു, "ഇത് നിങ്ങൾ ഉണ്ടാക്കിയതാണെന്നുവെച്ചാലും ഒരു തെറ്റുമില്ല. കേസിൽ തോൽക്കുകയുമില്ല. ഇത് നിങ്ങളല്ല ഉണ്ടാക്കിയതെന്ന് നിങ്ങൾ പറഞ്ഞതുകൊണ്ടാണ് ഞാൻ കേസ് വാദിക്കാൻ തയ്യാറായത്. എനിക്ക് ഒരു പൈസയും വേണ്ട." അപൂർവ്വമായേ അത്തരത്തിലുള്ള ആളുകൾ നമ്മുടെ പൊതുജീവിതത്തിലുള്ളൂ. ഒരുപാട് കഴിവുകളുള്ള, കേരളമാകെ അറിയുന്ന പൊതുപ്രവർത്തകനും വിപ്ലവകാരിയും ആയിരുന്നു ജനാർദ്ദനക്കുറുപ്പ്.

ഈ കാലത്ത് ഒരു ദിവസം പിണറായി എന്റെ വീട്ടിൽവന്നു. അവിടെ താമസിച്ചു. പല കാര്യങ്ങളെക്കുറിച്ചും സംസാരിച്ചു. ആ രാത്രിയാണ് അടിയന്തരാവസ്ഥക്കാലത്ത് തനിക്കു നേരിടേണ്ടി

വന്ന പീഡനത്തെക്കുറിച്ചും മറ്റും ദീർഘനേരം സംസാരിച്ചത്. ഞാനും ഷെരീഫും പൂമുള്ളി നീലകണ്ഠൻ നമ്പൂതിരിപ്പാടിനെപ്പറ്റിയും പെരിങ്ങോട് അദ്ദേഹത്തിന്റെ വീടിനോടനുബന്ധിച്ചുള്ള കളരിയെപ്പറ്റിയുമൊക്കെ സംസാരിച്ചപ്പോൾ നമുക്കൊന്നവിടെ പോയാലോ എന്ന് അദ്ദേഹം ചോദിച്ചു. പൂമുള്ളിക്ക് വൈദ്യം, ജ്യോതിഷം, തർക്കം, വേദാന്തം, രാഷ്ട്രീയം ഒക്കെയുണ്ട്. അതുപോലെ റാഡിക്കൽ ഹ്യൂമനിസവും. മാടമ്പ് വഴിയും ജോർജ് മാഷ് വഴിയും ഞാനവിടെ പോകാറുള്ളതാണ്. പിണറായിക്ക് കളരിയിലൊക്കെ താല്പര്യമുണ്ട്. അദ്ദേഹത്തെയും കൂട്ടി ചെന്നപ്പോൾ പൂമുള്ളി അവിടെ ഉണ്ടായിരുന്നില്ല. പിന്നെ പൂമുള്ളിയുടെ ശിഷ്യനും കളരി ആചാര്യനും പ്രശസ്ത ഉഴിച്ചിലുകാരനുമായ പെരിങ്ങോട് ഉണ്ണികൃഷ്ണനെ കാണാൻ പോയി. അവിടെ എങ്ങനെയാണ് കളരിപ്പയറ്റ് പഠിപ്പിക്കുന്നത് എന്ന് പിണറായി ചോദിച്ചറിഞ്ഞു. എവിടെയെങ്കിലും എന്തെങ്കിലും പ്രത്യേകതകൾ ഉണ്ടെങ്കിൽ അതു മനസ്സിലാക്കാനും അത്തരം കഴിവുള്ളവരുമായി ബന്ധപ്പെടാനുമുള്ള അദ്ദേഹത്തിന്റെ അപൂർവമായ ഔത്സുക്യമാണവിടെ പ്രകടമായത്. ഈ ഔത്സുക്യം കൊണ്ടുതന്നെ, നമ്മൾ ഒരിക്കലും പ്രതീക്ഷിക്കാത്ത ഒരുപാട് സൗഹൃദങ്ങൾ കേരളത്തിനകത്തും പുറത്തും പിണറായിക്കുണ്ട്.

ബ്യൂറോക്രസിയോട് മുഖാമുഖം

ആദ്യമായാണ് 1996-ൽ ഗുരുവായൂരിൽ സ്വന്തം എംഎൽഎയും സംസ്ഥാനത്ത് ഭരണവും ഇടതുപക്ഷത്തിനു ലഭിച്ചത്. ഇടതുപക്ഷത്തിന് സംസ്ഥാനത്ത് ഭരണം ലഭിക്കുമ്പോഴെല്ലാം ഗുരുവായൂരിൽ മുസ്ലിം ലീഗ് എംഎൽഎയായിരിക്കും ഉണ്ടാവുക. 1994ൽ ഞാൻ എംഎൽഎയായപ്പോൾ യുഡിഎഫ് ആയിരുന്നു സംസ്ഥാനഭരണത്തിൽ. ഭരണത്തിൽ പൊലീസ് ഒരു പ്രധാന ഘടകംതന്നെയാണ്. പലപ്പോഴും ഭരണത്തിന്റെ പ്രധാന ഘടകംതന്നെ.

“നമുക്ക് ഡിവൈഎസ്പിയെ ഒന്ന് ചാവക്കാട് റസ്റ്റ് ഹൗസിലേക്കു വിളിക്കണം.” ബേബി ജോൺ മാഷ് പറഞ്ഞു. ഞാൻ ഫോൺ ചെയ്ത് ഡിവൈഎസ്പിയെ കാണാൻ ആഗ്രഹമുണ്ടെന്നറിയിച്ചു. അദ്ദേഹം റസ്റ്റ്ഹൗസിലെത്തി. ഞങ്ങളും. “അങ്ങയെ കാണണമെന്നു പറഞ്ഞത് ഒരു കാര്യം പറയാനാണ്. ഇപ്പോൾ ഇടതുപക്ഷമാണ് ഭരിക്കുന്നത്. പൊലീസ് വകുപ്പ് ഇടതുപക്ഷത്തിന്റെ കൈയിലുമാണ്. അതുകൊണ്ട് പൊലീസ് സ്റ്റേഷനിൽ ഞങ്ങളുടെ പാർടിക്കു കിട്ടുന്ന എല്ലാ ജനാധിപത്യാവകാശങ്ങളും മറ്റു പാർടികൾക്കുകൂടി ലഭ്യമാക്കണം. എല്ലാ രാഷ്ട്രീയ പാർടികൾക്കും പൊതുജനങ്ങൾക്കുവേണ്ടി സ്റ്റേഷനിൽ വരാൻ തുല്യാവകാശം ഉണ്ടായിരിക്കണം.” ഡിവൈഎസ്പി ഒരിക്കലും പ്രതീക്ഷിച്ചതായിരുന്നില്ല മാഷുടെ വർത്തമാനം. അദ്ദേഹം വളരെ സന്തോഷത്തോടു കൂടി യാത്രപറഞ്ഞ് പിരിഞ്ഞു.

പൊലീസുമായുള്ള കാര്യങ്ങളിൽ സിപിഐഎം സ്വയം ചില പുതിയ കാര്യങ്ങൾ നടപ്പിലാക്കാൻ തീരുമാനിച്ചു. അതുവരെ പൊലീസ് സ്റ്റേഷനുമായി ബന്ധം വെച്ചിരുന്നത് ഏരിയാ കമ്മിറ്റികളായിരുന്നു. അതു മാറ്റി പ്രാദേശിക കമ്മിറ്റികൾ പൊലീസ് സ്റ്റേഷനുകളുമായി നേരിട്ട് ബന്ധപ്പെടുന്നതാണ് ഉചിതമെന്ന് തീരുമാനിച്ചു. പ്രാദേശിക നേതാക്കൾ നേരിട്ട് ഹാജരാകുമ്പോൾ കുറെക്കൂടി നീതിപൂർവമായി അവർക്ക് ജനകീയ പ്രശ്നങ്ങളിൽ ഇടപെടാൻ പറ്റുമെന്ന ഒരു ഗുണവുമുണ്ട്. ഞങ്ങളുടെ ഏരിയാ കമ്മിറ്റിയിൽനിന്ന് പൊലീസ് സ്റ്റേഷനിൽ പോയിരുന്നത് കെ ടി ഭരതൻ എന്ന മുതിർന്ന നേതാവായിരുന്നു. മഹാ പാവമായിരുന്നു ഭരതേട്ടൻ. ഞങ്ങൾ അദ്ദേഹത്തെ സ്റ്റാലിനെന്നാണു വിളിച്ചിരുന്നത്. ഒന്നും ഒളിച്ചുവെക്കാനില്ലാത്ത ഭരതേട്ടനെ പൊലീസുകാർക്കും ഇഷ്ടമാണ്.

ചാവക്കാട് കളിസ്ഥല പ്രശ്നം വീണ്ടും ഞാൻ പൊടിതട്ടിയെടുത്തു. രാജീവ് സദാനന്ദൻ കലക്ടറായിരുന്നപ്പോഴാണല്ലോ ഗ്രൗണ്ടിന് സ്ഥലം വെച്ചുമാറാനുള്ള അപേക്ഷ ഞാൻ സമർപ്പിച്ചത്. റവന്യൂ മന്ത്രി കെ ഇ ഇസ്മയിലിനെ കണ്ട് ഞാൻ പറഞ്ഞു, ഇങ്ങനെ ഒരു ഫയൽ വരുന്നുണ്ട്; അതൊന്ന് വിളിപ്പിക്കണം. ഓ, അതിനു വലിയ പ്രശ്നമൊന്നുമില്ല എന്നായിരുന്നു പ്രതികരണം. എല്ലാ പാർടികളും, കോൺഗ്രസും മുസ്ലിംലീഗും സിപിഐഎമ്മും സിപിഐയും എല്ലാം, ഒരു വ്യത്യാസവുമില്ലാതെ ഉന്നയിച്ച പൊതു ആവശ്യമായിരുന്നു കളിസ്ഥലത്തിന്റേത്. മന്ത്രി അത് വിളിപ്പിച്ചു. ഒടുവിൽ ഒപ്പിട്ടത് പ്രതികൂലമായിട്ടും. ഈ സ്ഥലം കൈമാറാൻ പറ്റില്ല എന്നാണ് ഉദ്യോഗസ്ഥന്മാർ മുഴുവൻ എഴുതിവെച്ചത്. അദ്ദേഹവും അതുതന്നെ എഴുതി ഒപ്പിട്ടു. എനിക്ക് ഒരു പി എ യെ അനുവദിച്ചിരുന്നു. ഫിനാൻസ് ഡിപ്പാർട്മെന്റിൽനിന്നാണ് നിയമം പഠിച്ചിട്ടുള്ള മിടുക്കനായ എം രാധാകൃഷ്ണനെ ഞാൻ എടുത്തത്. അദ്ദേഹത്തെ പിന്നീട് കേരള പ്രവാസി ക്ഷേമ ബോർഡിൽ സിഇഒ ആയി ഞാൻ ഒപ്പം കൂട്ടി. രാധാകൃഷ്ണൻ എന്നോട് പറഞ്ഞു, “ഈ ഫയൽ മടങ്ങിയിട്ടുണ്ട്. ഒന്ന് ചെന്ന് കെ ഇ യെ കാണണം.” കെ ഇ യെ ചെന്നുകണ്ട് ഞാൻ ചോദിച്ചു, “കെ ഇ, ഞാൻ പറയുന്നത് കേൾക്കാനാണോ ഉദ്യോഗസ്ഥന്മാർ പറയുന്നത് കേൾക്കാനാണോ നിങ്ങൾ മന്ത്രിയായത്?” കുറച്ച് ക്ഷുഭിതനായാണ് ഞാൻ സംസാരിച്ചത്. അദ്ദേഹം ഉടനെ എന്നോട് ഇരിക്കാൻ പറഞ്ഞു. “ചൂടാവല്ലേ. എന്താണ് വേണ്ടത് ? ഞാൻ ഫയൽ വീണ്ടും വിളിക്കപ്പിക്കണോ?” ഞാൻ പറഞ്ഞു, “വിളിപ്പിക്കണം. യാതൊരു സംശയവുമില്ല. അത് നാടിന്റെ ആവശ്യമല്ലേ?” അങ്ങനെ വീണ്ടും ഫയൽ വിളിപ്പിക്കാമെന്ന് മന്ത്രി ഏറ്റു.

കുറച്ചുദിവസം കഴിഞ്ഞ് സെക്രട്ടറിയേറ്റ് ഭാഗത്തുകൂടി നടന്നു പോകുമ്പോൾ കെ ഇ കാറിൽ വരുന്നുണ്ട്. കാറിൽ കയറ്റിയിരുത്തി

» ബീഡിത്തൊഴിലാളി യൂനിയൻ സമ്മേളനത്തിൽ

എന്നെ ഓഫീസിൽ കൊണ്ടുപോയി. "ഞാൻ ഇതിൽ എന്താണ് എഴു തേണ്ടത്" എന്ന് ചോദിച്ചു. കളിയാക്കിയിട്ടാണ്. "രണ്ടും തുല്യമായ ഭൂമി യായതിനാൽ കൈമാറാവുന്നതാണ് എന്ന് എഴുതിയാൽമതി" എന്ന് ഞാൻ പറഞ്ഞു. "ഓ, അങ്ങനെ എഴുതിക്കൊള്ളാം!" കെ ഇ പറഞ്ഞു. അദ്ദേഹം അങ്ങനെ എഴുതി. അത് സെക്രട്ടറിയറ്റുകാർക്ക് സഹിച്ചില്ല. ഭയങ്കര ബ്യൂറോക്രസി. അവർ അത് ലോ ഡിപ്പാർട്ട്മെന്റിലേക്കയച്ചു. അവിടേക്കയച്ചത് തിരിച്ചുവരാതിരിക്കാനാണ്. ലോ ഡിപ്പാർട്ട്മെന്റിലേ ക്കു പോയാൽ പല ഫയലുകളും തിരിച്ചുവരില്ല. അന്നത്തെ ലോ സെക്ര ട്ടറി ഖാലിദ് എനിക്കറിയുന്ന ആളായിരുന്നു. ഞാൻ ചെന്ന് അദ്ദേഹത്തെ കണ്ടുപറഞ്ഞു, ഇങ്ങനെ ഒരു ഫയൽ വരുന്നുണ്ട്. നാട്ടുകാരുടെ വലിയ ആവശ്യമടങ്ങിയ ഫയലാണ്. ഇത് ഇങ്ങോട്ടയച്ചത് കബർസ്ഥാനിലേ ക്കെന്നപോലെയാണ് എന്ന് എനിക്കറിയാം. പക്ഷേ ദയവുചെയ്ത് അത് ഒപ്പിട്ടു തരണം. അദ്ദേഹം ഒപ്പിട്ടുതന്നു. അത് ഓർഡറായി. ഓർഡറിന്റെ ഒരു കോപ്പി എനിക്കു കിട്ടി. അന്ന് ബേബി ജോൺ ഏരിയാ സെക്ര ട്ടറി സ്ഥാനത്തുനിന്ന് മാറിയിട്ടില്ല. അത് അദ്ദേഹത്തിന്റെ കൈയിൽ കൊടുത്തിട്ട് ഞാൻ പറഞ്ഞു, "മാഷേ ഇനി ഈവക പുലിവാൽ എന്നെ ഏൽപ്പിക്കരുത്. അത്രയും കഷ്ടപ്പെട്ടാണ് ഞാൻ ഇതു വാങ്ങിച്ചത്. ഇത് ഇനി പോയി അളന്ന് വാങ്ങിച്ചുകൊള്ളുക." മാഷ് അവിടത്തെ മുനിസിപ്പൽ ചെയർപേഴ്സൺ നസീം അബുവിനെയും കൗൺസിലർമാ രായ എൻ കെ അക്ബർ, എൻ വി സോമൻ എന്നിവരെയും വിളിച്ച് ഓർഡറേല്പിച്ച് സ്ഥലം അടിയന്തരമായി അളന്നുവാങ്ങിക്കൊള്ളാൻ പറഞ്ഞു.

പിന്നെ ഞാനത് മറന്നുപോയിരുന്നു. ഒരു മാസം കഴിഞ്ഞ് കലക്ട റേറ്റിലൂടെ ഞാൻ നടന്നുപോകുമ്പോൾ കലക്ടറേറ്റിനുമുന്നിൽ നസീം അബുവും അക്ബറും സോമനും നിൽക്കുന്നതു കണ്ടു. സിപിഐഎ മ്മിന്റെ മുതിർന്ന നേതാക്കൾ ഇങ്ങനെ നിൽക്കുന്നതു കണ്ടപ്പോൾ

എനിക്കെന്തോ പന്തികേട് തോന്നി. “എന്താണ് ഇവിടെ നിൽക്കുന്നത്?” ഞാൻ ചോദിച്ചു.

“ഇതുവരെ ഞങ്ങൾക്കത് അളന്നുകിട്ടിയില്ല.” എനിക്ക് അരിശംവന്നിട്ട് കണ്ണുകാണാൻ വയ്യാതായി. സത്യത്തിൽ എത്ര കഷ്ടപ്പെട്ടിട്ടാണ്, എത്ര മാസങ്ങളോളം നടന്നിട്ടാണ് ആ ഫയൽ രക്ഷപ്പെടുത്തി ഓർഡറാക്കിയെടുത്തത്. ഞാൻ നേരെ ഓഫീസിലേക്ക് ചെന്നു.

ഞാൻ വളരെ ക്ഷുഭിതനായിരുന്നു. “ആരാണാവോ ഇവിടുത്തെ തമ്പുരാൻ?”

ആ വരവ് കണ്ടപ്പോൾത്തന്നെ എന്നെ അറിയുന്നൊരാൾ ഓഫീസ് മേധാവിയോട് പോയി വിവരം പറഞ്ഞു. ദേഷ്യം പിടിച്ചാൽ എനിക്ക് ഇംഗ്ലീഷ് വരും. ഇംഗ്ലീഷിലാണ് സംസാരിച്ചത്.

അപ്പോൾ ഉദ്യോഗസ്ഥൻ മെല്ലെ പറഞ്ഞു, “ഞാൻ ഗസറ്റഡ് ഉദ്യോഗസ്ഥന്മാരുടെ സംഘടനയുടെ നേതാവാണ്. നിങ്ങൾ സംസാരിക്കുന്നത് മറ്റുള്ളവരൊക്കെ കേൾക്കുന്നുണ്ട്. ശ്രദ്ധിക്കണം.”

ഞാൻ പറഞ്ഞു, “സമ്മതിച്ചു. പക്ഷേ ഇത് ഇപ്പോൾത്തന്നെ ശരിയാക്കിക്കൊടുക്കണം അതിനാണ് ഞാൻ വന്നത്. “

നേരെ കലക്ടർ ടിക്കാറാം മീണയുടെ അടുത്തുചെന്ന് ഞാൻ ചോദിച്ചു, “മന്ത്രി ഒപ്പിട്ട ഒരു പേപ്പർ ഇവിടെ ഒരു മാസം വെക്കാനുള്ള എന്തവകാശമാണ് നിങ്ങൾക്കുള്ളത്?” എന്നിട്ട് ഞാൻ പറഞ്ഞു, “ഈ ഫയൽ ഇന്ന് കിട്ടിയില്ലെങ്കിൽ ഞാൻ ഇവിടെത്തന്നെ ഇരിക്കും. അതിൽ യാതൊരു സംശയവും വേണ്ട കലക്ടർക്ക്.”

ഉടനെതന്നെ അദ്ദേഹം ഫയൽ വിളിപ്പിച്ച് എനിക്ക് കാണിച്ചുതന്നു. “ഇവർ എഴുതി വെച്ചിട്ടുള്ളത് ഈ സ്ഥലം കൊടുക്കാമെന്നു പറഞ്ഞത് പുനഃപരിശോധിക്കണമെന്നാണ്.” എന്നിട്ട് അദ്ദേഹം എന്നോട് ചോദിച്ചു, “ഞാൻ എന്താണ് എഴുതേണ്ടത് ?” ഞാൻ പറഞ്ഞു, “മിനിസ്റ്ററുടെ ഓർഡർ ഇങ്ങോട്ട് ഒപ്പിട്ടിട്ട് തന്നാൽ മതി, കൈമാറാൻ വേണ്ടി.” അങ്ങനെയാണ് ആ സ്ഥലം കിട്ടിയത്. നാം ബ്യൂറോക്രസിയുമായി പോരടിച്ചാലേ പല കാര്യങ്ങളും നടക്കുകയുള്ളൂ. പലതും നടക്കാൻ നമുക്ക് നിരന്തരം പൊരുതേണ്ടിവരും. ഇത്രയും ജീർണിച്ച ഭരണസംവിധാനം ലോകത്ത് വേറെ എവിടെയെങ്കിലും ഉണ്ടെന്നു തോന്നുന്നില്ല. അത്രക്കു കൊളോണിയലാണത്. പലപ്പോഴും സെക്രട്ടറിയറ്റിനുള്ളിലേക്ക് നടക്കുമ്പോൾ സിനിമയിലെ ഫ്ലാഷ് ബാക്ക് പോലെയാണനുഭവപ്പെടുക. ഇവിടുത്തെ ഭരണസംവിധാനം നമ്മുടെയൊക്കെ എത്രയോ പിന്നിലാണ്. പകുതി നുണയാണ് അവിടെയിരുന്ന് എഴുതുന്നത്. ഒരാവശ്യവുമില്ലാത്ത നുണകൾ.

ഉപ്പുവെള്ളം കനോലി കനാലിലേക്ക് കടക്കാതിരിക്കാൻ ചേറ്റുവാ പുഴയ്ക്കുട്ടുത്തുണ്ടാക്കിയ ഒരു ചീപ്പാണ് ഒരുമനയൂർ ലോക്ക്. അടയ്ക്കുകയും തുറക്കുകയും ചെയ്യാം. വേലിയേറ്റത്തിന് അടയ്ക്കാം. വേലിയിറക്കത്തിൽ തുറന്നിടുകയും ചെയ്യാം. 1935-ൽ ബ്രിട്ടീഷുകാർ ഉണ്ടാക്കിയതാണിത്. പ്രദേശത്തെ കുടിവെള്ളപ്രശ്നത്തിന് പരിഹാരം കാണാൻ ഇത് പുതുക്കിപ്പണിയണം എന്നതായിരുന്നു എന്റെ ഒരപേക്ഷ. ഇതുമായി ഞാൻ അന്നത്തെ ഇറിഗേഷൻ സെക്രട്ടറി(പേരോർമയില്ല)യുടെ അടുത്തുപോയി. ഞാൻ പാന്റ്സ് ആയിരുന്നു ഇട്ടത്. അദ്ദേഹത്തിന് ഞാൻ എംഎൽഎയാണെന്നു മനസ്സിലായില്ല. അതുകൊണ്ട് ഞാൻ പറഞ്ഞു, “I'm P T Kunhimohammed. Guruvayur MLA.” ഇരിക്കാൻ പറഞ്ഞു. ഞാനിരുന്നു.

“കനോലി കനാലിൽ ബ്രിട്ടീഷുകാർ നിർമിച്ച ലോക്ക് വളരെ വേഗത്തിൽ പുനർനിർമിക്കേണ്ടതുണ്ട്; അല്ലെങ്കിൽ റീ കൺസ്ട്രക്റ്റ് ചെയ്യേണ്ടതുണ്ട്. അതിനുള്ള ഒരു നടപടി അങ്ങയുടെ ഭാഗത്തുനിന്നുണ്ടാകണം.” എന്റെ ആവശ്യം കേട്ട അദ്ദേഹം പറഞ്ഞു, “കനോലി കനാൽ ദേശീയ ജലപാത അതോറിറ്റി വീതി കൂട്ടാൻ പോവുകയാണ്; widen ചെയ്യാൻ പോവുകയാണ്. അതിനുശേഷമേ നമുക്ക് ഈ പദ്ധതിയെക്കുറിച്ച് ആലോചിക്കാൻ പറ്റുകയുള്ളൂ, എംഎൽഎ. ഇപ്പോൾ ഇത് ആലോചിക്കുന്ന പ്രശ്നമേ ഇല്ല.”

ഞാൻ പറഞ്ഞു, “ഇറ്റീസ് നോട്ട് യുവർ പ്രോബ്ലം വെതർ കനോലി കനാൽ ഈസ് ഗോയിങ് ടു ബി വൈഡൻഡ് ഓർ നോട്ട്” (കനോലി കനാലിനു വീതി കൂടാൻ പോവുകയാണോ അല്ലയോ എന്നൊന്നും നിങ്ങൾ നോക്കേണ്ട കാര്യമില്ല). മണ്ഡലത്തിലെ എംഎൽഎ ആയ എന്നെ അനുസരിക്കുകയാണ് നിങ്ങൾ ചെയ്യേണ്ട കാര്യം എന്ന് ഞാൻ വളരെ ശക്തമായി പറഞ്ഞു. അദ്ദേഹം അത് തീരെ പ്രതീക്ഷിച്ചില്ല. പെട്ടെന്ന് എന്തോ ഒരു പരിഭ്രമത്തോടെ എന്നോട് “ചെയ്യാം” എന്നു പറഞ്ഞു. ഞാൻ ഇറങ്ങിപ്പോന്നു. പിന്നീട് എനിക്ക് എന്റെ വർത്തമാനം കുറച്ചു കടന്നുപോയി എന്നു തോന്നി. ഞാൻ അന്നത്തെ വൈദ്യുതി മന്ത്രി പിണറായി വിജയന്റെ ഓഫീസിൽ പോയി അദ്ദേഹത്തോട് ഇത് വിസ്തരിച്ചു പറഞ്ഞു. അതുകേട്ട് അദ്ദേഹത്തിന്റെ മറുപടി ഒരു ഒരു പൊട്ടിച്ചിരിയായിരുന്നു. “കൊള്ളാം. നടക്കട്ടെ” എന്നും പറഞ്ഞു.

ഒരു ബജറ്റ് കഴിഞ്ഞു; അതിൽ ഫണ്ട് നീക്കിവച്ചില്ല. രണ്ടാമത്തേതിലും ഇല്ലെന്ന് എന്റെ പ്രൈവറ്റ് സെക്രട്ടറി രാധാകൃഷ്ണൻ സ്വകാര്യമായി വന്നുപറഞ്ഞു. അദ്ദേഹത്തിനപ്പോഴും ധനകാര്യവകുപ്പിലെ ഉദ്യോഗസ്ഥരുമായി നല്ല ബന്ധമുണ്ടായിരുന്നു. ശിവദാസമേനോനാണ് ധനമന്ത്രി. എന്നിട്ടും നമുക്ക് പൈസ കിട്ടിയില്ലല്ലോ എന്നൊരു സങ്കടം.

» കടപ്പുറം ഗ്രാമമേഖലയിലെ കടലാക്രമണ പ്രദേശങ്ങൾ മന്ത്രി ടി എം ജേക്കബിനൊപ്പം സന്ദർശിക്കുന്നു

ഇ എം ശ്രീധരൻ നമ്പൂതിരിപ്പാട് ആയിരുന്നു ശിവദാസമേനോന്റെ പ്രൈവറ്റ് സെക്രട്ടറി. ഇത്തവണയും ഫണ്ടില്ലെന്നറിഞ്ഞപ്പോൾ ആ സന്ധ്യക്കുതന്നെ ഞാൻ മെല്ലെ അദ്ദേഹത്തിന്റെ ഓഫീസിൽ കയറി ച്ചെന്നു. അദ്ദേഹം ബജറ്റിന്റെ പ്രിപ്പറേഷനിലാണ്.

ഞാൻ ചോദിച്ചു, "എന്റെ ലോക്കിന് പൈസ മാറ്റിയിട്ടുണ്ടോ?"

ഒറ്റ ഉത്തരമാണ്, "ഇല്ല."

"അതെന്താ അങ്ങനെ? രണ്ടു കൊല്ലമായില്ലേ ആളെയിട്ട് കളിപ്പി ക്കാൻ തുടങ്ങിയിട്ട്?"

"ഞാനിതു ചെയ്തുകൊണ്ടിരിക്കുകയാണ്. നീ പോകുന്നുണ്ടോ? വെറുതെ എന്നെ ദേഷ്യം പിടിപ്പിക്കരുത്."

ഞാൻ പറഞ്ഞു, "ഞാനിത് കിട്ടിയാലേ ഇവിടെനിന്ന് പോവുകയുള്ളൂ."

"നീ എന്തുതന്നെ കാട്ടിയാലും ശരി, നാളെ അവതരിപ്പിക്കുന്ന ബജറ്റിൽ നിന്റെ പൈസ വെച്ചിട്ടില്ല. ഇതുകഴിഞ്ഞിട്ട് നമുക്ക് ആലോചിക്കാം. നീ കുഴപ്പമുണ്ടാക്കാതെ പോയേ, കുഞ്ഞിമുഹമ്മദ്. വെറുതെ കച്ചറ ഉണ്ടാക്കാൻ വേണ്ടി ഓരോ സമയത്ത് കയറി വന്നിരി ക്കുന്നു" എന്നൊക്കെ ശ്രീധരൻ എന്നോട് പറഞ്ഞു.

ഞാൻ കുറച്ചുനേരം മിണ്ടാതെയിരുന്ന് എണീറ്റ് പോന്നു. എന്റെ മുപ്പത്തിമൂന്നാം നമ്പർ റൂമിൽ വന്നു. എനിക്ക് ഒരു സമാധാനവുമില്ല. നാട്ടു കാരോട് പറഞ്ഞ ഒരു വാക്ക് നമുക്ക് നിറവേറ്റാൻ പറ്റാതിരിക്കുക. മറ്റേ ഗവൺമെന്റാണെങ്കിൽ നമുക്ക് പറയാം, ഉത്തരവാദി അവരാണെന്ന്. ഇത് നമ്മളാണിപ്പോൾ ഭരിക്കുന്നത്.

ഉടനെ ഒരു ലെറ്റർ ഹെഡ് എടുത്ത് കൊടുത്തിട്ട് പാർടി സെക്രട്ടറി ചടയൻ ഗോവിന്ദന് കത്തെഴുതാൻ രാധാകൃഷ്ണനോട് പറഞ്ഞു. ചടയന്റെ മകനും എന്റെ സുഹൃത്തുമായ സുരേന്ദ്രനും അപ്പോൾ ഒപ്പമുണ്ടായിരുന്നു. ഞാൻ പറഞ്ഞുകൊടുത്തത് പോലെ രാധാകൃഷ്ണൻ എഴുതി. കത്തിൽ പറഞ്ഞു, “തെരഞ്ഞെടുപ്പുകാലത്ത് ജനങ്ങൾക്കു നൽകിയ വാഗ്ദാനമാണ് ഒരുമനയൂർ ലോക്ക്. അതു നടപ്പാക്കാൻ കഴിയാത്തതിൽ വലിയ കുണ്ഠിതമുണ്ട്. ഇത്തരത്തിലാണ് നിലപാടെങ്കിൽ എന്നെ സിനിമ പിടിക്കാൻ വിടണം.” ഇത്രമാത്രമാണെഴുതിയത്. സുരേന്ദ്രന് ഈ കത്ത് തീരെ ഇഷ്ടപ്പെട്ടില്ല. ഇതു കൊടുക്കേണ്ട എന്ന് അവൻ പറഞ്ഞു. കൊടുക്കുമെന്ന് ഞാനും. അങ്ങനെ ഞാൻ എ കെ ജി സെന്ററിലേക്കു പോയി. സുരേന്ദ്രനും രാധാകൃഷ്ണനും ഒപ്പമുണ്ടായിരുന്നു. എ കെ ജി സെന്ററിൽ എത്തിയപ്പോൾ സുരേന്ദ്രൻ പറഞ്ഞു: “എന്നാൽ കോടിയേരിക്ക് കൊടുക്കൂ, എന്നിട്ട് അഛനു കൊടുത്താൽ മതി.” അതിൽ വിരോധമില്ലെന്ന് പറഞ്ഞ് ഞാൻ കോടിയേരിക്ക് കൊണ്ടുപോയി കാണിച്ചു. കോടിയേരി വായിച്ചു. ചിരിച്ചു. “കൊണ്ടുപോയിക്കൊടുക്ക്” എന്നു പറഞ്ഞു.

നമ്മൾ റിബലായ നിലപാട് എടുക്കുമ്പോൾ പാർടി എത്ര പ്രാവശ്യമാണ് നമ്മളെ പിന്താങ്ങുന്നത്. അവർ മനസ്സിലാക്കുന്നത് യാതൊരു തരത്തിലുമുള്ള വ്യക്തിപരമായ ലാഭവും ഇല്ലാത്ത പൊതുതാൽപര്യമാണ് ഇതെന്നാണ്. അതിന് ഇത്തരത്തിലുള്ള നിലപാടുകൾ സ്വീകരിക്കുകയേ വഴിയുള്ളൂ എന്ന് കോടിയേരിയെപ്പോലുള്ള ആളുകൾക്ക് അറിയാം. അങ്ങനെ ഞാൻ കൊണ്ടുപോയിക്കൊടുത്തു. കത്തുവായിച്ച് ചടയൻ പറഞ്ഞു, “എന്തു പണിയാണ് ഈ കാണിക്കുന്നത്? എണീറ്റേ! കുട്ടികളെപ്പോലെ...” ചടയന് എന്നെ വളരെ ഇഷ്ടമാണ്. സുരേന്ദ്രനുമായുള്ള അടുപ്പവും അറിയാം. “ഞാൻ നോക്കിക്കൊള്ളാം. പോയിക്കിടന്ന് ഉറങ്ങ്.” അങ്ങനെ അവിടെനിന്ന് പോന്നു. രാത്രി ഒരു മണിക്ക് ശിവദാസമേനോൻ വിളിച്ചു, “അല്ലടാ നീ എന്തിനാണ് ആവശ്യമില്ലാത്ത കുഴപ്പത്തിനൊക്കെ പോകുന്നത്? നിന്നോട് ആരാണ് തരില്ലെന്നു പറഞ്ഞത്? തരില്ലെന്ന് ഞാൻ പറഞ്ഞോ? നാളത്തേതിൽ ഇല്ലെന്നല്ലേ ഉള്ളൂ. അടുത്തയാഴ്ച സപ്ലിമെന്ററിയിൽ വെച്ച് ഞാൻ നിനക്ക് തരും. ഒരു സംശയവും വേണ്ട; നീ ഓരോ പ്രശ്നമുണ്ടാക്കാൻ വേണ്ടി നടക്കണ്ട.” ഞാൻ ചിരിച്ചുകൊണ്ട് ‘താങ്ക്യൂ’എന്നു പറഞ്ഞു.

ആ ലോക്ക് ശിവദാസമേനോൻ പുതുക്കിപ്പണിയിച്ചു. അദ്ദേഹംതന്നെ അതിന്റെ ഉദ്ഘാടനവും നിർവഹിച്ചു. ഈ കഥകളൊക്കെ അദ്ദേഹം ഉദ്ഘാടനയോഗത്തിൽ വിവരിക്കുകയും ചെയ്തു.

പുരസ്കാരങ്ങളും തിരസ്കാരങ്ങളും

വളരെ അവിചാരിതമായാണ് 'ഗർഷോം' എന്നിലേക്കു വരുന്നത്. ആദ്യം വന്നത് മഹാത്മാഗാന്ധിയാണ്. ഒരുദിവസം എനിക്ക് മഹാത്മാഗാന്ധി ഒരു പ്രത്യേക അവസ്ഥയിൽ ചകിരിക്കുഴിയിൽ നിൽക്കുന്നതായി തോന്നി. എന്റെ നാസറുദ്ദീൻ ഗാന്ധിയുമായി സംസാരിച്ചു നിൽക്കുന്നു. അബുദാബിയിൽ ഞാൻ ജോലി ചെയ്ത ഓറിയന്റൽ കോൺട്രാക്ടിംഗ് കമ്പനിയിലെ തൊഴിലാളി നാസിറുദ്ദീന്റെ കഥ ഞാൻ മുമ്പുപറഞ്ഞുവല്ലൊ. ഈ സിനിമയുടെ ആവിർഭാവം അങ്ങനെയാണ്. ശക്തമായൊരു വെളിപാടുപോലെ 'ഗർഷോം' എന്നിലേക്കു കടന്നുവന്നു. ഞാനതു തിരക്കഥയാക്കാൻ തീരുമാനിച്ചു. നാസറുദ്ദീനെ വർത്തമാനകാലഘട്ടത്തിലെ അഭ്യസ്തവിദ്യനും ബുദ്ധിജീവിയുമായി ഞാൻ രൂപാന്തരപ്പെടുത്തി. വളരെ തിരക്കുള്ള കാലം. എന്നിട്ടും സിനിമ ചെയ്യണമെന്ന അമിത ആഗ്രഹം തികട്ടിത്തികട്ടി വന്നു.

ഞാനും ജോർജ് മാഷും കൂടി കെ എ മോഹൻദാസിനെ കാണാൻ പോയി. തിരക്കഥയിൽ സഹകരിക്കണമെന്ന് പറഞ്ഞു. അത്ര അനുകൂലമായ നിലപാടായിരുന്നില്ല മോഹൻദാസിന്. എങ്കിലും വരാമെന്ന് പറഞ്ഞു. തനിക്ക് ഏറെ പങ്കാളിത്തമുണ്ടായിരുന്ന തിരക്കഥ ഉപേക്ഷിച്ചതിൽ മോഹൻദാസിന് വിഷമമുണ്ടെന്ന് ടി സി കോയ എന്നോട് പറഞ്ഞു. മോഹൻദാസും ഞാനും കൂടി ഒരു അധ്യാപകനെ കേന്ദ്രകഥാപാത്രമാക്കി സ്ക്രിപ്റ്റ് എഴുതിവെച്ചിരുന്നു. അത് പ്രൊഡക്ഷന് ബുദ്ധിമുട്ടുള്ള സിനിമയാണെന്നും ഇപ്പോൾ ചെയ്യുക എളുപ്പമല്ലെന്നും ഞാൻ കോയക്ക് ബോധ്യമാക്കിക്കൊടുത്തു. കോയയും മോഹൻദാസും

അടുത്ത സുഹൃത്തുക്കളാണ്. മോഹൻദാസ് വന്നു സഹകരിച്ചെങ്കിലും അധികം ദിവസങ്ങളൊന്നും കൂടെയുണ്ടായില്ല. എങ്കിലും ചില സീനുകൾ എഴുതാൻ സഹായിച്ചു. അദ്ദേഹത്തിന്റെ സങ്കടം ന്യായമായിരുന്നുവെന്ന് പിന്നീടെനിക്കു തോന്നിയിട്ടുണ്ട്. 'ഗർഷോ'മിലോ 'മഗ്‌രിബി'ലോ ഇല്ലാത്ത ഒരാത്മബന്ധം മോഹൻദാസിന് ഹംസ മാഷുടെ കഥയിലുണ്ടായിരുന്നുവെന്നത് സത്യം.

തിരക്കഥയായി. ഞാൻ പലരെയും പലതരത്തിലും സമീപിച്ചു. ഒടുവിൽ 'ജനശക്തി'യുടെ അഡ്വ. ജയപാലമേനോന്റെയടുത്തെത്തി. ജയപാലമേനോൻ ഒരുവിധം തയ്യാറായി. അജിത ('അന്വേഷി') യുടെ ഭർത്താവ് യാക്കൂബ് എന്റെ അടുത്ത സുഹൃത്തായി മാറിക്കഴിഞ്ഞിരുന്നു. എംഎൽഎ ഹോസ്റ്റലിൽ ഇടക്കെല്ലാം വരും. സഹോദരൻ മുഹമ്മദലിയുമായാലോചിച്ച് 'ഗർഷോ'മിനു കുറച്ച് പണമിറക്കാമെന്ന് യാക്കൂബ് പറഞ്ഞു. സൗദിയിലുള്ള മുഹമ്മദലി സമ്പന്നനാണ്. വായനക്കാരനും ബുദ്ധിജീവിയുമാണ്. അദ്ദേഹത്തെക്കൊണ്ട് ജയപാലമേനോനൊപ്പം സഹകരിപ്പിക്കാമെന്ന് യാക്കൂബ് സമ്മതിച്ചു. ബാനർ 'ജനശക്തി' തന്നെ. 'ജനശക്തി' അസ്തമിച്ചു കിടക്കുകയായിരുന്നു. ജയപാലമേനോൻ വീണ്ടും അതിന് ജീവൻ നൽകണമെന്ന് നിർബന്ധംപിടിച്ചു. 'ജനശക്തി' ഒരുകാലത്ത് നല്ല സിനിമയെ നെഞ്ചേറ്റിയ പ്രസ്ഥാനമാണ്. ഞങ്ങൾ അദ്ദേഹത്തെ നിർമാതാവാക്കി. യാക്കൂബ് എക്സിക്യൂട്ടീവ് പ്രൊഡ്യൂസർ. സഖാവ് അജിത ഇടയ്ക്ക് വിളിച്ചു സിനിമയുടെ കാര്യങ്ങൾ അന്വേഷിക്കുമായിരുന്നു.

ഞാൻ മുരളിയെ സമീപിച്ചു. നാസറുദ്ദീന്റെ റോൾ ചെയ്യാമെന്ന് മുരളി സന്തോഷപൂർവം സമ്മതിച്ചു. നായികയും ശക്തിയുള്ള കഥാപാത്രമാണ്. മഞ്ജു വാര്യരെ ആ റോൾ ഏൽപ്പിക്കാൻ തീരുമാനിച്ച് അവരെ വിളിച്ചു. അഡ്വാൻസ് കൊടുത്തു. കുറച്ചുദിവസം കഴിഞ്ഞപ്പോൾ മഞ്ജു വിളിച്ച്പറഞ്ഞു, 'പത്രം' എന്ന തൊട്ടുമുമ്പത്തെ സിനിമയിൽ മുരളി തന്റെ അച്ഛനായിരുന്നു. അതുകൊണ്ട് പെട്ടെന്ന് ഇത്തരമൊരു റോൾ ബുദ്ധിമുട്ടാവും. ഞാൻ പറഞ്ഞു, "സിനിമയിൽ ഇതൊക്കെ സാധാരണമാണ്. എനിക്ക് മുരളിയെ മാറ്റി ആ റോളിൽ മറ്റൊരാളെ ആലോചിക്കാൻ പറ്റില്ല. ഇനി മഞ്ജുവിന്റെ ഇഷ്ടം." മഞ്ജു ഏതാണ്ട് ഒഴിഞ്ഞതുപോലെ സംസാരിച്ചു. അഡ്വാൻസ് തിരിച്ചയച്ചു. അങ്ങനെയാണ് ഉർവശിയെ ആ റോളിൽ കൊണ്ടുവന്നത്. വാണി വിശ്വനാഥ്, മധു, ദേവൻ, സിദ്ദീഖ്, വത്സലാമേനോൻ, ബീന ആന്റണി, കുതിരവട്ടം പപ്പു, നെടുമുടി വേണു, മാമുക്കോയ, സീനത്ത്, ഉണ്ണികൃഷ്ണൻ നമ്പൂതിരി, വി കെ ശ്രീരാമൻ, ഇർഷാദ്, സാദിഖ് എന്നിങ്ങനെ അഭിനേതാക്കളുടെ ഒരു വമ്പൻ നിരതന്നെയുമുണ്ടായിരുന്നു 'ഗർഷോ'മിൽ.

» ടി വി ചന്ദ്രൻ, വത്സലാ മേനോൻ എന്നിവരോടൊപ്പം

ചിത്രത്തിൽ രണ്ട് പാട്ടുണ്ട്. അതാരെഴുതണമെന്ന ചർച്ച വന്നു. മോഹൻദാസും ശ്രീരാമനുമാണ് റഫീഖ് അഹമ്മദിന്റെ പേരുപറഞ്ഞത്. റഫീഖിനെ എനിക്കു പരിചയമില്ലായിരുന്നു. ഒരുദിവസം റഫീഖ് വന്നു. ബുദ്ധിജീവിയും കവിയുമാണ്. കുറച്ചൊക്കെ പ്രശസ്തനും. അധികം സംസാരിക്കുന്ന ആളല്ല. ഞാൻ സന്ദർഭം പറഞ്ഞുകൊടുത്തു. പിന്നെ തിരക്കഥ വായിക്കാൻ പറഞ്ഞു. തിരക്കഥ വായിച്ചശേഷം റഫീഖ് പറഞ്ഞു, "ഇതെല്ലാം നമ്മുടെ നാട്ടിലെ ജീവിതം തന്നെയല്ലേ? എന്തുകൊണ്ടാണിത് ആരും കാണാതെ പോയത് ?" സംഗീതത്തിന് മറ്റൊരാളെ ആലോചിച്ചില്ല. രമേശ് നാരായണൻ തന്നെ. ഒരു ദിവസം രമേശ് നാരായണൻ ഗുരുവായൂരിൽ വന്നു. ഗസ്റ്റ് ഹൗസിലിരുന്ന് 'പറയാൻ മറന്ന പരിഭവങ്ങൾ...' എന്ന വരികൾക്ക് സംഗീതം നൽകാനുള്ള ആലോചനയായി. ഞാനും മോഹൻദാസും കോയയും ശ്രീരാമനും ഉണ്ടെന്നാണോർമ. തീർച്ചയായും റഫീഖുമുണ്ടായിരുന്നു. കോയ വലിയ സംഗീതപ്രേമിയാണ്. എവിടെ കച്ചേരിയുണ്ടോ കോയ പോകും. ഹിന്ദുസ്ഥാനി ആയാലും കർണാട്ടിക് ആയാലും. അങ്ങനെ 'പറയാൻ മറന്ന പരിഭവങ്ങൾ'ക്ക് സംഗീതം നിശ്ചയിക്കപ്പെട്ടു. ജോഗ് രാഗത്തിലായിരുന്നു അത്. രമേശ് നാരായണന്റെ ആദ്യ ചലച്ചിത്രഗാനം. റഫീഖ് അഹമ്മദിന്റെ ആദ്യ ചലച്ചിത്രഗാന രചനയും. രമേശ് നാരായണൻ മനോഹരമായി പാടും. രമേശ്തന്നെ പാടിയാൽ മതിയെന്ന് പലരും പറഞ്ഞു. പക്ഷേ രമേശ് സമ്മതിച്ചില്ല. ഹരിഹരനെക്കൊണ്ട് പാടിക്കാൻ തീരുമാനിച്ചു. ഹരിഹരന്റെ മലയാളത്തിലെ റിലീസ് ചെയ്യപ്പെട്ട ആദ്യ ചലച്ചിത്രഗാനവുമായിരുന്നു അത്.

കൈരളിയിലെ പ്രൊഡക്ഷൻ ചീഫായ എ ജെ പീറ്ററും പൊന്നാനിയിലെ ആരിഫുമായിരുന്നു പ്രൊഡക്ഷൻ എക്സിക്യൂട്ടീവുമാർ. അവരുടെ കൂടെ അന്നൊരു പയ്യൻ വന്നിരുന്നു. അവനാണ് ഇന്നത്തെ ഷാജി പട്ടിക്കര. ഷാജിയുടെയും സിനിമാ പ്രവേശികയായിത്തീർന്നു 'ഗർഷോം.'

ബൈബിളിൽനിന്നാണ് ചിത്രത്തിന്റെ പേരു കിട്ടിയത്. ലിറ്റിൽ ഫ്ലവർ കോളേജിലെ പ്രിൻസിപ്പലായിരുന്ന സിസ്റ്റർ ലിറ്റിൽ ഫ്ലവറാണ് എനിക്ക് ബൈബിൾ തന്നത്. അതിൽ 'പുറപ്പാട്' എന്ന അധ്യായത്തിൽ മോസസ് തന്റെ മകന് ഗർഷോം എന്ന് പേരിട്ടതായി പറയുന്നുണ്ട്. ദീർഘകാലം ഈജിപ്റ്റിൽ പ്രവാസജീവിതം നയിച്ച് ഇസ്രായേലിൽ വന്നു താമസമാക്കിയപ്പോഴാണ് അദ്ദേഹത്തിന് ഒരു മകൻ പിറന്നത്. ഈ വാക്കിന്റെ അർഥമന്വേഷിച്ച് ഞാനും ജോർജ് മാഷും ലിറ്റിൽഫ്ലവർ സിസ്റ്ററുടെ അടുത്തുപോയി. സിസ്റ്റർ ബൈബിൾ വാക്കുകളുടെ അർഥം അറിയുന്ന ബിഷപ്പിനോട് ചോദിച്ച് പറഞ്ഞുതന്നു. അന്യൻ, അലഞ്ഞുതിരിയുന്നവൻ, വേരില്ലാത്തവൻ എന്നെല്ലാമാണ് അർഥം എന്ന് അവർ പറഞ്ഞു. എന്റെ സിനിമയ്ക്കുത് ഉചിതമായ പേരായിരുന്നു. ആദ്യം പലരും ഈ പേര് ശരിയായില്ലെന്ന് അഭിപ്രായപ്പെട്ടു. പിന്നെ മലയാളത്തിൽ സർവ്വസാധാരണമായ പേരായി ഗർഷോം മാറി. കോളനികൾക്ക്, മാസികകൾക്ക് അങ്ങനെ പലതിനും ഗർഷോം പേരായി. ഏതാനും മാസം മുമ്പ്, അതായത് 2020-ൽ, ചങ്ങരംകുളത്തു നിന്നൊരു ഫോൺ വന്നു, ഗർഷോമിന്റെ സ്പെല്ലിംഗ് ചോദിച്ച്. എന്തിനാണെന്ന് അന്വേഷിച്ചപ്പോൾ മകന് പേരിടാൻ പോവുകയാണെന്ന് പറഞ്ഞു. ആ പേര് മലയാളിയിൽ എത്രമാത്രം സ്വാധീനമുണ്ടാക്കിയിട്ടുണ്ടെന്ന് ഇത് വ്യക്തമാക്കുന്നു.

കേരള നിയമസഭയിൽ അംഗമായിരിക്കെ ഒരാൾ ചലച്ചിത്ര സംവിധാനം നിർവഹിക്കുന്നത് അതാദ്യമായിരുന്നു. സ്പീക്കർ എം വിജയകുമാർ തന്നെ സ്വിച്ചോൺ കർമത്തിനെത്തി. കോക്കൂർ, കുറ്റനാട് പ്രദേശങ്ങളായിരുന്നു ഷൂട്ടിങ് ലൊക്കേഷൻ. 'മഗ്‌രിബി'ന്റേതിൽനിന്ന് തികച്ചും ഭിന്നമായ ഭൂപ്രകൃതിയിരുന്നു ഇതിന്റേത്. സണ്ണി ജോസഫ് ക്യാമറാമാൻ. വേണുഗോപാൽ എഡിറ്റർ. സിനിമയുടെ ഒരു ഭാഗം ദുബായിലാണ് ചിത്രീകരിച്ചത്. ദുബായിൽ ചിത്രീകരിച്ച ആദ്യമലയാള സിനിമ 'ഗർഷോം' ആണെന്നെനിക്ക് തോന്നുന്നു. ഏതായാലും പ്രവാസികളെക്കുറിച്ച് അവരുടെ നിലപാടിൽനിന്നുകൊണ്ട് ഒരു മലയാള സിനിമ ആദ്യമായിരുന്നു.

ധാരാളം നിയന്ത്രണങ്ങളുള്ള സ്ഥലമായിരുന്നു ദുബായ്. അവിടത്തെ ഒരുപാട് സുഹൃത്തുക്കൾ പടത്തിന്റെ നിർമാണത്തിൽ സഹകരിച്ചു. അതൊരു ആഘോഷമാക്കി. അതിലൊരാളാണ് പ്രത്യേകതരം

മത്സ്യമുട്ടകൾ കൊണ്ടുണ്ടാക്കുന്ന കാവ്യർ (caviar) എന്ന വിശിഷ്ടഭോജ്യ വ്യാപാരത്തിന്റെ ക്വാളിറ്റി കൺട്രോളറായ ഇമ്പിച്ചിക്കോയ തങ്ങൾ. കാസ്പിയൻ കടലിൽ വളരുന്ന പ്രത്യേകതരം മീനിന്റെ മുട്ടയിൽനിന്നാണ് ഈ വിശിഷ്ടമായ ഭക്ഷണം തയ്യാറാക്കുന്നത്. കാവ്യർ ലോകത്തിലെ ഏറ്റവും വിലകൂടിയ ഭക്ഷണമാണത്രേ. 'കാവ്യർ തങ്ങൾ' എന്നറിയപ്പെടുന്ന ഇമ്പിച്ചിക്കോയ തങ്ങൾ എന്റെ ഭാര്യയുടെ താത്തയുടെ ഭർത്താവിന്റെ ജേഷ്ഠന്റെ മകനാണ്. ഇമ്പിച്ചിക്കോയ തങ്ങൾ ഞങ്ങളുടെ ഇഷ്ടതാരമായി. 14 വർഷത്തിനുശേഷം വീണ്ടും ഞാൻ ദുബായിൽ എത്തിയതായിരുന്നു. എനിക്കൊരു സൂപ്പർമാർക്കറ്റ് ഷൂട്ട് ചെയ്യാനുണ്ടായിരുന്നു. സിനിമയിലെ നാസറുദ്ദീൻ ദുബായിലെ സൂപ്പർമാർക്കറ്റിൽ തന്റെ പഴയകാല സഹപാഠിയുടെ സാമാനങ്ങൾ ട്രോളിയിൽ ഉന്തിക്കൊണ്ടുപോയി കാറിൽ കയറ്റുന്ന ദൃശ്യവും മറ്റും കാണിക്കാൻ. എനിക്ക് 'ലുലു' യൂസഫലിയെ അന്ന് പരിചയമുണ്ടായിരുന്നില്ല. ഞാൻ മദീന സാഇദിൽ താമസിക്കുന്ന കാലത്ത് അദ്ദേഹം രണ്ടു വീടപ്പുറം എന്നെപ്പോലെത്തന്നെ എന്റെ സുഹൃത്ത് കല്ലറക്കൽ അബൂബക്കറിനും മറ്റുമൊപ്പം താമസിച്ചിരുന്നുവത്രെ. ഞാൻ കോട്ടക്കൽക്കാരനായ സുഹൃത്ത് അച്ചുവിനെ പിടിച്ചു. ചാർട്ടേഡ് ബാങ്ക് ഉദ്യോഗസ്ഥനായ അച്ചു യൂസഫലിയോടു പറഞ്ഞ് സമ്മതിപ്പിച്ചു. സുലൈമാൻ എന്ന കഥാപാത്രമായി ചിത്രത്തിൽ അച്ചു വേഷമിടുകയും ചെയ്തു.

ഷൂട്ടിങ്ങെല്ലാം കഴിഞ്ഞ് എന്നെയും മുരളിയെയും സണ്ണിയെയും കൂട്ടി ഞങ്ങളുടെ അവിടുത്തെ സുഹൃത്തുക്കൾ മരുഭൂമിയിൽ ഒരു ദിവസം രാപ്പാർക്കാൻ കൊണ്ടുപോയി. ഒരു അറബിയുടെ സ്ഥലമായിരുന്നു അത്. അവിടെ ഒരു പാകിസ്ഥാൻകാരൻ ജോലിക്കാരനുണ്ടായിരുന്നു. മുരളിക്ക് അവനെ വലിയ ഇഷ്ടമായി. വളരെ മനോഹരമായി പാടുമായിരുന്നു. പാട്ടുപാടിയും നൃത്തം ചെയ്തും മദ്യപിച്ചും എല്ലാവരും ആഘോഷിച്ചു. ആഘോഷത്തിൽ ഞാനും പങ്കുകൊണ്ടു. മദ്യപിക്കാതെ.

വളരെ പ്രശസ്തമായ ദുബായിലെ തടിച്ചി കാദറിന്റെ ഹോട്ടലിന് വലിയ മാറ്റങ്ങൾ സംഭവിച്ചിരുന്നു. എന്നാൽ എല്ലാ വെള്ളിയാഴ്ചയും അവിടെ തമ്പടിക്കൽ അപ്പോഴുമുണ്ടായിരുന്നു. തടിച്ചി കാദർ മരിച്ചുപോയി. ലാഞ്ചിയാത്രക്കാരുടെ ദുബായിലെ അന്നദാതാവായിരുന്നു തടിച്ചി കാദർ എന്ന മനുഷ്യസ്നേഹിയായ പാകിസ്ഥാൻകാരൻ മലയാളി. അവിടെ വരുന്ന മനുഷ്യക്കൂട്ടം 'ഗർഷോ'മിന്റെ അതിതീവ്രതക്ക് ആഴം കൂട്ടി. അവിടെയാണ് സിനിമ അവസാനിക്കുന്നത്.

സിനിമ പൂർത്തിയായപ്പോൾ തിരുവനന്തപുരത്ത് വളരെ അടുത്ത സുഹൃത്തുക്കൾക്ക് പ്രിവ്യൂ വെച്ചു. വൈകാരികമായ പ്രതികരണമായിരുന്നു പലരുടേതും. കലാകൗമുദിയിലെ ഇ വി ശ്രീധരൻ എംഎൽഎ

ഹോസ്റ്റലിൽ വന്ന് എന്റെ നീണ്ട അഭിമുഖമെടുത്തു. എന്തുകൊണ്ടാണ് ക്ലൈമാക്സിന് ഇത്തരമൊരു സമയം തെരഞ്ഞെടുത്തത് എന്ന ശ്രീധരന്റെ ചോദ്യവുമായി ബന്ധപ്പെട്ട കഥ നേരത്തേ ഞാൻ പറഞ്ഞിട്ടുണ്ടല്ലോ. വി കെ ജോസഫും മറ്റും ചിത്രത്തെക്കുറിച്ച് വളരെ നല്ല അഭിപ്രായമാണ് പറഞ്ഞത്.

കേരളത്തിൽ ചലച്ചിത്ര അക്കാദമി രൂപപ്പെട്ടു കഴിഞ്ഞിരുന്നു. ഷാജി എൻ കരുൺ ആയിരുന്നു ചെയർമാൻ. ഞാനും കെ ജി ജോർജ്ജുമെല്ലാം എക്സിക്യൂട്ടീവ് കമ്മിറ്റിയിലുണ്ട്. ചലച്ചിത്ര അക്കാദമിക്കു വിട്ടുകൊടുക്കുന്നതിനു മുമ്പ് 1998-ൽ കെഎസ്എഫ്ഡിസി തിരുവനന്തപുരത്തു നടത്തിയ കേരളത്തിന്റെ രാജ്യാന്തര ചലച്ചിത്രോത്സവത്തിൽ ഞങ്ങളുടെയെല്ലാം കഠിനാധ്വാനമുണ്ടായിരുന്നു. ഞാനും ടി വി ചന്ദ്രനും മറ്റും പാസ് കൊടുക്കുന്നതിനുപോലും സഹായിച്ചു. ഫെസ്റ്റിവൽ ഗംഭീര വിജയമായിരുന്നു. അക്കാദമിയാണ് പിന്നീടങ്ങോട്ട് ഫെസ്റ്റിവൽ നടത്തിയത്.

'ഗർഷോം' സംസ്ഥാന ചലച്ചിത്ര അവാർഡിനു സമർപ്പിച്ചു. അവാർഡ് പ്രഖ്യാപനം വന്നപ്പോൾ ഏറ്റവും മികച്ച ചിത്രത്തിനും മികച്ച നടനുമുള്ള അവാർഡ് ശ്യാമപ്രസാദിന്റെ 'അഗ്നിസാക്ഷി'ക്ക്. 'ഗർഷോ'മിന് മൂന്നുനാല് അവാർഡുണ്ട്. പക്ഷേ ആ തീരുമാനത്തിൽ അനീതിയുണ്ടെന്ന് ഞാൻ ദൃഢമായി വിശ്വസിച്ചു. വത്സല മേനോന്റെ 'ഗർഷോ'മിലെ ഉമ്മ ഒരഭിനയവിസ്മയമായിരുന്നു. ആ ചിത്രത്തിലഭിനയിക്കാൻ വളരെ കഷ്ടപ്പെട്ടാണ് അവർ ഖുർആൻ ഓതാൻ പഠിച്ചത്. സിനിമയിലെ ചുണ്ടനക്കം ശരിയാക്കാൻ വേണ്ടിയായിരുന്നു അത്. അതിലഭിനയിക്കുന്ന സമയത്ത് പ്രത്യേക മാനസികാവസ്ഥയിലായിരുന്നു അവരെന്ന് എനിക്ക് മനസ്സിലാക്കാൻ കഴിഞ്ഞിരുന്നു. ഒട്ടും പ്രാധാന്യമില്ലാത്ത ഒരു കഥാപാത്രം ചെയ്ത മറ്റൊരു നടിക്കാണ് സഹനടിക്കുള്ള അവാർഡ് കൊടുത്തത്. എല്ലാംകൂടി എന്നെ ക്ഷുഭിതനാക്കി. ഞാൻ അവാർഡ് നിരസിക്കാൻ തീരുമാനിച്ചു. സിപിഐഎം തൃശ്ശൂർ ജില്ലാ കമ്മിറ്റി ഓഫീസിൽ ബേബിജോൺ മാഷുടെ കൂടെ പോയപ്പോഴായിരുന്നു അവാർഡ് പ്രഖ്യാപനം വന്നത്. കുറച്ചുകഴിയുമ്പോഴേക്കും വലിയ വാർത്തയായി എന്റെ അവാർഡ് തിരസ്കാരം വന്നു. ജില്ലാ സെക്രട്ടറി മാമക്കുട്ടിയേട്ടന്റെ ഓഫീസ് ഫോണിലാണ് ഞാൻ അവാർഡ് നിരസിച്ച വിവരം പത്രക്കാരോട് പറയുന്നത്. എന്റെ സംസാരം അദ്ദേഹമോ ബേബിജോണോ ശ്രദ്ധിച്ചിരുന്നില്ല. എന്തായാലും വലിയ വാർത്തയായി. നിയമസഭയിലും ഉന്നയിക്കപ്പെട്ടു. പാർടിയിലും ചർച്ചാവിഷയമായി. പാർടിയിൽ പലർക്കും എന്നോട് അനീതി ചെയ്തെന്ന അഭിപ്രായവും ഉണ്ടായിരുന്നു. വി എസ് അച്യുതാനന്ദൻ അത് പറഞ്ഞുവെന്നും ഞാൻ കേട്ടു. ടി കെ ആയിരുന്നു സാംസ്കാരിക വകുപ്പ് മന്ത്രി. പാവം ടി കെ

» മമ്മൂട്ടിയോടൊപ്പം

ഒന്നും അറിഞ്ഞിരുന്നില്ല. എന്റെ അവാർഡ് തിരസ്കാരം വന്നപ്പോഴാണ് അദ്ദേഹം കാര്യങ്ങൾ മനസ്സിലാക്കിയത്. ഡൊമിനിക് പ്രസന്റേഷൻ നിയമസഭയിൽ സബ്മിഷനായി വിഷയം ഉന്നയിച്ചു. ടി കെ എന്നെ സ്പർശിക്കാതെ അവിടെയും ഇവിടെയും തൊടാതെയൊരു മറുപടി യാണ് നൽകിയത്. വി കെ ജോസഫും മറ്റും അവാർഡ് തീരുമാനത്തെ ശക്തമായി വിമർശിച്ചിരുന്നു. അവർ ജോൺ എബ്രഹാമിന്റെ പേരിൽ എഫ് എഫ് എസ് ഐ കേരള ഘടകത്തിന്റെ ആഭിമുഖ്യത്തിൽ ഒരു പുതിയ അവാർഡ് പ്രഖ്യാപിച്ചു. ലെനിൻ രാജേന്ദ്രൻ, ഹരികുമാർ തുടങ്ങിയവർ അടങ്ങിയ കമ്മിറ്റി 'ഗർഷോ'മിന് അവാർഡ് നൽകി. പെരിന്തൽമണ്ണയിൽ നടന്ന ഗംഭീരമായ ചടങ്ങിൽ എനിക്കും മുരളിക്കും മറ്റും അവാർഡ് സമ്മാനിച്ചു.

സംസ്ഥാന അവാർഡ് തിരസ്കരിച്ചതിനെതിരെ പലരും രംഗത്തുവന്നു. മമ്മൂട്ടിയും അത്തരമൊരു പ്രസ്താവന നടത്തിയതായി കണ്ടു. അതിനു മറുപടി സാഹിത്യ അക്കാദമി ഹാളിൽ നടന്ന പൊതുയോഗത്തിൽ ഞാൻ നൽകുകയും ചെയ്തു. വി കെ ശ്രീരാമൻ, മധു തുടങ്ങി നിരവധി പേർ അക്കാദമി ചെയർമാൻ ഷാജിയെ പിന്താങ്ങി. ഞാൻ ചെയ്തത് വളരെ മോശമായി എന്നായിരുന്നു അവരുടെ പക്ഷം. ഇത്തരം ബഹളങ്ങൾ നടക്കുമ്പോഴാണ് ചലച്ചിത്ര അക്കാദമി കേരളത്തിന്റെ രാജ്യാന്തര ചലച്ചിത്രമേള (ഐ എഫ് എഫ് കെ) കൊച്ചിയിൽ നടത്തുന്നത്. മേളയുടെ മത്സരവിഭാഗത്തിലേക്ക് 'ഗർഷോം' തെരഞ്ഞെടുക്കപ്പെട്ടിരുന്നു. അടൂർ

ഗോപാലകൃഷ്ണനായിരുന്നു ജൂറി ചെയർമാൻ. 'ഗർഷോം' തിങ്ങിനിറഞ്ഞ തീയേറ്ററിൽ പ്രദർശിപ്പിക്കപ്പെട്ടു. വിവാദം കത്തിനിന്നതുകൊണ്ട് സിനിമകാണാൻ പലരും എത്തി. പലരും സിനിമകണ്ട് കരഞ്ഞു. ചില സുഹൃത്തുക്കൾ എന്നെ കെട്ടിപ്പിടിച്ച് കരയുന്ന ദൃശ്യങ്ങളും മാധ്യമങ്ങളിൽ വന്നു. ബേബിജോൺ മാഷും സിനിമ കാണാൻ എത്തിയിരുന്നു. അദ്ദേഹം വികാരനിർഭരനായി പറഞ്ഞു, "പി ടി ക്കെന്തിനാ അവാർഡ്?"

സംസ്ഥാന അവാർഡ് വിതരണവും അന്താരാഷ്ട്ര അവാർഡ് വിതരണവും ഒരുമിച്ച് നടത്താനായിരുന്നു തീരുമാനം. വലിയ പരിപാടിയായിരുന്നു. ഞാൻ വീട്ടിലേക്ക് തിരിച്ചുപോയി. ഇന്റർനാഷണൽ അവാർഡിനും ഈ പ്രത്യേക സാഹചര്യത്തിൽ സാധ്യത ഉണ്ടായിരുന്നില്ല. ഉച്ചയോടുകൂടി ജയപാലമേനോന്റെ ഫോൺ വന്നു. "പി ടി നിർബന്ധമായും വരണം. അടൂർ പറഞ്ഞിട്ടുണ്ട്." ഞാൻ ധർമസങ്കടത്തിലായി. പോയാൽ പ്രശ്നമാണ്. സംസ്ഥാന അവാർഡ് വിതരണം ചെയ്യുമ്പോൾ 'ഗർഷോ'മിന്റെ അവാർഡുകൾ എന്തുചെയ്യും. രണ്ടാമത്തെ ചിത്രത്തിന്റെ സംവിധായകൻ, മികച്ച കഥ, മികച്ച ബാലനടി എന്നിവയടക്കം നാല് സംസ്ഥാന അവാർഡുകൾ സിനിമക്കുണ്ട്. അതേസമയം, ഐ എഫ് എഫ് കെയിൽ എന്തോ അവാർഡുണ്ടെന്നും മനസ്സിലായി. ഞാൻ സിപിഐഎം ചാവക്കാട് ഏരിയാ സെക്രട്ടറി അബ്ദുൽഖാദറിനെ വിളിച്ചു. "തീർച്ചയായും പോണം. ഞാൻ കാറുമായി വീട്ടിൽവരും." അബ്ദുൽ ഖാദർ പറഞ്ഞു. ഞാനും ഭാര്യയും മക്കളും

» 'ഗർഷോ'മിന്റെ സ്വിച്ച് ഓൺ സ്പീക്കർ എം വിജയകുമാർ നിർവഹിക്കുന്നു

അബ്ദുൽഖാദറിനൊപ്പം എറണാകുളത്തേക്കു തിരിച്ചു. എറണാകുളത്ത് ഹോട്ടലിൽ ചെന്നു. അവിടെ അവാർഡ് ജേതാക്കൾക്ക് ഒരു മുറി ഉണ്ട്. ഞങ്ങളെത്തുമ്പോഴേക്കും ചടങ്ങെല്ലാം കഴിഞ്ഞിരുന്നു. എല്ലാവരും നിശ്ശബ്ദരായി. 'ഗർഷോ'മിന് ഏറ്റവും നല്ല തിരക്കഥക്കുള്ള അന്താരാഷ്ട്ര അവാർഡാണെന്ന് അവിടെനിന്നറിഞ്ഞു. ഭാര്യയും മക്കളും ഒന്നും മിണ്ടിയില്ല. മക്കൾക്കും കാര്യം തിരിച്ചറിയാനുള്ള പ്രായമായി. ഞങ്ങൾ നിശ്ശബ്ദരായി മടങ്ങി. കാര്യമായൊന്നും പരസ്പരം സംസാരിച്ചില്ല.

പിറ്റേദിവസം അവാർഡ് വാർത്തയുമായി പത്രങ്ങൾ പുറത്തിറങ്ങി. തിരക്കഥക്കുള്ള അന്താരാഷ്ട്ര അവാർഡിന് എന്റെ പേര് മാത്രമേ ഉണ്ടായിരുന്നുള്ളൂ. ബ്രോഷറിലും അപേക്ഷയിലുമെല്ലാം കെ എ മോഹൻദാസിന്റെ പേരായിരുന്നു ഞാൻ ആദ്യം വച്ചത്. പക്ഷേ പ്രഖ്യാപിച്ചപ്പോൾ മോഹൻദാസിന്റെ പേരില്ല. അത് തെറ്റിപ്പോയതാവുമെന്ന് എനിക്കറിയാമായിരുന്നു. ഞാൻ ഉടനെ അക്കാദമിയെ ബന്ധപ്പെട്ടു. അവർ അട്ടൂരിനെ ബന്ധപ്പെടാൻ പറഞ്ഞു. അട്ടൂരിനോട് വിവരം പറഞ്ഞപ്പോൾ "ഞാനാണ് ടൈപ്പ് ചെയ്തത്. എന്റെ കൈയിൽനിന്നു വന്ന തെറ്റാണ്" എന്ന് അദ്ദേഹം പറഞ്ഞു. ഒരു ഫലകം മാത്രമേ അവർ ഏർപ്പാടാക്കിയിരുന്നുള്ളൂ. "പി ടി ക്ക് എന്തിനാണ് ഫലകമൊക്കെ. അത് മോഹൻദാസിന് കൊടുത്തേക്കൂ. തിരുത്തി പത്രക്കുറിപ്പ് കൊടുക്കുകയും ചെയ്യാം."

ഞാൻ സന്തോഷത്തോടെ സമ്മതിച്ചു. പിറ്റേന്ന് പത്രത്തിൽ തിരുത്ത് വരികയും ചെയ്തു. മോഹൻദാസിന് തൃപ്തിയായില്ല. ഞാൻ

» കെ എ മോഹൻദാസ്, പി ടി കുഞ്ഞിമുഹമ്മദ്

» ജോൺ എബ്രഹാം പുരസ്കാരം

ചെയ്തതൊന്നും ശരിയായില്ല എന്ന പക്ഷക്കാരനായിരുന്നു ശ്രീരാമനെപ്പോലെ മോഹൻദാസും. ശ്രീരാമനെ ഫോണിൽവിളിച്ച് ഞാൻ നന്നായി ചീത്തപറഞ്ഞു. അതിനുള്ള അധികാരം എനിക്ക് ശ്രീരാമന്റെമേൽ ഉണ്ടായിരുന്നു. അങ്ങനെയൊന്നും ഉദ്ദേശിച്ചിട്ടില്ല എന്ന മട്ടിലായിരുന്നു ശ്രീരാമൻ സംസാരിച്ചത്. എന്തായാലും ഇതൊക്കെ ആ സന്ദർഭത്തിലെ പ്രതിഷേധങ്ങളും ബഹളം വെക്കലുമാണെന്ന് ചിലർക്കെങ്കിലുമറിയാം. മോഹൻദാസ് പിറ്റേന്ന് എനിക്കെതിരെ ഒരു പത്രക്കുറിപ്പിറക്കി. ഞാൻ അതിനു മറുപടിയൊന്നും പറഞ്ഞില്ല. പക്ഷേ എന്റെ സുഹൃത്തുക്കൾക്കെല്ലാം അക്കാര്യത്തിൽ എന്റെ ഭാഗത്ത് തെറ്റില്ലെന്നറിയാമായിരുന്നു. മോഹൻദാസും ഞാനും ഇന്നും നല്ല മിത്രങ്ങൾ തന്നെ.

പത്മരാജൻ പുരസ്കാരത്തിന് 'ഗർഷോം' അയച്ചിരുന്നു. കെ ജി ജോർജായിരുന്നു ജൂറി അധ്യക്ഷൻ. ഒരു ദിവസം ജോർജ് എന്നെ വിളിച്ചു. "പി ടി ക്കാണ് പത്മരാജൻ പുരസ്കാരം. സംവിധാനത്തിനും തിരക്കഥയ്ക്കും. ഞാൻ സിനിമ കൊച്ചിയിലെ ഫെസ്റ്റിവലിൽ കണ്ടിരുന്നു. അന്ന് അത്ര ശ്രദ്ധിച്ചില്ല. ഈ അവാർഡ് സ്ക്രീനിങ്ങിലാണ് പൂർണമായും ഉൾക്കൊണ്ടു കണ്ടത്. വളരെ ഗംഭീരമായിട്ടുണ്ട്. മലയാളത്തിൽ പത്തുവർഷത്തിനിടെ

ഉണ്ടായ ഏറ്റവും നല്ല സിനിമ." എനിക്ക് വിശ്വസിക്കാനായില്ല. മലയാളത്തിൽ ഞാനേറ്റവും കൂടുതൽ ബഹുമാനിക്കുന്ന ഒരാളാണ് കെ ജി ജോർജ്. അദ്ദേഹത്തിന്റെ ഈ വാക്കുകൾ എനിക്കു വലിയ സന്തോഷം നൽകി.

കുറച്ചുകഴിഞ്ഞ് ഞാൻ ചലച്ചിത്ര അക്കാദമിയിൽനിന്ന് രാജിവെച്ചു. അത് പാർടിക്ക് തീരെ ഇഷ്ടമായില്ല. പിണറായി വിളിച്ച് ദേഷ്യപ്പെട്ടു. "നിങ്ങൾക്ക് ഷാജിയുമായി അഭിപ്രായവ്യത്യാസമുണ്ടെങ്കിൽ പാർടി ഏൽപ്പിച്ച ഉത്തരവാദിത്വം എങ്ങനെയാണ് രാജിവെക്കുക?" ഞാൻ പറഞ്ഞു, "അദ്ദേഹത്തോടൊപ്പം തുടർന്നുപോകുന്നതിൽ എനിക്കു താൽപര്യമില്ല." പിണറായി ഫോൺ താഴെവെച്ചു.

എനിക്ക് ഷാജിയോട് വ്യക്തിപരമായി ഒരു വിരോധവുമില്ല. അതിനുശേഷം ഷാജിക്കെതിരെ ഞാനൊന്നും പറഞ്ഞിട്ടുമില്ല. അതൊക്കെ ജീവിതത്തിൽ ഒരു പ്രത്യേക ഘട്ടത്തിൽ നമ്മൾ പ്രതികരിച്ചു പോകുന്നതാണ്. ഞാൻ പലപ്പോഴും വൈകാരികമായി കാര്യങ്ങൾ കാണുന്ന ആൾ കൂടിയാണ്. അതും ഇത്തരം പ്രതികരണത്തിനൊരു കാരണമാകാം.

'ഗർഷോം' എന്ന സിനിമയെ മലയാളികൾ ഒരു പ്രത്യേക സൃഷ്ടിയായിത്തന്നെയാണ് കണക്കാക്കിയത് എന്നാണ് ഞാൻ കരുതുന്നത്. 2021-ൽ ഇതെഴുതുമ്പോഴും സിനിമ കണ്ട ഒരാളുടെ കരയിപ്പിക്കുന്ന എസ്എംഎസ് എനിക്കു കിട്ടി. അവാർഡുകളല്ല കലാസൃഷ്ടിയെ വിലയിരുത്തുന്നത് എന്നാണ് എന്റെ ബോധ്യം. നിരവധിയാളുകൾ 'ഗർഷോ'മിനെപ്പറ്റി എഴുതുകയും പറയുകയും ചെയ്തു. 'പറയാൻ മറന്ന പരിഭവങ്ങൾ...' എന്ന പാട്ട് ആറു വർഷം കഴിഞ്ഞാണ് ഹിറ്റായത്. താൻ ഏറ്റവും ഇഷ്ടപ്പെടുന്ന പാട്ടായി റഫീഖ് പറഞ്ഞത് ഈ പാട്ടു തന്നെ. എത്രയോ മനുഷ്യർ ഈ സിനിമ കണ്ട് 'ഞാനാണ് നാസറുദ്ദീൻ' എന്നുപറഞ്ഞ് എന്നെ വിളിച്ചിട്ടുണ്ട്. നാസറുദ്ദീനെ സൃഷ്ടിച്ചത് ഒരുപാട് മനുഷ്യരുടെ അനുഭവങ്ങളിൽനിന്നാണ്. നല്ലവണ്ണം ആത്മകഥാംശവും ആ കഥാപാത്രത്തിൽ കാണാൻ കഴിയും. സാക്കിർ ഹോട്ടലിലെ 200 ദിർഹം ശമ്പളക്കാരൻതന്നെ ലുലു സൂപ്പർമാർക്കറ്റിൽ സതീർഥ്യന്റെ സാധനങ്ങൾ ഉന്തിക്കൊണ്ടുപോയി കാറിൽ കയറ്റുന്ന നാസറുദ്ദീൻ. എന്റെ പ്രിയങ്കരനായ സുഹൃത്ത് ലത്തീഫ് പഠിക്കുന്നകാലത്തുതന്നെ എഴുത്തുകാരനും ബുദ്ധിജീവിയുമായിരുന്നു. അബുദാബിയിൽ ദീർഘകാലം തൊഴിൽ ഇല്ലാതിരുന്ന സുന്ദരനായ ലത്തീഫിന് കിട്ടിയത് ഇംഗ്ലീഷുകാരന്റെ വീട്ടിലെ അടിച്ചുതളിപ്പണിയായിരുന്നു. അവൻ മടികൂടാതെ പണിയെടുത്തു. ഒരു ദിവസം വീട്ടിൽ ബാക്കിവന്ന ഭക്ഷണം കഴിച്ചോളാൻ പറഞ്ഞ് സായിപ്പ് വെച്ചുനീട്ടിയപ്പോൾ അവൻ റൂമിൽ പോയിരുന്ന് കരഞ്ഞു. കുറച്ചുകഴിഞ്ഞ് എന്റെ റൂമിന്റെ വാതിലിൽ

» പത്മരാജൻ പുരസ്കാരം

മുട്ടി. "എനിക്ക് മദ്യം വേണ"മെന്ന് ആവശ്യപ്പെട്ടു. രാത്രിയായിരുന്നു. അവനാകെ പരവശനമായിരുന്നു. ഞാൻ ഒരു സുഹൃത്തിന്റെയടുക്കൽ പോയി മദ്യം കൊണ്ടുവന്നുകൊടുത്തു. അതുകഴിച്ച് പൊട്ടിപ്പൊട്ടിക്കരഞ്ഞ് എന്നോട് ലത്തീഫിന്റെ ചോദ്യം, "ഇതിനാണോ ടാ, നമ്മൾ ഇത്രയൊക്കെ പഠിച്ചതും വായിച്ചതുമെല്ലാം?" എനിക്ക് സഹിക്കുന്നില്ല എന്നുപറഞ്ഞ് അവൻ വാവിട്ടുകരഞ്ഞു. ആ കഥാപാത്രത്തിന്റെ അംശവും 'ഗർഷോ'മിലുണ്ട്. എത്ര ഹതഭാഗ്യരായ മനുഷ്യരുടെ പ്രതിനിധിയാണ് നാസറുദ്ദീൻ. അതുകൊണ്ടുതന്നെയാണ് ആ ചിത്രം കണ്ണീരിന്റെ ഉപ്പായി മനുഷ്യരുടെ ഹൃദയങ്ങളിൽ കുടികൊള്ളുന്നത്.

'ഗർഷോം' തിരക്കഥ പകർത്തിയെഴുതിയത് പ്രസിദ്ധ കഥാകൃത്തും നോവലിസ്റ്റുമായ എം ഫൈസലാണ്. എന്റെ നാട്ടുകാരനും ഉപ്പയുടെ സുഹൃത്തുമായ അവറാൻക്കായുടെ മകനാണ് ഫൈസൽ. പിന്നീടുള്ള എന്റെ എല്ലാ തിരക്കഥകളും കേട്ടെഴുതിയത് എന്റെ അസോസിയേറ്റായ സുനിൽ ബാലകൃഷ്ണനാണ്. രണ്ട്മൂന്നു ഘട്ടങ്ങളായാണെന്റെ തിരക്കഥാരചന. ആദ്യം വൺലൈൻ ഉണ്ടാക്കുന്നു. പിന്നീട് ഒരു ചെറിയ വിശദീകരണക്കുറിപ്പ്. പിന്നെ പറഞ്ഞുകൊടുത്ത് എഴുതിക്കും. ഇതാണെന്റെ രീതി. പറഞ്ഞുകൊടുക്കുമ്പോൾ ഒരൊഴുക്കുപോലെ, പിന്നിൽനിന്നാരോ എഴുതിക്കും പോലൊരനുഭവമാണ്. പല സീനുകളും എഴുതിക്കഴിഞ്ഞപ്പോൾ ഞാൻ എഴുതിയതാണോ എന്ന് സംശയംതോന്നിയിട്ടുണ്ട്. 'ഗർഷോ'മിന്റെ ഒരു സീൻ രാമനിലയത്തിൽ ഞാനൊറ്റയ്ക്കിരുന്ന്

എഴുതിക്കഴിഞ്ഞപ്പോൾ ജോർജ് മാഷെ വിളിച്ച് വായിച്ചുകേൾപ്പിച്ചു. വെളിപാടുപോലെ മനസ്സിലുദിച്ച ആ പ്രാർഥനയായിരുന്നു അത്. ഗർഷോമിലെ പ്രാർഥന ഒരു മാർക്സിയൻ പ്രാർത്ഥനയാണെന്നാണ് എം വി ഗോവിന്ദൻ പറഞ്ഞത്. ഒരു ദിവസം എം കെ മുനീർ കെ ടി സൂപ്പി മാഷെയും രണ്ടു സുഹൃത്തുക്കളെയും എന്റെ റൂമിൽ കൊണ്ടുവന്ന് 'ഗർഷോ'മിനെക്കുറിച്ച് ഇവർക്ക് പി ടി യോട് സംസാരിക്കണമെന്ന് പറഞ്ഞു. പിന്നീട് കെ ടി എന്റെ സുഹൃത്തായി മാറി. അദ്ദേഹം പറഞ്ഞു, 'ഗർഷോം' അത്യന്തം ഖുർആനികമാണ്. ഇങ്ങനെ വൈവിധ്യമാർന്ന, പരസ്പര വിരുദ്ധംപോലുമായ നിരവധി നിരീക്ഷണങ്ങൾ ആ സിനിമയെക്കുറിച്ച് ഉണ്ടായിട്ടുണ്ട്.

അതിൽ ദൈവവും നാസറുദ്ദീനും തമ്മിൽ സംവദിക്കുന്ന ഒരു രംഗമുണ്ട്. ആദ്യം നാസറുദ്ദീൻ സംസാരിക്കുന്നത് മഹാത്മാഗാന്ധിയോടാണ്. "ഞാൻ എന്താണ് ഇവിടെ നിൽക്കാൻ ചെയ്യേണ്ടത്?" "നീ വെള്ളപ്രാവ് കൃഷിയിൽ ഏർപ്പെടുക. ശവക്കുമ്പാരങ്ങളിൽനിന്ന് സമാധാനത്തിന്റെ പ്രാവുകളെ പറപ്പിക്കാൻ ധാരാളം വെള്ളപ്രാവുകളെ ഇന്ത്യയിലും കാബൂളിലുമെല്ലാം ആവശ്യമുണ്ട്." പിന്നീടാണ് അദ്ദേഹം മറ്റൊരു ഘട്ടത്തിൽ ദൈവത്തെ കാണുന്നത്. ദൈവവുമായി സംസാരിക്കുന്നത് എങ്ങനെ ചിത്രീകരിക്കുമെന്നത് വലിയ പ്രശ്നമായി. ദൈവത്തിന് എന്ത് രൂപം കൊടുക്കും? എത്തുംപിടിയും കിട്ടിയില്ല. ഒടുവിൽ ഗൾഫിലേക്കുള്ള ആദ്യയാത്രയിൽ എന്നോടൊപ്പമുണ്ടായിരുന്ന മുസ്തഫക്കാ പറഞ്ഞ കഥയാണ് എനിക്ക് അവലംബമായത്. പാവറട്ടിയിൽ ഒരു ഭ്രാന്തനുണ്ടായിരുന്നു. മുസ്തഫക്കായുടെ കുട്ടിക്കാലത്ത് അദ്ദേഹം ഒറ്റയ്ക്കിരുന്ന് ദൈവത്തെ വിളിക്കുന്നത് കണ്ടിട്ടുണ്ടത്രേ. "പടച്ചോനേ..., പടച്ചോനേ..." എന്നദ്ദേഹം വിളിക്കും. ദൈവം മറുപടി പറയും, "എന്താടാ നായിന്റെ മോനേ!" അതും പറയുന്നത് അദ്ദേഹം തന്നെ. ഈ രീതി ഉപയോഗിക്കാൻ ഞാൻ തീരുമാനിച്ചു. അങ്ങനെയാണ് 'ഗർഷോ'മിൽ ദൈവവുമായുള്ള സംഭാഷണത്തിൽ ചോദ്യവും ഉത്തരവും നായകൻ തന്നെ പറയുന്ന രീതി ഉരുത്തിരിഞ്ഞത്. അതായത് നമ്മുടെ ജീവിത പരിസരത്തിൽനിന്നാണ് സിനിമയുടെ ഫോം ഉണ്ടാകുന്നതെന്ന് എനിക്കു ബോധ്യമായത്.

പിന്നീട് തിരക്കഥയെക്കുറിച്ച് പ്രസംഗിക്കുമ്പോൾ ഞാനീ വിഷയം പറയും. തിരുവനന്തപുരത്ത് തിരക്കഥയുടെ രീതിശാസ്ത്രത്തെപ്പറ്റി ഒരു സെമിനാറുണ്ടായിരുന്നു. മുഖ്യപ്രഭാഷകൻ ഞാനായിരുന്നു. അതിൽ ഞാൻ വിശദമായി ഈ വിഷയം ഊന്നിപ്പറഞ്ഞു. എന്നെ ബ്രസ്സണും ഗൊദാർദുമൊന്നുമല്ല സ്വാധീനിച്ചത്. ഇവിടെ ഞാൻ കടന്നുപോയ ജീവിതാനുഭവങ്ങളാണ് എന്റെ സിനിമയുടെ ഫോമിനെ നിർണയിച്ചത്.

» ഉമ്മയോടൊപ്പം

എനിക്കങ്ങനെ ചലച്ചിത്രത്തിലെയോ രാഷ്ട്രീയരംഗത്തെയോ മറ്റേതെങ്കിലുമോ ഒരാളെ അനുകരിക്കണമെന്ന് തോന്നിയിട്ടില്ല. എനിക്ക് ഗുരുവും ശിഷ്യനുമില്ല. എന്നെ എല്ലാം സ്വാധീനിക്കുന്നു. വൃശ്ചികമാസത്തിൽ ഗുരുവായൂരിൽ കാണുന്ന വെളുത്ത ഏകാദശിപ്പല്ല് മുതൽ തുമ്പയും മുക്കുറ്റിയും മുതൽ സാധാരണമായ എല്ലാം എന്നെ സ്വാധീനിക്കുന്നു. എന്റെ ചലച്ചിത്ര ഘടനയിൽ ഒരു ഫ്രെയിം പോലും മറ്റുള്ളവരുടേതുപയോഗിച്ചിട്ടില്ല. അറിയാതെ കടന്നു വന്നിട്ടുണ്ടാവാം.

തിരുവനന്തപുരത്തെ സെമിനാറിൽ എന്റെ സിനിമയുടെ രൂപവും ഭാവവും എങ്ങനെയുണ്ടാകുന്നു എന്നതിനെക്കുറിച്ചാണ് ഞാൻ സംസാരിച്ചത്. എന്റെ സിനിമയിൽ രൂപം എങ്ങനെയാണ് സംഭവിക്കുന്നതെന്ന് 'ഗർഷോം' ആസ്പദമാക്കി ഞാൻ പ്രതിപാദിച്ചു. പ്രത്യേകിച്ച് നാസറുദ്ദീനും ദൈവവുമായുള്ള സംഭാഷണത്തിൽ എന്നെ സഹായിച്ചത് ഭ്രാന്തൻ സ്വയം ഇരുന്നു പറയുന്ന സംഭാഷണങ്ങളുടെ രൂപമായിരുന്നു. ആ ഭ്രാന്തൻ ചോദിക്കുന്ന ചോദ്യങ്ങളും നൽകുന്ന ഉത്തരങ്ങളും എന്ന രൂപഘടന തന്നെയാണ് 'ഗർഷോ'മിൽ പ്രയോഗിച്ചതെന്നു ഞാൻ വിശദമാക്കി. ഇത് അവിടെ ഉണ്ടായിരുന്ന ഒരു പത്രപ്രവർത്തകൻ ലേഖനമാക്കി 'തിരക്കഥയുടെ രീതിശാസ്ത്രം' എന്ന പേരിൽ താൻ സമ്പാദകനായി പുറത്തിറക്കിയ പുസ്തകത്തിൽ ഉൾപ്പെടുത്തി. പുസ്തകം ബിരുദ കോഴ്സിന് പാഠപുസ്തകമായി വന്നു. പുസ്തകത്തെ ആസ്പദമാക്കി വിദ്യാർഥികൾക്ക് ചോദ്യപേപ്പർ തയാറാക്കുമ്പോൾ തൊടുപുഴ ന്യൂമാൻസ് കോളേജിലെ

ജോസഫ് എന്ന അധ്യാപകൻ ലേഖനത്തിലെ ഭ്രാന്തന് മുഹമ്മദ് എന്നു പേരിട്ടു. എന്നാൽ എന്റെ പ്രഭാഷണത്തിലോ പ്രസ്തുത ലേഖനത്തിലോ അങ്ങനെയൊരു പ്രയോഗമേ ഉണ്ടായിരുന്നില്ല. ഭ്രാന്തനെ മുഹമ്മദാക്കിയതാണ് പ്രൊഫ. ജോസഫിന് വിനയായിത്തീർന്നത്. ആ ലേഖനം തനിക്കു ഭയങ്കര ഇഷ്ടമായെന്നും ഭ്രാന്തൻ ഒരാവേശമായെന്നും, ഭാര്യയോടും മക്കളോടും അയാളെക്കുറിച്ച് പല വ്യാഖ്യാനങ്ങളും നടത്തിയിരുന്ന അദ്ദേഹം പ്രസംഗിക്കുന്നത് ഈയടുത്ത കാലത്താണ് ഞാൻ കേട്ടത്. ഭ്രാന്തനെ മുഹമ്മദാക്കിയതുകൊണ്ടാണ് മുസ്ലിം തീവ്രവാദികൾ അദ്ദേഹത്തെ ആക്രമിച്ചത്. ഇതൊന്നും ഞാനറിഞ്ഞില്ല. കോൺഗ്രസ് നേതാവും സുഹൃത്തുമായ പി ടി തോമസ് ഈ ആക്രമണം കഴിഞ്ഞതിനു പിറ്റേ ദിവസം പുലർച്ചെ എന്നെ വിളിച്ചു.

അദ്ദേഹം ചോദിച്ചു, "പി ടി ഒരു പുസ്തകം എഴുതിയിട്ടുണ്ടോ?"

ഞാൻ പറഞ്ഞു, "എന്റെ തിരക്കഥകൾ പുസ്തകമാക്കിയിട്ടുണ്ട്."

"പി ടി എഴുതിയ ഒരു പുസ്തകത്തിന്റെ പേരിൽ ഇവിടെ മത തീവ്രവാദികൾ ഒരു പ്രൊഫസറെ വെട്ടിപ്പരിക്കേൽപ്പിച്ചിരിക്കുന്നു."

"ഞാൻ തിരക്കഥയല്ലാതെ ഒരു പുസ്തകവും എഴുതിയിട്ടില്ല. ലേഖനങ്ങളുണ്ട്."

"എന്തായാലും ഇങ്ങനെയൊരു സംഭവമുണ്ടായപ്പോൾ പി ടി യുടെ പേരും കേട്ടതുകൊണ്ട് വിളിച്ചതാണ്."

കുറച്ചു കഴിഞ്ഞ് ഈരാറ്റുപേട്ടയിൽനിന്ന് പള്ളി ഖത്തീബ് വിളിച്ചു. അദ്ദേഹത്തോടും ഞാൻ സത്യം പറഞ്ഞു. പിന്നീട് നടന്നതെല്ലാം മാധ്യമങ്ങളിലൂടെ എല്ലാവരും അറിഞ്ഞതാണ്. വർഷങ്ങൾക്കുശേഷം 2020ൽ തൃശ്ശൂരിൽ ജോസഫ് മാഷുടെ ആത്മകഥ പ്രകാശനമുണ്ടായി. എന്നെയും വിളിച്ചു. ഞാനറിയാത്ത, എന്റേതായി പ്രത്യക്ഷപ്പെട്ട ഒരു ലേഖനത്തിൽ ജോസഫ് മാഷ് വരുത്തിയ മാറ്റങ്ങൾ അദ്ദേഹത്തിനു മഹാദുരന്തമാണുണ്ടാക്കിയത്. അദ്ദേഹത്തിനു നേരിട്ട ദുഃഖങ്ങൾക്കും സങ്കടങ്ങൾക്കും ഞാൻ പൊതുസമൂഹത്തിനു വേണ്ടി മാപ്പു ചോദിച്ചു. ഇസ്ലാം വിശാലമാണ്. മനുഷ്യരുടെ മാത്രമല്ല മൃഗങ്ങളുടെ പോലും സുരക്ഷയും ക്ഷേമവും ഉറപ്പാക്കിയ മതം. മക്കത്തേക്ക് പട്ടാളം മാർച്ചു ചെയ്യുന്ന വഴിയിൽ ഒരു പട്ടി പ്രസവിച്ചു കിടക്കുന്നതു കണ്ട പ്രവാചകൻ പട്ടിക്കും കുട്ടികൾക്കും വിജയോന്മത്തരായ പട്ടാളക്കാരിൽനിന്ന് ഉപദ്രവമേൽക്കാതിരിക്കാൻ ഒരു പട്ടാളക്കാരനെ അവിടെ കാവൽ നിർത്തി. മാർച്ച് കടന്നുപോയതിനു ശേഷമേ അവിടെനിന്നു മാറാൻ പാടുള്ളൂ എന്ന് കല്പന കൊടുത്തു. അങ്ങനെ സർവ ജീവികളോടും കാരുണ്യം കാണിക്കാനനുശാസിക്കുന്ന പ്രവാചക മതത്തിന്റെ പേരിൽ ഇത്തരം ഹീനകൃത്യം ചെയ്യുന്നത് ഒരു കാരണവശാലും ദൈവമോ മനുഷ്യസമൂഹമോ പൊറുക്കുകയില്ല എന്നാണെന്റെ ഉറച്ച വിശ്വാസം.

ജീവിതത്തിൽ എന്റെ ഏറ്റവും വലിയ നഷ്ടം ഉമ്മയുടെ മരണമാണ്. എനിക്ക് ഈ ലോകത്തുണ്ടായിരുന്ന ഏറ്റവും വലിയ കവചമായിരുന്നു ഉമ്മ. നിഷക്കളങ്കത എന്താണെന്ന് എനിക്കു മനസ്സിലാക്കിത്തന്നത് ഉമ്മയാണ്. ഒന്നുരണ്ട് വർഷം കിടപ്പിൽത്തന്നയായിരുന്നു. 1999 ഒക്ടോബർ 17-നാണ് ഉമ്മ മരിച്ചത്. അന്ന് ഗുരുവായൂരിൽ എന്റെ വീട്ടിനു മുന്നിലെ റോഡിലൂടെയുള്ള ഗതാഗതം ട്രാഫിക് പൊലീസ് തടഞ്ഞു. അത്രയും വലിയ ജനക്കൂട്ടമായിരുന്നു ഉമ്മക്ക് അന്ത്യോപചാരമർപ്പിക്കാനെത്തിയത്. എല്ലാ പ്രതികൂലാവസ്ഥയിലും ഉമ്മ കാവലാളായുണ്ടെന്ന് എനിക്കു തോന്നാറുണ്ട്. ഉമ്മ ഇപ്പോഴും എന്റെ ശക്തിയാണ്.

ഒരു ജനതയുടെ ആത്മാവിഷ്ക്കാരം

ചലച്ചിത്ര അക്കാദമിയിൽനിന്ന് രാജിവെച്ചതിനെ തുടർന്ന് പിണറായി പരുഷമായി സംസാരിച്ചപ്പോൾ ഞാൻ വിചാരിച്ചു അദ്ദേഹം പിണങ്ങിയിട്ടുണ്ടാവുമെന്ന്. അപ്പോഴേക്കും പിണറായി മന്ത്രിസ്ഥാനം രാജിവെച്ച് പാർടി സെക്രട്ടറിസ്ഥാനം ഏറ്റെടുത്തുകഴിഞ്ഞിരുന്നു. അദ്ദേഹം വീണ്ടും വിളിച്ചു. ഞാൻ എ കെ ജി സെന്ററിൽ ചെന്നു. "നമുക്ക് മുമ്പുപറഞ്ഞ ചാനലിന്റെ കാര്യം ആലോചിക്കണ്ടേ?" ഇതിനു മുമ്പ് പലതവണ പാർടിയുടെ പല തലങ്ങളിലും ഒരു ചാനൽ തുടങ്ങുന്നതിനെക്കുറിച്ച് ചർച്ച നടന്നിരുന്നു. ഞാനായിട്ട് തന്നെ പലതവണ സംസാരിച്ചിരുന്നു. പല സ്ഥലങ്ങളിൽ വെച്ച്. അക്കാലത്ത് പിണറായിയെ നിരന്തരം ചെന്ന് കാണുകയെന്നത് എന്റെ സ്വഭാവമായിരുന്നു. പലകാര്യങ്ങളെക്കുറിച്ചും ഒരു കലവറയുമില്ലാതെ തുറന്നു പറയുന്ന രീതിയായിരുന്നു എന്റേത്. അദ്ദേഹത്തിന് യോജിപ്പില്ലാത്ത പല കാര്യങ്ങളും ഞാൻ പറയാറുണ്ട്. അദ്ദേഹം തന്റെ വിയോജിപ്പ് അറിയിക്കാറുമുണ്ട്. സത്യസന്ധമായി പിണറായിയുമായി ആശയവിനിമയം നടത്താൻ ഒരു ബുദ്ധിമുട്ടുമില്ല എന്ന അഭിപ്രായക്കാരനാണ് ഞാൻ. അദ്ദേഹം പലപ്പോഴും പറയുന്ന ഒരു വാചകമുണ്ട്, "ആദ്യം ബോധ്യപ്പെടുത്തേണ്ടത് അവനവനെയാണ്."

"വിഷ്വൽ മീഡിയയെക്കുറിച്ച് സാമാന്യ ധാരണയുള്ള ഒരുപറ്റം ആളുകളെ സംഘടിപ്പിക്കാനൊന്നും യാതൊരു ബുദ്ധിമുട്ടുമില്ല. അതൊക്കെ നമുക്ക് ശരിയാക്കാവുന്നതേയുള്ളൂ. മൂലധനവും സാങ്കേതികവിദ്യയും അടക്കം." പിണറായി പറഞ്ഞു. അമിതമായ ആത്മവിശ്വാസമുള്ള ആളായിട്ടാണ് പിണറായിയെപ്പറ്റി എനിക്ക് തോന്നിയിട്ടുള്ളത്.

» പിണറായി വിജയൻ, ആർ വി ഹൈദരലി, പി ടി

ഒരു കാര്യം എനിക്ക് മനസ്സിലായത്, ചാനൽ അദ്ദേഹത്തിന്റെ മനസ്സിലെ ഒരു പ്രധാന വിഷയമായി മാറിക്കഴിഞ്ഞുവെന്നാണ്. അദ്ദേഹം പലരുമായി ചർച്ച നടത്തി. ഞാനുമായി നിരവധി തവണ പല വിശദാംശങ്ങളും സംസാരിച്ചു. ഞാനും പലരുമായി ഈ വിഷയം സംസാരിച്ചിരുന്നു. പലരും അത് നടപ്പുള്ള കാര്യമായി കണക്കാക്കിയില്ല. ഒരു ദിവസം കണ്ടപ്പോൾ പിണറായി പറഞ്ഞു, "നമ്മൾ മുന്നോട്ടു പോവുകയാണ്. കാര്യങ്ങളൊക്കെ ശരിയാക്കണം." 1999 ഡിസംബർ 30ന്റെ സെക്രട്ടറിയറ്റ് യോഗം ചാനൽ കാര്യത്തിൽ തീരുമാനമെടുത്തു. പിറ്റേ ദിവസം വീട്ടിലേക്ക് ലാൻഡ് ഫോണിൽ പിണറായി വിളിച്ചു. "ചാനൽ തുടങ്ങുന്നതിനെക്കുറിച്ച് പാർട്ടി തീരുമാനമെടുത്തിട്ടുണ്ട്. അതൊരു പാർടി ചാനലായിരിക്കില്ല. പാർടി പിന്തുണക്കുന്ന ഒരു സ്വതന്ത്ര ചാനലായിരിക്കും. നിലനിൽക്കുന്ന ചാനലുകളോട് കിടപിടിക്കുന്ന വ്യത്യസ്തമായ ഒരു ചാനൽ. അതിന്റെ ഒരു മുഖ്യചുമതലക്കാരനായി പാർടി നിങ്ങളെയാണ് കണ്ടിട്ടുള്ളത്." ഞാൻ പറഞ്ഞു,"ഞാൻ നാളെ തിരുവനന്തപുരത്ത് വന്ന് വിജയേട്ടനെ കാണാം." ഒരു സ്ഥാപനത്തിന്റെ മുഴുവൻ ഉത്തരവാദിത്തം, സാമ്പത്തിക ക്രയവിക്രയങ്ങളെക്കുറിച്ചുള്ള ഉത്തരവാദിത്തം ഏറ്റെടുക്കാൻ ഞാൻ ഒട്ടും തയ്യാറുണ്ടായിരുന്നില്ല. പ്രത്യേകിച്ച് സൂര്യാ സ്റ്റോൺവെയർ പൈപ്പ് പോലുള്ള പൊള്ളിക്കുന്ന അനുഭവം ഉണ്ടായിരുന്നതുകൊണ്ട്.

എന്തായാലും ഞാൻ തിരുവനന്തപുരത്തേക്ക് തിരിച്ചു. അദ്ദേഹത്തെ പോയി കണ്ടു. എന്റെ അവസ്ഥ സത്യസന്ധമായി പറഞ്ഞു, സൃഷ്ടിപരമായ എല്ലാ കാര്യങ്ങളും ഞാൻ ഏറ്റെടുക്കാം. സാമ്പത്തികകാര്യവും

ഭരണച്ചുമതലയും മറ്റാരെങ്കിലും ഏറ്റെടുക്കണം. "നമുക്ക് ഒരാളെ കണ്ടെത്താം." പിണറായി പറഞ്ഞു. വിഷ്വൽ മീഡിയ പോലുള്ള ധാരാളം സാമ്പത്തികച്ചെലവുള്ള സ്ഥാപനത്തിന്റെ ചുമതലക്കാരൻ സത്യസന്ധനായിരിക്കണമെന്ന് ഞാൻ പ്രത്യേകം ഓർമിപ്പിച്ചു. മോഡേൺ അഡ്മിനിസ്ട്രേഷനെക്കുറിച്ചും ഫൈനാൻസിനെക്കുറിച്ചുമൊക്കെ ധാരണയുള്ള ആളായിരിക്കണമെന്നും ഞാൻ പറഞ്ഞു. "നമ്മുടെ സിദ്ധാർത്ഥ മേനോനെ പറ്റുമോ, കെ എസ് ഇ ബി മുൻചെയർമാൻ?" "എനിക്കു പരിചയമില്ല." "അക്കാര്യങ്ങളൊക്കെ നടത്താൻ കുറെ പ്രാപ്തിയുള്ള ആളാണ്." പിണറായിയുമായി ഒരുമിച്ച് പ്രവർത്തിച്ചിട്ടുള്ള ആളുമാണെന്നെനിക്കറിയാം.

പിന്നീടുവന്ന പാർടി തീരുമാനങ്ങളിൽ എന്റെയും സിദ്ധാർത്ഥ മേനോന്റെയും പേരുമുണ്ടായിരുന്നു. എന്റെ എംഎൽഎ റൂം 33 ഈ സംരംഭത്തിന്റെ താൽക്കാലിക ഓഫീസായി. ഞാൻ കെ ആർ മോഹനനോട് കാര്യങ്ങൾ സംസാരിച്ചു. ചിലപ്പോൾ കെഎസ്എഫ്ഡിസിയിൽനിന്ന് ലീവെടുക്കേണ്ടി വരുമെന്ന സൂചനയും നൽകി. മോഹനനെ പ്രോഗ്രാം ചുമതല ഏൽപ്പിക്കണമെന്ന് ഞാൻ പിണറായിയോട് പറഞ്ഞു. അദ്ദേഹം എതിരൊന്നും പറഞ്ഞില്ല. പിണറായിക്ക് മോഹനനെ അറിയാമായിരുന്നു. പലരും ഇതുമായി ബന്ധപ്പെട്ട ചർച്ചകൾക്ക് എന്റെ റൂമിൽ വരാൻ തുടങ്ങി. അപ്പോഴേക്കും ചാനലൊരു വാർത്തയായിത്തുടങ്ങി. 'മലയാളം' എന്നാണ് ആദ്യം ചാനലിന് പേര് നിർദ്ദേശിക്കപ്പെട്ടത്. ദേശാഭിമാനി പത്രത്തിലും സൂര്യ ടിവിയിലും ജോലിചെയ്തു പരിചയമുള്ള ഡി ജോസ് ഒരു ദിവസം ചില കാര്യങ്ങൾ ഒരു കുറിപ്പായി പിണറായിക്ക് എഴുതിക്കൊടുത്തു. മറ്റുപലരും അങ്ങനെ ചെയ്തു. വിഷയങ്ങൾ പിണറായി വിശദമായി പഠിക്കാൻ തുടങ്ങി. ഏഷ്യാനെറ്റ് സ്ഥാപകനായ ശശികുമാർ ഏഷ്യാനെറ്റ് വിട്ട് ചെന്നൈയിൽ പുതിയ സംരംഭം തുടങ്ങിയിരുന്നു. മറ്റു ചാനലുകളുമായി സഹകരിക്കുന്നതിന് ഏഷ്യാനെറ്റുമായുള്ള പിരിയൽകരാറനുസരിച്ച് നിയമപരമായ ചില ബുദ്ധിമുട്ടുകൾ അദ്ദേഹത്തിനുണ്ടായിരുന്നു എന്നാണ് മനസ്സിലാക്കുന്നത്. അദ്ദേഹത്തെ പിണറായി ആദ്യഘട്ടത്തിൽ ആലോചിച്ചിരുന്നില്ല എന്നു തോന്നുന്നു. ഒരു ദിവസം പിണറായി എന്നെ വിളിച്ച് ശശികുമാറിന്റെകൂടി ചില സഹായങ്ങൾ സ്വീകരിക്കാൻ തീരുമാനിച്ചിട്ടുണ്ടെന്നറിയിച്ചു. പിന്നീടൊരു ചർച്ചയിൽ ഞാൻ പിണറായിയോട് ഒരു കാര്യം കൃത്യമായി പറഞ്ഞു, "ഞാൻ ഒരാളുടെയും കീഴിൽ പണിയെടുക്കാൻ തയ്യാറില്ലാത്തൊരാളാണ്. അതുകൊണ്ടാണ് ഉയർന്ന ശമ്പളമൊക്കെ ഒഴിവാക്കി നാട്ടിൽ വന്നത്. ഞാൻ റിപ്പോർട്ട് ചെയ്യുന്നത് വിജയേട്ടനോടു മാത്രമായിരിക്കും." "ഓ, അങ്ങനെ മതി." പിണറായി സമ്മതിച്ചു.

പ്രധാനമന്ത്രിയുടെ പ്രിൻസിപ്പൽ സെക്രട്ടറി ടി കെ എ നായർ ഐഎഎസിന്റെ കുറവങ്കോണത്തെ വീട് ഞങ്ങൾ വാടകക്കെടുത്തു. ഓഫീസ് അങ്ങോട്ട് മാറ്റി. കമ്പനി രൂപീകരണത്തിന്റെ നടപടികളാരംഭിച്ചു. ഞാനും സിദ്ധാർത്ഥ മേനോനും ശിവദാസമേനോന്റെ മകളുടെ ഭർത്താവ് അഡ്വ. സി കെ കരുണാകരനും ഡയറക്ടർമാരായി പബ്ലിക് ലിമിറ്റഡ് കമ്പനി രൂപീകരിക്കാൻ തീരുമാനിച്ചു. സിദ്ധാർത്ഥ മേനോൻ എക്സിക്യൂട്ടീവ് ഡയറക്ടർ. പല യോഗങ്ങളും അവിടെവിടെയായി നടന്നു. എം എ ബേബിയും തോമസ് ഐസക്കും എല്ലാം സജീവമായി രംഗത്ത് വന്നു. ഫെബ്രുവരിയിലാണ് കമ്പനി രൂപീകരിക്കുന്നത്. ചിങ്ങം ഒന്നിന് ചാനൽ തുടങ്ങണമെന്നും തീരുമാനിച്ചു.

എന്റെ ശ്രദ്ധ മുഴുവൻ ചാനലിൽ കേന്ദ്രീകരിക്കപ്പെട്ടു. മണ്ഡലത്തിൽ ഞാൻ ഒരു അപൂർവ്വ അതിഥിയായി മാറി. പല സഖാക്കളും മുറുമുറുക്കാൻ തുടങ്ങി. പാർടിക്ക് ഒരു ചാനൽ യാഥാർഥ്യമാക്കുക എന്ന ലക്ഷ്യത്തിനുവേണ്ടി പ്രവർത്തിക്കുകയാണല്ലോ എന്ന പരിഗണനയിൽ, എന്നെ വല്ലാതെ കുറ്റപ്പെടുത്താതെയുമിരുന്നു. മഞ്ചേരിയിൽ ശിവദാസമേനോന്റെ മകളുടെ മകളുടെ കല്യാണമുണ്ടായിരുന്നു. തൃശ്ശൂരിലെത്തിയ പിണറായി ഒരുമിച്ചു പോകാമെന്നു പറഞ്ഞ് എന്നെ വിളിച്ചു. ഞങ്ങൾ വിവാഹത്തിൽ പങ്കെടുത്ത ശേഷം ടി കെ ഹംസയുടെ വീട്ടിലേക്കു പോയി. പി വി അബ്ദുൽ വഹാബിനെ ടി കെ ഹംസ വീട്ടിലേക്ക് വിളിച്ചുവരുത്തി. വഹാബ് ഗൾഫിൽ വലിയ വ്യവസായിയും സമ്പന്നനുമായി വളർന്നിരുന്നു. ഞങ്ങൾ ചാനലിന്റെ കാര്യം പറഞ്ഞു. പാർടിയുടെ നേതൃത്വത്തിൽ നടക്കുന്ന സ്വതന്ത്ര ചാനലാണ്. എല്ലാവരുടെയും സഹകരണത്തോടു കൂടി കേരളത്തിലൊരു പുതിയ നിക്ഷേപ സംരംഭമായാണിത് തുടങ്ങുന്നത്. വഹാബ് മുഖം നോക്കാതെ അഭിപ്രായം പറയുന്ന ആളാണ്. ഞാൻ വഹാബിനെപ്പറ്റി എന്റെ ഗൾഫ് ജീവിതത്തെക്കുറിച്ചും തെരഞ്ഞെടുപ്പിനെക്കുറിച്ചും പറയുന്നിടത്ത് മുമ്പ് സൂചിപ്പിച്ചിട്ടുണ്ട്. വഹാബ് സഹകരിക്കാമെന്ന് പറഞ്ഞു. മാത്രമല്ല ഷെയർ പിരിക്കാൻ ഗൾഫിൽ കൂടെ വരാമെന്നും അറിയിച്ചു. അവിടെ വെച്ചുതന്നെ പിണറായി തീയതി നിശ്ചയിച്ചു. പിണറായിയും ടി കെ ഹംസയും വഹാബും ഞാനും അടങ്ങുന്ന സംഘം ഗൾഫ് യാത്രക്കുള്ള ഷെഡ്യൂൾ തയ്യാറാക്കി. വഹാബ് നായകസ്ഥാനം ഏറ്റെടുത്തു. എത്ര പെട്ടെന്നാണ് കാര്യങ്ങൾ നീങ്ങുന്നതെന്ന് ഞാനത്ഭുതപ്പെട്ടു. തിരുവനന്തപുരത്തേക്കു തിരിച്ചു പോകുന്നവഴി പിണറായി മമ്മൂട്ടിയെ കണ്ടു. അദ്ദേഹത്തെ ചെയർമാൻ ആക്കാനും മോഹൻലാലിനെ ഡയറക്ടർ ആക്കാനുമായിരുന്നു പരിപാടി. മമ്മൂട്ടിയെ കണ്ട വിവരം പിന്നീട് പിണറായി എന്നോട് പറഞ്ഞു. വളരെ രസകരമായിരുന്നു ആ

» 'കൈരളി'യുടെ ഒരു ചടങ്ങിൽ സിദ്ധാർഥമേനോൻ, മുരളി, പി ടി, എം എ ബേബി, കടന്നപ്പള്ളി രാമചന്ദ്രൻ, ഇ കെ നായനാർ, ശാരദ ടീച്ചർ

കൂടിക്കാഴ്ച. ആ ഒരൊറ്റ കൂടിക്കാഴ്ചയിൽ 'പുലിക്കു വാപ്പാനെയും വാപ്പാക്ക് പുലിയെയും' മനസ്സിലായി എന്നു പറയുന്നതാവും ശരി. അവർ ഇന്നും നല്ല സുഹൃത്തുക്കളായി കഴിയുന്നു. മമ്മൂട്ടി ഇന്നും മലയാളം കമ്മ്യൂണിക്കേഷൻസ് ലിമിറ്റഡ് ചെയർമാനായി തുടരുന്നു.

ഗൾഫ് രാജ്യങ്ങളിൽ ഒരു വമ്പൻ പ്രചാരണയജ്ഞമായി ഞങ്ങളുടെ സന്ദർശനം. സൗദി ഒഴിച്ചുള്ള എല്ലാ രാജ്യങ്ങളിലും കൈരളിയുടെ ഷെയർ സമാഹരണം നടന്നു. അത്ഭുതപൂർവ്വമായ സ്വീകരണങ്ങളാണ് ചാനലിനു ലഭിച്ചത്. പ്രത്യേകിച്ച് മതന്യൂനപക്ഷങ്ങളിൽനിന്ന്. അബുദാബി വ്യവസായിയായ വി കെ അഷ്റഫും ഞങ്ങൾക്കൊപ്പം ചേർന്നു. എല്ലാ സ്ഥലത്തും ഈ അഞ്ചംഗ സംഘമാണ് സന്ദർശനം നടത്തിയത്. യൂസഫലി, ഗൾഫാർ മുഹമ്മദലി എന്നിങ്ങനെ വമ്പന്മാർ തൊട്ട് സാധാരണക്കാരായ തൊഴിലാളികളടക്കം ചാനൽ ഓഹരിക്കാരായി വന്നു. ചാനലിനെക്കുറിച്ചുള്ള പ്രസന്റേഷൻ എന്റെ ചുമതലയായിരുന്നു. അതിനുപയോഗിക്കുന്ന ടെക്നോളജി, മെഷിനറി എന്നിവയെല്ലാം പരിചയപ്പെടുത്തൽ. ഒരു പ്രത്യേകത അതൊരു പാർടി ചാനലാണെന്ന് പിണറായി പറയുന്നില്ല എന്നതാണ്. നിങ്ങളെല്ലാം ചേർന്ന് തുടങ്ങുന്ന ഈ മഹാസംരംഭത്തിൽ പാർടി അതിന്റേതായ പങ്കു വഹിക്കുന്നു, സഹായം ചെയ്യുന്നു എന്നുമാത്രം. അതിന്റെ ദൈനംദിന പ്രവർത്തനങ്ങളിൽ പാർടിക്ക് ഒരു പങ്കും ഉണ്ടാകില്ലെന്നും അദ്ദേഹം പറഞ്ഞു. അതിൽ എന്തു കാണിക്കണം എന്ന് തീരുമാനിക്കുന്നത്

അതിന്റെ ഭരണനേതൃത്വം ഏറ്റെടുത്തവരാണ്. എന്നാൽ മതേതരത്വം, ജനാധിപത്യം, സാമ്രാജ്യത്വവിരുദ്ധത എന്നീ മൂല്യങ്ങളിൽ ഉറച്ചുനിൽക്കുന്നതായിരിക്കണമെന്ന നിർബന്ധവും അദ്ദേഹം ഊന്നിപ്പറഞ്ഞു. ജാതിമതഭേദമെന്യേ മലയാളത്തെയും കേരളത്തെയും സ്നേഹിക്കുന്ന മനുഷ്യരുടെ അത്ഭുതപൂർവ്വമായ ഐക്യദാർഢ്യമായിരുന്നു കൈരളി ഓഹരി സമാഹരണം യാഥാർത്ഥ്യമാക്കിയത്. ഈ ഓഹരി സമാഹരണം പ്രവാസി സമൂഹത്തെ കേരളത്തിലേക്ക്, ഇടതുപക്ഷത്തേക്ക് അടുപ്പിക്കുന്ന ഒരു പ്രധാന കണ്ണിയായി എന്നാണ് പിൽക്കാലത്തെ അനുഭവം. പിണറായി പാർടി സെക്രട്ടറി എന്ന നിലയിൽ ഗൾഫ് മേഖലയിൽ വിപുലമായ സൗഹൃദമാണ് ആ സന്ദർശനം കൊണ്ടുണ്ടാക്കിയത്. അയിത്തം കല്പിച്ച് മാറിനിന്ന പലരും പിണറായിയുടെ സമീപനത്തിലും സൗഹൃദത്തിലും ആകൃഷ്ടരായി. പിണറായിയുടെ ഏറ്റവും വലിയ പ്രത്യേകത യാത്രയിൽ തന്റെ കൂടെ സഞ്ചരിക്കുന്നവരെല്ലാം ഒപ്പം ഉണ്ടാകണമെന്ന നിഷ്ഠയാണ്. ആരെങ്കിലും ഒറ്റക്ക് അങ്ങോട്ടുമിങ്ങോട്ടും പോകുന്നത് അദ്ദേഹത്തിനിഷ്ടമല്ല. അത് ദൈനംദിന കാര്യങ്ങളെ ബാധിക്കുമെന്നതിനാൽ. കൂടെയുള്ളവരുടെ കാര്യങ്ങളിൽ ഇത്രയധികം ശ്രദ്ധചെലുത്തുന്ന ഒരാളെ കാണാൻ വിഷമമായിരിക്കും. ചിലപ്പോഴൊക്കെ അശ്രദ്ധനാവുകയോ. 'മൂഡി' ആവുകയോ ചെയ്യുക എന്റെ സഹജസ്വഭാവമാണ്. ഇടയ്ക്കിടെ ടി കെ ഹംസയോടു ചോദിക്കുമത്രേ, "എന്താണ് നമ്മുടെ കലാകാരന് ഉഷാർ ഇല്ലാത്തതുപോലെ?"

» ബാബു ഭരദ്വാജ്, മുരളി, വി കൃഷ്ണകുമാർ, കെ ആർ മോഹനൻ എന്നിവർക്കൊപ്പം

വമ്പൻ തുകകൾ ഷെയറായി വന്നു. ഷെയറെടുക്കാൻ വന്നവരിൽ എന്നെ അത്ഭുതപ്പെടുത്തിയ ഒരാളുണ്ട്. ഒരു ചെറുപ്പക്കാരൻ. ഏറിയാൽ പത്തിരുപത്തെട്ട് വയസ്സുണ്ടാവും. അദ്ദേഹം വന്ന് ഇരുന്നു. വഹാബ് പരിചയപ്പെടുത്തി. പിന്നീട് ഞങ്ങളെല്ലാം ചില തമാശകൾ പറഞ്ഞിരിക്കുന്നതിനിടയിൽ ആ ചെറുപ്പക്കാരൻ പറഞ്ഞു,"വഹാബ്ക്കാ, ഇനിക്ക് ജോലിണ്ട്. പോണം." വഹാബ് ഉടനെ വിഷയത്തിലേക്ക് വന്നു. ഞങ്ങൾ വലിയ പ്രതീക്ഷയിലൊന്നുമല്ല ആ പയ്യനെ കണ്ടത്. നാലഞ്ചു ലക്ഷം. വഹാബ് കൊണ്ടുവന്നതല്ലേ. വഹാബ് പറഞ്ഞു, "കാര്യമായി സഹായിക്കണം. നീ പറ." ചെറുപ്പക്കാരൻ, "വഹാബ്ക്ക പറഞ്ഞാ മതി." വഹാബ് അവിടെ ഇരിക്കുന്നവരെ അത്ഭുതപ്പെടുത്തികൊണ്ട് "50 ലക്ഷം രൂപ" എന്നു പറഞ്ഞു. ഞാൻ വഹാബിനെ നോക്കി. അവനെ കളിയാക്കിയതാണ് എന്നാണ് എനിക്കു തോന്നിയത്. അവൻ എണീറ്റു. "ശരി, വഹാബ്ക്കാ. അങ്ങനെ ആയിക്കോട്ടെ." ഞങ്ങൾ അന്തംവിട്ടു പോയി. അയാൾ ഒരു കറൻസി ട്രേഡർ ആയിരുന്നു. കറൻസി ട്രേഡിങ് ആധുനികമായ ഒരു മണി എക്സ്ചേഞ്ച് വ്യാപാരമാണ്. അതിൽ പ്രഗൽഭനായിരുന്നുവത്രേ, മലപ്പുറത്തുനിന്നുള്ള ആ പ്രീഡിഗ്രിക്കാരൻ. മലയാളി എവിടെയെല്ലാം വ്യവഹരിക്കുന്നു, എന്തെല്ലാം എത്തിപ്പിടിക്കുന്നു, മലയാളി ഗംഭീരമായി മാറിയിരിക്കുന്നു എന്ന് ഞാൻ മനസ്സിലാക്കി.

പിണറായി വളരെ സംതൃപ്തനായി. ഗൾഫ് മേഖലയിലുള്ള പാർടി പ്രവർത്തകർ കൈയും മെയ്യും മറന്ന് പ്രവർത്തിച്ചു. കൊച്ചുകൃഷ്ണൻ, ഗോപി, എ കെ മൂസ മാസ്റ്റർ, പി എം ജാബിർ, സമീർ, സിദ്ദീഖ്, എ കെ ശങ്കരൻ, എ പി ഇബ്രാഹിം, സതീന്ദ്രൻ അങ്ങനെ പോകുന്നു അവരുടെ നീണ്ടനിര.

ഗൾഫ് പര്യടനം കഴിഞ്ഞ് ഞങ്ങൾ തിരിച്ചെത്തി. പിന്നീട് ബംഗ്ലൂർ, ചെന്നൈ, ബോംബെ മുതലായ നഗരങ്ങളിലും ഞാനും പിണറായിയും ഓഹരി സമാഹരണത്തിന് പോയി. ബംഗളൂരുവിലേക്കുള്ള യാത്രയിൽ എ വിജയരാഘവനും എൻ എൻ കൃഷ്ണദാസും ഒപ്പമുണ്ടായിരുന്നു. താമസം കെൽട്രോൺ സ്ഥാപകനായ കെ പി പി നമ്പ്യാരുടെ വീട്ടിലായിരുന്നു. ബംഗ്ലൂരിലും നല്ല സ്വീകരണമാണ് ലഭിച്ചത്. ബിപിഎൽ നമ്പ്യാർ എന്നറിയപ്പെടുന്ന ബിപിഎൽ സ്ഥാപകൻ ടി പി ജി നമ്പ്യാർ ഞങ്ങളെ വീട്ടിലേക്ക് ക്ഷണിച്ചു. അദ്ദേഹം സ്നേഹപൂർവ്വം കാര്യങ്ങൾ ചോദിച്ചറിഞ്ഞ ശേഷം ഷെയർ കാര്യം ഉച്ചയ്ക്കുശേഷം അറിയിക്കാമെന്നു പറഞ്ഞു. ഞങ്ങൾ പോന്നു. ഉച്ചതിരിഞ്ഞ് അദ്ദേഹം വിളിച്ചു. ഷെയർ എടുക്കാം. ആകെ മൂലധനത്തിൽ 26% അദ്ദേഹത്തിന് വേണമെന്നായിരുന്നു ആവശ്യം. ആരും വീണു പോകുന്ന ഓഫറായിരുന്നു അത്. പിണറായിയുടെ പ്രതികരണം പെട്ടെന്ന് വന്നു. "അതു നടക്കില്ല!" 26%

ഓഹരി എന്നു പറയുന്നത് പബ്ലിക് ലിമിറ്റഡ് കമ്പനിയിൽ നിർണായക ഓഹരിയാണ്. അതുകൊണ്ടുതന്നെയാണ് പിണറായി അത് പറ്റില്ല എന്നു പറഞ്ഞത്.

കെ പി പി നമ്പ്യാരുടെ വീട്ടിൽ രസകരമായ ഒരു സംഭവമുണ്ടായി. വൈകുന്നേരം ചായക്ക് കോളിഫ്ലവർ മസാല പുരട്ടി വറുത്തത് കൊണ്ടുവന്നിരുന്നു. ഞങ്ങളെല്ലാം കഴിച്ചു. നമ്പ്യാർ കഴിച്ചില്ല. പിണറായി ചോദിച്ചു, "നിങ്ങളെന്താ കഴിക്കാത്തത് ?" പെട്ടെന്ന് മറുപടി വന്നു, "ഞാൻ കോളിഫ്ലവർ കഴിക്കാറില്ല. ചിലപ്പോൾ അതിൽ നമ്മളറിയാതെ പുഴ ഇരിക്കുന്നുണ്ടാകും. പക്ഷേ വേവിച്ചാൽ പോകും. എന്നാലും ഞാൻ കഴിക്കാറില്ല." ഉടനെ പിണറായി, "പി ടീ, നിർത്ത് ! ഇന്ന് മുതൽ നമ്മളും കോളിഫ്ലവർ കഴിക്കുന്നില്ല." ആ തീരുമാനം ഇന്നും ഞാൻ പാലിക്കുന്നു. ഞാൻ കോളിഫ്ലവർ അറിഞ്ഞുകൊണ്ട് കഴിക്കാറില്ല.

ഏതായാലും മദിരാശി സന്ദർശനവും വിജയമായി. മദിരാശിയിൽ വെച്ച് സൂര്യയിൽ വാർത്ത വായിച്ചിരുന്ന യു പ്രദീപ് എന്ന ചെറുപ്പക്കാരൻ ഞങ്ങളെ കാണാൻ വന്നു. കുശലാന്വേഷണം നടത്തി പോകുമ്പോൾ, ചാനൽ തുടങ്ങിയാൽ വിളിക്കാമെന്ന് ഞാൻ പറഞ്ഞു. യു പ്രദീപ് കൈരളിയുടെ പ്രഥമ ന്യൂസ് റീഡർമാരിലൊരാളായി. പിന്നീട് ഞങ്ങൾ വന്ന് ശ്രദ്ധകേന്ദ്രീകരിച്ചത് കൈരളിയിലേക്കാവശ്യമുള്ള പ്രവർത്തകരെ തെരഞ്ഞെടുക്കുന്നതിലാണ്. ന്യൂസിന്റെ തലപ്പത്ത് ആരാകുമെന്ന പ്രശ്നം വന്നു. പല പേരുകളും നിർദ്ദേശിക്കപ്പെട്ടു. പ്രഥമ പരിഗണന കൊടുത്തത് 'ഫ്രണ്ട്ലൈനി'ലെ വെങ്കിടേഷ് രാമകൃഷ്ണനായിരുന്നു. അദ്ദേഹത്തിന് 'ഹിന്ദു' ഗ്രൂപ്പിൽനിന്നു വിട്ടുപോരാൻ വലിയ ബുദ്ധിമുട്ടുണ്ടെന്ന് പറഞ്ഞു. പിന്നീട് ഗൗരിദാസൻ നായരെയാണ് പരിഗണിച്ചത്. ഒടുവിൽ എൻ പി ചെക്കുട്ടി ഡയറക്ടറായി നിയമിതനായി. ചെക്കുട്ടി ഇന്ത്യൻ എക്സ്പ്രസ്സിലായിരുന്നു. അതിനു മുമ്പ് ദേശാഭിമാനിയിലുമുണ്ടായിരുന്നു. ഡൽഹി ബ്യൂറോ ചീഫ് ആരായിരിക്കണമെന്ന ചർച്ച വന്നപ്പോൾ വിഷ്വൽ മീഡിയ രംഗത്ത് പരിചയമുള്ള ഒരാൾ വേണമെന്ന് ചില അഭിപ്രായങ്ങളുയർന്നു. എന്നാൽ ബ്രിട്ടാസ് തന്നെ വേണമെന്ന് ഞാനാദ്യമേ തീരുമാനിച്ചിരുന്നു. ആ അഭിപ്രായത്തിന് കാര്യമായ പരിഗണനയുണ്ടായി. പിണറായിയും ബേബിയുമെല്ലാം മുമ്പേ അത് തീരുമാനിച്ചിരുന്നു. ചാനലിന്റെ ലൈസൻസുമായി ബന്ധപ്പെട്ട പല കാര്യങ്ങളും ബ്രിട്ടാസ് അവിടെ കാര്യക്ഷമമായി നിർവഹിച്ചിരുന്നു. പ്രിന്റ് മീഡിയയിൽനിന്നു വന്ന് വിഷ്വൽ മീഡിയയിൽ വളരെ വേഗം പ്രാഗത്ഭ്യം തെളിയിച്ച ആളാണ് ബ്രിട്ടാസ്. ഡൽഹി ബ്യൂറോ വളരെ നന്നായി കൈകാര്യം ചെയ്തു.

പി ഗോവിന്ദപ്പിള്ളയുടെ നേതൃത്വത്തിലായിരുന്നു വാർത്താ വിഭാഗത്തിലേക്ക് ഇന്റർവ്യൂ നടന്നത്. പത്രമാധ്യമ രംഗത്തെ ഒരു വമ്പൻ നിര തന്നെയാണ് കൈരളിയുടെ ന്യൂസ് വിഭാഗത്തിലേക്ക് വന്നത്. കേരളത്തിന്റെ മാധ്യമരംഗത്തെ പ്രഗത്ഭരായ ആളുകളെല്ലാം ഒരുമിച്ചുകൂടിയ ഒരു പരിവർത്തന കേന്ദ്രമായിരുന്നു കൈരളി. എൻ പി ചെക്കുട്ടിക്കും ജോൺ ബ്രിട്ടാസിനും പുറമെ പ്രഭാവർമ, ആർ പാർവതിദേവി, കോയമുഹമ്മദ്, കെ രാജഗോപാൽ, കെ കെ കൃഷ്ണകുമാർ, സോമകുമാർ, എബ്രഹാം മാത്യു, പ്രമേഷ് കുമാർ, ലൂഷി കെ മനോജ്, ഷിബു ജോസഫ്, പ്രദീപ്കുമാർ, ഡി ജോസ്, ആർ സുഭാഷ്, മനോജ് കെ പുതിയവിള, കെ ബി വേണു, ഇ എം അഷ്റഫ്, എം സുചിത്ര, കമൽറാം സജീവ്, എം പി ബഷീർ, രാജീവ് ദേവരാജൻ, മനോജ് വർമ, ലോറൻസ്, എം എസ് ബനേഷ്, എൻ കെ ഭൂപേഷ്, പ്രിയ രവീന്ദ്രൻ, വിനു വാസുദേവൻ, സലാം പി ഹൈദ്രോസ്, നിർമല, മനോജ് ഭാരതി, ജീന പോൾ, കെ കെ നീലിമ, സുമംഗല, മുൻഷിദ് ഇബ്രാഹിം, ജെ സതീശ്കുമാർ, ബിന്ദു, രാജീവ് ശങ്കരൻ, മിൽടൻ ഫ്രാൻസിസ്, കെ രാജേന്ദ്രൻ, ആർ അജയഘോഷ്, ആർ ശ്രീജിത്ത്, എം രാജീവ്, രജീഷ് റഹ്മാൻ, മഞ്ജിത് വർമ, അഞ്ജന, സംഗീത, യു പ്രദീപ്, മഞ്ജു, ദിനകരൻ, വീണ ജോർജ്, രേണുകദേവി, മനില, ശോഭ, ഗോപികവർമ, രജനി വാര്യർ, ധന്യലക്ഷ്മി, രാജേഷ്, സ്മൃതി പരുത്തിക്കാട്, സിന്ധ്യ ചന്ദ്രൻ, ഷൈൻ, അനുജ...കേരളത്തിന്റെ പ്രിന്റ് മീഡിയയിൽ നിന്നാണ് ഇവരിൽ വലിയൊരു ഭാഗവും വന്നത്. കൈരളിയിൽ പയറ്റിത്തെളിഞ്ഞവരാണിന്ന് നമ്മുടെ മാധ്യമങ്ങളുടെ നിർണായക സ്ഥാനങ്ങളിലുള്ളത്. അതുകൊണ്ടാണ് കൈരളി ഒരു പരിവർത്തന കേന്ദ്രമായിരുന്നുവെന്ന് ഞാൻ പറയുന്നത്.

ശശികുമാറും ആദ്യഘട്ടത്തിൽ നന്നായി സഹകരിച്ചു. ചീഫ് ഓപ്പറേറ്റിംഗ് ഓഫീസറായി ഏഷ്യാനെറ്റിൽ നിന്നുള്ള വി കൃഷ്ണകുമാറിനെ എടുത്തു. വളരെ സൗമ്യനും ചാനലിനെക്കുറിച്ച് നല്ല ധാരണയുള്ള ആളുമായിരുന്നു കൃഷ്ണകുമാർ. പ്രൊഡക്ഷൻ വിഭാഗത്തിൽ സുന്ദരൻ എന്നൊരാളെ ഏഷ്യാനെറ്റിൽ നിന്ന് കൂട്ടി. ശശികുമാറിന്റെ ബന്ധുകൂടിയായിരുന്നു സുന്ദരൻ. പ്രൊഡക്ഷൻ എക്സിക്യൂട്ടീവയി ഗർഷോമിന്റെ പ്രൊഡക്ഷൻ എക്സിക്യൂട്ടീവായിരുന്ന എ ജെ പീറ്ററെക്കൂടി ഞാൻ കൂട്ടി. പീറ്റർ നല്ല പ്രൊഡക്ഷൻ ധാരണയുള്ള ആളായിരുന്നു

ബെറ്റി ലൂയിസ് ബേബിയെ പ്രൊഡക്ഷൻ കോഓഡിനേറ്ററായി നിയമിച്ചു. പ്രോഗ്രാം കെ ആർ മോഹനന്റെ നേതൃത്വത്തിലായിരുന്നു. കെ ജി ജോർജിന്റെ നേതൃത്വത്തിലുള്ള ഒരു സംഘമാണ് പ്രൊഡ്യൂസർമാരെ ഇന്റർവ്യൂ ചെയ്തത്. ശ്രീകാന്ത്, സന്തോഷ് പാലി, റഫീഖ് റാവുത്തർ, സതീശൻ, സജിത മഠത്തിൽ, പ്രമോദ് പയ്യന്നൂർ, സന്ധ്യ

ബാലസുമ, വിശ്വനാഥൻ ഇങ്ങനെയുള്ള ഒരു നിരയാണ് പ്രോഗ്രാമിൽ വന്നത്. പൂനാ ഫിലിം ഇൻസ്റ്റിറ്റ്യൂട്ടിൽ നിന്നുവന്ന നന്ദകുമാറാണ് ക്യാമറ ടീമിന്റെ തലപ്പത്ത് നിയുക്തനായത്. സോണിയുടെ ഉയർന്ന നിലവാരമുള്ള സാങ്കേതിക ഉപകരണങ്ങളാണ് വാങ്ങിയത്. ലീനിയർ എഡിറ്റിംഗ് സമ്പ്രദായമായിരുന്നു നിലവിലുണ്ടായിരുന്നത്. വാർത്താ വിഭാഗത്തോടനുബന്ധിച്ച് സോഫിയ ബിന്ദ്, പ്രീത പള്ളത്ത് തുടങ്ങിയ വരും പ്രൊഡക്ഷന് ഉണ്ടായിരുന്നു.

കുറവങ്കോണത്തെ ഓഫീസ് ഒന്നിനും തികയില്ലെന്ന് ഞങ്ങൾക്കറി യാമായിരുന്നു. പുതിയ സ്ഥലം കണ്ടെത്താനുള്ള ഓട്ടവും പാച്ചിലുമായി. പല സ്ഥലങ്ങളും പോയി കണ്ടു. ഒന്നും എനിക്ക് തൃപ്തിയായില്ല. കിഴക്കേക്കോട്ടയിൽ ഒരു പഴയ കെട്ടിടമുണ്ടെന്ന് സതീഷ് ബാബു പയ്യന്നൂർ പറഞ്ഞു. ഞാൻ ഉടനെ പോയി സ്ഥലം കണ്ടു. മാതൃഭൂമി പ്ര വർത്തിച്ചിരുന്ന ആ കെട്ടിടം ഒഴിഞ്ഞു കിടക്കുകയായിരുന്നു. രാമകൃഷ്ണ ശർമ എന്ന സമ്പന്നനായ തോട്ടം ഉടമയുടെ കയ്യിലായിരുന്നു അത്. പിണറായിയോട് സംസാരിച്ചു. നിർബന്ധമായും കിട്ടണമെന്ന് പറഞ്ഞു. പിണറായി അതിനായി കോലിയക്കോട് കൃഷ്ണൻനായരെ എന്റെകൂടെ അയച്ചുതന്നു. കോലിയക്കോട് എന്നെ പരിചയപ്പെടുത്തിയപ്പോൾ രാമകൃഷ്ണ ശർമ പറഞ്ഞു "എനിക്കറിയാം. നിയമസഭ കമ്മിറ്റിയെ ക്കൊണ്ട് എനിക്ക് നോട്ടീസ് അയപ്പിക്കാൻ ശ്രമിച്ച ആളാണ്." ഞാൻ അഞ്ചുകൊല്ലം നിയമസഭയുടെ പ്രൈവറ്റ് മെമ്പേഴ്സ് ബിൽ സമിതിയുടെ ചെയർമാനായിരുന്നു. എം മുരളി, ആർ ലത ദേവി, കുട്ടി അഹമ്മദ് കുട്ടി എന്നിവർ അംഗങ്ങളും. ഞങ്ങൾ തോട്ടം തൊഴിലാളികളുടെ വാസസ്ഥ ലത്തെക്കുറിച്ച് അന്വേഷിക്കാൻ പോയിരുന്നു. അവർ താമസിക്കുന്ന ലയങ്ങൾ വൃത്തിഹീനമായിരുന്നു. തോട്ടം തൊഴിലാളികളുടെ കഷ്ടപ്പാട് അന്വേഷിക്കണമെന്ന് ആവശ്യപ്പെടുന്ന പ്രമേയം സംബന്ധിച്ച തെളി വെടുപ്പിലാണ് അവർ അതിദാരുണമായ ചൂഷണത്തിന് വിധേയമാകു ന്നുവെന്ന് മനസ്സിലായത്. പല രീതിയിൽ കോടതി വിധി സമ്പാദിച്ച് തോട്ടം മാനേജർമാരും ഉദ്യോഗസ്ഥരും ഉത്തരവാദിത്വം ഒഴിയുകയാണ് ചെയ്തിരുന്നത്. തോട്ടം ഉടമകളെ കമ്മിറ്റി മുമ്പാകെ വിളിപ്പിക്കാൻ ഞാൻ ആവശ്യപ്പെട്ടു. ഇത് വലിയ പ്രശ്നമായി. ഒടുവിൽ സ്പീക്കർ വിജയകുമാർത ന്നെ എന്നോട് നേരിട്ട് പറഞ്ഞു, "അവരെ വിളിക്കുന്നത് ഒഴിവാക്കണം. അവർക്ക് വരാൻ ബുദ്ധിമുട്ടാണ്." ഈ വിവരങ്ങളൊക്കെ രാമകൃഷ്ണ ശർമക്ക് അറിയാമായിരുന്നു. ഞാൻ ഗുരുവായൂരമ്പലനടയിൽനിന്നാണ് വരുന്നതെന്ന് പറഞ്ഞ്, അന്തരീക്ഷത്തിന് അയവുവരുത്താനും ലോഹ്യമു ണ്ടാക്കാനും ശ്രമിച്ചതിനു ഫലമുണ്ടായെന്നുതോന്നുന്നു. വാടകയ്ക്ക് സ്ഥലം ഉടനെ കൈമാറാമെന്നായി അദ്ദേഹം. ഞങ്ങൾ സന്തോഷത്തോടെ

തിരിച്ചുപോന്നു. കോലിയക്കോട് അവിടെ ഉണ്ടായതെല്ലാം വിശദമായി പിണറായിയോട് പറഞ്ഞു. അദ്ദേഹം ചിരിച്ചു. ഒന്നാംതരം സ്ഥലമായിരുന്നു അത്. ഓഫീസ് സജ്ജീകരിക്കാൻ കൃഷ്ണകുമാറിന്റെ നേതൃത്വത്തിൽ പണികളാരംഭിച്ചു. ഇതിനിടയിൽ സോണിയുടെ ഉപകരണങ്ങൾക്ക് ഗൾഫിൽനിന്നും മറ്റു സ്ഥലങ്ങളിൽനിന്നും വ്യത്യസ്ത ക്വട്ടേഷനുകൾ ക്ഷണിച്ചു. ഏറ്റവും ചുരുങ്ങിയ ക്വട്ടേഷൻ നൽകിയ ഏജന്റുമായി സംസാരിക്കാൻ കമ്മിറ്റിയെ നിശ്ചയിച്ചു. ജപ്പാനിൽനിന്ന് സോണി സംഘം നേരിട്ട് ഓഫീസിലെത്തി. അവർ പറഞ്ഞ ഇംഗ്ലീഷ് ഞങ്ങൾക്കും ഞങ്ങളുടെ ഇംഗ്ലീഷ് അവർക്കും മനസ്സിലായില്ല. മലയാളത്തിലും ജാപ്പനീസിലും സംസാരിച്ചപ്പോൾ രണ്ടുകൂട്ടർക്കും കാര്യം മനസ്സിലായി. കച്ചവടം വേഗം നടന്നു. ടെലിവിഷൻ സ്റ്റുഡിയോകളുമായി നല്ലബന്ധവും അതെക്കുറിച്ച് അറിവുമുള്ള ടോമിൻ ജെ തച്ചങ്കരി പിണറായിയെ പരിചയപ്പെട്ടു. അദ്ദേഹത്തോട് എന്നെ കാണാൻ പിണറായി നിർദ്ദേശിച്ചു. സ്റ്റുഡിയോ നിർമ്മാണത്തിന് അദ്ദേഹത്തിന്റെ മേൽനോട്ടസഹായമുണ്ടാകുമെന്ന് പിണറായി പറഞ്ഞു. തച്ചങ്കരി എന്നെ കാണാൻ വന്നു. ഞാൻ കാര്യങ്ങൾ വെട്ടിത്തുറന്നു പറഞ്ഞു. ചാനലിൽ പലരും അദ്ദേഹത്തിന്റെ ഇടപെടലുകളിൽ എതിർപ്പുള്ളവരായിരുന്നു. പ്രത്യേകിച്ചും ശശികുമാർ അടക്കമുള്ള ആളുകൾ. ശശികുമാർ വളരെ കുറച്ചു പ്രാവശ്യമേ തിരുവനന്തപുരത്ത് വന്നുള്ളൂ. സമയം പരിമിതമായിരുന്നു. ഫെബ്രുവരിയിൽ രജിസ്ട്രേഷൻ നടപടികൾ ആരംഭിച്ച ചാനൽ ആഗസ്ത് 17ന് എയറിൽ പോകണമെങ്കിൽ ഭഗീരഥ പ്രയത്നംതന്നെ വേണ്ടിയിരുന്നു. അതു കൊണ്ടുകൂടിയാണ് തച്ചങ്കരിയുടെ സഹായം സ്വീകരിക്കാമെന്നുവെച്ചത്. അദ്ദേഹത്തിന്റെ 'പൊലീസ് മുറ' കാര്യങ്ങൾ എളുപ്പമാക്കി. പ്രക്ഷേപണമന്ത്രാലയത്തിന് കീഴിലുള്ള വിഎസ്എൻഎൽ കെട്ടിടത്തിലായിരുന്നു ന്യൂസ് സ്റ്റുഡിയോ ഉണ്ടാക്കേണ്ടത്. അകത്തു കടക്കലും അവിടെ പണി നടത്തലും ദുഷ്കരമായിരുന്നുവെങ്കിലും തച്ചങ്കരിയുടെ മേൽനോട്ടത്തിൽ സ്റ്റുഡിയോ വേഗം പൂർത്തിയാക്കി. സോണിയുടെ ഉപകരണങ്ങൾ വാങ്ങാൻ തച്ചങ്കരിയും സിദ്ധാർത്ഥ മേനോനുമാണ് ജപ്പാനിൽ പോയത്. എല്ലാം യഥാസമയം എത്തി. ഇതിനിടക്ക് മമ്മൂട്ടി, മുരളി, വി കെ അഷ്റഫ്, പി വി അബ്ദുൾ വഹാബ്, തോമസ് ഐസക്, ടി ആർ അജയൻ, എ എ റഷീദ്, എം എം മോനായി എന്നിവരും മുമ്പു പറഞ്ഞ മൂന്ന് പേരും അടങ്ങുന്ന പുതിയ ഡയറക്ടർ ബോർഡ് വന്നു.

പ്രോഗ്രാം നിർമാണം തകൃതിയായി നടന്നു. ഞാനും കെ ആർ മോഹനനും ഒരു കാര്യം തീരുമാനിച്ചു. ഏഷ്യാനെറ്റിന്റെ അനുകരണമാവരുത് കൈരളി. ഇത് പിണറായിയോട് പറയുകയും ചെയ്തു. അദ്ദേഹം പൂർണ്ണസമ്മതം നൽകി. ഉദ്ഘാടനച്ചടങ്ങ് സൂര്യകൃഷ്ണമൂർത്തിയുടെ

നേതൃത്വത്തിലായിരുന്നു. ഒ എൻ വി യുടെ തീംസോങ്ങിന് എം ജയച ന്ദ്രൻ ഈണം നൽകി. സി-ഡിറ്റിലെ മോഹൻകുമാറും ക്യാമറാമാൻ ജയനും കൂടി ദൃശ്യങ്ങൾ വിതാനിച്ചു. വളരെ നല്ല ശ്രാവ്യദൃശ്യാനുഭവമാ യിരുന്നു അത്.

ഇതിനിടെ സിനിമ വാങ്ങൽ സംബന്ധിച്ച് ആശയവിനിമയം നടന്നു. ഏഷ്യാനെറ്റിന് പടങ്ങൾ വാങ്ങുന്ന നിർമാതാവ് ശോഭനാ പരമേശ്വരൻ നായരുടെ സ്ഥാപനം നമുക്കും വാങ്ങിത്തരുമെന്നായിരുന്നു ശശികുമാറും മറ്റും നിർദേശിച്ചത്. ഞാൻ അതിനോട് യോജിച്ചില്ല. നമുക്ക് മാത്രമായി ആൾ വേണം. പിണറായിയോട് സംസാരിച്ചു. നിർമാതാവും നടനുമായ ബാങ്ക് രവിയെ ഏൽപ്പിക്കാമെന്ന് ഞാൻ പറഞ്ഞു. സിനിമ സമ്പാദിക്കു ന്ന കാര്യത്തിൽ പിണറായിയും നല്ല നിലയിൽ സഹായിച്ചു. ജൂബിലി ജോയിയും നീലായുടെ കുമാർ സുബ്രഹ്മണ്യവും അവരുടെ മുഴുവൻ പടങ്ങളും തരാൻ തയാറായി. അങ്ങനെ എണ്ണം നാനൂറോളം എത്തി. സിനിമാ സംഭരണശ്രമം എത്ര വലുതായിരുന്നുവെന്ന് ഇതു വ്യക്തമാ ക്കുന്നു. സംപ്രേഷണത്തിന് സിനിമകൾ ടെലിസിനി ചെയ്യുന്നതിന്റെ വലിയ പ്രക്രിയ ബാക്കിയുണ്ടായിരുന്നു. അതൊക്കെ ഒരുവശത്ത് നടന്നു കൊണ്ടിരുന്നു.

അതിനിടക്ക് പ്രൊഡ്യൂസർമാരും കൃഷ്ണകുമാറും ചേർന്ന് ഒരാ വശ്യവുമായി വന്നു. 24 മണിക്കൂർ സംപ്രേഷണം എന്ന പരിപാടി ഉപേക്ഷിക്കണം. ആദ്യം ആറുമണിക്കൂറിലായി തുടങ്ങണം. ക്രമേണ 24 മണിക്കൂറിലേക്ക് പോയാൽമതി. എല്ലാവരും ആ അഭിപ്രായത്തോ ടൊപ്പമായി. മമ്മൂട്ടിയും ശശികുമാറും അതിനോട് യോജിച്ചു. എന്റെ റൂമിലേക്ക് പ്രൊഡ്യൂസർമാരുമായി വന്ന കെ ആർ മോഹനനോട് ഞാൻ വഴക്കായി. എനിക്ക് ദേഷ്യം വന്നു. ആറുമണിക്കൂർ സംപ്രേഷ ണത്തെക്കുറിച്ച് എനിക്ക് ആലോചിക്കാനേ പറ്റിയിരുന്നില്ല. ചിങ്ങം 1മുതൽ ഏതുസമയവും മലയാളികൾക്ക് കൈരളി സംപ്രേഷണം കാണാൻ കഴിയണം എന്നായിരുന്നു എന്റെ ആഗ്രഹം. പാർടിയുടെ ആഗ്രഹവും അതായിരുന്നു. പിണറായിയുമായി ചർച്ച നടത്തി. തനിക്ക് ഇക്കാര്യത്തിൽ ഗ്രാഹ്യമില്ലെന്ന് സിദ്ധാർത്ഥ മേനോൻ വ്യക്തമാക്കി. പ്രായോഗികമാണോ എന്ന് പിണറായി ചോദിച്ചു. “ഉറപ്പ് !” ഞാൻ പറഞ്ഞു. പിണറായി എന്നെ ഒന്നുകൂടി നോക്കി. എന്റെ നിശ്ചയദാർ ഢ്യം അദ്ദേഹത്തിന് ബോധ്യമായി. “ശരി, എല്ലാവരും എതിരാണ്.” പിണറായി 24 മണിക്കൂറിൽ പാറപോലെ ഉറച്ചുനിന്നു.

ചന്ദ്രശേഖരൻനായർ സ്റ്റേഡിയത്തിലെ സദസ്സിനു മുമ്പാകെ നടന്ന കൈരളി ടി വി ഉദ്ഘാടനച്ചടങ്ങ് മനോഹരമായി. ഞാൻ എന്റെ കുടുംബത്തെയും കൊണ്ടുവന്നിരുന്നു. ഏഴു കൊല്ലം

നിയമസഭാംഗമായിരുന്നിട്ടും ഒരുതവണപോലും കുടുംബത്തിന് നിയമസഭ കാണാനൊരവസരം കൊടുക്കാൻ ഞാൻ ശ്രദ്ധിച്ചിരുന്നില്ല. ഭാര്യക്കും മക്കൾക്കും വലിയ പരാതിയുണ്ടായിരുന്നു. ഏതെങ്കിലും എംഎൽഎയുടെ ഭാര്യ നിയമസഭ കാണാതെയുണ്ടോ എന്നെനിക്കറിയില്ല. എന്റെ ഭാഗത്ത് പറ്റിയ വലിയ തെറ്റാണതെന്ന് എനിക്ക് ബോധ്യമായിരുന്നു. കൈരളിയുടെ കാര്യത്തിൽ അതിനവസരം നൽകിയില്ല.

ഉദ്ഘാടനച്ചടങ്ങ് നടക്കുമ്പോൾ ഞാനും മോഹനനും പ്രോഗ്രാം ഉണ്ടാക്കുന്ന തിരക്കിലായിരുന്നു. പ്രോഗ്രാം കൂട്ടിച്ചേർക്കൽ വലിയ പണിയാണ്. എഡിറ്റർമാർ കൈരളിയിൽ കുറവായിരുന്നു. അതുകൊണ്ടുതന്നെ ഉള്ളവർ കൂടുതൽ പണിയെടുക്കേണ്ടിയും വന്നു. ന്യൂസിലെ ജോസാണ് താൻ പ്രവർത്തിച്ചിരുന്ന സൂര്യ ടിവിയിലെ ഏതാനും എഡിറ്റർമാരെ ചാക്കിട്ടു കൊണ്ടുവന്നത്. നിശ്ചിത സമയവും കഴിഞ്ഞു ജോലി ചെയ്താണ് അടുത്ത ദിവസത്തേക്ക് പ്രോഗ്രാമുകൾ കമ്പൈൽ ചെയ്തിരുന്നത്. ഏഷ്യാനെറ്റിൽ നിന്നുവന്ന സുന്ദരൻ ഒരു ദിവസം കഴിഞ്ഞ് പറഞ്ഞു, “ഇതെന്റെ ജോലിയല്ല. ഞാൻ പോണു.’’ നിശ്ചയമുള്ള പ്രൊഡ്യൂസർമാരെ വെച്ചാൽമതിയെന്നും പറഞ്ഞു. അദ്ദേഹത്തിനു മാത്രമറിയുന്ന ഒരു പണിയാണിതെന്നും ഇത് നമ്മൾക്കൊക്കെ വലിയ ബുദ്ധിമുട്ടുണ്ടാക്കുമെന്നുമാണ് കരുതിയതെന്നു തോന്നുന്നു. ഞാൻ എഡിറ്റ് സ്യൂട്ടിൽ കയറി കമ്പൈലിങ്ങിന് ഇരുന്നു. ചന്ദ്രശേഖരൻനായർ സ്റ്റേഡിയത്തിൽ ആഘോഷം പൊടിപൊടിക്കുമ്പോൾ, എല്ലാ ഡയറക്ടർമാരും അഭ്യുദയകാംക്ഷികൾക്കൊപ്പം മൈതാനത്ത് മുൻനിരയിൽ അണിനിരന്നപ്പോൾ ഞാൻ സ്റ്റുഡിയോയിൽ ഒരു പാക്കറ്റ് കപ്പലണ്ടിയുമായിരുന്ന് കമ്പൈലിങ് നടത്തുകയായിരുന്നു. അടുത്ത ദിവസത്തേക്കുള്ള പ്രോഗ്രാം വളരെ കുറവ്. ശിവമണിയുടെ ഡ്രം ദീർഘനേരദൃശ്യമായി കൈരളിയിലേറി.

പിണറായിയുടെ ഫോൺ വന്നു. “നിങ്ങൾ എവിടെയാണ്? എന്താണ് വരാത്തത്? എവിടെയെങ്കിലും വീണോ?’’ അതാണ് പിണറായി. ഞാൻ പറഞ്ഞു, “എനിക്കു വരാൻ പറ്റുന്ന അവസ്ഥയല്ല. പ്രോഗ്രാം കമ്പൈലിങ്ങിലാണ്. ചടങ്ങ് ഭംഗിയായി തുടരട്ടെ. എല്ലാവരും ഉണ്ടല്ലോ.” ഉദ്ഘാടനവേളയിലെ ഒരു ഫോട്ടോയിലും ഞാനില്ല. എനിക്ക് ആവശ്യവുമില്ലായിരുന്നു. കൈരളി എയറിൽ വന്നു. ആദ്യത്തെ രണ്ട്മൂന്നു ദിവസം പ്രോഗ്രാമിന് നന്നായി ബുദ്ധിമുട്ടി. ഞാൻ പിണറായിയുടെ അടുത്തുചെന്ന് പറഞ്ഞു, “ഒരു പരിഭ്രമവും വേണ്ട. രണ്ടു ദിവസത്തിനുള്ളിൽ സാധാരണപോലെ വരും.” അങ്ങനെ കൈരളി 24 മണിക്കൂർ ചാനലായി സംപ്രേഷണം തുടങ്ങി. കൈരളി അതിന്റെ യാത്ര തുടങ്ങി. കുറച്ചു ദിവസത്തിനകം ശശികുമാർ കൈരളിയിൽ വരാതായി.

ചില അഭിപ്രായവ്യത്യാസങ്ങൾ ഉന്നതതലങ്ങളുമായി ശശികുമാറിന് ഉണ്ടായിരുന്നുവെന്നു വ്യക്തം.

നിരവധി വ്യത്യസ്തമായ പ്രോഗ്രാമുകൾ കൈരളി അവതരിപ്പിച്ചു. രവീന്ദ്രൻ, ബാബു ഭരദ്വാജ്, ചെലവൂർ വേണു, നടൻ ശ്രീരാമൻ തുടങ്ങി വലിയ നിര തന്നെ സഹകരിച്ചു. പ്രോഗ്രാമുകളെക്കുറിച്ച് പല വിമർശനങ്ങളുമുണ്ടായി. മാർക്കറ്റുണ്ടാക്കുന്ന പ്രോഗ്രാമുകളല്ല എന്ന പ്രചാരണം വലിയൊരു വിഭാഗം നടത്തി. ലോകം മുഴുവൻ കാണുന്ന അനലോഗ് സമ്പ്രദായം ഉപയോഗിച്ചതും പ്രശ്നമായി. അതിന് കൂടുതൽ മെഗാഹെർട്സ് ആവശ്യമുള്ള ട്രാൻസ്പോണ്ടറാണു വേണ്ടത്. അങ്ങനെ പോകേണ്ട, അതിവേഗം മാറുന്ന ഡിജിറ്റലിൽ പോയാൽ മതിയെന്നും പലരും വാദിച്ചു. ഏറെ പണച്ചെലവുള്ളതാണ് അനലോഗ് ട്രാൻസ്മിഷൻ. പക്ഷേ, എല്ലാവർക്കുമെത്തണമെന്ന നിർബന്ധം പിണറായിക്കുണ്ടായിരുന്നു, പ്രത്യേകിച്ചും ഗൾഫിൽ.

കൈരളിയുടെ ഏറ്റവും കുറഞ്ഞ ഷെയർ 100 രൂപയായി നിജപ്പെടുത്തിയതിനെ ഞങ്ങളെതിർത്തിരുന്നു. 100 രൂപയുടെ ഷെയറെടുത്ത ഒരാൾക്ക് കൊല്ലത്തിൽ തപാൽ ചെലവിനുതന്നെ അത്രയും തുക ചെലവാകും. പക്ഷേ അത്തരക്കാർക്കു കൂടി കൈരളിയിൽ പങ്കാളിത്തം വേണമെന്നായിരുന്നു പിണറായിയും പാർടിയും സ്വീകരിച്ച നിലപാട്. കൈരളിക്ക് മാർക്കറ്റ് വരുമാനം കുറവായിരുന്നു. മലബാറിനു പ്രാമുഖ്യം നൽകിയെന്നും നടത്തിപ്പുകാർ ഏറെയും മലബാറുകാരാണെന്നും വിമർശനമുണ്ടായി. ഇത്തരം വിമർശനങ്ങൾ ഉണ്ടെന്ന് നടൻ മുരളിയും പറഞ്ഞു. കേരളത്തിലെ സാംസ്കാരിക-പത്ര രംഗങ്ങളിലെ പ്രമുഖന്മാരുടെയെല്ലാം കേന്ദ്രമായി സ്വാഭാവികമായും കൈരളി മാറിക്കഴിഞ്ഞിരുന്നു. പല അഭിപ്രാങ്ങളും പല താല്പര്യങ്ങളും സർവ്വസാധാരണം. ഈ ആളുകളെല്ലാം ഒരുമിച്ച് ഒരു കുടക്കീഴിൽ വന്നു എന്നതും കുറേക്കാലം നിന്നു എന്നതും ഇന്ന് ആലോചിക്കുമ്പോൾ മഹാ അത്ഭുതമായി എനിക്ക് തോന്നുന്നു.

പൊതു സമൂഹത്തിലും ഇതിനിടക്ക് കൈരളി ചാനൽ വലിയ ചർച്ചാവിഷയമായിക്കഴിഞ്ഞിരുന്നു. യുഡിഎഫും മറ്റും അതിനെതിരെ ശക്തമായി രംഗത്തുവന്നു. നിയമസഭയിൽ ചർച്ചയുണ്ടായി. പ്രതിപക്ഷ നേതാവ് എ കെ ആന്റണി ചാനൽ പൂട്ടിക്കുമെന്നു പറഞ്ഞു. ഞാനന്ന് എംഎൽഎ ആയിരുന്നു. സഭയിൽ എഴുന്നേറ്റുനിന്ന് ഞാൻ ആന്റണിയോടു പറഞ്ഞു,"താക്കോൽ എന്റെ കൈയിൽ ഉണ്ട്. ഞാൻ തരാം. ധൈര്യമുണ്ടെങ്കിൽ പൂട്ടിക്കു." വിമർശനങ്ങളെല്ലാം കൈരളിയുടെ ഷെയർ സമാഹരണത്തെ സഹായിക്കുകയാണ് ചെയ്തത്.

2001-ലെ തെരഞ്ഞെടുപ്പിനുശേഷം എന്നോട് പൂർണ്ണമായും ചാനലിൽ ശ്രദ്ധ കേന്ദ്രീകരിക്കാൻ പാർടി പറഞ്ഞു. കൈരളിയിൽനിന്ന് ശമ്പളം വാങ്ങാൻ ഒരു യോഗത്തിൽ എം എ ബേബി എന്നോടാവശ്യപ്പെട്ടു. ഞാൻ ഒരു ശമ്പളവും വാങ്ങിയിരുന്നില്ല. എനിക്ക് ശമ്പളം ആവശ്യമില്ല. ഭക്ഷണത്തിന് ചെറിയ തുക തന്നാൽ മതി എന്ന് ഞാൻ പറഞ്ഞു. ഞാൻ താമസം കുറവങ്കോണത്ത് കൈരളിയുടെ ഗസ്റ്റ്ഹൗസിലേക്കു മാറ്റിയിരുന്നു. ഭക്ഷണത്തിന്റെ തുക മാത്രമേ ഞാൻ വാങ്ങിയിരുന്നുള്ളൂ. അതും കുറച്ചു മാസം മാത്രം. അപ്പോഴേക്കും ചില മാറ്റങ്ങൾ സംഭവിച്ചു അത് പിന്നീട് പറയാം.

കൈരളി വാർത്ത ഉന്നത നിലവാരം പുലർത്തി. രാത്രി 10.30 ന്റെ വാർത്ത തങ്ങൾ ഉറ്റുനോക്കിയിരുന്നുവെന്ന് പ്രതിപക്ഷ നേതാക്കൾ പറഞ്ഞിട്ടുണ്ട്. സെബാസ്റ്റൻ പോളിന്റെ 'മാധ്യമ വിചാരം', പി ഗോവിന്ദപിള്ളയുടെ 'പി ജി യുടെ ലോകം', കമൽറാമിന്റെ കറന്റ് അഫയേഴ്സ്, മനിലയുടെ രാജ്യാന്തരവാർത്തകൾ എന്നിവ എല്ലാ ചാനലുകളെയും വെല്ലുന്നവയായിരുന്നു. ഒരിക്കൽ കമൽറാം സജീവിനോട് അബദുന്നാസർ മദനിയുടെ അന്യായ തടവിനെക്കുറിച്ച് കറന്റ് അഫയേഴ്സ് പ്രോഗ്രാം ചെയ്യുന്നതിനെക്കുറിച്ചു ഞാൻ പറഞ്ഞു. മദനിയുടെ തടവ് മനുഷ്യാവകാശപ്രശ്നം എന്ന നിലയിൽ കൈകാര്യം ചെയ്യണമെന്ന് നിർദ്ദേശിച്ചു. അതുവരെ മദനിയുടെ കാര്യത്തിൽ പാർടി അങ്ങനെയൊരു തീരുമാനമെടുത്തിരുന്നില്ല. അതുകൊണ്ട് അങ്ങനെ പ്രോഗ്രാം ചെയ്യാമോ എന്ന കാര്യത്തിൽ കമലിന് ആശങ്ക വന്നു. പാർടി സെക്രട്ടറിയുടെ ബൈറ്റ് കൂടി എടുത്ത് ചെയ്തുകൊള്ളാൻ ഞാൻ പറഞ്ഞു. പ്രോഗ്രാമുണ്ടാക്കി സംപ്രേഷണം ചെയ്തപ്പോൾ അതിൽ എന്റെ പേരുകൂടി കമൽ ഉൾപ്പെടുത്തി. അങ്ങനെയൊരു പ്രോഗ്രാം കൊടുത്തതിനെപ്പറ്റി ആരും ഒന്നും ചോദിച്ചില്ല; പറഞ്ഞില്ല. ആ പ്രോഗ്രാം ഉയർത്തിയ നിലപാടാണ് കാലം കഴിഞ്ഞപ്പോൾ പാർടി ഉയർത്തിപ്പിടിച്ചത്.

കൈരളി അതിന്റെ ജൈത്രയാത്ര തുടരുന്നു.

മരുഭൂമിയിൽ കാണാതായ മനുഷ്യരെ തേടി

ഗുരുവായൂർ മണ്ഡലത്തിൽ ഞാനൊരതിഥിയായി മാറിയ കാര്യം നേരത്തേ പറഞ്ഞുവല്ലൊ. ഇതിനിടയിൽ 2001ലെ തെരഞ്ഞെടുപ്പ് വന്നെത്തി. എനിക്ക് എംഎൽഎപ്പണി മടുത്തിരുന്നു. മൂന്നാമതും മത്സരിക്കാനില്ലെന്ന് പിണറായിയോട് സംഭാഷണമധ്യേ ഞാൻ പറഞ്ഞു. "മത്സരിക്കാതെ പറ്റില്ലല്ലോ" എന്നായിരുന്നു അദ്ദേഹത്തിന്റെ പ്രതികരണം. ഗുരുവായൂരിലും മറിച്ചൊരു ചിന്ത ഉണ്ടായിരുന്നില്ല. അങ്ങനെ ഞാൻ വീണ്ടും സ്ഥാനാർഥിയായി.

1996 ൽ അധികാരത്തിൽ വന്ന ഇ കെ നായനാർ സർക്കാരിനുകീഴിൽ കേരള ചരിത്രത്തിലെ നിർണായകമായ മാറ്റങ്ങൾക്കാണ് നാട് സാക്ഷ്യം വഹിച്ചത്. രണ്ടുകാര്യം മാത്രം സൂചിപ്പിക്കാം. ജനകീയാസൂത്രണംപോലുള്ള അധികാരവികേന്ദ്രീകരണ പ്രക്രിയയിലൂടെ പ്രാദേശിക ജനാധിപത്യ കൂട്ടായ്മയുടെ പുതിയ മുഖം തുറന്നു. സംസ്ഥാന സമ്പദ്ഘടനയെത്തന്നെ വലിയൊരളവു താങ്ങി നിർത്തുന്ന പ്രവാസികളുടെ കാര്യങ്ങൾ നോക്കാനൊരു പ്രത്യേക വകുപ്പും, അതിനുകീഴിൽ നോർക്ക (എൻഒആർകെഡബ്ലിയുഎ) എന്ന പേരിൽ പ്രവാസികൾക്കായൊരു വെൽഫെയർ ഏജൻസിയും അതാദ്യമായി നിലവിൽവന്നു. പിണറായി വിജയനായിരുന്നു നോർക്കയുടെ ചെയർമാൻ. ഡോ. തോമസ് ഐസക്കും ഇ എം ശ്രീധരനും അമിതാഭ് കാന്തും വിനോദ് റോയിയും ഞാനും അംഗങ്ങളും.

ജയിക്കുമെന്ന് ഉറപ്പുള്ള തെരഞ്ഞെടുപ്പായിരുന്നു 2001-ലേത്. ആദ്യഘട്ടത്തിൽ പ്രചാരണത്തിൽ വലിയ മുന്നേറ്റം കാഴ്ചവെക്കാൻ

» കോടിയേരി ബാലകൃഷ്ണനൊപ്പം. കെ വി അബ്ദുൽഖാദർ, മുരളി പെരുനെല്ലി എന്നിവർ സമീപം.

കഴിഞ്ഞു. നടൻ മുരളിയും മറ്റും വന്ന് രംഗം സജീവമായി. പൊതുയോഗങ്ങളിൽ വമ്പൻ ജനപങ്കാളിത്തം. പഴയ ചിഹ്നം ചെണ്ട തന്നെ ഇത്തവണയും ലഭിക്കുമെന്ന വിശ്വാസത്തിൽ പല സ്ഥലത്തും ചുമരെഴുത്ത് നടന്നു. പിന്നീടാണറിയുന്നത്, ആ ചിഹ്നം വേറൊരു കക്ഷിക്കു കൊടുത്തുപോയെന്ന്. കൊട്ടയാണ് എനിക്കു ചിഹ്നം ലഭിച്ചത്. അതു വലിയ ബുദ്ധിമുട്ടുണ്ടാക്കി. ടി എം ജേക്കബ് ഒരു ദിവസം കണ്ടപ്പോൾ ചോദിച്ചു, "നിങ്ങളുടെ നേതാക്കളാരും അറിഞ്ഞില്ലേ, ആ ചിഹ്നം വേറെ കൊടുത്തുപോയത്?" ഞാനൊന്നും പറഞ്ഞില്ല. ചിരിച്ചു.

ഒടുവിലാകുമ്പോഴേക്കും ട്രെൻഡ് മാറുന്നത് മനസ്സിലായി. എന്നേക്കാൾ കൂടുതൽ മനസ്സിലായത് എന്റെ സുഹൃത്തുക്കളായ രാഷ്ട്രീയ പ്രവർത്തകർക്കാണ്. വോട്ടെടുപ്പ് ദിവസം ഉച്ചയോടു കൂടി എ സി ആനന്ദിനെപ്പോലുള്ള പ്രവർത്തകർ എന്നെ വിളിച്ച് പറഞ്ഞു, "എന്തോ മണക്കുന്നുണ്ട് കേട്ടോ, പി. ടി.'' പിഡിപി പൂർണ പിന്തുണ എന്റെ എതിർ സ്ഥാനാർഥിയായ മുസ്ലിം ലീഗ് നേതാവ് പി കെ കെ ബാവക്ക് കൊടുത്തു. പിഡിപി യുടെ തെരഞ്ഞെടുപ്പ് കൺവൻഷൻ ഉദ്ഘാടനം ചെയ്തതും പി കെ കെ ബാവയായിരുന്നു.

വോട്ടെണ്ണൽ ദിവസം രാവിലെ ഞാൻ കൗണ്ടിങ് സ്റ്റേഷനിൽ പോയി. ഗുരുവായൂർ അമ്പലനടയിലെ വോട്ടെണ്ണിയപ്പോൾ എനിക്ക് വോട്ട് കുറവാണെന്ന് മനസ്സിലായി. ഞാനവിടെ നിന്നിറങ്ങി.

എനിക്കറിയാം, ഗുരുവായൂരമ്പലനടയിൽ വോട്ടുകുറവാണെങ്കിൽ എന്റെ വിജയം വിദൂരമാണ്. ഞാൻ വീട്ടിലേക്കു മടങ്ങി. ഫലം വന്നപ്പോൾ ഞാൻ തോറ്റു.

നല്ല വോട്ടിനായിരുന്നു എന്റെ തോൽവി. 1996 ൽ കിട്ടിയതിനേക്കാൾ എനിക്ക് 3000 വോട്ട് അധികം കിട്ടിയെങ്കിലും പി കെ കെ ബാവക്ക് എനിക്കു കിട്ടിയതിനേക്കാൾ 7000-8000 വോട്ട് കൂടുതൽ കിട്ടി. പിഡിപി പൂർണമായി മറുപക്ഷത്തേക്കു പോയി എന്നു മാത്രമല്ല, 12000 - 14000 വോട്ടുള്ള ബിജെപിയുടെ വോട്ട് 5000 ആയി കുറയുകയും ചെയ്തു. എന്നെ പിന്തുണച്ചിരുന്ന പലരും മറുപക്ഷത്തേക്ക് പോയി!

തെരഞ്ഞെടുപ്പ തോൽവിയിൽ എനിക്കൊരു സങ്കടവും തോന്നിയില്ല. ഭാര്യക്കും സഹോദരിക്കും സങ്കടമുണ്ടായിരുന്നു. തെരഞ്ഞെടുപ്പ് ഏറ്റവും വലിയ ആവേശത്തോടെ നോക്കിക്കണ്ടിരുന്നത് എന്റെ ഭാര്യയുടെ ഉമ്മയാണ്. ഒരു രാഷ്ട്രീയക്കാരന്റെ ഭാര്യയാണവർ. ഇത്തവണ സങ്കടപ്പെടാൻ അവർ ജീവിച്ചിരിപ്പുണ്ടായിരുന്നില്ല.

എന്റെ എംഎൽഎ സ്ഥാനം പോയി. ഏഴു വർഷം ഞാൻ എംഎൽഎയായി പ്രവർത്തിച്ചു. ഒരു കലാകാരനെ സംബന്ധിച്ചിടത്തോളം വലിയ കാലയളവാണത്. എഎൽഎ ജീവിതം എനിക്ക് ഒരുപാട് അനുഭവങ്ങൾ തന്നു. എന്റെ ജീവിതവീക്ഷണവും മനുഷ്യരോടുള്ള പെരുമാറ്റവും മാറ്റിമറിച്ചു. നാം കാണുന്നതെല്ലാം പുറംമോടിയാണെന്നും സാധാരണക്കാരുടെ കഷ്ടപ്പാടുകൾ അറിയുന്നത് രാഷ്ട്രീയക്കാരാണെന്നും ഞാൻ തിരിച്ചറിഞ്ഞു. ചലച്ചിത്രകാരനെന്ന നിലയിൽ വലിയ ആശയസമ്പത്താണ് ഇക്കാലം എനിക്കു സമ്മാനിച്ചത്. കേരളം ആദരിക്കുന്ന രാഷ്ട്രീയ നേതാക്കളോടൊപ്പമിരുന്ന് രാഷ്ട്രീയം ചർച്ചചെയ്യാനും ഭരണസംവിധാനത്തിന്റെ ഭാഗമാകാനും കഴിഞ്ഞത് മഹാഭാഗ്യമായി ഞാൻ കാണുന്നു.

2006 -ലെ തെരഞ്ഞെടുപ്പ് വന്നപ്പോൾ ഞാൻ മത്സരിക്കുന്നില്ല എന്ന് സ്വയം തീരുമാനമെടുത്തിരുന്നു. ഗുരുവായൂരിൽ കെട്ടിക്കിടക്കേണ്ടി വരുന്ന എംഎൽഎപ്പണി എനിക്ക് ബാധ്യതയായി തോന്നി. കല്യാണങ്ങളിലും മരണവീടുകളിലും മറ്റു പ്രധാന സ്ഥലങ്ങളിലും സന്ദർഭങ്ങളിലും എല്ലാം ഓടിയെത്തുന്ന ഒരു രീതിയാണ് എംഎൽഎ എന്ന നിലക്ക് ഞാൻ സ്വീകരിച്ചിരുന്നത്. ധാരാളം പരിചയക്കാരും ബന്ധുക്കളും ഉള്ളതുകൊണ്ട് എനിക്കിതൊരു പ്രശ്നമായിരുന്നില്ല. ലീഗുകാർ വടക്കുനിന്ന് വരുന്നവരാണ്. അവർക്ക് നിത്യസാന്നിധ്യം സാധ്യമല്ല. അതുകൊണ്ട് ജനസമ്പർക്കത്തിന് സ്വന്തമായൊരു രീതി ഞാൻ അവലംബിക്കുകയായിരുന്നു. എംഎൽഎ സജീവമാണ് എന്നു കാണിക്കാനാണ് ഞാനിതു ചെയ്തത്. അതൊരു മോശപ്പെട്ട കാര്യമായി

ഇപ്പോഴും എനിക്ക് തോന്നുന്നില്ല. എനിക്കുശേഷം വന്ന അബ്ദുൽഖാദർ അത് വിപുലപ്പെടുത്തുകയും ചെയ്തു.

എന്റെ സുഹൃത്തുക്കൾക്കിടയിൽ ഇതു സംബന്ധിച്ച് ഒരു തമാശ നിലനിന്നിരുന്നു. ഒരു ദിവസം റഹീം വക്കീൽ എന്നോട് അദ്ദേഹത്തിന്റെ വീട്ടിലേക്ക് ചെല്ലാൻ പറഞ്ഞു. ഞാൻ ചെന്നപ്പോൾ അവിടെ ഫുൾ ക്വാറമാണ്. പവിത്രൻ, ശ്രീരാമൻ, കെ ആർ മോഹനൻ എന്നിവരെല്ലാമടങ്ങുന്ന ഗ്യാങ്. ചെറിയ മദ്യപാനവും ഉണ്ട്. കുറച്ചു സമയമെടുക്കുമെന്ന് കണക്കാക്കിത്തന്നെയാണ് പോയത്. കുറെയായി ഇത്തരം കൂടിച്ചേരൽ കുറവായിരുന്നു. എന്നെ സന്തോഷത്തോടെ സ്വീകരിച്ച് റഹീം വക്കീൽ എന്റെ എംഎൽഎ പ്രവർത്തനത്തെപ്പറ്റിയുള്ള വിവരണം തുടങ്ങി. “ഇവൻ ഗംഭീര എംഎൽഎയാണ്. എല്ലാ സ്ഥലത്തും എത്തും. മരണവീട്ടിലും സുന്നത്തിനും തെരണ്ടുകല്യാണത്തിനും എല്ലാം എത്തും. മരണവീട്ടിൽ ഇവൻ തലേദിവസം തന്നെ എത്തും... അതാണിവന്റെ പ്രത്യേകത.”

2006 ലെ തെരഞ്ഞെടുപ്പിലേക്ക് സ്ഥാനാർഥിയായി എന്റെ പേര് നിർദ്ദേശിക്കപ്പെടാതിരിക്കാൻ ഞാൻ മുൻകൈ എടുത്തു. പിണറായിയെയോ ബേബി ജോണിനെയോ കാണാൻ പോയില്ല. പാർടി ജില്ലാ സെക്രട്ടറി പി ആർ രാജനെ കണ്ടു. എന്നെ പരിഗണിക്കരുതെന്നും ഒട്ടും താൽപര്യമില്ലെന്നും പറഞ്ഞു. അദ്ദേഹം ആശ്ചര്യത്തോടെ എന്നെ നോക്കി. “പിന്നെ ആരാ നിക്കു, പി ടി ?” അദ്ദേഹം നിഷ്കളങ്കമായി ചോദിച്ചു. “അബ്ദുൽഖാദറിനെപ്പോലുള്ള ചെറുപ്പക്കാരില്ലേ, നിക്കട്ടെ” എന്ന് ഞാൻ പറഞ്ഞു. അബ്ദുൽഖാദറിന് താല്പര്യമുണ്ടെന്ന് ഞാൻ മനസ്സിലാക്കിയിരുന്നു. അദ്ദേഹവുമായി സംസാരിച്ച ബോധ്യത്തിന്റെ അടിസ്ഥാനത്തിലാണ് ഞാനങ്ങനെ പറഞ്ഞത്. പല ഉയർന്ന നേതാക്കൾക്കും ഞാനങ്ങനെയൊരു നിലപാട് സ്വീകരിച്ചതിൽ നീരസമുണ്ടായിരുന്നുവെന്ന് പിന്നീട് അറിഞ്ഞു. പലരും അത് പരിഭവമായി കൊണ്ടുനടന്നിരുന്നു. ഏതായാലും അത്തവണ അബ്ദുൽഖാദർതന്നെ ഗുരുവായൂർ എംഎൽഎയായി തെരഞ്ഞെടുക്കപ്പെട്ടു. ആ തെരഞ്ഞെടുപ്പ് പ്രചാരണത്തിനിടയ്ക്കാണ് ഞങ്ങളുടെ ഏറ്റവും പ്രിയപ്പെട്ട സഖാവ് വത്സലൻ കുത്തി കൊല്ലപ്പെട്ടത്. ആ ദിവസം ഓർക്കാൻ പോലും ഇഷ്ടമില്ലാത്ത ഒന്നായി മനസ്സിൽ കിടക്കുന്നു.

2001 ലെ റിസൾട് വന്ന ദിവസം തന്നെ ഞാൻ തിരുവനന്തപുരത്തേക്കു പോയി. പിണറായി എന്നോട് കൈരളിയിൽ ശ്രദ്ധ കേന്ദ്രീകരിക്കാൻ പറഞ്ഞു. ഞാൻ വീണ്ടും കൈരളിയുടെ പ്രവർത്തനങ്ങളിൽ വ്യാപൃതനായി. തെരഞ്ഞെടുപ്പ് പരാജയം പല കാര്യങ്ങളിലും പുനരാലോചനക്കു വഴിവെച്ചു. അതിലൊന്ന് കൈരളിയുടെ കാര്യത്തിലായിരുന്നു. കൈരളി

ശക്തിപ്പെടുത്തി മുന്നോട്ടു പോകാനും അതിന്റെ സാമ്പത്തികനില ഭദ്രമാക്കാനും പാർടി തീരുമാനിച്ചു. അതിനായി കൈരളിയെക്കുറിച്ച് ഒരു പഠനം നടത്താനും നിശ്ചയിച്ചു. ടെക്നോപാർക്ക് സ്ഥാപക സിഇഒയും കേരള പ്ലാനിങ് ബോർഡ് മെംബറും ആയിരുന്ന ജി വാജയരാഘവനെയാണ് ഈ പഠനം നടത്താൻ ഏല്പിച്ചത്. ചാനൽ പ്രവർത്തനത്തെക്കുറിച്ചോ നടത്തിപ്പിനെക്കുറിച്ചോ ഗ്രാഹ്യമുള്ള ആളായിരുന്നില്ല അദ്ദേഹം. ദക്ഷിണേന്ത്യയിലെ ഏതോ ചാനൽവിദഗ്ധന്റെ സഹകരണത്തോടെയാണ് പഠന റിപോർട് തയാറാക്കിയതെന്നാണ് പറയപ്പെടുന്നത്. ആ വിദഗ്ധൻ ആരാണെന്ന് അദ്ദേഹം വ്യക്തമാക്കിയിട്ടില്ല. പലരും പലതും ഊഹിച്ചു. ഞാനും.

ഒടുവിൽ റിപോർട് വന്നു. അതിലടങ്ങിയ നിർദേശങ്ങൾ പലതും കൈരളിക്കു നടപ്പാക്കാൻ പറ്റാത്തവയായിരുന്നു. കൂട്ടത്തിൽ, ഇന്ത്യാവിഷൻ നടപ്പാക്കിയ technical hire പോലുള്ള അപകടകരമായ നിർദേശങ്ങളുമുണ്ടായിരുന്നു. അതൊന്നും ഞങ്ങൾ സ്വീകരിച്ചില്ല. എന്നാൽ, ഭരണനിർവഹണവുമായി ബന്ധപ്പെട്ട ചില കാര്യങ്ങൾ നടപ്പാക്കാൻ തീരുമാനിച്ചു. സമാനമായ രണ്ടു പദവികളുടെ സ്ഥാനത്ത് ഒന്ന് മതിയെന്നു വെച്ചു. എം ഡി യുടെ സ്ഥാനത്ത് എക്സിക്യൂട്ടീവ് ഡയരക്ടർ എന്ന പദവിയിൽ സിദ്ധാർഥ മേനോനും റസിഡന്റ് ഡയരക്ടർ എന്ന പദവിയിൽ ഞാനുമുണ്ട്. രണ്ടുപേരും തൽസ്ഥാനം ഒഴിയാനും പകരം ഒരാളെ എക്സിക്യൂട്ടീവ് ഡയരക്ടറോ എം ഡിയോ ആയി വെക്കാനും തീരുമാനിച്ചു. വളരെ ഉചിതമായ തീരുമാനമായിരുന്നു അത്. ഞാൻ പൂർണമനസ്സോടെ സമ്മതിച്ചു. പ്രോഗ്രാമിനും പ്രൊഡക്ഷനും ഓരോ ചീഫുണ്ടായിരുന്നു. യഥാക്രമം കെ ആർ മോഹനനും സുന്ദരവും. രണ്ടിനുംകൂടി ഒരു ചീഫ് മതിയെന്നായിരുന്നു പുതിയ തീരുമാനം.

ഇരട്ടനേതൃത്വത്തിനു പകരം ഒരേകമുഖ നേതൃത്വം നല്ലതാണെന്ന് എല്ലാവർക്കും തോന്നി. ഐകകണ്ഠ്യേന എടുത്ത തീരുമാനമായിരുന്നു അത്. കൈരളി രക്ഷപ്പെടുകയായിരുന്നു ലക്ഷ്യം. ചെറിയ തിരുത്തലാണവിടെ നടന്നത്. എന്നാൽ, എന്തോ ആപത്തു സംഭവിച്ചതുപോലെയാണ് പത്രമാധ്യമങ്ങളിൽ വാർത്തകൾ വന്നുകൊണ്ടിരുന്നത്. പുറത്താക്കിയെന്നും കോമ്പൗണ്ടിൽ കടക്കുന്നതിൽനിന്നുതന്നെ വിലക്കിയെന്നും മറ്റുമായിരുന്നു എന്നെക്കുറിച്ചു വന്ന വാർത്തകൾ.

കെ ആർ മോഹനനുമായി ബന്ധപ്പെട്ടും ഇങ്ങനെ ഹാനികരമായ വാർത്തകളുണ്ടായി. ആരെയും നോവിക്കാത്ത മോഹനനെക്കുറിച്ച് അത്തരം വാർത്തവന്നത് പലർക്കും രോഷവും സങ്കടവും ഉണ്ടാക്കി. എന്താണുണ്ടായതെന്ന് പലരും വിളിച്ച്ചോദിച്ചുകൊണ്ടിരുന്നു. ഞാനൊന്നും കാര്യമാക്കിയില്ല. അതൊക്കെ മനസ്സിലാക്കാനുള്ള

രാഷ്ട്രീയ പക്വത ഞാൻ നേടിയിരുന്നു. മോഹനൻ കെഎസ്എഫ്ഡിസി യിലേക്ക് തിരിച്ചുപോയി. ഞങ്ങൾക്കൊന്നും പരിചയമില്ലാത്ത സുരേഷ് നാരായണൻ കൈരളിയുടെ സിഇഒ ആയി. പരിസ്ഥിതി പ്രവർത്തകൻ സി ആർ നീലകണ്ഠന്റെ സഹോദരനാണ്. സത്യസന്ധനായ ഒരാൾ. എന്റെ മനസ്സിലുണ്ടായിരുന്നത് ചീഫ് ഓപറേറ്റിങ് ഓഫീസറായ വി കൃഷ്ണകുമാറിനെ പ്രൊമോഷൻ നൽകി സി ഇ ഒ ആക്കണമെന്നായിരു ന്നു. ഡയരക്ടർമാരായ ടി ആർ അജയനും എ എ റഷീദും കൈരളിയുടെ മാർക്കറ്റിങ് വിപുലീകരിക്കുന്നതിൽ നല്ല പങ്കുവഹിച്ചു.

എനിക്ക് കൈരളിയിൽ സ്ഥിരമായി നിൽക്കേണ്ട ആവശ്യമില്ലാതെ വന്നു. എന്നെ പ്രോഗ്രാം കമ്മിറ്റിയുടെയും ചെയർമാനാക്കി. എനിക്കെ ന്തെങ്കിലും തോന്നേണ്ട എന്നു കരുതിയാണ് അങ്ങനെയൊരു തീരു മാനമെന്ന് എനിക്കറിയാമായിരുന്നു. ഞാൻ മറുത്തൊന്നും പറഞ്ഞില്ല. മുരളിയെ കമ്മിറ്റി ചെയർമാൻ സ്ഥാനത്തുനിന്ന് മാറ്റിയാണ് എന്നെ അവിടെ നിയോഗിച്ചത്. മുരളി അതിനകം ഇതിലൊന്നും താല്പര്യം കാണിക്കാതായിക്കഴിഞ്ഞിരുന്നു. പിണറായി വിജയൻ തൊട്ടടുത്ത ഒന്നു രണ്ട് ദീർഘയാത്രകളിൽ എന്നെയും കൂട്ടി. എനിക്കെന്തെങ്കിലും വിഷമമുണ്ടോ എന്നറിയാനാണെന്ന് എനിക്കു തോന്നി.

കൈരളിയുടെ പ്രവർത്തനങ്ങളിൽ പല മാറ്റങ്ങളും വന്നുതുടങ്ങി. ആരംഭകാലം മുതലുള്ള പ്രോഗ്രാമായിരുന്നു 'പ്രവാസലോകം'. ചാനലിൽ ഇത്രയധികം നിക്ഷേപം നടത്തിയ പ്രവാസി സമൂഹത്തെ സഹായിക്കുന്ന എന്തെങ്കിലുമൊരു പ്രോഗ്രാം വേണമെന്ന് തുടക്ക ത്തിലേ ഞങ്ങൾ ആലോചിച്ചിരുന്നു. അതിന് ചുമതലപ്പെടുത്തിയത് റഫീഖ് റാവുത്തറെയായിരുന്നു. റഫീഖ് ഒരു പ്രൊപ്പോസലുമായി വന്നു. കാണാതായ മനുഷ്യരെ കണ്ടെത്താൻ ഒരു 'ഫോൺ-ഇൻ' പ്രോഗ്രാം.

അതു നല്ല ആശയമായി തോന്നി. SOS (Save Our Soul) എന്നാണ് റഫീഖ് അതിനു പേര് നിർദേശിച്ചത്. ഒരു മലയാളം പേര് കൊണ്ടുവരാൻ പറഞ്ഞ് ആ പേരു ഞാൻ തള്ളി. പിന്നീടാണ് 'പ്രവാസലോകം' എന്ന പേരുമായി റഫീഖ് വരുന്നത്. 'പ്രവാസലോകം' പിന്നീട് ലോകമാധ്യമ രംഗത്തുതന്നെ വലിയ പോരായി മാറി.

ഈ പ്രോഗ്രാമിന്റെ അവതാരകനായി എന്നെയാണ് കാണുന്നതെ ന്ന് റഫീഖ് റാവുത്തറും സജിത മഠത്തിലും വന്നു പറഞ്ഞപ്പോൾ എനിക്കു പറ്റിയ പണിയല്ല അതെന്നു പറഞ്ഞ് ഞാനവരെ മടക്കി. വേറെയൊ രെയെങ്കിലും നോക്കാനും പറഞ്ഞു. റഫീഖും സജിതയും പലരെയും ആലോചിച്ചു. വീണ്ടും അവർ എന്റെയടുത്തുവന്നു. "പി ടി ചെയ്യണം." അവർ നിർബന്ധം പിടിച്ചു. ഗൾഫിൽ ദീർഘകാലം ഉണ്ടായിരുന്ന ആളായതിനാൽ എനിക്കതു നന്നായി ചെയ്യാൻ പറ്റുമെന്നും അവർ

» 'പ്രവാസലോകം' --കാണാമറയത്ത് കാതോർത്തിരിക്കുന്ന മനുഷ്യരോട് സംവദിക്കുന്നു

അഭിപ്രായപ്പെട്ടു. ഒടുവിൽ ഞാൻ പറഞ്ഞു," ഒന്നുരണ്ട് എപിസോഡ് പരീക്ഷിച്ചുനോക്കാം." എനിക്കൊട്ടും വിശ്വാസമില്ലായിരുന്നു. ആദ്യദിവസത്തെ ഷൂട്ടിങ് സമയത്ത് സജിതയും റഫീഖും ക്യാമറാമാനും എല്ലാം ചുറ്റുംനിന്ന് എനിക്കു ധൈര്യംതന്നു. ആദ്യ ഷോട്ടുകളൊന്നും എനിക്കിഷ്ടമായില്ല. ഒന്നുരണ്ട് എപിസോഡ് കഴിയുമ്പോഴേക്കും കുറേശ്ശെ പഠിച്ചു. അഞ്ചാറെണ്ണം കഴിയുമ്പോഴേക്ക് എനിക്കു വഴങ്ങുന്ന പ്രോഗ്രാമായി 'പ്രവാസലോകം' മാറിക്കഴിഞ്ഞിരുന്നു.

ഗൾഫ് നാടുകളിൽ അത് വളരെ വേഗം വലിയ സ്വാധീനം ഉണ്ടാക്കി. പല അത്ഭുത കഥകളും അതിൽനിന്ന് ഉണ്ടായി വന്നു. ബഹറിനിൽ 12 വർഷമായി കാണാതായ കണാരനെക്കുറിച്ച് ഒരന്വേഷണം നടന്നു. ഭാര്യ ദേവിയാണ് ഫോണിൽ വിളിച്ച് ഒരു വ്യാഴവട്ടക്കാലമായി തന്റെ ഭർത്താവിനെ കാണാനില്ല എന്ന് പറഞ്ഞത്. ഇതുകണ്ട ബഹറിനിലെ പ്രവാസലോകം സന്നദ്ധപ്രവർത്തകർ അന്വേഷണം നടത്തുകയും കണാരനെ കണ്ടെത്തുകയും നാട്ടിലേക്ക് അയക്കാൻ എല്ലാ സംവിധാനവും ഒരുക്കുകയും ചെയ്തു. കണാരനെയുംകൊണ്ട് കോഴിക്കോട് എയർപോർട്ടിൽ എത്തുമ്പോൾ റഫീഖും സജിതയും അടക്കമുള്ള കൈരളി ടീം ദേവിയേയുമായി അവിടെ കാത്തുനിൽപ്പുണ്ടായിരുന്നു. വിമാനത്തിൽനിന്ന് യാത്രക്കാരെല്ലാം ഇറങ്ങി. എന്നാൽ,കണാരനെ കാണാനില്ല. അന്വേഷണമായി. യാത്രക്കാരുടെ പട്ടിക പരതി. അതിൽ ഒരു കണാരനുണ്ട്. അന്വേഷിച്ചപ്പോൾ അദ്ദേഹം എയർപോർട്ടിൽനിന്ന് പോയെന്നു മനസ്സിലായി. ഒടുവിൽ ആളെ കണ്ടെത്തി.

അതു പക്ഷേ, മറ്റൊരു കണാരനായിരുന്നു. 18 വർഷം മുമ്പ് നാട്ടിൽനിന്ന് പോയ ആ കണാരൻ നിർവികാരനായിരുന്നു. ഒന്നും മിണ്ടിയില്ല. 18 വർഷത്തെ ഒളിവുജീവിതം കണാരനെ വേട്ടയാടി. കൈരളി ടീം ദേവിയെ വീട്ടിൽ കൊണ്ടാക്കി. ദേവി ചിരിച്ചുകൊണ്ട് അവർക്ക് നേരെ കൈവീശി. ലോകം മുഴുവൻ നോക്കി നിൽക്കെ ആ ചിരി മെല്ലെ മെല്ലെ കരച്ചിലായി മാറി. ആ കാഴ്ചകണ്ട എല്ലാ മനുഷ്യരും തേങ്ങി. ഞാനടക്കം. അങ്ങനെ എത്രയെത്ര കഥകൾ.

കൈരളിയിൽ വന്ന പുതിയ മാറ്റം 'പ്രവാസലോക'ത്തിനും ചില പ്രശ്നങ്ങളുണ്ടാക്കി. കൈരളിയിലെ പ്രൊഡ്യൂസർമാരിലൊരാളായിരുന്ന റഫീഖ് റാവുത്തറെ ആ ജോലിയിൽനിന്ന് ഒഴിവാക്കി. പ്രത്യേകിച്ച് കാരണമൊന്നും പറഞ്ഞില്ല. പ്രവാസലോകം അദ്ദേഹത്തിനല്ലാതെ മറ്റാർക്കും കഴിയുന്ന ജോലിയായിരുന്നില്ല. പരസ്പര ഏകോപനം വ്യാപകമായി ആവശ്യമാണതിൽ. അതുകൊണ്ട് പിന്നീട് കോൺട്രാക്ടടിസ്ഥാനത്തിൽ ജോലിചെയ്യാൻ ആവശ്യപ്പെട്ടുകയായിരുന്നു. അങ്ങനെ 'പ്രവാസലോകം' നിലനിന്നു. ഷൂട്ടിങ് എറണാകുളത്തേക്ക് മാറ്റി. വിഎസ്എൻഎൽ വളപ്പിലെ കൈരളിയുടെ സ്റ്റുഡിയോയിലേക്ക്. വിഎസ്എൻഎല്ലിലെ ഷൂട്ട് ഏറെ ബുദ്ധിമുട്ടുള്ള കാര്യമായിരുന്നു. 'ന്യൂസ്' ഇല്ലാത്ത സമയം നോക്കി വേണം നടത്തുക. വാർത്താവിഭാഗത്തിനും അത് ചെറിയ അസൗകര്യമുണ്ടാക്കി. റഫീഖിന് കുറച്ചു സൗകര്യമായി. റഫീഖ് ആലുവക്കാരനാണ്. എനിക്ക് ഒട്ടും ചേരുന്നതായിരുന്നില്ല വിഎസ്എൻഎൽ നിബന്ധനകളും ചട്ടവട്ടങ്ങളും. പ്രോഗ്രാം നിലനിർത്തുക

» റഫീഖ് റാവുത്തറിനൊപ്പം

ഒരു കടമയായിരുന്നതുകൊണ്ട് അതൊന്നും കാര്യമാക്കിയില്ലെന്നേ യുള്ളൂ. ധന്യയായിരുന്നു സഹആങ്കർ. നല്ല അർപ്പണബോധമുള്ള പെൺകുട്ടി. ദീനാനുകമ്പയും മനുഷ്യസ്നേഹവുമുള്ള അവരെക്കുറിച്ച് ഉയർന്ന മനസ്സുള്ള ഒരാളായാണെനിക്ക് തോന്നിയത്. ദീർഘകാലം പ്രവാസലോകം സഹഅവതാരകയും അസിസ്റ്റന്റ് ഡയറക്ടറുമായി പ്രവർത്തിച്ച ധന്യ പിന്നീട് മറ്റു പല സ്ഥലങ്ങളിലേക്കും സ്ഥാപനങ്ങ ളിലേക്കും ജോലിതേടിപ്പോയി.

'പ്രവാസലോകം' 100 എപ്പിസോഡ് പൂർത്തിയാക്കുന്ന വേളയിൽ പ്രത്യേകമായി എന്തെങ്കിലും ചെയ്യണമെന്ന് പ്രോഗ്രാം ചീഫ് നാഗവള്ളി യോടും ക്രിയേറ്റീവ് എക്സിക്യൂട്ടീവ് ബാബു ഭരദ്വാജിനോടും റഫീഖ് പറഞ്ഞു. ഫോൺ-ഇൻ പ്രോഗ്രാമിൽ അതുവരെ പങ്കെടുത്തവരിൽ തങ്ങളുടെ പ്രിയപ്പെട്ടവരെ കണ്ടുകിട്ടാതെ ശേഷിക്കുന്ന കുടുംബങ്ങളെയെല്ലാം കൊച്ചിയിൽ വിളിച്ചുകൂട്ടി ഒരു വിഷ്വലായ പരിപാടി നടത്തിയത് അങ്ങനെയാണ്. കാണാതായ ഉറ്റവരുടെ ഫോട്ടോ കൈയിൽപ്പിടി ച്ചുകൊണ്ടുള്ള അവരുടെ സങ്കടംപറച്ചിലും കരച്ചിലും കണ്ട് ആളുകൾ ഞെട്ടി. പ്രവാസ ലോകത്ത് അതൊരു അപൂർവ കാഴ്ചയായി. അതു പ്രവാസലോകത്തിന്റെ കാഴ്ചയുടെ വ്യാപ്തി വർധിപ്പിച്ചു. ഗംഭീരമെന്ന് എല്ലാവരും അഭിപ്രായപ്പെട്ടു.

'പ്രവാസലോകം' തന്നെ ഇത്തരത്തിൽ മാറ്റിയാലോ എന്ന് റഫീഖിനോട് ഞാൻ ചോദിച്ചു. "അതിന് കാശ്കൂടും. സമ്മതിക്കുമോ, ആവോ?" റഫീഖ് പറഞ്ഞു. ചീഫ് ഓപ്പറേറ്റിംഗ് ഓഫീസർ കൃഷ്ണകു മാറിനും സിഇഒ സുരേഷ് നാരായണനും മുന്നിൽ വിഷയമവതരിപ്പിച്ചു. അവർക്ക് സന്തോഷം - "ബജറ്റ് തരൂ."

പുതിയ സെറ്റ് ഡിസൈൻ ചെയ്തു. ഷൂട്ട് വീണ്ടും തിരുവനന്തപുര ത്തേക്കു മാറ്റി. ബന്ധുക്കളെ കാണാനില്ലെന്ന പരാതിയുമായി എത്തു ന്നവരെ മുന്നിലിരുത്തി സംസാരിക്കുന്ന രീതി സ്വീകരിച്ചു. അതോടെ പരിപാടിക്കു ധാരാളം പ്രേക്ഷകർ കൂടി. എങ്ങനെയാണ് ഒരാശയം പുതിയ രൂപങ്ങൾ തേടുന്നതെന്നതിന് ഏറ്റവും വലിയ തെളിവായിരു ന്നു പുതിയ ഫോർമാറ്റിലേക്കുള്ള 'പ്രവാസലോക'ത്തിന്റെ ഈ മാറ്റം. പ്രവാസലോകം കാണാതായ മനുഷ്യരെ കണ്ടെത്താനുള്ള അന്വേഷ ണത്തിൽ വലിയ മുന്നേറ്റമാണ് നടത്തിയത്. ഇടയ്ക്ക് ഞാൻ കയറി ഒന്നോ രണ്ടോ വാചകം പറയുമായിരുന്നു. അത് പ്രേക്ഷകർ നന്നായി സ്വീകരിച്ചു. റഫീഖ് പറഞ്ഞു ആ പറച്ചിൽ കുറച്ചുകൂടി വികസിപ്പിക്കണമെ ന്ന്. അങ്ങനെയാണ് പിന്നീട് വളരെ പ്രസിദ്ധമായ "നീ എവിടെയാണ് മകനേ" എന്ന് ചോദിക്കുന്ന പുതിയ 'പ്രവാസലോകം' രീതിയിലേ ക്കെത്തിയത്. കാണാതായ ആൾ അപ്പുറത്ത് ഇരിക്കുന്നുണ്ട് എന്ന

ഒരു ബോധ്യത്തിലുള്ള സംസാരമാണത്. ക്രമേണ അപ്പുറത്ത് അവർ എന്റെ വാക്കുകൾക്ക് കാതോർത്തിരിക്കുന്ന സ്ഥിതിവന്നു. ടെലിവിഷൻ ചാനലുകളിൽ 'പ്രവാസലോകം' പ്രധാന ഹാസ്യാനുകരണ വിഷയങ്ങളിലൊന്നായതും ഈ മാറ്റത്തോടെയാണ്.

ഗൾഫ് നാടുകളിലും ഇന്ത്യൻ എംബസികളിലും 'പ്രവാസലോകം' ചർച്ചാവിഷയമായി. ഭരണാധികാരികൾക്കെതിരെ അതിശക്തമായ വിമർശനമാണ് പുതിയ രീതിയിലുള്ള അവതരണം വഴി ഞാൻ അഴിച്ചുവിട്ടത്. പലപ്പോഴും ഉദ്യോഗസ്ഥരെ അത് വലിയ തോതിൽ അലോസരപ്പെടുത്തി. എനിക്കെതിരെ ധാരാളം പരാതികൾ ഉയർന്നു. ഞാനതു കാര്യമായെടുത്തില്ല. ഞാനൊരു രാഷ്ട്രീയ പ്രവർത്തകനായതുകൊണ്ടാണ് ആ പ്രോഗ്രാം അവർക്ക് സ്വാധീനം ചെലുത്തി നിർത്തിക്കാൻ കഴിയാതെ പോയത്. അല്ലെങ്കിൽ എന്നേ അവരീ പ്രോഗ്രാം നിർത്തിക്കുമായിരുന്നു. ഒരു എപിസോഡിൽ ഒമാനിലെ ഇന്ത്യൻ എംബസിയെ അതിനിശിതമായി വിമർശിക്കുകയുണ്ടായി. ഒമാൻ രാജാവിന്റെ കൊട്ടാരത്തിലും വിഷയമെത്തി. അവർ എംബസിയെ വിവരമറിയിച്ചു. എംബസിയിലെ ഉദ്യോഗസ്ഥർ ഒമാനിലെ പ്രമുഖനായ ഒരു മലയാളി വ്യവസായിയെ വിളിച്ച് എന്നോട് സംസാരിക്കാനാവശ്യപ്പെട്ടു. അദ്ദേഹം എന്നെ വിളിച്ചു. കൊച്ചിയിൽ വെച്ച് ഞങ്ങൾ കണ്ടു. "വിമർശനത്തിന്റെ ശക്തി കുറയ്ക്കണം. അവിടെ വലിയ പരാതിയുണ്ട്. പി ടി ഒന്ന് ശ്രദ്ധിക്കണം", അദ്ദേഹം പറഞ്ഞു. അദ്ദേഹത്തോട് ഒരൊറ്റ കാര്യമേ ഞാൻ ചോദിച്ചുള്ളൂ, "ഒരു ഫ്രഞ്ചുകാരനോ ഇറ്റലിക്കാരനോ അവരുടെ എംബസികളിൽ പോയാൽ കിട്ടുന്ന പരിഗണന ഇന്ത്യക്കാർക്ക് നമ്മുടെ എംബസികളിൽ കിട്ടുന്നുണ്ടോ?" അദ്ദേഹം അതിനോട് യോജിച്ചു. "പറഞ്ഞത് ശരിയാണ്." ഞാൻ തുടർന്നു, "നിങ്ങൾ വലിയ സ്വാധീനമുള്ള ആളായതുകൊണ്ട് ചിലപ്പോൾ ഇടപെട്ട് പ്രോഗ്രാം നിർത്തിച്ചേക്കാം. എന്നാലും, ഞാനിതു പറഞ്ഞു കൊണ്ടേയിരിക്കും." അദ്ദേഹത്തിന് കാര്യം ബോധ്യമായി. ലോകകാര്യങ്ങളെക്കുറിച്ച് നല്ല ധാരണകളുള്ള ആളായിരുന്നു അദ്ദേഹം. "പി ടി, ഈ കാര്യങ്ങളിൽ എന്ത് സഹായം വേണമെങ്കിലും ഞാൻ ചെയ്തു തരുന്നതാണ്." 'പ്രവാസലോകം' വിദേശ മാധ്യമങ്ങളെയും ഏറെ ആകർഷിച്ചു. ജർമൻ, ഫ്രഞ്ച് ചാനലുകൾ കൈരളിയിൽ വന്ന് ഞങ്ങളുടെ ഷൂട്ടിങ് കാണുകയും ചിത്രീകരിക്കുകയും വാർത്തയാക്കുകയും ചെയ്തു. ലോകത്തിൽ ഇത്തരത്തിൽ, കാണാതായ ആളുകളെ അന്വേഷിക്കുന്ന ഒരു പരിപാടി ആഫ്രിക്കയിലെ റേഡിയോ നടത്തുന്നുണ്ടെന്ന് അറിയാനിടയായി.

എന്റെ ജീവിതത്തിൽ 'പ്രവാസലോകം' ചെലുത്തിയ സ്വാധീനം ചെറുതല്ല. ഇതിൽ പ്രത്യക്ഷപ്പെട്ട മനുഷ്യരുടെ പ്രശ്നങ്ങളും പ്രയാസങ്ങളും

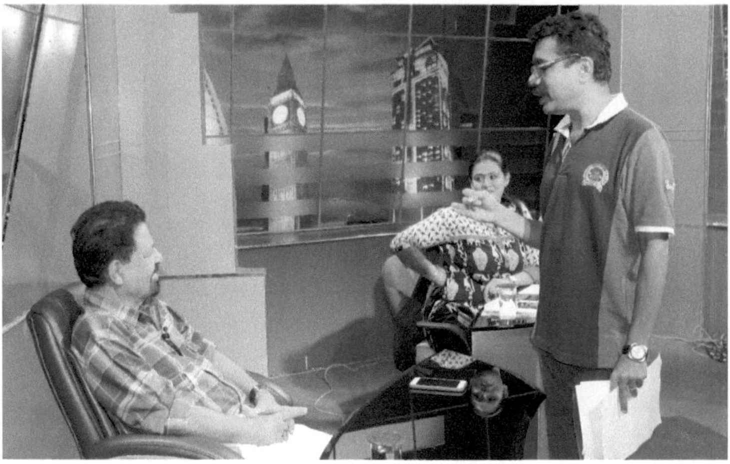

» പി ടി കുഞ്ഞിമുഹമ്മദ്, കാർത്തിക, റഫീഖ് റാവുത്തർ - 'പ്രവാസലോകം' ചർച്ചയിൽ

വേദനകളും പരിഗണിക്കുമ്പോൾ നമ്മുടെയൊന്നും ജീവിതത്തിൽ പ്രശ്നമെന്നു പറയാൻ ഒന്നുംതന്നെയില്ലെന്ന് ഞാൻ മനസ്സിലാക്കുന്നു. മനുഷ്യരുടെ പ്രശ്നങ്ങളിൽ ഇടപെടാൻ വലിയ കഴിവ് 'പ്രവാസലോകം' എനിക്ക് പ്രദാനം ചെയ്തു. പ്രശ്നങ്ങളും പ്രയാസങ്ങളും നേരിടാനറിയാതെ വിഷമിക്കുന്ന മനുഷ്യരെ നല്ല നിലയിൽ കാര്യങ്ങൾ പറഞ്ഞു മനസ്സിലാക്കാനുള്ള കഴിവ് എനിക്ക് സിദ്ധിച്ചു. വിവിധ പ്രശ്നങ്ങളിൽ ഉപദേശനിർദേശങ്ങൾ തേടി പലരും എന്റെയടുക്കൽ എത്തുന്നു. പല സങ്കീർണ പ്രശ്നങ്ങളും അവരെന്റെ മുന്നിൽ കെട്ടഴിക്കുന്നു. അവരെ സഹായിക്കാനുതകുന്ന കൗൺസലിങ്ങിനുള്ള സിദ്ധി എനിക്ക് ലഭിച്ചത് 'പ്രവാസലോക'ത്തിലെ സഞ്ചാരത്തിലൂടെയാണ്.

ഡൽഹിയിൽ കാണാതായ മകനെ തേടി അച്ഛനും അമ്മയും വന്നു. അച്ഛനെന്തോ ശാസിച്ചതിന് നാടുവിട്ടു പോയതായിരുന്നു മകൻ. വിമാനത്തിലാണ് മാതാപിതാക്കൾ 'പ്രവാസലോക'ത്തിൽ പങ്കെടുക്കാൻ വന്നത്. ക്രിസ്തുമത വിശ്വാസികളായ അവർ പള്ളി മുഖാന്തിരം പല അന്വേഷണങ്ങളും നടത്തി പരാജയപ്പെട്ട ശേഷമാണ് എന്റെയടുക്കൽ വന്നത്. അവരുടെ വിങ്ങിപ്പൊട്ടലുകൾക്കും കരച്ചിലുകൾക്കും ഇടയ്ക്ക് ഞാൻ ആ മകനോട് ഒരഭ്യർഥന നടത്തി. ആ പ്രോഗ്രാം കണ്ട് അവൻ കരഞ്ഞു. സഹിക്കാനാവാതെ പിറ്റേദിവസം അമ്മയെ വിളിച്ചു. ദേഷ്യമൊക്കെ മാറി തിരിച്ചുവന്നു.

ആലുവയിലെ ഒരു സ്ത്രീയെ കാണാതായിട്ട് മക്കൾ എന്റെയടുത്ത് വന്നു. പ്രവാസലോകം അത് ടെലികാസ്റ്റ് ചെയ്തു. ഒരു വിവരവും കിട്ടിയില്ല. കുറേക്കാലത്തിനുശേഷം സൗദിഅറേബ്യയിലെ ഒരു വീട്ടിൽ പത്രം ഇടാൻ പോയ പയ്യനോട് ഒരു സ്ത്രീ "നീ ഹിന്ദിയാണോ?" എന്ന് ചോദിച്ചു.

"ഞാൻ മലയാളിയാണ്", അവൻ പറഞ്ഞു. "ഞാൻ ജീവിച്ചിരിപ്പുണ്ടെന്ന് എന്റെ വീട്ടുകാരെ അറിയിക്കണം" എന്നുപറഞ്ഞ് ഒരു നമ്പർ അവർ പയ്യനെ ഏൽപ്പിച്ചു. ആലുവയിലെ വീട്ടിലെ നമ്പറായിരുന്നു അത്. ഈ വിവരപ്രകാരം ഞങ്ങൾ അന്വേഷിച്ചു. ആ സ്ത്രീക്ക് ഫോണുണ്ടായിരുന്നില്ല. എങ്കിലും ഞങ്ങളുടെ ടീം ഇടപെട്ടു. നാട്ടിൽ കൊണ്ടുവന്നു. റഫീഖ് ചെന്നു കണ്ടപ്പോൾ അവർ പറഞ്ഞു, "ചാൻസ് കിട്ടിയാൽ ഇനിയും പോകും." അതാണ് പ്രവാസം.

ഒന്നു രണ്ടനുഭവങ്ങൾ കൂടി ഇവിടെ പങ്കുവെക്കുന്നത് ഉചിതമാകുമെന്ന തോന്നുന്നു. പ്രവാസലോകം പ്രോഗ്രാമിന്റെ പുതിയ വികാസങ്ങളോടെ എല്ലാ ദിവസവും എനിക്ക് ഓരോ പ്രശ്നത്തിൽ ഇടപെടേണ്ടിവരുമെന്നായി. മാധ്യമപ്രവർത്തകനും സുഹൃത്തുമായ കെ വി ഹംസ ഒരു ദിവസം മലേഷ്യൻ പൗരനായ ഏനുക്കുട്ടിയുമായി എന്റെയടുത്തുവന്നു. ഏനുക്കുട്ടിക്ക് അന്ന് 75-80 വയസ്സുണ്ടാവും. അദ്ദേഹത്തിന് എന്റെ പ്രസംഗം കേൾക്കണം. കോഴിക്കോട്ട് അടുത്തൊരു ദിവസം പ്രസംഗമുണ്ടെന്നും നമുക്കൊരുമിച്ച് പോകാമെന്നും ഞാൻ പറഞ്ഞു. കോഴിക്കോട്ടു പോയി പ്രസംഗം കഴിഞ്ഞ് തിരിച്ചുവരുമ്പോൾ കോട്ടക്കൽ ചങ്കുവെട്ടിയിൽ ഒരു റസ്റ്റോറന്റിൽ ബ്രോസ്റ്റ് ചിക്കൻ കഴിക്കാൻ കയറി. സുന്ദരനായ ഒരു ചെറുപ്പക്കാരൻ ഓർഡറെടുക്കാൻ മുന്നിൽ വന്നുനിന്നു. എന്നെ സൂക്ഷിച്ചു നോക്കി "പി ടി സാറല്ലേ" എന്നു ചോദിച്ചു. ഞാൻ തലയാട്ടി. "എനിക്ക് ഒരു സങ്കടം പറയാനുണ്ടായിരുന്നു. എന്നെ ഒരാൾ മലേഷ്യയിലേക്ക് രണ്ടു കൊല്ലത്തെ കോൺട്രാക്റ്റിനു കൊണ്ടുപോയി. ഒരു കൊല്ലം കഴിഞ്ഞപ്പോൾ പിരിച്ചുവിട്ടു. എനിക്കു വലിയ നഷ്ടമുണ്ടായി. വലിയ കഷ്ടപ്പാടിലാണ്." അവൻ പറഞ്ഞുനിർത്തിയപ്പോൾ ഞാൻ ചോദിച്ചു, "ഇതു നീ ഇപ്പോൾ എന്നോടു പറഞ്ഞിട്ടെന്താണ് കാര്യം, മോനേ? എല്ലാം കഴിഞ്ഞ് നീ നാട്ടിലെത്തി; പുതിയ ജോലിക്കും ചേർന്നു. ഇനി ഞാനെന്താ ചെയ്യുക?" അവനെന്നെ നോക്കിയിട്ട് പറഞ്ഞു, "എല്ലാവരുടെയും സങ്കടം കേൾക്കുന്ന ആളല്ലേ. കണ്ടപ്പോൾ എനിക്കിതൊന്നു പറയാൻ തോന്നി. അതുകൊണ്ടു പറഞ്ഞതാണ്."

ഇതെല്ലാം കേട്ടുകൊണ്ടിരുന്ന ഏനുക്കുട്ടി അവൻ ആരുടെ കൂടെയാണു ജോലി ചെയ്തിരുന്നതെന്നു ചോദിച്ചു. അവൻ പേരു പറഞ്ഞു. അവൻ ഓർഡറുമായി പോയി. ഉടനെ ഏനുക്കുട്ടി അവൻ പറഞ്ഞ ആളെ വിളിച്ചു. "അവൻ പറഞ്ഞതെല്ലാം ശരിയാണ്. ഞാൻ പിരിച്ചുവിട്ടതാണ്. കസ്റ്റമറിനോടുള്ള അവന്റെ പെരുമാറ്റം വളരെ മോശമായിരുന്നു. എന്താണുണ്ടായത്?" മറുഭാഗത്തു നിന്നുള്ള പ്രതികരണം. ഏനുക്കുട്ടി പറഞ്ഞു, "നമ്മുടെ പി ടി യുടെ അടുത്ത് ഇങ്ങനെയൊരു പരാതി വന്നിട്ടുണ്ട്. നമ്മളെപ്പറ്റിയൊക്കെ അങ്ങനെ പരാതി വരുന്നത് മോശമല്ലേ

എന്നു തോന്നിയതുകൊണ്ട് വിളിച്ചതാണ്." "നിങ്ങൾ ആലോചിച്ചോളൂ എന്താണ് ചെയ്യേണ്ടതെന്ന്. ഞാൻ തയാറാണ്"- മറുഭാഗത്തു നിന്നുള്ള മറുപടി.

ഞങ്ങൾ ഭക്ഷണം കഴിച്ച് യാത്ര പറഞ്ഞിറങ്ങി. പിറ്റേന്ന് ഹംസ ഈ ചെറുപ്പക്കാരനെ തിരഞ്ഞ് വീണ്ടും കോട്ടക്കലേക്കു പോയി. അവൻ ലീവിലായിരുന്നു. ഞങ്ങൾ കണ്ട ദിവസമായിരുന്നു കോട്ടക്കലെ റസ്റ്റോറന്റിൽ അവൻ ജോലിക്കുചേർന്നത്. ഹംസ എങ്ങനെയോ അവനെ കണ്ടെത്തി. അവനോട് ഗുരുവായൂർ ഗവണ്മെന്റ് ഗസ്റ്റ് ഹൗസിൽ വരാൻ പറഞ്ഞു. അടുത്ത ദിവസം ഞാനും ഏനുക്കുട്ടിയും ഹംസയും അവിടെ ഒത്തുകൂടി. കുറച്ചുകഴിഞ്ഞ് ചെറുപ്പക്കാരനും എത്തി. കാര്യങ്ങളൊക്കെ സംസാരിച്ചു. രണ്ടുവർഷം കരാർ പ്രകാരം ജോലി ചെയ്താൽ കിട്ടേണ്ട തുകയിൽ 50000 ത്തോളം രൂപയുടെ കുറവാണുണ്ടായത്. സാധാരണ നിലയിൽ അതാരും കൊടുക്കാൻ കൂട്ടാക്കില്ല. ഒത്തുതീർപ്പ് എന്ന നിലയിൽ വല്ലതും കൊടുത്തവസാനിപ്പിക്കും. ഏനുക്കുട്ടിയും മലേഷ്യൻ മലയാളി മുതലാളിയും തുക പൂർണമായും കൊടുക്കാൻ സമ്മതിച്ചു. അപ്പോൾത്തന്നെ ഹംസയോട് സംഖ്യ അദ്ദേഹത്തിന്റെ ജ്വല്ലറിയിൽ നിന്ന് വായ്പ കൊടുക്കാൻ ഏനുക്കുട്ടി ആവശ്യപ്പെടുകയും ഹംസ സംഖ്യ വരുത്തുകയും ചെയ്തു. പണം കൈമാറിയ ശേഷം ഞാൻ ചെറുപ്പക്കാരനോടു പറഞ്ഞു, "ചക്കയിട്ടപ്പോൾ മുയലിനെക്കിട്ടി എന്നു പറഞ്ഞതുപോലെയാണിത്. യഥാർഥത്തിൽ നിന്റെ ഭാഗത്ത് നല്ല പിഴവുണ്ട്. നമ്മളൊരു ജോലി ചെയ്യാനേറ്റു കഴിഞ്ഞാൽ അതു സത്യസന്ധതയോടെ ചെയ്യുകയാണുത്തമം. നീയതു ചെയ്തില്ല. ഭാവിയിലെങ്കിലും ജോലി സ്ഥലത്തു മാന്യമായി പെരുമാറണം." ഞാൻ പറഞ്ഞുനിർത്തിയപ്പോൾ അവൻ പൊട്ടിക്കരഞ്ഞ് എന്നെ കെട്ടിപ്പിടിച്ചു. "എന്റെ ഉപ്പ കൊലപാതകിയാണ്. ഇപ്പോൾ ജയിലിലാണ്. ഉമ്മക്ക് ഭ്രാന്താണ്. എന്റെ ജ്യേഷ്ഠൻ ബൈക്കപകടത്തിൽ മരിച്ചു. അദ്ദേഹത്തിന്റെ ഭാര്യയെയും രണ്ടു കുട്ടികളെയും ഞാൻ പോറ്റണം, സാർ. പിന്നെ എങ്ങനെയാണെനിക്ക് നിങ്ങളെപ്പോലെ നല്ല നിലയിൽ പെരുമാറാനാവുക?"

ഞങ്ങളെല്ലാം വല്ലാതായി.ആ ചെറുപ്പക്കാരന്റെ ഉള്ളിലെ തീ, സങ്കടം, പരിഹരിക്കാൻ പറ്റാത്ത പ്രാരാബ്ധം എല്ലാം ഞങ്ങളെ സ്തബ്ധരാക്കി. ഒരുവിധം പറഞ്ഞ് കരച്ചിലടക്കി അവനെ പറഞ്ഞയച്ചു. മാധ്യമ പ്രവർത്തകനായ ഹംസ പിന്നീടത് ന്യൂസ് സ്റ്റോറിയാക്കി.

ഒരു തവണ ഞാൻ തിരുവനന്തപുരം റെയിൽവേ സ്റ്റേഷനിൽ ഗുരുവായൂർക്കുള്ള ട്രെയിൻ കാത്തുനിൽക്കുകയായിരുന്നു. സമയം രാത്രി ഒരു മണിയായിട്ടുണ്ടാവും. വല്ലാതെ കൊതുക് കടിക്കുന്നുണ്ട്.

ബോറടിച്ച നിൽക്കുകയായിരുന്ന എന്റെ അടുത്തേക്ക് ഒരാൾ വന്നു. എന്തൊക്കെയുണ്ട് വർത്തമാനം എന്നൊക്കെ ചോദിച്ച് പ്രശ്നത്തിലേക്ക് കടന്നു. “എനിക്കൊരു കാര്യം പറയാനുണ്ടായിരുന്നു. സാറിന് ഒന്നും ചെയ്യാൻ പറ്റുന്ന കാര്യമല്ലെന്നറിയാം. എന്നാലും പറയാൻതോന്നുന്നു. എന്റെ മകൾക്ക് പി എസ് സി സെലക്ഷൻ കിട്ടി. അടുത്തമാസം ജോലിയിൽ ജോയിൻ ചെയ്യണം. അവൾ സൗദിയിലാണ്. അവൾക്കൊരു കുട്ടിയുമുണ്ട്.” ഞാൻ ചോദിച്ചു, “നാട്ടിൽവന്ന് ജോലിയിൽ ചേരുന്നതിന് എന്താണ് തടസ്സം?” കുട്ടിയുടെ പാസ്പോർട്ട് ശരിയായിട്ടില്ലെന്നും സാങ്കേതിക കാരണത്താൽ എംബസി തടഞ്ഞതാണെന്നും മകൾക്കു വരാൻ പറ്റില്ലെന്നും അയാൾ പറഞ്ഞു. ഞാൻ സമാധാനിപ്പിച്ചു, “നടക്കുമോ എന്നറിയില്ല, എന്റെ ഒരു സുഹൃത്തുണ്ട്. നാസർ കാരക്കുന്ന്. സൗദി അറേബ്യയിൽ പ്രവാസലോകവുമായി ബന്ധപ്പെട്ട് പ്രവർത്തിക്കുന്ന ആളാണ്. അദ്ദേഹത്തിന്റെ നമ്പർ തരാം. മകളോട് അദ്ദേഹത്തെ വിളിക്കാൻ പറയണം. ഞാനും നാസറിനെ വിളിച്ച് കാര്യം പറയാം.” ഞാൻ നാസറിനെ വിളിച്ച് സംസാരിക്കുകയും ചെയ്തു. ഇതെന്റെ ഒരു പതിവുരീതിയായിരുന്നു. പ്രശ്നങ്ങളിൽ അപ്പപ്പോൾത്തന്നെ ചെയ്യാൻ പറ്റുന്നത് ചെയ്യുക. അത് അവർക്കും എനിക്കും മനസ്സമാധാനം നൽകും. ചില കാര്യങ്ങൾ മാത്രമാണ് പിന്നേക്കുവെക്കുന്നത്. 90 ശതമാനവും അപ്പപ്പോൾ എന്നെക്കൊണ്ടാവുംവിധം പരിഹരിക്കാൻ ശ്രമിക്കുന്നൊരു മനസ്സാണെനിക്ക്. ഞാൻ ഏതു കാര്യത്തിനും ആരെയും വിളിക്കും. അതിലെനിക്കു ലജ്ജയോ വൈമനസ്യമോ തോന്നാറില്ല. എന്റെ പണി അവിടെ അവസാനിച്ചുവെന്ന് അദ്ദേഹത്തോട് പറഞ്ഞു. അതോടെ ഞാൻ വിഷയം വിട്ടു. രണ്ടുമാസത്തിനുശേഷം അദ്ദേഹത്തിന്റെ ഫോൺ വന്നു, “മകൾ വന്നു. ജോലിയിൽ ജോയിൻ ചെയ്തു. നാസർ കാരക്കുന്ന് പാസ്പോർട് ശരിയാക്കിക്കൊടുത്തു.”

ഒരിക്കൽ ഒരു സ്ത്രീ കരഞ്ഞുകൊണ്ട് എന്റെയടുത്ത് വന്നു. മൂകാംബികയിൽ പോയി പ്രാർഥിച്ചിട്ടാണ് എന്നെ കണ്ടെത്തിയതെന്ന് പറഞ്ഞു. അവരുടെ ഭർത്താവ് ആത്മഹത്യ ചെയ്തു. പട്ടാളക്കാരനായിരുന്നു. അവർക്ക് പ്ലസ് ടുവിനും എഞ്ചിനീയറിങ്ങിനും പഠിക്കുന്ന രണ്ട് മക്കളുണ്ട്. എഞ്ചിനീയറിങ്ങിന് പഠിക്കുന്ന കുട്ടിയെ ഫീസടക്കാത്തതിന് കോളേജിൽ നിന്ന് പുറത്താക്കാൻ പോവുകയാണ്. ആകെ നാലായിരം രൂപയോളം വരുമാനമുണ്ട്. വീടിന്റെ വാടക കൊടുക്കണം. ഫീസടയ്ക്കാൻ വഴികാണുന്നില്ല. അവർ കരച്ചിലോട് കരച്ചിലായിരുന്നു. അവർതന്നെ ആത്മഹത്യ ചെയ്തേക്കുമെന്ന് തോന്നുമായിരുന്നു.

ഇത്തരം പ്രശ്നങ്ങൾക്കു മുന്നിൽ നിൽക്കുമ്പോൾ ഒരു പ്രകാശം, ഒരു വെളിവ് ഉദിക്കുന്നതു പോലെയനുഭവപ്പെടാറുണ്ട്.. എന്താണ് ചെയ്യുക

എന്ന് ആലോചിച്ചുകൊണ്ടിരുന്നപ്പോൾ പെട്ടെന്ന് രാമകൃഷ്ണേട്ടന്റെ പേര് ഓർമ വന്നു. രാമകൃഷ്ണേട്ടൻ നല്ല സുഹൃത്തും പ്രവാസി സംഘം പ്രവർത്ത കനുമാണ്, അദ്ദേഹത്തെ വിളിച്ച് കാര്യം പറഞ്ഞു. "നമ്മുടെ പരിപാടി യില്ലേ മറ്റന്നാൾ? പി ടി പങ്കെടുക്കുന്നില്ലേ? കെ വി മോഹനനുമുണ്ടാകും. നമുക്കവിടെ വെച്ചു സംസാരിക്കാം" - രാമകൃഷ്ണേട്ടൻ പറഞ്ഞു. അഡ്വ. കെ വി മോഹനൻ പിന്നീട് എന്റെ 'വിശ്വാസപൂർവം മൻസൂർ' എന്ന ചിത്രം നിർമിച്ച സുഹൃത്താണ്. മോഹനൻ 25000 രൂപ കൊടുത്ത് ഉടൻ ഫീസടയ്ക്കാൻ പറഞ്ഞു. ഞങ്ങൾ പ്രവാസലോകത്തിൽ കൊടുത്തപ്പോഴും ചെറിയ സഹായങ്ങളൊക്കെ കിട്ടി. മോഹനൻതന്നെ തുടർന്നും കുറച്ചു സഹായിച്ചുവെന്നാണ് തോന്നുന്നത്.

ഇത്തരം ഇടപെടലുകൾ ചിലപ്പോൾ ഫലിക്കാതെയുമിരുന്നിട്ടുണ്ട്. പക്ഷേ സഹായം തേടിയെത്തുന്നവർക്ക് ഉറപ്പായിരുന്നു ഞാൻ സത്യ സന്ധമായി ശ്രമിച്ചിട്ടുണ്ടെന്ന്.

ലോകത്ത് ഒരു വലിയ നെറ്റ് വർക്ക് പ്രവാസലോകത്തിനുണ്ട്. പി എം ജാബിറിനെപ്പോലുള്ളവർ ഒരു തപസ്യ പോലെയാണ് ഈ പ്രവർ ത്തനം നടത്തുന്നത്. 'ആമുഖമില്ലാത്ത അനുഭവങ്ങൾ' എന്ന പേരിൽ ആത്മകഥാപരമായ ഒരു പുസ്തകം തന്നെ ജാബിർ ഇതുസംബന്ധിച്ച് പുറത്തിറക്കിയിട്ടുണ്ട്.

ദൃശ്യമാധ്യമങ്ങളുടെ ചരിത്രവും വികാസവും പഠിക്കുന്ന വിദ്യാർഥി കൾക്ക് 'പ്രവാസലോക'ത്തിൽ നിന്ന് ഏറെ പഠിക്കാനുണ്ട്. രൂപഭാ വങ്ങളിലുണ്ടായ മാറ്റവും മനുഷ്യരിൽ ചെലുത്തിയ സ്വാധീനവുമെല്ലാം അത്രക്കു വലുതാണ്. എന്നാൽ കേരള ചലച്ചിത്ര അക്കാദമിയോ ടെലിവിഷൻ അവാർഡ് കമ്മറ്റികളോ ഈ പ്രോഗ്രാമിനെ പൂർണമായും തിരസ്കരിക്കുകയാണ് ചെയ്തത്. ഒരു തവണ അവാർഡ് കമ്മിറ്റിയിൽ അവതാരകനുള്ള അവാർഡ് എനിക്ക് നൽകണമെന്ന് ഒരംഗം നിർ ദേശിച്ചപ്പോൾ മറ്റെല്ലാവരും കൂടി അദ്ദേഹത്തെ തല്ലിയില്ലെന്നേയുള്ളൂ. .അദ്ദേഹംതന്നെയാണ് എന്നോടിതു പറഞ്ഞത്. "എന്താണ് നിങ്ങളോട് ഇത്ര വിരോധം" എന്ന് അദ്ദേഹം ചോദിക്കുകയും ചെയ്തു. ഞാൻ ചിരി ച്ചതേയുള്ളൂ. പ്രവാസലോകത്തിന്റെ സംവിധായകൻ റഫീഖ് റാവുത്തർ ലോകം മുഴുവൻ ചുറ്റിസഞ്ചരിക്കുന്ന മാധ്യമപ്രവർത്തകനാണ്. തന്റെ ജീവിതം മുഴുവൻ ഇത്തരം മനുഷ്യരെ സഹായിക്കാൻ നീക്കിവെച്ചയാൾ. അന്താരാഷ്ട്ര തൊഴിൽ സംഘടന (ഐ എൽ ഒ) പോലുള്ള സംഘട നകൾ റഫീഖിനെ അന്തർദേശീയ സെമിനാറുകൾക്ക് ക്ഷണിക്കാറുണ്ട്. വളരെ ഗൗരവതരമായ പഠനങ്ങളും വിശകലനങ്ങളും ഈ വിഷയ ത്തിൽ റഫീഖ് നടത്തിയിട്ടുണ്ട്.

പരദേശി വീണ്ടും വരുന്നു

കൈരളിയിൽ പിന്നെയും മാറ്റങ്ങൾ വന്നു. നിരവധിപേർ പല കാരണങ്ങളാൽ വിട്ടുപോയി. മലയാളത്തിൽ പുതിയ ചാനലുകൾ നിരവധി വന്നു. കൈരളിയിലുണ്ടായിരുന്നവർ പലരും അവിടങ്ങളിൽ പ്രധാന സ്ഥാനങ്ങളിൽ ഇടം പിടിച്ചു. കൈരളിയുടെ വാർത്താ വിഭാഗം തലവൻ എൻ പി ചെക്കുട്ടി വീണ്ടും അച്ചടിമാധ്യമ രംഗത്തേക്ക് മടങ്ങി. കോയമുഹമ്മദ്, എം പി ബഷീർ, സുചിത്ര, പ്രമേഷ് കുമാർ, ഷിബു ജോസഫ് അങ്ങനെ പലരും കൈരളിയോടു വിടപറഞ്ഞു. എം പി യും മുസ്ലിംലീഗ് നേതാവും ആയതിനെ തുടർന്ന് പി വി അബ്ദുൽ വഹാബ് ഡയറക്ടർ സ്ഥാനം രാജിവെച്ചു. എങ്കിലും കൈരളിയുമായി ബന്ധം തുടർന്നു. മുരളി നേരത്തെ വിട്ടു. മുരളിക്ക് പല അഭിപ്രായഭിന്നതകളുമുണ്ടായിരുന്നു.

കൈരളിയുടെ എം ഡി യായി ജോൺ ബ്രിട്ടാസ് വന്നു. എം ഡി സ്ഥാനത്തേക്ക് പിണറായിയുടെയും എം എ ബേബിയുടെയും കണ്ടെത്തലായിരുന്നു ബ്രിട്ടാസ്. ബ്രിട്ടാസിനെ എല്ലാവർക്കും പരിചയമുണ്ടായിരുന്നതിനാൽ ആർക്കും ഒരെതിർപ്പുമുണ്ടായില്ല. നല്ല അഡ്മിനിസ്ട്രേറ്ററും നല്ല കച്ചവടക്കാരനുമാണ് ബ്രിട്ടാസ്. അങ്ങനെ ബ്രിട്ടാസ് കൈരളിയുടെ അമരക്കാരനായി. ഞാൻ ന്യൂസ് കമ്മിറ്റിയുടെയും പ്രോഗ്രാം കമ്മിറ്റിയുടെയും ചെയർമാനായി തുടർന്നു. ന്യൂസ് കമ്മിറ്റിയിൽ പ്രഭാവർമയും ഉണ്ടായിരുന്നു.

കൈരളിക്ക് ന്യൂസ് ചാനൽ വേണമെന്ന ചിന്ത പ്രബലമായി. മലയാളത്തിൽ വിജയകരമായി രംഗപ്രവേശംചെയ്ത ന്യൂസ് ചാനലായിരുന്നു

ഇന്ത്യാവിഷൻ. പുതിയ ചാനലിന് 'പീപ്പിൾ' എന്ന പേരിടണമെന്ന് മമ്മൂട്ടി നിർദേശിച്ചു. കൈരളിയുടെ സങ്കൽപത്തിന് ചേരാത്ത പേരായിരുന്നു അത്. ഞാൻ എന്റെ വിയോജിപ്പ് രേഖപ്പെടുത്തി. പി ഗോവിന്ദപ്പിള്ളയും ആ പേരു ശരിയായില്ല എന്ന അഭിപ്രായക്കാരനായിരുന്നു. മമ്മൂട്ടി നിർദേശിച്ചതുകൊണ്ട് എല്ലാവരും അതംഗീകരിക്കുകയായിരുന്നു. ന്യൂസ് ചാനൽ തുടങ്ങുമ്പോൾ ഞാൻ തിരുവനന്തപുരത്ത്നിന്നുകൊണ്ടു തന്നെ ബ്രിട്ടാസിനെ സഹായിച്ചു. കൈരളി പിന്നീട് രണ്ടു ചാനലുകൾ കൂടി തുടങ്ങി. 'വി' (We) യും 'കൈരളി അറേബ്യ'യും. 'കൈരളി അറേബ്യ'യൊന്നും ആവശ്യമുള്ള ഒന്നായിരുന്നില്ല. ഏഷ്യാനെറ്റ് അങ്ങനെയൊന്ന് തുടങ്ങിയതുകൊണ്ട് കൈരളിയും തുടങ്ങിയതായിരുന്നു. ഏതായാലും അവയെല്ലാം ഇന്നും തുടരുന്നു. ബ്രിട്ടാസിന്റെ ഏറ്റവും വലിയ സംഭാവനയായി എനിക്കു തോന്നിയത് 'കൈരളി ടവറാ'ണ്. ആ സ്ഥലം വാങ്ങിയത് ബ്രിട്ടാസിന്റെ മിടുക്കു തന്നെയാണ്. ഈ സംരംഭത്തിൽ എല്ലാ പിന്തുണയും ഞാൻ ബ്രിട്ടാസിനു കൊടുത്തു.

ഈ കാലഘട്ടത്തിലാണ് ഞാൻ മറ്റൊരു സിനിമയെക്കുറിച്ചുള്ള ആലോചന തുടങ്ങിയത്. ഇന്ത്യ-പാക്ക് വിഭജനം മലയാളിയെ എങ്ങനെ ബാധിച്ചു എന്നതായിരുന്നു വിഷയം. വിഭജനം അകലെയെങ്ങോ ആയിരുന്നുവെന്നും മലയാളിയെ അതൊന്നും ബാധിച്ചിട്ടില്ലെന്നും ആയിരുന്നുവല്ലോ നമ്മുടെയൊരു ധാരണ. 'പരദേശി'യെ സംബന്ധിച്ച ആശയം വളരെ മുമ്പുതന്നെ എന്റെ മനസ്സിലുണ്ടായിരുന്നു. അബുദാബിയിൽ ജോലി ചെയ്തിരുന്ന കാലത്ത്, സ്വന്തം ഇടം നഷ്ടപ്പെട്ട ഒരുപറ്റം ആളുകളെ പരിചയപ്പെടാനിടയായി. അബുദാബി ഫിനാൻസ് ഡിപ്പാർട്ട്മെന്റിൽ ജോലിചെയ്ത മഞ്ചേരി മുഹമ്മദ് കറാച്ചിക്കാരനായിരുന്നു.

» ജോൺ ബ്രിട്ടാസ്

തൃശ്ശൂർ ജില്ലയിലെ പാട്ടൂർ സ്വദേശിയായ കെ എം കുട്ടി വിഭജനകാലത്ത് പ്രാർഥിച്ച് പാക്കിസ്ഥാനിൽ പോയ ആളാണ്. അവിടെയെത്തിയപ്പോൾ, അങ്ങോട്ട് പോകാൻ പ്രാർഥിച്ചതിന്റെ ഇരട്ടി പ്രാർഥിച്ച് ഇങ്ങോട്ടു പോരാൻ ശ്രമം നടത്തി. ഒടുവിൽ ഇന്ദിരാഗാന്ധിക്കു കത്തെഴുതി ഇന്ത്യൻ പാസ്പോർട്ട് കരസ്ഥമാക്കി. തന്റെ അനുഭവങ്ങളെ ആസ്പദമാക്കി 'വിധിയോ?' എന്ന പേരിൽ അദ്ദേഹം ഒരു നോവലെഴുതിയിട്ടുണ്ട്.

വിഭജനം മലയാളിയെ എങ്ങനെയാണ് ബാധിച്ചത് എന്നതുസംബന്ധിച്ച രേഖകളും വിവരങ്ങളും ഞാൻ അന്വേഷിക്കാൻ തുടങ്ങി, പത്രവാർത്തകളടക്കം. ഒടുവിൽ പാന്തൂരിൽ ഇത്തരക്കാരായ ധാരാളം മനുഷ്യരുണ്ടെന്ന് മനസ്സിലാക്കാനിടയായി. ഞാൻ പാന്തൂർ മുൻ എംഎൽഎ മമ്മുമാസ്റ്ററെ വിളിച്ചു. ഇവരെ കാണാൻ സൗകര്യമുണ്ടാക്കിത്തരണമെന്നു പറഞ്ഞു. പാന്തൂരിൽ പോയി. മമ്മുമാസ്റ്റർ എനിക്ക് കുറെ ആളുകളെ പരിചയപ്പെടുത്തിത്തന്നു. മമ്മുമാസ്റ്ററാണ് കദീശയെക്കുറിച്ചുള്ള കഥ പറഞ്ഞത്. എന്റെ നാട്ടിലും അത്തരമൊരു കഥയുണ്ട്. വിഭജനകാലത്ത് കറാച്ചിയിലേക്ക് വിവാഹംകഴിച്ച് പോയ മറിയുമ്മുവിനെക്കുറിച്ചുള്ള കഥ. പാവറട്ടിയിൽ പി ടി കുര്യാക്കോസ് മാഷുടെ സംസ്കൃത സ്കൂളിൽ വിദ്യാർഥിനിയായിരുന്ന മറിയുമ്മു. വിഭജനശേഷം അവർ സ്കൂളിലെ തന്റെ സഹപാഠിക്ക് ഒരു കവിത അയച്ചുകൊടുത്തു. സഹപാഠി അത് മാഷെ കാണിച്ചു. മാഷ് കവിത മാതൃഭൂമി ആഴ്ചപ്പതിപ്പിലേക്കയച്ചു. പത്രാധിപർ എൻ വി കൃഷ്ണവാരിയർ മാതൃഭൂമിയിൽ പ്രസിദ്ധീകരിച്ചു. ആരോ ഇംഗ്ലീഷിലാക്കി റീഡേഴ്സ് ഡൈജസ്റ്റിൽ അതച്ചടിച്ചുവരികയും ചെയ്തു. കേന്ദ്ര വിദ്യാഭ്യാസ മന്ത്രി മൗലാനാ അബ്ദുൽ കലാം ആസാദ് കവിത വായിക്കാനിടയാവുകയും പാക്കിസ്ഥാനിലെ ഇന്ത്യൻ എംബസിയിൽ വിളിച്ച് കവിതയെഴുതിയ പെൺകുട്ടിക്ക് എന്തെങ്കിലും സഹായം വേണോ എന്നന്വേഷിക്കാൻ പറയുകയും ചെയ്തു. എംബസി അധികൃതർ പെൺകുട്ടിയെ കണ്ട് സഹായം വേണോ എന്നു തിരക്കി. തുടർന്ന് പാക്ക് പൊലീസ് വീട്ടിലെത്തി മേലിൽ ഇത്തരം പരിപാടി ആവർത്തിക്കരുതെന്ന് പെൺകുട്ടിയോട് ആവശ്യപ്പെടുകയും ചെയ്തു. അങ്ങനെ എത്രയോ കഥകൾ.

ഞാനും മധു ജനാർദ്ദനനും മലപ്പുറം ജില്ലയിലെ പല വീടുകളിലും ചെന്ന് നിരവധിയാളുകളെ കണ്ടു. നിരവധി രേഖകൾ സമ്പാദിച്ചു. ചിലയിടങ്ങളിൽ ആദ്യം ഉണ്ടെന്നു പറഞ്ഞ രേഖകളും മറ്റും പിന്നീട് ഇല്ലെന്ന് പറയുന്ന അനുഭവങ്ങളുമുണ്ടായി. എല്ലാവരും ഭയത്തോടു കൂടിയാണ് സംസാരിച്ചതും ഞങ്ങളെ സ്വീകരിച്ചതും. മണ്ണാർക്കാടിനടുത്ത് പകൽ മുഴുവൻ പുറത്തും, രാത്രി അകത്തും കഴിയുന്ന ഒരു

» മമ്മൂട്ടിയോടൊപ്പം പി ടി യും മകൻ രഞ്ജിത്തും

ത്വക് രോഗിയുണ്ടായിരുന്നു. ജി പി രാമചന്ദ്രനാണ് അയാളെപ്പറ്റി പറഞ്ഞുതന്നത്. ആ കഥാപാത്രത്തെയാണ് സിദ്ദിഖ് ചിത്രത്തിൽ അവതരിപ്പിച്ചത്. വലിയകത്ത് മൂസ ഈ പറഞ്ഞ രേഖകളൊക്കെ ശേഖരിച്ചുവെച്ച ഒരാളുടെ ഉപ്പയായിരുന്നു. ഞാൻ പേരു മാറ്റിയതാണ്. ഇത്തരമൊരു വിവരശേഖരണ സന്ദർശനത്തിനുശേഷം ഞാൻ വീട്ടിലെത്തിയപ്പോൾ മരട്ടിക്കൽ ഷംസുക്കായുടെ ഫോൺ വന്നു, "നീ ഇന്ന് താനൂരിൽ ഏതെങ്കിലും വീട്ടിൽ പോയിരുന്നോ? അവരെല്ലാം പേടിച്ചിരിക്കയാണ്. അവരെന്നെ വിളിച്ചിരുന്നു. പി ടി നിങ്ങളെ സഹായിക്കാനൊരു സിനിമയെടുക്കാൻ നോക്കുകയാണെന്നു പറഞ്ഞ് ഞാനവരെ സമാധാനിപ്പിച്ചു."

അങ്ങനെ 'പരദേശി'യുടെ തിരക്കഥ പൂർത്തിയായി. മലപ്പുറം ഗസ്റ്റ് ഹൗസിലും ഗുരുവായൂർ ഗസ്റ്റ് ഹൗസിലുമായാണ് തിരക്കഥ രചന നടന്നത്. വലിയകത്ത് മൂസ എന്ന കഥാപാത്രത്തെ അവതരിപ്പിക്കാൻ ഞാൻ മമ്മൂട്ടിയെയാണുദ്ദേശിച്ചത്. മമ്മൂട്ടിയെ കണ്ടു സംസാരിച്ചു. അദ്ദേഹം സന്തോഷത്തോടെ സമ്മതിക്കുകയും ചെയ്തു. പാലക്കാട്ടും പൊള്ളാച്ചിയിലുമായാണ് അദ്ദേഹത്തെ കണ്ടതും സംസാരിച്ചതും. സൗദി അറേബ്യയിൽ കച്ചവടമുള്ള എറണാകുളത്തുകാരനായ ഒരാളായിരുന്നു പ്രൊഡ്യൂസർ. അദ്ദേഹവുമായി മമ്മൂട്ടിയെ കണ്ട് സംസാരിച്ചു. അഡ്വാൻസ് കൊടുക്കാൻ പ്രൊഡ്യൂസർ ഗുരുവായൂരിൽ വന്നു. ഞാനും അദ്ദേഹവും ഗസ്റ്റ്ഹൗസിൽനിന്ന് ഇറങ്ങാൻ നേരം മമ്മൂട്ടിയുടെ ഫോൺ, "പി ടി യേ! നമുക്ക് തൽക്കാലം സിനിമ കുറച്ചു മാറ്റിവെക്കണം. ഇപ്പോ വരണ്ട." ഞാൻ ചോദിച്ചു, "എത്ര നാളത്തേക്ക്?" "അതു നമുക്കാലോചിച്ച

തീരുമാനിക്കാം" എന്ന് മമ്മൂട്ടി. "അതു ശരിയാകുമെന്നു തോന്നുന്നില്ല, ചെയർമാൻ." അന്ന് അദ്ദേഹത്തെ അങ്ങനെയാണ് വിളിക്കുക. "നമുക്ക് ഇവിടെ അവസാനിപ്പിക്കാം." ഞാൻ ഫോൺ വെച്ചു.

പ്രൊഡ്യൂസർ സ്തബ്ധനായി നിന്നു. ഞാനദ്ദേഹത്തോടു ചോദിച്ചു, "നിങ്ങൾ എന്തു പറയുന്നു?" അദ്ദേഹം പറഞ്ഞു, "മമ്മൂട്ടിയില്ല. ഒരു നല്ല നടനില്ലാതെങ്ങനാ പ്രൊജക്റ്റ് മുന്നോട്ടുപോകുക?" ഞാനദ്ദേഹത്തോടു തുറന്നുപറഞ്ഞു, "നിങ്ങളിൽനിന്ന് ഞാനൊന്നും വാങ്ങിയിട്ടില്ല. ഒരു പൈസ ചെലവായിട്ടുമില്ല. ഒന്നുരണ്ട് യാത്രകൾ മാത്രം. വേറെയാരെയെങ്കിലും ശരിയായാൽ ഞാൻ ബന്ധപ്പെടാം."

ഞാൻ ബ്രിട്ടാസിനെ മറ്റൊരു കാര്യത്തിനു വിളിച്ചപ്പോൾ ഈ വിവരവും പറഞ്ഞു. ബ്രിട്ടാസ് ക്ഷുഭിതനായി, "എന്തു പണിയാ പി ടി കാണിച്ചത്? മമ്മൂട്ടിയോട് ഞാൻ സംസാരിക്കാം. ബേബിയെക്കൊണ്ടും സംസാരിപ്പിക്കാം." നടൻ ശ്രീരാമനും എന്നെ വിളിച്ചു ചീത്തപറഞ്ഞു,"ഇനി എവിടുന്ന് പ്രൊഡ്യൂസർ ഉണ്ടാകാനാ?" പിറ്റേദിവസം തിരുവനന്തപുരത്ത് ഞാനും മമ്മൂട്ടിയും പങ്കെടുക്കുന്ന, പ്രഭാവർമയുടെ പുസ്തകപ്രകാശനമുണ്ടായിരുന്നു. ഞങ്ങൾ സാധാരണപോലെ പരിപാടിയിൽ പങ്കെടുത്തു. ഇതു സംബന്ധിച്ചൊന്നും പറഞ്ഞില്ല. മമ്മൂട്ടിയും ഞാനും ഒന്നും മനസ്സിൽ കൊണ്ടുനടക്കുന്ന ആളുകളല്ല. അദ്ദേഹത്തിന്റെ സൗകര്യക്കുറവുകൊണ്ടായിരിക്കാം അങ്ങനെ പറഞ്ഞത്. പക്ഷേ, ഞാൻ എന്തുകൊണ്ടോ അതുപേക്ഷിച്ചു. ചില കാര്യങ്ങൾക്ക് യുക്തിഭദ്രമായ കാരണങ്ങളുണ്ടാവാറില്ല.

രാജസ്ഥാനിൽ ലൊക്കേഷൻ നോക്കാൻ പോകാൻ ഞാനെന്റെ സ്വന്തം നിലക്ക് ഡൽഹിക്ക് ടിക്കറ്റ് ബുക്ക് ചെയ്തിരുന്നു. മമ്മൂട്ടി സിനിമയിലുണ്ടാവില്ലെന്ന വിവരം ഭാര്യയോട് പറഞ്ഞു. "നിർമ്മാതാവും പോയി; നടനും പോയി. ഇനി നിങ്ങളെന്തിനാ ഡൽഹിക്ക് പോണ്; ആ കാശുംകൂടി കളയ്ണ്?" ഇതായിരുന്നു ഐഷാബിയുടെ പ്രതികരണം. എന്തായാലും എന്റെ പോക്ക് മാറ്റിയില്ല. ഡൽഹിയിൽ കേരള ഹൗസിലാണു താമസിച്ചത്. കൈരളിയിലെ സതീഷ് കുമാറും രാധാകൃഷ്ണനും മറ്റും വന്നു. അവരായിരുന്നു രാജസ്ഥാനിലേക്കുള്ള സഹയാത്രികർ. ഈ സമയത്ത് ഹിന്ദു പത്രത്തിന്റെ ഒന്നു രണ്ടു കുട്ടികൾ അവിടെയുണ്ടായിരുന്നു. എന്റെ രാജസ്ഥാൻ യാത്രയുടെ ഉദ്ദേശ്യം മനസ്സിലാക്കിയപ്പോൾ അവർക്ക് താല്പര്യമായി. അവർ ഡൽഹിയിലെ ബ്യൂറോ ചീഫിനോട് പറഞ്ഞു. ഞാനുമായി സുദീർഘമായൊരു ഇന്റർവ്യൂ നടത്തി. സിനിമയുടെ അതുവരെയുണ്ടായ ചരിത്രമൊക്കെ ഞാൻ അതിൽ തുറന്നു പറഞ്ഞിരുന്നു. ഇനി ആരാണിതിലെ നായകനടൻ എന്ന ചോദ്യത്തിന് "തീരുമാനമായിട്ടില്ല" എന്നു മറുപടി നൽകിയപ്പോൾ മുഖ്യലേഖിക

ചോദിച്ചു, "മോഹൻലാൽ ആകുമോ?" ഞാൻ പറഞ്ഞു, "ആയിക്കൂടാ യ്കയില്ല". ഞാനതാലോചിച്ചു പറഞ്ഞതായിരുന്നില്ല. അങ്ങനെയൊരു ചോദ്യം വന്നപ്പോൾ പറഞ്ഞുപോയതാണ്. ഹിന്ദുവിന്റെ അരപ്പേജിൽ ഇന്ത്യമുഴുവൻ എത്തുംവിധം അത് പ്രസിദ്ധീകരിക്കപ്പെട്ടു.

ഞങ്ങൾ രാജസ്ഥാനിൽ പോയി; അവിടെ നിന്ന് ഇന്ത്യ - പാക്ക് അതിർത്തിയായ ബാർമറിൽ പോയി. ഇന്ത്യയും പാകിസ്ഥാനും തമ്മിൽ ഏറ്റുമുട്ടലുണ്ടാകാറുള്ള അതിർത്തി പ്രദേശത്തുകൂടി സഞ്ചരിച്ചു. നീണ്ട മരുപ്രദേശം. രണ്ടു രാജ്യങ്ങളും തമ്മിലുള്ള യുദ്ധത്തിന്റെ അവശിഷ്ടങ്ങൾ അവിടെ കാണാം. തുരുമ്പുപിടിച്ച ബങ്കറുകളും. ഇവിടെയാണ് പാസ്പോർ ടില്ലാതെ മലബാറിൽ നിന്നു പിടിച്ച പാക്ക് പൗരന്മാരെ പാക്കിസ്ഥാ നിലേക്ക് തിരിച്ചയക്കാൻ കൊണ്ടുവന്നിരുന്നത്. ഇത് എല്ലാവർക്കും അറിവുള്ള കാര്യമല്ല. താനൂരും തിരൂരുമൊക്കെ വിവരശേഖരണത്തിനു പോയപ്പോൾ മനസ്സിലാക്കിയതാണിത്. ഷൂട്ടിങ് അനുമതിയെക്കു റിച്ചന്വേഷിക്കാൻ ഞാനവിടെയൊരു ഐ പി എസുകാരനെ കണ്ടു. നിങ്ങളെങ്ങനെയാണ് ഈ സ്ഥലം മനസ്സിലാക്കിയത് എന്ന് അദ്ദേഹം ചോദിച്ചു. ഞാൻ ചിരിച്ചു.

നാട്ടിൽ മടങ്ങിയെത്തിയപ്പോൾ കൈരളിയുടെ ഡയറക്ടറും സുഹൃ ത്തുമായ വി കെ അഷ്റഫ് വിളിച്ചു. സിനിമയുടെ കാര്യമെന്തായെന്നു ചോദിച്ചു. ഞാൻ ഉണ്ടായ കാര്യങ്ങളെല്ലാം പറഞ്ഞു. "മമ്മൂട്ടി സമയമി ല്ലാത്തതുകൊണ്ട് പറഞ്ഞതാവും. ഞാൻ നിങ്ങൾക്ക് വേറെ നടനെ തരാം. മോഹൻലാലിനെ പറ്റുമോ?" എനിക്ക് ആശ്ചര്യമായി. അഷ്റഫ് തുടർന്നു, "ഞാൻ വിളിക്കാം. നിങ്ങൾ മോഹൻലാലിനെ പോയി കാണണം." ഞാൻ ചോദിച്ചു, "അഷ്റഫ് പ്രൊഡ്യൂസറാകുമോ?" അഷ്റ ഫിന്റെ മറുപടി ഇതായിരുന്നു: "അതൊന്നും നിങ്ങൾ നോക്കണ്ട. നമുക്ക് സിനിമയുണ്ടാക്കാം." എനിക്ക് മോഹൻലാലുമായി മമ്മൂട്ടിയുമായുള്ള അടുപ്പമില്ലെന്നു പറഞ്ഞപ്പോൾ "അതു ഞാൻ മാനേജ് ചെയ്തുകൊള്ളാം" എന്നുപറഞ്ഞ് അഷ്റഫ് എനിക്ക് ഒന്നുകൂടി ഉത്സാഹം പകർന്നു.

ഞാൻ വി കെ ശ്രീരാമനെയും കൂട്ടി. ശ്രീരാമന് മോഹൻലാലുമായി നല്ല അടുപ്പമുണ്ട്. ഞങ്ങൾ ബ്ലെസ്സിയുടെ 'തന്മാത്ര'യുടെ സെറ്റിലേക്കു പോയി. മോഹൻലാലുമായി കാര്യങ്ങൾ സംസാരിച്ചു. തിരുവനന്ത പുരത്ത് വെച്ചു കാണാമെന്ന് മോഹൻലാൽ പറഞ്ഞു. കുറച്ചുദിവസം കഴിഞ്ഞ് 'വിസ്മയ' സ്റ്റുഡിയോയിലെത്തി. അവിടെ മോഹൻലാലിന്റെ മറ്റൊരു സിനിമയുടെ പണി നടക്കുകയാണ്. ലാൽ അടുത്തുവന്ന് പറഞ്ഞു, "സാറിവിടെ കാത്തുനിൽക്കേണ്ട. വീട്ടിൽ വന്നാൽ മതി. ഞാനവിടെ കാണും." പിന്നീട് ഞാൻ അപ്പോയ്ന്റ്മെന്റെടുത്ത് വീട്ടി ലെത്തി മോഹൻലാലിനെ കണ്ടു. ഒന്നുരണ്ട് ചോദ്യങ്ങളാണ് ലാൽ

പ്രധാനമായും ചോദിച്ചത്. “സാറെന്തിനാണ് സിനിമയെടുക്കുന്നത്” എന്നായിരുന്നു ഒരു ചോദ്യം. “എനിക്ക് എന്തെങ്കിലും പറയാനുള്ളതു കൊണ്ടാണല്ലോ ഞാൻ സിനിമയെടുക്കുന്നത്” എന്നു ഞാൻ മറുപടിയും കൊടുത്തു. കഥ പറഞ്ഞു കൊടുത്തപ്പോൾ, ഈ കഥാപാത്രം മരിക്കുന്നുണ്ടോ എന്ന് ചോദിച്ചു. “ഇല്ല” എന്ന് ഞാൻ പറഞ്ഞു. “എന്നാൽ നമുക്കാലോചിക്കാം സാർ,” ലാൽ പറഞ്ഞു. തിരക്കഥ പൂർണ്ണമല്ലേ എന്നും അദ്ദേഹം ചോദിച്ചു. “അതെ” എന്ന് ഞാൻ പറഞ്ഞു. “ഒരുമിച്ച് ഡേറ്റ് തരാൻ പറ്റില്ല. രണ്ടോ മൂന്നോ തവണയായിട്ടേ തരാൻ പറ്റുകയുള്ളൂ”- ലാൽ പറഞ്ഞു. “ഓക്കെ” - ഞാൻ സമ്മതിക്കുകയും ചെയ്തു. വലിയകത്ത് മൂസയുടെ ജീവിതത്തിലെ നാലു ഘട്ടങ്ങളിലൂടെ ലാൽ ഈ സിനിമയിൽ കടന്നുപോകേണ്ടതുണ്ട്. എൺപതു വയസ്സുള്ള ഘട്ടം, 65- 70 വയസ്സുള്ള കാലം, 30- 35 വയസ്സുള്ള കാലം, ഏറ്റവും ചെറുപ്പമായിരിക്കുന്ന കാലം എന്നിങ്ങനെ. മേക്കപ്പിന്റെ രീതിയൊക്കെ ഞാൻ ചുരുക്കിപ്പറഞ്ഞു കൊടുത്തു.

‘പരദേശി’യുടെ പൂജ-സ്വിച്ച് ഓൺ ‘വിസ്മയ’യിലായിരുന്നു. പത്രക്കാരെയും മറ്റും ക്ഷണിച്ചിരുന്നു. ആന്റണി പറഞ്ഞു, “സാർ, നമുക്ക് മറ്റൊരു കമേഴ്സ്യൽ പടത്തിന്റെ കൂടെ ഇതിന്റെ പൂജ നടത്തുന്നതാവും നന്നാവുക. ഇതിനൊന്നും പത്രക്കാർ വരില്ല, സാർ.” ഞാൻ വിരോധമൊന്നും പറഞ്ഞില്ല. പിന്നെ വീണ്ടും ഒരു ദിവസം ആന്റണി വിളിച്ചു,” സാർ, നമുക്ക് പ്രത്യേകമായിത്തന്നെ നടത്താം. ലാൽ സാറും അതാണു പറയുന്നത്. തീയതിയും നിശ്ചയിച്ചു.” സിദ്ധു പനക്കൽ ഒരു ട്രാവലർ തിരുവനന്തപുരം പ്രസ് ക്ലബ്ബിന്റെ മുന്നിൽ കൊണ്ടിട്ടു. പത്രക്കാർക്കു വരാൻ. പത്തുമണിയായിരുന്നു സമയം. ട്രാവലറുകാരൻ വിളിച്ചു പറഞ്ഞു, “ആരും ഇതിൽ കയറിയിട്ടില്ല.”

ആദ്യം വന്നത് ജോൺ ബ്രിട്ടാസും തോമസ് ഐസക്കുമാണ്. പിന്നീട് എബ്രഹാം മാത്യു, എം പി ബഷീർ അങ്ങനെ ദൃശ്യ മാധ്യമപ്രവർത്തകരുടെ ഒരു വമ്പൻ നിര ‘വിസ്മയ’യിൽ സന്നിഹിതരായി. എം എ ബേബിയും എത്തി. എല്ലാവരും അത്ഭുതപ്പെട്ടു. പലരും പല ചോദ്യങ്ങളുമുന്നയിച്ചു. പ്രത്യേകിച്ച് മുസ്ലിം സിനിമ എന്ന നിലയിൽ. എം പി ബഷീർ സ്വകാര്യമായി പറഞ്ഞു, “എപ്പോഴാണ് സെക്കുലർ സിനിമയെടുക്കുക എന്ന് ചോദിക്കാഞ്ഞത് ഭാഗ്യം.” ഈയൊരു ബ്രാൻഡിങ് എനിക്ക് മാത്രമായിരുന്നു. അടൂർ ഗോപാലകൃഷ്ണനോ കെ ആർ മോഹനനോ മറ്റാർക്കെങ്കിലുമോ ഉണ്ടായില്ല.

പട്ടണം റഷീദിനെയാണ് മേക്കപ്പിന് ഏൽപ്പിച്ചിരുന്നത്. മിക്കവാറും എല്ലാ കഥാപാത്രങ്ങളെയും രൂപപ്പെടുത്തിയെടുക്കുക പ്രയാസമേറിയ ജോലിയായിരുന്നു. ശ്വേതാമേനോനെയൊക്കെ അക്കാലത്തെ

പ്രായമേറിയ മുസ്ലിം സ്ത്രീയാക്കി മാറ്റിയെടുക്കുക ചില്ലറ കാര്യമായിരുന്നില്ല. രണ്ടുമൂന്ന് കാലത്തിലൂടെ അവരും കടന്നു പോകുന്നുണ്ട്. എല്ലാ ദുഃഖങ്ങളും ദുരിതങ്ങളും അടക്കിപ്പിടിച്ച് ഒന്നും പുറത്തുകാണിക്കാതെ കഴിയുന്ന വലിയകത്ത് മൂസയായി മോഹൻലാലിനെ മാറ്റുക റഷീദ് ഒരു വെല്ലുവിളിയായാണ് ഏറ്റെടുത്തത്. മേക്കപ്പിന്റെ പല മെറ്റീരിയലുകളും ജർമനിയിൽ നിന്നാണ് വരുത്തിയത്. പ്രായം തോന്നിക്കാൻ പറ്റിയ ഉദിപ്പില്ലാത്ത കണ്ണിനു വേണ്ടി പ്രത്യേകതരം ലെൻസ് ഇംഗ്ലണ്ടിൽനിന്നു വരുത്തി.

വളരെ സൂക്ഷ്മതയോടുകൂടിയാണ് മോഹൻലാൽ ആ കഥാപാത്രത്തെ കൈകാര്യം ചെയ്തത്. അഭിനയത്തിന്റെ പുതിയ ചക്രവാളങ്ങൾ തേടുന്ന മഹാനടനെയാണ് ഞാൻ കൺമുന്നിൽ കണ്ടത്. ഞാൻ അന്തം വിട്ടു പോയി. ഇന്ത്യയുടെ തന്നെ എണ്ണപ്പെട്ട ഒരു നടൻ ഒറ്റയടിക്ക് അഞ്ചു മണിക്കൂറാണ് മേക്കപ്പിന് ഇരുന്നു തരുന്നത്. ക്ഷമയുടെ പ്രതീകമായി നിലകൊള്ളുകയായിരുന്നു മോഹൻലാൽ. എൺപതുവയസ്സുകാരനാക്കുന്ന മേക്കപ്പിന്റെ ആദ്യദിവസം ഞാനോ റഷീദോ ലാലോ ഉറങ്ങിയിട്ടില്ല. ഞങ്ങൾക്ക് നല്ല ഭയമുണ്ടായിരുന്നു. രണ്ടുമണിക്ക് എഴുന്നേറ്റ് ഒരു പ്രത്യേക തരത്തിലുള്ള മെറ്റീരിയൽ ഉപയോഗിച്ചാണ് രൂപാന്തരത്വം വരുത്തുന്നത്. “ആദ്യത്തെതവണതന്നെ ശരിയായില്ലെങ്കിൽ അന്നു പിന്നെ അതെനിക്കു ശരിയാവില്ല സർ” എന്നാണ് റഷീദ് അതിന്റെ സാഫല്യത്തെക്കുറിച്ചു പറഞ്ഞിരുന്നത്.

ആദ്യത്തെ ദിവസംതന്നെ ശരിയായി. ഒരു പ്രശ്നവുമുണ്ടായില്ല. ആകെയുണ്ടായ ഒരു പ്രശ്നം മേക്കപ്പ് കഴിഞ്ഞ് ആൾ അടുത്തു വന്നിരുന്നാൽ അതു മോഹൻലാലാണെന്നു തോന്നുകയില്ല എന്നതായിരുന്നു. കൂടെയിരിക്കുമ്പോൾ പല തമാശകളും പറയുന്ന മോഹൻലാലിനെ ഈ വേഷത്തിൽ കാണുമ്പോൾ അദ്ദേഹത്തിനടുത്ത് ഇരിക്കാനൊരു ബുദ്ധിമുട്ട് തോന്നുന്നുവെന്നാണ് ആന്റണി പെരുമ്പാവൂർ പറഞ്ഞത്. മോഹൻലാലിനെ വലിയകത്തു മൂസയാക്കി മാറ്റാൻ അസാമാന്യമായ ഒരു മേക്കപ്പാണ് പട്ടണം റഷീദ് നിർവഹിച്ചത്.

ഷൂട്ടിങ് പ്രധാനമായും ഒറ്റപ്പാലത്തായിരുന്നു. പാട്ടുകൾ എഴുതിയത് റഫീഖ് അഹമ്മദാണ്. സംഗീതസംവിധാനം നിർവ്വഹിച്ചത് രമേശ് നാരായണൻ. മലപ്പുറത്ത് തിരക്കഥയെഴുതിക്കൊണ്ടിരുന്നപ്പോൾ ജി പി രാമചന്ദ്രനും മധു ജനാർദ്ദനനും ഇടയ്ക്ക് വരുമായിരുന്നു. “തട്ടം പിടിച്ച് ബലിക്കല്ലേ...” എന്ന പാട്ടിന് സംഗീതം പൂർണമായും ഒഴിവാക്കണമെന്ന് രമേശിനോട് ഞാൻ പറഞ്ഞു. രമേശിനത് ഒട്ടും പിടിച്ചില്ല. “പദ്യം ചൊല്ലലാണോ” എന്നായിരുന്നു രമേശിന്റെ ചോദ്യം. ഞാൻ പറഞ്ഞു, “പദ്യം ചൊല്ലലെന്താ, മോശപ്പെട്ട കാര്യമാണോ? ഈ സിനിമയിൽ

» ജി പി രാമചന്ദ്രൻ, സിദ്ധാർഥമേനോൻ എന്നിവർക്കൊപ്പം

ആ പാട്ടിന് സംഗീതമില്ല." അതിമനോഹരമായ ഒരു ട്യൂണാണ് "തട്ടം പിടിച്ച വലിക്കല്ലേ..." എന്ന പാട്ടിന് രമേശ് നൽകിയത് .പക്ഷേ ഒരു നിബന്ധന വെച്ചു. സംഗീതമുള്ള ഒരു വെർഷനും ചെയ്യും. "അതൊക്കെ വലിയ സന്തോഷകരമായ കാര്യമാണ്. പക്ഷേ, സിനിമയിലതുണ്ടാകില്ല," ഞാൻ വ്യക്തമാക്കി. ചിത്രീകരണം നടക്കുന്ന സമയത്ത് ഇത് ഒരു ചെറിയ മ്യൂസിക്കോട്ടുകൂടി, ബേക്ക്ഗ്രൗണ്ട് മ്യൂസിക്ക് ഇല്ലാതെ ചെറിയൊരു ബിറ്റടക്കം രമേശ് കൊടുത്തയച്ചു.

ഞാനതു തിരിച്ചയച്ചു. വരികൾ മാത്രമായി വീണ്ടും അയച്ചു തരാൻ പറഞ്ഞു. എന്റെ ഈ നിർബന്ധത്തിനൊരു കാരണമുണ്ടായിരുന്നു. നേരത്തെ ഞാനതു പറഞ്ഞിട്ടുണ്ട്. രാത്രി ഉറങ്ങാൻ നേരം വല്യപ്പയെ എന്റെ ഉമ്മ പാടിക്കേൾപ്പിച്ചിരുന്ന പാട്ടിന്റെ ഓർമയിലാണ് ചിത്രത്തിൽ ഞാനീ പാട്ട് വിഭാവനം ചെയ്തത്. ഇലകൾ പോലും അനങ്ങാത്ത രാത്രിയുടെ നിശ്ശബ്ദതയിലുള്ള ആ പാട്ടാണ് എനിക്കിവിടെ വേണ്ടത്. അതെനിക്കു ലഭിക്കുകയും ചെയതു. ചിത്രത്തിലെ "തട്ടം പിടിച്ച വലിക്കല്ലേ...", "ആനന്ദകണ്ണീർ..." എന്നീ രണ്ടു പാട്ടുകൾ ഹിറ്റായി. റഫീഖ് അഹമ്മദ് വളരെ പണിപ്പെട്ട് എഴുതിയതായിരുന്നു "യാദുനി ദുനി..." എന്നു തുടങ്ങുന്ന ഗാനം. ഷഹബാസ് അമനാണതിനു സംഗീതം നൽകിയത്. വിനീത് ശ്രീനിവാസനും ശ്രീകുമാറുമാണ് പാടിയത്. മലയാളസിനിമയിൽ ഷഹബാസ് അമൻ സംഗീതം നൽകി ആദ്യം റിലീസായ പാട്ടായിരുന്നു അത്.

ഈ സിനിമയിലെ കാരാടൻ അബ്ദുറഹിമാന്റെ റോളിൽ ശ്രീനിവാസനായിരുന്നു ആദ്യം എന്റെ മനസ്സിലുണ്ടായിരുന്നത്. പ്രൊഡക്ഷൻ കൺട്രോളർ സിദ്ധു പനക്കൽ ശ്രീനിവാസനെ കണ്ട് സംസാരിച്ചു. പിന്നീട് ഞാനും പോയി സംസാരിച്ചു. ശ്രീനിവാസൻ ചെയ്യാമെന്നും

പറഞ്ഞു. പക്ഷേ പ്രതിഫലക്കാര്യത്തിൽ ശ്രീനിയും ആന്റണി പെരുമ്പാവൂരും തമ്മിൽ അഭിപ്രായ വ്യത്യാസമുണ്ടായി. ആന്റണി എന്നോടു പറഞ്ഞു "നമുക്കു താങ്ങാൻ പറ്റുന്ന തുകയല്ല ശ്രീനിവാസൻ പറയുന്നത്. പി ടി സാർ ഒന്നു സംസാരിക്കണം."

'ലെ മെരിഡിയനി'ൽ ഒരു ദിവസം ശ്രീനിവാസന് ഷൂട്ടിങ് ഉണ്ടായിരുന്നു. ഞാനവിടെ ചെന്ന് ശ്രീനിവാസനെ കണ്ടു. ശ്രീനി എന്നെ സൗകര്യമായ ഒരു ഭാഗത്തേക്ക് വിളിച്ചുകൊണ്ടുപോയി. എന്നിട്ട് പറഞ്ഞു, "മഗ്‌രിബിലും സ്വരൂപത്തിലും ഞാൻ പണം ചോദിച്ചിട്ടുപോലുമില്ലല്ലൊ. വേണ്ടെന്നല്ലേ പറഞ്ഞത്? ഈ പടം അങ്ങനെയല്ല. ഇതിന് ഞാൻ പറഞ്ഞ പണം കിട്ടണം. പി ടി ഒന്നും വിചാരിക്കണ്ട. ഞാൻ ശരിയാക്കിക്കോളാം." അതും പറഞ്ഞ് പിരിഞ്ഞു. ആന്റണി എന്നോട് പറഞ്ഞു, "സാർ ആരെ വേണമെങ്കിലും പറഞ്ഞോ, ഞാനിവിടെ എത്തിച്ചു തരാം. ശ്രീനിവാസനുമായിട്ട് ഞാൻ ശരിയാകില്ല." അപ്പോൾ ഒരു കാര്യമെനിക്കു മനസ്സിലായി. എന്റെ സിനിമയോ അതിലെ വേതനമോ അല്ല പ്രശ്നം. വേറെന്തോ ആണ്. ഞാൻ പിന്നീട് ജഗതിയുടെ പേര് പറഞ്ഞു.

സിനിമയുടെ ഷൂട്ടിങ് തുടങ്ങി രണ്ടു ദിവസം കഴിഞ്ഞപ്പോൾ മോഹൻലാൽ ഡേറ്റിന്റെ നിബന്ധനയൊക്കെ മാറ്റി. ഈ സിനിമയ്ക്ക് മുന്തിയ പരിഗണന അദ്ദേഹം കൊടുക്കുന്നതായി എനിക്കു തോന്നി. ചിത്രീകരണത്തിനിടയിൽ എന്നെ വല്ലാതെ സ്പർശിച്ച ഒരു സന്ദർഭമുണ്ട്. അവസാന ഷോട്ട് എടുക്കുകയാണ്. വലിയകത്ത് മൂസ അവസാനം മരുഭൂമിയിലൂടെ നടന്നു മറയുന്ന ഷോട്ടാണ്. 'ഷോട്ട് റെഡി' എന്നു പറഞ്ഞപ്പോൾ മോഹൻലാൽ വന്ന് എന്റെ തോളിൽ കൈയിട്ട്പിടിച്ചുകൊണ്ട് ചോദിച്ചു, "ഇയാൾ തിരിച്ചു വരുമോ, സാർ?" വളരെ വിചിത്രമായ ചോദ്യമായിരുന്നു അത്. ഈ കഥാപാത്രം ഇനി തിരിച്ചു വരുമോ എന്നാണ് ചോദിക്കുന്നത്. ഞാൻ പറഞ്ഞു, "I don't know. തിരിച്ചുവരുമെങ്കിൽ ഞാൻ സിനിമയിൽ തിരിച്ചുകൊണ്ടുവരില്ലേ?" ഞാൻ വീണ്ടും പറഞ്ഞു, "എനിക്കറിയില്ല." അദ്ദേഹം എന്നോടു ചോദിച്ചു, "തിരിച്ചു വരണ്ടേ, സാർ?" ഞാൻ പറഞ്ഞു, "തിരിച്ചുവരണമെന്ന് ഒരു ആർട്ടിസ്റ്റ് എന്ന നിലയിൽ എനിക്കാഗ്രഹമുണ്ട്. പക്ഷേ, അത് നടന്നുകൊള്ളണമെന്നില്ലല്ലോ."

"വരും" എന്നു പറഞ്ഞ് എന്റെ തോളിൽ ഒന്നമർത്തി അദ്ദേഹം നടന്നു പോയി.

പിന്നീടാണ് ആ ചോദ്യത്തിന്റെ പൊരുൾ എനിക്കു മനസ്സിലായത്. അവിടെയാണ് സൂക്ഷ്മതയുള്ള ഒരു കലാകാരന്റെ മികവ് നമ്മൾ കണ്ടെത്തുന്നത്. അദ്ദേഹം അത് ചോദിച്ചത് എന്തിനാണെന്നറിയാമോ? തിരിച്ചുവരുമെന്നുണ്ടെങ്കിൽ ദൃഢമായ കാൽവെപ്പുകൾ നൽകണം.

» മോഹൻലാൽ 'പരദേശി'യിൽ

അല്ലെങ്കിൽ, പ്രതീക്ഷയില്ലാത്തവനാണെങ്കിൽ, വേച്ച വേച്ച പോകുന്ന കാൽവെപ്പുകൾ. അദ്ദേഹം വളരെ ആത്മവിശ്വാസത്തോടുകൂടിയാണ് ആ നടത്തം നടന്നത്. അതിനു വേണ്ടിയായിരുന്നു ആ ചോദ്യം ചോദിച്ചതെന്ന് അപ്പോഴാണെനിക്കു മനസ്സിലായത്.

അതുപോലെ തന്നെയായിരുന്നു കാരാടൻ അബ്ദുറഹിമാനെ അവതരിപ്പിച്ച ജഗതി ശ്രീകുമാറിന്റെയും സമർപ്പണമനസ്കത. ജഗതി വന്ന് മേക്കപ്പ് ഒക്കെ കഴിഞ്ഞപ്പോൾ എന്നോടു ചോദിച്ചു, "ഇയാൾക്ക് ചെറിയ കുഴപ്പമുണ്ടോ?" ഞാൻ പറഞ്ഞു, "ഉണ്ട്." അവസാന സീക്വൻസ് എടുക്കുമ്പോൾ എന്നോടു വന്ന് പറഞ്ഞു, "ഇടയ്ക്ക് കട്ട് ചെയ്യരുത് സാർ. പിന്നീട് നിങ്ങൾക്ക് ഇഷ്ടമുള്ള സ്ഥലത്തുവെച്ച് കട്ട് ചെയ്തോളൂ. ഞാൻ പെർഫോം ചെയ്യുമ്പോൾ കട്ട് ചെയ്യരുത്." 'പരദേശി' കണ്ടവർ കരഞ്ഞുപോയ ഒരു സീനാണത്. അവസാനത്തെ ഷോട്ടാണ്. വളരെ ധീരമായി പൊലീസിന്റെ മർദ്ദനം ഏറ്റു വാങ്ങുന്ന ഒരാൾ പിന്നീട് പിന്നീട് കരച്ചിലിലേക്ക് പോകുന്ന ഒരു റോളായിരുന്നു അദ്ദേഹത്തിന് ചെയ്യാനുണ്ടായിരുന്നത്. അദ്ദേഹം അത് ഭംഗിയായി ചെയ്തു. കണ്ടുനിന്നവർ മുഴുവൻ കൈയടിച്ച് അഭിനന്ദിച്ചു.

ജഗതിയുടെ കഥാപാത്രത്തിനുപയോഗിച്ചത് മലബാറിലെ ഭാഷയായിരുന്നു. അത് പറഞ്ഞുകൊടുത്താൽ ഷൂട്ടിങ് സാധാരണപോലെ നീങ്ങില്ലെന്ന് എനിക്കുറപ്പായിരുന്നു .അതുകൊണ്ട് തൽക്കാലം സാധാരണ മട്ടിലുള്ള സംഭാഷണം പറഞ്ഞുകൊടുത്തു. ഡബ്ബ് ചെയ്യുമ്പോൾ എനിക്കാവശ്യമായ ഒറിജിനൽ സ്ളാങ് പറഞ്ഞുകൊടുത്തു. എന്റെ ആദ്യംതൊട്ടുള്ള അസോസിയേറ്റ് ഡയരക്ടർ ഉണ്ണി സത്താറും സഹസംവിധായകൻ സുനിൽ ബാലകൃഷ്ണനുമാണിതു കൈകാര്യം ചെയ്തിരുന്നത്. അവർക്ക് എന്റെ ഈ രീതിയറിയാം. അവർ ഡയലോഗ് പറഞ്ഞു കൊടുത്തപ്പോൾ "ഞാൻ പറഞ്ഞ ഡയലോഗല്ല നിങ്ങളിപ്പോൾ പറയുന്നത്" എന്നു പറഞ്ഞ് ജഗതി ഡബ്ബിങ് നിർത്താനാവശ്യപ്പെട്ടു. അപ്പോൾ ഞാൻ ഡബ്ബിങ് കൺസോളിലിരുന്ന് പ്രശ്നമെന്താണെന്നു ചോദിച്ചു. "ഞാൻ പറഞ്ഞ ഡയലോഗും ഇവരിപ്പോൾ പറഞ്ഞുതരുന്ന ഡയലോഗും രണ്ടും രണ്ടാണ്," ജഗതി പറഞ്ഞു. അപ്പോൾ ഞാൻ സംഗതി പറഞ്ഞു. ജഗതി അംഗീകരിച്ചു. "കുഴപ്പമില്ല, ചെയ്യാം. പക്ഷേ, ഒരു ദിവസം കൊണ്ടൊന്നും തീരില്ല." ജഗതിയെ പോലുള്ള ആർട്ടിസ്റ്റിന് ഒരുമണിക്കൂർ ചെയ്യാനില്ല. പക്ഷേ, ജഗതി രണ്ടുദിവസമെടുത്ത് അത് മനോഹരമായി ചെയ്തു. ജഗതിക്ക് അവാർഡും കിട്ടി. ജഗതി തന്നെ പറഞ്ഞത് തന്റെ മികച്ച 10 ചലച്ചിത്രറോളുകളിലൊന്നാണ് 'പരദേശി'യിലെ കാരാടൻ അബ്ദുറഹിമാൻ എന്നാണ്.

ആ തവണത്തെ മികച്ച നടനുള്ള കേരള സംസ്ഥാന ചലച്ചിത്ര അവാർഡ് മോഹൻലാലിന് ലഭിച്ചു. മികച്ച നടനുള്ള ദേശീയ അവാർഡിന്റെ ഫൈനൽ റൗണ്ടിലും മോഹൻലാലിന്റെ 'പരദേശി' പ്രകടനം എത്തി. പ്രകാശ്‌രാജാണ് അക്കൊല്ലത്തെ ദേശീയഅവാർഡ് കൊണ്ടുപോയത്.

» പരദേശി'യിൽ മോഹൻലാലും ശ്വേതമേനോനും

ജയനായിരുന്നു 'പരദേശി'യുടെ ക്യാമറാമാൻ. ജയൻ നല്ല ക്യാമറാമാനാണ്. എന്റെ രീതി സമാന്തര സിനിമയുടേതല്ല എന്ന് ഷൂട്ടിങ്ങിനിടയിലാണ് അദ്ദേഹം മനസ്സിലാക്കിയത്. അദ്ദേഹം അങ്ങനെയൊരു സിനിമയാണ് സങ്കൽപ്പിച്ചത് എന്നെനിക്കു തോന്നി. അത്തരം അഭിപ്രായവ്യത്യാസങ്ങൾ ചിലപ്പോഴൊക്കെ ജയൻ രേഖപ്പെടുത്തുകയും ചെയ്തു. ഒന്നാംതരം ക്യാമറാവർക്കായിരുന്നു ജയന്റേത്. പിന്നീട് കാലങ്ങൾ കഴിഞ്ഞ് ഈ സിനിമ ടി വി യിൽ കണ്ടപ്പോൾ ജയൻ എന്നെ വിളിച്ചു. "ഞാനിന്നാണ് സിനിമ ശരിക്കു കണ്ടത്. അന്നു ഞാനത്ര ഗൗരവത്തിൽ കണ്ടില്ല. ഗംഭീരമായ സിനിമ തന്നെയാണത്. തിരക്കഥയും ഫ്ലാഷ്ബാക്കുമൊക്കെ പ്രത്യേകിച്ചും മനോഹരമായി. അതുപോലെതന്നെ ക്ലൈമാക്സും." ജയൻ തുറന്നു പറയുന്നൊരാളാണ്. കാലങ്ങൾക്കു ശേഷമുള്ള ഈ പറച്ചിൽ എന്നെ സന്തോഷവാനാക്കി.

സിനിമയുടെ ഡബിൾ പോസിറ്റീവ് ആയപ്പോൾ നമുക്കൊന്നു കാണണമെന്ന് 'വിസ്മയ'യിലെ ചില സുഹൃത്തുക്കൾ പറഞ്ഞു. ടി എ ഷാഹിദ് അന്നവിടെയിരുന്ന് മോഹൻലാലിന് സ്ക്രിപ്റ്റെഴുതുന്നുണ്ടായിരുന്നു. ഇത്തരം സിനിമകൾ താൻ കാണാറില്ലെന്ന് ആന്റണി പെരുമ്പാവൂർ പറഞ്ഞു. പരമ്പരാഗതമായ ആർട് സിനിമയാണെന്നാണ് അദ്ദേഹം ധരിച്ചിരുന്നത്, മോഹൻലാലിന്റെ നിർബന്ധത്താലാണ് ആന്റണി വന്നത്. ലാലിന്റെ അമ്മയും ഉണ്ടായിരുന്നു അന്നു സിനിമ കാണാൻ. ഇത്തരം സന്ദർഭങ്ങളിൽ ഞാൻ കാണാൻ നിൽക്കാറില്ല. ഞാൻ വരുന്നില്ലെന്നു പറഞ്ഞു. ചെറിയ ചെറിയ കാര്യങ്ങൾ പോലും എന്റെ ഹൃദയമിടിപ്പ് കൂട്ടും. നിർബന്ധമായും വരണമെന്ന് മോഹൻലാൽ പറഞ്ഞു. പുറത്തിറങ്ങിയപ്പോൾ ആന്റണി വന്നു പറഞ്ഞു, "ഞാനിത്ര പ്രതീക്ഷിച്ചില്ല, സാർ. ഞാൻ പലഭാഗങ്ങളിലും കരഞ്ഞുപോയി. ഗംഭീരമായിട്ടുണ്ട് സാർ. അമ്മക്കും സിനിമ ഇഷ്ടമായി, അവസാനം രായിൻ എന്ന കഥാപാത്രം പ്രത്യക്ഷപ്പെടുന്നതോടുകൂടി അപൂർവമായ മാനങ്ങളിലേക്ക് സിനിമ ഉയരുന്നുവെന്ന് ടി എ ഷാഹിദ് പറഞ്ഞു.

വി കെ അഷ്റഫ് ദുബായിൽനിന്ന് വിളിച്ചു, "പി ടി യേ, ഗംഭീര അഭിപ്രായമാണല്ലോ. ഷിബു ബേബി ജോൺ എന്നെ വിളിച്ച് സിനിമ ഗംഭീരമായിട്ടുണ്ടെന്ന് പറഞ്ഞു." റിലീസിങ്ങിനു മുമ്പുതന്നെ 'പരദേശി' സംസാരവിഷയമായി. പ്രത്യേകിച്ച് കമേഴ്സ്യൽ സിനിമക്കാരുടെ ഇടയിൽ. ഒടുവിൽ സിനിമ റിലീസ് ചെയ്തു. തരക്കേടില്ലാതെ ഓടി. സാമ്പത്തിക നഷ്ടമുണ്ടാക്കിയില്ല. അവാർഡിനയച്ചു. അവാർഡ് പ്രഖ്യാപനത്തിനു തലേദിവസം സൂര്യ ടി വി ക്കാർ അവാർഡ് എനിക്കാണെന്ന് പറഞ്ഞു. എന്റെ വീട്ടിൽവന്ന് ബൈറ്റെടുത്തു. പ്രഖ്യാപനദിവസം ഇന്ത്യാവിഷനിൽനിന്ന് ഭഗത്ത് വിളിച്ചു, "നിങ്ങൾക്കാണവാർഡ്. ശക്തമായ

» മോഹൻലാൽ - 'പരദേശി'

എതിർപ്പുണ്ട്. പത്രക്കാരടക്കം ഒരു വലിയ ലോബി അവാർഡ് പ്രഖ്യാപിച്ചാൽ വലിയ പ്രതിഷേധമുണ്ടാക്കുമെന്നു പറഞ്ഞിട്ടുണ്ട്."

അവാർഡ് പ്രഖ്യാപനം വന്നു. 'പരദേശി'ക്ക് മികച്ച സിനിമക്കോ മികച്ച സംവിധായകനോ ഉള്ള അവാർഡില്ല. മികച്ച ചിത്രത്തിനുള്ള അവാർഡ് എം ജി ശശിയുടെ 'അടയാളങ്ങൾ'ക്കാണ്. നേരത്തെ പറഞ്ഞതുപോലെ, മോഹൻലാൽ ഏറ്റവും നല്ല നടനായി തെരഞ്ഞെടുക്കപ്പെട്ടു. റഷീദിന് ചമയത്തിനും എനിക്ക് കഥാകൃത്തിനുമുള്ള അവാർഡ്. ജഗതിക്ക് പ്രത്യേക ജൂറി അവാർഡ്. ഇങ്ങനെ വ്യക്തിഗത അവാർഡുകൾ മാത്രമാണ് 'പരദേശി'ക്കു ലഭിച്ചത്. എനിക്ക് ഒരു പരിഭവവും തോന്നിയില്ല. വിഷമം തോന്നി. ഞാനും മനുഷ്യനല്ലേ. ഏതായാലും അപ്പോഴേക്കും അവാർഡുകളോടുള്ള എന്റെ മനോഭാവത്തിൽ മാറ്റം വന്നിരുന്നു. പിണറായി വിജയൻ വിളിച്ച് അഭിനന്ദിച്ചു. എനിക്കെന്തോ നീരസമുണ്ടെന്ന് മനസ്സിലാക്കിയിട്ടാണ് അതെന്നെനിക്കു മനസ്സിലായി. 'തട്ടം പിടിച്ചു വലിക്കല്ലേ ...' എന്ന പാട്ടിനു പകരം ലോഹിതദാസിന്റെ 'നിവേദ്യം' എന്ന ചിത്രത്തിലെ ഒരു പാട്ടിനാണ് അവാർഡ് ലഭിച്ചത്. രമേശ് നാരായണനൊക്കെ നല്ല സങ്കടമായി.

വർഷങ്ങൾക്കുശേഷം 'പരദേശി' വീണ്ടും ചർച്ചയായി. പൗരത്വബിൽ വന്നതോടെ. സിനിമ കേരളത്തിൽ പല ഭാഗത്തും മദിരാശി സർവ്വകലാശാലയിലും പ്രദർശിപ്പിക്കപ്പെട്ടു. എങ്ങനെയാണ് പൗരത്വം നമ്മുടെ ജീവിതത്തിൽ പ്രശ്നമാകുന്നത് എന്ന് ആ സിനിമ വരച്ചുകാട്ടി. ആളുകൾ

ആ സിനിമയെ മുക്തകണ്ഠം പ്രശംസിച്ചുകൊണ്ടിരിക്കുന്നു. മതമല്ല രാഷ്ട്രത്തെ നിശ്ചയിക്കുന്നതെന്നും ഭാഷയും സംസ്കാരവുമാണെന്നും ആ സിനിമ തെളിയിക്കുന്നു. വലിയകത്ത് മൂസ ഇസ്‌ലാമിക രാഷ്ട്രത്തിൽ പൗരത്വമുള്ള ആളായിരുന്നു. ഇസ്ലാമിക നിയമമനുസരിച്ച് ഭരണംനടക്കുന്ന ഒരു നാട്ടിൽ ജീവിക്കാനാവില്ലേ ഒരു ഇസ്ലാം മത വിശ്വാസി ആഗ്രഹിക്കുക. എന്നാൽ ഹിന്ദു ഭൂരിപക്ഷമുള്ള രാജ്യത്തേക്കു വരാനും അവിടെ താമസിക്കാനും വലിയകത്ത് മൂസ നടത്തിയ ദാരുണമായ പരിശ്രമങ്ങളാണ് ഈ സിനിമയ്ക്ക് ആധാരമായ വിഷയം. 'പരദേശി' കൈറോ, മാഡ്രിഡ്, കൽക്കത്ത, ബോംബെ തുടങ്ങിയ പല ഫെസ്റ്റിവലുകളിലും കാണിച്ചു. കാനിലെ പ്രിലിമിനറി സ്ക്രീനിങ്ങിൽ തെരഞ്ഞെടുക്കപ്പെട്ടുകയും പാരീസിലെ ഫൈനൽ സ്ക്രീനിങ്ങിൽ പരാജയപ്പെട്ടുകയും ചെയ്തു.

ദേശീയ ചലച്ചിത്ര അവാർഡ് നിർണയത്തിൽ മികച്ച നടനുള്ള അവാർഡിന് അവസാനം പരിഗണിക്കപ്പെട്ട രണ്ടുപേരിലൊരാളായി മോഹൻലാൽ. ചെയർമാന്റെ വോട്ടിലാണ് അവാർഡ് മോഹൻലാലിനു നഷ്ടമായത്. പട്ടണം റഷീദ് മേക്കപ്പിന് ഇന്ത്യയിലാദ്യത്തെ ദേശീയ അവാർഡിനർഹനായി. അതുവരെ മേക്കപ്പിന് ദേശീയ ചലച്ചിത്ര അവാർഡ് ഉണ്ടായിരുന്നില്ല. പൊതുവേ 'പരദേശി' നല്ല സംതൃപ്തി നൽകി.

ഐ എഫ് എഫ് കെ യുടെ മത്സരവിഭാഗത്തിൽ 'പരദേശി ' ഒരു എൻട്രിയായിരുന്നു. കേരളം നടത്തുന്ന ഈ ഫെസ്റ്റിവലിന്റെ ഒരു പ്രത്യേകത ജൂറിയിൽ മലയാള സംവിധായകരോടുള്ള അയിത്തമാണ്. മലയാളികൾ ഇതിനൊന്നും യോഗ്യരല്ല എന്നാണു നിലപാട്. അതിനൊക്കെ വേറെ യോഗ്യന്മാരുണ്ട്. മലയാളസിനിമയുടെ ഉന്നമനവും വികാസവും, മലയാളി ചലച്ചിത്ര പ്രവർത്തകർക്ക് മറ്റു

» മോഹൻലാലും ലക്ഷ്മി ഗോപാലസ്വാമിയും 'പരദേശി'യിൽ

» സുനിൽ ബാലകൃഷ്ണൻ, ജോർജ് മാഷ്, പി ടി

രാജ്യങ്ങളിലെ ചലച്ചിത്ര പ്രവർത്തകരുമായി ആശയവിനിമയം നടത്താനുള്ള അവസരവും ആയിരുന്നു ഈ മേള ഉന്നം വെച്ചത്. ഫെസ്റ്റിവൽ ജൂറിയിൽ ചുരുങ്ങിയത് ഒരു മലയാളിയെയെങ്കിലും ഉൾപ്പെടുത്തണമെന്ന് നിരവധി തവണ പത്രസമ്മേളനം നടത്തി ആവശ്യപ്പെട്ടിട്ടുള്ള ഒരാളാണു ഞാൻ. ഹെർസോഗിനും മറ്റു ലബ്ധപ്രതിഷ്ഠർക്കും സമഗ്ര സംഭാവനക്കുള്ള അവാർഡ് കൊടുക്കുന്ന തിരക്കിലാണിപ്പോൾ ഈ അക്കാദമി. ഇന്ന് ലോകത്തിൽ ഏറ്റവും കൂടുതൽ ആളുകൾ പങ്കെടുക്കുന്ന ഒരുത്സവമാണിത് എന്ന കാര്യം നിഷേധിക്കുന്നില്ല.

മലയാളത്തിലെ മികച്ച ചിത്രങ്ങൾ തെരഞ്ഞെടുക്കാൻപോലും മറ്റു ഭാഷക്കാരായ ചലച്ചിത്രകാരന്മാർ വേണമെന്നായിട്ടുണ്ട്. സംസ്ഥാന ചലച്ചിത്ര അവാർഡ് ജൂറിയിലേക്ക് പുറമെനിന്ന് ആളുകളെ കൊണ്ടുവരുന്ന അടിമ മനോഭാവം എല്ലാ കാലത്തും നമ്മുടെ അക്കാദമികൾക്കും ഗവൺമെന്റുകൾക്കും ഉണ്ടെന്നത് ആശ്ചര്യപ്പെടുത്തുന്ന വസ്തുതയാണ്. ഇപ്പോൾ ചെറിയ മാറ്റങ്ങൾ കാണുന്നുണ്ട്. ഏതെങ്കിലുമൊരു മലയാളി ചലച്ചിത്രകാരനെ മറ്റു സംസ്ഥാനങ്ങൾ തങ്ങളുടെ ചലച്ചിത്ര അവാർഡ് ജൂറി ചെയർമാനായി കൂട്ടിക്കൊണ്ടുപോയതായി ഞാൻ കേട്ടിട്ടില്ല.

മെഹ്ദി ഹസൻ പാടുന്നു

കൈരളി ടി വി നൂതനമായ പല പ്രോഗ്രാമുകളും ആദ്യകാലത്തുതന്നെ ആരംഭിച്ചിരുന്നു. വേറിട്ട കാഴ്ചകൾ, അശ്വമേധം, പട്ടുറുമാൽ, പെൺമലയാളം അങ്ങനെ പലതും. 'അശ്വമേധം' സംഭവിച്ചത് ഞാനിന്നും ഓർക്കുന്നു. ഒരു ദിവസം മമ്മൂട്ടിയും മുരളിയും ഞാനുമൊക്കെ കിഴക്കേ കോട്ടയിലെ ഓഫീസിൽ ഇരിക്കുമ്പോൾ പ്രൊഡ്യൂസർ സതീശൻ വന്നു പറഞ്ഞു, "ജി എസ് പ്രദീപ് എന്നൊരാളുണ്ട്. നമ്മൾ മനസ്സിൽ വിചാരിക്കുന്ന ആളെ അഞ്ചോ പത്തോ ചോദ്യങ്ങളിലൂടെ അയാൾ കണ്ടെത്തും. ക്വിസ് പ്രോഗ്രാം പോലുള്ള പരിപാടിയാണ്." ഒന്നു ട്രൈ ചെയ്യാമെന്ന് ഞങ്ങൾക്കു തോന്നി. ആളെ കൊണ്ടുവരാൻ പറഞ്ഞു. മമ്മൂട്ടിയുടെ മേലായിരുന്നു ട്രയൽ. ഒരാളെ മനസ്സിൽ വിചാരിക്കാൻ മമ്മൂട്ടിയോട് പ്രദീപ് പറഞ്ഞു. ചില ചോദ്യങ്ങൾ പ്രദീപ് ചോദിച്ചു. മമ്മൂട്ടി ഉദ്ദേശിച്ച ആളാരെന്ന് പറയുകയും ചെയ്തു. പല തവണ ഇതാവർത്തിച്ചു. ഭൂരിപക്ഷം തവണയും പ്രദീപിന് ആളെ പറയുവാൻ കഴിഞ്ഞു. ഞങ്ങൾക്ക് അത്ഭുതം തോന്നി. അങ്ങനെയാണ് 'അശ്വമേധം' എന്ന ഏറ്റവും പ്രശസ്തമായ പരമ്പര കൈരളിയിൽ ആരംഭിക്കുന്നത്.

ഒരു ദിവസം ഞാൻ മുഖ്യമന്ത്രി ഇ കെ നായനാരുടെ ഓഫീസിൽ പോയി. അന്നു ഞാൻ എംഎൽഎയാണ്. നായനാർ പതിവുപോലെ സന്തോഷപ്രദമായ മൂഡിലായിരുന്നു. "കൈരളി എങ്ങനെയുണ്ടെടോ, കുഴപ്പമൊന്നുമില്ലല്ലൊ" എന്ന് അദ്ദേഹം കുശലം ചോദിച്ചു. കാര്യങ്ങൾ

കുഴപ്പമില്ലാതെ പോകുന്നുവെന്ന് ഞാൻ പറഞ്ഞു. പുതുതായി തുടങ്ങാൻ പോകുന്ന പരിപാടിയെക്കുറിച്ചും ഞാൻ പറഞ്ഞു. മുഖ്യമന്ത്രി ഒരാളെ മനസ്സിൽ വിചാരിച്ചാൽ അഞ്ചോ പത്തോ ചോദ്യങ്ങൾക്കുള്ള മറുപടി യിലൂടെ ആ ആളുടെ പേര് പരിപാടിയുടെ അവതാരകനായ ജി എസ് പ്രദീപ് പറഞ്ഞുതരുമെന്ന് അദ്ദേഹത്തോട് പറഞ്ഞു. "എന്തു വർത്ത മാനാ കുഞ്ഞിമുഹമ്മദ് പറയ്ന്നത് ? ഞാൻ വിചാരിച്ച ആളാരെന്ന് ഓൻ പറയേ?" ഇതും പറഞ്ഞ് നായനാർ ശശിയെ വിളിച്ചു. പി ശശി അന്ന് മുഖ്യമന്ത്രിയുടെ പ്രൈവറ്റ് സെക്രട്ടറിയാണ്. "എന്താടോ കുഞ്ഞി മുഹമ്മദ് പറയ്ന്നത്? ഞാൻ വിചാരിക്കുന്ന ആളുടെ പേര് ഓൻ പറയാ? കൈരളിയില് ഒരു പരിപാടി വരാൻ പോകുന്നുണ്ട്പോലും." ശശി ചിരിക്കുക മാത്രം ചെയ്തു.

ഒടുവിൽ നായനാർ അശ്വമേധത്തിന്റെ അതിഥിയായെത്തി. അത് മുഖ്യമന്ത്രിസ്ഥാനം പോയ ശേഷമായിരുന്നു. ആമുഖമായി അദ്ദേഹം പറഞ്ഞു. "നമ്മുടെ കുഞ്ഞിമുഹമ്മദില്ലേ, തോറ്റ എംഎൽഎ; ഓൻ എന്നോടിതിനെപ്പറ്റി പറഞ്ഞിനി." നാലോ അഞ്ചോ ചോദ്യങ്ങൾകൊ ണ്ട്, നായനാർ മനസ്സിൽ വിചാരിച്ച ആളുടെ പേര് പ്രദീപിന് പറയാൻ കഴിഞ്ഞു. നായനാരുടെ നിഷ്കളങ്കമായ പ്രതികരണങ്ങളാൽ ശ്രദ്ധേയ മായ ആ എപ്പിസോഡ് ഇന്നും സോഷ്യൽ മീഡിയയിൽ വൈറലാണ്.

വളരെ ജനകീയമായ പ്രോഗ്രാമായിരുന്നു അശ്വമേധം. കൈരളിയിലെ അശ്വമേധത്തിലൂടെ ജി എസ് പ്രദീപ് ഒരു താരമായി. പ്രദീപ് ചെല്ലുന്നിടത്തൊക്കെ ആളുകൾ കൂടി. വലിയതോതിൽ ജനങ്ങളുടെ അംഗീകാരം നേടിയ ഈ ടി വി പ്രോഗ്രാമുകാരനെ സിനിമാതാരത്തെപ്പോലെ വാണിജ്യ സ്ഥാപനങ്ങളും പിന്നീട്

» ജി എസ് പ്രദീപ്

» ഇ കെ നായനാർക്കൊപ്പം

പ്രചാരണത്തിനുപയോഗപ്പെടുത്തി. 'നാൾവഴികൾ' എന്ന പേരിൽ വളരെ ശ്രദ്ധേയമായൊരു പരിപാടി ചലച്ചിത്രകാരനായ രവീന്ദ്രൻ കൈരളിക്കു വേണ്ടി ചെയ്തിരുന്നു. ഏതു ദിവസമാണോ സംപ്രേഷണം ചെയ്യുന്നത് ചരിത്രത്തിൽ അന്നേ ദിവസം നടന്ന സംഭവങ്ങളെ ഓർമയിൽ കൊണ്ടുവരുന്ന ഗംഭീരമായൊരു പരിപാടിയായിരുന്നു അത്. 'ന്യൂസി'ലെ കെ ബി വേണു ചെയ്ത 'സംസ്കാരകൈരളി' മറ്റൊരു വിശിഷ്ടമായ പ്രോഗ്രാമായിരുന്നു. എം എൻ കാരശ്ശേരിയായിരുന്നു അവതാരകൻ.

ചാനലിൽ 24 മണിക്കൂറും പ്രോഗ്രാമുകൾ വേണം. അതും തനിമ പുലർത്തുന്നവ. തുടക്കത്തിൽ അതത്ര എളുപ്പമായിരുന്നില്ല. ആദ്യനാളുകളിലൊരിക്കൽ നാട്ടിൽ പോയപ്പോൾ ഞാൻ വി കെ ശ്രീരാമനെ കണ്ടു. പല പ്രോഗ്രാമുകളെക്കുറിച്ചും ഞങ്ങൾ ആലോചിച്ചു. 'വേറിട്ട കാഴ്ചകളു'ടെ ആശയം ഞാനാണ് ശ്രീരാമനോടു പറയുന്നത്. ശ്രീരാമൻ ആവേശഭരിതനായി. ശ്രീരാമൻ അത് വികസിപ്പിക്കുകയും ഒരു ഫോർമാറ്റ് കണ്ടെത്തുകയും ചെയ്തു. ഗുരുവായൂരിലൊരു സ്ത്രീയുണ്ടായിരുന്നു. ശ്രീരാമൻ അവരിൽനിന്ന് മുറുക്കാൻ വാങ്ങാറുണ്ടായിരുന്നു. (ഒരു എപ്പിസോഡിൽ 'വേറിട്ടകാഴ്ച'കളിൽ അവരെ ഉൾക്കൊള്ളിക്കുകയും ചെയ്തു). അങ്ങനെയുള്ള ആളുകളെപ്പറ്റി ഒരു പ്രോഗ്രാമിനു വകയില്ലേ എന്നെനിക്കു തോന്നി. ശ്രീരാമൻ അത് നല്ല നിലക്കു വികസിപ്പിച്ചെടുത്തു. വലിയൊരു പ്രോഗ്രാമായി അതു മാറി. ശ്രീരാമന്റെ ജീവിതത്തിൽത്തന്നെ അതൊരു വഴിത്തിരിവായി. എഴുത്തുകാരനെന്ന നിലക്ക് ശ്രീരാമൻ ശ്രദ്ധിക്കപ്പെടുന്നതും 'വേറിട്ടകാഴ്ച'കളുടെ അച്ചടിച്ചപതിപ്പ് പുറത്തിറങ്ങിയതോടെയാണ്.

എം ടി വാസുദേവൻ നായരുടെ ഒരു കഥാപാത്രത്തെ ശ്രീരാമൻ വേറിട്ട കാഴ്ചകളിൽ അന്വേഷിച്ചു പോയി. വൃദ്ധയായ അവരുടെ കഥ

പ്രേക്ഷകരെ കരയിപ്പിച്ചു. ഇത്തരം മനോഹരമായ എപ്പിസോഡുകളെല്ലാം കൂട്ടിച്ചേർത്താണ് വ്യത്യസ്തമായ ഈ പ്രോഗ്രാമിന്റെ പ്രിന്റ് എഡിഷൻ പുറത്തിറക്കിയത്. പുസ്തകത്തിന് നല്ല വില്പനയുണ്ടായി. അതിന്റെ പ്രകാശനച്ചടങ്ങിൽ ഞങ്ങളെല്ലാം ഗംഭീരമായ അഭിപ്രായം പറഞ്ഞപ്പോൾ ജോർജ് മാഷ് ഒരൊറ്റ വാചകത്തിൽ തന്റെ അഭിപ്രായം ഒതുക്കി, "ആരാന്റമ്മയ്ക്ക് പ്രാന്തു പിടിച്ചാൽ കാണാൻ നല്ല ചേല്." വേറിട്ട കാഴ്ചകൾ എന്ന പ്രോഗ്രാമിന്റെ ആറ്റിറ്റ്യൂഡിനെപ്പറ്റിയാണ് ആക്ഷേപം. ഞങ്ങളാരും അത് കാര്യമായെടുത്തില്ല. എങ്കിലും പിന്നീട് ആ പ്രോഗ്രാമിന്റെ രചനയിൽ അതിമനോഹരമായ മാറ്റങ്ങളുണ്ടായി. പിന്നീടുവന്ന എപിസോഡുകളിൽ, സൂക്ഷ്മമായി ശ്രദ്ധിച്ചാൽ മാത്രം കാണാവുന്ന പിഴവുകൾ പോലും തിരുത്തിക്കൊണ്ടാണ് 'വേറിട്ട കാഴ്ചകൾ' മുന്നോട്ടുപോയത്. കെ എ മോഹൻദാസിന്റെ ആഖ്യാനപാഠം 'വേറിട്ട കാഴ്ചകളു'ടെ മികവുകൂട്ടി.

ഇങ്ങനെ, സാധാരണഗതിയിൽ മലയാളിയുടെ മനസ്സിൽ ഒരിക്കലും വരാനിടയില്ലാത്ത ഒട്ടേറെ പ്രോഗ്രാമുകൾ കൊണ്ടുവന്നു എന്നതാണ് കൈരളിയുടെ ഏറ്റവും വലിയ പ്രത്യേകതയായി എനിക്കു തോന്നുന്നത്. അശ്വമേധവും വേറിട്ടകാഴ്ചകളും നാൾവഴികളും സംസ്കാരകൈരളിയും പോലെ ശ്രദ്ധേയമായ മറ്റൊരു പ്രോഗ്രാമായിരുന്നു സജിത മഠത്തിൽ ചെയ്ത 'പെൺമലയാളം'. ഒരുപാടു പേരെ ആകർഷിച്ചതും ഏറെ സാമൂഹിക പ്രസക്തവുമായ പ്രോഗ്രാമായിരുന്നു അത് . അതുപോലെ, ഗന്ധർവ്വസംഗീതവും പട്ടുറുമാലുമൊക്കെ അറിയപ്പെടാത്ത ഒട്ടേറെ പ്രതിഭകളെ ജനമധ്യത്തിലേക്കു കൊണ്ടുവന്ന വളരെ വ്യത്യസ്തമായ പ്രോഗ്രാമുകളായിരുന്നു.

'കൈരളി പൂട്ടിക്കും' എന്നു പ്രഖ്യാപിച്ച പ്രതിപക്ഷനേതാവ് എ കെ ആന്റണിക്ക് നിയമസഭയിൽ ഞാൻ മറുപടി നൽകിയ കാര്യം നേരത്തെ പറഞ്ഞിരുന്നല്ലൊ. അതൊരു ആത്മബലത്തിൽ നൽകിയ മറുപടിയായിരുന്നു. 'കൈരളി പൂട്ടിക്കും' എന്ന പ്രഖ്യാപനം സംസ്ഥാനത്ത്, പ്രത്യേകിച്ചും മലബാറിൽ, വലിയ കോളിളക്കമുണ്ടാക്കി. കൈരളിയിൽ അവരുടെ വാർത്തകൾക്ക് മുമ്പില്ലാത്തവിധം പ്രാധാന്യം ലഭിച്ചിരുന്നു. അവരെക്കുറിച്ചുള്ള നിരവധി പ്രോഗ്രാമുകൾ കൈരളിയിൽ വന്നു. ന്യൂനപക്ഷങ്ങളുടെ വലിയ പങ്കാളിത്തമുണ്ടായി. സജിത മഠത്തിലും റഫീക്ക് റാവുത്തറും കൂടി ഒരുക്കിയ റംസാൻ പരിപാടികൾക്ക് വലിയ സ്വീകാര്യത ലഭിച്ചു. തലശ്ശേരി മാളിയേക്കൽ തറവാട്ടിൽ പോയി നൃത്തങ്ങളും പാട്ടുകളും പെരുന്നാളിന്റെ വിനോദങ്ങളുമൊക്കെ ചിത്രീകരിച്ചു കൊണ്ടുവന്ന് വിശേഷാൽ പ്രോഗ്രാമുകളായവതരിപ്പിച്ചത് കേരളത്തിന് പുതിയൊരു കാഴ്ചയായി.

» സണ്ണി ജോസഫിനൊപ്പം ഷൂട്ടിങ്ങിനിടെ

ഇക്കാലത്താണ് പ്രസിദ്ധ ഗസൽ ഗായകൻ, ഉത്തരേന്ത്യയിൽ ഏറ്റവും പ്രശസ്തനും പാകിസ്ഥാൻകാരനുമായ, മെഹ്ദി ഹസൻ കോട്ടയ്ക്കലിൽ ചികിത്സയ്ക്കെത്തുന്നത്. പി വി അബ്ദുൽ വഹാബാണ് അദ്ദേഹത്തെ കേരളത്തിലേക്ക് കൊണ്ടുവന്നത്. കുറച്ച് നീണ്ടുനിന്ന ചികിത്സയായിരുന്നു. മെഹ്ദി ഹസൻ കോട്ടയ്ക്കലിൽ ചികിത്സയിൽ കഴിയുമ്പോഴാണ് അദ്ദേഹത്തിന്റെ ഭാര്യ മരണപ്പെടുന്നത്. ഭാര്യയുടെ വിയോഗത്തിലുള്ള മെഹ്ദി സാഹിബിന്റെ ദുഃഖത്തിൽ കേരളം മനംനൊന്ത് ഭാഗഭാക്കായി. കോട്ടയ്ക്കലിൽ അദ്ദേഹത്തിനത് അനുഭവപ്പെടുകയും സാന്ത്വനമരുളുകയും ചെയ്തു. അദ്ദേഹം കോട്ടയ്ക്കലിലെ ചികിത്സ തുടരാൻ തീരുമാനിച്ചു. ചികിത്സ കഴിഞ്ഞ് മടങ്ങുംമുമ്പ് മെഹ്ദി സാഹിബിന്റെ ഒരു കച്ചേരി കോഴിക്കോട്ടു നടത്താമെന്ന് വഹാബ് പറഞ്ഞു. വഹാബ് കൈരളിയുടെ ഡയറക്ടർ എന്ന നിലയിലാണ് ആ നിർദേശം വെച്ചത്.

മെഹ്ദി ഹസന്റെ സംഗീതപരിപാടിയെന്നു കേട്ടപ്പോൾ കോഴിക്കോട് ടാഗോർ തിയേറ്ററിലേക്ക് ജനങ്ങൾ ഇരച്ചെത്തി. നൂറുകണക്കിനു പാട്ടുകൾ പാടിയിട്ടുള്ള മെഹ്ദി സാഹിബിന്റെ പ്രിയപ്പെട്ട പാട്ടുകളോരോന്നും ഓരോ ഇടവേളയിലും ടാഗോർ തിയേറ്ററിന്റെ ഓരോ കോണിൽനിന്നും ശ്രോതാക്കൾ വിളിച്ചുപറഞ്ഞു, തങ്ങൾ കേൾക്കാനാഗ്രഹിക്കുന്ന പാട്ട് എന്ന നിലക്ക്. തന്റെ ഓരോ പാട്ടും ഇത്രമാത്രം ഇഷ്ടപ്പെടുകയും താൻ പാടിയ ഓരോ പാട്ടും ഇത്രുക്കു ലയിച്ച് ആസ്വദിക്കുകയും ചെയ്ത കോഴിക്കോട്ടെ ജനാവലിക്കു മുന്നിൽ ആ വിശ്രുത സംഗീതജ്ഞൻ

വികാരഭരിതനായി. ടാഗോർ തിയേറ്ററിനകത്തല്ല, ആ വളപ്പിൽ പോലും ഇടംകിട്ടാതെ റോഡിൽനിന്നാണ് വലുപ്പച്ചെറുപ്പമില്ലാതെ പല സംഗീതപ്രേമികളും ആ അപൂർവ്വ വിരുന്നിൽ പങ്കാളികളായത്. ഈ ഒരു പരിപാടിക്ക് ഭീമൻ സംഖ്യയൊന്നും ചെലവഴിക്കേണ്ടി വന്നില്ലെങ്കിലും കൈരളിക്ക് അതൊരു വമ്പൻ സാംസ്കാരിക ഈടുവെപ്പായി.

സിപിഐഎം പാർടി കോൺഗ്രസിനോടനുബന്ധിച്ച് ഞങ്ങളൊരു സംഘം പത്ത് എപിസോഡുകളിലായി ഇന്ത്യയിലെ കമ്യൂണിസ്റ്റ് പാർടിയുടെ ചരിത്രത്തെക്കുറിച്ച് ഒരു ഡോക്യുമെന്ററി തയാറാക്കി. ഞാനായിരുന്നു അതിന് നേതൃത്വം വഹിച്ചത്. കെ ആർ മോഹനൻ, രവീന്ദ്രൻ, പ്രിയനന്ദനൻ, ബാബു ഭരദ്വാജ്, പ്രമോദ് പയ്യന്നൂർ തുടങ്ങിയവരെല്ലാം സഹകരിച്ചു. ഇത്രയും നിഷ്പക്ഷമായി കമ്യൂണിസ്റ്റ് പാർടിയുടെ ചരിത്രം ദൃശ്യരൂപത്തിൽ കണ്ടിട്ടില്ലെന്ന് എല്ലാവരും സമ്മതിക്കുകയുണ്ടായി.

അതിനുശേഷം ഇൻഫർമേഷൻ ആൻഡ് പബ്ലിക് റിലേഷൻസ് ഡിപ്പാർട്ട്മെന്റിനു വേണ്ടി മൂന്നു ഡോക്യുമെന്ററികൾ ഞാൻ ചെയ്തു. 'അറിയപ്പെടാത്ത മലപ്പുറം', 'മരുമക്കത്തായം', 'എൻ പി മുഹമ്മദ്' എന്നിവ. 'അറിയപ്പെടാത്ത മലപ്പുറം' ഒട്ടേറെ വേദികളിൽ പ്രദർശിപ്പിക്കപ്പെട്ട ഡോക്യുമെന്ററിയാണ്. മലപ്പുറത്തെ ഗ്രാമങ്ങളിലെല്ലാം അത് പ്രദർശിപ്പിക്കപ്പെട്ടു. ആ ചിത്രത്തിനുവേണ്ടി വിവരം ശേഖരിക്കാൻ ഞാനും ജി പി രാമചന്ദ്രനും മധു ജനാർദ്ദനനും ജില്ലയിലുടനീളം സഞ്ചരിച്ചു. നിലമ്പൂരിൽ നിന്നാരംഭിച്ച് പൊന്നാനിയിൽ അവസാനിക്കുന്ന വിധമായിരുന്നു അതിന്റെ രചനാരീതി. നമ്മൾ മനസ്സിലാക്കിവെച്ച മലപ്പുറം ജില്ലയായിരുന്നില്ല ആ ഒരു യാത്രയിൽ ഞങ്ങൾ കണ്ടത്. മുഖ്യധാരാ മാധ്യമങ്ങളും മലപ്പുറം വിരോധികളും പടച്ചുണ്ടാക്കിയ കെട്ടുകഥകൾ കേട്ടായിരുന്നു ഞാനീ ഡോക്യുമെന്ററിയെടുക്കാനെത്തിയത്. മലയാളികളുടെ ചരിത്രം, ചിന്ത, സംസ്കാരം, ഭാഷ എന്നീ രംഗങ്ങളിലെല്ലാം മഹത്തായ സംഭാവനകൾ നൽകിയ പലരും മലപ്പുറം ജില്ലക്കാരാണെന്ന വസ്തുത എന്നെ വിസ്മയിപ്പിച്ചു. ഇടശ്ശേരി, വള്ളത്തോൾ, കുറ്റിപ്പുഴ കൃഷ്ണപ്പിള്ള, കെ സി എസ് പണിക്കർ, ഉറൂബ്, മമ്പുറം തങ്ങമ്മാർ, മോയിൻകുട്ടി വൈദ്യർ, വൈദ്യരത്നം പി എസ് വാര്യർ, എൻ പി മുഹമ്മദ്, എം ഗംഗാധരൻ, എം ജി എസ് നാരായണൻ, കെ ടി മുഹമ്മദ്, കെ ദാമോദരൻ, വാരിയൻ കുന്നത്ത് കുഞ്ഞഹമ്മദ് ഹാജി, ഇ എം എസ് നമ്പൂതിരിപ്പാട്, മേൽപ്പത്തൂർ നാരായണ ഭട്ടതിരി, പൂന്താനം, ചെറുകാട്, കെ മാധവൻനായർ, വാഴേങ്കട കുഞ്ചുനായർ, സി രാധാകൃഷ്ണൻ, നമ്പൂതിരി, പത്മിനി, കാട്ടുമാടം നാരായണൻ, എം ഗോവിന്ദൻ, നിലമ്പൂർ ആയിഷ, ഇമ്പിച്ചിബാവ, മൊയ്തുമൗലവി, എം റഷീദ് - നീണ്ടു നീണ്ടു പോകുന്ന ആ നിര. ഈയൊരു

പാരമ്പര്യമുള്ള മഹാനാട് എത്ര വികൃതമായാണ് ചിത്രീകരിക്കപ്പെട്ടത്. ഞാൻ എഡിറ്റ് ചെയ്തു കൊണ്ടിരിക്കുമ്പോൾ വന്നുകണ്ട സണ്ണിജോസഫ് ചോദിച്ചു: “ഇതാണോ മലപ്പുറം?” ഞാൻ ചിരിച്ചു. ഈ ചോദ്യം ഞാൻ എന്നോടുതന്നെ ചോദിച്ചു പോയിട്ടുണ്ട്. ജി പി രാമചന്ദ്രനാണ് ഡോക്യുമെന്ററിക്കു വിവരണമെഴുതിയിട്ടുള്ളത്.

പിന്നീട് വർഷങ്ങൾക്കു ശേഷമാണ് ‘മരുമക്കത്തായം’ എടുക്കുന്നത്. മലബാറിൽ നിലനിന്നിരുന്ന മരുമക്കത്തായത്തിന്റെ അവശിഷ്ടങ്ങൾ ഇന്നും ബാക്കി കിടപ്പുണ്ട് എന്ന സത്യം ഈ ഡോക്യുമെന്ററിയുടെ പ്രവർത്തനത്തിലേർപ്പെട്ടപ്പോഴാണ് മനസ്സിലായത്. അവിടെ മുസ്ലിം സമുദായത്തിൽ അതിന്റെ ദർശനപരമായ കാഴ്ചപ്പാടിനു വിരുദ്ധമായി മരുമക്കത്തായം നിലനിൽക്കുകയായിരുന്നു. ഈ വ്യവസ്ഥ ശക്തമായി നിലനിന്ന മറ്റൊരു വിഭാഗമാണ് നായർ സമുദായം. സാമൂതിരിയുടെ കരസേനയെ നായന്മാരും നാവികപ്പടയെ മാപ്പിളമാരുമാണ് നയിച്ചിരുന്നത്. ഇവരിൽ മരുമക്കത്തായ സമ്പ്രദായത്തിനു കാരണം ഇതാണെന്നാണ് എനിക്കു തോന്നുന്നത്. ഈ രണ്ടു സമുദായങ്ങൾക്കും പല കാര്യങ്ങളിലും പല സമാനതകളുണ്ട്. ധൂർത്ത്, പൊങ്ങച്ചം, സ്ത്രീകൾക്ക് വീട്ടുകാര്യങ്ങളിലെ അധികാരം എന്നിവയിലാണിതു പ്രത്യേകിച്ചും പ്രകടമായിട്ടുള്ളത്.

ഇന്നും കോഴിക്കോട്ടും മറ്റും നിലനിൽക്കുന്ന പുയ്യാപ്പള സമ്പ്രദായം സ്ത്രീകൾക്ക് കൂടുതൽ സുരക്ഷിതത്വം നൽകുന്ന ഒന്നായാണ് എനിക്കു തോന്നിയിട്ടുള്ളത്. അണുകുടുംബ സമ്പ്രദായം വന്നതോടെ സാങ്കേതികമായി ബുദ്ധിമുട്ടുകളുണ്ടായിരുന്നെങ്കിൽ പോലും വലിയൊരളവിൽ കുടുംബത്തിന്റെ ആധിപത്യം സ്ത്രീകളിൽ നിക്ഷിപ്തമായിരുന്നു. എൻ പി

» 'മരുമക്കത്തായം' ഡോക്യുമെന്ററിയിൽ നിന്ന്

» മരുമക്കത്തായം' ചിത്രീകരണവേളയിൽ

ഹാഫിസ് മുഹമ്മദ് കുറ്റിച്ചിറയിലെ കലിക്കറ്റ് ഗേൾസ് ഹൈസ്കൂളിൽ ഒരു സർവേ നടത്തിയിരുന്നു. അതിൽ പങ്കെടുത്ത മുസ്ലിം വിദ്യാർഥിനി കളിൽ 90 ശതമാനവും പുയ്യാപ്പള സമ്പ്രദായത്തെയാണ് അനുകൂലിച്ചത്. വിവാഹത്തിനുശേഷവും വധു സ്വന്തം വീട്ടിൽത്തന്നെ കഴിയുന്നുവെന്ന താണ് പുയ്യാപ്പള സമ്പ്രദായത്തിന്റെ സവിശേഷത. പെൺകുട്ടികൾക്ക് അവരവരുടെ വീട്ടിൽനിന്ന് പോകേണ്ട. തറവാട്ടിലെ ഓരോരുത്തർക്കും ഓരോ അറയുണ്ടാകും. ഓരോരുത്തരുടെയും സാമ്പത്തിക സ്ഥിതിയ നുസരിച്ച് അറയുടെ വലുപ്പവും ഗാംഭീര്യവും വ്യത്യസ്തമായിരിക്കും. കുറ്റി ച്ചിറയിൽ സുൽത്താൻ വീട് എന്നൊരു വീടുണ്ട്. അവിടെ നൂറിലേറെ കുടുംബങ്ങൾ ഇങ്ങനെ ഒരേസമയം താമസിച്ചിരുന്നു. ഞാൻ ഈ ഡോക്യുമെന്ററിയുടെ ഷൂട്ടിങ്ങിന് കുറ്റിച്ചിറയിൽ പോയപ്പോൾ 1500 അംഗ ങ്ങൾക്ക് അവകാശമുള്ള ഒരു തറവാട് കണ്ടു. പല തറവാടുകളും 500, 600 അവകാശികളുള്ളവയാണ്. ഏറ്റവും ആധുനികരായ ആളുകളുടെ വീടുകളിലും ഈ സമ്പ്രദായം നിലവിലുണ്ട്. പി എം ജാബിർ പ്രവാസി കളുടെ വലിയ നേതാവാണ്. തലശ്ശേരിയിൽ അദ്ദേഹത്തിന്റെ വീട്ടിൽ ചെന്നപ്പോഴും ഈ സമ്പ്രദായം കാണാൻ കഴിഞ്ഞു. കുടുംബത്തിനൊരു ബലമായിട്ടാണ് അവർ ഈ സമ്പ്രദായം ചൂണ്ടിക്കാട്ടുന്നത്. പെൺ കുട്ടികൾക്കാവട്ടെ സ്വന്തം വീടാണ് ഏറ്റവും സുരക്ഷിതത്വം പ്രദാനം ചെയ്യുന്ന സ്ഥലമെന്നതിൽ തർക്കവുമില്ല. നായർ സമുദായത്തിൽനിന്ന് ഈ വ്യവസ്ഥിതി മിക്കവാറും അപ്രത്യക്ഷമായെങ്കിലും അതിന്റെ അനു ഷ്ഠാനങ്ങൾ വളരെ പ്രകടമായി കാണാൻ കഴിഞ്ഞു.

അമ്മാവൻ ഒരു പ്രധാന ഘടകമാണ് മരുമക്കത്തായത്തിൽ. എന്റെ വീട്ടിലൊക്കെ അമ്മാവന് വലിയ സ്ഥാനമുണ്ടായിരുന്നു.

പിന്നീട് മരുമക്കത്തായം തകരുന്നത് കാരണവന്മാർ ശമ്പളക്കാരാവു ന്നതോടെയാണ്. അമ്മാവന്റെ ശമ്പളം ആർക്കു കൊടുക്കും, മക്കൾക്ക് കൊടുക്കണോ അതോ മരുമക്കൾക്കു കൊടുക്കണോ എന്ന പ്രശ്നം വന്നു. അതുവരെ അമ്മാവന്റെ വരുമാനത്തിന് ഇത്ര നിയതമായൊരു സ്വരൂപമുണ്ടായിരുന്നില്ല. ഇതു വലിയൊരു മാറ്റമാണുണ്ടാക്കിയത്. അങ്ങനെയാണ് മരുമക്കത്തായ സമ്പ്രദായം മെല്ലെമെല്ലെ ഇല്ലാതാ യത്. ആധിപത്യമുള്ള പിതൃദായകസമ്പ്രദായത്തിനനുകൂലമായിരുന്നു ഈ വികാസം. ഇപ്പോഴും പല പഴയ വീടുകളിലും ചെല്ലുമ്പോൾ വീട്ടുകാർ വളരെ ഗൃഹാതുരത്വത്തോടുകൂടി കൂട്ടുകുടുംബ സമ്പ്രദായത്തെക്കുറിച്ച് പറയുന്നതു കേൾക്കാം. ഫ്യൂഡലായിരുന്നെങ്കിലും മാനുഷികതയുടെ ഒരുപാട് തലങ്ങൾ ആ സമ്പ്രദായത്തിലുണ്ടായിരുന്നുവെന്ന് അവർ പറയുന്നു. വളരെ രസകരമായ വിഷയമായിരുന്നു മരുമക്കത്തായം. എം എൻ കാരശ്ശേരിയായിരുന്നു ചിത്രത്തിന്റെ ആഖ്യാനപാഠം രചിച്ചത്. നന്ദകുമാർ ക്യാമറ കൈകാര്യം ചെയ്തു. സുനിൽ ബാലകൃഷ്ണനായിരുന്നു അസിസ്റ്റന്റ് ഡയറക്ടർ.

മൂന്നാമത്തെ ഡോക്യുമെന്ററി എടുക്കാനുള്ള അവസരം തേടി ഐആൻഡ്പിആർഡിക്ക് അപേക്ഷകൊടുത്തത് പിണറായി വിജയൻ സർക്കാരിന്റെ കാലത്താണ്. കുട്ടികൃഷ്ണമാരാരെക്കുറിച്ചുള്ള ഡോക്യുമെന്റ റിക്കായിരുന്നു ഞാൻ അപേക്ഷ കൊടുത്തത്. എന്നോടാവശ്യപ്പെട്ടത് എൻ പി മുഹമ്മദിനെക്കുറിച്ചുള്ള ഡോക്യുമെന്ററിയെടുക്കാനാണ്. വളരെ സന്തോഷത്തോടെ ഞാനതു സ്വീകരിച്ചു. അഗാധമായ പാണ്ഡിത്യത്തി ന്റെ ഉടമയും ഇന്ത്യൻ ദേശീയ പ്രസ്ഥാനത്തിന്റെ ധാരയിൽ വളർന്നുവ ന്ന ആളും മുഹമ്മദ് അബ്ദുറഹിമാൻ സാഹിബിന്റെ മൂന്നു ശിഷ്യന്മാരിൽ ഒരാളുമാണ് എൻ പി മുഹമ്മദ്. എം റഷീദും കെ എ കൊടുങ്ങല്ലൂരുമാണ്

» 'മരുമക്കത്തായം' ചിത്രീകരണത്തിന്
തലശ്ശേരി മാളിയേക്കൽ തറവാട്ടിൽ എത്തിയപ്പോൾ

» എൻ പി മുഹമ്മദിനെക്കുറിച്ചുള്ള ഡോക്യുമെന്ററിക്കുവേണ്ടി എം ടി വാസുദേവൻനായർ പ്രിയസുഹൃത്തിനെ അനുസ്മരിക്കുന്നു

അബ്ദുറഹിമാൻ സാഹിബിന്റെ മറ്റു രണ്ടു ശിഷ്യന്മാർ. എല്ലാവരും വിശിഷ്ട പന്ഥാവിലൂടെ സഞ്ചരിച്ച് ചരിത്രത്തിൽ ഇടം നേടിയവർ. എൻ പി യുടെ നോവലിനെ അടിസ്ഥാനമാക്കിയാണ് അബ്ദുറഹിമാൻ സാഹിബിനെക്കുറിച്ച് 'വീരപുത്രൻ' എന്ന സിനിമയെടുക്കാനുള്ള തിരക്കഥ ഞാൻ തയ്യാറാക്കിയത്. 'വീരപുത്രനെ'ക്കുറിച്ച് വിശദമായി ഞാൻ മറ്റൊരധ്യായത്തിൽ പറയുന്നുണ്ട്. വളരെ സഹായകരമായ നിലപാടാണ് ഈ ഡോക്യുമെന്ററിയുടെ കാര്യത്തിലും എൻ പി യുടെ കുടുംബം സ്വീകരിച്ചത്. ഷുഹൈബും മകൻ അലനും ഈ ഡോക്യുമെന്ററിയുടെ നിർമ്മാണത്തിൽ സഹകരിച്ചിരുന്നു. എന്റെ മിക്ക സിനിമകളിലും സഹകരിച്ചിട്ടുള്ള ആളാണ് ഷുഹൈബ്. ഷുഹൈബും ഭാര്യ സബിതയുടെ കുടുംബവുമെല്ലാം എനിക്കേറെ പ്രിയപ്പെട്ടവരാണ്. കോയമുഹമ്മദായിരുന്നു ആഖ്യാനപാഠം രചിച്ചത്. നന്ദകുമാർ ക്യാമറാമാനായും സുനിൽ ബാലകൃഷ്ണൻ അസോസിയേറ്റ് ഡയറക്ടറായും പ്രവർത്തിച്ചു.

'എൻ പി മുഹമ്മദി'ന്റെ ചിത്രീകരണത്തിന് എം ടി വാസുദേവൻ നായരുടെ വീട്ടിൽ പോയിരുന്നു. എൻ പി യും എം ടി യും തമ്മിലുള്ള ബന്ധം ആ ഡോക്യുമെന്ററിയെ സമ്പന്നവും സുരഭിലവുമാക്കിയതായി എനിക്കുതോന്നി. ഇരുവരും തമ്മിലുള്ള ബന്ധം അപൂർവ്വമായ തരത്തിലുള്ള ഒന്നായിരുന്നു. വ്യക്തിപരമായ സൗഹൃദം മാത്രമല്ല സർഗപരമായ കൂട്ടുകൂടിയായിരുന്നു അവരുടേത്. സാഹിത്യത്തെയും കലയെയും എല്ലാം സംബന്ധിച്ച ആശയവിനിമയം മാത്രമല്ല ഈ നിലയിൽ അവർ നടത്തിയത്. എൻ പി മുഹമ്മദും എം ടി വാസുദേവൻ നായരും കൂടി എഴുതിയ നോവലാണ് 'അറബിപ്പൊന്ന്'. അതു വായിച്ചാൽ ഏതധ്യായം ആരാണ്

എഴുതിയതെന്ന് നമുക്ക പറയാൻ പറ്റില്ല. മക്കൾതന്നെ എൻ പി യോട് ചോദിച്ചിട്ടുണ്ട്, ഏതധ്യായമാണ് എം ടി എഴുതിയത് ; ഏതധ്യായമാണ് ഉപ്പ എഴുതിയത് എന്ന്. അതിനേക്കാളൊക്കെ എന്നെ അത്ഭുതപ്പെട്ടു ത്തിയത് എം ടി ഇത്രയും ഗാഢവും ശക്തവുമായി ഒരാളോട് അടുപ്പം പുലർത്തിയിരുന്നുവെന്നതാണ്. എൻ പി യെക്കുറിച്ച് എം ടി യുടെ ഓർത്തെടുക്കൽ ചിത്രീകരിക്കുമ്പോൾ ആ വാക്കുകൾ വിതുമ്പലിനു വക്കത്തോളമെത്തിയതു ഞങ്ങളറിഞ്ഞു. തന്റെ കുറ്റങ്ങളും കുറവുകളും സങ്കടങ്ങളും ഏറ്റു പറയാനുള്ള ഒരത്താണിയായിരുന്നു എൻ പി യെന്ന് എം ടി പറഞ്ഞു. “എനിക്ക് ജീവിതത്തിൽ ഓരോ പ്രശ്നങ്ങൾ വന്നപ്പോൾ ഇതൊക്കെ ഒന്ന് ആരോട്ടു പറയും എന്ന് ആലോചിക്കുമ്പോൾ എനിക്ക് ഒരൊറ്റ ഉത്തരമേ ഉണ്ടായിരുന്നുള്ളൂ. എനിക്ക് ഒരു പ്രശ്നവുമില്ല. എനിക്ക് ഒരാളുണ്ട് ഇതെല്ലാം പറയാൻ.” അത് എൻ പി മുഹമ്മദായിരുന്നു. അത്രയും വലിയ, ഗാഢമായ സഹോദര ബന്ധത്തേക്കാൾ അപ്പുറമുള്ള ഒരു ബന്ധം ഇരുവരും തമ്മിലുണ്ടായിരുന്നു. ആ ബന്ധത്തിന്റെ തീക്ഷ്ണത എം ടി യുടെ വാക്കുകളിൽ മുറ്റിനിന്നു.

എൻ പി യെക്കുറിച്ച് എം ടി പറഞ്ഞത് കേട്ടപ്പോൾ ഞാൻ കെ ആർ മോഹനനെയാണ് ഓർത്തുപോയത്. കോളേജ് വിദ്യാഭ്യാസകാലം മുതലുള്ളതായിരുന്നു മോഹനനുമായുള്ള എന്റെ അടുപ്പം. ഞങ്ങൾ തമ്മിൽ ഒരു കണക്കുമുണ്ടായിരുന്നില്ല. മോഹനന്റെ മൂന്നു സിനിമയും നിർമ്മിച്ചത് ഞാൻ തന്നെയാണ്. പലപ്പോഴും അത്ഭുതകരമായ പല മുഹൂർത്തങ്ങളും ഞങ്ങളുടെ ജീവിതത്തിലുണ്ടായി. ഞാൻ പുതിയ വീട്ടിൽ താമസമാക്കുന്ന വിവരം ആരെയും അറിയിച്ചിരുന്നില്ല. ആരെയും

» 'എൻ പി മുഹമ്മദ്' ചിത്രീകരണത്തിനിടെ യു എ ഖാദറിനൊപ്പം - ക്യാമറാമാൻ നന്ദകുമാർ, കോയമുഹമ്മദ്, യാക്കൂബ്, പി ടി, സന്തോഷ് ചിറ്റിലപ്പിള്ളി, സുനിൽ ബാലകൃഷ്ണൻ, ഷൂഹൈബ്

ക്ഷണിച്ചിരുന്നുമില്ല. ആരോടും പറയാതെ മാറിത്താമസിക്കുകയായിരുന്നു. ഉച്ചയാകുമ്പോഴുണ്ട് മോഹനൻ വന്ന് ബെല്ലടിക്കുന്നു. തികച്ചും ആശ്ചര്യകരമായ സംഭവമായിരുന്നു അത്.

ഇതുപോലൊരനുഭവമാണ് ഉമ്മ കിടപ്പിലായ സമയം മോഹനൻ വീട്ടിൽ വന്നപ്പോഴുണ്ടായത്. ഉമ്മയുടെ ആരോഗ്യം വളരെ മോശമായിരുന്നു. സ്വന്തക്കാരെത്തന്നെ തിരിച്ചറിയാൻ പ്രയാസമായ അവസ്ഥയിലായിരുന്നു ഉമ്മ. മോഹനൻ ഉമ്മയുടെ അടുക്കലേക്കു ചെന്നു. എന്റെ സഹോദരി ഉമ്മയോട് ചോദിച്ചു, “ഇതാരാ, ഉമ്മാ?” പെട്ടെന്നു വന്നു ഉമ്മയുടെ മറുപടി, “ഇത് നമ്മളെ മോഹനനല്ലേ?” അത്രക്ക് അടുപ്പമായിരുന്നു മോഹനനും എന്റെ കുടുംബവുമായിട്ട്. അപൂർവ്വ സ്നേഹബന്ധങ്ങളേ ഇങ്ങനെ ഉണ്ടാകാറുള്ളൂ എന്നാണ് എനിക്കു തോന്നുന്നത്. മതമൈത്രിയോ മതേതരത്വമോ ഒന്നുമല്ല അത്. മതമോ ജാതിയോ ഒന്നും അവിടെ ഇടപെട്ടതായി എനിക്ക് തോന്നുന്നില്ല. എല്ലാ നിർവചനങ്ങൾക്കും അപ്പുറമുള്ള ഒന്നായി എന്നിൽ അതിന്നും നിലനിൽക്കുന്നു.

മോഹനന്റെ ജീവിതത്തിലെ പ്രധാന മുഹൂർത്തങ്ങളിലെല്ലാം ഞാൻ സന്നിഹിതനായിരുന്നു. മോഹനന്റെ ഭാര്യ ഡോ. രാഗിണിക്ക് മാനസികമായ ചില അസ്വാസ്ഥ്യങ്ങളുണ്ടായിരുന്നു. ആദ്യകാലത്തൊന്നും അതത്ര പ്രകടമായിരുന്നില്ല. ഞങ്ങളുടെ കുടുംബത്തിലെ ഒരംഗത്തെപ്പോലെയാണവർ പെരുമാറിയിരുന്നത്. ‘പുരുഷാർത്ഥ’ത്തിന് ദേശീയ അവാർഡ് ലഭിച്ചപ്പോൾ അതേറ്റു വാങ്ങാൻ ഞങ്ങളൊന്നിച്ചാണ് ഡൽഹിയിൽ പോയത്. ഞാനും ഭാര്യയും മക്കളും രാഗിണിയും മോഹനനും, സൗണ്ട് റെക്കോർഡിസ്റ്റ് ടി കൃഷ്ണനുണ്ണിയും ഭാര്യയും, ഹരികുമാറും ഭാര്യയും, വി രാജകൃഷ്ണനും എല്ലാം ഒന്നിച്ച് താജ്മഹലും മറ്റും കാണാൻ പോയത് ഇന്നുമോർക്കുന്നു.

ഒരു ദിവസം അയ്യന്തോളിലുണ്ടായിരുന്ന രാഗിണിയെ ഞാൻ എന്തോ കാര്യത്തിന് ‘പ്രജാപുരി’യിൽനിന്ന് വിളിച്ചു. ഫോണെടുത്തതിൽപ്പിന്നെ ഞാൻ കേൾക്കുന്നത് വലിയൊരു അട്ടഹാസമാണ്. പിന്നെ ഒരു ശബ്ദവുമില്ല. കുറച്ച് കഴിഞ്ഞു. ഞാൻ വീണ്ടും വിളിച്ചു. ഫോൺ കിട്ടുന്നില്ല. എനിക്കു സമാധാനമില്ലാതായി. അന്നെനിക്കൊരു ജീപ്പുണ്ടായിരുന്നു. അതിൽ രാഗിണിയുടെ വീട്ടിലേക്കു പോയി. രാഗിണിയുടെ അച്ഛനും ആയുർവേദ ഡോക്ടറാണ്. മൂത്ത സഹോദരിയും ഡോക്ടറാണ്. വീട്ടിൽ ചെന്നപ്പോൾ അവിടെ കുറച്ച് ആളുകളുണ്ട്. എന്തോ പന്തിയില്ലാത്ത അവസ്ഥ. രാഗിണിയുടെ മൂത്ത സഹോദരൻ എന്നെ കണ്ടപ്പോൾ വന്ന് കെട്ടിപ്പിടിച്ച് കരഞ്ഞു. രാഗിണി ആത്മഹത്യക്കു ശ്രമിച്ച കാര്യം അദ്ദേഹം പറഞ്ഞു. ശരീരം തൂങ്ങി നിൽക്കുമ്പോഴായിരുന്നു എന്റെ ഫോൺ. ലാൻഡ് ഫോൺ റിങ് ചെയ്യുന്ന ശബ്ദം കേട്ട് ഓടിയെത്തിയ

ചേച്ചിയാണ് തൂങ്ങിനിൽക്കുന്ന രാഗിണിയെ കണ്ട് അട്ടഹസിച്ചത്. എല്ലാവരുംകൂടി രാഗിണിയെ രക്ഷിച്ചു. എന്റെ ഫോണാണ് തന്റെ ജീവൻ രക്ഷിച്ചതെന്ന് പിന്നീട് പലപ്പോഴും രാഗിണി പറയുമായിരുന്നു.

ഞാൻ മോഹനന് ഫോൺ ചെയ്തു. പെട്ടെന്നെത്താൻ പറഞ്ഞു. "എന്താ കാര്യം?" മോഹനൻ ചോദിച്ചു. "പ്രത്യേകിച്ചൊന്നുമില്ല, രാഗിണിക്കു നല്ല സുഖമില്ല," ഞാൻ പറഞ്ഞു. മോഹനൻ ഉച്ചതിരിയുമ്പോഴേക്ക് തൃശ്ശൂരിലെത്തി. റെയിൽവേ സ്റ്റേഷനിൽ ഞാൻ കാത്തുനിൽപ്പുണ്ടായിരുന്നു. ഞാൻ പെട്ടെന്നൊന്നും പറഞ്ഞില്ല. വളരെ സാവധാനം കാര്യം പറഞ്ഞ് മോഹനനെ ആശുപത്രിയിലേക്കു കൊണ്ടുപോയി. രാഗിണി പിന്നീട് പലപ്പോഴും ഇത്തരം ശ്രമങ്ങൾ നടത്തുകയുണ്ടായി. എല്ലാം സഹിച്ച് മോഹനൻ രാഗിണിയെ ശുശ്രൂഷിച്ചു. ഒരു ഭർത്താവും ഇങ്ങനെ ഭാര്യയെ സ്നേഹിച്ച ശുശ്രൂഷിക്കുന്നത് ഞാൻ കണ്ടിട്ടില്ല. രാഗിണിയുടെ താളം തെറ്റുമ്പോഴെല്ലാം മോഹനന് അറിയാമായിരുന്നു. ഞങ്ങൾക്കെല്ലാം മോഹനന്റെയും രാഗിണിയുടെയും അവസ്ഥ തീരാദുഃഖമായിരുന്നു.

ഒരു ഫെസ്റ്റിവൽ കാലത്ത് രാഗിണി വീണ്ടും ശ്രമം നടത്തുകയും 'വിജയം' കാണുകയും ചെയ്തു. അന്നും ഞാൻ തിരുവനന്തപുരത്തുണ്ടായിരുന്നു. മോഹനന് ഏറ്റവും വലിയ ഷോക്കായിരുന്നു അത്. ഒരു കുട്ടിയെപ്പോലെ അവൻ വാവിട്ടുകരഞ്ഞു. പിന്നീട് മോഹനൻ ഏകനായി ജീവിതം നയിച്ചു. സുഹൃത്തുക്കൾക്കിടയിലായാലും ഏകാന്തപഥികനെപ്പോലെ കഴിഞ്ഞു. മോഹനന് ധാരാളം സുഹൃത്തുക്കളുണ്ടായിരുന്നു. പലരും സിനിമാക്കാരല്ല.

» കെ ആർ മോഹനനും ഡോ. രാഗിണിയും ആഗ്ര സന്ദർശനവേളയിൽ

ഒരിക്കൽ മോഹനൻ വീട്ടിൽ വന്നപ്പോൾ ഞാൻ 'വിശ്വാസപൂർവ്വം മൻസൂർ' എന്ന പുതിയ സിനിമയുടെ തിരക്കിലായിരുന്നു. ഞാൻ പറഞ്ഞു, "എന്റെ ഈ സിനിമ കഴിഞ്ഞാൽ നീ സിനിമ ചെയ്യണം. ഞാൻ അതിന്റെ പ്രൊഡക്ഷൻ കൺട്രോളറായി പ്രവർത്തിക്കും. പ്രൊഡ്യൂസറെ ഞാനുണ്ടാക്കാം." കൈരളിയിലുണ്ടായിരുന്ന കാലത്തെ ജീവിതവും അനുഭവങ്ങളും വെച്ച് 'വൈറ്റ് ബാലൻസ്' എന്നൊരു തിരക്കഥ മോഹനൻ എഴുതിയിരുന്നു. അതുകൂടി മനസ്സിൽ വെച്ചാണ് ഞാനതു പറഞ്ഞത്. "കുഞ്ഞോാദേ, എനിക്കിനി അത്തരത്തിലുള്ള ആഗ്രഹങ്ങളൊന്നുമില്ല. സിനിമയൊക്കെ എന്റെ മനസ്സിൽനിന്ന് എന്നേ പോയി." എന്നെ 'കുഞ്ഞോാദേ' എന്നു വിളിക്കുന്ന ഏക വ്യക്തി ഈ ലോകത്ത് കെ ആർ മോഹനനാണ്. ഒരു ചലച്ചിത്ര പ്രവർത്തകൻ ഒരിക്കലും പറയാത്ത കാര്യമാണ് മോഹനൻ അന്നു പറഞ്ഞത്. ഒന്നും ചെയ്തുകൊണ്ടിരിക്കുകയല്ലെങ്കിലും പുതിയ സിനിമ ആലോചനയിലാണ് എന്നാണ് സാധാരണ ഏതു ചലച്ചിത്രകാരനും പറയുക. മോഹനന്റെ ഈ വാക്കുകൾ എന്നെ സ്തബ്ധനാക്കി. അധികകാലം പിന്നെ മോഹനൻ ജീവിച്ചില്ല.

ഒരു ദിവസം ഞാൻ തിരുവനന്തപുരത്തുനിന്ന് ഗുരുവായൂർക്ക് ട്രെയിൻ കയറാൻ പോവുകയായിരുന്നു. അപ്പോഴാണ് ഗൗരിദാസൻ നായർ വിളിച്ചത്, "മോഹനന് നല്ല സുഖമില്ല. ഹോസ്പിറ്റലിലേക്കു കൊണ്ടുപോകുകയാണ്." ഞാൻ പ്രശ്നമൊന്നുമില്ലല്ലോ എന്ന് ചോദിച്ചു. "ഇല്ല, പ്രശ്നമൊന്നുമില്ല. ഇപ്പോൾ പി ടി പൊയ്ക്കോ . ഞാനറിയിച്ചുവെന്നു മാത്രം." ഗൗരി പറഞ്ഞു. ഞാൻ റെയിൽവേ സ്റ്റേഷനിലെത്തി. വണ്ടി ഒന്നര മണിക്കൂർ ലേറ്റാണ്. ഞാൻ ആശുപത്രിയിലേക്കു തിരിച്ചു. മോഹനനെ ആശുപത്രിയിൽ ചെന്നു കണ്ടു. വയറുവേദന. കാര്യമായ അസുഖമൊന്നുമില്ല, ഡോക്ടർമാരും പറഞ്ഞു. കുറെ സമയം മോഹനന്റെ കൂടെ ചെലവഴിച്ചു. മോഹനൻ എന്നെ നിർബന്ധിച്ച് പറഞ്ഞയച്ചു. ഞാൻ മോഹനന്റെ വീട്ടിൽ വിളിച്ച് അറിയിച്ചു. അനിയൻ രവി പെട്ടെന്നു വന്നു. മോഹനൻ കുറച്ചു ദിവസം ആശുപത്രിയിൽ കിടന്നു. പലപ്പോഴും ഞാൻ പോയിരുന്നു. എനിക്ക് രോഗിയായി കിടക്കുന്ന മോഹനനെ കാണാൻ ഇഷ്ടമുണ്ടായിരുന്നില്ല. ഞാൻ എപ്പോഴും പുറത്തു നിൽക്കുകയായിരുന്നു. പിന്നീട് ഡോക്ടർമാർ രവിയെ വിളിച്ച് വലിയ ബുദ്ധിമുട്ടാണ് എന്നു പറഞ്ഞു. മെല്ലെ മെല്ലെ മോഹനൻ നമ്മൾക്കിടയിൽ നിന്ന് അപ്രത്യക്ഷനായി.

മോഹനൻ മരിച്ചിട്ടില്ല. എന്റെ മൊബൈലിൽ ഇപ്പോഴും മോഹനന്റെ കോൺടാക്റ്റ് കിടക്കുന്നുണ്ട്. പലപ്പോഴും മോഹനൻ എന്റെയടുക്കൽ വന്നുപോയ്ക്കൊണ്ടിരിക്കുന്നു.

ഒരു മാമ്പഴക്കാലം

കോഴിക്കോട്ട് ചെലവൂർ വേണുവിന്റെ ക്യാമ്പിൽ വെച്ചാണ് പാന്തൂർ മുഹമ്മദിനെ ഞാൻ പരിചയപ്പെടുന്നത്. 'സൈക്കോ' ഓഫീസിൽ എപ്പോഴും വരുന്ന ആളാണ്. പാന്തൂരിനെ അറിയാത്തവർ ചുരുക്കം. അതിനേക്കാൾ ചുരുക്കമാണ് പാന്തൂരിന് അറിയാത്തവർ. കമ്യൂണിസ്റ്റ് നേതാക്കളുടെ പ്രിയങ്കരൻ. എം എം ലോറൻസിനെ പോലുള്ള, കേരളത്തിലെ ഇടതുപക്ഷ പ്രസ്ഥാനവുമായി ബന്ധപ്പെട്ട എല്ലാ ആളുകളുടെയും സുഹൃത്താണ് മുഹമ്മദ്. ഇ എം എസിന്റെ വീട്ടിൽ പോലും ഏറ്റവും പരിചിതൻ. ഇ എം എസ്സിന്റെ മകൾ രാധയുടെയും രാധയുടെ ഭർത്താവ് സി കെ ഗുപ്തന്റെയുമൊക്കെ ഉറ്റസുഹൃത്ത്. പിണറായി വിജയന്റെ ക്ലാസ്മേറ്റ്.

പല തരത്തിലുള്ള ബിസിനസുകൾ നടത്തി പരാജയം ഏറ്റുവാങ്ങുന്ന അപൂർവ്വ വ്യക്തിത്വത്തിനുടമയാണ് മുഹമ്മദ്. സാധാരണ നിലയിലുള്ള ബിസിനസ് തകർച്ചയല്ല ഇത്. 'ബിസിനസ് ഇന്ത്യ'യുടെ മാനേജരായി ജോലി നോക്കിയിട്ടുണ്ട്. ഹോട്ടൽ രംഗത്ത് ദീർഘകാലം പ്രവർത്തിച്ചിട്ടുണ്ട്. മത്സ്യക്കയറ്റുമതി നടത്തിയിട്ടുണ്ട്. ഇങ്ങനെ വളരെ വ്യത്യസ്തമായ മേഖലകളിൽ പ്രവർത്തിച്ചിട്ടുള്ള ആളാണ്.

പാന്തൂരിന്റെ ഏറ്റവും വലിയ ഹോബി മറ്റുള്ളവർക്ക് ഭക്ഷണം വാങ്ങിക്കൊടുക്കലാണ്. ഇതുപോലൊരു സൽക്കാരപ്രിയനെ കാണാൻ കിട്ടില്ല. പാന്തൂരിനൊപ്പം ഹോട്ടലിൽ കയറിയാൽ ബില്ല് കൊടുക്കുന്നത് മറ്റാരുമായിരിക്കില്ല. ഞാൻ കോഴിക്കോട്ട് ചെല്ലുമ്പോഴൊക്കെ ദിവസങ്ങളോളം കൂടെയുണ്ടാകും. ഭക്ഷണത്തിന്റെ ബില്ല് കൊടുക്കാൻ

മത്സരിക്കും. എംഎൽഎ ആയിരിക്കുമ്പോഴാണ് ഞാൻ കൂടുതൽ അടുത്തത്. ഒരു ദിവസം ഞാൻ പിണറായിയെ കാണാൻ എ കെ ജി സെന്ററിൽ ചെന്നപ്പോൾ അദ്ദേഹം ചോദിച്ചു, "പാന്നൂർ മുഹമ്മദിനെ കാണാറുണ്ടോ?" ഞാൻ പറഞ്ഞു, "കാണാറുണ്ട്." അസ്വസ്ഥതയോടെ പിണറായി പറഞ്ഞു, "അയാൾ എല്ലാവർക്കും ഭക്ഷണം മേടിച്ചു കൊടുക്കുകയാണ്. പക്ഷേ, അയാളുടെ ടെലിഫോൺ ബിൽ അടച്ചിട്ടില്ല." പിണറായി ഒരു പൊതുസുഹൃത്തിൽ നിന്നാണ് ആ വിവരമറിഞ്ഞത്, "നമ്മുടെ പാന്നൂരിന്റെ സാമ്പത്തിക സ്ഥിതി വളരെ മോശമാണ്. ടെലിഫോൺ കട്ടു ചെയ്യുമെന്നാണ് കേട്ടത്." പിണറായി അതുകേട്ട് ആശ്ചര്യപ്പെട്ടുകൊണ്ട് ആ സുഹൃത്തിനോട് പറഞ്ഞു, "കഴിഞ്ഞ തവണ വന്നപ്പോൾ ഭക്ഷണം വാങ്ങട്ടെ എന്ന് ചോദിച്ച് വന്നിരുന്നല്ലോ!" പിന്നീട് കണ്ടപ്പോൾ പിണറായി പാന്നൂരിനോട് അന്ത്യശാസനം പോലെ പറഞ്ഞു, "ഭക്ഷണം എന്ന ഒരു വാക്കിനി എവിടെയും പറഞ്ഞു പോകരുത്." പാന്നൂരിനെ പിന്നെ ഒന്നും പറയാൻ സമ്മതിച്ചുമില്ല. "ഇത്രയും സാമ്പത്തിക പ്രയാസമുള്ള ഇയാൾ ലോകം മുഴുവൻ ഭക്ഷണം മേടിച്ചു കൊടുത്താൽ കുടുംബത്തിന്റെ സ്ഥിതിയെന്താകും?" പിണറായി കടുത്ത ഭാഷയിലാണ് വാണിങ് നൽകിയത്. അതിനുള്ള അടുപ്പമുണ്ട് ഇരുവരും തമ്മിൽ. ഭയങ്കര സ്നേഹവുമാണ്. രണ്ടുപേർക്കും, പരസ്പരം.

അങ്ങനെയിരിക്കുമ്പോഴാണ് 1996-ലെ ഇടതുപക്ഷ സർക്കാർ വരുന്നത്. എം എൽ എ ഹോസ്റ്റൽ ക്യാന്റീൻ നടത്താനുള്ള അവകാശം പാന്നൂരിന് കിട്ടി. അതോടെ എം എൽ എ ക്യാന്റീൻ എല്ലാവരുടെയും അഭയകേന്ദ്രമായി. ആർക്കും പറ്റുകിട്ടുന്ന സ്ഥലം. പരമസുഖം. എല്ലാവരും വരുന്നു, ഭക്ഷണം കഴിക്കുന്നു, പറ്റെഴുതുന്നു, പോകുന്നു. പണം കൊടുക്കേണ്ടല്ലോ. ഒരാളോടും പണം ചോദിക്കില്ല. ബാബു ഭരദ്വാജ് അവിടുന്നാണ് ഭക്ഷണം കഴിച്ചിരുന്നത്. രണ്ടുമാസത്തിനുശേഷം പറ്റുനോക്കി കാശുകൊടുത്തു. പാന്നൂർ വാങ്ങാൻ കൂട്ടാക്കിയില്ല. "നീയത് കൈയിൽ വെക്ക് ബാബൂ, നമുക്കാലോചിക്കാം" എന്നു പറഞ്ഞ് പിന്തിരിപ്പിക്കുകയായിരുന്നു. ഒടുവിൽ ബാബു ഭരദ്വാജ് നിർബന്ധിച്ച് കീശയിൽ വെച്ചുകൊടുക്കുകയാണു ചെയ്തത്. കണ്ണൂർക്കാരനായ മാനേജർ രാജീവ് ഒരു ദിവസം എന്നോടു പറഞ്ഞു, "മുഹമ്മദ്ക്കാ ഇങ്ങോട്ടു വന്നില്ലെങ്കിൽ ആയിരം രൂപ ദിവസവും അദ്ദേഹത്തിന്റെ വീട്ടിലെത്തിക്കാമായിരുന്നു."

എനിക്കോർമ വരുന്നത് ഒരു മാങ്ങാക്കാലമാണ്. രണ്ടു മാങ്ങ വാങ്ങി പൂണ്ടുതിന്നാൻ പൂതിയായിട്ട് ഞാൻ ക്യാന്റീനിൽ ചെന്നതായിരുന്നു. "ഞാൻ തന്നെ കൊണ്ടുത്തരാ"മെന്നു പറഞ്ഞ് പാന്നൂർ മുന്നോട്ടുവന്നു. പൈസ വാങ്ങുമെങ്കിൽ മതിയെന്നു ഞാൻ പറഞ്ഞു. ചെത്തിക്കൊണ്ടു വരുമ്പോൾ ചില എംഎൽഎമാരും മറ്റും ഇതു കണ്ടു. "ഇവിടെ

» കോഴിക്കോട്ട് ചെലവൂർ വേണുവിനൊപ്പം. നവീന സുഭാഷ്, കോയമുഹമ്മദ്, നന്ദകുമാർ എന്നിവർ സമീപം.

മാങ്ങയുമുണ്ടോ?" എന്നു ചോദിച്ച് എല്ലാവരും വളഞ്ഞു. "എല്ലാവർക്കും തരാമല്ലോ, അതിനെന്താ പ്രശ്നം" എന്നു പറഞ്ഞ് മാങ്ങ വിതരണമായി. കോൺഗ്രസുകാരെന്നോ കമ്യൂണിസ്റ്റുകാരെന്നോ വ്യത്യാസമില്ലാതെ എല്ലാവർക്കും. അങ്ങനെ ഭക്ഷണത്തിന്റെ കൂടെ എല്ലാവർക്കും മാങ്ങയും കൊടുക്കേണ്ട സ്ഥിതിയായി. ഇതറിഞ്ഞ് ചടയൻ ഗോവിന്ദന്റെ മകൻ സുരേന്ദ്രൻ ഇടപെട്ടു. പാന്തൂരിന്റെ വലിയ സുഹൃത്താണ്. അദ്ദേഹത്തെ സ്നേഹിക്കുകയും ബഹുമാനിക്കുകയും ചെയ്യുന്ന ആൾ. പാന്തൂരിന്റെ മുമ്പിൽ വെച്ച് മാനേജർ രാജീവിനോട് സുരേന്ദ്രൻ പറഞ്ഞു, "ഇവിടെയിനി മാങ്ങ കണ്ടുപോകരുത്!" പിറ്റേദിവസവും മാങ്ങ വാങ്ങാൻ ശ്രമമുണ്ടായെങ്കിലും രാജീവ് കൂട്ടാക്കിയില്ല എന്നാണു കേട്ടത്.

ഇടതുപക്ഷ സർക്കാർ പോയി. പാന്തൂരിന്റെ കച്ചവടവും പോയി. കോൺഗ്രസുകാരുമായും നല്ല അടുപ്പമുള്ള ആളാണ്. അവരും വന്ന് ക്യാന്റീനിൽ നിന്ന് ഇഷ്ടം പോലെ ഭക്ഷണം കഴിച്ച് പറ്റെഴുതി പോയിട്ടുള്ളതാണ്. പക്ഷേ ക്യാന്റീൻ അത്തവണ അദ്ദേഹത്തിനല്ല കിട്ടിയത്. പാന്തൂർ പിന്നീട് വേറെ കച്ചവടം അന്വേഷിക്കുന്നതായി ഞാൻ കേട്ടു.

ഞാൻ എ കെ ജി സെന്ററിൽ ചെന്നപ്പോൾ പിണറായി പാന്തൂരിനെപ്പറ്റി സംസാരിച്ചു. ഞാൻ പറഞ്ഞു, "പാന്തൂർ വീണ്ടും കച്ചവടത്തിനു നോക്കുകയാണ്." പിണറായി ക്ഷുഭിതനായി. "അയാൾ ഒരു കച്ചവടവും ചെയ്യില്ല. ചെയ്തതൊക്കെ നമ്മൾ കണ്ടില്ലേ? വേറെയെന്തെങ്കിലും ആലോചിക്കണം." ഞാൻ കേട്ടിരുന്നു. "അയാൾക്ക് എന്തെങ്കിലും ജോലിയേ പറ്റൂള്ളൂ. എന്താണ് ചെയ്യുക," പിണറായി ചോദിച്ചു "കൈരളിയിലെന്തെങ്കിലും നോക്കിയാലോ," ഞാനൊരു നിർദേശം വെച്ചു. "എന്തു ജോലി?" പിണറായി തിരക്കി. "മാർക്കറ്റിങ്ങില്. 'ബിസിനസ്

ഇന്ത്യ'യിലൊക്കെ മാർക്കറ്റിങ് നടത്തിയ ആളല്ലേ. ശമ്പളമൊന്നും കൊടുക്കേണ്ട. കമീഷൻ ബെയ്സിൽ വെക്കാം." അതു ശ്രദ്ധിച്ചുകേട്ട് പിണറായി പറഞ്ഞു, "കൃഷ്ണകുമാറുമായി പി ടി സംസാരിക്ക്."

ഞാൻ കൃഷ്ണകുമാറുമായി സംസാരിച്ചു. ഇന്റർവ്യൂവിനു സമയം നിശ്ച യിച്ചു. പാന്നൂർ സ്വതസിദ്ധമായ വേഷവിധാനത്തിൽ, മുണ്ടും ഷർട്ടും ധരിച്ച്, കയ്യിൽ വിൽസ് പാക്കറ്റുമായി കൃഷ്ണകുമാറിനു മുന്നിൽ പ്രത്യ ക്ഷപ്പെട്ടു. ഞാനുമുണ്ടായിരുന്നു കൃഷ്ണകുമാറിനൊപ്പം. കൃഷ്ണകുമാറിനെ ഞാൻ പാന്നൂരിനു പരിചയപ്പെടുത്തി. "എനിക്കറിയാം" എന്നുപറഞ്ഞ് കൃഷ്ണകുമാറിനോടു പാന്നൂർ ചോദിച്ചു, "നിങ്ങൾ ഷേക്സ്പിയർ വേലായുധൻ നായരുടെ മോനല്ലെ? നിങ്ങളുടെ അളിയൻ ഡിജിപി കൃഷ്ണൻ നായരെ എനിക്കറിയാം." കൃഷ്ണകുമാർ സ്തംഭിച്ചുപോയി. പിന്നീട് ജോലിയെക്കുറി ച്ചായി സംസാരം. പാന്നൂർ പറഞ്ഞു, "എനിക്ക് വലിയ പരിചയമൊന്നും ഇല്ല. ശ്രമിച്ചു നോക്കാം." കൃഷ്ണകുമാർ ഒന്നും പറഞ്ഞില്ല. ശമ്പളത്തെപ്പറ്റി ചോദിച്ചപ്പോൾ "അതൊന്നുപ്പൊ തീരുമാനിക്കണ്ട. ഞാൻ ജോലിചെയ്തു നോക്കട്ടെ. ശര്യാക്വാണെങ്കില് അപ്പം ആലോചിക്കാം." എന്നായിരുന്നു മറുപടി. കൃഷ്ണകുമാർ ഒരു ചെറിയ ശമ്പളവും നല്ല കമ്മീഷനും ഓഫർ ചെയ്തു. "നോക്കാം" എന്നു പറഞ്ഞ് പാന്നൂർ സ്ഥലംവിട്ടു.

അദ്ദേഹം പോയപ്പോൾ കൃഷ്ണകുമാർ ചോദിച്ചു, "എന്തു മനുഷ്യനാണ് പി ടി ഇത്? ഇങ്ങനെയും മനുഷ്യന്മാരുണ്ടോ?" കൃഷ്ണകുമാറിനെ പാന്നൂർ അത്ഭുതപ്പെടുത്തി. കൈരളിക്ക് ഏറ്റവും കൂടുതൽ ബിസിനസ് നൽകുന്ന സെന്ററായി കോഴിക്കോട് വേഗം മാറി. പാന്നൂരിന്റെ പ്രത്യേക രീതിയി ലുള്ള മാർക്കറ്റിങ് എല്ലാവർക്കും അത്ഭുതമായി. പാന്നൂർ പുതിയ തലമു റയുടെ കൂടി സുഹൃത്തായി. മീഡിയയിലുള്ളവരുമായൊക്കെ ഭയങ്കര അടുപ്പം. മാധ്യമപ്രവർത്തകരും ചെറുപ്പക്കാരും തേടിവന്നു. എല്ലാ വർക്കും ഭക്ഷണം പാന്നൂരിന്റെ വക. എല്ലാവരോടും സ്നേഹത്തോടെ പെരുമാറി. അവർക്ക് മറ്റെവിടെ നിന്നും ഇങ്ങനെയൊരു സ്നേഹവും സൗഹൃദവും കിട്ടിയിട്ടുണ്ടാവില്ല. പാന്നൂർ സന്തുഷ്ടനായിരുന്നു.

ഒരു ദിവസം കോഴിക്കോട്ടുനിന്നു കൈരളി ആസ്ഥാനത്തേക്കു വരുമ്പോൾ തിരുവനന്തപുരം റെയിൽവേ സ്റ്റേഷനിൽ കുഴഞ്ഞുവീണ് പാന്നൂർ മുഹമ്മദ് മരിച്ചു. സ്വന്തം വീടു പോലുമില്ലാതെ ഭാര്യയെയും പറക്കമുറ്റാത്ത മക്കളെയും ഇട്ടേച്ചായിരുന്നു ആ മടക്കം. പിണറായി ക്ക് വലിയ സങ്കടമായി. അടിയന്തരമായി കോഴിക്കോട്ട് പാന്നൂരിന്റെ സുഹൃത്തുക്കളുടെ യോഗം വിളിച്ചു. കുടുംബത്തെ സഹായിക്കാൻ തീരുമാനിച്ചു. പാന്നൂരിന്റെ സുഹൃത്തുക്കൾക്കിടയിൽ മാത്രമായി ഈ ശ്രമം ഒതുക്കി നിർത്താനും തീരുമാനിച്ചു. വളരെവേഗം നല്ലൊരു തുക സമാഹരിച്ച് അവർക്ക് വീടും സൗകര്യവും ഒരുക്കുകയും ചെയ്തു.

ഇത്തരത്തിലുള്ള എത്രയോ സുഹൃത്തുക്കൾ ലോകമെമ്പാടും പിണറായിക്കുണ്ട്. അതൊന്നും എല്ലാവർക്കും അറിവുള്ളതല്ല.

കോഴിക്കോട്ട് ചെലവൂർ വേണുവിന്റെ ക്യാമ്പിൽ വെച്ച് ഞാൻ പരിചയപ്പെട്ട സുഹൃത്തുക്കൾ പാന്ഥരിനെപ്പോലെ വേറെയും പലരുണ്ട്. ചെലവൂർ വേണു തന്നെ ഒരു പ്രത്യേക കഥാപാത്രമാണ്. മലബാറിലെ ഫിലിം സൊസൈറ്റി പ്രസ്ഥാനത്തിന്റെ ഈറ്റില്ലമാണ് വേണുവിന്റെ 'സൈക്കോ' ഓഫീസ്. അതുപോലെതന്നെ സമാന്തര സിനിമയുടെയും. പലതിന്റെയും പലരുടെയും അത്താണിയും ആശ്രയവും നേതൃത്വവുമാണ് വേണു. ചിന്തരവിയും ദേശാഭിമാനിയിലെ സി എം അബ്ദുറഹിമാനും കോയമുഹമ്മദും ബേങ്ക് രവിയും മാതൃഭൂമിയിലെ വി രാജഗോപാലും നാടകകൃത്തും സിനിമ പ്രവർത്തകനും ഫുട്ബോൾ പ്ലെയറുമായ സുകുമാരൻ വേങ്ങേരിയുമായൊക്കെ ഞാൻ പരിചയപ്പെടുന്നത് സൈക്കോ ഓഫീസിലെ കോഴിക്കോടൻ സൗഹൃദ കൂട്ടായ്മയിലൂടെയാണ്. കോഴിക്കോട് എല്ലാവർക്കും പ്രിയപ്പെട്ട നഗരമാണ്. കലാകാരന്മാരുടെ പ്രിയപ്പെട്ട നഗരം. എന്റെയും.

കോഴിക്കോട്ട് വേണുവിനെപ്പോലെ എറണാകുളത്ത് സി എൻ കരുണാകരനായിരുന്നു ഞങ്ങളുടെ നേതാവ്. മാങ്ങോട്ട് കൃഷ്ണകുമാർ, പാടാത്ത കൃഷ്ണകുമാർ എന്നു ഞങ്ങൾ വിളിക്കുന്ന വക്കീൽ, സി എൻ കരുണാകരന്റെ സഹോദരൻ സി എൻ ശ്രീധരൻ അങ്ങനെ ഒരു നിരയുണ്ടായിരുന്നു എറണാകുളത്ത്. 'അശ്വത്ഥാമാവ്' സിനിമയെക്കുറിച്ചു പറയുമ്പോൾ ഇതു കുറെയൊക്കെ പരാമർശിച്ചിട്ടുണ്ട്.

തിരുവനന്തപുരത്ത് കെ ആർ മോഹനൻ, ടി വി ചന്ദ്രൻ, കെ പി കുമാരൻ, വി കെ ജോസഫ്, സണ്ണി ജോസഫ്, സിഡിറ്റിലെ മോഹൻ കുമാർ, ടി കൃഷ്ണനുണ്ണി, കള്ളിക്കാട് രാമചന്ദ്രനടക്കമുള്ള കലാകൗമുദി ടീം എല്ലാം അടങ്ങിയ ഒരു സൗഹൃദവലയം.

സംഘടനാ പ്രവർത്തനങ്ങളിൽ പണ്ടുമുതലേ ഉണ്ടായിരുന്നില്ലെങ്കിലും ഇത്തരം സൗഹൃദ കൂട്ടായ്മകൾ എന്റെ ജീവിതത്തിന്റെ സജീവ ഭാഗമായിരുന്നു. പല ഘട്ടങ്ങളിലും രൂപപ്പെട്ട ചില സാംസ്കാരിക വേദികളുമായും എന്റെ ബന്ധം അങ്ങനെയായിരുന്നു. തൃശ്ശൂരിൽ എം ശിവശങ്കരനും കെ എൽ ജോസും എം രാവുണ്ണിയും സന്തോഷ് ചിറ്റിലപ്പള്ളിയും നേതൃത്വം നൽകിയ 'സംഘസംസ്കാര' യുടെ ചെയർമാൻ സ്ഥാനവും ഞാൻ വഹിക്കുകയുണ്ടായി. ഞങ്ങൾ തന്നെ കുറെക്കഴിഞ്ഞ് അതു പിരിച്ചുവിടുകയും അംഗങ്ങളിൽ നിന്നു വാങ്ങിയ സംഖ്യ തിരിച്ചു കൊടുക്കുകയും ചെയ്തു. ചെറിയ ചെറിയ അഭിപ്രായ വ്യത്യാസങ്ങൾ വലുതാകരുതെന്നു കരുതിയാണ് അങ്ങനെ തീരുമാനിച്ചത്. അതുമായി സഹകരിച്ച എല്ലാവർക്കും ഒരത്ഭുതമായിരുന്നു പിരിച്ചുവിടലും തുക തിരിച്ചു നൽകലും.

» സി എൻ കരുണാകരന്റെയും ഭാര്യ ഈശ്വരിയുടെയും കൂടെ

ഫിലിം ഫെസ്റ്റിവലുകൾ, സംഗീത സംഗമങ്ങൾ, സംവാദങ്ങൾ തുടങ്ങിയ സാംസ്കാരിക പ്രവർത്തനങ്ങളിൽ 'സംഘസംസ്കാര' ഏർപ്പെട്ടിരുന്നു. ഹ്രസ്വകാലം മാത്രമേ നിലനിന്നുള്ളുവെങ്കിലും അത് തൃശ്ശൂർ നഗരത്തിൽ ഉണ്ടാക്കിയ ചലനങ്ങൾ എന്നും ഓർമ്മിക്കത്തക്കതാണ്.

ചാവക്കാട് നഗരവുമായി എനിക്ക് അത്ര സൗഹൃദമുണ്ടായിരുന്നില്ല. ഗുരുവായൂരായിരുന്നു എനിക്കേറെ പ്രിയങ്കരം. ഞാൻ നാട്ടിൽ വന്നശേഷം ചാവക്കാടുമായി ചില സൗഹൃദങ്ങളുണ്ടായി. കെ ആർ മോഹനൻ, കെ എൻ ശശിധരൻ, സി വി ശ്രീരാമൻ, വി കെ ശ്രീരാമൻ, റഹിം വക്കീൽ, ചന്ദ്രൻ വക്കീൽ, ജോർജ് മാഷ്, പി പി കുഞ്ഞഹമ്മദ് ഇവരൊക്കെ ഒത്തുചേരുന്ന ഒരു സിനിമാ സൗഹൃദ കൂട്ടായ്മ കുന്നംകുളം - ഗുരുവായൂർ കേന്ദ്രീകരിച്ച് ഞങ്ങൾക്കുണ്ടായിരുന്നു. ചാവക്കാട്ട് കെ എ മോഹൻദാസ്, ആർ വി മജീദ്, ബേബി ജോൺ, സി കെ വേണു എന്നിവരൊക്കെ ചേർന്ന് ഒരു പൊതുവേദിയുണ്ടായിരുന്നു. ബേബി ജോൺ സിപിഐഎം ഏരിയ സെക്രട്ടറിയായിരുന്നു. കെ എ മോഹൻദാസ് പ്രസിഡണ്ടും സി കെ വേണു സെക്രട്ടറിയും ആർ വി മജീദ് ഖജാൻജിയുമായി സൊസൈറ്റി ഫോർ സിവിൽ ലിബർടീസ് എന്ന സംഘടന അവിടെ നിലനിന്നിരുന്നു. അവർ ചില സാമൂഹിക രാഷ്ട്രീയ ഇടപെടലുകൾ നടത്തിയിരുന്നു. ബേബിജോൺ മാഷുടെ പരോക്ഷ പിന്തുണയുമുണ്ടായിരുന്നു. ഞാൻ നാട്ടിൽ വന്ന കാലത്താണ് ആർ വി മജീദിന്റെ നേതൃത്വത്തിൽ ഒരു സംവാദവേദി ചാവക്കാട്ട് രൂപം കൊള്ളുന്നത്. സംവാദങ്ങളിൽ ഒ വി വിജയൻ, എം വി ദേവൻ, സി അച്യുതമേനോൻ, കെ വേണു എന്നിങ്ങനെ ഒട്ടേറെ പ്രഗത്ഭർ പങ്കെടുത്തിരുന്നു. അബ്ദുസ്സമദ് സമദാനി പങ്കെടുത്ത ശരീഅത്ത് സംവാദം

» ഷിബു ചക്രവർത്തി, സക്കറിയ, ഗൗരിദാസൻനായർ, കെ വി അബ്ദുൽഖാദർ എംഎൽഎ എന്നിവർക്കൊപ്പം ചലച്ചിത്രോത്സവത്തിൽ

ഇവരിൽത്തന്നെ വലിയ അഭിപ്രായവ്യത്യാസങ്ങളുണ്ടാക്കി. വ്യത്യസ്ത രാഷ്ട്രീയ നിലപാടുകാരെങ്കിലും എങ്ങനെയോ ഇവരൊന്നിച്ചുകൂടുന്ന വേദികൾ ഇടയ്ക്കിടയ്ക്ക് ചാവക്കാട്ടുണ്ടാവും. ഇത്തരം വൈവിധ്യമാർന്ന ആശയങ്ങളും വ്യത്യസ്ത സ്വഭാവക്കാരായ ആളുകളും പാർട്ടിക്കന്യമല്ല എന്ന നിലപാടാണ് ബേബി ജോൺ മാഷ് പലപ്പോഴും സ്വീകരിച്ചത്. ഈ സംഘങ്ങൾ തങ്ങളുടെ വൈവിധ്യം വെടിഞ്ഞ് ഒന്നാവുകയല്ല ചിതറിച്ചിതറി വ്യത്യസ്ത ഗ്രൂപ്പുകളായി വിപുലമായ ഒരു കൂട്ടായ്മയായി ഒരുമിക്കുകയാണു ചെയ്തത്.

ഞാൻ ഇതിനെ 'ചാവക്കാട് ഘരാന' എന്നാണ് വിളിക്കാൻ ഇഷ്ടപ്പെടുന്നത്. ഇതിലേക്കു വന്ന വ്യക്തികൾ വളരെ വ്യത്യസ്ത രാഷ്ട്രീയ സാമൂഹ്യ ജീവിത വീക്ഷണമുള്ളവരാണ്. മുമ്പു സൂചിപ്പിച്ചതു പോലെ, ബേബി ജോൺ കമ്യൂണിസ്റ്റാക്കിയ പഴയ കോൺഗ്രസുകാരനാണ് ഞങ്ങളുടെ സുഹൃത്ത് പി സി ഷാഹു. സാധാരണക്കാരെ സഹായിക്കുന്നതിനും അവരുടെ പ്രശ്നങ്ങളിൽ ഇടപെടുന്നതിനും എപ്പോഴും സന്മനസ്സു കാട്ടുന്ന ഒരാൾ. വൃക്കരോഗിയായി വെല്ലൂർ ആശുപത്രിയിൽ കിടക്കുമ്പോഴും അദ്ദേഹം കൂടുതൽ ആകുലപ്പെട്ടത് മറ്റുള്ളവരുടെ രോഗത്തെക്കുറിച്ചാണെന്ന് അക്കാലത്തവിടെയുണ്ടായിരുന്ന എന്റെ മരുമകൻ ഡോ. ആരിഫലി പറയുമായിരുന്നു. ഷാഹു ആൾ പരമ രസികനായിരുന്നു. ആരുടെ മുന്നിലും എവിടെയും പ്രത്യക്ഷപ്പെടാൻ മടിയുണ്ടായിരുന്നില്ല. എന്തിനും തയാറാണ്. പാട്ടുപാടും. അഭിനയിക്കും. ഏതു സദസ്സിലും മുൻപന്തിയിലാണ് ഷാഹു ഉണ്ടാവുക. ഷാഹു ഇന്നില്ല.

ദിവാകരൻ മാസ്റ്റർ എം ടി വാസുദേവൻ നായരുടെ മുഖഛായയുള്ള ഒരാളാണ്. കോൺഗ്രസ് നേതാവും. പക്ഷേ, ഈ ഘരാനയിലംഗം.

പിന്നീട് ഇടതുപക്ഷത്തേക്കു വന്നു. ടി സി കോയ സംഗീതവും മാർക്സിസവും സമന്വയിപ്പിച്ച് അവിവാഹിതനായി, ശത്രുക്കളില്ലാതെ ചാവക്കാട്ടെ നിറസാന്നിധ്യമായി ഇന്നും പുഞ്ചിരിച്ചു നിൽക്കുന്നു. സി കെ വേണു എല്ലാ വിഭാഗങ്ങളുടെയും പ്രിയ സുഹൃത്താണ്. അവിവാഹിതൻ, സ്വതന്ത്രൻ. ഇടക്കെല്ലാം പ്രത്യക്ഷപ്പെടും. പിണറായിയുടെ സുഹൃത്തുകൂടിയാണ്. ചെറിയ കുഴപ്പങ്ങളുണ്ട്. അപ്പോഴെല്ലാം അപ്രത്യക്ഷനാവും. കെ എ മോഹൻദാസിനെക്കുറിച്ച് ഞാൻ മുമ്പു പറഞ്ഞിട്ടുണ്ട്. അന്തരിച്ച പ്രശസ്ത കഥാകൃത്ത് വി ബി ജ്യോതിരാജ് ഈ ഘരാനയിലെ മറ്റൊരംഗമായിരുന്നു. മാളിയേക്കൽ മുഹമ്മദുകുട്ടി, ചന്ദ്രൂസ് രവി, സർക്കാരുദ്യോഗസ്ഥനായിരുന്ന ജോർജ്... അങ്ങനെ പോകുന്നു മറ്റൊരു നിര.

ഞങ്ങൾക്ക് രാജൻ കൊപ്പര എന്നൊരു സുഹൃത്തുണ്ടായിരുന്നു. രാജന്റെ വീട്ടിൽ രാജനും എട്ടുപത്ത് നായകളുമായിരുന്നു താമസം. അവർക്ക് ഏറ്റവും മുന്തിയ ഭക്ഷണം കൊടുക്കുകയായിരുന്നു രാജന്റെ ഏറ്റവും പ്രിയപ്പെട്ട ജോലി. അകാലത്തിൽ രാജൻ വിട പറഞ്ഞു.

സുബ്രഹ്മണ്യൻ എന്ന മണി ഗൾഫിൽ എന്റെ സുഹൃത്തായിരുന്നു. അവിവാഹിതൻ. പ്രസംഗത്തിനു പോകുമ്പോൾ പലപ്പോഴും കോയയും മണിയുമാണ് എന്നോടൊപ്പമുണ്ടാകാറുള്ളത്. ചിലപ്പോൾ സി കെ വേണുവും വരും. മണിയും അകാലത്തിൽ വിട പറഞ്ഞു.

തങ്ങളുപ്പാപ്പ എന്നു വിളിക്കുന്ന ചീക്കോട്ട് ഹൈദ്രോസ് തങ്ങൾ 'മെഹ്ദി ആവാസ്' എന്ന പേരിൽ സംഗീതസഭ നടത്തുന്നു. ആർക്കും രാത്രി പോയൊന്നു പാടാവുന്ന മെഹ്ഫിൽ. ഇങ്ങനെ വൈവിധ്യമാർന്ന ഒരിടമായി ചാവക്കാടിന്റെ പൈതൃകത്തെ 'ചാവക്കാട് ഘരാന' സംരക്ഷിച്ചു കൊണ്ടിരിക്കുന്നു.

വേണു എടക്കയൂരും കെ വി സുബ്രഹ്മണ്യൻ, ഫോട്ടോഗ്രാഫർ കെ ആർ വിനയൻ എന്നിവരും ചാവക്കാട് ഘരാനയിലെ പ്രത്യക്ഷ മുഖങ്ങൾ തന്നെ. ഘരാനയിലുള്ളവർക്ക് വിപുലമായ സൗഹൃദവലയങ്ങളുണ്ട്. അടുത്ത കാലത്ത് രൂപീകൃതമായ ഇന്റർനാഷനൽ കോവിലൻ സ്റ്റഡി ഗ്രൂപ്പ് കൊല്ലം തോറും ഇന്ത്യയുടെ വിവിധ ഭാഗങ്ങളിൽ കോവിലൻ അനുസ്മരണ പ്രഭാഷണങ്ങൾ സംഘടിപ്പിച്ചു വരുന്നു. വി കെ ശ്രീരാമൻ ചിലപ്പോൾ ഘരാനയുടെ ഏറ്റവുമടുത്ത ബന്ധുവും മറ്റു ചിലപ്പോൾ ഏറ്റവും കടുത്ത വിമർശകനുമാവുന്നു. പരസ്പരം വഴക്കിടൽ ഇവിടെയൊരു സ്വയം വിമർശന രീതിയായി വികസിച്ചു വന്നിട്ടുണ്ട്.

ജോർജ് മാഷ് എല്ലായിടത്തും നിറഞ്ഞു നിൽക്കുന്ന സാന്നിധ്യമായിരുന്നു. പരിസ്ഥിതി പ്രവർത്തകൻ, ചലച്ചിത്ര പ്രവർത്തകൻ, നടൻ, പ്രാസംഗികൻ എന്നീ നിലകളിലെല്ലാം ഓടി നടന്ന മാഷെ അറിയാത്തവർ കേരളത്തിലെ സാംസ്കാരിക രംഗത്ത് ചുരുക്കമാണ്.

» മധു ജനാർദനൻ, നന്ദകുമാർ എന്നിവരോടൊപ്പം ഐഎഫ്എഫ്കെയിൽ

മാഷ് പെട്ടെന്നാണ് നിഷ്ക്രിയനും നിരുത്സാഹിയുമായി വീട്ടിലിരിപ്പായത്. എന്റെ ഭാര്യയെ 'ഐഷുമ്മോ' എന്ന് വിളിച്ചുകൊണ്ട് വീട്ടിലേക്കു വരാറുണ്ടായിരുന്ന മാഷ് എന്റെ അധ്യാപകൻ മാത്രമല്ല, ഞങ്ങളുടെയെല്ലാം സ്നേഹനിധികൂടിയാണ്.

ഇതിനൊക്കെയിടയ്ക്കെപ്പോഴോ ആണ് എം എൻ റോയിയുടെ The Historical Role of Islam ഞാൻ വായിക്കുന്നത്. പരത്തി വായനയൊക്കെ ഞാൻ നിർത്തിയിരുന്നു. തെരഞ്ഞുപിടിച്ചായി എന്റെ വായന. നോവലൊക്കെ പൊതുവെ ഉപേക്ഷിച്ച മട്ടായി. ചരിത്രത്തോടും ഫിലോസഫിയോടും എനിക്കു വലിയ ഇഷ്ടമാണ്. കേരളത്തിലെ പല ബുദ്ധിജീവികളും റോയ് ആരാധകരും അധികം വായിച്ചിട്ടില്ലാത്ത പുസ്തകമാണിതെന്ന് എനിക്കു മനസ്സിലായി. നമുക്കു നിശ്ചയമില്ലാത്ത ഒട്ടേറെ പുതിയ മണ്ഡലങ്ങളിലേക്ക് അത് നമ്മെ കൊണ്ടുപോകുന്നു. അതിലുന്നയിക്കപ്പെട്ട പല വിഷയങ്ങളും നമുക്കജ്ഞാതം. പല പേരുകളും വസ്തുതകളും സങ്കല്പങ്ങളും തീർത്തും അപരിചിതം. എന്റെ മകളുടെ ഭർത്താവ് ഡോക്ടർ ആരിഫലി വെല്ലൂർ മെഡിക്കൽ കോളേജിൽ ഉപരിപഠനം നടത്തുകയും അവിടെത്തന്നെ ജോലി ചെയ്യുകയുമായിരുന്നു. എന്റെ മകളും ഡബ്ലിയു എച്ച് ഒ യുമായി ബന്ധപ്പെട്ട് അവിടെ ചെറിയ ജോലിയിലായിരുന്നു. ഒരു ദിവസം ഫോൺ ചെയ്തപ്പോൾ ഇബ്നു സീനയെ അറിയുമോ എന്ന് ഞാൻ ചോദിച്ചു. കേട്ടിട്ടുണ്ട് എന്ന് ആരിഫ് പറഞ്ഞു. അലോപ്പതി മെഡിസിന്റെ പിതാക്കന്മാരിൽ ഒരാളെ എന്തുകൊണ്ട് നിങ്ങൾ അറിയുന്നില്ല എന്നു ഞാൻ ചോദിച്ചു. രണ്ടുദിവസം കഴിഞ്ഞ് അവൻ തിരിച്ചു വിളിച്ചു. അദ്ദേഹത്തെക്കുറിച്ചുള്ള ചില പുസ്തകങ്ങൾ കിട്ടിയിട്ടുണ്ടെന്നും അദ്ദേഹം എഴുതിയ Canon of Medicine ന്റെ ഒരു വാല്യം ന്യൂയോർക്കിലെ ഒരു സുഹൃത്തുവഴി വാങ്ങാൻ ഏർപ്പാടു ചെയ്തിട്ടുണ്ടെന്നും പറഞ്ഞു. പതിനൊന്നാം നൂറ്റാണ്ടിൽ രചിക്കപ്പെട്ട

ഇബ്നു സീനയുടെ Canon of Medicine ന്റെ ഇന്റേണൽ മെഡിസിൻ എന്ന വാള്യം. വലിയ ചർച്ചയും ഗവേഷണവുമാണ് ഡോ. ആരിഫ് അതു സംബന്ധിച്ച് നടത്തിയത്. മൂന്നു കൊല്ലത്തോളമുള്ള വായനയും ഗവേഷണവും ആരിഫിന്റെ അതുവരെയുള്ള ധാരണകൾ തിരുത്തിക്കുറിച്ചു. ചില പുസ്തകങ്ങൾ എനിക്കും തന്നു. നവോത്ഥാനം, യൂറോപ്യൻ നവോത്ഥാനം, അവിടെ പൊട്ടിമുളച്ച മിത്താണെന്നു പറയുന്നത് പച്ചക്കള്ളമാണെന്നും അതൊരു തുടർപ്രക്രിയയുടെ ഭാഗമാണെന്നും ആയിരം കൊല്ലത്തെ 'ഡാർക്ക് ഏജ്' കല്ലുവെച്ച നുണയാണെന്നും ഈ അന്വേഷണം ആരിഫിനെ ബോധ്യപ്പെടുത്തി. യൂറോപ്യന്മാർ പറയുന്ന ഇരുണ്ടയുഗം യൂറോപ്പിന്റേതു മാത്രമാണ്. ആ കാലഘട്ടത്തിൽ ആഫ്രോ-ഏഷ്യൻ രാജ്യങ്ങളിൽ ചിന്തയുടെയും വിജ്ഞാനത്തിന്റെയും വിസ്ഫോടനം നടന്നു. അതാണ് കുരിശുയുദ്ധത്തിനു ശേഷം യൂറോപ്പിലെത്തിയത്. അവിടത്തെ നവോത്ഥാനത്തിനു നേതൃത്വം നൽകിയത്.

ആരിഫ് പിന്നീട് മസ്കറ്റിലെത്തി, വിപുലമായ തോതിൽ പുസ്തകങ്ങൾ ശേഖരിക്കാനും ഗവേഷണം നടത്താനും കൂടുതൽ അവസരങ്ങൾ തേടി. ഈ പശ്ചാത്തലത്തിലാണ് 'അറിയപ്പെടാത്ത പൗരസ്ത്യ ലോകം: മറച്ചുവെക്കപ്പെട്ട സത്യങ്ങൾ' എന്ന പുസ്തകം ആരിഫ് എഴുതിയത്. വൈദ്യശാസ്ത്രത്തിൽ അഞ്ചു ബിരുദമുണ്ട് ആരിഫിന്; ഇ എൻ ടി സർജനുമാണ്. വൈദ്യശാസ്ത്രത്തിന്റെയും മറ്റു ശാസ്ത്ര വിജ്ഞാനങ്ങളുടെയും ചരിത്രവും വികാസവും വിവരിക്കുന്ന ഒരപൂർവ ഗ്രന്ഥമാണ് 'അറിയപ്പെടാത്ത പൗരസ്ത്യ ലോകം'. ഇംഗ്ലീഷിലാണത് രചിച്ചത്. പിന്നീട് പി ജെ ബേബിയുടെ സഹായത്തോടെ മലയാളത്തിലാക്കി. ചിന്ത പബ്ലിഷേഴ്സ് പ്രസാധനം ചെയ്യുമെന്ന കരാറിൽ പുസ്തകം ചിന്തയുടെ അന്നത്തെ മാനേജരായിരുന്ന വി കെ ജോസഫിനെത്തിച്ചു. മലയാളത്തിൽ

» കെ എസ് പുരുഷോത്തമൻ മാസ്റ്റർ, കെ എസ് രാമൻ മാസ്റ്റർ, പി ടി കുഞ്ഞിമുഹമ്മദ്, കെ ആർ മോഹനൻ, സി വി ശ്രീരാമൻ, ആർ വി മജീദ്

» മകൾ രജത, മരുമകൻ ഡോ. ആരിഫലി, മകൻ രഞ്ജിത്ത്, പേരക്കുട്ടികൾ എന്നിവർക്കൊപ്പം പി ടി യും ഐഷാബിയും

അതുവരെ പ്രത്യക്ഷപ്പെടാത്ത തരം പുസ്തകം. നിലനിൽക്കുന്ന വിജ്ഞാനത്തെ അട്ടിമറിക്കുന്ന ചോദ്യങ്ങളും കണ്ടെത്തലുകളുമായാണ് പുസ്തകം പുറത്തിറങ്ങിയത്. ഇത് പബ്ലിഷ് ചെയ്യാൻ ചിന്ത കുറച്ചുകാലമെടുത്തു. വളരെ ഗഹനമായ പുസ്തകമായതിനാൽ അധികം വായനക്കാർ ഉണ്ടാകുമോ എന്ന സംശയം ചിന്തക്ക് ഉണ്ടായിരുന്നു. തൃശ്ശൂരിൽ നല്ലൊരു സദസ്സിനുമുമ്പാകെ പിണറായി വിജയൻ പുസ്തകം പ്രകാശനം ചെയ്തു. പലർക്കും പുസ്തകത്തെ എതിർക്കണമെന്നുണ്ടായിരുന്നു. ആരിഫലി പി എച്ച് ഡി ഡോക്ടർ ആയിരുന്നെങ്കിൽ പുസ്തകം ചവിട്ടിക്കൂട്ടി യൂറോ ഫാമിലി ബുദ്ധിജീവികൾ ചവറ്റു കൊട്ടയിൽ എറിയുമായിരുന്നു. പുസ്തകം നല്ല നിലയിൽ ചെലവായി. ചിന്ത 3000 കോപ്പിയാണടിച്ചത്. പലരും അന്വേഷിച്ചുവന്ന് വാങ്ങുകയായിരുന്നു. വടക്കെ ആഫ്രിക്കയിലെ ജോർജ് ജി എം ജെയിംസിന്റെ 'മോഷ്ടിക്കപ്പെട്ട പൈതൃകം' എന്ന ശ്രദ്ധേയമായ കൃതിയും അധികം താമസിയാതെ ചിന്ത പ്രസിദ്ധീകരിച്ചു. പി ജെ ബേബിയാണതു വിവർത്തനം ചെയ്തത്. ഈ പുസ്തകമാണ് ഇത്തരത്തിലുള്ള ഒരാശയം ആദ്യമായി മുന്നോട്ടുവെക്കുന്നതെന്ന് തോന്നുന്നു,

എന്നെ സംബന്ധിച്ചിടത്തോളം ഈ മേഖലയിലുള്ള അറിവ് ഞാൻ ഗൾഫ് നാട്ടുകളിൽ നിന്ന് നേടിയ അറിവും അനുഭവവും വിളക്കിച്ചേർത്തുള്ളതാണ്. അതൊക്കെ എന്റെ രാഷ്ട്രീയ ചിന്തയിലും സാംസ്കാരിക ചിന്തയിലുമെല്ലാം സമൂലമായ മാറ്റം വരുത്തി. കേരളത്തിലെ ബുദ്ധിജീവികൾ എന്നെ മോശപ്പെട്ട രീതിയിൽ ചിത്രീകരിക്കാറുണ്ട്. അതൊന്നും ഞാൻ വകവെച്ചിട്ടില്ല. ഞാനെന്റെ ചിന്തകളും പ്രവൃത്തികളുമായി മുന്നോട്ടു പോകുന്നു.

കേരളത്തെ മാറ്റിമറിച്ചവർ

പൊതുവെ അവഗണിക്കപ്പെട്ട സമൂഹമാണ് പ്രവാസികൾ. കാര്യമായ പഠനങ്ങളൊന്നും തന്നെ ഈ സമൂഹത്തെപ്പറ്റി നമ്മൾ നടത്തിയിട്ടില്ല. പത്തൊമ്പതാം നൂറ്റാണ്ടിന്റെ അവസാനത്തിൽ കേരളീയർ പ്രവാസജീവിതം ആരംഭിച്ചു. സിലോൺ, മലേഷ്യ, സിങ്കപ്പൂർ, ബർമ മുതലായ വിദേശരാജ്യങ്ങളിലേക്കായിരുന്നു ആദ്യകാലത്തെ കുടിയേറ്റം. പിന്നീട്, വ്യവസായവൽക്കരിക്കപ്പെട്ട ഇന്ത്യൻ നഗരങ്ങളിലേക്കും, ലോകത്തിന്റെ സാമ്പത്തിക ശ്രദ്ധപിടിച്ചുപറ്റിയ പശ്ചിമേഷ്യയിലേക്കും പ്രവാസം തുടർന്നു.

മലയാളികളുടെ കുടിയേറ്റം മറ്റു ജനസമൂഹങ്ങൾ നടത്തിയ കുടിയേറ്റങ്ങളിൽനിന്ന് തികച്ചും ഭിന്നമാണ്. തമിഴരുടെയും മറ്റും കുടിയേറ്റം ഏറെയും കുടുംബസമേതമാണ്. വ്യക്തികളായാണ്, കുടുംബത്തോടെയല്ല, മലയാളിസമൂഹം കുടിയേറ്റം നടത്തിയത്. അതുകൊണ്ടുതന്നെ മലയാളികളുടെ സമ്പാദ്യം അന്നാട്ടുകളിൽ നിൽക്കാതെ കേരളത്തിലേക്കൊഴുകി. ഇതിനെയാണു നമ്മൾ 'മണിയോർഡർ ഇക്കോണമി' എന്നു വിളിച്ചത്. ഇത് കേരളത്തിൽ മെല്ലെമെല്ലെ സമാന്തര സമ്പദ്ഘടനയായി രൂപപ്പെട്ടു. അതൊന്നും കേരളീയസമൂഹം പരിഗണിക്കാനോ വേണ്ടവിധം ഉപയോഗപ്പെടുത്താനോ ശ്രദ്ധിച്ചില്ല. സർക്കാരുകളോ സംഘടനകളോ ആ വഴിക്കൊന്നും ശ്രമിച്ചില്ല. 1960-കളോടുകൂടി ഈ കുടിയേറ്റം ഒരു വമ്പൻ പ്രയാണമായി മാറുകയും കേരളത്തിലേക്ക് പണം പ്രവഹിക്കുകയും ചെയ്തു. സാമ്പത്തിക വിശാരദരോ രാഷ്ട്രീയ

പ്രവർത്തകരോ ആസൂത്രണ വിദഗ്ധരോ ഒന്നുംതന്നെ ഈ പണം വിനിയോഗിക്കുന്നതിനെക്കുറിച്ച് ഒരുപദേശവും പ്രവാസി സമൂഹത്തിനു നൽകിയില്ല. താരതമ്യേന ഇടത്തരം കുടുംബത്തിൽപ്പെട്ടവരും വളരെ താഴ്ന്ന ജീവിതാവസ്ഥകളിൽ ഉള്ളവരുമായിരുന്നു ഗൾഫിലേക്ക് കുടിയേറിയവരിൽ ഭൂരിഭാഗവും. ഇവർക്കാർക്കും തങ്ങളുടെ കൈയിൽവന്ന സമ്പത്ത് എങ്ങനെ വിനിയോഗിക്കണമെന്ന് ഒരു നിശ്ചയവുമില്ലായിരുന്നു. പ്രയോജനക്ഷമമല്ലാത്ത വമ്പൻ വീടുകൾ പണിതും ആഡംബര സാധനങ്ങൾ വാങ്ങിയും ആർഭാടപൂർവ്വം കല്യാണങ്ങളും മറ്റനുഷ്ഠാനങ്ങളും നടത്തിയും അമ്പലങ്ങളും പള്ളികളും പുതുക്കിപ്പണിതും അവനവനുതന്നെയോ നാടിനോ ഉപയുക്തമല്ലാത്ത രീതിയിലാണ് അവർ തങ്ങളുടെ വരുമാനം ചെലവഴിച്ചത്. കേരളത്തിലെ ബുദ്ധിജീവികളും സാമൂഹ്യശാസ്ത്രജ്ഞരുമെല്ലാം പാടേ നിഷേധാത്മകമായ സമീപനമാണ് ഈ സമൂഹത്തോടു സ്വീകരിച്ചത്. മിക്കവരും അവരെ പുച്ഛത്തോടെയും ഒരുതരം ശത്രുതാമനോഭാവത്തോടെയും നോക്കിക്കണ്ടു.

ഇതൊക്കെയാണെങ്കിലും, കേരളത്തെ കെട്ടിടങ്ങൾ കൊണ്ടും കച്ചവടസ്ഥാപനങ്ങൾ കൊണ്ടും നിറച്ചെങ്കിലും, കേരളത്തിന്റെ മുഖച്ഛായ മാറ്റാൻ അവർക്കു കഴിഞ്ഞു. അവർ മറ്റു ആധുനിക സമൂഹങ്ങളോടൊപ്പം നിൽക്കാനുള്ള കഠിനപ്രയത്നം ചെയ്തു. ബ്രിട്ടീഷ് ഭരണത്തോടെ ഏറെ പിന്നോക്കം പോയ മുസ്ലിം സമുദായം പ്രവാസത്തെ ഏറെക്കുറെ ഫലപ്രദമായുപയോഗിച്ചു. വലിയ മുന്നേറ്റമാണവർ നടത്തിയത്. അതേപോലെ, ഈഴവ സമൂഹവും മോശമല്ലാത്ത മുന്നേറ്റം നടത്തി. ക്രിസ്ത്യൻ സമൂഹത്തിന് സ്വാഭാവികമായും കുടിയേറ്റത്തിലൂടെ ഉയർന്ന ഉദ്യോഗങ്ങളിൽ കയറിപ്പറ്റാൻ കഴിഞ്ഞു. ഉയർന്ന തസ്തികകളിലും നഴ്സിങ് രംഗത്തും കൂടുതലും ഈ വിഭാഗത്തിൽ നിന്നുള്ളവരായിരുന്നു. കൂട്ടുകുടുംബ വ്യവസ്ഥയിൽ തകർന്ന നായർ സമുദായമടക്കം മൊത്തത്തിൽ കേരളത്തിലെ എല്ലാ സമൂഹങ്ങളും പ്രവാസത്തെ പ്രയോജനപ്പെടുത്തിയതായി കാണാം. എന്നാൽ, ഒരു നേട്ടവും ഉണ്ടാക്കാതെ പോയത് ദളിത് വിഭാഗങ്ങളാണ്. അവരിൽ വളരെ ചെറിയ ശതമാനത്തിനു മാത്രമേ കുടിയേറ്റക്കാരായി പോകാൻ കഴിഞ്ഞുള്ളൂ എന്നു മാത്രമല്ല, പലർക്കും ഉയർന്ന ജോലികൾ ലഭ്യമായതുമില്ല. മറ്റു സമുദായങ്ങളുടെ ഗോത്രബന്ധങ്ങൾക്ക് കുടിയേറ്റ ശ്രമങ്ങളെ പരസ്പരം ബന്ധിപ്പിക്കാൻ കഴിഞ്ഞെങ്കിലും കേരളത്തിലൊരു ചായക്കട പോലും സ്വന്തമായില്ലാത്ത ദളിത് വിഭാഗം ഒരു നേട്ടവും പ്രവാസജീവിതം കൊണ്ടുണ്ടാക്കിയില്ല. സ്വത്തുൽപ്പാദനത്തിൽ ഒരു പങ്കുമില്ലാതായിപ്പോയ ഈ സമൂഹത്തിന് എക്കാലവും സർക്കാർ വെച്ചുനീട്ടുന്ന ചെറിയ ചെറിയ സംവരണങ്ങളിൽ തങ്ങളുടെ മോഹന സ്വപ്നങ്ങൾ കുഴിച്ചുമൂടേണ്ടി വന്നു. എക്കാലത്തും

» യു എ ഖാദറിനൊപ്പം 'എൻ പി മുഹമ്മദ്' ഡോക്യുമെന്ററി ചിത്രീകരണവേളയിൽ

തിരസ്കരിക്കപ്പെട്ട സമൂഹമായ ദളിതർ മലയാളി മനസ്സാക്ഷിക്കു മുന്നിൽ നിരവധി ചോദ്യങ്ങളാണുയർത്തുന്നത്. മലയാളി സമൂഹത്തിന്റെ പൊതുവായ നേട്ടങ്ങളിൽ അവരും പങ്കാളികളാണെങ്കിലും മറ്റു സമൂഹങ്ങളെ അപേക്ഷിച്ച് സാമ്പത്തിക മേഖലയിൽ അവർ ദുർബലരും നിസ്സഹായരുമായി ശേഷിച്ചു. നമ്മുടെ എയ്ഡഡ് സ്കൂൾ അധ്യാപക നിയമനങ്ങളിൽ ദളിതരുടെ എണ്ണം എത്രയുണ്ടെന്ന ചോദ്യംതന്നെ ഉത്തരം മുട്ടിക്കുന്നതായിരിക്കും.

മരുഭൂമിയിലെ കൊടുംചൂടിലും കൊടുംതണുപ്പിലും ജീവിതം ഹോമിച്ച പ്രവാസി സമൂഹത്തെ അതിസമ്പന്നരെന്നും അപരിഷ്കൃതരെന്നും സംസ്കാരമില്ലാത്തവരെന്നും നാം മുദ്രകുത്തി. മലയാള ഭാഷയെ, സംസ്കാരത്തെ ഏറ്റവും കൂടുതൽ സ്നേഹിക്കുന്നത് ഗൾഫ് മലയാളികളാണ്. ഇവരെയൊക്കെ പരമ പുച്ഛത്തോടെയാണ് നമ്മുടെ സാംസ്കാരിക നായകന്മാർ നോക്കിക്കണ്ടത്. ടിക്കറ്റെടുത്ത് ഇവിടെനിന്ന് കൊണ്ടുപോയി താമസമടക്കം എല്ലാ സൗകര്യങ്ങളും ഏർപ്പെടുത്തി അത്യാഡംബര വസ്ത്രങ്ങളും സുഗന്ധദ്രവ്യങ്ങളും മറ്റു പാരിതോഷികങ്ങളും നൽകി തിരിച്ചെത്തിച്ചാലും ഈ മഹാന്മാർ പിന്നീട് അവരെ ഓർക്കുക പോലുമില്ല. തിരിച്ചുവന്ന് പരമപുച്ഛത്തോടെയും പരിഹാസത്തോടെയുമാണ് അവരെക്കുറിച്ചു സംസാരിക്കുക. ഇത്തരം നിരവധി സാംസ്കാരിക നായകന്മാരെ ഞാൻ കണ്ടിട്ടുണ്ട്.

കുടിയേറ്റക്കാരുടെ കണ്ണീരും കിനാവും കാണാൻ മലയാളി സമൂഹം വളരെ വൈകിപ്പോയി. യഥാസമയം ഇവരും ബോധവാന്മാരായില്ല. ഇവർ വിവിധ ആവശ്യങ്ങൾ പറഞ്ഞ് വേദികൾ ഉണ്ടാക്കിയില്ല.

പാവപ്പെട്ട മലയാളി അവന്റെ ഭാഷയും സംസ്കാരവും പുഷ്ടിപ്പെടുത്താൻ ചെറിയ ചെറിയ സംഘടനകൾ ഗൾഫിൽ രൂപീകരിച്ചു. നാടകം കളിച്ചു. നേതാക്കന്മാരെ സ്വീകരിച്ചും പ്രഭാഷണപരമ്പര സംഘടിപ്പിച്ചും അവർ മലയാളികളായിത്തന്നെ ജീവിച്ചു. ഇവിടുത്തെ ബുദ്ധിജീവികൾ അവരെ 'മല്ലു' എന്ന പരിഹാസപ്പേരിട്ട് വിളിച്ചു. പക്ഷേ, ആർക്കും അവഗണിക്കാൻ പറ്റാത്ത രീതിയിൽ അവർ കരുത്തരായി വളരുകയായിരുന്നു. പ്രവാസി മലയാളി മലയാള സിനിമാ രംഗത്ത് ഏറ്റവും വലിയ ശക്തിയായിത്തീർന്നു. മണലാരണ്യത്തിൽ അധ്വാനിച്ചുണ്ടാക്കിയ പണം കൊണ്ട് സിനിമയെടുത്തും പ്രോഗ്രാം നടത്തിയും കലാകാരന്മാരെ തീറ്റിപ്പോറ്റി. ഇങ്ങനെ സിനിമ നിർമ്മിച്ചവരിൽ ബഹുഭൂരിപക്ഷവും നഷ്ടം സഹിക്കുകയായിരുന്നുവെന്ന് കണക്കു നോക്കിയാൽ നമുക്കു ബോധ്യമാവും.

ആർക്കും നിരാകരിക്കാൻ പറ്റാത്ത ശക്തിയായി ഇവർ മാറുന്നുവെന്ന ബോധം ഇവിടെ രാഷ്ട്രീയക്കാരെ ചിന്തിപ്പിക്കാൻ തുടങ്ങി. പ്രവാസികളുമായി ബന്ധപ്പെട്ട കാര്യങ്ങൾ പഠിക്കാൻ 1995-ൽ സിപിഐഎം ഒരു കമ്മിറ്റിയെ നിയോഗിച്ചു. കേരളത്തിന്റെ വികസനത്തിന് സമഗ്രമായ രൂപരേഖയുണ്ടാക്കാൻ എ കെ ജി പഠന ഗവേഷണ കേന്ദ്രത്തിന്റെ ആഭിമുഖ്യത്തിൽ 1994 ൽ നടന്ന പ്രഥമ അന്താരാഷ്ട്ര കേരള പഠന കോൺഗ്രസിന്റെ കൂടി വെളിച്ചത്തിലായിരുന്നു ഇത്. 1996-ലെ ഇ കെ നായനാർ സർക്കാർ പ്രവാസി കാര്യങ്ങൾക്കായി ഒരു വകുപ്പുണ്ടാക്കി. പ്രവാസം കേരളത്തിൽ ഒരു ചർച്ചാവിഷയമായി. ഈ കാലത്താണ് ഞാൻ നിയമസഭയിൽ വരുന്നതും പ്രവാസവുമായി ബന്ധപ്പെട്ട 'ഗർഷോം' എന്ന സിനിമ സംവിധാനം ചെയ്യുന്നതും. രണ്ടായിരാമാണ്ടിൽ പ്രവാസി സമൂഹത്തിന്റെ പൊതുസംരംഭമെന്ന നിലയിൽ കൈരളി ടി വി രൂപപ്പെട്ടു. 'കൈരളി' പ്രവാസികളുടെ മേൽക്കൈയുള്ള സംരംഭമാണെന്നു പറയാതെ നിവൃത്തിയില്ല. ഇതിന് കുറച്ചുകാലം മുമ്പ്, മുസ്ലിം സമുദായം സാംസ്കാരിക നിക്ഷേപത്തിന് വ്യത്യസ്ത സംഘടനകളിലൂടെ ശ്രമമാരംഭിച്ചിരുന്നു. മാധ്യമം, വർത്തമാനം, സിറാജ് എന്നിങ്ങനെ പുതിയ പുതിയ മാധ്യമ സംരംഭങ്ങൾ മുസ്ലിം സമുദായ സംഘടനകളുടെ നേതൃത്വത്തിൽ ഉയർന്നുവന്നു. എല്ലാംകൂടി പ്രവാസി സമൂഹം അവഗണിക്കാൻ പറ്റാത്ത സാംസ്കാരിക, രാഷ്ട്രീയ ശക്തിയായി മാറുന്ന കാഴ്ചയാണ് കേരളം കണ്ടത്. കൈരളിക്കു ശേഷം നിരവധി ചാനലുകൾ പ്രവാസികളുടെ സഹായത്തോടെ നിലവിൽവന്നു. പ്രവാസി സമൂഹം അനുഭവിച്ച യാതനകളും കഷ്ടപ്പാടുകളും ആദ്യം പുറത്തുകൊണ്ടുവന്നത് കൈരളിയാണ്. പിന്നീട് എല്ലാ ചാനലുകളും അതേറ്റുപിടിക്കുകയും പ്രവാസികളുടെ കണ്ണീരും ദുരിതങ്ങളും മലയാളി സമൂഹത്തിന്റെ ചർച്ചക്കു വിധേയമാക്കുകയും ചെയ്തു.

» കേരള സാഹിത്യ അക്കാദമിയിൽ 'എൻ പി മുഹമ്മദ്' ചിത്രീകരണത്തിനെത്തിയപ്പോൾ അക്കാദമി സെക്രട്ടറി ഡോ. കെ പി മോഹനനൊപ്പം

ഈ സന്ദർഭത്തിലാണ് കേരളീയരായ പ്രവാസികൾക്ക് ഒരു സംഘടന വേണമെന്ന ആവശ്യം പൊതുവെ ഉയർന്നുവന്നത്. ഇതിന്റെ അടിസ്ഥാനത്തിൽ മഞ്ഞളാംകുഴി അലി, പി സെയ്താലിക്കുട്ടി, പയ്യോളി നാരായണൻ, എ സി ആനന്ദൻ, ബാബു വള്ളത്തോൾ, അഡ്വ. മഹേശ്, ബാദുഷ കടലുണ്ടി, പി കെ അബ്ദുള്ള, ശ്രീകൃഷ്ണപിള്ള, എം സി അബു എന്നിങ്ങനെ ഒരു പറ്റം ആളുകളുടെ നേതൃത്വത്തിലാണ് സംഘടന രൂപീകരിക്കാനുള്ള ശ്രമം ആരംഭിച്ചത്. ഭരണഘടന തയ്യാറാക്കാൻ നേതൃത്വം നൽകിയത് അഡ്വ. മഹേശ്, പി സെയ്താലിക്കുട്ടി, ബാബു വള്ളത്തോൾ എന്നിവരടങ്ങിയ സംഘമാണ്. സംഘടനയുടെ രൂപീകരണ സമ്മേളനം 2002 ഒക്ടോബർ 19ന് കോഴിക്കോട്ട് ഇ കെ നായനാർ ഉദ്ഘാടനം ചെയ്തു. കോഴിക്കോട്ട് എത്തണമെന്നും സഹകരിക്കണമെന്നും സമ്മേളനത്തിന് ഒരാഴ്ച മുമ്പാണ് ബാബുവും മഞ്ഞളാംകുഴി അലിയും എന്നോട് അഭ്യർഥിച്ചത്. ഞാൻ സംഘടനാ പ്രവർത്തനങ്ങളിൽ താൽപര്യം കുറഞ്ഞ ആളാണ്. അതുകൊണ്ടാണ് പാർടി അംഗത്തിന്റെ അച്ചടക്കം ഒരു പരിധിവരെ പാലിച്ചുകൊണ്ടു പ്രവർത്തിക്കുമ്പോഴും സിപിഐഎം അംഗത്വമെടുക്കാതെ ഒപ്പം നിലകൊള്ളുന്നത്. സമ്മേളനത്തിനെത്താമെന്ന് അലിയോടും ബാബുവിനോടും ഞാൻ സമ്മതിച്ചു. ആ സമ്മേളനത്തിൽവെച്ച് കേരള പ്രവാസി സംഘം രൂപീകൃതമായി. ഞാൻ പ്രസിഡന്റും മഞ്ഞളാംകുഴി

അലി ജനറൽ സെക്രട്ടറിയുമായി തെരഞ്ഞെടുക്കപ്പെട്ടു. മറ്റ ഭാരവാഹികളായി മേൽപ്പറഞ്ഞ എല്ലാവരും തെരഞ്ഞെടുക്കപ്പെട്ടു. സംഘടന രൂപീകരിക്കുന്നതിലും മറ്റും സഹായിക്കാൻ സിപിഐഎം തയ്യാറായി. എന്നാൽ, പാലോളി മുഹമ്മദ് കുട്ടി സംഘത്തിന്റെ ഒരു യോഗത്തിൽ പ്രത്യേകം ഓർമ്മിപ്പിച്ചു: "ഈ സംഘടന സിപിഐഎം എന്ന പാർടി വലുതാക്കാനുള്ളതല്ല. പ്രവാസികളുടെ കാര്യങ്ങൾ കൈകാര്യം ചെയ്യാനുള്ളതാണ്." അതൊരു നല്ല മാർഗനിർദേശമായി ഞങ്ങൾക്കെല്ലാം തോന്നുകയും ചെയ്തു. മറ്റ അനുബന്ധ സംഘടനകളെപ്പോലെ കേരള പ്രവാസി സംഘത്തിന്റെ പ്രവർത്തനങ്ങളിൽ സിപിഐഎം വലിയ തോതിൽ ഇടപെടാറില്ല. എന്നാൽ, ഞങ്ങളുടെ നേതാക്കൾ പലരും പാർടിയുമായി വളരെ അടുത്ത് പോകണമെന്ന നിർബന്ധക്കാരായിരുന്നു. അവരുടെ ഉള്ളിലുള്ള രാഷ്ട്രീയ മോഹങ്ങൾ കാരണമാണതെന്നാണ് എനിക്കു തോന്നിയത്. എല്ലാവരും പാവങ്ങളാണുതാനും.

അലിയുടെ പെരിന്തൽമണ്ണയിലെ കെട്ടിടത്തിൽ സംഘത്തിന്റെ ഓഫീസ് പ്രവർത്തിച്ചു. അദ്ദേഹം അന്ന് എംഎൽഎ ആയിരുന്നതു കൊണ്ടാണ് താൽക്കാലികമായി ഓഫീസ് അവിടെ പ്രവർത്തിക്കാൻ തീരുമാനിച്ചത്. പ്രവാസി സംഘം കേരളത്തിലെല്ലാഭാഗത്തും കമ്മിറ്റിയുണ്ടാക്കി. ജില്ലാ, മേഖലാ, പഞ്ചായത്ത് കമ്മിറ്റികളുടെ രൂപീകരണം തുടങ്ങി. അതൊരു വലിയ സംഘടനയായി വളരുകയായിരുന്നു. ഒന്നാം സമ്മേളനം മൂന്നുകൊല്ലംകഴിഞ്ഞ് മലപ്പുറത്തു ചേർന്നു. വലിയ സമ്മേളനമായിരുന്നു അത്. സമ്മേളനത്തിന്റെ ഭാഗമായി ജില്ലയിൽ നിരവധി കമാനങ്ങൾ ഉയർന്നു. നമ്മുടെ നാടിനുവേണ്ടി ജീവിതം സമർപ്പിച്ച മഹാന്മാരുടെ പേരിൽ. ഇ എം എസ് നമ്പൂതിരിപ്പാട്, ആലി മുസല്യാർ, വാരിയൻകുന്നത്ത് കുഞ്ഞഹമ്മദ് ഹാജി, കെ ദാമോദരൻ, വെളിയങ്കോട് ഖാസി, കെ മാധവൻനായർ, പാണക്കാട് ഹസൈനാർ തങ്ങൾ തുടങ്ങിയവരുടെ പേരിൽ. കേരള സമൂഹത്തിൽ വലിയ വിവാദങ്ങളും ചർച്ചകളും ഉയർത്തിക്കൊണ്ടുവരാൻ അതിനു കഴിഞ്ഞു.

മഞ്ഞളാംകുഴി അലി സിപിഐഎം നേതൃനിരയിൽ അംഗീകാരമുള്ള നേതാവായി വളർന്നു. പാർടി സംഘടനയിലെ ചില വിഭാഗീയ പ്രശ്നങ്ങളിൽ ഒരാവശ്യവുമില്ലാതെ അലി പക്ഷംചേരുന്നതു കാണാനിടയായി. ഇത് എന്നെ അത്ഭുതപ്പെടുത്തി. ഞാൻ ഒന്നും പറയാൻപോയില്ല. സംഘടനാ പ്രശ്നം സംഘടന പരിഹരിച്ചു പോകും എന്ന അഭിപ്രായത്തിലായിരുന്നു ഞാൻ. നമ്മൾ നമ്മുടെ ജോലി ചെയ്യുക; ചെയ്യുന്നത് സത്യസന്ധമായി ചെയ്യുക. ഏറ്റവും സ്വീകാര്യനായിത്തീർന്നിരുന്ന അലി മെല്ലെമെല്ലെ പാർടി നേതൃത്വവുമായി അകലുന്ന കാഴ്ചയാണ് പിന്നീടു കണ്ടത്. ഇത് സംഘടനയെ ബാധിക്കാതിരിക്കാൻ ഞാൻ ശ്രദ്ധിച്ചു.

നിർഭാഗ്യമെന്നു പറയട്ടെ, അലി എംഎൽഎ സ്ഥാനം രാജി വെച്ച് പാർടിയുമായുള്ള ബന്ധം വിച്ഛേദിച്ചു. എന്തെല്ലാം പ്രശ്നങ്ങളും അഭിപ്രായ വ്യത്യാസങ്ങളും ഉണ്ടായിരുന്നാലും അദ്ദേഹം രാജിവെക്കരുതായിരുന്നു എന്നാണെന്റെ അഭിപ്രായം. അലി എതിർരാഷ്ട്രീയ ചേരിയിലായിരിക്കു മ്പോഴും ഞങ്ങളുടെ സുഹൃത്തുതന്നെയായി തുടരുന്നു.

അലിക്കുപകരം പയ്യോളി നാരായണൻ സംഘടനയുടെ ജനറൽ സെക്രട്ടറിയായി. പക്ഷേ, ദീർഘകാലം തുടർന്നില്ല. അദ്ദേഹം പെട്ടെന്നു മരിച്ചു. നിസ്വാർത്ഥനായ പൊതുപ്രവർത്തകന്റെ വിയോഗം എല്ലാവരെയും ദുഃഖത്തിലാഴ്ത്തി. കെ വി അബ്ദുൽഖാദർ എംഎൽഎയാണ് പിന്നീട് ജനറൽ സെക്രട്ടറിയായത്. അബ്ദുൽഖാദർ സംഘടനയുടെ രൂപീകരണ സമ്മേളനത്തിൽ തന്നെ പങ്കെടുത്തിരുന്നുവെങ്കിലും ജനറൽ സെക്രട്ടറിയായതോടെയാണ് പ്രവർത്തനങ്ങളിൽ സജീവ പങ്കാളിയാകുന്നത്.

സംഘത്തിനിന്ന് എല്ലാ ഗ്രാമങ്ങളിലും സംഘടനാ ശേഷിയുണ്ടെന്നു മാത്രമല്ല സംസ്ഥാനത്ത് 100-ൽപ്പരം സഹകരണസംഘങ്ങളുമുണ്ട്. ഞാൻ ഇന്നും പ്രവാസി സംഘത്തിന്റെ പ്രസിഡന്റാണ്. കഴിഞ്ഞ അഞ്ചാം സമ്മേളനത്തിൽ ഒഴിയാൻ ആഗ്രഹം പ്രകടിപ്പിച്ചിരുന്നു. ഒരാൾ ഇത്രയും കാലം ഒരു പദവിയിൽ തുടരുന്നത് നല്ലതല്ല എന്ന അഭിപ്രായമുള്ളയാളാണു ഞാൻ. എങ്ങനെയോ ഈ സംഘടനയിൽ

രണ്ടു പതിറ്റാണ്ടോളം എനിക്കു പ്രസിഡന്റായി തുടരേണ്ടിവന്നു. ഒരേ നാട്ടുകാരായ ഞാനും അബ്ദുൽഖാദറും ദീർഘനാളായി സംഘത്തിന്റെ പ്രസിഡന്റും ജനറൽ സെക്രട്ടറിയുമായി തുടരുന്നു. ഒരുകണക്കിന് കേരളീയ പ്രവാസത്തിന്റെ ഈറ്റില്ലമായ ചാവക്കാടിനു കിട്ടിയ ഒരു അംഗീകാരമാണിതെന്നു പറയാം. കഴിഞ്ഞ സമ്മേളനത്തിൽ വീണ്ടും തെരഞ്ഞെടുക്കപ്പെട്ടപ്പോൾ മകൻ വിളിച്ച് ചോദിച്ചു, "ഉപ്പാക്കു വേറെ പണിയൊന്നുമില്ലേ? ഇതൊക്കെ വേറെ ആർക്കെങ്കിലും വിട്ടുകൊടുക്കേണ്ടേ, ഉപ്പാ?" എൻജിനീയറായ മകന്റെ രാഷ്ട്രീയ ബോധത്തിൽ എനിക്കു സന്തോഷം തോന്നി. രഞ്ജിത്ത് കോളേജിൽ പഠിക്കുന്ന കാലത്ത് എസ്എഫ്ഐ പ്രവർത്തകനായിരുന്നു.

എന്നിൽ സംഘടനബോധവും അനുസരണശീലവും ഉണ്ടാക്കിയത് പ്രവാസി സംഘമാണ്. ഭൂരിപക്ഷ തീരുമാനത്തിനു കീഴ്പ്പെട്ട് പ്രവർത്തിക്കാൻ ശീലിച്ചത് സംഘത്തിലൂടെയാണ്. പല പ്രവർത്തകരും സ്വന്തം കൈയിൽനിന്ന് കാശു മുടക്കിയാണ് സംഘടനയുടെ പ്രവർത്തനം നടത്തുന്നത്. കേരളത്തിലങ്ങോളമിങ്ങോളമുള്ള പ്രവാസി സഖാക്കളുമായി ബന്ധമുണ്ടാക്കാൻ എനിക്കു കഴിഞ്ഞു. ലോകകേരളസഭയുടേതുപോലുള്ള പ്രവർത്തനങ്ങളിലും പങ്കാളിയായി. ഇതെല്ലാം സംഘടനമൂലമുള്ള നേട്ടങ്ങളായി ഞാൻ കണക്കാക്കുന്നു.

എല്ലാ രാഷ്ട്രീയ പാർടികളും ഇപ്പോൾ പ്രവാസി സംഘടനകളുമായി സജീവമായി രംഗത്തുണ്ട്. പ്രവാസജീവിതം നയിച്ചവർക്ക് തങ്ങളുടെ ആവശ്യങ്ങളും പ്രശ്നങ്ങളും കൃത്യമായി സർക്കാരുകൾക്കു മുന്നിൽ സമർപ്പിക്കാൻ പ്രവാസി സംഘത്തിന്റെ സാന്നിധ്യം സഹായകമായിട്ടുണ്ട്. അതിന്റെ ഭാഗമായാണ് വി എസ് അച്യുതാനന്ദൻ മുഖ്യമന്ത്രിയായിരുന്ന കാലത്ത് പ്രവാസി ക്ഷേമ ബോർഡും നോർക്ക റൂട്ട്സും രൂപീകൃതമായത്. പിണറായി സർക്കാർ അത് വികസിപ്പിക്കുകയും നിരവധി ആനുകൂല്യങ്ങൾ പ്രവാസികൾക്ക് ലഭ്യമാക്കുകയും ചെയ്തു.

ചരിത്ര പുരുഷാ, വീണ്ടും വരുമോ...

സിനിമയെടുക്കണമെന്ന ആഗ്രഹം എന്നെ വീണ്ടും പിടികൂടി. മലബാറും മലബാറിന്റെ ചരിത്രവും എന്നെ ആവേശിച്ചു. നമ്മുടെ സാഹിത്യകാരന്മാർ വളരെ അപൂർവ്വമായേ നമ്മുടെ ചരിത്രത്തെക്കുറിച്ച് എഴുതിയിട്ടുള്ളൂ. പ്രത്യേകിച്ച് മലബാറിന്റെ സ്വാതന്ത്ര്യസമര ചരിത്രത്തെക്കുറിച്ച്. നമ്മുടെ സിനിമയിലാവട്ടെ അത്തരം വിഷയങ്ങൾ വളരെ വിരളമായേ പ്രതിഫലിച്ചിട്ടുള്ളൂ. ഏറെ സാധ്യതയുള്ള ചരിത്രവുമായി നമ്മുടെ ചലച്ചിത്രഭാഷ വളരെ കുറച്ച് അടുപ്പമേ കാണിച്ചുള്ളൂ. മുഖ്യധാരാസിനിമക്കാരാണ് കേരള ചരിത്രത്തെക്കുറിച്ചുള്ള സിനിമകളിൽ മിക്കതും എടുത്തിട്ടുള്ളത്. സമാന്തര സിനിമ ചരിത്രത്തോട് മുഖംതിരിഞ്ഞു നിൽക്കുകയാണ ചെയ്തതെന്നു പറഞ്ഞാൽ അത് അതിശയോക്തിയാവില്ല. ആൾക്കൂട്ടങ്ങളും സെറ്റുകളും മറ്റും വേണ്ടിവരുന്ന സിനിമകൾ അവർ കഴിയുന്നത്ര ഒഴിവാക്കി. അതുകൊണ്ടുതന്നെ, കേരളത്തിന്റെ പോരാട്ടങ്ങളും വീരേതിഹാസങ്ങളും നമ്മളിലേക്കെത്താതെ ഉറങ്ങിക്കിടക്കുന്നു. മലബാറിലെ സ്വാതന്ത്ര്യ സമരത്തെക്കുറിച്ച് കാര്യമായ സിനിമകളൊന്നുമുണ്ടായിട്ടില്ല.

മലബാർ ചരിത്രത്തെക്കുറിച്ച് ടി ദാമോദരനും ഐ വി ശശിയും ചേർന്നൊരുക്കിയ ‘1921’ എന്ന ചിത്രമാണ് അത്തരത്തിൽ നമുക്കു മുന്നോട്ടു വെക്കാനുള്ളത്. കുഞ്ഞാലിമരക്കാരെയും വടക്കൻപാട്ടുകഥകളെയും സംബന്ധിച്ചുള്ള ചിത്രങ്ങൾ വിസ്മരിച്ചുകൊണ്ടല്ല ഇതു പറയുന്നത്. മുഹമ്മദ് അബ്ദുറഹിമാൻ സാഹിബ് കുട്ടിക്കാലം മുതലേ

» മകൻ രഞ്ജിത്ത്, ഭാര്യ സഞ്ജന, മക്കൾ ഇഷാൻ റമിൻ, ഫർദീൻ എന്നിവർക്കൊപ്പം പി ടി കുഞ്ഞിമുഹമ്മദും ഐഷാബിയും

എന്നെ സ്വാധീനിച്ച വ്യക്തിയാണ്. ഞാൻ കളിച്ചു നടന്നകാലം മുതൽക്കുതന്നെ സാഹിബിന്റെ ഒരു ചിത്രം ഉമ്മയുടെ വീടിന്റെ ചുമരിൽ തൂങ്ങിക്കിടന്നിരുന്നത് എന്റെ ഓർമ്മയിലുണ്ട്. അവിടെ ഉണ്ടായിരുന്ന എല്ലാ ഫോട്ടോകളും മാമന്റെ ഔദ്യോഗിക ജീവിതവുമായി ബന്ധപ്പെട്ടവയായിരുന്നു. അദ്ദേഹമില്ലാത്ത ഒരു ഫോട്ടോയും അവിടെ ഉണ്ടായിരുന്നില്ല. ഒരേ ഒരു ചിത്രം മുഹമ്മദ് അബ്ദുറഹിമാൻ സാഹിബിന്റേതായിരുന്നു. പിന്നീട്, വലുതായപ്പോഴാണ് ആ ചിത്രത്തിന്റെ ഗൗരവവും പ്രാധാന്യവും എനിക്കു മനസ്സിലായത്. കോഴിക്കോട്ടെ 'അൽഅമീൻ' അന്തേവാസിയായിരുന്ന മലബാർ ഡിസ്ട്രിക്ട് ബോർഡ് ഉദ്യോഗസ്ഥനായിരുന്ന മാമ. ചേറ്റുവായിൽ ഇന്ത്യൻ നാഷണൽ കോൺഗ്രസ് കെട്ടിപ്പടുത്തവരിൽ ഒരാൾ. മാമ പിന്നീട് കോൺഗ്രസ് വിട്ടു. 1939-ൽ മുഹമ്മദ് അബ്ദുറഹിമാൻ സാഹിബിനെ അറസ്റ്റ് ചെയ്തതിനു ശേഷമായിരുന്നു ആ മനംമാറ്റം തുടങ്ങിയത്. ക്വിറ്റ് ഇന്ത്യ കാലത്തെല്ലാം കോൺഗ്രസുമായി ബന്ധമുണ്ടായിരുന്നുവെങ്കിലും പിൽക്കാലത്ത് മുസ്ലിം ലീഗിലേക്കാണ് അദ്ദേഹം പോയത്. കോൺഗ്രസിലെ ചാലപ്പുറം ഗ്രൂപ്പ് അബ്ദുറഹിമാൻ സാഹിബിനോടു കാണിച്ച അനീതിയായിരുന്നു അതിനു പ്രകോപനം.

ഞാൻ മുഹമ്മദ് അബ്ദുറഹിമാൻ സാഹിബിന്റെ ജീവിതകഥ സിനിമയാക്കാൻ ആലോചിച്ചു. അവസാനകാലത്ത് അബ്ദുറഹിമാൻ

സാഹിബിനെതിരെ ഇന്ത്യാവിരുദ്ധ വിഭജനവാദിമുസ്ലിംകളുടെ നിലപാട് അതീവ ശത്രുതാപരമായിരുന്നു. അദ്ദേഹത്തിനെതിരെ പലതരത്തിലുള്ള ആക്രമണങ്ങളും അഴിച്ചുവിട്ടു. കൊല്ലാൻതന്നെ നിരവധി തവണ ശ്രമങ്ങളുണ്ടായി. മുഹമ്മദ് അബ്ദുറഹിമാൻ ഒരപൂർവ ചലച്ചിത്ര ഇതിവൃത്തമായി എനിക്കു തോന്നി. അനവധി നാടകീയ മുഹൂർത്തങ്ങളടങ്ങിയ ജീവിതം. ഒന്നുംനേടാതെ, കിടക്കാൻ ഇടമില്ലാതെ, സ്വന്തം പുസ്തകങ്ങളും വസ്ത്രങ്ങളും വെക്കാൻ സ്ഥലമില്ലാതെ നിസ്വനും ഏകനുമായിപ്പോയ മനുഷ്യൻ. നാല്പത്താറു വയസ്സെത്തിയ ജീവിതത്തിൽ ഒരിക്കലും നുണ പറഞ്ഞിട്ടില്ലാത്ത കോൺഗ്രസ് നേതാവ്. ഇരുപത്തൊമ്പതാം വയസ്സിൽ വിഭാര്യനായ സാഹിബ് ജയിലിൽനിന്നു ജയിലിലേക്ക് മാറിപ്പോയ്ക്കൊണ്ടിരുന്നത് ഭാര്യയുടെ സാരിയും മാറോടണച്ചായിരുന്നു. ലീലാ ദാമോദര മേനോനും ശാരദാ കൃഷ്ണനും അടക്കമുള്ള നിരവധി കോൺഗ്രസ് നേതാക്കൾ അദ്ദേഹത്തിനുവേണ്ടി പുനർവിവാഹാലോചന നടത്തി. അവരോടദ്ദേഹം പറഞ്ഞു, “എന്റെ മടിയിൽ കിടന്നാണവർ മരിച്ചത്. എനിക്കിനി ഇഹലോകത്ത് ഭാര്യയില്ല.” മുസ്ലിം സമുദായത്തിൽ അത് അപൂർവമായ സംഭവമായിരുന്നു. ഭാര്യ മരിച്ച് ചൂടാറും മുമ്പ് മറ്റൊരു വിവാഹം കഴിക്കുന്നതായിരുന്നു സമുദായത്തിലെ പുരുഷന്മാരിൽ ഭൂരിഭാഗത്തിന്റെയും പതിവ്. അതിൽനിന്നു വിഭിന്നമായ വ്യക്തിത്വത്തിന്റെ ഉടമയായിരുന്നു മുഹമ്മദ് അബ്ദുറഹിമാൻ. എത്രയോ സ്ത്രീകൾ അബ്ദുറഹിമാനെ വിവാഹം കഴിക്കാൻ ആഗ്രഹം പ്രകടിപ്പിച്ച് ആ സമയത്ത് മുന്നോട്ടുവന്നിരുന്നെന്ന് തിരൂരങ്ങാടിക്കാരനായ എഞ്ചിനീയർ അബ്ദുഹാജി എന്നോടു പറഞ്ഞിട്ടുണ്ട്. അവരിൽ ഒരധ്യാപികയും ഉണ്ടായിരുന്നതായി അദ്ദേഹത്തിനറിയാമായിരുന്നു.

മലയാളത്തിലെ എല്ലാ കവികളും അബ്ദുറഹിമാനെക്കുറിച്ചെഴുതി. ഇടശ്ശേരി, വൈലോപ്പിള്ളി, അക്കിത്തം, വള്ളത്തോൾ, പ്രഭാവർമ, റഫീഖ് അഹമ്മദ് ...അങ്ങനെ ഒട്ടുമിക്ക കവികളും അദ്ദേഹത്തെക്കുറിച്ചെഴുതി. ഇടശ്ശേരിക്കവിത പലരും പാടിനടന്നു. എത്രയോ ആരാധകർ ഹൃദയത്തിൽവെച്ചു പൂജിച്ച നേതാവ്. എത്രയെത്ര ചരിത്രകാരന്മാർ, എത്രയെത്ര രാഷ്ട്രീയ നേതാക്കൾ അബ്ദുറഹിമാന്റെ അപദാനങ്ങൾ പാടി. എം ഗംഗാധരൻ എന്നോടു പറഞ്ഞു, “കേരളത്തിന് ഒരൊറ്റ രാഷ്ട്രീയ നേതാവേ ഉള്ളൂ, അത് മുഹമ്മദ് അബ്ദുറഹിമാൻ സാഹിബാണ്.” എന്തുകൊണ്ടാണ് കവികളും എഴുത്തുകാരും ഈ മനുഷ്യനെ തേടിയെത്തുന്നത്? എം റഷീദ്, എസ് കെ പൊറ്റക്കാട്ട്, കെ എ കൊടുങ്ങല്ലൂർ, പി പി ഉമ്മർകോയ, വി എസ് കേരളീയൻ, തെരുവത്ത് രാമൻ തുടങ്ങിയവരെല്ലാം സാഹിബിന്റെ ജീവിതത്തെക്കുറിച്ചെഴുതി. ഇപ്പോഴും യുവതലമുറ അബ്ദുറഹിമാനെക്കുറിച്ചെഴുതിക്കൊണ്ടിരിക്കുന്നു. ‘പത്രവും

പത്രാധിപരും' എന്നൊരു പുസ്തകം ഈയടുത്ത കാലത്താണ് പുറത്തിറങ്ങിയത്. എത്രയോ കോളേജ് വിദ്യാർത്ഥികൾ ഇപ്പോൾ ഈ സ്വാതന്ത്ര്യ സമരനായകനെക്കുറിച്ച് അന്വേഷിക്കുന്നു. തന്റെ കൈയിലുണ്ടായിരുന്ന അബ്ദുറഹിമാൻ സാഹിബിന്റെ ഒരു ഫോട്ടോ നഷ്ടപ്പെട്ടതു പറഞ്ഞ് കരയുന്ന സി ഹരിദാസിനെ ഞാൻ കണ്ടിട്ടുണ്ട്. അബ്ദുറഹിമാനുമായി പരിചയമുണ്ടായിരുന്നവർക്കെല്ലാം അദ്ദേഹത്തെക്കുറിച്ചു പറയുമ്പോൾ ആയിരം നാവായിരുന്നു. മുഹമ്മദ് അബ്ദുറഹിമാൻ സാഹിബുമായുള്ള ഗുരുശിഷ്യബന്ധം ഇമ്പിച്ചിബാവ അനുസ്മരിക്കുന്നതു കേൾക്കാനെനിക്കിടയായിട്ടുണ്ട്. നിയമസഭയിൽ കുറച്ചുകാലം അദ്ദേഹത്തോടൊപ്പം ഇരിക്കാനുള്ള ഭാഗ്യം എനിക്കുണ്ടായിരുന്നുവല്ലോ. വെല്ലൂർ ജയിലിൽ വെച്ച് കോഴിയെ ഹലാലായറക്കാതെ സാഹിബിന് ബിരിയാണിവെച്ചു കൊടുത്തതിനു കേട്ട ചീത്തയും അനുഭവിച്ച കുറ്റബോധവും അദ്ദേഹം ദുഃഖത്തോടെയാണ് ഓർമിച്ചത്. എസ് വി ഘാട്ടെയാണ് ഒടുവിൽ പ്രശ്നം പറഞ്ഞുതീർത്തതെന്നും ഇമ്പിച്ചിബാവ അനുസ്മരിച്ചു. ഈ വ്യക്തിത്വമാണ് എന്നെ ആകർഷിച്ചത്.

എൻ പി മുഹമ്മദിന്റെ നോവലിലെ ഒടയത്തിൽ എന്ന കഥാപാത്രത്തെ ഈ സിനിമയിൽ ഉപയോഗിക്കാൻ ഞാൻ തീരുമാനിച്ചു. അങ്ങനെയാണ് 'മുഹമ്മദ് അബ്ദുറഹിമാൻ' എന്ന നോവൽ സിനിമയാക്കാനുള്ള അവകാശത്തിന് എൻ പി ഹാഫിസ് മുഹമ്മദ് വഴി എൻ പി മുഹമ്മദിന്റെ ഭാര്യയെ സമീപിച്ചത്. ഒടയത്തിൽ മലയാള സാഹിത്യത്തിലെ അപൂർവ്വ കഥാപാത്രമാണ്. മരണത്തിന്റെ പ്രതീകമായി അബ്ദുറഹിമാൻ സാഹിബിനെ അവസാന നാളുകളിൽ പിന്തുടരുന്ന ഈ കഥാപാത്രത്തെ ഒരു രാഷ്ട്രീയ ശത്രുവായാണ് എൻ പി അവതരിപ്പിച്ചിട്ടുള്ളത്. ആ ശത്രു മുഹമ്മദ് അബ്ദുറഹിമാനെ തക്കംനോക്കി പിന്തുടർന്ന മരണമായിട്ടാണ് ഞാൻ മനസ്സിലാക്കിയത്. ആ നിലയിലാണ് തിരക്കഥയിലും ഞാനാ കഥാപാത്രത്തെ ചിത്രീകരിച്ചത്. നിർഭാഗ്യവശാൽ, അങ്ങനെയല്ല അതു വായിക്കപ്പെട്ടത്. അതു വഴിയേ പറയാം.

തിരക്കഥ പൂർത്തിയായി. രണ്ടുപേരെക്കൊണ്ടാണ് ഞാനതു വായിപ്പിച്ചത്. ഒന്ന്, എൻ പി ഹാഫിസ് മുഹമ്മദ്. രണ്ട്, എം എൻ കാരശ്ശേരി. രണ്ടുപേരെയും വെവ്വേറെയായി വ്യത്യസ്ത ദിവസങ്ങളിലായി ഹോട്ടൽ അളകാപുരിയിൽ ഇരുത്തിയാണു വായിപ്പിച്ചത്. രണ്ടുപേരും വളരെ നല്ല അഭിപ്രായമാണ് എന്നോടു പറഞ്ഞത്. സിനിമയിൽ നായകനാക്കാൻ പല ആളുകളെയും ഞാനാലോചിച്ചു. നിർബന്ധമായും മമ്മൂട്ടിയെത്തന്നെയാക്കണമെന്ന് ജോൺ ബ്രിട്ടാസ് പറഞ്ഞു. അദ്ദേഹംതന്നെ ഏറ്റവും അനുയോജ്യനായ നടൻ എന്നതിൽ എനിക്കും സംശയമില്ലായിരുന്നു. ഇരുപത്തിരണ്ടോ ഇരുപത്തിമൂന്നോ വയസ്സുള്ളപ്പോൾ ഒറ്റപ്പാലം

» പി ടി യും ഐഷാബിയും പേരക്കുട്ടികളായ അഖിലക്കും അബിയക്കുമൊപ്പം

സമ്മേളനത്തിൽ പ്രത്യക്ഷപ്പെടുന്ന മുഹമ്മദ് അബ്ദുറഹിമാനെ എങ്ങനെ മമ്മൂട്ടിയെ ഏൽപ്പിക്കുമെന്ന സന്ദേഹം എന്നിൽ കലശലായ രോഗം പോലെ വളർന്നു. എം ഗംഗാധരൻ മാഷ് മമ്മൂട്ടി തന്നെ അബ്ദുറഹിമാന് പറ്റിയ നടൻ എന്നു പറഞ്ഞു. അപ്പോഴും ഞാനീ വിഷയം തന്നെ എടുത്തിട്ടു. “സിനിമയല്ലേ, പീ ടീ; അതൊന്നും സാരമില്ല.” മാഷ് പറഞ്ഞു. മമ്മൂട്ടിയാണെങ്കിൽ, വർഷങ്ങൾക്കുമുമ്പൊരു സൗഹൃദ സംഭാഷണത്തിൽ എന്നോടു പറയുകയും ചെയ്തിരുന്നു, “മുഹമ്മദ് അബ്ദുറഹിമാനെക്കുറിച്ച് പി ടി പടമെടുക്കുകയാണെങ്കിൽ ഞാനത് ഉറപ്പായും ചെയ്യും.”

മമ്മൂട്ടിയുടെ സുഹൃത്തും പരദേശിയിലെ നടനും സിനിമാ നിർമ്മാതാവുമായ ഒരാൾ രണ്ടുപ്രാവശ്യം എന്നെ തേടി വന്നു; മമ്മൂട്ടിയെക്കൊണ്ടു തന്നെ ആ റോൾ ചെയ്യിക്കണമെന്നു പറഞ്ഞു. ഇതൊന്നും ബോധ്യപ്പെടുത്തിയില്ല. എന്റെ ശ്രദ്ധ പിന്നീട് പൃഥ്വിരാജിലേക്കായി. പൃഥ്വിരാജ് അന്ന് പൊങ്ങി വരുന്നേയുള്ളൂ. പടത്തിന്റെ പ്രൊഡക്ഷൻ കൺട്രോളറായ സിദ്ധു പനക്കല്ലുമൊരുമിച്ച് ഒറ്റപ്പാലത്തെ ഒരു ലൊക്കേഷനിൽ പൃഥ്വിരാജിനെ കാണാൻപോയി. റോൾ ചെയ്യാമെന്ന് വളരെ സന്തോഷത്തോടുകൂടി പൃഥ്വിരാജ് പറഞ്ഞു. അങ്ങനെ സിനിമയിലെ നായകനെ നിശ്ചയിച്ചു. പ്രൊഡക്ഷൻ കാര്യത്തിൽ എന്നെ സഹായിക്കാൻ വന്നത് ‘പരദേശി’ക്കു സഹായിച്ച വി കെ അഷ്റഫ് തന്നെ. ഈ രണ്ടു സിനിമകളും നിർമിക്കാൻ അഷ്റഫ് ചെയ്ത സഹായം ഒരുകാലത്തും വിസ്മരിക്കാവതല്ല. അദ്ദേഹമാണ് ഐ ടി എൽ സിദ്ദീഖ് അഹമ്മദിനെ വിളിച്ചു പറയുന്നതും സിദ്ദീഖ് ഭായിയുമായി സംസാരിക്കുന്നതും.

സിദ്ദീഖുമായി ഞാൻ നല്ല അടുപ്പമാകുന്നതേയുള്ളൂ. അദ്ദേഹം പടം ചെയ്യാമെന്നു സമ്മതിച്ചു; ചാർട്ടേർഡ് അക്കൗണ്ടന്റ് വിമൽ വേണുവിനെയാണ് എക്സിക്യൂട്ടീവ് പ്രൊഡ്യൂസറായി നിയോഗിച്ചത്. ഒരു ബുദ്ധിമുട്ടും ഒരു കാര്യത്തിനും ഉണ്ടായില്ല.

എറണാകുളത്തുവെച്ചു നടന്ന പത്രസമ്മേളനത്തിൽ പൃഥ്വിരാജ് പങ്കെടുത്തു. ഷൂട്ടിങ് ഡേറ്റ് തീരുമാനിച്ചു. കുറച്ചു ദിവസം കഴിഞ്ഞാണ് സിദ്ധു പറയുന്നത്, “ആ ഡേറ്റിന് പടം തുടങ്ങാൻ പറ്റില്ല. രഞ്ജിത്തിന്റെ ‘ഇന്ത്യൻ റുപീ’ പൂർത്തിയാവാതെ പൃഥ്വിരാജിന് വരാൻ കഴിയില്ല.” എന്നെ സംബന്ധിച്ച് അതൊരു വലിയ പ്രശ്നമായി. വമ്പൻ ആൾക്കൂട്ടമുള്ള സിനിമയാണ്. 10,000-ത്തോളം ജൂനിയർ ആർട്ടിസ്റ്റുകളുള്ള, ഉപ്പുസത്യഗ്രഹം പോലെ ദുഷ്കരങ്ങളായ ഒട്ടേറെ ഷൂട്ടിങ് സീനുകളുള്ള സിനിമ. മഴയത്ത് സിനിമ ചെയ്യാൻ കഴിയുമെന്നു തോന്നിയില്ല. ചിത്രീകരണം കോഴിക്കോട്ടു വെച്ചാണ് നടക്കേണ്ടത്. എനിക്കു വലിയ നിരാശ തോന്നി. 10 ലക്ഷം രൂപ പൃഥ്വിരാജിന് അഡ്വാൻസ് കൊടുത്തിരുന്നു.

ഞാൻ പിന്നെ ആരോടും സംസാരിക്കാൻ പോയില്ല. വിഷയം സിദ്ദീഖ് അഹമ്മദുമായി സംസാരിച്ചു. സിനിമ വേഗം തുടങ്ങണമെന്നും നടനെ മാറ്റി ആലോചിക്കാമെന്നും അദ്ദേഹം പറഞ്ഞു. എക്സിക്യൂട്ടീവ് പ്രൊഡ്യൂസർ വിമൽ വേണു ആണ് നരേൻ എന്ന നടനെ പറ്റുമോ എന്നു ചോദിച്ചത്. നരേൻ ഫോട്ടോഷോപ്പിൽ ആ കഥാപാത്രത്തെ മനോഹരമായി പ്രതിഫലിപ്പിച്ചു. എല്ലാവരും ‘യെസ്‘ വെച്ച ഒരു മുഖം. ചെന്നൈയിൽ ചെന്ന് നരേനെ കണ്ടു. വിവരങ്ങളൊക്കെ പറഞ്ഞു. നരേൻ പൃഥ്വിരാജുമായി സംസാരിച്ചു. കാര്യങ്ങളൊക്കെ നല്ല നിലയിൽ മുന്നോട്ടു പോയി. പൃഥ്വിരാജ് പണം തിരിച്ചുതന്നു. നരേനെ വെച്ച് ഷൂട്ടിങ് തുടങ്ങി. ഒരു ബംഗാളി ഫിലിമിൽ നിന്നാണ് റെയ്മ സെന്നിനെ കണ്ടത്. പോയി കണ്ടപ്പോൾ വിചാരിച്ചത്ര ബോധ്യപ്പെട്ടില്ല. എങ്കിലും അവരെത്തന്നെ നിശ്ചയിച്ചു . കുഞ്ഞിബീപാത്തു എന്ന ദുരന്തകഥാപാത്രത്തെയാണ് അവർക്കവതരിപ്പിക്കാനുണ്ടായിരുന്നത്. കൊടുങ്ങല്ലൂരിലെ ഏരിയാട്ട് കുഞ്ഞിബീപാത്തുവിന്റെ വീട് ഞാൻ പോയി കണ്ടിരുന്നു. ആ വീടിനൊരു ഔട്ട് ഹൗസ് ഉണ്ടായിരുന്നു. അബ്ദുറഹിമാൻ സാഹിബ് പുയ്യാപ്ലയായി വന്ന സമയത്തുള്ളത്. അടുത്ത് ഒരു കുളവും. അതെല്ലാം അതേപോലെ അവർ സൂക്ഷിക്കുന്നുണ്ട്. മുഹമ്മദ് അബ്ദുറഹിമാൻ സാഹിബിന്റെ വീട് ഇന്നൊരു സ്മാരകമാണ്. കേരള ഗവൺമെന്റ് നല്ലനിലയിൽ അത് സംരക്ഷിച്ചുപോരുന്നു.

മലയാളത്തിലെ ഏറ്റവും വലിയ സിനിമകളിലൊന്നാണ് ‘വീരപുത്രൻ’. ആ നിലയിലെന്നല്ല, ഒരു നിലയിലും അത് പരിഗണിക്കപ്പെട്ടില്ല. സംഭാഷണമുള്ള 182 കഥാപാത്രങ്ങൾ ചിത്രത്തിലുണ്ട്. 10,000-ത്തോളം

» 'വീരപുത്രൻ' എന്ന ചിത്രത്തിൽ നിന്നൊരു ദൃശ്യം

ജൂനിയർ ആർട്ടിസ്റ്റുകൾ. നിർമ്മാണ പ്രക്രിയ തികച്ചും ബുദ്ധിമുട്ടുള്ള ഒന്നായിരുന്നു. ജൂനിയർ ആർട്ടിസ്റ്റുകളെ എങ്ങനെ അഭിനയിപ്പിക്കുമെന്നത് സാധാരണ എല്ലാ സംവിധായകരും നേരിടുന്നൊരു പ്രശ്നമാണ്. എനിക്കതിൽ തുണയായത് എന്നിലെ രാഷ്ട്രീയക്കാരനായിരുന്നു. 1994 മുതലുള്ള എന്റെ സജീവ രാഷ്ട്രീയ ജീവിതം ഈ സിനിമയുടെ ചിത്രീകരണ വേളയിൽ എന്നെ ഏറെ സഹായിച്ചു എന്നതാണു സത്യം. ഉപ്പുസത്യഗ്രഹം പോലെ ആൾക്കൂട്ടമുള്ള എല്ലാ ഷൂട്ടിങ്ങിന് മുമ്പും എന്റെ പത്തു മിനിറ്റ് പ്രസംഗമുണ്ടാവും. ആ സീനിന്റെ ചരിത്രപരമായ പ്രസക്തി, എവിടെ നടക്കുന്നു, ഓരോരുത്തരും എന്താണു ചെയ്യേണ്ടത് എന്നെല്ലാം അതിൽ വ്യക്തമാക്കിയിരിക്കും. കൂടെയുള്ള താരങ്ങളെ നോക്കിനിൽക്കാതെ, സിനിമയുടെ ആ സീനിൽ സ്വയം ഭാഗമാകാൻ ആത്മാർത്ഥമായി ശ്രമിക്കണമെന്ന് അഭ്യർത്ഥിക്കും. വികാരപരമായ ഊർജ്ജം കൊടുക്കലാണ്. അതുകഴിഞ്ഞ് അത്തരം ഓരോ സന്ദർഭത്തിലും എല്ലാവരും കഥാപാത്രമായി മാറിയതാണെനിക്കു കാണാനായത്.

വലിയ ചെലവുള്ള പടമായിരുന്നു 'വീരപുത്രൻ'. കോഴിക്കോട് മിഠായിത്തെരുവ് തമിഴ് നാട്ടിലെ പൊള്ളാച്ചിയിലാണ് സജ്ജീകരിച്ചത്. അതിനു മാത്രം 30 ലക്ഷത്തോളം രൂപ ചെലവുവന്നു. എത്രകണ്ട് ദുഷ്കരമായിരുന്നു കാര്യങ്ങളെന്നതിന് ഒരുദാഹരണം പറയാം. മുഹമ്മദ് അബ്ദുറഹിമാൻ സാഹിബ് മിഠായിത്തെരുവിലൂടെ നടന്നു വരുന്നതു ചിത്രീകരിക്കണം. അനായാസമെന്നു നമുക്കു തോന്നാം. പക്ഷേ, തെരുവിൽ ആളു വേണം. വണ്ടികൾ വേണം, കച്ചവടക്കാർ വേണം. സാധാരണ തെരുവല്ല. മിഠായിത്തെരുവാണത്. ഒരു ചെറിയ ഷോട്ടുപോലും ചെലവേറിയതാണ്.

പ്രസംഗം കൃത്യമായുപയോഗിച്ച സിനിമയാണിത്. ഒരുപാട് പ്രസംഗങ്ങളുണ്ട്. എന്നാലോ, ഏറ്റവും വലിയ പ്രസംഗത്തിന്റെ പോലും ദൈർഘ്യം 30 സെക്കൻഡാണ്. നമ്മുടെ നേതാക്കൾ ടെലിവിഷൻ ലൈവ് പ്രസംഗത്തിനു പോകുമ്പോൾ ശ്രദ്ധിക്കേണ്ട കാര്യം, ഏറ്റവും ചുരുങ്ങിയ സമയമേ സ്ക്രീനിൽ ആളുകളുടെ ശ്രദ്ധ ലഭിക്കൂ എന്നതാണ്. ആദ്യത്തെ പ്രസംഗത്തിന്റെ സ്ക്രിപ്റ്റ് കൊടുത്തപ്പോൾ എന്നെ സ്വകാര്യമായി ഒരു ഭാഗത്തേക്കു വിളിച്ചുകൊണ്ടുപോയി നരേൻ പറഞ്ഞു, "എനിക്കു പ്രസംഗം അറിയില്ല. ഞാനെങ്ങനെ ഇതു പ്രസംഗിക്കും?" ഒരു പേടിയും വേണ്ടെന്നു പറഞ്ഞ് ഞാനാ സ്ക്രിപ്റ്റ് അംഗവിക്ഷേപങ്ങളോടെ പ്രസംഗിച്ച് കാണിച്ചുകൊടുത്തു. പിന്നീടുള്ള എല്ലാ പ്രസംഗങ്ങളിലും നരേൻ കത്തിക്കയറിയത് ഞാൻ കാണിച്ചുകൊടുത്ത രീതി പിന്തുടർന്നായിരുന്നു.

നല്ല സാധ്യതയുള്ള നടനാണ് നരേൻ. ആ കഥാപാത്രത്തെ നരേൻ അഗാധമായി സ്നേഹിച്ചിരുന്നു, ഉൾക്കൊണ്ടിരുന്നു. ഇടയ്ക്ക് എന്നോട് വന്ന് ചോദിച്ചു, "ഇങ്ങനത്തെ മനുഷ്യനുണ്ടാകുമോ?" നരേൻ ആ കഥാപാത്രത്തെ വെടിപ്പായി പഠിച്ചിരുന്നു. അവസാന രംഗത്തിന്റെ ചിത്രീകരണം രാത്രി പൊള്ളാച്ചിയിൽ വെച്ചാണ്. മുഹമ്മദ് അബ്ദുറഹിമാൻ പെട്രോമാക്സിന്റെ വെളിച്ചത്തിൽ നടന്നു നീങ്ങുകയും, 'അള്ളാ' എന്നു പറഞ്ഞ് വീണു മരിക്കുകയും ചെയ്യുന്ന രംഗം. നരേനും ഉണ്ടക്കാക്കയായി വന്ന കലാഭവൻ മണിയുമെല്ലാം അതിഗംഭീരമായാണ് ആ രംഗം കൈകാര്യം ചെയ്തത്. പക്ഷേ, ഷൂട്ടിങ് കഴിഞ്ഞ് താമസസ്ഥലത്തെത്തിയപ്പോൾ നരേന്റെ സ്വഭാവമാകെ മാറിയെന്ന് അദ്ദേഹത്തിന്റെ മേക്കപ്പ് മാൻ പിറ്റേദിവസം പറഞ്ഞു. പൊട്ടിപ്പൊട്ടി വാവിട്ടു കരയുന്ന നരേനെയാണ് അവിടെ ഉണ്ടായിരുന്നവർ കണ്ടത്. അവരാകെ വിഷമിച്ചു പോയി. നരേൻ സത്യസന്ധമായി മുഹമ്മദ് അബ്ദുറഹിമാനെ സ്വന്തം ഹൃദയത്തിൽ പ്രതിഷ്ഠിച്ചിരുന്നു. ശരിയായ പകർന്നാട്ടം.

സിനിമ ഷെഡ്യൂൾ പ്രകാരം തന്നെ തീർന്നു. ഒരു കാര്യത്തിലും സിദ്ദീഖ് അഹമ്മദ് ഒരു കോട്ടവും വരുത്തിയില്ല. ചില കാര്യങ്ങളിൽ അവരുടെ അശ്രദ്ധ ചിലയിടത്തൊക്കെ ചെലവ് കൂടാനിടയാക്കിയിരിക്കാം. സിനിമയുടെ ആദ്യത്തെയും അവസാനത്തെയും സീനിൽ കോളേജ് വിദ്യാർത്ഥികളെ അധ്യാപകൻ പഠിപ്പിക്കുന്നതാണുള്ളത്. ഈ റോളിലേക്ക് മോഹൻലാലിനെയാണ് നിശ്ചയിച്ചിരുന്നത്. ലാലിന് പറഞ്ഞ ദിവസം എത്താൻ കഴിഞ്ഞില്ല. ചിത്രത്തിന്റെ റിലീസ് നിശ്ചയിച്ചു കഴിഞ്ഞിരുന്നു. അത്ര പ്രധാനപ്പെട്ട ഒരു റോളുമായിരുന്നില്ല അത്. അതുകൊണ്ടാണ് പെട്ടെന്ന് ശരത്കുമാറിനെ ഏൽപ്പിച്ചത്. മോഹൻലാലിനിത് വിഷമമുണ്ടാക്കിയെന്ന് പിന്നീട് ഞാനറിഞ്ഞു.

» 'വീരപുത്രൻ' -- നരേനും കലാഭവൻ മണിയും

സാഹിബിന്റെ വീട്ടിൽവെച്ചായിരുന്നു അവസാന ഷൂട്ടിങ്. അന്നും നരേൻ അസ്വസ്ഥനും ഖിന്നനുമായി കാണപ്പെട്ടു. ആ കഥാപാത്രം ഷൂട്ടിങ് വേളയിലും എവിടെയൊക്കെയോ അദ്ദേഹത്തെ വേദനിപ്പിച്ചിരുന്നതായി എനിക്കു തോന്നിയിട്ടുണ്ട്. ഈ സിനിമയിൽ നിശ്ചയിച്ചശേഷം യഥാർഥത്തിൽ ഒഴിവായിപ്പോയത് രണ്ടു താരങ്ങളാണ്. മോഹൻലാലും പൃഥ്വിരാജും. ഇരുവരെയും ഇതിന്റെ ഭാഗമാക്കാൻ ശ്രമിച്ച് ഞാൻ പരാജയപ്പെട്ടതാണ്. പലരും ശുപാർശ ചെയ്തിട്ടും മമ്മൂട്ടിയും ഒഴിവായിപ്പോയി. ഇത് സിനിമയുടെ പ്രദർശനത്തെ ദോഷകരമായി ബാധിച്ചുവെന്നെനിക്കു പിന്നീടാണ് മനസ്സിലായത്. സൂപ്പർസ്റ്റാർ ഫാനുകൾ സിനിമ കണ്ടഭാവം നടിച്ചില്ല. കൂടാതെ, അതിരുകടന്ന വിവാദങ്ങളും സ്ഥിതി വഷളാക്കി.

സിനിമയുടെ പ്രദർശനം തുടങ്ങിയ ഉടൻ തന്നെ മുസ്‌ലിം ലോകം 'കണ്ണോടു കണ്ണോരം...' എന്ന പാട്ടിനെച്ചൊല്ലി വിയോജിപ്പുമായി രംഗത്തുവന്നു. മുഹമ്മദ് അബ്ദുറഹിമാനെ വെച്ച് അത്തരം പ്രണയഗാനം ചിത്രീകരിച്ചത് ഉൾക്കൊള്ളാൻ പലർക്കും ബുദ്ധിമുട്ടുണ്ടായി. ഒ അബ്ദുള്ളയെപ്പോലുള്ള ആളുകളും എതിരായി രംഗത്തുവന്നു. 29 വയസ്സായപ്പോഴേക്ക് വിഭാര്യനാവുകയും പിന്നീടുള്ള കാലം അവിവാഹിതനായി തുടരുകയും ചെയ്ത അബ്ദുറഹിമാന് കുഞ്ഞുബീപാത്തുവുമായുള്ള ബന്ധം ഏറെ ആഴത്തിലും പരപ്പിലുമുള്ളതാണ്. അത് എങ്ങനെ ചിത്രീകരിക്കണമെന്നത് ഒരു ചലച്ചിത്രകാരനെന്ന നിലയിൽ എനിക്കൊരു വെല്ലുവിളിയായിരുന്നു. ഞാനതിനുപയോഗിച്ചത് ബിംപ്ലാസ് രാഗത്തിൽ രമേശ് നാരായണൻ സംഗീതം നൽകിയ റഫീഖ് അഹമ്മദിന്റെ

മനോഹരമായ പാട്ടായിരുന്നു. ഇ എം ഹാഷിമിനെപ്പോലുള്ള എഴുത്തുകാർ എന്നെ മുക്തകണ്ഠം പ്രശംസിച്ചത് ആ പാട്ടിന്റെ ചിത്രീകരണത്തെ ച്ചൊല്ലിയാണ്. ദിവസങ്ങളോളം നീണ്ടുനിന്ന വിവാദത്തിൽ പ്രമുഖരായ നിരവധി പേർ പത്രങ്ങളുടെ എഡിറ്റ് പേജുകളിൽ നേർക്കുനേർനിന്ന് വാഗ്വാദങ്ങളിലേർപ്പെട്ടു. ആര്യാടൻ മുഹമ്മദിനെപ്പോലുള്ള ആളുകൾ എനിക്ക് പിന്തുണ വേണമെന്നാവശ്യപ്പെട്ടു. പുരോഗമന കലാസാഹിത്യ സംഘം പോലുള്ള സംഘടനകളും പിന്തുണയുമായി രംഗത്തുവന്നു. ആ സിനിമ റോഡിലിട്ട് ചവിട്ടിക്കുട്ടുന്നത് കണ്ട് നിസ്സഹായനായി നിൽക്കേണ്ടി വന്നു.

ഞാൻ സ്വപ്നത്തിൽ പോലും വിചാരിക്കാത്തൊരു കാര്യവുമാരോപിച്ച് ഹമീദ് ചേന്നമംഗലൂർ രംഗത്തുവന്നു. അദ്ദേഹത്തിന്റെ കുടുംബത്തിന് അപകീർത്തിയുണ്ടാക്കാൻ വേണ്ടി, മുഹമ്മദ് അബ്ദുറഹിമാൻ കൊലചെയ്യപ്പെട്ടുവെന്ന രീതിയിൽ ചിത്രീകരിച്ചു എന്നുപറഞ്ഞ് എനിക്കെതിരെ ഹമീദ് അതിനിശിതമായ വിമർശനവുമുന്നയിച്ചു. ഞാനൊരു സ്ഥലത്തും മുഹമ്മദ് അബ്ദുറഹിമാൻ കൊലചെയ്യപ്പെട്ടുവെന്ന് സിനിമയിൽ പറയുന്നില്ല. അദ്ദേഹത്തെ കൊലചെയ്യാൻ പ്രത്യേക രൂപത്തിൽ നടക്കുന്ന ഒടയത്തിൽ എന്ന കഥാപാത്രംപോലും ആ വീട്ടിനകത്ത് കയറുന്നുമില്ല. അബ്ദുറഹിമാനെ വിഷംകൊടുത്തു കൊന്നതാണെന്ന വാദത്തെ പൂർണമായി നിരാകരിക്കുന്നവരാണ് എം റഷീദിനെപ്പോലുള്ളവർ. എം എൻ കാരശ്ശേരിയും അതെ. എന്നാൽ, എം ഗംഗാധരനെയും എൻ പി മുഹമ്മദിനെയും പോലുള്ളവർ മറിച്ചു ചിന്തിച്ചവരാണ്. അബ്ദുറഹിമാൻ കൊല്ലപ്പെട്ടതാണെന്ന് എറണാകുളത്തു വെച്ച് കണ്ടപ്പോൾ ആര്യാടൻ മുഹമ്മദിനോട് എൻ പി മുഹമ്മദ് വികാരഭരിതനായി പറഞ്ഞിരുന്നു. പാകിസ്ഥാൻ വാദികൾ മുഹമ്മദ് അബ്ദുറഹിമാനെ വധിക്കാൻ നീചമായ ശ്രമങ്ങൾ നടത്തിയതിനെപ്പറ്റിയും പൊതുയോഗങ്ങളിൽ കത്തിയേറ് നടത്തിയതിനെപ്പറ്റിയും എല്ലാം ചരിത്രകാരന്മാരും വിശദമായി പറഞ്ഞിട്ടുണ്ട്. അതെല്ലാം ഞാൻ ചിത്രീകരിച്ചിട്ടുമുണ്ട്. എന്നാൽ, മുഹമ്മദ് അബ്ദുറഹിമാൻ വധിക്കപ്പെട്ടതാണെന്ന നിഗമനത്തിൽ ഞാൻ ഒരിക്കലും എത്തിയിരുന്നില്ല. ഒടയത്തിൽ എന്നെ സംബന്ധിച്ചിടത്തോളം അസ്റായീൽ ആയിരുന്നു. എന്തായാലും കേരളംകണ്ട ഏറ്റവും വലിയൊരു സംവാദമാണ് 'വീരപുത്രൻ' എന്ന സിനിമയെപ്പറ്റി നടന്നത്.

ഇന്ത്യൻ ദേശീയ പ്രസ്ഥാനത്തെക്കുറിച്ചുള്ള മലയാളത്തിലെ ആദ്യത്തെ സിനിമയും അതായിരുന്നു എന്നാണെന്റെ പക്ഷം. കേരളത്തിലെ ചലച്ചിത്ര ബുദ്ധിജീവികൾ എനിക്കെതിരായിരുന്നു. 'പരദേശി' മുതൽ തന്നെ സമാന്തര സിനിമക്കാരും അത്തരം ചലച്ചിത്ര

» 'വീരപുത്രൻ' - ഒരു ദൃശ്യം

നിരൂപകരും എന്റെ സിനിമയുടെ വിമർശകരും പരിഹാസകരുമായി മാറിയിരുന്നു. അവരിൽ എന്റെ അടുത്ത സുഹൃത്തുക്കൾ പോലുമുണ്ടായിരുന്നു. ചില ടെലിവിഷൻ അവതാരകർ എന്നെ ചരിത്രമറിയാത്ത സംവിധായകൻ എന്നുവരെ അധിക്ഷേപിച്ചു. മുഹമ്മദ് അബ്ദുറഹിമാൻ സിനിമയിൽ ഫിൽറ്റർ സിഗരറ്റ് വലിക്കുന്നത് അവർ ഉദാഹരണമായി എടുത്തുകാട്ടി. അബ്ദുറഹിമാൻ ചെയിൻ സ്മോക്കറായിരുന്നു. അദ്ദേഹം വലിച്ചിരുന്നത് വൈസ്റോയ് സിഗരറ്റാണെന്ന് എം റഷീദാണ് എനിക്കു പറഞ്ഞുതന്നത്. ഞാൻ ആർട് ഡയറക്ടർ ബോബനോട് ഈ സിഗരറ്റിനെക്കുറിച്ച് പറയുകയും അദ്ദേഹം കമ്പ്യൂട്ടർ ഉപയോഗിച്ച് സിഗരറ്റ് കണ്ടെത്തുകയും ചെയ്തു. റോസ്റ്റഡ് ടുബാക്കോയിൽ നിർമ്മിച്ച ഫിൽറ്റർ സിഗരറ്റായിരുന്നു വൈസ്റോയ്. മാൾബറോയും വിൻസ്റ്റണും പോലുള്ള സിഗരറ്റ്. അതിന്റെ കൂടും സിഗരറ്റുമെല്ലാം ബോബൻ അതുപോലെ ഉണ്ടാക്കിയെടുത്തു. ഇത്രയും സൂക്ഷ്മതയോടെ ചെയ്ത കർമത്തെപ്പോലും പരിഹാസത്തോടും പുച്ഛത്തോടും കൂടി വിമർശകരും മാധ്യമപ്രവർത്തകരും കടന്നാക്രമിക്കുകയായിരുന്നു. ആര്യാടൻ മുഹമ്മദിന്റെ മകൻ ഷൗക്കത്ത് അടങ്ങിയ അവാർഡ് കമ്മിറ്റി ആ സിനിമയിൽ ഒരു മേന്മയും കണ്ടെത്തിയില്ല.

ചിലയാളുകൾ 'വീരപുത്രനി'ലെ സ്പീഡിനെ വിമർശിച്ചു. ഞാനും നരേനും കഥാനായകന്റെ സ്വഭാവ വിശേഷങ്ങളെക്കുറിച്ചു മനസ്സിലാക്കാനുള്ള ശ്രമത്തിന്റെ ഭാഗമായി എം റഷീദിനെ കണ്ടിരുന്നു. അദ്ദേഹമാണ് അബ്ദുറഹിമാൻ സാഹിബിന്റെ സ്പീഡിലുള്ള നടത്തത്തെക്കുറിച്ചും

ജീവിത രീതികളെക്കുറിച്ചും എല്ലാം സൂക്ഷ്മമായി ഞങ്ങൾക്കു പറഞ്ഞുതന്നത്. അതിന്റെയൊക്കെ അടിസ്ഥാനത്തിലാണ് ആ കഥാപാത്രത്തെ വളരെ വേഗത്തിൽ നടക്കുന്ന ആളാക്കിയത്. അതും ദോഷൈകദൃഷ്ടിയോടെയാണിവർ കണ്ടത്. പിന്നീട് രണ്ടോ മൂന്നോ വർഷത്തിനുശേഷം ഇതുപോലെ വളരെ ചടുലമായ ചലച്ചിത്രഭാഷാ രീതി ഉപയോഗിച്ച സിനിമയെപ്പറ്റി ജി പി രാമചന്ദ്രൻ എന്നോടു പറയുകയുണ്ടായി. സായിപ്പ ചെയ്യുമ്പോഴാണല്ലോ എല്ലാം ശ്രേഷ്ഠമാകുന്നത്. ഞാൻ പൂർണമായും പരാജയപ്പെട്ടെന്നും ഇനി ഞാൻ ഉയിർത്തെഴുന്നേൽക്കില്ലെന്നും എം ഗംഗാധരനോട് എന്റെ രണ്ട് സുഹൃത്തുക്കൾ പറഞ്ഞുവത്രെ. എം ഗംഗാധരൻ എന്റെ സിനിമകണ്ട് കരഞ്ഞ ആളായിരുന്നു.

നിരവധി ആളുകൾ അനുകൂലിച്ചും ആ സിനിമയെക്കുറിച്ച് എഴുതി. ഒരു ദിവസം രാവിലെ ടി ദാമോദരൻ മാഷ് വിളിച്ചു. “സിനിമ ഗംഭീരമായിട്ടുണ്ട്. എനിക്ക് ഒറ്റ സംശയമേ ഉള്ളൂ. എങ്ങനെയാണ് അബ്ദുറഹിമാൻ സാഹിബും ആലി മുസല്യാരും കോഴിക്കോട് സബ് ജയിലിൽ കണ്ടുമുട്ടുന്നത്? അദ്ദേഹത്തെ കോയമ്പത്തൂർ ജയിലിലേക്കല്ലേ കൊണ്ടുപോയത്?” ന്യായമായ ചോദ്യം. മോഴിക്കുന്നത്തിന്റെ ‘ഖിലാഫത്ത് സ്മരണ’കളിൽ അബ്ദുറഹിമാനെയും ആലി മുസല്യാരെയും അറസ്റ്റ് ചെയ്ത് ആദ്യം കൊണ്ടുപോയത് കോഴിക്കോട് സബ്ജയിലിലേക്കാണെന്ന് പറയുന്നുണ്ടെന്നും അവരവിടെ സംസാരിച്ചതിന് മോഴിക്കുന്നത്ത് സാക്ഷിയാണെന്നും ഞാൻ മാഷോട് പറഞ്ഞു. എന്നെ അഭിനന്ദനമറിയിച്ച് കുറച്ചുദിവസം കഴിഞ്ഞാണ് മാഷ് മരിക്കുന്നത്. ഞാൻ ദീദിയോടും

» 'വീരപുത്രനി'ൽ നരേൻ

» മുഹമ്മദ് അബ്ദുറഹിമാൻ അനുസ്മരണ സമിതി നൽകിയ സ്നേഹോപഹാരം

പ്രേംചന്ദിനോടും മാഷ് എന്നോടു സിനിമയെക്കുറിച്ചു പറഞ്ഞത് അനുസ്മരിക്കുകയുണ്ടായി. പിന്നീട് എന്നെ വിളിച്ച് അഭിനന്ദിച്ച മറ്റൊരാൾ സംവിധായകൻ ഹരിഹരനായിരുന്നു. ഗംഭീര സിനിമ എന്നാണദ്ദേഹം പറഞ്ഞത്. എന്റെ ചലച്ചിത്ര ജീവിതത്തിലെ വലിയ അനുഭവങ്ങളാണ് 'പരദേശി'യും 'വീരപുത്ര'നും. ഏതു വലിയ സിനിമ ചെയ്യാനും ഭയമില്ലാത്ത ഒരു മനസ്സ് രൂപപ്പെടുത്താൻ ഈ സിനിമകൾക്ക് സാധിച്ചു.

ചലച്ചിത്രരംഗത്ത് വളരെ വ്യത്യസ്തമായ നിലപാട് സ്വീകരിച്ച ഒരാളാണ് ഞാൻ. സമാന്തര സിനിമ ഉണ്ടാക്കിയ വിരസതയും മൗഢ്യവും അതേസമയം അതുളവാക്കിയ പുതിയ ഭാവുകത്വവും തിരിച്ചറിയുന്നവൻ തന്നെയാണ് ഞാൻ. സമാന്തര സിനിമയുടെ പകർപ്പെഴുത്തുകാരനായി

മാറാൻ എനിക്കു താൽപര്യവുമില്ല. അതുകൊണ്ടു തന്നെയാണ് 'ഗർഷോം' മുതൽ ഞാനെന്റെ വഴി മാറി സഞ്ചരിച്ചതും. മലയാള സിനിമ വൈവിധ്യംകൊണ്ടും പരീക്ഷണങ്ങൾകൊണ്ടും പുതിയ മുന്നേറ്റം നേടുന്ന കാലഘട്ടത്തിലാണ് നാമുള്ളത്. ഒട്ടേറെ പ്രതിഭകൾ എല്ലാ രംഗത്തും വന്നുകൊണ്ടിരിക്കുന്നു. മുഖ്യധാരയെന്നും സമാന്തരമെന്നും അറിയപ്പെടുന്ന രണ്ടിൽനിന്നും വ്യത്യസ്തമായ ചലച്ചിത്ര ഭാഷാരീതി കൊണ്ടുവരാൻ പുതിയ കൂട്ടർ ശ്രമിക്കുന്നു. അത് ശ്ലാഘനീയവുമാണ്. എന്റെ നിലപാടുകൾ ഉറക്കെ പറയുകയും മലയാളി സമൂഹത്തെ, സാംസ്കാരിക സമൂഹത്തെ വലയം ചെയ്തിരിക്കുന്ന കൊളോണിയൽ ആശയ സ്വാധീനത്തെ അതിശക്തമായി എതിർക്കുകയും ചെയ്യുകയെന്നതാണ് ഞാനവലംബിച്ചിട്ടുള്ള രീതി. അതു തിരിച്ചറിഞ്ഞതുകൊണ്ട് എനിക്ക് ശത്രുക്കളാണുണ്ടായത്.

നമ്മുടെ ഫിലിം സൊസൈറ്റി പ്രസ്ഥാനംതന്നെ ഒരു പൊളിച്ചെഴുത്തിനു തയ്യാറാകേണ്ടതുണ്ട് എന്ന അഭിപ്രായക്കാരനാണു ഞാൻ. മലയാളസിനിമയിൽ ഉണ്ടാകേണ്ട മാറ്റത്തിന് ചൂട്ടുപിടിക്കേണ്ടവരാണ് ഫിലിം സൊസൈറ്റികൾ. അല്ലാതെ പ്രഗൽഭ, പ്രശസ്ത, പാശ്ചാത്യ, വിദേശ ചലച്ചിത്രകാരന്മാരെ ഉത്തമ മാതൃകകളാക്കി മലയാളിയെ വഴിതെറ്റിക്കലല്ല അവരുടെ കടമയെന്ന് ഞാൻ വിശ്വസിക്കുന്നു. അവർ ചെയ്ത മഹത്തായ സേവനങ്ങളെ ഒട്ടും കുറച്ചു കാണുകയല്ല. ഒരു പുതിയ അവബോധം ഉണ്ടാക്കാൻ അവർ സഹിച്ച കഷ്ടപ്പാടുകൾക്ക് അവരോട് നന്ദി അറിയിക്കാനും അവരെ അഭിനന്ദിക്കാനും എനിക്ക് സന്തോഷമേയുള്ളു.

ഞാൻ നഷ്ടപ്പെടുത്തിയ ബ്രേക്കിംഗ് ന്യൂസ്

കൈരളി പുതിയ കെട്ടിടത്തിലേക്കു മാറി. പ്രതിരോധ മന്ത്രി എ കെ ആന്റണിയാണ് കൈരളി ടവറിന്റെ ഉദ്ഘാടനം നിർവഹിച്ചത്. ആന്റണി പ്രതിപക്ഷനേതാവായിരിക്കു മ്പോഴാണ് കൈരളി ടി വി ആരംഭിച്ചത്. അന്ന് ഏറെ എതിർപ്പുകൾ പ്രകടിപ്പിച്ച വ്യക്തിതന്നെ അതിന്റെ പുതിയ മുഖം പ്രകാശിപ്പിക്കുന്ന തിൽ സന്തോഷം തോന്നി. കൈരളി മറ്റു ചാനലുകൾപോലെതന്നെ ഒരു പ്രധാന ചാനലായി മാറിക്കഴിഞ്ഞിരുന്നു. ഞാൻ പ്രോഗ്രാം കമ്മി റ്റിയുടെയും ന്യൂസ് കമ്മിറ്റിയുടെയും ചെയർമാനായി തുടർന്നു. 2000 മുതൽ 2013 വരെയുള്ള കാലഘട്ടത്തിൽ എന്റെ ജീവിതത്തിന്റെ നല്ലൊരു ഭാഗം ചെലവഴിച്ചത് കൈരളിക്കു വേണ്ടിയായിരുന്നു.

ഞാൻ ഒരു വേതനവും കൈരളിയിൽനിന്നു പറ്റിയിട്ടില്ല. പൊതുവായ മാനദണ്ഡമനുസരിച്ച് നിശ്ചയിച്ചിരുന്ന ആയിരം രൂപയാണ് 'പ്രവാ സലോക'ത്തിന്റെ അവതാരകൻ എന്ന നിലക്ക് എനിക്കും തന്നി രുന്നത്. പി ഗോവിന്ദപ്പിള്ളയും സെബാസ്റ്റ്യൻ പോളും പ്രോഗ്രാം ചെയ്യുമ്പോൾ നൽകിയിരുന്നതും ഇതേ സംഖ്യതന്നെയാണ്. വളരെ ചെറിയ തുകയാണത്. ഇങ്ങനെ പ്രതിഫലം ഏകീകരിച്ചത് എന്റെ നിർദേശത്തെ തുടർന്നായിരുന്നു. 20 വർഷം പിന്നിട്ടപ്പോഴും അതിൽ ഒരു മാറ്റവും വന്നിരുന്നില്ല. ഇതിലൊന്നും ഒരു വിഷമവും എനിക്ക് തോന്നിയില്ല. ഈ സ്ഥാപനം എന്റെ കൂടി സൃഷ്ടിയാണെന്ന ബോധം എന്നും എന്നിലുണ്ടായിരുന്നു. അതുകൊണ്ടുതന്നെ മറ്റൊന്നിനെക്കുറിച്ചും ഞാൻ ആലോചിച്ചുമില്ല.

ബ്രിട്ടാസ് തന്നെ എം ഡി യായി തുടർന്നു. പ്രഭാവർമയും എൻ പി ചന്ദ്രശേഖരനും എം രാജീവും ഇ എം അഷ്റഫും എല്ലാമുള്ള ന്യൂസ് ടീം പരസ്പര ബഹുമാനത്തോടെ പ്രവർത്തിച്ചു. പ്രഭാവർമ ഞങ്ങളുടെ വിജ്ഞാനകോശമായിരുന്നു. ഈ സമയത്ത് ഒരിക്കൽ ബ്രിട്ടാസ് എന്നോട് പറഞ്ഞു, "ഞാൻ രാജി വെക്കുകയാണ്." പെട്ടെന്ന് എനിക്ക് കാര്യം മനസ്സിലായില്ല. കൈരളി വിടാനുള്ള തീരുമാനമാണെന്ന് വ്യക്തമായപ്പോൾ ഞാൻ പറഞ്ഞു, "നല്ലവണ്ണം ആലോചിച്ചിട്ട് മതി." അതു വലിയ പോസ്റ്റ് ആണെന്നും സ്റ്റാർ ഗ്രൂപ്പുമായി ബന്ധമുള്ള സ്ഥാപനമാണെന്നുമൊക്കെ പറഞ്ഞ് താൻ പോകാനുദ്ദേശിക്കുന്ന സ്ഥാപനത്തിന്റെ മാഹാത്മ്യം എന്നെ ബോധ്യപ്പെടുത്താൻ ബ്രിട്ടാസ് ശ്രമിച്ചു. എന്നാൽ സ്ഥാപനത്തിന്റെ പേരു പറഞ്ഞില്ല. എനിക്ക് വളരെ ഇഷ്ടമുള്ള ആളാണ് ബ്രിട്ടാസ്. അതുകൊണ്ടുതന്നെ കഴിയുന്നത്ര നിരുത്സാഹപ്പെടുത്താൻ നോക്കി. പക്ഷേ വേഗം എല്ലാവരുടെയും സമ്മതം വാങ്ങി, കൈരളി വിടുന്ന ദിവസവും ബ്രിട്ടാസ് പ്രഖ്യാപിച്ചു. അതിനെത്തുടർന്നുള്ള വിവാദങ്ങളെല്ലാം മാധ്യമങ്ങളിൽ വന്നതാണ്. ഞാൻ അതെക്കുറിച്ച് ഇവിടെ പ്രതിപാദിക്കുന്നില്ല. താൻ പോകുന്ന ഒഴിവിലേക്ക് എനിക്കു വരാൻ താല്പര്യമുണ്ടോ എന്ന് ബ്രിട്ടാസ് ചോദിച്ചു. അത് ബ്രിട്ടാസിന്റെ മാത്രം ചോദ്യമല്ല എന്ന് എനിക്കു മനസ്സിലായി. എനിക്കു തീരെ താല്പര്യമില്ലാത്ത ഒരു പോസ്റ്റായിരുന്നു അത്. പണ്ടേ പിണറായിയോട് ഞാൻ അതു പറയുകയും ചെയ്തിരുന്നു. ക്രിയേറ്റീവായ കാര്യത്തിൽ മാത്രമേ എനിക്കു താല്പര്യമുള്ളൂവെന്ന് അന്ന് വ്യക്തമാക്കിയ കാര്യം ഞാൻ നേരത്തേ സൂചിപ്പിച്ചിട്ടുണ്ട്. എക്സിക്യൂട്ടീവ് ഡയരക്ടറായി ടി ആർ അജയൻ ചാർജെടുത്തു. എ എ റഷീദും ടി ആർ അജയനും കൈരളിയുടെ മാർക്കറ്റിങ് രംഗത്ത് ഡയരക്ടർമാരെന്ന നിലയിൽ സ്തുത്യർഹമായ സേവനം നൽകിയവരാണ്.

പിന്നീടാണെനിക്ക് മനസ്സിലായത് ബ്രിട്ടാസ് പോകുന്നത് ഏഷ്യാനെറ്റിലേക്കാണെന്ന്. ഏഷ്യാനെറ്റിൽ ബ്രിട്ടാസിന് കിട്ടാൻ പോകുന്നത് ഒരു കാരണവശാലും കൈരളിയിൽ കിട്ടിയിരുന്നതിന് തുല്യമായ സ്ഥാനമായിരിക്കില്ലെന്ന് എനിക്ക് തോന്നിയിരുന്നു. ഉയർന്ന ശമ്പളം ഉണ്ടാകുമെന്ന കാര്യം ഉറപ്പ്. കൈരളി ഒരു സ്വതന്ത്ര സ്ഥാപനം പോലെ തന്നെയാണ് പ്രവർത്തിച്ചത്. എന്തുകൊണ്ടാണ് ബ്രിട്ടാസ് അങ്ങനെയൊരു നിലപാടെടുത്ത് കൈരളി വിട്ടു പോയതെന്ന് എനിക്കിന്നും മനസ്സിലായിട്ടില്ല. കൈരളിയിൽ ആദ്യം ഉണ്ടായിരുന്ന പ്രഗത്ഭൻമാരുടെ നിര ഏതാണ്ടെല്ലാം അപ്രത്യക്ഷമായിരുന്നു. ധാരാളം ചാനലുകൾ വേറെ വന്നു. അവിടങ്ങളിൽ ഉയർന്ന വേതനം വാഗ്ദാനം ചെയ്യപ്പെട്ടു. സ്വാഭാവികമായും പലരും അത്തരം ചാനലുകളിലേക്ക് പോയി.

വേഗം മടുപ്പ തോന്നുന്ന ജോലിയാണ് ടെലിവിഷൻ മാധ്യമത്തിലേത്. സിനിമയെടുക്കുന്നവർക്കൊന്നും ഒരു കാലത്തും മടുപ്പുളവാകുകയില്ല. മിനിസ്ക്രീനിലെ കാര്യം അതല്ല. അതുകൊണ്ടുതന്നെ ഈ മാധ്യമത്തിൽ ഇടയ്ക്കിടെ കൂടുവിട്ട് കൂടുമാറുന്നവരുടെ എണ്ണം കൂടുതലാണ്.

എനിക്കും കൈരളി വിടണം എന്ന മോഹം പലപ്പോഴും ഉണ്ടായിരുന്നു. കൈരളിയോടുള്ള ആത്മബന്ധവും പാർടിയോട് പറയാനുള്ള സങ്കോചവും പിന്തിരിപ്പിക്കുകയായിരുന്നു. ബേബി ജോണിനോട് പലപ്പോഴും ഞാൻ മനസ്സ് തുറന്നിട്ടുണ്ട്. എന്നെ നല്ലവണ്ണം അറിയുന്ന ആളാണ്. വിരിച്ചിടത്തു കിടക്കാത്ത എന്റെ സ്വഭാവത്തെപ്പറ്റി അദ്ദേഹത്തിന് നല്ല ബോധ്യമുണ്ടായിരുന്നു. “നമുക്ക് ആലോചിക്കാ, പി ടി യേ...” എന്ന് ഒഴുക്കൻ മട്ടിൽ പറഞ്ഞ് ഒഴിയുകയാണ് മാഷ് ചെയ്തിരുന്നത്.

കൈരളി അതിന്റെ പ്രയാണം തുടർന്നു. ടി ആർ അജയൻ മോശമല്ലാത്ത രീതിയിൽ സ്ഥാപനം കൊണ്ടു നടന്നു. ബ്രിട്ടാസ് പോയിട്ട് കുറച്ച കാലമായി. ഏഷ്യാനെറ്റുമായി ബ്രിട്ടാസ് ലയിച്ച ചേർന്നതായി എനിക്ക് തോന്നിയിട്ടില്ല. അവിടെ അദ്ദേഹം ഉദ്യോഗസ്ഥനായിരുന്നു. കൈരളിയിൽ മുതലാളിയും. ബ്രിട്ടാസിനെ തിരിച്ചു കൊണ്ടുവരുന്നതിനെക്കുറിച്ച് ഒരു ദിവസം പിണറായി എന്നോട് സംസാരിച്ചു. ബ്രിട്ടാസിനെ കാണണമെന്ന് പറഞ്ഞു. ഞാൻ ബ്രിട്ടാസിനെ കണ്ടു. മസ്കറ്റ് ഹോട്ടലിൽ വെച്ചാണ് കണ്ടത്. “ആലോചിക്കാം” എന്ന് ബ്രിട്ടാസ് പറഞ്ഞു. പാർടിയിലെ മറ്റുചിലർ വഴിയും ബ്രിട്ടാസിനുമുന്നിൽ ഈ ആവശ്യം എത്തിയിരുന്നതുപോലെയാണ് എനിക്കു തോന്നിയത്. പക്ഷേ കൈരളിയെ പ്രതിനിധീകരിച്ച് ഞാനാണ് പറഞ്ഞതെന്ന് തോന്നുന്നു. തീർച്ചയായും മമ്മൂട്ടിയുമായി പിണറായി സംസാരിച്ചിരിക്കണം. അങ്ങനെ ബ്രിട്ടാസ് തിരിച്ചുവന്നു. അതിനെക്കുറിച്ച് പല അഭിപ്രായങ്ങളും ഉണ്ടായിരുന്നു. ഏതായാലും ബ്രിട്ടാസ് തന്റെ വീട്ടിലേക്ക് മടങ്ങി വന്നു; കർമനിരതനായി.

എന്നിലെ മൗഢ്യം വീണ്ടും തലപൊക്കാൻ തുടങ്ങി. ഇതൊരു നല്ല അവസരമായി കണ്ട് പിണറായിയെ സമീപിച്ച് കൈരളിയുടെ ഡയറക്ടർ ബോർഡിൽ നിന്ന് ഒഴിവാകാനാഗ്രഹിക്കുന്നതായി പറഞ്ഞു. പിണറായി എന്റെ അപേക്ഷ വേണ്ടത്ര ഗൗരവത്തിലല്ല എടുത്തതെന്നാണ് എനിക്ക് തോന്നിയത്. എന്നാൽ, എന്നെ സംബന്ധിച്ചിടത്തോളം അതൊരു ഗൗരവമായ തീരുമാനമായിരുന്നു. ഡയറക്ടർ ബോർഡ് യോഗങ്ങളിൽ ഞാൻ പങ്കെടുക്കാതായി. ബ്രിട്ടാസിന് എന്റെ തീരുമാനം തീരെ ഇഷ്ടമായില്ല. പുനഃപരിശോധിക്കാൻ പല സുഹൃത്തുക്കൾ വഴിയും ബോർഡ് അംഗങ്ങൾ വഴിയും പ്രേരിപ്പിച്ചുകൊണ്ടിരുന്നു. കൈരളി വിടുന്നതിന് ഒരു കാരണവും എനിക്ക് പറയാനുണ്ടായിരുന്നില്ല. ഒരു പ്രസ്ഥാനത്തിൽ

നിന്ന് പോരാൻ ഒരാൾക്ക് (ആർക്കും) എപ്പോഴും ഓരോ കാരണമുണ്ടാകാം. എന്നാൽ ഞാനിപ്പോൾ പോരുന്നത് പ്രത്യേകിച്ച് ഒരു കാരണവും കൊണ്ടല്ല. ഒരു പ്രത്യേക കാലം കഴിയുമ്പോൾ എവിടെ നിന്നായാലും സ്വയം ഒഴിവാകുന്നത് എന്റെ ഒരു സ്ഥിരം രീതിയാണ്. ജോലികളും ബിസിനസ്സും പ്രവാസവും എല്ലാം ഞാൻ അങ്ങനെ വിട്ടു പോന്നതാണ്. ബുദ്ധന്റെ തിരസ്കരണം (Renunciation) ഇന്ത്യൻ മനസ്സുകളെ ഏറ്റവുമധികം സ്വാധീനിച്ച ഒരു കാര്യമാണ്. പൊതുപ്രവർത്തനങ്ങളിലും എല്ലാ മനുഷ്യവ്യവഹാരങ്ങളിലും അതിന്റെ സ്വാധീനം നിഴലിച്ചു കാണാം. ഇന്ത്യയിലെ പൊതുപ്രവർത്തനത്തിലെ മാനദണ്ഡങ്ങളായി ഭിക്ഷാടനവും തിരസ്കാരവും ഉയർന്നുനിൽക്കുന്നുണ്ട്. ഭിക്ഷാടനത്തെയാണ് സംഭാവന (പിരിവ്) എന്ന് പുതിയ പേരിട്ട് രാഷ്ട്രീയപാർടികൾ വിളിക്കുന്നത്. ഇന്ത്യൻ രാഷ്ട്രീയത്തിൽ ബുദ്ധന്റെ ആശയങ്ങൾ തന്നെയാണ് ഗാന്ധിയെയും കമ്യൂണിസ്റ്റുകാരെയും എല്ലാം സ്വാധീനിച്ചത്. വ്യക്തിശുദ്ധി, തിരസ്കാരം, ഭിക്ഷാടനം എല്ലാം ബുദ്ധനിൽ നിന്നുതന്നെയാണ് നമുക്ക് ലഭിക്കുന്നത്. അത് രാഷ്ട്രീയ പ്രവർത്തനവുമായി യോജിച്ചു പോകുന്നു. പ്രവാചകനും തിരസ്കാരം ശീലമാക്കിയ ആളായിരുന്നു. മരിക്കാൻ കിടക്കുന്ന സമയത്ത് തന്റെ കൈയിൽ ആകെയുണ്ടായിരുന്ന ഏതാനും നാണയത്തുട്ടുകൾ അദ്ദേഹം തന്റെ പത്നിയെ ഏൽപ്പിച്ച് അത് ആർക്കെങ്കിലും കൊടുക്കണമെന്നും, അതും കൈയിൽവെച്ച് മരിച്ചാൽ താൻ അത്രയ്ക്ക് മോശപ്പെട്ട ആളാകുമെന്നും പറഞ്ഞുവെന്നു കേട്ടിട്ടുണ്ട്. ഒരു സമ്പത്തും അദ്ദേഹത്തിനുണ്ടായിരുന്നില്ല. മനുഷ്യവംശത്തെ നയിക്കുന്നത് തന്നെ ഇത്തരം പരിത്യാഗങ്ങളാണെന്ന് ചിന്തിച്ചാൽ നമുക്ക് ബോധ്യമാകും.

മൂന്ന് ബോർഡ് യോഗങ്ങളിൽ തുടർച്ചയായി പങ്കെടുക്കാതിരുന്നപ്പോൾ പിണറായിയുടെ നേതൃത്വത്തിൽ ചേർന്ന അവലോകന യോഗത്തിൽ പ്രശ്നം ചർച്ചക്ക് വന്നു. അതിനു രണ്ടു ദിവസം മുമ്പുതന്നെ, എന്നെ ഒഴിയാനനുവദിക്കണമെന്ന അപേക്ഷ വാട്സ്ആപ്പിൽ വീണ്ടും പിണറായിക്ക് ഞാനയച്ചിരുന്നു. എന്തെങ്കിലും കാരണമുണ്ടോ എന്നു തിരക്കാൻ എ വിജയരാഘവനെയാണ് ചുമതലപ്പെടുത്തിയിരുന്നത്. വിജയരാഘവൻ പ്രവാസി സംഘം നേതാവായ സി കെ കൃഷ്ണദാസിനെയും കൂട്ടി എന്റെ വീട്ടിൽ വന്നു. ഞാൻ എന്റെ നിലപാട് സത്യസന്ധമായി വിജയരാഘവനെ ബോധ്യപ്പെടുത്തി. എന്റെ നിലപാടിനെ വിജയരാഘവൻ ശ്ലാഘിക്കുകയും ചെയ്തു. ഞാൻ കൈരളിയിൽ നിന്നു വിരമിക്കുന്നതിനുള്ള കത്ത് സമർപ്പിച്ചു. വളരെ മാന്യമായാണ് കൈരളി ആ വാർത്ത കൈകാര്യം ചെയ്തത്. വിവരം പുറത്തുവിട്ടില്ല. അതുപോലെ തന്നെ ഞാനും ആരോടും പറഞ്ഞില്ല. പാർടിയിലെ പ്രമുഖർപോലും

» എ വിജയരാഘവനും പി ടി യും

എന്റെ വിരമിക്കൽ അറിഞ്ഞില്ല എന്നത് വർഷങ്ങൾക്കുശേഷമാണ് ഞാൻ മനസ്സിലാക്കിയത്. ഇതിനിടക്കും 'പ്രവാസലോക'ത്തിൽ ഞാൻ മുടങ്ങാതെ പ്രത്യക്ഷപ്പെടുന്നുണ്ടായിരുന്നു. പല മാധ്യമസുഹൃത്തുക്കളും പിന്നീട് എന്നോട് പറഞ്ഞു, "പി ടി ഒരു ബ്രേക്കിംഗ് ന്യൂസാണ് ഞങ്ങൾക്ക് നഷ്ടപ്പെടുത്തിയത്." ഇന്നും കൈരളി എനിക്കു പ്രിയപ്പെട്ട സ്ഥാപനം തന്നെ.

നിയമസഭാംഗമായതോടെ ഞാൻ പല ബോർഡുകളിലും സമിതികളിലും പ്രവർത്തിക്കുകയുണ്ടായി. നിയമസഭയിലെ പ്രൈവറ്റ് മെംബേഴ്സ് ബിൽ കമ്മിറ്റി ചെയർമാനായി അഞ്ചു വർഷം പ്രവർത്തിച്ചു. ഈ കമ്മിറ്റി ഒട്ടേറെ പ്രധാന വിഷയങ്ങളിൽ അന്വേഷണം നടത്തുകയും റിപ്പോർട്ട് സമർപ്പിക്കുകയും ചെയ്തു. തോട്ടം തൊഴിലാളികളുടെ താമസ സൗകര്യം, നിക്ഷേപവും വായ്പയും തമ്മിലുള്ള (ക്രെഡിറ്റ് റേഷ്യോ) വിടവ്, പെൻഷൻകാരുടെ പ്രശ്നങ്ങൾ എന്നീ വിഷയങ്ങളിലെല്ലാം വളരെ വിശദമായ റിപ്പോർട്ട് ഞങ്ങൾ സഭയ്ക്ക് സമർപ്പിച്ചു. കെ എസ് എഫ് ഡി സി ഡയറക്ടർ ബോർഡ് അംഗം, കേരള ചലച്ചിത്ര അക്കാദമിയുടെ പ്രഥമ എക്സിക്യൂട്ടീവ് കമ്മിറ്റി അംഗം, വഖഫ് ബോർഡ് മെമ്പർ, സാംസ്കാരിക ക്ഷേമനിധി ബോർഡിന്റെ ആദ്യ ചെയർമാൻ, 1996 ലെ നായനാർ സർക്കാർ പ്രവാസികൾക്കായി അതാദ്യമായി രൂപീകരിച്ച ക്ഷേമകാര്യ ഏജൻസി 'നോർക്ക'യിലെ അംഗം എന്നീ നിലകളിലെല്ലാം ഞാൻ പ്രവർത്തിച്ചു. പി ഗോവിന്ദപ്പിള്ള ചെയർമാനായിരിക്കുമ്പോഴാണ് കെ എസ് എഫ് ഡി സി ഡയറക്ടർ ബോർഡിലുണ്ടായിരുന്നത്. 1996-ൽ

കോഴിക്കോട്ടാണ് കേരളത്തിന്റെ അന്താരാഷ്ട്ര ചലച്ചിത്രോത്സവം (ഐ എഫ് എഫ് കെ) ആരംഭിച്ചതെങ്കിലും കെഎസ്എഫ്ഡിസി 1998 ൽ നടത്തിയതായിരുന്നു ആദ്യത്തെ ലക്ഷണമൊത്ത ഐ എഫ് എഫ് കെ. വി എസ് അച്യുതാനന്ദൻ സർക്കാർ അധികാരത്തിൽവന്ന കാലഘട്ടത്തിൽ അക്കാദമികളുടെയും ബോർഡുകളുടെയും പുനഃസംഘടനയുടെ ഭാഗമായി ചലച്ചിത്ര അക്കാദമിയുടെയും കെഎസ്എഫ്ഡിസിയുടെയും പുനഃസംഘാടനം നടക്കുകയായിരുന്നു. ഞാൻ പിണറായിയെ കണ്ട് ചലച്ചിത്ര അക്കാദമിയുടെ ചെയർമാനായി കെ ആർ മോഹനനെ നിയമിക്കണമെന്ന് അഭ്യർഥിച്ചു. അതിനുള്ള കാരണങ്ങളും വിശദീകരിച്ചു. പിണറായി മറുപടി ഒന്നും പറഞ്ഞില്ലെങ്കിലും ചെയർമാനായി പ്രഖ്യാപിക്കപ്പെട്ടത് കെ ആർ മോഹനന്റെ പേരായിരുന്നു. സാംസ്കാരിക മന്ത്രി എം എ ബേബി കെഎസ്എഫ്ഡിസി ചെയർമാൻ സ്ഥാനം ഏറ്റെടുക്കണമെന്ന് എന്നോടാവശ്യപ്പെട്ടപ്പോൾ എനിക്ക് താല്പര്യമില്ലെന്ന് അറിയിക്കുകയും ആ സ്ഥാനം കെ ജി ജോർജിന് കൊടുക്കുന്നതാണ് ഉത്തമമെന്ന് പറയുകയും ചെയ്തു. ജോർജ് എന്തുകൊണ്ടും ആ സ്ഥാനത്തിന് യോഗ്യനായിരുന്നു.

കെഎസ്എഫ്ഡിസി അധ്യക്ഷസ്ഥാനം ഏറ്റെടുക്കാൻ ഞാൻ വിസമ്മതിച്ച വിവരമറിഞ്ഞ് എ വിജയരാഘവൻ എന്നെ വിളിച്ച് പരുഷമായി സംസാരിച്ചു. പാർടി ഏൽപ്പിക്കുന്ന കാര്യങ്ങൾ ചെയ്യേണ്ടത് നമ്മുടെ ചുമതലയല്ലേ എന്ന് ചോദിക്കുകയും ചെയ്തു. പിണറായി എന്നോട് ഒന്നും പറഞ്ഞില്ലെങ്കിലും ബ്രിട്ടാസിനോട് നല്ല നീരസം അറിയിച്ചു. എനിക്ക് അക്കമഡേഷൻ പൊളിറ്റിക്സിൽ താല്പര്യം കുറവാണ്. ഒരു സാധാരണ ജീവിതത്തിൽ എനിക്ക് കിട്ടാവുന്ന പദവികളും പുരസ്കാരങ്ങളും എല്ലാം ലഭിച്ചു എന്ന് വിശ്വസിക്കുന്ന ആളാണ് ഞാൻ. പദവി, സ്ഥാനം ഇങ്ങനെ ഒരു കാര്യത്തിനുവേണ്ടിയും പാർടിയിൽ ഒരാളുടെ അടുക്കലും ഒരു ശുപാർശയുമായി ഞാൻ പോയിട്ടില്ല. മറ്റുള്ളവർക്ക് വേണ്ടി ധാരാളം പോയിട്ടുമുണ്ട്. കെ ജി ജോർജ് കെഎസ്എഫ്ഡിസി ചെയർമാനായി. എനിക്കു സന്തോഷമായി. ഒരു പരിഗണനയും കിട്ടാതെ പോയ ഒരാളാണ് കെ പി കുമാരൻ. എന്തുകൊണ്ടാണ് കുമാരൻ ഇങ്ങനെ അവഗണിക്കപ്പെട്ടതെന്ന് ഞാൻ ആലോചിക്കാറുണ്ട്.

വി എസ് സർക്കാരിന്റെ അവസാന കാലത്താണ് സാംസ്കാരിക ക്ഷേമനിധിക്ക് രൂപം നൽകിയത്. പിണറായിതന്നെ നേരിട്ട് വിളിച്ച് ക്ഷേമനിധി ബോർഡ് ചെയർമാൻ സ്ഥാനം ഏറ്റെടുക്കണമെന്ന് ആവശ്യപ്പെട്ടു. “ഞാൻ ഒരു കാര്യം അങ്ങോട്ട് പറയും, അത് സ്വീകരിക്കുക” എന്നുപറഞ്ഞാണതവതരിപ്പിച്ചത്. പുതിയ സ്ഥാപനമാണ്. ഞാൻ ഒന്നും പറയാൻ പോയില്ല. സ്വീകരിക്കാമെന്നേറ്റു. നാലുമാസമല്ലേ

ഉള്ളൂ. അത് ഏറ്റെടുക്കുമ്പോഴേക്കും മന്ത്രിസഭ മാറി. ഞാൻ രാജിവെച്ച് പോന്നു.

പിണറായി സർക്കാർ വന്നപ്പോൾ പല അക്കാദമികളും ബോർഡുകളും പുനഃസംഘടിപ്പിച്ചു. പലരും, വിശേഷിച്ച് വി കെ ജോസഫ്, ജി പി രാമചന്ദ്രൻ, കെ ആർ മോഹനൻ എന്നിവരൊക്കെ ചലച്ചിത്ര അക്കാദമിയുടെ ചെയർമാൻ സ്ഥാനം തന്നാൽ നിരസിക്കരുതെന്ന പറഞ്ഞു. ഞാൻ അതൊന്നും ഗൗരവമായി എടുത്തില്ല. അതൊന്നും എന്റെ മോഹവും അല്ലായിരുന്നു. 'വിശ്വാസപൂർവ്വം മൻസൂർ' എന്ന സിനിമയുടെ ഷൂട്ടിങ് നടന്നുകൊണ്ടിരിക്കുമ്പോൾ കോടിയേരി ബാലകൃഷ്ണന്റെ ഫോൺ വന്നു. പ്രവാസി വെൽഫെയർ ബോർഡ് ചെയർമാൻ സ്ഥാനം ഏറ്റെടുക്കണമെന്ന് കോടിയേരി ആവശ്യപ്പെട്ടു. അപ്പോൾ തന്നെ അത് പറ്റില്ലെന്നും ഞാൻ പറഞ്ഞു. ഷൂട്ടിങ്ങിലാണെന്നു പറഞ്ഞപ്പോൾ അധികമൊന്നും സംസാരിക്കാതെ കോടിയേരി ഫോൺ വെച്ചു. ഷൂട്ടിങ് കഴിഞ്ഞ് വീണ്ടും കോടിയേരിയുടെ ഫോൺ വന്നു. എ കെ ജി സെന്ററിലേക്ക് ചെല്ലാൻ പറഞ്ഞു. പറഞ്ഞ ദിവസം തന്നെ ഞാൻ ഹാജരായി. എന്റെ താല്പര്യക്കുറവ് വീണ്ടും പറഞ്ഞു. "പി ടി ക്ക് താല്പര്യം ഇല്ല എന്നുള്ള കാര്യവും ഞാൻ സെക്രട്ടറിയറ്റിൽ വെച്ചു. എന്നാൽ അവർ പറഞ്ഞു, എന്റെ ചുമതലയാണ് പി ടി യെ ബോധ്യപ്പെടുത്തി സ്ഥാനം ഏറ്റെടുപ്പിക്കുക എന്ന്. ഞാനും നിങ്ങളും തമ്മിലുള്ള സൗഹൃദത്തിന്റെ അധികാരമുപയോഗിച്ച് ഞാൻ നിങ്ങളുടെ പേര് ഗവൺമെന്റിലേക്ക് അയച്ചിട്ടുണ്ട്. ഇനി പി ടി ക്ക് ഇഷ്ടമുള്ളത് ചെയ്യാം." ഇത്തരം സന്ദർഭങ്ങളിൽ നമ്മളോട് കാണിക്കുന്ന സ്നേഹവും വിശ്വാസവും അതൊരു പ്രസ്ഥാനത്തിന്റേതാണെന്നത് ഞാൻ തിരിച്ചറിയാറുണ്ട്.

അങ്ങനെ ഞാൻ കേരള പ്രവാസി വെൽഫെയർ ബോർഡ് ചെയർമാൻ സ്ഥാനം ഏറ്റെടുത്തു. 2017 ഏപ്രിൽ 10 നായിരുന്നു സ്ഥാനമേൽക്കൽ. കെ ആർ മോഹനൻ, ലെനിൻ രാജേന്ദ്രൻ, ഹരികുമാർ, വി കെ ജോസഫ്, ജോൺ ബ്രിട്ടാസ്, ഗൗരിദാസൻ നായർ, എൻ പി ചന്ദ്രശേഖരൻ അങ്ങനെ ഒരുപാട് സുഹൃത്തുക്കൾ സന്നിഹിതരായിരുന്നു. ടി കെ ഹംസയും പി എം എ സലാമുമാണ് 2009-ൽ വിഎസ് അച്യുതാനന്ദൻ സർക്കാർ രൂപംനൽകിയ പ്രവാസി ക്ഷേമ ബോർഡിന്റെ മുൻചെയർമാൻമാർ. ഒരാൾ മുൻമന്ത്രിയും ഒരാൾ മുൻ എംഎൽഎയും.

വളരെ ചെറിയൊരു സ്ഥാപനം. കോഴിക്കോട്ടും മലപ്പുറത്തും ഓഫീസുണ്ടായിരുന്നു. 1,16,000 അംഗങ്ങളുള്ള നിർജീവമായ ക്ഷേമ ബോർഡ് എന്നാണ് എനിക്ക് തോന്നിയത്. ആദ്യം തന്നെ ഓഫീസ് പരിഷ്കരിക്കാൻ തീരുമാനിച്ചു. ഒറ്റ ബാങ്ക് മുഖേനയായിരുന്നു ബോർഡിന്റെ സാമ്പത്തിക ഇടപാടുകൾ. 25000 രൂപ ബാങ്കിന്റെ ഏതെങ്കിലും

ശാഖയിൽ ഒരുമിച്ചു വന്നാലും അന്ന് പിന്നീടുള്ള ഇടപാടുകൾ ഒന്നും സ്വീകരിക്കുകയില്ല. ഞാൻ ഫിനാൻസ് മാനേജരെ വിളിച്ച് കാര്യങ്ങൾ അന്വേഷിച്ചു. അദ്ദേഹം പറഞ്ഞു, ഇത്രയും സംവിധാനങ്ങളേ നമുക്കുള്ളൂ. ഇതിലപ്പുറം ഒന്നും പോകാൻ കഴിയില്ല! കേരളത്തിൽ പ്രവർത്തിക്കുന്ന എല്ലാ ബാങ്കുകൾക്കും എന്റെ പേരിൽ കത്തയക്കാൻ ഞാൻ പറഞ്ഞു. അവരുടെ ഒരു മീറ്റിംഗ് വിളിച്ചു. എല്ലാ ബാങ്കുകാരും വന്നു. പല ബാങ്കുകളും ഞങ്ങളുമായി സഹകരിക്കാൻ തയ്യാറായി. ലോകത്ത് എവിടെയിരുന്നും പ്രവാസികൾക്ക് ക്ഷേമനിധിയിൽ അംഗത്വമെടുക്കാവുന്ന രീതിയിലേക്ക് വെൽഫെയർ ബോർഡിന്റെ സാങ്കേതിക സംവിധാനം വികസിപ്പിച്ചു. ധനവകുപ്പിൽ ഉന്നത സ്ഥാനം വഹിച്ച എം രാധാകൃഷ്ണനെ ബോർഡിന്റെ സിഇഒ ആയി കൊണ്ടുവന്നു. മുഖ്യമന്ത്രിയുടെ ധീരമായ തീരുമാനത്തിന്റെ കൂടി ഫലമായിരുന്നു അത്. പെൻഷൻ ആദ്യം 500ൽ നിന്ന് 2000 രൂപയായി വർധിപ്പിച്ചു. 2021-ലെ ബജറ്റിൽ അത് 2000-ൽ നിന്ന് 3000 - 3500 രൂപയാക്കി. ക്ഷേമനിധി അംഗങ്ങൾ അഞ്ചര ലക്ഷത്തോളമായി.

ഇതുകൂടാതെ പ്രവാസികളിൽനിന്ന് നിക്ഷേപം സ്വീകരിച്ച് 10 ശതമാനം ഡിവിഡൻഡ് കൊടുക്കുന്ന പദ്ധതി കൂടി നടപ്പാക്കി. ജീവിതം സുരക്ഷിതമാക്കാൻ തങ്ങളുടെ പണം എവിടെ നിക്ഷേപിക്കണമെന്നറിയാത്ത പ്രവാസി മലയാളികൾക്ക് ഒരു താങ്ങായി മാറിയിരിക്കുന്ന കിഫ്ബിയുടെ സഹകരണത്തോടുകൂടി നടപ്പിലാക്കിയ ഈ പദ്ധതി. കിഫ്ബിയുടെ സിഇഒ കെ എം എബ്രഹാമിന്റെ പിന്തുണ കാര്യമായുണ്ടായി. എന്നാൽ, ചില ഉദ്യോഗസ്ഥർ ഈ പദ്ധതിക്കെതിരായിരുന്നു. ഈ ഫയൽ 200- ൽ ഏറെ തവണ സെക്രട്ടറിയറ്റിൽ രണ്ടരക്കൊല്ലം അങ്ങോട്ടുമിങ്ങോട്ടും സഞ്ചരിച്ചു. കൊളോണിയൽ ബ്യൂറോക്രസിയുടെ ആധുനിക താണ്ഡവഭൂമിയായി മാറിയ സ്ഥലമായാണ് സെക്രട്ടറിയറ്റ് എനിക്കു തോന്നിയിട്ടുള്ളത്. ഭൂരിപക്ഷം ഉദ്യോഗസ്ഥരും കൈനനയാതെ മീൻ പിടിക്കാൻ ഇഷ്ടപ്പെടുന്നവരാണ്. ഉത്തരവാദിത്വമോ പ്രതിബദ്ധതയോ തൊട്ടുതീണ്ടിയിട്ടില്ല. ഐ എ എസ് ഉദ്യോഗസ്ഥരിൽ ബഹുഭൂരിപക്ഷം പേർക്കും കേരളീയരോട് ഒരു തരത്തിലുള്ള വൈകാരിക ബന്ധവും ഇല്ലെന്നതാണ് പരമമായ സത്യം. തമിഴ്നാട്ടിലോ ഗുജറാത്തിലോ മറ്റേതെങ്കിലും സംസ്ഥാനത്തോ ഇങ്ങനെ നാട്ടുകാരോട് പ്രതിബദ്ധത കാണിക്കാത്ത ഐ എ എസുകാർ വളരെ കുറവായിരിക്കും. പലർക്കും തങ്ങൾ കൈയാളുന്ന വകുപ്പുകളുടെ യാഥാർത്ഥ്യത്തെക്കുറിച്ച് സാരമായൊന്നും അറിവില്ല. ഒരു തമാശപോലെയാണവർക്ക് ഫയലിന്റെ ചലനക്രമം. ഉന്നയിക്കപ്പെടുന്ന വിഷയത്തെക്കുറിച്ച് ശരിയായ ധാരണ ഇവർക്കുണ്ടായിരിക്കില്ല. നിരവധി കത്തുകളാണ് മുഖ്യമന്ത്രിക്ക് ഞാൻ ഇതു സംബന്ധിച്ച് എഴുതിയിട്ടുള്ളത്. എന്നാൽ നല്ല

ധാരണയും പ്രതിബദ്ധതയുമുള്ള ഐഎഎസുകാരും മറ്റുദ്യോഗസ്ഥരും നമുക്കുണ്ട്. മുഖ്യമന്ത്രിയുടെ ഓഫീസിലെ അഡീഷണൽ പ്രൈവറ്റ് സെക്രട്ടറി സി എം രവീന്ദ്രൻ പ്രഗല്ഭനായൊരുദ്യോഗസ്ഥനാണ്.

കുറച്ചുകാലം ഗുരുവായൂർ കെ ടി ഡി സി ഗസ്റ്റ് ഹൗസിന്റെ മുൻവശത്ത് ഒരു തിണ്ണയുണ്ടായിരുന്നു. ഇപ്പോഴതില്ല. പൊളിച്ചു. അവിടെ ചില ചലച്ചിത്ര പ്രവർത്തകർ വന്നു കൂടുമായിരുന്നു. അക്കൂട്ടത്തിലുണ്ടായിരുന്ന ജയകൃഷ്ണൻ 'മഗ്‌രിബി'ന്റെ അസോസിയേറ്റ് ഡയറക്ടറുമായിരുന്നു. ഒരു ദിവസം ജയകൃഷ്ണനും നടനാകാനാഗ്രഹിച്ചിരുന്ന സെയ്ഫ് മുഹമ്മദും കൂടി വീട്ടിൽ വന്നു. ജയകൃഷ്ണൻ വളരെ കഴിവുള്ള ചെറുപ്പക്കാരനാണ്. എനിക്ക് വളരെ ഇഷ്ടപ്പെട്ട ഒരാൾ. എന്റെയും ടി വി ചന്ദ്രന്റെയുമെല്ലാം സിനിമയുമായി സഹകരിച്ചിട്ടുണ്ട്. എം ഗോവിന്ദന്റെ കേട്ടെഴുത്തുകാരനായി പ്രവർത്തിച്ചിട്ടുണ്ട്. അദ്ദേഹത്തിന്റെ ഭാര്യയുടെ കുടുംബത്തിലെ ഒരംഗവുമാണ്. ജയകൃഷ്ണന്റെ പിതാവ് മാധവിക്കുട്ടിയുടെ കസിനാണ്. മദ്യപാനത്തിനു തീവ്രമായടിമപ്പെട്ട് ചില സിനിമാ പ്രവർത്തനങ്ങൾ ഉപേക്ഷിച്ചതായിരുന്നു. മദ്യപാനം നിർത്തിയ സമയത്താണ് ഈ വരവ്. അദ്ദേഹത്തിന്റെ പക്കൽ ഒരു 'ത്രെഡ്' ഉണ്ട്. അതു വികസിപ്പിച്ച് തിരക്കഥയാക്കണം. അതു ഞാൻ ചെയ്യണമെന്നാണ് ജയകൃഷ്ണന്റെ ആവശ്യം. ഞാൻ ഒരു മടിയുമില്ലാതെ സമ്മതിച്ചു. ഗുരുവായൂർ ഗസ്റ്റ് ഹൗസിൽ തിരക്കഥ പൂർത്തീകരിച്ചു.

മതേതരവാദിയും ആധുനികനും മാർക്സിസ്റ്റുമായ ഒരു യുവാവിനെ ഭീകരവാദിയാക്കുന്ന സമകാലീന ഇന്ത്യൻ ജീവിതത്തിന്റെ മുഖമായിരുന്നു 'വിശ്വാസപൂർവ്വം മൻസൂർ' എന്നു പേരിട്ട ചലച്ചിത്രത്തിന്റെ പ്രമേയം. നിരവധി നിർമാതാക്കളെയും നടന്മാരെയും ജയകൃഷ്ണൻ കണ്ടെങ്കിലും ഒന്നും ശരിയായില്ല. ഞാനും എന്റെ നിലയിൽ പലരെയും കാണുകയും ജയകൃഷ്ണനു വേണ്ടി നിർമാതാവിനെ അന്വേഷിക്കുകയും ചെയ്തു. ഒന്നും ഫലം കണ്ടില്ല. ഒടുവിൽ സെയ്ഫ് മുഹമ്മദും ജയകൃഷ്ണനും വീണ്ടും എന്നെ വന്നു കാണുകയും ഇത്തരം ഒരു സിനിമ പുറത്തു വരേണ്ടത് ഈ കാലഘട്ടത്തിൽ അനിവാര്യമാണെന്നും ഞാൻ സംവിധാനം ചെയ്യുമെന്നു പറഞ്ഞാൽ നിർമാതാക്കളെ കിട്ടുമെന്നും പറഞ്ഞു. ഞാൻ സമ്മതം മൂളിയില്ല. വീണ്ടും ഞാൻ ജയകൃഷ്ണൻ ടീമിനുവേണ്ടി ശ്രമിച്ചു. പക്ഷേ കാര്യങ്ങൾ നീണ്ടുപോയി. അവർ പറയുന്നതിനോടു യോജിച്ചുകൊണ്ട് ഒരു തീരുമാനത്തിലെത്തി. ഒന്നുരണ്ട് നിർമാതാക്കൾ എന്നെ സമീപിക്കുകയും ചെയ്തു. ഒടുവിൽ എന്റെ സുഹൃത്തും വ്യവസായിയും പൊതു പ്രവർത്തകനുമായ അഡ്വ. കെ വി മോഹനൻ സിനിമ നിർമിക്കാൻ മുന്നോട്ടുവന്നു. സുഹൃത്തായതുകൊണ്ട് തന്നെ, സിനിമയുടെ നഷ്ടസാധ്യതകളാണ് ഞാനാദ്യം പറഞ്ഞത്. ഇത്തരം

» 'വിശ്വാസപൂർവം മൻസൂർ' എന്ന ചിത്രത്തിന്റെ നിർമാതാവ് അഡ്വ. കെ വി മോഹനനൊപ്പം

കാര്യങ്ങളെക്കുറിച്ച് വ്യക്തമായൊരു കാഴ്ചപ്പാടുള്ള ആളായിരുന്നു മോഹനൻ. ഹൃദയാലുവായ ആ സുഹൃത്ത് ഇന്ന് നമ്മോടൊപ്പമില്ല. പല നടന്മാരെയും ആലോചിക്കുകയും ബന്ധപ്പെടുകയും ചെയ്തെങ്കിലും പലർക്കും സമയമില്ല; പലരും ഒഴിഞ്ഞു പോയി. വൻ ബജറ്റ് ഫിലിമല്ല. എങ്കിലും നല്ലൊരു താരനിരതന്നെ ഒടുവിൽ ഈ സിനിമയിൽ കൊണ്ടു വരാൻ കഴിഞ്ഞു. റോഷൻ മാത്യു എന്ന യുവനടനെ മൻസൂർ എന്ന കഥാപാത്രത്തെ അവതരിപ്പിക്കാൻ തെരഞ്ഞെടുത്തു. അസാമാന്യമായ അഭിനയ സാധ്യതയുള്ള നടനാണ് റോഷൻ മാത്യു. നാടകവും സിനിമയു മെല്ലാം ഒത്തുചേർന്ന അഭിനേതാവ്. പ്രയാഗ മാർട്ടിനും ആശ ശരത്തും സറീന വഹാബും രഞ്ജി പണിക്കരും വി കെ ശ്രീരാമനും സന്തോഷ് കീഴാറ്റൂരും ശിവജി ഗുരുവായൂരും എല്ലാമടങ്ങിയ നല്ലൊരു താരനിര. എം ജെ രാധാകൃഷ്ണനായിരുന്നു ക്യാമറാമാൻ. ആദ്യമായാണ് എന്റെ രണ്ടു ചിത്രങ്ങൾക്ക് ഒരേ ക്യാമറാമാൻ വരുന്നത്. 'വീരപുത്ര'ന്റെ ക്യാമറാമാ നും രാധാകൃഷ്ണനായിരുന്നുവല്ലൊ. പ്രഭാവർമയുടെയും റഫീഖ് അഹമ്മ ദിന്റെയും പാട്ടുകൾക്കു പുറമെ, ഗുരുവായൂരിലെ തോട്ടം പണിക്കാരനും കവിയുമായ പ്രേംദാസിന്റെ ഒരു പാട്ടും ചിത്രത്തിലുണ്ടായിരുന്നു. ഈ ഗാനാലാപനത്തിന് യേശുദാസിന് ഏറ്റവും മികച്ച ഗായകനുള്ള ദേശീയ പുരസ്കാരം ലഭിച്ചു. കുറെ വർഷങ്ങൾക്കു ശേഷമായിരുന്നു യേശുദാസി നെത്തേടി ദേശീയപുരസ്കാരം വന്നെത്തിയത്.

സഞ്ചിയും തോളിൽ തൂക്കി കവിതയും പാട്ടുമായി എപ്പോഴും ഗുരുവായൂരിൽ അലയുന്ന ചെറുപ്പക്കാരനാണ് പ്രേംദാസ്. ദളിത് വിഭാഗത്തിൽ പെട്ട ആളാണ്. പലപ്രാവശ്യം കയറിവന്ന് പരിചയപ്പെട്ടിരുന്നെങ്കിലും ഞാനത്ര ശ്രദ്ധിച്ചിരുന്നില്ല. ഗസ്റ്റ് ഹൗസിനു മുന്നിലുള്ള തിണ്ണയിൽ സന്ധ്യക്കിരിക്കുമ്പോൾ എന്റെയടുത്തുവന്ന് പാടിത്തന്നതാണ് 'പോയ് മറഞ്ഞ കാലം....' എന്നു തുടങ്ങുന്ന വരികൾ. പാട്ടിനെക്കുറിച്ച് രമേശ് നാരായണനും സംഗീത നിരൂപകൻ രവിമേനോനുമൊക്കെ വലിയ അഭിപ്രായമായിരുന്നു. യേശുദാസിനും അതു വളരെ ഇഷ്ടമായി. നിരവധി തവണ ആ പാട്ട് കരക്ട് ചെയ്യാൻ അദ്ദേഹം സമയം കണ്ടെത്തി. പ്രേംദാസ് ഇന്നും ചാൻസ് അന്വേഷിച്ച് ഗുരുവായൂരമ്പലനടയിലൂടെ നടക്കുന്നു.

സിനിമ റിലീസ് ചെയ്തത് മഴയുള്ള സമയത്തായിരുന്നു. റംസാൻ നോമ്പ് കാലവുമായിരുന്നു അത്. കാണികൾ കുറഞ്ഞു. ആരോ അനധികൃതമായി യൂട്യൂബിൽ ഇട്ടപ്പോഴാകട്ടെ പതിനഞ്ചു ലക്ഷത്തോളം പേർ ചിത്രം കണ്ടുവെന്നാണ് അന്നു കേട്ടത്. പ്രതീക്ഷിക്കാത്ത കോണുകളിൽനിന്ന് സിനിമക്കെതിരെ വിമർശനങ്ങളുയർന്നു. എന്നാൽ, ഞാൻ വിചാരിക്കാത്ത നിരവധി പേർ അതിനെക്കുറിച്ച് വളരെ വ്യത്യസ്തമായ അഭിപ്രായം പറഞ്ഞു. ഡോ. വിനോദ് ചന്ദ്രനെപ്പോലുള്ള ആളുകൾ സവിശേഷമായ വീക്ഷണകോണിലൂടെ ആ സിനിമയെ നോക്കിക്കണ്ടു. ഉത്തരാധുനിക സങ്കേതങ്ങളുപയോഗിച്ചാണദ്ദേഹം സിനിമ വിശകലനം

» കുടുംബസമേതം താജ്മഹലിനുമുന്നിൽ

» പേരക്കുട്ടികളായ അഖില, അബിയ, ഇഹ്സാൻ എന്നിവരോടൊപ്പം

ചെയ്തത്. ഈ സിനിമയിൽ പറഞ്ഞ കഥ തനിക്കു പരിചിതരായ ചില വ്യക്തികളുടെ ജീവിതകഥ തന്നെയാണെന്ന് ദേശാഭിമാനിയിലെ എൻ എസ് സജിത് ചൂണ്ടിക്കാട്ടി. ഹൈദരാബാദിലെ മക്കാ മസ്ജിദ് സ്ഫോടനത്തിൽ പിടിക്കപ്പെട്ട നിരവധി പ്രതികളെ നേരിട്ടുചെന്ന് അഭിമുഖം നടത്തിയിട്ടുള്ള ആളാണ് സജിത്. അവർ ഏറ്റുവാങ്ങിയ പീഡനങ്ങളും ദുരന്തങ്ങളും തന്നെയാണ് താനീ സിനിമയിൽ കണ്ടതെന്ന് സജിത് പറയുകയും എഴുതുകയും ചെയ്തു. 'വിശ്വാസപൂർവം മൻസൂർ' എന്ന ചിത്രത്തെക്കുറിച്ച് കെ ഇ എൻ, ഡോ. കെ വിനോദ് ചന്ദ്രൻ, എൻ എസ് സജിത്, ജി ഉഷാകുമാരി തുടങ്ങിയവരുടെ പഠനങ്ങളും നിരീക്ഷണങ്ങളും ചിത്രത്തിന്റെ തിരക്കഥയും ഉൾപ്പെടുത്തി അതേ പേരിൽ ചിന്ത പബ്ലിഷേഴ്സ് പുസ്തകം പ്രസിദ്ധീകരിച്ചിട്ടുണ്ട്. ഡോ. ഉമർ തറമേൽ ആണ് പുസ്തകം എഡിറ്റ് ചെയ്തത്.

ഞാൻ വീണ്ടും രണ്ട് തിരക്കഥകൾ തയ്യാറാക്കി. ഒന്ന്, ലാഞ്ചി വേലായുധൻ എന്ന ചേറ്റുവാക്കാരന്റെ ജീവിത പരിസരത്തു നിന്നുള്ളത്. എന്നാലത് അദ്ദേഹത്തിന്റെ കേവല ജീവിതചരിത്രവുമല്ല. കഥതന്നെയാണ്. രണ്ടാമത്തേത്, വാരിയൻകുന്നത്ത് കുഞ്ഞഹമ്മദ് ഹാജിയെക്കുറിച്ചുള്ള 'മലയാളരാജ്യം'.

കേരളത്തിലെ ഖിലാഫത്ത് പ്രസ്ഥാനത്തിന്റെ രണ്ടു ധാരകളിലൊരു ധാരയെയാണ് വാരിയൻകുന്നത്ത് കുഞ്ഞഹമ്മദ് ഹാജിയും ആലി മുസല്യാരും പ്രതിനിധാനം ചെയ്യുന്നത്. രണ്ടാമത്തേത്, കേളപ്പനും മുഹമ്മദ് അബ്ദുറഹിമാൻ സാഹിബും മാധവൻനായരും മൊയ്തു

മൗലവിയും പിന്തുടർന്ന ഗാന്ധിയുടെ അഹിംസാധാര. ബ്രിട്ടീഷുകാർക്കെതിരെ മലബാറിൽ കർഷകരും കർഷകത്തൊഴിലാളികളും പത്തൊമ്പതാം നൂറ്റാണ്ടിൽ ആരംഭിച്ച കലാപങ്ങളുടെ തുടർച്ച തന്നെയായിരുന്ന ഖിലാഫത്ത് - നിസ്സഹകരണ പ്രസ്ഥാനത്തിന്റെ ഭാഗമായി ആലി മുസല്യാരും വാരിയൻകുന്നനും മുന്നോട്ടുവെച്ച ധാര. പക്ഷേ, രണ്ടിന്റെയും ലക്ഷ്യം ഒന്നായിരുന്നു. ഇന്ത്യ മഹാരാജ്യത്തെ ബ്രിട്ടീഷുകാരിൽനിന്നു മോചിപ്പിക്കുക. ഈ രണ്ടു ധാരകളെയും മലയാള സിനിമയിലൂടെ പുറത്തുകൊണ്ടുവരിക എന്നുള്ളതുകൂടി 'വീരപുത്ര'നിലൂടെയെന്നപോലെ 'മലയാളരാജ്യ'ത്തിലൂടെയും ഞാൻ ലക്ഷ്യമിടുന്നു.

തിരിഞ്ഞുനോക്കുമ്പോൾ

എല്ലാ മനുഷ്യരും അവനവന്റെ ജീവിതത്തെ വിലയിരുത്താറുണ്ട്. അവനവൻ കൈവരിച്ച നേട്ടങ്ങൾ, നേരിട്ട പരാജയങ്ങൾ, അനുഭവിച്ച ദുരിതങ്ങൾ, സന്തോഷങ്ങൾ എല്ലാമെല്ലാം ഈ വിലയിരുത്തലിനു വിധേയമാക്കാറുണ്ട്. എല്ലാ ചെറിയ മനുഷ്യരും വലിയ മനുഷ്യരും ഈ പ്രക്രിയയിൽ ഏർപ്പെടുന്നുണ്ട്. ഞാനും അതു ചെയ്തിട്ടുണ്ട്; ചെയ്യുന്നുണ്ട്.

ആലോചിക്കാനിഷ്ടപ്പെടാത്ത, മറ്റുള്ളവരോട് പറയാൻ കഴിയാത്ത, പറയാൻ പറ്റാത്ത, പറഞ്ഞാൽ അപകടകരമായ; തെറ്റാണെന്നുതോന്നുകയും ചെയ്തുകഴിഞ്ഞതിനു ശേഷം അവനവനോടുതന്നെ പുച്ഛം തോന്നുകയും ചെയ്യുന്ന തരത്തിലുള്ള കൃത്യങ്ങൾ ചെയ്ത് പ്രതിവിധിയില്ലാത്ത മാനസികപീഡയുംപേറി നടക്കുക എന്നത് എല്ലാ മനുഷ്യരുടെയും പതിവാണ്.

'ഞാൻ എന്നോടു നീതിചെയ്തോ' എന്ന ചോദ്യം എല്ലാവരും അവനവനോടുതന്നെ ചോദിക്കുന്ന ഒന്നാണ്. ഞാനിതു പലതവണ ചോദിക്കുന്നുണ്ട്. 'ഇല്ല' എന്നുതന്നെയാണ് എന്റെ ഉത്തരം. സ്വയം ബോധ്യപ്പെടുത്താൻ കഴിയാത്ത കാര്യങ്ങൾ എനിക്കു ചെയ്യേണ്ടിവന്നിട്ടുണ്ട്. പക്ഷേ, ഞാനേറ്റവും കൂടുതൽ പരിശ്രമിച്ചത് സ്വയം ബോധ്യമുള്ളതുമാത്രം ചെയ്യാനാണ്. എല്ലാ കർമങ്ങളിലും അവനവന്റെ ഒരു ബോധ്യമുണ്ടാവും. ആദ്യം ബോധ്യപ്പെടുത്തേണ്ടത് അവനവനെത്തന്നെയാണ്. സ്വയം ബോധ്യപ്പെടാത്ത പലതും ചെയ്തിട്ടുണ്ടെങ്കിലും എനിക്കു ബോധ്യപ്പെടുന്ന കാര്യങ്ങളേ ചെയ്യൂ, ചെയ്യാൻ പാടുള്ളൂ എന്ന് എന്റെ

മനസ്സ് എപ്പോഴും മന്ത്രിച്ചിട്ടുണ്ട്. അതിനുള്ള ശ്രമമായിരുന്നു എന്റെ ജീവിതം എന്നു പറഞ്ഞാൽ തെറ്റില്ല.

ഞാൻ ഇടയ്ക്കൊക്കെ കണ്ണാടിക്കു മുന്നിൽനിന്ന് എന്നെ നിരീക്ഷിക്കാറുണ്ട്. ചിലപ്പോൾ ഞാനെന്നോടുതന്നെ വിരൽചൂണ്ടി സംസാരിക്കും. പലപ്പോഴും സ്വയം കുറ്റപ്പെടുത്തുകയും ഭർത്സിക്കുകയും ചെയ്യും. എല്ലാ മനുഷ്യരെയുംപോലെ ഭൗതികസ്വത്തിനോടും സ്ഥാനമാനങ്ങളോടുമുള്ള ആർത്തിയും, ആഗ്രഹങ്ങളും ദുരാഗ്രഹങ്ങളും, മനുഷ്യസഹജമായ വാസനകളും ദുർവാസനകളും ഉള്ള ആളാണ് ഞാൻ. പക്ഷേ, എന്നിൽ ഇപ്പോൾ അത് ശോഷിച്ചുശോഷിച്ച് മൃതപ്രായനായൊരു രോഗിയെപ്പോലെ ആയിത്തീർന്നിരിക്കുന്നുവെന്ന് ഞാൻ കരുതുന്നു.

സൃഷ്ടി, വൈരുദ്ധ്യങ്ങളുടേതാണ്. ഒരു മൺതരിയും മറ്റൊരു മൺതരിയെപ്പോലെ ഉണ്ടാകില്ല. എല്ലാ സൂക്ഷ്മവസ്തുവിനും അവസ്ഥക്കും വ്യത്യസ്തതകളുണ്ട്.

ഒരു റോൾമോഡലും എന്നെ സ്വാധീനിച്ചിട്ടില്ല, പൂർണമായി. എനിക്കു ഗുരുവും ശിഷ്യനുമില്ല. ഞാനൊരു പണ്ഡിതനല്ല. ആ വാക്കിനോടെനിക്കു പുച്ഛവുമാണ്. ഈ ലോകം ആർജിച്ച ജ്ഞാന-വിജ്ഞാനങ്ങളുടെ കോടാനുകോടി അംശത്തിലൊന്നുപോലും ഒരു പണ്ഡിതനും

സ്വായത്തമാക്കാൻ കഴിയുന്നില്ല. ഞാനൊക്കെ ആ ഗണത്തിൽ ഏറ്റവും അടിത്തട്ടിലുള്ള ആളാണ്. ഇത് ബുദ്ധിമുട്ടുള്ള ഒരു ബോധ്യമാണ്. ഇതെനിക്ക് ഒറ്റയടിക്ക് ഉണ്ടായതല്ല. നീണ്ട ജീവിതാവസ്ഥയിലൂടെ കടന്നുപോകുമ്പോൾ രൂപംകൊണ്ടിട്ടുള്ളതാണ്.

എന്റെ ചിന്തകളെയും പ്രവൃത്തികളെയും ആരോ നിയന്ത്രിക്കുന്നതായി എനിക്കു തോന്നിയിട്ടുണ്ട്. നിയന്ത്രിക്കുകയല്ല; എനിക്കൊരു പുതിയ വെളിച്ചം തരലായിരുന്നു അത്. ആ വെളിച്ചമാണ് നിരന്തരമായി സ്പഷ്ടംചെയ്ത് എന്നെ നയിക്കുന്നത്,

എനിക്ക് ഒരാളോടും ദീർഘകാലത്തേക്ക് പകതോന്നിയിട്ടില്ല. പകയും ദേഷ്യവുമെല്ലാം എനിക്കുണ്ട്. പക്ഷേ, ശാശ്വതനിക്ഷേപമായി ഞാനതു പേറിനടക്കാറില്ല. അതു മെല്ലെമെല്ലെ ലയിച്ച് നിർവികാരതയിലേക്കോ സ്നേഹത്തിലേക്കോ പരിണമിക്കുന്നതു കാണാം. ഞാൻ നന്നായി ഉറങ്ങുന്ന ആളാണ്; ധാരാളം സ്വപ്നങ്ങളും കാണാറുണ്ട്.

അടിസ്ഥാനപരമായി ഞാനൊരു ഭീരുവാണ്. എന്നിൽ ഒരു കലാപകാരിയുണ്ട് എന്നെനിക്കറിയാം. എന്റെ കലാപമനസ്സിനെ കീഴ്പ്പെടുത്തുന്നത് എന്നിലെ ഭീരുത്വമാണ്. അപൂർവമായേ എന്റെ കലാപമോഹങ്ങൾക്ക് എന്റെ ഭീരുത്വത്തെ കീഴ്പ്പെടുത്താൻ കഴിഞ്ഞിട്ടുള്ളൂ. എന്റെ ഭൗതിക സാഹചര്യങ്ങളെ കീഴ്പ്പെടുത്താനുള്ള ശക്തി എന്റെ കലാപമോഹങ്ങൾക്കുണ്ടായില്ല എന്നു ഖേദപൂർവം മനസ്സിലാക്കുന്നു.

കഴിഞ്ഞ കാലത്തെക്കുറിച്ചോർക്കുമ്പോൾ എനിക്കു നിരാശയില്ല. ആവശ്യത്തിൽ കൂടുതൽ, അർഹിക്കുന്നതിൽ കൂടുതൽ അനുഗ്രഹങ്ങളും സ്നേഹവായ്പുകളും എനിക്ക് കോരിച്ചൊരിഞ്ഞു കിട്ടിയിട്ടുണ്ട്. എനിക്കു കിട്ടിയ സ്നേഹത്തിന്റെയും പ്രണയത്തിന്റെയും ഒരംശമെങ്കിലും തിരിച്ചു കൊടുക്കാൻ എനിക്കു കഴിഞ്ഞിട്ടില്ല.

ഇനിയൊരു ജന്മമുണ്ടാകുമോ? എനിക്കറിയില്ല. എന്തായാലും, അങ്ങനെയൊന്നുണ്ടാകുമെങ്കിൽ ഈ മണ്ണും ഈ സംസ്കാരവും എന്റെ ഈ ഭാഷയും ഗുരുവായൂർ അമ്പലനടയും തന്നെയാണ് ഞാൻ തെരഞ്ഞെടുക്കുക.

www.ingramcontent.com/pod-product-compliance
Ingram Content Group UK Ltd.
Pitfield, Milton Keynes, MK11 3LW, UK
UKHW041828031026
15587UKWH00002B/645

9 789391 453718

परिचय

अपनी किताब *सेपियन्स* में डॉ. युवाल नोआ हरारी बताते हैं कि एक समय पर पृथ्वी पर एक से अधिक होमो सेपियन्स थे।[1] दरअसल, छह अलग प्रकार के मानवों के अस्तित्व में होने की संभावना थी : *होमो सेपियन्स, होमो निऐंडरथेलनेसिस, होमो सोलोऐनसिस, होमो इरेक्टस इत्यादि।*

होमो सेपियन्स आज भी अस्तित्व में है और मानवों के बाक़ी प्रकार आगे विकसित नहीं हो सके, इसके पीछे एक कारण है : प्रीफ्रंटल कॉर्टेक्स यानी हमारे ललाट का अगला हिस्सा, जिसे हम अपनी कंकाल संरचना से समझ सकते हैं। हमारे पास अधिक जटिलता से सोचने की योग्यता थी और इस कारण हम संगठित हो सके, विकसित हो सके, सिखा सके, अभ्यास कर सके, अभ्यस्त हो सके और अपने अस्तित्व के लिए अनुकूल दुनिया को आगे बढ़ा सके। हमारी कल्पना करने की क्षमता के कारण, हम पृथ्वी को आज की तरह बनाने में सक्षम थे, वस्तुतः कुछ भी नहीं की स्थिति से।

एक मायने में यह अवधारणा कि विचार, यथार्थ को रचते हैं, दरअसल एक अच्छे विचार से कहीं बढ़कर है; यह क्रमिक विकास का एक तथ्य भी है। भाषा और विचार के कारण हम अपने मन-मस्तिष्क में एक दुनिया तैयार कर सके और आख़िरकार भाषा और चिंतन की वजह से हम उस समाज के रूप में विकसित हो सके, जो आज मौजूद है, वह चाहे बेहतरी के लिए था या फिर वह बदतर रहा।

लगभग हर बड़ा उस्ताद, कलाकार, शिक्षक, अन्वेषक, आविष्कारक और सामान्यतया प्रसन्नचित्त व्यक्ति, सभी अपनी सफलता के लिए एक मिलती-जुलती समझ को श्रेय देते हैं। दुनिया के कई 'सर्वश्रेष्ठ' लोगों ने यह बात समझी कि अपनी ज़िंदगी को बदलने के लिए उन्हें अपने विचारों को बदलना होगा।

ये वही लोग हैं, जिन्होंने लंबे समय से चली आ रही पारंपरिक समझ को हम तक पहुँचाया। उन्होंने बताया कि विश्वास करने का मतलब है बनना और मन

---

1. हरारी, युवाल नोआ। सेपियन्स : *ए ब्रीफ़ हिस्ट्री ऑफ़ ह्यूमनकाइंड। पहला संस्करण,* 2015 हार्पर

को क़ाबू में किया जाना चाहिए और कोई बाधा दरअसल रास्ता है।[2] अक्सर हमारे सामने सबसे पहले गहरी असहजता की स्थिति आती है और उससे हम किसी ऐसे तरीक़े के बारे में सोचने लगते हैं, जिसके बारे में हमने पहले कभी विचार नहीं किया होता। इस नई चेतना से ऐसी संभावनाएँ आकार लेती हैं, जो शायद कभी सामने आती ही नहीं, अगर हम कुछ नया सीखने पर मजबूर न हुए होते। हमारे पूर्वजों ने कृषि, समाज, औषधि और इस तरह की चीज़ों को क्यों विकसित किया? जीवित रहने के लिए उन्होंने यह सब किया। हमारी दुनिया की चीज़ें कभी हमारे डर का समाधान थीं।

प्रमस्तिष्कीय संदर्भ में देखें, तो अगर आप अपने जीवन की 'समस्याओं' को ज़्यादा समझ अपनाने की शुरुआत के रूप में देखें और फिर जीवन जीने के बेहतर तरीक़े को विकसित करें, तो आप कष्टों की भूलभुलैया से निकल सकेंगे और सीख सकेंगे कि फलने-फूलने के आख़िर क्या मायने होते हैं।

मेरा मानना है कि मनुष्य होने के रूप में काम करने की बुनियाद में कैसे सोचना सीखना है। इससे हम प्रेम करना, साझा करना, सहअस्तित्व में रहना, सहिष्णु होना, देना, सृजन करना और इस तरह बहुत कुछ सीख सकते हैं। मुझे लगता है कि हमारा सबसे महत्त्वपूर्ण कर्तव्य यह है कि हम जिस संभावना के साथ पैदा हुए हैं, उसे साकार करना है, उसे वास्तविक रूप देना है, अपने लिए और दुनिया के लिए।

मैं जो कुछ लिखती हूँ, उसकी अनकही पंक्ति है : ''इस विचार ने मेरी ज़िंदगी को बदल दिया।'' विचार ही वे चीज़ हैं, जो जीवन को बदल सकते हैं और वही पहला विचार था, जिसने मेरे जीवन को बदल दिया।

—ब्रियाना वीस्ट

---

2. हॉलिडे, रायन। द *ऑबस्टेकल इज़ द वे.* 2014, पोर्टफ़ोलियो।

1

वे अवचेतन व्यवहार, जो आपको अपनी पसंद का जीवन जीने से दूर कर रहे हैं

हर पीढ़ी की अपनी किसी न किसी तरह की 'एकलसंस्कृति' होती है, एक ऐसा तरीक़ा या मान्यताओं की प्रणाली, जिसे लोग अवचेतन तौर पर 'सच' के रूप में स्वीकार करते हैं।

1930 के दशक में जर्मनी या फिर 1776 के अमेरिका की एकलसंस्कृति की पहचान करना आसान है। यह साफ़ है कि उस समय में, उन जगहों के लोग किन चीज़ों को 'अच्छा' या 'सच' मानते थे, हालाँकि असल में ज़रूरी नहीं कि निश्चित तौर पर वैसा ही हो।

वर्तमान एकलसंस्कृति के असर को देखने के लिए जिस निष्पक्षता की ज़रूरत होती है, उसे विकसित करना बहुत मुश्किल है। एक बार जब आप किसी विचार को 'सत्य' के रूप में स्वीकार कर लेते हैं, तो फिर उसे 'सांस्कृतिक' या 'व्यक्तिपरक' के रूप में दर्ज नहीं किया जा सकता।

हमारे भीतर मौजूद अधिकांश हलचल एक ऐसी ज़िंदगी जीने का परिणाम है, जिसकी हमें सहज रूप से इच्छा नहीं होती, ऐसा इसलिए होता है, क्योंकि हमने समझे बिना अपने भीतर के विमर्श को 'सामान्य' और 'आदर्श' के रूप में स्वीकार कर लिया है।

किसी भी एकलसंस्कृति की बुनियादी बात यही होती है कि हमें किन चीज़ों के लिए जीना (राष्ट्र, धर्म, आत्म, इत्यादि) चाहिए और जब हम आगे बढ़ने की सोचते हैं, तो हमारी मौजूदा प्रणाली कई तरह से हमारे क़दमों को रोक लेती है। यहाँ पर आठ सबसे अधिक व्यापक बातें हैं :

01 | आप मानते हैं कि अपने लिए बेहतरीन ज़िंदगी तैयार करने का मतलब है कि आप यह तय करें कि आप क्या चाहते हैं और फिर उस पर काम करें, जबकि असल में आप मनोवैज्ञानिक रूप से यह पूर्वानुमान लगाने में असमर्थ[1] होते हैं कि कौन सी चीज़ आपको ख़ुश कर सकती है।

आपका मस्तिष्क केवल उसी चीज़ को समझ सकता है, जिसके बारे में वह जानता है। अगर आप अपने भविष्य के लिए कोई चुनाव करते हैं, तो दरअसल आप अतीत के किसी समाधान या फिर आदर्श को फिर से रच रहे होते हैं। जब आपके द्वारा तय तरीक़े से काम नहीं होता, तो आप सोचने लगते हैं कि आप इसलिए नाकाम हुए, क्योंकि आपने ऐसा कुछ नहीं सोचा, जिसे मनचाही चीज़ के रूप में समझा जा सकता था। वास्तव में संभव है कि आपने किसी बेहतर चीज़ के बारे में सोचा होगा, जो आपकी सामान्य सोच के दायरे से बाहर थी, लेकिन आपके मस्तिष्क ने उसे उसी कारण 'बुरा' समझा। (कहानी की सीख यही है कि इस पल में जीने का विचार केवल ज़ेन और प्रबुद्ध लोगों के लिए ही नहीं है। यह तो ऐसा जीवन जीने का एकमात्र तरीक़ा है, जो भ्रांतियों से न भरा हो। आपका दिमाग़ केवल इसी चीज़ को समझ सकता है।)

02 | आप वर्तमान क्षण को किसी अज्ञात स्थिति पर लागू करके देखते हैं, क्योंकि आपका मानना है कि सफलता कोई ऐसी चीज़ है, जहाँ पर 'पहुँचा' जाता है, इसलिए आप लगातार अपने जीवन की तसवीर खींचते रहते हैं और देखते हैं कि आप ख़ुश हो सके हैं या नहीं।

आप ख़ुद को आश्वस्त करते हैं कि कोई निश्चित क्षण आपके पूरे जीवन का प्रतिनिधित्व करता है। हम यह मानते हैं कि सफलता कोई ऐसी चीज़ है, जिस तक हम तब पहुँचते हैं, जब हम अपने लक्ष्यों को हासिल कर लेते हैं और जब हमारा काम पूरा हो जाता है। यही वजह है कि हम अपने वर्तमान पलों को इस हिसाब से मापते हैं कि हमने कितना काम पूरा किया है, हमारी कहानी कितनी सही लगती है और कोई ख़ुद को लेकर हमारी बात को कैसे आँकेगा। हम ख़ुद को यह सोचता हुआ पाते हैं : "क्या बस यही कुछ है?" क्योंकि हम यह भूल जाते हैं कि सब कुछ अस्थायी है और कोई एक घटना या पल समूची स्थिति को या संपूर्ण को नहीं समेट सकता। ऐसी कोई जगह नहीं है कि जिस तक 'पहुँचा' जाए। हम सब सिर्फ़ एक चीज़ यानी मौत की तरफ़ बढ़ रहे हैं। लक्ष्यों को पाना सफलता नहीं है, बल्कि यह है कि इस प्रक्रिया में आपका कितना विस्तार होता है।

---

1. गिल्बर्ट, डैनियल, *स्टम्बलिंग ऑन हैपीनेस।* 2007, रैंडम हाउस।

03 | आप मानकर चलते हैं कि जब आपकी 'भीतरी सहज प्रवृत्ति' को मानने की बात आती है, तो ख़ुशी 'अच्छी' है और डर व दर्द 'बुरे' हैं।

जब आप कोई ऐसा काम करने का सोचते हैं, जिसे आप वाक़ई पसंद करते हैं और उसमें डूबना चाहते हैं, तो आपको डर और दर्द का सैलाब अपनी तरफ़ आता लग सकता है, क्योंकि हो सकता है कि उससे आपको चोट पहुँचे। नकारात्मक भावनाओं को हमेशा ख़ुद को हतोत्साहित करने वाला नहीं समझा जाना चाहिए। ये एक तरह के संकेतक हैं, जो बताते हैं कि आप कुछ ऐसा करने वाले हैं, जो आपको डरा सकता है और जो फ़ायदेमंद हो सकता है। किसी कार्य को न करना आपको उसके प्रति उदासीन अनुभव कराएगा, यानी , डर = रुचि।

04 | आप अपनी ज़िंदगी में बेमतलब की समस्याएँ और संकट तैयार करते हैं, क्योंकि आप वास्तव में ज़िंदगी को जीने से डरते हैं।

अपने जीवन में अनावश्यक संकट तैयार करने का पैटर्न दरअसल टालमटोल करने का तरीक़ा है। यह आपको किसी नाजुक स्थिति में पड़ने या जिस भी चीज़ से आप डरते हैं, उसके लिए आपकी जवाबदेही से आपका ध्यान भटकाता है। आप कभी भी उस कारण से परेशान नहीं होते, जिसके बारे में आप सोच रहे होते हैं : कोई समस्या तैयार करने की आपकी इच्छा की जड़ में बस यह डर होता है कि आप वाक़ई कौन हैं और आप कैसा जीवन जीना चाहते हैं।

05 | आपको लगता है कि अपनी मान्यताओं को बदलने के लिए आपको नए तरीक़े से सोचना होगा, न कि ऐसे अनुभवों की तलाश करनी होगी, जो चिंतन को अपने आप प्रमाणित कर दे।

मान्यता वह चीज़ है, जो आपको सही लगती है, क्योंकि आपके अनुभव से यह संभव हुआ है। अगर आप अपनी ज़िंदगी को बदलना चाहते हैं, तो आपको अपनी मान्यताओं को बदलना होगा। अगर आप अपनी मान्यताओं को बदलना चाहते हैं, तो बाहर निकलिए और उन अनुभवों को लीजिए, जो आपकी मान्यताओं को यथार्थ रूप देते हैं। इसका उलटा मत कीजिए।

06 | आपको लगता है कि 'समस्याएँ' आपकी पसंद की चीज़ों को पाने में रुकावटें हैं, जबकि सच यह है कि वे रुकावट न होकर रास्ते हैं।

मार्कस ऑरेलियस ने बेहतरीन ढंग से इसे कहा है, ''किसी काम में रुकावट उस काम को आगे बढ़ाती है। जो रास्ते में आता है, वही रास्ता बन जाता है।'' किसी भी 'समस्या' से सामना होने पर हम उसका हल निकालने को मजबूर हो जाते हैं।

वह काम हमें अपरिहार्य रूप से अलग सोचने, अलग ढंग से बर्ताव करने और अलग ढंग से चयन करने की ओर ले जाता है। 'समस्या' हमारे लिए उत्प्रेरक का काम करती है, ताकि हम अपनी मनचाही ज़िंदगी को यथार्थ का रूप दे सकें। यह बस आपको आपके कंफ़र्ट ज़ोन यानी आरामदेह स्थिति से बाहर की ओर धकेलता है।

07 | **आपको लगता है कि आपका अतीत आपको परिभाषित करता है या फिर उससे भी बदतर कि यह अपरिवर्तनीय सच्चाई है, जबकि असल में आपके बदलने के साथ ही उसे लेकर आपकी समझ भी बदल जाती है।**

अनुभव बहुआयामी होता है, कई तरह की यादें, कई तरह के अनुभव होते हैं और कई तरह के 'निष्कर्ष' होते हैं, जिन्हें आप याद कर सकते हैं...उनमें से आप किसका चयन करते हैं, यह आपके मन की मौजूदा हालत पर निर्भर करता है। बहुत से लोग ऐसे होते हैं, जो ऐसी स्थिति में फँस जाते हैं कि वे अतीत को ख़ुद को परिभाषित करने देते हैं या फिर उससे भयभीत केवल इसलिए होने देते हैं कि वे विकसित होकर उस जगह पर नहीं पहुँच पाते और नहीं देख पाते कि कैसे अतीत ने उन्हें अपनी मनपसंद ज़िंदगी जीने से नहीं रोका, बल्कि उन्हें वहाँ तक पहुँचने में मदद की है। इसका मतलब यह नहीं है कि आप दर्दनाक या तकलीफ़देह घटनाओं पर ध्यान न दें या फिर उन्हें छिपा दें, बल्कि उन्हें स्वीकृति के भाव से याद करें और निजी विकास की अपनी कहानी में उन्हें उनकी जगह पर रखें।

08 | **जब गुस्से का मतलब आत्मस्वीकृति होता है, तो आप लोगों को, स्थितियों को और चीज़ों को बदलने की कोशिश करते हैं (या आप उन्हें लेकर शिकायत करते हैं/परेशान होते हैं)। अधिकतर नकारात्मक भावनात्मक प्रतिक्रियाओं का मतलब है कि आप अपने किसी अलग हुए आयाम को पहचान रहे होते हैं।**

आपकी प्रतिछाया, वह हिस्सा है, जिसे लेकर कभी आपको यह महसूस कराया गया था कि वह 'ठीक नहीं' है, तो आपने उस हिस्से को पूरी तरह से दबाकर रखा और हर संभव कोशिश की कि उसे पहचान न मिले। दरअसल, आप अपने इन हिस्सों को नापसंद नहीं करते। जब आप इनमें से किसी ख़ासियत को किसी में देखते हैं, तो आपको गुस्सा आता है, इसलिए नहीं कि आपको वह नापसंद है, बल्कि इसलिए कि उसे अपनी चेतना में पूरी तरह से शामिल करने की अपनी इच्छा से आपको जूझना पड़ता है। आपको दूसरों की जो बातें पसंद आती हैं, वही बातें आपको अपनी भी अच्छी लगती हैं। लोगों में जो चीज़ें आपको नापसंद होती हैं, वे वही होती हैं, जिन्हें आप ख़ुद में नहीं देखना चाहते।

2

दिनचर्या का मनोविज्ञान

इतिहास में सबसे सफल लोग, जिन्हें अपने काम में 'प्रतिभाशाली' माना जाता है, अपनी कला का माहिर माना जाता है, उन सबमें उनकी प्रतिभा के अलावा एक और चीज़ पाई जाती थी : वे अपनी कठोर (निश्चित) दिनचर्या का पालन करते थे।

दिनचर्या उबाऊ लगती है और हमें 'अच्छी ज़िंदगी' के बारे में जो कुछ भी बताया गया है, यह उससे ठीक उलट होती है। हम इस नतीजे पर पहुँचते हैं कि लगातार 'ज़्यादा' पाने की इच्छा से ख़ुशी मिलती है, यह और बात है कि वह 'ज़्यादा' होता क्या है, फिर भी हम यह नहीं समझ पाते कि कोई दिनचर्या होने का मतलब यह नहीं कि आप उसी दफ़्तर में उतने ही निश्चित घंटों तक बैठे रहें। हो सकता है कि आपकी दिनचर्या में हर महीने किसी नए देश में जाना शामिल हो। वह एक तरह से नियमित रूप से अनियमित हो सकती है। यहाँ मसला यह नहीं है कि दिनचर्या क्या है, बल्कि यह है कि लगातार गति और अपेक्षित परिणामों के माध्यम से आपका अवचेतन मन कितना स्थिर और सुरक्षित रह पाता है।

इस बात से फ़र्क़ नहीं पड़ता कि आपकी रोज़मर्रा की ज़िंदगी किन चीज़ों से मिलकर बनी है, बल्कि अहम बात यह है कि आप क्या फ़ैसला लेते हैं और फिर उस पर क़ायम रहते हैं। दिनचर्या महत्त्वपूर्ण है, क्योंकि कोई आदत होने से मूड बनता है और मूड से हमारे व्यक्तित्व के 'विकसित होने' का आयाम तैयार होता है, यह भी ध्यान रखना ज़रूरी है कि अपने मन की मौज़ के मुताबिक़ चलने से वह सब आपकी ज़िंदगी में चला आता है, जिसे आप नहीं चाहते।

हमारे लिए असल ख़ुशी लाने वाली ज़्यादातर चीज़ें अस्थायी, तुरंत संतुष्टि लाने वाली ही नहीं होती, उन चीज़ों के साथ प्रतिरोध भी बना रहता है और उनके लिए त्याग की ज़रूरत होती है। इस बलिदान या त्याग की भावना को बेअसर करने के लिए हमें उस काम को 'मानक' बनाना होगा या नियमित तरीक़े से काम करते हुए प्रतिरोध के बीच से अपनी राह बनानी होगी। अन्य कारणों के साथ-साथ ये

कुछ कारण हैं, जिनसे दिनचर्या महत्त्वपूर्ण हो जाती है (और ख़ुश रहने वाले लोग उनका अधिक पालन करते हैं)।

01 | आपकी आदतों से आपका मूड बनता है और आपका मूड वह फ़िल्टर है, जिसके माध्यम से आप अपने जीवन का अनुभव करते हैं।

यह मानना हमें सही लगता है कि विचारों या तनावों से हमारे मूड बनते हैं, यानी जिन चीज़ों से दिनभर हमारा सामना होता है और जो हमें अचानक झटके देती हैं, पर ऐसा नहीं होता। मनोविज्ञानी रॉबर्ट थेयर के अनुसार, हमारी आदतों से हमारे मूड बनते हैं : हम कितना सोते हैं, हम कितने सक्रिय रहते हैं, हम क्या सोचते हैं, हम कितनी बार सोचते हैं आदि, आदि। कहने का अर्थ यह है कि कोई एक विचार हमें अचानक परेशान नहीं करता, बल्कि लगातार उस विचार पर सोचने से उसका प्रभाव जमा होता चला जाता है और फिर वह हमें सही लगने लगता है।

02 | आपको सीखना होगा कि आपके चेतन निर्णयों से आपका दिन निर्धारित हो, न कि आपके भय और आवेगों से।

बेक़ाबू दिमाग़ बारूदी सुरंग जैसा होता है। किसी तरह का नियंत्रण न होने, ध्यान केंद्रित न होने या कोई आत्मनियंत्रण न होने की स्थिति में कोई भी चीज़ आपको इस सोच की तरफ़ ले जा सकती है कि ऐसा कुछ है, जो आपको चाहिए, जबकि वास्तव में ऐसा नहीं होता। "मेरा मन है कि आज रात बाहर ड्रिंक्स के लिए जाऊँ, कल के प्रेज़ेंटेशन की तैयारी न करूँ", थोड़े समय के लिए यह बात ठीक हो सकती है, लेकिन लंबे समय में यह बड़ी परेशान बन सकती है। एक रात ड्रिंक्स के लिए जाना शायद इतना अहम न हो कि उसके लिए किसी ज़रूरी मीटिंग को बर्बाद कर दिया जाए। अपनी दिनचर्या तैयार करना सीखना अपने चेतन चयनों को अपना दिन तय करने देना सीखने जैसा है, ताकि आप उसके हिसाब से चल सकें और व्यर्थ की चीज़ें अपने आप रास्ते से हट जाएँ।

03 | ख़ुशी इस बात में नहीं है कि आप कितनी तरह के काम करते हैं, बल्कि इसमें हैं कि आप उन्हें कितनी अच्छी तरह करते हैं।

ज़्यादा का मतलब बेहतर नहीं है। ख़ुशी किसी और चीज़ का अनुभव करना नहीं है; यह तो जो आपके पास पहले से मौजूद है, उसका लगातार नए और अलग तरीक़ों से अनुभव करना है। बदक़िस्मती से हमें यह सिखाया जाता है कि हमारे हर क़दम और हर फ़ैसले को जुनून से प्रेरित होना चाहिए, जिससे हमें यह डर सताने लगता है कि हम इसलिए नाख़ुश हैं, क्योंकि हम जो कर रहे हैं, वह 'काफ़ी' नहीं है।

04 | जब आप अपने रोज़मर्रा के कामों को नियमित कर देते हैं, तो आप अपने 'लड़ो या भागो' जैसे सहज भावों को निष्क्रिय कर देते हैं, क्योंकि तब आपका सामना किसी अज्ञात चीज़ से नहीं हो रहा होता।

यही वजह है कि लोगों को बदलाव करने में मुश्किलें आती हैं और जो लोग अपनी आदतों को लेकर किसी नियमित स्थिति में होते हैं, उन्हें काफ़ी अच्छा लगता है क्योंकि उनके डर के सहज भाव इतने लंबे समय से निष्क्रिय हो चुके होते हैं कि वे अब वाक़ई चीज़ों का आनंद ले सकते हैं।

05 | बचपन में दिनचर्या हमें सुरक्षा का एहसास देती है। बड़े होने पर उससे हमें किसी उद्देश्य के होने का बोध होता है।

मज़ेदार बात यह है कि हम जितना सोचते हैं, उसके मुक़ाबले ये दोनों एहसास कहीं ज़्यादा एक जैसे हैं (कम से कम दोनों का मूल एक है)। यह बिलकुल वैसा ही है, जैसा कि किसी अज्ञात चीज़ का भय। बचपन में हमें कुछ नहीं पता होता, हमें यह भी नहीं पता होता कि हम ज़िंदा क्यों हैं या फिर जिस काम को हमने पहले कभी नहीं किया, वह डरावना हो सकता है या फिर नुक़सानदेह। जब हम किसी दिनचर्या में ढले होते हैं, तो हम यह सोचते हुए ख़ुद को तसल्ली देते हैं कि ''मुझे यह काम करना आता है, मैं इसे पहले कर चुका/चुकी हूँ।''

06 | आपको संतुष्टि होती है, क्योंकि आपकी दिनचर्या लगातार आपके फ़ैसले की पुष्टि करती है।

मान लीजिए कि आप कोई किताब लिखना चाहते हैं और आप तय करते हैं कि चाहे कुछ भी हो जाए, आप हर रात तीन पन्ने पूरे करेंगे। इससे आप न सिर्फ़ शुरुआत करने के अपने चयन की पुष्टि करते हैं, बल्कि उसे पूरा करने की अपनी योग्यता की भी पुष्टि करते हैं। यह सही महसूस करने का सबसे स्वस्थ तरीक़ा है।

07 | जैसे आपका शरीर ख़ुद को व्यवस्थित रखता है, ठीक वैसे ही दिनचर्या 'प्रवाह[2]' का रास्ता बन जाती है।

फ़्लो यानी 'प्रवाह' (शायद आप न जानते हों या हो सकता है आप इससे वाकिफ़ हों) तब होता है, जब हम अपने काम में पूरी तरह से खो जाते हैं, हमारे सारे ख़याल या चिंताएँ छूमंतर हो जाती हैं और हम बस उस काम में डूब जाते हैं। आप अपने शरीर को विभिन्न संकेतों के हिसाब से जैसे-जैसे ढालेंगे, वैसे ही आप सहज रूप

---

2. *सीसिक्सजेंटमिहाली, मिहाली फ़्लो : द साइकॉलोजी ऑफ़ ऑपटिमल ऐक्सपीरियंस।* 2008, हार्पर पेरेनियल मॉडर्न क्लासिक्स।

से उस प्रवाह में आ जाएँगे, वह आपकी आदत बन जाएगा। जैसे, सुबह सात बजे उठना है और दोपहर के दो बजे लिखना शुरू करना है।

08 | **जब हम किसी दिनचर्या में नहीं ढलते, तो परिणाम पर ध्यान देने की बजाय हम ख़ुद को बताते हैं कि 'डर' के संकेतक से हमें सूचना मिल रही है कि हम कुछ ग़लत कर रहे हैं।**

दिनचर्या के न होने से हम बस टालमटोल की स्थिति में रहते हैं। उससे हम अपने अवचेतन मन को मौक़ा देते हैं कि वह हमसे कहे कि ''अब तुम काम से विराम ले सकते हो'', जबकि असल में आपको निर्धारित समय पर अपना काम पूरा करना है, पर अगर आपको उस समय विराम लेने की आदत है, तो आप वैसा होने देंगे, क्योंकि आप 'हमेशा वैसा करते हैं'।

3

वे 10 काम, जो भावनात्मक रूप से बुद्धिमान लोग नहीं करते

भावनात्मक बुद्धिमत्ता शायद सबसे सशक्त गुण है, लेकिन हमारे समाज में इसे ज़्यादा अहमियत नहीं दी जाती।

हम अपने रोज़मर्रा के कामों को तार्किकता की ज़मीन पर टिकाए रखने में यक़ीन रखते हैं, जबकि लंबे सोच-विचार के बाद हम जिन नतीजों पर पहुँचते हैं, उन पर पलक झपकते भी पहुँचा जा सकता है।[3] हमारे नेता हमारे सामाजिक-राजनीतिक मुद्दों के मामले में मानव तत्व की बुरी तरह से अनदेखी करते हैं और मुझे आपको यह विश्वास दिलाने के लिए कि हम सही साथी नहीं चुन रहे हैं (न ही हममें लंबे समय तक अंतरंग रिश्तों को बनाए रखने की क्षमता है) आपको तलाक़ की दर का हवाला देने की ज़रूरत नहीं है।

ऐसा लगता है कि लोगों का मानना है कि किसी भावना का न होना ही सबसे बड़ी बुद्धिमानी की बात है। प्रभावी होने के लिए मशीन की तरह हो जाना चाहिए, जो कि हमारे दौर का एक परिणाम है। एक ऐसी मशीन, जो अच्छी हालत में है, उपभोगवाद की सेवा करती है, डिजिटल रूप से संगत है, बिलकुल बेख़बर है, लेकिन ज़ाहिर है कि यह काम करने वाला रोबोट है। बस, इसलिए हम तकलीफ़ पाते हैं।

यहाँ पर कुछ ऐसे लोगों की आदतों का ज़िक्र है, जो इस बात को लेकर जागरूक हैं कि वे कैसा महसूस करते हैं। जो अपनी बात को व्यक्त करना, उसे समझना, उसे अलग-अलग करना जानते हैं और अपने अनुभव को ढालना जानते हैं, क्योंकि वे नियंत्रण की अपनी स्थिति में हैं। वे सही मायने में अग्रणी हैं, वे भरी-पूरी और सच्ची ज़िंदगी जी रहे हैं और हमें उनसे सीख लेनी चाहिए। ये कुछ ऐसी चीज़ें हैं, जिन्हें भावनात्मक रूप से बुद्धिमान लोग नहीं करते।

---

3. ग्लैडवेल, मैल्कम। *ब्लिंक : द पावर ऑफ़ थिंकिंग विदआउट थिंकिंग।* 2007, *बैक बे बुक्स।*

01 | **वे इस बात को मानकर नहीं चलते कि किसी स्थिति के बारे में जैसा वे सोचते या महसूस करते हैं, वह असल में वाक़ई वैसी ही है और न ही यह मानते हैं कि अंत में वह वैसी ही होगी।**

वे इस बात को समझते हैं कि उनकी भावनाएँ किसी स्थिति का सटीक आकलन नहीं हैं, बल्कि वे मात्र उनकी प्रतिक्रियाएँ हैं। वे स्वीकार करते हैं कि उन प्रतिक्रियाओं का संबंध उनके ख़ुद के मसलों से हो सकता है, न कि मौजूदा वस्तुगत स्थिति से।

02 | **उनके भावनात्मक बुनियादी बिंदु बाहरी नहीं होते।**

उनकी भावनाएँ 'किसी और का काम' नहीं हैं और इसलिए 'वे किसी और की समस्याएँ' नहीं हैं। वे इस बात को समझते हैं कि उन्हें जो कुछ अनुभव हो रहा है, वे ख़ुद उसके कारण हैं और इस वजह से वे क्रुद्ध निष्क्रियता के जाल में नहीं फँसते, जिसमें व्यक्ति को लगता है कि दुनिया ने कुछ ग़लत किया है और दुनिया को ही उसे ठीक करना होगा।

03 | **वे इस बात को मानने का दावा नहीं करते कि वे जानते हैं कि किस चीज़ से वे वाक़ई ख़ुश होंगे।**

अगर अतीत में हुई घटनाएँ हमारे लिए संदर्भ का काम करती हैं, तो हमारे पास यह निर्धारित करने का कोई साधन नहीं है कि कौन-सी चीज़ हमें असल में ख़ुश रखेगी, हमें तो बस अपने अतीत के बारे में जो कुछ नापसंद था, उससे सुरक्षित महसूस होने की भावना आएगी। यह समझकर हम ज़िंदगी के किसी अनुभव के प्रति खुलापन रखेंगे, यह जानेंगे कि किसी भी चीज़ में अच्छी व बुरी, दोनों बातें शामिल होती हैं।

04 | **वे नहीं मानते कि भयभीत होने का मतलब यह है कि वे ग़लत रास्ते पर हैं।**

उदासीनता का होना यह संकेत देता है कि आप ग़लत रास्ते पर हैं। डर का अर्थ है कि आप किसी ऐसी चीज़ की तरफ़ जा रहे हैं, जिसे आप चाहते हैं, लेकिन आपकी पुरानी मान्यताएँ या अनसलुझे अनुभव उसके रास्ते का रोड़ा बन रहे हैं। (या फिर वे सुलझना, सही होना चाहते हैं।)

05 | **वे जानते हैं कि ख़ुशी एक चयन है, लेकिन उन्हें नहीं लगता कि हर समय वह चयन करना ज़रूरी है।**

वे इस भ्रम में नहीं फँसे रहते कि 'ख़ुशी' आनंद की लगातार क़ायम रहने वाली स्थिति है। वे ख़ुद को यह मोहलत देते हैं कि वे जिस भी चीज़ का अनुभव कर रहे हैं, उसे समझने की कोशिश करें। वे ख़ुद को सहज स्थिति में रहने देते हैं। उसी अप्रतिरोध की स्थिति में उन्हें संतुष्टि मिलती है।

06 | वे नहीं चाहते कि कोई अन्य उनके विचारों को चुने।

वे इस बात को समझते हैं कि सामाजिक अनुकूलन और इंसान के स्वभाव में बंदर की तरह चंचलता होने के कारण लोग अक्सर ऐसे विचारों, मान्यताओं और मानसिकताओं के बहाव में आ जाते हैं, जो दरअसल उनके नहीं होते। इससे निपटने के लिए वे अपनी मान्यताओं का आकलन करते हैं और उनकी बुनियाद तक पहुँचकर फिर फ़ैसला करते हैं कि वाक़ई वह संदर्भ उनके काम का है या नहीं।

07 | वे इस बात को समझते हैं कि हमेशा बिलकुल शांत बने रहना भावनात्मक समझदारी नहीं है।

वे अपनी भावनाओं को दबाकर नहीं रखते या फिर उन्हें इतना शांत करने की कोशिश नहीं करते कि वे लगभग ग़ायब ही हो जाएँ। हालाँकि उनमें यह क्षमता ज़रूर होती है कि वे अपनी भावनात्मक प्रतिक्रिया की लगाम तब तक पकड़कर रखें, जब तक कि वे ऐसे माहौल में न हों, जहाँ पर वे उसे ढीला छोड़ सकते हैं, यानी व्यक्त कर सकते हैं। वे उसका दमन नहीं करते, बल्कि उसे असरदार ढंग से क़ाबू में रखते हैं।

08 | वे जानते हैं कि कोई एहसास उन्हें नुक़सान नहीं पहुँचाएगा।

वे इतनी ताक़त और चेतना विकसित कर लेते हैं कि यह समझ सकें कि सभी चीज़ें, चाहे कितनी बदतर क्यों न हों, वे क्षणिक हैं।

09 | वे हर किसी के नज़दीकी दोस्त नहीं बनते।

वे समझते हैं कि सच्चा विश्वास और अंतरंगता ऐसी चीज़ें हैं, जिन्हें आप तैयार करते हैं और यह आप पर निर्भर करता है कि किसके साथ उन्हें साझा करें। पर साथ ही वे बहुत सतर्क या बँधे हुए नहीं होते, उन्हें पता होता है कि किन लोगों को वे अपने जीवन और अपने दिल में जगह दे सकते हैं। वे सबके प्रति दयालु होते हैं, लेकिन कुछ ही लोगों के साथ खुलेपन का रवैया रखते हैं।

10 | वे जानते हैं कि किसी बुरे एहसास का मतलब ज़िंदगी का ख़राब होना नहीं है।

वे सचेत होते हैं और अपने वर्तमान क्षण को पूर्वाभासी भविष्य में डालकर नहीं देखते और न ही यह मानते हैं कि मौजूदा पल हमारी पूरी ज़िंदगी के बराबर है। वे बस उसे संपूर्ण रूप में एक अस्थायी, क्षणिक अनुभव के रूप में देखते हैं। भावनात्मक रूप से बुद्धिमान लोग 'बुरे' दिनों का अनुभव करने से नहीं हिचकते। वे ख़ुद को पूरी तरह से इंसान बने रहने देते हैं। इस अप्रतिरोध की स्थिति में उन्हें शांति का एहसास होता है।

4

जिन लोगों से कभी हम प्यार करते थे, वे फिर से अजनबी बन जाते हैं

इस बात पर विचार करना बड़ा दिलचस्प है कि जिन लोगों को हम अपना सब कुछ माना करते थे, हम उन्हें फिर से नाचीज़ बना देते हैं। कैसे हम ज़बरदस्ती भूलते हैं। हम कहीं बीच में उनकी जगह किसे रखते हैं। रिश्ते की बजाय बाद की स्थिति हमें बताती है कि क्या कुछ हुआ, ख़ुशी के मुक़ाबले दुख हमें तेज़ी से सिखाता है, लेकिन फिर से अजनबी बन जाने का क्या मतलब होता है? आप असल में उस तरह से कभी भी एक-दूसरे को जानना नहीं छोड़ते। शायद हमारे पास इसके अलावा कोई चारा नहीं होता कि हम उनके बारे में अलग ढंग से सोचें, उन्हें उस इंसान के रूप में न देखें, जो आपकी रोज़मर्रा की परेशानियों के बारे में जानता था और जानता था कि आप बेलिबास कैसे लगते थे, किस बात पर रो पड़ते थे और आप उसे कितना चाहते थे।

जब हमारी ज़िंदगी किसी के इर्द-गिर्द घूमती है, तो चाहे उनकी याद की कोई झलक ही क्यों न बची हो, तब भी कुछ न कुछ चलता रहता है। ऐसा कुछ हमेशा बना रहता है। वे यादें उन जगहों में नक़्श होती हैं, जहाँ पर आप कभी गए थे, जो कुछ आपने कहा था और जो गाने आपने सुने थे, वे रह जाते हैं।

आख़िरकार हम ख़ुद को चेकआउट लाइन (बाहर निकलने की कतार) में खड़ा पाते हैं, उन गानों को सुनते हैं और पाते हैं कि हम फिर से उनके चारों ओर घूम रहे हैं। हो सकता है कि हम कभी रुके ही न हों। क्या आपकी वर्षगाँठ की तारीख़ें फिर से साल के सामान्य दिनों में तब्दील हो पाती हैं? जो कुछ आपने किया या फिर जो वादे आपने किए, वे क्या कभी उदासीन हो सकते हैं? आपके अलग हो जाने के बाद क्या वे अब शून्य हो गए हैं या फिर आप उनकी अनदेखी करते हैं, क्योंकि अब आपके पास और कोई चारा नहीं है? मेरा अंदाज़ा है कि

आपका दिमाग़ आपको आगे जाने के लिए कहता है और आपके दिल को भी वही करना पड़ता है।

मैं यह मानना चाहती हूँ कि आप या तो किसी को किसी न किसी तरह से हमेशा के लिए चाहते हैं या फिर आपने उनसे असल में प्यार किया ही नहीं होता। दो रसायनों के बीच प्रतिक्रिया होने के बाद दोनों में बदलाव आ जाते हैं। लोगों में हम जो ज़ख़्म छोड़ देते हैं, कई बार वे इतने हरे रहते हैं कि हम वापस उन्हें छेड़ना नहीं चाहते। मैं यह नहीं मानना चाहती कि हम सिर्फ़ इसलिए एक-दूसरे को नकार देते हैं कि अब हमारा होना मायने नहीं रखता। मैं जानती हूँ कि प्यार नष्ट नहीं होता। मुझे लगता है और शायद उम्मीद है कि हम आवश्यकतावश उसे वैसा मानने पर मजबूर हो जाते हैं।

शायद बात यह है कि हम सब अपने-अपने छोटे से ब्रह्मांडों के केंद्र हैं और कई बार वे अन्य लोगों के दायरे में आ जाते हैं और जहाँ पर हम एक-दूसरे से मिलते हैं, उसके कुछ हिस्से बदल जाते हैं। उस टकराव से हम बर्बाद हो सकते हैं, बदल सकते हैं, खिसक सकते हैं। कई बार हम एक में मिल जाते हैं और कई बार हम रुक जाते हैं, क्योंकि हम जिसे जानने का सोचते हैं, उसे खोने की सहजता का भाव जीत जाता है।

दोनों ही सूरतों में यह तय है कि हमारा विस्तार होता है। अब आप प्यार के बारे में और वह क्या कुछ कर सकता है, उसके बारे में ज़्यादा जानते हैं और यह भी कि आपके दिल में बना सुराख़, आपके बिस्तर पर बची जगह और कुर्सी पर पसरा ख़ालीपन आपको कैसा दर्द दे जाता है। पता नहीं दिल के उस कोने में फिर से वह शख़्स शामिल हो पाएगा, जिसने उसे छोड़ दिया था... मैं नहीं जानती। आपके भीतर उस व्यक्ति की जो छाप छूटी है, पता नहीं कोई और उसमें बस पाएगा या नहीं... मुझे उसके बारे में भी कुछ नहीं पता।

हम सब अजनबियों के तौर पर शुरुआत करते हैं। प्यार के मामले में हम जो चयन करते हैं, वे अक्सर वही होते हैं, जो हमें अपरिहार्य लगते हैं। हमें लोग बिलकुल बेबुनियाद ढंग से सम्मोहक लगते हैं। हमें लगता है कि हमारी रूहों में कुछ तो एक जैसा है। हमें अपने सहपाठी, साथी, पड़ोसी, पारिवारिक दोस्त, दूर के, नज़दीक के रिश्ते के भाई-बहन मिलते हैं और हमारी ज़िंदगियाँ इस तरह से आपस में मिलती हैं कि सबको लगता है कि हम कभी अलग थे ही नहीं। यह बहुत प्यारी बात है, पर हमें सहजता और पहुँच की इच्छा नहीं होती। मैं उसके बारे में नहीं लिख रही हूँ। यह कुछ ऐसा नहीं है कि जिसके जाने के बाद हम उसके चारों ओर घूमते हैं। हम बस इंतज़ार में होते हैं कि कोई और ब्रह्मांड हमसे टकराएगा और हमें

इस तरह से बदल देगा, जिस तरह से हम ख़ुद को नहीं बदल सकते। यह दिलचस्प है कि हम कैसे समझ पाते हैं कि तूफ़ान शांत हो गया है, लेकिन हम अब तारों को अलग ढंग से देखने लगते हैं और हमें नहीं पता होता, हम यह चयन नहीं कर सकते कि किस तूफ़ान के अवशेष हमारे लिए वैसा करते हैं।

हम सब अजनबी के तौर पर शुरुआत करते हैं, लेकिन हम भूल जाते हैं कि हम शायद ही यह चयन करते हैं कि कौन आख़िर में फिर से अजनबी बन जाएगा।

5

सामाजिक रूप से बुद्धिमान व्यक्ति के 16 लक्षण

हो सकता है कि आपको यह जानकारी न हो कि वह क्या चीज़ है, जो किसी को सामाजिक रूप से समझदार बनाती है, लेकिन आपने अक्सर सामाजिक संवेदनशीलता की कमी का अनुभव ज़रूर किया होगा और उससे आपको हताशा हुई होगी और मुमकिन है कि शारीरिक रूप से असहजता भी महसूस हुई होगी।

शिष्टाचार सांस्कृतिक सामाजिक बुद्धिमानी है, फिर भी ऐसा लगता है कि पारंपरिक 'भद्रता' अपना आकर्षण खोने लगी है। इससे हमारे सामने जो छवि उभरती है, वह है एक समान बर्ताव के पक्ष में अपने व्यक्तित्व को मिटा देना। जहाँ एक तरफ़ हम लोगों के साथ सहज ढंग से जुड़ने की इच्छा रखते हैं, वहीं हमें केवल विनम्र ढंग से सिर हिलाने या फिर भद्र मुस्कान के नाम पर अपनी वास्तविक अभिव्यक्ति का बलिदान करने की ज़रूरत नहीं होनी चाहिए। दोनों परस्पर अनन्य नहीं हैं।

सामाजिक रूप से बुद्धिमान लोगों की सोच और बर्ताव ऐसा होता है कि वह किसी समय में मौजूद सांस्कृतिक रूप से स्वीकार्य सीमा के परे होता है। वे इस तरह काम करते हैं कि बाक़ी लोगों के साथ संवाद बनाने में उन्हें कामयाबी मिलती है और लोगों को उनके अस्तित्व को लेकर वे इतना सहज महसूस कराते हैं कि वे लोग बेझिझक अपनी बात सामने रख सकते हैं। ज़ाहिर है कि यह जुड़ाव का आधार है, जिस पर हमारे मस्तिष्क की रचना इस प्रकार हुई है कि हम में इच्छाएँ होती हैं और जिस पर हम निजी तौर फलते-फूलते हैं।

सामाजिक रूप से समझदार लोगों की बुनियादी विशेषताएँ इस प्रकार हैं :

01 | वे अपने साथ बातचीत करने वाले व्यक्ति से ज़बरदस्त भावनात्मक प्रतिक्रिया पाने की कोशिश नहीं करते।

उनका बातचीत करने का तरीक़ा ऐसा नहीं होता कि वे अपनी उपलब्धियों को बढ़ा-चढ़ाकर पेश करें और उस पर सामने वाला व्यक्ति उनके रौब में आ जाए या फिर अपने संघर्ष को इतना बड़ा बनाकर पेश करें कि दूसरा व्यक्ति उनके प्रति सहानुभूति का भाव जताने लगे। ऐसा अक्सर तब होता है, जब विषय असल में ऐसा नहीं होता कि जिसमें कोई ज़बरदस्त प्रतिक्रिया दी जाए और लोगों को असहज महसूस कराया जाए, क्योंकि वैसे में लोगों पर दबाव पड़ता है कि वे झूठमूठ की भावनात्मक प्रतिक्रिया दें।

02 | वे लोगों, राजनीति या फिर विचारों पर अंतिम या निर्णायक रूप से बात नहीं करते।

नासमझी का सबसे बड़ा नमूना यह कहना है कि "यह विचार ग़लत है।" (हो सकता है कि आपके मुताबिक़ वह विचार ग़लत हो, लेकिन उसके होने का मतलब ही यही है कि किसी के लिए वह सही हो सकता है।) समझदार लोग कहेंगे, "यह विचार मेरी समझ में नहीं आता या फिर मैं इससे सहमत नहीं हूँ।" किसी भी व्यक्ति या विचार के बारे में निश्चित रूप से कुछ कहना बाक़ी दृष्टिकोणों को लेकर आँखें मूँदने जैसा है। यह संकीर्ण सोच का होना है और दूरदर्शिता की कमी भी है।

03 | वे तुरंत आलोचना को नहीं नकारते या फिर उसे लेकर इतनी सख़्त भावनात्मक प्रतिक्रिया नहीं देते कि उनसे आगे बात ही न की जा सके या फिर कोई बदलाव न लाया जा सके।

ऐसे लोगों के साथ रिश्ता बनाए रखना सबसे मुश्किल होता है, जो बस इतना कहने भर से भी ख़तरा महसूस करने लगते हैं कि उनका बर्ताव चोट पहुँचाने वाला है और उस व्यक्ति से नाराज़ हो जाते हैं और इस तरह से समस्या को बनाए रखते हैं। सामाजिक रूप से बुद्धिमान लोग अपनी प्रतिक्रिया देने से पहले आलोचना को सुनते हैं। कोई सोच-विचार किए बिना तुरंत भावनात्मक प्रतिक्रिया देना बस अपना बचाव करने का बर्ताव है।

04 | किसी को लेकर अपनी राय को वे उनके बारे में तथ्य के रूप में नहीं देखते।

सामाजिक रूप से बुद्धिमान लोग यह नहीं कहते कि वह 'मूर्ख है', चाहे वह सच ही क्यों न हो। उसकी बजाय वे कहते हैं, "मेरा उस व्यक्ति के साथ नकारात्मक अनुभव रहा था और मैंने काफ़ी असहजता महसूस की थी।"

05 | वे लोगों के बर्ताव से उनके बारे में कोई सामान्य राय नहीं बनाते।

अपनी बात को समझाने के लिए वे 'तुम हमेशा' या 'तुम कभी नहीं' जैसे शब्द नहीं कहते। ठीक इसी तरह वे अपने तर्कों की शुरुआत में 'तुम तो' की बजाय 'मुझे लगता है' जैसी बात करते हैं। वे ऐसा इसलिए करते हैं, क्योंकि किसी को भयभीत न करने वाली भाषा को चुनने से वे उन लोगों में खुलापन लाते हैं, ताकि वे अपनी बात को उनके सामने रख सकें और उनके बीच संवाद तैयार हो सके, जिससे अंततः वह बदलाव लाया जा सके, जिसकी वे इच्छा रखते हैं।

06 | वे स्पष्टता से अपनी बात रखते हैं।

अपनी बात को घुमा-फिराकर नहीं, बल्कि सीधे-सीधे रखते हैं। वे शांति से, सहजता से, संक्षेप में और सचेत रहकर अपनी बात कहते हैं। उनका ध्यान बाक़ी लोगों से प्रतिक्रिया लेने पर ही नहीं, बल्कि संवाद करने पर रहता है।

07 | वे जानते हैं कि कैसे स्वस्थ रूप से चीज़ों को अलग करके देखा जाता है।

कहने का मतलब है कि उन्हें मालूम होता है कि दुनिया उनके चारों ओर नहीं घूमती। वे दूसरे व्यक्ति की बात यह चिंता किए बिना सुन सकते हैं कि उनकी कही बात सामने वाले व्यक्ति का अपमान नहीं करती। वे ख़ुद को अपनी धारणाओं से अलग करने की क्षमता रखते हैं और दूसरे के दृष्टिकोण को यह माने बिना समझने की कोशिश करते हैं कि हर किसी चीज़ का मतलब सिर्फ़ उनसे ही नहीं है।

08 | वे लोगों को उनकी अज्ञानता के बारे में बताने की कोशिश नहीं करते।

जब आप किसी पर ग़लत होने का आरोप लगाते हैं, तो आप उन्हें ऐसी स्थिति में पहुँचा देते हैं, जिसमें वे अपना बचाव करने की कोशिश करते हैं और आपके दृष्टिकोण पर विचार नहीं कर पाते। अगर आप उनके रवैये को मान्यता देकर ("यह दिलचस्प है, मैंने कभी इस तरह से नहीं देखा...") फिर अपनी राय रखें ("मैंने हाल ही में यह जाना...") और फिर उनके विचारों के बारे में पूछकर ("आपको क्या लगता है?") एक तरह से उन्हें बताएँ कि वे बातचीत का हिस्सा बन सकते हैं। ऐसा करके आप उन्हें ऐसी बातचीत में शामिल कर सकते हैं, जहाँ पर आप दोनों अपना बचाव करने की बजाय कुछ सीख सकते हैं।

09 | वे अन्य लोगों की भावनाओं की पुष्टि करते हैं।

किसी की भावनाओं को मान्यता देने का मतलब है कि हम उनकी राय को नकारने या उसे ख़ारिज करने के लिए किसी तर्क का इस्तेमाल करने की कोशिश नहीं

करते, बल्कि हम मानते हैं कि वे वैसा महसूस कर रहे हैं। (मसलन, ''मैं आज दुखी हूँ।'' ''अरे, दुखी होने की ज़रूरत नहीं है, ज़िंदगी शानदार है!'') यहाँ सबसे बड़ी ग़लतफ़हमी यह हो सकती है कि किसी के एहसास को मंजूरी देने का मतलब विचारों को मान्यता देना नहीं है। बहुत से ऐसे विचार होते हैं, जिनकी पुष्टि नहीं की जानी चाहिए, लेकिन हर किसी की भावनाओं को देखा व समझा जाना चाहिए और उनका ध्यान रखा जाना चाहिए। किसी की भावनाओं की पुष्टि करने का मतलब है कि हम उन्हें मान्यता दे रहे हैं कि वे असल में कौन हैं, चाहे उसके प्रति आपकी कोई भी प्रतिक्रिया क्यों न हो। कहने का मतलब यही है कि कोई अगर आपसे अलग भी है, तब भी उनके होने को मान्यता दी जानी चाहिए।

10 | वे पहचानते हैं कि उनके 'प्रतिछाया रूप' उनकी वे ख़ासियतें, बर्ताव और पैटर्न हैं, जो बाक़ी लोगों को लेकर उन्हें भड़काते हैं।

किसी बहकाने वाले नेता के प्रति हमारी घृणा हमारे नासमझ या कम योग्यता वाला होने के डर का स्वरूप हो सकती है। किसी निष्क्रिय क़िस्म के दोस्त को नापसंद करने का मतलब यह हो सकता है कि हम जानते हैं कि हमारी ज़िंदगी में दूसरों के दख़ल को हम बर्दाश्त करते हैं। यह जुड़ाव हमेशा इतना स्पष्ट नहीं होता, लेकिन कोई ज़बरदस्त भावनात्मक प्रतिक्रिया होने का मतलब है कि ऐसा होता है। अगर आप वाक़ई किसी चीज़ को नापसंद करते हो, तो आप उससे बिलकुल अलग हो जाओगे।

11 | वे उन लोगों से बहस नहीं करते, जो केवल जीतना चाहते हैं, सीखना नहीं चाहते।

जब लोग अपने को बेहतर दिखाने के लिए आपको किसी बहस में खींचने या फिर घटिया तर्क का सहारा लेने लगते हैं, तब आपको इसका पता लग जाता है। सामाजिक रूप से बुद्धिमान लोग जानते हैं कि हर कोई संवाद करने, सीखने, आगे बढ़ने या किसी से जुड़ने में दिलचस्पी नहीं रखता और इसलिए वे उन्हें ऐसा करने के लिए मजबूर नहीं करते।

12 | वे ध्यान देने के लिए सुनते हैं, प्रतिक्रिया देने के लिए नहीं।

बाक़ी लोगों को बात करते हुए सुनते हुए वे कही गई बात पर ध्यान देते हैं, न कि इस बात पर कि वे ख़ुद जवाब में क्या कहने वाले हैं। इसे 'पूरी तरह से वहाँ होने' की मेटा प्रैक्टिस (बाक़ी लोगों या चीज़ों से जुड़े होने का भाव) कहा जाता है।

13 | **वे ऑनलाइन कुछ ऐसा पोस्ट नहीं करते, जिसे उन्हें माता-पिता को दिखाने में शर्मिंदगी हो, किसी बच्चे को बताने में असहजता महसूस हो या फिर न चाहें कि उनके नियोक्ता उसे देखें।**

यह बात सही है कि कभी न कभी कोई न कोई ऐसी बात होगी, लेकिन कुछ भी ऐसा पोस्ट करना, जिसे लेकर आप पूरी तरह से आश्वस्त न हों, तो इसका मतलब है कि आप ख़ुद के प्रति सच्चे नहीं हैं (आप अपने उस हिस्से की तरफ़ से बर्ताव कर रहे हैं, जिसके लिए आप चाहते हैं कि लोग आपको मान्यता दें)।

14 | **वे ख़ुद को किसी चीज़ की सच्चाई को आँकने वाला नहीं समझते।**

वे यह नहीं कहते कि ''तुम ग़लत हो'', वे कहते हैं, ''मेरे विचार में तुम ग़लत हो।''

15 | **वे किसी बात के खंडन के लिए किसी की प्रतिष्ठा को नुक़सान नहीं पहुँचाते या फिर लांछन लगाने का काम नहीं करते।**

किसी की प्रतिष्ठा को नुक़सान पहुँचाने का मतलब है कि किसी के चरित्र पर हमला किया जाए, ताकि उस समय रखी गई (संभवत: बिलकुल सही बात) बात से ध्यान भटकाया जा सके। मसलन, दिन में तीन बार कैंडी खाने वाला कोई इंसान अगर कहे कि ''मुझे नहीं लगता कि बच्चों के लिए रोज़ इतनी कैंडी खाना सेहतमंद होता है,'' ऐसे में सामाजिक रूप से समझदार इंसान यह नहीं कहेगा कि ''आप ऐसा कहने वाले कौन होते हैं?''; वे उस बात को उस इंसान से अलग करके देख सकते हैं। अक्सर ऐसा होता है कि जो व्यक्ति किसी बात से सबसे ज़्यादा प्रभावित होता है, वही उसकी अहमियत पर बात कर सकता है (भले ऊपरी तौर पर वह पाखंड लगे)।

16 | **उनका प्राथमिक रिश्ता ख़ुद से होता है और वे उस पर लगातार काम करते हैं।**

सबसे अहम बात जो सामाजिक रूप से समझदार लोग समझते हैं, वह है कि हर किसी से हमारा रिश्ता दरअसल ख़ुद से हमारे रिश्ते का ही विस्तार है।

6

असहज करने वाले एहसास, जो असल में इशारा करते हैं कि आप सही रास्ते पर हैं

जब हम बदलाव की कगार पर होते हैं, तो हमें असहजता महसूस होती है। बदक़िस्मती से हम इसे अक्सर नाख़ुशी समझ बैठते हैं और बदलाव का सामना करते हुए असहजता से भागते हैं। किसी नई समझ तक पहुँचने, किसी सीमित मान्यता से निकलने और वास्तविक बदलाव लाने के लिए प्रेरित होने में थोड़ी असहजता महसूस होती है। असहजता ऐसा संकेत है, जो अक्सर काफ़ी मददगार साबित होता है। कुछ (कम वांछनीय) ऐसे ही एहसास हैं, जो इशारा करते हैं कि आप सही रास्ते पर हैं :

01 | **ऐसा लगता है कि जैसे आप बचपन के संघर्षों को फिर से जी रहे हैं।**

आप पाते हैं कि बचपन में आप जिन मसलों से जूझते थे, वे आपके वयस्क जीवन में फिर से आ गए हैं और ऊपरी तौर पर भले आपको लगे कि आप उनसे उबर नहीं पाए हैं, लेकिन सच्चाई यह है कि आप उन्हें लेकर सचेत हैं और आप उन्हें बदल सकते हैं।

02 | **ख़ुद को 'खोया हुआ' या दिशाहीन महसूस करना।**

खोया हुआ महसूस करना दरअसल इस बात का संकेत है कि आप अपनी ज़िंदगी में अपनी मौजूदगी को लेकर सचेत हैं और आप पहले से सोची हुई कहानी व विचारों के दायरे में जीने की बजाय वर्तमान क्षण में ज़्यादा जी रहे हैं। जब तक आप उसके आदी नहीं हो जाते, तब तक आपको लगेगा कि आप रास्ते से भटक गए हैं (जबकि आप नहीं भटके हैं)।

03 | **'दिमाग़ के बाएँ हिस्से' की अस्पष्टता।**

जब आप अपने दिमाग़ के दाएँ हिस्से का ज़्यादा इस्तेमाल करते हैं (आप चीज़ों

को सहज ही समझने लगते हैं, आप भावनात्मक आयाम से ज़्यादा जुड़ते हैं, आप रचनात्मक होते हैं), तो कई बार लगता है कि जैसे 'दिमाग़ के बाएँ हिस्से' के काम से आपको धुँधलापन महसूस होता है। किसी चीज़ पर ध्यान देना, काम को व्यवस्थित रूप देना और छोटी-छोटी बातों को याद रखना मुश्किल होने लगता है।

04 | **अचानक से बिना बात गुस्सा आना या दुखी महसूस करना, जो कभी इतना बढ़ जाए कि आप उसकी अनदेखी न कर सकें।**

जब भावनाओं का ज्वार फूटता है, तो अक्सर इसका कारण यह होता है कि वे भावनाएँ सामने आना चाहती हैं और हमें उनसे मुठभेड़ करने या फिर उन्हें दबाने की कोशिश न करना सीखना होगा, ताकि हम उन्हें लेकर पूरी तरह सचेत हों (उसके बाद हम उन पर क़ाबू पाएँ, न कि पहले उन पर क़ाबू पाने की कोशिश करें)।

05 | **सोने के तरीक़े का अप्रत्याशित या अस्त-व्यस्त होना।**

आप या तो बहुत ज़्यादा सोने लगेंगे या फिर बहुत कम, आप आधी रात को उठ जाएँगे, क्योंकि आप कुछ सोच रहे होंगे, आप या तो ऊर्जा से भरे होंगे या फिर पूरी तरह से थका-माँदा महसूस करेंगे।

06 | **ज़िंदगी को बदलने वाली कोई घटना या तो हो रही है या फिर हो चुकी है।**

आपको अचानक कहीं और चले जाना होगा, आपका तलाक हो रहा होगा, आपकी नौकरी छूट रही होगी, आपकी कार ख़राब हो गई होगी, वग़ैरह, वग़ैरह।

07 | **अकेले रहने की गहरी इच्छा।**

अचानक आपका मन नहीं करता कि वीकेंड पर बाहर जाकर लोगों के साथ समय बिताएँ और बाक़ी लोगों की समस्याएँ जिज्ञासा पैदा करने की बजाय आपको परेशान करने लगती हैं। इसका मतलब है कि आपकी सोच में बदलाव आ रहा है।

08 | **प्रबल और स्पष्ट सपने, जिनकी लगभग सभी बारीकियाँ आपको याद रहती हैं।**

अगर हम मानें कि सपनों के ज़रिये आपका अचेतन मन आपसे बात करता है (या आपके अनुभव की छवि को सामने रखता है), तो इसका मतलब है कि वह आपसे कुछ कहने की कोशिश कर रहा है। आप ऐसी तीव्रता से सपने देख रहे हैं, जिसे आपने पहले कभी अनुभव नहीं किया था।

09 | **अपने दोस्तों की तादाद कम करना; नकारात्मक क़िस्म के लोगों के साथ लगातार असहजता महसूस करना।**

नकारात्मक लोगों की ख़ासियत यह होती है कि वे शायद ही कभी समझ पाते हैं कि वे नकारात्मक हैं और आपको उनसे कुछ कहने में (और उन्हें अपनी ज़िंदगी में बनाए रखने में) असहजता महसूस होती है, इसलिए आप अपने पुराने दोस्तों में से कुछ को अपनी ज़िंदगी से दूर करने लगते हैं।

10 | ऐसा महसूस होना कि आपने अपनी ज़िंदगी के लिए जो सपने देखे थे, वे ढह रहे हैं।

इस पल आप यह नहीं समझ पा रहे हैं कि इससे आपके लिए सच्चाई आपकी सोच से बेहतर हो रही है, वह अब आपके असली रूप के साथ बेहतर तालमेल में है, न कि जिसकी कल्पना आपने की थी।

11 | ऐसा महसूस होना कि जैसे आपके विचार आपके सबसे बुरे दुश्मन हैं।

आप यह समझने लगे हैं कि आपकी सोच, आपके अनुभव को तैयार करती है और असमंजस की हालत में पहुँचने पर ही आपको लगता है कि उन पर क़ाबू किया जाना चाहिए। ठीक उस समय हमें पता चलता है कि सब कुछ हमेशा से हमारे क़ाबू में ही था।

12 | अपने असली स्वरूप को लेकर अनिश्चितता महसूस करना।

आपको क्या होना चाहिए, इसे लेकर आपके पुराने भ्रम टूटने लगते हैं। आप स्वयं को लेकर आश्वस्त महसूस नहीं करते, क्योंकि अनिश्चितता है। आपका विकास हो रहा है और बदतर स्थिति में जाने की हालत में हम अनिश्चित महसूस नहीं करते, हम गुस्सा होते हैं और ख़ुद को सीमित कर लेते हैं। कहने का मतलब यह है कि अगर आप किसी तरह की असुरक्षा या अनिश्चितता का अनुभव कर रहे हैं, तो आप बेहतरी की तरफ़ बढ़ रहे हैं।

13 | यह समझना कि आपको आगे और कितना जाना है।

जब आपको यह समझ आता है, तो इसका कारण यह है कि आप देख सकते हैं कि आप किस तरफ़ बढ़ रहे हैं। इसका मतलब है कि आख़िरकार आप जानते हैं कि आप कहाँ होना चाहते हैं और कौन बनना चाहते हैं।

14 | ऐसी बातों को 'जानना', जिन्हें आप नहीं जानना चाहते, जैसे किसी को वाक़ई कैसा महसूस हो रहा है या फिर कोई रिश्ता आगे चलने वाला नहीं है या फिर आप अपने काम पर ज़्यादा समय तक नहीं रह पाओगे।

अवचेतन स्तर पर किसी चीज़ का बोध होने से 'अतार्किक' बेचैनी पैदा होती है, फिर भी उसे गंभीरता से न लेना, क्योंकि उसका कोई तर्क नहीं है।

15 | अपने पक्ष में बात रखने की ज़बरदस्त इच्छा का होना।

इस बात को लेकर गुस्सा आना कि आपने ख़ुद को कैसे बहुत कम महत्त्व दिया या फिर आपने बाक़ी लोगों की राय को ज़रूरत से ज़्यादा अहमियत दी, ये सब संकेत हैं कि आप आख़िरकार अब दूसरों की बात न सुनने और अपनी इज़्ज़त करके ख़ुद से प्यार करने के लिए तैयार हैं।

16 | यह समझना कि आप ख़ुद अपनी ज़िंदगी और अपनी ख़ुशी के लिए ज़िम्मेदार हैं।

भावनात्मक रूप से इस तरह की ज़िम्मेदारी डरा सकती है, क्योंकि इसका मतलब है कि अगर आपने गड़बड़ की, तो उसका पूरा दारोमदार आप पर ही होगा। साथ ही यह भी समझना कि वाक़ई मुक्त होने का यही एकमात्र रास्ता है। इस मामले में जोखिम लेने का इनाम यही है।

7

जिन भावनाओं को आप दबाते हैं, वे आपसे क्या कहना चाहती हैं

भावनात्मक बुद्धिमत्ता यह नहीं है कि आप कभी-कभार कुछ 'बुरा' इसलिए महसूस करते हैं, क्योंकि आपसे वैसा महसूस न करने का अनुशासन और समझदारी विकसित कर ली हैं। बात यह नहीं है कि आप कितनी आसानी से चयन करते हैं कि आपको क्या सोचना है, उससे ख़ुद को कैसे प्रभावित होने देना है या फिर किसी स्थिति में आप कितनी शांति से प्रतिक्रिया करते हैं।

वास्तविक भावनात्मक गंभीरता यह है कि आप ख़ुद को कितनी अच्छी तरह किसी चीज़ को महसूस करने देते हैं। यह तो बस इतना जानना है कि कोई भी बुरी आशंका आख़िरकार एक एहसास ही है।

बस इतनी सी बात है! एक एहसास। सबसे बदतर चीज़ की कल्पना करें, उसके मामले में बुरी बात यही है कि उसे लेकर आप कैसा महसूस करते हैं। आप उसे कैसा रूप देते हैं, आपको क्या लगता है कि उसके प्रभाव क्या हो सकते हैं और कैसे आख़िरकार आपके महसूस करने पर असर डालते हैं।

डर का बोध, कोई चुभन या घबराहट या टीस। भूख महसूस होना या फिर अहम की तुष्टि। अपनी अहमियत न होने का बोध होना, कहीं से जुड़े न होने का एहसास। (यह दिलचस्प है कि कैसे शारीरिक एहसास बहुत तेज़ी से आते हैं और अस्थायी होते हैं, लेकिन दर्द के जिन एहसास को हम पकड़े रखते हैं, वे आस-पास रहते हैं...)

पर हम कुछ भी महसूस करने से बचते हैं, क्योंकि हमें कमोबेश यही सिखाया गया है कि हमारे एहसास की अपनी ज़िंदगी होती हैं। अगर हम उन पर ज़रा सा भी ध्यान दिया तो वे हमेशा-हमेशा बने रहेंगे।

क्या आपने कभी ख़ुशी को कुछ मिनटों से ज़्यादा महसूस किया है? गुस्से का होना? नहीं? तनाव, अवसाद या उदासी के मामले में क्या होता है? ये एहसास ज़्यादा समय तक रहते हैं, है न? कई हफ़्ते, महीने और कई सालों तक, है न?

इसकी वजह यह है कि वे एहसास नहीं हैं। वे लक्षण हैं। हम कुछ देर में उनके कारणों तक पहुँचेंगे।

आपको यह जानना होगा कि कष्ट किसी चीज़ को स्वीकारने से इंकार करना है। इतनी सी बात है। शब्द की उत्पत्ति और इतिहास के हिसाब से यह लैटिन भाषा से संबंधित है, जिसका मतलब 'सहन करना' या 'प्रतिरोध करना, झेलना, अचेत करना' है।

तो इलाज या ठीक होने का मतलब है कि ख़ुद को महसूस करने देना।

अपने आघातों, शर्मिंदगी या नाकामी को उभारना और फिर ख़ुद को उन भावनाओं को महसूस होने देना, जिन्हें आप उस समय महसूस नहीं कर पाये थे, जब आप उन सबसे गुज़रे थे। उस वक़्त आपने जिन चीज़ों का दमन किया था, उन्हें निकलने देना, उन्हें समझने देना, ताकि आप आगे बढ़ते रह सकें, यहाँ तक कि ज़िंदा रह सकें।

हम सबको डर रहता है कि हमारे एहसास बहुत बड़े हैं, ख़ासकर उस पल में जब हम उन्हें महसूस करते हैं। हमें सिखाया जाता है कि प्यार मत करो, तुम्हें चोट पहुँचेगी; ज़्यादा स्मार्ट बनोगे, तो कोई तुम्हें परेशान करेगा; ज़्यादा भयभीत रहोगे तो चोट ज़्यादा लगेगी। हमें बाक़ी लोगों की इच्छा के हिसाब से महसूस करना होता है यानी जैसा बाक़ी लोग चाहते हैं कि हम कैसा महसूस करें, उसके अनुसार चलना होता है। बचपन में अगर हमारा भावनात्मक अनुभव हमारे माता-पिता की सहूलियत के हिसाब से नहीं होता था, तो रोने पर हमें सज़ा मिलती थी। (यही वजह है कि हम अब भी वैसी ही प्रतिक्रिया करते हैं।)

मसला यह है कि केवल आप ही नहीं हैं, जो बहुत ज़्यादा महसूस करने से डरते हैं। ये वे लोग हैं, जो आपको सनकी, नाटकीय और ग़लत कहते हैं। जो लोग उससे निपटना नहीं जानते, जो चाहते हैं कि आप जहाँ हैं, वहीं रहें। ये वही लोग हैं, जो चाहते हैं कि आप महसूस न करें। आप न करें। आपको पता है कि मैं कैसे जानती हूँ?

आपकी संवेदनशून्यता का मतलब कुछ भी महसूस न करना नहीं है, सब कुछ महसूस करना है और किसी भी चीज़ को प्रोसेस (उसे समझकर कोई निष्कर्ष निकालना) न करना सीखना है। संवेदनशून्यता कुछ न होना नहीं है, उदासीन होने का मतलब कुछ न होना है। संवेदनशून्यता एक ही समय में सब कुछ होना है।

आपका दुख कह रहा होता है, ''मैं किसी ऐसी चीज़ से जुड़ा हूँ, जो अलग है।'' आपका अपराधबोध कहता है, ''मुझे लगता है कि मैंने ऐसा कुछ किया है, जो किसी की नज़र में ग़लत है,'' और आपकी शर्मिंदगी का एहसास कहता है, ''मुझे डर है कि मैं किसी की नज़रों में ग़लत हूँ।''

आपकी बेचैनी उस प्रक्रिया को लेकर आपका प्रतिरोध है, आपका किसी चीज़ पर क़ाबू रखने की कोशिश करते रहना दिखाता है कि आपके पास जो नहीं है, उसे लेकर आपकी चेतना बढ़ती जा रही है। आपकी थकान एक तरह से प्रतिरोध है कि आप वाक़ई क्या हैं और आप दरअसल क्या बनना चाहते हैं। आपकी चिढ़न वह गुस्सा है, जिसे आपने दबा रखा है। आपका अवसाद, आपके जैविक कारक, सब कुछ सतह पर आ रहा है और आप चीख़-चिल्लाकर उन्हें दूर रख रहे हैं।

आपका इस नतीजे पर पहुँचना कि ऐसा और नहीं चल सकता, आपसे कुछ छूट रहा है, यह कि आप रास्ते से अलग हो गए हैं और आप फँसा हुआ और खोया हुआ महसूस कर रहे हैं, इसका मतलब यही है कि आपको अपनी भावनाओं को बदलने की ज़रूरत नहीं है। आपको बस उन्हें अपनाना है और देखना है कि वे आपसे क्या कहने की कोशिश कर रही हैं।

आप जैसा महसूस करते हैं, उसे बदलने की कोशिश करना अपने रास्ते को बदलने की बजाय सड़क पर ऐसे संकेत को खोजना है, जो आपके रास्ते से ठीक उल्टी दिशा दिखा रहा है और उसे मोड़ने की कोशिश करना है।

जब हम अपने अनुभवों के साथ जुड़ी अपनी भावनाओं को कहीं दबा देते हैं, ख़ुद को उन्हें समझने, प्रोसेस करने का समय नहीं देते हैं, किसी निश्चित समय पर कुछ ख़ास तरीक़े से महसूस करने पर ख़ुद को मजबूर करते हैं, तो हम उस चीज़ का निरादर करते हैं, जो हमें आख़िरकार सुकून दे सकती है और वह है : बिना किसी परख के बस कुछ होने देना।

तो यहाँ आप जो महसूस करते हैं, मसला उसे बदलने का नहीं है। यह सुनने से जुड़ा है। जो कुछ जैसा लग रहा है, उसे स्वीकार न करना, बल्कि अपने सहजबोध पर ध्यान देना कि वह आपको क्या संकेत देने की कोशिश कर रहा है। उनसे ही आप ख़ुद से संवाद कर सकते हैं।

हर एहसास मायने रखता है। आप उन्हें बदलकर हटाने की कोशिश करने में बहुत कुछ खो देते हैं, या फिर सोचते हैं कि उनमें से कुछ सही हैं या ग़लत या फिर अच्छे या बुरे हैं या आपको उन्हें महसूस करना चाहिए या नहीं। यह इसलिए होता है, क्योंकि आपको डर है कि कहीं आप ख़ुद से वैसा कुछ न कह दें, जो आप सुनना नहीं चाहते।

जिन भावनाओं का आप दमन करते हैं, वही आपको रास्ता दिखाने के अहम रास्ते हैं। उनका कहा सुनने का डर आपकी अपनी इच्छा नहीं है। यह डर है कि कहीं आप अपने आस-पास के लोगों से कमतर या बेहतर या फिर अलग तो नहीं हैं, यानी ऐसा कुछ है, जिसे वे स्वीकार नहीं करेंगे।

जब आप अपनी बजाय लोगों की स्वीकृति को ज़्यादा महत्त्व देंगे, तो आप बाक़ी लोगों के अहंकार की ज़रूरतों को अपनाने के लिए अपने सहजबोध से जूझते रहने की नियति को स्वीकार करेंगे। इस बीच सुनने, झुकाव रखने, किसी को अनुमति देने, अनुकरण करने, समझने, महसूस करने और अनुभव करने जैसी चीज़ें आपके हाथ नहीं आएँगी।

न तो आपको दुख मारेगा और न ही अवसाद, पर उससे लड़ने, उसे अनदेखा करने से ऐसा होगा। उसका सामना करने की बजाय उससे बचने की कोशिश से ऐसा होगा। उसे नकारने से ऐसा होगा। उसका दम घोंटने से ऐसा होगा। उसे महसूस करने की बजाय अपने अवचेतन में उतरने देने से ऐसा होगा। यहाँ मरने का मतलब यह नहीं कि आप ख़ुद को मार लेंगे या फिर जो कुछ 'अच्छा' आपको मिलता है, उसे तबाह कर देंगे (हालाँकि ऐसा हो सकता है)।

यह आपको इस तरह से मारेगा कि आपकी ज़िंदगी के हर लम्हे से आपको महरूम कर देगा : आप या तो ख़ुद को सब कुछ महसूस करने दें या फिर कुछ न महसूस करते हुए पूरी तरह संवेनदनाशून्य हो जाएँ। आप भावनाओं का चयन नहीं कर सकते। आप या तो उनके बहाव के मुताबिक़ होते हैं या फिर उनका प्रतिरोध करते हैं। अंत में, चयन आपके हाथ में होता है।

8

आपके वे हिस्से जो 'मैं' नहीं हैं

एक पल के लिए कल्पना करते हैं कि आपके सारे अंग निकालकर एक मेज़ पर रख दिए गए हैं।

आप अपनी धड़कन को महसूस करें, उसके अपने शरीर के बाहर होने की कल्पना करें। आप उसे अपने दिल की तरह नहीं देखेंगे और न ही सोचेंगे कि 'वो मैं हूँ।' आप सोचेंगे : 'वो मेरा दिल है।'

अब अपनी साँस को महसूस करें। उसे अपने दिल की धड़कन के साथ ताल मिलाते महसूस करें, आप अक्सर उन दोनों के बारे में नहीं सोचते, जो लगातार हरकत में रहते हैं। आप यह नहीं कहते कि ''मैं अपनी साँस हूँ।'' आप कहते हैं, ''मैं साँस लेता/लेती हूँ।''

अपने लिवर के बारे में सोचें और अपने गुर्दों के बारे में भी। अपनी हड्डियों और अपने ख़ून के बारे में विचार करें। सोचें, अपने हाथ-पैर, अपनी उँगलियों, अपने बालों और अपने दिमाग़ के बारे में। आप उन्हें तटस्थ भाव से देख सकते हैं। वे बस हिस्से हैं। उन्हें (ज़्यादातर) हटाया जा सकता है, बदला जा सकता है और वे अस्थायी हैं। आप उनके बारे में नहीं सोचते और उन्हें 'मैं' यानी अपने रूप में नहीं देखते। आप उनके बारे में सोचते हैं और कई चीज़ें देखते हैं। अगर उन्हें अलग कर दिया जाए, तो वे बस कोशिकाओं का जमावड़ा होंगे। आप उन्हें देखते हुए यह नहीं सोचते : ''वो मैं हूँ!'' आप सोचते हैं कि ''वो मेरे हैं।''

फिर जब हम उन्हें एक साथ लाकर जोड़ देते हैं, तो फिर मामला बदल क्यों जाता है?

ऊर्जा का संकेंद्रण होता है, हमें अपनी छाती में, अपने गले में और संभवत: थोड़ा-बहुत अपने सिर में कुछ होने का एहसास होता है। वह बीच में कहीं होता है।

उसे आप अपनी टाँगों में महसूस नहीं करते। आपकी बाँहों में भावनाएँ नहीं होती। वे मूल यानी हृदय में होती हैं।

इसी जगह पर अन्य अंगों का भी अस्तित्व होता है, जो हमें अभिन्न नहीं लगते, लेकिन ऊर्जा से हमें तादातम्य महसूस होता है। अगर ऊर्जा को हटा दिया जाए, तो क्या बचा रह जाएगा? आख़िर क्या रहेगा? हम न रहें, तो फिर क्या है, जिसका अस्तित्व रहता है?

क्या आपने कभी इस बात पर विचार किया है? क्या कभी आपने इसके बारे में सोचा है? क्या आपने कभी अपने शरीर के हर हिस्से को महसूस किया है और आपको लगा है कि कौन से हिस्से 'मैं' का हिस्सा नहीं हैं? क्या आपने किसी ऐसी चीज़ का होना महसूस किया है, जिसे जोड़े जाने पर उसमें जान आ जाती है? क्या आपने कभी इन दोनों चीज़ों के बीच अंतर को पहचाना है, एक वह, जिसे आप अपना कहते हैं और एक, जो आप हैं?

यह जानना कि हम कौन हैं, हमें अपने से जोड़ता है और हमें अपनी दिशा की, भविष्य की समझ देता है, पर जब हम अपनी पसंद की, अपनी उपयोगिता और अपनी इच्छा की चीज़ों के साथ शब्द और अर्थ जोड़ देते हैं, तो हम मोह या बंधन तैयार करते हैं, फिर हम चीज़ों को अपने उस दायरे में रखने की कोशिश करते हैं, जिसे हम पहले से क़बूल कर चुके होते हैं। उससे हम असफलता की रचना करते हैं। हम ख़ुद अपने कष्टों को गढ़ते हैं। हम मानने लगते हैं कि कोई स्थिर विचार किसी गतिशील, विकसित होते प्राणी का प्रतिनिधित्व कर सकता है। हमारे मन में जो विचार हैं, उनके मुताबिक़ आचरण न कर पाना हमारा सबसे बड़ा कष्ट बन जाता है।

मुझे लगता है कि कई बार हम विषयवस्तु को पसंद न करने के कारण संरचनाओं से जुड़ जाते हैं। इसकी बजाय कि हम कौन हैं, हम इस चीज़ पर ज़्यादा ध्यान देते हैं कि हमें कैसे देखा जाता है, हमारा रोज़मर्रा का काम क्या है, इसकी बजाय हम अपने ओहदे पर ज़्यादा विचार करने लगते हैं, अपनी दैनिक ज़िंदगी में प्यार करने से ज़्यादा हमारा ध्यान इस बात पर होता है कि "क्या तुम मुझसे हमेशा प्यार करने की क़सम खाते हो?" हम किसी भी चीज़ की असलियत की बजाय उसके विचार को लेकर ज़्यादा सुकून महसूस करते हैं। हम ख़ुद को शरीर के रूप में सोचना चाहते हैं, क्योंकि उससे में 'और क्या' हो सकता है' की संभावना पर विचार करने की ज़रूरत नहीं रहती।

पर क्या हो, अगर 'और क्या' अंतिम विचार न होकर कोई शुरुआत हो? क्या हो, अगर उसके होने की चेतना हमें कई चीज़ों से मुक्त कर दे, कई विचारों

को शांत कर दे, कई तकलीफ़ों पर मरहम लगा दे? क्या हो अगर ख़ुद को सही करने का मतलब किसी रवैये को ठीक करना, किसी राय को बदलना या फिर सिर्फ़ बाहरी चीज़ में बदलाव लाना न होकर किसी उपस्थिति, किसी चेतना, किसी ऊर्जा को बदलना हो?

ऐसे में कुछ हिस्सों को ठीक करने से संपूर्ण सही नहीं होगा।

हमें और हमारी ज़िंदगी को सिर्फ़ एक चीज़ बदल सकती है और वह है, उन हिस्सों को लेकर चेतना, जो 'मैं' नहीं हैं। वह कोई संपूर्ण चीज़ है, वह जिस तक हम पहुँचते हैं, जहाँ से हमारी शुरुआत होती है, वह एक चीज़ है, एकमात्र चीज़ जो बदल सकती है, बढ़ती है और उस चेतना की चिंगारी को सुलगाती है, जिसकी वजह से हम अपने पात्र यानी अपने शरीर के तत्वों पर सवाल करते हैं।

मैं आपसे सिद्धांतों पर विचार करने को नहीं कह रही हूँ। मैं तो बस यह पूछ रही हूँ कि आप उसे महसूस करते हैं या नहीं।

9

20 संकेत, जो बताते हैं कि आप जितना सोचते हैं, उससे बेहतर कर रहे हैं

01 | **आपने इस महीने के बिलों का भुगतान कर दिया है और शायद आपके पास ग़ैर-ज़रूरी चीज़ों पर ख़र्च करने के लिए अतिरिक्त पैसा है।** इससे फ़र्क़ नहीं पड़ता कि आपको चेक पर कितनी माथापच्ची करनी पड़ी हो, जो भी हो, काम हो गया और आपने सही हिसाब-किताब लगा लिया।

02 | **आप ख़ुद से सवाल करते हैं। अपनी ज़िंदगी को लेकर आपके संशय हैं।** कुछ दिन आप ख़राब महसूस करते हैं। इसका मतलब है कि आप अब भी बढ़ोतरी की राह पर हैं। इसका अर्थ है कि आप ख़ुद को लेकर निष्पक्ष हो सकते हैं और आप में आत्मचेतना है। बेहतरीन लोग शाम को घर जाते हैं और सोचते हैं, ''शायद कोई और रास्ता भी होगा।''

03 | **आपके पास काम है।** काम चाहे कितने भी घंटे का हो, या किसी भी दर पर हो, आप पैसा कमा रहे हैं, जिससे आप कुछ खा सकते हैं, किसी चीज़ पर सो सकते हैं, हर रोज़ कुछ पहन सकते हैं। अगर यह वैसा नहीं दिखता, जैसा आपने सोचा था, तब भी यह नाकामी नहीं है। आप अपनी आज़ादी की कद्र कर रहे हैं और अपनी ज़िम्मेदारी उठा रहे हैं।

04 | **आपके पास कुछ ऐसा करने का समय है, जिसे करना आपको पसंद है, वह चाहे सोफ़े पर बैठकर बाहर से खाना मँगवाना और नेटफ़्लिक्स देखना ही क्यों न हो।**

05 | **आपको अपने अगले भोजन की चिंता नहीं है। आपके फ्रिज में या रसोई के भंडार में खाना है** और आप अपनी मर्ज़ी से अपनी पसंद के खाने का चयन कर सकते हैं।

06 | **आप खा सकते हैं, क्योंकि आप उसका आनंद लेते हैं। यह केवल ज़िंदा रहने का सवाल नहीं है।**

07 | **आपके पास एक–दो सच्चे क़रीबी दोस्त हैं।** लोग दोस्तों की तादाद को लेकर परेशान रहते हैं, लेकिन अंततः समझ जाते हैं कि आपके चाहे कितने भी दोस्त हों, उससे इस बात पर फ़र्क़ नहीं पड़ता कि आपको उससे कितनी नज़दीकी, स्वीकार्यता, समुदाय या ख़ुशी का एहसास होता है। हमारी इच्छा यही होती है कि हमारे पास कुछ क़रीबी दोस्त हों, जो हमें जानते हों और हर हाल में हमसे प्यार करते हों।

08 | **आप सबवे में सफ़र करने, कॉफ़ी ख़रीदने या फिर अपनी कार में गैस भरवाने की क्षमता रखते हैं।** छोटी से छोटी सहूलियतें (और अक्सर ज़रूरतें) आपके लिए अक्सर बदलती नहीं हैं।

09 | **आप वही इंसान नहीं हैं, जो एक साल पहले थे।** आप सीख रहे हैं, आगे बढ़ रहे हैं और आप बता सकते हैं कि किस तरह आप में बदलाव आए हैं, बेहतर या बदतर।

10 | **आपके पास न्यूनतम चीज़ों के परे कुछ करने के लिए समय और साधन हैं।** मुमकिन है कि आप पिछले कुछ सालों में किसी कॉन्सर्ट में गए हों, आपने अपने लिए किताबें ख़रीदी हों या फिर इच्छा होने पर आप पास के किसी शहर में घूमने गए हों। कहने का मतलब है कि अपने अस्तित्व के लिए आपको दिन भर काम में खपने की ज़रूरत नहीं है।

11 | **आपके पास अपनी पसंद के कपड़े पहनने का विकल्प है।** आपको बर्फ़ीले तूफ़ान की स्थिति में हैट या दस्तानों की चिंता करने की ज़रूरत नहीं है। आपके पास गर्मियों के मुताबिक़ और किसी शादी में पहनने लायक़ कपड़े हैं। आपके पास मौसम का सामना करने, सुंदर दिखने और कई तरह के हालात के हिसाब से पहने जाने वाले कपड़े हैं।

12 | **आपको एहसास है कि आपकी ज़िंदगी में क्या सही नहीं है। सबसे पहला और अहम क़दम चेतना का होना है।** ख़ुद से यह कह सकना कि ''कुछ है, जो सही नहीं है, हालाँकि पक्के तौर पर कहना मुश्किल है कि इससे बेहतर क्या हो सकता है।''

13 | **अगर आप अपने पहले के स्वरूप से बात कर सकें और यह कह सकें कि "हमने कर दिखाया, हम कर सके, हम बुरे दौर से निकल सके।"** लोग अक्सर अपने अतीत की तकलीफ़ों को अपने वर्तमान जीवन में ढोते हैं और अगर आप इस बात का सबूत चाहते हैं कि हम अभी के अपने स्वरूप में अपना पुराना रूप समेटे हुए हैं, तो आपको बस यह देखना है कि आपके भीतर के बच्चे की यह बात कि 'तुम ठीक रहोगे' पर आपकी प्रतिक्रिया क्या होती है।

14 | **आपके पास अपनी जगह है।** ज़रूरी नहीं है कि वह जगह घर या कोई अपार्टमेंट हो (अगर है, तो बहुत अच्छा है)। आपके पास एक कमरा, कोई कोना, कोई डेस्क होना चाहिए, जहाँ पर आप कुछ रच सकें या अपनी मर्ज़ी से आराम फ़रमा सकें, जहाँ पर बैठकर आप फ़ैसले ले सकें कि कौन आपकी छोटी सी अनोखी दुनिया का हिस्सा बन सकता है और किस हद तक। ये कुछ चीज़ें हैं, जिन पर हमारा क़ाबू हो सकता है।

15 | **आपने रिश्तों को खोया है।** आपके पास रिश्ते थे, लेकिन यहाँ ज़्यादा अहम बात यह है कि आपने या आपके पूर्व साथी ने सेटल होने को नहीं चुना। आपने किसी और चीज़ के होने की संभावना को खुला रखा।

16 | **आपकी किसी चीज़ में दिलचस्पी है।** वह चाहे ज़्यादा ख़ुशी भरी ज़िंदगी जीना हो, बेहतर रिश्ते बनाए रखने हों, पढ़ना हो या फ़िल्में हों या सेक्स हो या समाज हो या फिर दुनिया की धुरी हो, कुछ है, जो आपमें कौतूहल जगाता है और उसके बारे में जानने को उत्सुक करता है।

17 | **आप अपना ख़याल रखना जानते हैं।** आपको पता है कि आपको कितने घंटे की नींद चाहिए, ताकि अगले दिन आपको अच्छा लगे, आप जानते हैं कि दिल टूटने पर किसके पास जाना है, आपको किस काम में मज़ा आता है, अच्छा महसूस होने पर क्या किया जाना चाहिए, वग़ैरह, वग़ैरह।

18 | **आप किसी लक्ष्य की ओर काम कर रहे हैं।** चाहे आपको थकान ही क्यों न हो और आपका लक्ष्य बहुत दूर क्यों न हो, आपके पास अपने लिए एक सपना है, भले ही वह थोड़ा अस्पष्ट और लचीला ही क्यों न हो।

19 | **आप अपने भविष्य के लिए कुछ भी ऐसा तय नहीं करते, जिस पर समझौता नहीं किया जा सकता।** सबसे ख़ुश रहने वाले और हालात के मुताबिक़ ढलने वाले लोग वही होते हैं, जो किसी भी परिस्थिति को आदर्श बना देते हैं, जो अपने मौजूदा पल में इतने डूबे हुए होते हैं कि बहुत विस्तार से कुछ भी तय नहीं

करते और न ही किसी निश्चित परिणाम के प्रति निर्णायक रूप से प्रतिबद्ध होते हैं।

20 | **आप बेकार की चीज़ों से गुज़रे हैं।** आप अपनी वर्तमान चुनौतियों की तुलना पहले की चुनौतयों से कर सकते हैं, जिन्हें लेकर आपको लगता था कि आप उनसे कभी पार नहीं पा सकते। आप अपने अनुभव से ख़ुद को फिर से आश्वस्त कर सकते हैं। ज़िंदगी पहले से आसान नहीं हुई है, आप पहले से स्मार्ट हो गए हैं।

10

अपनी 'ऊपरी सीमा' को तोड़ना और लोग कैसे असली ख़ुशी से ख़ुद को दूर रखते हैं

ज़्यादातर लोग ख़ुश नहीं रहना चाहते और यही वजह है कि वे ख़ुश नहीं हैं। उन्हें इस बात की जानकारी नहीं होती।

लोग इस तरह बने हैं कि वे अपनी सबसे पहली इच्छा को लगभग किसी भी क़ीमत पर पूरा करना चाहते हैं। (ज़रा सोचें कि जीने-मरने के हालात में लोगों में कैसे परामानवीय ताक़त आ जाती है।) यह बस सबसे शुरुआती इच्छा का मामला है। अक्सर यह आराम या फिर चिर-परिचित होने से जुड़ी इच्छा है।

लोग कई कारणों से ख़ुशी के एहसास को नाकाम कर देते हैं, उनमें से कई यह मान लेते हैं कि ज़्यादा पाने की इच्छा को छोड़ देना ख़ुशी है। कोई भी यह नहीं मानना चाहता कि ख़ुशी एक विकल्प, एक चयन है, क्योंकि उससे ज़िम्मेदारी उनके कंधों पर आ जाती है। इसी कारण से लोग आत्मदया का शिकार होते हैं, वे कोई क़दम उठाने में देरी करते हैं, दुनिया के सामने दुहाई देते हैं, जैसे कि अगर वे जितना अपना रोना रोएँगे, उतनी ही इस बात की संभावना बढ़ जाएगी कि कोई और शायद हालात बदल दे।

ख़ुशी किसी सकारात्मक भावना का ज्वार नहीं है, जो अचानक से हुई घटनाओं से फूट पड़ता है, ऐसी घटनाएँ, जो आपकी सोच को पुष्ट करती हैं कि सब कुछ कैसा होना चाहिए। लंबे समय तक टिकी रहने वाली ख़ुशी के मामले में ऐसा नहीं होता। असली ख़ुशी जानबूझकर, सचेत रहकर, रोज़ाना अभ्यास करने से मिलती है और उसकी शुरुआत उसे लेकर प्रतिबद्ध होने का चयन करने से होती है।

हर किसी की ख़ुशी की सहनशीलता होती है, जैसा कि गे हेंड्रिक्स कहते हैं, एक ऊपरी सीमा होती है।[4] एक ऐसी क्षमता, जिसके लिए हम ख़ुद को अच्छा

---

4. हेंड्रिक्स गे। द *बिग लीप : कॉन्कर योअर हिडन फ़ियर ऐंड टेक लाइफ़ टू द नेक्स्ट लेवल।* 2010, हार्पर वन।

महसूस करने देते हैं। अन्य मनोवैज्ञानिक इसे 'बेसलाइन' यानी आधार-रेखा कहते हैं, ख़ुशी की वह मात्रा, जिसे हम 'सहज रूप से' महसूस करते हैं और आख़िरकार उस पर वापस जाते हैं, चाहे कुछ घटनाएँ या परिस्थितियाँ अस्थायी रूप से हमें उससे दूर ले जाएँ।

हम इन परिवर्तनों को ऊपरी सीमा के कारण आधार-रेखा नहीं बनने देते। जैसे ही हमारे हालात हमें ख़ुशी की उस मात्रा और सहज होने के एहसास के परे ले जाते हैं, जिसके हम आदी होते हैं, तो हम अवचेतन रूप से ख़ुद को नुक़सान पहुँचाना शुरू कर देते हैं।

हमारी बनावट ऐसी है कि हम जिसे जानते हैं, उसे पाने की इच्छा रखते हैं। तो जब हम सोचते हैं कि हम ख़ुशी की चाहत रखते हैं, तो दरअसल हम उस चीज़ को खोजने की कोशिश में होते हैं, जिसके हम सबसे ज़्यादा आदी हैं और जो कुछ मौजूद होता है, हम उस पर अपनी ख़ुशी को तय कर देते हैं और बार-बार यही करते हैं। ये उन मनोवैज्ञानिक अड़चनों में से कुछ हैं, जो हमें उस भावनात्मक जीवन को जीने से रोकते हैं, जिसे चाहने का हम दावा करते हैं। अन्य रुकावटें इस प्रकार हैं :

01 | **अच्छा महसूस करने की हर किसी की अपनी सीमा है।**

जब चीज़ें उस सीमा से परे चली जाती हैं, तो हम ख़ुद को नुक़सान पहुँचाते हैं, ताकि हम अपनी आरामदायक स्थिति में लौट सकें। उनके बाहर क़दम बढ़ाने की घिसी-पिटी बात का महत्त्वपूर्ण उद्देश्य यह है कि उससे लोग असहजता को लेकर सहज होने लगते हैं, जो ख़ुशी को लेकर उनकी सीमा का विस्तार करता है।

02 | **'पसंद आने की सीमा' होती है, जिसकी हद में लोग रहना चाहते हैं : हर किसी का 'सफलता' का कोई स्तर होता है, जिसे वे प्रशंसनीय मानते हैं और मानते हैं कि उससे किसी को ख़तरा नहीं होगा।**

लोग ज़्यादातर काम प्यार 'कमाने' की कोशिश में करते हैं। कई इच्छाएँ, सपने और महत्त्वाकांक्षाएँ गंभीर कमी के कारण तैयार होती हैं। यही कारण है कि भावनात्मक रूप से मंद लोग सबसे सफल भी हैं। वे स्वीकृति, प्रेम, संपूर्णता की इच्छा को बेहतर या फिर बदतर के लिए ईंधन के रूप में इस्तेमाल करते हैं।

मसला यह है कि जब लोग उस बिंदु को पार कर लेते हैं, जिस पर उनका मानना है कि लोग उनकी सफलता के लिए उन्हें परखेंगे और उनका मज़ाक़ उड़ाएँगे (उनकी तारीफ़ करने के ठीक उलट), तो वे तुरंत ख़ुद को उससे अलग-थलग कर देते हैं या फिर अपनी कामयाबी की अहमियत को कम करके पेश करते हैं, ताकि

उन लोगों के साथ उनके रिश्ते अच्छे रहें, जिनसे वे स्वीकृति चाहते हैं। (कहने का मतलब है कि लोग प्रेम पर अहंकार या भौतिकता को तरज़ीह नहीं देते हैं, पर वे मानते हैं कि उनसे वे प्यार पा लेंगे।)

03 | **ज़्यादातर लोग जिस चीज़ को नहीं जानते, उसकी संवदेनशीलता की बजाय ज्ञात चीज़ की सहजता को तरज़ीह देते हैं।**

चाहे 'जिसे वे नहीं जानते', वह निष्पक्ष तौर पर बेहतर ही क्यों न हो। अगर हम 'खुशी' को इस नज़रिये से फिर से परिभाषित करें कि वह वही है, जिसकी इच्छा इंसान रखते हैं (आराम, समावेशिता, उद्देश्य का बोध, आदि), तो हम उन चीज़ों से सुकून पाने की इच्छा रख सकते हैं, जो अंतत: उन चीज़ों से मिलती हैं, जिन्हें हम पाना चाहते हैं।

04 | **कई लोगों को डर होता है कि 'ख़ुश होने' का मतलब अधिक पाने की इच्छा को छोड़ना है।**

प्रसन्नता अनिवार्य रूप से स्वीकार्यता है। यह अंतिम लक्ष्य तक पहुँचने, अंतिम रेखा को पार करने और उपलब्धि की लहर में डूबने जैसा है। हर रोज़ इस तरह उसे तय करने से लगता है कि जैसे दौड़ तो पूरी हो चुकी है, ऐसे में हम अवचेतन रूप से 'खुशी' और 'स्वीकार्यता' को 'त्यागने' से जोड़ देते हैं, जबकि ठीक इससे उलट बात सही है : बेहतरीन ज़िंदगी जीने का रास्ता यह नहीं है कि ''तब तक कष्ट में रहो, जब तक कि कुछ पा न लो'', बल्कि यह है कि आनंद के छोटे-छोटे पलों, कृतज्ञता, सार्थकता और उद्देश्य के बोध को धीरे-धीरे, थोड़ा-थोड़ा तैयार होने दें, बनने दें।

05 | **एक बार सत्य जानने के बाद लोग कुछ करने में देरी करते हैं और जानने व करने के बीच की जगह में ही कष्ट फलता-फूलता है।**

अधिकतर समय मसला यह नहीं होता कि आपको पता न हो कि क्या करना है (या न जानना कि आप कौन हैं)। यह दरअसल 'क्या सही है और क्या आसान है' के बीच का और 'लंबे समय में क्या अच्छा है' और 'कम अवधि में क्या सही रहेगा' के बीच के प्रतिरोध का मामला है। हम अपने सहजबोध को सुन सकते हैं; लेकिन हम उस पर ग़ौर नहीं करते। जानने और करने के बीच का स्थान असहजता का अकेला सबसे आम कारण है। सांस्कृतिक रूप से हम टालमटोल के आदी हैं, पर हम दिशापरिवर्तन की तरफ़ भी आकर्षित होते हैं। तुरंत हरकत में न आकर, हमें लगता है कि हम सच के कहीं और जाने की जगह बना रहे हैं, जबकि हम

दरअसल असहजता ही पैदा कर रहे होते हैं, ताकि हम उसे पूरी तरह से महसूस कर सकें (जबकि इस प्रक्रिया में हम बेकार ही कष्ट पा रहे होते हैं)।

06 | लोगों को लगता है कि उदासीनता, सुरक्षा है।

हम सबको उन हिस्सों और लोगों को खोने का डर रहता है, जिनसे हमारी ज़िंदगी बनी होती है। कुछ लोग दर्द की श्रेणी से आगे जाने की कोशिश करते हैं और चाहते हैं कि वह कुछ महसूस न करें, जबकि वही चीज़ें उन्हें पहले पसंद थीं और वे उनकी चाह रखते थे। यहाँ दरअसल कहीं यह एहसास मौजूद है कि सब कुछ ख़त्म होता है और सब कुछ अस्थायी है। ये बातें कमोबेश सही भी हैं, लेकिन इससे ज़्यादा सच्ची बात यह भी है कि मौत ही ज़िंदगी को मायने देती है। इस हक़ीक़त से कि जो कुछ हमारे पास है, उसे हम खो सकते हैं, इससे जीवन पवित्र, मूल्यवान और अनोखा बनता है। यहाँ मसला यह नहीं कि आपको किस दर्द से कष्ट पहुँचता है; बल्कि यह है कि आप किसके लिए कष्ट पाते हैं। आप चाहें तो अच्छा महसूस करने से ख़ुद को पूरी तरह से अलग-थलग कर सकते हैं, ताकि कुछ खोने और सन्न रह जाने की तकलीफ़ से बच सकते हैं या फिर आप एक बेहतरीन ज़िंदगी को जी सकते हैं और उसके पूरा हो जाने पर दिल खोलकर शोक मना सकते हैं, ऐसे में कम से कम उस अंत के कुछ मायने तो होंगे।

07 | बहुत कम लोग जानते हैं कि अच्छा महसूस करने का अभ्यास कैसे किया जाए (या यह क्यों ज़रूरी है)।

अपनी ऊपरी सीमा को आगे बढ़ाना, अपनी आधार-रेखा में बढ़ोतरी करना और अंततः अपनी ज़िंदगी के नए पन्नों को अजनबीपन के कारण नष्ट करने की बजाय उन्हें सम्मिलित करना अनिवार्य है। अच्छा महसूस करने का अभ्यास और कुछ नहीं, बस किसी पल में ख़ुद को पूरी तरह महसूस करने देना है। उस बहाव को कुछ और सेकंड बढ़ाना है, फिर उन चीज़ों पर ध्यान केंद्रित करना है, जिनके लिए आप कृतज्ञ हैं। सकारात्मक की तलाश में रहें और आप पाएँगे कि आपके द्वारा तय करने के साथ ही महसूस करने की आपकी हद का विस्तार हो जाएगा।

08 | लोग सोचते हैं कि ख़ुशी का चयन और समझ/चेतना में आए परिवर्तन के विपरीत कुछ परिस्थितियों द्वारा सुगम बनाई गई भावनात्मक प्रतिक्रिया है।

ऐसा लगता है कि जो लोग अपनी इस मान्यता पर अडिग रहते हैं कि हालात से ख़ुशी तैयार होती है, उन्हें उससे डिगाया नहीं जा सकता और इस बात का मतलब भी है। ठीक इसी कारण से हम भी उसे मान लेते हैं, ऐसा करना ज़्यादा आसान है। अपनी भावनात्मक ज़िंदगी के मामले में जल्दबाज़ी बरतना है। अगर इसे पाना इतना

ही तार्किक और आसान लगता है, तो हम फिर पूरी ताक़त से इसके पक्ष में क्यों खड़े नहीं होते? इसकी वजह है कि यह अंततः झूठ है। इसमें माना जाता है कि आपको ख़ुशी महसूस क़रने के लिए इंतज़ार करना होगा और जैसा कि हम जानते हैं, जब तक हम अपनी आधार-रेखा को हर तरह से नहीं बढ़ाएँगे, तब तक हम अपनी ज़िंदगी का बाक़ी हिस्सा एक से दूसरी जगह जाने में गुज़ार देंगे। आँकड़ों के हिसाब से जो देश दुनिया के सबसे ख़ुश देशों में से हैं, वे लगभग दरिद्र हैं। इस धरती पर कुछ जाने-माने और शांतिप्रिय लोग अपने पीछे बहुत कम दौलत छोड़ गए। यहाँ जो साझा चीज़ है, वह है उद्देश्य, जुड़े होने और प्यार का बोध : जो कुछ आप महसूस करने का चयन करते हैं और शारीरिक/भौतिक स्थिति पर ध्यान दिए बिना उसे तैयार करते हैं।

09 | ज़्यादातर लोग नहीं जानते कि अपनी आधार-रेखा को खिसकाना संभव है, क्योंकि उसे हमेशा इस तरह तय किया जाता है कि कोई 'स्वाभाविक रूप से कैसा है।'

इस बात को मैंने एक बार नहीं, कई बार सुना है : एक बेचैन औरत हमेशा यही कहती है, ''मैं ऐसी ही हूँ।'' कई तरह के बेबुनियादी डर पालने वाला कोई आदमी उनका कारण 'अपने व्यक्तित्व' को मानता है। बात यह है कि जब तक आप तय नहीं करते, कोई भी चीज़ आपकी शख़्सियत का अनिवार्य हिस्सा नहीं हो सकती और डर व बेचैनी तो कतई नहीं हो सकते। दरअसल, ये चीज़ें कभी भी किसी का अनिवार्य हिस्सा नहीं होतीं; ये बर्ताव तो हम सीखते हैं। ये हमारे अहं की प्रतिक्रियाएँ होती हैं, जिन पर हम कोई ध्यान नहीं देते। वे दरअसल हमारे भीतर से आती चेतावनी भरी रोशनी और संकेत होते हैं, जो बताते हैं कि कुछ तो गड़बड़ है, पर हम किसी बदलाव से बचते हैं (ज़्यादातर हम उन हालात को अपने क़ाबू से बाहर का बताकर बचते हैं)।'

10 | लोग मानते हैं कि कष्टों से वे क़ाबिल बनते हैं।

अपनी ज़िंदगी में बिना किसी कष्ट के बेहतरीन चीज़ों के होने का यह मतलब निकाला जाता है कि हमने वाक़ई कुछ 'पाया' नहीं, और इस कारण वे चीज़ें पूरी तरह से हमारी नहीं हैं। इसका दूसरा पहलू यह है कि ख़ूबसूरत, आनंददायक चीज़ें हमारी हो सकती हैं, जबकि हमने अपनी तरफ़ से उनके बनने में कोई कोशिश नहीं की है, यह विचार बहुत भयावह है, क्योंकि इसका उलटा भी सच हो सकता है।

11 | कई लोगों का मानना है कि वे डर को हराकर जीत सकते हैं।

चिंता करना पश्चिमी संस्कृति का मनबहलाव है और यह इस बात से विचलन है

कि हम अति के बीच झूलते हैं : किसी भी चीज़ की परवाह न करना या किसी एक चीज़ की ज़्यादा परवाह करने से हम पूरी तरह से टूट सकते हैं।

चिंता करने से हम सबसे बुरी आशंकाओं की कल्पना कर सकते हैं, ताकि जब कुछ वैसा हो जाए, तो हमें ज़्यादा तकलीफ़ न हो। हम हर बेबुनियाद संभावना या आशंका के बारे में सोचते हैं, ताकि हम उससे सामना होने से पहले ही उसका जवाब दे सकें, उसके लिए तैयार हो सकें। हम हर उस 'बुरी' बात की कल्पना करने की कोशिश करते हैं, जो कोई हमारे बारे में कर सकता है, ताकि वह ऐसा करने वाला पहला व्यक्ति न हो।

पर इससे कुछ नहीं बदलता। आप फिर भी बुरी चीज़ों की उम्मीद नहीं करते। आपको कभी पता नहीं चल सकता कि लोग आपके बारे में वाक़ई क्या सोच रहे हैं या कितनी बार ऐसा सोचते हैं। आप अपने बेबुनियादी डर का सामना करने के लिए तैयार नहीं हो सकेंगे, क्योंकि उसका असल में कोई आधार ही नहीं है, जिससे आप निपट सकें। आप डर को हरा नहीं सकते। आप दर्द को धोखा नहीं दे सकते। आप सक्रिय रूप से उसके पीछे लगे हैं।

12 | ख़ुश रहने वाले लोगों को अक्सर सीधा–सादा और संवेदनशील समझा जाता है।

प्रसन्नचित्त लोगों को अक्सर बेख़बर, अनजान और सच्चाई से कटा हुआ इंसान समझा जाता है, जो बिना बात के सकारात्मक रवैया रखते हैं, पर उन्हें ऐसा वही लोग समझते हैं, जो ज़िंदगी में मौजूद नकारात्मकता को अपनी तरफ़ से पूरी तरह सही ठहराने की कोशिश करते हैं और जिन्हें लगता है कि उस पर उनका कोई क़ाबू नहीं है। ये वही लोग हैं, जो बेहतर ज़िंदगी का चयन नहीं करते और ख़ुद ही सीधे–सादे होते हैं और जो चोट खा सकते हैं। 'खुश रहने वाले लोग' शायद उनके पास जो कुछ है, उसे खो दें, लेकिन जो लोग अपनी ज़िंदगी में पूरी तरह शामिल होने को नहीं चुनते, उनके पास कभी कुछ भी नहीं होता।

11

उत्कृष्टता की ख़ुशी

ऐरिक ग्राइटेन्स कहते हैं कि ख़ुशी के तीन प्राथमिक स्वरूप होते हैं : आनंद की ख़ुशी, अनुग्रह की ख़ुशी और उत्कृष्टता की ख़ुशी।[5] वे इनकी तुलना प्राथमिक रंगों से करते हैं, जिनके आधार पर पूरा वर्णक्रम तैयार होता है।

आनंद की ख़ुशी पूरी तरह से इंद्रियों से जुड़ी होती है। भूख के बाद अच्छा खाना, बारिश के बाद हवा में तैरती ख़ुशबू, गर्म, आरामदेह बिस्तर पर सोकर उठना। अनुग्रह की ख़ुशी कृतज्ञता है। अपनी बगल में अपने प्रियजन को सोते देखकर धीरे से 'शुक्रिया' कहना। देखना कि आपके पास क्या कुछ है। यह तब होती है, जब आप अपने से किसी बड़ी शक्ति से बात करते हैं और विनम्रता तथा श्रद्धायुक्त विस्मय को व्यक्त करते हैं।

उसके बाद है, उत्कृष्टता की ख़ुशी। जब आप किसी बड़ी चीज़ की तलाश में होते हैं, तब इसे महसूस करते हैं। तब नहीं, जब आप पहाड़ की चोटी पर जीत की ख़ुशी में झूमते रहे होते हैं, बल्कि तब, जब आप चढ़ाई की उस प्रक्रिया से प्रेम करने लगते हैं। यह सार्थक कार्य है, एक बहाव है। यह ऐसा उद्देश्य है, जिसमें हमारी पहचान ख़त्म हो जाती है, लेकिन हमारा चरित्र बनता है और हमारी ऊर्जा अतृप्त, क्षणिक इच्छाओं के पीछे भागने की बजाय किसी महान काम में लगती है।

ठीक जैसे प्राथमिक रंगों में से किसी एक रंग को हटा देने से कई अन्य रंगों को बनाना नामुमकिन हो जाएगा (पीले रंग के बिना हमारे पास हरे रंग का कोई शेड नहीं होगा), वैसे ही इनमें से किसी एक ख़ुशी के न होने से हमारा आगे बढ़ना लगभग असंभव होगा।

कोई एक किसी दूसरे की जगह नहीं ले सकता। वे सभी ज़रूरी हैं, लेकिन हम फिर भी कोशिश करते हैं।

---

5. ग्राइटेन्स, ऐरिक, *रिज़िलिएंस : हार्ड वन विज़्डम फ़ॉर लिविंग अ बेटर लाइफ़।* 2016, मैरिनर बुक्स।

मसलन, ज़रूरत से ज़्यादा मदिरा का सेवन यानी आनंद की खुशी अक्सर तब बहुत आम होती है, जब उत्कृष्टता की खुशी की तलाश नहीं की जाती। पर यह कोई समाधान नहीं है और कभी हो भी नहीं सकता।

"बहुत सारे लाल रंग से कभी नीला रंग नहीं बन सकता। केवल आनंद ही आपको कभी संपूर्ण नहीं बना सकता।"

उत्कृष्टता की खुशी भावनात्मक लचीलेपन यानी फिर से उठ खड़े होने की शक्ति से जुड़ी है। मासलोव के पदानुक्रम में यह सबसे ऊपर है। इसे मापा जा सकता है, यह सोची-समझी है और सुसंगत होती है। अक्सर इससे बचा जाता है, क्योंकि इसमें साफ़ तौर पर असहजता मौजूद है और पुरस्कार या प्रतिफल तुरंत नहीं मिलता। मैराथन का प्रशिक्षण लेने के शुरुआती दिनों में आप बहुत अच्छा महसूस नहीं करते, जब आपके फेफड़ों पर ज़ोर पड़ता है और आपकी उल्टी करने की इच्छा होती है। पर समय के साथ आप अपने कौशल को विकसित कर लेते हैं। आप जीतने की कल्पना करने लगते हैं। आपको उस प्रक्रिया से प्रेम हो जाता है।

तीनों खुशियाँ अलग हैं, लेकिन कोई संदर्भ उन्हें आकार देता है। जिस इंसान को तीन दिन से खाना न मिला हो, उसकी खुशी उन लोगों की तुलना में आनंद की खुशी ज़्यादा होगी, जिन्हें खाना और छत नसीब हो।

ठीक इसी तरह जिन लोगों को उस ताक़त व आनंद की जानकारी न हो, जो केवल जुनून से नहीं, बल्कि गंभीरतापूर्वक, लगातार दृढ़ निश्चय के साथ काम करते हुए मिलता हो, उन्हें नहीं मालूम होगा कि इतने प्रयासों के बाद किस तरह का प्रतिफल मिल सकता है।

अधिकतर लोग अपनी ज़िंदगी के आनंद और जटिलताओं को लेकर बेख़बर रहते हैं और इसका कारण यह है कि हम बुनियादी चीज़ को नहीं जानते। हम लेखक तो बनना चाहते हैं, लेकिन उस अनुशासन को विकसित नहीं करना चाहते जिसमें हमें कई सालों तक लगातार हर रोज़ चार से पाँच घंटे लिखना होगा। हम कोई बड़ी शख़्सियत, कोई ज़हीन इंसान और उस्ताद बनने की चाह तो रखते हैं, लेकिन हम उसके लिए हज़ारों घंटों की मेहनत करने का अनुशासन तय नहीं करना चाहते।

ख़ुशी केवल अपनी इंद्रियों को अचंभित करना नहीं है, बल्कि मन की शांति भी है, जो यह जानने से आती है कि हम जो चाहते हैं, वह बन रहे हैं और जो बनने की ज़रूरत है। उत्कृष्टता की प्रसन्नता की तलाश से हम उसे पाते हैं और वह उपलब्धि नहीं, बल्कि पहचान है। स्वयं का बोध है, जो जीवन के बाक़ी पहलुओं से भी जुड़ा है। एक टेक्निकलर पिगमेंट जो पूरे रंगों की पूरी श्रंखला को जीवंत बनाता है।

12

जानने-करने के बीच का फ़ासला : हम अपने लिए सबसे अच्छा काम करने से क्यों बचते हैं और अपनी भलाई के लिए प्रतिरोध को कैसे जीतें

प्राचीन ग्रीक इसे ऐक्रेज़िया कहते थे, ज़ेन बौद्ध इसे प्रतिरोध का नाम देते हैं और हम और आप इसे टालमटोल कहते हैं, इंटरनेट पर मौजूद ज्ञानी इसे 'अटकना' कहते हैं। जेफ़्री पेफ़र और रॉबर्ट सटन ने इसे 'जानने-करने के बीच का फ़ासला' कहा यानी यह जानना कि क्या किया जाना चाहिए, लेकिन उसके लिए कुछ न करना।[6]

सामान्य समझ हमें बताती है कि अगर हर रात एक घंटा लिखने में लगाएँ, बेहतर भोजन करें, थोड़ा जल्दी उठें, सकारात्मक सोच चुनें, ईमानदारी से अपनी बात रखें और सचमुच जुड़ें, तो हम बेहतर ज़िंदगी जी सकते हैं। यहाँ पर असल सवाल और वास्तविक काम यह नहीं कि हमें समझ नहीं आता कि हमारे लिए क्या अच्छा है, लेकिन यह है कि हम वैसा करते क्यों नहीं हैं। प्रतिरोध के ताने-बाने को समझना ही एकमात्र तरीक़ा है, जिससे हम इसे खोल सकते हैं।

ख़ुद को नुक़सान पहुँचाने के कई कारण हैं और उनमें से अधिकांश का ताल्लुक़ हमारे आराम से है। आधुनिक समाज (नई खोजें, संस्कृति, धन-दौलत, सफलता) को इस तरह तैयार किया गया है कि हम आश्वस्त हो जाते हैं कि 'अच्छी ज़िंदगी' का मतलब ऐसी ज़िंदगी है, जो आरामदेह है या फिर जो हमें दर्द से मुक्ति और सुरक्षा का बोध कराती है। यह इस तथ्य से सीधे जुड़ा है कि इंसान आराम चाहता है, जिसका मतलब हमारे अस्तित्व का बने रहना है, शारीरिक रूप से हम ऐसे ही बने हैं। इससे यह बात सही जान पड़ती है कि अपने अधिक व्यावहारिक बौद्धिक और भावनात्मक जीवन में भी हम वही चाहते हैं।

---

6. फ़ेफ़र जेफ़री. *द नोइंग-डुइंग गैप : हाउ स्मार्ट कंपनीज़ टर्न नॉलेज इनटु ऐक्शन*. 2000. हार्वर्ड बिज़नेस स्कूल प्रेस.

प्रतिरोध से आगे बढ़ना दरअसल हमारे आराम के बोध से अलग होना है। इसका मतलब विकल्प पर विचार करना है। अपनी सोच में बदलाव लाकर उस असहजता पर ध्यान देना है, जो तब होगी, जब आप अपना काम नहीं करेंगे, न कि उस असहजता पर जो उस काम को करने पर सामने आएगी।

अगर जानने-करने के बीच के फ़ासले पर ध्यान न दिया जाए, तो आप जो कुछ बनना चाहते हैं, बस उसकी परछाई बनकर रह जाएँगे। इससे आपके सबसे क़रीबी, गहरे रिश्ते तबाह हो जाएँगे और अपने लक्ष्यों के लिए ज़रूरी काम से भी आप दूर हो जाएँगे। आप अनिर्णय की भ्रामक स्थिति में रहेंगे (करूँ या न करूँ? किस जज़्बात के हिसाब से चलूँ?)। आपको अपनी बागडोर सँभालनी होगी और पूरी स्थिति को ध्यान में रखकर ही आप वैसा कर पाएँगे। यही विकल्प है। अगर आप ऐसा नहीं करेंगे, तो आपकी ज़िंदगी ऐसी होगी।

आप इस साल को मात्रा के मुताबिक़ कैसे नापेंगे? आप क्या कर सकते थे? कितने घंटे आपने बर्बाद कर दिए? यदि आज या फिर औसतन किसी भी दिन आप जो करते हैं, अगर वही बाक़ी ज़िंदगी भी दोहराते रहे, तो क्या होगा? आप क्या हासिल कर सकेंगे? आप कितने ख़ुश रह सकेंगे? आप कैसे रिश्तों को बढ़ाना चाहेंगे? क्या पीछे देखते हुए आप पाएँगे कि आपने इस वजह से ऐसा कुछ खोया, जो आपकी ज़िंदगी में प्रिय हो सकता था, क्योंकि आप 'तैयार' नहीं थे? उस समय का क्या जब आप संगीत बजा सकते थे या लिख सकते थे या पेंटिंग कर सकते थे या कुछ और कर सकते थे? वह सब कहाँ गया?

आप उन चीज़ों के लिए कभी पूरी तरह से तैयार नहीं होंगे, जो मायने रखती हैं और कोई क़दम उठाने से पहले तैयार होने का इंतज़ार जानने और करने के बीच के फ़ासले को बढ़ाता है। किसी ऐसे व्यक्ति के साथ काम करना, अपनी सहनशीलता की क्षमता को बढ़ाना, अतिसंवेदनशील होना असुविधाजनक होता है, जिसकी आप बहुत परवाह करते हैं, लेकिन उन चीज़ों के बिना अपना पूरा जीवन बिताना ज़्यादा सहज कभी नहीं हो सकता है, जिन्हें आप वास्तव में चाहते हैं।

जब हम ख़ाली बैठे होते हैं, तो बेचैनी सिर उठाने लगती है। जब हम किसी काम से बचते हैं, तो भय और प्रतिरोध बढ़ जाते हैं। बहुत सी चीज़ें उतनी मुश्किल या उतनी तनावपूर्ण नहीं होती, जितना हम उन्हें समझते हैं। वे मज़ेदार होती हैं, फ़ायदेमंद होती हैं और हमारे असली रूप को सामने लाती हैं। यही वजह है कि हम उन्हें चाहते हैं। छोटे क़दम हमें याद दिलाते हैं कि यह सच है। इससे हमें ऐसा सुकून मिलता है, जो काम करने को लेकर सोच-विचार करने से नहीं मिलता। नए तरीक़े से काम करने की बात सोचने के मुक़ाबले एक नई सोच के हिसाब से काम करना ज़्यादा आसान है, इसलिए आज एक छोटा क़दम उठाएँ और उसे रफ़्तार पकड़ने दें।

अपने भीतर मौजूद ताक़त को शुक्रिया कहें, जो जानती है कि आपके लिए कुछ बड़ा मौजूद है, वही जो आपको कम के साथ सहज होने की दिशा में धकेल रही है।

13

जिस फ़िक्र में आप पड़े हैं, उसकी बजाय वे 101 बातें, जिन्हें सोचना अधिक लाभकारी है

01 | **अपनी पसंद की ज़िंदगी होने पर आप कैसा महसूस करेंगे।** आप जिस जगह पर रहेंगे, जो कपड़े पहनेंगे, सुपरमार्केट से क्या ख़रीदेंगे, कितने पैसे आप बचाएँगे, अपने किए कौन से काम पर आपको सबसे ज़्यादा गर्व होगा। वीकेंड पर आप क्या करेंगे, आपकी चादरें किस रंग की होंगी, आप किन चीज़ों की तसवीर लेंगे।

02 | **अपने किन पहलुओं पर आपको काम करना है, इसलिए नहीं कि कोई और उन्हें पसंद नहीं करता, बल्कि इसलिए कि आपको वे पसंद नहीं हैं।**

03 | **यह तथ्य कि कई बार ख़ुद से प्यार करने का सबसे बड़ा इज़हार यह मानना है कि आप ख़ुद को पसंद नहीं करते और उन चीज़ों को बदलने के तरीक़े सोचना, जिन्हें आपके मुताबिक़ आप बदल सकते हैं और जो बेहतर हो सकते हैं।**

04 | **उन चीज़ों की सूची, जो आपके लिए काफ़ी सही रहीं और उनके साथ आपके कौन से एहसास जुड़े हैं।**

05 | **इस साल को आप कैसे परिमाण या मात्रा के लिहाज़ से निर्धारित करेंगे** आप कितनी किताबें पढ़ेंगे, कितने प्रोजेक्ट पूरे करेंगे, अपने दोस्तों, रिश्तेदारों से कितना संपर्क बढ़ाएँगे या फिर से संपर्क बनाएँगे, अपने दिन कैसे बिताएँगे।

06 | **अतीत में जिन चीज़ों को लेकर आपका ख़याल था कि आप उनसे कभी उबर नहीं पाएँगे, आज वे कितनी मामूली लगती हैं।**

07 | **आज आप क्या तैयार करेंगे, क्या खाना खाएँगे, किसके साथ जुड़ेंगे। (आप अपने साथ यही चीज़ें रखते हैं।)**

08 | **आप बेहतरीन ढंग से कैसे सीखते हैं और उस समझबूझ को आप कितनी अच्छी तरह से अपनी ज़िंदगी में शामिल करेंगे** (दृष्टि संबंधी काम ज़्यादा करें, या बेहतर ढंग से सुनें, ज़्यादा प्रयोग करें, इत्यादि)।

09 | **यह तथ्य कि आपको जीवन को गहरा बनाने वाली चीज़ों, प्रेम, ज्ञान, जुड़ाव, समुदाय, इत्यादि का अनुभव करने के लिए बहुत ख़ूबसूरत, प्रतिभाशाली या कामयाब होने की ज़रूरत नहीं है।**

10 | **ब्रह्मांड, हमारे बहुत मामूली होने के बावजूद हम उस हर हिस्से के लिए बहुत ज़रूरी हैं, जिससे मानवता बनती है और हम में से किसी भी एक के बिना कुछ भी नहीं होगा, जो कि अभी है।**

11 | **जिस भाषा में आप बातचीत कर सकते हैं, उसका उचित संयोजन होना।**

12 | **आज सुबह सड़क पर जिन लोगों को देखकर आप मुस्कराए, जिन लोगों को आप नियमित रूप से संदेश भेजते हैं, अपने जिस परिवार से आप ज़्यादा मिलना चाहते हैं। इन छोटे–छोटे इंसानी जुड़ावों की आप अनेदखी करते हैं, क्योंकि आपके पास वे मौजूद हैं और आप उनके आदी हो चुके हैं।**

13 | **बीस साल बाद आप इस समय को कैसे याद करेंगे।** आप सोचेंगे कि आप क्या कर सकते थे या क्या था, जिसे नहीं कर सकते थे, आपने क्या नज़रअंदाज़ किया, कौन सी छोटी बातें थीं, जिनकी आप कद्र कर सकते थे।

14 | **कुछ ही दिन हैं, जिन्हें आप वाक़ई याद रखते हैं।**

15 | **20 साल के बाद कितनी संभावना होगी कि आप आज के दिन को याद रखेंगे।**

16 | **आप अब जिस इंसान के साथ नहीं हैं, उसकी जो भी बातें आपको पसंद नहीं थीं, अब आप उसके बारे में ख़ुद से झूठ बोलने के लिए भावनात्मक रूप से बाध्य नहीं हैं।**

17 | **उन चीज़ों की सूची, जो हाल में आपने अपने लिए की हैं।**

18 | **जिन छोटी चीज़ों से आप अपनी रोज़मर्रा की ज़िंदगी को बेहतर कर सकते हैं, जैसे ऋण का समेकन या फिर कोई आसान सा व्यंजन बनाना सीखना, या अपनी अलमारी साफ़ करना।**

19 | **आपके नाकाम रिश्तों का पैटर्न, अपनी कमियों को आप किस हद तक उसका ज़िम्मेदार मान सकते हैं।**

20 | **जिन 'समस्याओं' से उबरने के लिए आप जूझते हैं,** उन्हें अवचेतन रूप से कितना पसंद करते हैं। कोई भी व्यक्ति किसी भी चीज़ को तब तक पकड़े नहीं रहता, जब तक कि वह उनके लिए कुछ न करे (अक्सर वह उन्हें 'सुरक्षित' रखती है)।

21 | **यह विचार कि आपकी ज़िंदगी की मौजूदा समस्या शायद असल में समस्या नहीं है, बल्कि आपकी समझ में गड़बड़ है या फिर आप उसके समाधान पर ध्यान न देकर अपनी असहजता पर ज़्यादा ध्यान दे रहे हैं।**

22 | **जिन मामलों में आप नाकाम रहे हैं और आप कैसे बेहतर के लिए ख़ुद को प्रतिबद्ध कर सकते हैं, न केवल अपने लिए, बल्कि उन लोगों के लिए भी, जो आपसे प्यार करते हैं और आप पर निर्भर हैं।**

23 | **हो सकता है कि आपकी वर्तमान स्थिति अनियोजित या अवांछित रही हो, लेकिन कैसे वह आपको उस मंज़िल तक ले जा सकती है, जहाँ आप असल में होना चाहते हैं, बस आपको उस तरीक़े से सोचना शुरू करना होगा।**

24 | **आपकी नश्वरता।**

25 | **आप कैसे अपने पास मौजूद चीज़ों की कद्र कर सकते हैं और सक्रिय रूप से उनका लाभ उठा सकते हैं, जब तक कि वे आपके पास हैं।**

26 | **बाक़ी लोगों को आपकी ज़िंदगी कैसी दिखाई देती है।** यह सोचना इसलिए ज़रूरी नहीं कि आपको अपनी भावनाओं के मुक़ाबले इसे ज़्यादा महत्त्व देना चाहिए, बल्कि इसलिए कि परिप्रेक्ष्य महत्त्वपूर्ण होता है।

27 | **आप अपने जीवन में क्या कुछ हासिल कर चुके हैं।**

28 | **सब कुछ पूरा हो जाने के बाद आप ख़ुद को कैसे देखना चाहेंगे।** आप किस तरह के इंसान के रूप में पहचान पाना चाहेंगे। (दयालु? बुद्धिमान? दानी? ज़मीन से जुड़ा? मददगार?)

29 | **अभी इस मक़ाम पर अपने क्रियाकलापों और लोगों से व्यवहार के आधार आप किस तरह देखे जाना चाहेंगे और क्या आप वाक़ई यही चाहते हैं?**

30 | **सच और यथार्थ को लेकर आपकी अवचेतन अवधारणाएँ कैसे वास्तविकता के मामले में आपकी सोच को आकार दे रही हैं?**

31 | **आपकी स्वत: सोच के बाहर और कौन से विकल्प मौजूद हैं; अगर आपकी सोच के मुताबिक़ चीज़ें न हों, तो सच क्या होगा।**

32 | **आप जिस भी चीज़ पर काम कर रहे हैं, उसका विवरण।**

33 | **जो चीज़ आपका ज़्यादा ध्यान भटकाती है, उसके मुक़ाबले किस काम को आपका समय, ध्यान और आपकी ऊर्जा चाहिए, उसमें आप और क्या कोशिशें कर सकते हैं।**

34 | **आप लोगों की मदद कैसे कर सकते हैं, चाहे वह किसी पुराने दोस्त के साथ बैठकर बात करना हो, किसी के लिए खाना मँगवाना हो, आपको जो लेख या उद्धरण अच्छा लगे, उसे किसी के साथ साझा करना हो।**

35 | **अन्य लोगों की अभिप्रेरणाएँ और इच्छाएँ।**

36 | **आप ठीक वैसा नहीं सोचते, जैसा कि अन्य लोग सोचते हैं और शायद यही कारण है कि आपको उनके साथ जो समस्याएँ हैं, वे मसले हैं ही नहीं, शायद उन्हें लेकर आपकी समझ में (और आपको लेकर उनकी समझ में) कोई चूक है।**

37 | **अपने परिचित लोगों के पैटर्न, वे आपको क्या बताते हैं कि वे वाक़ई कौन हैं।**

38 | **यह तथ्य कि हम लोगों को वही समझ लेते हैं, जिस तरह हम उनकी कल्पना करते हैं, यानी वह हमारे उनके साथ भावनात्मक अनुभवों का संकलन होता है। यह उनके बर्ताव से हमारे सामने उजागर होने वाले पैटर्न से अलग होता है।** लोग बार-बार जो करते हैं, उससे उन्हें समझना ज़्यादा सटीक होता है।

39 | **अगर आपको दुनिया के हर व्यक्ति को केवल एक बात कहनी हो, तो आप क्या कहेंगे।**

40 | **अगर आपको अपने युवा स्वरूप से केवल एक बात कहनी हो, तो आप क्या कहेंगे।**

41 | **आपके पसंदीदा गाने में हर वाद्ययंत्र को बजाना सीखने के लिए कितने साल का अभ्यास करना होगा।** किसी एक मधुर गाने में जो ताक़त और रचनात्मकता लगती है, यह केवल उस संगीत के अंश की बात नहीं, जो आपके मर्म को छूता है।

42 | **आपका भोजन कहाँ से आता है।**

43 | **आपका बड़ा उद्देश्य क्या है।** अगर आप नहीं जानते कि अपने क़ीमती, सीमित समय के साथ आप क्या करना चाहते हैं, तो आप वैसे भी कुछ ख़ास नहीं कर पाएँगे।

44 | **आपको अगर देश के दूसरे हिस्से में जाना हो, तो आप अपने साथ ले जाए जाने वाले एकमात्र बक्से में क्या रखेंगे।**

45 | **इनबॉक्स में मौजूद हर चीज़ को पढ़ना।**

46 | **आपका पालतू आपसे कितना प्रेम करता है।**

47 | **दर्द की स्थिति में आप (घबरा जाने और जल्द से जल्द उससे छुटकारा पाने के ठीक उलट) कितनी अच्छी तरह और स्वस्थ ढंग से उसे महसूस और ज़ाहिर कर सकते हैं।**

48 | **कहानी में मोड़ आना।** आपकी प्रिय किताबों में आपके पसंदीदा किरदारों की जटिलताएँ और विरोधाभास।

49 | **अगर आपकी अपनी इच्छाएँ और दिलचस्पियाँ आपकी एकमात्र प्राथमिकता न हों, तो आप और किस चीज़ के लिए ख़ुशी–ख़ुशी जीना चाहेंगे?**

50 | **आप अभी जिस स्थिति में हैं, उसे लेकर आपका भावी स्वरूप क्या सोचेगा?**

51| **आने वाली कोई यात्रा,** वह चाहे अभी तय हो या न हो। आप क्या करने वाले हैं, किसकी तसवीरें लेने वाले हैं, आप क्या कुछ जान सकते हैं, आप किसके साथ होंगे, आप किससे मिलेंगे।

52| **आपकी ज़िंदगी की सबसे मुश्किल रातें।** आप क्या कुछ अलग ढंग से कर सकते थे। अगर आप उन लम्हों में वापस जा सकें, तो आप क्या करेंगे और अपने पुराने स्वरूप को क्या सलाह देंगे।

53| **आपकी ज़िंदगी की सबसे अच्छी रातें।** न सिर्फ़ यह कि आप क्या कर रहे थे और किसके साथ थे, पर यह भी कि आप क्या सोच रहे थे और किस चीज़ पर ध्यान दे रहे थे।

54| **यह बात कि सब कुछ कर पाना मुश्किल है।** किसी रिश्ते में रहना मुश्किल है और उसमें न रहना भी। अपनी पसंद के काम में, जिसमें आप भावनात्मक रूप से पूरी तरह लगे हैं, उसमें अच्छा प्रदर्शन करना कठिन है और किसी निश्चित उम्र तक अपने सपनों को पूरा न कर पाना भी। सब कुछ कठिन है, बात इतनी सी है कि आपको क्या लगता है कि कौन सा काम है, जो कोशिश करने लायक़ है।

55| **आपको क्या लगता है कि किसमें कोशिश करनी चाहिए।** आप उसके लिए कितना कष्ट उठा सकेंगे।

56| **आपकी पसंद की कलात्मकता।** किस तरह की जगह पर आप न केवल रहना और काम करना चाहेंगे, बल्कि जो आपको आपकी तरह महसूस कराए।

57| **आपको क्या लगता है कि कौन से काम, चयन और व्यवहार आपके माता–पिता को सुरक्षित रख सकते थे।**

58| **आपका अकेला, सबसे गहरा भय।**

59| **आपका एकमात्र, सबसे गहरा डर आपकी एकमात्र, गहरी इच्छा के बारे में क्या बताता है।**

60| **छोटे–छोटे अजूबे।** गर्मियों में खुली खिड़कियों से आती बारिश की ख़ुशबू, आपकी पसंदीदा टीशर्ट, बचपन के आपके पसंदीदा गाने, भूख लगने पर प्रिय भोजन।

61 | **आपकी कहानियाँ।** अजीब सी, सीधी-सादी और ख़ूबसूरत चीज़ें, जिनका आपने अनुभव किया है और आप कैसे उन्हें बाक़ी लोगों के साथ साझा कर सकते हैं।

62 | **जब डर का विकल्प न बचा हो, तो आप किस चीज़ से प्रेरित होंगे।**

63 | **जब डर का विकल्प न बचा हो, तो आप किस चीज़ को करने के लिए प्रेरित होंगे।**

64 | **आपके लिए 'पर्याप्त' के क्या मायने हैं।** पर्याप्त पैसा, पर्याप्त प्रेम, पर्याप्त उत्पादकता क्या है। 'पर्याप्त' क्या है, उससे जानने का नतीजा संतुष्टि है, वरना आप लगातार और ज़्यादा की इच्छा करते रहेंगे।

65 | **आपके पसंदीदा पल।** जन्मदिन की पार्टी, जिसमें आपके सब प्रिय लोग मौजूद हों, या थाईलैंड की उड़ान पर होना, या वज़न घटाना, या फिर कर्ज़ से छुटकारा पाना या घर को फिर से सजाना-सँवारना।

66 | **अगर हर महीने आपके पास कुछ हज़ार रुपये अतिरिक्त हों, तो आप क्या करेंगे।**

67 | **जीवन की जिस दिशा में आप जाना चाहते हैं, उसके लिए आप क्या क़दम उठाएँगे, जहाँ पर आप नेटवर्किंग के अवसरों की तलाश कर सकें, आप किन दोस्तों से मिलना चाहेंगे, किन नज़दीकी शहरों में जाना चाहेंगे, आप ज़्यादा कैसे पा सकते हैं।**

68 | **धूप को अपनी त्वचा पर महसूस करना।**

69 | **बसंत की ख़ुशबू।**

70 | **अपने घंटों या दिनों की बजाय आप अपने मिनटों में क्या कर सकते हैं।**

71 | **ख़ुद को लेकर अपनी अवधारणा का कितना हिस्सा संस्कृति, अपेक्षाओं या फिर अन्य लोगों की राय से बना है।**

72 | **ख़ुद को लेकर अपनी अवधारणा का कितना हिस्सा संस्कृति, अपेक्षाओं या फिर अन्य लोगों की राय पर क़ायम है।**

73 | **जब आपके आस-पास कोई न हो, तो आप कौन हैं।**

74 | जब आप छोटे थे, तो आपको क्या लगता था कि आप क्या बनेंगे। अब आपकी ज़िंदगी में उस चीज़ की क्या भूमिका है।

75 | अगर इस समय–अंतराल की पूरी अवधारणा असल में एक भ्रम हो, जिस पर आपका पूरा नियंत्रण हो, तो आपका बर्ताव कैसे अलग होगा।

76 | अगर आपके विचारों और क्रिया–कलापों पर आपका भाग्य निर्भर हो, तो आपका बर्ताव किस तरह से अलग होगा।

77 | विभिन्न प्राचीन दर्शनों की बुनियादी बातें और उनमें से कौन सी आपकी समझ से सबसे ज़्यादा मेल खाती है।

78 | उन गीतों के राग, जो अब तक लिखे नहीं गए।

79 | यह बात कि जीवन को बदलने का रास्ता यह है कि अपनी सोच को बदला जाए, अपनी सोच को बदलने का तरीक़ा यह है कि जो आप पढ़ते हैं, उसमें बदलाव लाया जाए।

80 | लोगों द्वारा बताए गए 'अच्छे' साहित्य की बजाय अगर आप अपनी दिलचस्पी के आधार पर किताबें या लेख चुनें, तो आप क्या पढ़ना चाहेंगे।

81 | लोगों द्वार बताए गए 'अच्छे' संगीत की बजाय अगर आप अपनी दिलचस्पी के आधार पर संगीत का चयन करें, तो आप क्या सुनना चाहेंगे।

82 | आपको क्या चीज़ उत्साहित करती है।

83 | आपको लोगों की कौन सी ख़ासियतें सबसे ज़्यादा तारीफ़ के क़ाबिल लगती हैं। (आपको यही बात अपने बारे में सबसे अच्छी लगती है।)

84 | आपको लोगों में कौन सी बात सबसे ज़्यादा नापसंद हैं। (यही आप देख नहीं सकते या फिर खुद में उसका प्रतिरोध करते हैं।)

85 | प्रेम कैसे आपके जीवन को बचाएगा, अगर वह इस तरह की चीज़ें कर सकता है। (ऐसा है।)

86 | ब्रह्मांड कितना असीमित है : हम कितने सूक्ष्म हैं, कैसे शायद हर एक दूसरे की परछाई और विस्तार है।

87 | **सवाल कितने जटिल हैं, जवाब उतने ही साधारण हैं।**

88 | **'हाँ' से आपको कैसा महसूस होता है।** लोग अक्सर 'कुछ ग़लत है' की चेतावनी के इशारों पर ध्यान देते हैं, लेकिन कुछ सही है, उसके सूक्ष्म संकेतों पर ध्यान नहीं देते।

89 | **आपकी ज़िंदगी के आगे बढ़ने में कितने ऐसे ही अचानक हुए संयोगों का योगदान है।**

90 | **कोई एक सूत्र या अनेक सूत्र, जो आपकी इस अटल अवधारणा को संबल देते हों कि भविष्य अलग होगा और आप पता लगा लेंगे कि उसे कैसे अलग बनाना है।**

91 | **जिस तरह का प्रेम चुने जाने और बनाए रखे जाने के लायक़ है, जो आपकी दुनिया को धुरी को थोड़ा सा झुका सकता है, जिससे सब कुछ बदल जाने वाला है।**

92 | **बेहतर ढंग से कैसे जूझा जाए।** अपने विचारों, अपनी भावनाओं को कैसे स्पष्ट रूप से रखा जाए कि लोग रक्षात्मक रवैया न अपनाने लगें और कोई बहस शुरू करने की बजाय जुड़ाव को गहरा बनाया जाए।

93 | **अगर आपकी अपनी इच्छाएँ और ज़रूरतें आपकी प्राथमिकता न रहें, तो फिर आप किस चीज़ के लिए जिएँगे।**

94 | **जो लोग आप पर निर्भर करते हैं और उनकी ज़िंदगी में आपके न होने से उन पर कितना विनाशकारी असर पड़ सकता है।**

95 | **आपकी मौजूदा स्थिति बनी रही, तो आज से पाँच साल बाद आप कौन होंगे और कहाँ होंगे।**

96 | **ज़िंदगी के बारे में अब तक जो सबसे अहम बातें आपने सीखी हैं।**

97 | **आपने अब तक जो अहम बातें सीखी हैं, उन्हें आपने कैसे सीखा।**

98 | **कितने लोग हैं, जो रात को दुखी होकर सोते हैं और उन चीज़ों की चाह रखते हैं, जो आपके पास हैं–नौकरी, प्रेम, घर, शिक्षा, दोस्त, वग़ैरह।**

99 | **अपनी ज़िंदगी में कितनी बार आप दुखी होकर सोने गए और आपको चाहत रही कि आपके पास वह सब होता, जो अभी आपके पास है–नौकरी, प्रेम, घर, शिक्षा, दोस्त, वग़ैरह।**

100 | **ख़ुद को निरंतर यह याद दिलाने के लिए आप क्या कर सकते हैं।**

101 | **आपका सबसे सफल स्वरूप किस तरह का है।** आपका सर्वश्रेष्ठ रूप कैसे सोचता है। वह किस चीज़ के लिए कृतज्ञ है और उसे किससे प्रेम है। सबसे पहला और अहम क़दम है कि आप जिस तरह का व्यक्ति बनना चाहते हैं, उसकी कल्पना करें। इसके बाद सब कुछ ढर्रे पर आ जाएगा।

14

उम्र के तीसरे दशक में इन अपेक्षाओं को छोड़ना

01 | आप असाधारण होने के लिए बने हैं।

असाधारण लोग दुर्लभ होते हैं। इस बात को मानने का मतलब यह बिलकुल नहीं है कि आप अपनी क्षमता से इंकार कर रहे हैं, बल्कि यह है कि अपने संपूर्ण रूप और अपनी बेहतरीन ज़िंदगी जीने को लेकर आपके मन में जो भ्रम हैं, आप उन्हें मिटा रहे हैं। हम 'लाखों-करोड़ों में से एक' की सफलता की कहानी को ऐसे पेश करते हैं, जैसे यह मेहनत करने और अपनी पूरी क्षमता के इस्तेमाल का एक अंतिम लक्ष्य है। ऐसा नहीं है। असली सवाल यह है कि अगर कोई सराहने वाला न हो, तब भी आप काम करना चाहेंगे? अगर उसे पहचान नहीं मिली, तो क्या वह काम करने लायक़ होगा? अगर कुछ ही लोग आपसे प्रेम करते हों, लेकिन बहुत सारे लोग आपको पहचानते भी न हों, तो आपको कैसा महसूस होगा? सामान्य में ख़ास खोजना ही असल में असाधारण बात है।

02 | आप अपनी ज़िंदगी के शुरुआती दौर में हैं।

इसे पढ़ने वाले आप में से कुछ शायद अपनी उम्र के तीन दशक भी न पूरे कर पाएँ। कुछ और लोग शायद मध्यवय तक न पहुँचें या फिर इस साल को भी पार न कर पाएँ। अगर ज़रूरी हो, तो अपनी मेज़ पर एक खोपड़ी रख लें, कोई भी नहीं सोचता कि वह जवानी में मर जाएगा, लेकिन इसका मतलब यह नहीं कि ऐसा नहीं हो सकता।

03 | आपकी ग़लतियाँ माफ़ी के ज़्यादा लायक़ हैं और आपके गुण अधिक विशिष्ट हैं।

यह मानना कि अपनी ग़लतियों के लिए आप कम ज़िम्मेदार हैं और आपकी ख़ूबियाँ ज़्यादा ख़ास हैं, यह ऐसी मानसिकता है, जो कई लोगों में होती है, पर यह

आख़िरकार आपको छोटा बनाए रखती है। अगर आप अपने ख़राब विकल्पों की अहमियत को नहीं समझेंगे, तो आप फिर से उन्हें दोहराने को सही ठहराएँगे; अगर आप ऐसे जिएँगे और काम करेंगे कि सब कुछ हो जाएगा, क्योंकि आप बाक़ी सबसे हमेशा बेहतर हैं, तो फिर आप कभी कोशिश नहीं करेंगे।

04 | आप वह बन सकते हैं, जो आप चाहते हैं।

अगर आपका आईक्यू किसी रॉकेट वैज्ञानिक का नहीं है, तो आप वह नहीं बन सकते। अगर पेशेवर नर्तक बनने के लिए ज़रूरी समन्वय आप में नहीं है, तो आप वह नहीं बन सकेंगे। किसी चीज़ को जुनून की हद तक चाहना, वह बन जाने के लिए पर्याप्त नहीं है।

आप जो कुछ चाहें, वह नहीं बन सकते, लेकिन अगर आप कड़ी मेहनत करें और हाथ खड़े न कर दें और ऐसे परिवेश में पैदा हुए हैं, जो उसमें मददगार हो, तो शायद आप ऐसा कुछ कर सकते हैं, अपनी क्षमताओं के परे जाकर अपनी रुचि से काम कर सकते हैं। अगर आप वाक़ई स्मार्ट हैं, तो आप यह पता लगा लेंगे कि मुश्किल दिनों में भी उसके लिए कृतज्ञ कैसे हुआ जाए।

05 | आप दर्द को मात दे सकते हैं।

आप दर्द से बच निकलने की बात नहीं सोच सकते। आप न तो उसका पूर्वानुमान लगा सकते हैं या न उससे बच सकते हैं या फिर दिखावा कर सकते हैं कि आपको दर्द महसूस नहीं हो रहा। अगर आप ऐसा करते हैं, तो आप अपने जीवन का एक छोटा सा हिस्सा जी रहे हैं और वह आपको जो आप बनना चाहते हैं, उसका छोटा सा हिस्सा बना देगा।

06 | प्रेम कोई ऐसी चीज़ है, जिसे लोग आपको देते हैं।

लोग भावनाओं का स्वरूप नहीं बदल सकते। इस बात पर विचार करना तब दिलचस्प हो जाता है, जब आप देखते हैं कि इंसान किस तरह इस चिंता में घुले जाते हैं कि बाक़ी लोग कैसे हमसे प्यार कर लें। इसका कारण यह है कि जब हम सोचते हैं कि लोग हमें प्यार करते हैं, तो हम ख़ुद को उसे महसूस करने की अनुमति देते हैं। यह दिमाग़ी खेल है, जिसमें हम अपने सिवाय बाक़ी सब पर निर्भर रहते हैं कि हम उस चीज़ को महसूस कर सकें, जो पहले से हमारे भीतर मौजूद है। (अगर आपको लगता है कि प्रेम कोई ऐसी चीज़ है, जो आपके दिल-दिमाग़ में न होकर कहीं और पाई जाती है, तो आपको वह कभी मिलेगी भी नहीं।)

07 | किसी चीज़ को गहराई से महसूस करने का मतलब है कि वैसा 'होना ही है'।

जब आप किसी चीज़ को (या किसी इंसान को) बड़ी शिद्दत से महसूस करते हैं, तो इसका मतलब यह नहीं कि वह आपकी नियति है। कई लोगों को बहुत गहराई से महसूस होता है कि वे अपने क्षेत्र में प्रसिद्ध हो सकते हैं, लेकिन उनके पास उसके लिए ज़रूरी कौशल या दृढ़ निश्चय नहीं होता। कई लोग शादी करके बेहद शिद्दत से महसूस करते हैं कि वे सही रिश्ते में हैं, लेकिन उसका मतलब यह नहीं कि उस विवाह का अंत कभी तलाक में नहीं हो सकता।

रिश्ते टूटते हैं, नौकरियाँ छूटती हैं और हमारा दिल दुखता है, हमें निराशा भी होती है। हम यह कैसे जानते हैं? क्योंकि ऐसा अक्सर होता है, उनसे निर्णायक ढंग से हमारी दिशा भी बदलती है। भूल जाएँ कि आप अपनी ज़िंदगी को कैसा देखना चाहते हैं। आप जैसी ज़िंदगी की कल्पना करते हैं, वह कभी नहीं होगी और इस दौरान उससे बस यही होगा कि आपके पास इस पल में जो कुछ मौजूद है, वह बर्बाद हो जाएगा। यहाँ पर केवल एक आख़िरी मंज़िल है, जिसकी तरफ़ हम सब बढ़े जा रहे हैं और वह है, ज़िंदगी का अंत।

08 | अगर आप ख़ुद पर पर्याप्त मेहनत करेंगे तो आपको और संघर्ष नहीं करना पड़ेगा।

अगर आप ख़ुद पर काफ़ी काम करेंगे, तो आपको समझ में आ जाएगा कि यह संघर्ष किसलिए है।

09 | आपका इस बात पर नियंत्रण है कि बाक़ी लोग आपके बारे में क्या सोचते हैं।

आप लोगों से कैसे पेश आते हैं, इस बात पर आपका नियंत्रण है, लेकिन इस पर नहीं कि वे क्या सोचते हैं। अगर आप किसी निश्चित रूप से बर्ताव करेंगे, तो कोई ख़ास तरह की प्रतिक्रिया आपको मिलेगी, यह बात एक भ्रम है, जो आपको ज़िंदगी भर कठपुतली बनाए रखेगा। इससे आप उस तरह के व्यक्ति से दूर रहेंगे, जो आप बनना चाहते हैं और जिस तरह की ज़िंदगी आप जीना चाहते हैं। चाहे जो भी हो, लोग अपने नज़रिये, अपनी सोच के मुताबिक़ आपको आँकेंगे, आपकी आलोचना, भर्त्सना करेंगे, आपको प्रेम करेंगे, आपको सराहेंगे, आपसे ईर्ष्या करेंगे या आपकी लालसा करेंगे।

10 | कड़ी मेहनत से सफलता ज़रूर मिलेगी।

अगर आप अपनी कड़ी मेहनत के अंतिम लक्ष्य के रूप में किसी निश्चित परिणाम की तलाश में हैं, तो इस बात की बहुत संभावना है कि आपको निराशा हाथ लगेगी। मेहनत का सार यह पहचान करना है कि उससे आप क्या बन सके, न कि

यह कि उससे आपको क्या 'मिलता है' (पहले वाले पर आपका नियंत्रण है, दूसरे पर नहीं है)।

11 | आपके हालात बदल जाने पर आपके विचार ख़ुद ही बदल जाएँगे।

अधिकतर लोगों का मानना है कि उनकी ज़िंदगी में बदलाव आने से उनकी सोच भी बदल जाएगी। उन्हें कोई चाहेगा, तो वे मानने लगेंगे कि वे प्यार के क़ाबिल हैं। जब उनके पास पैसा होगा, तो उसे लेकर उनका अलग रवैया होगा। बदक़िस्मती से ठीक इससे उलट बात सच है। मसलन, जब आप पैसे को लेकर नई सोच रखेंगे, तो आप अलग तरीक़े से बर्ताव करने लगेंगे और फिर आपकी वित्तीय स्थिति अलग होगी। आपका दिमाग़ कुछ तैयार करता है, वह अपने आप नहीं बनता।

12 | आपके एहसास के लिए अन्य लोग ज़िम्मेदार हैं।

आपका घर ही एकमात्र ऐसी जगह है, जहाँ आपसे या आपके बारे में क्या कहा जाएगा, उस पर आपका पूरा नियंत्रण होता है। बाक़ी जगह, आप बहुत से लोगों की विविधता भरी दुनिया में रहते हैं और संभव है कि उनकी राय आपको कभी न कभी 'चोट' पहुँचाए। अगर आप ख़ुद को हर किसी की ज़िंदगी का केंद्रबिंदु मान लेंगे और आस-पास कही गई हर उस बात और विचार को अपना अर्थ देने लगेंगे, जो आपकी मान्यताओं से मेल नहीं खाता, तो आपकी ज़िंदगी बहुत दुश्वार होने वाली है। अन्य लोगों की सोच और वे आपके साथ कैसे पेश आते हैं, इसका संबंध इस बात से नहीं है कि आपको उससे कितना बुरा लगता है, बल्कि इससे है कि आप किस तरह अपनी बात रखते हैं, बताते हैं और साझा करते हैं। आत्मरक्षात्मक होने से विकास नहीं होता, बल्कि रुक जाता है।

13 | भावनात्मक बुद्धिमत्ता का मतलब यह नहीं कि आप हमेशा हर हाल में शांत रहेंगे; आत्मसम्मान का मतलब यह मानना है कि आप श्रेष्ठ रूप से पूरी तरह से 'अच्छे' हैं, ख़ुशी का मतलब समस्याओं का न होना है।

भावनात्मक बुद्धिमानी का अर्थ है, अपनी भावनाओं को रचनात्मक तरीक़े से महसूस करना, व्यक्त करना और उनकी व्याख्या करना; आत्मसम्मान यह मानना है कि भले आप हर समय श्रेष्ठ रूप से, पूरी तरह से 'अच्छे' न हों, तब भी आप प्रेम के लायक़ हैं और आपसे कोई प्रेम करता है, ख़ुशी का मतलब है कि आप अपनी समस्याओं से कैसे निपटते हैं और आप उन्हें अवसरों के तौर पर देखते हैं या नहीं।

14 | सही समय पर सही व्यक्ति आएगा।

जब आपकी ज़िंदगी में प्रेम आएगा, तो आप तैयार नहीं होंगे। हो सकता है कि आप

तब भी तैयार न हों, जब आप अपने पसंदीदा काम के लिए चुने जाएँ या फिर अपना घर ख़रीदें या आपका बच्चा हो या फिर आप नौकरी छोड़ दें और कोई किताब लिखने लगें या बीमार हो जाएँ या आपके किसी परिजन की मृत्यु हो जाए या आप ही दुनिया को विदा कह दें। अगर आप 'तैयार रहने' के एहसास के इंतज़ार में रहेंगे, तो आप हमेशा-हमेशा के लिए इंतज़ार करते रहेंगे या फिर इससे भी बुरी बात यह हो सकती है कि आप उस बेहतरीन चीज़ को खो दें, जो आपके सामने मौजूद है।

15 | आप अपनी ख़ुशी को टाल सकते हैं या फिर पैसे की तरह उसे बैंक में डाल सकते हैं।

लोग ख़ुद को सुरक्षित रखने के लिए अपनी ख़ुशी को मुल्तवी करते हैं। वे हल करने के लिए किसी और समस्या को खोज निकालते हैं, पार करने के लिए कोई और रुकावट खोज लेते हैं, कोई और रास्ता तलाशते लेते हैं, जब तक कि उन्हें महसूस नहीं होता कि जिस ख़ुशी को वे जानते हैं, वह उनकी ज़िंदगी में है। आप अपनी ख़ुशी की बचत नहीं कर सकते, आप या तो उसे उस पल में महसूस कर सकते हैं या फिर उसे खो देते हैं। बहुत सीधी सी बात है। कुछ भी हो, यह अस्थायी है। यहाँ पर एकमात्र परिवर्तनशील बात यह है कि आपने उसे महसूस किया या नहीं।

16 | व्यग्रता और नकारात्मक सोच खीझ पैदा करने वाले हैं और आपको उन्हें नाकाम करना सीखना होगा।

बेचैनी एक प्रमुख संचालक शक्ति है, जिसे आपको और पूरी मानवजाति को जीवित रखा है। इसके ज़रूरत से ज़्यादा होने का मतलब अक्सर यह होता है कि आप उस पर ध्यान नहीं दे रहे हैं या फिर आपके जीवन में कोई बड़ा मुद्दा है, जिसकी आप अनदेखी कर रहे हैं या जिस पर कोई कार्रवाई नहीं कर रहे हैं। नकारात्मक सोच की ताक़त यह है कि वह हमें दिखाती है कि क्या चीज़ मायने रखती है और कैसे हमें अपनी ज़िंदगी के मसलों पर प्रतिक्रिया करनी है।

17 | केवल अपनी ज़रूरतों पर ध्यान केंद्रित करने से आप सबसे ज़्यादा ख़ुश हो जाएँगे।

इंटरनेट चाहे आपको जो कुछ भी बताए, आत्मनिर्भरता ख़ुशी की पूर्ववर्ती है। वही बुनियाद है। वह महत्त्वपूर्ण है, लेकिन वह संबद्धता नहीं है, जिस पर इंसान फलते-फूलते हैं। वचनबद्धता, त्याग, जिन लोगों से आप प्यार करते हैं और जिन चीज़ों पर आपका विश्वास है, उनके लिए फिर से कोशिश करते रहना, इससे ज़िंदगी जीने लायक़ बनती है। अपनी ज़रूरतों को पूरा करना पहला क़दम है, न कि यह अंतिम लक्ष्य है।

15

इसे पढ़ें, अगर 'आपको नहीं पता' कि आप अपनी ज़िंदगी का क्या कर रहे हैं

अगर आप किसी भी वयस्क व्यक्ति से पूछें कि उनकी ज़िंदगी में सबसे बड़ा तनाव क्या है, तो संभव है कि वह ऐसा कुछ होगा, जो अनिश्चितता से जुड़ा है। अगर आपको उसे एक वाक्य में समेटना हो, तो वह कुछ ऐसा होगा : ''पता नहीं, मैं अपनी ज़िंदगी का क्या कर रहा हूँ।''

आपने कितनी बार किसी को यह कहते सुना है? (आपने ख़ुद कितनी बार ऐसा कहा है?) शायद कई बार कहा होगा। यह बात कि हमें पता होना चाहिए, दरअसल सामाजिक रूप से बनाई गई कोरी बकवास है, जिसे बचपन से हम पर थोपा गया है और जो हमारे पैरों की बेड़ी बन गई है।

हममें से कोई नहीं, कोई भी नहीं जानता कि ''हम अपनी ज़िंदगी का क्या कर रहे हैं।'' हम पूरी बात को नहीं समझ पाते। हमें नहीं पता होता कि पाँच साल में हम क्या कर रहे होंगे और हम यह दिखाते हैं कि यह तो ज़िम्मेदाराना या महत्त्वाकांक्षापूर्ण बात नहीं है, यह तो वह बात नहीं, जिसके बारे में हम सोचते थे कि वह सही है। यह तो उसके उलट अपने भीतरी दिशानिर्देश के हिसाब से जीवन जीने से ख़ुद को अलग करना है।

अपने पहले के स्वरूप के प्रति आपकी कोई देनदारी नहीं है।

आप वैसा व्यक्ति बनने के लिए ज़िम्मेदार नहीं है, जो आप कभी बनना चाहते थे।

आपका उत्तरदायित्व आज के अपने वयस्क स्वरूप के प्रति है।

आप जानते हैं कि आपके पास वह सब क्यों नहीं है, जिसके बारे में कभी आप सोचते थे कि आपको वह चाहिए? आप जानते हैं कि आप आज वह इंसान क्यों नहीं है, जो आप कभी बनना चाहते थे? सीधी सी बात है कि आपको अब

वे चीज़ें नहीं चाहिए। उतनी शिद्दत से नहीं चाहिए। अगर आपको चाहिए होती, तो वे आपके पास होती।

अगर आप सोच रहे हैं कि ''आपको अपनी ज़िंदगी का क्या करना चाहिए,'' तो संभव है कि आप ऐसी जगह पर हैं, जहाँ एक ओर आप यह समझ चुके हैं कि अब आप उस चीज़ को नहीं चाहते, जिसे कभी आप चाहते थे और दूसरी ओर आप ख़ुद को यह इजाज़त दे रहे हैं कि आज आप जो चाहते हैं, उसे करें।

यह जानना कि आज आप 'अपनी ज़िंदगी का' क्या कर रहे हैं, भूख को शांत कर देता है। उससे आपका दिमाग़ इस भ्रम से शांत हो जाता है कि आपका रास्ता आपके सामने है और अब आपको चयन नहीं करना है, यानी आप जिस तरह का इंसान बनना चाहते थे, वह अब आपकी ज़िम्मेदारी नहीं है और उसकी ज़रूरत भी नहीं है।

भूख ज़रूरी है। पूरी तरह से तृप्ति हमें पूर्ण संतोष की तरफ़ ले जाती है। तृप्त होने की स्थिति में लोग तरक़्क़ी नहीं करते। वे रुक जाते हैं।

तो आप 'अपनी ज़िंदगी का क्या करने वाले हैं' को जानना छोड़ें।

आप आज क्या कर रहे हैं? आपको क्या पसंद है? कौन सी चीज़ आपमें कौतूहल पैदा करती है? अगर आप आज जो चाहे बन सकते हों, तो आप क्या करेंगे? अगर सोशल मीडिया न होता तो? आप इस वीकेंड पर क्या करना चाहते हैं?

आपको हर रोज़ ख़ुद से यह सवाल पूछना चाहिए कि ''मैं क्या चाहता हूँ?'' जो चीज़ें आपके अनुरूप होंगी, वे आपकी ज़िंदगी के ताने-बाने में शामिल हो जाएँगी, वे चीज़ें जो बार-बार सामने आएँगी, आप उनका अनुसरण करेंगे। वे ऐसी जगहें बन जाएँगी जहाँ आप होंगे, जिन लोगों की तरफ़ आप खिंचे चले जाएँगे, जो चयन आप करेंगे। मूल सत्य सफल होगा, चाहे उसके साथ बाक़ी सच्चाइयाँ भी जुड़ी होंगी।

उसकी बात सुनने का मतलब यह कहना होगा कि ''मुझे अब क्या चाहिए?''

16

8 संज्ञानात्मक पूर्वाग्रह, जो आपके जीवन को अनुभव करने के तरीक़े को तैयार करते हैं

अच्छी बात यह है कि आपका जीवन आप जिस तरह सोचते हैं, शायद उससे अलग है। बदक़िस्मती यह है कि एक बुरी बात भी है। नोबेल पुरस्कार विजेता मनोवैज्ञानिक डैनियल काहनेमैन का कहना है, ''लोगों का अपनी मान्यताओं पर जो विश्वास है, वह साक्ष्य की गुणवत्ता का मानक नहीं है, बल्कि उस कहानी के सामंजस्य का है, जिसे दिमाग़ तैयार करता है।''

उस रचना को तैयार करने वाले औज़ार हमारे अनुभव, उम्मीदें, इच्छाएँ और भय ही नहीं हैं। कुछ मनोवैज्ञानिक पूर्वाग्रह हैं, जो हमें वस्तुनिष्ठ यथार्थ को देखने से रोकते हैं। एक तरह से हमारा सामूहिक यथार्थ और कुछ नहीं, बल्कि आत्मगत अनुभव बनाम आत्मगत अनुभव ही है। जो लोग इस बात को नहीं समझते, उन्हें लगता है कि उनका आत्मगत अनुभव ही असल में वस्तुनिष्ठ है। सह-अस्तित्व में रहने में हमारी असमर्थता किसी अभाव या अंतर्निहित सामाजिक शिथिलता के कारण नहीं है, बल्कि जिन समुदायों में हम रहते हैं, हमारे भीतर उनके सबसे बुनियादी पहलुओं की समझ की कमी है।

प्राचीन ग्रीक दर्शन के समय से ही इसका अध्ययन किया जाता रहा है और इसे सामान्यतया 'निष्कपट यथार्थ' कहा जाता है, जिसमें यह माना जाता है कि हम दुनिया को वैसा ही देखते हैं, जैसी वह है और हमारी धारणा यथार्थ का वस्तुनिष्ठ, सटीक प्रतिनिधित्व करती है। मनोवैज्ञानिक डेविड मैकरैने इसे इस प्रकार बताते हैं : ''पिछले सौ सालों का शोध बताता है कि आप और हर कोई अब भी इस सीधे-सादे यथार्थवाद में विश्वास करता है। आप अब भी यह मानते हैं कि आपके इनपुट भले पूरी तरह से सही न हों, लेकिन एक बार आप सोचने और महसूस करने लगते हैं, तो वे विचार और एहसास आपको विश्वसनीय और पूर्वानुमानित लगने लगते हैं। हम जानते हैं कि हम कभी 'वस्तुनिष्ठ' यथार्थ को नहीं जान सकते, हम यह भी

जानते हैं कि आत्मगत सच कितना मनगढ़ंत है, क्योंकि आपको कभी भी अपने मस्तिष्क के आउटपुट यानी वह जो हमें बताता है, के अलावा और कुछ अनुभव करने का मौक़ा नहीं मिलेगा। जो कुछ आपके साथ हुआ है, वह आपकी खोपड़ी के अंदर हुआ है।''

तो ये कौन से पूर्वाग्रह हैं, जो हमें इतनी गहराई से प्रभावित करते हैं? हम कह सकते हैं कि उनमें से कई को पहचाना जा सकता है, पर इसका मतलब यह नहीं है कि आप अपने ख़ुद के अनोखे पूर्वाग्रह तैयार नहीं कर सकते, बल्कि इस बात की संभावना है कि ज़्यादातर लोग ऐसा करते हैं। उनमें से कुछ यहाँ दिए गए संयोजन से तैयार हो सकते हैं।

01 | **प्रोजेक्शन**

इस दुनिया का हमारा अनुभव हमारी इंद्रियों के और अंततः हमारी मानसिकता के माध्यम से होता है, तो हम अपनी प्राथमिकताओं और चेतनाओं को उन चीज़ों पर प्रोजेक्ट करते हैं, जिन्हें हम देखते हैं और फिर उसी तरह उनकी व्याख्या करते हैं। दूसरे तरीक़े से कहें, तो दुनिया वैसी नहीं है, जैसी वह है, बल्कि वह वैसी है, जैसे हम हैं। हम लोगों के सामान्य होने को इस आधार पर ज़्यादा आँककर देखते हैं कि हमें कितना 'अजीब' या 'अलग' महसूस होता है। हम मानकर चलते हैं कि लोग उसी तरह सोचते हैं, जैसे कि हम सोचते हैं, क्योंकि हम तो दुनिया को अपने आंतरिक विमर्श और प्रक्रिया के मुताबिक़ देखते हैं।

02 | **एक्स्ट्रापोलेशन (बहिर्वेशन)**

ऐसा तब होता है, जब हम अपने वर्तमान क्षण को लेकर उसे उन हालात में डालते हैं और फिर पूरी ज़िंदगी के लिहाज़ से उसे देखते हैं। हमारी वर्तमान परिस्थितियों का हमारे लिए क्या 'अर्थ' है, उसके आधार पर अपनी धारणा बनाते हैं और फिर यह मानने लगते हैं कि जिस तरह अभी चल रहा है, आगे भी वैसा ही चलेगा। यही वजह है कि हमें त्रासदियों पर जीत पाना मुश्किल लगता है और ख़ुशी हमें क्षणिक लगती है (इस डर से ख़ुशी हमेशा नहीं रहेगी, हम उसे खो देते हैं और इस भय से कि दुख हमेशा रहने वाला है, हम उसे तैयार करते हैं)।

03 | **ऐंकरिंग (समन्वयन)**

हम ख़ुद को मिलने वाली पहली जानकारी से ज़रूरत से ज़्यादा प्रभावित हो जाते हैं। मसलन, दुनिया को लेकर हमारा नज़रिया अपनी सहज मान्यताओं पर नहीं, बल्कि हमारे माता-पिता के नज़रिये पर आधारित होता है। मोलभाव के दौरान जो

पहला व्यक्ति पेशकश करता है, वह 'संभावना का दायरा' तैयार करता है। अगर आपको पता हो कि तीन लोगों ने लगभग बराबर पारिश्रमिक पर अपनी पुस्तकें छपवाई हैं, तो आप भी उस सदंर्भ के चलते यह मानने लगते हैं कि आपके लिए क्या संभव होगा।

04 | नकारात्मकता

हम कार हादसों को देखते रहते हैं और बुरी ख़बर पर ज़्यादा ध्यान देते हैं और पाते हैं कि विनाश और लोगों की ज़िंदगी में चल रही नाटकीयता से हम सम्मोहित से रहते हैं। इसका कारण यह नहीं कि हम विकृत या परपीड़क हैं। असल में हमारे पास निश्चित रूप से ध्यान देने की क्षमता है और हम नकारात्मक समाचार को ज़्यादा अहम और गंभीर मानते हैं और इसलिए उस पर हमारा ध्यान पहले जाता है। इसका एक कारण यह भी हो सकता है कि इसमें रहस्यात्मकता होती है (जब हमें अस्तित्व के नज़रिये से उसका उद्देश्य पता नहीं होता, तो हम उससे मोहित हो जाते हैं)।

05 | रूढ़िवाद

'स्थिरण' से जुड़े रूढ़िवाद में किसी चीज़ में अधिक विश्वास केवल इसलिए करना होता है कि हमने पहले ऐसा किया है। अन्य शब्दों में, यह एक तरह से नई जानकारी को स्वीकार करने के प्रति आशंका है, चाहे वह जानकारी कितनी ही सही या उपयोगी क्यों न हो।

06 | समूह से जुड़े भ्रम (क्लस्टरिंग इल्यूज़न)

'क्लस्टरिंग' तब होती है, जब आप किसी भी घटना में कोई निश्चित पैटर्न देखने लगते हैं, क्योंकि आप अवचेतन स्तर पर वैसा करने का फ़ैसला कर चुके होते हैं। आपको अपनी पसंद की कार हर जगह दिखाई देने लगती है या फिर अगर आपने लाल पोशाक पहनी हो, तो आप लाल कपड़े पहने लोगों पर ग़ौर करने लगते हैं। लोगों के लिए जो सामान्य बात होती है, उसके लिए आप अवचेतन तौर पर पैटर्न तैयार करते हैं। इसकी वजह यह है कि आप पुष्टि के पूर्वाग्रह की तलाश में होते हैं।

07 | पुष्टि

यह सबसे अधिक आम तौर पर ज्ञात पूर्वाग्रह है। ऐसा तब होता है, जब हम किसी चुनिंदा जानकारी को सुनते हैं, जो किसी विचार या मसले पर पहले से मौजूद हमारी अवधारणा को सहारा देती है या फिर उसे सिद्ध करती है। इससे हम मानसिक रूप से ख़ुद को और दुनिया को लेकर अपने दृष्टिकोण को अलग करते हैं। इसके माध्यम से हम ख़ुद को मान्यता देते हैं।

08 | चयन का समर्थन

जब आप चेतन रूप से कुछ 'चुनते' हैं, तो आप उसे अधिक सकारात्मक रूप से देखने लगते हैं और सक्रिय होकर उसकी कमियों पर ध्यान नहीं देते। ऐसा उन चीज़ों के मामले में नहीं होता, जिन्हें आप ख़ुद के लिए नहीं चुनते हैं। यही वजह है कि हमारे लिए सही फ़ैसला करने के चयन में हमारे स्वायत्त होने का विचार इतना महत्त्वपूर्ण हो जाता है, क्योंकि वही तय करता है कि हम उस चीज़ से हमेशा के लिए कैसे जुड़ना चाहेंगे।

17

मनोवैज्ञानिक रूप से मज़बूत लोग ऐसा नहीं करते

01 | **वे यह नहीं मानते कि उनके हर एहसास का कोई मतलब है।**

वे अपने हर एहसास को उतनी अहमियत नहीं देते। वे जानते हैं कि केवल हमारे दृढ़ मत से कोई चीज़ सच नहीं हो जाती।

02 | **सही न होने की स्थिति में वे नहीं घबराते।**

वे इस बात को समझते हैं कि कोई ग़लत जानकारी वाली मान्यता या असत्य विचार होने का मतलब यह नहीं कि व्यक्ति के रूप में वे अमान्य हो जाएँगे।

03 | **अपनी भावनाओं को नकारने के लिए वे तर्क का इस्तेमाल नहीं करते।**

वे अपनी भावनाओं को मान्यता देकर उनकी पुष्टि करते हैं। वे यह नहीं कहते कि किसी को किसी ख़ास तरीक़े से महसूस 'नहीं करना चाहिए'।

04 | **वे हर चीज़ पर अपने हिसाब से कोई अर्थ नहीं थोपते।**

वे यह मानकर नहीं चलते कि जो कुछ भी वे देखते या सुनते हैं, उसका संबंध उनसे है। वे बाक़ी लोगों से अपनी तुलना इसलिए नहीं करते कि यह विचार कि बाक़ी लोग हमारे मुक़ाबले में है, ख़ुद में नासमझी और स्वार्थ भरा विचार है।

05 | **उन्हें अपनी ताक़त साबित करने की ज़रूरत नहीं होती।**

अपनी अजेयता की बढ़ा-चढ़ाकर बनाई गई छवि की बजाय वे मुख्यतया शांतिपूर्ण और सहजता लिए होते हैं, जो कि असल में किसी सुरक्षित व्यक्ति की निशानी है।

06 | वे दर्द से भले डरते हों, लेकिन उससे बचते नहीं।

किसी पुरानी आदत को छोड़ने में जो असहजता सामने आती है, वे उससे निपट सकते हैं। वे किसी मसले की जड़ तक जाते हैं, न कि केवल लक्षणों तक सीमित रहते हैं। वे समझते हैं कि दर्द में नहीं, बल्कि उससे बचने में असहजता होती है।

07 | वे किसी की ख़ासियतों को हल्का करने के लिए उनकी कमियों को नहीं उभारते।

वे किसी के सफल होने पर उनकी नाकामियों को नहीं गिनाते।

08 | वे (ज़्यादा) शिकायत नहीं करते।

लोग शिकायत इसलिए करते हैं, क्योंकि वे चाहते हैं कि लोग उनके दर्द को मान्यता देकर उसकी पुष्टि करें, चाहे यह वास्तविक समस्या न हो, तब भी यह पुष्टिकरण का एक स्वरूप तो है।

09 | वे किसी अनुभव को विनाशकारी दिखाने के लिए उसके निश्चित आयामों को फ़िल्टर नहीं करते।

जो लोग शुरू से आख़िर तक सबसे बुरे हालात की कल्पना करते हैं, उनमें अक्सर इतना आत्मविश्वास नहीं होता कि कुछ असंभावित होने पर वे अपना ध्यान रख सकें। यही वजह है कि वे सबसे बुरे हालात की तैयारी करते हैं और इस दौरान सबसे अच्छे पलों को खो बैठते हैं।

10 | वे कोई ऐसी सूची नहीं रखते कि लोगों को 'क्या करना चाहिए' और 'क्या नहीं करना चाहिए'।

वे जानते हैं कि 'सही' और 'ग़लत' बहुत सब्जेक्टिव बातें हैं और कोई व्यक्ति अगर यह मानता कि कोई सार्वभौमिक आचार-संहिता है, जिसका पालन सभी लोगों को करना चाहिए, तो उसे घोर निराशा होगी।

11 | वे ख़ुद को सही या ग़लत को आँकने वाला नहीं मानते।

अपने दोस्तों को सलाह देने के मामले में वे यह नहीं मानते कि किसी स्थिति में उनकी आदर्श प्रतिक्रिया को हर किसी के लिए मान्य समाधान माना जा सकता है।

12 | वे अपने निजी अनुभवों से कोई सामान्य निष्कर्ष नहीं निकालते।

वे अपने रोज़मर्रा के अनुभवों से समूची मानवजाति को लेकर व्यापक निष्कर्ष नहीं निकालते।

13 | वे अपने आस-पास के लोगों के हिसाब से अपने व्यक्तित्व को नहीं बदलते।

हर किसी को अस्वीकृति से डर लगता है, लेकिन हर कोई असल में उस अनुभव को हासिल नहीं कर पाता, जो बिना किसी शर्त के अपने असली स्वरूप को स्वीकारने से मिलता है।

14 | वे आक्रामक या प्रतिरक्षात्मक हुए बिना ख़ुद के लिए खड़े हो सकते हैं।

यह भले विरोधाभासी बात लगे, लेकिन आक्रामकता या प्रतिरक्षात्मकता असुरक्षा को दिखाते हैं। शांत होकर अपने लिए खड़ा होना भीतर की दृढ़ता और आत्मसम्मान का परिचायक है।

15 | वे यह मानकर नहीं चलते कि उनकी ज़िंदगी हमेशा ऐसी ही रहेगी।

वे इस बात को लेकर सचेत रहते हैं कि उनके एहसास अस्थायी हैं, चाहे वे अच्छे हों या बुरें। इससे वे सकारात्मक पक्ष पर ध्यान दे पाते हैं और नकारात्मकता को सहजता से जाने देते हैं।

18

हम भावना के बारे में जिन 10 प्रमुख बातों को ग़लत समझते हैं

01 | भावनात्मक अत्याचार के दीर्घकालीन असर भी शारीरिक ज़्यादती जितने या फिर उससे भी बुरे हो सकते हैं।[7]

भावनात्मक अत्याचार को अक्सर इसलिए गंभीरता से नहीं लिया जाता, क्योंकि हमेशा उसे 'देखा' नहीं जा सकता, पर किसी भी तरह की ज़्यादती के दीर्घकालीन असर की गंभीरता उतनी अलग नहीं होती। भावनात्मक अत्याचार जिस्मानी ज़्यादती से इस मायने में एक जैसा है कि यह धीरे-धीरे बड़े व्यवस्थित ढंग से उस इंसान के आत्मविश्वास, उसकी अहमियत और उसके मनोभावों को तबाह कर देता है। भावनात्मक अत्याचार कई तरह से सामने आता है, जिसमें किसी को क़ाबू करना, उसे धमकी देना, नीचा दिखाना, अपमान करना, आलोचना करना और चिल्लाना वग़ैरह शामिल है, हालाँकि वह केवल यहीं तक सीमित नहीं होता।

02 | भावनाएँ उन यादों के बाद भी क़ायम रहती हैं, जिनसे वे बनती हैं।

हम बीते वक़्त से जज़्बात लेकर उन्हें अपने मौजूदा हालात पर लागू करते हैं। कहने का मतलब यह है कि जब तक हम अतीत के ज़ख़्मों को न भर लें, तब तक हम उनके क़ाबू में रहेंगे। इसके अलावा, हमारे अतार्किक डर और रोज़मर्रा की बेचैनियों की जड़ में कोई कारण होता है और उसके असर को रोकने के लिए ज़रूरी है कि हम उस कारण पर ध्यान दें।

---

7. स्पिनाज़ॉला जोसेफ़। *"चाइल्डहुड साइकॉलॉजिकल अब्यूज़ ऐज़ हार्मफुल ऐज़ सेक्सुअल ऑर फ़िज़िकल अब्यूज़।" साइकॉलॉजिकल ट्रॉमा : थ्योरी, रिसर्च, प्रैक्टिस ऐंड पॉलिसी।* 2014, अमेरिकन साइकॉलॉजिकल एसोसिएशन। http://www.apa.org/pubs/journals/tra/index.aspx

03 | रचनात्मक लोग किसी कारण से तनाव में होते हैं।[8]

नकारात्मक अभिव्यक्ति और अनुभव का ललाट (और प्रमस्तिष्क जैसे अन्य भागों में) में सक्रियता से सीधा संबंध होता है या यूँ कहें कि ये वही हिस्से हैं, जो लगातार रचनात्मकता की स्थिति में होने और अपने वर्तमान अनुभव के ठोस यथार्थ को कोई अमूर्त अर्थ देने पर सक्रिय होते हैं।

04 | डर का मतलब यह नहीं कि आप बचकर निकलना चाहते हैं। इसका मतलब है कि उस चीज़ में आपकी दिलचस्पी है।

आप मानें या न मानें, भय के साथ जो भावना सबसे ज़्यादा जुड़ी है, वह है दिलचस्पी की। यह भी कहा जाता है कि डर के दो अनदेखे चेहरे होते हैं : एक, जो भागना चाहता है और दूसरा, जो खोजबीन करना चाहता है। कहने का मतलब यह है कि आम तौर पर हमारे लिए कुछ भी 'डरावना' नहीं होता, जब तक कि हमारा कोई हिस्सा उसे समझना न चाहे, वह यह जाने कि हम उसका हिस्सा हैं और महसूस करे कि वह हमारे अनुभव का हिस्सा बनेगा।

05 | ख़ुशी के अलावा बाक़ी जज़्बात नाकामी की निशानी नहीं हैं। कई तरह की भावनाओं का होना स्वस्थ स्थिति है।

नकारात्मक भावनाएँ हमारे लिए अच्छी हैं। असल में केवल 'ख़ुशी' या किसी एक भावना को लगातार महसूस करने की स्थिति मानसिक बीमारी का लक्षण हो सकती है। हमारे तन-मन इस तरह से नहीं बने हैं। आप हमेशा ख़ुश नहीं रह सकते। सुनिए कि आपका शरीर आपसे क्या कह रहा है। नकारात्मक भावनाएँ इस बात का संकेत हैं कि कुछ है, जो सही नहीं है। उस भावना का कुछ नहीं करना है, बल्कि जिस तरफ़ वह इशारा कर रही है, उस बात पर ध्यान देना है।

06 | भावनाएँ 'भविष्य का पूर्वानुमान' लगा सकती हैं या यूँ कहें कि हमारे भीतर से उठते जज़्बात असली हैं।

कोलंबिया यूनिवर्सिटी में एक अध्ययन 'इमोशनल ऑरेकल इफ़ेक्ट' में[9] साबित हुआ कि जो लोग अपनी भावनाओं पर भरोसा करते हैं, वे भविष्य का पूर्वानुमान लगा सकते हैं। इसकी वजह यह है कि वे नियमित रूप से उन पर ध्यान देते हैं, जिसके

---

8. ऐडम्स, विलियम ली। *"डार्क साइड ऑफ़ क्रिएटिविटी : डिप्रेशन ऐन्ज़ाइटी मैडनस जीनियस?"* सीएनएन। 2014

9. ली, लियोनार्ड; स्टीफ़न, ऐंड्रयू, फैम, मिशेल। "द इमोशनल ऑरेकल इफ़ेक्ट।" *जर्नल ऑफ़ कनज़्यूमर रिसर्च।* 2012 https://www8.gsb.columbia.edu/newsroom/ newsn/1957/ the-emotional-oracle-effect

कारण वे अपने अवचेतन मन में झाँक सकते हैं, जो कमोबेश जानकारी का एक अचेतन कुआँ होता है।

07 | **शारीरिक दर्द के मुक़ाबले हम सामाजिक दर्द को ज़्यादा फिर से अनुभव करते हैं, यही वजह है कि शोधकर्ताओं का मानना है कि सामाजिक पीड़ा एक तरह से ज़्यादा नुक़सानदेह होती है।**

अगर शारीरिक कष्ट के पीछे कोई मनोवैज्ञानिक कारक नहीं होते या कोई ऐसा भाव नहीं होता, जिसे हमें समझने या फिर अपने वजूद के लिए जिसके हिसाब से खुद को ढालने की ज़रूरत न हो, तो हम उस याद को जाने देते हैं, पर हमारे मस्तिष्क नकारे जाने या किसी अन्य सामाजिक भावना या अपमान पर ध्यान देते हैं, क्योंकि हमें अपने अस्तित्व को बनाए रखने के लिए अपने 'कबीले' में रहने की ज़रूरत होती है।

08 | **तनाव सबसे ख़तरनाक एहसास हो सकता है (ख़ासकर जब वह लगातार बना रहे), फिर भी बाक़ी भावनाओं के मुक़ाबले उस पर अक्सर ध्यान नहीं दिया जाता।**

आराम करना सिर्फ़ मज़े के लिए ही नहीं होता, बल्कि यह बहुत आवश्यक है। तनाव हमारे हर हिस्से को कमज़ोर करता है और किसी न किसी रूप से यह दुनियाभर में मौत के मुख्य कारणों से जुड़ा है : हादसे, कैंसर, दिल की बीमारी, आत्महत्या, आदि।

09 | **सोशल मीडिया दरअसल हमें भावनात्मक रूप से ज़्यादा अलग-थलग कर रहा है।**

बाक़ी लोगों की ज़िंदगी के बारे में लगातार जानकारी से हम असलियत का एक अलग नज़रिया तैयार करने लगते हैं, जो सच से काफ़ी अलग होता है। हम सोशल मीडिया के कारण एक तरह की बेचैनी (और यह भी कि क्या हम अपेक्षाओं के हिसाब से जी रहे हैं) का शिकार हो जाते हैं और असल ज़िंदगी में लोगों से मिलने की बजाय स्क्रीन पर ज़्यादा समय बिताने लगते हैं। हम ऐसे प्राणी हैं, जिन्हें बाक़ी इंसानों के साथ जुड़ाव (रोमांटिक या अन्य) की ज़रूरत होती है, पर हम अब अपनी संस्कृति को नुक़सान पहुँचा रहे हैं।

10 | **"आप किसी ख़ास भावना को सुन्न नहीं कर सकते। जब हम बुरी भावनाओं को सुन्न करते हैं, तो हम आनंद, कृतज्ञता और प्रसन्नता को सुन्न या उदासीन कर देते हैं।"**

ब्रेने ब्राउन का कहना है कि आप किसी एक अनुभव को लेकर ख़ुद को उदासीन नहीं कर सकते, आप हर चीज़ के मामले में ऐसा करते हैं।[10] आप अगर दुख की उपेक्षा करते हैं, तो आप ख़ुशी से भी दूर रहते हैं। कहने का मतलब यही है कि बुरा हो या अच्छा, सब कुछ अनुभव करना ही स्वस्थ तरीक़ा है।

---

10. ब्राउन, ब्रेने, *डेयरिंग ग्रेटली : हाउ द करेज टु बि वल्नरेबल ट्रांसफ़ॉर्म्स द वे वी लिव, लव, पैरेंट ऐंड लीड।* 2015, ऐवरी।

19

अपने शरीर को लेकर आपके अनुभव को प्रभावित करने वाली वे छोटी-छोटी बातें, जिनकी समझ आपको नहीं होती

01 | **आपके माता–पिता का अपने शरीर और बाक़ी लोगों के बाहरी स्वरूप को लेकर क्या नज़रिया था और वे उसके बारे में क्या कहते थे। हो सकता है कि उस समय आप बच्चे रहे हों या फिर उन्हें लगता हो कि आप उनकी बातें नहीं सुन रहे।** तो मेरी पसंदीदा कहावत यह है कि "जिस तरह हम अपने बच्चों से बात करते हैं, वही उनकी आंतरिक आवाज़ बन जाती है।"

02 | **फ़ोटोशॉप इतना बढ़िया है कि लग ही नहीं रहा कि फ़ोटोशॉप किया गया है (और इस तरह 'सामान्य' लगने की आपकी समझ पूरी तरह से गड़बड़ है)।**

03 | **जिन लोगों के साथ आपने शुरू में डेट किया हो/या जिनके साथ आपके अंतरंग संबंध रहे हों और चाहे उन्होंने आपके शरीर को जो कि वाक़ई ग़ज़ब का था और है, उसको सराहा हो या नहीं।** कारण जो भी हो, शरीर को लेकर लोगों की शर्मिंदगी या परेशानी की जड़ें अक्सर उनके शुरुआती तजुर्बों में होती है, ख़ासकर अगर वे नकारात्मक हों।

04 | **आप बाक़ी लोगों को कैसे आँकते हैं।** अगर आप किसी की तौहीन करना चाहते हैं, ख़ासकर जब वह बाहरी रंग–रूप को लेकर हो, तो उस बात से उनके बारे में उतना पता नहीं चलता, जितना कि आपके बारे में पता चलता है।

05 | **आपके दोस्त अपने शरीर को कैसे देखते हैं और बर्ताव करते हैं।** इस मामले में अहम बात यह नहीं कि वे अपने बारे में आपसे क्या कहते हैं, बल्कि यह है कि उनकी हरकतों से आपको उनके बारे में क्या कुछ समझ में आता है। हम जिन लोगों के साथ ज़्यादा समय बिताते हैं, उनकी सामूहिक सोच को हम अवचेतन रूप से अपनाने लगते हैं।

06 | **किस तरह के मीडिया के संपर्क में आप ज़्यादा रहते हैं।** जिस तरह की किताबें आप पढ़ते हैं, वेबसाइट्स पर जाते हैं, जिस तरह के टीवी कार्यक्रम आप लगातार देखते हैं, ये सब मिलकर 'सामान्य', 'आदर्श' को लेकर आपकी समझ को तैयार करते हैं। ये सब आप उन किरदारों से लेते हैं, जिनमें आप ख़ुद को ज़्यादा देखते हैं।

07 | **आपकी विरासत और आपका शहर।** संस्कृति का अटूट हिस्सा है भोजन और उसके इर्दगिर्द ही हमारी सामाजिकता केंद्रित होती है और वह हमारी संस्कृति से जुड़ा होता है, जिसमें हमारी परवरिश होती है। भावनात्मक रूप से खाने की शुरुआत बहुत कम उम्र में हो सकती है और हमारी देहयष्टि को लेकर टिप्पणी करने वाले रिश्तेदारों की बातें हमारे दिलोदिमाग़ में घर बना सकती हैं, भले ही उन लोगों का इरादा ग़लत न रहा हो।

08 | **चाहे आप ऐसे रिश्तों में रहे हों या न रहे हों, जिनमें आपको लगा हो कि आपका रिश्ता केवल बाहरी रंग-रूप से नहीं बँधा है।** यह मान पाना मुश्किल है कि शारीरिक अपेक्षाओं पर निर्भर हुए बिना भी प्यार हो सकता है, जब तक कि आपको ख़ुद उसका अनुभव न हो और आप समझने लगें कि यह बात सबसे ज़्यादा अहमियत नहीं रखती कि आप कैसे दिखते हैं।

09 | **अगर आप फ़िटनेस को ख़ुद को पूरी तरह से सही-सलामत रखने की बजाय अलग तरह का शरीर पाने के माध्यम की तरह देखते हैं।**

10 | **आपकी दोस्ती कितनी वास्तविक है।** अगर आप केवल अपनी सहूलियत के हिसाब से रिश्ते रखते हैं, अगर आपकी ज़िंदगी में कोई ऐसा नहीं है, जिसके लिए आप अहमियत रखते हैं, न कि वह इस बात पर निर्भर होता है कि उसके लिए आप क्या करते हैं, तो ऐसे में स्वीकार्यता पाने के लिए आपका ध्यान बाहरी रंग-रूप को क़ायम रखने पर ज़्यादा रहेगा।

11 | **राह चलते लोग जो फ़ब्तियाँ कसते हैं, चाहे उन्हें तारीफ़ ही क्यों न समझा जाए (यह मनमानी बात है, पर क्या किया जाए), फिर भी वे आपके शरीर को एक तरह से सामान में तब्दील कर देती हैं।**

12 | **आप सेहत और आनुवांशिक रूप से शारीरिक गठन को कैसे समझते हैं, यह तथ्य कि हमारी वसा कोशिकाएँ कभी नहीं जातीं, वे बस सिकुड़ जाती हैं और बड़े–छोटे या भारी–हल्के की अवधारणा हर व्यक्ति के लिए पूरी तरह से आत्मपरक है।** अगर आप तुलना करके ही अपने शरीर की स्वीकार्यता को मापते हैं, तो आप कभी भी पर्याप्त नहीं होंगे।

13 | **खाने को 'अच्छे' या 'बुरे' के रूप में इस लिहाज़ से देखना कि उससे आप कैसे दिखेंगे, कैसा महसूस करेंगे या फिर वह आपके लिए कितना सही होगा।** इससे आपके शरीर के लिए क्या महत्त्वपूर्ण है, यह विचार गड़बड़ा जाएगा।

14 | **बाहर समय न बिताना।** सूरज हमारे शरीर को नया जीवन देता है, हम जिस खाने को खाते हैं, वह सूर्य की ऊर्जा से उगता है और हमें भी उससे ताक़त मिलती है। अपने शरीर को गर्माहट और रोशनी के उस स्रोत से बचाने से हमारे हमें अच्छा महसूस कराने वाले हॉर्मोन कम हो जाते हैं और वह सब भी जो हमारी ज़िंदगी के लिए ज़रूरी होता है।

15 | **कुछ ऐसा अधिक महत्त्वपूर्ण न होना, जिस पर हम अपनी अहमियत की बुनियाद रखें।** जब आपको लगता है कि आपके पास दुनिया को देने के लिए कुछ भी महत्त्वपूर्ण नहीं है, तो ज़ाहिर है कि आप उसी चीज़ पर अटक जाएँगे, जिसे देखना और आँकना सबसे आसान हो।

16 | **एकतरफ़ा प्यार।** किसी की दिलचस्पी न होने को शारीरिक रंग–रूप के कारण पर डाल देना आसान है, लेकिन कोई अगर आपको तभी प्यार करता है, जब आप पतले हों, तो इसका मतलब है कि वह इंसान साथ रहने के लायक़ नहीं है।

17 | **मशहूर हस्तियों के रंग–रूप पर आप कितना ध्यान देते हैं, वही कितना देखते हैं और उसे कितनी गंभीरता से लेते हैं।** ये हस्तियाँ चाहे बच्चे के जन्म के बाद या ज़िंदगी के उतार–चढ़ाव से गुज़रने के बाद फिर से कैसे अपने पुराने रूप में लौट आती हैं। वे लोग लगातार दुनिया की नज़र में रहते हैं और बच्चा होने

के बाद अतिरिक्त वज़न को कम करने का उन पर इतना दबाव रहता है कि वह बात हमें सामान्य लगती है। उनके काम का एक हिस्सा इसे झेलना है, जो कि काफ़ी भयावह है, लेकिन आपको इन सबसे अपना मनोरंजन करने की ज़रूरत नहीं है। इससे किसी को कोई फ़ायदा नही होता। आपको अपने हिसाब से सब कुछ तय करना चाहिए।

18 | **यह भूलना कि हमारे शरीर को क्या करना होता है। उसे हँसना, खेलना–कूदना, गले लगाना और प्रेम करना होता है। बिलकुल तराशी हुई कूल्हे की हड्डी होने में कोई विकासमूलक बढ़त नहीं मिलती यानी उसकी हमारे क्रमिक विकास के मामले कोई ज़्यादा अहमियत नहीं है और उसके होने से हमारे शरीर के ऊपर बताए गए कामों में भी कोई मदद नहीं मिलती।**

20

लक्ष्य निर्धारित करना ताकि आपके पास जो है, आप उसका आनंद ले सकें, न कि उसका पीछा करें, जो आपके पास नहीं है।

मील के पत्थर वे निशान हैं, जो बताते हैं कि आप विकसित हो रहे हैं और वे उस तरह से भावनात्मक संतुष्टि नहीं देते, जैसा कि हम सोचते हैं। यह उलझाने वाली बात है कि क्यों हर बार नए साल की शुरुआत पर हम अपनी ज़िंदगी को बदल देने वाले प्रण लेते हैं, जबकि हमें ख़ुद को बदलने की बात सोचनी चाहिए। क्या हो, अगर हम ऐसे लक्ष्य रखें, जो इस बात से जुड़े हों कि हमारे पास जो कुछ है, हम उसे चाहें और जो नहीं है, उसका पीछा न करें? क्या हो अगर हमें समझ आ जाए कि हमें आख़िर किस चीज़ की तलाश है? इस बात पर ध्यान दिया जाना चाहिए और न भी दे सकें, तो कम से कम थोड़ी कोशिश ज़रूर करें। आप इन बातों से शुरुआत कर सकते हैं :

01 | **जहाँ से छोड़ा था, वहीं से फिर शुरुआत करें।** आधी पढ़ी किताबों को पूरा पढ़ें। खाने-पीने की बची हुई चीज़ों को ख़त्म करें। कपड़े इस अंदाज़ में पहनें, जिस तरह पहले आपने कभी सोचा न हो। माफ़ी माँगें और पूरे दिल से माँगें। पुराने दोस्तों से बात करें। पुराने कामों को फिर देखें। नए रास्तों पर चलने की कोशिश करें।

02 | **लोग जैसे हैं, उन्हें वैसे ही सराहें, न कि जैसा आप उन्हें देखना चाहते हैं।** यह आँकना आपका काम नहीं है कि कौन आपके प्यार और आपकी दयालुता के क़ाबिल है। आपका काम किसी को ठीक करना नहीं है। आपका काम बस उन्हें उस तरीक़े से पसंद करना है, जो सही हो। आप किसी के परमात्मा नहीं हैं।

03 | **ज़्यादा दोस्त बनाने की कोशिश में लगे रहने के मुक़ाबले उन दोस्तों के लिए वक़्त निकालें, जो आपकी ज़िंदगी में हैं।** अपने प्रति प्यार को महसूस करने के लिए यह ज़रूरी नहीं कि आप अपनी ज़िंदगी में मौजूद लोगों की गिनती करें। इस बात की अहमियत समझें कि एक भी नज़दीकी दोस्त होना कितनी दुर्लभ और अच्छी बात है। हर कोई इतना ख़ुशक़िस्मत नहीं होता।

04 | **हर दिन उस एक काम को लिखें, जो आपका शरीर कर सकता हो।** वह चाहे अपना पसंदीदा कार्यक्रम देखना हो, काम पर जाते हुए सड़कों पर हो रही हलचल को सुनना हो या फिर कंप्यूटर स्क्रीन को देख पाना हो या किसी अपने को गले लगाना हो, इस बात पर ज़्यादा ध्यान दें कि आपका शरीर कितना कुछ कर पाता है, न कि वह ऐसा करते हुए कैसा लगता है।

05 | **उन चीज़ों से प्यार करना सीखें, जिनकी क़ीमत ज़्यादा नहीं होती।** सादा खाना, उसे पकाना, बाहर होना, अच्छी संगत में होना, पैदल चलना, सूरज को उगते देखना, अच्छी नींद लेना, दिन भर काम करना, जैसी बातों से प्यार करना सीखें।

06 | **अपने दिन को समेटते हुए एक–दो बातों को रोज़ लिखना।** नियमित रूप से डायरी लिखना शायद एक–आध हफ़्ते तक सही लगे या फिर हो सकता है कि किसी के पास रोज़मर्रा की बातों को विस्तार से लिखने के लिए समय (ऊर्जा) न हो, पर अगर हम कुछ भी न लिखें, तो हम ज़िंदगी के सफ़र को, हम कहाँ तक पहुँचे, उसे देखने का अनमोल मौक़ा खो देंगे, इसलिए ख़ुद पर ज़्यादा दबाव न डालें। सोने से पहले बस एक वाक्य में अपने दिन को समेटें। एक साल बाद आपको अच्छा लगेगा कि आपने ऐसा कुछ किया।

07 | **अपने काम में आनंद खोजें, न कि उसमें जो आप कर नहीं सके।** काम में संतुष्टि पाने का मतलब यह नहीं कि आप 'उद्देश्य' को लेकर अपने विचार की तलाश में रहें। यह दरअसल आप जो कुछ कर रहे हैं, उसमें उद्देश्य को शामिल करना है।

08 | **छुट्टियों की अपनी परंपरा शुरू करें।** साल के अपने सबसे ख़ास दिनों में उन दिनों को रखें, जिनमें आप विचार कर सकें कि आप कौन हैं, आपको क्या अच्छा लगता है और आप अपनी ज़िंदगी का जश्न कैसे मनाना चाहते हैं।

09 | **कुछ समय के लिए सिर्फ़ उन्हीं चीज़ों का इस्तेमाल करें, जो आपके पास हैं।** कभी-कभार किसी ज़्यादा अहम चीज़ की ख़ातिर ख़ुद को तुरंत तुष्टि देने से बचें और देखें कि आपके पास वह सब कुछ है, जिसकी आपको ज़रूरत है या कम से कम जितना आप सोचते हैं, उससे तो ज़्यादा ही है (भले आपको ऐसा न लगता हो)।

10 | **जो कुछ आपके पास है, उसे 'घर' या आसरा दें, यह दरअसल अपने दायरे में सुकून पाने के लिए ज़रूरी है।** अपना सामान देखें और केवल उसी चीज़ को अपने पास रहने दें, जो काम की है या फिर ख़ूबसूरत है, फिर उन चीज़ों को 'घर' दें या ऐसी जगह, जहाँ वे रात को लौट सकें। इससे आपको अपनी जगह पर सुकून मिलेगा।

11 | **अपने सीमित साधनों में जीना सीखें, चाहे आप जितना भी पैसा कमा लें, आपकी 'आनुपातिक आदतें' वैसी ही रहेंगी।** अगर आपको अपनी पूरी तनख़्वाह को 'ख़र्च करने' (निवेश, पैसा बचाने के उलट) के रूप में देखने की आदत है तो आप बार-बार उसी आदत पर लौटेंगे, चाहे आप कितना भी कमा लें। अपने साधनों के दायरे में सहजता से जीना सीखने के बाद ही आप ज़्यादा कमाने की स्थिति में अपने लक्ष्यों को प्राप्त कर सकते हैं।

12 | **अपनी माँ से बात करें।** हर किसी को ऐसा करना नसीब नहीं होता।

13 | **चीज़ों को मायने देने वाले बनें, न कि चीज़ों की इच्छा करें कि जिनसे आपको सार्थकता मिले।** 'सफलता' के पीछे भागने की बजाय दयालुता का पीछा करें। यह मानने की बजाय कि धन-दौलत अच्छी ज़िंदगी की निशानी है, यह मानें कि बुद्धिमानी, दयालुता या खुले दिल-दिमाग़ के होने का मतलब अच्छा जीवन है।

14 | **सुबह सबसे अहम कामों को तुरंत करें।** अपनी ऊर्जा उन कामों में लगाएँ, जो सबसे ज़रूरी हों। इससे यह सुनिश्चित करने में भी मदद मिलती है कि आपके लिए वाक़ई क्या मायने रखता है।

15 | **उस चीज़ को छोड़ दें, जो अब आपके काम की नहीं रही है।** बड़ी चीज़ों को जाने देना सीखने के लिए पहले छोटी चीज़ों को छोड़ना सीखें। जब हम

नकारात्मक जुड़ाव वाले सामान और चीज़ों को छोड़ने में कामयाब होते हैं, तब नकारात्मक सोच व भावनाओं से बचना आसान हो जाता है।

16 | **अपनी रफ़्तार ठीक रखें। अगर कभी भी आप ख़ुद को ऐसी हालत में पाते हैं कि आप अपनी साँस भी महसूस नहीं कर पाते,** तो इसका मतलब है कि आप बहुत तेज़ भाग रहे हैं। चाहे आप जो कुछ भी कर रहे हों, अपने शारीरिक आराम को प्राथमिकता दें। अपने श्वास का ध्यान रखें। आप जो कुछ करते हैं, उसे करने के दौरान सचेत रहें, उसमें उपस्थित रहें और पूरे मन से उसे करें। हम जो हासिल करते हैं, उसकी गुणवत्ता उसकी संख्या से ज़्यादा अहमियत रखती है।

21

102 तरीक़े, ताकि तर्कहीन विचार आपके जीवन को बर्बाद न करें

01 | **असलियत और आप जो सोच रहे हैं, इन दोनों के बीच फ़र्क़ करना सीखें।**

02 | **ईमानदारी और सच्चाई के बीच के अंतर को सीखें।** आप ईमानदारी से जो कुछ महसूस कर रहे हैं, वह उस बात से अलग हो सकता है, जो कि आप वाक़ई महसूस कर रहे हैं। पहले वाली चीज़ अक्सर अस्थायी होती है, जबकि बाद वाला एहसास ज़्यादा गहरा और लगातार बने रहने वाला होता है।

03 | **अंधेरे में रास्ता खोजने की कोशिश करने से बचें।** आप अपने जीवन में ज़्यादातर तब बदलाव लाने की कोशिश करते हैं, जब आप भावविभोर होते हैं, लेकिन ऐसा करने के लिए वह सबसे बुरा वक़्त होता है। जब आप अच्छा महसूस न कर रहे हों, उस समय कोई निर्णय न लें, पहले ख़ुद को सामान्य स्थिति में आने दें।

04 | **आग से घर जल सकता है या फिर हर रात उससे खाना तैयार किया जा सकता है और सर्दियों में हमें उससे गर्माहट मिल सकती है।** हमारा दिमाग़ भी वैसे ही काम करता है।

05 | **इस बात को पहचानें कि बेचैनी शर्मिंदगी से आती है।** आप क्या हैं या आप जो कुछ कर रहे हैं, वह 'सही नहीं' है, इस विचार से आपके भीतर तेज़ी से ऊर्जा उमड़ती है, ताकि आप उस स्थिति को या तो 'ठीक' कर दें या फिर उसे बदल दें। आप तकलीफ़ में होते हैं, क्योंकि ऐसा कुछ नहीं हैं, जिसे आप तत्काल ठीक कर दें। ऐसे में घबराने का एहसास चला जाता है। यह एक तरह से 'आप कौन हैं और कैसे हैं' से जुड़ी एक गड़बड़ी भरी समझ है।

06 | **अपनी संकीर्ण दृष्टि को ठीक करने के लिए काग़ज़ पर अपनी बात लिखें।** अपना नाम लिखने से शुरुआत करें और फिर लिखें कि आप कहाँ रहते हैं, क्या काम करते हैं, आपने क्या हासिल किया है, किसके साथ आप समय बिताते हैं, आप किस चीज़ पर काम कर रहे हैं, किस बात पर आपको गर्व है।

07 | **यह समझें कि आपके विचार भ्रम हैं, लेकिन वे काफ़ी ज़बरदस्त हैं।** आपने जिन भी चीज़ों के बारे में सोचा हो और जिन्हें लेकर आप चिंतित रहे हों, लेकिन असल में वैसा न हुआ हो, उनकी सूची बना लें। उस समय के बारे में सोचें, जो आपने उन नतीजों से निपटने की तैयारी में बिताया हो, जो कभी सामने आए ही नहीं और जो समस्याएँ सिर्फ़ आपके दिमाग़ में ही रहीं।

08 | **नकारात्मक मानसिक चित्रण का अभ्यास करें।** अपने अमूर्त डरों के लिए मूर्त समाधान तैयार करें। ख़ुद को बताएँ कि अगर आपकी नौकरी चली गई या आपका साथी बिछड़ गया, तो आप असल में मर नहीं जाएँगे। उन चीज़ों की फ़ेहरिस्त बनाएँ, जिन्हें लेकर आप सबसे ज़्यादा फ़िक्रमंद रहते हैं और फिर योजना बनाएँ कि वाक़ई अगर वैसा हो गया, तो आप उससे कैसे निपटेंगे।

09 | **सिर्फ़ दिमाग़ी काम ही न करें। अपने हाथों से काम करें। खाना बनाएँ, साफ़-सफ़ाई करें और बाहर निकलें।**

10 | **केवल एक-आयामी सोच से बाहर निकलें।** जो लोग बहुत ज़्यादा चिंता करते हैं, वे अक्सर अपनी धारणाओं को लेकर बहुत दृढ़ होते हैं कि क्या है और क्या नहीं है। वे जटिलता, अवसर और हिमखंड के उस बड़े हिस्से को देखने में नाकाम होते हैं, जो कि वह सच है, जिसके बारे में वे नहीं जानते और उसे देख नहीं सकते।

11 | **स्वस्थ असहजता का अभ्यास करें। अपने तनाव को सँभालें, न कि उसका प्रतिरोध करें।**

12 | **अपने उद्देश्य को बदलें।** हमारा लक्ष्य हर समय 'अच्छा' महसूस करना नहीं है, बल्कि दमन किए बिना या तकलीफ़ पाए बिना हर तरह की भावना को व्यक्त करना है।

13 | **जब कोई विचार आपको परेशान करता है, तो ख़ुद से यह सवाल पूछें :** ''क्या

यह सच है? क्या मुझे पूरी तरह से पता है कि यही सच है?'' ज़्यादातर बार एक या फिर दोनों सवालों का जवाब 'नहीं' होगा।

14| **ज़्यादा काम करें।** अगर आपको नियमित रूप से बेबुनियाद, लगातार आते ख़याल परेशान करते हैं, तो आपको ज़्यादा कुछ ऐसा चाहिए, जिस पर आप अपना ध्यान केंद्रित कर सकें, जिसके लिए ज़्यादा काम कर सकें, जिससे आप अधिक चिंतित हों। यह पक्का करें कि आप ज़्यादा जी रहे हैं, न कि जीने के बारे में ज़्यादा सोच रहे हैं।

15| **इस बात को स्वीकार करें कि हर जगह हर किसी के मन में अजीबोग़रीब, ग़लत, परेशान करने वाले ख़याल आते हैं,** जिनका सच्चाई से कोई लेना-देना नहीं होता। आप सनकी नहीं हैं। आप (शायद) बीमार नहीं हैं। आपको बस इतना सीखना है कि आप अपने दिमाग़ से भयभीत न हों।

16| **जब आपके जीवन में असल में बदलाव की ज़रूरत होती है, तब घबराने वाली स्थिति नहीं होती।** जब कुछ सही नहीं होता तो तनाव, गुस्सा, प्रतिरोध, दुख, आदि महसूस होते हैं। अपनी घबराहट से यह पता लगाने की कोशिश न करें कि हालात कितने बुरे हैं, बल्कि अपनी भावनात्मक समस्थिति को जाँचने की कोशिश करें। उससे आपको पता लगेगा कि सचमुच क्या ग़लत या सही है। आप लगातार क्या करते हैं और नियमित रूप से क्या महसूस करते हैं।

17| **जब आपको लगातार बेबुनियाद विचार सता रहे हों, तो ज़ोर से बालें : ''मुझे घबराहट हो रही है।** मेरे मन में बेकार के विचार आ रहे हैं।'' ऐसा करना ख़ुद को यथार्थ में वापस लाने की दिशा में पहला क़दम है।

18| **अपने सहज दायरों को पहचानें और उनमें आते-जाते रहें।** अपनी जाने-पहचाने दायरे से आगे निकलना एक क्रमिक प्रक्रिया है, बहुत तेज़ी से उसे छोड़कर आगे बढ़ने से गड़बड़ हो सकती है।

19| **ख़ुद को ग़लत साबित करें।** ख़ुद को दिखाएँ कि आपके ख़यालों में कोई सच्चाई नहीं। डॉक्टर से सलाह लें और इस बात की पुष्टि करें कि आप किसी लाइलाज बीमारी से मरने वाले नहीं हैं। अगर आपको पता नहीं तो अपने किसी जान-पहचान वाले से पूछें कि उन्हें आपको लेकर क्या महसूस होता है। जब जवाब मौजूद हैं, तो फिर संदेहों में न घिरे रहें।

20 | **हमेशा ख़ुद पर भरोसा न करें।** ख़ुद को इतनी गुंजाइश दें कि आप ग़लत हो सकें। यह समझें और स्वीकारें कि आपको हर बात की जानकारी नहीं हो सकती। आपकी भावनाओं पर बेबुनियाद ख़यालों का असर पड़ता है और वे ग़लत हो सकते हैं।

21 | **उस बात पर भरोसा करें, जो आपको सुकून देती हो।** चाहे किसी अंतरंग रिश्ते या फिर अपने पसंदीदा क्षेत्र में काम करने का विचार शुरू में आपको डराए, लेकिन फिर भी अगर असल में आपको वही चाहिए, तो आपको 'हाँ' का भी एहसास होगा उस एहसास पर भरोसा रखें।

22 | **ऐसी स्थितियों पर विचार करें, जिनमें आप सबसे ज़्यादा असहज महसूस करते हैं और जिससे यह पता चलता है कि अपना दायरा बढ़ाने का वह अच्छा समय है।** आपको अलग ढंग से सोचना, देखना और काम करना सीखना होगा। आपको अपना विस्तार करना होगा। अगर आप ऐसा नहीं करेंगे, तो आप हमेशा अपने खोल में ही रहेंगे।

23 | **अनजाने पहलू के प्यार में पड़ें, क्योंकि उससे आपको अपनी कल्पना से बेहतर चीज़ें मिलने की ज़्यादातर संभावना रहती है। जब आप बहुत बुरी चीज़ों की कल्पना करते हैं, तो अक्सर वे आपको या आपके भविष्य को लेकर आपकी सोच या आपके बोध का परिणाम होती हैं।**

24 | **पूरी तरह से स्वीकारने को अमल में लाएँ।** अपनी कहानी के उन हिस्सों के बारे में बताना सीखें, जिन्हें आप कहीं दबा देना चाहते हैं। आप ख़ुद को कोसे हुए बिना यह कह सकते हैं : ''मुझे अपने शरीर से प्यार नहीं हैं। मुझे अभी थोड़ा फँसा हुआ महसूस हो रहा है। मैं अपने रिश्ते से ख़ुश नहीं हूँ। मुझ पर क़र्ज़ चढ़ा हुआ है।''

25 | **यह समझें कि आपकी तीन परतें हैं : आपकी पहचान, आपकी शर्म और आपका असली स्वरूप।** आपकी पहचान आपकी सबसे बाहरी परत है, जिसे लेकर आपका मानना है कि बाक़ी लोग आपको उस रूप में देखते हैं। आपकी शर्म वह चीज़ है, जो आपको अपने असली मूल स्वरूप को व्यक्त करने से रोक रही है। इसी शर्म से बेबुनियादी ख़याल निकलते हैं और बढ़ते हैं। दुनिया आपके बारे में जो सोचती है और आप अपने को जिस रूप में जानते हैं, उसके बीच के अंतर को पाटने पर काम करें। आपके मानसिक स्वास्थ्य में इससे बड़ा बदलाव आएगा।

26 | **गहरी साँस लेने का व्यायाम सीखें।** अगर आप इसकी कोशिश कर चुके हैं और यह कारगर नहीं रहा है, तो आपको चिढ़ होगी, लेकिन यह घबराहट से बचने का असल में सबसे अधिक प्रभावी समाधान है।

27 | **अपने बोध का विस्तार करें।** अगर आप असहज महसूस करते हैं, तो इसका मतलब है कि आप जिसे जानते हैं, उसके परे सोचने पर आपको विवश किया जा रहा है। आपको ख़ुद को नए तरीक़े से देखने को कहा जा रहा है। उन संभावनाओं के प्रति खुलें, सामान्य रूप से जिन पर आप विचार नहीं करते या अपनी जिन परतों को आप अब तक देख नहीं पाए हैं।

28 | **अक्सर तार्किक ढंग से सोचने का अभ्यास करें।** आपको अपने दिमाग़ को खुद ही स्वस्थ ढंग से सोचने के लिए नहीं छोड़ना चाहिए। आपको उसे प्रशिक्षित करना होगा।

29 | **उस प्रशिक्षण में यह जानना शामिल होगा कि तर्कहीन चीज़ों के उभरने पर क्या किया जाए, यानी निष्पक्षता से उसका मूल्याँकन किया जाए, देखा जाए कि उससे आपको क्या फ़ायदा होता है और अगर ऐसा नहीं होता, तो उसे हँसी में उड़ा देना चाहिए।**

30 | **तर्कहीन विचार कई बार उन गहरे, तार्किक डरों का नतीजा होते हैं, जिन्हें आपने स्वीकारा न हो या फिर जिनसे आप अब तक निपटे न हों।** जब आप स्थिर मन:स्थिति में हों, तो बैठकर ईमानदारी से सोचें कि वे डर आख़िर हैं क्या।

31 | **क्या आपके क़ाबू में है और क्या नहीं, उसके बीच के बारीक अंतर को समझें।** मसलन, यह आपके नियंत्रण में है कि आप अपने काम में कितनी मेहनत कर सकते हैं। उस पर होने वाली बाक़ी लोगों की प्रतिक्रिया पर आपका कोई क़ाबू नहीं है। आप क्या पहनते हैं, यह आपके क़ाबू में है, लेकिन लोग उस लिबास में आपको किस तरह देखेंगे, इस पर आपका कोई नियंत्रण नहीं होता।

32 | **यह मानना बंद करें कि आपको पता है कि बाक़ी लोग क्या सोच रहे हैं।**

33 | **यह कल्पना करना बंद कर दें कि आपको पता है कि भविष्य में क्या होने वाला है।**

34 | **यह समझें कि ख़ुद को लेकर आपकी समझ पूरी तरह से मानसिक चीज़ है और यह आपके संतुलन की बुनियाद है।** अगर आप यह मानते हैं कि आप दर्द या नुक़सान को झेल सकने वाले इंसान हैं, तो आप वैसा कर सकेंगे। अगर आपको यक़ीन है कि आप प्यार के क़ाबिल हैं, तो आपको उसका अनुभव ज़रूर होगा।

35 | **भौतिक या खोखली चीज़ों की बजाय बाक़ी चीज़ों से आत्म–भावना को फिर निर्धारित करें।** यह सोचने की बजाय कि आप आकर्षक और सफल हैं, ख़ुद को किसी ऐसे शख़्स के रूप में देखें, जो परेशानियों से लड़कर फिर खड़ा हो जाता है, नए अनुभव पाना चाहता है, लोगों से प्यार करने की क़ाबिलियत रखता है।

36 | **हर दिन को उस तरह देखना सीखें, जिस तरह उसे आप ज़्यादा उम्र होने पर देखेंगे।**

37 | **यह सोचें कि आप दो साल या फिर पाँच साल पहले क्या थे।** उस समय के दौरान अपने जीवन के किसी भी दिन के बारे में याद करने की कोशिश करें। आप पाएँगे कि आपका ध्यान तुरंत उस बात पर चला जाएगा, जिसके लिए आप शुक्रगुज़ार हैं। आज के दिन भी वैसा करने की कोशिश करें।

38 | **कई बार किसी चीज़ से उबरने का सबसे अच्छा तरीक़ा यह होता है कि उसे भुला दिया जाए। हर चीज़ का विश्लेषण करने की ज़रूरत नहीं होती।**

39 | **भुलाने का बेहतरीन तरीक़ा यह है कि अपनी ज़िंदगी में नई, बेहतर चीज़ें लाई जाएँ।** ऐसी चीज़ें, जिनकी आपको अपेक्षा नहीं थी, जिनके बारे में आपको जानकारी नहीं थी, जिन्हें पसंद करने की आपने कल्पना भी नहीं की थी।

40 | **इस बात को मानें कि बेचैनी, दुख या इसी तरह की किसी चीज़ की तरह तर्कहीन विचार हमेशा हमारी ज़िंदगी का हिस्सा रहेंगे।** वे कहीं नहीं जाने वाले। उनका अनुभव करने का यह मतलब नहीं कि आप पीछे हट गए हैं या आप रास्ते से भटक गए हैं या फिर कुछ बहुत ग़लत हो गया है।

41 | **चिंता और रचनात्मकता के बीच के रिश्ते को पहचानें।** यह मानव विकास का सबसे बुनियादी आयाम है कि हम जिस चीज़ से जितना डरते हैं, उसके विकल्प के मुताबिक़ ढलने के लिए हम उतने ही रचनात्मक समाधान खोजते

हैं। अपने डर को अपनी ज़िंदगी को बेहतर करने के उत्प्रेरक के रूप में देखें, न कि इस तरह कि आपकी क़िस्मत में कष्ट ही लिखा है।

42 | **याद रखें कि आप चयन कर सकते हैं कि आपको किस चीज़ के बारे में सोचना है, चाहे आपको ऐसा क्यों न लगे कि आप नहीं कर सकते, क्योंकि आप ही हैं जो वैसा सोचना चुन रहे हैं।**

43 | **''चुनें कि आपको कोई नुक़सान नहीं होगा और आपको ऐसा ही महसूस होगा।** आप ऐसा महसूस करेंगे, तो इसका मतलब है कि आपको नुक़सान नहीं पहुँचा।'' मार्कस ऑरेलियस।

44 | **बाहर निकलें, तारों को देखें और अपना पसंदीदा ड्रिंक पिएँ।**

45 | **अपनी डायरी में बिंदुओं के रूप में बातें लिखें।** जब आप फिर से अपनी लिखी बातें पढ़ेंगे, तो आपको अपने पैटर्न का पता चलेगा, ख़ासकर ख़ुद को नुक़सान पहुँचाने वाले पैटर्न का।

46 | **ध्यान लगाएँ और कल्पना करें कि आप अपने सबसे ज़्यादा उम्र के, सबसे बुद्धिमान और सबसे बेहतरीन भावी स्वरूप के साथ बात कर रहे हैं।** ऐसा करते हुए आप दरअसल अपने अवचेतन में गहराई में जा रहे होंगे। अपने चयन को उस इंसान के मार्गनिर्देशन पर छोड़ दें, जो आप बनना चाहते हैं।

47 | **हँसें।**

48 | **अपनी चिंताओं को लेकर किसी से सलाह लेने से पहले ख़ुद से पूछें कि आपको उनसे किस तरह के जवाब की उम्मीद है।** वही बात आप ख़ुद से कहना चाहते हैं।

49 | **लोगों से बात करें और उनसे पूछें कि वे किन बेबुनियादी चीज़ों को लेकर चिंता करते हैं।** आपको सही संगत मिल जाएगी।

50 | **अपनी मानसिक ताक़त को विकसित करें।** अपने दिमाग़ को उसी तरह प्रशिक्षित करें, जिस तरह आप अपने शरीर को करना चाहते हैं। यह सबसे अच्छी बात होगी, जो संभवत: आप अपनी ज़िंदगी के लिए करेंगे।

51 | **इस बात के लिए शुक्रिया करें कि आप अपना इतनी अच्छी तरह ध्यान रखते हैं कि किसी चीज़ से होने वाली घबराहट को आप महसूस कर सकते हैं।**

52 | **ख़ुद को याद दिलाएँ कि जिस चीज़ से आप डरते हैं, वह उस चीज़ की परछाई है, जिसे आप चाहते हैं। ज़्यादा डर यानी ज़्यादा प्यार। जितना आप उस चीज़ को लेकर चिंता करते हैं, जो सही नहीं है, उससे ज़्यादा उन चीज़ों को देखें, जो सही हैं।**

53 | **ख़ुद को ठीक महसूस करने दें।** जब बाक़ी लोग हमें प्यार करते हैं, तो इसी वजह से हमें अच्छा लगता है। दरअसल, कोई और प्रेम की अनुभूति को दूसरे तक नहीं पहुँचा सकता, हम बाक़ी लोगों से इसकी चाह रखते हैं, क्योंकि उससे हम अपने मानसिक रवैये को बदल सकते हैं, जो हमें ख़ुश रहने, गर्व महसूस करने या फिर संतुष्ट होने की अनुमति देता है। 'ख़ुद से प्यार करने' का मतलब है कि हम अपने आप ऐसा करने की तरक़ीब सीख रहे हैं।

54 | **अपनी जगहों को साफ़, स्पष्ट रखें।**

55 | **अगर ज़रूरी है, तो मंत्र पढ़ें या प्रार्थना करें या फिर आईने के सामने प्रोत्साहित करने वाली बातें करें।** ऐसा कुछ भी, जो आपके दिमाग़ को किसी सकारात्मक और आशावादी बात पर केंद्रित करे।

56 | **अपनी समस्याओं के अलावा उन चीज़ों पर ध्यान लगाएँ, जिनमें आपकी दिलचस्पी हो।**

57 | **अगर आप ऐसा नहीं कर सकते, तो इसका मतलब है कि आप ख़ुद को भी अच्छी तरह से नहीं जान पाए हैं।** कोई बात नहीं। यहाँ मक़सद यह है कि आप अब इस बात को समझें और अपने बारे में जानना शुरू कर लें।

58 | **प्रसन्नता को अमल में लाएँ।** बाहरी घटनाएँ सार्थकता या तृप्ति या फिर संतुष्टि तैयार नहीं करतीं, बल्कि हम उनके बारे में कैसे सोचते हैं, उससे हमें वह सब महसूस होता है। अगर आप दुर्लभता की मानसिकता से काम करते हैं, तो आपके पास चाहे कुछ भी हो या आपको जो कुछ भी मिले, आप हमेशा नाख़ुश रहेंगे।

59 | **कुछ असंभावित करें।** किसी सफ़र की योजना बनाएँ, किसी ऐसे इंसान से मिलें, जो आपसे बिलकुल अलग हो, कोई टैटू करवाएँ, किसी ऐसे क्षेत्र में नया काम खोजें, जिसे लेकर आपको लगता है कि वह आपको पसंद नहीं आएगा। ख़ुद को दिखाएँ कि आप अपनी ज़िंदगी या ख़ुद के बारे में जो नहीं जानते, उसे आप नहीं जानते। पूरी तरह से नहीं जानते, फ़िलहाल नहीं जानते।

60 | **पूरी स्वीकृति को अमल में लाएँ। अपने घर, अपने शरीर, अपने काम से प्यार करने का चयन करें, चाहे आपको यह सब हर वक़्त अच्छा ना भी लगता हो। कृतज्ञता और परिकल्पना के बिंदु से अपनी ज़िंदगी बनाने का चयन करें, न कि अपने डर से दूर भागने की दृष्टि से।**

61 | **इस बात का ध्यान रखें कि आपके आस-पास कैसे लोग होते हैं।** आपकी संगति यह तय करेगी कि आने वाले सालों में आप कैसे इंसान बनते हैं। इस बात पर ध्यान दें।

62 | **अपने साथ समय बिताएँ, ख़ासकर जब आपको ऐसा करने की इच्छा न हो।** आप अपने सबसे पहले और आख़िरी दोस्त हैं। अंत तक आप ही अपने साथ रहेंगे। अगर आप ख़ुद अपने साथ नहीं रहना चाहते, तो आप किसी और से ऐसी अपेक्षा कैसे कर सकते हैं?

63 | **'सफलता' की अपनी कहानी फिर से लिखें।** कई बार कामयाबी का मतलब अच्छी नींद पाना होता है। कई बार इसका मतलब यह होता है कि आप वह करें, जो आप जानते हैं कि सही है, चाहे बाक़ी लोगों का नज़रिया कुछ और ही क्यों न हो। कई बार इसके मायने होते हैं कि आप बस दिन या महीने को गुज़रने दें। अपनी अपेक्षाओं को कम करें।

64 | **अपने डर के बारे में विस्तार से लिखें।**

65 | **डरावने पॉडकास्ट सुनें या डरावनी फ़िल्में देखें।** ऐसी चीज़ों को देखें, जो वाक़ई डरावनी हों। (इससे स्थिति बेहतर होगी या फिर बदतर हो जाएगी, लेकिन इसे आज़माकर ज़रूर देखें।)

66 | **बड़े सपने देखें।** अगर आपको लगे कि आपके दिमाग़ में वही कुछ चलता रहता है, तो इसका मतलब है कि आप उस भविष्य की कल्पना नहीं कर पा रहे हैं, जो आपके वर्तमान से कहीं बड़ा है। जब आपको कुछ ज़्यादा

महत्त्वपूर्ण काम करना हो या फिर किसी के लिए बेहतर बनना हो, तो फिर छोटी-छोटी, ख़ुद की बनाई समस्याएँ अपने आप छूमंतर हो जाएँगी।

67 | **टूटे सपने का मतलब खंडित भविष्य नहीं होता।**

68 | **टूटे दिल का मतलब टूटा-फूटा भविष्य नहीं होता।**

69 | **अपनी पसंद की दिनचर्या तैयार करें, जिसमें आपके पास सोने और आराम करने का पर्याप्त समय हो और ऐसे काम करने का भी 'जो आपको लगता हो कि करने चाहिए' और ऐसे भी 'जो आप असल में करना चाहते हों'।**

70 | **ख़ुद को मान्यता देना।** यह विश्वास रखें कि आपकी ज़िंदगी बिलकुल पर्याप्त है।

71 | **अपने अतीत पर सोच-विचार करने के लिए किसी शाम (कई शामों) का वक़्त निकालें।** उस दर्द या दुख को बारे में सोचें, जिसे आपने कहीं दबा दिया। ख़ुद को वह सब महसूस करने दें। उन्हें बाहर आने देंगे, तो फिर उनका आप पर कोई क़ाबू नहीं रहेगा।

72 | **उन कामों का चयन करें, जो आपको आनंद दें, न कि इसलिए कोई काम करें कि आप दर्द से बचना चाहते हैं।**

73 | **ईमानदारी से अपनी ज़िंदगी पर नज़र डालें और देखें कि आपने कितना कुछ केवल इसलिए तैयार किया है कि आप दर्द को नज़रअंदाज़ कर सकें और फिर फ़ैसला लें कि वे दर्द क्या वाक़ई इतनी अहमियत रखते हैं।** क्या आप ख़ुद को कमतर इसलिए देखते हैं कि किसी और की राय से आपको तकलीफ़ न हो? क्या आप ऐसे रिश्तों को चुनते हैं, जिनमें आप अनचाहे हैं, ताकि आपको प्यार में चोट खाने से न जूझना पड़े?

74 | **जिस तरह की ज़िंदगी आप चाहते हैं, उसे खड़ा करने की योजनाएँ बनाएँ, इसलिए नहीं कि आप अपनी मौजूदा ज़िंदगी को नापसंद करते हैं, बल्कि इसलिए कि आपको उस शख़्स से प्यार है, जो आप बनने की इच्छा रखते हैं।**

75 | **जिस चीज़ को आप सच के रूप में स्वीकार करते हैं, जिसे आप अपनी पूरी ऊर्जा देते हैं, टालमटोल की स्थिति में आप क्या करते हैं, घर में आप किस चीज़ से घिरे रहते हैं, इन सब बातों पर अच्छी तरह सोच-विचार करें।**

76 | **लोगों से जुड़ें। लोगों से जुड़ें। लोगों से जुड़ें।**

77 | **विज़न बोर्ड बनाएँ। या फिर पिन्टरेस्ट का ज़्यादा इस्तेमाल करें। अपनी पसंद की ज़िंदगी को देखना, उसे तैयार करने की ओर उठा पहला क़दम है।**

78 | **याद रखें कि आप उस चीज़ को लेकर परेशान नहीं हैं, जो आपने खोई है, बल्कि आप उसे लेकर परेशान हैं, जिसे पाने का आपको कभी मौक़ा ही नहीं मिला।** आपको अफ़सोस होगा कि आपने क्या नहीं किया, न कि आपने क्या किया है।

79 | **किसी की मदद करने में अपना समय लगाएँ। किसी अनाथालय में स्वैच्छिक कार्य करें, अपनी चीज़ों को दान दें,** स्कूल के बाद बच्चों के साथ काम करें। अपनी इच्छाओं की सीमा से बाहर निकल कर अपनी ज़िंदगी का विस्तार करें।

80 | **'ख़ुशी' की परिभाषा फिर से तय करें,** उसे केवल अपनी मनपसंद चीज़ पाने के बाद मिले तजुर्बे के रूप में ही न देखें, बल्कि किसी ऐसे एहसास के रूप में देखें, जो हर रोज़ कोई सार्थक काम करने के बाद महसूस होता है।

81 | **बेहतर होने पर अपना ध्यान केंद्रित करें, लेकिन अंतिम लक्ष्य को जाने दें। आप बेहतर होते हैं, पूरी तरह से मुकम्मल नहीं।**

82 | **आप जिस तरह के व्यक्ति हैं, उसी रूप में ख़ुद को चाहें।** आपको तुरंत पता लग जाएगा कि ख़ुद को आँकने वाले आप ही हैं।

83 | **लोगों को आँकना छोड़ दें।** हर किसी को गरिमापूर्ण ढंग से देखें, हो सकता है कि जिस तरह के वे इंसान हैं, उसके पीछे उनकी कोई कहानी हो, कोई कारण हों। जितना आप लोगों को स्वीकार करेंगे, उतना ही आप ख़ुद को भी स्वीकारेंगे और ठीक इसका उलटा भी होगा।

84 | **अपनी आवश्यकता से अधिक सक्रिय कल्पना को रचनात्मक काम में लगाएँ।** कोई पागलपन भरा उपन्यास लिखें, कोई डरावनी लघु कथा लिखें। गाने बनाएँ और अपने फ़ोन पर केवल अपने लिए उन्हें रिकॉर्ड करें।

85 | **या फिर वह करें, जो हर समझदार इंसान करता है। अपनी ज़रूरत से ज़्यादा काम कर रही कल्पना से सबसे बुरे नतीजों की बजाय सबसे बेहतरीन नतीजों के बारे में सोचें और फिर कल्पना करें कि आप वहाँ तक पहुँचने के लिए किस तरह काम कर सकते हैं।**

86 | **इस विचार को जाने दें कि कुछ भी आपको 'दिया' या आपसे 'लिया' जाता है।** आप कुछ भी रचते हैं। चयन आपका होता है।

87 | **मदद की ज़रूरत पड़ने पर उसे माँगें।** अगर आपने ऐसा करना नहीं सीखा, तो आप बेकार के कई मुद्दों को बढ़ाने-चढ़ाने लगेंगे और उनकी तरफ़ ध्यान खींचने की कोशिश करेंगे, क्योंकि आपके पास वह नहीं है, जो आपको असल में चाहिए यानी वह सपोर्ट या सहारा, जो वाक़ई मायने रखता है।

88 | **यह सोचना बंद करें कि दुखी या निराश रहने से आप अप्रिय या 'बुरे' बन जाएँगे।** आपके ईमानदारी भरे पल रिश्तों को बर्बाद नहीं करते, बल्कि वे तो रिश्तों को जोड़ते हैं (अगर आप वाक़ई सच्चे हैं तो)।

89 | **यह सोचकर कि दुनिया में बहुत से बच्चे भूखे हैं, आपका दर्द कम नहीं होता, इसलिए तुलना करने की कोशिश न करें।**

90 | **हो सकता है कि आप बहुत बुरे दौर से गुज़र रहे हों, लेकिन अगर आप अपनी बीत चुकी ज़िंदगी पर नज़र डालें, तो शायद आपको ऐसा कोई समय याद आए, जिसमें आपकी हालत ऐसी ही थी।**

91 | **अपनी दिलचस्पी की किताबें पढ़ें और अक्सर पढ़ें। अपने दिमाग़ में कोई नई आवाज़ आपको अलग तरीक़े से सोचना सिखाएगी।**

92 | **झपकी लें। अच्छी तरह से कुछ ओढ़कर 20 मिनट की नींद लें। यह दिमाग़ में 'रिफ़्रेश' यानी तरोताज़ा करने वाले बटन को दबाने जैसा होता है।**

93 | **याद रखें कि डर ऐसा संकेतक है, जो बताता है कि कुछ बहुत ज़बरदस्त और सार्थक है। जितना गहरा डर होगा, उतना ही गहरा प्यार होगा।**

94 | **"रुकावट दरअसल रास्ता है।"**

95 | **अपने वर्तमान को लेकर जो आपको नापसंद है, उसे ही अपने पसंदीदा भविष्य की तरफ़ जाने के लिए प्रेरणा बनाएँ।**

96 | **जितना हो सके, ख़ुद को उन संभावनाओं के बारे में सोचने की चुनौती दें,** जिनके बारे में आपने पहले कभी सोचा न हो। अपने दिमाग़ को खुद को टटोलने दें और बढ़ने दें।

97 | **आप जिस तरह से अपने बारे में सोचते हैं, कोई ऐसा नहीं सोच रहा है।** वे सब अपने बारे में सोच रहे हैं।

98 | **यह पहचानें कि जब आप खोते हैं, तब आप मुक्त भी होते हैं।** आपको जब फिर से शुरुआत करनी हो, तो बेहतर चयन करें। अगर आप ख़ुद को पसंद नहीं करते, तो यह संभावना है कि आप ख़ुद से प्यार कर सकते हैं। हमेशा मार्गनिर्देशन संकेतों के सामने ही न खड़े रहें, नया रास्ता बनाएँ।

99 | **"यह भी गुज़र जाएगा।"**

100 | **कोशिश तो करें। सचमुच कोशिश करें।** आपके पास जो भी काम है, उसमें ख़ुद को झोंक दें। लोगों के प्रति दयालु रहें, ख़ासकर जब आपको लगे कि वे इसके क़ाबिल नहीं हैं। जब आप अपनी ऊर्जा को सार्थक कामों में लगाएँगे, तो चिंता करने के लिए आपके पास फ़ालतू की ऊर्जा नहीं बचेगी।

101 | **रिलैक्स करना सीखें।** सीखें कि ख़ुशी-ख़ुशी कुछ नहीं करना कैसे होता है।

102 | **भरोसा रखें कि समय के साथ हालात बेहतर होते हैं।** इसलिए नहीं कि समय घाव भरता है, बल्कि इसलिए कि हमारा विकास होता है। हमें पता चलता है कि हम सक्षम हैं। हमारे चौथे ब्रेकअप से उतनी चोट नहीं पहुँचाती, जितनी पहले रिश्ते के टूटने पर महसूस हुई थी। ऐसा इसलिए नहीं कि ज़िंदगी पहले से आसान हो गई है, बल्कि इसलिए कि आप पहले से ज़्यादा स्मार्ट हो गए हैं।

22

रचनात्मकता का स्वाभाविक ज़ेन

खाने-पीने, बातचीत करने, चलने और सोचने की तरह रचनात्मक होना भी इंसान के लिए उतना ही स्वाभाविक है। यह ऐसी प्रक्रिया है, जिसे हम कुदरती तौर पर प्राथमिकता देते हैं। हमारे पूर्वजों ने भी किसी तरह समय निकाला कि वे गुफ़ाओं की दीवारों पर चित्र बनाएँ और कहानियाँ दर्ज करें, लेकिन हमें भूल से यह लगने लगा कि यह किसी तरह की विलासिता है। आप ख़ुशक़िस्मत हैं अगर आपके पास ख़ुद को व्यक्त करने का कोई ज़रिया है।

वास्तविकता में यह शिक्षा, संचारण और अंतत: आत्म अवलोकन का तरीक़ा है और हम लगातार इसकी अभिव्यक्ति करते रहते हैं। अब इसे व्यक्त करने के माध्यम पत्थरों के कणों से पिक्सेल में बदल चुके हैं, लेकिन हम फिर भी देख सकते हैं कि यह इंसान की सहज इच्छा है कि वह किसी चीज़ को अंकित करने, उसे चिह्नित करने, किसी शिल्प में ढालने, गढ़ने, कोई स्वरूप देने, चित्रकारी करने, लिखने या फिर किसी अमूर्त को कोई रूप देने की इच्छा रखता है।

इसमें कोई आश्चर्य नहीं कि सबसे कारगर रचनात्मक प्रक्रिया वह है, जो जेऩ कला का अनुसरण करती है - ध्यान लगाना, सचेत रहना, सहज ज्ञान, अप्रतिरोध, किसी को न आँकना।

मैंने लिखना इसलिए शुरू नहीं किया, मुझे ऐसा करना पसंद था। लिखने से मुझे अपनी तकलीफ़ों से बाहर निकलने का रास्ता मिला। मुझे यह बात समझने में ज़्यादा समय नहीं लगा कि मैं अपनी ज़िंदगी समस्याओं को बनाने और उन्हें बढ़ाने-चढ़ाने में नहीं लगाना चाहती। मैं लिखना और कुछ रचना चाहती थी, क्योंकि मैं ज़िंदा हूँ और साँस ले रही हूँ, और मैं लिख सकती हूँ।

मुझे यह सीखना पड़ा कि मेरी अभिव्यक्ति को सही ठहराने की ज़रूरत नहीं है। यह वास्तविक है, क्योंकि मैं बाक़ी लोगों की तरह असली इंसान हूँ।

इस बीच, मैंने महान लेखकों की ख़ास लेखन दिनचर्या, लगातार लिखते रहने के ज्ञात फ़ार्मूलों पर काम करने की कोशिश की। मैंने व्यवस्थित होने की कोशिश की, कुछ भी करके 'प्रवाह' बनाए रखा, जानबूझकर अपने गहरे, अंधेरे अनछुए कोनों की तफ़्तीश की, न चाहते हुए भी ऐसा करती रही और मैंने पाया कि हर चीज़ आख़िरकार किसी गतिरोध से टकरा जाती थी।

मैं सब कुछ को किसी संरचना में ढालने की कोशिश कर रही थी, जहाँ उसकी कोई ज़रूरत नहीं थी। उससे पूरी प्रक्रिया रुक जाती थी।

इसका कारण यह है कि हम रचनात्मकता के भीतर-बाहर किसी ज्वार-भाटे की तरह आते-जाते नहीं रहते। कपड़ों के चयन से लेकर, अपनी बात कहने और काम की अपनी जगह को व्यवस्थित करने की तरह यह एक अनदेखी लगातार चलने वाली प्रक्रिया है।

यह आख़िरकार लेखन (पेंटिंग या गायन या फिर आप जो भी करते हों) को साँस लेने की तरह सहज रूप में देखने जैसा है : यह एक सहज प्रक्रिया है, यह आपके बाहर जो कुछ है, उससे प्रेरणा लेती है और आपसे गुज़रकर रूपांतरित हो जाती है। जब हम इसे चेतन रूप से करने की कोशिश करते हैं, तो यह कड़ी, तनाव से भरी, थकाने वाली और ज़्यादा मुश्किल हो जाती है।

दरअसल, किसी भी रचनात्मक चीज़ या प्रक्रिया में अंतिम लक्ष्यों के कारण बाधाएँ आती हैं। यह लगभग अनिवार्य है कि आप उस पल को लेकर पूरी तरह से सचेत होते हैं और बस आपके भीतर जो कुछ चल रहा होता है, उसे सहज स्वाभाविक रूप से रचनात्मक ढंग से निकलने देते हैं।

जब आपके दिमाग़ में पहले से तय रास्ता होता है, तो उसका मतलब है कि आप किसी और के बताये तरीक़े के अनुरूप चल रहे होते हैं। इसका अर्थ है कि जो प्रेरणा आपको मिली है, उसमें आप किसी और की बताई चीज़ों को अपने ढंग से तैयार कर रहे हैं।

आप शायद ही कभी उस काम से प्रेरित हों, जो मूल सत्य से आ रहा हो, क्योंकि वह तो आपको आईना दिखा रहा होता है। वह आपको और कुछ नहीं, सबसे सच्चा सत्य दिखा रहा होता है, वही बात तो प्रक्रिया को असहनीय बनाती है।

यही वजह है कि हम संरचना तैयार करने की कोशिश करते हैं, उससे ही प्रक्रिया बंद होती है। इस कारण हम प्रेरणा, किसी से मान्यता चाहते हैं और बाहरी सहायता की ज़रूरत भी हमें होती है।

असल ज़ेन का वास्तविक सार यही है कि रचनात्मकता को तभी प्रोत्साहित किया जा सकता है, जब हम यह सीख लें कि रचनात्मक होते हुए हम किसी

तरह की राय न बनाएँ, ठीक वैसे ही जैसे हम समझते हैं कि कैसे अपने विचारों, भावनाओं को निष्पक्ष रूप से देखने से हमें शांति महसूस होती है।

जो कुछ आप लिखेंगे, उसके कुछ हिस्से को आप किसी के साथ साझा करना चाहेंगे या चाहेंगे कि कोई उसे पढ़े। आप में से कुछ ऐसा नहीं करेंगे। कोई बात नहीं। यह समझना ज़रूरी है कि महान से महान कलाकार भी लगातार रचना नहीं करते रहे, ख़ासकर सार्वजनिक तौर पर तो नहीं। पर 'निष्क्रियता' को किसी कमी, नुक़सान या नाकामी के रूप में समझना भी इसे एक तरह से अहं से जोड़ना है।

आप अपनी रचनात्मकता को संख्यात्मक रूप से नहीं देख सकते और चाहे यह आपके विस्तार, प्रभाव और आपकी अभिव्यक्ति है, फिर भी केवल वही आपको परिभाषित नहीं करती।

आप अपने सबसे अंदरूनी स्वरूप की पवित्रता को केवल अपने अस्तित्व के दायरे में रख सकते हैं। जितना अधिक आप उसे अभिव्यक्त करेंगे और उसे आँके बिना जितना उसे जिएँगे, उस पल में रहेंगे, उतना ही आप ईमानदार महसूस करेंगे और ख़ुद के सामने खुलेंगे। आप जितना अपने उस मूल स्वरूप के साथ सहज रहेंगे, उतना ही आप सुकून से कुछ रच सकेंगे। बस यही बात है। आप जब चाहें, ऐसा कर सकते हैं।

23

सब कुछ आपकी मदद के लिए मौजूद है : किस तरह स्वाभाविक रूप से प्रेरित लोग अपना सबसे बेहतरीन स्वरूप बन जाते हैं

सबसे सशक्त, सबसे मुक्त करने वाली चीज़ जो हम कर सकते हैं, वह यह विश्वास करना है कि सब कुछ हमारी मदद के लिए मौजूद है।

अगर आप यह समझना चाहते हैं कि आप अपने जीवन को जिस तरह से देखते हैं, वह ऐसा क्यों है, तो ख़ुद से पूछें कि आपको क्या लगता है कि इसका क्या मतलब है। यह कोई बहुत बड़ा दार्शनिक सवाल नहीं है, जिसे आप शायद तब स्वीकार कर सकें, जब आपमें कभी ऐसा करने की इच्छा पैदा हो। यह इस बात का रहस्य है कि आप कैसे सोचते और व्यवहार करते हैं।

आपके साथ जो भी होता है, आप या तो ख़ुद को उससे पीड़ित के रूप में देख सकते हैं या फिर किसी ऐसे व्यक्ति के रूप में देख सकते हैं, जिसे बदलने, बढ़ने, अलग ढंग से देखने और विस्तार करने का अवसर मिला हो। आप असहज करने वाले एहसासों को अपने कष्टों के रूप में देख सकते हैं या फिर उन्हें ऐसे संकेत मान सकते हैं, जिनसे आप कुछ सीख सकते हैं। आप चाहें तो दुनिया को ऐसी जगह के रूप में देख सकते हैं, जो आपको कुछ महसूस कराती है या आप दुनिया की अपनी व्याख्या को अपने एहसासों के स्वरूप के तौर पर देख सकते हैं।

जब हम सोचते हैं कि हमारे दर्द में कोई उद्देश्य है, तो उससे होने वाली असहजता समाप्त हो जाती है। वह कष्ट से किसी अवसर में बदल जाता है। हमारी तकलीफ़ ख़त्म हो जाती है।

इस मानसिकता या रवैये (आंतरिक) और इसके उलट (बाहरी) के बीच अंतर यह है कि चाहे हम मानें या न मानें कि हम अपने अनुभवों को तैयार करते हैं या फिर किसी बाहरी शक्ति द्वारा हमारे लिए अनुभव बनाए (और हम पर थोपे)

जाते हैं। हमारी ज़िंदगी में हमें ज़्यादातर यही सिखाया जाता है कि बाद की बात सच है और उसका कोई कारण है।

समाज मानता (यह मानना चाहता) है कि बाहरी रूप से प्रेरित होने पर वह फलता-फूलता है। कम से कम पूँजीवाद तो ऐसे ही चलता है, इससे ही लोग सत्ता में रहते हैं, इससे ही हमें छोटा बनाए रखा जाता है। जब लोग मान लेते हैं कि वे शिकार या पीड़ित हैं, तो वे अपनी ताक़त खो बैठते हैं।

वे अपनी ऊर्जा को बाक़ी लोगों के विचारों, सपनों और उत्पादों पर लगा देते हैं।

क्या हमें पक्का पता है कि ऐसी कोई बड़ी योजना है, जिसमें हमें आगे बढ़ने के लिए रुकावटों का सामना करना पड़ता है? नहीं, ऐसा नहीं है, पर हम कभी जान नहीं पाएँगे। हम इतना जानते हैं कि जो लोग यहाँ पर अभी अपने लिए ख़ुशियों भरी ज़िंदगी तैयार कर पाए, वे उस तरह से सोचते हैं।

असहनीय तकलीफ़ें हम सबके इंतज़ार में होती हैं। इतिहास पर नज़र दौड़ाने से इसकी पुष्टि होती है : हम में से किसी को ख़ुशियों भरी ज़िंदगी की गारंटी नहीं मिलती। अगर हम सार्थकता चाहते हैं, तो हमें उसे तैयार करना होगा। अगर हमें शांति खोजनी है, तो हमें जानना होगा कि कष्ट का कोई उद्देश्य है।

आप या तो अपनी बाक़ी ज़िंदगी असहज होकर बैठे रहें या फिर आप बढ़ेंगे और सबसे मुश्किल हालात के लिए बेहतर बनेंगे। यह स्पष्ट है कि कौन ऐसा करता है।

24

कैसे जानें कि अपनी ख़ुशी की राह का रोड़ा आप ही हैं

01 | **आपकी ज़िंदगी की एकमात्र समस्या उसे लेकर आपकी सोच है।** देखा जाए, तो आपके पास हर वह चीज़ है, जिसे आप चाहते हैं या फिर जिसकी आपको ज़रूरत है, फिर भी आपकी नाख़ुशी इस बात से आती है कि आप किसी चीज़ को सराहते नहीं हैं (यह अभ्यास नहीं, बल्कि विकसित किया गया गुण है)।

02 | **आपकी ज़्यादातर समस्याओं का समाधान केवल उन्हें लेकर अपनी सोच को बदलना है।** मसलन, अगर आपने यह जान लिया कि आपको लेकर लोगों की राय ज़्यादातर ख़ुद के बारे में उनकी सोच का ही प्रतिबिंब है, तो आपकी परेशानी का हल हो जाएगा, क्योंकि आप अपने जीवन का मूल्यांकन बाक़ी लोगों द्वारा उसे देखे जाने के तौर पर करते हैं।

03 | **आप मानसिक तौर पर आलसी हैं।** आपको पता है कि आपको किसी जगह या किसी स्थिति में मौजूद रहना चाहिए, लेकिन आप वैसा करने के लिए मेहनत नहीं करेंगे। आपको पता है कि आपको ध्यान लगाना चाहिए और अपने मस्तिष्क को कहीं एकाग्र करना चाहिए, ताकि वह नकारात्मकता से न घिर जाए, लेकिन उसकी बजाय आप जिम चले जाते हैं। आप इस कदर आलसी हैं कि उससे फ़र्क़ पड़ता है और वही आपकी सबसे बड़ी समस्या है।

04 | **आपने वे चीज़ें पा ली हैं, जिन्हें पाकर आपको लगता था कि आप ख़ुश हो सकेंगे और आपने तुरंत उन्हें 'लक्ष्यों' से हटाकर 'उपलब्धियों' की श्रेणी में डाल दिया।** एक बार कुछ पा लेने के बाद आप उसे 'अपनी ज़िंदगी की

आनंददायक चीज़' की बजाय 'कर लिए गए किसी अन्य काम' की तरह देखने लगते हैं।

05 | **आपने ख़ुशी की भावना को थामे रखने का अभ्यास नहीं किया है।** हम सबने इस बात की 'ऊपरी सीमा' बनाकर रखी है कि हम ख़ुद को कितना 'अच्छा' महसूस करने तक ले जा सकते हैं। उस सीमा को पार करने के लिए हमें दरअसल ख़ुद को महसूस कराने की आदत डालनी होगी, वरना हम ख़ुद को अपने सहजता के दायरे में वापस लाने के लिए अपना नुक़सान कर सकते हैं।

06 | **बदलाव की बजाय हम आराम या सहजता की ज़्यादा परवाह करते हैं।** आप जीवन में असली बदलाव लाने वाली अनिश्चितता से निपटने की बजाय थोड़ा-बहुत असहज रहना ज़्यादा पसंद करते हैं।

07 | **आप चेतन रूप से उन लोगों के साथ समय बिताते हैं, जो आपके लिए 'अच्छे' या सही नहीं हैं।** इसका मतलब है कि वे आपकी परवाह नहीं करते या फिर वे आपको उस तरीक़े से बर्ताव करने के लिए प्रेरित नहीं करते, जिससे आप कुछ हासिल कर सकते हैं। कहने का अर्थ है कि वे आपके बदतर स्वरूप को सामने लाते हैं, फिर भी आप उनसे मिलते रहते हैं।

08 | **आप अपने स्वरूप के विचार को विकसित नहीं होने देते।** आप तीन, पाँच या दस साल पहले जैसे थे, आप उसी रूप में ख़ुद को देखने में सहज हैं, क्योंकि बाक़ी लोग भी आपको वैसा देखने में सहज महसूस करते हैं।

09 | **असल में क्या सही है, उसे देखने के बजाय आपके मुताबिक़ क्या सही होना चाहिए, आप उसे चुनते हैं।** चीज़ों को लेकर जो आपके विचार हैं, आप उनके प्रति ज़्यादा वफ़ादार हैं, न कि असलियत को लेकर।

10 | **आप माफ़ी नहीं माँगेंगे।** न तो ख़ुद से और न बाक़ी लोगों से। ग़लत होने को लेकर आपमें खुलापन नहीं है और निश्चित रूप से अपने अहंकार में यह मानने को लेकर भी नहीं कि आपने हमेशा अपना सबसे अच्छा प्रदर्शन नहीं किया है, फिर भी ऐसा करना उसे बदलने की दिशा में पहला क़दम है।

11 | **आपने अपने जीवन की पूरी ज़िम्मेदारी नहीं ली है – आप अब भी किसी चीज़ के आने के इंतज़ार में है, जो आपके एहसास को बदल दे।** अक्सर लोग अपनी

तकलीफ़ों का ज़ोर-शोर से रोना रोते हैं, क्योंकि उन्हें लगता है कि यह उनकी 'क़ायनात को पुकार' है, यानी अगर वे अपने बुरे हालात का रोना रोएँगे, तो शायद कोई उन्हें ठीक कर देगा या फिर बदल देगा।

12 | **आपने ख़ुशी को एक स्थिति की बजाय उपलब्धि का स्तर मान लिया है। आपको लगता है कि केवल कुछ ही लोग ख़ुश रह सकते हैं,** क्योंकि उनकी ज़िंदगी के हालात आदर्श हैं, जबकि आप इस पल में ख़ुशी पाने का चयन कर सकते हैं और समझ सकते हैं कि उसका आदर्श स्थितियों से लेना-देना नहीं है।

13 | **आपको लगता है कि 'ख़ुशी', 'अच्छा' महसूस करने की लगातार बनी हुई स्थिति है,** जबकि असल में वह समझ या बोध की एक ज़्यादा ऊँची 'आधार-रेखा' है। आप अपने हर एहसास को बेहतर ढंग से समझ सकते हैं और क्योंकि आप स्वस्थ ढंग से ऐसा करते हैं, तो आप जल्दी से अपनी संतुष्टि की सामान्य दशा में वापस आ जाते हैं।

14 | **आपको जो सिखाया गया है, आप उसे स्वीकार कर लेते हैं,** चाहे वह सही न लगे। आप सिद्धांत, उपदेश या धर्म पर ज़्यादा विश्वास करते हैं, क्योंकि आपने सबसे पहले उसके बारे में जाना, न कि इसलिए कि वह आपकी समझ में आता है या फिर असल में आपकी मदद करता है।

15 | **आपकी ज़िंदगी अच्छी चल रही है और आप जानते हैं कि वह अच्छी है।** आख़िरकार आप जानते हैं कि बस आपको यह चयन करना है कि आप उस पर ज़्यादा ध्यान केंद्रित करें।

25

मुक्त होने का मनोविज्ञान और आदतों को स्वायत्त बनाने के तीन चरण

सफलता किसी कौशल के होने की बजाय आदतों का परिणाम अधिक है। किसी काम में महारत हासिल करने के लिए आपको उसे लगातार प्रचुर रूप से करना होता है। कई लोग अच्छा लिखते हैं। कुछ लोग अच्छा लिखते हैं और लगातार लिखते हैं। विशेषज्ञों को हमसे अलग जो बात करती है, वह है- गहरे आत्मनियंत्रण, अनुशासित दिनचर्या और सतत समर्पण का मेल।

कुदरती हुनर ऐसी चीज़ है, जो हो सकता है कि आपमें जन्मजात हो, लेकिन आत्मनियंत्रण ऐसी चीज़ है, जिसे विकसित किया जा सकता है। ज़्यादातर लोगों का मानना है कि इससे उलट बात सच है : लोग अपनी प्रतिभा को बढ़ा सकते हैं, लेकिन उसे करने की प्रेरणा आसानी से आ जाएगी।

हमारे मन में आत्मनियंत्रण के सीमित साधन हैं। कहने का मतलब है कि हम हर रोज़ एक सीमित समय तक ख़ुद को अपने आवेगों या इच्छाओं से बचा सकते हैं। अभ्यास करके हम उस अवधि को बढ़ा सकते हैं, लेकिन यह तो तय है कि वह सीमित है।

जो लोग इस बात को समझते हैं, वे अपने समय का समझदारी से इस्तेमाल करते हैं। वे ग़ैरज़रूरी फ़ैसले लेने से अपना ध्यान हटाते हैं, ध्यान भटकाने वाली चीज़ों को कम करते हैं, बेमतलब की चीज़ों को न्यूनतम करते हैं और फिर अपना ध्यान केंद्रित करते हैं। समय के साथ वह उनका दूसरा स्वभाव बन जाता है। 1960 के दशक में मनोविज्ञानियों ने तीन निश्चित चरणों[11] की पहचान की थी, जिनसे गुज़रकर हम इन नए कौशलों को पा सकते हैं :

11. अब्दी, हर्व; फ़ेयोल माइकल; लेमेयर पैट्रिक। "एसोशिएटिव कंफ़्यूज़न इफ़ेक्ट इन कॉग्निटिव अरिथमेटिक : एविडेंस फ़ॉर पार्शियली ऑटोनॉमस प्रोसेसेज़।" यूरोपियन बुलेटिन ऑफ़ कॉग्निटिव साइकॉलोजी। 1991, वॉल्यूम 11 नं. 5.

संज्ञानात्मक : जब हम काम को पहले बुद्धिसंगत बनाते हैं, ग़लतियाँ करते हैं और अंततः बेहतर प्रदर्शन करने के लिए नई रणनीतियों पर विचार करते हैं।

साहचर्य : जब काम को पूरा करने के लिए और मेहनत की ज़रूरत होती है, लेकिन अब वह पहले के मुक़ाबले मानसिक रूप से कम मुश्किल होता है। काम के कुछ आयाम सहजता से पूरे होने लगते हैं, फिर भी ग़लतियाँ होती हैं।

स्वायत्तता : हम 'ऑटोपायलट' में चले जाते हैं या फिर कुछ मामलों में 'फ़्लो' या प्रवाह होता है। अब हम सचेत होकर ध्यान केंद्रित करने से मुक्त होने लगते हैं और हमारी प्रोग्रामिंग काम करने लगती है।

हालाँकि कई बार अंतिम दो चरणों के बीच हम स्थिर समतल स्थिति में फँस जाते हैं : हम काम को अक्सर करते हैं, लेकिन फिर भी उसे किए जाने की हमारी अपेक्षा और 'कैसे किया जाना चाहिए' के बीच काफ़ी बड़ा फ़ासला रहता है। इसे आयरा ग्लास 'क्रिएटिव गैप' यानी रचनात्मक फ़ासला कहती हैं और इस पड़ाव पर ज़्यादातर लोग अपने हाथ खड़े कर देते हैं।

''पहले कुछ सालों में आप जो काम करते हैं, वह उतना अच्छा नहीं होता। उसमें अच्छा करने की कोशिश होती है, क्षमता होती है, लेकिन ऐसा होता नहीं है, लेकिन आपकी समझबूझ, जिसकी वजह से आप उस काम को कर रहे होते हैं, वह अब भी असरदार है। उस समझ की वजह से ही आपका काम आपको निराश करता है। बहुत से लोग इस चरण के आगे नहीं जा पाते, वे छोड़ देते हैं... अगर आप अभी शुरू कर रहे हैं या इस चरण में हैं, तो आपको यह समझना होगा कि यह सामान्य बात है और अहम चीज़ यह है कि आप जो कर सकते हैं, वह भी काफ़ी है। ख़ुद के सामने एक डेडलाइन या अंतिम समय-सीमा रखें, ताकि आप हर हफ़्ते एक कहानी पूरी कर सकें। काफ़ी सारा काम करके ही आप उस फ़ासले को कम कर पाएँगे और आपका काम भी आपकी महत्त्वाकांक्षा जितना अच्छा होगा। मुझे इसमें किसी भी अन्य व्यक्ति से ज़्यादा समय लगा। समय लगना सामान्य बात है। आपको बस अपना रास्ता बनाने की कोशिश करते रहना है।''

जो लोग लगातार कोशिश करते हैं कि अपने काम को बड़े मक़ाम तक ले जाएँ और जो लोग पहले ही हार मानकर मैदान छोड़ देते हैं, उनके बीच अंतर केवल शुद्ध अप्रत्याशित प्रतिभा का ही नहीं होता। यह तो आगे बढ़ते रहने की प्रतिबद्धता का होता है, जो अक्सर असहज होती है।

अगर आपमें उस स्थिर समतल बिंदु से आगे बढ़ने की न तो इच्छा है और न क़ाबिलियत, तो उससे बाहर निकलने का मतलब है कि शायद कोई और काम आपके लिए बेहतर रहेगा। अगर आप फिर भी टिके रहते हैं, तो आपको ग़ैरज़रूरी

बारीकियों को दूर करना होगा, अपनी आत्मनियंत्रण की सीमा पर काम करना होगा और आगे बढ़ते रहना होगा। मुक्त होने का मतलब है कि आपको यह समझ में आ जाए कि आप कहीं अटके ही नहीं थे; आप तो बस ख़ुद से यह पूछने के लिए रुके थे, ''क्या मैं इसके लिए यहाँ पर पहुँचा हूँ?''

26

ख़ुद से यह एक सवाल पूछें कि क्या आप किसी का प्यार पाने की जद्दोजहद से थक गए हैं

हम इस बारे में बहुत बात करते हैं कि प्यार कैसे पाया जाए।

हम इस पर लगातार बात करते रहते हैं। किसी से डेट कैसे निश्चित की जाए, किसी को कैसे आकर्षित किया जाए, कैसे बॉयफ्रेंड या गर्लफ्रेंड की तलाश की जाए, अपने लिए सम्मान, प्रशंसा कैसे पाई जाए, कैसे सफल दिखा जाए, आदि। हम बात करते हैं कि किसी को अपने साथ रिश्ते में बाँधने, विवाह किए जाने या फिर से घूमने-फिरने जाने के लिए कैसे मनाया जाए। ये सब तरीक़े किसी तरह चतुराईपूर्वक लोगों के प्यार को पाने की कोशिशें हैं।

हम यह बात बहुत करते हैं कि प्यार कैसे पाया जाए, लेकिन हम इस पर बहुत कम बात करते हैं कि उसे दिया कैसे जाए।

प्यार पाने की बात हम ऐसे करते हैं, जैसे वह उसे देने से पहले आता हो। जैसे कि अगर हम प्यार दे रहे हैं, लेकिन वह हमें मिल नहीं रहा, तो उसे हम कमज़ोर हो जाएँगे, या फिर किसी व्यक्ति को अगर बदले में प्यार न मिले, तो वह दूसरे के लिए रहमदिल नहीं हो सकता और उसे प्यार नहीं कर सकता। प्यार करना जैसे मज़बूत, ईमानदार, सच्चा होने और कई बार दूर जाने की बजाय केवल किसी के प्रति समर्पित होना है।

अगर कोई आपसे प्यार नहीं करता, तो आप उसे ऐसा करने के लिए मना नहीं सकते।

देखा जाए, तो यह सबसे अहम नियम है। प्यार कोई ऐसी चीज़ नहीं, जिसे आप 'पाते' हैं। यह कुछ ऐसा नहीं, जो किसी के पास हो और आपको उसे पाना हो। यह ऐसी कोई चीज़ नहीं, जो आपके बाहर है। अगर कोई आपके प्रति स्नेह, प्रेम और सम्मान नहीं जताता, तो आपके पास दो रास्ते होते हैं : आप उस तथ्य

को बदलने की कोशिश कर सकते हैं (और वहीं अटके रह सकते हैं) या आप प्यार देते रह सकते हैं (जिससे आप आगे बढ़ सकेंगे)।

प्यार न होने का दर्द हमारे दिल के संकीर्ण होने की पीड़ा है।

प्यार खोने का दर्द दिल के तंग होने का दर्द है। प्यार को खोने का दर्द किसी को आपके बारे में अलग तरह से सोचने या आपको अलग ढंग से देखने को लेकर बदलाव लाना या चतुराईपूर्ण तरीक़ा अपनाना है। यह दरअसल प्यार को खोना नहीं है, बल्कि यह भ्रांति और किसी चीज़ से इंकार करने की तरफ़ पहला क़दम है। यह इस विचार को अपनाना है कि आप प्यार के क़ाबिल नहीं हैं।

प्यार कोई ऐसी चीज़ नहीं, जो कोई आपसे ले सकता है। (साथ ही यह ऐसी चीज़ भी नहीं है कि कोई असल में आपको दे सकता है।) यह ऐसा कुछ नहीं, जिसे आप 'पाते' हैं। इसका तो आप अनुभव कर सकते हैं और उसके लिए दोनों तरफ़ से बराबरी, ईमानदारी और स्वेच्छा से योगदान किए जाने की ज़रूरत होती है। यह कोई ऐसी चीज़ नहीं, जिसे आपके लिए करने की ज़िम्मेदारी किसी पर है या उस पर आपकी कोई देनदारी है।

अगर आप इस तरह जीते रहे, जैसे कि बाक़ी लोगों को आपको प्यार देने की ज़रूरत है, तो आप असल में कभी उसका अनुभव नहीं कर पाएँगे।

अगर आप इस तरह जिएँगे कि प्यार ऐसी चीज़ है, जिसकी आपसे अपेक्षा है, तो आपको वह हर चीज़ में मिल जाएगा। सबवे पर दिखे हर अजनबी, तीन मुलाक़ातों तक चले रिश्ते, छह साल लंबे प्रेम प्रसंग, जो आपको 'कुछ' लगता था और बाक़ी सब में भी। ये अलग तरह के प्रेम भी उतने ही महत्त्वपूर्ण हो जाते हैं। खोने का दर्द किसी ऐसी चीज़ को खोजने की ख़ूबसूरती में बदल जाता है, जो आपसे हमेशा वादा करने वाले किसी इंसान से ज़्यादा महत्त्वपूर्ण होता है।

आपकी ज़िंदगी छोटी-छोटी प्रेम कहानियों के सिलसिले में बदल जाएगी, जिनमें से हर एक आपको सिखाएगी कि कैसे बेहतर ढंग से प्यार करना है, कैसे ज़्यादा देना है, कैसे अपने स्वरूप में अधिक रहना है, आपको क्या पसंद है और क्या नापसंद। कैसे गरिमामय ढंग से चले जाना होता है और कैसे वास्तव में स्वयं का सम्मान करना होता है और अपनी सहज समझ की बात सुननी होती है।

जब कभी आप इस बात से आत्मदया के जाल में फँस जाएँ कि आपको कितना कम प्यार मिल रहा है, तो मैं चाहूँगी कि आप रुककर यह सोचें : आप कितना दे रहे हैं?

27

वहीं पूरी तरह से मौजूद रहें, जहाँ आप हैं : वे सूत्र, जो आपको याद दिलाएँगे कि आपकी ज़िंदगी इस पल में है

अभी इस पल में मौजूद रहना ही सब कुछ है, फिर भी वह हमारी अंतिम प्राथमिकता होता है। हम जानते हैं कि किसी पल में होना महत्त्वपूर्ण है, लेकिन अगर कहने की तरह यह इतना सरल होता, तो हम आसानी से ऐसा कर पाते। हम ऐसी दुनिया में जी रहे हैं, जो लगातार हमारा ध्यान अपनी तरफ़ खींचना चाहती है, ऐसे में हम यह नहीं भूल सकते कि हमें ख़ुद को क्या देना है, जो सबसे ज़्यादा अहमियत रखता है और वह है कि अभी जो कुछ हो रहा है, उसकी झलक देखें। जिस भी चीज़ का आपने सपना देखा है, जिसे आपने चाहा है, जिसके लिए मेहनत की है, जिसकी कामना की है और जिसके इंतज़ार में हैं, वह सब इस पल से निकलता है। आप अभी जो कुछ करते हैं, वह केवल कुछ ही नहीं है, बल्कि सब कुछ है। यहाँ 15 छोटे से सूत्र हैं, जिन्हें आप उस समय दोहरा सकते हैं, जब आपको फिर से ख़ुद को वास्तविकता में वापस लाना हो। याद रखें कि जीवन कई पलों का सिलसिला है और बाक़ी विचार केवल भ्रांतियाँ हैं, जो आपको उससे दूर रखती हैं।

01 | **जो कुछ है, वह मेरी नज़रों के सामने है।**

02 | **जिस सामर्थ्य को सार्थक न किया जा सके, वह दर्द बन जाता है।**

03 | **असाधारण बनने का एकमात्र रास्ता इस बात पर निर्भर करता है कि हम साधारण चीज़ों से क्या करते हैं।**

04 | **थोड़ा-थोड़ा करके।**

05 | हमारे पास जो कुछ है, वह वर्तमान है।

06 | अगर मेरे पास अपनी मनपसंद ज़िंदगी होती, तो मेरा आज कैसा होता?

07 | अगर मेरे पास अपना मनपसंद प्यार होता, तो मेरा आज कैसा होता?

08 | जहाँ पर हो, वहीं से शुरुआत करो, जो पास में है, उसका इस्तेमाल करो, जो कुछ करना चाहते हो, करो।

09 | ऐसी महत्त्वपूर्ण चीज़ें क्या हैं, जिनका आज होना ज़रूरी है?

10 | मेरी ज़िंदगी मेरे दिनों से बनी है और मैं इस दिन क्या कर रहा हूँ?

11 | मेरा पूरी तरह से सार्थक स्वरूप आज क्या करेगा?

12 | क्या मैं सचमुच जो अभी कर सकता हूँ, वह वाक़ई कर रहा हूँ?

13 | अगर मुझे थकान न हो रही होती, तो आज मैं क्या करता?

14 | इस क्षण में, वर्तमान में रहो।

15 | मैं यहाँ पर हूँ।

28

16 प्रश्न, जो आपको बताएँगे कि आप कौन हैं (और आप क्या कर सकते हैं)

हम कौन हैं, इसे समझने का ताल्लुक़ खोज से अधिक स्मृति से है और इस बात को उतनी अहमियत नहीं दी जाती, जितनी कि दी जानी चाहिए। क्या आपको कभी कोई ऐसा बोध हुआ है, जिससे पहले उदाहरणों की लंबी सूची, कुछ अलग-थलग पल और बेकार के तजुर्बे और ऐसे ही कुछ रिश्तों का आपको ख़याल न आया हो, जो किसी पैटर्न या सच्चाई को उजागर करते हों? शायद नहीं।

असल काम यह है कि हम उस बात को लेकर सचेत हो जाते हैं, जो पहले से ही सच है।

किसी मनोवैज्ञानिक मार्गदर्शन प्रणाली (धार्मिक या अधार्मिक) का अनिवार्य बिंदु आपके भीतर किसी सोच को उखाड़ना नहीं होता, बल्कि उसका उद्देश्य आपको आत्मविश्लेषण के लिए साधन देना है, ताकि आप ख़ुद ही जवाब का पता लगा सकें। आप सवाल करें, उदाहरण दें, सोच-विचार करें और उस समझ के माध्यम से अपनी आंतरिक मार्गदर्शन प्रणाली, अपने सहज बोध और अपने अनिवार्य स्वरूप से जुड़ सकें।

मैं यह पूरी ईमानदारी से कह रही हूँ : इन सवालों के कुछ जवाबों ने मेरे जीवन की दिशा को बदल दिया। अगर मैं उनका संकलन न करती और उन्हें साझा न करती, तो यह मेरी लापरवाही होती। तो ये रहे वे 16 सबसे अहम सवाल, जो आप ख़ुद से पूछेंगे :

01 | **क्या और कौन है, जिसके लिए तकलीफ़ें उठाई जा सकती हैं?**

02 | **आप किस चीज़ के लिए खड़े होते, अगर आपको पता होता कि कोई आपको नहीं आँकेगा?**

03 | **आप क्या करेंगे, अगर आपको पता होता कि कोई आपको नहीं आँकेगा?**

04 | **आपकी रोज़मर्रा की ज़िंदगी के हिसाब से आप अगले पाँच, दस या बीस सालों में कहाँ पर होंगे?**

05 | **आप किसकी सबसे ज़्यादा सराहना करते हैं और क्यों?**

06 | **ऐसी क्या बात है, जो आप चाहते हैं कि कोई और आपके बारे में न जाने?**

07 | **ऐसे कुछ हालात क्या थे, जिनसे गुज़रते हुए आपको लगा था कि आप उनसे कभी उबर नहीं पाएँगे?** वे उतने मुश्किल क्यों लगते थे? आपने उन पर पार कैसे पाया?

08 | **अब तक की आपकी सबसे बड़ी उपलब्धियाँ क्या हैं?**

09 | **अगर कोई आपसे कहे कि आपकी ज़िंदगी में अभी क्या होने वाला है, तो कौन सी ऐसी बात होगी, जिस पर आपके लिए यक़ीन करना मुश्किल होगा?**

10 | **आपके अतीत में से कौन ऐसा व्यक्ति है, जिससे आप अब भी स्वीकृति पाने की कोशिश कर रहे हैं?**

11 | **अगर आपको अब काम न करना पड़े, तो आप अपने समय में क्या करना चाहेंगे?**

12 | **आपकी दिनचर्या में खाने और सोने के सिवाय सबसे आम कौन सी पाँच सामान्य चीज़ें हैं?**

13 | **आपको क्या लगता है कि वे पाँच चीज़ें क्या होतीं?**

14 | **अगर आपको यक़ीन हो कि कुछ चीज़ों पर आपका कोई क़ाबू नहीं है, तो इस तथ्य को आप स्वीकार कर लेते।** ऐसी कौन सी चीज़ है, जिसे मानने में आपको परेशानी होती है कि उस पर आपका 'कोई नियंत्रण' नहीं है? किस बात से आप इससे अलग सोचते या उम्मीद करते हैं?

15 | **अगर आपको अपने घर में मौजूद अपनी हर चीज़ पर हाथ रखना हो, तो उनमें से आख़िर कितनी चीज़ें हैं, जिनसे आप सचमुच ख़ुशी या सुकून महसूस करेंगे?** बाक़ी चीज़ें आपने क्यों रखी हुई हैं?

16 | **लोगों को लेकर आपको सबसे ज़्यादा क्या परेशान करता है?** आपको लोगों में क्या सबसे अच्छा लगता है? आपको अपने बारे में क्या सबसे ज़्यादा खिझाता है? आपको अपने बारे में सबसे अच्छा क्या लगता है? (इसकी तह में जाते रहें, जब तक कि आपको इन सबका आपसी रिश्ता न दिखाई देने लगे।)

29

कैसे जानें कि आप ख़ुद को जितना श्रेय देते हैं, उससे कितना ज़्यादा आगे बढ़े हैं

यह देख पाना मुश्किल है कि रास्ते पर आप कितना आगे बढ़ सके हैं, क्योंकि आपका ध्यान तो क़दम आगे बढ़ाने पर है। हो सकता है कि आपको कभी किसी अन्य व्यक्ति ने कहा हो कि आप कितने बदल गए हैं, लेकिन आपको यह बात समझ नहीं आ पाती, क्योंकि आप तो अपने साथ हर रोज़ ही होते हैं। यह सामान्य बात है, लेकिन यह इस बात पर ध्यान देने का परिणाम भी है कि आप बजाय यह देखने कि आपने कितना कुछ हासिल किया है, आप यह सोचते हैं कि कितना काम करना अभी बचा है। यही वजह है कि कई बार हमें खुद को श्रेय देना मुश्किल लगता है, जिसके हम वाक़ई क़ाबिल होते हैं। ये कुछ छोटे-छोटे संकेत हैं, जो बताते हैं कि आपका कितना विकास हुआ है :

01 | **आपकी ज़िंदगी में कुछ ऐसा है, जिसे पहले नामुमकिन मानते थे या कम से कम आज जिसे आप अपना सपना पूरा होना मानते हैं।** किसी तरह की अति से बचना, डिग्री, साथी, मनपसंद काम...

02 | **आप भूल गए हैं कि आपने क्या कुछ झेला है, क्योंकि अब आप उसके बारे में नहीं सोचते।** आपको लगता है कि आपके अतीत में हुई घटनाएँ जैसे 'किसी अलग ज़िंदगी' में हुई थीं।

03 | **किसी के रोमांटिक 'टाइप' होने का आपका मानदंड अब शारीरिक न होकर व्यक्तित्व से जुड़े गुण हैं।** 'प्रेम' का आपका ख़याल अब यौन आकर्षण से परे जाकर विस्तृत हो चुका है।

04 | **अब आपके पास दोस्तों से बात करने के लिए अपनी समस्याओं के अलावा काफ़ी कुछ है।** अब आपकी दिलचस्पी सिर्फ़ गप्पें मारने में ही नहीं रह गई है। अब आप समझते हैं कि इस तरह की बातचीत का बाक़ी लोगों से ज़्यादा कुछ लेना-देना नहीं है, बल्कि आपसे है।

05 | **सबसे बदतर कुछ हुआ और फिर वह गुज़र गया। आपने उस इंसान को खो दिया, जिसके बग़ैर आप जीने की सोच भी नहीं सकते थे, लेकिन फिर भी आप ज़िंदगी जीते हैं।** आपकी नौकरी चली गई और फिर आपको दूसरा काम मिल गया। आप समझने लगे कि 'सुरक्षा' निश्चितता में नहीं है, बल्कि इस विश्वास में है कि आप लगातार आगे बढ़ सकते हैं।

06 | **आपने अपनी ख़ुद की एक प्रणाली तैयार की है, भले अपनी मौजूदा व्यवस्था पर आपने पूरी तरह से सवाल न उठाएँ हों।** अब आप ऐसी किसी चीज़ को नहीं मानते, जो आपकी समझ में न आती हो या फिर आपके लिए उसका कोई मतलब न हो।

07 | **आप इस बात पर अधिक विचार करते हैं कि आप किसके साथ समय बिताते हैं।** 'समूह' की बजाय आपको अपने नज़दीकी दोस्तों की ज़्यादा क़द्र है।

08 | **आपको जिस किसी से भी मिलना हो, उसके लिए आप ख़ुद से जुड़े किसी भी हिस्से को नहीं बदलते। चाहे वह आपकी शख़्सियत हो, आपकी राय हो या फिर आपके कपड़े ही क्यों न हों।**

09 | **अब आप अपनी समस्याओं के लिए बाक़ी लोगों को दोषी नहीं ठहराते।** आप इसलिए तकलीफ़ झेलने का विकल्प नहीं चुनते, क्योंकि आप यह नहीं मानते कि अगर आप ज़ोरशोर से अपनी शिकायतें रखेंगे, तो कायनात को उसे ठीक करना पड़ेगा।

10 | **आप अपने कई पुराने दोस्तों से उतना जुड़ाव महसूस नहीं करते, लेकिन आप फिर भी उनके संपर्क में रह सकते हैं और अपनी ज़िंदगी में उनकी भूमिका को सराहते हैं।**

11 | **अब आपको कहीं सही फ़िट बैठने की चिंता नहीं होती, आप 'सामान्य' बनने की इच्छा नहीं रखते और आपको इस बात की बिलकुल भी परवाह नहीं होती कि आप 'कूल' बने रहें, क्योंकि अब आपको पता है कि उस तरह के बच्चे हाई स्कूल से ज़्यादा आगे नहीं बढ़ पाते।**

12 | **आप अपनी उन समस्याओं के बारे में बात कर सकते हैं, जिन्हें आप इतना बड़ा मानते थे कि आपको लगता था कि आप उनसे कभी निपट नहीं पाएँगे। अब आप यह बात भी कर सकते हैं कि आपने कैसे उन पर जीत हासिल की।**

13 | **आप एक लक्ष्य से दूसरे लक्ष्य तक दौड़ते रहने की बजाय रुककर, ठहरकर ज़िंदगी का मज़ा लेते हैं।**

14 | **आपको अगर यह बताया जाए कि 'ऐसा ही होता है', तो आप उस पर सवाल उठाते हैं।** आप इस विचार को लेकर खुलापन रखते हैं कि जीने का कोई अलग, बेहतर, ज़्यादा दयालुता भरा और अधिक प्रबुद्ध तरीक़ा हो सकता है और आप हमेशा कम से कम उसे आज़माने की इच्छा रखते हैं।

15 | **अगर आप अपने युवा स्वरूप को अभी के अपने जीवन के बारे में बताएँ, तो उसे आपकी बात पर यक़ीन नहीं होगा।**

30

संकेत, जो बताते हैं कि आपकी ज़िंदगी की एकमात्र समस्या उसे लेकर आपकी सोच है

01 | **आप आम तौर पर ज़िंदगी को असल में जीने की बजाय उसके बारे में ज़्यादा सोचते हैं।**

आप अपना समय समस्याओं की चीरफाड़ करने में ज़्यादा लगाते हैं, न कि उनके हल खोजने में, ख़याली पुलाव पकाने में ज़्यादा वक़्त लगाते हैं, न कि ख़ुद से यह पूछने में कि वे विचार कहीं आपकी ज़िंदगी में किसी कमी की तरफ़ इशारा तो नहीं करते या फिर आप अपने सामने खड़ी समस्याओं के समाधान खोजने की बजाय नए समाधानों के बारे में सोचने लगते हैं। आपने 'अनुभव' की जगह 'चिंतन' को दे दी है और फिर सोच में पड़ जाते हैं कि आपको असंतुष्टि क्यों महसूस होती है।

02 | **आपको सरल चीज़ों में अब उतना आनंद नहीं मिलता, जितना पहले कभी मिलता था।**

आपको लगता है कि प्रकृति उबाऊ है और 'खेलना' बच्चों का काम है। आपको खिड़की से आती रोशनी की किरण या किसी अजनबी के चेहरे की मुस्कान या बसंत की कोई दोपहर या फिर बिस्तर में अपनी पसंदीदा किताब पढ़ने जैसी चीज़ें विस्मय में नहीं डालती। जब आप छोटी-छोटी चीज़ों में जादू देखने की नज़र खो बैठते हैं, तो इसका कारण यह नहीं है कि वह जादू कहीं चला गया है, बल्कि यह है कि आपने किसी और चीज़ के लिए उस जादू को अनदेखा कर दिया है।

03 | **आपके पास वह है, जिसे आप अतीत में चाहते थे, लेकिन अब आप उसका उतना मज़ा नहीं ले पाते, जितना कि आपने सोचा था या फिर आपने अपनी उस इच्छा की जगह किसी और चाहत को दे दी है।**

सबसे पहले तो उस चीज़ चाहने के एहसास पर वापस जाएँ, जिसे आप सबसे ज़्यादा चाहते थे, जैसे कि पहले आपको लगता था। उसे साकार होने दें। इससे आपको गर्व महसूस होगा।

04 | अगर आप अपने युवा स्वरूप को बताएँ कि अभी आपकी ज़िंदगी कैसी है, तो उसे विश्वास नहीं होगा।

आप कल्पना भी नहीं कर सकते थे कि आपकी ज़िंदगी इतनी अच्छी होगी, जैसी कि वह अभी है। सबसे बुरी चीज़ों ने आपकी ज़िंदगी में अँधेरे भरी गहराइयाँ लाने की बजाय उसे बढ़िया मोड़ दिया।

05 | आप पैसे को 'अवसर' की बजाय 'दायित्व' के रूप में देखते हैं।

इस सोच की बजाय कि "मुझे अपने बिल देने हैं, क्योंकि मेरे पास सिर छिपाने को छत है, कपड़े हैं, खाना है और मैं अपना ख़र्च खुद उठा सकता हूँ" आपकी सोच है कि "मुझे अपने बिल देने होंगे"। अगर आप पैसा जो कुछ आपके लिए करता है, उसका मोल नहीं समझेंगे, तो आपको कभी नहीं लगेगा कि आपके पास पर्याप्त पैसा है।

06 | आपको लगता है कि आपके पास पर्याप्त दोस्त नहीं हैं।

आप यह मानकर कि आपके आस-पास काफ़ी कुछ नहीं है, आप अपने जीवन के संपर्कों को उनकी गुणवत्ता की बजाय संख्या से माप रहे हैं, जबकि सच यह है कि आपके भीतर जो कुछ है, वह पर्याप्त नहीं है।

07 | आप अपने दोस्तों पर या तो ज़रूरत से ज़्यादा निर्भर हैं, या फिर आपका उनसे जुड़ाव आवश्यकता से कम है।

आप या तो अपने दोस्तों से पर्याप्त संपर्क में नहीं रहते या फिर आप जल्दी हताश हो जाते हैं, क्योंकि अवास्तविक रूप से आपको लगता है कि आपके दोस्तों को आपको 'बेहतर' या 'ख़ुश' महसूस कराना चाहिए। आप सोचते हैं कि उसे हासिल करने का एकमात्र तरीक़ा यह है कि आप या तो उनसे ज़रूरत से ज़्यादा जुड़ाव रखें या फिर जब वे उस भूमिका को न निभा सकें, जो आपने उन पर थोपी है, तो आप उन्हें छोड़ देते हैं। (यही वजह है कि आपको ऐसा लगता है कि आपके पास पर्याप्त दोस्त नहीं हैं!)

08 | आप अपने जीवन की कल्पना ऐसे करते हैं, जैसे कोई और उसे देख रहा हो।

कोई भी निर्णय लेने से पहले आप अपने दिमाग़ में कोई कहानी बनाते हैं। जो कुछ इस तरह की होती है : ''वह कॉलेज गई, उसे यह नौकरी मिली, बहुत बुरे रिश्ते से गुज़रने के बाद उसे यह लड़का मिला और फिर सब कुछ अच्छा रहा।'' ऐसा तब होता है, जब आपकी ख़ुशी इस बात से आती है कि बाक़ी लोग आपके बारे में क्या महसूस करते हैं, न कि आप ख़ुद को लेकर क्या महसूस करते हैं।

09 | आपके लक्ष्य निष्कर्ष हैं, न कि कोई क्रिया।

आपके लक्ष्य 'हर दिन आप जो कुछ भी करते हैं, उसका आनंद लेने' या 'फ़िज़ूलख़र्ची की बजाय बचत को पसंद करना सीखने'' की बजाय 'सफल होने' या ''बैंक में इतना पैसा होना चाहिए'' होते हैं। निष्कर्ष और कुछ नहीं, बस विचार होते हैं। क्रिया-कलाप परिणाम होते हैं।

10 | आप मानकर चलते हैं कि आपके पास समय है।

जब बात यह होती है कि आपके लिए वाक़ई क्या अहमियत रखता है, अपने परिवार से जुड़ना, किताब लिखना, नई नौकरी खोजना, तो आप कहते हैं, ''मेरी तो उम्र ही क्या है, मेरे पास बहुत समय है।'' अगर आप मान लेंगे कि आपके पास कुछ करने के लिए ''समय'' है या फिर आप उसे बाद में करेंगे, तो शायद आप उसे उतना नहीं करना चाहते, जितना कि आप सोचते हैं। ज़्यादा वक़्त नहीं है। आपको नहीं पता कि कल आपकी मौत हो सकती है। इसका मतलब यह भी नहीं है कि आपको सब कुछ आज ही कर लेना है, लेकिन ऐसा कोई बहाना मिलना दुर्लभ है, जिसके चलते शुरुआत न की जाए।

11 | बुरा एहसास बुरा दिन बन जाता है।

आपको लगता है कि कोई नकारात्मक एहसास आपकी ज़िंदगी में कुछ ग़लत होने का नतीजा है, जबकि सच यह है कि यह अक्सर इंसान होने का एक हिस्सा है। बेचैनी, दर्द और उदासी हमारी मदद करते हैं। ये सब दरअसल संकेत, संवाद, जानकारी और सावधानियाँ होते हैं, जो हमें ज़िंदा रखते हैं। जब तक हम इन्हें इस तरह नहीं देखते, तब तक हम यह मानकर चलते हैं कि 'अच्छे एहसास का मतलब है कि आगे बढ़ते रहो' और 'बुरे एहसास का अर्थ है कि रुक जाओ' और फिर इस सोच में पड़े रहते हैं कि हम शक्तिहीन क्यों महसूस करते हैं।

12 | आप सोचते हैं कि असहज और डर महसूस करने का मतलब है कि हमें कुछ नहीं करना चाहिए।

असहज महसूस करने और डरने का मतलब है कि आपको ज़रूर कुछ करना चाहिए। गुस्सा आने या उदासीन महसूस करने की हालत में कुछ नहीं करना चाहिए।

13 | काम करने से पहले आप इंतज़ार करते हैं कि आपको कहीं से प्रेरणा मिले।

नाकाम लोग इसके इंतज़ार में रहते हैं। जो लोग काम नहीं करते, वे इस इंतज़ार में रहते हैं कि उन्हें कोई प्रेरणा मिले। प्रेरणा या प्रोत्साहन पाना लगातार बनी रहने वाली शक्तियाँ नहीं हैं। वे कभी-कभार उभरती हैं, उनका होना अच्छा है, लेकिन आप यह अपेक्षा नहीं कर सकते कि वे किसी भी समय बुलाने पर हाज़िर हो जाएँ। आपको उनके बिना काम करना सीखना होगा, अपने प्रयोजन से ताक़त लेनी होगी, न कि जुनून से।

14 | आप बेमतलब मन के लड्डू खाते हैं।

मैलाडैप्टिव डे-ड्रीमिंग तब होती है, जब आप किसी वैकल्पिक जीवन की कल्पना करने लगते हैं, जिसमें लोगों के साथ आपका बर्ताव सामान्य रहता है। ज़्यादातर लोग संगीत सुनते हुए और/या चलते-फिरते (चहलक़दमी करते, गाड़ी में घूमते, झूला झूलते समय) ऐसा महसूस करते हैं। अपनी ज़िंदगी के मसलों से निपटने की बजाय आप ख़याली पुलाव पकाते हुए 'मदहोशी' में रहते हैं, जिससे असहज होने का एहसास ख़त्म हो जाता है।

15 | आप किसी और दिन के लिए अपनी ख़ुशी को बचाते हैं।

आप काम पर जा रहे हैं और सोच रहे हैं कि उगता सूरज कितना सुंदर लगता है और आपको अपनी पसंदीदा किताब पढ़ना कितना अच्छा लगता है, लेकिन आप फिर से अपनी ईमेल चेक करने के चक्कर में ऐसा नहीं करते। किसी साधारण, ख़ूबसूरत चीज़ को देखकर आप हैरत में पड़ते हैं और ख़ुद को रोक लेते हैं, क्योंकि आपकी असंतुष्टि आपको ऐसा नहीं करने देती। आप अपनी ज़िंदगी के एक हिस्से को आगे बढ़ाने के लिए दूसरे हिस्से में समस्याएँ तैयार कर रहे हैं, क्योंकि आपकी ख़ुशी एक मानसिक पात्र में है।

31

क्या आप बुद्धिमत्तापूर्ण ढंग से तर्क करते हैं? रक्षात्मक होने से लेकर खंडन तक, सात प्रमुख तरीक़े, जिनसे लोग लड़ते हैं

तार्किकता सबसे बुनियादी स्तर पर कोई विकल्प न होकर एक प्रतिक्रिया है। जब हम किसी तरह से ख़ुद को संकट में महसूस करते हैं, तो हम वहाँ से भागकर, स्थिर होकर या लड़कर उस पर प्रतिक्रिया करते हैं। धीरे-धीरे ज़्यादातर लोगों ने यह समझना शुरू कर दिया कि किसी ऐसे ही बाहरी उकसावे पर अनजाने में प्रतिक्रिया करना थकाने वाला काम है और बदतर रूप में यह विनाशक भी हो सकता है। हमने फिर चीज़ों को लेकर अपनी प्रतिक्रियाओं को नियंत्रित करना शुरू कर दिया, यही आत्मचेतना के बीज हैं।

इसका मतलब यह नहीं है कि बहस करने का कोई महत्त्वपूर्ण प्रयोजन नहीं है। एक तरफ़ जहाँ यह हमारी अपनी पहचान को होने वाले ख़तरे से जूझने का नतीजा है, वहीं इसके माध्यम से हम किसी अहम चीज़ पर अपनी राय रख सकते हैं। अगर समझदारी से किया जाए और हमें मालूम हो कि अच्छी तरह तर्क-वितर्क किस तरह से किया जाता है, तो हम कारोबार में, प्यार में और इस तरह की कई स्थितियों में अपने सामाजिक परिवेश में मुख्य भूमिका निभा सकते हैं। ऐसा करने के लिए पहला क़दम यह है कि हमें बहस करने वाले व्यक्ति जैसा नहीं लगना है।

अब इसका पदानुक्रम आता है। अगर सीधे-सीधे कहें, तो ऐसे बहुत से बेवक़ूफ़ाना तरीक़े हैं, जिनसे लोग एक-दूसरे से बहस करते हैं और उनमें से ज़्यादातर तरीक़े काम नहीं करते। उनसे दोनों पक्षों के हाथ आख़िर में केवल हताशा लगती है, क्योंकि दोनों ही असली मसले पर बात करने से कतराते हैं।

भला–बुरा कहना।

आपके पास अपनी बात के लिए कोई तर्क नहीं होता और आप दूसरे को 'बेवकूफ़' या 'मूर्ख' कहकर प्रमुख मुद्दे से भटक जाते हैं।

लांछन लगाना।

आप असल मुद्दे पर ध्यान न देकर दूसरे व्यक्ति के चरित्र या उसके प्रभुत्व पर चोट करते हैं। (अगर कोई धूम्रपान करने वाला कोई व्यक्ति कहता है कि धूम्रपान बुरा है, तो उस बात को एक निष्पक्ष तथ्य के रूप में देखने की बजाय आप जवाब में कहते हैं कि "आप कौन होते हैं, ऐसा कहने वाले?!")

लहज़े पर प्रतिक्रिया करना।

आप असल तर्क पर ध्यान देने की बजाय दूसरे व्यक्ति के लहज़े या उसके उच्चारण की आलोचना करते हैं।

बात को काटना।

आप ठीक उलटी बात करते हैं, जबकि आपके पास अपनी बात की पुष्टि के लिए कोई सबूत नहीं होता। आप बस बहस करने के लिए बहस करते हैं, किसी वजह से आप सामने वाले इंसान की बात से सहमत नहीं होना चाहते।

वितर्क।

आप बात को काटते हैं और फिर उसके समर्थन में कोई तर्क या सबूत देते हैं।

खंडन।

आपको दूसरे की बात में ग़लती दिखाई देती है और आप उसे बताते हैं कि सीधे उद्धरण या किसी व्यक्ति की बात से कोई निष्कर्ष निकालना ग़लत है।

मुख्य बिंदु का खंडन।

आप बहस के मुख्य बिंदु का पूरी तरह से खंडन करते हैं और अपने दावे के समर्थन में (चाहे कोई शोध या निजी अनुभव न हो) गहरा तर्क और कारण देते हैं।

32

संकेत कि मानसिक तनाव होना वास्तव में भावनात्मक प्रगति है

01 | **आप हर चीज़ पर सवाल कर रहे हैं।**

अब आप जानते हैं कि चीज़ें वैसी नहीं होतीं, जैसी दिखाई देती हैं या फिर आपको जो बताया गया था कि यही सोचने का सही तरीक़ा है। आप दर्शन, अध्यात्म, राजनीति और चिंतन के नए विचारों का पता लगा रहे हैं और वह जान रहे हैं, जो आपको नहीं पता था कि आप उसके बारे में नहीं जानते हैं।

02 | **आप समझ रहे हैं कि ख़ुशनुमा विचारों और ख़ुशनुमा एहसासों के बीच अंतर होता है।**

आप कोशिश करते रहे हैं कि ख़ुद को हमेशा 'ख़ुशनुमा विचारों' से परिपूर्ण रखें और आपको पता चलता है कि आप किसी निश्चित परिणाम (जो यथार्थ नहीं बनता) से जुड़ाव रखने लगते हैं और यह भी कि आप पहले से ज़्यादा नाख़ुश होते हैं। आप समझने लगे हैं कि 'कोई सोच, जिससे आप मौजूदा पल का आनंद ले सकते हैं' और 'सोचने का ऐसा तरीक़ा, जो आपको क्षमताओं, संभावनाओं और ऐसी चीज़ों के लिए ख़ुशी देता है, जो किसी भी स्थिति में अभी वास्तविक नहीं हैं,' आदि के बीच अंतर होता है।

03 | **आप पैटर्न देखने लगे हैं।**

आप समझने लगे हैं कि आपकी ज़िंदगी में जो कुछ उभरता रहता है, वे चाहे रिश्ते हों, नौकरियाँ हों, विचार हों या एहसास हों, वे आपकी इस सोच का परिणाम हैं कि वे हैं या उन्हें वैसा होना चाहिए। वे पैटर्न हैं, और अगर शायद आप यह समझ लें कि उन्हें कैसे बदलना है, तो हो सकता है कि उनके उभरकर आने का तरीक़ा भी बदल जाए।

04 | आपको बिना किसी बात के गुस्सा आता है।

क्रोध तब अच्छी भावना है, जब आपको आख़िरकार समझ आ जाए कि आपको दुनिया पर गुस्सा नहीं आता, बल्कि ख़ुद पर आता है। यह अक्सर तब होता है, जब कोई बदलाव आने वाला होता है। असंतुष्टि, आक्रोश, खीझना और आत्मदया जैसे गुस्से के भाई-बंधु बुरे लगते हैं, लेकिन वे हम पर इतना असर नहीं डालते कि हम कोई क़दम उठा लें। गुस्सा आपको क़दम उठाने पर मजबूर करता है। वह आपमें कुछ धधकाता है और आपको कहीं न कहीं नए पड़ाव पर पहुँचाता है।

05 | आप अब यह सवाल करने लगे हैं : "बस यही कुछ है?"

अब आप यह विचार करने लगे हैं कि क्या आपके होने का मक़सद सोना, खाना, काम करना और मर जाना ही है! आप हैरत में पड़ने लगते हैं कि बस यही कुछ है या फिर यह किसी बड़े यथार्थ की छोटी सी झलक है।

06 | आपके पास बड़ा धाँसू आइडिया था, आपको अपना पसंदीदा इंसान भी मिल गया था, बड़ा मौक़ा भी मिला और फिर अचानक आप कुछ न कर पाने की स्थिति में आ गए।

हम इसे प्रतिरोध कहते हैं। जब हम ख़ुशी का अनुभव करते हैं, तब हमें डर भी उतना ही लगता है। असल में आप अपनी नई ज़िंदगी का प्रतिरोध नहीं कर रहे, बल्कि आप बहुत स्पष्ट से पहचान कर पा रहे हैं कि आपको क्या चाहिए (और उसे लेकर सहज और संतुलित मात्रा में डर का अनुभव भी कर रहे हैं)।

07 | ऐसा लगता है कि आपकी भावनात्मक स्थिति अकारण है।

आपको बेचैन या निराश महसूस नहीं करना चाहिए, लेकिन आप करते हैं। आपके अतार्किक या असंगत डरों का कोई कारण नहीं है, लेकिन वे मौजूद हैं। आप समझ नहीं पाते कि आप क्या महसूस कर रहे हैं और फिर आपको एहसास होता है कि इसका कारण यह है कि आप उस कौशल को विकसित करने की प्रक्रिया में हैं।

08 | आप वास्तव में क्या हैं, उसे लेकर आप अनिश्चित हैं।

आप यह बात समझ चुके हैं कि आपने ख़ुद को या तो इस आधार पर परिभाषित किया है कि लोग आपको कैसे देखते हैं या फिर आपको क्या लगता है कि आपको कैसा होना चाहिए। आपको जो लगता है कि आपको चाहिए और असल में आपको जो चाहिए, उसके बीच में थोड़ा विरोध है।

09 | आप उन एहसासों और डरों का अनुभव कर रहे हैं, जो आपको बचपन में महसूस होते थे।

अब सब कुछ सतह पर आने लगा है और आप यह समझने लगे हैं कि असल में वह सब कहीं गया ही नहीं था। जिन सोच, विचार, मान्यताओं और भावनाओं को आपने कहीं छिपाकर रख दिया था, वही ख़ामोशी से आपकी ज़िंदगी को दिशा दिखा रहे हैं। आपको बस उसकी जानकारी नहीं थी।

10 | आपको कुछ खोने का भय है।

आपको किसी एक चीज़ को खोने का डर है, जिसे लेकर आपका मानना है कि वह आपको 'बचाएगी' (चाहे वह भावनात्मक रूप से ही क्यों न हो)। यह तब होता है, जब आपको यह समझ में आने लगता है कि कोई भी आपके लिए ऐसा नहीं कर सकता। आपको खोने का डर नहीं है, आपको यह डर है कि आपके तैयार होने से पहले आपको उस यथार्थ को स्वीकार करने पर मजबूर होना पड़ेगा।

11 | आप उन चीज़ों पर भरोसा छोड़ रहे हैं, जिनसे छोड़ना चाहिए।

आप अपने सपनों को नहीं छोड़ रहे, न ही अपने रिश्तों पर भरोसा छोड़ रहे हैं। आप बस इस विचार पर अपना विश्वास छोड़ रहे हैं कि ये अभी जो कुछ चीज़ें हैं, उससे कुछ ज़्यादा हो जाएँगी। आप उन चीज़ों के मामले में हाथ खड़े कर रहे हैं, जो आपके लिए सही नहीं हैं। आप सीख रहे हैं कि 'छोड़ना' ऐसी चीज़ के लिए नकारात्मक शब्द है, जो ज़रूरी होने पर असल में अच्छी चीज़ है।

12 | आपने फ़ैसला कर लिया है कि अब आप अपने दिमाग़ का शिकार नहीं होंगे।

लोग तब तक मानसिक रूप से तनाव में नहीं आते, जब तक कि वे किसी 'नई चीज़' के मुहाने पर न हों। किसी भी तरह की मानसिक-भावनात्मक उथल-पुथल असल में हमेशा यह संकेत होती है कि चीज़ें या हालात बदलने की प्रक्रिया में हैं। अन्यथा, वे 'सामान्य' ही रहते। अब आपकी दिलचस्पी पुराने 'सामान्य' को स्वीकार करने में नहीं है और आप पहले से बड़ी, बेहतर, उज्ज्वल, ज़्यादा ख़ुशनुमा चीज़ों की तरफ़ बढ़ रहे हैं।

33

आपकी ज़िंदगी 'कैसी दिखती है' की चिंता छोड़कर कैसे इस बात पर ध्यान केंद्रित करें कि वह 'कैसी महसूस होती है'

यह गिनती करें कि अपनी मनचाही चीज़ पाने के बाद आपको कितनी बार वाक़ई ख़ुशी महसूस होती रही है। अपनी पसंद का रिश्ता बनाने के बाद क्या हुआ? क्या हुआ, जब आपको वह नौकरी मिली? जब आपने ज़्यादा पैसा कमाया, तो क्या हुआ? इस बात की संभावना है कि हालात अलग रहे होंगे, लेकिन आनुपातिक रूप से वे अच्छे और बुरे रहे होंगे।

उन सभी अपरिपूर्ण लोगों की सूची बनाएँ, जिन्हें आप जानते हैं और जिनके पास प्रेम था। जिनके पास रोमांटिक साथी, अच्छे दोस्त और नौकरियाँ थीं, जिनकी आप केवल कल्पना कर सकते थे। उन सभी लोगों की सूची बनाएँ, जो पारंपरिक रूप से अनाकर्षक, आध्यात्मिक रूप से डांवाडोल और अपरिपूर्ण हैं, फिर उन चीज़ों की फ़ेहरिस्त तैयार करें, जो उनके वैसा होने के बावजूद उनके पास थीं। अब इसे अपना निजी साक्ष्य बनाएँ कि आपको पर्याप्त होने के लिए संपूर्ण होना ज़रूरी नहीं है।

ख़ुद से पूछें कि अगर सोशल मीडिया न होता और किसी को पता न चलता, तो आप क्या करते। आप इस शनिवार क्या करते, आज की रात क्या कर रहे होते? आपके कॅरियर लक्ष्य क्या होते, आप वास्तव में कितनी तसवीरें लेते? किसके साथ बाहर जाते, कहाँ रह रहे होते, अगर आप 'बाक़ी लोग क्या देखते हैं' की निगरानी में नहीं होते?

ख़ुद से पूछें कि अगर पैसा न होता और आप कुछ भी कर सकते, तो आप क्या करते। इसे कई लोग नकार देते हैं, क्योंकि उन्हें लगता है कि यह अव्यावहारिक बात है। बदक़िस्मती से वे लोग असली मुद्दे को समझने के लिए इस बात पर गहराई

से विचार नहीं करते। इसका मक़सद यह पता लगाना नहीं है कि अगर आपको पैसे की चिंता न करनी पड़ती, तो आप असल में क्या करते (वह हमारा यथार्थ नहीं है), बल्कि यह तो इस बात से जुड़ा है कि आप क्या करते और आप इसे अपनी रोज़मर्रा की ज़िंदगी में कैसे शामिल कर सकते हैं। आप छुट्टी पर जाएँगे, अपनी मौजूदा नौकरी पर रहेंगे या नहीं? इससे बस यही पता चलता है कि आप सुकून को तरज़ीह देते हैं या उपलब्धियों को, या फिर किसी और चीज़ को। इससे यह भी पता चलता है कि आपको समझने के लिए आपकी तरज़ीह को समझना कितना महत्त्वपूर्ण है।

ख़ुशनुमा पलों को याद रखने के लिए तसवीरें लें, न कि यह साबित करने के लिए कि आप अच्छे लग रहे थे या फिर आपने कुछ कूल या शानदार किया। अपने फ़ोन पर सिर्फ़ 'ख़ुशनुमा पलों' के लिए कोई ख़ास एलबम बनाएँ। जब आप अच्छा महसूस कर रहे हों या फिर अपने साथ सुकून से हों या फिर किसी तरह की कोई नई चीज़ आपके सामने आ रही हो, तो बस आपके सामने जो कुछ है, उसकी तसवीर लें (चाहे वह इन्स्टाग्राम के लायक़ हो या नहीं)। जब आप इन तसवीरों को फिर से देखेंगे, तो आपको वही सब महसूस होगा, जो तब हुआ था। आप देखेंगे कि अपने लिए मायने रखने वाले उस पल को कैद करने और बाक़ी लोगों के लिए पलों को समेटने के बीच भावनात्मक अंतर होता है।

उन 'लोगों' की पहचान करें, जो आपको लगता है कि आपको आँकते हैं। कैसे लोग हमेशा कहते हैं कि ''लोग हमें आँकते हैं'।' ''मुझे फ़िक्र है कि लोग क्या सोचेंगे।'' ज़्यादातर समय वे 'लोग' बेचेहरा भीड़ होते हैं, जो हमारे दिमाग़ में ही होते हैं। कहने का मतलब यह है कि कि वे आप ही हैं, बस बाहरी परिवेश में आप ही ख़ुद को आँक रहे होते हैं। पहला क़दम यह समझना है कि आपको जिन 'लोगों' को लेकर चिंता है, वे असल में मौजूद ही नहीं हैं।

उस बात के बारे में सोचें, जो आपमें जलन का भाव जगाती है। हमारे भीतर वे चीज़ें सबसे ज़्यादा ईर्ष्या का भाव जगाती हैं, जिनके बारे में हमारा मानना होता है कि हम उनके मुताबिक़ नहीं जी रहे। हमें उस ख़ूबसूरत लड़की से इसलिए जलन नहीं होती कि हम उसकी तरह सुंदर होना चाहते हैं, बल्कि इसलिए होती है कि हमारे अंदर किसी ज़्यादा अहम चीज़ की कमी है, जो कि ख़ुद के लिए हमारा प्यार है। हमें सफल लेखक से इसलिए ईर्ष्या नहीं होती कि हम भी वैसी तारीफ़ चाहते हैं, बल्कि इसलिए होती है कि हम वहाँ तक पहुँचने के लिए मेहनत नहीं कर रहे हैं।

किसी के आने से पहले बहुत साफ़-सफ़ाई न करें। किसी के आने से पहले किसी तरह का दिखावा करने की चिंता न करें। मैं चीज़ें ठीक करने या निजी चीज़ों को कहीं और रखने की बात नहीं कर रही, बल्कि मैं ऐसा कुछ न करने की बात कर रही हूँ, जो असल में है नहीं। लोगों को अपनी ज़िंदगी में जैसी वह है, उसमें

आने दें। उन्हें ज़िंदगी के उस पल में आने दें, जैसा वह है। यही एकमात्र तरीक़ा है, जिससे आप किसी से असल में जुड़ सकते हैं।

इस बात पर पुन: ग़ौर करें कि अपने सबसे अहम दिन आप कैसे मनाते हैं। ज़्यादातर लोग इन्हें रिश्तेदारों के साथ मनाते हैं, जिनसे वे छुट्टियों के दौरान ही मिलते हैं, जिनके साथ वैसा उनका रिश्ता उतना खरा नहीं होता और जिनसे मिलकर उन्हें कोई ख़ास ख़ुशी नहीं होती। ये दिन ख़ास होते हैं और इन्हें उन लोगों के साथ मनाया जाना चाहिए, जो आपसे साल भर मिलते-जुलते हैं, जिनके साथ आप मज़े से समय बिताते हैं। न कि उन लोगों के साथ, जिन्हें बर्दाश्त करने के लिए आप नैतिक रूप से बाध्यता (भावनात्मक रूप से दमित) महसूस करते हैं।

जो चीज़ें आपके लिए कोई मतलब या मायने नहीं रखतीं, उनसे छुटकारा पाएँ। यह इतना ज़रूरी इसलिए है कि चीज़ें कुछ परिभाषित करती हैं, ख़ासकर जब हम उन्हें इस मंशा से ख़रीदते हैं कि वे हमें कुछ 'अलग' महसूस करवाएँगी। हमारी चीज़ें हमारे अनुभवों को तैयार करती हैं। हम जो देखते हैं, वे उसे तैयार करती हैं और उसके विस्तार के रूप में उसे भी, जिसे हम महसूस करते हैं। हम उनके ज़रिये ख़ुद को हर दिन समेटे हुए रखते हैं। यहाँ बात यह नहीं है कि कम से कम चीज़ें रखें, बल्कि यह है कि सिर्फ़ उन चीज़ों को रखें, जिनका कोई प्रयोजन है या जिनकी कोई सार्थकता हे। ऐसा करें। इससे आपका जीवन बदल जाएगा। (यह कोई छोटी बात नहीं है।) ख़ुद से पूछें: ''अगर मुझे पता होता कि कोई भी मुझे आँकेगा नहीं, तो मैं किस बात के लिए खड़ा होता?'' एक बार जब आप सभी स्व-सामाजिक फ़िल्टरों से बाहर निकल जाते हैं, तो आप स्वाभाविक रूप से किस बात से सहमत होते हैं? लोग सोचते हैं कि अपने छिपे विचारों और भावनाओं और पूर्वाग्रहों के प्रति सचेत होना = अनजान और अज्ञानी होना, लेकिन इसके विपरीत सच है। अनजान होना ही एक समस्या है।

ख़ुद से पूछें : ''अगर मैं इस दुनिया के हर इंसान से एक बात कह सकूँ, तो वह क्या होगी?'' क्या आप कहेंगे कि ''सब ठीक हो जाएगा?'' ''इतनी चिंता मत करो?'' ''लोगों में सबसे अच्छा खोजो?'' ''मुझे ट्विटर (एक्स) पर फ़ॉलो करो?'' आप सबसे जो बात कहने की सोचेंगे, दरअसल, आप सबसे ज़्यादा वही सुनने चाहते हैं। यह वही बात है, जो आप ख़ुद से कहना चाहते हैं।

यह सोच लें कि किसी चीज़ के लिए योग्य होना उसके होने की कृतज्ञता का होना है। आप वही चुनते हैं, जिससे आपके आत्मसम्मान को नापा जाता है। आप निर्णय लेते हैं कि आपकी अहमियत किस चीज़ पर आधारित है। आप ही तय करते हैं कि किसी चीज़ के लिए आप पर्याप्त हैं या नहीं और यही कारण है कि आप ही यह फ़ैसला करते हैं कि जिन लोगों के पास वह कुछ है, जिसके वे

लायक़ हैं, वे वही लोग हैं, जो उन चीज़ों को लेकर एहसानमंद महसूस करते हैं। न ज़्यादा और न ही कम।

यह समझ लें कि आपकी उपलब्धि केवल अपनी सबसे बड़ी बाधा को पार कर लेना ही नहीं है। आपके 'अच्छे' होने का मतलब आपका 'संपूर्ण' होना नहीं है। आप सिर्फ़ इसलिए भी 'अच्छे' नहीं हैं कि आप किसी और से बेहतर हैं। उतने ओपरा के शब्दों में आपके पास सब कुछ हो सकता है, पर ज़रूरी नहीं कि एक ही समय पर हो। आप कृतज्ञता का भाव रखें कि इसका मतलब है कि आपके पास यह मौक़ा है कि आप अपने सामने जो कुछ है, उसकी सराहना कर सकें और किसी अन्य लक्ष्य को पूरा करने और कुछ बेहतर की संभावना भी आपके सामने है।

मानकर चलें कि सब कुछ अच्छे के लिए है। जब लोग इस बात की सबसे ज़्यादा परवाह करते हैं कि उनकी ज़िंदगी कैसी दिखती है, तो तब उनकी ज़िंदगी 'कैसी महसूस होती है' को लेकर उनका रवैया सबसे ज़्यादा अवरुद्ध होता है। यह तब होता है, जब वे दर्द को महसूस नहीं करना चाहते। सही मायने में सुकून महसूस करने के लिए हमें यह समझना होता है कि सब कुछ अच्छे के लिए है। हमारी ज़िंदगी में सब कुछ इन तीन में से एक काम करता है : आपको आपके सामने दिखाता है, आपके एक हिस्से को ठीक करता है या फिर आपको आपके किसी हिस्से का आनंद लेने देता है। अगर आप इस नज़रिये को अपना लें, तो फिर भी कुछ भी ऐसा नहीं रहेगा, जिससे आपको डर हो।

ख़ुद से पूछें : ''अगर पूरी दुनिया अंधी होती, तो मैं कितने लोगों को प्रभावित कर सकता था?'' ऐसे जीवन की कल्पना करें, जिसमें आप चीज़ों को नहीं देख सकते। जिसमें वही सब है, जिसे आप महसूस कर सकते हैं और जिसे बाक़ी लोगों को महसूस करा सकते हैं। इस तरह की दुनिया में, आप किस तरह के इंसान हैं, और क्या इन कारणों से, शायद, दूसरों का प्यार पाने के हिसाब से अच्छा जीवन बनाना आपके लिए पूरक बात बन गई है?

34

आपको आराम की इच्छा क्यों नहीं करनी चाहिए

01 | **आपका मस्तिष्क 'अच्छे' और 'बुरे' के बीच अंतर नहीं कर सकता, वह बस 'आराम' और 'बेआरामी' जानता है।** यही कारण है कि अपराधी कभी नहीं सोचते कि उनकी करतूतें 'ग़लत' हैं, बल्कि उन्हें लगता है कि उनकी सफ़ाई दी जा सकती है। यही कारण है कि हम जिन चीज़ों के बारे में जानते हैं कि वे हमारे लिए बुरी हैं, हम उन्हें 'अच्छा महसूस' करने से जोड़ देते हैं।

02 | **आप वह नहीं चाहते, जो आप वाक़ई चाहते हैं, आप वह चाहते हैं, जिसे आप जानते हैं।** हम जिसे पहले से जानते हैं, अगर उसके बाहर की कोई चीज़ है, तो हम उसका नतीजा निकालने में असमर्थ होते हैं। इसलिए कुछ 'बेहतर' पाने की कोशिश करने की बजाय हम 'हमें जो ज्ञात है, उसका बेहतरीन' पाना चाहते हैं, चाहे वह 'बेहतरीन' असल में किसी समस्या का समाधान हो, जिसे हमें फिर से तैयार करने की ज़रूरत नहीं थी।

03 | **'जानी-पहचानी असहजता', ''सहजता'' जैसी महसूस होती है।** यही वजह है कि कई लोग 'ढर्रे' में अटके हुए हैं या बिलकुल भी बदलना नहीं चाहते, चाहे उन्हें पता होता है कि वही उनके लिए सबसे अच्छा होगा।

04 | **वास्तविक सुरक्षा जैसा कुछ भी नहीं होता।** हम यह मानते हुए आराम की इच्छा करते हैं कि उससे हम सुरक्षित हो जाएँगे, लेकिन हम ऐसी दुनिया में रहते हैं, जिसमें असल में सुरक्षा जैसी कोई चीज़ नहीं होती। हमारे शरीर विकसित होने के लिए बने थे और हमारी भौतिक चीज़ें अस्थायी हैं, जो खो सकती हैं, टूट सकती हैं। जीवन की क्षणभंगुरता को स्वीकार करने की बजाय हम इससे निपटने के लिए हम आराम खोजते हैं।

05 | **हमारे बढ़ने का एकमात्र रास्ता है, अज्ञात की ओर क़दम बढ़ाना।** यही वजह है कि कई लोगों का सामना 'प्रगति से पहले टूटने' वाले पलों से होता है। अक्सर उनकी ज़िंदगी उन्हें बेहतर संभावनाओं की ओर ले जा रही होती है, जो उनके मुताबिक़ कभी नामुमकिन थीं, उन्हें पता नहीं था कि उस समय वह 'अच्छा' था।

06 | **ज़्यादातर लोग तब तक नहीं बदलते, जब तक कि न बदलना कम आरामदेह विकल्प नहीं होता।** पर लंबे समय तक असहजता बनी रहती है और फिर आख़िरकार 'न बदलना' सबसे बदतर स्थिति बन जाता है। कायनात ज़ोर से बोलने से पहले हौले से संकेत देती है और ख़ुशमिज़ाज लोग उसके ख़ामोश इशारों को पहले ही समझ लेते हैं।

07 | **लोगों की दो तरह की मानसिकता होती है : खोजी या बसने वाले।** हमारे समाज की मानसिकता 'बसने वाले' की है और ऐसी दुनिया में हमारे अंतिम लक्ष्य 'अंतिम रूप देने वाले' (घर, शादी, नौकरी, आदि) होते हैं, जो विकसित होने के लिए बनी थी, हम, जिन्हें बस आगे बढ़ना था, विस्तार पाना था और बदलना था। 'अन्वेषण' मानसिकता वाले लोग दरअसल अपने पास मौजूद चीज़ों का आनंद ले पाते हैं और उनका पूरी तरह अनुभव कर पाते हैं, क्योंकि वे सहज ही किसी चीज़ से नहीं बँधते।

08 | **असल सहजता या आराम जैसी कोई चीज़ नहीं होती, बस यह विचार होता है कि क्या सुरक्षित है।** इसे मानना थोड़ा मुश्किल होगा, लेकिन सच में 'सहजता या आराम' जैसी कोई चीज़ नहीं होती, यही वजह है कि आरामदायक चीज़ें ज़्यादा नहीं चलतीं और सबसे अच्छी तरह तालमेल बैठाने वाले लोग वे होते हैं जो 'असहजता या बेआरामी' में सबसे ज़्यादा 'आराम' से रहते हैं। आराम से रहना सिर्फ़ एक विचार है। यह आपका चयन है कि आप किस आधार पर ऐसा चाहते हैं।

09 | **जीवन 'निश्चित' होना ही नहीं है, यह कोशिश करने से जुड़ा है। आराम असल में निश्चितता है।** आप या तो इस बात को लेकर निश्चित हो सकते हैं, जिसे आप जानते हैं या फिर इस बात को लेकर कि जो कुछ भी होगा, आप उसका सबसे बेहतरीन उपयोग करेंगे। (अंदाज़ा लगाएँ कि किसका समय बेहतर है?) असल में कोई भी कभी निश्चित नहीं होता। जिन लोगों के पास अपनी पसंद की ज़िंदगी है, वे वैसे भी कोशिश करते हैं।

35

स्वाभिमान के 6 स्तंभ : यह आप जैसा महसूस करते हैं, वह नहीं है, बल्कि आपकी सोच है कि आप क्या करने की क्षमता रखते हैं

हम सोचते हैं कि स्वाभिमान कोई स्थिर चीज़ है, ऐसी स्थिति, जिसमें आपका दिमाग़ सहज स्वाभाविक रूप से आपमें सकारात्मक, मददगार सोच भरता है और किसी संदेह या नापसंदगी से गहराई से प्रभावित नहीं होता। यहीं इस बात पर आकर स्वाभिमान और ख़ुद को बढ़ा-चढ़ाकर पेश करने के बीच की बारीक रेखा धुँधली पड़ जाती है।

ऐना डीवियर स्मिथ के शब्दों में, ''स्वाभिमान हमें सुख और कल्याण की भावना देता है। यह एक तरह का आंतरिक बोध होता है कि सब कुछ अच्छा होगा, क्योंकि हममें सब कुछ सही करने की क्षमता है। ''स्वाभिमान यह जानना है कि हम अपना रास्ता निर्धारित कर सकते हैं और उस पर यात्रा भी कर सकते हैं। इसका मतलब यह नहीं कि हम उस पर अकेले चलते हैं, हमें तो ताक़त के एहसास की ज़रूरत होती है कि अगर सब कुछ बिखर भी गया, तो हम उसे ठीक करने का रास्ता फिर से खोज लेंगे।''

स्वाभिमान का मतलब लोगों पर आपका वह विश्वास नहीं कि वे आपको कैसे देखते हैं, बल्कि आपको ख़ुद पर कितना भरोसा है कि आप अपनी ज़िंदगी सँभाल सकते हैं या नहीं।

वास्तव में स्वाभिमान होने को लेकर दिलचस्प बात यह है कि उसके होने से आपको इस बात पर ध्यान केंद्रित करने की ज़रूरत नहीं है कि कैसे हम बाक़ी लोगों से बेहतर हैं। जब हमें लगता है कि हमारा अपनी ज़िंदगी पर कोई क़ाबू नहीं रहा (या फिर अब तक के हालात को लेकर हम ख़ुश नहीं हैं), तो हम अपने नाकामी के एहसास को शांत करने के लिए इस बात पर ध्यान केंद्रित करते हैं कि ''किसी और के मुक़ाबले हमारे हालात बेहतर हैं''।

नैथेनियल ब्रैंडन ने बताया कि कैसे ख़ुद को लेकर एक स्वस्थ बोध को तैयार किया जा सकता है।[12] उनका कहना है कि लोग या तो 'अच्छा महसूस' करने का तरीक़ा अपनाते हैं (मैं ख़ूबसूरत हूँ, मैं धनी हूँ, मैं कामयाब हूँ), जो असली चीज़ का बस एक विकल्प है या फिर वे सही मायने में उसका निर्माण करते हैं।

उनका कहना है कि स्वाभिमान अंततः दो बुनियादी चीज़ों पर आकर ठहरता है। उनमें से एक है, आत्मशक्ति, जो 'जीवन की चुनौतियों के मद्देनज़र एक आधारभूत आत्मविश्वास का बोध है' और दूसरा है, आत्मसम्मान, जो 'ख़ुशी के क़ाबिल होने का बोध है।'

''(स्वाभिमान) कोई एहसास नहीं है, जो हर पल बदलता रहे, बल्कि यह तो अपनी क्षमता और अपने लिए सम्मान के बोध के अनुभव की लगातार बने रहने वाली स्थिति है। यह तो लंबे समय के दौरान तैयार होती है, इसे चुटकी में नहीं लाया जा सकता। यह यथार्थ पर आधारित है, ख़ुद से या लोगों से मिलने वाली अनुपयुक्त प्रशंसा से यह नहीं आएगी।''

ब्रैंडन का मानना है कि इन छह अभ्यासों या 'स्तंभों' से स्वाभिमान को तैयार किया जा सकता है। ये साबित करते हैं कि आत्मविश्वास महसूस करना केवल कोई एक विकल्प नहीं है, बल्कि लगातार चुने गए विकल्प हैं और हर मुमकिन कोशिश है।

चेतन होकर जीना

पूरी तरह चेतना के साथ जीने का मतलब है कि आप अपने अवचेतन झुकावों और इच्छाओं के नियंत्रण में नहीं हैं। आपके 'प्रतिछाया स्वरूप' सबके सामने हैं। आप समझते हैं कि आपके आस-पास क्या हो रहा है और आप उस अंदरूनी समझ के आधार पर सोच-समझकर अपने विकल्प चुन सकते हैं।

आत्म-स्वीकृति

आप अपने रंगरूप या अपनी बुद्धिमत्ता को बढ़ा-चढ़ाकर पेश नहीं कर रहे या फिर जानबूझकर उन गुणों और विशेषताओं के सहज संतुलन को लेकर अनजान नहीं हैं, जो हर इंसान में होते हैं। यही वास्तविक आत्म-स्वीकृति है। यह अपने संपूर्ण व्यक्तित्व को उसके किसी हिस्से को आँकने या उसकी भर्त्सना किए बिना देखना है।

---

12. ब्रैंडन, नैथेनियल। द *साइकॉलोजी ऑफ़ सेल्फ़-एस्टीम।* 2001, जॉसी-बेस।

आत्म–उत्तरदायित्व

अपनी ख़ुशी के लिए आप ख़ुद को ज़िम्मेदार मानते हैं। आप इस बात को समझते हैं कि ''हो सकता है कि यह आपकी ग़लती न हो, लेकिन फिर भी यह आपकी समस्या है।'' आपके जीवन की बागडोर आपके हाथों में है, क्योंकि आप किसी अन्य को यह अधिकार नहीं देते कि वह आपके लिए ऐसा कर सके।

स्वाग्रही होना

आप बचाव की मुद्रा में आए बिना अपना पक्ष रख सकते हैं। रक्षात्मकता डर से आती है, स्वाग्रह आत्मविश्वास से आता है।

उद्देश्यपूर्ण ढंग से जीना

आप सचेत होकर समझ–बूझ कर जीते हैं। आप समझते हैं कि आपका 'उद्देश्य' वहीं होना है, जहाँ पर आप हैं और जो आप कर रहे हैं। ऐसे में आप अपने दिनों को उद्देश्यपूर्णता के बोध से परिपूर्ण करते हैं, क्योंकि यह ऐसा कुछ है, जिसे आप चुनते हैं, न कि जिसे पाने के इंतज़ार में आप होते हैं या फिर चाहते हैं कि उसे आपके लिए तैयार किया जाए।

निजी ईमानदारी।

आप नैतिकता और जवाबदेही के कुछ निश्चित मानकों के अनुसार चलते हैं। आप अपने लिए कोई आचार–संहिता तैयार करते हैं, न कि केवल उसके अनुसार चलते हैं, जिसके लिए आपको तैयार किया गया है। आप विकल्पों को तब भी निष्पक्ष रूप से देख सकते हैं, जब परिस्थितियाँ कठिन हों। आप इस बात के महत्त्व को समझते हैं कि ''नर्क का रास्ता अच्छे इरादों से भरा हुआ था...''

36

आपको सबसे ज़्यादा चोट पहुँचाने वाले लोगों का सबसे ज़्यादा शुक्रिया क्यों करना चाहिए

01 | **जिन लोगों ने आपको सबसे ज़्यादा चोट पहुँचाई, वे वही लोग थे, जिन्हें आप सबसे ज़्यादा प्यार करते थे।** हम उन लोगों से ज़्यादा गहराई से प्रभावित नहीं होते, जो पहले ही हमारे दिल की गहराइयों में न हों। हमारे जीवन में उनकी उतनी अहमियत होना पवित्र है, चाहे उसमें कोई विकृति ही क्यों न आ जाए। किसी ऐसे शख़्स को जानना वरदान की तरह है, जो आपको वाक़ई प्रभावित कर सके, भले ही शुरू में यह क्यों न लगे कि वह अच्छे के लिए नहीं था।

02 | **मुश्किल रिश्ते अक्सर हमें बेहतरी के लिए अपने बर्ताव को बदलने की ओर ले जाते हैं।** जब आप लाचार महसूस करते हैं, तो आप अपना ध्यान रखना सीख जाते हैं। जब लगता है कि किसी ने हमारा इस्तेमाल किया है, तो हम अपना मोल पहचानते हैं। जब हमारे साथ बुरा बर्ताव होता है, तो हममें करुणा विकसित होती है। कहीं फँसा हुआ महसूस होने पर हमें समझ में आता है कि हमारे पास कोई न कोई विकल्प ज़रूर होता है। हमारे साथ जो कुछ हुआ, उसे स्वीकार करने पर समझ आता है कि आख़िरकार सब चीज़ें हमारे क़ाबू में नहीं होती, लेकिन किसी ऐसी चीज़ को छोड़ देने में, जो हमारी कभी नहीं हो सकती, हम असल में सुकून पा सकते हैं और हमें असल में उसकी ही तलाश थी।

03 | **आप क्या सीखते हैं और आप क्या बनते हैं, वह इस बात से ज़्यादा महत्त्वपूर्ण है कि अस्थायी रूप से आप कैसा महसूस करते हैं।** हो सकता है कि कोई रिश्ता आपको उस समय बिलकुल असहनीय लगा हो, लेकिन वह एहसास अस्थायी है। उसके बाद आपको जो भाव, समझ, जो ज्ञान मिला, वह

स्थायी था। उसने शेष जीवन के लिए बुनियाद तैयार की। उपायों की तुलना में परिणाम कहीं ज़्यादा अहम है, आप जिन हालात से गुज़रे, उनके लिए आभारी होकर आप उस बात को स्वीकारते हैं।

04 | **इन लोगों से आपका सामना इत्तेफ़ाक से नहीं हुआ, बल्कि वे आपके शिक्षक और उत्प्रेरक थे।** सी. जॉयबेल सी. के शब्दों में, ''हम सब सितारे की तरह हैं, जो तब तक सोचते हैं कि वे मर रहे हैं, जब तक कि हमारी समझ में यह नहीं आता कि हम तो सुपरनोवा में समा रहे हैं। हम पहले के मुक़ाबले कहीं ज़्यादा ख़ूबसूरत बन जाते हैं। अक्सर हमें यह समझने के लिए कि हमारे पास क्या कुछ है, दर्द से गुज़रना होता है। नफ़रत को झेलकर हम ख़ुद को पहचानने की ओर बढ़ते हैं। कई बार रोशनी हमारे ज़ख़्म के रास्ते हमारे अंदर पहुँचती है।

05 | **चाहे आपकी ग़लती न रही हो, फिर वह आपकी समस्या है और आपको ही चुनना है कि उसके बाद क्या किया जाए।** आपको पूरा हक़ है कि किसी के होने से आपके भीतर जो गुस्सा जागता है, जो नफ़रत आती है, उसे ज़ाहिर करें, लेकिन आपको इस बात का भी अधिकार है कि आप सुकून का चयन करें। उनका शुक्रिया करना, उन्हें माफ़ करना है, उन्हें माफ़ करने का मतलब यह है कि आपने यह समझने का चयन किया है कि आक्रोश के दूसरी तरफ़ समझदारी है। दर्द में समझदारी को पाना यह महसूस करना है कि 'सुपरनोवा' बने लोग वे हैं, जो अपने दर्द को पहचानते हैं और फिर उसे किसी बेहतर चीज़ की ओर जाने में लगाते हैं, न कि वे लोग जो सिर्फ़ उसे पहचानते हैं और उसे वहीं जमा रहने देते हैं।

06 | **जो लोग काफ़ी कुछ से गुज़रते हैं, वे अक्सर वही होते हैं, जो ज़्यादा समझदार और अधिक दयावान होते हैं।** इसका कारण यह है कि वे उससे 'गुज़रे' होते हैं, उसे 'पीछे' नहीं छोड़ते या 'उसके परे' नहीं होते। वे अपनी भावनाओं को पूरी तरह से स्वीकार करते हैं और उनसे सीखते हैं और आगे बढ़ते हैं। वे करुणा और ख़ुद को लेकर जागरूकता को विकसित करते हैं। इस बात को लेकर वे सचेत रहते हैं कि किसे वे अपनी ज़िंदगी में आने दें। अपने पास जो कुछ है, उसके लिए आभारी होकर वे अपने जीवन को बनाने में सक्रिय भूमिका निभाते हैं और साथ ही जो उनके पास नहीं होता, उसके कारण खोजते हैं।

07 | **यह दिखाता है कि आपको क्या मिलना चाहिए।** उन रिश्तों ने असल में आपको चोट नहीं पहुँचाई, बल्कि उन्होंने आपको वह हिस्सा दिखाया, जिसके ज़ख़्म अब तक नहीं भरे, जो आपको पूरी तरह से चाहे जाने से रोक रहा था। जब हम आख़िरकार तकलीफ़देह तजुर्बों और भयानक रिश्तों से उबरते हैं, तो हमें समझ आता है कि हमारी अहमियत कहीं ज़्यादा है और इसलिए हम ज़्यादा का चयन करते हैं। हमें पता चलता है कि कैसे हमने किसी को आँखें मूँदकर या भोलेपन में 'हाँ' कह दिया या फिर उसे अपने दिल-दिमाग़ में जगह दी, जो हमें नहीं देनी चाहिए थी। हम समझते हैं कि हमें अपने जीवन में जो कुछ चाहिए, उसके चयन में हमारी क्या भूमिका है और सबसे बदतर का अनुभव लेने के बाद हम आख़िरकार यह समझ पाते हैं कि हमें इतना बुरा इसलिए लगता है, क्योंकि हम उससे कहीं ज़्यादा के हक़दार हैं।

08 | **किसी भी चीज़ को पूरी तरह से स्वीकार करने का मतलब है कि हम यह कह सकते हैं : "उस अनुभव के लिए धन्यवाद।"** किसी भी चीज़ से पूरी तरह से आगे बढ़ने को लिए हमें यह समझना होता है कि उससे क्या हुआ और कैसे हम उससे बेहतर हुए। उस पल तक हम सिर्फ़ इस बात पर सोच-विचार करते रहते हैं कि उससे कितना कुछ बदतर हुआ, जिसका मतलब है कि अभी तक हम दूसरी तरफ़ नहीं पहुँचे होते। अपने जीवन को पूरी तरह से स्वीकार करना यानी उसके उतार-चढ़ाव, अच्छे-बुरे समय को क़बूल करना और उसके लिए आभारी होना और यह जानना कि 'अच्छा' तो हमें सिखाता ही है, लेकिन 'बुरा' उससे भी बेहतर सीख देता है।

37

अपनी ज़िंदगी के मायने निकालने की कोशिश ही आपको रोक रही है

हमें अपने एहसास का मतलब समझने की कोशिश करनी चाहिए। हमें यह भी समझना चाहिए कि हम क्या सोचते हैं, अपनी सबसे आंतरिक मान्यताओं की शुरुआत का पता लगाना चाहिए और यह पक्का करना चाहिए कि वे वाक़ई हमारी हैं। हमें उन चीज़ों की सूची बनानी चाहिए, जिन्हें हम अहमियत देते हैं या नहीं देते, हमें ख़ुद से पूछना चाहिए कि हमें आख़िर क्या लगता है कि हममें क्या कमी है और फिर देखना चाहिए, हम उन्हें दूर करने की कितनी कम कोशिशें कर रहे हैं।

पर अपनी ज़िंदगी के मायने निकालने की कोशिश नहीं करनी चाहिए। ऐसा करके हम उस राह का मतलब निकालने की ऐसे कोशिश करते हैं, जैसे कि वह हमें नियंत्रित करती है, न कि हम उसे। ऐसा करने से आप जो थे, उस व्यक्ति पर वर्तमान जीवन को लागू करने की कोशिश करते हैं।

तर्क का इस्तेमाल करना और चीज़ों को लेकर सचेत होना 'अर्थ निकालने की कोशिश' जैसा नहीं है। पहले की चीज़ें व्यवस्थित हैं। उनमें हमारी वास्तविक इच्छाओं को पूरा करने के लिए चेतना का इस्तेमाल किया जाता है, जबकि अर्थ निकालने की कोशिश में हम अपने उन क्रियाकलापों के नतीजे को देखते हैं और सोचते हैं कि आख़िर वैसा कैसे हुआ।

हो सकता है कि कई सवालों के जवाब मौजूद हों ही नहीं। कुछ जवाब ऐसे होते हैं, जिनसे और सवाल पैदा होते हैं। जीवन जीकर, उसके हालात से गुज़रकर, कोशिशें कर ही कुछ हल हमें मिल सकते हैं।

सबसे अच्छी चीज़ों का कई बार कोई अर्थ नहीं निकलता, कम से कम शुरुआत में तो नहीं निकलता।

प्रेम तार्किक नहीं है। लालित्य, प्रेम और सुंदरता भी तार्किक नहीं होते। इसका मतलब यह नहीं कि हम उनके मामले में तर्क का इस्तेमाल नहीं कर सकते, इसका बस यह मतलब है कि उन्हें पूरी तरह देखने के लिए हमें एक अलग क़िस्म की समझ की ज़रूरत होती है।

अपने सबसे खरे स्वरूप में सभी चीज़ें थोड़ी असमंजस भरी होती हैं। वे जादुई इसलिए होती हैं, क्योंकि उनमें रहस्य होता है। उनका स्रोत अनजाना होता है और उनके अंत सुस्पष्ट होते हैं, उन्हें जीकर देखने के अलावा हम ज़्यादा कुछ नहीं कर सकते।

जो लोग प्रेम करने के तरीक़ों की बजाय उसे करने के कारणों की तलाश करते हैं, वे अपने जीवन को व्यर्थ गँवा देते हैं। वे ऐसी राहें तैयार करने की कोशिश करते हैं, जिनसे वे अपनी ख़ुशी को सही ठहरा सकें, जबकि उन्हें सिर्फ़ महसूस करने की ज़रूरत होती है। वे अपनी ख़ुशी को सुगम बनाने की बजाय ग़लत ढंग से तर्क का इस्तेमाल करते हैं, जिससे वे अपनी ख़ुशी को महसूस नहीं कर पाते।

कुछ ऐसी चीज़ें होंगी, जिन्हें आप तुरंत समझ जाते हैं, जिनके परिणामों के पीछे मौजूद कारण आपके अपने चयन होते हैं। हमारी ज़िंदगी में कुछ ऐसा भी होगा, जिसके बारे में हम जानते हैं कि उसका चयन हमने किया है, लेकिन कई बार हमारी इच्छा का बिलकुल उलट भी होता है। वे चीज़ें भले ज़्यादा नहीं, पर उतनी ही अहम होती हैं।

कई बार कुछ मामलों में कारण तुरंत आपके सामने होते हैं। बहुत बार ऐसा भी होता है कि हम कई साल तक कुछ बातों को समझ नहीं पाते। हम मुड़कर देखते हैं और कहते हैं, ‘‘हमें उसका कारण कभी समझ नहीं आया,’’ पर उसके बावजूद वे कम अहम नहीं हो जाते।

कई बार बात न जानने या असमंजस की नहीं होती, बल्कि यह होती है कि हमने उसका अनुभव किया। अनिश्चितता से जो निकलता है, वह उस चीज़ से ज़्यादा अहम होता है, जिसके बारे में हम कभी निश्चित नहीं थे।

हो सकता है कि आपको कभी पता न चले कि आप जिस शहर में रहते हैं, वहाँ पर आपको रहना था या नहीं, लेकिन आप वहीं रहते हैं, क्योंकि आपने वहाँ रहने को चुना। जब तक हम किसी के साथ रहने की कोशिश नहीं करते, तब तक हमें पता नहीं चलेगा कि हम उसके साथ रहने के लिए बने थे या नहीं। हम तब तक उन चीज़ों में सुकून तलाशते रहेंगे, जो हमें चोट पहुँचाती हैं, क्योंकि हमने किसी नई चीज़, किसी बेहतर चीज़ की असहजता में अभी तक क़दम नहीं रखा। ऐसा कुछ जो अनजाना है, कहीं और का है और कभी हम जो सोचते थे कि हमें चाहिए, वह उसके साथ नहीं जाता।

इससे वह ग़लत या बुरा नहीं हो जाता, इसका मतलब बस यही है कि आपको उसकी आशा नहीं की थी। आपको इतनी जानकरी नहीं थी कि आप उसका चयन कर सकते।

अपनी ज़िंदगी को मायने देने की कोशिश करना यह देखने का प्रयास करना है कि आपकी पुरानी कहानी आज कितनी सही साबित होती है। आप कभी जिस तरह के व्यक्ति थे, क्या आज की ज़िंदगी में ख़ुश रहेंगे। आप उन लोगों में जवाब तलाश रहे हैं, जिनका अब कोई वजूद नहीं है।

कुछ करने से स्पष्टता आती है, उसे करने के बारे में सोचने से नहीं।

अच्छी ज़िंदगी तब बनती है, जब आप अपने पास जो कुछ है, उसकी मदद से काम करते हैं, यह स्वीकार करते हैं कि यह चयन आपका नहीं होता कि आप किस चीज़ के साथ काम करेंगे, पर आप यह जानते हैं कि जिसका आपको इस्तेमाल करना है, वह हमेशा आपके पास होता है, ख़ासकर जब आपको पता नहीं होता कि आपको उसके इस्तेमाल की ज़रूरत है।

38

अपने दिमाग़ को डिटॉक्स कैसे करें (सबसे कटे हुए बिना)

अपने शरीर का ध्यान रखने के क्या मायने हैं, इस लिहाज़ से अभी हमें काफ़ी कुछ सीखना है और दिमाग़ का ध्यान रखने के मामले में तो हम और भी पीछे हैं। हमारे मस्तिष्क हमारे अनुभवों को तैयार करते हैं और कई ऐसे कारक हैं, जो हमारे उन परिप्रेक्ष्यों में बदलाव ला सकते हैं, जो पूरी तरह से हमारे नियंत्रण में होते हैं, लेकिन हमें उनका भान नहीं होता। यहाँ पर ऐसी कुछ बातें हैं, जो हमारे दिमाग़ को डिटॉक्स कर सकती हैं, उसकी प्रोग्रामिंग में बदलाव ला सकती हैं? और हमारी दिमाग़ी स्लेट को समय-समय पर साफ़ कर सकती हैं।

01 | **संस्कृति में घुलने-मिलने के लिए यात्रा करना।** अपने 'सामान्य' की अवधारणा के मूल बिंदु को बदलें। इससे आपको पता चलेगा कि कितने सारे बर्ताव/मूल्य/मान्यताएँ हैं, जिन्हें आपने अवचेतन रूप से अपने माहौल से अपनाया है (और किन तरीक़ों से उन्हें बदला जा सकता है)।

02 | **भावनात्मक समस्याओं के लिए शारीरिक समाधान तैयार करना।** लोग यह सोचकर ग़लती करते हैं कि एक एहसास किसी दूसरे को या तो काट देगा या फिर ठीक कर देगा। जब आप परेशान होते हैं, तो आपको उस परेशानी को दूर करने की किसी और उत्तेजना की चाह होती है, पर नकारात्मक भावनाएँ दरअसल हमारा ध्यान उन कामों की ओर ले जाने का संकेत हैं, जिनकी हम दिमाग़ी उठापटक और चीज़ों को सही ठहराने के तरीक़ों से अनदेखी करते हैं। अपने दिमाग़ को डिटॉक्स करने का मतलब है वास्तविक समाधान खोजने के बजाय भावनात्मक उतार-चढ़ाव से दूर रहना।

03 | **यह जानें कि भावनात्मक विषाक्तता मानसिक प्रतिरोध से पैदा होती है।** अपने लिए कोई निश्चित भावनात्मक अनुभव तैयार करने की बजाय यह कोशिश करें कि उस पल में आप जो महसूस कर रहे हैं, उसे पूरी तरह से स्वीकार करें। मानसिक प्रतिरोध से हम उसी भावनात्मक असहजता में रहते हैं, भले ही वह कुछ समय के लिए सुन्न हो जाए।

04 | **अपनी सीमाओं को पहचानें।** आपके सामने जो समस्याएँ हैं, वे दरअसल पीछे की समस्याएँ हैं, वे आपकी बुनियाद में दरारों की तरह हैं, जो आपके रोके हुए हैं। लक्षणों को दूर करने की कोशिश से बचें, पीछे जाएँ और कारणों को पहचानें।

05 | **लंबी ड्राइव पर जाएँ और ख़ुद को खो जाने दें।** उन जगहों से गुज़रें, जिनके बारे में आपको पता ही न हो। देखें कि लोग कैसे रहते हैं। उन्हें काम के बाद घर आते हुए देखें, ग़ौर करें कि बाहर से उनकी बैठकें कैसी दिखती हैं। इससे आपको सुकून मिलेगा और आप ज़्यादा व्यावहारिक ढंग से समझ सकेंगे कि आप कितने छोटे हैं, कितने नामालूम से हैं, जो आपको केवल महासागर को देखने से समझ नहीं आएगा। जो आपको नहीं मालूम, वह आपको बस नहीं मालूम है।

06 | **अपने फ़र्नीचर को फिर से व्यवस्थित करें।** आपका मस्तिष्क अलग-अलग तरह की चीज़ों और संकेतों से तजुर्बे तैयार करता है। आप लगातार अवचेतन रूप से नकारात्मक या स्थिर संपर्कों को सक्रिय करते हैं, क्योंकि आपका मस्तिष्क अपने आस-पास की चीज़ों को उसी ढंग से समझता या प्रोसेस करता है। अपने आस-पास के वातावरण में बदलाव लाकर आप अपनी सोच और अपने एहसास को बदल सकते हैं।

07 | **मानसिक सफ़ाई करें।** जो भी अजीबोग़रीब विचार आपके दिमाग़ में आते हैं या फिर जो छोटी-छोटी बेतुकी बातें आपके सिर पर बोझ की तरह पड़ी होती हैं, उन्हें लिखकर रखें। उन्हें लिखकर बाहर निकालने से आपको राहत मिलेगी।

08 | **अपने डिजिटल जीवन में फेरबदल करें।** हमेशा अलग-थलग रहना (या बहुत से लोगों को अच्छा भी नहीं लगेगा) संभव नहीं, लेकिन यह भी सही नहीं कि उन चीज़ों को रखा जाए, जिनसे आपके सोशल फ़ीड्स पर कोई सकारात्मकता नहीं आती और जिससे आप प्रभावित होते हैं। जिसे आप

देखना नहीं चाहते, केवल उसे अनफ़ॉलो करने की बजाय उन अकाउंट्स/समूहों/संगठनों/प्रकाशनों को फ़ॉलो करें, जिन्हें आप देखना चाहते हैं।

09 | **अपनी अवचेतन गतिविधियों पर ग़ौर करें।** चलते हुए अपने पैरों पर ग़ौर करें और देखें कि कैसे आप क़दम उठाकर आगे बढ़ने का फ़ैसला नहीं करते, बल्कि आपका दिमाग़ कहता है, ''ठीक है, आज यहाँ तक पहुँचते हैं'' और आप चलने लगते हैं। अपने सुबह के विचारों को भी ऐसे ही देखें।

10 | **अपनी जगह को भावनात्मक रूप से साफ़ करें : अपने आस–पास की चीज़ों के साथ अपने भावनात्मक जुड़ाव पर विचार करें।** क्या आपने वे कपड़े इसलिए ख़रीदे थे कि आप जो नहीं हैं, वैसा बनना चाहते थे? क्या आपके घर में रखी सजावटी चीज़ें आपने ज़िंदगी के बुरे दौर में ख़रीदी थीं? उन चीज़ों को हटा दें, लेकिन यह फ़ैसला करने से पहले देख लें कि उनसे आपको कैसा महसूस होता है।

11 | **अपनी स्थिति तय करें।** तीन कॉलम वाला एक चार्ट बनाएँ और बाईं ओर वह सब लिखिए, जो आपको लगता है कि आपने अपने जीवन में पाया है। बीच में अपनी रोज़मर्रा की ज़िंदगी के बारे में लिखिए और फिर दाईं तरफ़ लिखिए कि आपकी आदतों से आगे क्या हो सकता है या फिर उनसे आप भविष्य में क्या करने की उम्मीद कर सकते हैं। इससे आप बड़ी चीज़ पर ध्यान केंद्रित कर सकेंगे, बारीकियों में खो जाने से अक्सर लोगों को बेचैनी होती है।

12 | **जैसे ही आप टॉक्सिक विचारों के चक्र में जाने लगें, अपने शरीर की स्थिति बदल लें।** इससे आपके शरीर के लिए नया अनुभव तैयार होता है और आप फिर किसी और चीज़ पर ध्यान दे सकते हैं (काम के दौरान अपनी जगह पर आप ऐसा कर सकते हैं)।

13 | **अपने दिमाग़ का विस्तार करें।** अपने मनपसंद विषय पर लिखी कोई किताब पढ़ें और उस विषय के बारे में ज़्यादा जानकारी लें। किसी चीज़ के बारे में अगर आप कुछ सोचते हैं, उससे जुड़े शोध देखें। आपको जिन चीज़ों में दिलचस्पी है, उनके बारे में सक्रिय रूप से सीखने की कोशिश करें। इससे चाहे और कुछ न भी हो, आपको दुनिया की थोड़ी जानकारी तो होगी।

14 | **अपनी संबद्ध असंबद्धता की सीमा का फिर से मूल्यांकन करें।** अगर आपके ज़्यादातर रिश्ते (जो सुदूर रिश्ते नहीं हैं) डिजिटल दुनिया में हैं और काफ़ी समय से आपने फ़ोन से डिस्टर्ब हुए बिना किसी व्यक्ति से बातचीत नहीं की है, तो इस बात का आकलन फिर से करें कि आप अपने जीवन में लोगों को कितनी प्राथमिकता दे रहे हैं और यह भी समझें कि लोगों को ज़्यादा स्क्रीन समय देने से आपकी जीवनशैली बहुत ही व्यग्रता भरी होगी।

15 | **अपनी लतों की पहचान करें, जिनके कारण आपका ध्यान भटका रहता है।** लोग ज़्यादातर किसी न किसी तरह की लत से जूझ रहे होते हैं : कोई ऐसी चीज़, जिसे आप असल में करना नहीं चाहते, लेकिन करते रहते हैं। यह समझें कि लत से आप ख़ुद से कट जाते हैं और ख़ुद से कटने की नौबत तब आती है, जब आपके वर्तमान में कोई ऐसी चीज़ हो, जिसका आप सामना नहीं करना चाहते।

16 | **यह सीखें कि 'पर्याप्त रूप से अच्छा',बिलकुल सटीक का उलटा नहीं होता।** एक चीज़ जो आपको सबसे ज़्यादा राहत देगी, वह यह कि जो पर्याप्त रूप से अच्छा है, उसे वैसे ही रहने दें।

17 | **अपनी ज़िंदगी के उन हिस्सों को अलग–थलग कर दें, जो केवल प्रदर्शन से जुड़े हैं।** हमारे दिमाग़ को जो चीज़ सबसे ज़्यादा अवरुद्ध करके रखती है, वह है, वह कोशिश, जिसे हम एक ऐसी ज़िंदगी को खड़ा करने में लगाते हैं, जो थोड़ी अधिक स्वीकार्य, थोड़ी बढ़िया और किसी और की ज़िंदगी से थोड़ी बेहतर लगती है (और इस तरह से पर्याप्त रूप से अच्छी लगती है), पर उससे जो हम चाहते हैं, ठीक उसका उल्टा होता है : हम भव्य विचारों और जुड़ावों के माध्यम से ख़ुद को सही मायने में ख़ुशियों भरे अनुभव से दूर करते हैं, जो अंतत: हमें इंसान की बजाय चरित्र में तब्दील कर देते हैं।

18 | **लोगों में जो आपको अच्छा नहीं लगता, उसके बारे में लिखें।** आपको ख़ुद को और अपनी ज़िंदगी में इस चीज़ को बदलने की ज़रूरत है (लेकिन आप उसे लेकर असल में कुछ करने का प्रतिरोध कर रहे हैं)। यह जान लें कि अक्सर वह सतही मुद्दा नहीं होता : आपको अपनी खीझ दिलाने वाली पड़ोसी इसलिए नापसंद नहीं कि वह आपको लंच के लिए परेशान करती है और आप बाक़ी लोगों को करते हैं, बल्कि आप उसे इसलिए पसंद नहीं करते,

क्योंकि वह ऐसे पेश आती है, जैसे कि वह प्यार के लिए हताश हो और आपको भी वैसा ही लगता है, लेकिन आप उससे बचते हैं, क्योंकि आपको वह शर्मनाक लगता है। यह एक तरह की चीट शीट है, जिससे पता लगता है कि आपकी ज़िंदगी में असल में क्या ग़लत है। यह महत्त्वपूर्ण है, क्योंकि समस्या को पूरी तरह से समझना भी वैसा ही है, जैसा कि समाधान के बारे में जानना। अगर आपको नहीं पता कि क्या करना है, तो इसका मतलब है कि आपको यह भी नहीं पता कि आख़िर ग़लत क्या है। अगर आपको उसके बारे में नहीं पता, तो इसका कारण यह है कि आपका कोई हिस्सा उसे देखने से बच रहा है।

39

12 संकेत कि आपके जीवन में एकमात्र समस्या यह है कि आप उसे जीने की बजाय उसके बारे में सोचते ज़्यादा हैं

बेचैनी अक्सर अकर्मण्यता का परिणाम होती है। हम अपनी संभावनाओं को साकार करने के लिए पैदा हुए थे, न कि केवल उनका विश्लेषण करने के लिए। लगातार सोच में पड़े रहना तभी होता है, जब हम किसी समस्या से बचने के लिए आत्मविश्लेषण का इस्तेमाल करते हैं। जीवन के आलोचनात्मक मूल्यांकन का मक़सद जीवन को अच्छी तरह जीना है, न कि उसका उलट होना है। जब हम असलियत की बजाय अपने दिमाग़ में जीवन के बारे में ज़्यादा सोचते हैं, तो यह सब होता है।

01 | **आपके लक्ष्य संपूर्ण परिणाम होते हैं, न कि संपूर्ण क्रिया-कलाप।** आपको काम करके विचारों को यथार्थ में तब्दील करने के मुकाबले केवल विचार के स्तर पर उनसे प्यार होता है। जब आप अपनी बिलकुल संपूर्ण ज़िंदगी का सपना देखते हैं, तो आप यह सोचते हैं कि आप कैसे दिखते हैं, न कि यह कि आपके रोज़मर्रा के काम में क्या होना चाहिए।

02 | **आप ख़याली पुलाव बनाते हैं।** मैलाडैप्टिव डेड्रीमिंग की स्थिति तब आती है, जब आप लोगों के साथ व्यवहार करने या सामान्य कामकाज की बजाय आप कोरी कल्पनाओं की दुनिया में रहते हैं। संगीत सुनते हुए या फिर चहलक़दमी करते हुए, झूला झूलते हुए जैसे क्रिया-कलापों के दौरान भी लोगों को ऐसा महसूस होता है। जीवन के मसलों से जूझने की बजाय आप बस भव्य विकल्पों को लेकर ख़याली पुलाव बनाते रहते हैं, जो आपकी असहज भावना को दूर करने में एक तरह के नशे का काम करता है।

03 | **जीवन में आपका उद्देश्य अमूर्त है।** आप जानते हैं कि आप लोगों की मदद करना चाहते हैं, या पढ़ाना चाहते हैं या फिर बेआवाज़ लोगों की आवाज़ बनना चाहते हैं, लेकिन आपको यह नहीं पता कि वह कैसे करना है और निश्चित रूप से आप अपने वर्तमान जीवन में, अपने हालात में या फिर दैनिक रूप से लोगों के साथ मेलजोल में उसे साकार करने पर ध्यान केंद्रित नहीं करना चाहते।

04 | **आपकी ज़्यादातर समस्याओं का समाधान छोटे बदलाव करने में है, लेकिन आप ऐसा बिलकुल नहीं करते।** इसका मतलब यही है कि आप किसी चीज़ से बचने या उसे भुलाने के लिए ज़रूरत से ज़्यादा सोचने को अपना हथियार बना लेते हैं। ऐसा करना आसान है, क्योंकि किसी समस्या की बारीकी से आलोचना करना उससे ध्यान हटाने का बड़ा बढ़िया तरीक़ा लग सकता है, लेकिन वह तब तक ही उपयोगी है, जब तक कि आपके पास समाधान हो और आपको फिर उस पर अमल भी करना हो।

05 | **आप हमेशा व्यस्त रहते हैं, लेकिन कभी भी पर्याप्त रूप से कारगर नहीं होते।** हमेशा लगता है कि आपका काम ख़त्म नहीं होगा, आप समय गँवाते हैं और आपको पता ही नहीं चलता कि वह कहाँ चला गया, आप हमेशा तनाव में रहते हैं और आपके दिमाग़ कुछ न कुछ पकता रहता है। लगता है जैसे, आप लगातार किसी ऐसे काम में हैं, जो कभी समाप्त नहीं होता।

06 | **ऐसा लगता है कि आपको जो सबसे ज़्यादा चाहिए, आप उसका प्रतिरोध करते हैं।** असल में कोशिश करने, उसे थोड़ा-थोड़ा समझने की बजाय आप मान लेते हैं कि आप उसके क़ाबिल नहीं है या फिर वह असंभव है या आप जिस चीज़ को चाहते हैं, उसे पाने का मतलब है कि आप उसे गँवा सकते हैं (इसलिए बेहतर है कि उसे थोड़ा-थोड़ा पाने की बजाय हासिल ही न किया जाए)।

07 | **आप उन लोगों में से हैं, जो उसी चीज़ पर किसी से जुड़ते हैं, जिससे आप पसंद नहीं करते।** इसके मायने हैं कि आप : अ) किसी और चीज़ को पाने या ज़्यादा दिलचस्प बातें करने के लिए पर्याप्त कोशिश नहीं कर रहे या: ब) गहरे तौर पर इतने असुरक्षित हैं कि कोई और आपके बराबर है, आपके लिए वही काफ़ी होता है (किसी को आँकने या परखने का मतलब है कि आप श्रेष्ठतर होना चाहते हैं, जिसका अर्थ है कि आप ख़ुद को बहुत कमतर समझते हैं)।

08 | **आपकी ज़्यादातर समस्याएँ या तो आँके जाने का डर हैं या फिर बहिष्करण का।** अगर यह डर आपकी ज़िंदगी में अहम रूप से मौजूद है, तो इसका कारण यह है कि आपने अपनी सोच के मुताबिक़ अपनी पसंद या फिर बाक़ी लोगों की राय के आधार पर काफ़ी कुछ तैयार कर रखा है। यही वजह है कि आप सहज रूप से कोई क़दम नहीं उठाते–आप उसके बारे में सोचते हैं, आप जो कुछ किसी ढंग से करना चाहते हैं, उसमें बदलाव लाते हैं और फिर (संभवत:) काम करते हैं (अब भी भयभीत होकर) कि पता नहीं लोग उसे पसंद करेंगे या नहीं।

09 | **अगर आप ठहरकर उस पर विचार करते, तो आपके पास कम से कम ऐसी दस चीज़ें होतीं, जिनके लिए आप आभारी होते।** आपकी 'समस्याएँ' इस बात को लेकर नहीं हैं कि आपके पास 'क्या कुछ नहीं' है, बल्कि यह न पहचानने को लेकर हैं कि आपके पास क्या है। सकारात्मक भावनाएँ आपको कहीं रोके नहीं रखतीं और न ही आपको ज़रूरत से ज़्यादा सोचने पर मजबूर करती हैं।

10 | **आप अपने जीवन में कुछ बदलाव करना चाहते हैं, लेकिन आपका फ़ोकस पुरानी चीज़ों को ख़त्म करने पर है, न कि कुछ नया बनाने पर, जो उन्हें बेकार बना दे।** अन्य शब्दों में, आप उन लोगों में से हैं, जो पुरानी चीज़ों का अत्यधिक विश्लेषण कर उनके मायने तय कर सुकून पाने की कोशिश करते हैं, जबकि वास्तव में असुरक्षा के कारण जटिलता आती है और किसी स्थिति के सामान्य यथार्थ को स्वीकार कर पाने की असमर्थता से असुरक्षा पैदा होती है।

11 | **आप सवालों को फिर से व्यवस्थित करने की बजाय झटपट समाधान पर ज़्यादा ध्यान देते हैं।** जब आप कोशिश करके किसी चीज़ में नाकाम हो जाते हैं, तो आप उससे कुछ सीखकर आगे बढ़ने और कुछ नया करने की कोशिश के बजाय इस बात पर ज़्यादा ध्यान देते हैं कि आप नाकाम क्यों हुए। आप ख़ुद को 'क्या सही नहीं है' को जानने और यह इच्छा न रखने कि 'क्या कुछ हो सकता है' के बीच अटकाकर रखते हैं।

12 | **आप हमेशा यह कल्पना करते हैं कि आप क्या करना चाहते हैं और फिर उसे वास्तव में कभी नहीं करते।** आपने ख़ुद को आश्वस्त कर लिया है कि ज़िंदगी तभी शुरू होती है, जब सब कुछ अपनी सही जगह पर हो, जबकि सच्चाई यह है कि ज़िंदगी बस वही करने का काम है।

40

तर्कशील लोग क्यों बेहतर जीवन बिताते हैं (ऐसी पीढ़ी में, जहाँ 'जुनून' बहुत मायने रखता है)

हमारी पीढ़ी मानती है कि पैशन यानी जुनून ही जवाब है, वह जीवन को आनंदपूर्ण, कामयाबी और ख़ुशी से जीने का समाधान है। बचपन में हमें कहा जाता था, "तुम कुछ भी कर सकते हो" और सुनने को मिलता था, "तुम हर चीज़ में कामयाब हो सकते हो।" मुझसे कहीं ज़्यादा स्मार्ट लोग हैं, जिन्होंने बड़ी ख़ूबसूरती से इस पर बात की है।

यह सिर्फ़ जुनून की बात नहीं है, यह अपने मक़सद को जुनून के साथ पाने की बात है। जुनून सफ़र करने का तरीक़ा है, अपनी मंज़िल निर्धारित करने का कोई साधन नहीं है। वह तो चिंगारी है, जो आग जलाती है, मक़सद वह उसे रात भर जलाए रखने वाली चीज़ है। (मैंने पहले भी यह बात कही है।) कहने का मतलब है कि जुनून का उलटा यह नहीं है कि हम निरुत्साहित जीवन जिएँ, बल्कि वह तो उसे तर्क के साथ जोड़कर वहाँ पहुँचना है, जहाँ हम जाना चाहते हैं।

अपनी ज़िंदगी को निष्पक्ष ढंग से देखना और भावनाओं, घटनाओं और निर्णयों को स्थिर ढंग से देखना-समझना न केवल सकारात्मक बात है, बल्कि काम करने के लिए भी यह ज़रूरी है। दिल और दिमाग़ अलग-अलग होते हैं और हमें यह देखना होता है कि दोनों में तालमेल कैसे बैठाया जाए।

01 | **जुनून आपसे कहता है कि आपको ज़िंदगी में जिसकी सबसे ज़्यादा चाह है, आपको वही करना है, लेकिन यह कभी भी 'आप क्या चाहते हैं' को लेकर नहीं होता, बल्कि आपको सबसे ज़्यादा क्या चाहिए, उससे जुड़ा होता है।** मामला बस यही है कि आप अपनी किस (अक्सर परस्पर विरोधी) इच्छा को जीतने देते हैं।

लोग जिस चीज़ को चाहने का दावा करते हैं, उसके लिए कुछ इसलिए नहीं करते, क्योंकि कोई और चीज़ होती है, जिसे वे थोड़ा ज़्यादा चाहते हैं। जो वे करना चाहते हैं, उसे नहीं कर पाते, क्योंकि वे अपनी इच्छाओं की प्राथमिकताएँ तय करने की बजाय अपनी सबसे तीव्र इच्छा के पीछे लगे होते हैं।

मेरी इच्छा है कि मैं एक और छुट्टी ले लूँ, लेकिन मुझे अपने रिटायरमेंट फ़ंड पर भी काम करता है और अपने कारोबार को थोड़ा और तैयार करना है। फ़िलहाल मैं दूसरे विकल्प का चयन कर रही हूँ, क्योंकि उससे बाद में मैं पहली इच्छा को पूरा कर सकती हूँ। तो देखा आपने? यहाँ मेरा चयन यह है कि मैं कौन सी इच्छा को जीतने दूँ।

जब लोग अपनी ज़िंदगी को सिर्फ़ भावनाओं की बुनियाद पर खड़ा करने की कोशिश करते हैं, तो वे यह चयन करने में नाकाम होते हैं कि किस इच्छा के पीछे लगना है और वे उसे चुनते हैं, जो उन्हें किसी क़िस्म की हाई या उत्तेजना देती है। अगर वे ऐसा करते हैं, तो उसमें कमियाँ होंगी, क्योंकि वह अस्थायी है और उससे ऐसे परिणाम सामने आ सकते हैं, जो उनकी शुरुआती मंशा से बिलकुल उलट हों।

02 | जुनून किसी रिश्ते को उत्तेजना की बुनियाद पर तय करता है, तर्क पर आधारित रिश्ते मक़सद की बुनियाद पर खड़े होते हैं।

यहाँ पर 'मक़सद' प्रेम होता है (किसी लगाव के न होने या अकेले न रहने की इच्छा या पैसा या अहंकार, जो कि बदक़िस्मती से कई लोग करते हैं)। हमें अक्सर सिखाया जाता है कि प्रेम बस 'अच्छा एहसास' या फिर कोई 'क्रिया' है, लेकिन हमें महसूस होने वाले 'अच्छे एहसास' तो बहुत से होते हैं, जो कि प्रेम पर आधारित नहीं होते और कई बार जब हम ऐसे लोगों के साथ होते हैं, जो हमारे लिए अहम हों, तो हम उसे भी प्यार समझ लेते हैं।

अपने रिश्ते को किसी क्षणिक भावना से किसी बड़ी चीज़ की बुनियाद पर खड़ा करने की प्रतिबद्धता उस रिश्ते को कारगर बनाएगी। जब आप यह मानते हैं कि जुनून ही प्रेम है, तो जैसे ही आपको अपने साथी से वह हॉर्मोनल उत्तेजना मिलनी बंद होगी, आप तुरंत उस रिश्ते को तोड़ना चाहेंगे, या इससे बदतर यह स्थिति हो सकती है कि आप उसके लिए उन्हें दोषी ठहराएँ और पता लगाएँ कि उनमें क्या कमी है और क्यों है।

यह बात लोगों में इस तरह से दिखाई देती है कि लोग इस बात को लेकर अनिर्णय और अनिश्चतता की स्थिति में होते हैं कि 'वे किसी से प्रेम करते हैं या नहीं,' उन्हें ज़्यादा कोशिश करनी चाहिए या नहीं या फिर इंतज़ार करना चाहिए

या इस बात को स्वीकार कर लेना चाहिए कि प्रेम हमेशा कोई अजब-ग़ज़ब चीज़ नहीं होता।

मैंने निजी तौर पर कई साल यह समझने की कोशिश में बिताए हैं कि मैंने अलग तरह के लोगों से प्यार किया है या नहीं और आधा समय तो रिश्तों से जुड़ते-टूटते हुए बीता, फिर आख़िरकार मेरी समझ में आया कि मैंने जुनून को प्यार समझ लिया था (वे दोनों एक चीज़ नहीं हैं)।

03 | तर्क से हम निष्पक्ष रूप से देख सकते हैं, जुनून आत्मगत होता है और हम पर हावी रहता है।

लोग जिन चीज़ों को लेकर जुनूनी होते हैं, वह दरअसल एक तरह की चीख़ होती है, जो उनकी पूरी ताक़त ले लेती है और ख़ालीपन में गूँजती रहती है। उसमें कोई तौर-तरीक़ा या कारण नहीं होता, बस भावनाओं का ज्वार होता है और जब वह किसी और की भावनाओं से टकराता (या उनके विरोध में होता) है, तो वह निजी अपमान जैसा महसूस हो सकता है।

आपकी कोई भावना या मान्यता चाहे जितनी भी तीव्र हो, वह कई तरह की भावनाओं के साथ अस्तित्व में होती है और ज़रूरी नहीं कि वे सब परस्पर व्याप्त हों या एक श्रेणी में हों। इसका मतलब यह कतई नहीं कि आप या कोई और ग़लत है। बात इतनी सी है कि जुनून आपको बाक़ी सच्चाइयों को मान्यता नहीं देने देता : वह एकमात्र है और अगर उसकी जड़ें वास्तविकता में न हों, तो वह विनाशकारी है।

04 | तर्क आपको उस व्यक्ति के लिए निर्णय लेने में मदद करता है, जो आप बनने की उम्मीद करते हैं; जुनून उस इंसान के लिए फ़ैसले लेने में मददगार होता है, जो आप हैं या जो आप थे।

जुनून का एहसास इतना शिद्दत भरा इसलिए होता है, क्योंकि वह उस सवाल का जवाब देता है, जिसे पूछने को लेकर आपको ही जानकारी नहीं होती। वह किसी ऐसी चीज़ का हल होता है, जिसके साथ आप जूझते रहे हैं। वह किसी ऐसे मसले को साबित करता है, जिसके बारे में आपको पता नहीं होता। वह स्वयंसिद्ध होता है। वह किसी तरह की मुक्ति जैसा या ज्ञानातीत होता है। ऐसी चीज़, जो आपको उत्तेजना देती है, जिसका मतलब है कि वह परिचित होती है और प्रतिकारक की तरह काम करती है।

आपके अपनी ज़िंदगी में आगे बढ़ने का एक सही संकेत यह है कि आपको नहीं पता कि आप कहाँ जा रहे हैं। अगर आपको पता होता कि आप कर रहे हैं, तो आप उसी रास्ते के चक्कर लगा रहे होते। अगर आप उस अंधाधुंध 'उत्तेजना'

को महसूस करते हैं, तो यह इस बात का संकेत यह है कि आप अतीत में जी रहे हैं। (आप किसी के या ख़ुद के सामने कोई चीज़ साबित कर रहे हैं।)

05 | जुनून कहता है कि आपको ऐसे जीवन की कोशिश करनी चाहिए, जिसमें आपके सबसे ज़बरदस्त सपने पूरे हों, तर्क कहता है कि आपको ऐसी ज़िंदगी जीनी चाहिए, जो आपकी क्षमता का संपूर्ण उपयोग करे।

जुनून के हिसाब से ज़िंदगी को देखें, तो उसमें आप यह मानकर चलते हैं कि आपका जीवन किसी मायने में 'कम' है, क्योंकि आप वह सब नहीं कर रहे हैं, जिसे आप आदर्श मानते हैं, जबकि तर्क के अनुसार जीवन में आप पाते हैं कि आप उन चीज़ों को क्यों चाहते हैं और अंतत: इस नतीजे पर पहुँचते हैं कि दरअसल आप उन्हें चाहते ही नहीं हैं। अपने सपनों को संपूर्णता तक ले जाने की बजाय तर्क आपसे कहता है कि आप अपनी क्षमता का पूर्ण उपयोग करें, जो आख़िरकार आपको उस जगह पर ले जाएगा, जहाँ के सपने आपको जुनून दिखाता रहा है।

06 | जुनून लगाव से पैदा होता है, तर्क उसे काटता है।

जुनून किसी विचार या अक्सर किसी ख़ास एहसास से लगाव है। यह इच्छा है कि उस एहसास को बार-बार महसूस किया जाए और उसके लिए चाहे कुछ भी क्यों न करना पड़े। जब लोग जुनून भरी ज़िंदगी की कल्पना करते हैं, तो वे ऐसे काम करने और ऐसे लोगों के साथ रहने की कल्पना करते हैं, जिनसे उन्हें ख़ास ढंग से कुछ महसूस हो। यह बात न सिर्फ़ अवास्तविक है, बल्कि अंतत: अंसभव भी है। तर्क हमें बताता है कि चाहे आपको कोई काम कितना ही पसंद हो, उसमें मुश्किलें आएँगी ही। अपने प्रेमी के साथ बिताई जाने वाली ज़िंदगी ज़रूरी नहीं कि आसान हो (हालाँकि लोग यही मानकर चलते हैं और इसकी चाहत रखते हैं)। जब आप इस रवैये के साथ आगे बढ़ते हैं कि 'चाहे कितनी भी मुश्किल हो, मैं हार नहीं मानने वाला/वाली', तो ऐसे में आप अपनी बुनियाद, अपने कौशल और अपनी क़ाबिलियत तैयार करते हैं, ताकि आप हर चीज़ का मुक़ाबला कर सकें, जिससे कुछ समय के बाद शुरुआती मुश्किलें ख़त्म हो जाती हैं।

07 | तर्क से कृतज्ञता पैदा होती है, कृतज्ञता से ख़ुशियों भरा जीवन आता है।

लोग 'कृतज्ञता अपनाते' हैं या फिर जिन चीज़ों के लिए वे कृतज्ञ हैं, उस पर विचार करते हैं, बदक़िस्मती से बहुम कम लोग सहज रूप से इसे अपने जीवन में महसूस करते हैं और चाहे आपकी मौजूदा स्थिति जैसी भी हो, हर किसी को कृतज्ञ होने का कारण मिल सकता है।

कृतज्ञता विकसित करना जीवन में संतुष्टि का अनुभव करने के लिए आवश्यक है, क्योंकि वह आपको ऐसी मानसिकता में डालता है, जिसमें आप और भी आभारी होने के कारण खोज सकें। आभार महसूस करने का मतलब यह नहीं कि अपने जीवन में ख़ुश होने के एहसास का हम इंतज़ार करें, बल्कि यह है कि सक्रियता से उन चीज़ों पर ध्यान केंद्रित करें, जिनके मामले में आप ख़ुद को भाग्यवान, कृतज्ञ और गौरवान्वित समझते हैं। यह तो आपको पता ही होगा कि जो आप चाहते हैं, वह अंतत: मिल जाता है।

08 | तर्क भावना को अलग करके रख देता है। जुनून बाक़ी भावनाओं को अलग करने के लिए भावना का इस्तेमाल करता है।

तर्क अतार्किक, बेबुनियाद या दर्दनाक भावनाओं के पुर्ज़े खोल सकता है और उनके कारणों को निर्धारित कर, यह पता लगाकर वे उपयोगी हैं या नहीं या फिर असल में उनकी आवाज़ सुनकर और उसके हिसाब से सबसे अच्छी तरह काम करके आपको चेतना के उस ऊँचे स्तर पर ले जाता है।

जुनून बाक़ी भावनाओं को अलग करने के लिए भावना के इस्तेमाल की कोशिश करता है। उदासी की स्थिति में कोई उत्तेजना लाकर, पुराने एहसास की जगह नया एहसास लाकर ऐसा किया जाता है। यह पानी पीने के लिए मुट्ठी में पानी भरने जैसी बात है।

मज़बूत, स्पष्टता लिए हुए निर्देशित मन सारे बेबुनियादी तनाव को नष्ट कर देता है, जिसे बौद्ध 'वानर मन' (हर किसी के दिमाग़ में चलने वाले अतार्किक, चुपचाप चले आने वाले विचारों का सिलसिला, जो भले हमारी भावनात्मक दशा को तैयार न करें, पर उसे प्रभावित ज़रूरत करता है) कहते हैं। तर्क आपको बता सकता है कि कैसे दिल-दिमाग़ मेल खाते हैं; जबकि जुनून को वे दोनों एक जैसे लगते हैं।

09 | बहुत से लोग जो 'जुनून को पाने' की चाहत रखते हैं और 'जुनून भरे रिश्ते' को पाना चाहते हैं, वे किसी कमी या अपर्याप्तता के कारण ऐसा करते हैं।

जो चीज़ें भावपूर्ण हों, असल हों और प्रेममय हों, वे शायद ही कभी उन्मत्त या अत्यधिक भावनात्मक होती हैं। वे शांत, मनचाही, सुंदर और कई बार ताक़तवर होती हैं, लेकिन कुछ करने की उन्मादी चाहत अक्सर किसी ख़ालीपन को भरने, समस्या से भागने और सच से बचने की कोशिश होती है।

जुनून भरे रिश्ते की सनक भरी चाहत अक्सर ख़ुद से प्रेम की कमी की ही झलक होती है। किसी जुनूनी काम को करने की ज़रूरत की जड़ें दरअसल मौजूदा

सच्चाई को लेकर ज़बरदस्त नाख़ुशी में होती हैं। वे सुकून पहुँचाने वाले विचारों, विचलन के तरीक़ों और बचने के रास्तों का सिलसिला होते हैं : हर कोई जिस दानव से भाग रहा है, वह वे ख़ुद हैं।

10 | किसी चीज़ को बहुत शिद्दत से चाहने से किसी को कभी कुछ नहीं मिला है।

मुझे इस बात की परवाह नहीं है कि किसी चीज़ को लेकर आप कितने जुनूनी हैं, इसका मतलब है कि आप उस काम के लिए सही नहीं हैं। वह चाहे कोई रिश्ता हो, प्रमोशन हो, घर हो या फिर कुछ और भी हो।

पर लोग किसी काम के लिए उचित समझे जाने के तौर पर 'जुनूनी' होने का दावा करते हैं, जबकि आख़िरकार काम उसी व्यक्ति को मिलता है, जो उसके लिए तकनीकी रूप से सबसे उपयुक्त हो, दोनों पक्ष आश्वस्त हों कि रिश्ता 'सही है', प्रमोशन उसी व्यक्ति को मिलेगा, जिसने सबसे ज़्यादा मेहनत की होगी और सबसे अच्छे क्रेडिट स्कोर (क़र्ज़ पाने के लिए उपयुक्त) वाले व्यक्ति को घर मिलेगा। अक्सर लोग इस बात पर ध्यान देते हैं और यही बात दूसरे तक पहुँचाते हैं कि वे किसी चीज़ को कितनी शिद्दत से चाहते हैं, भले वास्तविक कारणों के मद्देनज़र वे उसके लिए सही/क़ाबिल/पर्याप्त न हों।

11 | काम करने से सार्थक जीवन तैयार होता है, न कि उसे करने के बारे में सोचने से।

अगर आप अपने जीवन को औरों से अलग चाहते हैं, तो अलग ढंग से काम करें। ख़ुशियों भरे अस्तित्व को लेकर हमारी बहुत सी अवधारणाओं की जड़ें अमूर्त बातों में हैं : स्पष्टता से सोचें, सकारात्मक दृष्टिकोण रखें, उन लोगों के इर्द-गिर्द रहें, जिनकी आपको परवाह है, अपने काम में प्रयोजन का बोध रखें, पर यह सब तक तक काम नहीं करता, जब तक कि वह वास्तविक न हो और बहुत से लोग इसका ढोंग करने की कोशिश करते हैं, जैसे कि वे ख़ुद को भी उसकी असलियत को लेकर आश्वस्त कर सकते हैं।

इसका विकल्प है कि काम किया जाए। वह अहम पहलुओं, काम में जुटे रहने और लगातार मेहनत करने का मामला है, जिससे लोग बचते हैं, क्योंकि वे अपनी नाकामियों के लिए ज़िम्मेदारी नहीं लेना चाहते। (अगर आप कोशिश ही न करें, तो आप नाकाम नहीं होंगे, है न?)

आप जो करते हैं, उससे आत्मविश्वास बनता है, सकारात्मक मानसिकता की जड़ें आपके काम में होती हैं, हमारे काम से प्यार भरे रिश्तों का पोषण होता है, काम करने से उद्देश्यपूर्ण काम होता है, न कि सिर्फ़ यह सोचते रहने से (और मानना भी वही बात है) उसे क्यों किया जाना चाहिए।

12 | जुनून आसान रास्ता है।

आप जो 'चाहते हैं', उसकी पाँच साल की पढ़ाई के लिए भारी-भरकम क़र्ज़ा लें, लेकिन न तो कहीं जा पाएँ/न सफ़र कर पाएँ/न शादी कर पाएँ/बच्चे न हों/काम न कर सकें, क्योंकि दरअसल आप अगले तीस साल तक क़र्ज़े में डूबे रहने वाले हैं। जुनून यही करता है।

उस शख़्स से शादी करें, जिसकी चाहत में आप दीवाने हों, जिसकी बेपरवाही और बुरे बर्ताव से आपके बचपन के मसले फिर से सामने आ जाते हों। जब वह आपको छोड़कर जाए, तो इतना टूट जाएँ और ख़ुद को यक़ीन दिलाएँ कि वही एक इंसान आपके लिए था। (ऐसा तो केवल सच्चे प्यार के लिए हो सकता है?) अपने रिश्ते को इस बुनियाद पर खड़ा करें कि जब आप साथ हों, तो आप सच्चाई से कितने दूर होते हैं। दोस्तों, कामकाज और अपने होने के बोध को खो दें। जुनून यही करता है।

या यूँ कहें कि जब जुनून और तर्क साथ न हों, तो यही होता है। सोच-समझ की चाबुक के बिना बेलगाम भावनाएँ यही करती हैं। ऐसा तब होता है, जब आप अपनी भावनाओं के मूल पर सवाल न करके उनका यक़ीन कर लेते हैं। जब आप भावनाओं के उबाल से इंसानी हालात की तकलीफ़ों से बचने की कोशिश यह सोचकर करते हैं कि वे उनका प्रतिकार होंगी।

जुनून आसान रास्ता है, ग़लत तरीक़े अपनाना है, अपनी मनचाही ज़िंदगी जीने के लिए कोशिश न करना है। जुनून किसी विचार को सहारा दे सकता है, सच्चाई को नहीं।

41

मनचाहा जीवन पाने से पहले आपको अपने बारे में जिन बातों को जानने की ज़रूरत है

जैसा कि सीजी युंग ने कहा था, ''जब तक आप अवचेतन को चेतन नहीं बनाते, वह आपके जीवन को निर्देशित करता रहेगा और आप उसे नियति का नाम दे देंगे।'' जब बात हमारी मनचाही ज़िंदगी की आती है, तो हमें सिखाया जाता है कि अपनी कल्पना में हम जो कुछ चाहते हैं, हमें उससे शुरुआत करनी होगी। भूमिकाओं की बजाय ओहदे, यथार्थ की बजाय छवि, रोज़मर्रा के काम, कर्तव्य और व्यवहार की बजाय अवधारणाएँ। अब समय आ गया है कि हम पश्चिमी दुनिया के अहं की सनक वाली बिग लाइफ़ के पुर्ज़े-पुर्ज़े कर दें और समझें कि असल में अपनी इच्छा से जीना क्या होता है। यहाँ पर वे सब बातें हैं, जिन्हें आपको अपने बारे में जानना चाहिए, ताकि आप वाक़ई जिस ज़िंदगी को चाहते हैं, उसका चयन कर सकें, न कि जो आपको लगती है कि आप चाहते हैं।

आपको क्या लगता है कि आपके रोज़मर्रा के काम क्या होने चाहिए?

हमें बताया जाता है कि हमें इस आधार पर अपना मनचाहा जीवन चुनना चाहिए कि हम जो सोचते हैं कि हमें क्या होना चाहिए, लेकिन अब तक हम सिर्फ़ यह पता लगा सकते हैं कि किसी काम की पदवी क्या होगी। हम अपने रोज़मर्रा के कामकाज की बारीकियों पर बहुत कम विचार करते हैं, जो शांत और सार्थक अस्तित्व के लिए आवश्यक हैं। 'मैं रोज़ लोगों की मदद करना चाहता हूँ,' की बजाय ख़ुद से यह पूछें कि क्या आप शारीरिक रूप से लोगों का ध्यान रखकर ऐसा करना चाहते हैं। जब हम सोचते हैं कि हम कैसा जीवन चाहते हैं, तो वह बड़ा लच्छेदार और अच्छा लगता है, लेकिन हमें वास्तविकता पर विचार करना चाहिए। जब हम इस बात का चयन करते हैं कि अपने जीवन में हम क्या चाहते हैं, तो हमें काग़ज़ी काम, कंप्यूटर पर लगने वाले समय, फ़ुर्सत के लम्हों, सब पर ध्यान देना होगा, तभी हम असल में अपने अस्तित्व की बुनियाद तैयार कर सकेंगे।

हम किस तरह का इंसान बनना चाहते हैं? (इस बात के विपरीत कि हम कौन सा पद चाहते हैं?)

यहाँ पर मसला यह नहीं है कि अपने कामकाज में आप कौन सा ओहदा चाहते हैं, बल्कि यह है कि उसे करते हुए आप किस तरह का इंसान बनना चाहते हैं। अंततः इस बात से फ़र्क़ नहीं पड़ता कि आप शिक्षक हैं या विद्यार्थी, या संपादक या फिर कोई निर्माण मज़दूर। महत्त्वपूर्ण बात यह है कि उन कामों को करते हुए आप किस तरह का इंसान बनना चाहते हैं। क्या आप ऐसे शख़्स हैं, जो दयालु है और समझदार है? वह जो अपने दिन का हिस्सा अपने प्रियजनों के साथ बातचीत में बिताता है? ऐसा कोई, जो सुबह से लेकर रात तक बस व्यस्त रहता है? जिसका ध्यान भटका रहता है? जो चौकस रहता है? मेहनती है? आप अपने काम की बजाय इस बात से परिभाषित होते हैं कि आप उसे कैसे करते हैं।

आप किस चीज़ के लिए याद रखे जाना चाहते हैं?

आप क्या चाहते हैं कि लोग आपके अंतिम संस्कार के समय आपके बारे में क्या कहें? यह कि आपकी पैंट का साइज़ छोटा था और आपकी कामयाब नौकरी थी, जिसकी वजह से आप असल में रिश्ते बना नहीं सके? या फिर आप स्नेहिल और दयालु थे और अपने काम की परवाह करते थे, लेकिन उससे ज़्यादा आपको लोगों की परवाह रहती थी? हमें अपने अस्थायित्व पर हर रोज़ चिंतन-मनन करना चाहिए : यह याद रखने से बड़ी संयत करने वाली, डराने वाली या नकारात्मक बकवास को तेज़ी से काटने वाली से बड़ी चीज़ यह याद रखना है कि हमारे हमेशा समय नहीं रहने वाला। जब सब कुछ ख़त्म हो जाएगा, तब आपके जीवन को यह बात परिभाषित करेगी कि आपने लोगों के जीवन को कितना प्रभावित किया, अक्सर अपने रोज़मर्रा के व्यवहार में और आपने अपना जीवन कितनी हिम्मत के साथ जिया। लोग यही याद रखेंगे। जब आप ख़ुद को परिभाषित करने के लिए दुनिया में नहीं रहेंगे, तो आपने जो कुछ किया, उसके लिए आप जाने जाएँगे।

क्या आपके लिए सबसे सहज होता है?

हम ऐसा मानते हैं और जिन कामों को हम सार्थक या गहन या महत्त्वपूर्ण समझते हैं, उन्हें एक तरह से मुश्किल मानने लगते हैं। जिन चीज़ों को हम चाहते हैं और ख़ासकर अगर उन्हें करने के लिए हमें पैसा मिलता है, वे सहज भी होती हैं, तो ऐसा लगता है जैसे कि वे उतनी अहम नहीं हैं।

हम ऐसा मानते हैं कि जो चीज़ें हमारे पास हैं और जिन्हें हम चाहते हैं, उनके लिए हमें कष्ट पाना ही होता है, जबकि असल में ऐसा नहीं होता। यह पता लगाना अहम है कि ऐसा क्या है, जिसे आप सहज, स्वाभाविक रूप से कर सकते हैं और

कोशिश न करने का ढोंग किए बिना उसका लाभ उठाना सीख सकते हैं, बस उसे होने दे सकते हैं।

आप (चाहे अवचेतन तौर पर ही) मानते हैं कि आपका अस्तित्व आख़िर किसलिए है? बस यूँ ही है? किसी बड़ी ऊँची ताक़त की करामात है?

इस बात से फ़र्क़ नहीं पड़ता कि कौन सही या ग़लत या पूरा पागल है और हम शायद कभी पक्के तौर पर जान भी नहीं पाएँगे, लेकिन यह अपने एक निजी मत को विकसित करने से जुड़ा है, जो आपके लिए मददगार होता है। यह किसी व्यक्ति को लेकर एक अनूठी और प्रभावशाली मान्यता है, क्योंकि अनिवार्य रूप से वही परिभाषित करती है कि आप हर चीज़ को कैसे लेते हैं। अगर आप मानते हैं कि आप अपनी नियति को चुन सकते हैं, तो आप चुनेंगे। अगर ऐसा नहीं है, तो फिर आप ख़ुद को पीड़ित समझेंगे, आत्मदया करेंगे, घुटनों के बल बैठकर इंतज़ार करेंगे और तब तक याचना करते रहेंगे, जब कि बाहरी हालात में कोई बदलाव न आ जाए, जिसे किसी उच्चतर शक्ति का कारनामा माना जाए। अगर आप इसी तरह जीना चाहते हैं, तो वह आपका अधिकार है, लेकिन मुझे लगता है कि ज़्यादातर लोग ऐसा नहीं करते। ज़्यादातर लोग अपनी ताक़त को पाना चाहते हैं और अपने लिए चयन करना चाहते हैं। वह मुक्ति एक प्रश्न के साथ शुरू होती है : आपको क्या लगता है कि आप यहाँ किसलिए हैं? इस सबका आख़िर मतलब क्या है? उस चीज़ का पता लगाएँ, जिस पर आपको अंदर से, सहज रूप से विश्वास है और फिर निर्धारित करें कि आप अपनी क्षमता के अनुसार सबसे बेहतरीन ढंग से उसे कैसे जी सकते हैं।

आप जो कुछ रोज़ करते हैं, उसे आख़िर करते क्यों हैं?

क्या हाई या उत्तेजना महसूस करने के लिए? पैसे के लिए? रोज़ी-रोटी के लिए? यहाँ पर कोई सही या ग़लत जवाब नहीं हैं। यह जानना है कि कौन सी चीज़ आपको सबसे ज़्यादा प्रेरित करती है। चाहे वह रोज़गार ही क्यों न हो, आप अपने किसी पसंदीदा काम को इस इच्छा से कर सकते हैं कि हर महीने आप आराम से अपने ख़र्चे उठा सकें। दीर्घकालीन लक्ष्य और सामान्य अस्तित्ववादी आवश्यकताएँ अक्सर सबसे बुनियादी और सतत इच्छाएँ होती हैं, जिन्हें हम अपना आधार बना सकते हैं। कोई सार्थक काम और किसी प्रयोजन के बोध के साथ संतुलन बनाया जा सकता है, लेकिन अगर आप जो कुछ करते हैं, उसी कारण से करते हैं, तो किसी नैतिक रूप से उच्चतर विकल्प के लिए ऐसा न करें। उसका इस्तेमाल भावनात्मक, मानसिक, आध्यात्मिक रूप से सकारात्मकता को बढ़ाने के लिए करें।

अपनी कल्पना में आप कौन और क्या होते हैं और बाक़ी लोग आपको कैसे देखते हैं?

आप रोज़ जो ख़याली पुलाव पकाते हैं, वह दरअसल इस बात का प्रतिनिधित्व करते हैं कि अपने जीवन के विभिन्न क्षेत्रों में आप लोगों से असल में क्या चाहते हैं। वह अवचेतन रूप से आपको प्रेरित करने वाला कारक होता है, क्योंकि यह ऐसी चीज़ है, जिसे आपने ख़ुद को अभी तक नहीं दिया है। वह जो कुछ भी हो, वह उस चीज़ को दिखाता है, जिसकी आपमें कमी है और यही कारण है कि अवचेतन रूप से आप उसे लोगों से चाहते हैं। क्या लोग आपकी ख़ूबसूरती के लिए आपकी तारीफ़ करते हैं? आपकी रचनात्मकता के लिए, आपकी प्रतिभा के लिए, आपकी सफलता के लिए या आपके पैसे के लिए आपकी सराहना करते हैं? पता लगाएँ कि आपको किस चीज़ की लालसा है और फिर यह भी कि आप ख़ुद उस ज़रूरत को कैसे पूरा कर सकते हैं।

लोगों के मामले में आपको सबसे ज़्यादा क्या नापसंद है?

आपको लोगों में जो सबसे ज़्यादा नापसंद है, वह थोड़े-बहुत अंतर के साथ आपके मामले में भी सच है : बस आप उसे अब तक मान नहीं पाए हैं। इसके जवाब में आपने जितने ज़्यादा गुस्से और ज़बरदस्त ढंग से 'नहीं' कहा है, उतने ही ज़ोरदार ढंग से आप उससे बचने की कोशिश कर रहे हैं। आपको गुस्सा आया है, इसका मतलब है कि आपने उसे क़बूला है। आप उन चीज़ों पर ज़्यादा ज़ोर से प्रतिक्रिया नहीं करते, जिन्हें आप किसी न किसी तौर पर वास्तविक नहीं मानते।

लोगों में आप जिस चीज़ को सबसे ज़्यादा बदलना चाहते हैं, उसे देखकर यह मालूम करें कि आपको अपने भीतर क्या कुछ ठीक करने की ज़रूरत है। ऐसा करके आप ख़ुद को जिस ढंग से मुक्त करेंगे, उसकी आपने कल्पना भी नहीं की होगी। अपनी मनपसंद ज़िंदगी की पहेली का यह ज़रूरी हिस्सा है, क्योंकि आप बचने, कहीं और मुड़ने और आपको किस चीज़ को सही करने/बदलने या जिससे निपटने की ज़रूरत है, उसे स्वीकार न करने में आप काफ़ी ऊर्जा बर्बाद कर रहे हैं। सबसे बुरी बात यह है कि उससे आप अपनी मनपसंद ज़िंदगी से दूर हो रहे हैं।

क्या है, जिसके लिए तकलीफ़ उठाई जा सकती है?

किसी न किसी तरह से सब कुछ मुश्किल है। ग़लत रिश्ते में रहना मुश्किल है, सही में भी रहना आसान नहीं है। कंगाल और दुखी रहने में तकलीफ़ है और अपने सपनों को साकार करना भी कठिन है। कहीं फँसे रहना और कुछ भी महसूस न करना मुश्किल है। सब कुछ मुश्किल है, लेकिन हम अपनी मुश्किल को ख़ुद चुनते हैं। हम उसे चुनते हैं, जो चुनने लायक़ है। हम यह नहीं चुनते कि हमें कष्ट

होगा या नहीं, बल्कि हम यह चयन करते हैं कि किस चीज़ के लिए हम कष्ट झेलना चाहते हैं।

इस जीवन में आप पर किसका अधिकार है?

क्या यह ख़ुशी की आपकी इच्छा है? अतीत है? वह रिश्ता है, जो लगभग था, लेकिन आख़िरकार टिका नहीं? अपने शरीर को लेकर आपकी शर्मिंदगी या परेशानी है? आपका डर, आपका अकेलापन, आपकी आत्मसम्मान की कमी है? हर किसी के पास कोई एक ऐसी चीज़ होती है, जो उन पर अधिकार रखती है, उन्हें प्रेरित करती है और किसी गहरे स्तर पर उन पर नियंत्रण रखती है। इसमें सब चीज़ों की जड़ होती है। यह ऐसा मसला होता है, जो बार-बार उभरता है। वही है, जिसे आप बहुत चाहते हैं, फिर उससे भागते हैं और बाद में पाते हैं कि आपका सामना फिर उससे हो गया है। ज़िंदगी में आप पर किसका अधिकार है, वही आपके अधिकांश काम का हिस्सा है, तो आपको पता होना चाहिए कि वह क्या है। यह अक्सर उन बंधनों से ख़ुद को आज़ाद करने को लेकर नहीं होता, बल्कि यह सीखने को लेकर होता है कि बड़े उद्देश्य के लिए उनका उपयोग कैसे किया जाए। समानुभूति, उम्मीद और समझ के उस टुकड़े को अपने अस्तित्व के कष्ट में गहराई से खोजना। सबका कोई न कोई प्रयोजन होता है। हमारा काम उस 'क्यों' को समझना नहीं है, बल्कि उसे खोजना है।

42

काम, जो भावनात्मक रूप से स्वस्थ लोग करना जानते हैं

हमारी संस्कृति सेहत से जुड़े जिन भी सरोकारों की बात करती है, शायद उनमें से हमारी भावानात्मक सेहत की अनदेखी सबसे ज़्यादा की जाती है। (यह मानसिक स्वास्थ्य से अलग चीज़ है।)

हम अपने बार-बार होने वाले सिरदर्द पर आराम से बात कर लेते हैं, क्योंकि उसके होने से हमारे बारे में कोई छवि नहीं बनती। हम ख़ुद को जो समझते हैं, उससे वे बिलकुल अलग होते हैं, पर हम जानते हैं कि हमारी भावनाएँ इस बात का परिणाम हैं कि हम कौन हैं और कैसे हैं और ख़ुद को लेकर अपने विचार की गरिमा को बनाए रखने के लिए हम छिपते हैं। विडंबना यही है कि वहीं से हमारी परेशानी शुरू होती है : अपने उन हिस्सों का हम दमन करते हैं और उनकी अनदेखी करते हैं, फिर वे हिस्से हमें क़ाबू में करने वाले ख़ामोश, कपटी राक्षस बन जाते हैं। (मनोविज्ञान में उन्हें 'शैडो सेल्व्स' यानी हमारा दमित रूप कहा जाता है।)

हम वहाँ से यहाँ यानी भावनात्मक स्वास्थ्य तक कैसे पहुँचें, यह एक अलग विषय है (और उसे बताने के लिए कई किताबें लिखने की ज़रूरत होगी) और मैंने 10 ऐसे तत्वों का संकलन किया है, जो भावनात्मक रूप से स्वस्थ इंसान में पाए जाते हैं। सकरात्मकता का परिकल्पित मिश्रण शायद होता नहीं है, लेकिन इन बातों पर विचार किया जाना चाहिए (और शायद प्रयास भी किया जाना चाहिए)।

01 | **भावनात्मक रूप से स्वस्थ लोग जानते हैं कि अपने दर्द को कैसे सुनना है।**

भावनात्मक तनाव या असहजता एक तरह का संकेत है कि कोई बेहतर रास्ता मौजूद है और यह भी कि कुछ गड़बड़ है। वह हमेशा हमें किसी बेहतर चीज़ की ओर ले जाता है, यह 'हम कौन हैं और क्या बनना चाहते हैं' के साथ ज़्यादा सटीक

ढंग से मेल खाता है। यहाँ एकमात्र चुनौती यह है कि हम उस चीज़ से आगे कैसे निकलें, जिसकी वजह से हमने उसे अनदेखा किया था।

02 | वे जानते हैं कि विचारों को निष्पक्ष ढंग से कैसे देखा जाए, न कि उनके साथ तादातम्य स्थापित किया जाए या उनके साथ अपनी पहचान मिलाई जाए।

आप अपने विचार नहीं हैं। आप अपने एहसास भी नहीं हैं। आप तो वह व्यक्ति हैं, जो उन चीज़ों को देखता है, उन पर प्रतिक्रिया करता है, उनका इस्तेमाल करता है, उन्हें तैयार करता है और उनका अनुभव करता है। कहने का मतलब है कि आप उन्हें क़ाबू में नहीं कर सकते, लेकिन वे भी आपको क़ाबू नहीं कर सकते। आप क्या सोचते हैं, आप उसका चयन कर सकते हैं। आप किस चीज़ को जाने देंगे, उसका चयन भी आपको करना है। (जब आप चीज़ों को जाने नहीं दे सकते, तो आप ख़ुद को कुछ बताने या दिखाने की कोशिश कर रहे होते हैं। इस पर ध्यान दें।)

03 | वे ख़ुद में वे चीज़ें या बातें देख सकते हैं, जो उन्हें लोगों में नापसंद होती हैं।

एक बार फिर से यह बात दोहराते हैं : हमें बाक़ी लोगों में वही बात अच्छी लगती है, जो हमें ख़ुद में पसंद आती है। लोगों में हम उसी बात को नापसंद करते हैं, जिसे हम ख़ुद में नहीं देख सकते। जब आप दूसरों में ख़ुद की इन बातों को पहचानते हैं, तो आप किसी व्यक्ति से या उसके बर्ताव से हताशा या चिढ़न महसूस करते हैं और इससे आपको आगे बढ़ने के लिए कोई युक्ति मिलती है और अपने लिए एक ज़्यादा शांतिपूर्ण अस्तित्व तैयार करने की दिशा में आप तेज़ी से बढ़ते हैं। अब आप बाक़ी लोगों के बर्ताव के हिसाब से नहीं चलते, क्योंकि आख़िरकार आप समझ गए हैं कि आपको उनकी वजह से गुस्सा नहीं आता था, बल्कि वह तो आपके भीतर ही था।

04 | वे किसी चीज़ से प्यार करने या फिर उसके विचार को चाहने के बीच अंतर कर सकते हैं, वे केवल किसी चीज़ की इच्छा नहीं करते, बल्कि इस बात को लेकर सचेत होते हैं कि उन्हें उस चीज़ की इच्छा क्यों होती है।

विचार उन समस्याओं का समाधान करते हैं, जिन्हें हम अपनी कल्पना में तैयार करते हैं। अगर हम मान लेते हैं कि हम प्यार के क़ाबिल नहीं हैं, तो हमें प्यार करने वाले, हम पर मोहित रहने वाले साथी के विचार की ज़रूरत होती है, जो इस बात की पुष्टि करता है कि हम कितने संपूर्ण हैं। हम यह समझे बिना कि हमें अपने भीतर किसी चीज़ को ठीक करने के लिए उस प्यार की ज़रूरत है, हम बस यह सोचते हैं कि हमें प्यार चाहिए, क्योंकि हम रोमांटिक हैं या क्योंकि उसके बिना ख़ुशनुमा ज़िंदगी का वजूद नहीं होता।, पर जो लोग इस बात को लेकर सचेत होते हैं कि उन्हें किसी चीज़ की इच्छा क्यों होती है, वे अपनी उन इच्छाओं का चयन कर

पाते हैं, जिनकी बुनियाद में किसी समस्या का समाधान करना नहीं होता, बल्कि वे वास्तविक और स्वस्थ इच्छाएँ होती हैं।

05 | वे जानते हैं कि किसी से दोस्ती कब तोड़ी जा सकती है।

'किसी रिश्ते को लेकर प्रतिबद्धता चाहे वह अब सकारात्मक न रहा हो' और 'यह जानना कि हमारी ज़िंदगी में जो सकारात्मक नहीं रहा, उससे अलग हो जाने के समय को जानने' के बीच की रेखा को निर्धारित करना अक्सर मुश्किल होता है। हमें अक्सर यह अपराधबोध होता है कि हम ऐसे लोगों के नज़दीक रहते हैं, जिनके प्रति हम कोई दायित्व महसूस नहीं करते और यही भावनात्मक त्रासदी का कारण होता है। भावनात्मक रूप से स्वस्थ लोग उन लोगों की पहचान कर सकते हैं, जो द्वेषपूर्ण, ईर्ष्यालु होते हैं या फिर अपने ही मसलों में इतने फँसे रहते हैं कि उन्हें औरों पर भी डाल देते हैं। क्या इन लोगों को भी प्रेम और साथ की ज़रूरत होती है? बिलकुल होती है, पर कई बार उनसे दूर जाना ही सबसे अच्छा होता है। ज़्यादातर समय यह सबसे स्वस्थ चयन होता है।

06 | वे न्यूनतम पर रहते हैं, लेकिन यथार्थवादी ढंग से।

भावनात्मक रूप से स्वस्थ लोग जानते हैं कि किसी भी भौतिक चीज़ को हासिल करने से वे झटके यह यह महसूस नहीं कर सकते कि उन्हें किस चीज़ की इच्छा है और अगर ऐसा है भी तो वह एहसास एक पल से ज़्यादा देर तक नहीं टिकता। वे किसी मुक़ाबले में नहीं पड़ते और जीवन की सादगी को अपनाना सीखते हैं। वे न तो ज़्यादा की चाह रखते हैं और न ही कुछ बर्बाद करते हैं, अपने पास वही चीज़ें रखते हैं, जो उपयोगी और सार्थक हों। वे इस बात को लेकर सचेत रहते हैं कि वे क्या उपभोग कर रहे हैं, क्या अपने पास रख रहे हैं, वे सोच-समझकर और आभारी रहते हुए समझदारी से सब कुछ करते हैं।

07 | वे अकेले रह सकते हैं।

एकांत में हमें परिप्रेक्ष्य मिलता है। जब हम ऐसे लोगों के बीच नहीं होते, जिनके साथ हमें अपनी प्रतिक्रिया का ध्यान रखना पड़ता है और अपनी बातों को सोच-समझकर बोलना होता है, तो हम सहज स्थिति में होते हैं। यही कारण है कि अकेलापन हमें काफ़ी सुकून देता है और इसी वजह से भावनात्मक रूप से स्वस्थ लोग अक्सर एकांत में रहते हैं। जब हमारे आस-पास कोई और नहीं होता, जिनके मुताबिक़, हमें अपनी भावनाओं को ढालना पड़े, तब हम उन्हें पूरी तरह से महसूस कर सकते हैं।

08 | वे ख़ुद को सब कुछ महसूस करने देते हैं।

किसी भी भावनात्मक मसले के केंद्र में यह मान्यता है कि यह सही नहीं है। उसका होना नुक़सानदेह नहीं है, बल्कि उसका प्रतिरोध करने से मामला बिगड़ता है। भावनात्मक रूप से स्वस्थ लोग अन्य लोगों से एक चीज़ बेहतर ढंग से करना जानते हैं : वे ख़ुद को सब कुछ महसूस करने देते हैं, जिस भी चीज़ से वे गुज़र रहे हों। वे जानते हैं कि उससे उनका कुछ नहीं बिगड़ेगा। वे उसे पूरी तरह से गुज़रने देते हैं। वे जानते हैं कि आम धारणा के विपरीत, ऐसा करना नियंत्रण खोना नहीं है, बल्कि वास्तव में पूरी तरह से सचेत और केंद्रित होने के लिए पर्याप्त रूप से ज़मीनी और दृढ़ होने का मार्ग है... जो कि एक इंसान जितना 'नियंत्रण' में हो सकता है।

09 | वे किसी परिणाम पर 'अच्छा' या 'सही' का लेबल नहीं लगाते।

जैसे ही हम यह फ़ैसला लेते हैं कि एक परिणाम सही है, तो इसका मतलब हम यह निर्णय भी ले रहे होते हैं कि दूसरा ग़लत होगा। इसके परे कुछ चीज़ें हमारी इच्छा के अनुसार काम करती हैं, कुछ नहीं करतीं। यह भी एक उपहार है।

10 | वे हर अनुभव की अहमियत और उसके प्रयोजन को देखते हैं।

किसी भी चीज़ का मतलब यह नहीं कि आप उससे क्या पाते हैं, बल्कि यह है कि उससे गुज़रने के बाद आप क्या बनते हैं। अंततः यह आगे बढ़ने का, विकसित होने का मसला है। बुरी चीज़ों से हम बढ़ते हैं और अच्छी चीज़ों से भी। (सच यह है कि 'बुरा' वह है, जो हमें सिखाया गया या हम मानने लगे कि वह 'सही' नहीं है।) कहने का मतलब है कि बात यह नहीं है कि आपने कितना सही किया, यह है कि आप कितने बेहतर हुए और हर अनुभव, चाहे वह अच्छा-बुरा, भयानक, शानदार, गड़बड़ाने वाला, अप्रिय या बेहतरीन हो, वह यही करता है। योहन्ना दे सिलेन्टो के शब्दों में, ''नाकाम होने का एकमात्र रास्ता बचना है।''

43

अच्छी ज़िंदगी को कैसे मापें

हम 'अच्छी ज़िंदगी' को इस आधार पर मापते हैं कि हम इस दौरान कितनी अच्छी तरह से अपने रास्ते पर आगे बढ़ते रहते हैं। जो कुछ होता है, वह उसे लेकर अतीत के हमारे अस्थायी, आत्मपरक विचारों के साथ कितना मेल खाता है। जीवन अच्छी तरह जीने का पैमाना एक सांस्कृतिक और सामाजिक अवधारणा है। यह समय के साथ बदली है। अभी हमारे सार्थक अस्तित्व को लेकर प्रमुख मान्यता वैयक्तिक उपलब्धि है (इतिहास के बाक़ी कालखंडों में वह धार्मिक आज्ञाकारिता या प्रजनन या इस तरह की कुछ और चीज़ें हो सकती थी।)

अस्तित्ववादी ढंग से देखा जाए, तो हम आत्मोपकारी होने के लिए नहीं बने हैं। ऐसा करने को हम मानसिक बीमारी मानते हैं। हमारे रोज़मर्रा के काम समेत लगभग हर चीज़ तभी सुखकर लगती है, जब उसके कोई मायने हों।

इसके बावजूद हम अपने आनंद को चरम सीमा तक ले जाते हैं। समुदाय और संपूर्णता की बजाय वैयक्तिकता को बढ़ाने की प्रक्रिया में हम पाते हैं कि हमारे जुनून से हमें शानदार ज़िंदगी हासिल नहीं होती, बल्कि हम ख़ालीपन, तनावग्रस्त, थका हुआ महसूस करते हैं और अपने मानसिक दायरों में लिपटे हुए यह समझने की कोशिश करते हैं कि चीज़ों से वैसा महसूस क्यों नहीं होता, जैसा कि प्रतीत होता है।

कुछ भी वैसा नहीं दिखता, जैसा कि हमने सोचा था। कोई भी अपनी ज़िंदगी पर विचार करते हुए इस निष्कर्ष पर नहीं पहुँचता कि "हाँ, मैंने बिलकुल ऐसा ही सोचा था।" यहाँ मसला यह नहीं कि वास्तविकता का विचारों के साथ मेल बैठाना है या उन उन विचारों को चतुराईपूर्वक अनियंत्रित होने से जोड़ना है, जिससे हमें लगे कि सब कुछ हमारे क़ाबू में है।

फिर भी अच्छे जीवन का मानदंड वही करता है, क्योंकि वह हमारे बिलकुल बुनियादी ऑपरेटिंग सिस्टम में जड़ जमाए हुए है : उत्तरजीविता का सहजबोध, जो सेक्स, आनंद, प्रसिद्धि, मान्यता और अहं को बढ़ाने वाली तरजीह चाहता है। सही

निशाना लगाओ, पीछा कर पकड़ो, चाहो और प्रयास करो और निर्दयतापूर्वक चुरा लो। हम इन सब चीज़ों को अलग रूप देकर सभ्य होने का बोध देते हैं, जबकि इनके हिसाब से काम कर रहे लोग दफ़्तरों, किराने की दुकानों और हमारे टिंडर अकाउंट्स में होते हैं।

जानवर इस बात पर माथापच्ची नहीं करते कि शिकार मिलने या न मिलने के क्या मायने होते हैं। वे अपने संभावित साथी के चले जाने पर उसके मनोवैज्ञानिक पहलू पर विचार नहीं करते। वे अपनी ज़िंदगी का लेखा-जोखा नहीं रखते या फिर 'और ज़्यादा' पाने की कोशिश नहीं करते। उनका सहज अस्तित्व काम इसलिए करता है, क्योंकि उनमें उसके आगे जाने की कोई स्वाभाविक इच्छा नहीं होती।

जानवरों को यह मूल्यांकन करने की ज़रूरत नहीं होती कि उनके पास 'अच्छी ज़िंदगी' है या नहीं, इसलिए वे अपनी हदों से आगे बढ़कर कुछ करने की कोशिश नहीं करते, पर हम ऐसा करते हैं।

फिर भी अपनी तसवीरों, विचारों, स्पष्ट कथानकों से यह नापकर कि हमने कितना 'अच्छा' किया है, हम मुद्दे की बात भूल जाते हैं। हम हमेशा नाकाफ़ी होते हैं।

हम जो हैं, उससे ज़्यादा होने के लिए नहीं बने थे। हमारी ज़्यादा होने की इच्छा हमारे मानव होने की क्षमता से आगे का मसला नहीं है, बल्कि उसमें सहज होने का है। मनीषी हमें बताते हैं कि हम दैनिक जीवन की अस्त-व्यस्तता और सादगी के लिए बने हैं और किसी बाहरी 'ज़्यादा' की चाह अहं की वजह से है। यह उत्कर्ष नहीं है, यह बचना है।

अच्छे जीवन को मापने का तरीक़ा यह है कि आप उसे कितना बदलना चाहते हैं, जो इस बात के समानुपाती है कि सहज रूप से आप जानते हैं कि कितना बेहतर हो सकता है। इसे असहजता महसूस करने की आपकी क्षमता से भी देखा जा सकता है। आपने किस हद तक ख़ुद से सवाल किए हैं। आपने कितनी रूढ़ियों को अपनाया और छोड़ दिया है। आपने अपने लिए जो परिवार चुना है।

मज़ेदार, गंभीर, चोट पहुँचाने वाली और ख़ूबसूरत बातचीत के बीच कॉफ़ी के कितने कप आपने पिये हैं। आपकी परानुभूति यानी दूसरे की स्थिति में ख़ुद को रखकर देखने की क्षमता कितनी गहरी है। आपने अकेले कितनी शामें चहलक़दमी करने में बिताई हैं और अपने असंगत विचारों से अपनी डायरी के पन्नों को कितना भरा है। आप अपने अस्तित्व को जिस दर्शन में ढालते हैं, वह कितना विकसित हुआ है। आप लोगों को कैसे देखते हैं, उस नज़रिये का कितना विस्तार हुआ है।

जुनून के गुज़र जाने के बाद भी आपने कितनी गंभीरता से काम किया है। अच्छी ज़िंदगी सिर्फ़ जुनून से भरी नहीं होती, वह उद्देश्यपूर्ण होती है। जुनून उस आग को जलाने वाली चिंगारी है, उद्देश्य उस आग को रात भर जलाए रखता है।

कितने रिश्तों को ख़त्म करने की आप में हिम्मत थी। उनमें बने रहना आसान रास्ता है। कहीं बस जाना आरामदेह विचार है। मुक्ति का एहसास यह है कि कितनी बार आपने और ज़्यादा पाने की कोशिश की, जबकि आपको उसके बारे में ज़्यादा पता नहीं था। वह बेनाम एहसास अच्छी ज़िंदगी की निशानी है।

हम अच्छी ज़िंदगी को उस समय के हिसाब से देखते हैं, जब अपनी चादर पर पड़ती धूप आपको ज़बरदस्त तरीक़े से कुछ ख़ास, अनोखी लगी थी। जिन तरीक़ों से आप जान सकते हैं कि आप पहले के मुक़ाबले अब बेहतर इंसान हैं। जिन तरीक़ों से आप भविष्य में बेहतर हो सकते हैं।

कितनी ही चीज़ें जो आपने खोई और सीखा कि कैसे किसी चीज़ से मोह नहीं करना है। वे पल, जिनमें आपको लगा कि आप बस अपनी क्षमता के अंतिम सिरे पर हैं, लेकिन फिर आपने पाया कि आप में कहीं ज़्यादा हिम्मत अब भी मौजूद है।

अच्छा जीवन इस बात से नहीं तय होता कि आप क्या करते हैं, बल्कि इस बात से होता है कि आप क्या हैं। यह नहीं कि आपने कितने लोगों से प्यार किया, बल्कि यह है कि आपने कितना प्रेम किया। इसका इस बात से कोई मतलब नहीं है कि सब कुछ कितना अच्छा रहा या फिर कितने अच्छे ढंग से योजना के हिसाब से चला गया। यह तो वह जादू है, जो आपको अचानक राह से अलग चलने पर संयोग से मिल गया। जो ठीक से नहीं हो पाया, यह उसे लेकर नहीं है, ठीक से न हो पाने पर आपने क्या सीखा, बात यह है। इससे वे छोटी-छोटी बातें, जागृति और जानकारी तैयार होती है कि आप अपनी मौजूदा स्थिति से कहीं ज़्यादा बड़ी चीज़ों को समझ सकें। अच्छी ज़िंदगी यह नहीं कि आख़िर में क्या कुछ जुटा, बल्कि यह है कि आपने किस चीज़ को अहमियत दी।

44

ऐसी आवाज़, जो शब्दों का इस्तेमाल नहीं करती और आपको उसे ऐसे सुनना होता है

जिस आवाज़ को आपको सुनना पड़ता है, वह शायद ही कभी समझ में आए। वह शब्दों का इस्तेमाल नहीं करती, वह तर्क से नहीं चलती। वह आपकी कल्पना की कहानी के ताने-बाने में कहीं फ़िट नहीं बैठती। वह बहुत सूक्ष्म है और वह आपसे बात करेगी, लेकिन आपको कभी पता नहीं चलेगा कि वह ऐसा कर रही है।

हमारी अंदर की आवाज़ से जो एहसास जागेंगे, उन्हें उचित नहीं ठहराया जा सकेगा। उनके लिए आपके पास कोई कारण नहीं होंगे। आपको पता होगा कि आप किसी से इसलिए प्यार नहीं करते कि वह आकर्षक है, स्मार्ट है और दिलचस्प है, बल्कि बात इतनी सी होगी कि आप प्यार करते हैं। आप इसलिए कहीं रहना नहीं चाहते हों या फिर कुछ ऐसा नहीं करना चाहते हों, क्योंकि वह 'कूल' है या फिर इसलिए नहीं कि हर कोई कहता है कि ऐसा करना चाहिए, बल्कि आप बस वैसा करना चाहते हैं।

जिसे उचित न ठहराया जा सके, जो तर्कहीन हो, जिसे वाक़ई बताया नहीं जा सकता, वहीं तो जादू है। 'सही' चीज़ बस होती है, भ्रमों, डरों और जिन चीज़ों के लिए हम ज़बरदस्ती करते हैं, उन्हें उचित ठहराये जाने की ज़रूरत होती है और अपने दिमाग़ में उन्हें जायज़ ठहराए जाने की ज़रूरत होती है।

अगर आप कोई ऐसा विकल्प चुन रहे हैं, जिसे लेकर आपको बस अच्छा महसूस होता है और फिर आप उसके लिए 'कारणों' की सूची तैयार करते हैं, तो इसका मतलब है कि आप वाक़ई सुन नहीं रहे हैं कि आपको आख़िर चाहिए क्या।

यह शायद सबसे बड़ा रहस्य (और सबसे अहम तथ्य भी) है : अगर आपकी छोटी सी, भीतरी आवाज़ आपसे कह रही है कि आपको दिलचस्पी नहीं है या फिर आप 'ग़लत राह' पर हैं, तो वह कुछ भी नहीं कहेगी...आप उसे जाने देंगे।

ऐसे लोगों पर ग़ौर करें, जिनमें आपकी रोमांटिक दिलचस्पी नहीं है। कामकाज की राहें, जो आपको नहीं पुकारती। क्या आप बैठकर यह चिंतन-मनन करते हैं कि वे सही हैं या नहीं? नहीं, आप ऐसा नहीं करते। आप उन्हें स्वीकार नहीं करते। (प्रेम का उलटा उदासीनता है, है न?)

आपको दर्द देने वाली और आपको आनंद देने वाली चीज़ों के बीच कोई अंतर नहीं है, क्योंकि दोनों ही आपको कुछ सिखाती हैं। वे आपके अनुभव का हिस्सा हैं, क्योंकि आप उनसे कुछ सीखना चाहते हैं।

भ्रमों को सही ठहराने की ज़रूरत पड़ती है। आधे सच को मायने की ज़रूरत होती है। असली चीज़ें, बेहतरीन चीज़ें, 'सबसे सही' चीज़ें सही मायने में होती हैं। अगर ऐसा है, तो उनसे कुछ सीखने की ज़रूरत है। भ्रमों को जायज़ ठहराने वाले कारणों को भुलाने की प्रक्रिया से आप अपनी उस आवाज़ से फिर से परिचित हो सकते हैं, जो शब्दों का इस्तेमाल नहीं करती।

यही कारण है कि आपने उसमें खोने का विकल्प चुना है।

45

जिन अनुभवों को व्यक्त करने के लिए हमारे पास शब्द नहीं हैं

01 | **जब पेड़ों के बीच धूप चमकती है, रोशनी और पत्तों के बीच की लुका-छिपी।**

02 | **जब हम अपने दोस्तों के बीच होते हैं और किसी शो या फ़िल्म में 'कौन क्या है' खेलते हैं और फिर उसे देखते हुए बेतहाशा हँसते हैं कि 'उनका' किरदार कैसा बर्ताव कर रहा है।** (2अ.) आपके इर्द-गिर्द चलने वाला चुटकुला, जो आपके सामाजिक दायरे के सदस्यों को कुछ सांस्कृतिक छाप के आधार पर चित्रित करता है। (*सेक्स ऐंड द सिटी* जैसा कोई शो)

03 | **किसी अन्य की त्वचा पर अपने स्पर्श का एहसास।**

04 | **वह अस्थायी, ख़ूबसूरत एहसास, जब हम तय करते हैं कि हम किसी कलात्मक, सरल तरीक़े से अपनी ज़िंदगी बदलने वाले हैं।** (4अ.) यह विश्वास कि इससे कुछ भी या सब कुछ बदलने वाला है।

05 | **इस तथ्य को समझने में नाकामी कि हम जिसे नहीं जानते, उसे समझ नहीं सकते।**

06 | **किसी बात को दर्जनों बार सुनना और फिर आख़िरकार उसे तब समझना, जब वह हमारी किसी समस्या का हल हो।**

07 | **जब जुड़ाव, बुद्धिमानी और क्षमता पर किसी इंसान की शारीरिक उम्र का कोई असर न पड़ता हो।**

08 | बच्चों की परवरिश का तरीक़ा, जिसमें उन्हें सज़ा देना, शर्मिंदा करना, झिड़कना और उनका दमन करने की कोशिश की जाती है, ताकि वे समाज के व्यावहारिक, दयालु और सफल सदस्य बन सकें।

09 | किसी के साथ आध्यात्मिक–यौन अनुभव प्राप्त करने की इच्छा, यानी, ऐसा सेक्स, जो केवल चरम तक पहुँचने की दौड़ से कहीं अधिक हो।

10 | किसी रिश्ते को बनाए रखने के लिए उस ख़ास सामाजिक स्थिति में अपनी 'भूमिका' को निभाने के लिए मानसिक तैयारी करना, जैसे, ख़ुद के साथ बातचीत करने का अभ्यास करना।

11 | सोने से ठीक पहले पूर्ण सुकून महसूस करना।

12 | केवल यह मानकर नहीं चलना कि हम लोगों की सोच और उनके एहसास के बारे में जानते हैं, बल्कि उस 'जानकारी' के हिसाब से उन्हें आँकना और हम उनके बारे में जानने को लेकर जो सोचते हैं, उससे उनकी क़ाबिलियत को सीमित करना।

13 | अपने पूरे शरीर में हल्कापन महसूस करना।

14 | जिस प्रेम से आप परिचित हैं, उसकी समाप्ति की कोई सीमा है।

15 | ऐसा प्रेम, जो अंततः आपके लिए है।

16 | जो लोग घटिया हुए बिना भी मज़ेदार होते हैं।

17 | जो लोग नकारात्मक हुए बिना गहराई लिए होते हैं।

18 | वह हताशा, जो आप तब महसूस करते हैं, जब कोई अपनी मनगढ़ंत बात से किसी स्थिति को समझे बिना बिलकुल झूठ की बुनियाद पर आप पर गुस्सा हो या आपसे नाराज़ हो।

19 | हमारे दिमाग़ में जब कई बार ऐसे ही अजीबोग़रीब, शर्मिंदगी भरे ख़याल आते हैं, जिनसे हम घबरा जाते हैं और सोचने लगते हैं कि हम इसलिए अकेले है, क्योंकि बाक़ी लोग भी उन ख़यालों से डरे हुए और शर्मिंदा हैं।

20 | ऐसे ही कुछ 'साक्ष्यों' के हिसाब से किसी के इरादों का पता लगाने की कोशिश की कला।

21 | आपको महसूस होता है कि कुछ गड़बड़ तो है, लेकिन आप यह नहीं जानते कि उसका विकल्प क्या हो सकता है।

22 | कई बार छोटे, सुरक्षित निष्कर्षों पर पहुँचने पर जो सुकून मिलता है।

23 | भ्रमों को तोड़ने पर मिलने वाला सुकून।

24 | यह समझना कि हमारा 'उद्देश्य' अक्सर उद्देश्य जैसा नहीं लगता, क्योंकि हमें हर हाल में काम करना ही है और उसे 'पाने' का पूरा ढकोसला असल में हमारे अहं ने तैयार किया था।

25 | वर्षों या श्रेणियों या स्कूली विभाजनों के परे हम अपनी ज़िंदगी के और निजी विकास के कालखंडों को कैसे परिभाषित करते हैं।

26 | बारिश की बूँदों के बीच का अंतराल।

27 | वह पाठ्यक्रम, जो हमें अपनी ज़िंदगी के बड़े हिस्से से जुड़ी अपारंपरिक शैक्षणिक बातें सिखाता है : प्रेम, रिश्ते, संदेह, आस्था, बच्चों की परवरिश, कामकाज, दोस्ती, अपनी छवि इत्यादि।

28 | किसी ऐसे के साथ प्रेम में होना, जिसे आप कभी जानते थे और कहीं न कहीं अब भी महसूस करना कि आप उसे जानते हैं।

29 | अच्छा-ख़ासा भोजन करने के बाद थकान भरी ख़ुशी का एहसास।

30 | किसी घटना को याद करके उसे बड़े चाव से याद करना, जबकि उसके होने के समय वैसा महसूस नहीं हुआ था, यह विचार कि इस तरह से मज़े लेने के एहसास का विरोध या उससे परे नहीं जाना चाहिए, बल्कि जो है, उसे मानना चाहिए।

31 | किसी एहसास को महसूस करने का एहसास।

32 | कोई शख़्स या कोई चीज़ जो 'घर' जैसी महसूस होती है (मकान से परे कोई घर जैसी)।

33 | यह विचार कि 'सब कुछ वैसा ही है, जैसा होना चाहिए।'

46

अपना सबसे बदतर दुश्मन कैसे बनें (कभी इस बात को समझे बिना)

भिन्नता के भ्रम के हिसाब से चलें। यह मानें कि अपने आस-पास के लोगों के साथ आप हमेशा मुक़ाबले में हैं, आप किसी की तुलना में अच्छे या बेहतर हैं। यह मानें कि आपका अनुकूलन ही सही है। किसी से जुड़ने की अपनी इच्छा को हर रोज़ फ़ीड में ऊपर नीचे जाने के पागलपन में डुबो दें। अपनी ज़िंदगी बस इंतज़ार करने में काट दें कि कोई आएगा और आपको प्यार महसूस कराएगा। सब कुछ उन पर डाल दें। अगर वे ऐसा न कर सकें, तो उनकी भर्त्सना करें। मानकर चलें कि आप अपने आप में काफ़ी नहीं हैं, दुनिया में कुछ है, जो आपको बचाएगा, बचा सकता है और उसे आपको बचाना ही चाहिए।

मान लें कि शादी का मतलब प्यार है, ओहदे का मतलब सफलता, धर्म का मतलब अच्छाई और पैसे का मतलब संतुष्टि है। ताक़तवर लोगों पर पूरा भरोसा रखें, उन्हें सिखाने दें कि कैसे डर को ख़ुद को क़ाबू में करने दें।

ख़ुद को और कुछ महसूस न करने दें, बस वही महसूस करें, लोगों के मुताबिक़ जिसे महसूस करना सही है। अगर आपकी ज़िंदगी बाहर से अच्छी लगती है, तो फिर यह न कहें कि वह अंदर से अच्छी नहीं लगती। उसी हिसाब से काम करें, जो लोगों को सही लगता है। अपने अस्तित्व का सबसे अहम पहलू इस बात को बना लें कि हर किसी को आप ख़ुशगवार लगें। ख़ुद को इस भुलावे में रखें कि सुन्न कर देने वाली सुरक्षा ही ख़ुशी है।

ख़ुद से इस बात के लिए नफ़रत करें कि आप अब भी उस इंसान की परवाह करते हैं, जिसकी अब आपको परवाह नहीं करनी चाहिए। ख़ुद को तब तक शर्मिंदा करते रहें, जब तक कि आप जो कुछ महसूस कर रहे हैं, वह पूरी तरह से दब न जाए। कई दिन, महीनों और सालों तक उनके स्टेटस अपडेट, उनकी नई तसवीरों का जायज़ा लेते रहें, ताकि आपको कुछ तो मिल जाए, जो उन एहसासों को सही

ठहराए, जिन्हें आप मार देना चाहते हैं। अपने दिल-दिमाग़ के बीच तालमेल बैठाने की कोशिश में दिमाग़ी उलझनों में ख़ुद को फँसा लें। किसी की परवाह करने को बुरी चीज़ बना लें। प्रेम करने को बदतर बना दें।

मानकर चलें कि 'अच्छे' और 'बुरे' की रेखा धर्मों, पंथों या नस्लों या देशों के बीच होती है, न कि हर इंसान के दिल में। मानसिक रूप से संकीर्णता में डूब जाने की हमारी सार्वभौमिक क्षमता पर ध्यान न दें।

उन लोगों में समानता और सुंदरता की पहचान नहीं कर पाना, क्योंकि आप इसलिए उन्हें बुरा मानते हैं कि उनकी आनुवांशिकी, उनके तौर-तरीक़े या समझ आपसे अलग हैं...क्योंकि उनकी परवरिश या उनका अनुकूलन आपसे बिलकुल अलग ढंग से हुआ है।

इस बात को कभी न समझें कि आपका किसी ख़ास ढंग से अनुकूलन हुआ है।

मान लें कि आप अपने विचार, अपनी भावनाएँ हैं, न कि आप उन्हें उनसे अलग होकर देख-परख सकते हैं। ख़ुद के साथ लगातार चलने वाली बातचीत पर ध्यान न दें। यह कभी न समझें कि आप जो कुछ कहते हैं या जो विचार सामने रखते हैं, उनका दो-तिहाई हिस्सा आपका नहीं है। इस बात पर ध्यान न दें कि वे आपको न तो संतुष्टि, न दयालुता या न ही उम्मीद की ओर ले जाते हैं, बस आप उन्हें स्वीकार कर लें।

अपनी मर्ज़ी से लोगों को चुनें, जिनके साथ आप इंसानियत से पेश आ सकते हैं। इस बात का फ़ैसला करें कि कौन उसके लायक़ है और कौन नहीं है। लोगों की ख़ासियतों, उनकी आदतों की छानबीन कर उन्हें स्वीकार्यता और अस्वीकार्यता की श्रेणी में डाल दें। किसी को भी प्यार और सम्मान के क़ाबिल सिर्फ़ इसलिए नहीं समझें कि वे भी इंसान हैं। ऐसा करके आप यह सुनिश्चित करते हैं कि आप अपने साथ भी उसी दयालुता से पेश न आएँ।

अपने सबसे बुरे दुश्मन बनें, ताकि कोई और आपका दुश्मन न हो। सबसे बुरी स्थिति की कल्पना करें, ताकि आपको किसी से कोई झटका न लगे। इसे यथार्थवादी होने का नाम दें। उस जीवन को स्वीकार करें, जो किसी अन्य के हिसाब से आपका होना चाहिए। इस बात को न मानें कि परिवर्तन वास्तविक चीज़ है। किसी और चीज़ पर भरोसा न करें, सिवाय उसके जो आप देख-समझ सकते हों। संभावना का गला घोंट दें। अस्थायी हाई यानी उत्तेजना पर रहें, जिस तरह की बाक़ी लोगों और उनके द्वारा ध्यान दिए जाने से आती है। अपने अतीत के अनुभवों

को ख़ुद के प्रति नफ़रत को निर्धारित करने दें। अपने वर्तमान में अपने अतीत को बनाकर रखें।

लोगों को आपके अच्छे आयाम को मिटाने दें। इसे मज़बूत होने का नाम दें। सेटल हो जाएँ, क्योंकि आपको विकल्प चुनने से डर लगता है। इसे स्मार्ट होने का नाम दें। लोगों से लड़ें, ताकि आपको अपना सामना न करना पड़े। तब तक हर किसी का, हर चीज़ का प्रतिरोध करते रहें या उन्हें अस्वीकार करते रहें, जब तक कि सब कुछ आपको परेशान न करने लगे। यह कभी न समझें कि आपका दिमाग़ नियंत्रण की स्थिति में रहता है। कभी भी यह समझने की कोशिश न करें कि आपने ऐसे विकल्प चुनकर अपनी ज़िंदगी खड़ी की है, जिन्हें आप वास्तव में कभी नहीं चाहते थे।

47

अगर हम जिस्मों की बजाय रूहों को देखते

अगर हम शरीर की बजाय आत्मा को देखते, तो क्या होता, जो ख़ूबसूरत होता?

वह पहली चीज़ क्या होती, जो लोग आपके बारे में जानना चाहते? आपको किस चीज़ का डर होता कि वे उसे देख लेंगे? आप किसे प्रभावित करते? आप किससे प्यार करते?

आईने के सामने से गुज़रने पर आप क्या चीज़ ठीक करते? आप किस तरह का काम करते? आपके लक्ष्य क्या होते, आप क्या बेहतर करने का सोचते, अगर बैंक में क्या जमा है, शरीर पर क्या पहना है या बिज़नेस कार्ड पर नाम के साथ क्या ओहदा लगा है आदि बातों से लोगों को कोई फ़र्क़ नहीं पड़ता?

आप अपना समय जिम या स्टोर्स में बिताते या फिर लाइब्रेरी या धार्मिक स्थलों पर? आप किसे अपने साथ प्यार में पड़ने देते? आपके 'टाइप' का इंसान कौन होता? लंबा, साँवला, ख़ूबसूरत या फिर कोई रचनात्मक, दयालु या आत्मचेतना वाला इंसान?

हम किस तरह के लोगों और किस चीज़ को आदर्श मानते? हम पर शासन करने वाले समूह नेतृत्व के लिए कितने सही होते? हम किसे अधिक प्रसिद्धि देते? हम किन लोगों का की सराहना करते?

क्या हम अपने मूल्यों को फिर से व्यवस्थित कर उन चीज़ों को प्राथमिकता देते, जो हमें असल सुकून देतीं, न कि केवल उन्हें जो प्रतिमानों से बेहतर होतीं? हम अपने पैसे का क्या करते, अगर हम उसे सजावट करने, बदलने और हर किसी को यह विश्वास दिलाने के लिए नहीं करते कि हम किसी ख़ास तरह के हैं, जबकि असल में हम वैसे नहीं होते?

हम सफलता को कैसे परिभाषित करते? वे जो अपनी रूहों पर सबसे ज़्यादा गर्द जमाए हुए हैं या फिर जिनमें बदलाव आया है और जो सबसे ज़्यादा दमकते

हैं? क्या होता, अगर हमारी प्राथमिकता बस हलकापन होती? उस सफ़र से हमें कितनी दयालुता, आनंद, सेहत और मासूमियत मिल पाती?

क्या होता, अगर हम लोगों को 'बुरे' की बजाय उन्हें इस तरह देखते कि वे बस कहीं अवरुद्ध हो गए हैं? हम देख पाते कि उन्होंने कैसे अपने दर्द की गठरी बनाकर रखी है या फिर उनकी कोई मान्यता उन्हें लोगों के प्रति दयालु होने से रोकती है? कैसे वे इन मसलों की मौजूदगी तक से बिलकुल अनजान हैं?

क्या होता अगर हमें लोगों के हमसे अलग होने का डर नहीं होता?

क्या होता, अगर हम यह समझ जाते कि हमारे जिस्मों को दूसरों से जुड़ाव के एहसास से ज़्यादा और कुछ भी नहीं चाहिए और वे दूसरों से जुदा, अलग, अपने में कैद, बाक़ियों से अनोखा, लगभग, लेकिन फिर भी नाकाफ़ी होने जैसे झूठे विचारों के हिसाब नहीं चलते?

क्या होता अगर हम अपनी वैयक्तिकता के हिसाब से चलते और उसका चालाकी से इस्तेमाल करते, पर आख़िरकार यह समझ जाते कि हम सब और कुछ नहीं बस ऊर्जा क्षेत्र हैं? हम कहाँ होते, अगर हमें पता होता कि हम सब उस एक का ही हिस्सा हैं? क्या होता, अगर हम समझ पाते कि हम सब उतने अलग भी नहीं हैं?

48

16 कारण कि क्यों आपके पास अपना मनचाहा वह प्रेम नहीं है

01 | आप चाहते हैं कि कोई और आपके लिए प्रेम का पता लगाने, उसे तैयार करने, सक्रिय करने और फिर आपकी ज़िंदगी में प्यार के होने को लेकर आपको आश्वस्त करे।

आप चाहते हैं कि कोई और वह करे, जो आपको सिखाया गया है कि आप ख़ुद नहीं कर सकते। हर बार जब आप सोचते, इच्छा करते हैं, कल्पना या यह उम्मीद करते हैं कि कोई आपको कुछ दे, उस दिन का सपना देखते हैं, जब वे ऐसा करेंगे और जब वे ऐसा नहीं करते, तो आप उसके बारे में ही सोचते रहते हैं, आप समझें कि वह चीज़ आप ख़ुद को ही नहीं दे रहे हैं।

02 | ऐतिहासिक तौर पर वह वैसा नहीं दिखता, जैसा आप उसे सोचते थे और इसका कारण यह है कि वह कभी भी हमारी सोच जैसा नहीं दिखता था, उस तरह से नहीं आता, जिस तरह से हम सोचते हैं।

जब हमारा प्यार को लेकर कोई ख़याल होता है कि उसे कैसा दिखना चाहिए, तो हम किसी ऐसी चीज़ से जुड़ते हैं, जो अक्सर किसी असुरक्षा को दबाती है, हमें यथार्थ से बचाती है या फिर किसी और के सामने ख़ुद को साबित करने में हमारी मदद करती है। प्यार कभी भी वैसा नहीं दिखता, जैसा कि हम उसे लेकर सोचते हैं...क्योंकि वह किसी निश्चित तरीक़े के हिसाब से नहीं दिखता। उसे देखकर हम उसका अनुभव नहीं पा सकते, लेकिन उसे पाने की तलाश से हम असल में कुछ सच्चा, कुछ खरा खोजने के रास्ते से भटक जाते हैं।

03 | आपको लगता है कि प्यार बस एक अच्छा एहसास है, जबकि वह तो शरीर, मन और आत्मा के समन्वय की लगातार बनी रहने वाली स्थिति है।

किसी को छोटे, व्यावहारिक और सचेत तरीक़ों से प्यार करने का मतलब है सीखने की दैनिक प्रतिबद्धता। हो सकता है कि आप किसी की तरफ़ थोड़ा-बहुत आकर्षित हों, उनके साथ कमोबेश सुसंगत हों, लेकिन इन बातों के बावजूद किसी को प्यार करने और सराहने का चयन एक स्थिर स्थिति है, जिसे आप चुन सकते हैं (और यह मान्यता है कि आप ऐसा नहीं कर सकते, क्योंकि प्यार को आपको वह देना होगा, जो आप ख़ुद को नहीं दे सकते, उससे कई रिश्ते टूटते हैं, तलाक होते हैं)।

04 | आप इस तथ्य से अनजान हैं कि प्यार और कुछ नहीं, बस वृद्धि है।

आपकी ज़िंदगी में जो कुछ सबसे ज़्यादा मौजूद है, उसे यह बढ़ाता है और उसके मामले में स्पष्टता लाता है। अगर ख़ुद पर संदेह, खोए रहना, असुरक्षा आदि अभी आपकी ज़िंदगी में हैं, तो वे सब और ज़्यादा बढ़ेंगे। प्यार आपकी ज़िंदगी नहीं है; वह तो रास्ता है, जिसके ज़रिये आप अपनी ज़िंदगी को साझा करते हैं (और ख़ुद को ज़्यादा स्पष्ट रूप से देखते हैं)।

05 | आप मानते हैं कि जब हालात सही होंगे, तो आपका प्यार 'फलेगा-फूलेगा', जैसे आपको दो प्रतिक्रियात्मक रसायनों को साथ रखना ही है और मानकर चलना है कि तुरंत हुई कोई शारीरिक/भावनात्मक प्रतिक्रिया आजीवन, सच्चे प्रेम के समान होगी।

हॉर्मोन प्रतिक्रिया करते हैं। अपेक्षाएँ भी प्रतिक्रियाशील होती हैं। इन चीज़ों से और इनके कारण प्यार पैदा होता है, लेकिन ज़्यादा प्रभावी ढंग से यह आपसी सराहना और सम्मान के कारण होता है!

06 | आप इस बात में ही अटके रहते हैं कि अपने विपरीत (या समान) लिंग को कैसे आकर्षित करें, न कि असल में यह खोजने में कि आप कौन हैं और फिर किसी ऐसे व्यक्ति को अपनी ओर आकर्षित करने में, जो आपको उसी रूप में सराहे।

मुझे यह देखकर बहुत दुख होता है कि लड़कियों (और लड़कों को भी) इस तरह से सिखाया जाता है कि वे किसी के सामने ख़ुद को कैसे पेश करें, क्योंकि उसे 'आकर्षक' माना जाता है। यह मानना बेवक़ूफ़ी है कि 'हर' इंसान की पसंद को व्यापक अनुमान बनाना मददगार हो सकता है, जबकि बड़े नुक़सानदेह तरीक़े से यह चीज़ आपको अपने असल स्वरूप से बचने में फँसा देती है, क्योंकि आप यह मानकर चलने लगते हैं कि वह व्यक्ति 'उतना अच्छा' नहीं है कि उसे लोगों की मंज़ूरी मिले।

फिर हम बैठकर रोते हैं और अपनी क़िस्मत को कोसते हैं कि हमें ऐसा कोई क्यों नहीं मिलता, जो हमें हमारे असल रूप के कारण प्यार करे।

07 | **इस बात को लेकर आपमें स्पष्टता नहीं है कि आप क्या चाहते हैं और इसका कारण यह है कि आप लोगों को संतुष्ट करने, प्रभावित करने या किसी की स्वीकृति पाने के लिए ख़ुद में बदलाव लाने की कोशिश अब भी कर रहे हैं।**

कहने का मतलब है कि आप इस बात को लेकर ईमानदार नहीं हो सकते कि आपको क्या चाहिए, क्योंकि आप इस सच को लेकर सहज नहीं हैं कि आप हैं कौन। जब तक आप इस मानसिकता के मुताबिक़ काम करेंगे, तब तक आप अपनी ज़िंदगी को फ़िल्टर करते रहेंगे और आपको उसमें प्यार दिखता है या नहीं, यह इस बात पर निर्भर करता है कि वह उस 'छवि' में कितनी अच्छी तरह सही बैठता है।

08 | **आप दूसरों को दोषी ठहराते हैं, क्योंकि आप यह नहीं समझते कि आपका हर रिश्ता ख़ुद से होता है।**

प्यार बुरा नहीं है। लोग बुरे नहीं हैं। कमी आपमें है। रिश्ते हमें बड़ी अच्छी तरह सिखाते हैं, वे हमें ठीक होने के मौक़े देते हैं, हमारे भीतर जो कुछ अनसुलझा है, उसे देखने के ख़ूबसूरत मौक़े हमें देते हैं। हम उन्हीं समस्याओं से दो-चार होते हैं, हमें वही कमियाँ दिखाई देती हैं, वही रिश्ते, वही दर्द होते हैं, क्योंकि वह सब हमारे भीतर होता है।

09 | **ठीक इसी तरह आप यह नहीं समझते कि नकारात्मक भावनाएँ ठीक होने की पुकार हैं, न कि बदलने या डूबने या अनदेखा करने के लिए हैं, क्योंकि आप अब 'बुरा महसूस' नहीं करना चाहते।**

हमारे एहसास ख़ुद से हमारे संवाद हैं। सही, स्वस्थ होने का मतलब है कि कुछ अच्छा देखने, उम्मीद रखने, क़ायम रहने और फिर ज़्यादा प्यार रचने को लेकर फिर से खुलना है। हमारी 'नकारात्मक भावनाएँ' इस बात का संकेत नहीं हैं कि बाक़ी लोग ग़लत कर रहे हैं, बल्कि उनका मतलब हमें दिखाना है कि कैसे हम ग़लत राह पर हैं, सही से बात समझ नहीं रहे हैं या फिर अतीत के अनुभवों और भय पर आधारित मान्यताओं के क़ाबू में हैं।

10 | **आप यह नहीं जानते कि अपने दिल-दिमाग़ से कैसे समन्वय में काम लेना है- दिल से एक नक़्शे की तरह और दिमाग़ से एक दिक्सूचक (कम्पस) की तरह।**

हमें दो विरोधी निर्देश दिए जाते हैं : तर्क की परवाह किए बिना दिल की सुनो और जब बात इस पर आये कि अपनी ज़िंदगी के हमसफ़र को चुनने का मामला हो,

तो कुछ भी ऐसा मत करो, जो बेवकूफ़ी भरा हो और बेबुनियाद हो, जबकि सच यह है कि जब तक आप सबसे अहम मार्गदर्शक टूल्स (या उससे भी बदतर स्थिति में जब आपको पता ही न हो कि वे आपके पास मौजूद हैं) का उपयोग करने में ध्रुवीकृत रहेंगे, तब तक आप बिलकुल गुम रहेंगे। वैसे वह एक तकनीकी बात है।

आपके लिए एक त्वरित चीट शीट: दिल आपको बताएगा कि क्या करना है; दिमाग़ आपको बताएगा कि कैसे करना है। उन्हें अपनी विशेषज्ञता के कोनों में ही रहने दें।

11 | **अपने भीतर के बच्चे को अभी तक आपने अहमियत नहीं दी है।**

अगर आप जानना चाहते हैं कि आप वाक़ई कौन हैं, तो ख़ुद को बच्चा मानकर बात करें। आप उसे ख़ुश करने के लिए क्या कहेंगे और करेंगे? इसका जवाब दिखाएगा कि आपको ख़ुद को वाक़ई क्या देने की ज़रूरत है और यह उन लोगों के लिए बहुत मददगार है, जो प्यार चाहते हैं। सुनने में भले यह अजीब लगे, लेकिन ख़ुद से प्यार करना सीखना अपने भीतर के बच्चे यानी अपने सबसे महत्त्वपूर्ण स्वरूप को को अहमियत, प्यार, सम्मान देना और उसे स्वीकृति देना है।

12 | **आप चाहते हैं कि प्यार आपकी ज़िंदगी बदल दे।**

आप चाहते हैं कि प्यार आपको वह सब दे, जो आपको लगता है कि आप ख़ुद को नहीं दे सकते : स्थिरता, सुरक्षा, उम्मीद और ख़ुशी। जब तक आप इसके हिसाब से काम करते रहेंगे, तब तक आप 'प्यार' को कोई ऐसी चीज़ मानते रहेंगे, जो आपसे बाहर कहीं हैं, जबकि सच्चाई यह है कि उस चीज़ को आप अपने बाहर तब तक देख नहीं सकते, उसे रच नहीं सकते या अनुभव नहीं कर सकते, जब तक कि वह आपके भीतर न हो। कहने का मतलब है:

13 | **आप नहीं समझते कि आपको लोगों में जो सबसे अच्छा लगता है, वह दरअसल वही है, जिसे आप ख़ुद में सबसे ज़्यादा पसंद करते हैं।**

आप अपने ख़ुद के आनंद के लिए जितना खुलापन रखेंगे, उतना ही आप और लोगों को भी सराहेंगे। आप जितना अपनी बेचैनी को दूर कर सकेंगे, उतना ही कम आप किसी पर इल्ज़ाम लगाएँगे और बाक़ी लोगों से नहीं लड़ेंगे कि वे आपको ठीक करें। किसी को प्यार करने का मतलब यह भी है कि आप यह देख सकें कि आपको उनमें क्या अच्छा लगता है, क्योंकि वही आपको ख़ुद में पसंद आता है।

14 | **आप न केवल यह सोचते हैं कि आपको ठीक करने की ज़िम्मेदारी किसी और की है, बल्कि यह भी अगर वे ऐसा नहीं करते, तो उनमें कुछ गड़बड़ है।**

और आप उन्हें बदलना, ठीक करना या उनकी भर्त्सना करना चाहते हैं, क्योंकि उन्होंने आपके साथ ग़लत किया है। आप नाकाफ़ी होने का इल्ज़ाम भी उन पर डालना चाहते हैं। (आप उन पर वह सब थोपना चाहते हैं, जो असल में आपको ख़ुद को लेकर महसूस हो रहा है।)

15 | आप दयालुता भूल गए हैं, जबकि वह प्यार का ताना–बाना है।

मुझे नहीं लगता कि जो लोग एक–दूसरे से बेहद प्यार करते हैं, उनसे ज़्यादा कोई और एक–दूसरे के प्रति क्रूर होगा। वे ख़ुद को दूसरे में इतना ज़्यादा देखते हैं कि वे उसे सहन नहीं कर पाते और उसी तरीक़े से बदला लेते हैं, जैसे वे ख़ुद को ठुकरा रहे हों! ख़ुशियों भरे रिश्ते (और असल में ज़िंदगी) की बुनियाद है, बिना किसी शर्त के दयालुता । वह प्यार का दूसरा नाम है और शायद उससे भी ज़्यादा कारगर है, क्योंकि वह आपको एहसास या अपेक्षा के उलट कुछ करके दिखाती है।

16 | आप सवाल के बाहर जवाब तलाश रहे हैं।

दसवीं बार मेरे साथ कहें : जो प्यार आपको वाक़ई चाहिए, वह अपना ख़ुद का प्यार है। किसी और में जो आप तलाश रहे हैं, वही आप ख़ुद को नहीं दे रहे हैं। आपको जिस बात से गुस्सा आता है, उसे आप स्वीकार नहीं कर रहे और न ही सही कर रहे हैं। आपको जो चीज़ आनंद और आशा देती है, वह पहले से ही आपके भीतर है। किसी ऐसे रिश्ते की तलाश, जो हमें आगे बढ़ाए, जिस किसी के साथ हम सब कुछ साझा करना चाहें, वह सब हमसे शुरू होता है। यह वैसा ही है, जैसे हमें यह तो सिखाया गया कि 'पहले ख़ुद से प्यार करें', लेकिन यह कभी नहीं कहा गया कि 'ख़ुद से प्यार करना'' ख़ुद को वह सब देना है, जिसे आप किसी और से पाना चाहते हैं।

49

कैसे इस साल अपनी ज़िंदगी को (असल में) बदलें

लोग अपनी ज़िंदगी बदलना चाहते हैं। वे अपने रिश्तों, अपनी देह, अपनी आमदनी, अपने ब्रोकरेज़ खाते, अपने ओहदे और अपने घर बदलना चाहते हैं। यह पहचान करना कि बाहर क्या कुछ ग़लत है और उसे अपनी आंतरिक भावनाओं के लिए दोषी ठहराना आसान है। यह उस समय बहुत ही तकलीफ़देह ढंग से साफ़ होता है, जब कैलेंडर बदलते हैं और हमें लगता है कि हमें बिलकुल नया, साफ़ पन्ना मिल रहा है। यह सोचना आसान है कि नए साल का मतलब बिलकुल नई ज़िंदगी है।

लेकिन हम उस नई ज़िंदगी की चमकती उम्मीद भरी ताज़ा नई शुरुआत पर अपना सारा बोझ, अपनी ऊर्जा, अपनी परेशानियाँ, अपनी असुरक्षाएँ, अपनी सोच लेकर पहुँचते हैं। हमारे 'संकल्प' इसलिए टिके नहीं रहते, क्योंकि आप बाहर को बदलकर भीतर से अलग महसूस करने की अपेक्षा नहीं कर सकते।

लोग अपनी ज़िंदगी को बदलना चाहते हैं। वे बाक़ी लोगों की ज़िंदगी को भी बदलना चाहते हैं। वे चाहते हैं कि वे अन्याय भरी चीज़ों में बदलाव लाएँ। वे इस पूरी नामुराद दुनिया को बदलना चाहते हैं।

पर वे ख़ुद को नहीं बदलना चाहते। (अपनी छवि, अपनी शक्ल-सूरत, अपनी दुनियावी कामयाबी को नहीं, ख़ुद को।)

एक ही चीज़ है, जिसे वे बदल सकते हैं। वह एक चीज़, जिसे बदलना ही होगा।

हम इस विचार के साथ जीते हैं कि हमें हालात के मुताबिक़ ढलना होगा, न कि हम जैसे हैं, उसके हिसाब से और हम उन्हें कैसे देखते हैं। जैसे कि यह दुनिया तो बस आईनों से भरी जगह हो। ऐसे में उन सबको तोड़ने और आप उस छवि को कैसे देखते हैं, उसमें बदलाव लाने की बजाय इस विचार को ही छोड़ना होगा कि आपकी छवि मौजूद है।

जो चीज़ें हमें परेशान करती हैं, जिन नकारात्मक पैटर्न के मुताबिक़ हम चलते हैं, हमें साल दर साल वही संकल्प लेने होते हैं, क्योंकि हम कुछ बदल नहीं रहे हैं, हम तो बाक़ी चीज़ों को एक जगह से दूसरी जगह ले जाने की कोशिश कर रहे होते हैं।

इसका सबसे मज़ेदार, हैरतअंगेज़ और दुखद अनजाना हिस्सा यह है कि जब आप ऐसा करते हैं, तो आपके पास वही सब होता है, जिसे पाने के लिए आप निकले थे। प्यार, संतुष्टि और 'सफलता'। बस इस बार आपकी अहमियत उस पर निर्भर नहीं करती। अगर आप किसी दिन यह सब खो भी दें, तब भी आप नाकाम नहीं होते। यह सब हमसे ही आता है। ('इंसान पहाड़ पर नहीं, बल्कि ख़ुद पर जीत पाता है।')

आपको यह पता होना चाहिए।

जब भी आपकी ज़िंदगी में कोई समस्या होती है, तो वह आप कैसे सोचते हैं, प्रतिक्रिया करते हैं और कैसे उत्तर देते हैं, इसकी समस्या होती है। आपको जो भी लगता है कि आप पा नहीं रहे हैं, वह इस बात को दिखाता है कि आप क्या नहीं दे रहे हैं। आपको जिस भी बात से गुस्सा आता है, उसे आप ख़ुद में देखना नहीं चाह रहे हैं।

तो आपको जो लगता है कि आपमें कमी है, उसे आपको देना होगा। जब भी कोई तनाव हो, आपको सब कुछ खोलकर देखना होगा। अगर आपको ज़्यादा मान्यता चाहिए, तो बाक़ी लोगों को भी मान्यता दें। अगर आप प्यार चाहते हैं, तो ज़्यादा प्यार करें। जो आप पाना चाहते हैं, उसे दें।

अगर आप किसी चीज़ को जाने देना चाहते हैं, तो कुछ नया तैयार करें। अगर आपको कुछ समझ नहीं आता, तो उसके बारे में पूछें। अगर आप किसी से प्यार करते हैं, तो उन्हें बताएँ। अगर आप कुछ अपनी ओर आकर्षित करना चाहते हैं, तो वह बनें। अगर आप किसी चीज़ का आनंद लेते हैं, तो ख़ुद को उसे महसूस करने दें।

अगर आप कोई चीज़ किसी दबाव में करते हैं, तो ख़ुद से उसकी वजह पूछें। अपने ख़र्चे पर लगाम लगाने या अपने भोजन में बदलाव करने या किसी एक इंसान से बचने या फिर जिन निष्कपट लोगों से आप प्रेम करते हैं, उन पर चिल्लाने की कोशिश करने से बचें। उस एहसास के कारण (केवल एहसास की ही नहीं) की तलाश करें और आप परेशानी को ठीक कर सकेंगे।

अगर आप किसी को याद करते हैं, तो उनसे बात करें। ख़ामोशी रहकर तकलीफ़ उठाना बेवकूफ़ी है। किसी से यह कहना कि वे आपके लिए अहमियत

रखते हैं, यह बहुत अच्छी और विनम्रता भरी बात है, भले आप उनके लिए अहम हों या न हों।

अगर अपनी ज़िंदगी में आपको किसी चीज़ की कमी महसूस हो रही है और उसे वापस नहीं लाया जा सकता, तो पूरी व्यवस्था को बदलें। अगर आप उन हिस्सों को तोड़ते हैं और उनकी जगह लेने के लिए आपके पास और कुछ नहीं है, तो कोई फ़ायदा नहीं होगा। ऐसा करके आप फिर से पुरानी ज़िंदगी के उन हिस्सों को जोड़ने लगेंगे, जिन्हें आप छोड़ने की कोशिश कर रहे थे। उस व्यवस्था से पीछे हटकर नई चीज़ तैयार करें। कुछ भी नया बनाएँ। किसी के न होने से आपकी ज़िंदगी ज़ाहिर है कि वैसी नहीं रहेगी और यह भी है कि उनके जाने से एक ख़ालीपन भी बना रहेगा, जो आपको परेशान करता रहेगा। ख़ुद को कुछ ख़ूबसूरत, कुछ सच्चा बनाने दें।

अगर आप चाहते हैं कि कोई आपको समझे, तो बातें स्पष्ट करें। हमें ऐसे लोगों की सबसे ज़्यादा ज़रूरत होती है, जो दयालुता से, नर्मी से, पूरी तरह, धीरज के साथ बाक़ी लोगों को समझा सकें।

अगर आप ख़ुश रहना चाहते हैं, तो ख़ुशी को चुनें। चेतन रूप से, लगातार किसी चीज़ के लिए कृतज्ञ होने का चयन करें। किसी ख़ूबसूरत, सुकून भरी और आनंदित करने वाली चीज़ या गतिविधि में पूरी तरह से डूब जाने का विकल्प चुनें। अगर आप ऐसा नहीं कर सकते, तो यह पता लगाने का चयन करें कि क्या चीज़ है, जो आपको रोक रही है। क्या ऐसा आपकी सेहत या हालात या फिर आपकी सोच की वजह से हो रहा है। मदद लें और मदद माँगें। यह कहना कि आप चयन नहीं कर सकते, हथियार डालने जैसा है। (ऐसा न करें।)

बदलाव को चुनें। अपनी दिनचर्या, अपने काम, अपने शहर, अपनी आदतों और अपनी सोच को बदलें। कभी भी बैठे रहकर हताशा में न रहें। इस बात से फ़र्क़ नहीं पड़ता कि आप किसी बदतर हाल में हैं या नहीं, शिकायत करते रहने, चिंता में पड़े रहने या फिर नकारात्मक रवैया रखने से कभी किसी का कोई भला नहीं हुआ। कभी नहीं, बिलकुल भी नहीं।

आप जो कुछ करते, देखते और महसूस करते हैं, वह इस बात को नहीं दिखाता कि आप कौन हैं, बल्कि उससे पता चलता है कि आप कैसे हैं।

आप जो मानते हैं, उसे आप गढ़ते हैं।

आप वही देखते हैं, जो आप चाहते हैं।

आपके पास वही होगा, जो आप देते हैं।

50

कैसे हम दूसरे लोगों के मानदंडों पर चलते हुए ख़ुद को खो देते हैं

लोग अकाउंटेंट्स को अपनी ज़िंदगी का ख़ाका बनाने देते हैं।

वे अपनी अनिवार्य इच्छाओं को नहीं, पसंदीदा दार्शनिकों को नहीं और न ही उन विचारों को यह काम सौंपते हैं, जो हमारे भीतर स्वाभाविक प्रतिक्रियाएँ जगाते हैं और मान्यताएँ बन जाते हैं। इन सबसे यह नहीं आँका जा सकता कि अस्तित्व के लिए क्या कुछ चाहिए, न ही उन चीज़ों को, जो हम पर लाद दी गई हैं कि वे आनंददायी हैं, इसलिए इन्हें कम महत्त्व दिया जाता है।

अकाउंटेंट बता सकता है कि आप कैसे जी सकते हैं और कहाँ। कौन से मौक़े आपके लिए उपलब्ध होंगे और कौन से नहीं। आप कितने आराम से हॉलिडे गिफ़्ट ख़रीद सकते हैं और अपने बच्चे की पढ़ाई-लिखाई का ख़र्च उठा सकते हैं। हम इस बात से अपने जीवन की गुणवत्ता को नहीं मापते कि हम क्या और कितना कर सकते हैं, बल्कि इससे मापते हैं कि उससे हम कैसे दिखते हैं और क्या कमा लेते हैं।

इसमें हमारी ग़लती नहीं है। मौजूदा एकल संस्कृति, शासन करने का तरीक़ा, प्रमुख विमर्श, मान्यताएँ, जिन्हें हम चेतन रूप से स्वीकारने की बजाय बस मान लेते हैं, ये सब बताते हैं कि अगर दौलत, आकर्षकता और दुनियावी चीज़ें हमें उत्तेजित और ज़िंदादिल महसूस नहीं करातीं, तो इसका मतलब है कि हमारे पास वे पर्याप्त मात्रा में नहीं हैं।

शुरुआती स्तर पर यह बात मायने रखती है, लेकिन जैसा कि कोई भी आपको बता सकता कि आपके बैंक बैलेंस के आख़िर में एक और शून्य लगना या फिर कई तरह की नई चीज़ें हासिल करना (जो आपकी कथित अहमियत या फिर उसकी कमी को दिखाते हैं) केवल आपके आस-पास की चीज़ों को बदलता है, न कि इस बात को कि आप उन्हें कितनी गहराई और ईमानदारी से सराह सकते हैं, महसूस

कर सकते हैं, उनका आनंद ले सकते हैं, उन्हें चाह सकते हैं और उनकी वजह से ख़ुश रह सकते हैं।

अगर इसकी पुष्टि के लिए निजी अनुभव से थोड़ा ज़्यादा चाहिए, तो कई तरह के अनंत और प्रसिद्ध शोधों को देखा जा सकता है।

बाहरी चीज़ों को पाने से भीतरी संतुष्टि नहीं मिलती।

फिर भी हम आगे बढ़ते जाते हैं। हम अब भी उन चीज़ों के गुलाम हैं, जिनके बारे में हमें बताया गया है कि वे बेहतरीन 'चीज़ें' हैं। हम दोषपूर्ण और किसी से प्रभावित तर्क से व्यवस्था में अपने विश्वास को सही ठहराते हैं। हम यह मानते रहते हैं कि कोई बाहरी चीज़ हमारे सचेत रहने, सराहने, जीने और महसूस करने की आंतरिक क्षमता को बदल सकती है।

एक बार जब हम शुरूआती रूप से आश्वस्त हो जाएँ कि सिर्फ़ पैसा ही नहीं, बल्कि नैतिकता, शिक्षा और धन-दौलत संतुष्टि को बढ़ाते हैं, तो हम बस चलते रहते हैं, होड़ में लगे रहते हैं और हम अगर सावधान न रहें तो अपनी बाक़ी की ज़िंदगी उसमें गुज़ार देंगे।

हो सकता है कि आपने पहले यह न सुना हो, लेकिन हम सब एक तरह के डिडरो इफ़ेक्ट से ग्रस्त हैं। 'रिग्रेट्स ऑन पार्टिंग विद माय ओल्ड ड्रेसिंग गाउन' लिखने वाले डेनी डिडरो प्रबोधन काल के दार्शनिक थे। कहानी के अनुसार, वह बहुत सादगी भरा जीवन जीते थे और तब तक ख़ुश थे, जब तक कि उनके एक दोस्त ने उन्हें गहरे लाल रंग का एक शानदार ड्रेसिंग गाउन तोहफ़े में नहीं दे दिया। वह अपने छोटे से अर्पाटमेंट में जितनी बार उस गाउन को पहनते, उतना ही उसके लिहाज़ से उन्हें अपने जीवन की सादगी बेकार लगती।

फिर उनकी इच्छा हुई कि वे अपने घर की शक्ल-सूरत बदलें, क्योंकि उतने ख़ूबसूरत गाउन के साथ वे उस तरह के घर में नहीं रह सकते थे, फिर उन्होंने चाहा कि वे अपने पुराने कपड़े, अपनी दीवारों पर टँगीं चीज़ों वग़ैरह को बदल दें। अंत में उन पर क़र्ज़ा चढ़ गया और अपने आस-पास की चमक-दमक को बनाए रखने, जो कि एक भटकाने वाला, अंनत काम था, की कोशिश में कड़ी मशक़्क़त में उनकी ज़िंदगी बीतने लगी।

आधुनिक, रोज़मर्रा की ज़िंदगी हमें लगातार इस तरह के विज्ञापनों और 'कामयाबी की कहानियों' से घेरे रखती है, जो ऐश्वर्य से निकलती हैं और भौतिकवाद से जुड़ी होती हैं। ऐसे में हमारे लिए लगभग नामुमकिन हो जाता है कि हम पीछे हटकर पूरी व्यवस्था को निष्पक्षता से देखें और ज़्यादातर लोग ऐसा नहीं कर पाते।

मुझे आपके बारे में नहीं पता, लेकिन मैंने करेंसी नोट जितना पूजे और सराहे जाने वाली किसी और बड़ी शक्ति को नहीं देखा। ताक़त बनाए रखने और अहंकार की पुष्टि के लिए बनाई गई व्यवस्थाओं में इतनी आस्था कभी नहीं रखी गई। सबसे ज़्यादा कुटिल कारगर शासक वे होते हैं, जो आपको बताते नहीं कि वे आपको नियंत्रित कर रहे हैं और वे वही होते हैं, जिन्होंने दौड़ते रहने, आभासी स्क्रीन को घूरते रहने और यह सोचने कि आप अपने अंतिम लक्ष्य तक बढ़ रहे हैं आदि की आपकी ज़रूरत को तैयार किया है। पिंजरे के पीछे आप नहीं देख सकते कि जिस चक्र पर आप दौड़ रहे हैं, वह उनके एकाधिकार को लगातार ताक़त दे रहा है।

पहले से प्रवृत्त इस सामूहिक सोच (जो ज़ाहिर है कि हमारे काम नहीं आ रही) के कारण हम कई तरह की 'चीज़ों' में विश्वास करने लगते हैं। शिक्षित बनो, 'अच्छे व्यक्ति' बनो, पैसा कमाओ, आकर्षक बनो, कसरत करो, बढ़िया नौकरी करो और घर ख़रीदो इत्यादि।

यह हमारी इंद्रियों, हमारे मूल सहजबोध, हमारे अहंकारी स्वरूप की दिलचस्पी को सुलगाता है, पर ऐसा कितनी बार होता है कि हम उस 'अच्छे' पर सवाल करें, जो हम पर लाद दिया गया है, कितनी बार वाक़ई रुककर यह सवाल करते हैं कि उस व्यवस्था पर हमारा कितना भरोसा है, जिसे हमें समझाया है कि हमारी सहज स्थिति, हमारी सादा ज़िंदगी, हमारे भीतरी आनंद...पर्याप्त नहीं हैं?

अगली बार जब आप कोई चुनाव इसलिए करें, क्योंकि आप 'अच्छा व्यक्ति' बनने की कोशिश कर रहे हैं, तो मेरी विनती है कि आप उन लोगों पर विचार करें, जो ख़ुद को 'अच्छा व्यक्ति' मानते हैं। अपने को परमात्मा के लिए शहीद होने वाला मानकर आतंकवादी गतिविधियों में लिप्त होते हैं।

अगली बार जब आप डिग्री को शिक्षा के बराबर मानें, तो अपने समाज के किसी भी आयाम की दशा पर ग़ौर करें, हम ज्ञान के लिए लालायित हैं और फिर भी इन दिनों शिक्षा इतनी महँगी है कि कि पूछिए मत! कितना भी क़र्ज़, उदासीनता या फिर वास्तविक ज्ञान की अवहेलना डिग्री पाने वालों और यह मानने वालों के रास्ते का रोड़ा नहीं बनती कि उनकी शिक्षा जीवन भर के लिए पूरी हो चुकी है।

मैं अक्सर अपने आस-पास के बूढ़े लोगों को देखती हूँ और सोचती हूँ कि कैसे हमने 'अपने बड़ों की इज़्ज़त करने' को इस बात से मिला दिया है कि 23 साल की उम्र के बाद न सीखना ठीक है और उन्हें उनकी पीढ़ी के पूर्वाग्रहों में सड़ने-गलने दिया है, जिसमें उनकी परवरिश हुई है।

हम कैंडी की तरह ख़ाली डिग्रियाँ बाँट रहे हैं, जो बहुत ज़्यादा और दमघोंटू लागत पर सफलता का वादा करती हैं और बड़े आराम से हमारे पक्षपातपूर्ण

रवैयों और पूर्वाग्रहों को शांत करती हैं, क्योंकि हमें सिखाया गया है कि वही 'सही' है।

मेरे कहने का यह मतलब बिलकुल नहीं है कि शिक्षा पाने का कोई मतलब नहीं है। मैं तो कह रही हूँ कि यही एकमात्र ऐसी चीज़ है, जिसका असली मोल है और हम उसे आम लोगों तक पहुँचाने में काफ़ी हद तक नाकाम रहे हैं। मैं उस दिन का सपना देखती हूँ, जब कॉलेज ग्रेजुएट पढ़ाई पूरी करने के बाद यह नहीं मानेंगे कि उनकी शिक्षा उन्हें ज़िंदगी के बड़े हिस्से में कॉर्पोरेट ट्रेडमिल पर बस दौडते रहने की ताक़त ही नहीं देती, बल्कि वह ऐसा कुछ है, जिसने उन्हें कोई संदर्भ, इतिहास, परिप्रेक्ष्य और यह अवसर दिया है कि वे यह सीख सकें कि क्या है, जो उनमें जोश भरता है, कैसे हर चीज़ पर सवाल करें और हर चीज़ पर निष्पक्षता से बातचीत करें, अपनी मनपसंद ज़िंदगी जिएँ, उस ज़िंदगी से न चिपके रहें, जो उनके लिए चुनी गई थी।

न हॉब्स, न प्लेटो, न स्पिनोज़ा, न ह्यूम, न ही लॉक, नीत्शे, जॉब्स, विंटॉर, डेकार्ते, बीथोवन, जुकरबर्ग, लिंकन, रॉकफ़ेलर, एडीसन, डिज़्नी और न ही पूरा खेल बदलने वाले, संस्कृति में बदलाव लाने वाले, बेहतरीन दिमाग़ वाले कई अनगिनत लोग उच्च शिक्षित थे। यह पैटर्न ऐसे रवैये को पर्याप्त रूप से दिखाता है कि आप हैरत में पड़कर सोचने लगेंगे कि उनकी (असाधारण) सफलता का बड़ा हिस्सा कहीं यह तो नहीं था कि उन्हें इस तरह सोचने के लिए विवश नहीं किया गया कि कोई एक चीज़ 'अच्छी' है। उनके विचारों में किसी अन्य की पसंद के हिसाब से कभी कोई काँट-छाँट नहीं की गई। उन्हें कोई ग्रेड पाने के लिए अपनी असल राय को कुचलना नहीं पड़ा और न ही कभी उन्होंने कई सालों तक बाक़ी लोगों के विचारों का संकलन किया और उसे 'शोध' का नाम दिया।

रिपब्लिक में प्लेटो एक रूपक रखते हैं, जिसमें कई आदमी एक गुफ़ा में बँधे हुए हैं, उनकी पीठ एक ज्वाला की तरफ़ है। वे मानते हैं कि बड़ी कुशलता से तैयार परछाइयों में वास्तविकता है। उस रोशनी को प्रतीकात्मक रूप से देखना या न देखना सबसे सच्ची शिक्षा है, क्योंकि उसे समझने के लिए हमें उस पर आँख गड़ाने की ज़रूरत नहीं है। हमें बस उन भ्रमों को साथ लाना है, जो हमारे मुताबिक़ हमारी पीठ पीछे की चीज़ों को मायने देते हैं।

असल में आख़िरकार ये हमारे भ्रम नहीं हैं, जो ख़तरनाक हैं। ये तो बाक़ी लोगों के हैं, ख़ासकर जब हम उन्हें अपनी ज़िंदगी के न केवल अखंड, अटल हिस्सों के रूप में बिना कुछ पूछे, हमेशा स्वीकार करते हैं और उन्हें अच्छा मानते हैं।

ऐसा कभी नहीं हुआ कि किसी ने किसी को प्रबुद्ध होने की अनुमति दी हो। जो पहले से स्वीकार्य था, उससे न तो कोई नया चिंतन पैदा हुआ और न ही कोई रचनात्मक जीनियस। हम 'स्वीकार्य' को 'अच्छे' से जोड़ते हैं, जबकि असल में 'स्वीकार्य' तो ज़्यादातर ''उस दायरे में रहना है, जिसके इस्तेमाल से कोई आप पर नियंत्रण रखता है'' (बेहतर या बदतर स्थिति के लिए)।

हमारे जीवन को अन्य लोगों के मानकों, उनके धन या भ्रांतियों या कारोबारी योजनाओं से नहीं मापा जा सकता। न उनके सौंदर्य मानकों से और न ही सही-ग़लत, अच्छे बुरे या हमें कैसा होना चाहिए आदि से जुड़ी उनकी उद्घोषणाओं से।

ऐसा लगता है कि इस पीढ़ी (और शायद सदी) का काम ख़ुद को ऐसे समाज में मौलिक रूप से स्वीकारना होगा, जो इससे विपरीत चीज़ों पर चलती है। भ्रांतियों को उनके अपने रूप में देखना होगा, शायद ख़ासकर तब, जब वे बाक़ी लोगों की हों। दयालुता को स्वीकार्य और विनम्रता को अपना स्वभाव बनाना होगा। हालात जैसे हैं, उन्हें यह जानते हुए क्षमा करना होगा कि किसी चीज़ को फिर खोजने का एकमात्र तरीक़ा मौजूदा चीज़ को नष्ट करना नहीं, बल्कि कुछ नए, कुछ कार्यकुशल को रचना है, जो बाक़ी चीज़ों को पुराना कर दे।

51

कैसे हम किसी के ख़याल से प्यार करना छोड़ देते हैं

चीज़ें दो तरह से हमारे समक्ष आती हैं:

आपकी कोई चीज़ खो जाए, तो आप उसकी जगह कुछ और ले आते हैं, यह खो देने से बेहतर है और इससे आप ख़ुश हैं।

आप कोई चीज़ खो देते हैं, उसकी जगह दूसरी लाने पर भी पहली चीज़ ग़ायब नहीं होती, उसके न होने में भी उसकी मौजूदगी बनी रहती है।

हमें बताया जाता है कि जिन चीज़ों को आप भूल नहीं सकते, वे आपके मन में रहती हैं, किसी को बेहद प्यार करने का यह परिणाम होता है कि आप उस किसी को थामे रखते हैं, जो कभी आपका हो सकता था।

हमें यह मानने के लिए कहा जाता है कि खोई हुई चीज़ों को न छोड़ने से और कुछ नहीं होता, बस यही साबित होता है कि हमें उनसे कितना प्यार था। मुझे नहीं लगता है कि यह सच है।

किसी छलावे के साथ रहना, कोई ख़याल गढ़ना, जिसे थामे रखना हो, किसी ख़ाली जगह या असुरक्षा को भरना, यह सब वैसा ही है, जैसे अपने भीतर कुछ ठीक करने के लिए किसी और की मदद लेना।

हमें दिल का टूटना पसंद है और हमें उसे ज़ाहिर करना अच्छा लगता है। आज जो हमारे पास है, उसके लिए कृतज्ञता व्यक्त करने की बजाय हम अतीत की उन चीज़ों को ज़्यादा याद करते हैं, जो कभी हुई ही नहीं। हम उन चीज़ों को याद करते हैं, जो हमारे पास कभी थी ही नहीं, उन्हें बस हमने अपने मन में बनाकर रखा था, उस झूठी वास्तविकता को हमने ही गढ़ा था।

जिन चीज़ों को आसानी से बदला जा सकता है, वे अक्सर ऐसी चीज़ें होती हैं, जिनके साथ हमने कोई अस्तित्वपरक अर्थ नहीं जोड़ा था। कहने का मतलब है कि वे चीज़ें हमें हमारे होने का बोध नहीं देती थीं।

जो चीज़ें हमारे दिमाग़ से नहीं जातीं, वे अक्सर वही चीज़ें होती हैं, जो हमें बताती हैं कि 'क्या कुछ हो सकता था'। वे चीज़ें हमें बताती हैं कि हम अब भी अपने साथ सहज नहीं हैं।

क्या आप जानते हैं कि बिना शर्त प्यार क्या होता है? इसका मतलब होता है, किसी को तब भी प्यार करना, जब वे बदले में आपसे बिना शर्त प्यार न करें। इसमें बिना किसी दिखावे के स्नेह होता है। हम यही दावा करते हैं कि हम यही चाहते हैं और फिर भी हम इस बात को शायद ही समझ पाते हैं।

जो ज़्यादातर लोग हमें पसंद आते हैं, उनके संपर्क में आकर हमें एक तरह की मादकता का एहसास होता है। लोगों की क़िस्में और मानक इस बात का सबूत हैं कि हम ऐसे लोगों की तलाश में होते हैं, जो कोई भूमिका निभाएँ। हमारा दिल तब टूटता है, जब हमने किसी के लिए कोई ख़ास अवधारणा बनाई हो और वह व्यक्ति उस दायरे से बाहर निकल जाए। अचानक आपको लगता है कि आप जो सोचते थे कि उस व्यक्ति को यह करना चाहिए, वह वैसा नहीं करता और इसलिए आप उन्हें ग़लत मानने लगते हैं। हम इसी तथ्य से ख़ुद को अलग नहीं कर पाते कि पैकेज यानी वह व्यक्तित्व तो संपूर्ण लगता था, सब कुछ बिलकुल सही था, फिर भी वह ग़लत निकल आया।

किसी ऐसे शख़्स के साथ प्यार में होना, जिसे आप जानते थे, किसी किताब से प्यार करने जैसा है (यह भले बेवकूफ़ाना मिसाल लगे, लेकिन लोगों को किताबों से प्यार हो जाता है)। बात यह है कि आप प्यार कर सकते हैं, लेकिन यह ऐसी कहानी है, जो आपकी कहानी के समानांतर चलती है। आख़िरकार यह स्थिर होती है। यह याद है। एक ऐसा वाक्य है, जिसे आप बदल नहीं सकते। उसे वैसे ही ख़त्म होना है, जैसे वह हुई। वह जो कहती है, वही कहती है।

एक दोस्त ने मुझसे कभी कहा था कि प्यार को खोजने का रहस्य यही है कि असल में उसकी तलाश न की जाए, बल्कि उन चीज़ों को ठीक किया जाए, जो आपको उसे देखने और पाने से रोक रही हैं। मेरे ख़याल से उनमें से सबसे बड़ी बात यह है कि 'इस प्यार से क्या चीज़ ठीक हो सकती है?'

यह व्यक्ति मेरे साथ होगा, तो मुझे क्या बेहतर लगेगा? मेरे हिसाब से उन्हें मुझे क्या कहना चाहिए? उन्हें क्या साबित करना चाहिए? मुझे किसके सामने अच्छा लगने की ज़रूरत है? उससे मेरे अहंकार को क्या तुष्टि मिलेगी?

सिर्फ़ प्यार में ही नहीं, बल्कि और भी चीज़ों के मामले में ऐसा होता है : हम वास्तविक स्नेह और असल प्यार को हल्के, ख़ुशनुमा, आज़ाद कर देने वाले एहसास से उलझा देते हैं, जो हमें उन कुछ क्षणों या कुछ दिनों या महीनों में महसूस होता है, जब हमारे अहंकार की तुष्टि होती है।

यही वजह है कि यह ज़्यादा दिन नहीं टिकता। हम लोगों या चीज़ों को कैसा होना चाहिए, उसे लेकर अपने ख़यालों को थामे रखते हैं : किसी के बारे में हमारा जो ख़याल होता है, वह हमारे बारे में बताता है। हम किसी व्यक्ति के उन हिस्सों को, मौजूदा पल से हमारा ध्यान भटकाने वाले सपनों को जितना पकड़कर रखेंगे, हमारे पास बस छनी हुई कुछ यादें रह जाएँगी, जिन्हें हम ज़िंदगी को बनाए रखने वाली उम्मीदों में बदल देंगे और फिर उनका हर पुर्ज़ा जोड़कर उसे ऐसे शख़्स के कंधों पर डाल देंगे, जिसके बारे में हमने सोचा था कि वह हमें इतना प्यार करता था कि उस वजह से हम ख़ुद से प्यार कर पाए।

अगर आप सावधान न रहे, तो वह व्यक्ति आपका हिस्सा बन जाएगा। वह अच्छा हिस्सा, संपूर्ण हिस्सा और आपकी ज़िंदगी का प्यार बन जाएगा।

52

हम क्यों अवचेतन रूप से अपने लिए समस्याएँ पैदा करना पसंद करते हैं

मुझे लगता है कि ज़्यादातर लोग निष्पक्षता से अपनी ज़िंदगी को देखते हैं और पाते हैं कि अक्सर जिन समस्याओं से वे दो-चार हुए थे, वे उनकी बनाई हुई थी, उन्होंने ख़ुद उन तकलीफ़ों को ख़ुद को दिया था। हमें ख़ुद के लिए समस्याएँ तैयार करना बहुत अच्छा लगता है और हम हर वक़्त ऐसा करते रहते हैं।

हम बेमतलब चिंता करते हैं, हम गतिहीनता को चुनते हैं, स्वीकार करने का प्रतिरोध करते हैं, अपनी शक्ति को बाहर खोजते हैं, चुनने की अपनी क्षमता को छोड़ देते हैं, जबकि असल में यह हम निर्भर करता है कि हम किसी चीज़ पर कैसे प्रतिक्रिया दें, कब बदलें और कम मन में उस पर विचार करें। यह हमारे मैसकिज़म (पीड़ा या अप्रिय अनुभव में सुखानुभूति, कष्ट भोग-जन्य आनंद) से जुड़े मनोरोग का एक और लक्षण है कि उस मामले में हमारे पास कोई विकल्प नहीं है।

हम ऐसा इसलिए करते हैं, क्योंकि हमें यह अच्छा लगता है। अपने लिए समस्याएँ बनाने में कुछ तो है, कुछ मज़ा है। हम उस पर बार-बार लौटते हैं। चाहे हम यह सोचते हैं कि हमारे साथ ऐसा होना चाहिए, वह हमारे जीवन को मायने देता है, हमें इंसान के रूप में विश्वसनीयता देता है कि हम किसी चीज़ से, किसी भी चीज़ से गुज़रे हैं, हम ख़ुद के लिए समस्याएँ तैयार करना चाहते हैं।

यही वजह है कि जब हम उन्हें बनाते हैं, तो हम ही हैं, जो उन पर क़ाबू पा सकते हैं।

ऐसा लगता है, जैसे हम अपने मन में उपलब्धियों को प्रस्तुत करते हैं। अवचेतन रूप से हम जानते हैं कि हम हालात से जीत सकते हैं, लेकिन हम कष्ट पर विचार करने का चुनाव करते हैं, ताकि हम यह महसूस कर सकें कि ''अरे, वाह! मैंने कुछ कर दिखाया है। मैंने अपनी ताक़त साबित की है।'' हम चीज़ों को

मुश्किल बनाते हैं, ताकि जब वे मुश्किल न रहें, तो उनसे हम अच्छा महसूस कर सकें। हम जितना ज़्यादा तकलीफ़ से गुज़रते हैं, उतना ही हमें लगता है कि वह चीज़ अहमियत रखती थी।

हम अपनी जीत को अवचेतन तौर पर गढ़ते हैं। हम जानते हैं कि किसी भी चीज़ या बात पर चिढ़ने या चिंता करने का कोई फ़ायदा नहीं है। अगर कोई चीज़ हल हो सकती है, तो उसे हल करें। अगर नहीं हो सकती, तो चिंता करने, झल्लाने से कुछ भी अचानक नहीं बदल जाएगा। दोनों ही मामलों में यह अनावश्यक, अर्थहीन शोर है।

पर बात यह है कि हमें झल्लाना, चिंता करना पसंद है। अगर ऐसा नहीं होता, तो हम शाायद लगातार ऐसा नहीं कर रहे होते। इससे हमारे इंसान होने की उस ज़रूरत को पूरा करता है, जिसे आधुनिकीकरण ने हमसे छीन लिया है। हम किस चीज़ से गुज़रकर जी रहे हैं? इसका क्या मतलब है? क्यों, क्यों, क्यों?

जब हर चीज़ का कोई जवाब हो, तो फिर करने के लिए क्या बचता है? जब हर चीज़ का कोई समाधान हो, तो फिर किस बात पर विचार किया जाए, कोशिश की जाए या फिर कुछ पाने को लेकर उत्साहित महसूस किया जाए? या फिर असल में हमें किसी चीज़ को पाने के लिए कोशिश करने की ज़रूरत क्या है? हमें जो कुछ हमारे पास है, उसकी बजाय किसी उपलब्धि को लेकर उत्साहित होने की क्या ज़रूरत है? हमारे भीतर ऐसा क्या है, जो अस्थिर है और जिसकी वजह से हमें सुकून नहीं है?

मुझे लगता है कि हम अपनी समस्याएँ इसलिए बनाते हैं, ताकि हम उन चीज़ों पर ध्यान दे सकें, जिनके बारे में हमें पता है कि अन्यथा वे बेक़ाबू हो जाएँगी। हम उन्हें इस तरह बनाते हैं कि इससे पहले कि कोई तकलीफ़देह, बाहरी हालात हमें परेशान करे, हम उन चीज़ों को ठीक कर सकें, उन पर ध्यान दे सकें, उनसे निपट सकें और उनकी पहचान कर सकें।

हम अपनी समस्याएँ इसलिए तैयार करते हैं, ताकि हम जान सकें कि अंतत: हमारे पास उनके समाधान होंगे और फिर हम सुरक्षित (हालाँकि दर्दनाक) रूप से उनसे निपट सकें। तो असल में यहाँ मामला अपने लिए मसले तैयार करने का नहीं है, बल्कि इतना जागरूक होने का है कि हम समझ सकें कि वे क्या हैं...और यह भी कि हम ख़ुद उन्हें ठीक करना चाह रहे हैं।

53

आत्मा को देह की ज़रूरत क्यों है?

कल घर जाते हुए मैंने शॉर्टकट लिया और शहर के चर्च के पीछे बनी एक कब्रगाह से होकर गुज़री। मैंने रुककर वहाँ लिखे नामों, तारीख़ों, बड़े-बुजुर्गों, तीन साल के बच्चों, प्रेम करने वाली पत्नियों, पिताओं, बहनों, पतियों को अमर कर देने वाले उनके ज़िंदगियों के सार को पढ़ा और सोचने लगी कि आख़िर किसी शरीर को आत्मा की ज़रूरत क्यों होती है?

ऐसा क्या है, जो शरीर कर सकता है, लेकिन आत्मा नहीं कर सकती? उसे किसी अस्थायी, स्थूल, भारी-भरकम और दर्द देने वाली चीज़ की चाह क्यों होती है?

मैं 1800 के उत्तरार्ध में मृत्यु को प्राप्त हुए एक पति-पत्नी की कब्र के सामने खड़ी थी। मैंने उनकी अंतिम आरामगाहों को देखा, जो एक-दूसरे से कुछ ही फ़ासले पर थी और यह समझ में आया कि आत्मा छू नहीं सकती।

अगर मान लें कि आत्मा ऊर्जा क्षेत्र है, तो हमारी आत्माएँ अनंतता के विस्तार में हमारे शरीर को मिले जीवन की सीमा के परे होती हैं, पर आत्मा छू नहीं सकती। वह रोशनी को नहीं देख सकती, वह ख़ुद रोशनी होती है।

उसे इंसान की त्वचा की ज़रूरत का भान नहीं होता। वह किसी के हाथ, गर्दन या पीठ पर उँगलियाँ नहीं फिरा सकती, उसे बेबस कर देने वाली इच्छा और चरम जुनून का एहसास भी नहीं होता। वे उस पागलपन के लक्षण हैं, जिसे हम प्यार करते हैं, पर वह मानव प्रेम है। वह अक्सर खोखला, निरंकुश व पागलपन भरा होता है और कोई नशा करने जैसा होता है। वह किसी गहन चीज़ की सराहना में घुल जाता है या फिर तेज़ी से जलकर बुझ जाता है।

आत्माएँ न तो शुरुआत का अनुभव करती हैं और न ही अंत का, उन्हें भावनाओं के लंबे-चौड़े विस्तार का भी कोई भान नहीं होता। उन्हें हैरत में नहीं डाला जा सकता, क्योंकि वे न तो कभी असमंजस में थीं या कभी अनजान नहीं

थीं। उन्हें शारीरिक-भावनात्मक गर्माहट के बारे में पता नहीं होता या फिर वे यह नहीं जानतीं कि किसी नवजात को थामकर उसके माथे को चूमते हुए कैसा लगता है या फिर जब हम अपने प्रेमी की गंध पाते हैं, तो हमें अपने सीने में कैसा महसूस होता है।

अपनी मनपसंद किताब पढ़ते हुए जिस उतार-चढ़ाव से हम गुज़रते हैं, उसे हमारी आत्मा महसूस नहीं कर सकती या फिर उस एहसास को जब हमारा मन किसी और की कहानी को अपनी ज़िंदगी में ढालकर देखता है या फिर जब हमारी उँगलियाँ अनगिनत बार टूटी हुई जिल्द को छूती हैं और किताब की गंध को महसूस करती हैं, ख़ासकर जब वह हमारी पसंदीदा किताब हो।

उसे नहीं मालूम कि पतझड़ की कुरकुरी और आरामदेह ठंड कैसी लगती है या फिर गर्मियों में पीठ पर सूरज की तपिश कैसी महसूस होती है। उसे नहीं पता कि पानी में अपनी अपना हाथ फैलाकर कैसा एहसास होता है। आत्मा हमारी पसंदीदा टीशर्ट नहीं पहन सकती या कुछ पकाते हुए उसे चख नहीं सकती और न ही उसे पसीना आता है, न वह साँस लेती या रोती या नाचती है। उसे उस सुकून का भी कोई अंदाज़ा नहीं, जो तब मिलता है, जब हमारी माँ या हमारा प्रेमी हमें अपनी आगोश में लेते हैं।

हमारा शरीर जिस सबसे ग़ज़ब के हिस्से के लिए ज़िम्मेदार है, वह है शारीरिक रूप से कुछ पाना या कुछ रचना। जब हमारे पास कुछ होता है, तो फिर हमें उसकी चाहत नहीं रहती। हम असल में किसी चीज़ को चाहते हैं, उसके लिए लड़ते हैं और फिर वही हो जाते हैं।

आत्मा को न तो बिलों का भुगतान करना होता है, न खाने-पीने की चीज़ें ख़रीदनी होती हैं या खाना पकाना या चेकअप के लिए समय लेना या फिर बर्तन धोना या फिर किसी रिश्ते को बनाए रखने के लिए छुट्टी के दिनों के लिए कुछ तय करना होता है। उसे आराम पाने के लिए गर्म पाने से नहाने की ज़रूरत नहीं पड़ती और न ही घर को ठीक रखना होता है या काम करने होते हैं या फिर सोच-विचार करने के लिए चहलक़दमी करनी होती है। शरीर सीख सकता है। शरीर को कोई चीज़ समझ आने का एहसास होता है। वह अलग-अलग हिस्सों को जोड़कर कोई चीज़ समझ सकता है। वह खो सकता है, ताकि उसे 'पाया' जा सके। वह तकलीफ़ में होता है, ताकि वह ठीक हो सके।

क्या हो, अगर हम अपने जीवन को बेहतर बनाने के लिए जिन कामों को रोज़ करते हैं, वे बेहतर न हों? क्या हो अगर, वे वही हों, जिन्हें हमें करना है? क्या हो अगर उन्हें केवल किया जाना हो, उनमें कोई बड़ा अर्थ न हो? क्या हो, अगर

उन छोटे-छोटे पलों में जो हम महसूस करते हैं, जब हम बचना चाहते हैं और उन्हें किसी बड़े अर्थ के संदर्भ में देखते हैं, वही ख़ुद में सार्थकता लिए हों?

अगर ठीक होने का मतलब दर्द को स्वीकृति देना है, तो शायद जीना, जीवन को स्वीकार करना ही है।

कितनी ही व्यग्रताएँ, हताशाएँ और भयावह चीज़ें तब तुरंत समाप्त हो जाती हैं, जैसे ही हम उन्हें ज़ोर से बोलकर व्यक्त कर देते हैं। शोक मनाने, अफ़सोस करने और वर्तमान में रहने का मतलब यही है कि हम जागरूक रह सकें। पहचान करना ही हल है। यही एकमात्र चीज़ है, जिसे हमें करना चाहिए।

असली तकलीफ़, जिससे बचना मुश्किल है, वह तब आती है, जब हम अपने सामने मौजूद चीज़ को नहीं पहचानते। वह तब तक हमारा पीछा करती है, हमें तंग करती है, जब तक कि हम उसे न पहचानें और उसके साथ सहज न हो जाएँ, चाहे वह हमें ख़ुशी दे या न दे। चाहे जो कुछ भी हो।

आत्मा को शरीर चाहिए, ताकि वह अनुभव कर सके और वह शरीर तब तक ख़ुद से लड़ता है, जब तक कि वह ख़ुद को जागरूक न कर दे। जब तक वह उसे न ले ले, जिसकी उसे ज़रूरत है और वह महसूस न कर ले, जो वह करना चाहता है, चाहे वह कितना भी अंधकारमय क्यों न हो।

हम अपनी इंसानियत से बेहतर नहीं हो सकते। ऐसा करने का मतलब है कि हम शरीर के होने के मतलब को नज़रअंदाज़ कर रहे हैं। हम ख़ुशी का चयन कर सकते हैं, लेकिन हम उसकी बजाय भावनाओं के पूरे विस्तार को चुनते हैं।

शायद यह मानने की बजाय कि सब कुछ सीधा चलता है और रास्ता केवल ऊपर की ओर और ख़ुशी की तरफ़ जाता है, हम ख़ुद को चुनने की अनुमति दे सकते हैं। हम बिलों का भुगतान करते हैं, बर्तन धोते हैं और खाना पकाते हैं और फिर सोचते हैं कि हम ऐसा क्यों कर रहे हैं। शायद महसूस करने की बजाय और कुछ सोचने का कोई मतलब नहीं है। शायद वह क़ायम रहता है, क्योंकि हम मानते हैं कि ऐसा है।

54

स्थिरता का महत्त्व : कुछ न करने के लिए समय निकालना क्यों अनिवार्य है

हमारा अनुकूलन इस तरह हुआ है कि हम स्थिरता को निष्क्रियता के साथ जोड़ते हैं और निष्क्रियता को नाकामी के साथ। हम ज़रूरत से ज़्यादा काम करने के लिए प्रशिक्षित हैं और यह मानने के लिए भी कि अगर किसी समय हम ऐसा कुछ नहीं कर रहे, जो हमारे लक्ष्यों में योगदान नहीं देता, तो हम कुछ नहीं कर रहे होते हैं।

इससे हम ख़ुद के साथ नहीं रह पाते। हमारा उद्देश्य तब तक ही उचित लगता है, जब कि वह किसी व्यक्ति या किसी अन्य चीज़ के काम आ रहा हो।

दरअसल, हम अपने साथ रहने के इतने विरोध में हैं कि यूनिवर्सिटी ऑफ़ वर्जीनिया द्वारा किये गये एक अध्ययन[13] के अंतर्गत 700 से अधिक लोगों से कहा गया कि वे एक कमरे में 6-15 मिनट तक अकेले बैठे रहें और साथ ही उन्हें कहा गया कि अगर वे बाहर आना चाहते हों, तो शॉक बटन दबा दें। 67 प्रतिशत पुरुषों और 25 फ़ीसदी महिलाओं ने चुपचाप बैठने और सोचने की बजाय बाहर आने का चुनाव किया।

स्थिरता एक मनोवैज्ञानिक अनिवार्यता है। हम सारा समय भागते रहने के लिए नहीं बने हैं और ऐसा करने से नुकसानदेह प्रभाव हो सकते हैं, उनमें से सबसे न्यूनतम प्रभाव के बारे में मैं बताऊँगी। जब आवश्यकता से अधिक काम हमारी पहचान बन जाए, तो हम भूल जाते हैं कि हम असल में कौन हैं और इस प्रक्रिया में हम वास्तविक जीवन नहीं जी पाते।

01 | **जिसे हम 'कुछ नहीं' करना कहते हैं, वह असल में हमारे मनोवैज्ञानिक स्वरूप के लिए ज़रूरी है और प्रसन्नतापूर्ण, शांत, संतुलित जीवनशैली बना रखने के लिए अनिवार्य है।**

---

13. सैमराय फ़ैरिस। 'डुइंग समथिंग इज़ बेटर दैन डुइंग नथिंग फ़ॉर मोस्ट पीपल, स्टडी शोज़।' 2014, यूनिवर्सिटी ऑफ़ वर्जीनिया।

यह विचार कि हमें हमेशा कुछ न कुछ करते रहना चाहिए, पूरी तरह से सांस्कृतिक (और पूरी तरह से अस्वास्थ्यकर) विचार है। ग़ौर करें कि हम तभी 'कुछ' करने को महसूस करते हैं, जब उस 'कुछ' को अन्य लोगों द्वारा बाहरी रूप से मापा जा सकता है।

02 | **'कुछ न करने' की स्थिति में हमारा मस्तिष्क ख़ुद को ऊर्जा दे रहा होता है। वह अवचेतन कार्यों को पूरा कर रहा होता है या चेतन अनुभवों को समाहित और संसाधित कर रहा होता है।**

आराम करने की स्थिति में हमारे तंत्रिकीय तंत्र अनुभवों को संसाधित कर सकते हैं, स्मृतियों को समेकित कर सकते हैं, सीखे हुए को, नियमित रूप से ध्यान देने और भावनाओं को सुदृढ़ कर सकते हैं, इस प्रकार हमारे दैनिक कामों में हमें अधिक उपयोगी और कारगर बना सकते हैं।

03 | **इंसान इस तरह नहीं बना है कि वह चेतन रहते हुए लगातार अपनी ऊर्जा ख़र्च करता रहे और इससे सबसे बड़ा असर उसी चीज़ पर पड़ता है, जिस पर वह अपनी ऊर्जा लगाना चाहता है यानी उसका काम।**

टोनी श्वार्टज़ ने *द न्यू यॉर्क टाइम्स* में उत्पादकता और आराम पर लिखे अपने लेख[14] में एक अध्ययन को उद्धृत किया, जिससे साबित होता था कि पर्याप्त नींद या फिर 'कुछ न करने' का समय न मिलना काम पर थकावट का सबसे बड़ा पूर्वसूचक था। (एक अन्य हार्वर्ड अध्ययन में उन्होंने बतया कि नींद पूरी न होने के कारण उत्पादकता में कमी की वजह से अमेरिकी कंपनियों को 63.2 अरब डॉलर का नुक़सान होता है।)

04 | **जब आप ख़ुद को बैठे रहने और आपको जो महसूस होता है, उस पर विचार करने, उसे स्वीकार करने और समझने की मोहलत नहीं देते, तो आप सक्रिय रूप से इन भावनाओं को ज़्यादा ताक़त देते हैं।**

स्टेफ़नी ब्राउन का कहना है कि ''व्यापक मान्यता है कि सोचने और महसूस करने से आप धीमे पड़ जाएँगे और उससे आपके रास्ते में रुकावट आएगी, जबकि होता इससे ठीक उलट है... अधिकांश साइकोथैरेपिस्ट इस बात को मानेंगे कि नकारात्मक एहसासों को दबाने से वे ज़्यादा ताक़तवर हो जाते हैं और उससे अनुचित रूप से घुसपैठ करने वाले विचार आते हैं, जिससे लोग उनसे बचने के काम में और व्यस्त हो जाते हैं।''

---

14. श्वार्टज़, टोनी। ''रिलैक्स! यू विल बी मोर प्रोडक्टिव।'' 2013, *द न्यू यॉर्क टाइम्स।*

05 | स्थिरता और शून्यता में रचनात्मकता फलती–फूलती है। अपने काम या फिर किसी मुद्दे से दूरी बनाने पर और अपने रोज़मर्रा के कामों से ध्यान हटाने से रचनात्मकता को बढ़ावा मिलता है।

अनगिनत अध्ययन बताते हैं कि जो लोग लगातार गहन रचनात्मकता की स्थिति में होते हैं, जो सबसे नए और अनोखे विचार विकसित करते हैं, वे वही लोग होते हैं, जो मौजूदा काम पर ध्यान केंद्रित करने की बजाय खुद को किसी निश्चित व्यवस्था से मुक्त कर अपने मन को इधर–उधर भटकने देते हैं। आइंस्टाइन ने इसे 'पवित्र सहजज्ञानी मन' की शुरुआत कहा (तार्किक मन के विपरीत, जिसे वे 'सेवक' के रूप में देखते हैं)।

06 | अगर आप विराम देकर किसी काम को करें, तो इस बात की संभावना अधिक है कि आप जितना चाहते हैं, उससे ज़्यादा हासिल कर सकेंगे और इस दौरान अधिक स्वस्थ, अधिक प्रसन्नतापूर्ण जीवनशैली बनाए रखेंगे।

अपने मन को लगातार किसी चीज़ पर केंद्रित रखने से जीवन को छोटा करने वाला (गुणवत्ता घटाने वाला) तनाव पैदा होता है और जब आप उन चीज़ों को अनदेखा करने लगते हैं, जो मायने रखती हैं (आपकी सेहत, आपका परिवार, आपकी मनोदशा), तो इस बात की संभावना ज़्यादा होती है कि इस दौरान आप संतृप्ति के बिंदु तक पहुँच जाते हैं और फिर उस चीज़ को लेकर हाथ खड़े कर देते हैं, जिस पर आप अपना सारा समय और अपनी ऊर्जा लगा रहे थे।

07 | अधिक सचेत होना मददगार होता है (वर्तमान क्षण को लेकर अधिक जागरूक होना)।

सचेतन होने से सामान्य तनाव कम होता है, स्मृति बेहतर होती है, भावनात्मक प्रतिक्रिया कम होती है, रिश्तों से अधिक संतोष मिलता है, संज्ञानात्मक लचीलापन बढ़ता है, परानुभूति और करुणा बढ़ती है। बेचैनी और अवसाद में कमी आती है और जीवन की पूरी गुणवत्ता बढ़ती है।

08 | यहाँ जिस काम को 'आपको करना था', उससे 'ब्रेक' लेना या उससे 'दूर' होने का मसला नहीं है, बल्कि मुद्दा यह है कि इंसान किस लिए बने हैं।

टिम क्राइडर[15] का कहना है : ''निष्क्रियता केवल अवकाश, भोगविलास या कोई बुराई नहीं है। यह तो दिमाग़ के लिए वैसे ही ज़रूरी है, जैसे शरीर के लिए विटामिन डी आवश्यक है। इसकी कमी होने से हमें ठीक वैसे ही दिमाग़ी रोग हो सकते हैं,

---

15. क्राइडर, टिम. *'द बिज़ी ट्रैप।'* द न्यू यॉर्क *टाइम्स।* 2012.

जैसे शरीर में विटामिन डी की कमी से रिकेट्स हो सकता है... निष्क्रियता जिस विस्तार और स्थिरता को मुहैया कराती है, वह जीवन से थोड़ा पीछे हटकर उसे पूरी तरह से देखने और असंभावित संपर्क बनाने के लिए और किसी प्रेरणा के लिए आवश्यक शर्त होती है। यह भले विरोधाभासी लगे, लेकिन किसी भी काम को करने के लिए यह ज़रूरी है।''

55

जुड़ाव की अपनी शैली के आधार पर यह जानना कि हम अपने रिश्तों के मामले में क्यों जूझ रहे हैं

यह बात सब जानते हैं कि हमारी ज़्यादातर मान्यताएँ बचपन में आकार लेती हैं और वयस्क होने पर जिन चीज़ों का हम अधिकांश अनुभव करते हैं, उनका कुछ न कुछ लेना-देना हमारे जीवन के सबसे प्रारंभिक काल से होता है। रोमांटिक रिश्तों के मामले में यह बात काफ़ी सटीक बैठती है। वे हमारे उन रिश्तों का विस्तार होते हैं, जिन्हें हम बनाते हैं और जो हम स्त्री-पुरुषों के बारे में समझते हैं, साथ ही अपने माता-पिता के आपसी बर्ताव के माध्यम से हम स्त्री-पुरुषों के रिश्तों को भी समझते हैं। कई लोग ज़िंदगी भर अपने पहले पारिवारिक रिश्तों को फिर से रचने में लगे रहते हैं और अक्सर इससे उनका नुक़सान होता है। यहाँ जुड़ावों की चार तरह की शैलियाँ दी गई हैं, जो बच्चों में विकसित होती हैं। इनमें से अपनी शैली को समझकर हमें अपने रिश्तों में होने वाली जद्दोजहद को रोकने में मदद मिल सकती है।

सुरक्षित

अगर आप उन लोगों में से हैं, जो सुरक्षित रूप से जुड़ाव रखते हैं, तो आपके प्रारंभिक बचपन में आपके माता-पिता में से एक या फिर दोनों आपकी ज़रूरतों को समझते थे। आपने लोगों पर विश्वास करना सीखा और रिश्तों के मामले में कम संघर्ष किया, क्योंकि आप नकारने या अस्वीकृत होने के विचार पर ज़रूरत से ज़्यादा प्रतिक्रिया नहीं करते। आपको उतना डर नहीं लगता।

फिर भी अगर आप अपने रिश्तों में जूझ रहे हैं, तो संभव है कि ऐसा आपके संतोष की भावना के कारण हुआ होगा। आप ग़लत रिश्तों में लंबे समय तक रहने को तैयार हैं, क्योंकि वे 'पर्याप्त' हैं, लेकिन साथ ही आप किसी 'सही' रिश्ते के

लिए प्रतिबद्ध होने के मामले में अधिक संकोची हैं, क्योंकि उसमें ज़्यादा जोखिम होता है। आप आरामदेह स्थिति में हैं और वैसे ही रहना चाहते हैं, चाहे उससे आपकी दिली ख़्वाहिशों को नुक़सान हो। आपको इस यथार्थ को लेकर खुलापन रखना होगा कि प्रेम डरावना है, ख़ासकर वह जो सार्थकता रखता है। पूरा समय लें, लेकिन आसान रास्ते का चयन न करें।

बचना

अगर आप किसी से लगाव से बचना चाहते हैं, तो मुमकिन है कि आपके माता-पिता आपके लिए भावनात्मक रूप से उपलब्ध नहीं थे और आपकी असल ज़रूरतों के प्रति संवेदनशील नहीं थे। आप बहुत कम उम्र में 'नन्हे वयस्क' बन गए, असल दर्द को या मदद (ख़ासकर माता-पिता/देखभाल करने वालों से) की ज़रूरत को व्यक्त करने से बचने लगे (अब भी बचते हैं), आपकी आज़ादी कमी की हद तक आपके लिए मायने रखती है। आप स्वयं में पूरी तरह से पूर्ण हैं और अकेले रहने में सबसे सहज हैं। संभव है कि आपके माता-पिता आपको 'ख़ुश' रहने के अलावा कुछ और महसूस करने पर सज़ा देते होंगे या फिर रोने या किसी अन्य ऐसे एहसास को दिखाने के लिए आपको शर्मिंदा करते होंगे, जो उनके लिए सुविधाजनक न रहे हों। शायद इससे आपको अंतरंगता के मामले में परेशानी होने लगी, क्योंकि आप किसी और के साथ अपने संपूर्ण स्वरूप को लेकर जूझते हैं।

अगर आपको रिश्तों के मामले में परेशानी हो रही है, तो इसका कारण यह है कि आप 'अपूर्णताओं' को ख़ारिज होने के साथ जोड़ते हैं। आपको लगता है कि पूरी तरह से और वास्तविक रूप से खुलने से आपसे कोई प्रेम नहीं करेगा या फिर आपको नकार देगा, क्योंकि बहुत छोटी उम्र से आपने सीखा है कि असल एहसास को ज़ाहिर करना ख़तरनाक हो सकता है। संभवत: आप बाक़ी लोगों की कमियों को ज़रूरत से ज़्यादा स्वीकार करने वाले हैं, लेकिन अपनी कमियों को आप सहन नहीं कर सकते। आपको वास्तव में बाक़ी लोगों (आप दोस्तों से शुरुआत कर सकते हैं) के साथ खुलना होगा और देखना होगा कि आप जो हैं, उसके कारण कोई आपको न छोड़े। लोगों के साथ ज़्यादा भरोसे भरा रवैया विकसित करने के बाद किसी के साथ घनिष्ठता बढ़ाने में आपको ज़्यादा आसानी होगी।

बेचैनी

अगर आपका बेचैनी भरा जुड़ाव है, तो इसका कारण यह हो सकता है कि आपके माता-पिता हमेशा आपकी ज़रूरतों को नहीं समझते थे। कभी तो आपको प्यार-दुलार करते, लेकिन कभी वे ज़रूरत से ज़्यादा दख़ल देने वाले और असंवेदनशील

होते थे। मुमकिन है कि आप दुविधा की स्थिति और अज्ञात के डर से जूझते हैं, क्योंकि आपको पता ही नहीं होता लोगों से किस तरह के बर्ताव की अपेक्षा की जाए। आपको लोगों पर भरोसा करने में मुश्किल होती है, पर साथ ही आप बड़ी आसानी से ज़रूरत से ज़्यादा जुड़ जाते हैं और चिपकू हो जाते हैं, वह चाहे किसी व्यक्ति का विचार ही क्यों न हो। इसका कारण यह है कि आप उस किसी भी उस चीज़ से डरते हैं, जिसे आप 'सुरक्षित' नहीं समझते और अज्ञात को लेकर अपने डर का सामना करने की बजाय लोगों से चिपके रहना चाहते हैं।

यदि आप अपने रिश्तों में संघर्ष कर रहे हैं, तो इसका कारण यह है कि आप ख़ुद को दर्द से 'बचाने' की कोशिश में लोगों का मन पढ़ने, अपने आप अंदाज़ा लगाने, कल्पना करने, पूर्वानुमान लगाने और संभावित परिणाम के बारे में सोचने में ज़्यादा वक़्त लगा रहे हैं या फिर आप इस डर को नहीं जाने दे रहे हैं कि आपको कभी कोई नहीं मिलेगा। दोनों ही सूरतों में, आपके दिल की बजाय सब कुछ आपके दिमाग़ में ज़्यादा है और आप अपने जीवन की बागडोर उस चीज़ के हाथ में नहीं दे रहे, जिसे आप पाने की कोशिश में हैं, बल्कि उसके हाथ में दे रहे हैं, जिससे आप बचने की कोशिश कर रहे हैं। रिश्तों में बेहतर स्थिति में होने के लिए आपको यह समझना होगा कि जिस बेचैनी और आतुरता को आप महसूस कर रहे हैं, वह आपकी सोच में है। आपको अपने विचारों को फिर से केंद्रित करने पर काम करना होगा, अपने डर से यथार्थ को अलग करना होगा और विश्वसनीय तथा परवाह करने वाले लोगों के बीच रहना होगा।

अव्यवस्थित

अगर बचपन में आपका अव्यवस्थित जुड़ाव रहा हो, तो इसका कारण यह हो सकता है कि आपके माता-पिता या देखभाल करने वाले अनुचित बर्ताव करने वाले, डराने वाले या फिर आपकी जान तक के लिए ख़तरा रहे हों। आप बचना चाहते हों, लेकिन फिर आपका बचपन उन्हीं लोगों पर आश्रित रहा हो, जो आपको सबसे ज़्यादा चोट पहुँचाते हों। बड़े होने तक आप उनसे पूरी तरह नहीं बच सके हों। आपको जिनसे जुड़ाव होना चाहिए था, वही आपके लिए तनाव का प्रमुख स्रोत थे और बचे रहने के लिए आपको ख़ुद से दूर होने पर मजबूर होना पड़ा।

अगर आप अपने रिश्तों में जूझ रहे हैं, तो इसका कारण यह है कि आपने अभी तक अपनी भावनात्मक मार्गनिर्देशन प्रणाली की बात सुनना नहीं सीखा है। आप उन साथियों को नहीं चुन रहे, जिनकी आपको असल में परवाह है या फिर आप अपने सहजबोध को अनदेखा कर रहे हैं, क्योंकि बड़ा होते हुए आपको मजबूर किया गया कि आप ख़ुद पर भरोसा न करें। यह सही है कि आप तकलीफ़ में थे,

लेकिन अपने अस्तित्व के लिए आपको उस दर्द को अनदेखा करना पड़ा और ख़ुद को आश्वस्त करना पड़ा कि सब कुछ सही था। आपको अब बहुत गंभीर मानसिक/भावनात्मक काम करना पड़ेगा, जिसमें हो सकता है कि आपको अपने अतीत के कष्टों को याद करना पड़े और आपकी ज़िंदगी में जो कुछ हुआ, उसे अपने हिसाब से फिर से लिखना पड़े। आपको अपनी भीतरी मार्गनिर्देशन प्रणाली के साथ फिर से जुड़ना होगा और अपनी सोच या अपने विचारों से ज़्यादा उस पर भरोसा करना सीखना होगा।

56

16 तरीक़े : आपकी दमित भावनाएँ आपके जीवन में आ रही हैं

कई लोग इस बात से सहमत होंगे कि भावनाओं का दमन करना उन्हें नियंत्रित करने की सबसे कम कारगर रणनीति है और फिर भी भावनाओं से निपटने की यह सबसे आम तकनीक है। एक मायने में भावनात्मक दमन और कुछ नहीं, बस अपनी भावनाओं को अनदेखा करने या फिर उन्हें 'ग़लत' मानकर उन्हें अमान्य करना है। यह ख़तरनाक है, क्योंकि हमारी भावनाएँ वे प्रतिक्रियाएँ हैं, जो इस तरह तैयार हुई हैं कि वे हमें जीता-जागता रख सकें। यह समस्या इसलिए बनी है, क्योंकि लोगों को बुनियादी भावनात्मक समझदारी की जानकारी नहीं है। भयावह अज्ञात का सामना करने की बजाय हम उससे बचते हैं।

1988 में डैनियल वेंगर ने एक अभूतपूर्व अध्ययन[16] किया, जिससे पता चला कि भावनात्मक दमन कितना घातक हो सकता है। 'विचारों के दमन के प्रतिक्रियात्मक प्रभाव' को पहचानने की क्षमता उनके शोध का परिणाम थी। उस अध्ययन समूह के जिन लोगों को सफ़ेद भालू को लेकर आने वाले ख़यालों को झटकने को कहा गया, उनके मन में उस दूसरे समूह की तुलना में भालू को लेकर ज़्यादा विचार आए, जिसे कहा गया था कि वह (सफ़ेद भालू समेत) किसी भी चीज़ के बारे में सोच सकता है। क्या आपने यह उक्ति सुनी है, ''जिस भी चीज़ का हम प्रतिरोध करते हैं, वह बनी रहती है?''

कहने का मतलब यही है कि हम भावनाओं से बचकर नहीं चल सकते। आप उन्हें नकार नहीं सकते, निरस्त नहीं कर सकते या उनका दमन नहीं कर सकते। आप केवल उनकी अनदेखी करने की कोशिश कर सकते हैं, लेकिन आपका चेतन मन जिन चीज़ों को समझ सकता है, उनके परे कहीं ज़्यादा शक्तिशाली कारणों से

---

16. वेंगर, डैनियल। ''सप्रेसिंग द व्हाइट बेयर्स।'' 1987. *जर्नल ऑफ़ पसैनैलिटी ऐंड सोशल सायकॉलोजी।* खंड 53, क्रमांक 1.

वे भावनाएँ कई अन्य तरीक़ों से ख़ुद को आपके सामने ले आएँगी। यहाँ बताए गए तरीक़ों से दमित भावनाएँ जीवन में फिर से उभरती हैं/वे संकेत, जो हो सकता है कि आप भी अनुभव कर रहे हों :

01 | **आपकी आत्मछवि दो ध्रुवों में बँटी है : आपको या तो लगता है कि आप इस धरती पर सबसे महान व्यक्ति हैं या फिर आप बिलकुल निरर्थक क़िस्म के इंसान हैं, इन दोनों के बीच का कुछ भी नहीं है।**

02 | **किसी सामाजिक स्थिति के बारे में सोचते हुए आप बेचैन हो जाते हैं, क्योंकि आपको लगता है कि आप जैसे हैं, वैसे ख़ुद को प्रस्तुत नहीं कर सकते, तो आपको 'प्रदर्शन' करना होगा या फिर आपको लोगों की ओर से आँका जाएगा।**

03 | **आप हर चीज़ को अति पर ले जाते हैं।** किसी सहकर्मी की एक बुरी टिप्पणी आपको अपनी अहमियत को लेकर परेशानी में डाल देती है। अपने साथी के साथ हुए झगड़े से आप पूरे रिश्ते पर फिर से विचार करने लगते हैं।

04 | **आपका अस्तित्व बाक़ी लोगों के साथ तुलना के रूप में है।** आपको लगता है कि आप किसी के बराबर आकर्षक है, किसी से ज़्यादा आकर्षक हैं या फिर अपने आस-पास मौजूद लोगों में सबसे ज़्यादा आकर्षक हैं।

05 | **आप ख़ुद के ग़लत होने को नहीं सह सकते,** क्योंकि आप ग़लती करने को व्यक्ति के रूप में ख़ुद को निरस्त करने से जोड़ते हैं।

06 | **आप बहुत छोटी, ग़ैर-ज़रूरी चीज़ों पर अक्सर लगभग पूरी तरह से अभूतपूर्व ढंग से फूट पड़ते हैं।**

07 | **आप उन चीज़ों पर लगातार शिकायत करते रहते हैं, जिन्हें लेकर शिकायत करने की ज़रूरत नहीं होती।** (यह अवचेतन इच्छा है कि लोग आपके दर्द को देखें और उसे मान्यता दें।)

08 | **आप अनिर्णय की स्थिति में रहते हैं। आपको यह भरोसा नहीं है कि आपके विचार या राय या चुनाव पहली बार में 'अच्छे' या 'सही' होंगे, इसलिए आप ज़रूरत से ज़्यादा सोचते हैं।**

09 | **आप टालमटोल करते हैं, जो कि यह कहने का एक अन्य तरीक़ा है कि आप नियमित रूप से ख़ुद के साथ 'असहज' स्थिति में रहते हैं। (आप सब कुछ सहजता से नहीं होने देते, जो कि दमन का ही एक परिणाम है।)**

10 | **आप लोगों से जुड़ने की बजाय ख़ुद को उनसे श्रेष्ठतर महसूस करना पसंद करते हैं।**

11 | **जैसे ही आपको किसी अपने परिचित की सफलता का पता चलता है, आप उसकी प्रशंसा या उसे मान्यता देने की बजाय तुरंत उसमें मीनमेख निकालने लगते हैं।**

12 | **ऐसे ही कारणों से आपके रिश्ते टूट जाते हैं, आप ऐसी ही चीज़ों पर बेचैनी महसूस करते हैं** और यहाँ तक कि आपके यह मानने के बावजूद कि समय के साथ ये एहसास या प्रतिक्रियाएँ कम हो जाएँगी, यह पैटर्न बना रहता है।

13 | **जिन लोगों को आप अपने दर्द, या अपनी नाकामी या फिर चयन न कर पाने की अपनी अक्षमता के लिए ज़िम्मेदार मानते हैं, उन्हें लेकर आप नाराज़ रहते हैं।**

14 | **आपको लगता है कि जैसे आप किसी के सामने असल में अपना दिल खोलकर नहीं रख सकते।**

15 | **आप 'स्पॉटलाइट कॉम्प्लेक्स' का शिकार हैं,** जिसमें आपको लगता है कि हर कोई आपको देख रहा है और जानना चाहता है कि आपकी ज़िंदगी कैसी है। (कोई भी ऐसा नहीं कर रहा होता।)

16 | **आप आगे बढ़ने से डरते हैं, भले आप ऐसा करना चाहते हों।** हो सकता है कि आप मानसिक रूप से आगे बढ़ने के लिए तैयार हों, लेकिन जब तक आप उसके साथ जुड़े एहसासों को पूरी तरह से नहीं समझेंगे, तब तक आप वहीं पर रहेंगे, जहाँ पर आप हैं।

57

50 लोग अपने सबसे ज़्यादा मुक्त कर देने वाले विचार बताते हुए

हमारा जीवन रहस्य खुलने के सिलसिले के रूप में सामने आता है।

यह तब होता है, जब आप किताब रखकर सामने देखते हैं और उस वाक्य को अपने मन में बार-बार दोहराते हैं, उसे उस हर छोटी से छोटी बात पर लागू करते हैं, जिसे आप थोड़ा तोड़ते-मरोड़ते हैं। आप सवालों के जवाब देते हैं, जिनके बारे में आपको पता ही नहीं था कि आप पूछ रहे थे, उन सिरों को बाँधते हैं, जिन्हें आपने बरसों पहले वैसे ही छोड़ दिया था।

पूरी तरह से मुक्त होने की कुंजी यह है कि वह स्वयंसिद्ध है। उसने आपके अनुभव में स्वयं को साबित किया है। उसे समस्या हल करने की ज़रूरत नहीं है; उसने बस यह समझने में आपकी मदद करनी है कि आख़िर वह समस्या खड़ी क्यों हुई।

आपका हर चेतन विचार आपको या तो उस मानसिक चक्र में वापस ले जाता है, जिसमें आप हैं या फिर वह आपको उससे मुक्त कर देता है।

कुछ चक्र स्वस्थ होते हैं, कुछ नहीं होते। कुछ को आप बनाए रखना चाहते हैं, कुछ को नहीं चाहते। कुछ को आप बदलना चाहते हैं और आपको पता होता है कि आप उन्हें बदलना चाहते हैं। कुछ को आप बदलना चाहते हैं और आपको पता नहीं होता कि आप उन्हें बदलना चाहते हैं। कुछ को आपको बदलने की ज़रूरत होती है और आपको पता नहीं होता कि उन्हें कैसे बदलना है।

मुझे लगता है कि हमारी ज़िंदगी उस अनुपात में सीधे बदलती है, जब हम अक्सर ऐसे हालात में पड़ जाते हैं, जिनमें हमारे पास बड़े सच को तलाशने के अलावा और कोई विकल्प नहीं होता। मुझे लगता है कि वह अहम है। जो लोग आरामदेह स्थिति में होते हैं, उन्हें पढ़ते रहने या खोजने या पता लगाने की ज़रूरत

नहीं होती है। वे विकसित नहीं होते, क्योंकि उन्हें नहीं होना है। (इंसानों के बारे में दुख भरी, लेकिन अहम बात यह है कि वे तब तक नहीं बदलते, जब तक कि न बदलना कम आरामदेह बदलाव न हो।)

मुझे मालूम है कि मेरी कामयाबी, मेरी तकलीफ़ों से सीधे अनुपात में जुड़ी रही है। यह बात मैं जानती हूँ। यही वह अनुभव है, जिससे मैं उपरोक्त सिद्धांत पर पहुँची हूँ।

इस समय, मुझे अब तक आने वाला सबसे मुक्त करने वाला विचार यह है कि मैं कुछ भी नहीं बदलूँगी। मेरे जीवन में हर चीज़ का कोई प्रयोजन था, उसमें सबसे बुरी, सबसे घटिया, सबसे भयावह और सबसे विनाशक चीज़ें थीं। वे सब मुझे यहाँ लेकर आईं।

मुझमें कभी पागलपन नहीं रहा। मैं अपने हालात का नतीजा थी, (इसे पूरी तरह मानने में मुझे काफ़ी समय लगा।), लेकिन यह सच है : मैंने उसी तरह प्रतिक्रिया दी और बर्ताव किया, जिस तरह कोई सामान्य, सेहतमंद, क्रियाशील व्यक्ति करेगा और करना चाहिए।

मुझे ख़ुश नहीं होना था। अगर मैं अच्छी तरह से या फिर उदासीन ढंग से प्रतिक्रिया करती, तो मैं वहीं पहुँचती, जहाँ के लिए निकली थी। मैं वही ज़िंदगी जीती, जो लोगों ने मुझ पर थोपी थी। मुझे मानसिक रूप से बीमार मान लिया जाता।

यह महत्त्वपूर्ण था कि मेरे पास सब कुछ एक साथ नहीं था या फिर मैं लगातार अच्छा महसूस नहीं करती थी।

मैं अपनी तकलीफ़ से इसलिए निकल पाई, क्योंकि मैं यह समझ सकी कि क्या ग़लत और असहज था, और उससे अलग मैं कुछ नहीं जानती थी। यह कितनी असाधारण बात है? यह कि हम जान सकते हैं कि कब कुछ ग़लत होता है, जबकि हम इस बात को लेकर पूरी तरह से निश्चित नहीं होते कि उसका उलटा क्या हो सकता था?

इस दुनिया में ऐसी कोई अच्छी चीज़ नहीं है, जो हज़ारों छोटी-छोटी क्रांतियों से न बनी हो और लोग भी इस मामले में अपवाद नहीं हैं। मैं न केवल खुद को सबसे ज़्यादा मुक्त कर देने वाले विचारों, मुझे बदलने वाले, आकार देने वाले और मुझे तैयार करने वाले रहस्योद्घाटनों की श्रंखला का संकलन करना चाहती थी, बल्कि बाक़ी लोगों के विचारों को भी संकलित करना चाहती थी। यहाँ 49 अजनबियों के (एक मेरा) विचार हैं, इन्हें इस उम्मीद में साझा कर रही हूँ कि शायद इनमें से कुछ आपके भी हों।

01 | **"मुझे किस बारे में सोचना है, यह मेरा विकल्प है।"**

02 | **"किसी के साथ असहमत होने के लिए मुझे उनसे माफ़ी माँगने की ज़रूरत नहीं है।"**

03 | **"आपको जो कुछ चाहिए, आप पा सकते हैं, लेकिन एक साथ सब कुछ नहीं पा सकते। अगर आपको लगता है कि यह दुर्भाग्यपूर्ण है, तो ज़रा सोचिए कि अगर आपको सब कुछ एक साथ मिल जाता, तो आप न तो उसका पूरी तरह से अनुभव ले सकते थे और न ही पूरी तरह से उसका आनंद ले सकते थे।"**

04 | **"आप अपने परिवार का चुनाव कर सकते हैं।** आप अपना धर्म चुन सकते हैं। आप हर रोज़ यह चुनाव कर सकते हैं कि आप कौन हैं और उसे आज भी वही व्यक्ति होने की ज़रूरत नहीं, जो वह कल था। आपको केवल वही बनने की ज़रूरत नहीं है, जिसके साथ लोग सहज हैं या फिर जिसे वे समझ सकते हैं।"

05 | **"मेरा जीवन मुझे परिभाषित नहीं करता। मैं अपने जीवन को परिभाषित करता हूँ।** यह पल मेरी ज़िंदगी नहीं है, यह तो मेरे जीवन का एक पल है।"

06 | **मेरा जो भी बोध है, वह 'मैं कौन हूँ' का ही विस्तार है।** अगर मैं अपने जीवन को बदलना चाहता हूँ, तो मैं ख़ुद को बदलूँगा।

07 | **"मुझे हर किसी चीज़ को स्वीकारने की ज़रूरत नहीं है।** मुझे सब कुछ बदलने की भी ज़रूरत नहीं है।"

08 | **"आज़ादी मन की स्थिति है।"**

09 | **"ऐसा कुछ नहीं, जो आपके पास हमेशा हो सकता है, लेकिन अगर आप उन चीज़ों के आपके पास होने के समय उनसे प्यार करने की बजाय उन्हें एक साथ रखने की कोशिश में व्यस्त रहते हैं, तो ऐसी बहुत सी चीज़ें हैं, जिनका अनुभव करने से आप चूक जाते हैं।"**

10 | **"रोमांटिक प्यार के अलावा भी ऐसे कई तरह के प्रेम हैं, जो इस लायक़ हैं कि उनकी तलाश में रहा जाए।** केवल ख़ुशी की बजाय बहुत से अन्य अनुभव भी है। आदर्श के अलावा बाक़ी सब कुछ नाकामी नहीं है। यही जीवन है। हम उसके लिए बने हैं और उसके लिए उपयुक्त हैं।"

11 | **"मेरी कोई अहमियत है। मैं ख़ुशी के लायक़ हूँ। अपने प्रति दयालु होने के लायक़ हूँ। मैं प्यार के क़ाबिल हूँ।"**

12 | **"मैं ठीक उसी तरह अपने अभी के हालात से जूझकर उन पर जीत हासिल करूँगा, जैसे मैंने उन चीज़ों पर की,** जिनके बारे में मुझे लगता था कि मैं वैसा नहीं कर पाऊँगा। मेरी राय में यह काफ़ी सुकून भरा विचार है : जिस चीज़ से आप गुज़र चुके हैं, उससे तुलना करके और यह जानकर कि उससे कैसे पार पाना है।"

13 | **"आप सालों को याद नहीं रखते, पलों को याद रखते हैं।"**

14 | **"मैं जो हूँ, मुझे वही होना था, और कुछ भी नहीं होना था।"**

15 | **"कुछ भी स्थायी नहीं है, यहाँ तक कि सबसे बुरे एहसास भी।"**

16 | **"हालात को अलग ढंग से देखने का फ़ैसला करके मैं अपने अनुभव को बदल सकता हूँ।** हो सकता है कि मेरे आस-पास और मेरे साथ जो कुछ हो रहा है, मेरा उस पर क़ाबू न हो, लेकिन इस बात पर मेरा हमेशा नियंत्रण है कि मैं उसे कैसे देखता हूँ, उस पर क्या करता हूँ और कैसे प्रतिक्रिया करता हूँ। आख़िरकार मेरी ज़िम्मेदारी उसे लेकर ही है।"

17 | **"किसी की अंत्येष्टि में कोई इसलिए नहीं रोता कि दुनिया एक और प्यारे चेहरे की कमी महसूस करेगी।** लोग इसलिए रोते हैं, क्योंकि दुनिया एक और दिल, एक और रूह, एक और शख़्स की कमी महसूस करेगी। इतना भी इंतज़ार न करें कि उन चीज़ों पर ध्यान देने में देर हो जाए, जो वाक़ई मायने रखती हैं यानी ऐसा कुछ तैयार करना, जो हमारे शरीर के परे भी क़ायम रहे।"

18 | **"लोग आपको किसी फ़्लोचार्ट के हिसाब से प्यार नहीं करते, जिसमें वे आपकी तुलना किसी और से करते हों।** सबसे प्यारे, सबसे पतले और आर्थिक रूप से सबसे मज़बूत लोग वे नहीं, जिन्हें सबसे ज़्यादा प्यार किया जाता है। वे सबसे अच्छी ज़िंदगी नहीं जीते। मुझे हर बार तब ख़ुद को यह बात याद दिलानी पड़ती है, जब मैं इस बात के मुक़ाबले कि मैं क्या हूँ, इस बात की ज़्यादा फ़िक्र करने लगती हूँ कि मैं कैसी दिखती हूँ।"

19 | **“यह पल ही है जो मौजूद है।** इस पल में रहने की घिसी-पिटी सलाह हर किसी को दी जाती है, लेकिन सचमुच कोई और विकल्प है ही नहीं। समस्या यह है कि आप ध्यान दे रहे हैं या नहीं दे रहे।”

20 | **“हर चीज़ से निपटने का तरीक़ा यह है कि इस तथ्य को अपना लिया जाए कि जो कुछ आता है, उसका कोई कारण होता है, जो रह जाता है, वह किसी वजह से रहता है, जिससे चोट पहुँचती है, वह भी किसी कारण से होती है।** उसके असर को अनदेखा करना उससे लड़ना उसके कारण को ठीक नहीं कर सकता।”

21 | **“हम जिस पर ध्यान केंद्रित करते हैं, उसका विस्तार होता है।”**

22 | **“यह भी गुज़र जाएगा।”**

23 | **“जब भी मुझे कुछ करने की ज़रूरत थी, मुझे उसे करना पड़ा। मुझे उन चीज़ों के बारे में ज़्यादा नहीं सोचना पड़ा, जिन्हें होना ही था।** मुझे तो बस उनके लिए खुलापन रखने की ज़रूरत थी।”

24 | **“मैं जिन चीज़ों से गुज़रा, उन्होंने ही मुझे आज यह बनाया। जिससे मैं गुज़र रहा हूँ, वही मुझे वह बनाएगा, जो मैं बनूँगा।** अभी मैं जिस चीज़ पर अपनी ऊर्जा लगाने का चयन करूँगा, उससे ही वह शख़्स बनेगा। मैं फ़ैसला लेता हूँ। मेरे हालात नहीं लेते।”

25 | **“यह कभी न भूलें कि आप दुनिया में नहीं हैं, बल्कि दुनिया आप में है।** जब आपके साथ कुछ भी होता है, तो उस अनुभव को भीतर की ओर लें। सृष्टि इस तरह स्थापित है कि वह सह-निर्माता के रूप में आपको लगातार संकेत और सुराग देती है। जैसे आपका शरीर भोजन का चयापचय कर रहा है, आपकी आत्मा भी अनुभव के साथ वही कर रही है। (यह दीपक चोपड़ा का उद्धरण है।)”

26 | **“कोई न कोई रास्ता हमेशा होता है... तब भी, जब लगे कि ऐसा है नहीं। रास्ता हमेशा होता है।** अलग तरह की नौकरियाँ हैं, नए विचार हैं, देश भर में नए अपार्टमेंट्स हैं, अगले घंटे में कई उड़ानें हैं, जो ऐसी जगहों पर जा रही हैं, जहाँ मैं हमेशा से जाना चाहता था। पैसा कमाने, काम पाने, प्यार पाने का कोई रास्ता है... हमेशा कोई न रास्ता होता है! मैं कभी कहीं नहीं अटकता, मैं अपनी सोच में हूँ, जो हूँ।”

27 | **"जीवन में कोई भव्य क्षण नहीं होता।** आप उठकर यह नहीं कहते, "अरे वाह! मैंने कर दिखाया!" ख़ुशी हर बारीकी में हैं और आनंद पूरे सफ़र में है। हमेशा से रहा है, हमेशा रहेगा।"

28 | **"यहाँ होने का प्रयोजन विकास है।** इसका मतलब है, अनुभव ले पाना और ज़्यादा देख पाना, क्योंकि आप उसे लेकर जागरूक हैं। यहाँ होने का मतलब चेतना का विस्तार है।"

29 | **"सबसे बुरी चीज़ें जो मेरे साथ हुईं, वे वही थीं, जिन्होंने मुझे वह सिखाया, जो और कोई नहीं सिखा पाया था या फिर जिन्होंने मुझे उन चीज़ों के लिए तैयार किया, जो बहुत हैरतअंगेज़ थीं, जिनकी कल्पना करना तो दूर की बात है, मैं यह तक नहीं कर जानता था कि मुझे उनके लिए तैयार रहना होगा।"**

30 | **"आप तब तक नाकाम नहीं होते, जब तक आप कोशिश करना नहीं छोडते।"**

31 | **"मुझे बाक़ी लोगों की मदद करने के लिए उनकी समस्याओं को अपनाने की ज़रूरत नहीं है।"**

32 | **"प्यार के क़ाबिल होने के लिए ज़रूरी नहीं कि आपको हर कोई प्यार करे।"**

33 | **"वर्तमान ही एकमात्र समय है। अगर आप इसमें जीना शुरू नहीं करते, तो आप असल में जीते ही नहीं हैं।"**

34 | **"आप लोगों को सिखाते हैं कि वे आपके साथ कैसे पेश आएँ। आपको ज़िंदगी में वही मिलता है, जिसे माँगने की आपमें हिम्मत हो।"**

35 | **"मेरी पूरी ज़िंदगी में मेरा अकेला अफ़सोस यह है कि मैंने उसका ज़्यादा आनंद नहीं लिया।"**

36 | **"जो चीज़ें मेरे लिए हैं, वे मुझे तक आएँगी। मेरी ज़िम्मेदारी यह है कि मैं यह सुनिश्चित करूँ कि मैं तैयार रहूँ।"**

37 | **"किसी भी चीज़ को ज़्यादा गंभीरता से न लें। वैसे भी यहाँ से कोई ज़िंदा बाहर नहीं निकला।"**

38 | **"मैं अपने आस–पास के लोगों को नहीं बदल सकता।** असली बदलाव एक–एक करके आता है, हर कोई बस वह एक चीज़ कर ले, जो वह कर सकता है : बाक़ी लोगों में दिखने वाले अन्याय की तरफ़ उँगली उठाने की बजाय यह देखना कि वे कैसे बेहतर हो सकते हैं।"

39 | **"समझदारी यह जानने में है कि हम असल में न तो कुछ जानते हैं और न ही कभी जान पाएँगे।** हम कभी मानते थे कि धरती समतल है। एक खोज ने उसे बदल दिया। हमें नहीं पता कि कभी हम यह खोज न कर लें कि हम किसी मिथ्याभासी साँचे में रोबोट्स हैं या पता नहीं...कहने का मतलब यह है कि समझदारी बस होने में हैं, न कि उसके मायने निकालने में।"

40 | **"एक बार मैंने अपने लिए एक ट्रेन टिकट लिया और मैं उस सफ़र पर था, जिसका पूरा ख़र्च मैंने उठाया था, मुझे महसूस हुआ कि मैं अपना ख़याल रख सकता हूँ और मुझे किसी को जवाब देने या ख़ुश करने की ज़रूरत नहीं है।** मैं कड़ी मेहनत करता हूँ, ताकि उस तरह जी सकूँ, जिस तरह मैं चाहता हूँ।"

41 | **"मैं असीमित हूँ।** लोग हमेशा कहते हैं : अगर आप हमेशा ज़िंदा रहें, तो आप क्या करेंगे? तो मेरा कहना है कि अगर आप मानते हैं कि आत्मा शाश्वत है, तो आप रह सकते हैं...फ़िलहाल आप उससे क्या कर रहे हैं?"

42 | **"आप चाहें आस्था, आशा और प्रेम को छोड़ भी दें, वे आपको नहीं छोड़ेंगे।"**

43 | **"मैं प्यार और रोशनी से बना हूँ।** मैं अनिवार्य रूप से वही हूँ। बाक़ी सब कुछ असंगत है। मैं कोई एक चीज़ नहीं, जिसे एक से दूसरे में रूपांतरित करना ज़रूरी है...मैं प्यार और रोशनी हूँ और यह मेरा चयन है कि मैं उसे याद रखूँ या न रखूँ, या फिर डर के मारे स्वयं को अवरुद्ध करने का निर्णय लूँ।"

44 | **"जब आप लाइब्रेरी में क़दम रखते हैं, तो दुनिया भर की जानकारी आपके सामने होती है।** जब आप हर सुबह उठते हैं, तो दुनियाभर की संभावना भी सामने होती है। यह आपका विकल्प है कि आप केवल किताबें देखें या नहीं। आप चुनते हैं कि आप कोई नया दिन देखते हैं या नहीं।"

45 | **"मैं सब कुछ बदलने से हमेशा एक चुनाव दूर होता हूँ।"**

46 | **''अगर मैं यह चुन लूँ कि मुझे परेशान नहीं रहना है, किसी निश्चित तरीक़े से महसूस करते हुए समय नहीं बिताना है, तो मैं परेशानी महसूस नहीं करूँगा।** अगर मैं ऐसा महसूस नहीं करता, तो मुझे कोई नुक़सान नहीं पहुँचा है। मार्कस ऑरेलियस ने भी ऐसा कुछ कहा था, लेकिन मैं इसे अपने शब्दों में कहना पसंद करता हूँ। ''

47 | **''छोटी-छोटी चीज़ों में अथाह आनंद होता है।** एक अच्छी किताब, ताज़ा सब्ज़ियाँ, गर्माहट भरा बिस्तर, जिसे प्यार करते हैं, उसकी बाँहें। हमारी इस विकृत दुनिया में इन चीज़ों का शायद ही कोई मोल हो, लेकिन आख़िरकार शायद इनमें ही सबसे ज़्यादा ख़ुशी मिलती है।''

48 | **''हम अपनी ज़िंदगी को कुछ ज़्यादा ही गंभीरता से लेते हैं ... कुछ सौ सालों में ज़्यादातर लोगों को पूरी तरह भुलाया जा चुका होगा।** यह तनाव देने वाली नहीं, बल्कि मुक्त कर देने वाली बात है। जो कुछ कर सकते हैं, करें और इसे शानदार बनाएँ। प्यार दें और वही करें, जो आप असल में सबसे ज़्यादा करना चाहते हों। वैसे इसका कोई मतलब नहीं रहेगा, तो अभी इसे अहम बनाएँ।''

49 | **''मुझे वैसा बनने की ज़रूरत नहीं है, जिस तरह लोग मुझे देखते हैं।** मेरे लिए यह मानना ज़रूरी नहीं कि वे सबसे बेहतर जानते हैं।''

50 | **''आप ठीक हो जाएँगे।** इसलिए नहीं कि मैंने ऐसा कहा, बल्कि इसलिए कि हम अंततः 'ठीक' जो जाएँगे, चाहे हम रास्ते में कुछ भी गड़बड़ी क्यों न करें।'' (यह चार्ली स्ट्रेड ने कहा था।)

58

आप अभी उम्र के तीसरे दशक में हैं - फिर से शुरुआत की जा सकती है

मुझे पता है कि 20 से 29 की उम्र ऐसी लगती है कि यह कुछ बनाने के लिए है, कुछ बेहतर और ज़्यादा की तरफ़ बढ़ने के लिए है। यह सबसे अहम बात लगती है कि सोचा जाए कि किस तरह आपने सब कुछ 'साथ जोड़े' रखा, जिन चीज़ों को दुनिया देखती है और अपनी मंज़ूरी देती है। जिन चीज़ों के बारे में सोचकर आप बेचैनी से बच सकते हैं, पर इस उम्र में होने का मतलब सीखे हुए को भुलाना भी है। छोड़ देना उदासीन प्यार और काम को, जिसे करते हुए आप आगे नहीं बढ़ रहे, जिन दोस्तों से आप आगे बढ़ चुके हैं, सीमित करने वाले विचार, जिन पर आप मार्गदर्शन के लिए निर्भर हैं। आप अपनी असली ज़िंदगी की शुरुआत के लिए जगह बना रहे हैं।

बहुत से लोग उम्र के इस दशक में ठोकर खाते हैं, क्योंकि उन्होंने इस समय के इंतज़ार में ज़िंदगी बिताई होती है। वे इस पड़ाव के लिए जीते हैं, जब ख़ुशी सामने होगी, पर सबसे ज़्यादा नाख़ुश लोग वही होते हैं, जो अक्सर अच्छे, बढ़िया अपार्टमेंट में रहते हैं, उनके पास ठीक-ठाक दोस्त होते हैं और उन क्षेत्रों में अच्छी नौकरी होती है, जिसमें उनकी दिलचस्पी सबसे कम होती है, क्योंकि उन्होंने महसूस करना सीखने की बजाय विचारों को तैयार करने में अपनी ज़िंदगी बिता दी होती है।

उम्र के इस दशक में किए हुए को समाप्त करना भी बाक़ी चीज़ों जितना ही अहम है। नए का चयन करना, किसी दूसरी तरह से फ़ैसला लेना, इत्यादि। उन परतों को हटाना, जिन्होंने ख़ुद को लेकर आपके विचार को धुँधला कर दिया है। आपको इस तरह का डराने वाला जादू चाहिए, जो आपको ख़ूबसूरत अनजान की तरफ़ ले जाएगा। आप वह व्यक्ति बन रहे हैं, जो आप अपनी बाक़ी ज़िंदगी बने रहेंगे। आप कितनी वास्तविकता से जीने वाले हैं? आप कितना डरने वाले हैं? और कितने सालों तक आप अपने दानवों को ख़ुद पर जीत हासिल करने देंगे?

आप अभी उम्र के तीसरे दशक पर ही हैं, फिर से शुरुआत करने के लिए अभी देर नहीं हुई है।

मैं तो उम्मीद करती हूँ कि आप हर समय फिर से शुरुआत करते रहें। अपने संबंध तोड़कर या किसी शहर को छोड़कर या फिर जो कुछ आपके पास है, उस तक ख़ुद को सीमित करके नहीं, बल्कि जो कुछ आपके पास नहीं हैं, उससे डरकर नहीं। मुझे आशा है कि आप अपनी ख़ाली दोपहरों में उस हुनर पर काम करें, जिसकी ज़रूरत आपको अपनी मनपसंद नौकरी करने के लिए पड़ेगी। उम्मीद है कि आप इस बात को स्वीकार करेंगे कि आप वैसे नहीं लग सकते, जैसे आप हाई स्कूल में लगते थे या फिर वाक़ई उन्हीं चीज़ों को अब भी चाहेंगे। मैं उम्मीद रखती हूँ कि आप हर बार ख़ुद से पूछेंगे : "मुझे अब क्या चाहिए?" आशा है कि आप यह सीखेंगे कि अपनी ज़िंदगी का मार्गदर्शन करने का एक ही रास्ता है और वह है अगले सही क़दम पर लगातार ध्यान केंद्रित करना।

असल में नाख़ुश लोग अपने हालात से कभी परेशान नहीं होते। वे तो इसलिए परेशान होते हैं कि वे अपनी ताक़त को बाहरी कारकों से जोड़कर देखते हैं। वे किसी सही इंसान को आकर्षित कर चुनने की बजाय अपने भरोसे को उसे खोजने में लगा देते हैं। वे अपने हुनर को इस हद तक नहीं तराशते कि कोई कंपनी उन्हें अनदेखा न कर सके, बल्कि इसकी बजाय वे सही अर्थव्यवस्था में नौकरी खोजने पर अपना ध्यान केंद्रित करते हैं।

अगर आप सचमुच फिर शुरुआत करना चाहते हैं, तो उन सब चीज़ों को पूरी तरह से मिटा दें, जो आपने अपनी ज़िंदगी के बारे में कभी सोची थीं। कोई पूर्वानुमान न लगाएँ, कोई प्रोजेक्शन नहीं, किसी के मन को पढ़ना नहीं, न ही कुछ मानकर चलना है। किसी बेहतर भाषण की कल्पना न करें। केवल उसके बारे में न सोचें, जो सार्थक लगता है। जो आपको सही महसूस होता है, उसके बारे में सोचें। उसके बारे में नहीं, जिसके बारे में आपके आवेग, आपका आलस्य या आपका डर कुछ कहता है। शायद उनकी वजह से आप यहाँ पहुँचे हैं। उनकी एक परत के नीचे ज़्यादा दृढ़संकल्प आवाज़ है और वह आपको बताएगी कि किस रास्ते पर जाना है। आपको बस शांत होकर उसे सुनना है और उसके अनुसार काम करना है।

बैठकर ज़िंदगी के बारे में सोचने से ज़्यादा उसे जीना सीखें। आपके सोचने से आपका कोई नया अस्तित्व तो सामने नहीं आएगा, बल्कि आप गतिहीन ज़रूर हो सकते हैं। अगर आपको भीतर से यह पता हो कि आपको फिर से शुरुआत करनी ही है, तो फिर मसला यह नहीं है कि आप करेंगे या नहीं करेंगे, बल्कि यह होगा कि आप इसे बाद में करेंगे या फिर अभी इसी पल ऐसा करेंगे।

59

जीवन को लेकर आपके 17 विचार, जो आपको रोके हुए हैं

01 | **अगर आप पर्याप्त मेहनत करेंगे, तो सफलता निश्चित है।** ज़्यादातर लोग उस तरीक़े से शायद ही 'सफल' होते हैं, जिस तरह से उन्होंने शुरुआत की होती है। किसी अंतिम लक्ष्य के लिए मेहनत करने की बजाय उस तक पहुँचने की प्रक्रिया को पसंद करने का काम करें। सफलता चाहे संयोग या नियति का परिणाम हो, फिर भी आपके हाथ में यह ज़रूर होता है कि आप उसमें कितनी मेहनत कर सकते हैं (यह नहीं कि उससे क्या निकलकर सामने आएगा)।

02 | **किसी चीज़ को शिद्दत से चाहने का मतलब उसका मिल जाना है।** किसी को कभी कोई चीज़ सिर्फ़ इसलिए नहीं मिली कि उसने बहुत दिल से उसे चाहा था। अगर आप वाक़ई उस चीज़ को चाहते हैं, तो उसके लिए मेहनत करें, उसे पाने की योग्यता हासिल करें, नकारे जाने और संदेह के बीच भी अपना आत्मविश्वास बनाए रखें और फिर जितना ज़रूरी हो, बार-बार वैसा करते रहें।

03 | **आप हर चीज़ के मामले में अपवाद होंगे, इसलिए आपको न तो सनस्क्रीन की ज़रूरत होगी या न पैसा बचाना होगा या फिर न अपने रिटायरमेंट प्लान के बारे में सोचना होगा या न लोगों के साथ इज़्ज़त से पेश आना होगा, क्योंकि आपके हालात बाक़ी लोगों से काफ़ी अलग हैं।**

04 | **आप अपने ख़यालों में ही कोई ख़ास हस्ती हैं-हर कोई आप पर निगाह रखे हुए है और आपको आँक रहा है।** ''स्पॉटलाइट कॉम्पलेक्स'' निस्संदेह सोशल मीडिया से जुड़ा है, पर जो भी हो, कोई भी आपके बारे में उस तरीक़े से नहीं

सोच रहा है, जितना आप सोचते हैं, उतना तो बिलकुल भी नहीं। किसी को कोई फ़र्क़ नहीं पड़ता कि फ़ार्मेसी जाने के लिए आपने कैसी कमीज़ पहनी है। किसी को वाक़ई कोई परवाह नहीं कि आप अपनी ज़िंदगी में क्या करते हैं, इसलिए उन चीज़ों को चुनना बिलकुल छोड़ दें, जैसे कि लोगों को कोई फ़र्क़ पड़ता है।

05 | **अगर आप कोई चीज़ सही कर रहे हैं, तो परिणाम तुरंत दिखाई देंगे।** अगर आप कुछ सही कर रहे हैं, तो परिणामों को पूरी तरह से तैयार होने और उस नतीजे तक पहुँचने में काफ़ी समय लगेगा, जिस तरह के नतीजे आप चाहते हैं।

06 | **'व्यस्तता' अच्छी चीज़ है।** जब लोग अपने तनावों से सही तरीक़े से निपट नहीं पाते, तो व्यस्त रहते हैं। जिन लोगों के पास वाक़ई बहुत कुछ करने को होता है, वे उसे करने पर ध्यान लगाते हैं, क्योंकि उनके पास और कोई विकल्प नहीं होता।

07 | **कुछ रचने का कोई 'सही समय' होता है।** या फिर शादी करने का, बच्चा पैदा करने का या फिर जो ज़िंदगी आप चाहते हैं, उसे शुरू करने का। अगर आप बहाने की तलाश में हैं कि यह सही समय नहीं है, तो आपको कोई न कोई बहाना ज़रूर मिल जाएगा।

08 | **वयस्कता 'कठिन' है।** बहुत सी चीज़ें हैं, जो चुनौतीपूर्ण हैं, दिल तोड़ने वाली और आज़माइश भरी हैं, लेकिन बुनियादी काम करना सीखना उनमें से एक नहीं है।

09 | **आपका प्रयोजन बहुत गहरा है।** आपका उद्देश्य बस यहाँ होना है और काम करना है, जो आप कर रहे हैं। आपको उसे पूरा करने के लिए जागृत होकर दुनिया को बदलने की ज़रूरत नहीं है।

10 | **अगर लोग पर्याप्त परिश्रम करें, तो हर किसी के पास नौकरी होगी।** हर कोई अपने काम का मज़ा लेने का तरीक़ा खोज सकता है, इस बात से कोई फ़र्क़ नहीं पड़ता कि उसके साथ कितनी भी अपरिहार्य चुनौतियाँ हों, लेकिन यह ज़रूरी नहीं कि हर किसी के पास वह काम हो, जो बिलकुल सटीक ढंग से उनकी दिलचस्पी और सहूलियत के मुताबिक़ हो।

11 | **अनजाने में हुए किसी काम के लिए आप ज़िम्मेदार नहीं हैं।** यूँ ही किसी की भावनाओं को चोट पहुँचाने से उन्हें असल में चोट नहीं पहुँचती। जब आपको समझ नहीं आता कि आप समय बर्बाद कर रहे हैं, तो वह बर्बाद नहीं होता, 'ज़रूरतों' पर किया गया ख़र्च, ख़र्च नहीं होता। कहने का मतलब यह है कि अगर आप किसी काम के असर को लेकर सचेत नहीं हैं, तो उसकी कोई गिनती नहीं होती।

12 | **अगर आपको निश्चित रूप से कुछ महसूस होता है, तो उसके लिए आपका जीवनसाथी ज़िम्मेदार है।** आप उसी एहसास का इस्तेमाल यह निर्धारित करने के लिए करते हैं कि आपका रिश्ता 'अच्छा' या किसी लायक़ है या नहीं।

13 | **किसी चीज़ को स्वीकार करने के लिए आपको उसे लेकर ख़ुश होना होगा, या फिर कम से कम ठीक महसूस करना होगा।** आप अपने हालात को स्वीकार कर सकते हैं (मान सकते हैं कि वे वास्तविक हैं), जबकि साथ ही उन्हें आप काफ़ी नापसंद भी करते हैं। आपको सब कुछ पसंद करने की ज़रूरत नहीं है, लेकिन अगर आपको अपना संतुलन बनाए रखना है, तो आपको अपनी ज़िंदगी में आने वाली हर चीज़ को स्वीकार करना होगा, बाद में आप उसे बदल सकते हैं।

14 | **लोग अब भी उन शर्मिंदगी भरी बातों पर विचार कर रहे हैं, जो आपने पाँच साल पहले की थीं।** वे अपने हालात पर सोच-विचार करने में व्यस्त हैं, ठीक वैसे ही जैसे आप हैं। (क्या आप लोगों की पहले की बातों पर उतना उल्लेखनीय ढंग से विचार कर रहे हैं? इस बात की संभावना नहीं है।)

15 | **प्रामाणिक और बुद्धिमान इंसान होने के लिए आपको 'सही' होना ही चाहिए।** असल में किसी भी अन्य व्यक्ति की तुलना में सबसे बुद्धिमान लोग तो ग़लती मानने को लेकर खुलापन रखते हैं (और वे उससे सीखते हैं), लेकिन आपको उपयुक्त और प्रेम के योग्य होने के लिए लगातार सही या फिर बहुत स्मार्ट या बहुत ख़ूबसूरत या और कुछ होने की ज़रूरत नहीं है।

16 | **आप अपने संघर्ष हैं।** आप यह कहने की बजाय कि "मुझे कभी-कभी बेचैनी महसूस होती है", आप कहते हैं, "मैं बेचैन व्यक्ति हूँ।" आप अपनी समस्याओं से तादातम्य स्थापित करते हैं, जिसके कारण हो सकता है कि आप उनका समाधान नहीं निकाल पाते।

17 | **आप अपने हालात के दायरे में ही ख़ुश हो सकते हैं।** आप उतना ही ख़ुश रह सकेंगे, जितना आप सकारात्मक चीज़ों पर ध्यान केंद्रित करें, नकारात्मक को मानकर उसका समाधान करें, उन रिश्तों को बनाएँ जो मायने रखते हों, ख़ुद को मान्यता दें और अपनी सोच को विकसित करें। आप किसी एहसास का चयन नहीं कर सकते, लेकिन आप यह ज़रूर चुन सकते हैं कि उसके बारे में आप क्या सोचते हैं। आप ऐसा कर सकते हैं, इस विचार को नकारने से आप ख़ुद को ऐसी ज़िंदगी की सज़ा दे सकते हैं, जिसमें आप कभी भी असल में ख़ुश नहीं होंगे।

60

अपनी मनचाही ज़िंदगी के क़ाबिल कैसे बनें

हमारी परवरिश इस तरह होती है कि हम मानते हैं कि ख़ुशियाँ केवल एक हद तक ही हो सकती हैं।

बहुत कम उम्र से ही श्रेष्ठता की दौड़ में हमें एक-दूसरे मुक़ाबले में खड़ा कर दिया जाता है। हमारे रोज़मर्रा के बर्ताव में यह सोच अब भी भीतर तक मौजूद है और निश्चित तौर पर हमारे द्वारा तैयार आत्मकेंद्रित मीडिया संस्कृति का एक स्तंभ है। हमें बताया जाता है कि कुछ विजेता होते हैं और कुछ पराजित होते हैं। कुछ लोग सफल होते हैं, कुछ नहीं होते और हमें वह बनना है, जो सफल होता है। कुछ ही ओहदे हैं, कुछ ही सफलता की कहानियाँ हैं, अपनी पसंद की ज़िंदगी बनाने के कई अवसर हैं। हमें शारीरिक सफलता की मानव सूची से चयन करना होता है और सीमित संस्करण की जीवनशैली के लिए लड़ना होता है।

हम यह मान लेते हैं कि ख़ुशी और कामयाबी ऐसी चीज़ें हैं, जो कोई और हमें देता है-बॉस हमें नौकरी देते हैं, प्रेमी 'हमेशा' के लिए प्रतिबद्धता देते हैं। आश्चर्य की बात नहीं कि हमें कुछ भी अपने क़ाबू में नहीं लगता। यही वजह है कि हमें जो लगता है कि जो हम चाहते हैं, उसके कारण हम कष्ट पाते हैं।

चाहना सबसे भद्दी चीज़ है। यह हमारे अनुभव को 'नहीं होने' की दशा में रखती है। वह अच्छी चीज़ों को फ़ासले पर रखती है। जो हमें सबसे ज़्यादा चाहिए होता है, वह हमें तब मिलता है, जब हमें उसकी इच्छा नहीं रहती। जब आप अपनी सोच और अपने तजुर्बे को 'पहले से है' की स्थिति में ले जाते हैं, तो आप सहज रूप से उन चीज़ों को तैयार और आकर्षित करते हैं, जो आपके ख़ुद को लेकर विचार के साथ साम्य रखते हैं। स्वीकार करना प्रचुरता का मूल है।

हम जिन चीज़ों को वाक़ई चाहते हैं, उनके बारे में शायद ही कभी सोचने की ज़रूरत पड़ती है। उनके साथ लेबल, शब्द और विचार लगाना किसी चीज़ की ऐसी छवि बनाना है, जो ख़ालिस हो और अनिवार्य रूप से आप हो। हम सबसे

ज़्यादा तब उलझ जाते हैं, जब हमारे विचार हमारे साथ विकसित नहीं होते और हम उसे तो तैयार कर लेते हैं, जिसे हम चाहते हैं, लेकिन साथ ही पुराने विचार के साथ हम जुड़े रहते हैं।

आप इस तरह से उन विचारों को जाने देते हैं। इन चीज़ों के बारे में आपको कोई नहीं सिखाता।

इन तरीक़ों से आप उस जीवन से निकल सकते हैं, जो किसी अन्य ने आपके लिए तैयार किया है, आप कैसे न लड़ते हुए पुराने विचारों को अलग कर फेंक सकते हैं और नए विचारों का सृजन कर सकते हैं। आप किसी अन्य के द्वारा आपके लिए तैयार जीवन की बजाय वाक़ई जिस जीवन को आप चाहते हैं, उसके क़ाबिल बनने के लिए आपको इन बातों के बारे में पता होना चाहिए।

किराया देने के कई तरीक़े हैं। कोई अगर आपको प्यार नहीं करता, तो आप किसी भी तरीक़े से उसे ख़ुद से प्यार नहीं करवा सकते। पल दर पल, दिन ब दिन जिस ज़िंदगी को आप चाहते हैं, जिन लोगों के साथ चाहते हैं, उसके साथ ही नौकरी, किराया देना, गंदे कपडे, गंदे बर्तन और बिजली का बिल भी आता है।

वयस्क इन कामों को सिर्फ़ करने के लिए नहीं करते। ये काम आज़ादी हैं। ये सब हमारे सिर पर हमारी छत को सँभाले रखते हैं। ये सब हमें इस अवधारणा तक ले जाते हैं कि हमारे मन की शांति से ज़्यादा और कोई चीज़ मायने नहीं रखती।

छोड़ दें, अगर आपको छोड़ना ही है। उन लोगों के साथ रहने का कोई कारण नहीं, जो आपको चाहते या स्वीकार नहीं करते। जीते रहने के कई तरीक़े हैं। दूसरी नौकरी, अतिरिक्त समय काम करना और कमरे हैं, जिन्हें दयालु लोग किराये पर देने या साझा करने को तैयार हैं, पर ये चीज़ें उन लोगों के लिए हैं, जो तात्कालिक सहूलियत पर अपने मानसिक स्वास्थ्य को तरजीह देते हैं। ये उन लोगों के लिए हैं, जो उनके लायक़ हैं और जो जानते हैं कि वे अपनी किसी जगह, किसी कमरे, किसी घर या अपार्टमेंट के लायक़ हैं, जिसमें वे यह फ़ैसला लेते हैं कि उनकी ज़िंदगी में क्या स्वीकार्य है और क्या नहीं।

यह ज़रूरी नहीं कि आप हमेशा ख़ुश, निश्चित और स्थिर रहें। अगर ऐसा हो, तो कोई संघर्ष ही नहीं रहेगा। मानवीयता की पीड़ा से आगे जाना एक और केवल एक ही चीज़ है : ख़ुद को वह बनने देना। जो अपरिहार्य है, संघर्ष उससे बचने की कोशिश है।

उसके सामने समर्पण करना हार स्वीकारना नहीं है; ऐसा करना ईमानदार होना है। यह वास्तविक होना है, अस्तव्यस्त होना है, शानदार होना, संतप्त होना, अव्यक्त रूप से सूक्ष्मता लिए होना और टिमटिमाहट भरी उम्मीद का होना है। हम

जो हैं, वह न हो पाना ही वह एकमात्र चीज़ है, जिसे हम असल में पार करना चाहते हैं, क्यों हम वही हैं।

नकारात्मकता की भी उतनी ही अहमियत है। ज़रूरी नहीं कि आपकी ज़िंदगी का हर पल काम से पटा हो। हर समय काम करते रहना या व्यस्त रहना सफलता नहीं है। जीने के लिए काम करने की बजाय काम करने के लिए जीना जीवन की गुणवत्ता नहीं है। चीज़ें 'उस समय जब आप कुछ कर रहे हैं, जिसे बाक़ी लोग परिमाणित करते हैं' और 'उस समय जब आप कुछ नहीं करते' के बीच नहीं बँटी होतीं। सब कुछ महत्त्वपूर्ण होता है।

कई रहस्य हमारे सामने तब खुलते हैं, जब हम ख़ुद के साथ ख़ामोश पलों में होते हैं। अगर अकेलेपन और शून्यता और मानसिक शुष्कता के पल न हों, तो भीड़भाड़, काम, विचारों के हुजूम और रचनात्मक अभिव्यक्तियाँ उतनी गहरी और अद्भुत नहीं होंगी। चीज़ों के संदर्भ भी उतने ही मायने रखते हैं, जितनी कि चीज़ें रखती हैं। किसी कलात्मक चीज़ का केंद्रबिंदु तब तक अस्तित्व में नहीं होगा, जब तक कि उसे फ़्रेम करने वाली नकारात्मक जगह न हो।

बदक़िस्मती से ख़ुशी ऐसी चीज़ नहीं, जिसे कोई व्यक्ति या कोई चीज़ आपको सौंप दे। ख़ुशक़िस्मती यह है कि कोई चीज़ या शख़्स इसे आपसे ले भी नहीं ले सकता। आप चाहें तो इस बात को घिसी-पिटी बात कहकर ख़ारिज कर सकते हैं, लेकिन फिर भी हम उसकी तलाश में हैं, भले हमें अब थोड़ा बेहतर पता है। हम यह विचार कि वह हमारे पास आएगा ही के बजाय बढ़ने, विस्तार पाने, प्रबुद्ध होने, तलाशने और रचने के लिए अपने स्वभाव से लड़ रहे हैं। ऐसा लगता है कि जैसे हम 'चाहने' और 'कोशिश करने' के विचारों को बिलकुल ग़लत दिशा में लागू करते हैं।

समय उस तरह से रैखिक नहीं होता, जैसा हम उसे समझते हैं, सब कुछ एक साथ हो रहा है। आप अपने अनुभव में उस चीज़ को दर्ज करते हैं, जिसकी आपको ज़रूरत है और जो आप हैं। आपके पास कुछ न तो कभी पूरी तरह से होता है और न कभी पूरी तरह से नहीं होता है। आप न तो कभी प्राप्त करेंगे और न ही खो देंगे। आप हमेशा थे, आप हमेशा हैं। यह जानना ही वह बुनियाद है, जिस पर असल जादू होता है।

ख़ुश रहना उबाऊ है। सुंदरता उबाऊ है। लोग केवल 'ख़ुशी' और 'सुंदरता' में दिलचस्पी नहीं लेते या उनकी तरफ़ आकर्षित नहीं होते। वे उन लोगों में दिलचस्पी लेते हैं, जिनकी रुचि चीज़ों में होती है। जो अलग दिखते हैं। जिनके पास कहानियाँ, विचार और सोच होती है, जो उनकी अपनी सोच को दिखाती और उसकी अनुपूरक

होती है। कोई भी ऐसे इंसान को नहीं चाहता, जो इस बात पर आगबबूला हो जाए कि किसी ने यह इशारा किया कि वह 'मोटा' है। वे ऐसा इंसान चाहते हैं, जो कहता है : "तुम मोटे नहीं हो, तुममें मोटापा है, अगर ऐसा न भी होता...अगर मैं मोटा होता, तब भी उससे क्या फ़र्क़ पड़ता है?" प्यार इससे कहीं बढ़कर है कि आप कैसे दिखते हैं, बर्ताव करते हैं या फिर किस तरह जीते हैं।

कायनात फुसफुसाती है और फिर वह ज़ोर से चीख़ती है। हमारा शरीर भी ऐसा ही करता है। 'बुरे' एहसासों को टाला नहीं जाना चाहिए। उनका मक़सद हमें असुविधा में डालना नहीं है। वे हम हैं या फिर हमसे बढ़कर कुछ हैं, जो हमसे कह रहे हैं कि कुछ तो गड़बड़ है।

आपकी अंदरूनी आवाज़ को कभी अनदेखा नहीं किया जा सकता। वह बाहर की तरफ़ निकलेगी और आख़िरकार बड़ी, ऊँची बाहरी आवाज़ों में बदल जाएगी, जो आपसे कहेंगी कि आप उन पर ध्यान दें।

उस आवाज़ के हल्का रहने पर ही उसे सुनना सीख लें।

जीवन की सबसे मज़ेदार विडंबना यह है कि हमें सबसे अधिक सफलता उससे मिलती है, जो हमें सही लगता है। अपनी असल ख़ुशी, अपनी आंतरिक शांति के हिसाब से चलना ही हमारी एकमात्र वास्तविक ज़िम्मेदारी है। जो लोग अपने काम से प्यार करते हैं, वे हमेशा उन लोगों से ज़्यादा कामयाब होते हैं, जो 'कड़ी मेहनत' करते हैं या उसका दावा करते हैं। जब आप किसी चीज़ को लेकर वाक़ई जुनून महसूस करते हैं, तो उसमें ऐसा कुछ ख़ास और अनोखा होता है, जिसकी नक़ल नहीं की जा सकती। आप ऐसी ऊर्जा को छूते हैं, जिसे सामान्यतया छुआ नहीं जा सकता।

आपकी पहचान का संपूर्ण या सामंजस्यपूर्ण होना ज़रूरी नहीं है। आपकी कहानी को प्रवाह की आवश्यकता नहीं है। आपको उस तरीक़े से बिलकुल सफ़ाई से पैकेज्ड होने की ज़रूरत नहीं, जिसे बाक़ी लोग समझ सकें।

आपको अपने सार के लिए, अपने उस सारांश के लिए जीना छोड़ना होगा, जिसे हम अपने मन में तब तैयार करते हैं, जब हम कल्पना करते हैं कि लोग हमें कुछ बता रहे हैं या फिर हम जो हैं, उसका मूल्यांकन कर रहे हैं। इसका कोई मतलब नहीं है। आप कई चीज़ों में बेहतरीन हो सकते हैं और ज़रूरी नहीं कि वे आपस में जुड़ी हों। आप किसी एक प्रयोजन, एक प्रतिभा या एक प्रेम तक सीमित नहीं हैं। आप कई तरह के काम कर सकते हैं और उनमें से हर एक काम को जब आप कर रहे होते हैं, तो उस समय वह सार्थक हो सकता है। आप कई कामों में कम होने की बजाय बहुत से कामों में अच्छे हो सकते हैं। आपको कोई उपन्यास होने की ज़रूरत

नहीं है। आप कहानियों की किताब हो सकते हैं। आपको अपने एक साथ मौजूद सच को मिलाने और अपनी चमक को कम करने की इसलिए ज़रूरत नहीं है कि कोई छोटी सोच का इंसान उसे समझ सके, जो आपको अपने मुताबिक़ आरामदेह किसी संकीर्ण समझ के दायरे में फ़िट करना चाहता हो।

आपको केवल वही बनने की ज़रूरत नहीं है, जिसके साथ बाक़ी लोग सहज महसूस करें।

अक्सर आप नहीं जानते कि आपकी ज़िंदगी के लिए सबसे अच्छा क्या है। अपने भविष्य का पूर्वानुमान लगाने से इस बात की कोई गांरटी नहीं कि वैसा ही होगा। उससे आप ही अलग-थलग हो जाते हैं। उसके कारण आप इस विचार से जुड़ जाते हैं कि आप उसे सच के रूप में इसलिए देखना चाहते हैं कि आपका उससे लगाव है। सही होने, सब कुछ क़ाबू में करने की इच्छा, यह एहसास कि जैसे हम जानते हैं कि क्या सबसे अच्छा है और हम उसी तरह जी रहे हैं, जैसे हमें पता था कि ऐसा ही होगा की तुलना में हमारे जुड़ावों का आशय कम मायने रखता है।

दुनिया के इतिहास में ऐसा कोई नहीं हुआ, जिसने मुड़कर अपनी ज़िंदगी को देखकर कहा हो, ''मुझे पता था कि ठीक ऐसा ही होगा।'' पर बहुत से लोग ऐसे हैं, जो एक दिन अपने आस-पास देखते हुए कहेंगे, ''मुझे मालूम था कि मैं इसके लिए बना था, लेकिन बारीकियाँ मुझे हमेशा से हैरान करती थीं।''

आपके चुनने या तैयार करने के मुक़ाबले काम बेहतर ढंग से होंगे। अपनी अनभिज्ञता में हमें भले लगेगा कि सब कुछ बहुत बेकार हो गया है। जिन पलों में आपको लगता है कि जितना आपने सोचा था, उससे बेहतर कुछ मिलने वाला है, उससे पहले आपको लगेगा कि आपने जितनी भी योजनाएँ बनाईं, जितनी भी उम्मीद की, किसी बड़ी ताक़त (चाहे आप उस पर भरोसा करते हों या न करते हों) ने पूरी तरह से उसकी अवहेलना कर दी। यह विश्वास रखें कि आपको जो लगता है कि आप उसके लायक़ हैं, आपको ज़रूर उससे ज़्यादा मिलेगा।

आपको ऐसा इंसान बनना होगा, जो उस जीवन के लायक़ हो, जिसे आप चाहते हैं। किसी को भी कुछ सिर्फ़ इसलिए नहीं मिला है कि उन्हें वह चाहिए। आपका जीवन उसी अनुपात में आपके सामने खुलेगा, जिस अनुपात में आपका विश्वास हो कि आपको कुछ मिलना चाहिए। न कि यह कि आप क्या सोचते हैं कि आपको कितना मिलना चाहिए।

61

लोगों से हमारी अपेक्षाएँ (पर शायद ही हम ख़ुद को बदलने पर विचार करते हैं)

01 | **हम अपेक्षा करते हैं कि लोग अपने इरादों (ख़ासकर रोमांटिक) को लेकर ईमानदार हों, लेकिन हम ख़ुद कितने लोगों को अस्थायी तौर पर अपनी ज़िंदगी में रखते हैं?** कितने लोगों को हम लटकाकर, संशय में और इंतज़ार में रखते हैं, क्योंकि वैसा करना हमारे लिए ज़्यादा सुविधाजनक होता है?

02 | **हमें उन लोगों पर गुस्सा आता है, जो बिना शर्त दयालु नहीं होते।** बच्चों के दया न दिखाने पर हम सज़ा देकर उन्हें दयालु होना सिखाते हैं। हम अक्सर संकीर्ण सोच और प्रेमरहित तरीक़ों से लोगों से उम्मीद करते हैं कि वे खुले मन के और प्रेम करने वाले हों।

03 | **हम अपेक्षा करते हैं कि अगर कोई हममें दिलचस्पी रखता है, तो पहला क़दम उसे उठाना चाहिए।** कोई नहीं चाहता कि वह किसी का इंतज़ार करता रहे, जो उसे बुलाए या फिर उसे मंत्रमुग्ध कर दे, पर कोई यह भी नहीं चाहता कि वह दूसरे को बुलाए या उसे आकर्षित करे। पिछली बार कब ऐसा हुआ था कि आप अपने सहज दायरे से बाहर निकले और किसी से आपने कहा कि आपको उसकी परवाह है? पिछली बार कब ऐसा हुआ था कि आपने किसी को सिर्फ़ घूमने-फिरने की बजाय डेट के लिए पूछा? आपने कब किसी के लिए वह सब किया था, जो आप चाहते हैं कि बाक़ी लोग आपके लिए करें?

04 | **हमें समझ नही आता, जब लोग हमारे कारणों से प्रेरित नहीं होते, लेकिन जैसे ही किसी और के जुनून हमें असुविधा में डालते हैं, हम शिकायत करने लगते हैं। मसलन, फ़ेसबुक फ़ीड पर एएलएस बकेट चैलेंज वीडियोज़ या फिर 'चिढ़ाने'**

वाली राजनीतिक राय, जिसे हम रोज़ देखना या जिसके बारे में हम सुनना नहीं चाहते।

05 | **हम अपेक्षा करते हैं कि लोग हम पर तुरंत विश्वास कर लें, लेकिन जिन कारणों से हम ख़ुद लोगों पर भरोसा नहीं करते, वे हमेशा उचित होते हैं।**

06 | **जब कोई हमारी मदद के लिए बिना शर्त उपलब्ध नहीं होता या उसे हमारे कहे बिना पता नहीं होता कि हमें उसकी ज़रूरत है,** तो हमें यह बात अभद्र और स्वार्थपूर्ण लगती है, पर हम ख़ुद कितनी बार अपनी ज़िंदगी में मौजूद लोगों के क्रियाकलापों, चाहतों और इरादों के मनोवैज्ञानिक विश्लेषण की कोशिश करते हैं?

07 | **हम उन लोगों को छोटी सोच वाला कहते हैं, जो हमारी पूरी ज़िंदगी को जाने बिना उसके कुछ हिस्सों को आँकते हैं, लेकिन हम ख़ुद कितनी बार अपनी रोज़मर्रा की बातचीत में अजनबियों, अपने सहकर्मियों और दोस्तों के साथ ऐसा करते हैं?** हम जानते हैं कि अगर लोग हमें वाक़ई जानते, हमारी पूरी कहानी को जानते, तो वे समझ सकते थे...फिर भी हम लोगों को उन चीज़ों को लेकर आँकते हैं, जिन्हें हम नहीं समझते, जिन कहानियों को हम पूरी तरह से नहीं जानते।

08 | **हताशा का एक आम स्रोत यह है कि जब लोग अपने रिश्ते के मसले को उस तरह से नहीं सुलझाते जो कि हमें बहुत स्पष्ट लगता है यानी अगर वह व्यक्ति सही नहीं है, तो उसे छोड़ दें, जिन चीज़ों को हम बदल नहीं सकते, उनसे 'उबर जाएँ' ... लेकिन हमारी ज़िंदगी में ऐसा अक्सर कितनी बार होता है?** हम चाहते हैं कि लोग अस्त-व्यस्तता की स्थिति में न हों, लेकिन जब हमारी हालत ख़राब हो, तो हमें कोई दिलासा भरा सहारा दे।

09 | **सैद्धांतिक तौर पर हम लोगों से अपेक्षा करते हैं कि वे सभी धर्मों को स्वीकार करें, फिर भी अगर कोई हमारे मत या हमारी आस्था प्रणाली या धार्मिक पृष्ठभूमि को नहीं समझता, तो हम यह मानते हैं कि उनमें 'वह स्तर नहीं' है कि** वे उसे समझ सकें। हम यह दावा कर सकते हैं कि सब रास्ते उचित हैं, लेकिन कई लोग इस बात को नहीं समझते कि वे मानते हैं कि उनका रास्ता थोड़ा ज़्यादा कारगर है।

10 | हम सोचते हैं कि बहुत छोटी–छोटी बातों पर किसी को आँकने वाले लोग भयावह होते हैं, ऐसे में हम भी तो उन्हें दूसरों को आँकने के लिए आँक रहे होते हैं ...

11 | हम लोगों से अपेक्षा करते हैं कि वे हम पर चुटकुले न मारें, जबकि सच यह है कि हास्य का सबसे घटिया तरीक़ा लोगों को नीचा दिखाना है और कई बार जब हमें अपनी परेशानी से उबरने की ज़रूरत होती है, तो हम काहिल (और घटिया) हँसी–ठिठोली में देरी नहीं करते।

12 | हम उम्मीद करते हैं कि लोग अपनी अहमियत समझें और ख़ुद को नीचा न समझें, लेकिन हम साथ ही यह अपेक्षा करते हैं कि जब हम अपने साथ वैसा कर रहे हों, तो वे हमारी मदद करें (या फिर हम यह भी सोचते हैं कि हमारा ख़ुद को लानत देना अच्छा है)।

13 | **हम लोगों से अपेक्षा करते हैं कि वे रातों–रात बदल जाएँ, चाहे वह बेहतर ढंग से भोजन करने का मामला हो या फिर अपनी सेहत का ध्यान रखने का, किसी बुरे रिश्ते या नौकरी से निकलने का मसला हो। चाहे जो भी हो, जब लोग ख़ुद को नुक़सान पहुँचाते हों, तो हमें लगता है कि उत्साह भरी बातें करने से काम हो जाएगा।** ऐसा शायद बहुत कम होता है, हमें तो अपनी ख़ुद की नुक़सान पहुँचाने वाली आदतों को देखना चाहिए।

14 | **लोग जब सार्वजनिक रूप से ऊँची आवाज़ में बात करते हैं, देरी से आते हैं, या अस्त–व्यस्त होते हैं या फिर किसी कारण से मैले–कुचैले होते हैं, ऐसे में हम उन्हें हैरानगी भरे बुरे ढंग से देखते हैं, ऐसे बर्ताव को हम उचित नहीं समझते। पर जब हम ख़ुद थके–माँदे और तनाव में होते हैं, अपने निर्धारित समय से पीछे रह जाते हैं, तब हमें कोई फ़र्क़ नहीं पड़ता कि हम कॉफ़ी के इंतज़ार में कतार में खड़े होकर कामकाज से जुड़ा फ़ोन कॉल लेते हैं या फिर अपनी किसी ज़रूरत के लिए वेट्रेस या कैशियर को उलझाए रखते हैं।** कुछ खाते हुए ज़ोर से हँसने–बोलने में कोई बुराई नहीं, क्योंकि हम उत्साहित होते हैं, लेकिन जब कोई और वही करता है, तो हम चिढ़ जाते हैं। अगर हम वैसा कर रहे हों, तो परेशानी की कोई बात नहीं होती।

15 | **हम लोगों से पूरी ईमानदारी की उम्मीद करते हैं और फिर भी अगर वह 'ईमानदारी' ऐसी चीज़ है, जिसे हम सुनना नहीं चाहते तो वह 'कमीनापन' है और जब सच**

बोलने की हमारी बारी आती है, तो हम तब तक वैसा करने से बचते हैं, जब तक कि हमारे पास और कोई विकल्प न बचे।

16 | जो लोग हमारे सबसे क़रीब होते हैं, हम उनसे बिना शर्त प्यार की अपेक्षा करते हैं, जैसे कि वह इस सच की पूर्ति के लिए काफ़ी होगा कि हम ख़ुद से प्यार नहीं करते।

62

किसी और के प्यार के लायक़ बनने के लिए आपको पूरी तरह से 'ख़ुद से प्यार' करने की ज़रूरत नहीं

जब लोग कहते हैं कि किसी से प्यार करने से पहले आपको 'ख़ुद से प्यार' करने की ज़रूरत होती है, तो उनके कहने का मतलब होता है कि अगर आप अवचेतन रूप से ख़ुद को ठीक करने के लिए, अपने जीवन को दिशा देने के लिए या फिर ख़ुद को बेहतर महसूस कराने के लिए किसी का प्यार चाहते हैं, तो आप हमेशा ग़लत इंसान को चुनेंगे और आपका असल में कभी भी वैसा रिश्ता नहीं होगा, जैसा कि आप चाहते हैं। बदक़िस्मती से लोगों तक यह बात पहुँचती है कि आपको तब तक इंतज़ार करना होगा, जब तक कि आप ख़ुद से, अपनी ज़िंदगी के हर पहलू से प्यार नहीं करेंगे, उससे पहले आप सही व्यक्ति को खोजने और उससे प्रतिबद्ध के योग्य नहीं हो सकते।

इससे यही लगता है कि अगर आपके पास आपका प्यार नहीं है, तो यह आपकी ग़लती है। इसकी वजह यह है कि आप पर्याप्त रूप से काफ़ी नहीं हैं, क्योंकि आपने पर्याप्त महारत हासिल नहीं की है, क्योंकि आपने उसे पाने के लिए पर्याप्त काम नहीं किया है। इससे ऐसा भी लगता है कि आपको तब तक प्यार को स्वीकार नहीं करना चाहिए, जब तक कि आपको नहीं लगता कि आप उसके लिए तैयार हैं और हम केवल स्वायत्त रूप से विकसित हो सकते हैं और एक बार किसी रिश्ते में आ जाने के बाद हम रुक सकते हैं।

पर जब आपके जीवन में प्यार आएगा, तो आप उसके लिए तैयार नहीं होंगे। कोई नहीं होता। अगर आप उस रिश्ते को अपने लिए इसलिए नकार देंगे कि आपको लगता है कि आपको पहले से कुछ काम करने की ज़रूरत है, तो आप अपने आगे बढ़ने की सबसे कारगर युक्ति को खो देंगे।

प्रेम एक बड़ा मैग्नफाइअर (आवर्धक) है : वह आपको दिखाता है कि आपको ख़ुद के और अपनी ज़िंदगी के बारे में क्या पसंद हैं और क्या नापसंद। सही रिश्ता आपको उसे देखने और उस पर काम करने को प्रोत्साहित करेगा। सही रिश्ता ख़ुद से प्यार करने में आपकी मदद करेगा। वह सब कुछ बदलने की क्षमता रखता है और हमेशा ऐसा करता है।

तो इस बीच आगे बढ़ना सीखें। अपने दिनों को अपनी तरह का शख़्स बनने में इस्तेमाल करें और वही करें, जो आप कर सकते हैं और अपने आप कर सकते हैं, पर इस विचार को लेकर असमंजस में न पड़ें कि आप जब तक प्यार करने वाले नहीं बनते, तब तक आपसे कोई प्यार नहीं कर सकता और यह भी कि आप अपने प्रति जितने दयालु हैं, बाक़ी लोग भी वैसा करने को बाध्य हैं और जब प्यार आएगा, तो आप तैयार होंगे।

यह सही है कि आप ख़ुद से जैसा बर्ताव करते हैं, उससे आपके प्रति बाक़ी लोगों का बर्ताव भी प्रभावित और निर्धारित होगा, लेकिन समूचे, विकसित, संपूर्ण, प्रेम किए जाने वाले और स्नेहिल इंसान होने का मतलब यह नहीं कि आप अलग-थलग होकर अकेलेपन में फल-फूल सकते हैं, यह तो है कि आप कैसे ख़ुद के लिए खड़े हो सकते हैं, इज़्ज़त पा सकते हैं, प्रेम को चुन सकते हैं और आगे बढ़ते हुए विकसित हो सकते हैं, चाहे जिस व्यक्ति की आपको हमेशा तलाश रही हो, वह अंतत: आपके साथ ही क्यों न खड़ा हो।

ख़ुद से प्यार करने का मतलब यह भी है कि आप किसी और को ख़ुद से प्यार करने दें।

63

यदि आपको अब भी अपना मनचाहा रिश्ता नहीं मिला है, तो आपको ख़ुद से 30 सवाल पूछने होंगे

01 | **क्या आप रिश्तों को किसी ऐसी चीज़ के रूप में देखते हैं, जो आप 'पर्याप्त रूप से अच्छा' होने के लिए पाते हैं या फिर कोई ऐसी चीज़ है, जिसे आप तब विकसित करते हैं, जब आप इतने मज़बूत होते हैं कि अपने दिल को खोल सकें?**

02 | **'प्रेम' का आपके लिए क्या मतलब है?** क्या यह बस एक अच्छा एहसास है? क्या यह किसी का साथ है? क्या यह आराम है? क्या यह भविष्य के लिए दिशा है?

03 | **आप ज़िंदगी में उन सब चीज़ों को कैसे पा सकते हैं, अगर आपके पास किसी ऐसे शख़्स का साथ और उससे अनंत अंतरंगता का वादा न हो, जिसे शायद अब तक आप नहीं जानते?**

04 | **अगर आपका प्रेमी आपके सभी अब तक न भरे घावों की झलक दिखाए, आपकी कमियों का प्रतिबिंब दिखाए और आपकी सबसे गहरी असुरक्षाओं को रोशनी में ले आए, तब भी आप उनके साथ रिश्ते में होने के लिए तैयार होंगे?**

05 | **आप बाक़ी इंसानों से जुड़ने की कोशिश करते हैं या फिर आप ख़ुद को उनसे श्रेष्ठ दिखाने की कोशिश करते हैं?** क्या आप जुड़ना चाहते हैं या फिर प्रभावी दिखना चाहते हैं? क्या आप सीखने के लिए लोगों से बातचीत करते हैं या फिर किसी को अपने पक्ष में करके यह सोचते हैं कि आपको उनका समर्थन है और आप 'सही' हैं?

06 | क्या आप अपने प्रेमभरे जीवन को असल में जीने की बजाय उसके बारे में ज़्यादा सोचते हैं? क्या आपने उस प्यार को खोजने के लिए कोई योजना तैयार की है, जिसकी कमी आपको इतनी शिद्दत से महसूस होती लग रही है?

07 | अगर आपको उस तरह का प्यार खोजने के लिए कोई योजना बनानी हो, तो वह कैसी होगी? आपको क्या करना होगा? आपको क्या कोशिश करनी होगी? आपको कहाँ जाना होगा?

08 | क्या ऑनलाइन डेटिंग, दोस्तों द्वारा किसी से मिलाने की योजना और ख़ुद से बाहर निकलकर किसी की तलाश करना आपको इस विचार से कम आरामदायक लगता है कि आपको शायद अगले कुछ साल (या उससे भी ज़्यादा वक़्त) अकेले गुज़ारना होगा?

09 | क्या आप इस सच को लेकर खुलापन रखते हैं कि आपको प्यार की तलाश है? अगर आप यह दिखाने की कोशिश कर रहे हैं कि सिंगल या अकेले रहना अच्छा है, तो आप दोस्तों के दोस्तों से मिलने के बहुत से मौक़े खो देने वाले हैं, क्योंकि उन्हें पता ही नहीं कि आपको किसी से मिलने की ख़्वाहिश है।

10 | लोगों से मिलने वाले स्नेह के अलावा और कौन सी चीज़ें आपको ख़ुशी देती हैं?

11 | यदि आप आज 'जब होना' है 'वह होगा' के उलट अपने रिश्ते की नियति की बागडोर अपने हाथों में लेने का फ़ैसला करते हैं, तो आप क्या कुछ अलग करना शुरू करेंगे?

12 | क्या आपको लगता है कि बढ़िया रिश्ता कोई ऐसी चीज़ है, जिसे खोजा जा सकता है या फिर वह ऐसा कुछ है, जिसे समय के साथ विकसित और मज़बूत किया जा सकता है?

13 | क्या आपको लगता है कि जो लोग ज़्यादा ख़ूबसूरत, स्मार्ट, प्रतिभाशाली या किसी और ढंग से आपसे बेहतर हैं, उन्हें आपसे ज़्यादा प्यार मिल सकता है?

14 | क्या आपने आस-पास के उन लोगों पर ईमानदारी से ग़ौर किया है, जिनके पास प्यार है और आकर्षण, बुद्धिमानी और श्रेष्ठता के उसी पैमाने पर उनका मूल्यांकन किया है?

15 | **अगर आपने ऐसा किया है, तो उससे आपको क्या पता चला?**

16 | **क्या यह जानकर आपको झटका लगेगा कि रिश्ते उतने सुखद नहीं होते, वे तो बस एक तरह की सिलाई होते हैं, जो इस दुनिया के पैबंदों को साथ जोड़े रखते हैं और उन पर आप जो वक़्त और ऊर्जा लगाते हैं, उसे किसी और अहम चीज़ पर लगाना न केवल आवश्यक है, बल्कि बहुत महत्त्वपूर्ण भी है, ताकि आप इंसान होने के नाते अपने अधिक महान प्रयोजन को पूरा कर सकें?**

17 | **क्या आपको यह जानकर झटका लगेगा कि जो लोग दोस्तों से घिरे रहते हैं, लगता है कि उनके 'ख़ुशनुमा' रिश्ते हैं, परिवार हैं, उनमें से कुछ भी कई बार बहुत अकेले होते हैं, क्योंकि यह बात भी मायने रखती है कि आप दूसरों से कैसे जुड़ते हैं, न केवल यह कि आपके आस-पास कौन है?**

18 | **क्या आपको पता है कि किसी दीर्घकालीन रिश्ते में आपकी ज़रूरतें क्या हैं?**

19 | **अगर वे ज़रूरतें पूरी नहीं होतीं, तो क्या आप उनके बारे में बात करेंगे या फिर अपने साथी के सामने उनका पसंदीदा बने रहने के लिए वैसा नहीं करेंगे?**

20 | **अगर आपको पता चले कि जिस रिश्ते का आप सपना देखते रहे हैं, वह काम नहीं कर रहा, तो फिर आपकी क्या योजना होगी?**

21 | **क्या आपको यह जानकर हैरानी होगी कि ख़ुशनुमा, स्वस्थ रिश्ते के लिए सबसे ज़रूरी चीज़ और जिसे सबसे ज़्यादा नज़रअंदाज़ किया जाता है, यह विश्वास है कि अगर वह रिश्ता टूट भी जाए, तब भी आप अपना काम करते हुए आगे बढ़ते रह सकते हैं?**

22 | **क्या यह मुमकिन है कि अभी आप इसलिए अकेले नहीं हैं कि आप टूटे हुए हैं या फिर अप्रिय हैं, बल्कि इसलिए हैं कि कुछ ऐसा गहरा और दिव्य है, जिसे आपको खोजना है और उसे केवल एकाकीपन के माध्यम से ही जाना जा सकता है?**

23 | **अगर आपको पता हो कि आपके जीवन का प्रेम आप तक पहुँचने वाला है और यह समय आपके जीवन में अस्थायी है, तो अकेले होने के दौरान आप क्या करेंगे?** आप किन कामों के लिए प्रयास करेंगे? अपनी किताब लिखने या फिर फ़ेसबुक को देखने में? अपने दोस्तों से रिश्ते बनाने में या फिर उन लोगों से ईर्ष्या करने में जिनके पास प्रेम है? ध्यान लगाना सीखेंगे या फिर ज़रा सा भी असहज होने पर वाइन का घूँट भरेंगे?

24| **क्या आपको लगता है कि आपको प्यार देकर या आपके साथ समय बिताकर लोग आप पर कृपा कर रहे हैं?**

25| **क्या आपके कभी इस बात पर ग़ौर किया है कि हो सकता है कि वे भी प्यार के भूखे हों?**

26| **क्या आपने कभी सोचा है कि 'किसी रिश्ते से आप क्या चाहते हैं' की बजाय उसे आप 'क्या दे सकते हैं?'**

27| **क्या आप दूसरे इंसान के साथ-साथ आगे बढ़ते रहने के लिए जीवनभर की प्रतिबद्धता रखते हैं या फिर प्यार को लेकर आपकी मानसिक छवि यह है कि वह कुछ ऐसा है, जो आपको कुछ भी करने दे, बिना शर्त आपकी हर बात को स्वीकार करे, जो कि असल में आत्मतुष्टि है?**

28| **क्या आप प्यार कैसे आएगा, कैसा दिखेगा और आपका साथी कैसा होगा जैसी अवधारणाओं को छोड़ने के इच्छुक या उसके लिए तैयार हैं?** (आपको ऐसा करने की ज़रूरत है।)

29| **ऐसी कौन सी चीज़ है, जिसके लिए आप इस जीवन में कष्ट उठाने को तैयार हैं?** आप अपने डरों, अपने विचारों, अपने कामों के लिए तकलीफ़ पाते हैं...वह एक चीज़ कौन सी है, जो वाक़ई इस लायक़ है? क्या आप उसके लिए अपना पूरा ज़ोर लगाने, कई बार नाकाम होने और फिर लक्ष्य (प्रेम, प्रतिबद्धता) तक पहुँचने को तैयार हैं? जबकि आपको तब पता चलता है कि डेटिंग तो दरअसल दौड़ से पहले की चहलक़दमी थी, असली काम की बस शुरुआत थी?

30| **क्या आप इसे अपने भीतर समाहित करने और वह इंसान बनने में मदद पाने के लिए तैयार हैं, जो आप बनने की इच्छा रखते थे?**

64

हमारी संस्कृति में सबसे बड़ी वर्जित चीज़ असली ईमानदारी है और यही वास्तव में समस्या है

हमारी संस्कृति हमारा गला घोंट रही है और ईमानदारी के प्रति अनादर रखने के कारण लोग सबके साथ मिल-जुल कर रहने में अक्षम हो गए हैं।

जो विचार हमारे साथ मेल नहीं खाते, हम उन पर तुरंत 'आक्रामक' का ठप्पा लगा देते हैं और इस शब्द का इस्तेमाल इस बात के लिए करते हैं कि उन विचारों को देखना-सुनना ग़लत हो जाए। (यह भी ग़ौरतलब है कि दुनियाभर में सूखे और युद्ध से होने वाले अत्याचारों और पर्यावरण की तबाही से हमें उतना 'बुरा' नहीं लगता, जितना कि किसी स्त्री के अंगों और किसी गाली से लगता है।) हम लोगों को नियंत्रित करते हैं कि वे वही बोलें और करें, जो हमारे लिए मायने रखता है। हम ऐसी संस्कृति में पले-पढ़े, जिसने ख़ुद को आख़िर में रखना सिखाया, चाहे 'दूसरों को आगे रखना' भी बनावटी और धूर्तता भरा हो, जिसकी जड़ें नाख़ुशी और बेईमानी में हैं। हम सब किसी अनछुए, न भर पाने वाले भीतरी अकेलेपन से मर रहे हैं और लेखन व संगीत के उन कुछ टुकड़ों को थाम रहे हैं, जो उस तरह से संवाद करते हैं, जिस तरह हम नहीं कर सकते। हम सब व्यग्रता, अवसाद, अकेलेपन, अनिश्चितता, भय और असफलता को झेल रहे हैं, क्योंकि हमें बाहरी तसवीर को इससे बिलकुल उलट ढंग से दिखाते रहना है। अपनी ज़िंदगी के उन सहज, महत्त्वपूर्ण हिस्सों को साकार न कर पाने की अक्षमता उन्हें 'बुरा' बना देती है। कोई भी ईमानदार नहीं है और किसी को भी कोई ऐसा नहीं मिल रहा, जो उन्हें वैसे ही चाहे, जैसे वे हैं, क्योंकि वे ख़ुद वैसे नहीं हैं। उन्हें बस ऐसे लोग मिल रहे हैं, जो उनके खोल या बाहरी आवरण को चाहते हैं और जैसा कि हम सबको पता है, उसे आसानी से तोड़ा जा सकता है।

हमारे बहुत से रिश्ते इस बात पर निर्भर करते हैं कि हम उन अपेक्षाओं को लगातार पूरा कर पाते हैं या नहीं, जिनके बारे में हम अक्सर जानते हैं, लेकिन कई बार नहीं भी जानते। ईमानदारी और बदलाव को लेकर हमारा डर इस बात में जड़ जमाए है कि उससे हमें प्यार करने का दावा करे वाले लोग हमें स्वीकार नहीं करेंगे या हमें नहीं चाहेंगे या फिर हमारी इज़्ज़त नहीं करेंगे।

हम 'अपनी पसंद का काम करने' और 'ख़ुद को पहले रखने' को स्वार्थी होने और दूसरों का लिहाज़ न करने से जोड़ते हैं। हमें सिखाया जाता है कि हमें उस चीज़ को चाहना चाहिए, जो बाक़ी लोगों को ख़ुश करे, पर क्या आप अपनी ज़िंदगी में ऐसे लोग चाहते हैं, जो मन ही मन वहाँ न होना चाहते हों? क्या यह वाक़ई हैरानी की बात है कि हम सब खोए हुए हैं और ख़ुद से जूझ रहे हैं और अलग-थलग हैं, जबकि हमें तो किसी और के अहंकार के लिए अपनी सहज प्रवृत्तियों और सच्चाइयों के हिसाब न चलने को सिखाया गया था? (नहीं।)

सच कहना 'घटिया' बात नहीं है। हमें बस आदत नहीं है कि हम अपनी पसंद की बात के अलावा कुछ और सुनें। हमने हर उस चीज़ पर सफ़ेदी फेर दी है, जो हमसे लाड़-प्यार से पेश न आए, हमें संतोष न दे और हमारे सबसे भ्रांतिमूलक व आरामदायक विचारों के साथ मेल न खाए। 'सत्यवादिता' और 'घटियापन' अब समानार्थी हो गए हैं, क्योंकि जब तक लोग ऐसा कुछ कर और कह नहीं रहे, जिसे हम देखना और सुनना चाहते हैं, वे ग़लत हैं और वे हमें अस्वीकृत, अनचाहा और अमान्य महसूस कराकर (क्योंकि हम उन चीज़ों को केवल बाहरी तौर पर पा रहे हैं) अवचेतन रूप से या नहीं हमारे एहसासों को चोट पहुँचा रहे हैं।

आपको यह बात ध्यान में रखनी है कि जो लोग किसी निश्चित तरीक़े से बर्ताव करने को लेकर सबसे ज़्यादा शोर मचाते हैं, वे बेशक वही लोग होते हैं, जिन्होंने बहुत गहन रूप से अपनी ज़िंदगी को उस आधार पर आकार दिया है, जैसा बाक़ी लोग उनसे चाहते थे। उन्होंने उन लोगों की बात सुनी, जो उन पर ज़ोर से चिल्लाते थे और उसके बदले उन्हें ख़ालीपन मिला। उसी ख़ालीपन में उनके शब्द गूँजते रहते हैं।

हमारे मूल में, केवल प्रकाश है। मैं गारंटी से कह सकती हूँ कि ऐसा कोई इंसान नहीं होगा, जिसकी सच्ची कहानी, पूरी कहानी सुनकर, उनकी हालत में एक दिन या एक साल या आजीवन रहकर आप उसे प्यार न करें। जब हम ख़ुद बेईमानी के ज़रिये असमानता का मुखौटा लगाए हों, तो हम समानता की अपेक्षा नहीं कर सकते। अगर लोग ख़ुद लगातार किसी और चीज़ के नीचे ख़ुद को महसूस करते

हों, तो हम उनसे कैसे उम्मीद कर सकते हैं कि वे बाक़ी सबके साथ बराबरी से पेश आएँगे?

समानता का आधार तथा मानवीय स्थिति की समानता को समझना इसके प्रति ईमानदार होने में निहित है।

हमारे समाज की दिशा को बदलने, बंद दिमाग़ों को प्रबुद्ध करने का एकमात्र रास्ता यह है कि उस तरीक़े को बदलें, जिससे हम लिंग, नस्ल और यहाँ तक कि मानवता को समझते हैं और हर चीज़ पर बात करें। हम बस गोल-गोल घूम रहे हैं और उन लोगों की बात समझने की कोशिश करने की बजाय जो हमसे असहमत हैं, हम केवल उन लोगों की बात मान रहे हैं, जो बुनियादी रूप से हमसे सहमत हैं। यह बदलाव नहीं है। यह तो अहंकार को बढ़ावा देना है। 'दूसरों की मदद करने' और 'नि:स्वार्थी होने' को इतनी ज़्यादा अहमियत दी जाती है और लोगों को स्वेच्छा से काम करने को मजबूर किया जाता है, जबकि वे असल में वैसा करना नहीं चाहते।

हम केवल उसी दयालुता को बढ़ाते और उसका समर्थन करते हैं, जिसे हम बाक़ी लोगों पर थोपते हैं, जिसे हम सही मानते हैं।

नक़ली दयालुता का कोई मतलब नहीं। उससे दुनिया बदतर बनती है। वह आक्रोश, वैमनस्य, आत्मद्वेष, कट्टरता और पूर्वाग्रह की जड़ है।

हम अपनी ज़िंदगी में जिन सबसे दयालुता भरी चीज़ों का अनुभव करते हैं, वे अक्सर वे पल होते हैं, जिनमें कोई हमारी परवाह इस बात के लिए ज़्यादा करता है कि हम कौन हैं, न कि इसलिए कि कैसे उस सच को बताने से हमारी भावनाओं को चोट पहुँचेगी, जिसने हमें बचाया हो या फिर हमें कोई वैसे अदृश्य रहने वाली सच्चाई दिखाई हो। अक्सर हम अपने प्रति सबसे ज़्यादा दयालु तब होते हैं, जब हम 'नहीं' कहते हैं। अक्सर जिन चीज़ों के लिए हम सबसे अधिक कृतज्ञ होते हैं, वे वही होती हैं, जो सबसे ज़्यादा कष्टकर थीं (और हैं), सबसे गहरे तौर पर दमदार थीं, सबसे ज़्यादा पूरी तरह से बदलने वाले थीं, भले शुरुआत में यह ज़रूरी नहीं कि वे आरामदेह रही हों।

तो आपको नहीं कहना चाहिए, जब आप वैसा कहना चाहते हैं। जब आप देखें कि आपका कोई दोस्त सामान्य सी चीज़ों के मामले में चयन करने में जूझ रहा है, जिनका उसकी पूरी ज़िंदगी पर गहरा असर पड़ेगा, तो आपको उसे वैसे ही छोड़कर जाने और उसके अलावा बाक़ी लोगों से उसकी चर्चा करने की बजाय बिलकुल ठीक-ठीक और दयालुता से, समझदारी के साथ और सीधे-सीधे बात करनी चाहिए। अगर घर में आपकी ज़रूरत नहीं है, तो आपको उसे छोड़ देना चाहिए। किराये देने के कई तरीक़े हैं; अगर कोई आपसे प्यार नहीं करना चाहता,

तो आप उससे ज़बरदस्ती ख़ुद से प्यार नहीं करवा सकते। इससे पहले कि आप जो महसूस करते हैं, वह अँधेरे में इतना रहे कि वह आपकी बाक़ी ज़िंदगी की बुनियाद बन जाए और फिर उसे ढहा दे, तो उसे बोल देना चाहिए। जिन लोगों से आप प्रेम करते हैं, उन्हें कहें कि आप उनसे प्यार करते हैं। जिन लोगों से आपको प्रेम नहीं, उन्हें कह दें कि आप उनसे प्यार नहीं करते, ताकि वे उन लोगों को ढूँढ सकें, जो उनसे वाक़ई प्यार करते हैं। आपको अपने अनछुए गहरे गर्त में जाना चाहिए और देखना चाहिए कि क्या कुछ निकलकर आता है। सबसे पहले, वे ज़ख़्म होंगे, जो भरे न हों और जिनके बारे में आपको मालूम न हो कि वे भीतर थे। दूसरी, रोशनी होगी, प्यार होगा और जुनून भी, जिसके नीचे वे होंगे। तीसरी होगी, यह इच्छा कि उन सब को लेकर कहीं निकला जाए और कुछ शानदार तैयार किया जाए। आपको अपने चुनावों को इस तरह नहीं देखना चाहिए कि बाक़ी लोग उन्हें कैसा समझते हैं, बल्कि यह देखना चाहिए कि वे आपके सबसे गहरे, सबसे असली स्वरूप के साथ कितना मेल खाते हैं।

जिस तरह कई धार्मिक, राजनीतिक और सामाजिक आदर्शों ने कहा है, आपको भी उठकर कहना चाहिए, ''मैं यह हूँ, चाहे आप इसके लिए मुझे सूली पर ही क्यों न चढ़ा दें'', चाहे उन्हें सूली पर चढ़ाने वालों में उनके प्रशंसक और उनके अनुयायी ही क्यों न रहे हों।

आपको लोगों को वही देना चाहिए, जिसकी आपको सबसे ज़्यादा ज़रूरत हो। अक्सर उसका मतलब यह होता है : आपको हर कोई प्यार नहीं करता, लेकिन इसका मतलब यह नहीं कि आपसे कोई भी प्यार नहीं करता। आप सबसे ज़्यादा ख़ूबसूरत नहीं हैं, लेकिन वैसा होना सबसे ज़्यादा मायने नहीं रखता। आप किसी और चीज़ से नहीं, बल्कि अपने डर से ही बँधे हैं, इसलिए आपको आज़ादी और कहीं नहीं, बल्कि अपने भीतर ही मिलेगी। हर कोई तकलीफ़ झेलता है, पर हर कोई उसके दूसरे छोर पर झिलमिलाते हुए नहीं निकलता और गहरे और अभेद्य अँधेरे से होकर रोशनी को प्रतिबिंबित नहीं होने देता। हर किसी में इतनी हिम्मत नहीं होती कि वह सच्चा रहे, लेकिन हर किसी में यह क्षमता होती है। सबसे बड़ी विडंबना, सबसे धूर्तता भरी बात यह है कि जिस प्रेम, जिस जुनून और जिस स्वीकृति को हम खोज रहे होते हैं, वह और कहीं नहीं, हमारी बेधड़क ईमानदारी में कहीं होती है, तो उस तक पहुँचें और आख़िरकार उसे साँस लेने दें।

65

7 कारण कि दिल टूटने वाले दुख अक्सर मानव विकास के लिए क्यों महत्त्वपूर्ण हैं

बहुत से कवियों, चिंतकों और दार्शनिकों ने कष्ट के प्रयोजन के विचार पर बात की है। रूमी का मानना है कि ज़ख़्म से रोशनी भीतर पहुँचती है। एलिज़ाबेथ क्बूलॉ रॉस का कहना है कि ख़ूबसूरत लोगों को सराहना, संवेदनशीलता और समझ को जानने के लिए हार, तकलीफ़ और संघर्ष को जानना ही होगा। ख़लील जिब्रान मानते हैं कि दर्द सबसे असाधारण लोगों के किरदारों के दिलों को कुम्हलाकर रख देता है। फ़्योदोर दोस्तोव्यस्की का दावा है कि तकलीफ़ से ही बड़े बुद्धिमान और गहराई लिए दिल जन्म लेते हैं। सी. जॉयबेल सी. लोगों को सितारों के तौर पर देखते हैं, जो तब तक मरते रहते हैं, जब तक कि वे यह नहीं समझ जाते कि वे तो पहले से भी ज़्यादा ख़ूबसूरत बनने के लिए एक बड़े सुपरनोवा में समा रहे हैं।

हो सकता है कि दिल टूटने वाला दुख इंसान की बुनियादी, जैविक वृद्धि के लिए उत्तरदायी न रहा हो, लेकिन उस तरह के विकास के लिए ज़िम्मेदार रहा है, जिसे हम जानते हैं : हमारे मन में, हमारे दिल और हमारी रूह के। अगर दार्शनिक उसे व्यक्त करने में कहीं चूक भी गए हों, पर आपने तो अपनी ज़िंदगी में इस तरह की किसी चीज़ का ज़रूर अनुभव किया होगा कि पीड़ा उस प्रक्रिया के लिए अहम थी, जो कुछ हमने पाया, उसकी तैयारी के लिए कुछ खोया था, कष्टदायी अनुभवों से ही आज हम जो हैं, वह बन पाए।

इस पर कई लोग बात करते हैं, लेकिन ज़्यादातर लोग इसे सही-सही परिभाषित नहीं कर पाते : उत्प्रेरक जो आपको खोल देता है, वह बुनियाद जिस पर आप अपनी बाक़ी की ख़ूबसूरत ज़िंदगी तैयार करते हैं। वह कष्ट इतना अहम था कि जब सब कुछ गुज़र जाता है, तो आप उसके लिए आभारी होते हैं। यह इंसानों के लिहाज़ से एक तरह का रूपांतरण है, ऐसा अंधकार, जिसके सामने हम आख़िरकार रोशनी देख पाते हैं।

मेरा मानना है कि अगर हम यह समझ सकें कि हमारा दर्द क्यों ज़रूरी है, तो हम उसे अधिक गरिमा से सह सकते हैं या फिर उसके द्वारा मजबूर किए जाने से पहले उसकी बात सुनना सीख सकते हैं। यहाँ पर वे सात कारण हैं, जो बताते हैं कि क्यों दिल टूटने वाला दुख अक्सर मानव विकास के लिए आवश्यक होता है...

01 | **कष्ट तब तक ही आवश्यक होता है, जब तक हमें पता नहीं होता कि वह नहीं है, लेकिन अक्सर हम समझ ही जाते हैं।**

दर्द और तकलीफ़ एक ही चीज़ नहीं हैं। मुझे यक़ीन है कि आपने पहले ऐसा सुना होगा। दर्द से हमें प्यार है। कामोत्तेजना के चरम पर पर पहुँचने और यातना पाने के दौरान हमारी अभिव्यक्ति एक जैसी होती है। रोना हमारा सारा गुबार निकाल देता है, दर्द का भौतिक बोध हमें जीवित रखता है। हमें कष्ट पसंद नहीं आता। कष्ट, दर्द का प्रतिरोध होता है और प्रतिरोध करने पर हमें तकलीफ़ होती है। हमें जो चीज़ दर्द देती है, हम उसका विकल्प नहीं चुनते और यह अच्छी बात है, पर हमें किस बात से तकलीफ़ होगी, यह चयन हमारा होता है और यह बात बेहतर है। वह तो हमेशा से हमारे अपने इरादे से जुड़ा था।

02 | **इंसान सोचते हैं कि वे ख़ुशी की तलाश कर रहे हैं, लेकिन वे तो सबसे ज़्यादा सहजता और मेलजोल होने को खोज रहे होते हैं।**

लोग इस बात का पूर्वानुमान लगाने में अक्षम हैं कि क्या उन्हें ख़ुश करेगा। इसका कारण यह है कि हमें बस उतना ही पता है, जिसकी हमें अब तक जानकारी रही है, हालाँकि हमारी संस्कृति भविष्य के लिए 'योजना बनाने', अपनी ख़ुशी का चयन करने और उसका पीछा करने पर बहुत ज़ोर देती है। ऐसा करने की कोशिश में हम उसका ही चयन करते हैं, जिसे हम अपने अतीत से जानते हैं, चाहे निष्पक्ष रूप से देखे जाने पर वह तब ख़ुशी रही ही न हो। हमें उससे भी ज़्यादा किसी और चीज़ की ख़्वाहिश थी और वह था, आराम या सहजता। जब तक अपने सहज दायरों के प्रति हमारी वफ़ादारी थोड़ी असहज नहीं हो जाती, तब तक हम कुछ भी ऐसा करने को मजबूर नहीं होते, जो उससे असल में हमारी सोच के मुताबिक़ बेहतरीन चीज़ से कुछ ज़्यादा बड़ा न हो।

03 | **कष्ट हमें सिखाता है कि ख़ुश होने के लिए बाहरी दुनिया को बदलने की कोशिश वैसे ही जैसे पर्दे पर कोई चीज़ दिखा रहे प्रोजेक्टर को बदलने की बजाय पर्दे पर दिख रही चीज़ को बदलने की कोशिश करना।**

बायरन केटी बड़ी ख़ूबसूरती से बयाँ करती हैं : ''एक बार हमारी समझ में आ जाए कि रोआँ कहाँ पर है, तो हम लेंस को साफ़ कर सकते हैं। यह तकलीफ़ का अंत है

और जन्नत में छोटी सी ख़ुशी की शुरुआत है।'' ज़ाहिर है कि यहाँ पर केटी हमारे मन की बात कर रही हैं और बता रही हैं कि हम तब तक भीतर की ओर जाने के बारे में नहीं सोचते, तब तक कि हम बाहरी बदलाव की कोशिश में ख़ुद में इतने गहरे न चले जाएँ कि किसी गहरे अँधेरे तक पहुँच जाएँ। आपका मन वह लेंस है, जिससे आप बाहरी दुनिया को अपने ढंग से समझते और देखते हैं। आपको उस लेंस को ठीक कर अपनी ज़िंदगी को बदलने पर ध्यान देना चाहिए, न कि उसका उल्टा करना चाहिए।

04 | अक्सर 'कष्ट' हमारे सामने किसी ब्रेकडाउन के रूप में आता है, जो असल में कुछ नया होता है, जिसके दूसरी तरफ़ हमने तब तक देखा नहीं होता।

हम जानते हैं कि कई बार (अक्सर) हमें नहीं पता होता कि हमारे लिए सबसे अच्छा क्या है, फिर भी किसी तरह हमारे अवचेतन को, हमारे सहजबोध को पता होता है। मैं यह दावा नहीं कर रही कि कोई दिव्य हस्तक्षेप इसके लिए ज़िम्मेदार होता है, लेकिन मेरा यह दावा ज़रूर है कि मेरे जीवन में कई बार मुझे पता था कि किसी बड़ी चीज़ के लिए मुझे अपना दिल तोड़ना होगा, चाहे उस समय मुझे मालूम भी न रहा हो कि वह बड़ी चीज़ क्या हो सकती थी।

05 | आनंद को महसूस करने की क्षमता को दर्द को जानने की क़ाबिलियत से संतुलित करना ही होता है।

हमारी दुनिया द्वैधता से जन्मी है और उसकी वजह से ही अस्तित्व में है। यह हमारी कुदरती दुनिया की बुनियाद है, लेकिन इसे अपनी ज़िंदगी में देखना भी ज़रूरी है। सच यह है कि अँधेरे को देखने की आपकी क्षमता जितनी अधिक होगी, उतने ही अंतर में आप रोशनी देख सकते हैं। हमारे भावनात्मक स्वरूप का यिन/यैंग हमेशा संतुलन में होता है। वह वास्तव में इस बात पर निर्भर करता है कि हम किसी परिप्रेक्ष्य से चीज़ों को देखते हैं। वे दोनों ही हमें समान रूप से उपलब्ध होते हैं और अंततः चुनना हमें ही होता है।

06 | दर्द एक संकेत है कि कुछ ग़लत है, तकलीफ़ हमें तब होती है, जब हम उस संकेत पर ध्यान नहीं देते।

ज़ाहिर है कि शारीरिक लिहाज़ से ऐसा होता है, लेकिन भावनात्मक और मानसिक रूप से भी ऐसा होता है। ऐसा लगता है जैसे हमें अपने लिए समस्या पैदा करना पसंद है, क्योंकि हम कहीं गहरे तौर पर मानते हैं कि हमें दर्द मिलना चाहिए (बुरा वाला), क्योंकि यह हमारी उस सोच का प्रतिफल है कि हम कितने बुरे (जो कि ग़लत है) हैं। उस दर्द का सामना होने पर ही हमें पता चलता है कि उसे हमने ख़ुद

ही तैयार किया था और उसका कम बस इतना ही था कि वह हमारी मदद करे कि उसे तैयार करने की ज़रूरत को हम दिमाग़ से निकाल दें और यह समझें कि हमें वह नहीं चाहिए और उस प्रक्रिया के दौरान अपने असली स्वरूप से जुड़ें, न कि सिर्फ़ अपने उस स्वरूप से, जैसा दुनिया हमें देखती है।

07 | **कायनात चीख़ने से पहले फुसफुसाती है।**

कोई भी दुखदायी तजुर्बा अपने आप में अकेली घटना नहीं होता। कोई भी दिल टूटने वाली घटना केवल एक चीज़ का कारण नहीं होती। यह तो एक पैटर्न है। हर बार हमारा नुक़सान बढ़ता चला जाता है। आख़िरी चोट हमें पूरी तरह से तोड़ देती है, उस पल हमें समझ आता है कि हमें पूरे वक़्त पता था कि क्या हो रहा था, हालाँकि किसी चीज़ ने हमें शुरुआती संकेतों पर ध्यान नहीं देने दिया। पूरी तरह टूटने पर ही हम कुछ नया खोज लेते हैं। किसी शरीर में और इस दुनिया में रहना कितना ख़ूबसूरत है, जो हमें अँधेरे में कुछ खोजने की इजाज़त देता है, लेकिन फिर वापस आने पर दर्द देता है। यह कितनी अनोखी बात है कि हमें तब कोई उसके बारे में नहीं बताता, जब तक हम ख़ुद में उसमें नहीं होते या फिर उससे पहले काफ़ी दूर तक जा चुके होते हैं।

66

हम उन चीज़ों को कसकर क्यों थामे रखते हैं, जो हमारे लिए नहीं होती

मैं अक्सर सोचती थी कि आप उन चीज़ों को कैसे छोड़ देते हैं, जो आपको मार रही हैं, जबकि आपको लगता है कि उन्हें छोड़ना आपको मार देगा। 'अगर चीज़ें होनी हैं, तो वे होंगी' और 'अगर आप इसे चाहते हैं, तो आपको इसे पाने के लिए जाना होगा' आदि स्थिति के बीच आप कैसे तय करते हैं।

मुझे लगता है कि हम उन चीज़ों को ज़्यादा कसकर थामे रखते हैं, जो हमारे लिए नहीं होतीं, क्योंकि किसी न किसी स्तर पर हमें पता होता है कि वे वाक़ई हमारी नहीं हैं। हम हमेशा उस प्यार को पाने की कोशिश कर रहे होते हैं, जो हमें पता है कि हमारे पास नहीं है। हम हमेशा उन चीज़ों को साबित करने की कोशिश कर रहे होते हैं, जो पूरी तरह से स्वयंसिद्ध नहीं होतीं।

हम जानते हैं कि जब हम सोचना, बात करना और किसी चीज़ को बार-बार उलटना-पलटना छोड़ देते हैं, तो हम असल में उससे उबर सकते हैं। अगर वह केवल कोई विचार हो, तो उसे थामे रखना ही उसे अपने पास रखना होता है।

वजह यह है कि जाने देने का किसी को अपनी ज़िंदगी से निकल जाने की इजाज़त से या यह जताने से कुछ ख़ास लेना-देना नहीं है या इस बात से कि वे हमें अब प्यार नहीं करते या फिर भलाई के लिए जा सकते हैं, बल्कि इसका नाता तो इस बात को स्वीकार करने से है कि वे जा चुके हैं।

मैं नियति के बारे में नहीं जानती, पर मैं यह ज़रूर जानती हूँ कि जो चीज़ें हमारी हैं, उनके हमारे पास रहने के लिए लिए हमें उनसे मानसिक या जज़्बाती तौर पर चिपकने की ज़रूरत नहीं होती। बेहतरीन चीज़ों के लिए ज़बरदस्ती नहीं की जा सकती, उन्हें चेतावनियों से कभी तैयार नहीं किया जा सकता, वे कभी भी हमें ऐसे नहीं छोड़तीं कि हम कई महीनों या सालों तक लड़खड़ाते रहें या फिर सवाल करते रहें।

मैं यह जानती हूँ कि कुछ खो जाने पर हमें हुए दर्द से हम यह साबित नहीं कर सकते कि हम कितना प्यार करते हैं। हम अपने किरदार को इस बात से साबित नहीं कर सकते कि हम बाक़ी लोगों को इसे लेकर कितना आश्वस्त कर सकते हैं कि हम सही काम कर रहे हैं।

मैं यह भी जानती हूँ कि प्यार हमें चोट नहीं पहुँचाता, वह तो उसके ख़याल कि उसे कैसा होना चाहिए के मोह से हमें चोट पहुँचती है। मुझे पता है कि जब तक हम इस विचार से अलग नहीं हो जाते कि प्यार को कैसा होना चाहिए, तब तक हमें असली प्यार नहीं मिल पाएगा। मैं जानती हूँ कि जब तक कि हम ऐसा नहीं करते, तब तक हम असली ख़ुशी नहीं पा सकते। मुझे पता है कि यहाँ कुछ भी हमेशा के लिए नहीं है और यह विचार कि ऐसा होता है, एक भ्रम है। हम अंतत: सब कुछ खो देते हैं, हर वह चीज़ जो हमारे पास होती है, अभी है और हमारी है।

तो मसला यह नहीं है कि हम क्या खोते हैं, बल्कि यह है कि हमारे पास क्या था। हम अपने बायोडेटा में बुलेट पॉइंट्स की तरह चीज़ें नहीं पा सकते, हमें उनसे होकर गुज़रना होगा और उन्हें ख़ुद से होकर गुज़रने देना होगा।

कोई प्यार हमें एक महीने में सिखाता है, कोई हमें जीवनभर सिखाता है। इनमें से कोई भी एक-दूसरे से ज़्यादा या कम महत्त्वपूर्ण नहीं है।

जो चीज़ें हमारे लिए बनी हैं, वे वही हैं, जो हमें मजबूर करती हैं कि हम किसी बाहरी रोशनी की तलाश न करें, बल्कि ख़ुद रोशनी बनने लगें। जो चीज़ें हमारे लिए हैं, वे कष्टकर, आनंददायक, खूबसूरत और तकलीफ़देह हैं। वे वही चीज़ें हैं, जिनके बारे में हम नहीं सोचते।

वे चीज़ें, जिन्हें हमें होने देने के लिए कसकर पकड़ने की ज़रूरत नहीं होती।

67

20 से 30 की उम्र के बीच ऐसा न करें

01 | किसी को आपको आश्वस्त करने देना कि कम उम्र के कारण आप अक्षम हैं।

प्लेटो ने जब राजनीति के क्षेत्र में क़दम रखा, तो उनकी उम्र 20 वर्ष थी और उनका कहना था कि उस वजह उनका मज़ाक़ उड़ाया गया था। स्टीव जॉब्स, ज़ुकरबर्ग जैसे इस सदी के कई बड़े उद्योगपति इसी उम्र में थे, जब उन्होंने बड़े योगदान दिए। कल्पना करें कि अगर उन्होंने "तुम क्या जानते हो?" कहने वाले लोगों की बात सुनी होती, तो हम कहाँ होते!

02 | उन लोगों के साथ बहस करना, जिनका इरादा आपको समझना नहीं, बल्कि ख़ुद को सही साबित करना हो।

आपको उन लोगों से बहस करने की कोई ज़रूरत नहीं, जिनका मक़सद किसी के अहंकार की तुष्टि हो, पर अपनी हताशा और आत्मसंदेह से बाहर निकलने के लिए आपके लिए आवश्यक है कि आप उन लोगों से बातचीत में शामिल न हों, जो समझने के लिए बात नहीं सुनते, बस प्रतिक्रिया करने के लिए करते हैं, जो सुने जाने के लिए नहीं बोलते, बल्कि अपनी बात का बचाव करने के लिए बोलते हैं।

03 | उन लोगों के बर्ताव को तसल्ली देने में अपनी ऊर्जा ख़र्च करना, जो अपनी समस्याओं के समाधान के लिए ख़ुद कोई पहल नहीं करते।

मुश्किल दौर से गुज़र रहे किसी ऐसे शख़्स के साथ बातचीत करने का सबसे हताशा भरा पहलू यह है कि ऐसे लोग किसी तरह के तर्क को सुनना नहीं चाहते, या फिर आपकी राय पर भी ध्यान नहीं देना चाहते। ऐसे में आपको बस दिखावा करना पड़ता है। उनकी बात पर सिर हिलाना पड़ता है, क्योंकि आप नहीं चाहते कि उनसे बातचीत किसी तरह की लड़ाई में तब्दील हो जाए। इस तरह नाराज़गी या आक्रोश बढ़ जाएगा और रिश्ता टूट जाएगा।

04 | ऐसे लोगों के सामने विकल्पों के अपने चयन पर सफ़ाई देना, जिन्हें केवल इस बात की परवाह होती है कि उनकी ज़िंदगी के संदर्भ में आप कैसे दिखते हैं।

आपको लेकर जो लोग सबसे ज़्यादा शिकायत करेंगे कि आपको क्या करना चाहिए और क्या नहीं या फिर आप किस तरह ग़लत रास्ते पर हैं या फिर किसी भी बात पर कुछ कहेंगे, जिसके बारे में उन्हें जानकारी न हो, वे अक्सर वही लोग होते हैं, जिन्हें इस बात की चिंता होती है कि उस परिदृश्य में वे कैसे पेश आते दिखते हैं और किस तरह वे आपके बारे में दोस्तों, रिश्तेदारों या सहकर्मियों से बात करने वाले हैं। याद रखें कि आपको यह फ़ैसला करना है कि आपको किसकी परवाह करनी है...

05 | जिन लोगों को आप पसंद नहीं करते, लेकिन उनके संपर्क में केवल इसलिए रहते हैं, क्योंकि आपको 'रहना चाहिए', क्योंकि यह अधिक सुविधाजनक है, क्योंकि अगर आपने ऐसा नहीं किया तो आप ख़ुद को दोषी मानेंगे, क्योंकि आपको डर है कि अगर आप अपने साथ और बाक़ी लोगों के साथ ईमानदारी बरतेंगे, तो लोग आपके बारे में क्या सोचेंगे।

ऐसे लोगों को ख़ुश करने के लिए आपको ज़रूरत से ज़्यादा कोशिश नहीं करनी चाहिए, जो आपके लिए न तो वैसा करते हों और न कभी करने वाले हों।

06 | बीत चुके ऐसे प्यार को इसलिए थामे रखना, क्योंकि आपको डर है कि बेहतरीन गुज़र चुका है या फिर आपको कोई ऐसा नहीं मिलेगा, जिसके साथ आप वैसा ही महसूस करें।

बेहतरीन प्यार का मक़सद आपको खोलकर रख देना होता है, आपको वह सिखाना होता है, जिसकी आपको ज़रूरत है और आपको पहले से बड़ी, बेहतर, यहाँ तक कि ज़्यादा ख़ुशी भरी चीज़ों की ओर ले जाना होता है। अपने बेबुनियाद डरों को कुछ नया पाने की राह का रोड़ा न बनाएँ।

07 | ऐसा खाना खाना, जो आपको नापसंद हो, ऐसी योजनाएँ, जो आप नहीं चाहते, उन लोगों से डिजिटल संपर्क बनाए रखना, जो आपको खिझाते हों, कभी न आने वाले "उस दिन" के लिए कपड़े जमा करके रखना और ऐसे किसी शख़्स के लिए अपनी ज़िंदगी को मुल्तवी करना, जो आपके लिए प्रतिबद्ध नहीं होते और न ही होंगे।

जो काम की चीज़ें न हों, उन्हें जमा करने और उनसे चिपके रहने से सिर्फ़ एक ही चीज़ होती है और वह है : हम लंबे समय के लिए उन चीज़ों से दूर हो जाते हैं, जो हमारे लिए मायने रखती हैं, हमें ख़ुशी, कोई मक़सद और मायने देती हैं।

08 | **आपको क्या चाहिए, उसके लिए समय न निकालना, चाहे यह जानना भी काफ़ी हो कि आप उसे लेकर निश्चित नहीं हैं और उसकी ज़रूरत भी नहीं है। कुछ निश्चित न खोज पाने के डर के कारण ऐसा न हो कि आप कुछ भी खोजने न निकलें।**

अगर आपने अपने उस मूल, भीतरी बोध को समझने और आँकने के लिए समय नहीं निकाला, तो आप किसी और के द्वारा बनाए गए दायरों में ही घूमते रहेंगे। वह बोध जो तब होता है, जब आपका सामना किसी ऐसी चीज़ से होता है, जिसके बारे में आपको पता होता है कि वही आपको करना है या वही बनना है, चाहे वह एक दिन, एक घंटे या एक साल के लिए क्यों न हो।

09 | **अपने बचपन के ज़ख़्मों को ठीक होने देने के लिए समय न निकालना।**

जिन चीज़ों ने आपको आकार दिया है, उन्हें आप और सिर्फ़ आपको ही ढहाना होगा। वैसा करने का समय या तो अब है, जब आपका अनुकूलन हो सकता है, आप बढ़ रहे हैं या फिर बाद में, जब आपके अब तक न भरे ज़ख़्मों की दीवारों को वे ताक़तें ज़बरदस्ती गिरा देंगी, जो आपके अपने क़ाबू में नहीं होंगी। (चुनाव आपका है; हमेशा आपका ही रहेगा।)

10 | **जो चीज़ें 'ग़लत' लगती हैं, उनके लिए लोगों को आँकना। हर किसी चीज़ का कोई न कोई मक़सद होता है। यहाँ लक्ष्य किसी बिना दरार की छवि को तैयार करना नहीं है, बल्कि यह है कि उन अनुभवों से होकर गुज़रा जाए, जिन्हें आगे बढ़ना चाहिए और जो हमें सिखा सकते हैं और हमें बदल सकते हैं।**

आपको नहीं पता कि पूरी तरह से ग़लत और बेबुनियाद शादी की शायद किसी को ज़रूरत हो। आप नहीं जानते कि किसी बच्चे के जन्म से क़िस्मत या नियति का कोई लेना-देना नहीं है, जिसके लिए उसके माता-पिता पूरी तरह तैयार नहीं लगते।

आपको नहीं पता कि जो लोग अपनी ज़िंदगी में कुछ भी करते नहीं दिख रहे, वे जानकारी और अनुभव जुटा रहे हों और एक दिन वे कोई नया महान उपन्यास लिखें, किसी नए दार्शनिक विचार को सामने लाएँ। यह समझना चाहे जितना भी मुश्किल लगे, पर सभी चीज़ें अच्छी हैं, क्योंकि वे किसी न किसी तरह से बढ़ोतरी में, विकास में मदद करती हैं।

11 | **अपने उपलब्ध साधनों के दायरे में जीने के तरीक़े सीखने की कोई पहल न करना।**

इस बात से कोई फ़र्क़ नहीं पड़ता कि आप कितना ज़्यादा या कम पैसा कमा रहे हैं, आपका निवेश कितना है या फिर आपका बचत खाता काफ़ी भरा हुआ है या फिर

पूरी तरह से ख़ाली है, इस बात से भी कोई फ़र्क़ नहीं पड़ता कि आपको कितना ज़्यादा या कम क़र्ज़ा चुकाना है, अगर आपकी सोच और आपकी जीवनशैली ऐसी नहीं है कि आप अपने साधनों के मुताबिक़ जी रहे हैं, तो आपके पास चाहे जो कुछ हो या आप जो भी हासिल कर लें, आपकी वित्तीय परेशानियाँ वही या वैसी ही रहेंगी।

12 | **जिन चीज़ों को आप सबसे ज़्यादा इच्छा है, उन्हें तब तक टाले रखना, जब तक कि आपके लिए स्थिति अधिक 'सुविधाजनक' न हो।**

अगर आप ऐसा न करने का कारण तलाश रहे हैं, तो आपको हमेशा उसके लिए कोई न कोई कारण मिल जाएगा। अगर आप करने का रास्ता खोज रहे हैं, तो आपको हमेशा कोई न कोई रास्ता मिल जाएगा।

13 | **बहुत मामूली सी हताशाओं से संपर्कों को तोड़ देना, जो उन नौकरियों या रिश्तों तक आपको ले जा सकते थे, जिनके बारे में आपको पता नहीं था कि आपको उनकी चाहत या ज़रूरत है।**

जिस समय आप असीमित अवसरों, विचित्र विडंबनाओं और आकस्मिक खोजों के इस अजीब से दौर में है, आप इस स्थिति में नहीं हैं कि आप मान लें कि आगे चलकर आपको अपने हर संपर्क की ज़रूरत नहीं पड़ने वाली। अगर आपको किसी रिश्ते से निकलना ही है, तो पूरी गरिमा के साथ वैसा करें, ताकि अगर आपको वापस लौटने की ज़रूरत पड़े, तो वह दरवाज़ा आपके लिए बंद न हो जाए।

14 | **किसी ऐसी नौकरी में रहना, जिसमें आप परेशान हों।**

मैं यह नहीं कह रही कि कल ही ऐसा हो जाएगा। मैं यह भी नहीं कह रही कि एक हफ़्ते या एक महीने या तीन-चार महीनों में आपको अपना मनपसंद काम मिल जाएगा। मैं तो बस यह कह रही हूँ कि जिस किसी ने भी बहुत कम उम्र में कुछ हासिल किया है उन सबमें एक चीज़ समान थी : वे सही समय पर सही जगह पर थे, क्योंकि वे ख़ुद को वहाँ पहुँचाने के लिए लगातार काम कर रहे थे। अपना भाग्य बनाने के लिए, अपनी संभावनाओं को बढ़ाएँ और यह भरोसा रखें कि कोई बड़ी, नियत शक्ति बाक़ी सब आपके लिए कर देगी। (यह ढीले-ढाले तर्क जैसा है, लेकिन मुझ पर भरोसा करें।)

15 | **किसी ऐसे रिश्ते में रहना, जिसमें आपको चुपके से समझ आ रहा हो कि आप इसलिए उसमें हैं, क्योंकि आस-पास और कोई नहीं है।**

जिस तरह बेकार सी अस्थायी नौकरियाँ दस साल में वही भयानक नौकरी बन जाती है, जिस पर आप टिके रहते हैं और उसे लेकर कुछ नहीं करते, जिन रिश्तों में आप बँध जाते हैं, वही वैसी शादियाँ बन जाते हैं, जिनमें आप समझौते कर लेते हैं।

16 | **आप अपने बाहरी रूप-रंग को लेकर कोई प्रयोग नहीं करते, क्योंकि आपको डर है कि कोई एक बदलाव आपके संपूर्ण स्वरूप को परिभाषित करेगा।**

दो चीज़ें यहाँ पर आपके काम आने वाली हैं और वे हैं कि सबसे पहले तो आपका जो शरीर है, उसे लेकर आपको बिलकुल सहज होना होगा और उसमें होने वाले बदलावों को भी सहजता से लेना होगा, क्योंकि इस उम्र से बदलाव होने शुरू हो जाएँगे। उनमें से कुछ बदलाव आपके क़ाबू में होंगे; ज़्यादातर आपके नियंत्रण में नहीं होंगे। आप जैसे दिखते हैं, उसके किसी एक तरीक़े से इतना न जुड़ जाएँ कि अपनी अवश्यंभावी वृद्धि और बढ़ती उम्र को आप अपने लिए ज़्यादा मुश्किल बना दें।

17 | **'सॉरी' या 'थैंक यू' कहना कभी न सीखना, इसलिए नहीं कि उससे आपको लेकर क्या राय बनती है, बल्कि इसलिए कि हम उन तरीक़ों की पहचान कर पाते हैं, जिन्हें अपनाकर आप बेहतर कर सकते थे और वे चीज़ें, जिन्हें लेकर आप विनम्र हैं।**

अपने माता-पिता को, अपने पूर्व प्रेमी-प्रेमिकाओं को। अपने शिक्षकों को। अजनबियों, दोस्तों, परिवार को, उन लोगों को, जिन्हें आप कभी जानते थे। सबसे महत्त्वपूर्ण कि आप ख़ुद को कहें।

18 | **सुबह चार बजे पिज़्ज़ा न मँगवाना।**

कम से एक बार तो नाश्ते में केक खाना या किसी अजनबी को चूमना या बार या कैफ़े में सामने बैठे इंसान को अपना फ़ोन नंबर देना या फिर सड़क से सफ़र करना और अपने सबसे अच्छे दोस्त के साथ कार में सोना या फिर कुछ भी ऐसा करना जो थोड़ा ग़ैरज़िम्मेदाराना हो, लेकिन नुक़सानदेह न हो, जिसे करने को आप कई बार ललचाए, लेकिन ज़्यादातर वक़्त आपमें वैसा करने की हिम्मत नहीं थी। (ऐसा करें।)

19 | **अपने भीतर की चीज़ को ठीक करने के लिए बाहर से किसी चीज़ का इंतज़ार करना।**

आपको जो भी असहजता या असंतुष्टि महसूस हो रही है, उसे ठीक करने के लिए अगले साल, अगली नौकरी, रिश्ते, तनख़्वाह, किसी कपड़े, नए अपार्टमेंट का

इंतज़ार करना। (अगर आपने पहले वाली चीज़ों को ठीक कर लिया, तो बाद वाली चीज़ें आपके पास होंगीं)

20 | सिर्फ़ ख़ुशी की चाह करना।

ज़िंदगी में सिर्फ़ संतोष महसूस करने के अलावा भी बहुत कुछ है। सबसे महत्त्वपूर्ण जिन चीज़ों का आप तजुर्बा लेंगे, उनका आपकी ख़ुशी से बहुत कम लेना-देना होगा। वे तकलीफ़, दिल टूटने, ख़ुशी और घबराहट, डर और प्यार और इन सबसे गुज़रकर आप जैसे बनेंगे, उससे जुड़ी होंगी।

आपको वे दिन याद नहीं रहेंगे, जब आप बस 'ठीक' और 'ख़ुश' थे। आप ख़ुशी के पलों, दर्द की टीस और उन चीज़ों को याद रखेंगे, जो निर्धारक और परिवर्तनकारी, चमत्कारी, अविश्वसनीय थीं और जिनसे आपको ज़िंदा होने का एहसास हुआ था।

आप ख़ुद से डरते हैं, तो इसलिए अपनी ज़िंदगी को सुन्न या स्तब्ध करने से बचें। जिस जानवर को आपको बस में करना है, वह वही है, जो असल में जीना नहीं चाहता।

68

किसी निर्णय से आप जितना ज़्यादा ख़ुश होंगे, उतनी ही आपको बाक़ी लोगों को ख़ुश करने की कम ज़रूरत होगी और 11 अन्य बातें, जो पूरी तरह से संतुष्ट लोग जानते हैं

पूर्ण संतुष्टि भले ऐसी मायावी इच्छा लगे, जो समूचे उपभोक्तावादी बाज़ार को संचालित कर रही है, लेकिन इसकी वजह यही है कि कुछ स्मार्ट लोग हमारे भीतर स्वाभाविक रूप से मौजूद किसी चीज़ का फ़ायदा उठा रहे हैं और वह है कि हम सबमें सार्थक जीवन जीने की गहरी इच्छा है और हमें यह ज़रा भी अंदाज़ा नहीं है कि ऐसा कैसे किया जा सकता है।

कहीं न कहीं हम इस बात को लेकर कन्फ़्यूज़ हैं कि हमारे पास जो कुछ है, वह ख़ुशी है, न कि वह जो हम करते हैं। हमें लगा कि हमारी समझ से बाहर जो ख़ालीपन है, उसका हल यह है कि अपने आस-पास सब कुछ भर दिया जाए। यह बताने की ज़रूरत नहीं है कि इसमें हम पूरी तरह से तो नहीं, लेकिन काफ़ी हद तक नाकाम रहे हैं।

असल में पूरी तरह से संतुष्ट होने का मतलब है कि आपको ख़ुद समझ में आ गया है। इसका मतलब बात को इतनी अच्छी तरह समझना है कि हमें क्या चाहिए और कुछ न करने का विकल्प हमारे पास नहीं है। यह अपनी सोच या उन आदर्शों से परे देखना है, जो स्वाभाविक रूप से हमारे नहीं हैं। यह तो वह विनम्रताभरी सादगी है, जिसे आप हर रोज़ दुनिया के सामने पेश करना चाहते हैं और वह प्रेम है, जो उसे करते हुए आप जगाते हैं।

01 | **परिणाम की बजाय प्रक्रिया से प्रेम करना सफलता है।**

यह तो सफ़र, काम करने, अपने रोज़मर्रा के कामकाज और बारीकियों को लेकर अपने सपने तय करना है। जिस ज़िंदगी की आपको चाह है, वह तो आपके दैनिक कामों की सादगी के दायरे में है। आप किताब का सारांश लिखने पर ही ध्यान केंद्रित करते हुए यह विचार नहीं कर सकते कि आप अभी तक किताब क्यों नहीं लिख पाए।

02 | **समाज में कुछ ही ख़ुशियों का मोल समझा जाता है।**

हर कोई आपके नौकरी छोड़ने और कॉफ़ी शॉप में अपना पसंदीदा काम करने की बात पर आपके लिए तालियाँ नहीं बजाएगा। समाज केवल एक तरह की ख़ुशी को अहमियत देता है और उसे लेकर ही समाज सहज होता है : जो असली संतुष्टि से काफ़ी दूर होती है और जिसमें किसी पर भी यह दबाव नहीं होता कि वह विचार करे कि उनकी अपनी ज़िंदगी कितनी असंतोष भरी है। बाक़ी लोगों की सोच को यह फ़ैसला न करने दें कि आपकी ख़ुशी क्या है। उसे लेकर बाक़ी लोगों का जो डर है, उसे ख़ुद को डराने न दें।

03 | **प्रेम और सफलता नष्ट नहीं होते। वे ग़ैर नवीकरणीय यानी ऐसे संसाधन नहीं, जिन्हें फिर से नया नहीं किया जा सकता। किसी अन्य का प्रेम या सफलता आपसे आपके प्रेम और सफलता को नहीं छीनते, यानी किसी के पास अगर प्यार या कामयाबी है, तो इसका यह मतलब कतई नहीं कि उसकी वजह से वे आपके नहीं हो सकते।**

प्राथमिक स्कूल में ही ज़्यादातर लोगों में यह मान्यता घर बना लेती है। हम देखते हैं कि कुछ लोग लोकप्रिय हैं, कुछ नहीं हैं। कुछ ख़ुश रह सकते हैं, कुछ नहीं रह सकते। यहीं से आजीवन चलने वाली प्रतियोगिता शुरू होती है, जो असल में सिर्फ़ हमारी खोपड़ी में ही होती है। किसी अन्य की कामयाबी आपको कम सफल नहीं बनाती। किसी और को मिलने वाले प्यार और प्रशंसा का यह मतलब नहीं कि आप उसके क़ाबिल नहीं हैं। ऐसा नहीं होता कि आप उतने ही अच्छे हैं, जितने आप किसी और से बेहतर हैं।

04 | **आप किसी फ़ैसले से जितना ज़्यादा ख़ुश होते हैं, उतना ही आपको बाक़ी लोगों की ख़ुशी की कम ज़रूरत होती है।**

आप जो कुछ करने में जितने ज़्यादा ख़ुश होते हैं, आपको बाक़ी लोगों के समर्थन की उतनी ही कम ज़रूरत होती है। विडंबना यह है कि जब आप अपने काम को

लेकर ख़ुश होते हैं, तो आप पाएँगे कि जिस समर्थन को आप खोज रहे थे, ख़ुद को देने से पहले ही वह आपको मिल जाएगा।

05 | **अंतिम लक्ष्य यह देखना है कि सबसे साधारण चीज़ें सबसे अधिक असाधारण होती हैं।**

जब हमारा अंतिम लक्ष्य कुछ मूर्त या ठोस पाने का होता है, तो इसका मतलब है कि 'अंतिम लक्ष्य' की असल में अब तक पहचान नहीं हो सकी है। पैसा, किताबें, ओहदे और इस तरह के मूर्त लक्ष्य मील के पत्थर की तरह होते हैं। वे आपके जीवन के उत्पाद या परिणाम हैं, उसके लक्ष्य नहीं हैं। लक्ष्य पूरी तरह से संतुष्ट होना है। जिस किताब को आप लिख रहे हैं, वह आपकी संतुष्टि नहीं है, वह तो उसकी एक अभिव्यक्ति है। रेडियो को साउंड वेव यानी ध्वनि तरंग न समझें।

06 | **आपको कोई काम करने पर मजबूर होने की बजाय उसे स्वेच्छा से करना होगा।**

यह अपने दृष्टिकोण में किया गया एक सबसे साधारण बदलाव है और फिर भी वास्तव में पूरी तरह से संतुष्ट लोग उस पर महारत हासिल करते हैं : यह जानना कि सब कुछ अनुभव किया जाने वाला अवसर है। आपको काम पर ज़बरदस्ती नहीं जाना होता, आपको काम करने जाना होता है। आपको जल्दी उठने की मजबूरी नहीं है, आपको जल्दी उठना होता है। जब आप चीज़ों को किसी बोझ या दायित्व की तरह नहीं, बल्कि अवसर की तरह देखने लगेंगे, आप उनसे बचने की बजाय उनका फ़ायदा उठाने लगेंगे।

07 | **सहजता से करो और अच्छी तरह करो।**

इस कहावत का इस्तेमाल अक्सर किया जाता है, लेकिन शायद ही इसे समझा जाता है : जो कुछ भी वास्तविक, शानदार और शायद सफल है, वह सरल भी होता है। आप जब अपनी मौजूदा दशा को ख़ुद तैयार करेंगे, तो वही परिणाम होगा। आप उसमें जितनी सहजता या सुगमता और प्यार डालेंगे, लोगों को भी वही उतना ज़्यादा मिलेगा।

08 | **आपकी ज़िंदगी में जो कुछ भी मौजूद है, इसका कारण यह है कि आपने उसे तैयार किया है।**

जो कुछ भी क़ायम है, वह इसलिए है कि आपने उसे तैयार किया है। इस बात पर ग़ौर करें कि आपका हर काम आपके भीतर किसी चीज़ को संचालित करता है। वह नियंत्रण करने की आपकी इच्छा, अपने काम के प्रति आपके प्यार, अपनी बहन

के प्रति आपकी ईर्ष्या, अपनी शादी को लेकर आपकी उदासीनता को पोषित करता है। आपका हर क्रिया-कलाप किसी ऐसी चीज़ को तैयार करता और उसे बढ़ाता है, जो आपके भीतर पहले से मौजूद है। इस बात को ध्यान में रखते हुए ख़ुद से पूछें कि आप हर रोज़ किस चीज़ को पोषित करते हैं... ऐसा करने से अपनी ज़िंदगी आपको बेहतर ढंग से समझ आएगी।

09 | बात यह नहीं है कि आप ख़ुद को सुनते हैं या नहीं, बात यह है कि आप अपने किस हिस्से को सुनते हैं।

ज़्यादातर लोगों को अपने सहजबोध को सुनना असंभव लगता है, क्योंकि उन्हें पता नहीं होता कि वे क्या कह रहे हैं। या फिर इससे भी बदतर बात यह है कि उन्होंने पहले उन्हें सुना था और वे ग़लत और अदूरदर्शी साबित हुई थीं। इसकी वजह यह है कि किसी भी समय पर कई तरह की 'आवाज़ें' होंगी, जो आपको अलग तरह के नतीजों की तरफ़ ले जाती हैं। आपका तात्कालिक सहजबोध शायद आपका विस्तार करने की बजाय आपको बचाने की ओर केंद्रित हो। हो सकता है कि अभाव या डर उनकी वजह हो। आपको ख़ुद से पूछना होगा कि इस प्रतिक्रिया की जड़ क्या है, वह कहाँ से आ रही है और इसका लंबे समय में क्या परिणाम होगा?

10 | चाहे आप लोगों को लेकर अपनी राय को यह कहकर सही ठहराएँ कि आप कितने सही थे, आप फिर भी ग़लत हैं।

इससे फ़र्क़ नहीं पड़ता कि कोई कितना ख़राब है या उसकी मानसिक-भावनात्मक दशा को लेकर आप कितने सही थे, वैसा करना तब भी ग़लत है। लोगों को नियंत्रित करना आपका काम नहीं है। आपका काम यह है कि आप इस बात का ध्यान रखें कि लोगों की आपके बारे में राय को लेकर अपने डर की बजाय आप लोगों के प्रति अपनी राय पर दोष खोजने को लेकर ज़्यादा सहज क्यों रहते हैं।

11 | आपकी रूह जानती है कि अपने ज़ख़्म भरने के लिए क्या करना है। चुनौती यह है कि आप उसे ऐसा करने देते हैं या नहीं।

ज़्यादातर मानसिक और भावनात्मक घाव भरने के लिए सबसे पहले समस्या को पूरी तरह से समझना होता है। आप जानेंगे कि ज़िंदगी भर आप बार-बार अलग तरह की स्थितियाँ तैयार करते रहेंगे, जिनमें से कुछ आपको लंबे समय से चले आ रहे मसलों पर ध्यान देने पर मजबूर करेंगी। इसकी वजह यह है कि आप ख़ुद को यंत्रणा देना चाहते हैं, पर आपको उस पर ध्यान भी देना है और उसे अपनी चेतना में लाना है, ताकि आप उससे निपट सकें और जाने दें। अपनी प्रकृति पर विश्वास रखें। वह आपके भौतिक मन से ज़्यादा जानती है।

12 | शायद आप वह नहीं हो सकते, जो आप चाहते हैं, लेकिन अगर आप वाक़ई ख़ुशक़िस्मत हैं और कड़ी मेहनत करते हैं, तो आप वह बन सकते हैं, जो आप हैं।

ज़्यादातर लोग यही चाहते हैं। कुछ शानदार बनने की भव्य परिकल्पनाएँ, जो उतने ही शानदार ढंग से उस व्यक्ति के कौशल और व्यक्तित्व से बिलकुल अलग होती हैं, उन्हें उस अनुपात में समझा जा सकता है कि वे इस बता को कितना महसूस करते हैं कि उनमें कितनी कमी है। मज़ेदार सच यह है कि जो लोग कुछ अविश्वसनीय हासिल करते हैं, वे उन्हें कभी अविश्वसनीय नहीं समझते। वे उन्हें सामान्य या साधारण मानते हैं। 'साधारणता' में मिल जाना, उसे पैटर्न बना देता है, जिससे वह दिनचर्या बन जाता है और फिर आदत बन जाता है और अंतत: वह उत्पाद में तब्दील हो जाता है। वह प्रेरणा और अनुरूपता सिर्फ़ एक ही चीज़ से पैदा होती है और वह है, आप जो असल में है, उसके अनुरूप कुछ करना। यह विशेषाधिकार है, हालाँकि यह असाधारण चुनौती भी है, स्वयं को जागृत करने की। इससे भी बड़ी बात किसी ऐसे शख़्स का होना है, जो उसे प्यार करता है, नौकरी जो उस इंसान का सही उपयोग करती है और एक ज़िंदगी, जो उस व्यक्ति को पूरी तरह से साकार करती है, चाहे राह में आगे बढ़ते आपने उन सबको नकार दिया हो।

69

प्यार खो चुके लोग क्या जानते हैं

जिन लोगों ने प्यार खोया है, वे जानते हैं कि किसी और के प्यार को आप नहीं खो सकते।

किसी अन्य के प्यार का आप तजुर्बा ले सकते हैं, लेकिन उसके परे कुछ भी बस किसी विचार, उम्मीद या फिर वही ख़याल कि 'जो होना चाहिए' से जुड़ना या बँधना है। प्यार खो चुके लोग जानते हैं कि वहीं एक ऐसा पड़ाव होता है, जहाँ पर आप ख़ुद को खो देते हैं, जब आप यह मानने लगते हैं कि कोई और आपके किसी हिस्से को अपने साथ लेकर चला जाएगा। आप उसी व्यक्ति में मुक्ति खोजने लगते हैं, जिससे आपको मुक्त होना है, मानने लगते हैं कि आपके अलावा कोई और आपको बचा सकता है।

जो लोग प्यार खो चुके हैं, वे जानते हैं कि आप उन्हीं चीज़ों को खो सकते हैं, जो आपके पास कभी थी ही नहीं, उन रिश्तों को समाप्त कर सकते हैं, जिन्हें आपने कभी शुरू ही नहीं किया, उन सभी सपनों और योजनाओं की मियाद पूरी नहीं हुई, जो आपने साथ देखे और सोचे थे। वे जानते हैं कि आप उन लोगों का शोक मना सकते हें, जो कभी असल में वहाँ थे ही नहीं।

जो लोग प्यार खो चुके हैं, वे जानते हैं कि अपने बिस्तर पर पड़ी ख़ाली जगह को तकिये से भरने का क्या मतलब होता है और अपनी ज़िंदगी को काम या उन तारीख़ों से भरने का क्या मतलब होता है, जो अब मायने खो चुके हैं या फिर केवल दुख को दिखाते हैं। वे जानते हैं कि उसे स्वीकार कर वे सुकून पा सकते हैं।

वे जानते हैं कि किसी को कभी भी प्यार करने के किसी संभाव्य रास्ते के न होने को लेकर पूरी तरह से निश्चित होना क्या होता है। आप किसी और को उतना प्यार कभी नहीं कर सकते, जितना आपने उस एक शख़्स को किया था। वे जानते हैं कि तर्क, विवेक, न्याय और औचित्य और जो 'होना चाहिए' की अपनी सारी समझ का पूरी तरह से उलट जाना क्या होता है।

वे जानते हैं कि आप जिस व्यक्ति से सबसे अधिक प्रेम करते हैं, आप हमेशा उसके साथ समय नहीं बिता सकते, लेकिन अपने मन में आप हमेशा उस तथ्य को स्वीकार करने की कोशिश करते रह सकते हैं।

इन सब चीज़ों से भी ज़्यादा अहम यह है कि वे जानते हैं कि आगे बढ़ जाना सचेतन चुनाव नहीं होता, बल्कि वह तो तब होता है, जब आप कोशिश करना छोड़ देते हैं। जब आप ख़ुद को भुलाने के लिए मजबूर करना छोड़ देते हैं। जब आप अपने बारे में सोचने लगते हैं, तो आप उनके बारे में भूल जाते हैं।

वे जानते हैं कि उन चीज़ों को पीछे मुड़कर देखना कैसा होता है, जिन्हें लेकर उनका मानना था कि वे कभी उनसे उबर नहीं पाएँगे और वे समझते हैं कि सबसे मुश्किल चीज़ें भी वक़्त के साथ ग़ायब होने लगती हैं, समझ के साथ आसान होने लगती हैं और चेतना के साथ मुक्त होने लगती हैं।

वे जानते हैं कि सबसे बुरे से गुज़रकर निकल जाने में अतुलनीय ताक़त होती है।

बाक़ी लोगों के साथ लापरवाही भरा बर्ताव करने से पहले वे अपने क्रिया-कलापों पर विचार करते हैं। वे जानते हैं कि जब ख़ुद के साथ वैसा बर्ताव होता है, तो कैसा लगता है। वे कोमल प्रेमी होते हैं और प्रेम निवेदन करने में सतर्कता बरतते हैं, हालाँकि उनकी झिझक और घबराहट को उनका बेपरवाह होना समझा जाता है, लेकिन ऐसा नहीं है और यही महत्त्वपूर्ण है। उनके मन में इंसानी दिल के प्रति सम्मान और यह समझ आ जाती है कि वह कितनी गहराई से प्रेम कर सकता है और इतना नाजुक होता है कि किसी का अहं उसे तोड़ सकता है।

प्यार खो चुके लोग जानते हैं कि छाती, गले और टाँगों में महसूस होने वाला कसता हुआ, चुभन और जलन भरा एहसास कैसा होता है। वे जानते हैं, जब हर विकल्प समाप्त हो जाए, तो कितनी गहरी घबराहट इंसान को घेर लेती है।

वे जानते हैं कि असली हमसफ़र वे नहीं होते, जैसा लोग सोचते हैं। वे बाद में हमेशा के लिए ज़्यादातर वक़्त ख़ुशी-ख़ुशी नहीं रहते। वे तो वह प्यार हैं, जो आपके हर हिस्से को रोशन कर देते हैं और उन परतों को उघाड़ देते हैं, जिनके ज़ख़्म अब तक नहीं भरे। वे जानते हैं कि असल में रूहानी साथी वह है, जो आपको आपका स्वरूप दिखाता है।

और वे जानते हैं कि वही असली बात है।

वे जानते हैं कि आप किसी शख़्स से मोहब्बत कर सकते हैं, लेकिन उतनी कभी नहीं, जितनी कि आपको उनकी कमी महसूस हो सकती है। वे जानते हैं कि किसी पल में जीने के अलावा कोई और विकल्प न होना कैसा होता है, मानसिक

रूप से दिन के हर पहर को गुज़ारना कैसा होता है, वरना हमारी चेतना का ध्यान 'क्या हुआ था' को परखने और 'क्या होगा' की चिंता करने और 'वे कहाँ होंगे' और 'उन्होंने वाक़ई परवाह की या नहीं' से हट जाएगा।

जब तक कोई उनके पास है, वह उसका मोल करना जानते हैं। वे जानते हैं कि जिससे आप प्यार करते हैं, उसे किसी और के प्यार में देखने से ज़्यादा गहरा दर्द कुछ और नहीं हो सकता या यूँ कहें कि जिसे आप समझते थे कि वह आपका है, उसे किसी और का होते देखना। बस यही बात है। दोनों के बीच बहते समंदर की जिस गहराई को आप महसूस करते थे, वह कैसे एक बूँद में ख़त्म हो सकती है।

वे जानते हैं कि बहुत ध्यान से यह दिवास्वप्न देखना क्या होता है कि आपका सामना अपने खोए हुए प्यार से फिर से हो जाए। वे जानते हैं कि उन्हें ध्यान में रखकर कपड़े चुनना, अपने कमरे में अकेले बातचीत को दोहराना, अपने बाल काटना और पहले से ज़्यादा दूरी तक दौड़ लगाना कैसा होता है, जैसे कि बाहरी रूपरंग में सामान्य से बदलाव से वह फिर से आपके प्यार में पड़ जाएगा।

वे जानते हैं कि जब वह किसी और के साथ हो, तो असल में उसका सामना होने पर कैसा महसूस होता है। वह कोई चाहे जो भी हो, बेहतर या फिर बदतर।

उस असाधारण दर्द से वे सीखते हैं कि किसी का प्यार इस बात से आपके लिए कम या ज़्यादा नही होता कि वे किसी और से कितना प्यार करते हैं। वह कोई एक अकेली, नष्ट होने वाली चीज़ नहीं है।

यह जानना शायद सबसे बड़ा सबक़ है।

वे जानते हैं कि 'क्या हो सकता था' से लेकर 'क्या होना चाहिए था' और 'शायद अब भी हो सकता है' के साये के साथ जीना कैसा होता है। किसी राह पर लगातार यह सोचते हुए चलना कि अगर वह साथ होता, वे क्या कहते, क्या सोचते। किसी बार में बैठे हुए जैसे ही आपका ध्यान बातचीत से भटक जाए और अचानक आपको लगे कि हल्का सा यह ख़याल आपको आ रहा है कि अगर वह आपकी बगल में होता या होती, तो कैसा लगता। किराने की कतार में सामान की टोकरी पकड़े हुए अपने गाने को सुनना और अचानक यह सोचने लगना कि आपको कैसा लगता है कि जब वह आपके बारे में सोचता होगा और कैसे अब वही व्यक्ति वही सब, उसी तरह के पैगाम, उसी तरह से किसी और को भेजता होगा।

वे जानते हैं कि कभी जो आपके बारे में सब कुछ जानते थे, उनका इस दुनिया में अजनबी हो जाना कैसा होता है।

वे जानते हैं कि हम अपनी ज़िंदगी में उसको ही बुलाते हैं, जिसे हम चाहते हैं, सबसे दर्दनाक, सबसे बड़ी बदलती बात यही है।

वे जानते हैं कि हम कभी प्यार को नहीं खोते। वे जानते हैं कि असल बात यह है कि उसकी वजह से हम क्या तजुर्बा लेते हैं, कैसे बढ़ते हैं, क्या लेते, क्या सीखते हैं, क्या देखते और करते हैं। उसे हमेशा के लिए पाना नहीं, बल्कि वह बन जाना, जो वह आपको बनाना चाहता था।

वे जानते हैं कि सबसे पहले तो हमारा समय यह समझने की कोशिश करने में बीतेगा कि उस प्यार का क्या किया जाए, जो पीछे कहीं झूलता रहा गया है। वे यह भी जानते हैं कि उसे जो आपको ख़ुद को देना है।

70

सादगी

उस चीज़ को पसंद करना सीखें, जो महँगी नहीं होती। वही चीज़ें हैं, जिन्हें आपको समय देना चाहिए। आप चीज़ों और जगहों को ख़रीद सकते हैं, लेकिन असल में उनसे मिलने वाले अनुभव को आप ख़रीद नहीं सकते। बात यह नहीं कि आप क्या करते हैं, बल्कि यह है कि आप कैसा महसूस करते हैं। सार्थक जीवन यह नहीं कि आप अपनी इंद्रियों को अक्सर पूरी तरह से तृप्त करते हैं, बल्कि यह है कि आप रोज़मर्रा की सबसे सादगी भरी, सबसे सहज चीज़ों के बारे में सोचना कैसे सीखते हैं।

पढ़ना पसंद करना सीखें, चाहे आप जो कुछ भी पढ़ना चाहते हों। बात करना, लोगों को पसंद करना सीखें, भले वे आपके जैसे न हों। सीखें कि कई सच एक साथ अस्तित्व में हो सकते हैं। यह एक चीज़ है, जो आपको इस दुनिया में मुक्त कर देगी।

सामान्य से खाने को और उसे पकाना पसंद करना सीखें। खेत, पेड़, तंबू लगाकर रहना, चलना, आग, दिन का शुरू व समाप्त होना पसंद करना सीखें। लिखना पसंद करना सीखें और बारिश की शाम मोमबत्ती जलाना भी। साफ़ कपड़ों को पसंद करना सीखें और बर्तन धोना, गर्म पानी से नहाना, पानी पीना और लंबी घुमावदार ड्राइव पर जाना भी।

सीखें कि अपनी ज़रूरतों को कैसे साधारण रखा जाए और अपनी चाहतों को छोटा।

गहरी साँस लेना सीखें। खाना खाते हुए उसका स्वाद लें, जब सोएँ तो गहरी नींद की आगोश में सोएँ। हँसें, तो तब तक, जब तक आपको पसीना न छूटने लगे और आपकी साँस न उखड़ने लगे। गुस्से में हों, तो ख़ूब गुस्सा करें, उसकी ज्वाला को अपने भीतर महसूस करें। आप इन चीज़ों को जितना कम पीछे धकेलेंगे, उतना ही वे अनुचित और कमज़ोर करने के ढंग से कम बाहर निकलेंगी। गुस्सा या दुःख हमें उतना नियंत्रित नहीं करता, जितना कि उनका प्रतिरोध, जो उन्हें आपकी रूह में कहीं जगह दे देता है।

नकारात्मक विचारों को वापस वहीं जाने देना सीखें, जहाँ से वे आते हैं यानी कहीं से भी नहीं।

उन कामों को करें, जिनके लिए ज़्यादा प्रयास नहीं करने पड़ते। उन्हें वैसा ही रहने दें। वह प्रेम खोजें, जो सहज हो। आपको बताया जाएगा कि आप मान लें कि सफलता बहुत कड़ी मेहनत से आती है, लेकिन यह ऐसी बात है, जिसे हमें ख़ुद पर इसलिए थोपते हैं क्योंकि सहजता से कुछ कर लेने को सफलता मान लेने से हमें लगता है कि जैसे वह अनुपयुक्त या बेकार है। इस तरह हम वहाँ पर समस्याएँ पैदा करते हैं, जहाँ वे होती ही नहीं हैं।

केवल उन्हीं चीज़ों को पास रखने का फ़ैसला करें, जो सार्थक हों और जिनका कोई प्रयोजन हो। अगर आप अपनी जगह का मुआयना करें और देखें कि किन चीज़ों को छूकर, देखकर और इस्तेमाल कर आपमें सुरक्षा, प्रयोजन, सार्थकता, आनंद का एहसास जागता है...उससे आपकी रोज़मर्रा की ज़िंदगी ख़ुशी की बुनियाद पर खड़ी होगी। जब आपके पास बेतरतीबी नहीं होगी, तो आपके पास साफ़ करने, धोने या सँभालने के लिए ज़्यादा चीज़ें नहीं होंगी और आपको कुल मिलाकर सब कुछ व्यवस्थित लगेगा।

जटिलता अक्सर सबसे आसान चुनाव होती है। ख़ुद को उन तरीक़ों में बाँधना या उन्हें ख़ुद को नीचे खींचने देना आसान होता है, जिनसे हम अपने विचारों और डरों को अपनी कहानी कहने देते हैं, जो बाद में कथानकों और फिर उसके बाद उन सच्चाइयों में तब्दील हो जाती हैं, जिन्हें हम जीने लगते हैं।

सादगी मुश्किल होती है, क्योंकि उसके लिए बिलकुल साफ़, स्पष्ट सोच चाहिए। यह बिलकुल स्पष्ट बोध की ओर लंबा, कठिन रास्ता है (जिस पर किसी तरह के अनुकूलन या फिर नकारात्मक सोच की परछाई नहीं पड़ती)। पर यह आपका और हमेशा आपका होता है। आप चाहें तो अपनी बाक़ी की ज़िंदगी उन सैकड़ों चीज़ों को सहेजकर रख सकते हैं और उनमें से हरेक का इस्तेमाल होगा, वे टूटेंगी, उनकी जगह नई चीज़ आएगी, उन्हें लिया जाएगा, फेंका जाएगा और वे पुरानी पड़ जाएँगी। पर उन्हें लेकर यह सोच आपकी है कि वे अस्थायी चीज़ें कितनी सार्थक, कितनी उपयोगी थीं, आप उन्हें कितना पसंद करते थे और उनका आनंद लेते थे। सादगी में जड़ जमाए जीवन को चुनने का यही मतलब है : सामान्य सी चीज़ें भी चमत्कारी लगती हैं।

लोगों को बड़े दावे करना पसंद है कि आपके लिए कौन सी चीज़ ख़ुशी ला सकती है। हम सब किसी न किसी रूप में ख़ुशी की ही तलाश में हैं, चाहे हम उसके लिए और किन्हीं शब्दों, जैसे स्थिरता, प्रेम, पैसा, आदि का इस्तेमाल करें।

पिछले 25 से ज़्यादा वर्षों से हैपी सायकॉलोजी यानी ख़ुशियों से जुड़ा मनोविज्ञान हमें बेधड़क, स्वच्छंद ख़ुशी : मुक्ति, आज़ादी, लोकतंत्र के प्रयोजन वाले देश की ओर ले गया।

फिर भी ये चीज़ें, ये घर जो हमें थामे रखते हैं और जिन कंपनियों को हम चलाते हैं, ये रिश्ते जिनमें हम नाकाम होते हैं, उसका कारण यह है कि हम उनसे लगातार ज़्यादा और ज़्यादा होने की अपेक्षा करते रहते हैं, अपने आनंद को चरम करने की इच्छा से हमें और ज़्यादा ख़ुश नहीं हुए हैं।

हमने अपने सोचने के तरीक़े को नहीं बदला है और वही एकमात्र वास्तविक परिवर्तन है, जो होता है, क्योंकि हमारे महसूस करने का आधार वह है। किसी की भी जीवन की महत्ता उसके बोध की गहराई के सीधे समानांतर होती है। आपके साथ आपकी ज़िंदगी भी आगे बढ़ती है। जो आप अनुभव करते हैं, वह आपका ही प्रतिबिंब है।

यह न भूलें कि इसे बदलने के लिए आपके पास हमेशा का समय नहीं है।

किसी दिन, हफ़्ते, महीने, साल को जाने देना आसान है, लोगों में, पैसे में ख़ुद को रोशनी की तलाश करने देना, ज़्यादा, और ज़्यादा, उससे भी ज़्यादा की तलाश। वह रोशनी ख़ुद में खोजना ज़्यादा आसान है, क्योंकि आपको लगता है कि वही सही बात है, जिसे किया जाना है। आपको रोशनी यानी अर्थ समझने की क्षमता नहीं मिलती, क्योंकि आप पहले से वही हैं। उसके रास्ते में जो भी बाधाएँ है, उनसे छुटकारा पाने का काम करना है।

71

18 छोटी-छोटी बातें उन लोगों के लिए, जिन्हें लगता है कि वे नहीं जानते कि वे ज़िंदगी का क्या कर रहे हैं

01 | **किसी को भी नहीं पता कि वे "अपनी ज़िंदगी का क्या कर रहे हैं।"** कुछ लोगों को फिर भी थोड़ा बेहतर पता होता है कि वे किस दिशा में काम कर रहे हैं, लेकिन हममें से कोई भी पूरी सटीकता से इस बात का अंदाज़ा नहीं लगा सकता या फिर सारांश प्रस्तुत नहीं कर सकता कि हमारा अस्तित्व किस चीज़ को लेकर है।

02 | **आपको फ़ैसला करना है कि आपकी ज़िंदगी किस चीज़ से परिभाषित होगी।** जब आप अपने रास्ते से हटकर चलते हैं, तब जो एहसास होता है, वह "खोने" का नहीं होता, बल्कि ऐसा तब होता है, जब आप अपना क़ाबू खो बैठते हैं। ऐसा तब होता है, जब आप अपने सामने जो कुछ हो रहा है, उसे स्वीकार नहीं करना चाहते। फिर से पाया जाना इस बात से जुड़ा है कि जो कुछ आपके साथ हुआ है, उसे मान लें और अपनी कहानी लिखते रहें।

03 | **जे.के. रोलिंग को नहीं पता था कि वह दुनिया के सबसे मशहूर लेखकों में से एक बनने वाली हैं; वह तो अपने बच्चों के लिए कहानी लिख रही थीं।** स्टीव जॉब्स को नहीं पता था कि वह मानवता और टेक्नॉलोजी के बीच के सम्बन्ध के मामले में अग्रणी होंगे; वह तो अपने गैराज में कंप्यूटर बनाने वाले एक युवक थे। ओप्रा को मालूम नहीं था कि वह ख़ुद को बेहतर बनाने और सफलता की प्रतीक बन जाएँगी; वह तो बस अपना काम करने की कोशिश कर रही थीं। कुछ असाधारण करने के लिए ज़रूरी नहीं कि आपको पता ही हो कि आप क्या कर रहे हैं।

04 | **ऐसा कोई भी तरीक़ा नहीं है कि जिससे आप यह पूर्वानुमान लगा सकें या योजना बना सकें कि आज से पाँच साल बाद क्या होने वाला है।**

05 | **अगर आप उसका पूर्वानुमान या उसकी योजना बना सकते हैं, तो बड़ा सोचें। पहले से ज़्यादा मेहनत करें।**

06 | **अपने जीवन की योजना बनाना (या फिर "आप क्या कर रहे हैं?" का कोई समग्र विचार होना) ज़रूरी नहीं कि महत्त्वाकांक्षा हो;** यह तो बस एक तरह की ज़्यादा सुकून भरी अवधारणा है। इसकी बजाय इस बात पर ध्यान दें कि आप अपने हर दिन क्या कुछ करना चाहते हैं। यह कारगर और उपयुक्त बात है। इससे आप कहीं न कहीं पहुँच जाएँगे।

07 | **अपने युवा स्वरूप के प्रति आपका कोई दायित्व नहीं है।** आप इस बात के लिए ज़िम्मेदार नहीं है कि कभी आपने सोचा था कि आप क्या बनेंगे।

08 | **आपके अभी के वयस्क स्वरूप के प्रति आपका दायित्व है।** आपको ख़ुद से पूछना चाहिए कि आपको क्या पसंद है, आपको क्या चाहिए, कौन सी चीज़ आपका आह्वान करती है, आपको क्या चाहिए और आपको क्या मिलना चाहिए।

09 | **क्या आपको मालूम है कि आपके पास वे चीज़ें क्यों नहीं हैं, जिनके बारे में आप कभी सोचते थे कि आप उन्हें चाहते हैं।** इसकी वजह है कि अब आप उन्हें नहीं चाहते, उतनी शिद्दत से तो नहीं चाहते।

10 | **हो सकता है कि आप यह समझने के बीच में कहीं हों कि किसी समय जो आप चाहते थे, उसे अब नहीं चाहते और ख़ुद को यह अनुमति दें कि उसे चाहें, जिसकी अब आप इच्छा रखते हैं।**

11 | **स्वयं को वह चाहने की अनुमति दें कि अभी आप क्या चाहते हैं।**

12 | **यदि आप अपने जीवन को बदलना चाहते हैं, तो इस बारे में सोचना बंद करें कि कैसे आपको खोया हुआ महसूस होता है और ऐसे काम करना शुरू करें, जिनसे आप किसी दिशा में आगे बढ़ सकते हैं, यह सकारात्मक बात है।** नयी तरह की सोच के साथ काम करना, नयी तरह से काम करने के लिए नयी सोच को अपनाने से कहीं ज़्यादा मुश्किल है।

13 | **किसी की भी ज़िंदगी उतनी अच्छी नहीं, जितनी कि ऑनलाइन दिखती है।**

14 | **सोशल मीडिया पर आपकी मौजूदगी की उतनी परवाह किसी को नहीं, जितनी आपको ख़ुद होती है।**

15 | **सोशल मीडिया ने हमें बड़े अनोखे और ख़ास ढंग से अगले बड़े ''लक्ष्य'' को लेकर पहले से कहीं ज़्यादा चिंता में डाला है।** अगर आपको लगता है कि आप नहीं जानते आपकी ज़िंदगी किस दिशा में जा रही है, तो संभव है कि आपको यह नहीं पता कि आप आने अगले प्रभावी ''लक्ष्य'' के तौर पर क्या चाहते हैं।

16 **ज़रूरी नहीं सार्थक इंसान होने के लिए आपको कुछ हासिल करना ही है। बहुत कम लोग होते हैं, जो असल में असाधारण बनने के लिए पैदा होते हैं।** इसका यह मतलब कतई नहीं कि संतुष्टि, प्रेम, आनंद और जीवन के अन्य अद्‌भुत अनुभवों को आप नहीं जान सकते।

17 | **आपका जीवन केवल उतना ही अच्छा है, जितना उसे लेकर आपका बोध है।** खोये रहना या फिर आपको ''नहीं पता कि आप क्या कर रहे हैं'' जैसे मसलों का हल चीज़ों के बारे में अलग ढंग से सोचना सीखना है। बस इतनी सी बात है।

18 | **यह पूछना बंद करें कि ''मैं अपनी ज़िंदगी का क्या कर रहा हूँ?'' और यह पूछना शुरू करें कि ''आज मैं क्या करने वाला हूँ?''**

72

सचेत रहने की कला या ख़ुद से कैसे पूरी तरह नफ़रत न करें

सारी नफ़रत अपने से नफ़रत है।

और सब कुछ फ़ीडबैक है।

मैं उम्मीद करती हूँ कि जब कभी आपको छाती में कसमसाहट महसूस हो, आप निराश और असहाय महसूस करें, आपको लगे कि आप बस नीचे और नीचे अंतहीन गर्त में गिरे जा रहे हैं, तो आप इन दो छोटे से वाक्यों को याद रखें।

सब कुछ आपका प्रतिबिंब है, क्योंकि कोई चीज़ कभी भी वही हो सकती है, जो आप उससे लेते हैं और जो कुछ भी आप ले सकते हैं और जो कुछ आप उससे लेंगे, वह वही होगा, जिसके बोध को लेकर आप सचेत हों। आपके अनुभव का विस्तार सीधे आपकी चेतना से जुड़ा है। जो कुछ भी है, वह वैसा नहीं है; वह तो वैसा है, जैसे कि आप हैं। (अनाईस निन के उद्धरण से प्रभावित।)

जब तक आप किसी फूल को छुएँगे या उसकी खुशबू नहीं लेंगे, तब तक वह और कुछ नहीं कोई ऐसे ही चीज़ है, जो शून्य में कंपन कर रही है। आपके द्वारा उसे पहचाने जाने से ही उसे सुंदरता मिलती है और उसकी मौजूदगी का एहसास होता है। आप दुनिया में नहीं हैं; दुनिया आपके भीतर है। हो सकता है कि यह किसी और अमूर्त निरर्थक बात जैसी लगे, लेकिन ऐसा है नहीं। यह किसी बड़े, गहरे और वास्तविक सत्य को दिखाती है और पहचान, चेतना के इन नन्हे पलों में हम पाते हैं कि हमें जिसका तुरंत बोध होता है, केवल वही सब कुछ नहीं होता और जो कुछ हमें घना, भारी ''ग़लत'' और नकारात्मक लगता है, वह बाहर जो कुछ चल रहा है, केवल उसका मामला नहीं होता, बल्कि वह तो उससे जुड़ा होता है, जो हमारे भीतर ठीक नहीं हो रहा है और बदल नहीं रहा है।

जो समस्याएँ हमें हल होती नहीं लगतीं, चेतना या बोध उनका प्रतिकार होता है। बस इतना जान लेने से कि हमारा अहं पर केंद्रित मन लोगों के क्रियाकलापों से अनुमान लगा रहा है और मानकर चल रहा है कि लोगों के विचार हमें यंत्रणा दे रहे हैं, उसे ख़ामोश करने के लिए काफ़ी है।

सीखने की कला का मतलब है कि हम जो कुछ महसूस करते हैं, देखते हैं और जो बाक़ी लोग हमें दिखाते हैं, उसे ''अच्छे'' और ''बुरे'', ''सही'' और ''ग़लत'' के रूप निर्धारित न करना है। सबसे भारी, सबसे गहरी अँधियारी चीज़ें भी हमारे किसी न किसी काम आती हैं और ऐसे सच को हमारे सामने रखती हैं, जिसे अगर उसे किसी संदर्भ में हमारे सामने न रखा जाता, तो हम उस पर ग़ौर तक नहीं करते।

यहाँ कुछ ऐसी बातें हैं, जिन पर तब विचार किया जाना ज़रूरी है, जब आप अच्छा न महसूस कर रहे हों। (मुझसे कई बार कहा गया कि मैं इस पर कोई फ़ॉलो-अप लिखूँ, तो अब यह आपके सामने है।)

01 | आपके क्रिया-कलाप उस बात से कहीं ज़्यादा ताक़तवर हैं, जो आपके लिए कभी कोई कह सकता है।

असहायता के गर्त में गिरते चले जाने से जुड़ी एक बात यह है कि इसमें अक्सर एक एहसास साथ होता है कि लोग हमें कैसे देखते हैं, उस पर हमारा कोई क़ाबू नहीं होता। ज़ाहिर है कि यह हमारा ख़ुद को देखने का तरीक़ा होता है, लेकिन यहाँ बात यह है कि किसी की कही कोई भी बात आपके बर्ताव और आप असल में कौन हैं, से ज़्यादा ताक़तवर और सच्ची नहीं होती। ताक़त आपके पास होती है। आपके हाथ में सब कुछ होता है। लोग आपको कैसे देखना चाहते हैं, यह उनका मसला है और वे आख़िरकार उसे समझ जाएँगे। वे आपको कैसे देखते हैं, उससे आप ख़ुद को कितना प्रभावित करने देना चाहते हैं, यह आपकी इच्छा पर निर्भर करता है।

02 | आपकी सोच कि बाक़ी लोग क्या सोचते हैं, वह इस बात से ज़्यादा अहम है कि वे असल में क्या सोचते हैं। (वह आपको आपका अपना रूप दिखाता है।)

एक बार आपको यह भान हो जाए कि ''लोग क्या सोचते हैं'' एक बहुत बड़ा भ्रम है, जिसमें हमेशा आप नुक़सान की स्थिति में होते हैं, तो आप यह समझने लगेंगे कि आपकी सोच के बदलते ही ''लोग आपको कैसे देखते हैं'' में भी बदलाव आ जाएगा। कितनी मज़ेदार बात है न?

03 | लोगों के क्रिया-कलापों से ज़्यादा आपकी प्रतिक्रिया मायने रखती है और यह चुनाव आप कर सकते हैं कि आपको कैसी प्रतिक्रिया देनी है।

आपकी राय/आपके विचार/एहसास/आपकी भावनाएँ या आपकी मानसिक दशा इस बात पर निर्भर नहीं करती कि आपको क्या पता चलता है या फिर आप कैसे कल्पना करते हैं कि लोग आपके बारे में क्या कहते या नहीं कहते या सोचते या नहीं सोचते हैं या फिर आपके बारे में क्या मानते या नहीं मानते हैं। सच यह है कि आपको कभी पूरी तरह से पता नहीं चलेगा कि लोग आपके बारे में क्या कहते या सोचते या मानते हैं और इस सब पर आपको ज़ोर है भी नहीं। वह सब चलता रहता है और हमेशा से चलता रहा है, चाहे आपको उसके बारे में पता हो या फिर न पता हो। यहाँ बदलाव सिर्फ़ यही होता है कि उस कल्पना के आधार में आप ख़ुद को कितना बदलना चाहते हैं। वे जो चाहें, कह सकते हैं। आप जैसे चाहे, उस पर प्रतिक्रिया दे सकते हैं।

04 | रोमांटिक रिश्तों, सेक्स, प्रेम और अलग तरह के शरीर, आकर्षण और इस सबके मद्देनज़र जो लोग प्रेम करने, डेट करने और साथ के लायक़ हैं, वे आप उन्हें जितना श्रेय दे रहे हैं, उससे कहीं अधिक स्वीकार करने वाले लोग हैं।

इतिहास में कभी ऐसी कोई प्रेम कहानी नहीं रही, जिसमें मोहब्बत इसलिए परवान चढ़ी कि किसी ने सोचा कि दूसरे के की मांसपेशियाँ सुगठित थीं। जब तक आप किसी और से मान्यता चाहते रहेंगे, जो तब तक आपको नहीं देगा, जब तक कि आप ख़ुद को ऐसे किसी शख़्स से दूर किये हुए हैं, जो आपको वैसे भी प्यार करेगा।

05 | आपको अपने युवा स्वरूप को लेकर झेंप होनी चाहिए, सचमुच होनी चाहिए।

यह तरक़्क़ी की निशानी है। (हालाँकि इसका मतलब यह नहीं कि आपको उसी झेंप में रहना है।) यह अच्छी है, क्योंकि इसका मतलब है कि आप पीछे मुड़कर देख सकते हैं और हैरानगी जता सकते हैं, ''मैं वैसा कैसे था?'', जिससे पता चलता है कि अब आप उससे आगे निकल आए हैं। मैं उम्मीद करती हूँ कि कभी ऐसा न हो कि आप अपने युवा स्वरूप को देखें और सोचें कि ''वाह! मैंने तो सब कुछ समझ लिया था!'' उसका मतलब होगा कि आप पहले से आगे नहीं बढ़े। (और उसका अर्थ है कि आपने जीवन जीना छोड़ दिया।)

06 | कुछ बड़ी समस्याएँ हैं और फिर उन समस्याओं के लक्षण हैं, जो बार-बार उभरती रहती हैं।

ज़्यादातर लोग अपनी पूरी ज़िंदगी दूसरी श्रेणी की समस्याओं से निपटने में लगा देते हैं। मसलन, वज़न घटाने से शरीर की छवि से जुड़ी आपकी समस्या का हल नहीं होगा, चाहे आप ख़ुद को कितना भी भरोसा दिला लें कि आप सही काम कर रहे हैं। आप जो कर रहे हैं, वह दरअसल ख़ुद को ''सही'' की समझ में फ़िट कर रहे हैं, जबकि समझने वाली बात यह है कि अगर हमें अपने शरीर से वाक़ई प्यार है, तो हमारी मानसिक स्थिरता इस बात पर निर्भर नहीं होती कि हमने कोई फ़िटनेस क्लास छोड़ दी या फिर पिज़्ज़ा का एक टुकड़ा खा लिया। यहाँ मसला यह है कि यह देखने की बजाय कि कोई काम सतही तौर पर कैसा दिखता है, यह देखें कि उसकी जड़ कहाँ है। मैं यह नहीं कर रही कि उन जड़ों को खोजना आसान है या फिर मज़ेदार है, बल्कि मेरे कहने का मतलब यह है कि आपको आख़िरकार उनका पता लगाना ही होगा। आप चाहें तो अभी ऐसा करने का चुनाव कर सकते हैं या फिर बाद में आपको मजबूरन ऐसा करना होगा।

07 | **ऐसा कोई डर या चिंता या सोच या मानसिक उन्माद या असुरक्षा नहीं जिसे आप अपने पास जुटा न लें और जिसे अनगिनत इंसानों ने न महसूस किया हो।**

ख़ुद से नफ़रत हमें औरों से अलग-थलग कर देती है। वह आपको ''दूसरा'' बना देती है और बाक़ी लोगों को ''आँकने वाले सामान्य लोग''। मुझे पता है कि आपके अहं के लिए यह थोड़ा निराशाजनक हो सकता है, लेकिन इसे स्वीकार करना होगा : सामान्यतया (तार्किक अपवादों को समझते हुए) ऐसा कुछ भी नहीं, जिसे आपने कभी किया हो और आपसे पहले किसी और ने कहीं, किसी तरह किसी समय न किया हो। मानव की अवस्था की कहानी सार्वभौमिक है। इस अलगाव और सोच से कष्ट बढ़ जाता है कि केवल हम ही उसका अनुभव कर रहे हैं। (यह देखना दिलचस्प है कि ऐसा कैसे होता है, है न?)

08 | **किसी भी समय हम ज़्यादातर इस बात को लेकर चिंतित होते हैं कि कैसे कुछ लोग हमें देखते हैं।**

वे लोग अक्सर वही होते हैं, जिन्हें लेकर हमें लगता है कि वे हमें किसी न किसी तरह स्वीकार नहीं कर रहे हैं। हम कुछ साबित करने की कोशिश कर रहे हैं।

हम चिंता में रहते हैं कि कौन हमें अनाकर्षक रूप में देख रहा है और उन लोगों को जाकर बता देगा। वे अस्वीकार करने वाले माता-पिता हो सकते हैं, वे लोग हो सकते हैं, जिन्हें हम लंबे समय से प्रभावित करने की कल्पना करते रहे हैं। हमारी ज़िंदगी कुछ ही लोगों के इर्दगिर्द घूमती है, भले ही हमें लगे कि हम ''लोगों'' की फ़िक्र करते हैं। हर बार उस चिंता के उभरने पर उसे कोई चेहरा दें

और आप पाएँगे कि लोगों की बिना चेहरे की भीड़ दरअसल वही एक-दो लोग हैं, जो आपके परिचित हैं।

09 | जितना आप ख़ुद के बारे में सोच रहे हैं, कोई और आपके बारे में उतना नहीं सोच रहा है।

हमारे भीतर चलने वाली बातचीत इस डर और घबराहट के इर्दगिर्द घूमती है कि हमें लोग कैसे देखते हैं। हम इस बात को नहीं समझ पाते कि यहाँ महत्त्वपूर्ण बात यह है कि हम बाक़ी लोगों की सोच को लेकर परेशान रहते हैं। हम ऐसे पूर्वानुमान लगाते हैं, ऐसी अवधारणाएँ बनाते हैं, जो पूरी तरह से न सही, लेकिन बहुत गहरे इस बात से प्रभावित होती हैं कि हम ख़ुद के बारे में क्या सोचते हैं। कहने का मतलब यही है कि जिस तरह आप ख़ुद को लेकर फ़िक्रमंद रहते हैं, ठीक वैसे ही हर कोई अपनी चिंता में लगा है।

10 | काफ़ी कुछ दाँव पर लगा है...

अगर आप अपना समय ऐसी चीज़ों पर बर्बाद करेंगे, जो अस्थायी, महत्त्वहीन हैं और उन चीज़ों से आपका ध्यान भटकाती हैं, जो आपके लिए ख़ुशी लाती हैं।

11 | घबराहट के आपके एहसास इस बात से सीधे जुड़े हैं कि आप ख़ुद को लेकर किसी और के ख़याल के हिसाब से अपने में बदलाव लाना चाहते हैं।

अगर आपको किसी को ख़ुश करने की परवाह नहीं होती, अगर आपको नहीं लगता कि उनके साथ सही रहने के लिए आपको सही रहना होगा, तो आप उसे लेकर चिंतित भी नहीं होते। वे आपको कैसे देखते हैं, इस बात को लेकर आपकी घबराहट और चिंता भले पूरी तरह से नहीं, पर सीधे इस बात से जुड़ी है कि आपको क्या महसूस होता है कि ख़ुद को साबित करने के लिए आपको कितना बदलना चाहिए। गहरे तौर पर इसका मतलब है कि आपने अपने मोल, अपने प्रयोजन और नतीजतन अपनी स्थिरता को किन्हीं बाहरी तत्वों से जोड़ दिया है और जब तक यह स्थिति रहेगी, वह वास्तविक नहीं हो सकता।

12 | अगर आप इन बाहरी, सतही, खोखली चीज़ों से उबरना चाहते हैं, तो आपको उन चीज़ों पर ध्यान देना होगा, जो ज़्यादा मायने रखती हैं।

हम ख़ुद के साथ कितने सहज हो सकते हैं या नहीं की इस समझ को त्याग देने का यह सबसे सच्चा और कारगर प्रतिकार है और सभी रहस्यों का रहस्य यह है कि लोग आपको कैसे देखते हैं, किसी और चीज़ को उससे ज़्यादा महत्त्वपूर्ण बना लें। अगर आपको सिर्फ़ इसी बात का ध्यान रखना है और अगर आपको लगता

है कि आप इस दुनिया को एक बढ़िया देह या फिर शानदार जीवनशैली या बहुत सारा पैसा या मंजूरी की पेशकश कर सकते हैं, जिससे आपको अच्छा लगता है, तो आप वह सब नहीं कर रहे, जो कर सकते हैं या फिर जो आपको करना चाहिए। ज़ाहिर है कि आपको बेचैनी होगी; यह सब बेकार है। जिस पल आप समझ जाएँगे कि आपका मोल आपके कैसे दिखते हैं से कहीं अधिक है, जैसे ही आप असल में यह समझ लेंगे कि आपकी ज़िंदगी आपसे अधिक महत्त्वपूर्ण है, उसी पल हर किसी की ओछी बातों को आप बेकार समझकर भूल जाएँगे। आपको उनकी कोई परवाह नहीं रहेगी, क्योंकि अब आपका ध्यान केवल उस बात पर रहेगा जो वाक़ई मायने रखती है : आप और इस दुनिया को असल में आप क्या दे सकते हैं।

73

ख़ुद से 10 सवाल, जब आपको पता न हो कि आपकी ज़िंदगी को अब किधर जाना चाहिए

01 | **अगर आपके पास आपकी मनचाही ज़िंदगी है, तो कल कैसा लगेगा?** जब आप अपनी मनचाहे जीवन की कल्पना करते हैं, तो अपना परिचय देने पर ("मैं यह हूँ, मैं यह करता हूँ...") पर ध्यान केंद्रित करने की बजाय अपनी दिनचर्या पर ध्यान दें। अगर आपके पास वह ज़िंदगी है, जो आपके मुताबिक़ आप चाहते हैं, तो कल आप क्या करेंगे? वह आज के आपके काम से कैसे अलग होगी? उसके मुताबिक़ आप कल से वास्तव में क्या करना शुरू कर सकते हैं?

02 | **अगर सोशल मीडिया न होता, तो आप क्या अलग ढंग से करते?** 'क्या आप अलग ढंग से कपड़े पहनते', 'अपने रहने की जगह को लेकर आपको बुरा लगता', 'आपका अर्पाटमेंट कैसा लगता है' आदि की आपको परवाह होती? अगर सोशल मीडिया के पर्दे के पीछे मौजूद बिना चेहरे की भीड़ द्वारा ख़ामोशी से नियंत्रित किये जाने का एहसास न हो, तो आपको पास क्या चुनाव होंगे? क्या आपके लिए मायने रखेगा? आप क्या करेंगे? आप कौन होंगे?

03 | **अगर किसी को पता न चले कि आपने अपनी बाक़ी ज़िंदगी में क्या किया, तो आप क्या करना चाहेंगे?** अगर आपकी ज़िंदगी ज़रा भी प्रदर्शन के लिए न हो, अगर आप जो कर रहे हैं, उससे आपको कुछ और नहीं मिलता, बस आप उसे करते रहते हैं, तो आप अपना समय कैसे बिताएँगे? आपकी दिलचस्पी क्या करने में होगी? क्या है, जो आपको ऊर्जा देगा?

04 | **अगर आपने कल प्राण त्याग दिए होते, तो आपका सबसे बड़ा अफ़सोस क्या होता?** यह कल्पना करने की बजाय कि क्या होगा, अगर आप कल दुनिया से चले गए, यह मान लें कि आप जा चुके हैं। आपको सबसे ज़्यादा अफ़सोस किस बात का होगा? आप क्या अलग करने, अलग ढंग से देखने, अलग ढंग से प्रतिक्रिया करने की इच्छा रखते?

05 | **अगर आपको उन पाँच चीज़ों का चुनाव करना हो, जो आपके लिए सबसे ज़्यादा मायने रखती हों, तो वे क्या होंगी?** आप चाहें इस बात को समझें या न समझें, आपकी ज़िंदगी बुनियादी रूप से उन कुछ चीज़ों से बनी है, जिनकी आपको सबसे ज़्यादा परवाह है। अगर वे न हों, तो ज़िंदगी का समन्वय बिगड़ जाएगा या फिर वह पटरी से उतर जाएगी। हम जिसका असल में मोल समझते हैं, उसके अनुसार जीना ही संतुष्टि है।

06 | **अपनी ज़िंदगी में क्या है, जिससे आपको सूक्ष्म सा, अस्पष्ट सा "इशारा" महसूस होता है?** क्या है, जो आपको हल्का सा, बताया न जा सकने वाला आनंद देता है? आपको क्या पसंद है, चाहे आपको यह समझ में न आए कि वह आपको क्यों पसंद है? इन चीज़ों पर ध्यान दिया जाना चाहिए। यही चीज़ें हैं, जो असली हैं। आपका मन उन चीज़ों पर प्रतिक्रिया दे रहा है, जिनके मामले में आपको लगता है कि आप उन्हें पसंद करते हैं, आपकी भावनाएँ उन चीज़ों पर प्रतिक्रिया दे रही हैं, जो असल में उसे समझ में आती हैं।

07 | **अगर आपको मालूम हो कि कोई भी आपको आँकेगा या परखेगा नहीं, तो आप अपने समय में क्या करेंगे?** अगर आपके काम, आपके जीवन और आपके चुनावों के लिए आपकी बस सराहना होती रहे, तो आप कौन से चुनाव करेंगे? आप क्या करेंगे?

08 | **अभी आप सबसे ज़्यादा किसी चीज़ से जूझ रहे हैं?** यह दिलचस्प है कि जो चीज़ें आपको सबसे ज़्यादा परेशान करती हैं, वे इस बात का इशारा होती है कि आपको अब किस ओर जाना है। अगर आपका सबसे गहरा मसला किसी रोमांटिक रिश्ते का न होना है, तो संभव है कि जीवन के अगले चरण में उसे विकसित करने की कोशिश करनी होगी। जिन चीज़ों से अभी आप सबसे ज़्यादा संघर्ष कर रहे हैं, वे आपको बता सकती हैं कि असल में आपको क्या चाहिए और आपको किसी दिशा में क़दम बढ़ाना चाहिए।

09 | **इस पल में ऐसा क्या है, जो आपके लिए मददगार है?** जीवन के किसी भी बड़े बदलाव के लिए यह मंत्र होना चाहिए : ''जहाँ पर हैं, वहीं से शुरू करें, जो आपके पास है, उसका इस्तेमाल करें, जो कर सकते हैं, करें।'' कहीं भी जाने का कोई और रास्ता नहीं है।

10 | **अगर आपको अपनी बाक़ी ज़िंदगी अपने कल को ही जीना हो, तो आप क्या करेंगे? या यूँ कहें कि अगर आज की तरह आपको हमेशा जीना हो, तो आप कहाँ होंगे?** आप क्या कुछ हासिल करेंगे? आप अपने काम में आगे बढ़ेंगे? क्या आप उन लोगों के लिए समय निकालेंगे, जिन्हें आप चाहते हैं? क्या आप कोई किताब लिखेंगे, या संगीत सुनेंगे या अपने पैसे को सेहतमंद ढंग से ख़र्च करेंगे? क्या आप अपनी तरह के ही कपड़े पहनना चाहेंगे, सूर्योदय का आनंद लेंगे और ऐसा भोजन करेंगे, जो आपको लंबे समय तक पोषित करता रहे? आपका जीवन दिनों के रूप में मौजूद रहता है, न कि उन दिनों को लेकर आपके ख़यालों में। हमारी आदतें जमा होती चली जाती हैं और फिर चूक होने लगती है। यह कल्पना करना कि आप उनसे छुटकारा नहीं पा सकते, असलियत जाँचने का सबसे तेज़ तरीक़ा है।

74

जाने देना जैसी कोई चीज़ नहीं होती, बल्कि जो चला गया, उसे स्वीकार करना है

सभी चीज़ें अच्छी होती हैं।

सभी चीज़ें अंततः हमारे लिए बनी हैं। सभी चीज़ें अच्छी होती हैं।

मैं जानती हूँ कि आप क्या सोच रहे हैं। क्या बकवास है? यह तो बेकार की बात लग रही है, जिसे आप सच के तौर पर पेश करने की कोशिश कर रही हैं, जो शायद सच भी न हो।

पर मसला यह है कि क्या है, जो किसी चीज़ को 'बुरा' बनाता है? यह तो हम फ़ैसला करते हैं (या फिर हमारा अनुकूलन इस तरह हुआ होता है) कि कोई चीज़ 'सही नहीं' है। क्या है, जो किसी एहसास को 'बुरा' बनाता है? हमारे कई तरह के एहसास होते हैं, तो फिर कुछ अच्छे और कुछ बुरे क्यों हैं? कुछ हमें बताते हैं कि हम सही रास्ते पर हैं और कुछ हमें बताते हैं कि कैसे और कब हमें दूसरी दिशा लेनी है, तो फिर पहले वाला दूसरे से बेहतर कैसे हुआ?

क्या बाद वाला असल में ज़्यादा अहम नहीं है?

बुरे एहसास तब बुरे होते हैं, जब हम उनसे लड़ते हैं।

जब हम ख़ुद की आवाज़ सुनने और उन एहसास को समझने की बजाय, चाहे वे सहज न हों, हम उनसे लड़ते हैं। इनका मक़सद हमारे काम आना है और हमें अपने ख़ुद के उन हिस्सों को दिखाना है, जिनके ज़ख़्मों को भरने की ज़रूरत है या फिर हमारे रास्ते में उन जगहों को दिखाना है, जहाँ से हमें मुड़ना है और हम इन्हें 'बुरा' बना देते हैं।

समूची भव्य योजना में अच्छा और बुरा एक तरह से उन्हें आँकना है और वे व्यक्तिपरक होते हैं यानी हर एक अपने हिसाब से उसे तय करता है। किसी इंसान, किसी परिवार, किसी संस्कृति, किसी देश, किसी राष्ट्र, किसी नस्ल इत्यादि में जो

एक के लिए सही है, वह दूसरे के लिए ग़लत है। किसी के लिए जो अच्छा है, हो सकता है कि दूसरे के लिए वह त्रासद हो। पूरी दुनिया की कक्षाओं में इतिहास एक तरीक़े से नहीं पढ़ाया जाता है। जैसे ही हम समझ जाते हैं कि अपनी ज़िंदगी में हम 'अच्छे' को परिभाषित कर सकते हैं, हम स्वयं को मुक्त कर सकते हैं। वजह यह है कि हर चीज़ चाहे उससे उबरना कितना भी मुश्किल हो, वह अच्छी हो सकती है, अगर हम यह देखें कि उसके होने का क्या मक़सद है और वह हमें क्या दिखाने वाली है।

किसी से बिना शर्त प्यार करना बहुत दुर्लभ है। प्यार की बुनियाद ही यही है कि हम किसी ऐसे को खोजें, जो हमारी पहले से तय शर्तों को पूरा करे। जब हमारा प्रेमी या हमारी प्रेमिका उसके हिसाब से नहीं चलते, जो हमने कभी सोचा था कि वे चलेंगे, तो हमारी भावनाएँ लड़खड़ाने लगती हैं। यही कारण है कि सबसे गहरे रिश्ते ही सबसे मुश्किल बन जाते हैं। आपको क्या चाहिए और आपकी क्या ज़रूरत है, का जो ख़याल है, उसे कोई पूरा करता है और जैसे ही वह ऐसा नहीं करता, आप हक्के-बक्के रह जाते हैं। तुम तो वैसा नहीं कर रहे हो, जैसा मेरे ख़याल से तुम्हें करना चाहिए था और फिर यह एहसास सिर उठाता है कि तुम मेरे साथ ऐसा कैसे कर सकते हो?

असल में यह तो किसी को प्यार करना नहीं है। इस तरह के बेवकूफ़ाना प्यार से उबरने का तरीक़ा यह समझना है कि हम जिन चीज़ों पर लड़ते-झगड़ते और अलग हो जाते हैं, वह इस बात से नहीं जुड़ा होता कि हम किसी को अपनी ज़िंदगी में इंसान या उसकी उपस्थिति के रूप में प्यार करते हैं या नहीं, बल्कि इस बात से जुड़ा होता है कि वे जो हमारे लिए करते हैं, हम उसे कितनी मंजूरी देते हैं या नहीं देते हैं।

इस तरह से तो हम तुनकमिज़ाज हैं। हम कहते हैं कि हमें बिना शर्त प्रेम और प्रसन्नता चाहिए, लेकिन हमारा बर्ताव वैसा नहीं होता। जब हमें कोई या कुछ मिल जाता है, तो हमें प्यार और ख़ुशी चाहिए होती है। ऐसा क्यों? इसलिए कि ऐसा करके ख़ुशी का चुनाव, उसके लिए मेहनत करना और उसकी दिशा में काम करने की ज़िम्मेदारी किसी और पर आ पड़ती है।

अपने नियंत्रण के बिंदु को, अपने स्व की अभिव्यक्ति को फिर से पाने का पहला क़दम यह है कि सभी चीज़ों को होने दें, उन्हें आने दें। प्रेम को आने दें, खोने के एहसास को आने दें और उतार-चढ़ाव को अनुमति दें। इरादे को पनाह न दें, बस होने दें। अगर हम ख़ुद को इस पर केंद्रित करें, तो हमारी कितनी ही गहरी परेशानियाँ कैसे तेज़ी से छूमंतर हो जाएँगी।

ताओ में कहा जाता है कि कोमलता जीवन के समान है। मृत्यु होने पर शरीर अकड़ जाता है। जो पेड़ सख़्त हो जाते हैं, उन्हें काट लिया जाता है। इसलिए, सख़्ती मौत है और कोमलता है जीवन।

जब हमारे दिल कठोर हो जाते हैं, जब उसके कुछ हिस्से अवरुद्ध हो जाते हैं और उनमें ऐसे एहसास भरे रह जाते हैं, जिन्हें हम बाहर नहीं निकाल पाते, तो हम उन्हें तोड़ने पर मजबूर हो जाते हैं। पेड़ों को काटना पड़ता है, शरीर सड़ने लगते हैं। कठोरता कुछ समय तक ही रह सकती है।

मस्तिष्क का अपना तरीक़ा होता है, जिसमें वह सबसे तेज़ दर्द पर ध्यान देता है और बाक़ी सबको रोक देता है। वह सबसे मुश्किल हिस्से पर ध्यान केंद्रित करता है और हमें मजबूर करता है कि हम उसका सामना करें, हालाँकि हमें महसूस होता है कि हम केवल एक ही दर्द पर ध्यान केंद्रित करके बाक़ी सब पीड़ाओं को मंदा कर रहे हैं, लेकिन हम ऐसा नहीं करते। हम तो ख़ुद को खुलेपन की राह पर आगे बढ़ा रहे होते हैं।

जाने देना जैसी कोई चीज़ नहीं होती। जो चला गया, बस उसे स्वीकार करना होता है। नियंत्रण करने के भ्रम की भूलभुलैया में ख़ुद को खोना और उस उथल-पुथल में ख़ुशी पाना है, चाहे वह असहज ही क्यों न हो। ऐसा हमेशा नहीं होता। वह तब तक ही रहता है, जब तक हम उसे थामे रखते हैं। जब तक हम उससे जूझ रहे होते हैं और जब तक हम उसे अपने क़ाबू में रखते हैं। जब तक हम यह स्वीकार नहीं करते कि वह जा चुका है।

75

आप कहानियों की किताब हैं, कोई उपन्यास नहीं

आप कभी जो थे, ज़रूरी नहीं कि वह आपके भावी स्वरूप में जाकर मिल जाए।

हम अक्सर ऐसा करते हैं कि 'हम जो थे' और हम जो सोचते हैं कि 'हमें बनना चाहिए' को आपस में जोड़ देते हैं और इस तरह ख़ुद को आगे बढ़ने से रोकते हैं। हम जो हुआ करते थे, हमारे उस स्वरूप के लिए क्या कुछ मायने रखता था, हम इस पर विचार किए बिना अपने भविष्य का ख़ाका नहीं बना सकते।

इस बात को समझना उन तीन आदतों को साथ जोड़ना था, जिनका मैंने अपने बारे में और सामान्य तौर पर लोगों के बारे में पता लगाया :

सबसे पहला, हम वहाँ पर समस्याएँ तैयार करते हैं, जहाँ पर कोई होती नहीं है। यह वैसा ही है, जैसे अपने जीवन को सार्थकता देने के लिए हमें किसी चीज़ से उबरने की ज़रूरत हो। ख़ुशी ऐसी चीज़ हैं, जिसें हमें चेतन रूप से चुनना होता है, वरना हम ऐसा यथार्थ तैयार करेंगे, जिसके बार में हम अवचेतन रूप से सोचने लगेंगे कि हम उसके ही लायक़ हैं। ऐसा इसलिए नहीं कि हम मानते हैं कि हम उसके लायक़ हैं, लेकिन इसलिए कि कहीं न कहीं बाक़ी लोगों (और हमारे अपनी अवधारणाओं) ने हमें इस तरह अनुकूलित किया है कि हम मानने लगते हैं कि हम उतने ही अच्छे हैं, जितना कि वे हमारे बारे में कहते हैं।

दूसरा, हम उन चीज़ों से बचते हैं, जो बहुत संपूर्ण हैं। हम उन्हें मानसिक या अन्य तरीक़ों से नष्ट कर देते हैं।

तीसरा, हम अपनी खोपड़ी में सारांश तैयार करते हैं। जब कभी हम कोई चुनाव (किसी भी चीज़ पर) करने को होते हैं, तो हम अपने आप से कुछ इस तरह कहते हैं, ''बीस की उम्र में उसने ग्रेजुएशन किया और नौकरी शुरू की...'' या इसी तरह की कोई बात। जैसे कि हमारे निर्णय तभी स्वीकार्य हो सकते हैं, जब वे सही

लगें और आने वाले समय में भी वे सही लगते रहें, चाहे वह अभी के हमारे स्वरूप के लिए सही हों या न हों।

हम जिस रूपरेखा को लिखने में इतना समय लगाते हैं, वह उन किरदारों के लिए होती है, जो अब नहीं रहे। 'क्या था', 'क्या है' और 'आगे क्या होना चाहिए' के बीच हम हमेशा रेखा नहीं खींच सकते। हम हमेशा अपनी एक साथ मौजूद सच्चाइयों का मतलब नहीं समझ सकते, हम केवल जान सकते हैं कि वे दोनों सही हैं। हम अच्छी चीज़ों को इसलिए नज़रअंदाज नहीं कर सकते कि कहीं न कहीं हमने अपने लिए जिस चरित्र की योजना बनाई थी, वह यह नहीं मानता कि हमारे पास जो है, हम उसके लायक़ हैं।

जब हम किसी चीज़ से बचते हैं, उससे भागते हैं, तो हम अपनी ख़ुशी को सीमित कर देते हैं। हम वह कहानी बनने के लिए पैदा नहीं हुए थे, जो पुरानी चीज़ों को बड़ी ख़ुशी से याद करती है। जीवन कोई पुरानी तसवीरों का फ़्लैशबैक नहीं है। वह तो सजीव है, बदलता रहता है, वास्तविक है और उसका पूर्वानुमान नहीं लगाया जा सकता। उसकी रूपरेखा नहीं बनाई जा सकती। हम जिस पल में जी रहे हैं, यहाँ और अभी, यही उसका कथानक है। हम यह समझ ही नहीं पाते कि हम कैसे अक्सर अपनी पुरानी मान्यताओं (अवचेतन रूप से ख़ुद को लेकर जिन्हें हम अब भी थामे हुए हैं) के आधार पर अपने मौजूदा तजुर्बों को चुनते हैं। जो हम ख़ुद के बारे में सोचते हैं, वही उस चीज़ में बदलता है, जिसकी हम ख़ुद को अनुमति देते हैं और हम जिसकी अनुमति देते हैं, वही हमारा तजुर्बा होता है और जो कुछ हम अनुभव करते हैं, वही हमारा पूरा जीवन होता है। जो कहानियों की किताब जैसा होता है, जिसमें कहानियाँ एक-दूसरे में बड़े आराम से मिलती नहीं रहतीं। जिसे एक ही तरीक़े से बताने की ज़रूरत नहीं होती। वह तो उतनी ही छोटी या लंबी या क्रमबद्ध या अस्पष्ट या रोमांचक हो सकती है, जैसी कि आप चाहते हैं।

कहने का मतलब यही है कि वह कैसे चलेगी, उसकी बागडोर आपके हाथों में है, लेकिन बार-बार चलने वाला आंतरिक वर्णन, आपको आपकी ज़िंदगी की कहानी बताने वाली नन्ही आवाज़ को नए अध्याय लिखने के लिए पुराने अध्यायों को जाने देना होगा।

76

दैनिक संकेत कि दुनिया चेतना में बदलाव का अनुभव कर रही है

एक सामाजिक सिद्धांत है कि मनुष्य का विकास एक सीधी रैखिक प्रगति के रूप में नहीं हुआ है, बल्कि वह तो चक्रों में हुआ है। सभ्यताएँ उभरीं और उनका फिर पतन हुआ। हर बार सामूहिक बुद्धिमत्ता अपने चरम पर पहुँची। तेज़ी से इतिहास के पन्ने पलटने और प्रकृति की सामान्य समझ के अनुसार यह बात काफ़ी तर्कपूर्ण लगती है कि हम बड़े शानदार ढंग से विकसित हुए और फिर विनाश आया।

ऐसा नहीं कि वह शून्य से आया। यह प्राचीन मान्यता है कि पृथ्वी की विषुव पर यात्रा से उसकी स्थिति बनती है। हर बार जब वह ब्रह्मांड के केंद्र के सबसे निकट बिंदु तक पहुँचती है, जहाँ पर ऊर्जा का संकेंद्रण सबसे अधिक होता है, तो हम जागृति की ओर थोड़ा और बढ़ते हैं। हम अभी चढ़ाव पर हैं।

मिथकों को छोड़ भी दें, तो दुनिया में आज कुछ दिलचस्प हो रहा है। हमारी सामूहिक चेतना का विस्तार हो रहा है। जो कुछ हो रहा है (बेहतर या बदतर) उसे लेकर अब हम ज़्यादा जागरूक हैं, हम ख़ुद को समझने की ज़्यादा कोशिश कर रहे हैं, हम अपनी भावनाओं से काम करना सीखने की कोशिश कर रहे हैं और ऐसी ज़िंदगी तैयार करने की कोशिश कर रहे हैं, जो इस बात का प्रतिनिधित्व करती है कि हम किस चीज़ को अहमियत देते हैं, न कि हमारी क्या बाध्यता है। कारण चाहे जो भी हो, उसके रोज़मर्रा के असर इस प्रकार हैं :

01 | **लोग अपनी ताक़त पहचानना शुरू कर रहे हैं।** स्व-सशक्तिकरण, वैयक्तिकता और स्वायत्तता को संपूर्ण और संतोषप्रद जीवन जीने की बुनियाद के रूप में देखा जा रहा है।

02 | **ख़ुद को समझने के लिए सकारात्मक मनोविज्ञान, भावनात्मक समझदारी, व्यक्तित्व के प्रकार और अन्य अवधारणाएँ लगातार लोकप्रिय हो रही हैं।** पिछले पंद्रह सालों में सकारात्मक मनोविज्ञान मीडिया पर छाया रहा है। बिग फ़ाइव, मायर्स-ब्रिग्स, ज्योतिष, ऐनेग्रैम्स और इस तरह की चीज़ों के बीच हम आत्मचेतना को लेकर लालायित हो रहे हैं और इस तरह सकारात्मक मनोविज्ञान ख़ुद को प्रस्तुत कर रही है।

03 | **सामाजिक न्याय के मुद्दे पहले के मुक़ाबले सुर्ख़ियाँ बन रहे हैं और 'अज्ञानता' को किसी ऐसे व्यक्ति के रूप में परिभाषित किया जा रहा है, जो सब लोगों को समान नहीं समझता।** इतिहास में ऐसा पहली बार नहीं हो रहा है कि हम दमनकारी खाँचे से ख़ुद को मुक्त करना चाह रहे हैं, लेकिन टेक्नॉलोजी की मदद से पहली बार ऐसा हो रहा है कि जो मानक बराबरी देने वाले और स्वीकार करने वाले हैं, हम उन्हें स्वस्थ सामाजिक 'मानकों' के रूप में देख रहे हैं।

04 | **योग और ध्यान लगाना पश्चिम में आम होने लगा है।** कुछ ही दशक पहले इन चीज़ों को भले अजीब समझा जाता रहा हो, लेकिन अब लगभग हर जगह योग की कक्षाएँ उपलब्ध हैं और शोध से पता चल रहा है कि ध्यान लगाने से असल में दिमाग़ में बदलाव आते हैं।

05 | **'सामान्य ज्ञान' इतनी तेज़ी से विस्तार पा रहा है, जितना इंटरनेट से पहले नहीं था।** पहले जहाँ हमें केवल वही जानकारी हुआ करती थी, जिसे हम याद कर सकते थे, वहीं अब हम कुछ भी खोज सकते हैं। मुख्यधारा के मीडिया के माध्यम से बहुत तेज़ी से लेख और विचार हम तक पहुँचते हैं। हम ऐसे तरीक़ों से सीख रहे हैं, जो पहले कभी संभव नहीं थे और ज़्यादा तेज़ी से भी सीख रहे हैं।

06 | **ऑर्गेनिक फूड और होमियोपैथिक उपचारों में लोगों की रुचि बढ़ी है।** अचानक लोग जीएमओ (जेनेटिकली मॉडिफ़ाइड ऑर्गनिज़्म, आनुवांशिक रूप से संशोधित जीव), ऐंटीबायटिक्स और हमारे भोजन को सराबोर करने वाले अन्य रसायानों को लेकर चिंतित हो गए हैं।

07 | **अब हर किसी की अपनी आवाज़ हो सकती है।** पहले मीडिया के माध्यम से आने वाले संदेश केवल गिने-चुने लोगों द्वारा तैयार किए जाते थे, लेकिन अब हर कोई अपनी आवाज़ और अपने दृष्टिकोण को साझा कर सकता है। चाहे बेहतर के लिए हो या फिर बदतर के लिए, हर कोई अपनी सोच को साझा कर सकता है। चाहे कभी-कभार यह निराशा भरा भी लगे, लेकिन यह पहचान करना ज़रूरी है कि सामूहिक रूप से हम कहाँ पर हैं।

08 | **लोग अब व्यवस्था पर सवाल उठा रहे हैं और अपने लिए सोचना सीख रहे हैं।** कुछ बातचीत बाक़ियों से थोड़ी अधिक रचनात्मक हैं, हम चीज़ों को 'सच' के रूप में स्वीकारने से अधिक उनके सिद्धांत रच रहे हैं। हम प्रमुख सामाजिक संरचनाओं को लेकर अब पहले से अधिक संशयी हो रहे हैं और हमारे पास उसके सही कारण भी हैं।

09 | **अपने रिश्तों को हम दायित्व के बजाय अनुकूलता की बुनियाद पर बना रहे हैं।** वे दिन हवा हुए जब लोग शादी और बच्चे इसलिए पैदा करते थे कि उन्हें 'ऐसा करना' चाहिए। अब हम ऐसे जीवनसाथी चाहते हैं, जो हमारे अनुकूल हों, अपनी इच्छा से हम बच्चे पैदा करना चाहते हैं और ख़ुशियों भरी (जो एकल न हों) पारिवारिक संरचनाएँ चाहते हैं।

10 | **हम अवसाद, यौन शोषण जैसे मुद्दों पर सार्वजनिक रूप से और ईमानदारी के साथ बात कर रहे हैं, जिन्हें पहले अनदेखा किया जाता था।** अब धीरे-धीरे मानसिक रोगों और शोषण जैसे मसलों से जुड़ी शर्मिंदगी और कलंक को दूर कर रहे हैं और उन लोगों को समझने लगे हैं, जिन्हें मदद की ज़रूरत है। हम उनके साथ मिलकर, उनकी बात से जुड़कर, सिखाकर और उनके साथ मिलकर ठीक होने की प्रक्रिया में शामिल हो रहे हैं।

11 | **मौजूदा रोज़गार की व्यवस्था से हम उकता गए हैं।** हम समझते हैं कि ज़रूरत से ज़्यादा काम करने से अच्छी ज़िंदगी नहीं बनती, लेकिन साथ ही हम यह भी समझते हैं कि अपने अस्तित्व के लिए हम अनिवार्य रूप से पूँजीवाद के गुलाम हैं। अब अंशकालिक काम, स्वतंत्र रूप से काम और जीवन-कार्य के संतुलन पर बातचीत आम होती जा रही है, हालाँकि पहले से चली आ रही व्यवस्था अब भी क़ायम है।

12 | **लोग अब अधिक अंतर्ज्ञानी होते जा रहे हैं।** साथ ही उनमें अधिक समानुभूति, उत्सुकता है, अधिक जानकारी है और वे उन लोगों के प्रति सहनशील हैं, जो उनसे अलग हैं।

13 | **हम स्त्री से जुड़ी ऊर्जा के असंतुलन को पहचान रहे हैं।** हम देख रहे हैं कि किस तरह जानबूझकर समाज में स्त्रीत्व का दमन किया जाता है और किस तरह जीवन के (और समाज के) हर आयाम में यह खोया हुआ संतुलन कितना महत्त्व रखता है।

14 | **हम लिंग से जुड़े केवल दो आयामों से बाहर निकल रहे हैं।** हम अब जैसे दिखते हैं, वैसे ही ख़ुद को परिभाषित नहीं करते। अब यह स्वीकार किया जाने लगा है कि आप जैसे बाहर से दिखते हैं, उसे स्वीकार करने की बजाय आप ख़ुद को कैसी पहचान देना चाहते हैं।

15 | **प्राकृतिक वातावरण पर हम कैसा प्रभाव डाल रहे हैं, उसे लेकर हम ज़्यादा विचार करने लगे हैं।** हम पृथ्वी को वास्तविक, जीवित अस्तित्व की बजाय केवल वस्तु समझते हैं।

16 | **हम लंबे समय से दमित भावनाओं के प्रभावों से निपट रहे हैं।** पिछले पाँच या उससे अधिक वर्षों में आप नहीं, तो ज़रूर आपका कोई दोस्त या किसी जान-पहचान वाले के परिवार का कोई सदस्य अपने जीवन में और व्यक्ति के रूप में बड़े भारी, गहरे बदलाव से गुज़रा होगा। ऐसा नहीं है कि हम पर मुश्किल समय पड़ा और हम उससे उबर गए, बल्कि हम पर मुश्किल पड़ी और उससे हम कहीं गहरे स्तर पर जागृत हुए।

77

हम अपने कष्ट को इतनी अहमियत क्यों देते हैं?

कष्ट एक ज़रूरी बुराई है।

परंतु उसकी अपरिहार्यता इस बात का परिणाम नहीं है कि वह कोई ऐसी चीज़ है, जिसे समय के साथ हमें सहज रूप से प्रोसेस करना ही है। यह कोई ऐसी चीज़ नहीं है, जिसमें हमें निष्क्रिय भूमिका निभानी है। यह तो हमारी अपनी बढ़ोतरी न होने का नतीजा है। यह तो उस संकेत का उत्प्रेरक है कि कुछ किया जाना बाक़ी है। कहने का मतलब है कि उसका नियंत्रण हमारे हाथों में है। हम उसे विकसित होने देते हैं और उसका अनुभव करते हैं, क्योंकि हम वैसा होने देते हैं। यही नहीं, हम तो अपने उन हिस्सों को सब कुछ नियंत्रित करने देते हैं, जिनके घाव अब तक नहीं भरे। अगर हम इससे अनजान रहे, यानी यह कि इसका मूल और इसका समाधान बाहरी है, तो हम यह मानने लगते हैं कि हमारे साथ ऐसा होना चाहिए।

हम ऐसी घटनाओं को याद कर सकते हैं, जब हमने अच्छे-ख़ासे दिन को चिंता और बेबुनियाद मानसिक उन्माद की वजह से बेकार में बर्बाद कर दिया हो। हम ख़ुद को घबराहट में डाल देते हैं, जैसे कि वह ज़रूरी हो। अगर कुछ नहीं है, तो उसे किसी चीज़ से भरना होगा, कोई ऐसी चीज़ हम जिसके लायक़ हों।

यह मान्यता आख़िर आई कहाँ से? अक्सर इसका संबंध दमित भावनाओं से होता है। जिन एहसासों को हम स्वीकार नहीं कर पाते या उनका सामना नहीं कर पाते, तो वे जमा होने लगती हैं और फिर उनकी नींव पर हम ख़ुद को लेकर अपनी मान्यताओं को इकट्ठा करने लगते हैं। जब तक हम ख़ुद को 'क्या ग़लत है' के विचार के साथ जोड़ते रहेंगे और उसके द्वारा अनुकूलित होते रहेंगे (किसी दोस्त का चिल्लाना, दरअसल उसके भीतर क्या चल रहा है, उसकी बाहरी अभिव्यक्ति है, किसी अवसर का निकल जाना अक्सर किसी बेहतर मौक़े का रास्ता होता है),

तब तक हम इस विचार के हिसाब से सोचते रहेंगे कि हम नाकाफ़ी हैं। प्रमुख बात यह समझना है कि हम ख़ुद के साथ ऐसा करते हैं।

हम बाहरी हालात को ऐसी मानसिक संरचनाएँ बनाने देते हैं, जिनमें हम फँस जाते हैं, क्योंकि हमें कभी समझ ही नहीं आता कि हम उन्हें तोड़कर अलग कर सकते हैं। जैसे ही हम ऐसी स्थिति में आते हैं, जिसमें उनमें से कोई याद सक्रिय हो जाती है, हमारे अब तक न भरे ज़ख़्म, हमारे अनसुलझे मसले सामने आने लगते हैं, तब भी हम उसे निष्पक्ष रूप से देखने के लिए नहीं ठहरते। हम उस समस्या को भड़काने वाले पर बरसने लगते हैं।

हमारा दर्द हमारे भीतरी संवाद को निर्देशित नहीं कर सकता और हम ख़ुद पर ज़बरदस्ती, अनैच्छिक विचारों को हावी नहीं होने दे सकते। जब भी हम ऐसा करते हैं, हम उस एहसास को हमारी चेतना में घुसने देते हैं और उसे अपने मौजूदा तजुर्बे में बदलने देते हैं। हम अतीत को वर्तमान पर डाल देते हैं।

पहचान को छोड़ने पर ध्यान देना होगा। यह समझना होगा कि अभी हम जिसका अनुभव कर रहे हैं, वह अभी का मसला नहीं है, बल्कि वह तो बस अभी जो आप मानते हैं, उसका आत्मपरक, अस्थायी प्रोजेक्शन है, अभी आप जो मान रहे हैं और इस मामले में वह है कि हमें कष्ट होना चाहिए।

विडंबना यह है कि दर्द का उलटा आनंद नहीं है, वह तो स्वीकृति है। प्रतिरोध आग में घी डालने का काम करता है। वह आपको उसी जगह पर ले जाता है, जहाँ पर शुरू में आपने उसका दमन किया था। यह संरचना को तोड़कर अलग करना नहीं है, बल्कि उसे मज़बूत करना है। उससे लड़कर आप उसे आने देते हैं।

हमारे लिए यह मानना मुश्किल है कि हम ख़ुशी के लायक़ हैं और इसलिए हम लगातार दर्द को अपनी ओर आकर्षित करने और ख़ुद को पीड़ा देने की पूरी कोशिश करते हैं। यह द्विभाजन सहज है, इंसानी है, लेकिन उसके आगे जाने के लिए कुछ कहना होगा। अगर आप सोचना चाहते हैं कि यह असंभव है, तो आप उसकी वजह से लगातार कष्ट में रहेंगे। अगर आप कष्ट को इसलिए महत्त्व देते रहेंगे, क्योंकि आपको लगता है कि उससे आप अधिक मानव बनते हैं, तो ऐसा ही सही, लेकिन सच्चाई यह है कि जो हमें नष्ट करता है, वह हमें इंसान नहीं बनाता, बल्कि जिससे हम ख़ुद को फिर से खड़ा करते हैं, उससे हम इंसान बनते हैं।

जैसा कि मार्कस ऑरेलियस का कथन है, ''ऐसा विकल्प चुनें कि नुक़सान न पहुँचे और आपको नुक़सान महसूस नहीं होगा। नुक़सान महसूस न करें और आपको ऐसा लगेगा कि नुक़सान नहीं पहुँचाया गया है।''

78

एकांत में आपको क्या मिलता है

अकेलापन बस एक विचार है।

इसका मतलब यह है कि आप अपने आस-पास के लोगों से कटे हुए रहते हैं। यह तब होता है, जब आप ख़ुद को समझने के लिए परस्पर क्रिया पर आश्रित होते हैं और अपने साथ सहज होते हैं।

यहाँ पर आपस की क्रिया का इस बात से ज़्यादा मतलब नहीं कि बाक़ी लोग आपसे कैसे पेश आते हैं, बल्कि इस बात से है कि उस बर्ताव के आधार पर ख़ुद को कैसे देखते हैं। यहाँ मसला यह नहीं कि असल में हमारे आस-पास कितने लोग हैं या कितने लोग हमें प्यार देते हैं, बल्कि यह है कि वह प्यार हमारे लिए क्या मायने रखता है और वह हमारे काम या जिस किसी चीज़ पर हम ध्यान केंद्रित कर रहे हैं, उसके प्रति हमारी सोच को कैसे बदलता है। किसी का साथ एकात्मकता और जुड़ाव को सुदृढ़ करता है, लेकिन विचार यह भी है कि हमें न केवल किसी की मौजूदगी की ज़रूरत होती है, बल्कि उनकी सहमति और स्वीकार्यता की भी आवश्यकता होती है।

हो सकता है कि भीड़ भरी जगह में आप ज़्यादा अकेले हों और पूरी तरह से अकेलेपन में आपको ज़्यादा जुड़ाव महसूस हो।

एक हद तक प्राणी के रूप में हम अलग-अलग हैं या फिर यूँ कहें कि इस हद तक कि हम जानते हैं कि हम अलग हैं, वही तय करता है कि हम कितने 'अकेले' हो सकते हैं। बात यह है कि हम उतने ही अकेले हैं, जितना कि सोचते हैं कि हम अकेले हैं।

अकेलेपन का अर्थ 'अकेला होना है', इस विचार से आगे बढ़ना मुख्य रूप से इसलिए महत्त्वपूर्ण है, क्योंकि इस प्रकार के पवित्र आलस्य में असाधारण रूप से कुछ बाहरी और भ्रांतिजनक चीज़ें होती हैं। जब आप काम करना बंद करते हैं और अस्तित्व बनना शुरू करते हैं। जब आप ख़ुद को उन भूमिकाओं से परिभाषित

करना बंद कर देते हैं, जो आप बाक़ी लोगों के लिए निभाते हैं और अपने लिए भी। आप ख़ुद को समाज के संदर्भ में देखना बंद कर देते हैं। आप तुलना करके ख़ुद को आँकना बंद कर देते हैं। आप अपनी इस सोच को छिन्न-भिन्न कर देते हैं कि बाक़ी लोगों को क्या स्वीकार्य होगा। आप न केवल अपनी बात को सुनना शुरू करते हैं, बल्कि आप यह भी समझने लगते हैं कि आप एक व्यक्ति हैं, जो अपने मन को सुन रहा है।

आप किसी भी भाषा के परे जाकर पहले से कहीं गहरे, पहले से कहीं स्थिर, ज़्यादा समझे जाने वाले तरीक़ों से अपने साथ संवाद करने लगते हैं। जैसा कि एक बार हक्स्ली ने कहा था, ''भाषा, बुद्धिमत्ता और अंतर्ज्ञान व सहानुभूति के बावजूद कोई भी असल में किसी तक कुछ भी नहीं पहुँचा सकता। हर सोच और हर एहसास का अनिवार्य तत्व अकथनीय रहता है, जो व्यक्ति की आत्मा और उसके शरीर की न पहुँचे जा सकने वाली तिजोरी में बंद रहता है। हमारा जीवन लगातार बने रहने वाला एकांत कारावास है।''

हालाँकि यह बुरी चीज़ नहीं है।

यह दिखाता है कि आप कौन हैं, क्योंकि अब आप किसी के लिए कोई नहीं हैं। आप केवल अपने लिए हैं। आप किसी मानक में फ़िट बैठने के लिए कोई ख़ास बर्ताव करने की बजाय अपने अस्तित्व के लिए, ज़िंदा बने रहने के लिए और मानव होने के लिए काम करना शुरू करते हैं। आप यह नहीं समझ पाते कि आपकी ज़िंदगी का कितना बड़ा हिस्सा, कितने दोहराए जाने वाले काम केवल इस बात की कोशिश हैं कि आप अपनी आस-पास की दुनिया के लिए कितने 'स्वीकार्य' हैं और इनमें से कितने ही काम वास्तविकता पर आधारित नहीं हैं और ये कैसे आपको ख़ुद से अलग कर सकते हैं।

अकेलापन सबसे अहम अभ्यास है। यह आपको वास्तविकता की ज़मीन देता है और उससे बचने में मदद करता है, जो आप सोचते हैं कि आपको होना चाहिए। इसी वजह से यह गुस्सा दिलाने वाला है और मुक्त करने वाला भी। यह आपको यह देखने के लिए अकेला छोड़ता है कि आप कौन हैं और आप क्या करते हैं; इससे भी महत्त्वपूर्ण बात यह है कि यह आपको यह देखने के लिए अकेला छोड़ता है कि कोई व्यक्ति होने का वास्तविक सार क्या है, चाहे वह व्यक्ति अच्छा हो, बुरा हो, अजीब हो या बदसूरत हो। यह आपके पास इसके अलावा कोई विकल्प नहीं छोड़ता कि आपको समूची तसवीर पर, बुनियादी कारणों और चीज़ें जैसी हैं, उन पर विचार करना होगा। हम पूरी व्यवस्था को तभी साफ़ तौर पर देख सकते हैं, जब हम उससे दूर जाते हैं।

79

ऐसी पीढ़ी की परवरिश कैसे करें, जिसे बेचैनी से कोई समस्या न हो

ज़्यादातर लोग यह नहीं सोचते कि उन्हें अपनी भावनाओं पर क़ाबू पाने की एक तरह की सनक होती है, क्योंकि वे चेतन रूप से अपने एहसासों के बारे में नहीं सोच रहे होते। वे तो बाक़ी चीज़ों के बारे में सोच रहे होते हैं, जिन्हें 'सही' करने की ज़रूरत है, ताकि उन्हें कुछ भी महसूस न करना पड़े।

वे ज़िंदगी के सबसे बुरे सपनों की कल्पना करते हैं। वे लगातार इस बात के बारे में चिंता करते हैं कि 'सफल' होने के लिए उन्हें कितना पैसा कमाना होगा, अपने साइज़ को बरक़रार रखने के लिए उन्हें खाने पर कितने प्रतिबंध लगाने होंगे, ध्यान देना होगा कि लोग उनके प्रति कैसा रवैया रखते हैं, ताकि उनका बर्ताव ऐसा रहे कि लोग उन्हें पसंद करें। वे विचार करते हैं कि सोशल मीडिया पर उनकी मौजूदगी कैसी है, कोई चीज़ उनके लिए 'सही' है या नहीं, उनका घर कितना अच्छा दिखता है इत्यादि।

वे ख़ुद को 'अच्छा' बनाए रखने के लिए डर का इस्तेमाल करते हैं।

हम इन चीज़ों को भावनात्मक नियंत्रण के रूप में नहीं देखते, क्योंकि वे तो हमारी ज़िंदगी के भौतिक या मानसिक हिस्से हैं, फिर भी जब हम अपनी भावनाओं को क़ाबू में नहीं कर सकते, तब भी हम जीवन के भौतिक हिस्सों को नियंत्रित नहीं करते। हम इन भौतिक हिस्सों को इसलिए क़ाबू में करते हैं, ताकि हम अपनी भावनाओं पर नियंत्रण पा सकें। हमें लगता है कि अगर हमें कोई 'सोलमेट' मिल जाए, तो हमारा दिल नहीं टूटेगा, अगर हम आकर्षक हैं, तो हमारी इज़्ज़त होगी, अगर लोग हमारे प्रति स्नेहपूर्ण ढंग से सोचेंगे, तो हम भी हमेशा अपने बारे में वैसा ही सोचेंगे।

जो इंसान ख़ुद गहन या बेबुनियाद भावनाओं से जूझता है, वह बता सकता है कि ज़्यादातर बेचैनी और घबराहट के मूल में बेचैनी और घबराहट को अनुभव करने का डर होता है।

हम अपने एहसासों को महसूस न करके उन्हें नहीं नकारते, बल्कि बाक़ी चीज़ों का इस्तेमाल उनसे बचने की कोशिश में करते हैं। जब हमें नतीजों को क़ाबू करने की कोशिश करने, जोखिमों को कम करने और यह सुनिश्चित करने की सनक होती है कि हम कुछ भी 'बुरा' अनुभव न करें, तो हम अपनी पूरी ज़िंदगी नहीं जी रहे होते। हम टुकड़ों में जीते हैं और अपने उन्हीं हिस्सों को व्यक्त करते हैं, जिन्हें लेकर उस समय हम सहज होते हैं।

जब हम अपनी भावनाओं को क़ाबू नहीं कर सकते, तो हम अपनी ज़िंदगी की भौतिक चीज़ों पर भी नियंत्रण नहीं करते, हम अपने एहसासों को क़ाबू में करने के लिए अपने जीवन की भौतिक चीज़ों को नियंत्रित करते हैं। हमें लगता है कि अगर हमें कोई ''सोलमेट'' मिल जाए, तो हमारा दिल नहीं टूटेगा, अगर हम आकर्षक हैं, तो हमारी इज़्ज़त होगी, अगर लोग हमारे प्रति स्नेहपूर्ण ढंग से सोचेंगे, तो हम भी हमेशा अपने बारे में वैसा ही सोचेंगे।

बचपन में जब हमें 'बुरे' एहसासों के लिए सज़ा दी जाती है, तो उसके परिणामस्वरूप यह भावनात्मक अलगाव शुरू होता है। बच्चों को नहीं पता होता कि अपनी भावनाओं को कैसे नियंत्रित किया जाए। वे उन्हें नहीं समझते, वैसे ही जैसे वे अपने शरीर को नहीं समझते या फिर यह नहीं जानते कि खाने की मेज़ पर कैसे पेश आया जाए या फिर लोगों की कैसे इज़्ज़त की जाए, उन्हें यह सब सिखाना पड़ता है और अक्सर उन्हें नहीं सिखाया जाता।

बच्चों को सिखाया जाता है कि अस्वीकार्य बर्ताव करने से उन्हें सज़ा मिलेगी और फिर इस तरह दमन का चक्र शुरू हो जाता हे। वे सीखते हैं कि अगर वे 'अच्छे' रहे, तो माता-पिता उन्हें ज़्यादा प्यार करेंगे और इस कारण वे अपने उन हिस्सों को छिपा देते हैं, जिन्हें लेकर उन्हें डर होता है कि वे अस्वीकार्य हैं।

उन्हें महसूस होता है कि उन्हें प्यार नहीं मिल रहा और इस पर वे प्रतिक्रिया करते हैं। उन्हें लगता है कि उन्हें बस अपने माता-पिता के प्रेम को पाना है। अगर वह उन्हें सहज रूप से नहीं मिलता, तो वे अपने माता-पिता की भावनाओं के साथ चतुराई से पेश आते हैं और उसे तैयार करने की कोशिश करते हैं। बदक़िस्मती से इस प्रक्रिया में वे अपने अहम हिस्से से अलग-थलग हो जाते हैं।

फिर वे घबराए हुए, आँकने वाले बेचैन वयस्कों के रूप में विकसित होते हैं, जो रिश्तों के मामले में काम नहीं कर पाते। इस तरह वे सीखते हैं कि कैसे अपने

आस-पास की चीज़ों को क़ाबू करना ज़रूरी है। अगर वे किसी एहसास को सक्रिय न करें, तो उन्हें उससे निपटना नहीं पड़ेगा।

अगर हम चाहते हैं कि ऐसे वयस्कों की परवरिश करें, जो बेचैनी से न जूझें, तो हमें ऐसा वयस्क बनना होता है, जो बेचैनी को स्वीकार कर ले। उनमें अभी तक तर्कशक्ति पैदा नहीं हुई है, तो हमें वह तार्किक स्वर बनना होगा, ख़ासकर अपने सबसे डरावने और कमज़ोर पलों में वे हमसे जो सुनते हैं, वही किसी दिन उनकी भीतरी आवाज़ें बन जाएँगी। अगर हमें ऐसे वयस्कों की परवरिश करनी है, जो बेचैनी से न जूझें, तो हमें ऐसा वयस्क स्वयं बनना पड़ेगा, जो स्नेहिल है और किसी को आँकता नहीं है। बच्चे वह नहीं करते, जो हम उनसे कहते हैं, वे वही करते हैं, जो हम करते हैं। अगर हम चाहते हैं कि दुनिया बदले, तो हमें ख़ुद को बदलना होगा। अगर हम उन्हें प्रेरित करना चाहते हैं कि वे अपने एहसासों का सामना करें, तो हमें अपने एहसासों से निपटना सीखना होगा।

फ़िलहाल हमारे पास यह विशेषाधिकार है कि हम ऐसा करना सीख सकते हैं। बेचैनी से निपटने के लिए भावनात्मक समझदारी न होते हुए भी हमारे पास यह मौक़ा है कि हम उसे समझने के लिए चेतन रूप से विकसित हों। हमारे पास अपने बच्चों, उनके बच्चों और फिर उनके बच्चों को आत्मज्ञान का उपहार देने की क्षमता है, लेकिन उन्हें देने से पहले उसे हमें ख़ुद को देना होगा। (क्या हमेशा ऐसा ही नहीं होता है?)

80

भावनात्मक बुद्धिमत्ता के लिए बेवकूफ़ की सलाह : हमें दर्द की ज़रूरत क्यों है

दर्द का इलाज आनंद से नहीं हो सकता। यह सबसे बड़ी मनोवैज्ञानिक ग़लतफ़हमी है। आनंद से दर्द ठीक नहीं हो सकता, क्योंकि दोनों एक ही विस्तार के दो विपरीत छोरों पर मौजूद होते हैं। जीववैज्ञानिक रूप से आनंद और दर्द की प्रतिक्रियाएँ हमारे दिमाग़ के एक ही हिस्से में स्थित होती हैं। 'आनंद देने वाला रसायन' दर्द की प्रतिक्रिया में भी शामिल होता है। ऐलन वॉट्स कहते हैं कि अपनी चेतना को बढ़ाने की यही क़ीमत हम चुकाते हैं। हम एक भावना के प्रति अधिक संवेदनशील नहीं हो सकते और फिर अन्य भावनाओं को भी उसी स्तर पर महसूस नहीं कर सकते।

लोग कहते हैं कि अगर मुश्किल भरे दिन न हों तो हम ख़ुशियों की धूप वाले दिनों की अहमियत कैसे समझ पाएँगे? सच्चाई यह है कि अगर परेशानी न हो, तो ख़ुशियों का भी कोई मतलब नहीं होगा। इसे द्वैतवाद कहा जाता है। हम इसी द्विभाजन में जीते हैं। हमारा अस्तित्व ही इसी वजह से है। यह भले घिसी-पिटी बात लगे, लेकिन इसे समझना महत्त्वपूर्ण है। हमारे शरीर में यह मौजूद है : हमारे फेफड़े, हृदय, जननग्रंथियाँ, ये सब इसलिए काम करती हैं, क्योंकि इनके साथ इनका दूसरा हिस्सा होता है। प्रकृति पर भी यही बात लागू होती है : यह ख़ुद को रचना और विनाश के चक्र के माध्यम से बनाए रखती है। बुरे के बिना अच्छे का, निम्न के बिना उच्च का या दर्द के बिना जीवन का अस्तित्व नहीं है। समस्या दर्द की मौजूदगी नहीं है। समस्या यह है कि हम उसके प्रयोजन को नहीं देख पाते।

हम मानते हैं कि 'अच्छा' महसूस करने की लगातार बनी हुई स्थिति 'ख़ुशी' है। इसी मान्यता के कारण हम ख़ुश नहीं हैं। ख़ुश रहने वाले लोग इसलिए ख़ुश नहीं रहते कि उन्हें सारा समय 'अच्छा महसूस' होता है, वे तो अपनी नकारात्मक भावनाओं से निष्क्रिय होने की बजाय उनसे मार्गदर्शन लेते हैं।

ख़ुशी यह नहीं है कि आप 'कितना अच्छा महसूस' करते हैं, बल्कि वैसा क्यों महसूस करते हैं। सार्थकता और प्रयोजन के आधार पर बना जीवन अच्छा महसूस होता है, लेकिन लालच और स्वार्थ की बुनियाद पर बनी ज़िंदगी के बारे में भी यही कहा जा सकता है, फिर भी इनमें से एक दूसरे से बेहतर है। ऐसा क्यों? लालच और स्वार्थ ऐसे व्यक्ति के लक्षण हैं, जो दर्द के निवारण के लिए कोई हाई या उत्तेजना चाहता है। सार्थकता और प्रयोजन से प्रेरित काम या आदर्श ऐसे लोगों की विशेषताएँ हैं, जिन्होंने अपने दर्द को स्वीकार कर लिया है और उसके ख़िलाफ़ काम करने की बजाय उसके साथ काम करने का विकल्प चुना है। पहले वाले तत्व विनाशक और असंतुष्ट हैं, जबकि दूसरे वाले अधिक कठिन होते हुए भी सार्थक हैं।

हमारा दर्द हमारे काम आता है। यह महत्त्वपूर्ण, मार्गनिर्देशन करने वाली शक्ति है। जब हम उसकी बात नहीं सुनते, तो तकलीफ़ बढ़ने लगती है। कल्पना करें कि जलते हुए स्टोव पर हाथ रखने से क्या होता है। आपको दर्द महसूस होता है, क्योंकि आपका शरीर आपको जलने से बचने के लिए हाथ हटाने का संकेत देता है। हमारे भावनात्मक जीवन भी इससे अलग नहीं होते, बस फ़र्क़ इतना है कि हम स्टोव पर हाथ रखने के परिणाम को समझते हैं। हम अभी तक यह नहीं समझ पाएँ हैं कि हमारा भावनात्मक दर्द हमें किस चीज़ से निर्देशित कर रहा है।

हम दर्द को अपने सुख के प्रमुख हिस्से के रूप में देखने की बजाय उसके विपरीत के तौर पर देखते हैं।

इसके हल के लिए पहली चीज़ हमें यह करनी होगी कि हमें समझना पड़ेगा कि हम सहज रूप से दर्द की अनदेखी नहीं करना चाहते। असल में जो कुछ हम सोचते हैं कि हम चाहते हैं, उसे हम चाहते ही नहीं हैं। (कुछ सबसे ज़्यादा भावनात्मक रूप से खोखले और असंतुष्ट लोग वे हैं, जिन्हें हम धनी या 'सफल' होने के कारण आदर्श मानते हैं।)

अगला यह है कि हम दर्द के परे जाने की बजाय अधिक तटस्थ भावनात्मक पीएच या मापक को लक्ष्य बनाएँ। कुछ लोग इसे 'आधार रेखा' में बदलाव कहते हैं। हम अक्सर अपनी मानसिक/भावनात्मक ग्रहणशीलता को व्यवस्थित करने के असल काम से बचते हैं, क्योंकि ऐसा करके हम बाहरी 'हाई या उत्तेजना' को पाने की संभावना को समाप्त कर देते हैं। हम सोचते हैं कि हम अपने उन सपनों और उम्मीदों को छोड़ रहे हैं, जिन्हें लेकर हम मानते थे कि उनसे हमें कुछ शानदार महसूस होगा। असल में, हम जो छोड़ रहे हैं, वह यह भ्रम है कि वे चीज़ें हमारे लिए लगातार क़ायम रहने वाली ख़ुशी लाएँगी, हम अपनी समझ में बदलाव ला रहे हैं, जो असल में हमारे लिए ख़ुशी ला सकती है।

सबसे सरल रूप में इसे हम शांति या सुकून कहते हैं : जब हम न तो उत्तेजना की इच्छा करते हैं और न दुख की भावना का दमन करते हैं। जब हमारी आधार रेखा 'अस्तित्व' से हटकर 'फलने-फूलने' पर चली जाती है और हम नतीजों से अलग होकर हर दिन का आनंद लेते हैं।

एक बार जब हम मायावी ख़ुशी के पीछे भागने की अनंत दौड़ से अलग हो जाते हैं, तो हमें समझ में आता है कि हम कभी किसी बेहतर चीज़ की तरफ़ भाग ही नहीं रहे थे, बल्कि हम तो ख़ुद से ही भाग रहे थे। हम यह भी समझने लगते हैं कि दर्द की वजह से ही हम इस बात को समझ पाए। हमारा दर्द रास्ते पर ही था, वह हमें उसी समझ की तरफ़ निर्देशित कर रहा था।

81

आपका हर रिश्ता ख़ुद से है

यह काफ़ी दिलचस्प बात है कि मनुष्य ही ऐसी एकमात्र (प्रजाति) है, जिसका ख़ुद से रिश्ता होता है और इससे भी अधिक विचार करने योग्य तथ्य यह है कि मानव ही ऐसी अकेली प्रजाति है, जिसके ख़ुद से रिश्ते अन्य लोगों के माध्यम से बनते हैं।

कहने का मतलब है कि बाक़ी लोगों की सोच को लेकर हमारा बोध इस बात को प्रभावित करता है कि हम ख़ुद को कैसे देखते हैं।

क्या है, जो हमें प्रेम, साहचर्य और दोस्ती में बाँधता है। वह है परिचय। यह समझ कि हम एक-दूसरे को बहुत गहराई से जानते हैं। ख़ुद को किसी और में देख पाना और उससे भी ज़रूरी यह कि अपने भीतरी नैरेटिव को बदल पाना, जब आप जानते हैं, देखते हैं और महसूस करते हैं कि चाहे कुछ भी हो, कोई और आपसे प्यार करता है, आपको स्वीकार करता है और आपको मंज़ूरी देता है। लिहाज़ा आप भी वैसा ही कर सकते हैं। (मुझे पक्का यक़ीन है कि यह अस्तित्व बनाये रखने का तरीक़ा है।)

सबसे सार्थक रिश्ते वही लगते हैं, जिनमें हम पूरी तरह से दूसरे में दिखाई देते हैं, क्योंकि रिश्तों का काम यही है यानी हमें खोलना। हम ऐसा केवल बड़े, भावविभोर कर देने वाले, अक्सर हृदयविदारक रिश्ते में देखते हैं, लेकिन यह हर रिश्ते का सच है। यह बुनियादी अस्तित्व से परे हमारे मसलों का मूल बिंदु भी है कि हम बाक़ी लोगों के मद्देनज़र कैसे हैं। हम अपने साथ के रिश्ते में कैसे हैं।

हम उन रिश्तों में सबसे ज़्यादा ख़ुश लगते हैं, जिनमें हम दूसरे व्यक्ति के कथित नैरेटिव को अपना लेते हैं, यानी हमें क्या लगता है कि वह हमारे बारे में क्या सोचता है।

जब हमें लगता है कि कोई हमें समझता है, जब हमारी सोच और दूसरे व्यक्ति की सोच जो हम सुनना और मानना चाहते हैं, उसके अनुकूल होती है, तो तब हमें लगता है कि कोई हमसे प्रेम करता है। हमें तब भी ऐसा महसूस होता है, जब हमें

लगता है कि कोई हमारे बारे में अच्छी राय रखता है, उनकी कोशिशें और स्नेह का प्रदर्शन इस बात को साबित करते हैं।

यही वजह है कि कोई भी व्यक्ति इस बात की पुष्टि नहीं कर सकता कि हम ठीक हैं, केवल वही लोग कर सकते हैं, जिन्हें हम कुछ मानते हैं। जिसके साथ हम पहले से ही शारीरिक या मनोवैज्ञानिक जुड़ाव महसूस करते हैं। ऐसा कोई, जिसे हम अपने साथी के तौर पर देखते हैं, जो हमारी तरह होता है और हमें समझता है।

यही कारण है कि 'पहले से ख़ुद से प्यार करना' सबसे आम, सबसे असमंजस में डालने वाली और इसके बावजूद किसी की ओर से दी गई सबसे गहरी ठोस सलाह है। यहाँ मसला असल में अपने प्रति प्यार के एहसास का नहीं है, बल्कि इतना स्थिर महसूस करने का है कि हमारी सोच किसी दूसरे के कथित नैरेटिव पर निर्भर न करे।

जब हम किसी के साथ इतना जुड़ते हैं, तो हमें चोट पहुँचती है। सारी नफ़रत ख़ुद से नफ़रत है। यही कारण है कि हमारा दिल टूट जाता है। हम लोगों को नहीं खो सकते, हम तो उन्हें लेकर अपने विचार में ख़ुद को खो सकते हैं। यह हमारा फ़ैसला होता है कि उनके माध्यम से हम बेहतर या फिर बदतर ढंग से अपने बारे में कैसा महसूस करें, तो जब हमें लगता है कि हमें प्यार करने को लेकर उनकी सोच बदल चुकी है, अब वे किसी अन्य को चाहते हैं, तो हमारी अपनी स्थिरता छूमंतर हो जाती है।

सबसे ज़्यादा आज़ाद, मुक्त करने वाली चीज़ आप यह कर सकते हैं कि समझें कि हम सब सामूहिक अस्तित्व हैं और हमसे बड़ी रोशनी का हर हिस्सा एक-दूसरे पर इस तरह पड़ता है कि हमारे सामने वही होता है, जो हम देखना और समझना चाहते हैं, लेकिन वह रोशनी हमेशा हमारी अपनी होती है। हमारा जो भी रिश्ता हो, वह अपने से होता है। हर उस इंसान को लेकर आपको जो लगता है कि आप 'घर' लौटते हैं, वह दरअसल अपने पास लौटना होता है।

सफ़र के आख़िर में आप ख़ुद को ही पाते हैं। जितनी जल्दी आप यह समझें, उतनी ही कम आपको ख़ालीपन भरने के लिए किसी और की ज़रूरत होगी। (आप किसी को अपनी टूटन में नहीं समा सकते और फिर यह अपेक्षा नहीं कर सकते कि वह आपको संपूर्ण बना देगा।) जितना जल्दी आप अपना सामना करेंगे, उतनी ही जल्दी बाक़ी लोगों की हरक़तें आपको नकारात्मक रूप से प्रभावित नहीं करेंगी। आपकी सोच उन पर निर्भर नहीं करतीं। आप उन पर आश्रित नहीं हैं। रिश्तों का मक़सद आपको हमेशा, लगातार ख़ुशी देना नहीं है। उनका लक्ष्य आपको अधिक जागरूक करना है। जितनी जल्दी आपको यह बात समझ में आ जाएगी कि यह जागरूकता, यह चेतना आपकी अपनी है, उतना ही सब कुछ ज़्यादा आसान हो जाएगा।

82

किसी के भी साथ रिश्ते को गहरा करने के 15 तरीक़े

01 | **उनके साथ कोई रविवार बिताएँ। शनिवार रात नहीं, जब काफ़ी हलचल मची होती है, शोर होता है और सामाजिक रूप से सब कुछ मिला-जुला होता है।** रविवार की सुबह उनके साथ बिताएँ, जब आप रात के थके-माँदे होते हैं और दिन को लेकर आपका कुछ तय नहीं होता। साथ में नाश्ता करें और बाल बिखराए हुए जैसे हैं, वैसे ही रहें। एक-दूसरे को रिझाने या ख़ातिरदारी करने की बजाय बस अनुभव लें।

02 | **सुकून के साथ ख़ामोश रहें।** लंबी ड्राइव पर जाएँ और ख़ामोशी को जगह दें, क्योंकि वह सहज रूप से मौजूद होती है। किसी की ख़ामोशी में रहने का मतलब है कि आप उसकी ज़िंदगी के सबसे अंतरंग हिस्से में मौजूद हैं।

03 | **जब आपको अच्छा न लग रहा हो, तो उन्हें बुलाएँ।** किसी भी हाल में आपके लिए मौजूद रहने के उनके वादे को याद दिलाएँ। उन्हें सच बताएँ। उन्हें ख़ुद को दिलासा देने दें। उनसे कहें कि जब भी उन्हें ज़रूरत होगी, आप उनके लिए मौजूद रहेंगे। अपने वादे को निभाएँ।

04 | **उनके लिए जगह बनाएँ। उनकी बात को पूरी तरह से सुनें।** अपनी प्रतिक्रिया तैयार करने, अपने फ़ोन को चेक करने, इधर-उधर देखने की बजाय उनकी बात सुनें। अपनी पूरी ऊर्जा उन्हें दें। और कुछ नहीं, जो इससे ज़्यादा क़ीमती, पवित्र और दुर्लभ हो।

05 | **विचारों के बारे में बात करें।** ऐसे विचार, जिन्हें आप मानते हों। अपने अस्तित्व के बारे में या फिर अगले पाँच सालों में आपकी नियति क्या हो सकती है। लोगों, घटनाओं, तुच्छ बातों और रोज़ की शिकायतों से परे जाएँ।

06 | **एक-दूसरे की पसंदीदा किताबें पढ़ें।** अपनी किताबें एक-दूसरे को पढ़ने को दें, जिनमें अहम पन्नों या बातों पर निशान लगे हों। बार-बार पढ़े जाने से जिनकी ज़िल्द अब टूटकर बिखरने को हो। उनके साथ वह सब साझा करे, जिसने आपके दिल को खोला और आपको दिमाग़ी ख़ुराक दी।

07 | **साथ मिलकर कुछ रचें।** कोई छोटा-मोटा काम शुरू करें या फिर किसी कहानी पर काम करें या मज़े के लिए तसवीरें बनाएँ। किसी प्रयोजन के लिए यात्रा करें या कॉफ़ी टेबल बनाएँ या अपने रसोईघरों को फिर से सजाएँ-सँवारें। ऐसा कुछ करें, जिसमें आप किसी बड़े सरोकार के लिए साथ काम करें।

08 | **छोटी-छोटी चीज़ों पर ध्यान दें।** ग़ौर करें कि उन्हें सबसे ज़्यादा क्या चीज़ परेशान करती है, उनकी आइसक्रीम का पसंदीदा फ़्लेवर क्या है। उनकी पसंद का खाना जानें और फिर कभी उन्हें वही लाकर अचानक हैरत में डाल दें। हर कोई स्वाभाविक रूप से बारीकियों पर ग़ौर नहीं करता, इसलिए ऐसा करना सीखें। आपको पता चलेगा कि जितना हम सोचते हैं, लोगों को यह उससे भी ज़्यादा अच्छा लगता है।

09 | **एक-दूसरे के धार्मिक/आध्यात्मिक कार्यक्रमों या अनुष्ठानों में साथ जाएँ।** आपसी समझ बढ़ाने के लिए किसी रविवार उनके चर्च जाएँ या फिर उन्हें बताएँ कि ध्यान कैसे लगाया जाता है या उनसे पूछें कि उनकी आस्था किस चीज़ में है और क्यों है। जिस चीज़ के बारे में आपको जानकारी नहीं है, उसके बारे में उनसे पूछें। किसी अन्य की संस्कृति या मत या जीवनशैली के बारे में जानना बहुत अनोखी बात है और यह स्नेहपूर्वक मिल-जुलकर रहने के लिए ज़रूरी है।

10 | **किसी छोटे सफ़र की योजना बनाएँ।** ज़रूरी नहीं कि सफ़र बड़ा या महँगा हो। नज़दीक की किसी जगह में एक-दो दिन के लिए जाएँ। पहले से सब तय कर लें, ताकि आपमें उसके लिए उत्सुकता रहे।

11 | **अपने सामाजिक दायरों में उन्हें शामिल करें।** अपने हर तरह के दोस्तों को कभी किसी रात आमंत्रित करें, चाहे आपको कितना भी लगे कि उनके बीच कुछ भी एक सा नहीं है। अपनी ज़िंदगी के अलग-अलग हिस्सों को एक जगह पर जमा करना बड़ी ख़ास और अंतरंग बात है।

12 | **उनके बुलाने पर ज़रूर जाएँ।** उनकी गोदभराई, कला प्रदर्शनियों, ग्रेजुएशन, जगह बदलने जैसे मौक़ों पर ज़रूर जाएँ। केवल इसलिए नहीं कि ऐसा 'अच्छे दोस्त/बॉयफ्रेंड/गर्लफ्रेंड करते हैं', बल्कि इसलिए कि जब आपको किसी की ख़ुशी की उतनी ही परवाह होती है, जितनी कि अपनी तो ऐसा करना चाहिए।

13 | **दिल से बातें करें। हमारी उम्र बढ़ने के साथ ही देर तक बातें करना असुविधाजनक होने लगता है।** (काम होते हैं, घर का सामान लाना होता है, माता-पिता के हालचाल पूछने होते हैं, वग़ैरह, वग़ैरह।) अगर ज़रूरी हो, तो पहले से तय कर लें। एक-दूसरे के यहाँ सोने का कार्यक्रम बनाएँ और अगले दिन कुछ और तय न करें, ताकि आप देर रात तक जगे रहकर अपनी पुरानी यादों को ताज़ा कर सकें।

14 | **अपने परिवार और अपने बचपन की बातें करें।** अपने दोस्तों/बॉयफ्रेंड/गर्लफ्रेंड के रिश्तेदारों से मिलना और बात है, लेकिन उनकी पूरी कहानी, उनकी पूरी सच्चाई और उन्होंने जो कुछ अच्छा-बुरा अनुभव किया, उसे सुनना बिलकुल अलग बात है। यह अपनी निजी बातों को सार्वजनिक करना नहीं है, बल्कि यह समझना है कि आप किसी को तब तक असल में नहीं जान पाते, जब तक कि उनकी बुनियाद को आप न समझ सकें।

15 | **सब कुछ स्पष्टता से व्यक्त करें।** गोलमोल बातें न बनाएँ या अपनी राय को किसी के हिसाब से न बदलें या फिर केवल अपने उस पक्ष को न प्रस्तुत करें, जिससे आपको 'स्वीकार्यता' महसूस हो। अगर उन्हें आपका व्यक्तित्व संपूर्ण रूप में नहीं चाहिए, आपका सच नहीं चाहिए, तो वे वैसे भी आपके लिए सही नहीं हैं। इससे भी अहम बात यह है कि लोग किसी के खरेपन को, उसकी असलियत को पहचान सकते हैं और उन्हें अवचेतन रूप से यह इशारा मिल सकता है कि वे भी जो हैं, वैसे ही आपके सामने आ सकते हैं।

83

आप जिस ख़ुशी के लायक़ ख़ुद को समझते हैं, उससे ज़्यादा ख़ुश रहें

अगर छोटी-छोटी चीज़ें करके बड़े महान काम किए जा सकते हैं, तो महान जीवन भी छोटे-छोटे पलों को मिलाकर तैयार किए जा सकते हैं, जिनमें से कई पर हमारा ध्यान इसलिए नहीं जाता, क्योंकि हम अपने अध्यायों के अनुच्छेद लिखने की बजाय सार लिख रहे होते हैं।

ऐसा लगता है, जैसे कि हम अपनी स्तुतियाँ लिखने के लिए जीते हैं। हम डिग्रियाँ लेते हैं, जीवनसाथी चुनते हैं और ऐसी कहानियों और नियति की इच्छा करते हैं, जिसका कोई मतलब हो और जो बड़ी अच्छी तरह आगे बढ़े और जिनसे अंततः सुंदर, सराहनीय कहानियों की रचना हो, लेकिन वही, जो हम हमेशा ख़ुद को सुनाएँगे। असल में हम कैसे थे और कैसे हर पल को हमने जिया, हमें उसी बात के लिए याद रखा जाएगा। बाक़ी बड़ी-बड़ी, सब पर छा जाने वाली, मील के पत्थर जैसी चीज़ें मायने नहीं रखतीं और शायद कभी रखती भी नहीं थीं।

वे पल हमसे छूट जाते हैं, क्योंकि हमारा ध्यान कहीं और होता है। भीड़ में उस एक शख़्स को खोजने में ध्यान देना, यह डर कि वह वहीं होगा, अब चाहे वह कई घंटे, कई राज्यों और कई अन्य असंभावनाओं की दूरी पर हो। हम चाहे कुछ लिख रहे हों, कुछ रच रहे हों, रेलयात्रा पर हों या सो रहे हों, वह कोई शख़्स हमारे दिमाग़ पर छाया रहता है और हम ऐसे बर्ताव करते हैं कि जैसे वह हमारे साथ है और हमारे साथ रहने पर उसे जो कहना, महसूस करना और सोचना है, वह हमें वही बताता है, हालाँकि हम जानते हैं कि हम उसके बारे में कुछ नहीं जान पाएँगे।

हमेशा कोई चुनौतीपूर्ण काम होता है, जो कुछ किया जाना है, उसकी सूची होती है, जिसमें वह कुछ भी शामिल नहीं होता, जिसे हम असल में करना चाहते हैं। काम के लिए नहीं, कोई श्रेय पाने के लिए नहीं, किसी ज़िम्मेदारी के तौर पर नहीं, बल्कि इसलिए कि हम ख़ुश रहना चाहते हैं। हमारे ख़ुश हो सकने से पहले

हमेशा एक और प्रमोशन, एक और चाल, एक और महान प्रेम की खोज की जानी होती है।

पर हम ख़ुश नहीं हैं। हम चयन नहीं करते। हम यह नहीं सोचते कि हम उसके लायक़ हैं। हम खोजते रहते हैं और कहानी सुनाते रहते हैं और ऐसे जीते रहते हैं, जैसे कि इन सब भव्य कल्पनाओं, ख़ुद से किए वादों को जीने के लिए हमारे पास आने वाले कल का दिन है, जबकि सच्चाई यह है कि अगर हम आज नहीं रुकते, तो हम हमेशा आने वाले कल के वादे पर जीते रहेंगे। ये दिवास्वप्न हैं। ये परिकल्पनाएँ, उम्मीदें और मसले हैं, जिनका वजूद नहीं है। जिस पल हम अतीत या भविष्य के बारे में सोचने लगते हैं, उस समय समझें कि यह किसी चीज़ का केवल विचार है, एक विचार, जो अभी, इसी पल हो रहा है। इस अभी, इस पल को हम खो रहे हैं।

आने वाला कल हमें कभी नहीं बदलता। हमारी नौकरियाँ हमें कभी नहीं बदलतीं। हमारे रिश्ते भी हममें कोई बदलाव नहीं लाते। हमारी ज़िंदगी में चीज़ों के बदलने के साथ हमारी समस्याएँ बदल जाती हैं। हम जिन मुद्दों को उठाते हैं, वे दिखाते हैं कि हममें क्या ग़लत है, जिन लोगों से हम नफ़रत करते हैं, वे हमारी असुरक्षाओं का प्रतिबिंब होते हैं। चाहे कितनी भी चीज़ें आएँ या चली जाएँ, हम उन्हीं मसलों को उठाते हैं, उन्हीं लोगों से उन्हीं कारणों से नफ़रत करते हैं और यह समझने के लिए कभी नहीं रुकते कि हम उनसे नफ़रत नहीं करते; वे तो हमें मजबूर करते हैं कि हम अपने हिस्सों को पहचानें।

बाक़ी लोग हमें कैसे याद रखेंगे, हमें उसके लिए नहीं जीना। हमें ख़ुद को वह कहानी सुनाते हुए भी नहीं जीना, जो हमें लगता है कि बाक़ी लोगों को पढ़ने में अच्छी लगेगी। वह तो ख़ाली और बेजान है और उसे जीते हुए तो हमसे वह चीज़ छिन जाती है, जिसे हम सबसे ज़्यादा चाहते हैं। सबसे अहम बात यह है कि हम वह करें, जो हमें ख़ुशी देता है और यह समझें कि हमारी ख़ुशी केवल हमारा चुनाव है और केवल हमारी ज़िम्मेदारी है। वह कोई एक दिन या कोई एक नौकरी या कोई एक रिश्ता या कोई एक बदलाव की दूरी पर नहीं है, वह तो अभी है। केवल एक ही काम करना है और वह है, उन बाधाओं को हटाना, जो आपको जीने से रोक रही हैं। एकमात्र बदलाव जो होना है, वह आपमें होना है।

अनकहे लाखों छोटे-छोटे पल हैं, जो मायने रखते हैं। इसका मतलब नौकरी का होना ही नहीं है, उस ज़िंदगी का होना है, जो आप जीना चाहते हैं। केवल डिग्री पाना ही नहीं है, बल्कि उन रातों का होना है, जब आपने अकेलेपन का उलट महसूस किया। यह केवल किसी रिश्ते का होना नहीं है, बल्कि उसमें होना है।

इसका मतलब ऐसी ज़िंदगी जीना नहीं है, जिसका लोग आराम से सारांश निकाल सकें, इसका मतलब उस जीवन का होना है, जिसमें वे लाखों पल बनते हैं और एक-दूसरे की पुष्टि करते हैं और आप उनके मुताबिक़ चलते हैं और लम्हे बनाते हैं। लोग जब आपकी कहानियाँ सुनाएँगे और आपका गुणगान करेंगे, तब आप उसे सुनने के लिए मौजूद नहीं होंगे, आप तो अभी उन्हें जान सकते हैं।

84

अपने बारे में कैसे सोचें : 8 चरण

दिनभर हमें जो ज़्यादातर ख़याल आते हैं, वे न तो अनोखे होते हैं और न ही अपने आप तैयार होते हैं। हमारे मन कंप्यूटर प्रोग्राम की तरह होते हैं : वे पता करते हैं, दोहराते हैं और उसी बात पर विश्वास करते हैं, जो उन्हें बताई जाती है।

बहुत कम लोग यह समझते हैं कि उनकी सोच कैसे अनुकूलित होती है और वे मान लेते हैं कि उनकी सोच और उससे पैदा एहसास वे जो हैं, उसका हिस्सा हैं (और इस वजह से वे ज़ोरदार ढंग से उनका बचाव करते हैं।)। अपने लिए सोचने को सीखना ऐसा काम है, जिसे हमें चेतन रूप से चुनना होता है और बहुत कम लोग ऐसा करते हैं। यहाँ कुछ बातें हैं, जिनका पालन किया जा सकता है और हम यह मानकर चल रहे हैं कि आप एक बार में एक ही विचार (या राय) का विश्लेषण करेंगे :

01 | **उस राय के स्रोत को समझें। याद करें कि पहली बार आपको कब उसका अनुभव हुआ था।**

मसलन, अगर आपको याद हो कि आप दूसरी कक्षा में थे और आपने किसी माता-पिता को यह कहते सुना था कि जो जीवन के पक्ष में न हो, वह क़ातिल है, तो हो सकता है कि सात साल की उम्र में उसके प्रति आपमें ज़बरदस्त प्रतिक्रिया हुई हो। अपनी सोच, अपने विचारों और मान्यताओं की जड़ में जाने से पता चलता है कि वे कैसे अक्सर वे आपकी अपनी समझ या आपकी खोज का परिणाम नहीं थे, बल्कि किसी अन्य ने उन्हें आप पर थोपा था।

02 | **निर्धारित करें कि आपका साक्ष्य किसी भावना पर आधारित है या फिर किसी तर्क पर।**

आपकी राय या विचार के समर्थन में क्या तर्क हैं? अगर वे भावना पर आधारित हैं, तो क्या वे एहसास आपके हैं या फिर किसी और के? अगर दोनों ही बातें ग़लत हैं, तो आपकी मान्यता किन तथ्यों पर आधारित है?

03 | **ख़ुद से पूछें कि आपकी राय से किसे फ़ायदा होता है।**

क्या उससे आपके अलावा किसी व्यक्ति (या किसी चीज़) को फ़ायदा होता है, या फिर पूरी मानवता को उससे लाभ पहुँचता है?

04 | **ग़ौर करें कि क्यों उससे उलट विचार भी सही हो सकते हैं।**

यह शायद सबसे अहम हिस्सा है और फिर भी बहुत कम लोग गुस्से में आए बिना विरोधी विचारों पर ग़ौर और विचार-विमर्श करते हैं। (ऐसा तब होता है, जब हम अपने विचारों से अपनी पहचान को गहराई से जोड़ देते हैं।) ख़ैर, बैठें और विरोधी विचारों को आँकने की बजाय गंभीरतापूर्वक उनके तर्क, कारण या भय को समझने की कोशिश करें।

05 | **पहचान करें कि आप उसे लेकर वैसा क्यों महसूस करते हैं।**

अगर आप उस विषय के प्रशिक्षित विशेषज्ञ नहीं हैं, तो आपकी राय के साथ जो भी ज़बरदस्त भावना जुड़ी है, वह अक्सर पूरी तरह से निजी होती है (और इसलिए आपको निष्पक्ष और यथार्थवादी होने से रोकती है)। किसी बारीक मसले को असल में समझकर उसके बारे में ज़बरदस्त ढंग से सोचने से पहले कई साल और विशेष तरह के शोध (पीएचडी के स्तर) की आवश्यकता होती है।

06 | **शोध।**

अगर आपका दावा है कि किसी ख़ास विचार को लेकर आपमें जुनून है, तो उस पर शोध करें और यह सुनिश्चित करें कि आपके विचार बेबुनियाद नहीं हैं, फिर उसके बाद कुछ नामी अख़बारों, निष्पक्ष समाचार स्रोतों और शोध केंद्रों का अनुसरण करें, ताकि आपको यह जानकारी रहे कि दुनिया में क्या नया खोजा रहा है और किस चीज़ पर विचार-विमर्श किया जा रहा है।

07 | **ख़ुद से पूछें कि अगर दुनिया में हर कोई आपकी तरह सोचने लगे, तो उसका नतीजा क्या होगा।**

कोई विचार केवल आपके अहंकार की तुष्टि के लिए है या नहीं, यह निर्धारित करने का यह सबसे अच्छा तरीक़ा है।

08 | **अपने सबसे अधिक साकार स्वरूप की परिकल्पना करें : अगर वे इसके बारे में नहीं सोचते, तो फिर वे क्या सोचते?**

यह कल्पना करना कि आपका सबसे बेहतरीन स्वरूप किसी मसले पर क्या कहेगा, यह निर्धारित करने का सबसे अच्छा तरीक़ा है कि आपको अपनी सोच को किस ओर ले जाना है।

85

सबसे महत्त्वपूर्ण कारण कि हम क्यों ऐसे लोगों से प्रेम करना चुनते हैं, जो हमें प्यार नहीं कर सकते

किसी भी रिश्ते का मक़सद पूरी तरह से या हमेशा के लिए प्यार किया जाना नहीं होता। हमारी हर सनक, हमारी हर तमन्ना का पूरा किया जाना नहीं होता। उसे पूरा नहीं होना होता या फिर हॉर्मोनल उत्तेजना से हमारे दिल-दिमाग़ को प्रेरित किए जाने को हम प्यार का एहसास समझते हैं। किसी रिश्ते का उद्देश्य ब्रह्मांड का यह कहना नहीं होता, कि ''तुम क़ाबिल हो और इसे साबित करने के लिए यह रहा कोई शख़्स।''

किसी रिश्ते का मक़सद यह होता है कि हम ख़ुद को पूरी तरह से देख सकें। अपने उन हिस्सों को देख सकें, जिनके बारे में हमें पता नहीं होता। किसी रिश्ते का उद्देश्य हमें क्रोध से भरना, अति आनंदित करना और नष्ट करना है, ताकि हम देख सकें कि किस बात से हमें गुस्सा आता है, क्या हमें रोमांच से भरता है और कहाँ पर हमें ख़ुद को प्यार देना है। रिश्ते का मक़सद हमें ठीक करना या हमारे घाव भरना नहीं है या फिर हमें संपूर्ण बनाकर ख़ुश करना नहीं है, बल्कि हमें यह दिखाना है कि हमें कहाँ पर मरम्मत की ज़रूरत है, हमारे कौन से हिस्से अब भी टूटे हुए हैं और शायद सबसे कठोर बात यह है कि हमारे अलावा कोई भी ऐसा नहीं कर सकता या हमें ख़ुश नहीं कर सकता।

हम ऐसे लोगों से प्यार करने का चुनाव करते हैं, जो हमसे प्यार नहीं करते और उससे हम सीखते हैं कि हम प्यार किए जाने के लायक़ हैं। हम ऐसे लोगों को चुनते हैं, क्योंकि वे हमारे उन हिस्सों का प्रतिनिधित्व करते हैं, जिनसे हम प्यार नहीं करते, वरना हम ऐसे लोगों पर अपना समय क्यों बर्बाद करेंगे, जो हमारे प्रेम को हमें लौटाते नहीं हैं? हम उन लोगों को प्यार करते हैं, क्योंकि उनसे हमारा इतना गहरा

अंतरंग जुड़ाव होता है कि वह हमारे सबसे अँधेरे भरे कोनों को जगाकर रोशन कर देता है और वे वही लोग हैं, जो हमें छोड़ सकते हैं और हमें वह करने दे सकते हैं, जो हमें करना है : उन अँधेरे कोनों का समाधान करना, उन्हें साकार कर उनके घावों को ख़ुद भरने देना।

लोग प्रेम की प्रकृति से नहीं जूझते, बल्कि वह जो करने के लिए बना है, उसके साथ जद्दोजहद करते हैं। हमारी ज़्यादातर उथल-पुथल इस बात से आती है कि किसी ने हमें कभी बताया नहीं कि प्यार हमारे दिल तब तक तोड़ता रहेगा, जब तक कि वे खुल नहीं जाते और हम ही हैं, जो उसमें ख़ुद को बार-बार डालते रहेंगे।

हमारे जीवनसाथी वे लोग होते हैं, जो तब आते हैं, जब प्यार हमें खोल चुका होता है। हमारे बड़े प्यार वे हैं, जो तब उभरते हैं, जब हम सोचते हैं कि हम उन्हें खो चुके हैं। वे तब आते हैं, जब हम तैयार होते हैं और जब हमने सारी टूटफूट, सारे मलबे को साफ़ कर दिया होता है और जब हम सीख चुके होते हैं कि ख़ुद से प्यार करने का क्या मतलब होता है। तब हम समझते हैं कि जो हमारे पास पहले से है, उसे साझा करना प्रेम है, न कि किसी और पर निर्भर करना कि वह हमें ऐसा कुछ दे, जो कि उसकी पूर्ति करे। तब हम समझते हैं कि उन लोगों को प्यार करना कितना महत्त्वपूर्ण है, जो हमें उसके बदले प्यार नहीं कर सकते। उन्हें कभी करना भी नहीं था और बाक़ी सब इस बात पर निर्भर करता है कि यह समझने में हमें कितना समय लगता है।

86

हर कोई आपको उस तरह प्यार नहीं करेगा, जिस तरह आप समझते हैं

बहुत सारा तनाव जो टकराव में बदल जाता है और उस टकराव से हमारे रिश्तों के बीच जो दरारें पैदा हो जाती हैं, उनका इस बात से ताल्लुक़ होता है कि हम किस तरह से प्यार के बारे में सोचते हैं, उसे लेकर उम्मीद रखते हैं और सोचते हैं कि हम जिस तरह के प्यार के क़ाबिल हैं, वह हमें जो मिलता है और अक्सर हम जो देते हैं, उसके मुताबिक़ होता है या नहीं।

बहुत से लोगों के लिए मसला यह नहीं होता कि वे किसी से प्यार करते हैं या नहीं, बल्कि वे बारीकियाँ होती हैं, जो प्यार में पड़ने के साथ आती हैं। वे कैसे उनके प्यार में होते हैं। वह ज़रा सी अनिश्चितता होती है, जिसके बारे में हमें बताया जाता है कि वह नहीं होनी चाहिए। यह अवधारणा कि वे कच्ची उम्र में होते हैं। वह कोई किसी मसले को लेकर आएगा और फिर वह भी इससे बेहतर हालत में होगा। यह कि कुछ बेहतर मौजूद है। पूर्व प्रेमी, जो ज़्यादा सुविधाजनक है, दूरी और प्रतिबद्धता का डर है। सही समय, ध्यान भटकाने वाली चीज़ें और कुछ और आज़माने का आवेग है।

हममें से हर कोई यह मानेगा कि इन अवधारणाओं में गोल-गोल घूमना, किसी से प्रेम करना और कुछ और चुनाव करने की इच्छा में फँसना क्या होता है।

समस्या यह है कि हम शायद ही कभी यह समझ पाते हैं कि दिल कोई एक बार इस्तेमाल होने वाली चीज़ नहीं है। आप उसमें किसी को डालकर यह उम्मीद नहीं कर सकते कि आपके घाव ठीक हो जाएँगे। हमें यह समझना होता है कि अक्सर संघर्ष यह होता है कि चाहे हम किसी से प्यार भी करते हों, हम उन्हें छोड़कर चले जाते हैं, हम उनसे लड़ते हैं, उनके साथ ग़लत करते हैं और ऐसा इसलिए नहीं होता कि हम उनसे प्यार नहीं करते, बल्कि इसलिए होता है कि ये सारी चीज़ें हमारे भीतर होती हैं और एक प्यार की मौजूदगी का मतलब यह नहीं

कि दूसरी चीज़ चली जाती है, पर वह ज़ख़्म को भी कभी नहीं भरती। वह तो बस उस पर थोड़ा सा पर्दा डाल देती है।

हम यह उम्मीद कर सकते हैं कि हमारे दिल एक चीज़ से ज़्यादा, एक इंसान से ज़्यादा और एक एहसास से ज़्यादा कुछ थामे रख सकता है, लेकिन हम यह अपेक्षा नहीं कर सकते कि वे सब बहुत अच्छी तरह एक साथ रह लेंगे। प्यार बढ़ता है और वह हमें भी भीतर से बढ़ाता है। हमारा विस्तार करता है, लेकिन इसका मतलब यह नहीं कि वह पहले से मौजूद किसी चीज़ को हटा देता है।

तो वह हमेशा वैसा नहीं दिखता, जैसा हम सोचते हैं। हमारे अंदर कुछ छिपी हुई जगहें, कुछ गहराइयाँ मौजूद होती हैं और कई बार प्यार अलग ढंग से सामने आता है, जब वह उन जगहों से गुज़रते हुए गूँज पैदा करता है।

कुछ लोग ख़ामोश रहकर प्यार करते हैं। कुछ लोगों को यह एहसास ही नहीं होता कि वे प्रेम में हैं – प्रेम प्यार करने जैसा नहीं लगता। उस पर डर का मुखौटा रहता है, उसे माफ़ी के लिए मजबूर किया जाता है और वह गुस्से और निराशा में किया जाता है। कई बार वह उन्हें नहीं देख पाता, जो चले जाते हैं, कई बार वह रोक नहीं पाता और ज़्यादातर बार वह दोनों में से कुछ भी नहीं कर पाता। कई बार वह उन माता-पिता की तरह सज़ा देता है, जो हमें बात मानने के लिए मजबूर करने की कोशिश करते हैं और यह नहीं समझ पाते कि आप लोगों को शर्मिंदा कर उन्हें बदलने पर मजबूर नहीं कर सकते। यह भी कि उनका गुस्सा जताना उनके अहंकार के काम करने का तरीक़ा है, उनके प्यार का नहीं। जब हमें अपने भीतर समेटने के लिए कोई मिल जाता है, तो हम सहज रूप से संपूर्ण नहीं होते। कोई और हमारे लिए वैसा नहीं कर सकता। हमें ख़ुद उन जगहों को भरना होता है।

तो कई बार उसे ग़लत समझा जाता है, पर यह जानकर सुकून मिलता है कि बात यह नहीं कि प्यार के बारे में हम ग़लत समझते हैं, बल्कि यह है कि कैसे उस ग़लतफ़हमी से हम खुल जाते हैं और हमारा विस्तार हो जाता है। हम प्यार को और उसके घुमावभरे तरीक़ों, उसके बदले व कलुषित रूप को आवश्यक रूप से ख़ुद को, अपनी ज़िंदगी को रूपांतरित करने देते हैं। हम अंतत: समझ जाते हैं कि प्यार ने हमें गढ़ा, न कि उस दर्द ने, जो खो चुके प्यार से जन्मा था। और यह वह प्यार नहीं था, जो किसी ने हमें नहीं दिया, बल्कि वह था, जो हमें ख़ुद के लिए खोजना पड़ा था।

मसला बस यही है कि हमने प्यार को वह करने दिया, जो उसे करना था : ख़ुद को उसे और ज़्यादा दिया, चाहे उसका मतलब हमें उसे अपने लिए लेना पड़ा हो। कई बार हम लोगों को चुनते हैं, ताकि वे हमें हमारे छिपे हुए हिस्से दिखा सकें।

कई बार हम ऐसे लोगों का चुनाव करते हैं, जिनके बारे में हमें मालूम होता है कि वे हमें चोट पहुँचाएँगे। कई बार यही एकमात्र रास्ता होता है कि हम अपने भीतरी स्वरूप को जान सकें, चाहे वह हमारी समझ में न आए, फिर भी वह अक्सर सबसे ईमानदार, ख़ूबसूरत तरीक़ा होता है, जिससे हम ख़ुद को प्यार करते हैं।

87

अपने भीतरी दानवों पर कैसे क़ाबू करें

मैं सोचती थी कि अपने भीतरी दानवों को क़ाबू करने का मतलब उनके पार जाना है। मैं मानती थी कि 'नाकाफ़ी होने' की लगातार सताने वाली अवधारणा तब ख़ामोश हो जाएगी, जब मैं अपने मन की निगाहों से आगे निकल जाऊँगी, क्योंकि ज़ाहिर है कि हमारे भीतरी दानव असलियत पर आधारित नहीं होते।

ये दानव हमारी दर्दनाक जगहों पर चोट करते हैं। वे उन सभी बातों को बताते हैं, जिन्हें लेकर हमें डर होता है कि लोग हमें वही समझ सकते हैं। वे हमें ऐसी जगहों पर अटकाए रखते हैं, जहाँ बाक़ी लोगों की समझ के हिसाब से सच्चाई होती है, हालाँकि उन लोगों का वैसा समझना उनकी सोच का विस्तार है और इस तरह की सोच हमारा विस्तार है।

मुझे लगता था कि जैसे मैं अपनी ज़िंदगी का विश्लेषण करना बंद करूँगी और अपने काम को वैसे अंजाम दूँगी, जैसे कोई व्यक्ति मेरी सोच और एहसासों का अनुभव कर रहा होगा, न कि उस शख़्स की तरह, जो मेरी सोच और एहसास होगा, तो वे सब दानव समाप्त हो जाएँगे, पर जो बात मेरी समझ में आई, वह यह थी कि हमारे हर हिस्से को मिलकर काम करना होगा। जैसे ही मुझे ऐसा कुछ करना होता, जिसमें मुझे चिंतन और प्रक्रिया की ज़रूरत होती, मैं वापस वहीं पहुँच जाती।

बात न तो उबरने की है और न ही उसकी उपेक्षा करने की। उसे तो पहचानना, समझना है और फिर अलग तरह से तैयार करना है। हमारी सोच को विकसित करने की ज़रूरत होती है और उसके लिए यह अंततः एक चुनाव है। हम उसे बदल सकते हैं। अगर हम उसे नहीं बदलते, तो हम बाक़ी लोगों के काम और अपने बेबुनियादी ग्रेमलिन (वे काल्पनिक नन्हे जीव, जो चीज़ों, ख़ासकर मशीनों में घुस जाते हैं और उनका काम रोक देते हैं) की मर्ज़ी से चलेंगे, जो और कुछ नहीं, बस हमें उस सबको जीने से रोकते हैं, जिसके बारे में हमें पता होता है कि वह सच है। जब ये दोनों ताक़तें मिलती हैं और एक-दूसरे में दख़लअंदाज़ी करती हैं, तो हम

ख़ुद को व्यग्रता और अवसाद के गर्त में पाते हैं, क्योंकि कोई एक हमें अपनी मर्ज़ी से चलाना चाहता है और दूसरा उसे वैसा करने से रोक रहा होता है।

इसका इलाज चेतना है। जैसे हम यह समझ जाते हैं कि हमारी कोई सोच बेबुनियाद है और डर से आ रही है, तो यह उसे ख़ामोश करने की दिशा में पहला क़दम है। जैसे ही हमें पता चलता है कि हमें उस आवाज़ को सुनने की ज़रूरत नहीं है और यह भी कि हम वह आवाज़ नहीं हैं, तो हम उससे नियंत्रित नहीं होते।

आप यह समझने लगेंगे कि ख़ुद पर संदेह होना इंसानी चीज़ है। बेबुनियाद डर भी वही होते हैं। यह न तो अनोखी या अजीब या ग़लत बात है। यह तो बस स्वभाव है, पर अगर हम उसके परे क़दम बढ़ाना चाहते हैं, तो हमें उसके पार जाना होगा और विकल्प चुनना शुरू करना होगा। यह चुनना कि हम क्या लेते हैं, अपने दिन कैसे बिताते हैं और किन चीज़ों को अपना समय देते हैं। किन चीज़ों को हम अहमियत और मायने देते हैं और कितना।

हमारी सहज, सामान्य स्थिति वह नहीं, जिसके हिसाब से हमें अपनी बाक़ी ज़िंदगी काम करना है। जितनी देर तक हम अपने मन में चलने वाली ख़ुद को छोटा समझने की सोच के क़ाबू में रहेंगे, उतना ही हम उन मान्यताओं के नीचे ख़ुद को मज़बूत करते जाएँगे और फिर वे सच में तब्दील हो जाएँगी।

यहाँ मसला यह मानने का नहीं है कि किसी दिन हमारे मन में ख़ुद को लेकर आँकने-परखने वाली सोच नहीं आएगी। यह भी नहीं है कि हम कभी लोगों की ज़रा सी भी परवाह नहीं करेंगे। मानव होने के ये आयाम सब जगह पाए जाते हैं, ये बदलते नहीं हैं और इनके होने का कारण भी है, पर इन कारणों का हमारी ख़ुशी खोजने से कोई ताल्लुक़ नहीं है। हमें अपने लिए चुनाव करना ही होगा। ऐसा कभी नहीं होगा कि हम परवाह नहीं करेंगे और हम कभी उन्हें सुनेंगे भी नहीं। बस मसला यह है कि हम उनके आधार पर कुछ करेंगे या नहीं।

88

हम सकारात्मक सोच को क्यों नकारते हैं

सेल्फ़ हेल्प या सकारात्मक मनोविज्ञान को 'सतही' कहकर निरस्त करने का एक बड़ा कारण यह है कि उसे हासिल कर पाना असंभव लगता है। सकारात्मक सोच लगती तो बहुत आसान है, तो फिर उसके मामले में हमें इतनी मुश्किल क्यों होती है?

इसका जवाब सीधा-सादा है और नहीं भी : सकारात्मक सोच के विरुद्ध काफ़ी अवचेतन पूर्वाग्रह है और लंबे समय तक अपनी नकारात्मक मान्यताओं को मज़बूत करने के बाद ऐसा होता है। अधिक सकारात्मक सोच की ओर जाने के लिए गुस्से भरे अविश्वास के पहले चरण से आगे बढ़ने की ज़रूरत होती है। यहाँ सकारात्मकता को नकारे जाने के और भी कारण दिए गए हैं :

01 | **हम इसे सीधा-सादा समझते हैं।**

हम 'नकारात्मकता' को ग़लत ढंग से 'गहराई' से जोड़ते हैं और इसलिए नकारात्मक (या फिर उत्साह न दिखाना, कम भावुक होना या निष्क्रिय होना) को लेकर जागरूक होने को 'कूल' समझते हैं। (यही वजह है कि हम स्कूल में उन बच्चों को 'कूल' समझते हैं, जो ज़्यादा परवाह नहीं करते।)

02 | **हम लगातार नकारात्मक में अपनी अवचेतन मान्यता को मज़बूत करते रहते हैं।**

निजी सहज मान्यता यह है कि "उसे अनुभव ने सच साबित किया है।" यह नामुमकिन है, हालाँकि हम अवचेतन रूप से जिन नकारात्मक विचारों के बारे में सोचते रहते हैं, हम उनके समर्थन में सबूत खोजते रहते हैं।

03 | **हम दुनिया में सहज रूप से नकारात्मक के आकर्षण में रहते हैं, क्योंकि हम उसे समझते नहीं हैं।**

चूँकि हम दर्द और नकारात्मकता के प्रयोजन या कारण को नहीं समझते, इसलिए हमें वह अज्ञात, रहस्यमयी लगती है और इस कारण हमें ज़्यादा अहम भी लगती है कि उसकी तरफ़ ध्यान दिया जाना चाहिए। हम उसे नहीं समझते, लेकिन उसकी तीव्रता पर मुग्ध रहते हैं, इसलिए उस पर ध्यान देकर हम उसे और बढ़ाते हैं।

89

अप्रतिरोध का दर्शन : 'प्रवाह के साथ जाने' और शिथिल होने के बीच का अंतर

1950 के दशक में जब पश्चिमी ज़ेन पुनर्जागरण (एक ऐसा आंदोलन, जिसके लिए कई लोगों ने प्रेरणा का श्रेय एलन वाट्स के काम को दिया है) शुरू हुआ, तो यह इस बात की अभिव्यक्ति थी कि प्राचीन उपदेश मानवता से आशा रखते थे कि वह उसे अपनी जीवनशैली में अपनाए, फिर भी उसे समझने में उसका सार कहीं खो गया। हम आध्यात्मिकता की व्याख्या अहंकार के दृष्टिकोण से करने लगे, जबकि उसे उस तरह तैयार नहीं किया गया था और हमें पता भी नहीं कि हम ऐसा कर रहे हैं, क्योंकि हम तो केवल वही जानते हैं।

उदाहरण के तौर पर अप्रतिरोध की अवधारणा को लें। हमारी समझ के अनुसार, यह ऐसी प्रक्रिया है, जिसमें हम चेतन रूप से अपनी अपेक्षाओं और परिणामों से अपने जुड़ावों को मुक्त करते हैं (ताओवादियों का मानना है कि यह सभी कष्टों का मूल है)।

फिर भी हमें वाक़ई नहीं पता कि अप्रतिरोध करने का मतलब क्या होता है, तो हम उसे एक तरह के 'अहं के समर्पण' के रूप में देखते हैं, जहाँ पर 'जाने देने' का हमारा विचार 'जीवन के आस-पास का नियंत्रण और हर किसी चीज़ को होने देना, चाहे वह कितना भी भयावह हो!'' में उत्तरोत्तर बढ़ता चला जाता है। इससे यह ग़लतफ़हमी पैदा होती है कि आध्यात्मिकता निष्क्रिय और शिथिल है।

अप्रतिरोध को अपनाए जाने का तरीक़ा यह था कि इन दोनों चीज़ों के बीच नाजुक संतुलन बनाया जाए कि आप अपनी ज़िंदगी में क्या नियंत्रित कर सकते हैं और क्या नहीं कर सकते। मतलब यह है कि आपको जहाज़ को धारा के साथ आगे बढ़ाना है, न कि उसके विपरीत चलाने की कोशिश करनी है। इसका मतलब यह नहीं है कि आपको पूरा नियंत्रण या फिर अपनी कोशिशों को छोड़ देना है, इसका बस यही अर्थ है कि ज़्यादा समझदारी से उसका इस्तेमाल करना है।

यह अहंकार की प्रकृति को बताने का आदर्श तरीक़ा है, लेकिन जैसा कि परंपरा हमें सिखाती है कि अहंकार 'बुरा' (यह भी एक पश्चिमी स्टीरियोटाइप है) नहीं है। अहंकार बहुत महत्त्वपूर्ण उद्देश्य को पूरा करता है, यह बस उसे पहचानने और अपने डर तथा जागरूकता की कमी की बजाय उसके सामने समपर्ण करने की बात है। यहाँ पर इसका मतलब है यह समझना है कि अप्रतिरोध का रास्ता हमें यह नहीं बताता कि जो कुछ भी ज़िंदगी में होता है, उसके सामने पूरी तरह से हथियार डाल दो, बल्कि यह तो समझना है कि हम नियंत्रण कैसे करें और इस बात को कैसे समझें कि 'बहाव' हमसे ज़्यादा ताक़तवर है। हम या तो लड़ाई लड़ें, जिसमें हम हमेशा हारेंगे ही या फिर उस बहाव के साथ बढ़ते रहें।

90

जब लगे कि हम इसके क़ाबिल नहीं हैं, तभी अपने प्रति सबसे दयालु होना

हम मानते हैं कि अपने प्रति बेरहम होना स्वयं को संरक्षित करने की युक्ति है। हम ख़ुद में मीनमेख निकालते हैं, क्योंकि हम स्वभाव से उत्तरजीवी हैं। हम इस बात को लेकर जागरूक होते हैं कि किन चीज़ों के मामले में लोग हमें अयोग्य या अपर्याप्त समझ सकते हैं, तो हम अपनी हर मुमकिन कमी पर ध्यान देते हैं और उसका अपने ख़िलाफ़ इस्तेमाल करते हैं, पर यह बात हमें ज़्यादा मज़बूत नहीं बनाती। न ही उससे हम किसी अन्य की ओर से वैसा कुछ किए जाने से इसलिए बच पाते हैं कि हमने पहले वह सब कह दिया। यह मान लेना कि लोगों के कहने से पहले ख़ुद वैसा कह देने से हम उससे बच जाएँगे, सही नहीं है।

हमें यह नहीं मानना चाहिए कि ख़ुद के साथ सही रहने के लिए हमें लोगों की इजाज़त की ज़रूरत है। यह भी कि बाक़ी लोगों के जीवनमूल्यों के साथ हम कितने सुसंगत हैं या नहीं हैं, उससे हमारी अहमियत तय होती है। यह कि दुनिया हमारे प्रति कितनी दयालुता दिखाती है या नहीं भी दिखाती, उससे यह पता चलता है कि हम कितना उसके क़ाबिल हैं। हमें अपने प्रति दयालु होना चाहिए। ख़ासकर तब जब लगे कि हम उसके ज़रा भी क़ाबिल नहीं हैं।

ख़ुद को वह सब कहकर, जिसका इस्तेमाल बाक़ी लोग हमारे ख़िलाफ़ कर सकते हों, उससे हम सुन्न नहीं हो जाते। उससे बस होता यही है कि हमें लगने लगता है कि हम उन्हीं शब्दों के लायक़ हैं और वे सब आरोप सही होंगे। इसके अलावा ऐसे बहुत से कारण होते हैं कि कोई आपको पसंद करेगा या सराहेगा या नहीं, तो ऐसे में हर किसी और हर चीज़ को पूरी तरह से, सब तरफ़ से किसी दायरे में बाँधना लगभग नामुमकिन है। अगर किसी से पुष्टि चाहिए, तो इस निश्चितता की ज़रूरत होती है। वही, जो हम ख़ुद में नहीं पा सकते।

पर लोगों की राय, ख़ासकर नकारात्मक राय अक्सर इस बात से जुड़ी होती है कि उन्हें पता होता है कि उनके पास क्या नहीं है और वे क्या नहीं कर नहीं सकते। हमें आख़िरकार बाक़ी लोगों की असुरक्षाओं के आधार पर अपनी अहमियत तय करने से बचना होगा और अपनी वास्तविक मान्यताओं पर खड़े होना होगा, चाहे उन्हें खोजने में जितना भी समय लगे। मैं हमेशा से जानती थी कि मेरा यह मानना कि मैं किसी चीज़ के क़ाबिल नहीं थी, मेरे ख़ुद के विरोधी होने का कारण नहीं था। वह मेरा डर था कि मुझे बाक़ी लोग चोट पहुँचा सकते थे।

आप वास्तव में स्वस्थ हो सकते हैं या सच्ची संतुष्टि पा सकते हैं। इसका एकमात्र तरीक़ा यह है कि आप अपने जीवन को किसी ऐसे व्यक्ति के रूप में बयाँ करें, जो आपसे प्रेम करता है। इसकी वजह यह है कि हमें ख़ुद से प्यार करना चाहिए। आज जब मैं ख़ुद को लिखने से जुड़े किसी काम के लिए कोस रही थी (क्योंकि कई बार ऐसा होता है), तो मैंने सोचा कि अपनी उस दोस्त को लिखती हूँ, जो मुझे हमेशा प्रोत्साहित करती है और मुझसे आगे बढ़ते रहने को कहती है, लेकिन फिर मुझे महसूस हुआ कि मैं ख़ुद से वह सब क्यों नहीं कह सकती, जो वह कहती है? मुझे किसी अन्य के प्रोत्साहन भरे शब्दों का इंतज़ार क्यों रहता है? ऐसा नहीं है कि उसकी प्रेरणादायी बातें मुझे अच्छी नहीं लगतीं, लेकिन मैं अपनी सोच और राय के मुक़ाबले लोगों की सोच और उनके विचारों को ज़्यादा अहमियत क्यों देती हूँ?

यह मानसिकता में बदलाव की बात है। इस लिहाज़ से यह एक चयन है। यह मदद माँगने, दूर हो जाने, किसी रिश्ते को ख़त्म करने, किसी रिश्ते में फिर से जान डालने को चुनना है। यह अपना पोषण करना और यह सुनिश्चित करना है कि हमें पर्याप्त नींद मिले। यह बड़े हौले से, लगातार ख़ुद को याद दिलाना है कि हम ठीक हो जाएँगे, इसलिए नहीं कि हम किसी भुलावे में हैं, इसलिए भी नहीं कि क्योंकि हर कोई ऐसा कहता है, बल्कि इसलिए कि हम सब आख़िरकार 'सही' हो ही जाते हैं। इस वजह से नहीं कि हर कोई हमसे कहता है कि हम हो जाएँगे, बल्कि इसलिए कि हम उसे ख़ुद से पा लेते हैं और अपने लिए उसे मानना सीख लेते हैं।

91

विकृत सोच के 15 सबसे आम प्रकार

अच्छे ढंग से सोचने का मतलब है निष्पक्ष और तथ्यात्मक रूप से सोचना। इंसान का दिमाग़ इस तरह बना है कि वह ख़ुद की पुष्टि करता है। हमारी प्रोग्रामिंग इस तरह की है कि हम जिसे सबसे ज़्यादा मानना चाहते हैं, उसके लिए प्रमाण खोज लेते हैं। अगर हमारी अवचेतना साफ़ है, तो हम अपनी सबसे अकाट्य मान्यताओं को इस तरह तैयार करते हैं। अगर हमारी परवरिश इस तरह हुई है कि हमें यह लगे कि हम सामाजिक रूप से बहिष्कृत हैं, तो हम हमेशा ऐसे साक्ष्य या प्रमाण खोजते रहेंगे कि हमें लगे हमारे समकक्ष लोग हमें नापसंद करते हैं।

ज़्यादातर बाक़ी चीज़ों की तरह विकृत सोच के भी अपने पैटर्न होते हैं। हम इस मामले में अकेले नहीं हैं कि कुछ चीज़ें हमें गहरे तौर पर प्रभावित, मोहित या फिर आतंकित करती हैं, बल्कि सच तो यह है कि यह जानकर आपको थोड़ा सुकून मिलेगा कि इनके लिए ख़ास शब्दावली है। 1981 में डॉ. मैथ्यू मैक्के, डॉ. मार्था डेविस और पैट्रिक फ़ैनिंग ने बताया था कि ये क्या हैं[17] और कैसे ज़ाहिर होती हैं।

यहाँ पर विकृत सोच के 15 सबसे प्रमुख प्रकार हैं :

01 | **फ़िल्टरिंग, यानी किसी दृष्टिकोण को चुनना, जिसे आप वैसे ही देखना चाहते हों।** किसी स्थिति के नकारात्मक विवरण को निकालना और फिर सकारात्मक पहलुओं को हटाकर उसे बढ़ा-चढ़ाकर देखना। किसी एक बात को निकालकर उसके आधार पर समूची घटनाओं को 'अच्छे' या 'बुरे' अनुभवों में बाँटना और उससे वे असल से कहीं ज़्यादा बड़े और भयंकर (या बेहतर) बन जाएँ।

02 | **ध्रुवीकरण।** किसी भी विकृति की विशेषता द्विभाजन यानी दो बिलकुल अलग ध्रुवों में विभाजन पर ज़रूरत से ज़्यादा भरोसा करना है। चीज़ें या तो बिलकुल

17. *डेविस मार्था; फ़ैनिंग, पैट्रिक; मैक्के, मैथ्यू। 'थॉट्स ऐंड फ़ीलिंग्स : टेकिंग कंट्रोल ऑफ़ योर मूड्स ऐंड लाइफ़।'* 2011. न्यू हार्बिन्जर पब्लिकेशन्स

अच्छी या बुरी, सही या ग़लत होती हैं और बीच की कोई स्थिति नहीं होती। यह हर चीज़ को बिलकुल चरम पर देखना है और बीच की स्थिति को लेकर आँखें मूँदना है। यह ख़ुद को लेकर हमारी सोच में सबसे ज़बरदस्त ढंग से दिखता है : हम या तो पूरी तरह से संपूर्ण होते हैं या फिर हम असफल होते हैं।

03 | **आवश्यकता से अधिक सामान्यीकरण।** हम किसी एक साक्ष्य या फिर किसी एक अकेले अनुभव के आधार पर किसी नतीजे पर पहुँच जाते हैं। अगर एक बार कुछ बुरा होता है, तो इस डर से कि फिर से वैसा होगा, हम उसकी अपेक्षा करते हैं, ताकि हम उसके लिए 'तैयार' रह सकें। इस तरह की सोच में जिस भाषा का इस्तेमाल होता है, उसमें किसी समस्या को बताने के लिए अक्सर 'हमेशा' या 'कभी नहीं' जैसे शब्दों का इस्तेमाल होता है। इस तरह की विकृति से जीवन बहुत सीमित हो जाता है, क्योंकि हम किसी एक घटना या वाकये के आधार पर नाकामी को नापते हैं और किसी भी अनुभव को पाने से बचते हैं।

04 | **मन पढ़ना।** हम मान लेते हैं कि लोग क्या महसूस कर रहे हैं और ख़ास तरह की हरकत क्यों कर रहे हैं, ख़ासकर जब बात यह हो कि वे आपको लेकर कैसा महसूस करते हैं। यह अक्सर हमारी अपनी सोच और हमारे पूर्वाग्रहों के कारण होता है। हमें और कुछ की जानकारी नहीं होती, इसलिए हम यह समझ सकते हैं कि लोग हमें लेकर कैसा महसूस करते हैं और यह भी कि किन्हीं निश्चित परिस्थितियों में हम कैसी प्रतिक्रिया कर सकते हैं।

05 | **विनाशकारी सोच।** हमेशा यह मानना कि कुछ बहुत बुरा होगा। हम बहुत सामान्य से हालात को लेकर यह कल्पना करने लगते हैं कि वे किसी विनाशकारी नतीजे का संकेत हैं। यह ख़ुद पर भरोसा न करने और बदलाव के प्रति ढल पाने की अपनी क्षमता पर विश्वास न करने का लक्षण है। अगर हम यह मान लेते हैं कि हर समय सबसे बुरा कुछ हो रहा है, तो फिर हमें कोई चीज़ न तो झटका देती है और न हैरत में डालती है।

06 | **वैयक्तिककरण करना।** हर चीज़ को इस संदर्भ में समझना कि वह हमें कैसे प्रभावित करती है और हमारे मामले में कैसे लागू होती है। हम सोचते हैं कि कोई जो कुछ कहता है या करता है, फिर अनुमान लगाता है, वह हमारे

समर्थन में या फिर हमारे ख़िलाफ़ होता है। हम यह नहीं समझ पाते कि हम दुनिया के साथ जैसे जुड़ते हैं, उसके बाहर भी दुनिया मौजूद है। इसके अन्य लक्ष्य हैं कि हम अपनी तुलना लोगों से करने की कोशिश करते हैं, जैसे किसी अन्य के बुद्धिमान या आकर्षक होने का मतलब हमारी समझदारी या सुंदरता से है। इस सोच में बुनियादी दोष यह है कि हम हर अनुभव, हर बातचीत, हर नज़र को अपनी अहमियत से जोड़कर देखते हैं।

07 | **नियंत्रण से जुड़ी भ्रांतियाँ।** ये भ्रांतियाँ दो तरह से काम करती हैं : या तो हमें लगता है कि हम बाहरी तौर पर नियंत्रित हो रहे हैं (हम ख़ुद को असहाय या फिर नियति के मारे हुए के रूप में देखते हैं) या फिर हमें लगता है कि हम भीतरी रूप से नियंत्रित हैं, जिसका मतलब है कि हमें लगता है कि अपने आस-पास के लोगों के दर्द और ख़ुशी के लिए हम ही ज़िम्मेदार हैं। ये दोनों स्थितियाँ इस बात की सूचक हैं कि हम स्वस्थ, रचनात्मक तरीक़े से अपने जीवन की बागडोर अपने हाथों में नहीं ले रहे।

08 | **न्याय की भ्रांति।** हम मानते हैं कि हमें ही मालूम है कि क्या उचित, सही, न्यायोचित है और बस इसमें समस्या यही होती है कि बाक़ी लोग हमसे सहमत नहीं होते। हम यह नहीं समझते अलग-अलग तरह के सच एक साथ मौजूद हो सकते हैं और अपनी राय को सही देखने के लिहाज़ से हम यह मान लेते हैं कि वह बाक़ी लोगों के लिए भी सही होगी और अगर वे उसे मान लें, तो उनकी समस्याएँ भी सुलझ जाएँगी।

09 | **दोषारोपण।** यह प्रोजेक्शन से जुड़ी बात है। जब हम किसी पर इल्ज़ाम लगाते हैं, तो हम हर किसी को और हर चीज़ को अपने दर्द के लिए ज़िम्मेदार मानते हैं। दूसरी तरफ़, हम हर समस्या के लिए ख़ुद को दोषी मानते हैं। स्थिति जो भी हो, किसी मसले के लिए किसी इंसान को या किसी चीज़ को ज़िम्मेदार ठहराना एक तरह की विकृति ही है।

10 **आदर्श स्थिति।** लोगों को क्या करना चाहिए और क्या नहीं, इसे लेकर हमारे पास नियमों की सूची होती है और उसके साथ पलते-बढ़ते हुए हम यह मानने लगते हैं कि वही सच है। संस्कृति, परिवार, धर्म, पढ़ाई-लिखाई, वग़ैरह के माध्यम से वे हम पर थोपी जाती हैं। जो लोग उन नियमों को तोड़ते हैं, हमें उन पर गुस्सा आता है और हम ऐसा करने से बचने की हर मुमकिन कोशिश

करते हैं। हम मानते हैं कि वे नियम निर्विवाद हैं, हम ख़ुद को ऐसी स्थिति में रखते हैं कि हम सबको आँकें और हर किसी में ग़लतियाँ ढूँढें।

11 **भावनात्मक तर्क–वितर्क।** हम किसी भी तरह का मूल्यांकन करने की बजाय यह मानते हैं कि जो हमें महसूस होता है, वही सच है। अगर हमें ऊब महसूस होती है, लगता है कि हमें कोई प्यार नहीं करता, हम बुद्धिमान नहीं हैं, नाकाम हैं और चाहे यह क्षणिक ही क्यों न हो, हम इसे सच मानते हैं, क्योंकि हमें ऐसा महसूस होता है। बहुत से भीतरी टकरावों की वजह यह होती है कि हम अपनी भावनाओं और अपनी चिंतन प्रक्रिया के बीच तालमेल नहीं बैठा पाते।

12 **परिवर्तन की भ्रांति।** हम अपेक्षा करते हैं कि लोग बदल सकते हैं और उन्हें बदलना चाहिए, क्योंकि हमारी ख़ुशी की उम्मीद उस पर निर्भर करती है। इससे हम लोगों पर दबाव डालने लगते हैं, जबकि असल में ऐसा करके हम उनके साथ अपने रिश्ते को बिगाड़ रहे होते हैं। इस तरह की सोच की बुनियाद में यह मान्यता होती है कि हमारी ख़ुशी बाक़ी लोगों पर निर्भर करती है। हमारी ख़ुशी दरअसल उन हज़ारों छोटे–बड़े चुनावों पर निर्भर करती है, जो हम अपनी ज़िंदगी में करते हैं।

13 **वैश्विक लेबलिंग।** हम अपने सामाजिक दायरे में दिखी एक या दो विशेषताओं का सामान्यीकरण करके उनके आधार पर समूची मानवता को आँकने लगते हैं। ऐसा करके हम एक ऐसी दुनिया तैयार करते हैं, जो घिसी–पिटी और एक आयामी होती है। ख़ुद पर इस तरह से लेबल लगाना हमारे आत्मसम्मान की राह में रुकावट का काम करता है। इस तरह बाक़ी लोगों पर लेबल लगाने से समस्याएँ और पूर्वाग्रह पैदा होते हैं।

14 **सही होना।** आपको लगता है कि जैसे आप अपनी राय, अपने काम और चुनाव को सही साबित करने या फिर कम से कम किसी विकल्प से ज़्यादा सही साबित करने की आज़माइश में रहते हैं। ग़लत होने को 'बुरा' या नाक़ाबिल होने से जोड़ा जाता है। सही होने की हमारी इच्छा के कारण अक्सर संकीर्णता पैदा होती है, क्योंकि अपने बचाव में रहने से किसी और विचार के लिए जगह नहीं बचती, जो हो सकता है कि हमारे विचार से ज़्यादा सुविज्ञ या जानकारीपूर्ण हो।

15 **स्वर्ग के पुरस्कार की भ्रांति।** हम कल्पना करते हैं कि कोई है, जो हमारी ज़िंदगी के सही-ग़लत का लेखा-जोखा रख रहा है। हमें लगता है कि हमारा त्याग, अच्छे कर्म या आत्मदमन से हमें सुफल मिलेगा, चाहे इस बात का कोई स्पष्ट, तार्किक तरीक़ा न हो कि ऐसा ही होगा। हम लगातार 'सही काम' करते रहते हैं, चाहे हम ऐसा न भी करना चाहें। इससे हम शारीरिक और मानसिक तौर पर कमज़ोर महसूस करने लगते हैं, क्योंकि असल में त्याग और अस्वीकार से कोई प्रतिफल नहीं मिलता है।

92

101 चीज़ें, जो इस बात से ज़्यादा महत्त्वपूर्ण हैं कि आपका शरीर कैसा दिखता है

01 | आप उन लोगों के प्रति कितने दयालु हैं, जो आपके लिए कुछ नहीं कर सकते।

02 | यह कि आप इस तथ्य को जानते हैं कि आपके गुज़र जाने के बाद शायद ही कोई याद रखे कि आपका पैंट साइज़ क्या था।

03 | यह समझना कि अपनी त्वचा के नीचे हम जो हैं, वह ऊपरी परत से ज़्यादा असली है या उसके बीच में कितनी ही कोशिकाओं की परतें हैं।

04 | यह जानना कि आपके शरीर को लेकर किसी अन्य की सोच से उसकी अहमियत कम नहीं होती।

05 | आप इस बात को कितनी अच्छी तरह से स्वीकार कर लेते हैं कि कुछ चीज़ें आपके लिए नहीं हैं।

06 | जो आपके लिए हैं, उनके लिए आप कितनी जद्दोजहद करने को तैयार हैं।

07 | आप बाक़ी लोगों को शारीरिक तौर पर वैसा ही स्वीकार करते हैं, जैसे वे हैं।

08 | आप बाक़ी लोगों को वैसा ही स्वीकार करते हैं, जो वे हैं।

09 | अपने शरीर का सबसे अच्छा इस्तेमाल यह है कि हम उसके माध्यम से उन लोगों तक पहुँचें, जिन्हें उसकी ज़रूरत है, जो हम उन्हें दे सकते हैं।

10 | **यह कि आप अपने पसंदीदा भोजन को चख सकते हैं और जब भी चाहें वैसा कर सकते हैं।**

11 | **यह जानना कि कुछ भी यहाँ स्थायी नहीं है, ख़ासकर हमारी भौतिकता।** वह बस एक वाहन है। उसका काम करते रहना ज़रूरी है। लोग अपनी मर्ज़ी से आपको आँकते रहेंगे, पर यह उनका मसला है, आपका नहीं।

12 | **यह जानना कि मूल रूप से हमें असल में बिना किसी शर्त लोगों का प्यार और उनकी स्वीकृति चाहिए।** शायद सब लोगों की नहीं, शायद बहुत से लोगों की नहीं, पर सैद्धांतिक रूप से किसी की चाहिए। किसी को उसे देने से ज़्यादा हम इस बात पर ध्यान देते हैं कि उसे देते हुए हम कैसे दिखते हैं

13 | **आप पिज़्ज़ा चख सकते हैं।**

14 | **आप अपने शरीर को लेकर केवल तब ही सहज नहीं रख सकते, जब वह वैसा ही दिखे और महसूस करे, जैसा कि आप चाहते हैं।** यह कि आप असहजता में भी सहजता खोज लें और यह जानें कि आप किसी अन्य की सहजता के स्तर (या फिर उसकी कमी) के हिसाब से अपना सुकून तय नहीं कर सकते।

15 | **आपके पास एक ऐसा मन है, जो यह समझ सके कि कोई व्यक्ति कौन है और एक ऐसा शरीर आपके पास है, जो उन्हें दिखा सके कि आप उन्हें समझते हैं।**

16 | **आप अपने पालतुओं को ख़ुद से लिपटा सकते हैं।**

17 | **आप अपने बिलों का भुगतान करते हैं।**

18 | **यह तथ्य कि हमारे पास अपने भीतरी ऐटलस होते हैं और जब हम किसी चीज़ की तरफ़ ऐसा आकर्षण महसूस करते हैं, जिसे बताया नहीं जा सकता, तो हम उसके हिसाब से चलते हैं। इसकी वजह यह है कि हमारे भीतरी ऐटलस हमारे मन की समझ से कहीं ज़्यादा जानते हैं।**

19 | **यह कि (कुछ) लोग चाहें, तो किसी दूसरे इंसान को तैयार कर सकते हैं यानी जन्म दे सकते हैं। (यह बहुत बड़ा चमत्कार है।)**

20 | **यह कि आप पानी में तैर सकते हैं, दौड़ सकते हैं, रो सकते हैं, चिल्ला सकते हैं, नाच सकते हैं और फिर भी भारहीन और मुक्त महसूस कर सकते हैं।**

21 | आप जिन लोगों से प्यार करते हैं, आप अपने मुँह से उन्हें कह सकते हैं कि आप उन्हें प्यार करते हैं...

22 | ...और उनमें से कुछ को चूम भी सकते हैं।

23 | आप विकसित हो सकते हैं और बदल सकते हैं।

24 | आप सचेतन रूप से अपने लिए निर्णय ले सकते हैं।

25 | आप किसी सिद्धांत के तौर पर सचेत हैं।

26 | आप जानते हैं कि जाने देना क्या होता है और कैसे आनंद लिया जाता है।

27 | आपके पास यह क्षमता है कि आप इस बात से लगाव छोड़ दें कि चीज़ों को कैसा दिखना चाहिए और उन्हें वैसे ही अपनाएँ, जैसी वे हैं।

28 | सुंदरता को मापा नहीं जा सकता।

29 | यह समझना कि भोजन दुश्मन नहीं है।

30 | यह समझना कि सुंदरता का हमारा विचार कितना अवास्तविक है, कैसे इसे हमारे मन में बड़ी ख़ामोशी से नक़्श कर दिया गया, तसवीरों में, साथ की गई टीका-टिप्पणियों में और जिन अपेक्षाओं को हमने इरादतन व ग़ैर-इरादतन अपने समकक्ष लोगों व अपने मार्गदर्शकों से सीखा।

31 | यह कि हमें सुंदरता की संकीर्ण परिभाषा को स्वीकार करने की आवश्यकता नहीं है।

32 | यह समझना कि लोग आपको इस बात के लिए अधिक प्रेम करेंगे कि आप ख़ुद से प्यार करते हैं।

33 | यह जानना कि ख़ुद से प्यार करने का मतलब यह है कि अपने कुछ हिस्सों के साथ हमेशा पूरी तरह से सही महसूस न करना भी ठीक है।

34 | यह कि आप अपने अनुभवों, अपने सबक़ों और जो कुछ भी सच लगता है, उसके माध्यम से अपनी मान्यताओं को तैयार कर सकते हैं।

35 | **यह कि आप अपने लिए निर्णय ले सकते हैं और लेते हैं।**

36 | **जब सहनशीलता का विकल्प न हो, तो आप अपने लिए खड़े हो सकते हैं।**

37 | **जब सहनशीलता का विकल्प न हो, तो आप लोगों के लिए खड़े हो सकते हैं।**

38 | **यह कि बहुत छोटे लोग ही होते हैं, जिन्हें बाक़ी लोगों के रंग-रूप पर टिप्पणी करने की ज़रूरत पड़ती है।** यह भी कि इस तरह की हरकत बहुत गहरे कहीं से, किसी असुरक्षा की भावना से प्रेरित होती है और आपको उस व्यक्ति पर गुस्सा नहीं करना चाहिए, बल्कि प्यार जताना चाहिए, क्योंकि उसे प्यार की ज़रूरत है।

39 | **यह तथ्य कि आप अपने शरीर का इस्तेमाल अपनी पसंदीदा किताब को पढ़ने के लिए कर सकते हैं और अभी आप इसे भी पढ़ पा रहे हैं।**

40 | **ज़िंदगी में आपको जिन चीज़ों से बहुत प्यार है, आप अपने शरीर के ज़रिये उन्हें कर सकते हैं। अपनी टाँगों की वजह से आप सफ़र कर सकते हैं और अपनी बाँहों से उन लोगों को आगोश में ले सकते हैं, जिन्हें आप चाहते हैं।**

41 | **आप असल में कभी नहीं जान पाएँगे कि आगे क्या कुछ बड़ा होने वाला है और यह भी कि वह अज्ञात डरावना लग सकता है, लेकिन डरने की ज़रूरत नहीं है।** यह हाथ न आने वाला एहसास ही जब चीज़ें हाथ आती हैं, तो उन्हें असाधारण बना देता है।

42 | **आप ख़ुद को लेकर अपने साथ कितने ईमानदार हो सकते हैं।**

43 | **आप ख़ुद को लेकर दूसरों के साथ कितने ईमानदार हो सकते हैं।**

44 | **आप अपने शरीर के इस्तेमाल से छोटे बच्चों के साथ खेल सकते हैं और उन्हें बता (और दिखा) सकते हैं कि आप उनसे प्रेम करते हैं।**

45 | **अपने शरीर के ज़रिये आप ख़ुशी और आनंद को महसूस कर सकते हैं।**

46 | **अपने शरीर के ज़रिये आप दुख-दर्द को महसूस कर सकते हैं, आगे बढ़ सकते हैं और उससे सीख सकते हैं।**

47 | **उस उत्तेजना का अनुभव कर पाना, जो यह समझकर आती है कि अतीत में कितनी ही चीज़ें थीं, जो लगता था कि काम नहीं कर सकीं, वे दरअसल एक तरह की साज़िशें थीं, जिनसे आप सही जगह पर आ पहुँचे और जिसकी आपने अपने लिए कभी कल्पना तक नहीं की थी।** (अगर अब तक ऐसा नहीं हुआ है, तो होगा। बस इंतज़ार करें।)

48 | **उस अभूतपूर्व करुणा को समझ पाना, जो दुनिया में हर रोज़ दिखाई देती है, लेकिन कई बार दूसरी चीज़ें उस पर हावी हो जाती हैं।**

49 | **अपने प्यार को देख पाने के लिए आँखों का होना, उन्हें थामने के लिए हाथों का होना, उनसे बात करने के लिए मुँह का होना, कहीं भीतर से यह महसूस करना कि वे आपके हमसफ़र हैं और यह समझने के लिए मन का होना कि वे भी आपसे सहमत हैं।**

50 | **आप अपना काम कितनी अच्छी तरह से करते हैं।**

51 | **आप जिस पर विश्वास करते हैं, उस पर कितनी मज़बूती से अड़े रहते हैं।**

52 | **जिस आह्वान को लेकर आप सबसे ज़्यादा महसूस करते हैं, उसका कितनी शिद्दत से पीछा करते हैं।**

53 | **आप कितनी सच्चाई से ख़ुद पर हँस सकते हैं।**

54 | **अपनी कमियों को लेकर आप कितने ईमानदार हो सकते हैं और उनके बावजूद नहीं, बल्कि उनके मद्देनज़र आप क्या करते हैं।**

55 | **हम रोज़ दयालुता और साहस के जो छोटे–छोटे काम करते हैं, क्योंकि अंत में शायद वे ही हमारे यहाँ होने का प्रयोजन हों।**

56 | **आप जो चाहते हैं, उसे करने के लिए कैसे अक्सर समय निकालते हैं, न कि उन कामों के लिए, जिनकी आपसे अपेक्षा की जाती है।**

57 | **आप लोगों को उनकी कमियों को आँकने और उन्हें फटकार लगाने की आदत पर लगाम लगाएँ।**

58 | **आपमें अपना मनपसंद संगीत सुनने की क्षमता है।**

59 | अगर आप सुन नहीं सकते, तो आपमें उसकी तरंगों या कंपन को महसूस करने की क्षमता है।

60 | यह जानना कि किसी एक इंद्रिय (कोई क्षमता), किसी एक प्रतिभा, किसी क्षमता की कमी आपको कमतर नहीं बनाती, वह तो आपको परिभाषित करती है कि आप दूसरों के मुक़ाबले किसी चुनौती पर जीत हासिल करने के लिए बने हैं।

61 | यह समझना कि शारीरिक सुंदरता की चाह आख़िरकार बेकार होगी। समय के साथ हम शिथिल पड़ेंगे, हमारी झुर्रियाँ बढ़ेंगी और हम सब बूढ़े होंगे।

62 | यह समझना कि ज़्यादातर समय आप अपनी सेहत और अपने रंग-रूप को एक समान नहीं समझ सकते।

63 | यह समझना कि आपको कोई अधिकार नहीं है कि किसी के रंग-रूप से आप उनकी सेहत को आँकें।

64 | यह कि अपने शरीर के इस्तेमाल से वे सब काम आप कर सकते हैं, जिन्हें करना आपको (लिखना, नाचना, गाना वग़ैरह) पसंद है।

65 | सेक्स के लिए आप अपने शरीर का इस्तेमाल करते हैं, जो कि अच्छा हो, सहमति से हो, तूफ़ानी हो, आप जब चाहें, जहाँ चाहें वैसा कर सकें।

66 | यह कि आपका शरीर दूसरों के उपभोग के लिए नहीं है और यह भी कि कभी भी उसके साथ ऐसा कुछ न करें, जो लोगों को तो संतुष्ट करे, पर आपको ख़ुश न करे।

67 | समाज जिस तरह से बाहरी रंग-रूप को देखता है, उसमें आपकी कोई ग़लती नहीं है, लेकिन यह ज़रूर आपकी ज़िम्मेदारी है कि आप सचेत होकर उसे नकारें।

68 | आपको पता है कि जब कोई आपका अपना गहरी तकलीफ़ में हो, तो उसे दिलासा देने के लिए क्या कहना है।

69 | आप जानते हैं कि कब ख़ामोश रहना है और बस उनके साथ मौजूद रहना है।

70 | आप जानते हैं कि जिन चीज़ों को जाना ही है, उनका शोक कैसे किया जाए।

71 | आप जानते हैं कि जिन चीज़ों को जाना ही है, उन्हें कैसे अपनाया जाए और उनका आनंद लिया जाए।

72 | आप उन लोगों को वे चीज़ें दान कर दें, जिनकी आपको तो नहीं, पर उन्हें ज़रूरत है।

73 | यह कि आप बाक़ी लोगों के सीमित करने वाले, बेरहम शब्दों को अपना नहीं बनाते।

74 | आप अपने हिसाब से ख़र्च करने के लिए अपना पैसा ख़ुद कमाते हैं।

75 | आपके पास जो लोग हैं, जिन्हें आप प्रेम करते हैं, आप कैसे उन्हें हर रोज़, हर तरीक़े से बताते हैं कि आप उन्हें चाहते हैं। कारण यह है कि आपको नहीं पता आगे क्या होने वाला है।

76 | बलिदान की ज़रूरत पड़ने पर आप बलिदान भी करते हैं।

77 | आपके पास यह क्षमता है कि आप गर्माहट महसूस कर सकते हैं और अपने बचपन के घर की गंध को महसूस कर सकते हैं, आपकी इंद्रियाँ उन चीज़ों और उन लोगों की यादों तक पहुँचने के ट्रांसमीटर की तरह काम करती हैं, जिन्हें शायद वैसे भुला दिया जाता।

78 | आप प्यार को अपनाते हैं, चाहे वह कितना भी भयानक क्यों न हो।

79 | आप शब्दों से, वचन से, काम से और दिल से ईमानदार इंसान हैं।

80 | माफ़ी माँगने की ज़रूरत हो, तो आप अपने अहंकार को दरकिनार करके माफ़ी माँगने की क़ाबिलियत रखते हैं।

81 | आप कितनी ईमानदारी से माफ़ी माँग सकते है, इससे व्यक्ति के बारे में काफ़ी कुछ पता चलता है।

82 | जब आपको अपना ख़याल रखने की सबसे ज़्यादा ज़रूरत हो, तो आप कितनी अच्छी तरह वैसा कर सकते हैं।

83 | आप तोहफ़े तैयार करते हैं, अलग–अलग तरह की सीडी से कुछ नया तैयार करते हैं, नोट्स लिखते हैं और लोगों को पत्र/मेल भेजते हैं, ताकि उनके चेहरे पर मुस्कान आए।

84 | आप कितने सच्चे तरीक़े से सब लोगों को समान देखते हैं।

85 | आप अपने शरीर से जो कुछ चाहते हैं, उसके लिए माफ़ी नहीं माँगते।

86 | यह समझना कि अगर आप कुछ पाना चाहते हैं, तो आपके मन की क्षमता असीमित है।

87 | आप अपने सहजबोध के हिसाब से चीज़ों को लेकर जो कुछ सोचते हैं, उससे आप अपने मन को मुक्त करने की क्षमता रखते हैं।

88 | आपके जीवन में बहुत सी छोटी–छोटी चीज़ें हैं, जो आपको वाक़ई ख़ुशी देती हैं।

89 | किसी गतिरोध की स्थिति होने पर या किसी के झुक जाने की स्थिति में आपमें वापस जाने और मेल–मिलाप करने का साहस है।

90 | दूसरों की सफलता से आप ख़ुश हो सकते हैं।

91 | दूसरों के नाकाम होने पर ख़ुश नहीं होते।

92 | आपका शरीर यह समझ सकता है, जब कोई आपको ख़ास तरह से 'आई लव यू' वाले ढंग से देखता है और आप ख़ुशक़िस्मत महसूस करते हैं कि ऐसा कुछ आपकी ज़िंदगी में है।

93 | आप अपनी ज़िंदगी में किसी पल में खुश रहने से भी बढ़कर कोई बड़ा काम करने में समय लगाते हैं।

94 | यह समझना कि किसी अन्य की मदद से पहले आपको अपनी मदद करनी चाहिए।

95 | यह समझना कि ये दोनों बातें विरोधाभासी हैं और एक–दूसरे के लिए ज़रूरी भी हैं।

96 | **आप पर्याप्त नींद लेते हैं।**

97 | **पर्याप्त सब्ज़ियाँ भी खाते हैं (तंग करने के लिए माफ़ी, पर यह भी बहुत ज़रूरी है)।**

98 | **अपने शरीर को लेकर आप कैसा महसूस करते हैं।**

99 | **आप उन लोगों को माफ़ करते हैं, जो आपके शरीर को लेकर आपके प्रति क्रूर होते हैं और आप यह समझ पाते हैं कि उन्हें भी कोई न कोई तकलीफ़ ज़रूर है और यह भी कि लोग उसी चीज़ पर चोट करते हैं, जो कहीं न कहीं उनसे जुड़ी होती है।**

100 | **यह कि अपने जिस्म को लेकर अपने प्रति बेरहम होने के लिए आप ख़ुद को माफ़ करते हैं।**

101 | **आप इस तरह की चीज़ें लिखने में अपने शरीर का इस्तेमाल करते हैं और इस संदेश को आगे बढ़ाते हैं।**

93

7 ज़ेन सिद्धांत (और आधुनिक जीवन में उन्हें कैसे लागू किया जाए)

मनोवैज्ञानिक मार्गनिर्देशन प्रणालियों (चाहे वे धार्मिक हों या न हों) को लेकर हमारा विरोध उनकी व्यावहारिकता के प्रति संशय के कारण होता है।

हम लाइफ़स्टाइल पत्रिकाओं, ब्लॉग्स और सांस्कृतिक रीतियों पर विश्वास करते हैं, क्योंकि इसका सीधा सा कारण यह है कि वे हमें समझ में आते हैं। वे तब स्पष्ट 'सत्य' बन जाते हैं, जब हम अपने मसलों पर आसानी से उन्हें लागू कर सकते हैं।

पर हम जिन चीज़ों पर विश्वास करने लगते हैं, अक्सर उनके स्रोत या प्रयोजन या दीर्घकालीन महत्त्व पर विचार नहीं करते। हमारे निजी दर्शन का विस्तार बस इतना ही होता है कि हमें जो कहा जाए, हम कोई सवाल पूछे बिना बस उसका पालन करते जाएँ। ऐसे में हम उपभोगवाद या अहंकार या पथभ्रष्ट धार्मिक चरित्रों या फिर किसी अन्य की नियंत्रण की इच्छा के अधीन हो जाते हैं।

बौद्ध उपदेशों से उत्पन्न होने के बावजूद ज़ेन आत्मचेतना की कला है। यह आपको नहीं बताती कि आपको क्या महसूस करना चाहिए या किस चीज़ पर विश्वास करना चाहिए, आपको कैसा होना चाहिए या आपको क्या करना चाहिए...बस यह बताती है कि आपको अपने अनुभव को लेकर सचेत होना चाहिए और उसमें पूरी तरह से डूब जाना चाहिए।

यही वजह है कि ज़ेन सिद्धांत सार्वभौमिक हैं। उन्हें अनिवार्य रूप से किसी भी सिद्धांत या जीवनशैली में लागू किया जा सकता है। यहाँ पर ज़ेन के सात प्राचीन उपदेश हैं और उनमें बताया गया है कि आधुनिक दुनिया में वे कैसे मार्गदर्शन कर सकते हैं।

01 | आपका मन आपके अनुभव को तैयार करता है।

योगाचार उपदेश बताता है कि कैसे हमारे मन के बोध हमारे अनुभवों की रचना करते हैं। इसलिए हमें यह समझना चाहिए कि हमारी प्रकृति के बावजूद हम अपनी इच्छा से किसी और चीज़ पर ध्यान केंद्रित कर अपने लिए अलग अनुभव तैयार कर सकते हैं। हमारी परवरिश इस तरह हुई है कि हम मान लेते हैं कि हम यह चुनाव नहीं कर सकते कि हमें किस चीज़ के बारे में सोचना है, जबकि सच यह है कि हम ऐसा कर सकते हैं। डर की भावना या कोई नकारात्मक सोच किसी सुनिश्चित अंत तक पहुँचने का निमंत्रण नहीं होती।

02 | आत्म की आपकी अवधारणा भी एक भ्रम (और रचना) है।

'आप कौन हैं' यह एक सार है। यह ऊर्जा है। बस यही है। यही वजह है कि कभी ज़्यादा लंबे समय तक या फिर किसी संदर्भ में केवल 'एक चीज़' नहीं होती। इस कारण ख़ुद को समझना इतना मुश्किल हो जाता है। आप बाँधने वाली परिभाषाओं, ओहदों, दोहराई जाने वाली आदतों और नौकरियों व भूमिकाओं की ओर से तय चीज़ों से कहीं अधिक हैं।

हममें से अधिकांश लोग ख़ुद को बस उसी तरह से देखते हैं, जैसी कि हम कल्पना करते हैं कि बाक़ी लोग हमें देखते हैं। (लेखक, शिक्षक, माँ, विद्यार्थी, बास्केटबॉल खिलाड़ी, 'अच्छा व्यक्ति,' इत्यादि)

हमारे ज़्यादातर मसले अहंकार के साथ चतुराईपूर्वक काम लेने की कोशिश से जुड़े हैं, यानी ख़ुद को बढ़ा-चढ़ाकर बताने या अमर करने की कोशिशें। इस बात की ओर जाना और बदलना कि हम क्या सोचते हैं कि लोग हमें कैसे देखते हैं (इसलिए हम कैसे मानते हैं कि असल में हमारा अस्तित्व क्या है और हमें ख़ुद को कैसे देखना चाहिए)।

आत्म के विचार पर महारत हासिल करने का अर्थ यह जानना है कि आप इस भ्रम को समाप्त कर सकते हैं कि आप कौन हैं और आप क्या करते हैं। इसके साथ ही आप उसमें इतना न खो जाएँ कि वह आपको नियंत्रित करने लगे।

03 | आपको किसी चीज़ में विश्वास करने की ज़रूरत नहीं है, आपको तो बस उसी चीज़ का अनुसरण करना है, जो आपको इस पल में सच्ची लगे।

किसी निश्चित, पहले से तय आस्था की प्रणाली को बिना कोई सवाल किए मानने में परेशानी यह है कि जब आप किसी अन्य के सिद्धांत या उपदेश द्वारा अपने भीतर रोपी गई आवाज़ों को अहमियत देते (या विचार करते) हैं, तो आप उस पर ख़ुद से

ज़्यादा भरोसा करने लगते हैं, जिसका नतीजा यह हो सकता है कि या तो आप खो जाएँगे या बहुत असमंजस में पड़ जाएँगे, इससे आपको 'जो सही लगता है' और 'आपको जो सच्चा महसूस होता है' के बीच कशमकश हो जाएगी।

अगर आप अपनी ज़िंदगी को इस तरह नहीं जी रहे हैं, जिसमें आपको पता है कि क्या सच है, तो आप अपना भला नहीं कर रहे हैं। अपनी वर्तमान रूढ़ि के परे सोचकर (और महसूस कर) अपना विस्तार करें और ख़ुद को बढ़ने दें।

04 | प्रसन्नता की ओर अंतिम मार्ग अनासक्ति है।

इससे पहले कि आप जीवन के परिणाम की परवाह न करने की अंसभवता में फँस जाएँ, यह समझें कि अनासक्ति नतीजे की 'परवाह न करने' से कहीं ज़्यादा (और कहीं अधिक सरल) अहम है।

यह बहुत सामान्य सी समझ है कि सब चीज़ें आपके लिए हैं। 'बुरी' चीज़ें आपको सीख देती हैं और बताती हैं कि 'अच्छी' चीज़ों के लिए ख़ुद को और खोलने से कैसे आप ठीक हो सकते हैं। इससे ज़्यादा सरल तरीक़े से इसे नहीं समझाया जा सकता।

05 | 'करना' उतना महत्त्वपूर्ण नहीं है, जितना कि बस 'होना'।

कई तरह से ध्यान की अवस्थाओं को पाया जा सकता है, लेकिन शायद उनमें से सबसे कम इस्तेमाल किया गया तरीक़ा 'बैठना' है। 'कुछ न करने' की कला बहुत गहन है। यह हमारे मन की उथल-पुथल को शांत करती है, उस चीज़ को सामने लाती है, जिस पर ध्यान दिए जाने और जिसे ठीक किए जाने की ज़रूरत होती है और यह हमें ख़ुद से जोड़े रखती है, न कि उन आसक्तियों और उत्तरदायित्वों से जो हमारे जीवन में होते हैं।

कहने का मतलब यह है कि आप वह नहीं हैं, जो आप करते हैं, आप बस हैं। ध्यान लगाने के अलावा, ख़ुद को सुकून देने, ठीक होने और सोच-विचार करने का समय देना आवश्यक है।

06 | आप अपने मन और अपने जीवन के निष्पक्ष प्रेक्षक हो सकते हैं।

यह जानना अलग बात है कि आप अपने विचारों को चुन सकते हैं, लेकिन इससे भी ज़्यादा यह समझना है कि आप ही यह निर्णय कर सकते हैं कि उनमें से किसे आप अहमियत देते हैं और यह तभी हो सकता है, जब आप उन सबको निष्पक्ष रूप से देखने की क्षमता रखते हों।

निर्देशित ध्यान लगाने से आप तीसरे पक्ष के तौर पर अपने मन में आने वाले विचारों को देख सकते हैं। यह सिखाने का मतलब यह है कि आप वे विचार नहीं हैं और न ही वे एहसास हैं। आप तो वह जीव या अस्तित्व हैं, जो उन विचारों व भावनाओं का अनुभव कर रहा है और जो निर्णय ले सकता है कि उनमें से किसे महत्त्व देना और उन पर काम करना है।

07 | आपकी सहज अवस्था एकात्मकता की है।

सच यही है कि अंततः हम जो समझते हैं, वह यह है कि सब कुछ एक है। (यह प्रबोधन का आधार है।) अलग-अलग होने के भ्रम में ही हम कष्ट पाते हैं। वैयक्तिकता के विचारों से ही हम यह सीखते हैं। आख़िरकार, हम अपनी सहज अवस्था, एकीकरण की अवस्था में लौटते हैं।

94

आपकी स्वस्थ सामाजिक संवेदनशीलता के 6 लक्षण

बर्हिमुखता को सामान्य मानने वाली और यह मानने वाली दुनिया में कि अंतर्मुखी लोग एक प्रतिसंस्कृति के दायरे में होते हैं, जिसे बार-बार सफ़ाई देने और समझाए जाने की ज़रूरत होती है, ऐसा लगता है कि हम इस बात पर ज़रूरत से ज़्यादा विचार करने लगे हैं कि सामान्य सामाजिक संवेदनशीलता की सही स्वस्थ मात्रा क्या है।

हर किसी को पसंद न करना या फिर अकेलेपन की इच्छा करना या कई लोगों के समूह की बजाय किसी एक क़रीबी दोस्त को प्राथमिकता देना कोई सामाजिक असामान्यता नहीं है। हम 'असामाजिक' होने या फिर 'सामाजिक रूप से व्यग्र' होने का आवश्यकता से अधिक सामान्यीकरण कर रहे हैं, ये दोनों दो चरम हैं और इनका इस्तेमाल करने से पहले हमें शायद दो बार सोच लेना चाहिए। यहाँ कुछ तरीक़े हैं, जिनसे यह तय किया जा सकता है कि आपकी सामाजिक संवेदनशीलता सामान्य है या नहीं :

01 | आप अनजानी स्थितियों में थोड़ी सामाजिक बेचैनी महसूस करते हैं।

सामाजिक बेचैनी का यह मतलब यह समझ पाने की दूरदर्शिता भी है कि लोग आपको कैसे परख रहे हैं या फिर आपके बारे में कोई राय बना रहे हैं। अगर इस प्रवृत्ति को नियंत्रित न रखा जाए, तो यह ख़ुद को लेकर आपको जागरूक करने की बजाय पंगु भी बना सकती है। यह बुद्धिमानी के उच्च स्तर का संकेतक भले न हो, लेकिन यह सामान्य बात है।

02 | आप अकेलेपन की इच्छा इसलिए करते हैं कि ऐसा करना भावनात्मक रूप से समृद्ध करने वाला होता है।

लोगों के साथ रहने की इच्छा होने पर आप ख़ुद को अलग-थलग नहीं करते, सिर्फ़ इसलिए कि आप डरते हैं या फिर आपको लगता है कि आप किसी संगति के लायक़ नहीं हैं।

03 | आपको केवल कुछ ही लोगों के साथ रहने में मज़ा आता है।

आपको हर किसी को पसंद करने की ज़रूरत नहीं है। ऐसा कहना कि आप 'हर किसी को पसंद करते' हैं, इससे आप अपने उन हिस्सों को नकारते हैं, जो शायद इस तरह महसूस न करते हों और जैसा कि हम सबको मालूम है, ख़ुद से इस तरह अलग होना अच्छा नहीं है। हम केवल कुछ ही लोगों से प्रेम कर सकते हैं, उनके साथ का आनंद ले सकते हैं और शायद थोड़े और लोगों को सहन कर सकते हैं।

04 | आप जब किसी चीज़ के लिए 'नहीं' कहते हैं, तो इसका मतलब है कि आप 'नहीं' कहना चाहते हैं।

आप किसी के साथ केवल इसलिए नहीं जाते कि आप किसी तरह की कोई बाध्यता या दबाव महसूस करते हैं। आप उन लोगों को ना कहते हैं, जिनसे आप मिलना नहीं चाहते, उन कामों के लिए मना करते हैं, जिन्हें आप वाक़ई नहीं करना चाहते, क्योंकि वैसा करने से आपकी मानसिक या भावनात्मक सेहत पर असर पड़ता है।

05 | आप किसी भी स्थिति का विश्लेषण इसलिए करते हैं, क्योंकि आपकी तात्कालिक राय शायद पूरी जानकारी के बिना हो, इसलिए नहीं कि आपको अपनी बेचैनी को बढ़ाना या फिर किसी भ्रम के माध्यम से ख़ुद को बेहतर महसूस कराना पसंद है।

आप स्थिति का मूल्यांकन इसलिए करते हैं, ताकि आप शायद अपने अचेतन चुनावों और अपनी आदतों को लेकर सचेत हो जाएँ। आप किसी भी स्थिति का आवश्यकता से अधिक विश्लेषण इसलिए नहीं करते कि आप किसी अलग से, अपने गढ़े हुए निष्कर्ष पर पहुँचें या फिर कोई वैकल्पिक दृष्टिकोण तैयार करें, जो इस अतार्किक विचार का समर्थन करता हो : ''उसने मुझे अजीब ढंग से देखा; मुझे मालूम था कि वह मुझे नापसंद करता है।''

06 | आपको चिंता रहती है कि आपकी सामाजिक व्यग्रता असामान्य है।

सामाजिक स्थितियों में अपनी बेचैनी को लेकर चिंता करना शायद सबसे सामान्य बात है। यह 'कोई गहरी समस्या' होने का परिणाम नहीं है, यह तो ख़ुद को लेकर जागरूक होने की इच्छा का नतीजा है, क्योंकि ऐसा करके आप उस स्थिति का सामना कर सकते हैं।

95

वर्तमान समय ही है, जो आपके पास है

जितना भी समय मैंने आवश्यकता से अधिक विश्लेषण (अपनी इच्छा से किया गया काम, जिसकी केवल मैं दोषी नहीं हूँ) में लगाया है, मुझे समझ में आया है कि मेरे सभी मसलों की जड़ में वही एक मूल समस्या है : मुझे नहीं पता कि असहज कैसे हुआ जाता है। मुझे नहीं पता कि अपरिहार्य रूप से बुरे के अनुभव से पूरी तरह हटे बिना कैसे अच्छी चीज़ों को महसूस किया जाए। मुझे इससे आगे बढ़ना है, क्योंकि निश्चित रूप से यह ऐसा कुछ है, जिसका समाधान नहीं किया जा सकता। यह तो बस...ज़िंदगी है। मुझे लगता है कि हम ऐसी दुनिया में रहते हैं, जिसने सब कुछ किया है, लेकिन इस तरह की मानसिकता हमारे लिए तैयार नहीं की है।

मैं बस अपनी ज़िंदगी के हिस्सों को समय के उन पूर्वलक्षणों की तरह देखती हूँ, जिनके माध्यम से मैं वहाँ पहुँच सकती हूँ, जहाँ मैं आगे पहुँचना चाहती हूँ। दुखद सच्चाई यह है कि उन दिनों के हिसाब से देखें, तो आपकी पूरी ज़िंदगी बस एक इंतज़ार वाला खेल बन जाती है। अब मैं बच निकलने की उस लगातार क़ायम रहने वाली ज़रूरत को काफ़ी हद तक हल कर चुकी हूँ, पर फिर भी वह बार-बार सामने आ खड़ी होती है, तो फिर मुझे उसमें दिलचस्पी दिखानी पड़ती है।

यह बात इस विचार से निकलती है कि फिर सब कुछ अच्छा हो जाएगा। आप दर्द से होकर गुज़रते हैं और फिर आप ठीक हो जाने की तसल्ली में सुकून महसूस कर रहे होते हैं, चीज़ों को स्वीकार कर चुके होते हैं, बदल चुके होते हैं और फिर से संपूर्ण व नए बन गए होते हैं, पर ऐसा नहीं होता कि आप अँधेरे से रोशनी की ओर तेज़ी से बढ़ते हैं। आप अँधेरे-उजाले के बीच आते-जाते रहते हैं। उन दोनों के दरमियान भी काफ़ी कुछ होता है। कई बार ऐसा भी होता है कि आप काफ़ी पीछे चले जाते हैं और आपको यक़ीन नहीं होता कि आप वहाँ कैसे पहुँच गए और फिर कभी ऐसा भी होता है कि आप भूल जाते हैं कि कभी आपको कोई परेशानी थी। आगे बढ़ने से डरने और उससे भी ज़्यादा पीछे जाने का भय, अगर आप इसके कारण आगे न बढ़ सकें, तो बेशक इससे आप बर्बाद हो जाएँगे।

कई 'वर्तमान' जुड़ेंगे और हमें एक अनुभव की चेतनता से दूसरे की ओर ले जाएँगे, अंत में वही हमारे पास रहेगा, तो हम उस अनुभव को केवल इस तरह नहीं

देखते कि वह हमें घिसी-पिटी दिनचर्या से उबारेगा, बल्कि हमें उसे पहले सराहना होगा, क्योंकि इसका विकल्प यही है कि हमारा अस्तित्व ही ठहर जाए। हम बस कर चुके होते हैं। हम चीज़ों को जाने देते हैं, क्योंकि असहजता से हमें लगने लगता है कि हम 'रोशनी' की उस स्थिति से पीछे जा रहे हैं, जिसकी तरफ़ हम लगातार बढ़ रहे थे। हम कुछ बुरे अनुभवों से बुरी ज़िंदगी तैयार कर लेते हैं, क्योंकि हम अपने मन से उन चीज़ों की सूची को दर्ज नहीं कर पाए, जिन्हें हम संतुष्टि या कहें कि ख़ुशी महसूस करने की पूर्वशर्त मानते थे, पर ख़ुशी कोई काल्पनिक मानसिक प्रक्रिया नहीं है, जिसे आप तब होने दें, जब आपको लगे कि सब कुछ सही है। वह तो एक अनुभव, एक भावना है और अभी आपको बस उसका अनुभव करना है।

मैं पाती हूँ इस तरह की सोच का पैटर्न बड़े पैमाने पर हमारे समाज की देन है। उसके अनुसार, हमेशा-हमेशा के लिए ख़ुश रहने की स्थिति न केवल तब आएगी, जब हम तकलीफ़ों से गुज़र चुके होंगे, बल्कि वह ख़ुशी कल यानी भविष्य की योजना बनाने में है। अगर आज की पीढ़ी की भाषा में कहें (मुझे यक़ीन नहीं हो रहा कि मैं ऐसा कोई उदाहरण दे रही हूँ), तो यह उन टम्बलर पोस्ट्स और पिन्टरेस्ट बोर्ड की तरह है, जिनमें उन चीज़ों की तसवीरें हैं, जिन्हें हम चाहते हैं, जिनकी हम उम्मीद करते हैं और जिनसे हम प्रेरित होते हैं। उन ख़ूबसूरत चीज़ों को देखना और यह सोचना कि हमें वे चाहिए, बहुत प्यारी बात है, पर हममें से कितने होंगे, जो असल में उनके लिए मेहनत करेंगे और उन्हें हासिल करेंगे, चाहे वह खिड़की के पास बढ़िया सी कॉफ़ी लेकर कोई किताब पढ़ने जैसी बहुत सामान्य सी चीज़ क्यों न हो? बहुत से ऐसा नहीं करेंगे। हम इस बात की शिकायत ज़रूरत करते हैं कि हमने जिस ज़िंदगी के सपने देखे हैं, वह हमारे पास नहीं है, लेकिन फिर हम आगे बढ़ते रहते हैं, दिन ब दिन वही सब करते रहते हैं।

दोस्तों, हमारे पास यही अभी का समय है। आपको इसका, इस पल का चुनाव करना है। आपको इस मर्मभेदी सच्चाई में जीना है कि वही सब है, जो इस पल में आप देखते हैं...अस्त-व्यस्तता, ख़ूबसूरत अलग-अलग तरह के वाद, जो युद्ध, प्रेम, शांति, समन्वय और परिवर्तन लाते हैं। कभी दर्द में इस हद तक उदास महसूस करना कि बस साँस लेते रहने को ही काफ़ी समझना और फिर यह जानना कि इसके अलावा और कुछ क्या हो सकता है। हो सकता है कि कहीं गहरे नीचे उतरना है और अभी इस पल को ही पर्याप्त होने देना है। यह समझना कि कोई भी चीज़ उतनी ही उबाऊ और नीरस हो सकती है, जितना कि हम उसे होने दें। यह भी कि जीवन के कितने ही रहस्य, अनुभव और सम्मोहक अजनबी हिस्से हैं, जिन्हें हम तब तक नहीं देख पाते, जब तक कि हम अनोखे, बेलगाम हिस्से में क़दम न रख लें, वह हिस्सा, जिसे कल की कोई फ़िक्र नहीं है।

96

विचारहीनता की कला

बहुत से लोगों ने सचेतनता के महत्त्व और उससे जुड़े अपने अनुभवों पर काफ़ी कुछ ख़ूबसूरत लिखा है। यह एक प्राचीन परंपरा है और लगातार बनी रहने वाली हमारी संतुष्टि की तथाकथित आधुनिक कहानी है। इस पल में जियो, अपने रोज़मर्रा के अनुभव के हर रंग को लेकर सचेत रहो। मेरे विचार में इस तरह की जागरूकता हमारी स्थिति के लिए प्रस्तावित समाधान से कुछ ज़्यादा है, यह अंतिम सीमा है, यह वह जगह है, जहाँ पर कभी न कभी हम सब ख़ुद को पा लेंगे : या तो हर पल को वैसे ही अपनाओ, जैसे वह आता है या फिर बिना कुछ सोचे-विचारे उन्हें जाने दो। तो जब मैं कहती हूँ कि हमें विचारहीनता पर काम करना है, तो इसका मतलब यह नहीं कि मैं सचेत न रहने को कह रही हूँ, यह तो बस भाषा को लेकर थोड़ी हँसी-ठिठोली है। (किसी उलझाव से बचने के लिए मैं बस यह स्पष्ट कर देना चाहती थी।)

हम सचेत रहने और वर्तमान में उपस्थित रहने, पूरी तरह से अपने अनुभव में डूबने के संदर्भ में चेतन रहने के महत्त्व की बात करते हैं। वह बहुत अहम है, पर यह समझना भी महत्त्वपूर्ण है कि हम अपने मन पर कैसे पार पाएँ। हम ऐसी संस्कृति में और मानव अस्तित्व के ऐसे काल में रहते हैं, जो इस बात पर ज़्यादा ध्यान देती है कि हम चीज़ों के बारे में क्या सोचते हैं। तर्क हमारे विकास के लिए ज़रूरी है, लेकिन कई बार वह अपेक्षा और 'सामान्यता' की जगह पर हमारे सहजबोध, हमारी इच्छाओं और आनंदों को नकारता है। आश्चर्य नहीं कि जब हम मानव आत्मा के अस्थिर, प्राकृतिक, स्वतंत्र यथार्थ को बाँधने की कोशिश करते हैं, तो वैसा करते हुए हम कष्ट पाते हैं।

हम ऐसी प्रजाति हैं, जो एक-दूसरे से कटी हुई है। हमारी तमाम तकनीकी तरक़्क़ी के बावजूद, मानवीय स्तर पर जुड़ने की हमारी क़ाबिलियत अपनी प्राकृतिक, आदिम स्थिति से बहुत दूर है। हमारी रोज़मर्रा की बातचीत में इंसान द्वारा बनाए गए

साधनों को बहुत ज़्यादा महत्त्व दिया जाता है, हम इस बात पर ज़्यादा ध्यान देते हैं कि इंसान क्या कर सकता है और इस बात पर ज़्यादा नहीं कि इंसान क्या है। हम धीरे-धीरे धर्म की अवधारणाओं से दूर होते जा रहे हैं, आध्यात्मिक बुद्धिमत्ता के उलट आस्था और विश्वास को अज्ञानता से जोड़ रहे हैं। हम मानव अस्तित्व की अपनी सच्चाई, उस हिस्से को महत्त्व नहीं देते, जिसकी व्याख्या की जा सकती है। इसका आंशिक कारण यह है कि वह अज्ञात है और अधिकांश तौर पर हम किसी भी चीज़ पर सहमत नहीं हो सकते या उसे निश्चित रूप से नहीं जानते, तो हम उसकी अज्ञातता को अपनाने की बजाय उसे नकार देते हैं।

हम जो सोचते हैं, हम बन जाते हैं। अगर जो बन रहे हैं, वह कोई संकेत है, तो हम उन चीज़ों के बारे में कुछ ज़्यादा ही सोच रहे हैं, जो मायने नहीं रखतीं और अनिश्चितता, असहजता तथा ऐसी चीज़ों के लिए गुंजाइश नहीं बना रहे, जो अज्ञात तो हैं, लेकिन जिनसे बेहतरीन नतीजे निकलते हैं। जो हमारे मन की समझ के दायरे से कहीं बड़ी हैं।

अपनी निरंतर सचेतनता (ध्यानमग्न ढंग से नहीं, बल्कि इस तरीक़े से कि हम हर चीज़ को मनोवैज्ञानिक रूप से प्रोसेस करते हैं) में हम चीज़ों पर लेबल लगाने लगते हैं, उन्हें श्रेणियों में बाँटने लगते हैं और उन्हें परिभाषित करने लगते हैं। जो ज्ञात है, हम उसके आदी हो जाते हैं और जो ज्ञात नहीं है, उसका तिरस्कार करने लगते हैं। इससे हमारे पास उन लोगों व चीज़ों को स्वीकार करने की गुंजाइश नहीं बचती, जो हमारे जैसे नहीं हैं। हम बाक़ी लोगों को अपने नीचे रखकर अपनी ज़िम्मेदारी से मुँह मोड़ लेते हैं। हम घोषणा कर देते हैं कि उनकी भावनाएँ ग़लत और अनुचित हैं, इसलिए हम उनसे श्रेष्ठतर है। हम ऐसी संस्कृति में रहते हैं, जो एक-दूसरे की चीरफाड़ कर साधन और वस्तुएँ बनाती है और वह स्वस्थ तरीक़े से काम करती है, क्योंकि हम उसे मानते हैं। हमें यह देखना अच्छा लगता है कि कैसे बाक़ी लोग हमारे जितने अच्छे नहीं हैं, कैसे हम उन्हें अपने से नीचे रख सकते हैं और यह जानकर तसल्ली पा सकते हैं कि हम ठीक है, क्योंकि हम उनसे बेहतर हैं,पर ऐसा करके हम ख़ुद को सीमित करते हैं। हम उसी में आ जाते हैं, जिसे कभी हमने 'ग़लत' कहा था, क्योंकि हम इंसान हैं और वह मन ऐसा ख़तरनाक इलाक़ा है, जो किसी के लिए भी लड़खड़ाने की गुंजाइश नहीं छोड़ता।

हमें अपने बच्चों को यह सिखाना चाहिए कि वे चीख़-पुकार न मचाएँ, इसलिए नहीं कि उससे हम बुरे माता-पिता के रूप में दिखाई देते हैं, बल्कि इसलिए कि उनके लिए ज़रूरी है कि वे उसके लिए डाँट-डपट खाए बिना और शर्मिंदा हुए बिना भी नकारात्मक भावनाओं को प्रोसेस करना सीखें। हमें सक्रिय रूप से, चेतन रूप से जागरूक होने की ज़रूरत है कि हम क्या ख़रीद रहे हैं, किस चीज़ पर क्लिक

कर रहे हैं, किससे जुड़ रहे हैं और किस का समर्थन कर रहे हैं, ख़ासकर तब, जब उससे और कुछ नहीं, बस किसी का नुक़सान (चाहे हमें वह बात उस समय समझ न भी आए) हो रहा हो। हमें लोगों को परिभाषित करना छोड़ना होगा। हमें अज्ञात को लेकर अपनी असहजता को समझना होगा और दृढ़ता से उससे निपटना होगा, क्योंकि हम अनिश्चित होंगे, यह एक निश्चितता है। हमें समझना होगा कि बड़ा बदलाव केवल छोटे पैमाने पर हो सकता है। एक बार में एक व्यक्ति। हमें अपने मन से आगे बढ़कर अपने दिलों तक पहुँचना होगा। शायद हमारे मन यह कभी न समझ सकें कि वह क्या है, जो हमें एक जैसा बनाता है। उसके लिए हमें अपने आस-पास की हर चीज़ को समझने की कोशिश को छोड़ना होगा।

97

‘आप कैसा महसूस करते हैं’ और आपको क्या लगता है कि ‘आप कैसा महसूस करते हैं’ के बीच का अंतर

कल्पना करें कि पिछली बार किसी चीज़ को लेकर आपने ज़बरदस्त भावनात्मक प्रतिक्रिया की थी। क्या उस अनुभव पर पलभर विचार करने, उसे प्रोसेस करके उस पर आंतरिक तौर पर सोचने और फिर अपने शरीर की जाँच करने के बाद आपने यह तय करके कि आपको कैसा महसूस होता है, वह प्रतिक्रिया दी थी? शायद ऐसा नहीं हुआ था। जब हम एक-दूसरे से पूछते हैं कि ‘‘तुम्हें उसके बारे में क्या महसूस हुआ था?’’ तो उसका मतलब यह भी होता है कि ‘‘उसके बारे में तुम क्या सोचते हो?’’

भावनाएँ सामान्य और सूक्ष्म होती हैं। जब हम अपने शरीर की जाँच करते हैं, तो हमें पता चलता है कि वे संवेदनाएँ थीं और आख़िरकार वे दो चीज़ों पर आकर ठहरती हैं : जकड़न या खुलापन। यह इस बात पर निर्भर करता है कि हम उस तनाव या राहत को कैसे समझें और फिर उन विचारों को तैयार करें, जो गहन, आनंददायक, कमज़ोर करने वाले, यानी किन्हीं भी चरम भावनाओं को भड़काते हैं।

कहने का मतलब है कि अपनी संवेदनाओं को अर्थ देकर उन तरीक़ों को तैयार करते हैं, जिनसे हम सोचते हैं कि हम कैसा महसूस करें। ‘हम कैसा महसूस करते हैं’ और हमें क्या लगता है कि ‘हमें कैसा महसूस करना चाहिए’ के बीच अंतर होता है। भीड़ की मानसिकता से लेकर सामाजिक अनुकूलन तक हर चीज़ के पीछे का यही कारण है। यह बड़ी वजह है कि क्यों लोगों को उस भावनात्मक उथल-पुथल में ‘फँसा’ या अटका हुआ महसूस होता है, जिससे बच पाना मुश्किल होता है। कोई भी भावना बहुत लंबे समय तक क़ायम नहीं रहती, उसे इस तरह तैयार नहीं किया गया है। वह तो केवल हमारे समझने का पैटर्न होता है, जो हमें

बार-बार एक ही एहसास को उकसाने के लिए कहता है या फिर हमें उस काम को चुनने से रोकता है, जिसकी ओर वह भावना हमें ले जा रही होती है।

हमें सिखाया गया है कि मोटे तौर पर जीवन में हर चीज़ के बारे में हमें कैसा महसूस करना चाहिए। हमारी सांस्कृतिक, धार्मिक, पारिवारिक परवरिश हमें बताती है कि क्या 'अच्छा' है और क्या ''बुरा''। हमारे अहंकार, उत्तरजीविता, श्रेष्ठता, प्रेम, स्वीकार्यता आदि की हमारी इच्छाएँ बाक़ी जगहों को भरती हैं। हम क्रियाओं और प्रतिक्रियाओं का मानसिक इकोसिस्टम या वातावरण बना लेते हैं।

मैं इन्हें 'मानसिक भावनाएँ' कहती हूँ और ये भले पहले से बहुत अधिक विकसित हों, फिर भी काफ़ी हद तक ये हमारे कष्ट का कारण हैं। ये अब भूख के बोध, या मिलन की इच्छा जैसे अस्थिर चीज़ें नहीं हैं, जो हमें नियंत्रित करती हैं। ये तो इन बातों को लेकर हमारे विचार हैं कि अगर कोई हमें नहीं चाहता, तो उसका क्या अर्थ है और कैसे हमारा अवचेतन मन इस बात की पुष्टि चाहता है कि यह सच है और बार-बार दोहराए जाने से कैसे कोई मान्यता बनती है और फिर कैसे वह हमारी ज़िंदगी को तैयार करती है।

हमें सिखाया जाता है कि चाहे हम किसी तरफ़ भी जाएँ, जीने के लायक़ ज़िंदगी वही है, जो अत्यंत भावनात्मक है। वह प्रेम से या फिर जुनून से लबालब है या ऐसी है, जिसमें हम असाधारण कष्टों से गुज़रते हुए भी डटे रहते हैं। हम मानते हैं कि हमारी उन चीज़ों पर कोई राय होनी चाहिए, जिनसे हमें पता चलता है कि हम कौन हैं और इससे भी बदतर हम मानते हैं कि कुछ महसूस करने पर हमारी भावनात्मक प्रतिक्रिया होनी चाहिए, जैसे कि हमारी आवाज़ की कोई मायने रखती है। इससे हम अपने महत्त्व को समझते हैं और इससे ही हमें लगता है कि जीवन जीने लायक़ है।

अगली बार जब आपको लगे कि आप किसी ऐसी परिस्थिति में हैं, जिससे बचा नहीं जा सकता, तो ईमानदारी से अपने शरीर को परखें और देखें कि क्या मौजूद है। आपको जो शिकंजे जैसा या असहज एहसास होता है, वह बस वही है, थोड़ा सा तनाव है। बस इतनी सी बात है। वह एहसास आपके साथ बस वही कर सकता है। एक घंटे बाद उसे देखें और फिर एक दिन बाद...शायद तब तक वह जा चुका होगा।

आप यह समझ पाएँगे कि आपकी 'गट फ़ीलिंग्स' यानी आपके अंदरूनी एहसास, आपके सहजबोध कोई बहुत तेज़ी से उठती क़ाबू करने वाली, विशाल भावनात्मक लहरें नहीं हैं। यही वजह है कि उन्हें 'भीतर मौजूद छोटी आवाज़' कहा जाता है।

कई बार हम अपने भीतर मौजूद स्वाभाविक शांति के साथ सहज नहीं होते, इसलिए हम उससे अपना ध्यान भटकाने के लिए गड़बड़ी की परतें तैयार कर लेते हैं। जब वह उथल-पुथल हमें थकाने लगती है, तो हमें बस अपने साथ बैठने और ख़ुद को वह सब महसूस करने देना चाहिए, जो हम महसूस कर रहे होते हैं, न कि वह जो हम सोचते हैं कि हम महसूस कर रहे हैं।

तब आप समझ सकेंगे कि जब आपकी भावनाएँ आपको सबसे बुरा कुछ बताती हैं, जैसे 'यह ठीक नहीं है,' 'तुम्हें बदलना होगा,' तो भी आप जिस तरह से अपने आप से संवाद करते हैं, वह हमेशा नरम होता है, हमेशा कोमल होता है, वह हमेशा स्नेहिल होता है और वह हमेशा आपकी मदद करने की कोशिश करता है।

आप यह भी समझेंगे कि अपनी भावनाओं के प्रति आपका कोई स्वाभाविक वैर नहीं है। वे 'बुरी' नहीं हैं। वे 'बुरा' महसूस नहीं होतीं, चाहे आपके दिमाग़ को उन्हें 'अच्छा' बताना नहीं सिखाया गया हो। हम दुख, दर्द और बाक़ी सबको सही समय पर, उचित दर्जे तक महसूस करना पसंद करते हैं। हम उसका आनंद इसलिए लेते हैं, क्योंकि यह अपनी भावनाओं को होने देने का बस एक आयाम है।

हमारी सोच हमारी ज़िंदगी को तैयार नहीं करती, बल्कि हम कैसे अपने विचारों का इस्तेमाल अपनी भावनाओं के अर्थ का विश्लेषण करने में करते हैं, हमारी अवधारणाओं की बुनियाद पर हम कैसे 'अच्छे,' 'बुरे,' 'सही' और 'गलत' का निर्णय लेते हैं, इससे तैयार होती है। इनमें से कुछ भी सहज रूप से मौजूद नहीं होता। उन सबको एक साथ लाकर जो सुर बनते हैं, वही हमारी इस समझ को बनाते हैं कि हम अच्छी ज़िंदगी जी रहे हैं या नहीं जी रहे।

98

नकारात्मक सोच की ताक़त

अगर आप भावनात्मक रूप से मुक्त होना चाहते हैं, तो आपको एक बात समझनी होगी कि अभी आपको लगता है कि जो समस्या आपकी है, वह असल में कोई समस्या है ही नहीं। परेशानी यह है कि आपको यह नहीं पता कि उस समस्या के बारे में सही ढंग से कैसे सोचा जाए।

आप नीरसता से ऊब चुके हैं, पर यह वाक़ई ऐसी चीज़ नहीं है, जिसे आप अनदेखा कर सकें। यह केवल कोई सलाह नहीं है, जो शायद कभी-कभार कुछ लोगों, कुछ स्थितियों में लागू हो। यह कोई दयालुता भरी अवधारणा नहीं है, जो किसी मुश्किल दिन आपको कुछ राहत दे। यह तो ऐसी चीज़ है, जिस पर आप तब निर्भर हो सकते हैं, जब आपके बाक़ी सब विकल्प समाप्त हो चुके हों।

किसी भी चीज़ का अनुभव करने का मतलब यह सीखना है कि उसके बारे में अलग ढंग से कैसे सोचा जाए। जब आप अलग तरीक़े से सोचने का काम नहीं करते, तब आप अटक जाते हैं।

हम जितना अधिक अनुभव करते हैं, उतना ही हम अलग-अलग ढंग से दुनिया को देख पाते हैं, अधिक आयामों से सोच पाते हैं, उन संभावनाओं पर विचार कर पाते हैं, जिनके बारे में सोचना पहले असंभव लगता था। असली शिक्षा यह सीखना नहीं है कि क्या सोचा जाए, बल्कि यह है कि सामान्यतया कैसे सोचा जाए।

नकारात्मक विचारों की बेहतर ढंग से अनदेखी करना सीखने का अर्थ यह नहीं है कि कैसे सोचा जाए, बल्कि यह सीखना है कि अलग-अलग करके कैसे देखा जाए। हमारे नकारात्मक विचार भी सकारात्मक ख़यालों की तरह हमें जानकारी देते हैं। डरने की बजाय हम उन्हें निर्देशों की तरह देखना सीख सकते हैं या फिर कम से कम इस बात को लेकर विवेकशील हो सकते हैं कि किन चीज़ों को हम अर्थ देते हैं। हम फ़ैसला कर सकते हैं कि हमारे लिए क्या मायने रखता है और किस हद तक।

यहीं पर नकारात्मक सोच की शक्ति है।

स्टोइक दार्शनिक नकारात्मक कल्पना का अभ्यास करते थे (सबसे बदतर परिणामों की कल्पना करना और उनके लिए तैयार रहना), सीखते थे कि कैसे सोचना इस बात को समझने की सबसे साधारण कला है कि आप यह चुनाव करते हैं कि अपनी ज़िंदगी में आप सार्थकता और भावना को कैसे लागू करते हैं।

अगर आप चेतन रूप से यह निर्णय नहीं करते कि क्या मायने रखता है और क्या नहीं, तो आप अपनी बाक़ी ज़िंदगी पैटर्न्स को महसूस करने और बचपन में आपको जिस तरह अनुकूलित किया गया था, उसके हिसाब से प्रतिक्रिया देने में गुज़ार देंगे।

सकारात्मकता पर ज़रूरत से ज़्यादा ध्यान देना समाधान नहीं है (जैसा कि आम तौर पर पॉप मनोविज्ञान आपको मानने को कहेगा), बल्कि यह सीखना है कि अपने मन के छाया पक्ष को ऐसी ताक़तों में कैसे बदला जाए, जो बदलाव को जगाएँ और बढ़ोतरी को प्रेरित करें।

भावनात्मक आज़ादी और आंतरिक शांति यह जानने से आती है कि जब नकारात्मक विचार और एहसास बढ़ें, तो क्या किया जाए, क्योंकि वे तो आएँगे ही।

जोना लेहरर बताते हैं कि हम अपनी भावनाओं के बारे में सोचकर उन्हें नियंत्रित करते हैं। अपने प्रीफ्रंटल कॉर्टेक्स यानी मस्तिष्क के अग्रभाग से हम अपने मन के बारे में सोच सकते हैं। हमारे मस्तिष्क अपने बारे में सोचते हैं। मनोवैज्ञानिक इसे मेटाकॉग्निशन कहते हैं।

हमें पता लग जाता है कि कब हम गुस्से में हैं, क्योंकि हर एहसास आत्मचेतना के किसी न किसी दर्जे के साथ आता है, तो हम पता लगा सकते हैं कि हम जो महसूस कर रहे हैं, उसे क्यों महसूस कर रहे हैं। उस जागरूकता या चेतना के बिना हमें पता नहीं चल सकेगा कि हम जंगल में अपने पीछे लगे शेर से डर रहे हैं और अगर हमें यह पता नहीं लगा तो हम उससे बचने के लिए भागेंगे भी नहीं। अगर हम भागे नहीं, तो उस एहसास का मतलब क्या रह जाएगा?

इससे भी अहम बात यह है कि अगर कोई एहसास हमारी समझ में नहीं आता, अगर एमिग्डला यानी प्रमस्तिष्कखंड किसी नुक़सान पर प्रतिक्रिया नहीं कर रहा, तो फिर उसे अनदेखा किया जा सकता है। ''प्रीफ्रंटल कॉर्टेक्स जानबूझकर भावनात्मक मस्तिष्क की अनदेखी कर सकता है'', यानी अगर वह तय करता है कि उस बात का कोई मतलब नहीं है, तो वह उसे नज़रअंदाज़ कर सकता है।

इसका अर्थ यह है कि जिस किसी भी समस्या के बारे में आप सोचते हैं कि वह आपकी ज़िंदगी में है, तो वह समस्या नहीं है, बल्कि वह तो यह तथ्य है कि

आप उसे समस्या के रूप में देखते हैं, न कि किसी ऐसे संकेत के रूप में जिस पर आप प्रतिक्रिया नहीं करते या फिर वह ज़रूरत से ज़्यादा मतलब निकालने, बाहरी चीज़ों, अतार्किक विचारों का नतीजा है, जिससे बेबुनियाद भावनाएँ तैयार होती हैं, जो बेक़ाबू होती जाती हैं।

यह तथ्य कि आप उस समस्या को अपनी समझ, अपने ध्यान केंद्रित करने की भ्रांति, अपने बोध के रूप में न देखकर समस्या के तौर पर देखते हैं।

समस्या असल में दिक़्क़त नहीं है, बल्कि यह है कि आप उसके बारे में कैसे सोचते हैं।

अगर आप काम करना चाहते हैं, तो आपको सीखना होगा कि अपने एहसासों के बारे में कैसे सोचना है। आपको पंगु बना देने वाले डर और जिस भय से आप कोई भी बहादुरी भरा, बड़ा कारनामा कर दें, दोनों के बीच का अंतर समझदारी से की गई परख है और उसके लिए अभ्यास की आवश्यकता होती है। ज्ञान और जागरूकता ही वह कारण है कि कुछ लोग अपनी बाधाओं को अवसरों में बदल देते हैं, जबकि कुछ लोग अपनी अनिश्चितता के बोझ तले कुचले जाते हैं।

असहज होने से हम उन विकल्पों पर विचार करने के लिए मजबूर हो जाते हैं, जिनकी हम शायद पहले कल्पना तक नहीं कर सकते थे।

यही वजह है कि दिल तोड़ने वाले दुख मानव के विकास के लिए महत्त्वपूर्ण हैं। वह बाधा है, जो राह बन जाती है। कोई भी मूर्ख अपने जीवन की सकारात्मक चीज़ों का आनंद ले सकता है, लेकिन मुट्ठी भर लोग ही हैं, जो नकारात्मक पहलुओं का सामना करके कोई गहन चीज़ पा सकते हैं।

99

अपने जीवन में व्यग्रता को ठीक करने के लिए आपको क्या करने की ज़रूरत है

01 | **व्यसन का उलटा संयम नहीं है, बल्कि जुड़ाव है।** यही बात व्यग्रता को लेकर भी सही है। अपने वर्तमान क्षण, अन्य लोगों या ख़ुद से कटे हुए रहना व्यग्रता है। अक्सर ये तीनों ही होते हैं। आपको अपने जीवन से फिर से जुड़ना होगा।

02 | **आपको स्वयं को अनुमति देनी होगी कि आप वही चाहें, जो आप असल में चाहते हैं।** इसके अलावा कोई और रास्ता नहीं है। चाहे वह कोई रोमांटिक साथी हो, बेहतर नौकरी हो, थोड़ा और पैसा हो, अपने काम के लिए पहचान हो, उसे देखें और स्वीकार करें, चाहे आपको लगे कि समाज कहता है कि इसका मतलब है कि आप खोखले या टूटे हुए हैं या फिर आप ख़ुद से पर्याप्त 'प्यार' नहीं करते।

03 | **अगर आप समझ नहीं पाते कि आपको असल में क्या चाहिए, तो सीधे अपने सबसे गहरे डरों को देखें।** उनके दूसरी तरफ़ क्या है? वही आप चाहते हैं।

04 | **अपनी असहजता के लिए कृतज्ञ हों।** सबसे दुख देने वाली और अजीब बात यह है कि लोग आत्मसंतुष्ट हैं। असहज महसूस करना एक संकेत है कि आप किसी नई और बेहतर चीज़ के कगार पर हैं, लेकिन आपको कोई क़दम उठाना होगा।

05 | **व्यवस्था और उत्पादकता आपके नए सबसे अच्छे दोस्त होंगे।** इसका मतलब 100 बिंदुओं की किसी सूची पर निशान लगाना नहीं है, यह तो जानना है कि आपने कुछ हासिल किया है (कुछ भी!), जो आपके कल्याण या आपके सुख में हर रोज़ कोई योगदान देता है।

06 | **'अतार्किक व्यग्रता' का इलाज अक्सर बहुत व्यावहारिक काम करके किया जा सकता है।** जिन बेतुकी चीज़ों को लेकर आप परेशान रहते हैं, वे अक्सर आपके उन वास्तविक सरोकारों के बढ़ा-चढ़ाकर हुए उभार होते हैं, जिनसे आप नहीं निपटते हैं।

07 | **आप जहाँ पर हैं, वहीं से शुरुआत करें, आपके पास जो कुछ है, उसका इस्तेमाल करें और वह सब करें, जो आप कर सकते हैं।** बाक़ी और कुछ अपनी समस्याओं से भागना है और अपने जीवन और ख़ुद को छोड़ना है। असली बदलाव विकास का परिणाम है। उसके अलावा कुछ और सोचना भ्रम है, जो आपको ठीक उसी चीज़ से दूर रखेगा, जिसे आपको सही करने की ज़रूरत है।

08 | **अपनी ज़िंदगी में मौजूद लोगों से जुड़ने और फिर से जुड़ने के लिए जानबूझकर कोशिश करें,** चाहे वह कोई एक ही व्यक्ति क्यों न हो, जिस पर आप विश्वास करते हों और जिससे आप जुड़े हों। इससे फिर से स्वस्थ भावनात्मक जुड़ाव बनने शुरू होंगे। प्रेम चाहने का यह मतलब यह नहीं कि आप कमज़ोर हैं।

09 | **एक नोटबुक केवल अपनी रोज़मर्रा की बेकार की बातों को दर्ज करने के लिए रखें, जो आप तब लिखेंगे, जब आपको अपने भीतर उलझाव महसूस हो।** जो कुछ भी भयानक, भद्दे, ख़ुद से नफ़रत करने वाले और झेंप पैदा करने वाले विचार आपके मन में आएँ, उन्हें बाहर निकालें। कई बार ऐसा करने के बाद आपको मेरी इस बात का यक़ीन आ जाएगा कि इससे वे सब भाव मुक्त हो जाएँगे।

10 | **जब कभी आपको बहुत ज़्यादा बेचैनी या घबराहट महसूस हो, आपको केवल ख़ुद को सहज महसूस कराने की कोशिश करनी चाहिए।** उस समय आप स्पष्टता से नहीं सोच सकते और उस हाल में अपनी ज़िंदगी को लेकर कोई धारणा बनाना या कोई निर्णय आपको नहीं लेना चाहिए। जानें कि क्या आपको शांत कर सकता है (कुछ खाना, नहाना, किसी से बात करना, कुछ ऐसा जिसे करने में आपको असल में मज़ा आए), फिर कुछ और करने से पहले उस ऊर्जा को अपने अंदर से निकाल दें।

11 | **आपको पता लगाना पड़ेगा कि मौजूदा पल में कैसे जिया जाए, चाहे वह उबाऊ, नामुमकिन, डराने वाला हो या फिर ये तीनों ही हों।** बेचैनी एक चेतावनी संकेत है कि हम अतीत या भविष्य में बहुत ज़्यादा जी रहे हैं और वहाँ पर रहने से हमारे अभी तक के चयनित विकल्प प्रभावित हो रहे हैं।

12 | **आपको उन मसलों से निपटना होगा, जो आपको अपनी पसंद के काम करने से रोक रहे हैं।** शेरिल स्ट्रेड के अनुसार, ''असली बदलाव चेष्टा के स्तर पर आता है। इसका मतलब है कि वह व्यक्ति किसी चीज़ को पहले के मुक़ाबले अलग ढंग से करता है।''

13 | **पढ़ें।** अगर आप पढ़ते नहीं हैं, तो इसका कारण यह नहीं कि आपको पढ़ना पसंद नहीं है, इसकी वजह यह है कि आपने अब तक ऐसा कुछ नहीं उठाया है, जो आपकी दिलचस्पी जगा सके। अभी आप जो पढ़ते हैं, वह इस बात को प्रभावित करेगा कि आने वाले दशकों में आप किस तरह के व्यक्ति बनेंगे। ऑनलाइन ऐसे लेख, विवरण पढ़ें कि लोग अपने डर से कैसे निपटते हैं और उसमें आपको यह दिखाई देगा कि कैसे बहुत से अजनबी भी ठीक आपके जैसा महसूस करते हैं।

14 | **आप कैसा महसूस करते हैं, उसे बदल सकते हैं।** इसे आपको याद रखना होगा। यह बिलकुल इस तरह सरल है : ''मैं इसे लेकर अलग महसूस करना चाहता हूँ, इसलिए मैं इसके एक अलग आयाम पर ध्यान केंद्रित करने वाला हूँ।''

15 | **अगर आप इस विचार को मानना चाहते हैं कि आप 'ख़ुशी' या 'आप कैसा महसूस करते हैं' या 'आप क्या सोचते हैं' को नहीं 'चुन' सकते, तो आप ख़ुद को बहुत ही मुश्किल ज़िंदगी की सज़ा दे रहे हैं और आपको अभी इसे पढ़ना छोड़ देना चाहिए, क्योंकि उन चीज़ों को करने से ही आप ख़ुद को बचा सकते हैं।**

16 | **आपको हमेशा बेचैनी होगी।** आपको हमेशा डर महसूस होगा। अगर आपको अपनी ज़िंदगी की कद्र है या जो कुछ चल रहा है, उस पर आप थोड़ा सा भी ध्यान दे रहे हैं, तो आपको पता होगा कि काफ़ी कुछ ऐसा है, जो बेचैन करता है और जिससे डरना चाहिए। अंतिम लक्ष्य उन एहसासों को दूर करना नहीं है, बल्कि अपनी मानसिक ताक़त को मज़बूत करना है, जिससे आप उन सबके बावजूद ख़ुशी का चयन कर सकें, न कि उनकी मौजूदगी से लाचार हो जाएँ। बस इतनी सी बात है।

17 | **कुछ लोगों को मानसिक ताक़त मज़बूत करने के लिए बस अपने दृष्टिकोण में बदलाव लाना होगा।** बाक़ी लोगों को हो सकता है कि दवा, थैरेपी और पहले से कहीं ज़्यादा काम और कोशिश करने की ज़रूरत हो। यह हमारी ज़िंदगी की लड़ाई है और हमें ये चीज़ें अपने लिए पानी ही होंगी। अगर आपको किसी लड़ाई में लगना ही है, तो इसमें लगें।

18 | **समस्या दरअसल समस्या नहीं है।** समस्या यह है कि आप उसके बारे में कैसे सोचते हैं। आपकी भीतरी मार्गदर्शन प्रणाली अभी कुछ कह रही है, क्योंकि कुछ है, जो सही नहीं है। इसका मतलब यह नहीं है कि आप तेज़ी से लगातार चलते रहने वाले ऐसे कष्ट की तरफ़ बढ़ रहे हैं, जिससे बचा नहीं जा सकता। इसका अर्थ है कि कहीं बहुत गहराई तक आप जानते हैं कि जीने का कोई और रास्ता, कोई बेहतर रास्ता मौजूद है। इसका मतलब है कि आप जानते हैं कि आपको क्या चाहिए, भले आप उससे डरे हुए हों।

19 | **आपको प्रेम चुनने की ज़रूरत है।** यह चिढ़ पैदा करने वाली सलाह लग सकती है, लेकिन आप उन लोगों को नहीं छोड़ सकते, जो आपको भीतर से रोशन करते हैं, उन चीज़ों को भी नहीं, जिन्हें करना आपको पसंद है (चाहे वह काम न हो), जो आप अपने लिए चाहते हैं। चाहे डर आपको डराता ही क्यों न हो, आपको उसे चुनना ही होगा। (कुछ करने का डर असल में उसके लिए आपके प्यार के अनुपात में होता है।)

20 | **जब कभी दर्द महसूस हो, आपको उसे ज़ाहिर करना सीखना होगा।** इसका यह मतलब नहीं है कि आप लापरवाह, बेलगाम बर्ताव को सही ठहरा सकते हैं; इसका अर्थ यह है कि आपको दर्द को मान्यता देना, बाक़ी लोगों तक उसे स्पष्टता से पहुँचाना और उसके होने पर उससे निपटना सीखना होगा।

21 | **आपको अपने भीतर जमा भावनात्मक विषाक्तता को खोलना सीखना होगा।** मसलन, अगर आप ख़ुद को यह महसूस नहीं करने देंगे और स्वीकार नहीं करेंगे कि आपके पूर्व प्रेमी या प्रेमिका ने आपको चोट पहुँचाई है, तो आप लगातार यही सोचते रहेंगे कि कैसे अपने नए प्रेम प्रसंग में आपको चोट पहुँचेगी और आपको कोशिश भी नहीं करनी चाहिए, इस प्रकार आप फिर से उसी स्थिति को तैयार करेंगे, जिससे आप सबसे ज़्यादा डरते हैं। खोलने का मतलब उसे देखना, महसूस करना और स्वीकार करना है। जीवन कई

बार बहुत कठोर, अन्यायपूर्ण और इतना भयानक होता है कि उसे बयाँ नहीं किया जा सकता। (''हम सब गटर में हैं, लेकिन हममें से कुछ तारों को देख रहे हैं।'' ऑस्कर वाइल्ड)

22 | **अपने शरीर में महसूस होने वाली संवेदनाओं और आपको उनके जो मायने लगते हैं, दोनों को अलग करें।** जब आप बहुत परेशान हों, तो ख़ुद से पूछें कि मुझे असल में अपने शरीर में अभी क्या महसूस हो रहा है? मुझे वास्तव में क्या लग रहा है? हो सकता है कि आपको बस थोड़ा सा तनाव या थोड़ी असहजता लग रही हो। बाक़ी की आपकी घबराहट बस वही है, जिसे आपने अपनी संवदेना के हिसाब से तय किया है।

23 | **अपने सभी एहसासों पर भरोसा न करें।** पारंपरिक समझदारी कहती है कि भरोसा करें, लेकिन यह देखते हुए कि इनमें से कई एहसास बेतुके ख़यालों और पुराने तजुर्बों या इसी तरह की चीज़ों से निकलते हैं, यह पागलपन है। अगर आप आँख मूँदकर अपनी सभी भावनाओं का विश्वास करेंगे, तो वे आपको लगातार चक्कर में डालती रहेंगी। यह फ़ैसला करें कि किसका कुछ अर्थ है और किसका नहीं है।

24 | **सबसे ताक़तवर तरीक़े का इस्तेमाल करें : 'अपने भावी स्वरूप पर काम'** अगर आप बच्चे होने को लेकर अनिर्णय की स्थिति में है, तो 75 साल की उम्र में अपनी की ज़िंदगी की कल्पना करें। क्या आप चाहते हैं कि आपके पास अपना परिवार हो या फिर आप अकेले ही ठीक हैं? आज से तीन साल बाद की ज़िंदगी की कल्पना करें। क्या आप ख़ुश होंगे कि आपने उस रिश्ते में ज़्यादा कोशिश नहीं की या फिर आपने पैसा नहीं बचाया या फिर आपने अपना समय नेटफ़्लिक्स देखने में बर्बाद कर दिया, जबकि आप कोई किताब लिख सकते थे या कोई कारोबार शुरू कर सकते थे या फिर संगीत बजा सकते थे, जो आप वाक़ई चाहते थे? आप जिस तरह का इंसान बनने की उम्मीद रखते हैं, उसके नज़रिये से अपनी ज़िंदगी की कल्पना करें। उससे कई चीज़ें अपने आप सही ढंग से व्यवस्थित हो जाएँगी।

100

ख़ुशी का पीछा करना बंद करें

ऐलन वॉट्स ने हमें सिखाया कि सुरक्षा की इच्छा और असुरक्षा की भावना, दोनों एक ही चीज़ हैं, जैसे कि 'अपनी साँस को रोके रखना उसे खोने के समान है'। पारंपरिक ज़ेन बौद्ध धर्म इससे सहमत होगा : संतुष्टि की कामना का अर्थ है, संतुष्टि न होना, ख़ुशी कोई ऐसी चीज़ नहीं, जिसे आप खोजते हैं, बल्कि वह है, जो आप बन जाते हैं।

ये विचार अच्छे (मुमकिन है कि बहुत से लोगों के लिए ये मामूली बातें हों) हैं, लेकिन ये 'ख़ुशी का पीछा' करने की सामान्य बात के पीछे मौजूद पागलपन को दिखाते हैं। जैसा कि ऐंड्र्यू वेल ने कहा है, यह विचार कि मनुष्यों को लगातार ख़ुश रहना चाहिए, 'बड़े अनोखे ढंग से आधुनिक, विशिष्ट रूप से अमेरिकी, अनोखे रूप से विनाशकारी विचार' है।

लगातार ख़ुशी की हमारी इच्छा से उपभोक्तावाद संचालित होता है, इससे यह तथ्य थोड़ा हल्का होता है कि हम सब निश्चित मृत्यु की ओर बढ़ रहे हैं और यह हममें ज़्यादा की भूख बढ़ाता है। देखा जाए तो मौत और तकलीफ़ के हमारे अस्तित्वपरक डर के साथ यह इस बात के लिए भी ज़िम्मेदार है कि हमने उस समाज की खोज की और उसे विकसित किया, जिसमें हम रहते हैं। संतुष्टि की कमी ने हमें संचालित किया, क्योंकि ख़ुशी की तलाश न तो समाप्त हुई है और न कभी होगी।

यह बड़े पैमाने पर हेडॉनिक अनुकूलन के कारण हुआ है, जो असल में बस यह तथ्य है कि जो इंसानों के साथ होता है, वे उसके आदी हो जाते हैं। हम बदलते हैं, तालमेल बैठाते हैं, अनुकूलित होते हैं, अधिक की इच्छा करते हैं। मनोवैज्ञानिक इसे 'बेसलाइन' भी कहते हैं, जिसमें हम ख़ुद को इस तरह नियंत्रित करते हैं कि जीवन की विभिन्न घटनाओं के बाद हम 'तटस्थता' पर वापस आ जाएँ।

ख़ुशी के पीछे भागना पूर्ण रूप से बेसलाइन के तालमेल की बजाय ख़ुद को जीवन की 'सकारात्मक' घटनाओं के अनुरूप बनाए रखने की कोशिश है। लगातार

‘अच्छा’ महसूस करने की उम्मीद से ख़ुद को प्रेरित करना न केवल अस्वास्थ्यकर है, बल्कि असंभव भी है।

अगर आप ख़ुश रहना चाहते हैं, तो ख़ुशी के पीछे भागना बंद करें। ख़ुशी तो उन कामों को करने का एक अतिरिक्त नतीजा है, जो चुनौतीपूर्ण, सार्थक, सुंदर और समुचित हैं।

ज़्यादा समझदारी इसमें है कि जो ‘अच्छा महसूस’ होता है, केवल उसका पीछा करने की बजाय जीवन को ज्ञान के आधार पर या स्पष्ट सोचने और अधिक आयामों के साथ सोचने की क्षमता का पीछा करने में बिताया जाए। बुद्धिमत्ता इसमें है कि उस असहजता के पीछे लगा जाए, जो केवल तब आती है, जब हम कोई इतना गहरा और ज़िंदगी को बदल देने वाला काम करते हैं, जो हमें हमारी कक्षा से हिला देता है। जिन चीज़ों को आप पसंद नहीं करते, उन्हें इसलिए संतुलित करते हैं कि आपको लगता है कि उसे संतुलन से आप ‘ख़ुश’ हो जाएँगे, जबकि समझदारी इसमें है कि उन चीज़ों को संतुलित करने की बजाय आप पूरे तराजू को ही पलट दें। बुद्धिमानी इसमें है कि ख़ुद को नाजुक और अनगढ़ स्थिति में डालने वाले मुश्किल कामों से बचने की बजाय उन्हें अंजाम दें, क्योंकि आराम आपको अस्थायी रूप से कुछ ही समय के लिए अच्छा महसूस कराता है।

अंत में, दर्द से बचने का मतलब ख़ुशी से बचना भी है। (वे एक ही काम में निहित विपरीत शक्तियाँ हैं।) एहसास करने की अपनी क़ाबिलियत के एक आयाम से ख़ुद को सुन्न करने का मतलब सब कुछ बंद कर देना है। इससे हम उस ख़ालीपन वाली ख़ुशी का पीछा करते रहते हैं, जो हमें कभी संतुष्ट नहीं करती और हमें बस उन लोगों का खोल बनाकर छोड़ देती है, जो वाक़ई हमारी नियति में है।

101

आपको क्या पता होना चाहिए, जब आप मेटानोया (चित्त जागृति) का अनुभव कर रहे हैं : मन, हृदय, स्वयं में या जीवनशैली में परिवर्तन

चाहे लोगों के साथ अधिक दयालुता से व्यवहार करने की प्रतिबद्धता का एक सरल परिवर्तन हो, या यह क्रूर (और मुक्ति देने वाला) अहसास हो कि आप अपनी ख़ुशी के लिए स्वयं ज़िम्मेदार हैं, दुनिया को बेहतर ढंग से समझने का प्रयास करना भारी-भरकम कार्य है, और हमें जीवन में कई बार ऐसा करना पड़ता है। इस सबके लिए एक बहुत ख़ूबसूरत शब्द है, जिसे 'मेटानोया' कहा जाता है और यह 'अपने मन या प्रयोजन में बदलाव' के लिए प्रयुक्त ग्रीक शब्द से निकला है। इस बात से ज़्यादा फ़र्क़ नहीं पड़ता कि आप किस स्थिति से बदल रहे हैं या फिर किस स्थिति में बदल रहे हैं, बल्कि फ़र्क़ इससे पड़ता है कि किसी भी प्रकार के मनोवैज्ञानिक या भावनात्मक परिवर्तन के लिए एक तरह के हालात और साझा संघर्षों पर ध्यान देने की ज़रूरत होती है। अगर आप इस तरह की स्थिति से गुज़र रहे हैं, तो इन बातों की आपको जानकारी होनी चाहिए :

01 | **यदि किसी रिश्ते ने दुनिया को लेकर आपके नज़रिये को क्रांतिकारी ढंग से प्रेरित किया है, तो जान लें कि इस रिश्ते ने संभवतः अपने उद्देश्य को पूरा किया है।** बहुत से लोग अपनी निजी 'जागृति' को उत्प्रेरित करने वाले को थामे रखते हैं, क्योंकि वे 'महान प्रेम' को 'हमेशा के लिए प्रेम' समझ बैठते हैं। ये दोनों एक ही चीज़ नहीं हैं।

02 | **सीमित करने वाली अपनी पुरानी मान्यताओं को लेकर आपको आपे से बाहर होने की ज़रूरत नहीं है : अगला कुछ तैयार करना बदलाव है, न कि जो था, उसे तोड़ना।** आपको निराश होकर खुद को कोसते रहने की ज़रूरत नहीं है कि

आपको इतना वक़्त यह समझने में क्यों लगा कि आपने जो मान लिया था, ज़िंदगी उससे कहीं ज़्यादा थी। असली चीज़ यह है कि आपने आख़िरकार इस बात को समझ लिया।

03 | **किसी निजी अनर्थ या गहरी समझ की इच्छा, दोनों के आधार अक्सर एक ही होते हैं : यह समझना कि आप और केवल आप ही अपनी ज़िंदगी के लिए ज़िम्मेदार हैं।** आप ऐसी दुनिया में जो पूरी तरह से अस्थायी है, उसमें सुकून पाने के लिए कुछ भी सच्चा, दुष्कर काम करने के लिए किसी भी चीज़ पर निर्भर नहीं रह सकते, किसी भी चीज़ पर नहीं! कोई नौकरी, कितना भी पैसा, कोई भी रिश्ता, कोई भी उपलब्धि आपके लिए उसका पूरक नहीं बन सकती। आपको सबसे पहले सुकून पाना होगा, फिर आप बाक़ी चीज़ों का आनंद ले सकते हैं।

04 | **'ख़ुद से प्यार करना' एक काम है, न कि कोई एहसास।** जब हम रोमांटिक प्यार के बारे में सोचते हैं, तो हम हॉर्मोन्स के उस उबाल के बारे में सोचते हैं, जो हमें अनोखा एहसास देता है। शायद ही हम कभी अपने रोज़मर्रा के उन कामों और प्रतिबद्धताओं के बारे में सोचते हैं, जिनसे किसी अन्य का सुख भी हमारे लिए अपने सुख जितना महत्त्वपूर्ण हो जाता है। ख़ुद से प्यार करने के मामले में भी ऐसा ही होता है : हम सोचते हैं कि यह कोई भावना है, जो ख़ुद को सम्मान से देखने के रूप में आती है, जबकि ज़्यादातर समय इसका मतलब अपने लिए खड़े होना होता है, आगे बढ़ते रहने और छोड़ देने की की हिम्मत का होना होता है, चीज़ों के अस्थायी होने और उनकी अस्थिरता के बावजूद ख़ुशी खोजना और ऐसी कई चीज़ों का होना होता है।

05 | **ज़रूरी नहीं कि आपके पास हर जवाब हो और ऐसा कभी होगा भी नहीं।** मसला यह नहीं कि आप किसी चीज़ को लेकर कितने निश्चित हैं, बल्कि यह है कि फिर भी आप कोशिश करने के लिए कितने तैयार हैं। कोई नहीं जानता कि किस रहस्यमय रसातल से हम आते हैं और फिर आख़िरकार उसी में लौट जाते हैं, फिर भी कई लोगों की ज़िंदगी और सामान्यतया हमारा समाज व संस्कृति इस अज्ञात से जुड़े सबक़ों से तैयार व निर्देशित होते हैं। फ़िलहाल सब कुछ एक परिकल्पना है, लेकिन कुछ परिकल्पनाएँ हमें ज़्यादा ख़ुश, दयालु, शांतिपूर्ण दुनिया की ओर ले जाती हैं (और कुछ ऐसी हैं, जो नहीं ले जातीं)। मसला यह नहीं है कि पक्के तौर पर कौन किसी चीज़ के बारे में

जानता है, बल्कि यह है कि कौन है, जो अभी के यथार्थ का सबसे अच्छा संस्करण बनाने के लिए काम करने की इच्छा रखता है।

06 | **आपको किसी भी चीज़ में विश्वास करने की ज़रूरत नहीं है, लेकिन यह ज़रूरी है कि आप उसे सुनें, जो इस पल सच्चा महसूस होता है और इतनी निष्पक्षता रखें कि अपनी बात कह सकें और अपने प्रति व अपने आस–पास के लोगों के प्रति सम्मान एवं दयालुता रखते हुए काम करें।** अगर किसी चीज़ को मानने के लिए आपको निर्देश दिए जाएँ या आप पर दबाव डाला जाए, जिस पर आप भरोसा न करते हों, तो यह जान लें कि आपकी आंतरिक मार्गदर्शन प्रणाली कह रही है कि 'ऐसा नहीं है'।

07 | **आपके संघर्ष वही होंगे, जो आपको वही बनाएँगे, जो आप हैं।** असहजता वह दबाव होता है, जो अक्सर हमें उस तरीक़े से काम करवाता है, जिसे वैसे आम तौर पर हम नहीं करते। सतही तौर पर यह डरावना लगता है, क्योंकि यह अज्ञात है, पर आपकी ज़िंदगी के सबसे मुश्किल पल आपके उपयुक्त होने के लिए उत्प्रेरक का काम करेंगे। उन चुनौतियों से आप वैसा कुछ बन सकते हैं, जैसा बनने की आपने कभी कल्पना भी नहीं की होगी। आपकी ज़िंदगी की 'बुरी' चीज़ें, उन चीज़ों के लिए ज़रूरी गुंजाइशें होंगी, जो आपकी कल्पना से बेहतर होंगी। आप इस बात के लिए आभारी होंगे कि हालात वैसे नहीं बने, जैसे कि आप चाहते थे। एक बार जब आप दूसरी ओर पहुँच जाएँगे, तो आप जिस चीज़ से संघर्ष कर रहे हैं, उसके लिए कृतज्ञ होंगे।

लेखिका का परिचय

ब्रियाना वीस्ट *इस कृति के साथ ही द माउंटेन इज़ यू* और *वेन यू आर रेडी, दिस इज़ हाउ यू हील* जैसी अंतरराष्ट्रीय बेस्टसेलिंग किताबों की भी लेखिका हैं। ब्रियाना कई साल से ऑनलाइन लेखन से जुड़ी हैं, जिसमें उन्होंने स्वस्थ होने और जागृति की अपनी यात्रा की अंतर्दृष्टि को साझा किया है। अब उनकी किताबें दुनियाभर की चौदह से अधिक भाषाओं में अनूदित की जा रही हैं। *फ़ोर्ब्स, यूएसए टुडे, द हफ़िंगटन पोस्ट* के अलावा *थॉट कैटलॉग* (जिसमें वह फ़िलहाल पार्टनर हैं) में उनकी रचनाएँ प्रकाशित होती रही हैं। *सॉल्ट वॉटर* और *सेरेमनी* उनके दो कविता संग्रह हैं। उनके जीवन का मक़सद भीतरी वृत्तांत को फिर से तैयार करने में लोगों की मदद करना है, ताकि वह अधिक सामंजस्यपूर्ण, सच्चा और प्रयोजनयुक्त हो और उससे उनकी वास्तविक क्षमता को सक्रिय करने में मदद मिल सके। वह अपने जीवनसाथी के साथ अमेरिका में रहती हैं।

briannawiest.com
instagram.com/briannawiest
twitter.com/briannawiest

अनुवादक के बारे में

नीलम भट्ट दो दशक से अधिक समय से प्रकाशन क्षेत्र से जुड़ी हैं। उन्होंने कई प्रतिष्ठित राष्ट्रीय एवं अंतरराष्ट्रीय प्रकाशन संस्थानों के लिए अनुवाद, समीक्षा व संपादन-कार्य किया है। यही नहीं, राजनीतिशास्त्र में स्नातकोत्तर शिक्षा प्राप्त करने के बाद उन्होंने शैक्षणिक कार्यक्रम प्रस्तुत करने और टेलीविज़न के लिए पटकथा लेखन एवं विभिन्न कार्यक्रमों के लिए वॉयस ओवर भी किया है। इसके अलावा, वह ऑल इंडिया रेडियो के विदेश सेवा प्रभाग के साथ अनुवादक व उद्घोषक, समाचार प्रभाग के साथ अनुवादक व समाचार वाचक और एफ़एम गोल्ड के साथ प्रस्तुतकर्ता के रूप में जुड़ी रहीं। दिल्ली की हिंदी अकादमी की 'नवोदित युवा लेखक पुरस्कार प्रतियोगिता' के अंतर्गत कविता लेखन के लिए उन्होंने लगातार दो वर्ष पुरस्कार प्राप्त किए। एनसाइक्लोपीडिया ब्रिटैनिका में सीनियर कॉपी एडिटर के रूप में काम करते हुए उन्होंने हिंदी प्रकाशन का संपादन-कार्य किया। फ़िलहाल वे स्वतंत्र रूप से लेखन, अनुवाद एवं संपादन-कार्य कर रही हैं।

मंजुल प्रकाशन के लिए वे *द डेफ़िनेटिव बुक ऑफ़ बॉडी लैंग्वेज, हाउ टु इनफ़्लुएंस पीपल, किचन क्लीनिक, वाय मेन डोंट लिसन ऐंड वीमेन कांट रीड मैप्स, बिज़नेस सूत्र, ऐन फ़्रैंक : डायरी ऑफ़ ए यंग गर्ल, इन्कार्नेशन्स : इंडिया इन फ़िफ़्टी लाइव्ज़, यशोधरा, अ शॉर्ट हिस्ट्री ऑफ़ नियरली एवरीथिंग* आदि किताबों का हिंदी अनुवाद कर चुकी हैं।

www.ingramcontent.com/pod-product-compliance
Ingram Content Group UK Ltd.
Pitfield, Milton Keynes, MK11 3LW, UK
UKHW041828031026
15587UKWH00002B/649

9 789373 174525